ENGLISH

English English Malayalam Little Dictionary
First Published March 2002
4rd edition June 2003
Rights Reserved

Cover design
N. Ajayan

Printed in India
at D C Press (P) Ltd., Kottayam-686 012

Publishers
D C Books, Kottayam-686 001
Kerala, India
Website: www.dcbooks.com
e-mail: info@dcbooks.com
Online Bookstore : www.dcbookstore.com

Distributors
D C Books
Thiruvananthapuram, Kottayam, Eranakulam, Rajagiri, Cochin Airport,
Thekkady, Kozhikode, New Delhi
Current Books
Kottayam, Thiruvananthapuram, Kollam, Pathanamthitta, Alappuzha, Thodupuzha,
Eranakulam, Aluva, Irinjalakuda, Palakkad, Kozhikode, Vatakara, Thalassery, Kalpetta, Kanhangad,
D C Bookshop Thrissur, Kairali Pusthakasala Thrissur

No part of this publication may be reproduced, or transmitted in any form
or by any means, without prior written permission of the publisher.

ISBN 81-264-0435-3

D C BOOKS-The first Indian Book Publishing House to get ISO certification

Rs. 75.00

74/03-04 Sl.No.4984 dcb 2485 -(4)5000-24-06-03 Ori. 16

ENGLISH ENGLISH MALAYALAM
Little Dictionary

DC Books

Abbreviations

List of abbreviations used in this Dictionary

abbrev	abbreviation	*med*	medicine
abl	ablative	*mil*	military
adj	adjective	*mus*	music
adjs	adjectives	*myth*	mythology
adv	adverb	*n*	noun
aero	aeronautics	*naut*	nautical
agri	agriculture	*nom*	nominative
alg	algebra	*n pl*	noun plural
anat	anatomy	*n sing*	noun singular
anthrop	anthropology	*obs*	obsolete
ar	archaic	*opp*	opposite
archaeol	archaeology	*part*	participle
arith	arithmetic	*pass*	passive
astrol	astrology	*path*	pathology
astron	astronomy	*pt*	past tense
aux	auxiliary	*pref*	prefix
biol	biology	*phil*	philosophy
bot	botany	*philol*	philology
c	countable noun	*phon*	phonetics
chem	chemistry	*photo*	photography
coll	colloquial	*phys*	physics
com	commerce	*pl*	plural
comp	comparative	*poet*	poetical
conj	conjunction	*pp*	past participle
demons	demonstrative	*poss*	possessive
derog	derogatory	*pres part*	present participle
dial	dialectic	*prep*	preposition
eccl	ecclesiastical	*pres*	present
econ	economics	*print*	printing
eg	for example	*pron*	pronoun
elect	electricity	*psych*	psychology
fem	feminine	*refl*	reflective
fig	figurative	*rel*	relative
Fr	French	*Rom Myth*	Roman Mythology
gen	genitive	*sing*	singular
geog	geography	*sb*	somebody
geol	geology	*sth*	something
geom	geometry	*sl*	slang
Gr	grammar	*subj*	subjective
Gk Myth	Greek Mythology	*suff*	suffix
hist	history	*superl*	superlative
ie	that is	*surg*	surgery
imit	imitative	*syn*	synonym
imper	imperative	*teleg*	telegraphy
infini	infinitive	*theat*	theatre
interj	interjection	*theol*	theology
interrog	interrogative	*trans*	transitive
intrans	intransitive	*US*	United States of America
L } *Lat* }	Latin	*u*	uncountable (noun)
		usu	usually
lit	literary	*v*	verb
leg	legal	*vi*	verb intransitive
masc	masculine	*vt*	verb transitive
math	mathematics	*vulg*	vulgar
		zool	zoology

Aa

A (എയ്) *n.* the first letter of the English alphabet; ഇംഗ്ലീഷ് അക്ഷരമാലയിലെ ആദ്യക്ഷരം; *adj.* one; some; any; ഒരു; വല്ല; ഏതോ ഒരു.

aback (എ്ബാക്ക്) *adv.* behind; backwards; പുറകിൽ; പുറകോട്ട്; **be taken aback** അമ്പരന്നുപോയ; ഞെട്ടിപ്പോയ.

abacus (ആ്ബെക്കസ്) *n.* (*pl.* abacuses, abaci) calculating frame with beads sliding on wires; മണിച്ചട്ടം.

abandon (എ്ബാൻഡൻ) give up; desert; yield; renounce; *v.t.* കയ്യൊഴിയുക; കൈവിടുക; സ്വാതന്ത്ര്യം ഉപേക്ഷിക്കുക; *n.* **abandonment**.

abase (എ്ബെയ്സ്) *v.t.* bring down; degrade; dishonour; (തരം)താഴ്ത്തുക; മാനക്കേട് വരുത്തുക.

abash (എ്ബാ്ഷ്) *v.t.* (usu. in *pass.*) embarrass; disconcert; കുഴക്കുക; പരിഭ്രമിപ്പിക്കുക.

abate (എ്ബെയ്റ്റ്) *v.* lessen; diminish; blunt; decrease; കുറയ്ക്കുക; ഇളവു ചെയ്യുക.

abbey (ആ്ബി) *n.* a convent of monks or nuns; സന്ന്യാസിമഠം; കന്യകാമഠം.

abbreviate (എ്ബ്രീവിയെയ്റ്റ്) *v.t.* abridge; condense; ചുരുക്കുക; സംക്ഷേപിക്കുക.

abdicate (ആ്ബ്ഡിക്കെയ്റ്റ്) *v.* give up (office, dignity etc.); പദവി ഉപേക്ഷിക്കുക; സ്ഥാനത്യാഗം ചെയ്യുക; *n.* **abdication**.

abdomen (ആ്ബ്ഡമൻ) *n.* lower belly; അടിവയറ്; ഉദരം.

abduct (എ്ബ്ഡക്റ്റ്) *v.t.* take away (esp. a woman) by illegal force or fraud; മനുഷ്യനെ (പ്രത്യേകിച്ച് ഒരു സ്ത്രീയെ) ചതിച്ചോ ബലം പ്രയോഗിച്ചോ പിടിച്ചുകൊണ്ടു പോകുക.

aberrate (ആ്ബെറെയ്റ്റ്) *v.i.* wander from the right way; അപഭ്രംശിക്കുക; മാർഗഭ്രംശം വരിക; ന്യായം തെറ്റി പ്രവർത്തിക്കുക; *n.* **aberration**.

abet (എ്ബെറ്റ്) *v.t.* instigate to commit a crime; കുറ്റം (അക്രമം) ചെയ്യുവാൻ പ്രേരിപ്പിക്കുക, സഹായിക്കുക.

abeyance (എ്ബെയൻസ്) *n.* state of suspension; temporary inactivity; നിർവ്വഹിക്കാത്ത നില; തത്കാലം നിറുത്തിവയ്ക്കൽ.

abhor (എ്ബ്ഹോർ) *v.t.* shrink from (something) with horror; detest; വെറുപ്പോടെ കാണുക; അറപ്പ് തോന്നുക; *n.* **abhorrence**.

abide (എ്ബൈഡ്) *v.t.* bide or wait for; remain firm; dwell; കാത്തിരിക്കുക; നിലകൊള്ളുക; തുടരുക; (*with by*) (വാഗ്ദാനം) പാലിക്കുക.

ability (എ്ബിലെറ്റി, എ്ബിലിറ്റി) *n.* power or skill to do things; കഴിവ്; പാടവം; പടുത്വം; ശേഷി; ശക്തി; യോഗ്യത.

abject (ആ്ബ്ജെക്റ്റ്) *adj.* worthless; mean; ഹീനമായ; നികൃഷ്ടമായ.

ablaze (എ്ബ്ളെയ്സ്) *adj.* & *adv.* in a blaze; in a state of excitement;

ജ്വലിക്കുന്ന; വൈകാരികമായി ഇള കിമറിഞ്ഞ; മിന്നിത്തിളങ്ങുന്ന.

able (എയ്ബ്ൾ) *adj.* strong; competent; qualified; പ്രാപ്തിയുള്ള; കഴിവുള്ള; പര്യാപ്തമായ; *adv.* **ably**.

ablution (എ്ബ്ലൂഷൻ) *n.* washing of the body (esp. preparatory to religious rites); കുളി; അംഗശുദ്ധി വരുത്തൽ.

abnormal (എ്ബ്നോർമൽ) *adj.* irregular; anomalous; ക്രമവിരുദ്ധമായ; അസാധാരണമായ.

aboard (എ്ബോർഡ്) *adj. & prep.* on board; in a ship or boat; കപ്പലിലേക്ക്; കപ്പലിൽ; ബസ്സിൽ; വിമാനത്തിൽ (കയറിയ).

abode (എ്ബൗഡ്) *n.* house; residence; വീട്; വസതി.

abolish (എ്ബൊളിഷ്) *v.t.* annul; abrogate; destroy; (ആചാരത്തിനോ സ്ഥാപനത്തിനോ) വിരാമമിടുക.

abominable (എ്ബൊമിനബ്ൾ) *adj.* hateful; wicked; വെറുപ്പു വരുത്തുന്ന; വെറുക്കത്തക്ക.

aboriginal (ആ്ബറിജിനൽ) *adj.* primitive; ആദിമമായ; ദേശ്യജമായ.

abort (എ്ബോർട്ട്) *v.* miscarry; ഗർഭം അലസിപ്പിക്കുക; അലസുക.

abortion (എ്ബോർഷൻ) *n.* premature delivery; ഗർഭച്ഛിദ്രം; അകാലപ്രസവം; ഭ്രൂണഹത്യ; (പദ്ധതിയുടെയും മറ്റും) പൂർണ്ണ പരാജയം.

abound (എ്ബൗൺഡ്) *v.i.* to be in plenty; overflow; പെരുകുക; നിറഞ്ഞിരിക്കുക (in or with).

about (എ്ബൗട്ട്) *prep. & adv.* around; relating to; സംബന്ധിച്ച്; കുറിച്ച്; സമീപത്ത്; ചുറ്റിലും; ഏതാണ്ട്; (about midnight) മിക്കവാറും; അങ്ങുമിങ്ങും; **about-turn** പുറം തിരിയുക.

above (എ്ബവ്) *prep.* on the upside; higher than; മേൽഭാഗത്ത്; മീതെ; മേല്പറഞ്ഞ.

abrade (എ്ബ്രെയ്ഡ്) *v.t.* scrape off; രാവുക; ചുരണ്ടുക; ഉരിഞ്ഞുകളയുക.

abreast (എ്ബ്രെസ്റ്റ്) *adv.* side by side; not behind; ചുമലോടു ചുമലായി; അണിയായി.

abridge (എ്ബ്രിജ്) *v.t.* shorten; condense; കുറയ്ക്കുക; സംഗ്രഹിക്കുക; *n.* **abridgement**.

abroad (എ്ബ്രോഡ്) *adv.* at large; in foreign countries; പരക്കെ; കടലിനപ്പുറം; വിദേശത്ത്.

abrupt (എ്ബ്റപ്റ്റ്) *adj.* steep; sudden; without notice; കിഴുക്കാൻ തൂക്കായ; പെട്ടെന്നുള്ള; ആകസ്മികമായ; നിർമ്മര്യാദമായ.

abscess (ആ്ബ്സെസ്) *n.* tumour; carbuncle; പരു; കുരു; വീക്കം.

abscond (എ്ബ്സ്കൊൺഡ്) *v.i.* hide oneself to fly from; ഒളിച്ചു പൊയ്ക്കളയുക.

absence (ആബ്സെൻസ്) *n.* being away or not present; ഹാജരില്ലായ്മ; അസാന്നിദ്ധ്യം; വിയോഗം; അഭാവം; *adj.* **absent**.

absolute (ആ്ബ്സല്യൂട്ട്) *adj.* unlimited; perfect; unconditional; അപരിമിതമായ; സമ്പൂർണ്ണമായ; അഖണ്ഡമായ; നിരുപാധികമായ; സ്വതന്ത്രമായ; അനിയന്ത്രിതമായ; കലർപ്പില്ലാത്ത; പരമമായ; കേവലമായ.

absolve (എ്ബ്സൊൾവ്) *v.t.* set free; pardon; പാപവിമോചനം നല്കുക; അപരാധം ക്ഷമിക്കുക.

absorb (എ്ബ്സോർബ്) *v.t.* imbibe;

consume; engage wholly; ഉൾക്കൊള്ളുക; വിഴുങ്ങുക; ശ്രദ്ധ പിടിച്ചെടുക്കുക; മഗ്നമാവുക; ആഗിരണം ചെയ്യുക.

abstain (എ്ബ്സ്റ്റെയ്ൻ) *v.i.* refrain voluntarily; സ്വമേധയാ വേണ്ടെന്നുവയ്ക്കുക; വർജ്ജിക്കുക; *n.* **abstinence, abstainer**.

abstract (എ്ബ്സ്ട്രാക്റ്റ്) *v.t.* take away; purloin; summarise; വേർതിരിച്ചെടുക്കുക; വേർപെടുത്തുക; സംഗ്രഹിക്കുക.

absurd (എ്ബ്സേർഡ്) *adj.* ridiculous; nonsensical; അസംഗതമായ; യുക്തിഹീനമായ; അസംബന്ധമായ; *n.* **absurdity**.

abundance (എ്ബൺഡൻസ്) *n.* ample sufficiency; സമൃദ്ധി; ധാരാളത; *adj.* **abundant.**

abuse (എ്ബ്യൂസ്) *v.t.* misuse; make bad use of; ദുർവിനിയോഗം ചെയ്യുക; ചീത്തപറയുക; അവമാനിക്കുക.

abyss, abysm (എ്ബിസ്, എ്ബിസം) *n.* bottomless gulf; അടി കാണാ ത്ത ഗർത്തം.

academy (എ്ക്കാഡമി) *n.* place of study; society for the promotion of arts and sciences; വിദ്യാലയം; പണ്ഡിതസഭ.

accede (എ്ക്സീഡ്) *v.i.* assent; (അഭിപ്രായം) അംഗീകരിക്കുക; ചേരുക; സ്ഥാനം ഏൽക്കുക.

accelerate (എ്ക്സെലറെയ്റ്റ്) *v.t.* make quicker; ത്വരിതപ്പെടുത്തുക.

accent (ആക്സെൻറ്) *n.* modulation of the voice; mark of stress; സ്വരബലം; ഉച്ചാരണചിഹ്നം; ഊന്നൽ.

accept (എ്ക്സെപ്റ്റ്) *v.t.* receive; answer affirmatively; കൈക്കൊള്ളുക; വരിക്കുക; അംഗീകരിക്കുക; സമ്മതിക്കുക; *adj.* **acceptable**.

access (ആക്സെസ്) *n.* entrance; approach; പ്രവേശനം; സമീപിക്കൽ; ഇടവഴി; ക്രോധപാരവശ്യം; രോഗാക്രമണം.

access (അക്സസ്) *v.* (computer) 1. to obtain the use of resources from a computer കംപ്യൂട്ടറിൽ നിന്നു വിഭവങ്ങൾ ഉപയോഗിക്കാനുള്ള സൗകര്യം നേടുക; 2. the use of an access method കംപ്യൂട്ടറിൽനിന്നു വിവരങ്ങൾ ദൃശ്യമാക്കാനുള്ള ഒരു രീതി ഉപയോഗിക്കുക.

accessory (അക്സസ്സറി) *n.* (computer) extra add-on devices like a printer or a mouse attached to or used with a computer കംപ്യൂട്ടറിൽ ബന്ധിപ്പിച്ചതോ കംപ്യൂട്ടറിനൊപ്പം ഉപയോഗിക്കാവുന്നതോ ആയ അനുബന്ധ ഉപകരണം.

accessory (എ്ക്സെസറി) *adj.* aiding; contributing; സഹകരിക്കുന്ന; സംബന്ധമുള്ള.

accident (ആക്സിഡൻറ്) *n.* event happening by chance; അവിചാരിത സംഭവം; ആകസ്മിക സംഭവം; അപായം; അത്യാഹിതം.

acclaim (എ്ക്ലെയിം) *v.t.* applaud loudly; salute by acclamation; അഭിവാദ്യം ചെയ്യുക.

accommodate (എ്ക്കൊമഡെയ്റ്റ്) *v.t.* adapt; adjust; oblige with lodging; കൊള്ളിക്കുക; അനുരഞ്ജിപ്പിക്കുക; അനുരൂപമാക്കുക; സ്ഥലസൗകര്യം നല്കുക; താമസസ്ഥലം.

accompany (എ്ക്കമ്പനി) *v.t.* go with; escort; perform music along with; അകമ്പടി സേവിക്കുക.

accomplice (എ്ക്കംപ്ലിസ്) *n.* partner in guilt; (കുറ്റകൃത്യത്തിൽ) കൂട്ടാളി.

accomplish (എ്ക്കംപ്ലിഷ്) *v.t.* complete; fulfil; പൂർത്തിയാക്കുക; നിർവ്വഹിക്കുക.

accord (എ്ക്കോർഡ്) *n.* agreement; harmony; concurrence; സമ്മതം; സ്വീകാരം; ചേർച്ച; യോജിപ്പ്; ഒത്തുതീർപ്പ്; വർണ്ണൈക്യം; സ്വരമേളനം.

accost (എ്ക്കോസ്റ്റ്) *v.t.* speak first to; (of prostitute) solicit; അടുത്തു ചെന്നു സംഭാഷണം തുടങ്ങുക.

account (എ്ക്കൗണ്ട്) *n.* computation; a list of debts and credits; വരവു ചെലവു കണക്ക്; വ്യാപാര ഇടപാട്; വിവരണം; പ്രാധാന്യം.

accountant (എ്ക്കൗണ്ടൻറ്) *n.* keeper of accounts; കണക്കെഴുത്തുകാരൻ.

accredit (എ്ക്രെഡിറ്റ്) *v.t.* trust; give credit or authority to; വിശ്വസിക്കുക; (ആയി) അംഗീകരിക്കുക; അധികാരം നല്കുക.

accrue (എ്ക്രൂ) *v.i.* accumulate; (ഫലമായി) ഉണ്ടാകുക; സ്വാഭാവികമായി വർദ്ധിക്കുക.

accumulate (എ്ക്യുമുലെയ്റ്റ്) *v.* pile up; amass; കൂട്ടിച്ചേർത്തുവയ്ക്കുക; കുന്നുകൂട്ടുക; കൂമ്പാരമാക്കുക; *n.* **accumulation**.

accurate (ആക്യുറെറ്റ്) *adj.* done with care; exact; സൂക്ഷ്മമായ; ഏറ്റക്കുറച്ചിലില്ലാത്ത; കൃത്യമായ.

accursed, accurst (എ്ക്കേഴ്സിഡ്, എക്കേഴ്സ്റ്റ്) *adj.* cursed; doomed; ശപിക്കപ്പെട്ട; നിന്ദ്യനായ; ദൈവഹതകനായ.

accuse (എ്ക്യൂസ്) *v.t.* charge with a crime; പഴിചുമത്തുക; കുറ്റപ്പെടുത്തുക.

accustom (എ്ക്കസ്റ്റം) *v.t.* habituate; ശീലിക്കുക; അഭ്യസിക്കുക.

acetic (എ്സെറ്റിക്) *adj.* pertaining to vinegar; വിന്നാഗിരിയുടേതായ.

achieve (എ്ച്ചീവ്) *v.t.* perform; win; gain; ചെയ്തുതീർക്കുക; നിറവേറ്റുക; കൈവരുത്തുക; നേടുക.

acid (ആസിഡ്) *adj.* sour to the taste; അമ്ലമായ; പുളിപ്പുള്ള; നീരസഭാവമുള്ള; *n.* അമ്ലം, പുളിപ്പുള്ള വസ്തു.

acknowledge (എ്ക്നൊളിജ്) *v.t.* own the knowledge of; admit; കിട്ടിയ വിവരം അറിയിക്കുക; യാഥാർത്ഥ്യം അംഗീകരിക്കുക.

acoustic (എ്ക്കൂസ്റ്റിക്) *adj.* relating to sound or sense of hearing; ശ്രവണേന്ദ്രിയത്തെയോ നാദഗ്രഹണത്തെയോ സംബന്ധിച്ച.

acquaint (എ്ക്വെയ്ൻറ്) *v.t.* inform; familiarize; അറിയിക്കുക; പരിചയപ്പെടുത്തുക; *n.* **acquaintance**.

acquiesce (ആക്വിയെസ്) *v.i.* admit without opposition; എതിർപ്പില്ലാതെ സമ്മതിക്കുക.

acquire (എ്ക്വയ്യർ) *v.t.* gain something which is more or less permanent; സമ്പാദിക്കുക; ആർജ്ജിക്കുക; കൈക്കലാക്കുക.

acquisition (ആക്വിസിഷൻ) *n.* act of acquiring; material gains; നേടൽ; നേടിയ സ്വത്ത്.

acquit (എ്ക്വിറ്റ്) *v.t.* discharge from blame, guilt etc.; അപരാധിയല്ലെന്ന് വിധിക്കുക; മോചിപ്പിക്കുക.

acre (എയ്ക്കർ) *n.* measure of land; ഏക്കർ (43560 ചതുരശ്ര അടി ഭൂമി അളവ്).

acrobat (ആ്രകബാറ്റ്) *n.* rope dancer; ഞാണിന്മേൽ കളിക്കാരൻ.

acrophobia (ആ്ക്രഫൗബിഌ) *n.* fear of heights; ഉയർന്ന സ്ഥലങ്ങളോടുള്ള അകാരണ ഭയം.

across (എ്ക്രോസ്) *prep. & adv.* from side to side; crosswise; വിലങ്ങനെയായി; എതിരെ; കുറുക്കേ.

act (ആക്റ്റ്) *v.* exert force or influence; perform as an actor; പ്രവർത്തിക്കുക (The policeman refused to act); പെരുമാറുക; പ്രതിനിധിയായിരിക്കുക; പകരം ജോലി നോക്കുക; അഭിനയിക്കുക.

action (ആക്ഷൻ) *n.* activity; deed; law suit; ചേഷ്ടട; പ്രവർത്തനം; യുദ്ധം; അഭിനയം; നടപടി; കോടതി വ്യവഹാരം.

activate (ആക്റ്റിവെയ്റ്റ്) *v.t.* make active; ഉത്സാഹപ്പെടുത്തുക.

active (ആക്റ്റിവ്) *adj.* busy; quick; lively; സജീവമായ; കർമ്മോദ്യുക്തനായ; (*gr.*) സകർമ്മകമായ (ക്രിയ).

actor (ആക്റ്റെർ) *n.* dramatic performer; (നാടക, സിനിമാ) നടൻ; *fem.* **actress.**

actual (ആക്ചൗൽ) *adj.* real; existing in fact; യഥാർത്ഥത്തിലുള്ള; വാസ്തവമായ.

actuate (ആക്ചുഎയ്റ്റ്) *v.t.* put into action; പ്രവർത്തിപ്പിക്കുക (machine etc.); പ്രേരിപ്പിക്കുക; സജീവമാക്കുക.

acumen (എ്ക്യുമെൻ) *n.* quickness of perception; സൂക്ഷ്മബുദ്ധി.

acupuncture (എ്ക്യുപങ്ക്ചർ) *n.* puncturing with needles to cure disease; ഒരു ചൈനീസ് ചികിത്സാ വിധി.

acute (എ്ക്യൂട്ട്) *adj.* penetrating; severe; ആഴത്തിലേക്കിറങ്ങുന്ന; സൂക്ഷ്മബുദ്ധിയുള്ള.

A.D. *abbr.* of the Christian era; ക്രിസ്ത്വബ്ദം (Anno Domini).

ad (ആഡ്) (*coll.*) *n.* advertisement; പരസ്യം.

adage (ആഡിജ്) *n.* proverb; maxim; സുഭാഷിതം; ആപ്തവാക്യം.

Adam (ആഡം) *n.* the first man; ആദ്യമനുഷ്യൻ; (ആദാം).

adamant (ആഡമൻറ്) *adj.* unyielding to requests; നിർബന്ധബുദ്ധിയുള്ള; വഴങ്ങാത്ത.

adapt (എ്ഡാപ്റ്റ്) *v.t.* fit; accommodate; adjust; യുക്തമാക്കുക; ചേർച്ച വരുത്തുക; പൊരുത്തപ്പെടുത്തുക; കാലാനുഗുണമാക്കുക.

add (ആഡ്) *v.* put together; say further; ചേർക്കുക; ചേരുക; കൂട്ടിച്ചേർക്കുക; ചേർത്തുപറയുക.

adder (ആഡെർ) *n.* viper; അണലിപ്പാമ്പ്.

addict (എ്ഡിക്റ്റ്) *v.t.* apply habitually; പതിവാക്കുക; ശീലിക്കുക.

address (എ്ഡ്രെസ്) *v.t.* call or direct words; സംബോധന ചെയ്യുക; (സദസ്സിനോടോ വ്യക്തിയോടോ) പ്രസംഗിക്കുക; എഴുതി അറിയിക്കുക; മേൽവിലാസം.

adept (എ്ഡെപ്റ്റ്) *adj. & n.* well skilled; പൂർണ്ണവൈദഗ്ദ്ധ്യം സിദ്ധിച്ച ആൾ.

adequacy (ആഡികൗസി) *n.* state of being adequate; പര്യാപ്തത; (കഷ്ടിച്ച്) മതിയായിരിക്കൽ.

adequate (ആഡികൊറ്റ്) *adj.* proportionate; sufficient; satisfactory; വേണ്ടി ടത്തോളമുള്ള; പര്യാപ്തമായ.

adhere (എ്ഡ്ഹിയർ) *v.i.* stick; cling;

remain firm; പറ്റിപ്പിടിക്കുക; വിടാതിരിക്കുക.

adhesive (എ്ഡ്ഹീസിവ്) *adj. & n.* sticky (substance); ഒട്ടിപ്പിടിക്കുന്ന (വസ്തു).

ad hoc (എ്ഡ് ഹൊക്) *adj.* for this special purpose; ഒരു പ്രത്യേക കാര്യത്തിനായുള്ള.

adjacent (എ്ജെയ്സെൻറ്) *adj.* lying near; contiguous; തൊട്ടുകിടക്കുന്ന; അയലത്തുള്ള.

adjective (ആ്ജിക്റ്റിവ്) *n.* (*gr.*) qualifying word; നാമവിശേഷണം; *adj.* **adjectival**.

adjoin (എ്ജൊയിൻ) *v.* join to; lie next to; (തൊട്ടു) തൊട്ടിരിക്കുക (adjoining houses, etc.).

adjourn (എ്ജേൺ) *v.* postpone; (മറ്റൊരു ദിവസത്തേക്ക്) നീട്ടിവയ്ക്കുക.

adjudicate (എ്ജുഡിക്കെയ്റ്റ്) *v.* award judicially; ന്യായവിചാരം ചെയ്ക; തീർപ്പു കല്പിക്കുക.

adjure (എ്ജുഎ്ർ) *v.t.* bind under oath; implore; ആണയിടുവിച്ച് ചെയ്യിക്കുക.

adjust (എ്ജസ്റ്റ്) *v.* make exact; fit; adapt; arrange; വ്യവസ്ഥപ്പെടുത്തുക; ഇണക്കുക; ക്രമീകരിക്കുക.

administer (എ്ഡ്മിനിസ്റ്റർ) *v.* manage; supply; give as a dose of medicine; രാജ്യം ഭരിക്കുക; (ബിസിനസ്സും മറ്റും) നടത്തുക; നിർവഹിക്കുക.

administration (എ്ഡ്മിനിസ്ട്രെയ്ഷൻ) *n.* management; government of public affairs; ഭരണം; നടത്തിപ്പ്; കാര്യാന്വേഷണം.

admirable (ആഡ്മിറബ്ൾ) *adj.* worthy of admiration; most excellent; സ്തുത്യർഹമായ; മികച്ച; ആരാധ്യനായ.

admiral (ആ്ഡ്മ്മെറൽ) *n.* chief commander of a navy; നാവിക സേനാപതി.

admire (എ്ഡ്മയർ) *v.t.* regard with delight or affection; ആദരിക്കുക; ആരാധിക്കുക; വിസ്മയത്തോടെ കാണുക.

admit (എ്ഡ്മിറ്റ്) concede; allow to enter; permit; അംഗത്വം നൽകുക; അകത്തു കടത്തിവിടുക; കൈക്കൊള്ളുക; അനുവദിക്കുക; സമ്മതിച്ചുകൊടുക്കുക; *n.* **admission**.

admonish (എ്ഡ്മൊണിഷ്) *v.t.* warn; reprove mildly; advise; അനുശാസിക്കുക; ഉദ്ബോധിപ്പിക്കുക, ഗുണദോഷിക്കുക.

adolescence (ആ്ഡലെസൻസ്) *n.* growing up to manhood; വളർച്ച പ്രായം; യൗവനാരംഭം; *adj.* **adolescent**.

adopt (എ്ഡൊപ്റ്റ്) *v.t.* take and treat as one's own child; ദത്തെടുക്കുക; ഉത്തരവാദിത്വമേറ്റെടുക്കുക; *n.* **adoption**.

adoration (ആ്ഡറെയ്ഷൻ) *n.* worship; devotion അർച്ചന; ആരാധന; ഭയഭക്തി; *v.* **adore** ആരാധിക്കുക.

adorn (എ്ഡോൺ) *v.t.* decorate; beautify; അലങ്കാരമായിരിക്കുക.

adrift (എ്ഡ്രിഫ്റ്റ്) *adj.* floating at random; aimless; അങ്ങിങ്ങൊഴുകുന്ന; അശരണമായ.

adroit (എ്ഡ്രൊയ്റ്റ്) *adj.* clever; skilful; dexterous; സാമർത്ഥ്യമുള്ള.

adsorb (എ്ഡ്സോർബ്) *v.t.* take up

a vapour on surface; അധിശോഷണം ചെയ്യുക.

adulate (ആഡ്യുലെയ്റ്റ്) *v.t.* flatter basely; മുഖസ്തുതി പറയുക.

adult (എഡൾട്ട്) *adj. & n.* mature; grown up person; പ്രായപൂർത്തിയായ (ആൾ); *n.* **adulthood**.

adulterate (എഡൾട്ടറെയ്റ്റ്) *v.t.* debase by admixture; മായം ചേർക്കുക; *adj.* പര(സ്ത്രീ) (പുരുഷ) പ്രാപ്തിയാൽ ദുഷിച്ച.

adultery (എഡൾട്ടറി) *n.* violation of marriage bond; (വിവാഹിതൻെറ) പരസ്ത്രീഗമനം; (വിവാഹിതയുടെ) പരപുരുഷ സംഗമം.

advance (എഡ്വാൻസ്) *v.* bring forward; promote; supply before hand; മുന്നേറുക; മുന്നോട്ടു നീങ്ങുക; (അഭിപ്രായവും മറ്റും) പുറപ്പെടുവിക്കുക; മുന്നോട്ടു കൊണ്ടു വരിക; ഉയർത്തുക; (പണം) മുൻകൂർ കൊടുക്കുക.

advantage (എഡ്വാൻറ്റിജ്) *n.* favourable state; superiority; gain; അനുകൂല സന്ദർഭം; ആനുകൂല്യം; കൂടുതൽ മെച്ചപ്പെട്ട സ്ഥാനം; പ്രയോജനം; കാര്യലാഭം.

advent (ആഡ്വെൻറ്) *n.* arrival; approach; ആഗമനം; ആവിർഭാവം; അവതാരം.

adventure (എഡ്വെൻച്ചർ) *n.* hazardous enterprise; bold undertaking; അപകടസാദ്ധ്യത നിറഞ്ഞ സംരംഭം; വീരസാഹസപ്രവൃത്തി; സാഹസികത; *adj.* **adventurous**.

adverb (ആഡ്വേർബ്) *n.* a word modifying a verb; ക്രിയാവിശേഷണം.

adversary (ആഡ്വേഴ്സറി) *adj.* enemy; opponent; എതിരാളി; പ്രതിയോഗി.

adverse (ആഡ്വേഴ്സ്) *adj.* contrary; hostile; പ്രതികൂലമായ; വിരുദ്ധമായ; വിരോധമായ; കോട്ടം വരുത്തുന്ന; *n.* **adversity**.

advertise (ആഡ്വർട്ടൈസ്) *v.t.* to make publicly known; പരസ്യമാക്കുക; വിജ്ഞാപനം ചെയ്യുക; *n.* **advertisement.**

advice (എഡ്വൈസ്) *n.* counsel; opinion; information; ഉപദേശം; അനുശാസനം; അഭിപ്രായം; *v.* **advise**.

advocate (ആഡ്വകെയ്റ്റ്) *n.* one who pleads for another; professional pleader in courts; അഭിഭാഷകൻ; വക്കാവ്.

aegis (ഈജിസ്) *n.* protection; സംരക്ഷണം.

aerial (എയ്റിയൽ) *n.* wire to receive radio waves; റേഡിയോയുടെ വ്യോമതന്തുക്കൾ.

aero (എയ്റൗ, എയ്റ്റെ) *pref.* of air; വായുസംബന്ധിയായ; *n.* **aerodrome** വിമാനത്താവളം; *n.* **aerolite** ഉല്ക്ക; *n.* **aeronaut** വൈമാനികൻ; വ്യോമചാരി; *n.* **aeroplane** ആകാശവിമാനം.

aesthete (ഈസ്തീറ്റ്) *n.* lover of the beautiful; രസജ്ഞൻ; സൗന്ദര്യാരാധകൻ; *adj.* **aesthetic**; *n. pl.* **aesthetics** സൗന്ദര്യശാസ്ത്രം.

affable (ആഫെബ്ൾ) *adj.* easy to approach and converse with; മധുരവാക്കായ; അനുനയമുള്ള; മര്യാദയുള്ള.

affair (എഫെയർ) *n.* that which is done or is to be done; occurrence; കാര്യം; വ്യാപാരം; വിശേഷകർമ്മം;

വിഷയം; സംഗതി; അവിഹിത ബന്ധം; പ്രേമബന്ധം.

affect (എ്ഫെക്റ്റ്) *v.t.* influence; act upon; excite feelings; (രോഗത്തെ പ്പറ്റി) ബാധിക്കുക; സംബന്ധിക്കുന്ന താകുക; കപടമായി ഭാവിക്കുക.

affection (എ്ഫെക്ഷൻ) *n.* attachment; love; inclination; disease; സ്നേഹം; സ്നേഹബന്ധം; മാനസി കാവസ്ഥ; വികാരം; മമത; *adj.* **affectionate**; *adv.* **affectionately**.

affidavit (എ്ഫിഡെയ്വിറ്റ്) *n.* written declaration on oath; സത്യവാങ് മൂലം.

affiliate (എ്ഫിലിയെയ്റ്റ്) *v.t.* adopt or attach as a member or branch; അംഗ മായി കൈക്കൊള്ളുക; സംയോജിപ്പി ക്കുക; *n.* **affiliation**.

affinity (എ്ഫിനറ്റി) *n.* relation by marriage; resemblance; ചാർച്ച; ചേർച്ച; വിവാഹബന്ധുത്വം; രക്ത ബന്ധം.

affirm (എ്ഫേം) *v.t.* assert; declare solemnly; ഉറപ്പിച്ചു പറയുക.

affirmation (എ്ഫേർമെയ്ഷൻ) *n.* assertion; ദൃഢപ്രതിജ്ഞ; (oath of affirmation) *adj.* **affirmative;** *adv.* **affirmatively**.

affix (എ്ഫിക്സ്) *v.t.* add at the end; attach; ഒടുവിൽ കൂട്ടിച്ചേർക്കുക.

afflict (എ്ഫ്ലിക്റ്റ്) *v.t.* give continued pain, distress or grief; (ശാരീരിക മായോ, മാനസികമായോ) പീഡിപ്പി ക്കുക; തുടരെ ഉപദ്രവിക്കുക; *n.* **affliction**.

affluence (ആഫ്ളുഎ്ൻസ്) *n.* abundance; wealth; സമൃദ്ധി; ആധിക്യം; സമ്പത്ത്.

afford (എ്ഫോർഡ്) *v.t.* yield; supply; be able to give; ഉളവാ ക്കുക, നല്കുക; കഴിവുണ്ടായിരി ക്കുക.

afforest (എ്ഫോറിസ്റ്റ്) *v.t.* turn land into forest; മരങ്ങൾ വച്ചുപിടിപ്പി ക്കുക.

affront (എ്ഫ്രൺട്) *v.t.* insult; offend; പരസ്യമായി അപമാനിക്കുക.

aflame (എ്ഫ്ലെയ്ം) *adj. & adv.* in flames; കത്തിയെരിയുന്ന.

afloat (എ്ഫ്ലൗട്ട്) *adv. & pred. adj.* floating in water or air; വെള്ള ത്തിലോ വായുവിലോ പൊങ്ങിക്കിട ക്കുന്ന.

afraid (എ്ഫ്രെയ്ഡ്) *pred. adj.* struck with fear; alarmed; ഭയപ്പെട്ട; പേടിച്ച രണ്ട; ശങ്കിക്കുന്ന.

afresh (എ്ഫ്രെഷ്) *adj.* anew; again; പുതുതായി; വീണ്ടും.

after (ആഫ്റ്റർ) *adj.* later in time; succeeding; പിന്നീടുള്ള; പില്ക്കാല ത്തുള്ള; *conj.* അതിനുശേഷം; *prep.* തേടിക്കൊണ്ട്; അനുസൃതമായി.

again (എ്ഗെൻ, എ്ഗെയ്ൻ) *adv.* another occasion; once more; besides; on the other hand; വീണ്ടും; ഇനിയും; തിരികെ; അത്രകണ്ട്; വേറൊരി ക്കൽ; എന്നുതന്നെയല്ല.

against (എ്ഗെൻസ്റ്റ്, എ്ഗെയ്ൻ സ്റ്റ്) *prep.* in opposition to; in contrast to; എതിരായി; പ്രതികൂലമായി; ചേർത്ത്; എതിരേ.

agape (എ്ഗെയ്പ്) *adj. & adv.* having the mouth wide open; അത്ഭു തത്താലോ പ്രതീക്ഷയാലോ വാ തുറന്നുകൊണ്ട്; *n.* spiritual love; ആത്മീയ സ്നേഹം.

age (ഏയ്ജ്) *n.* period of time; life time; oldness; historical period; ജീവിതകാലം; പുരുഷായുസ്; യുഗം; കല്പം; വാർദ്ധക്യം.

agency (എയ്ജൻസി) *n.* operation; function of an agent; കർത്തൃത്വം; നിർവഹണം; സജീവപ്രവർത്തനം.

agenda (എ്ജെൻഡ്ഡ) *n.* things to be done; കാര്യപരിപാടി.

agent (എയ്ജെൻറ്) *n.* one who acts for another; active power or cause; പ്രതിനിധി; മൂലശക്തി; കാരണഭൂതൻ.

agglomerate (എ്ഗ്ലൊമറെയറ്റ്) *v.t.* collect into a mass; സഞ്ചയിക്കുക; കൂട്ടിവയ്ക്കുക.

aggravate (ആഗ്രവെയ്റ്റ്) *v.t.* make worse; intensify; (രോഗത്തിന്റെ യോ അനീതിയുടെയോ) കടുപ്പം വർദ്ധിപ്പിക്കുക.

aggregate (ആഗ്രിഗെയ്റ്റ്) *v.t.* bring together; collect; ഒന്നിച്ചുചേർക്കുക; സഞ്ചയിക്കുക; *n.* **aggregation.**

aggress (എ്ഗ്രസ്) *v.* make a first attack; intrude; ആക്രമിക്കുക.

aggression (എ്ഗ്രെഷൻ) *n.* unprovoked attack; act of beginning quarrel or war; (പ്രകോപനമില്ലാതെയുള്ള) കൈയേറ്റം; ആക്രമണം; സൈനികാക്രമണം; *adj.* **aggressive.**

aggrieved (എ്ഗ്രീവ്ഡ്) *pred. adj.* injured; afflicted; oppressed; മനസ്സു നോവിപ്പിക്കുന്ന; മോശമായി പെരുമാറുന്ന; പരാതിയുള്ള.

aghast (എ്ഗാസ്റ്റ്) *adj.* stupefied with horror; അമ്പരന്ന; ഭയാക്രാന്തനായ.

agile (ആജൈൽ) *adj.* active; lively; nimble; ചുറുചുറുക്കുള്ള; വേഗഗമനമുള്ള; *n.* **agility**.

agitate (ആജിറ്റെയ്റ്റ്) *v.t.* stir violently; excite; arouse public attention; ഇളക്കി മറിക്കുക; മനഃക്ഷോഭം വരുത്തുക; പ്രക്ഷോഭണം നടത്തുക; *n.* **agitation.**

agnostic (ആഗ്നൊസ്റ്റിക്) *n.* one who disclaims any knowledge of God; അജ്ഞേയതാവാദി; *n.* **agnosticism.**

ago (എ്ഗൗ) *adv.* past; gone by; മുമ്പ്; പണ്ട്; (fifty years ago).

agony (ആഗണി) *n.* extreme pain of body; death pangs; യാതന; കഠിനമായ കായികപീഡ; മരണവേദന; *v.t.* **agonize**.

agrarian (എ്ഗ്രയെറിയൻ) *adj.* relating to lands; growing wild in fields; കൃഷിഭൂമിയെ സംബന്ധിച്ച.

agree (എ്ഗ്രീ) *v.i.* to be of one mind; consent; resemble; ഏകാഭിപ്രായമായിരിക്കുക; സമ്മതിക്കുക.

agreeable (എ്ഗ്രീഎ്ബ്ൾ) *adj.* suitable; pleasant; favourable; ഒത്ത; ഒക്കുന്ന; പൊരുത്തമുള്ള.

agreement (എ്ഗ്രീമെൻറ്) *n.* concord; harmony; പൊരുത്തം; ചേർച്ച; സമ്മതം; കരാറ്; നിശ്ചയരേഖ; സമ്മതപത്രം.

agriculture (ആഗ്രികൾച്ചർ) *n.* cultivation of land; കൃഷിപ്പണി; കർഷകവൃത്തി; *adj.* **agricultural**; *n.* **agricultur(al)ist.**

agro (എ്ഗ്രൗ) *pref.* pert. to agriculture; കൃഷിയെ സംബന്ധിച്ച.

ah (ആ) *interj.* exclamation of surprise, joy, etc.; അദ്ഭുതം, സന്തോഷം മുതലായവ കുറിക്കുന്ന വ്യാക്ഷേപകം.

ahead (എ്ഹെഡ്) *pred. adj. & adv.* further forward in space or time; കൂടുതൽ മുന്നേറിയ; മുമ്പെ.

aid (എയ്ഡ്) *v.t.* help; assist; support; സഹായിക്കുക; തുണയ്ക്കുക.

aide (എയ്ഡ്) *n.* assistant; അംഗരക്ഷകൻ; സഹായി.

AIDS (എയ്ഡ്സ്) abbr. for Acquired

Immune Deficiency Syndrome; ഒരു മഹാരോഗം.

aim (എയ്ം) *v.* direct (blow, missile etc.); ലാക്കാക്കുക; ലക്ഷ്യമാക്കുക; ഉദ്ദേശിക്കുക; ലക്ഷ്യം നോക്കി പ്രയോഗിക്കുക.

air (എയ്യർ) *n.* the gaseous mixture of which the atmosphere is composed; breeze; manner; look; കാറ്റ്; അന്തരീക്ഷം; തുറന്നപ്രദേശം; മുഖഭാവം; പ്രസ്താവിക്കുക; പ്രകാശിപ്പിക്കുക; അഭിപ്രായ പ്രകടനം; ചർച്ച.

aisle (ഐൽ) *n.* passage between rows of seats; ഇടനാഴി.

akin (എ്കിൻ) *pred. adj.* related by blood; രക്തബന്ധമുള്ള; സദൃശമായ.

alacrity (എ്ലാ്ക്രറ്റി) *n.* cheerful readiness; പൂർണസന്നദ്ധത; ഉത്സാഹം.

alarm (എ്ലാം) *n.* notice of danger; fear from expectation of danger; ആപത്സൂചകധ്വനി; അസ്വസ്ഥത ആർത്ത നാദം; ഉറക്കമുണർത്തുന്ന മണിയൊച്ച; അപകടസൂചന നല്കുക.

alas (എ്ലാ്സ്) *interj.* exclamation of grief, pity, etc.; അയ്യോ! ഹാ കഷ്ടം!

albeit (ഒ്ൾബീഇറ്റ്) *conj.* (*literary*) although; എങ്കിലും.

albino (ആ്ൽബിനൗ) *n.* (*pl.*—s) person or animal of abnormally white complexion; വെള്ളപ്പാണ്ട് ഉള്ള; *n.* **albinism**.

Albion (ആ്ൽബിയ്യൻ) *n.* (*poet.*) ബ്രിട്ടൻ.

album (ആ്ൽബം) *n.* book for insertion of autographs, stamps, photographs etc.; പുതിയ ഛായാപടങ്ങൾ, പോസ്റ്റൽ സ്റ്റാമ്പുകൾ ആദിയായവ ശേഖരിച്ചു സൂക്ഷിക്കുന്നതിനുള്ള പുസ്തകം; കാസ്സറ്റ്.

alcohol (ആ്ൽക്കഹോൾ) *n.* pure spirit of highly intoxicating nature; വാറ്റുമദ്യം; ചാരായം.

ale (എയ്ൽ) *n.* fermented malt liquor; ഒരുതരം മദ്യം.

alert (എ്ലേർട്ട്) *adj.* watchful; vigilant; അവധാനപൂർവ്വമായ; ജാഗരൂകനായ; ജാഗ്രതയുള്ള.

algebra (ആ്ൽജിബ്ര) *n.* science of computing by symbols; ബീജഗണിതം; *adj.* **algebraic**.

alias (എയ്ലിയാ്സ്) *adv.* otherwise; അല്ലെങ്കിൽ; അപരാഭിധാനം.

alibi (ആ്ലിബൈ) *n.* the plea that person charged with a crime was elsewhere when it was committed; കുറ്റം നടന്ന സമയം പ്രതി മറ്റൊരിടത്തായിരുന്നു എന്ന തെളിവ്; ഒഴികഴിവ്.

alien (എയ്ലിയൻ) *adj.* foreign; different in nature; adverse; അന്യരാജ്യത്തു നിന്നു വന്ന; പൊരുത്തമില്ലാത്ത; വിദേശി.

alienate (എയ്ലിയെനെയ്റ്റ്) *v.t.* estrange; transfer ownership of; അന്യാധീനപ്പെടുത്തുക; അകറ്റിനിർത്തുക.

alight (എ്ലൈറ്റ്) *v.i.* get down; (വാഹനത്തിൽനിന്ന്) ഇറങ്ങുക; ഭൂമിയിൽ ഇറങ്ങുക.

align, aline (എ്ലൈൻ) *v.t.* arrange in line; പന്തിപന്തിയായി നിറുത്തുക.

alike (എ്ലൈക്) *adj.* similar; resembling; ഒരേമാതിരിയായ; സദൃശമായ.

alimony (ആ്ലിമെണി) *n.* allowance to a legally separated wife; ജീവനാംശം.

alive (എ്ലൈവ്) *pred. adj.* having life; living; active; ജീവനുള്ള;

സജീവമായ; ചുറുചുറുക്കുള്ള; സജീവമായി നിലനിർത്തുക.

alkali (ആൽക്കലൈ) *n.* a substance which combines with an acid and neutralises it; കാരം; ക്ഷാരം.

all (ഓൾ) *adj.* comprising every individual one; comprising the whole extent; any whatever; as many as there are or as much as there is; മുഴുവൻ; എല്ലാ; നിശ്ശേഷമായ; ഒക്കെ.

allay (എ്ലെയ്) *v.t.* lighten; calm; repress; relieve; (ഭയവും മറ്റും) കുറയ്ക്കുക.

allege (എ്ലെജ്) *v.t.* affirm, esp. without proof; ആരോപണം ഉന്നയിക്കുക; *n.* **allegation** ആരോപണം.

allegiance (എ്ലീജൻസ്) *n.* loyalty; സ്വാമിഭക്തി; (ഗവണ്മെൻറിനോടോ രാജാവിനോടോ ഉള്ള) കൂറ്.

allegory (ആലിഗ്ഗെറി) *n.* a narrative with two meanings one of which teaches a lesson; അന്യാപദേശം; രൂപകകഥ.

allergy (ആ്ലർജി) *n.* abnormal reaction of the body to substances normally harmless; ചില വസ്തുക്കളോട് ശരീരത്തിനുള്ള അസാധാരണമായ പ്രതികരണം.

alleviate (എ്ലീവിയെയ്റ്റ്) *v.t.* lighten; make less; (വേദന) ശമിപ്പിക്കുക; ലഘൂകരിക്കുക; *n.* **alleviation.**

alley (ആലി) *n.* narrow way; walk in a garden; ഇടവഴി; ഊടുവഴി; ഉദ്യാനപഥം.

alliance (എ്ലയൻസ്) *n.* union by marriage or treaty; സഖ്യം; ബാന്ധവം; വിവാഹം വഴിയുള്ള ബന്ധം.

alligator (ആലിഗെയ്റ്റർ) *n.* American crocodile; അമേരിക്കൻ ചീങ്കണ്ണി.

alliteration (എ്ലിറ്ററെയ്ഷൻ) *n.* repetition of the same first letter in a group of words; ശബ്ദാവർത്തനം; അനുപ്രാസം.

allocate (ആലെക്കെയ്റ്റ്) *v.t.* allot; set apart for special purpose; നീക്കിവയ്ക്കുക; *n.* **allocation.**

allopathy (എ്ലൗപ്പതി) *n.* current western system of treatment; പാശ്ചാത്യ ചികിത്സാരീതി.

allot (എ്ലൊട്ട്) *v.t.* divide and give; set apart; പങ്കിടുക; പകുത്തുകൊടുക്കുക; നിശ്ചയിക്കുക; *n.* **allotment.**

allow (എ്ലൗ) *v.t.* permit; അനുവദിക്കുക; അനുമതി നല്കുക; അംഗീകരിക്കുക; കിഴിവു നല്കുക; *adj.* **allowable**; *n.* **allowance.**

alloy (എ്ലൊയ്) *n.* a mixture of metals; ലോഹക്കൂട്ട്; മിശ്രലോഹം.

allure (എ്ല്യുഎ്ർ) *v.t.* tempt; entice; attract; വശീകരിക്കുക.

ally (എ്ലൈ) *v.t.* unite by friendship, marriage, treaty, etc.; (സ്നേഹം, വിവാഹം, ഉടമ്പടി, ജീവിതവൃത്തി) മുഖേന സംബന്ധിപ്പിക്കുക.

almanac (ഓൾമനാക്) *n.* calendar; പഞ്ചാംഗം.

almighty (ഓൾമൈറ്റി) *adj.* having all power; സർവ്വശക്തിയുമുള്ള; **The Almighty** ദൈവം.

almond (ആമ്മെൺഡ്) *n.* ബദാംകായ്; ബദാംമരം.

almost (ഓൾമൗസ്റ്റ്) *adv.* nearly; മിക്കവാറും; ഏറെക്കുറെ.

alms (ആംസ്) *n.* charitable gift to the poor; ഭിക്ഷ; ദാനം; ദാനരീതിയിലുള്ള സംഭാവന; ഉപകാരം.

aloft (എ്ലൊഫ്റ്റ്) *adv.* on high; high up; ഉയരത്തിൽ; മുകളിലേക്ക്.

alone (എ്ലൗൺ) *pred. adj. & adv.* by

oneself; not with others; പ്രത്യേകമായ; ഏകാന്തമായ; തനിച്ച്; ഒരറ്റം മുതൽ മറ്റേ അറ്റംവരെ.

aloof (എ്ലൂഫ്) *adv.* at a distance; കാണത്തക്ക അകലത്തിൽ; ദൂരെ; (ഒഴിഞ്ഞു) മാറി; താത്പര്യമില്ലാതെ.

aloud (എ്ലൗഡ്) *adv.* with a loud voice; ഉച്ചത്തിൽ; ഉറക്കെ കേൾക്കത്തക്കവണ്ണം.

alpha (ആ്ൽഫ) *n.* first letter of the Greek alphabet; ഗ്രീക്ക് അക്ഷരമാലയിലെ ആദ്യക്ഷരം.

alphabet (ആ്ൽഫബെറ്റ്) *n.* letters of a language arranged in the usual order; ലിപി; അക്ഷരമാല; പ്രാഥമിക തത്ത്വങ്ങൾ.

already (ഓ്ൾറെഡി) *adv.* before the present time; ഇതിനു മുൻപേ; ഇതിനിടയിൽ; അപ്പോഴേക്ക്.

Alsatian (ആ്ൽസെയ്ഷൻ) *n.* German breed of wolf hound; അൽസേഷ്യൻ പട്ടി.

also (ഓ്ൾസൗ) *adv.* too; besides; as well; അതുകൂടാതെ; (ഇതിനു) പുറമേ; അത്രയുമല്ല; (ഇതും) കൂടി.

altar (ഓ്ൾറ്റ്ടർ) *n.* elevated place for offering sacrifices; ബലിപീഠം; അൾത്താര.

alter (ഓ്ൾറ്റ്ടർ) *v.t.* change; (അല്പം) രൂപാന്തരപ്പെടുത്തുക; പരിവർത്തനം ചെയ്യുക.

Alta Vista (അൾട്ടാവിസ്ത) *n.* (computer) one of the best known and the oldest free text search engine on the internet ഇൻറർനെറ്റിലെ ഏറ്റവും പ്രശസ്തവും പഴയതുമായ സ്വതന്ത്ര ലിഖിതാന്വേഷണയന്ത്രം.

altercate (ഓ്ൾട്ടർകെയ്റ്റ്) *v.i.* dispute; quarrel; വാക്കുതർക്കം നടത്തുക.

alternate (ഓ്ൾട്ടേർനെറ്റ്) *adj.* happening by turns; ഒന്നിടവിട്ടുള്ള; തവണ പ്രകാരമുള്ള; മാറിമാറി വരുന്ന.

alternative (ഓ്ൾറ്റ്ടേർന്നറ്റിവ്) *n.* choice between two things; രണ്ടിലൊന്ന്.

although (ഓ്ൾദൗ) *conj.* however; even if; എന്നാലും; എന്നുവരികിലും; എന്നിട്ടും.

altitude (ആ്ൾട്ടിട്യൂഡ്) *n.* height; ഉയരം; ഔന്നത്യം.

altogether (ഓ്ൾറ്റുഗദെർ) *adv.* on the whole; ആകെ; ആകപ്പാടെ; ഒട്ടുക്ക്.

altruism (ആ്ൽട്രൂയിസം) *n.* devotion to humanity; പരോപകാരശീലം.

aluminium (ആ്ലുമിനിയം) *n.* kind of light metal; ഭാരം കുറഞ്ഞ ഒരു തരം ലോഹം.

alumnus (എ്ലംനസ്) *n.* (*pl.* **alumni**) പൂർവ്വവിദ്യാർത്ഥി.

always (ഓ്ൾവെയ്ശ്സ്) *adv.* at all times; (*arch.* alway) എല്ലായ്പോഴും; എന്നും; സദാനേരവും; എല്ലാ സാഹചര്യങ്ങളിലും.

am (ആം) *v.i.* (first person sing. of is) ആകുന്നു; *see* **is**.

a.m. (എയ്.എം.) *adv.* before noon ഉച്ചയ്ക്കു മുമ്പ്.

amass (എ്മാസ്) *v.t.* form into a mass; heap up; ഒന്നിച്ചു കൂട്ടുക; ശേഖരിക്കുക.

amateur (ആ്മെറ്റർ) *n.* lover of any art or science; ഒരു പ്രവൃത്തിയിലോ കലയിലോ പൂർണ്ണവൈദഗ്ദ്ധ്യം ആയിക്കഴിഞ്ഞിട്ടില്ലാത്ത.

amaze (എ്മെയ്സ്) *v.t.* overwhelm with wonder; അത്ഭുതസ്തബ്ധനാക്കുക; ആശ്ചര്യപ്പെടുത്തുക; *n.* **amazement**.

ambassador (ആംബാ്സഡ്ഡർ) *n.* diplomat representing a sovereign government at a foreign country; രാജദൂതൻ; സ്ഥാനപതി.

amber (ആംമ്പർ) *n.* yellow translucent fossil resin; ഒരുതരം മഞ്ഞ കുന്തിരിക്കം.

ambience, ambiance (ആംബി(റ്) യൻസ്) *n.* environment; atmosphere; പരിസരം; പരിതഃസ്ഥിതി; അന്തരീക്ഷം.

ambiguous (ആംബിഗ്യുഎസ്) *adj.* liable to be interpreted in two ways; സന്ദിഗ്ദ്ധാർത്ഥമായ; രണ്ടർത്ഥമുള്ള; *n.* **ambiguity.**

ambition (ആംബിഷൻ) *n.* eager desire (for power, fame, etc.); (തീവ്രമായ) ഉൽക്കർഷേച്ഛ; **ambitious** (ആംബിഷസ്) *adj.* അഭിലാഷം; അതിമോഹം.

ambrosia (ആംബ്രൗസിയ്യ) *n.* fabled food of the gods; അമൃതം; ദേവൻമാരുടെ ഭക്ഷണം.

ambulance (ആംബ്യുലൻസ്) *n.* carriage for the sick or wounded; മുറിവേറ്റവരെയും രോഗികളെയും കൊണ്ടുപോകാനുള്ള വാഹനം.

ambush (ആംബുഷ്) *n.* ambuscade; *v.* lie in wait; പതിയിരുന്നാക്രമിക്കുക.

amen (ആമെൻ) *interj.* a term occurring at the end of a prayer; so be it; 'അസ്തു' (അങ്ങനെയാകട്ടെ) എന്ന അർത്ഥത്തിൽ; (ക്രിസ്തീയ) പ്രാർത്ഥനകളുടെ ഒടുവിൽ ചേർക്കുന്ന പദം; –'ആമേൻ'.

amend (എമെൻഡ്). *v.* correct; improve; ഭേദഗതി വരുത്തുക; (കയ്യെഴുത്തുപ്രതിയിലെ) തെറ്റു തിരുത്തുക; *n.* **amendment.**

amenity (എമീനറ്റി) *n.* pleasantness of situation; മനോഹാരിത; സുഖാവസ്ഥ.

amiable (എയ്മിയബ്ൾ) *adj.* good natured and lovable; പ്രിയംകരമായ; മനസ്സിനിണങ്ങിയ; സൗഹാർദ്ദപൂർണ്ണമായ.

amicable (ആമിക്കെബ്ൾ) *adj.* friendly; മിത്രഭാവമുള്ള.

amid, amidst (എമിഡ്, എമിഡ്സ്റ്റ്) *prep.* among; in the midst of; ഇടയിൽ; ഇടയ്ക്ക്; കൂട്ടത്തിൽ; കൂടെ; മദ്ധ്യത്തിൽ.

amiss (എമിസ്) *adv. & pred. adj.* wrong; faulty; out of order; തെറ്റായ; ക്രമം തെറ്റിയ.

amity (ആമെറ്റി) *n.* friendship; friendly relations; മൈത്രി; സൗഹാർദ്ദം.

ammunition (ആമ്യൂണിഷൻ) *n.* military projectiles; വെടിമരുന്ന്; വെടിയുണ്ടകളും മറ്റും; പടക്കോപ്പുകൾ.

amnesia (ആംനീസിയ്യ) *n.* loss of memory; സ്മൃതിഭ്രംശം; വിസ്മൃതി; ഓർമ്മശക്തി ഇല്ലായ്മ.

amnesty (ആംനെസ്റ്റി) *n.* act of general pardon; (രാജ്യദ്രോഹികൾക്കു പൊതുവേ നൽകുന്ന) മാപ്പ്.

amoeba (എമീബ്ബ) *n.* single celled aquatic protozoan; (ജലത്തിൽ സാധാരണ കാണുന്ന) ഒരു ഏകകോശ അണുപ്രാണി.

among, amongst (എമങ്, എമങ്സ്റ്റ്) *prep.* in the midst of; jointly; കൂട്ടത്തിൽ; ഇടയ്ക്ക്.

amorous (ആമെറസ്) *adj.* of or pertaining to love; സംഭോഗേച്ഛയുള്ള.

amount (എമൗണ്ട്) *v.t.* be equivalent to; (മൂല്യത്തിൽ; പരിമാണത്തിൽ) തുല്യമായിരിക്കുക; തുകയാകുക.

ampere (ആമ്പിയെർ) *n.* (*elect.*) fundamental unit of current; വൈദ്യുതി പ്രവാഹത്തിന്റെ ഏകകം.

ample (ആംപ്ൾ) *adj.* spacious; plentiful; വിപുലമായ; സമൃദ്ധമായ.

amplifier (ആംപ്ലിഫൈഎർ) *n.* instrument to amplify the sound; ഉച്ചഭാഷിണി.

amplify (ആംപ്ലിഫൈ) *v.* enlarge; make louder; വലുതാക്കുക; വികസിപ്പിക്കുക.

amputate (ആംപ്യുട്ടെയ്റ്റ്) *v.t.* cut off; (അവയവം) ഛേദിക്കുക.

amuse (എമ്യൂസ്) *v.t.* entertain; വിനോദിപ്പിക്കുക; സ്വയം വിനോദിപ്പിക്കുക; *n.* **amusement.**

an (ആൻ) *adj.* one; the indefinite article (സ്വരശബ്ദത്തിൽ തുടങ്ങുന്ന വാക്കുകൾക്കു മുമ്പിൽ മാത്രം); വല്ല; ഒരു; ഏതോ ഒരു.

anachronism (എനാക്രണിസം) *n.* error in computing time; anything out of harmony with the time; കാലത്തിനനുരൂപമല്ലാത്തത്.

an(a)emia (എനീമിയെ) *n.* bloodlessness; രക്തക്കുറവ്; വിളർച്ച.

anaesthesia (ആനിസ്തീസിയെ) *n.* artificially induced insensibility; (വേദന അറിയാതിരിക്കുവാൻ) കൃത്രിമമായി വരുത്തുന്ന ബോധക്ഷയം.

anal (എയ്നൽ) *adj.* pert. to anus; ഗുദസംബന്ധിയായ.

analgesia (ആനൽജീസിയെ) *n.* absence of pain; relief of pain; വേദനയില്ലായ്മ; വേദനയിൽനിന്നും ആശ്വാസം.

analogous (എനാലെഗെസ്) *adj.* having analogy; സമാനമായ.

analyse, analyze (ആനലൈസ്) *v.t.* (*gr.*) divide into parts; വിഗ്രഹിക്കുക; അപഗ്രഥിക്കുക; വിശകലനം ചെയ്യുക; *n.* **analysis.**

anarchy (ആനെർക്കി) *n.* state of being without rule; അരാജകത്വം; രാഷ്ട്രീയക്കുഴപ്പം; *n.* **anarchism.**

anatomy (എനാറ്റമി) *n.* dissection of human body; science of bodily structure; ശരീരവിച്ഛേദനശാസ്ത്രം; ശരീരവിജ്ഞാനീയം.

ancestor (ആൻസെസ്റ്റെർ) *n.* predecessor; പൂർവ്വികൻ; പിതാമഹൻ; *fem.* **ancestress;** *adj.* **ancestral.**

anchor (ആങ്കെർ) *n.* metal structure used to moor ship; നങ്കൂരം.

ancient (എയ്ൻഷൻറ്) *adj.* that happened in distant times; പുരാതനമായ; പ്രാചീനമായ.

and (ആൻഡ്, എൻഡ്) *conj.* a particle which connects words and sentences; ഉം; കൂടെ; അങ്ങനെ; അനന്തരം.

anecdote (ആനിക്ഡൗട്ട്) *n.* narrative of interesting incident; രസകരമായ സംഭവകഥ; ഉപാഖ്യാനം.

angel (എയ്ഞ്ജൽ) *n.* divine messenger; ദൈവദൂതൻ; മാലാഖ.

anger (ആങ്ഗെർ) *n.* rage; wrath; കോപം; രോഷം; അമർഷം; *adj.* **angry.**

angioplasty (ആഞ്ജയൗപ്ലാസ്റ്റി) *n.* surgical reconstruction of blood vessels; ശസ്ത്രക്രിയയിലൂടെയുള്ള രക്തക്കുഴലുകളുടെ പുനസ്സംവിധാനം.

angle (ആങ്ഗ്ൾ) *n.* a corner; point where two lines meet; കോണ്; മൂല; കൂർത്ത് തള്ളിനില്ക്കുന്ന ഭാഗം; ഫോട്ടോ എടുക്കുന്ന ദിശ.

angle (ആങ്ഗ്ൾ) *n.* hook or bend;

ചൂണ്ട; *v.i.* ചൂണ്ടയിട്ടു മീൻ പിടിക്കുക.

Anglo (ആങ്ഗ്ലൗ) *pref.* of English; 'ആംഗ്ലേയ' ഇംഗ്ലീഷ്.

anguish (ആങ്ഗ്വിഷ്) *n.* extreme pain; agony; തീവ്രമായ ശാരീരിക (മാനസിക) വേദന.

animal (ആനിമൽ) *n.* living being; ജന്തു; ജീവി; മനുഷ്യനല്ലാത്ത ജന്തു.

animate (ആനിമെയ്റ്റ്) *v.t.* give life to; rouse; ജീവിപ്പിക്കുക; ചൈതന്യം നല്കുക; *n.* **animation.**

animosity (ആനിമൊസ്സെറ്റി) *n.* bitter hatred; ബദ്ധവൈരം; കഠിന വിദ്വേഷം.

ankle (ആങ്ക്ൾ) *n.* joint connecting foot with leg; കണങ്കാൽ; നെരിയാണി.

annals (ആനൽസ്) *n. pl.* narrative of events year by year; വാർഷിക സംഭവ ചരിത്രം; കാലാനുക്രമ ചരിതം.

annex (എ്നെക്സ്) *v.t.* append; take possession of; കൂട്ടിച്ചേർക്കുക; അനുബന്ധിക്കുക; *n.* അനുബന്ധം.

annexe (ആനെക്സ്) *n.* building added to a larger one; addition; പ്രധാന കെട്ടിടത്തിനോടു ചേർന്നുള്ള ഉപഗൃഹം.

annihilate (എ്നൈഎ്ലെയ്റ്റ്) *v.t.* destroy completely; ഉന്മൂലനം ചെയ്യുക; നിശ്ശേഷം നശിപ്പിക്കുക; *n.* **annihilation**.

anniversary (ആനിവേഴ്സറി) *adj.* happening every year; yearly; വർഷന്തോറുമുള്ള; വാർഷികദിനം.

Anno Domini (ആനൗ ഡൊമിനൈ – മിനി) *adv. & n.* in the year of Our Lord; ക്രിസ്തുവർഷത്തിൽ.

annotate (ആ്നെട്ടെയറ്റ്) *v.t.* write notes upon; comment; വ്യാഖ്യാനിക്കുക; ടിപ്പണി എഴുതുക.

announce (എ്നൗൺസ്) *v.t.* proclaim; declare; അറിയിക്കുക; പ്രഖ്യാപിക്കുക; വിളംബരം ചെയ്യുക; *n.* **announcement**.

annoy (എ്നൊയ്) *v.t.* trouble; hurt; ശല്യപ്പെടുത്തുക; അലട്ടുക; അസഹ്യപ്പെടുത്തുക; *n.* **annoyance.**

annual (ആന്യൂഎ്ൽ) *adj.* yearly; lasting a year; ആണ്ടുതോറുമുള്ള; ഒരാണ്ടു മാത്രം നില്ക്കുന്ന.

annuity (ആന്യുഎ്റ്റി) *n.* yearly allowance; വാർഷികവേതനം.

annul (എ്നൽ) *v.t.* make void; repeal; വ്യർത്ഥമാക്കുക; അസാധുവാക്കുക.

anoint (എ്നൊയിൻറ്) *v.t.* apply oil to esp. as religious rite; തൈലാഭിഷേകം ചെയ്യുക.

anomalous (എ്നൊമ്മെലസ്) *adj.* irregular; ക്രമവിരുദ്ധമായ; നിരക്കാത്ത; *n.* **anomally.**

anonymous (എ്നൊണിമസ്) *adj.* nameless; പേരറിയാത്ത; പേരുവയ്ക്കാത്ത; അജ്ഞാതനാമകമായ.

another (എ്നദർ) *adj. & pron.* not same; different; anyone else; മറ്റൊരു; ഇനിയുമൊരു; വ്യത്യസ്തമായ.

answer (ആൻസർ-ആൻസർ) *v.* reply; refute; say or do in reply; ഉത്തരം പറയുക; മറുപടി പറയുക; സമാധാനം പറയുക; അനുസരിച്ചു പ്രവർത്തിക്കുക.

ant (ആൻറ്) *n.* small insect; emmet; ഉറുമ്പ്.

antagonism (ആൻെറഗ്ഗണിസം) *n.* active opposition; പ്രതികൂലത; വിരോധം.

Antarctic (ആൻറാർട്ടിക്) *adj.* of the

16 ante | any

south polar regions; ദക്ഷിണധ്രുവ സംബന്ധമായ; *n.* ദക്ഷിണധ്രുവം.

ante (ആൻറി) *pref.* before; in front of; മുമ്പെ; മുമ്പിലായിട്ടുള്ള.

antecedence (ആൻറിസീഡെൻസ്) *n.* precedence; going before; പൂർവ്വ ഗാമിത്വം; പ്രാഥമ്യം; മുൻഗണന; *n.* **antecedent**.

antelope (ആൻറിലൗപ്) *n.* deer-like animal; കൃഷ്ണമൃഗം; മാൻ.

antenna (ആൻെറന) *n.* (*pl.* **antennae** ആൻെറനി) feelers of insects; ക്ഷുദ്രപ്രാണികളുടെ സ്പർശ ശക്തി യുള്ള കൊമ്പ്; ഏരിയൽ (റേഡിയോ യുടെയും മറ്റും).

anthem (ആൻതം) *n.* a song of praise or gladness; (സ്തോത്ര) ഗീതം; ആനന്ദ ഗീതം; **national anthem** ദേശീയ ഗാനം.

anthology (ആൻതൊളജി) *n.* collection of poems or beautiful passages; (ഗദ്യ) (പദ്യ) (ചിത്ര) സമാഹാരം.

anthrax (ആൻത്രാക്സ്) *n.* disease of sheep and cattle; ആടുമാടുകളെ ബാധിക്കുന്ന ഒരു രോഗം.

anthropology (ആൻത്രെപൊളജി) *n.* study of mankind; നരവംശ ശാസ്ത്രം.

anti (ആൻറി) *pref.* opposite; instead; എതിർ; പകരം; വിരുദ്ധം.

antibiotic (ആൻറിബയൊറ്റിക്) *n.* substance capable of destroying bacteria; രോഗാണുനാശകമായ ഔഷധം (പെനിസിലിനും മറ്റും).

antibody (ആൻറിബൊഡി) *adj.* substance in the blood counteracting antigens; ദോഷവസ്തുക്കളുടെ വീര്യം കെടുത്തുന്ന (രക്തത്തിലുള്ള) സാധനം.

antic (ആൻറിക്) *adj.* odd; grotesque; fantastic; വിലക്ഷണമായ; വിചിത്ര മായ.

anticipate (ആൻറിസിപെയ്റ്റ്) *v.t.* forsee; expect; മുമ്പേ അറിയുക; മുൻകൂട്ടി അനുഭവിക്കുക; ഉദ്ദേശി ക്കുക; മുൻകൂട്ടിക്കാണുക; *n.* **anticipation**.

anticlimax (ആൻറിക്ലൈമാക്സ്) *n.* opposite of climax; അപരകോടി.

antidote (ആൻറിഡൗട്ട്) *n.* anything that counteracts the evil esp. medicine; മറുമരുന്ന്; പ്രതിവിധി.

antimony (ആൻറിമ്മണി) *n.* brittle, bluish-white metal; അഞ്ജനക്കല്ല്; നീലാഞ്ജനം.

antiquity (ആൻറിക്വിറ്റി) *n.* ancient period, ancestors; പുരാതനത്വം; പൗരാണിക കാലം; പൂർവ്വികന്മാർ.

antiseptic (ആൻറിസെപ്റ്റിക്) *adj.* counteracting putrefaction; ചീയാ തെ സൂക്ഷിക്കുന്ന; വിഷാണുനാശ കമായ.

antler (ആൻറ്ലർ) *n.* branched horn; മാൻകൊമ്പിൻെറ ശാഖ.

antonym (ആൻറനിം) *n.* word of contrary meaning to another; വിരുദ്ധപദം.

anus (എയ്നസ്) *n.* posterior opening of alimentary canal; ഗുദം.

anvil (ആൻവിൽ) *n.* block on which smith works; അടകല്ല്; ചുട്ടുപഴു പ്പിച്ച ലോഹം അടിക്കുന്നതിനുള്ള ഇരുമ്പുകല്ല്.

anxiety (ആങ്സൈഎറ്റി) *n.* restlessness; concern; ചിന്താകുലത; വ്യാകുലത; ഉത്കണ്ഠ; *adj.* **anxious.**

any (എനി) *adj.* & *pron.* one out of many; some; indefinite number or quantity; വല്ല; ഏതെങ്കിലും; ഒട്ടും

anybody | appetite 17

തന്നെ;ഒരാളെപ്പോലും; അല്പം പോലും; ഏതെങ്കിലും.

anybody (എ്നിബൊ്ഡി) *n. & pron.* any one person; ആരെങ്കിലും ഒററ ആൾ; ആരാനും; വല്ലവനും.

apart (എ്പ്പാർട്ട്) *adv.* away from others; separately; അകലെ; പ്രത്യേകം; പ്രത്യേകമായി; വേറിട്ട്; പിരിഞ്ഞ്.

apartheid (എ്പ്പാർട്ട്ഹൈറ്റ്, ഹെയ്റ്റ്) *n.* segregation of races; വർണ്ണ വിവേചനം.

apartment (എ്പ്പാർട്ട്മെൻറ്) *n.* single room in a house; അറ; മുറി; ഫ്ലാററ്.

apathetic (ആ്പെതെററിക്) *adj.* not feeling emotion; നിരുത്സാഹനായ; ഉദാസീനമായ; *n.* **apathy.**

ape (എയ്പ്) *n.* monkey without a tail; imitator; വാലില്ലാക്കുരങ്ങ്; അനുകരിക്കുന്നവൻ.

aperture (ആ്പ്പെച്ചർ) *n.* narrow opening; ഇടുങ്ങിയ ദ്വാരം.

apex (എയ്പെക്സ്) *n.* [*pl.* **apices** (എയ്പിസിസ്), **apexes**] summit; top; ശിഖരം; മുന; ഉച്ചസ്ഥാനം.

aphorism (ആ്ഫെറിസം) *n.* short pithy statement or maxim; നീതിവാക്യം.

apiculture (ആ്പികൾച്ചർ) *n.* beekeeping; തേനീച്ചവളർത്തൽ.

Apocalypse (എ്പ്പൊക്കലിപ്സ്) *n.* revelation; വെളിപാട്.

Apollo (എ്പ്പൊളൗ) *n.* Gk. sun god; യവനരുടെ സൂര്യദേവൻ.

apologetic (എ്പൊളെജെററിക്) *adj.* containing apology; ക്ഷമാപണ സ്വഭാവമുള്ള; മാപ്പപേക്ഷിക്കുന്ന; *v.i.* **apologise, apologize**.

apostle (എ്പൊസ്ൽ) *n.* one of the twelve disciples of Christ; സുവിശേഷ പ്രസംഗത്തിനായി അയയ്ക്കപ്പെട്ട ക്രിസ്തുവിൻെറ പന്ത്രണ്ടു ശിഷ്യന്മാരിൽ ഒരുവൻ; അപ്പോസ്തലൻ.

apostrophe (എ്പൊസ്ട്രഫി) *n.* sign of omission of letters; അക്ഷരലോപത്തെ കുറിക്കുന്ന ചിഹ്നം.

appal (എ്പ്പോൾ) *v.t.* fill with terror; ഭീഷണിപ്പെടുത്തുക; അലട്ടുക; വിരട്ടുക; *adj.* **appalling.**

apparatus (ആ്പ്പെരെയ്ററസ്) *n.* equipment; പരീക്ഷണസാമഗ്രി; ഉപകരണങ്ങൾ.

apparel (എ്പ്പാ്രൽ) *n.* attire; dress; വസ്ത്രം; ചമയം; വേഷം.

apparent (എ്പ്പാ്രൻറ്) *adj.* that may be seen; obvious; not real; കാണാവുന്ന; ഗോചരമായ; തോന്നുന്ന.

apparition (ആ്പ്പെരിഷൻ) *n.* act of appearing; പ്രത്യക്ഷീകരണം; ഭൂതം; പ്രേതം.

appeal (എ്പ്പീൽ) *v.i.* refer a question to a higher authority; ask eagerly; അപേക്ഷിക്കുക; അഭ്യർത്ഥിക്കുക.

appear (എ്പ്പീയർ) *v.i.* become visible; come to view; ദൃഷ്ടിഗോചരമാകുക; പ്രത്യക്ഷപ്പെടുക; ഹാജരാകുക; *n.* **appearance.**

appease (എ്പ്പീസ്) *v.t.* pacify; please with soft words; പ്രീണിപ്പിക്കുക; സന്തോഷിപ്പിക്കുക.

appendicitis (എ്പ്പെൻഡിസൈററിസ്) *n.* (*med.*) inflammation of vermiform appendix; വർമ്മികത്തിൻെറ വീക്കം; ആന്ത്രവീക്കം.

appendix (എ്പ്പെൻഡിക്സ്) *n.* subsidiary addition to a book or document; അനുബന്ധം; പരിശിഷ്ടം.

appetite (ആ്പ്പിറൈറ്റ്) *n.* desire for food or other sensual gratifications; വിശപ്പ്; ഭക്ഷണേച്ഛ; ഭോഗേച്ഛ.

applaud (എ്പ്ലോഡ്) *v.t.* praise by clapping hands; (കൈ കൊട്ടിയും മറ്റും) പുകഴ്ത്തുക; അഭിനന്ദിക്കുക.

applause (എ്പ്ലോസ്) *n.* approbation loudly expressed; കരഘോഷം; സ്തുതിഘോഷം; ജയജയധ്വനി.

apple (ആപ്പിൾ) *n.* fruit of apple tree; ആപ്പിൾപഴം.

appliance (എ്പ്ലെയ്യൻസ്) *n.* equipment; device; ഉപായം; ഉപകരണം.

application (ആപ്ലിക്കെയ്ഷൻ) *n.* act of applying; thing applied; അപേക്ഷ; അപേക്ഷിക്കൽ; പ്രയോഗം; ഉപയോഗം.

application (ആപ്ലിക്കേഷൻ) *n.* (computer) the specified use of a computer system or program ഒരു കംപ്യൂട്ടർ സംവിധാനത്തിൻെറയോ പ്രോഗ്രാമിൻെറയോ നിർദ്ദിഷ്ട ഉപയോഗം.

apply (എ്പ്ളൈ) *v.* employ with assiduity; administer; request; fix mind on; (പ്രതിവിധിയും മറ്റും) പ്രയോഗിക്കുക; (*lit. & fig.*) പ്രയോജനപ്പെടുത്തുക; പൂശുക; അപേക്ഷിക്കുക.

appoint (എ്പ്പൊയിൻറ്) *v.t.* nominate and set a person for an office; നിയമിക്കുക; നിയോഗിക്കുക; സ്ഥിരപ്പെടുത്തുക; നിശ്ചയിക്കുക; *n.* **appointment**.

apportion (എ്പ്പോർഷൻ) *v.t.* divide or allot in due proportion; പങ്കിടുക; പകുത്തുകൊടുക്കുക; വിഭജിക്കുക.

appraise (എ്പ്രെയ്സ്) *v.t.* set a price on; estimate value of; നിർണ്ണയിക്കുക; മൂല്യം നിശ്ചയിക്കുക.

appreciate (എ്പ്രീഷിയെയ്റ്റ്) *v.t.* estimate justly; ഗുണനിരൂപണം ചെയ്യുക; വിവേചിച്ചറിയുക; വിലമതിക്കുക; *n.* **appreciation.**

apprehend (ആപ്രിഹെൻഡ്) *v.t.* take hold of; seize by authority; പിടികൂടുക; അറസ്റ്റ് ചെയ്യുക; മനസ്സിലാക്കുക; (സംഭവിക്കുമെന്ന്) ഭയപ്പെടുക; *n.* **apprehension**.

apprentice (എ്പ്രെൻറിസ്) *n.* learner of rudiments of any subject; മറ്റൊരാളുടെ കീഴിൽ തൊഴിൽ പരിശീലനം നടത്തുന്നവൻ.

approach (എ്പ്രൗച്) *v.* come or go near in place or time; അടുത്തുവരിക; അടുത്തുചെല്ലുക; ആസന്നമാകുക; സമീപിക്കുക; എത്തുക.

appropriate (എ്പ്രൗപ്രീയെയ്റ്റ്) *v.t.* to take for one's own; കയ്യടക്കുക; കൈവശപ്പെടുത്തുക; അനുഗുണമായ; സമുചിതമായ.

approval (എ്പ്രൂഎ്ൽ) *n.* act of approving; അംഗീകരിക്കൽ; അനുമതി നല്കൽ; *v.* **approve**.

approximate (എ്പ്രൊക്സിമെയ്റ്റ്) *v.* bring or draw near; അടുപ്പിക്കുക; സദൃശമാക്കുക; സമീപിക്കുക; സുമാറായ; ഏകദേശമായ.

April (എയ്പ്രിൽ) *n.* fourth month of the English year; ഏപ്രിൽ മാസം.

apron (എയ്പ്രൺ) *n.* cloth worn in front to protect the dress; ഉപരിവസ്ത്രം; മുന്നാരത്തുണി.

apt (ആപ്റ്റ്) *adj.* suitable; prompt; ഉചിതമായ; ബുദ്ധിചടുലതയുള്ള.

aptitude (ആപ്റ്റിറ്റ്യൂഡ്) *n.* disposition; tendency; പ്രവണത; അഭിരുചി.

aqua (ആക്വ) *n.* water; വെള്ളം; *pref.* ജലത്തെ സംബന്ധിച്ച.

aquarium (എ്ക്വെയെറിയം) *n.* place for keeping in live aquatic animals; ജലജന്തു സംഗ്രഹാലയം.

Arab (ആരബ്) *n.* native of Arabia; homeless child; അറബി, അനാഥക്കുട്ടി.

arable (ആരബ്ൾ) *adj.* fit for ploughing; കൃഷിയോഗ്യമായ.

arbitrate (ആർബിട്രെയ്റ്റ്) *v.* judge between one party and another; മാദ്ധ്യസ്ഥ്യം വഹിക്കുക.

arc (ആർക്) *n.* part of a circle or curve; കമാനം.

arch (ആർച്ച്) *n.* concave structure; vault; (വിൽ) വളവ്; വളച്ചു വാതിൽ.

arch (ആർച്ച്) *pref.* chief of the first rank; 'ശ്രേഷ്ഠത', 'മുഖ്യത', 'ചതുരത', 'ഉത്തമത്വം', 'പ്രാധാന്യം' തുടങ്ങിയവയെക്കുറിക്കുന്ന ഉപസർഗ്ഗം.

archaeology (ആർകിയൊള്ളജി) *n.* science of antiquities; പുരാവസ്തുശാസ്ത്രം.

archaic(ആർകെയിക്) *adj.* antiquated; obsolete; പഴയ; പുരാതനമായ; പ്രയോഗലുപ്തമായ.

archer (ആർച്ചർ) *n.* bowman; വില്ലാളി; വില്ലാളിവീരൻ.

archetype (ആർക്കിറ്റൈപ്) *n.* original pattern; prototype; മാതൃക; മൂലരൂപം.

architect (ആർക്കിറ്റെക്റ്റ്) *n.* designer of buildings; വാസ്തുശില്പി; നിർമ്മാതാവ്; ശില്പി; *n.* **architecture.**

archives (ആർക്കൈവ്സ്) *n.* (*pl.*) place in which records are kept; റിക്കാർഡുകൾ സൂക്ഷിക്കുന്ന സ്ഥലം.

Arctic (ആർക്റ്റിക്) *adj.* of the north polar region; വടക്കുള്ള; ഉത്തരധ്രുവപ്രദേശം സംബന്ധിച്ച.

ardent (ആർഡെൻറ്) *adj.* burning; vehement; passionate; ജ്വലിക്കുന്ന; തീക്ഷ്ണമായ; ഉത്കടമായ; അത്യാസക്തിയുള്ള.

arduous (ആർഡുഎ്സ്, ആർഡ്യുഎസ്) *adj.* steep; strenuous; കിഴുക്കാംതൂക്കായ; ക്ലേശഭൂയിഷ്ഠമായ.

are (ആർ) *n.* the unit of metric land measure; മെട്രിക്ഭൂമിയളവിൻെറ ഏകകം; 100 ച.മീറ്റർ.

are (ആർ) *v.i.* pr. tense plural of the verb *to be*; ആകുന്നു; ഭവിക്കുന്നു (ബഹുവചനരൂപം).

area (എയ്രിയ) *n.* space; surface measure; extent; region; നാലു വശവുമടച്ച് നിരപ്പാക്കിയിട്ടിരിക്കുന്ന സ്ഥലം.

arena (എ്രീന) *n.* scene of conflict; sphere of action; രംഗം; പ്രവർത്തനരംഗം.

argosy (ആർഗസി) *n.* large merchant vessel; നിറചരക്കോടുകൂടിയ കച്ചവടക്കപ്പൽ.

argue (ആർഗ്യൂ) *v.* maintain by reasoning; വാദിക്കുക; തർക്കിക്കുക; ന്യായം പറഞ്ഞ് സമ്മതിപ്പിക്കുക; *n.* **argument**.

arid (ആരിഡ്) *adj.*dry; barren; വരണ്ട; ഉണങ്ങിയ.

arise (എ്റൈസ്) *v.i.* rise up; originate; ഉയരുക; പൊങ്ങുക; ആവിർഭവിക്കുക.

aristocracy (ആരിസ്റ്റൊക്രസി) *n.* government of the nobles; പ്രഭുജനവാഴ്ച; കുലീനാധിപത്യം.

arithmetic (എ്രിത്മെറ്റിക്) *n.* science of numbers; computation; അങ്കഗണിതം; കണക്ക്; ഗണിതശാസ്ത്രം.

ark (ആർക്) *n.* chest; box; പെട്ടകം; പണപ്പെട്ടി; നിയമഗ്രന്ഥപ്പെട്ടി.

arm (ആം) *n.* upper limb of human body from shoulder to hand; കൈ; കൈത്തണ്ട്; ശാഖ; കൊമ്പ്.

arm (ആം) *n.* (use in *pl.* **arms**) weapons; war; military profession; ആയുധങ്ങൾ; യുദ്ധം; സൈനിക സേവനം; യുദ്ധ പരാക്രമങ്ങൾ.

armada (ആർമാഡ്ഡ) *n.* fleet of warships; പടക്കപ്പൽക്കൂട്ടം.

armour (ആർമ്മർ) *n.* defensive covering; രക്ഷാകവചം; പടച്ചട്ട; ഇരുമ്പുറ.

army (ആർമി) *n.* organised body armed for war; സൈന്യം; സേന; സംഘം; വലിയ സമൂഹം.

aroma (എ്രൗമ്മ) *n.* flavour; fragrance; സൗരഭ്യം; സുഗന്ധം; പരിമളം; *adj.* **aromatic**.

around (എ്റൗൺഡ്) *prep. & adv.* on all sides; ചുറ്റുവട്ടത്തിൽ; ചുറ്റും; നാലുദിക്കിലും.

arouse (എ്റൗസ്) *v.t.* awaken; excite; ഉണർത്തുക; ഉത്തേജിപ്പിക്കുക; ഉത്സാഹപ്പെടുത്തുക.

arrack (ആറക്ക്) *n.* spirituous liquor; ചാരായം.

arrange (എ്റെയ്ഞ്ജ്) *v.t.* put into order; adjust; ക്രമീകരിക്കുക; അടുക്കി വയ്ക്കുക; അണിനിരത്തുക; *n.* **arrangement**.

array (എ്റെയ്) *n.* well-ordered series of men or things; അണി; നിര; യുദ്ധവ്യൂഹം.

arrear (എ്റീയർ) *n.* (in *pl.*) outstanding debts; work remains undone; കുടിശ്ശിക; ബാക്കി; മിച്ചം; ജോലിക്കുടിശ്ശിക.

arrest (എ്റെസ്റ്റ്) *v.t.* stop; apprehend; seize; തടഞ്ഞുനിർത്തുക; പിടികൂടുക; അറസ്റ്റ്ചെയ്യുക.

arrival (എ്റൈവ്വൽ) *n.* act of arriving; വരവ്; ആഗമനം; എത്തൽ.

arrogance (ആ്റെഗൻസ്) *n.* haughtiness; presumption; ഗർവം; ദുരഹങ്കാരം; ധിക്കാരം; ഔദ്ധത്യം; ധാർഷ്ട്യം; *adj.* **arrogant**.

arrow (ആരൗ) *n.* pointed straight missile shot from bow; അമ്പ്; ശരം; അസ്ത്രം; സൂചിനാമ്പ്.

arrowroot (ആരൗറൂട്ട്) *n.* plant from which a kind of nutritious starch is prepared; കൂവ(ച്ചെടി)ക്കിഴങ്ങ്.

arsenal (ആർസ്സെനൽ) *n.* store of weapons; ആയുധശാല.

art (ആർട്ട്) *n.* human skill; dexterity; cunning; cleverness; കല; പ്രയോഗ ചാതുര്യം; മനുഷ്യന്റെ വൈദഗ്ദ്ധ്യം; ശില്പം; (കൃത്രിമ)കൗശലം.

artery (ആർട്ടറി) *n.* blood vessel of the body; ധമനി; രക്തവാഹിനി.

artful (ആർട്ഫുൾ) *adj.* skilful; deceitful; കൈമിടുക്കുള്ള; കൗശലമുള്ള.

arthritis (ആർത്രൈറ്റിസ്) *n.* inflammation of the joints; സന്ധിവാതം.

article (ആർട്ടിക്ക്ൾ) *n.* separate portion of anything written; clause; particular part or thing; ഭാഗം; വകുപ്പ്; ലേഖനഖണ്ഡം; പ്രമാണം; പത്രലേഖനം; പ്രബന്ധം.

articulate (ആർട്ടിക്യുലെറ്റ്) *adj.* jointed; expressed clearly; കൂട്ടിച്ചേർക്കപ്പെട്ട; സ്പഷ്ടമായി പറയുക.

artificial (ആർട്ടിഫിഷൽ) *adj.* made by art; not natural; not real; കൃത്രിമമായ; ശില്പനിർമ്മിതമായ; മനുഷ്യനിർമ്മിതമായ; അസ്വാഭാവികമായ.

artillery (ആർട്ടിലെറി) *n.* offensive weapons of war; യുദ്ധായുധങ്ങൾ.

artisan (ആർട്ടിസാൻ) *n.* mechanic; skilled worker; കൈത്തൊഴിൽക്കാരൻ.

artist (ആർട്ടിസ്റ്റ്) *n.* one who practises one of the fine arts; കലാകാരൻ; കലാകാരി; ചിത്രകാരൻ.

artless (ആർട്ട്ലിസ്) *adj.* clumsy; guileless; നിഷ്കപടമായ.

as (ആസ്, എസ്) *adv. conj. & pron.* in that degree; in the same manner; while; when; thus; because; for example; എത്രത്തോളം; എത്രയ്ക്ക്; അത്രയ്ക്ക്; അത്രയും.

asafetida (ആ്സഫീറ്റിഡ്) *n.* a resinous plant gum with strong smell; പെരുങ്കായം; കായം; (*also* **asafoetida**).

asbestos (ആസ്ബെസ്റ്റൊസ്) *n.* fibrous flexible incombustible mineral; തീപിടിക്കാത്തതും ചുറ്റിയെടുക്കാവുന്നതുമായ ഒരു ലോഹപദാർത്ഥം.

ascend (എസെൻഡ്) *v.* climb; go up; rise; കയറ്റുക; കയറുക; ഉയരുക; പൊങ്ങുക; ആരോഹണം ചെയ്യുക; *n.* **ascendant**.

ascent (എസെൻറ്) *n.* act of going up; upward movement; കയറ്റം; ഉയർച്ച; ഉയരം; ആരോഹണം.

ascertain (ആ്സെർറ്റെയ്ൻ) *v.t.* make certain; നിശ്ചയം വരുത്തുക.

ascetic (എസെറ്റിക്) *n.* severely abstinent; ജിതേന്ദ്രിയൻ; സന്ന്യാസി; തപസ്വി; യതി; *n.* **asceticism.**

asexual (എസെക്ഷ്വൽ) *adj.* without sex; ലിംഗഹീനരായ; ലിംഗഭേദമില്ലാത്ത.

ash (ആഷ്) *n.* a forest tree with silvery grey bark; അശോകവൃക്ഷം; അതിൻെറ തടി; powdery residue left after combustion; ചാരം; ഭസ്മം; ചിതാഭസ്മം.

ashamed (എഷെയിംഡ്) *adj.* feeling shame; affected by shame; സലജ്ജമായ; ലജ്ജിച്ച; നാണംകുണുങ്ങുന്ന.

aside (എസൈഡ്) *adv.* on or to one side; apart; away; off; privately; ഒരു വശത്ത്; വശത്തേക്ക്; സമീപത്ത്; വേറിട്ട്.

ask (ആസ്ക്) *v.* call for answer to; inquire of; ചോദിക്കുക; ആരായുക; അന്വേഷിക്കുക; യാചിക്കുക; അഭ്യർത്ഥിക്കുക; അപേക്ഷിക്കുക.

asleep (എസ്ലീപ്) *adj. & adv.* in a state of sleep; ഉറങ്ങുന്ന; ഉറക്കത്തിൽ.

asparagus (എസ്പാരഗസ്) *n.* an esculent plant; ശതാവരിച്ചെടി.

aspect (ആസ്പെക്റ്റ്) *n.* look; appearance; കാഴ്ച; നോട്ടം; ദൃഷ്ടി;വീക്ഷണം; മുഖ(ഭാവം); സ്വഭാവം; ആകാരം; ആകൃതി.

asperity (ആസ്പെറ്റി) *n.* roughness; harshness; പരുപരുപ്പ്; (മനഃ) പാരുഷ്യം.

asperse (ആസ്പേർസ്) *v.t.* attack reputation of; അപവാദം പറയുക; അപകീർത്തിപ്പെടുത്തുക.

aspire (എസ്പൈറ്റെയർ) *v.i.* desire earnestly (to get something); അഭിലഷിക്കുക; ആഗ്രഹിക്കുക; കാംക്ഷിക്കുക; ആശിക്കുക; *n.* **aspirant.**

aspirin (ആസ്പ്രിൻ) *n.* acetylsalicylic acid; തലവേദനയും മറ്റും ശമിപ്പിക്കുന്ന ഒരൗഷധം.

ass (ആസ്) *n.* donkey; കഴുത; stupid fellow; (*fig.*) ഭോഷൻ; മന്ദബുദ്ധി; മൂഢൻ.

assail (എസെയിൽ) *v. t.* attack; assault; ചാടി മേൽ വീഴുക; കൈയേറ്റം ചെയ്യുക; ആക്രമിക്കുക; അസഹ്യപ്പെടുത്തുക.

assassin (എസാസിൻ) *n.* one who kills treacherously; കൂലിക്കു കൊല

ചെയ്യുന്നവൻ; ചതിച്ചുകൊല്ലുന്ന വൻ; *v.t.* **assassinate**; *n.* **assassination**.

assault (എ്സോൾട്ട്) *n.* sudden attack; onslaught; പെട്ടെന്നുള്ള ആക്രമണം; കൈയേറ്റം; അന്യായമായ ബലപ്രയോഗം.

assemble (എ്സെംബ്ൾ) *v.* gather together; convene; fit together; സംയോജിപ്പിക്കുക; കൂട്ടിയിണക്കുക; ഒന്നിച്ചു ചേർക്കുക; യോഗം വിളിച്ചു കൂട്ടുക.

assembly (എ്സെംബ്ലി) *n.* gathering together; a concourse; സഭ; സമാജം; ആലോചനാസംഘം; നിയമനിർമ്മാണ സഭ.

assent (എ്സെൻറ്) *n.* consent; concurrence; സമ്മതം; സമ്മതഭാവം.

assert (എ്സേർട്ട്) *v.t.* affirm positively; insist upon one's right; ഉറപ്പിച്ചു പറയുക; അവകാശവാദം ഉന്നയിക്കുക; ഖണ്ഡിതമായി പറയുക; സമർത്ഥിക്കുക.

assess (എ്സെസ്) *v.t.* fix the value of; estimate; തിട്ടപ്പെടുത്തുക; നികുതിത്തുക നിശ്ചയിക്കുക; *n.* **assessment.**

assets (എ്സെറ്റ്സ്) *n. pl.* property of an insolvent; any possession; any useful quality; കടക്കാരൻെറ മുതൽ; ആസ്തി; പൊരുൾ.

assiduous (എ്സിഡുഎ്സ്) *adj.* preserving; diligent; പതറാത്ത; ശ്രദ്ധയുള്ള; ജാഗ്രതയുള്ള.

assign (എ്സൈൻ) *v.t.* allot; give; ഓഹരി നല്കുക; നീക്കിവയ്ക്കുക; ഭാഗിക്കുക; നിർണ്ണയിക്കുക; ഏല്പിക്കുക; *n.* **assignation**.

assimilate (എ്സിമിലെയ്റ്റ്) *v.* absorb into the system; take into the mind; സ്വാംശീകരിക്കുക; ഉൾക്കൊള്ളുക; *n.* **assimilation**.

assist (എ്സിസ്റ്റ്) *v.t.* help; aid; സഹായിക്കുക; തുണയ്ക്കുക; ഉതകുക; പണം നല്കി സഹായിക്കുക.

associate (എ്സൗഷിയെയ്റ്റ്) *v.* join in company; adopt as a partner; connect; unite; ചേർക്കുക; സമ്മേളിക്കുക; കൂട്ടുചേരുക; കൂട്ടുകാരൻ; തോഴൻ; സഹചരൻ; പങ്കാളി; ഓഹരിക്കാരൻ; *n.* **association**.

assort (എ്സോർട്ട്) *v.* separate and distribute in sorts or classes; തരംതിരിക്കുക; ഇനം തിരിച്ചുവയ്ക്കുക; *n.* **assortment**.

assume (എ്സ്യൂം) *v.t.* adopt; take for granted; suppose as a fact; ഏല്ക്കുക; എടുക്കുക; ഭാവിക്കുക; മിഥ്യാവകാശം പുറപ്പെടുവിക്കുക; കൈവശമുണ്ടെന്നു നടിക്കുക.

assumption (എ്സംഷൻ) *n.* act of assuming; arrogance; അംഗീകാരം; ധാരണ; കല്പന; അനുമാനം; അഹംഭാവം.

assurance (എ്ഷുഎ്റൻസ്, എ്ഷോറൻസ്) *n.* formal guarantee; undoubting steadiness; insurance; ഔപചാരികമായ പ്രതിജ്ഞ; ഉറപ്പു നല്കൽ; *v.* **assure**.

asterisk (ആസ്റ്ററിക്) *n.* star mark; നക്ഷത്രചിഹ്നം (*).

asthma (ആസ്മ്മ) *n.* disease of respiration; കാസരോഗം.

astonish (എ്സ്റ്റൊണിഷ്) *v.t.* surprise; വിസ്മയിപ്പിക്കുക; ആശ്ചര്യഭരിതനാക്കുക; *n.* **astonishment**.

astound (എ്സ്റ്റൗണ്ഡ്) *adj.* astonish greatly; അമ്പരപ്പിക്കുക; സംഭ്രമിപ്പിക്കുക.

astray (എ്സ്ട്രെയ്) *adv.* out of the

astro | attention 23

right way; വഴിവിട്ട്; വഴിതെറ്റിയ തായി.

astro (ആസ്ട്രൗ) (*pref.*) in composition star; നക്ഷത്രശബ്ദം സൂചിപ്പി ക്കുന്ന ഉപപദം.

astrology (എസ്ട്രൊള്ളജി) *n.* art of judging influence of heavenly bodies on human affairs; ജ്യോ തിഷം; ജ്യോതിഷത്തിൻെറ ഫല ഭാഗം.

astronaut (ആസ്ട്രനോട്ട്) *n.* one engaged in space travel; ബാഹ്യാ കാശയാത്രികൻ.

astronomy (എസ്ട്രൊണമി) *n.* science of celestial bodies; ഖഗോള ശാസ്ത്രം; ജ്യോതിശ്ശാസ്ത്രം.

astute (എസ്റ്റ്യൂട്ട്) *adj.* very clever and keen; സൂക്ഷ്മബുദ്ധിയുള്ള; നിശിതബുദ്ധിയായ.

asylum (എസൈലം) *n.* place of peace and safety; അഭയസ്ഥാനം; രക്ഷാ കേന്ദ്രം; അഗതിമന്ദിരം; ഭ്രാന്താലയം.

at (ആറ്റ്, എറ്റ്) *prep.* close; beside; near to; in relation; in value; 'അരുകിൽ', 'സമീപത്ത്', 'നേരെ', 'പ്രകാരം', 'വീതം' ഇവയെ കുറിക്കു ന്ന ഉപസർഗം.

atheism (എയ്തീയിസം) *n.* disbelief in existence of God; നാസ്തിക ചിന്താഗതി.

athlete (ആത്‌ലീറ്റ്) *n.* one who is good at games and sports; മല്ലയോദ്ധാവ്; കായികവിനോദവിദഗ്ദ്ധൻ; കായി കാഭ്യാസി; *adj.* **athletic**; *n. pl.* **athletics.**

Atlantic (എറ്റ്ലാൻറിക്) *adj.* pert. to Atlantic ocean; അത്‌ലാന്തിക് മഹാ സമുദ്രത്തെ സംബന്ധിച്ച.

atlas (ആറ്റ്ലസ്) *n.* volume of maps; ഭൂപടപുസ്തകം; (*anat.*) first vertebra of the neck; (തലയോടിനെ താങ്ങുന്ന) ആധാരാസ്ഥി.

atmosphere (ആറ്റ്മെസ്ഫിയർ) *n.* gaseous envelope surrounding the earth; വായുമണ്ഡലം; അന്ത രീക്ഷം.

atom (ആറ്റം) *n.* extremely minute particle of matter; very small portion, or thing, or quantity; അണു; പരമാണു.

atone (എറ്റൗൺ) *n.* make amends; expiate; പാപപരിഹാരം ചെയ്യുക.

atop (എറ്റോപ്) *adv.* on or at the top; കൊടുമുടിയിൽ.

atrocious (എട്രൗഷസ്) *adj.* extremely heinous, criminal or cruel; കൊടിയ; നൃശംസമായ; ദാരുണ മായ; അത്യന്തം ദൗഷ്ട്യമുള്ള; *n.* **atrocity.**

attach (എറ്റാച്) *v.* bind; tie; fasten; seize by lawful authority; ഘടി പ്പിക്കുക; കെട്ടുക; കൂട്ടിച്ചേർക്കുക; *n.* **attachment**.

attack (എറ്റാക്ക്) *v.* assault; fall upon; assail with harsh words; ആക്രമി ക്കുക; എതിർക്കുക; യുദ്ധമോ വഴ ക്കോ തുടങ്ങിവയ്ക്കുക.

attain (എറ്റെയ്ൻ) *v.* gain by effort; achieve; യത്നിച്ചു സമ്പാദിക്കുക; പ്രാപിക്കുക; നേടുക; കൈവരിക.

attempt (എറ്റെംറ്റ്) *v.* try; make an effort; ശ്രമിക്കുക; ഉദ്യമിക്കുക; ഒരു ങ്ങുക; ഒരുമ്പെടുക; മുതിരുക.

attend (എറ്റെൻഡ്) *v.* wait on; be present at; listen; പരിചരിക്കുക; പാ ലിക്കുക; ശുശ്രൂഷിക്കുക; പങ്കുകൊ ള്ളുക.

attention (എറ്റെൻഷൻ) *n.* act of heeding; consideration; care; ശ്രദ്ധ; ഏകാഗ്രത; ശുഷ്കാന്തി; ജാഗരൂ

കത; നിഷ്കർഷ; തത്പരത്വം; അഭി നിവേശം.

attest (എറ്റെസ്റ്റ്) *v.* certify; testify; സാക്ഷ്യപ്പെടുത്തുക; സാക്ഷിയായി ഒപ്പിടുക; സാക്ഷി പറയുക.

attire (എറ്റയ്യർ) *v.t.* dress; array; വസ്ത്രം ധരിപ്പിക്കുക; *n.* വസ്ത്രം; ഉടയാട.

attitude (ആറ്റിറ്റ്യൂഡ്) *n.* posture; disposition of figure; settled behaviour; ശരീരസ്ഥിതി; നില; ഭാവം; മനഃസ്ഥിതി.

attract (എട്രാക്റ്റ്) *v.t.* draw to or toward; entice; ആകർഷിക്കുക; മയക്കുക; വശീകരിക്കുക; അടുപ്പിക്കുക; ശ്രദ്ധ പിടിച്ചെടുക്കുക; *n.* **attraction**.

attribute (ആട്രിബ്യൂട്ട്) *v.t.* ascribe; impute; assign; ആരോപിക്കുക; ചുമത്തുക; *n.* **attribution**.

auction (ഓക്ഷൻ) *n.* public sale to highest bidder; ലേലം; ലേല വില്പന.

audacious (ഓഡെയ്ഷസ്) *adj.* bold; daring; ധാർഷ്ട്യമുള്ള.

audible (ഓഡിബ്ൾ) *adj.* loud enough to be heard; കേൾക്കത്തക്ക; സ്ഫുടമായി കേൾക്കാവുന്ന.

audience (ഓഡിയൻസ്) *n.* assembly of hearers; ceremonial interview; ശ്രോതാക്കൾ; സദസ്യർ; പ്രേക്ഷകർ; സദസ്സ്.

audio (ഓഡിയൗ) *adj.* pert. to sound, esp. broadcast sound; ശബ്ദ സംബന്ധമായ; പ്രക്ഷേപണം സംബന്ധിച്ച.

audit (ഓഡിറ്റ്) *n.* official examination of accounts; ഔദ്യോഗികമായ (കണക്കുപരിശോധന); തിട്ടപ്പെടുത്തൽ.

auditorium (ഓഡിറ്റോറിയം) *n.* space allotted to hearers; ശ്രോതാക്കൾക്ക് ഇരിക്കാനുള്ള സ്ഥലം.

auger (ഓഗർ) *n.* tool for boring holes in wood; തടിയിൽ ദ്വാരങ്ങളിടുവാൻ ഉപയോഗിക്കുന്ന പണിആയുധം.

augment (ഓഗ്മെൻറ്) *v.* increase; make bigger; വർദ്ധിപ്പിക്കുക; അധികമാക്കുക.

august (ഓഗസ്റ്റ്) *adj.* grand; magnificent; majestic; മഹനീയമായ; ഗാംഭീര്യമുള്ള; പ്രതാപമുള്ള.

aunt (ആണ്ട്) *n.* father's or mother's sister; uncle's wife; അച്ഛൻെറയോ അമ്മയുടെയോ സഹോദരി; അമ്മായി; അമ്മാവൻെറ ഭാര്യ.

aura (ഓറ) *n.* a subtle emanation from the body; പരിവേഷം; തേജോവലയം.

auspice (ഓസ്പിസ്) *n.* (*usu. in pl.*) patronage; protection; പരിപാലനം; സംരക്ഷണം; അനുഗ്രഹം; ആഭിമുഖ്യം.

auspicious (ഓസ്പിഷസ്) *adj.* of good omen; favourable; ശുഭസൂചകമായ; ശുഭോദർക്കമായ.

austere (ഒസ്റ്റിയർ) *adj.* harsh; stern; morally strict; without luxury; കർക്കശമായ; ഉഗ്രമായ സന്മാർഗ്ഗനിഷ്ഠയുള്ള; തീവ്രവിരക്തിയോടുകൂടിയ; *n.* **austerity**.

authentic (ഓതെൻറിക്) *adj.* reliable; trustworthy; genuine; വിശ്വസനീയമായ; യഥാർത്ഥമായ; ആധികാരികമായ; അകൃത്രിമമായ.

author (ഓതർ) *n.* writer of book, essay, etc.; originator; (മൂല) ഗ്രന്ഥകാരൻ; ഗ്രന്ഥകർത്താവ്; ലേഖകൻ.

authoritarian (ഓതൊറിറ്റെയറിയൻ) *adj.* favouring obedience to authority; സ്വേച്ഛാധിപത്യസ്വഭാവമുള്ള.

authority (ഓതൊറ്ററ്റി) *n.* power to enforce obedience; അധികാരം; ആധിപത്യം; പ്രാമാണികത്വം; ഗൗരവം.

auto (ഓട്ടൗ) (*pref.*) (in combination) self; automobile; 'സ്വയം' എന്നർത്ഥമുള്ള ഉപപദം.

autobiography (ഓട്ടബയൊഗ്രഫി) *n.* biography of a person written by himself; ആത്മകഥ.

autocracy (ഓട്ടൊക്രസി) *n.* absolute government by one person; സ്വേച്ഛാധിപത്യം; ഏകാധിപത്യം.

autograph (ഓട്ടഗ്രാഫ്) *n.* one's own handwriting; signature; സ്വന്തം കൈപ്പട; കയ്യെഴുത്ത്.

automatic (ഓട്ടമാറ്റിക്) *adj.* working by itself; self-acting; തന്നെത്താനെ പ്രവർത്തിക്കുന്ന; സ്വയം പ്രേരിതമായ.

automobile (ഓട്ടമ്മെബീൽ) *n.* motor car; മോട്ടോർവണ്ടി.

autonomy (ഓട്ടൊണമി) *n.* right of self-government; സ്വയംഭരണാധികാരം; സ്വയംഭരണാവകാശം.

autumn (ഓട്ടം) *n.* the third season of the year; ശരത്കാലം.

auxiliary (ഓഗ്സിലിയറി) *adj.* helping; aiding; subsidiary; സഹായിക്കുന്ന; സഹകാരിയായ; ഉപകരിക്കുന്ന.

avail (എ്വെയ്ൽ) *v.* be for advantage of; benefit; ഉപകരിക്കുക; പ്രയോഗിക്കുക; പ്രയോജനപ്പെടുത്തുക.

available (എ്വെയ്ലെബ്ൾ) *adj.* capable of being used; attainable; ലഭ്യമായ; സുലഭമായ; *n.* **availability.**

avalanche (ആവലാൻഷ്) *n.* mass of snow sliding from a mountain; ഹിമാനീ പതനം; ഹിമപാതം.

avarice (ആവറിസ്) *n.* greed for wealth; അമിത ധനേച്ഛ; ദുര; ദുരാഗ്രഹം; അത്യാർത്തി.

avenge (എ്വെഞ്ജ്) *v.t.* to take vengeance for; പകപോക്കുക; പ്രതികാരം ചെയ്യുക.

avenue (ആ്വെന്യൂ) *n.* roadway with trees; broad street; വിശാലവീഥി; പ്രവേശപഥം.

average (ആ്വെറിജ്) *n.* generally prevailing rate, degree or amount; ശരാശരി; സാമാന്യത്തോത്.

averse (എ്വേഴ്സ്) *adj.* opposed; disinclined; പ്രതികൂലഭാവമുള്ള; ഇഷ്ടമില്ലാത്ത; സമ്മതമില്ലാത്ത; *n.* **aversion.**

avert (എ്വേർട്ട്) *v.t.* turn away from; prevent; അകറ്റുക; തടുക്കുക; വിലക്കുക; പിൻതിരിക്കുക; ഒഴിവാക്കുക.

avid (ആവിഡ്) *adj.* greedy; eager; ആർത്തിയുള്ള; ലോലുപനായ.

avoid (എ്വൊയ്ഡ്) *v.t.* shun; eschew; evade; keep away from; ഒഴിവാക്കുക; തടയുക.

await (എ്വെയ്റ്റ്) *v.t.* wait for; expect; കാത്തിരിക്കുക; പ്രതീക്ഷിച്ചിരിക്കുക.

awake (എ്വെയ്ക്ക്) *v.* (*p.t.* **awoke**; *p.part.* **awoken**) rouse from sleep; stir up; excite; ഉറക്കമുണർത്തുക; പ്രബുദ്ധമാക്കുക.

award (എ്വോർഡ്) *v.t.* to adjudge; തീർപ്പു കല്പിച്ചു നൽകുക; ന്യായവിധി; പാരിതോഷികം; സമ്മാനം.

away (എ്വെയ്) *adv.* at a distance; apart; ദൂരെ; അകലെ.

awe (ഓ) *n.* reverential fear or wonder; ഭയഭക്തി; സംഭ്രമം; ആദരസമ ന്വിതമായ അത്ഭുതം.

awkward (ഓക്ക്വേർഡ്) *adj.* clumsy; uncouth; embarrassing; വില ക്ഷണമായ; വികൃതമായ; കുഴപ്പം പിടിച്ച; കുഴഞ്ഞ; പരുങ്ങലുളവാക്കുന്ന.

axe, ax (ആക്സ്) *n.* (*pl.* **axes**) a tool with a blade; cleaver; കോടാലി; പരശു.

axiom (ആക്സിയം) *n.* (*geom.*) self evident proposition; സ്വയം സിദ്ധ തത്ത്വം; പ്രത്യക്ഷപ്രമാണം.

axis (ആക്സിസ്) *n.* [*pl.* **axes** (ആക്സീസ്)] imaginary line about which a body rotates; അച്ചുതണ്ട്; അക്ഷധ്രുവം.

axle (ആക്സ്ൽ) *n.* spindle upon which a wheel revolves; അക്ഷ ദണ്ഡം.

azure (ആഴ്ഷർ) *adj.* skyblue; ആകാശനിറമായ; നീലിമയേറിയ.

Bb

B(ബി) second letter in the English alphabet; consonant; ഇംഗ്ലീഷ് അക്ഷ രമാലയിലെ രണ്ടാമത്തെ അക്ഷരം; വ്യഞ്ജനം.

baa (ബാ) *n.* sheep's bleating; ആടിൻെറ ശബ്ദം.

babble (ബാബ്ൾ) *v.i. & v.t.* speak like a baby; repeat foolishly; ചില യ്ക്കുക; പുലമ്പുക; ജല്പിക്കുക; *n.* **babbler**.

babe (ബെയ്ബ്) *n.* (*poet.*) infant; inexperienced person; ശിശു; കൈ ക്കുഞ്ഞ്.

babel (ബെയ്ബൽ) *n.* scene of confusion; നാനാവിധ ശബ്ദം; കുഴപ്പ ത്തിൻെറയോ കുഴച്ചിലിൻെറയോ രംഗം.

baboon (ബ്ബബൂൺ) *n.* a species of short tailed large monkey; ഒരിനം വലിയ കുരങ്ങ്; വാലില്ലാക്കു രങ്ങ്.

baby (ബെയ്ബി) *n.* infant; young child; ശിശു; കുഞ്ഞ്; പിഞ്ചു പൈതൽ; ലോകപരിചയമില്ലാത്ത വൻ.

bachelor (ബാച്ച്ലർ) *n.* unmarried man; one who has taken university degree; അവിവാഹിതൻ; ബ്രഹ്മചാരി; കലാശാലാബിരുദ ധാരി.

back (ബാക്) *n.* the hinder part of the body; rear; a support; പിൻഭാഗം; പുറം; മുതുക്; പൃഷ്ഠം; പിന്നിൽ നില്ക്കുന്നവൻ; പിൻതാങ്ങുക; അനുകൂലിക്കുക.

background (ബാക്ഗ്രൗണ്ഡ്) *n.* ground at the back; പശ്ചാത്തലം; ചിത്രത്തിൻെറ പിൻഭാഗം.

backing (ബാക്കിങ്) *n.* support at the back; പിൻതാങ്ങൽ; പിൻബലം; പിൻമാറ്റം.

backroom (ബാക്റൂം) *n.* inner apartment; അന്തർഗൃഹം; ഉപശാല.

backup (ബേക്ക് അപ്) *v.* (computer) to make a cpy of the file or data for storage ഒരു ഫയലിൻെറയോ വിവ

രങ്ങളുടെയോ കരുതൽ പ്രതി സൂക്ഷിക്കുക.

backward (ബാ̄ക്ക്വ്̄വഡ്) *adv.* away from one's front; പുറകിൽ; പിന്നോക്കമായി; പുറകോട്ട്; ഭൂതകാലത്തേക്ക്; *n.* **backwardness**.

backwater (ബാ̄ക്വോ̄ട്ടർ) *n.* water held back by a dam; a pool or belt of water; കായൽ; ജലാശയം.

bacon (ബെയ്ക്കൺ) *n.* swine's flesh salted and dried; ഉപ്പിട്ടുണക്കിയ പന്നയിറച്ചി.

bacteriology (ബാ̄ക്റ്റി̄യെരിയൊ ളെജി) *n.* scientific study of bacteria; ജീവാണുവിജ്ഞാനീയം.

bad (ബാ̄ഡ്) *adj.* not good; evil; wicked; defective; ചീത്തയായ; കൊള്ളരുതാത്ത; കേടുള്ള.

badge (ബാ̄ജ്) *n.* mark or sign; symbol; മുദ്ര; അടയാളം; പദവി ചിഹ്നം.

badminton (ബാ̄ഡ്മിൻറൺ) *n.* a game; ഒരിനം പന്തുകളി.

baffle (ബാ̄ഫ്ൾ) *v.t.* frustrate; reduce to perplexity; സംഭ്രമിപ്പിക്കുക; ചിന്താക്കുഴപ്പമുണ്ടാക്കുക.

bag (ബാ̄ഗ്) *n.* sack; pouch; സഞ്ചി; ചാക്ക്; ഒരു നായാട്ടിൽ കൊല്ലപ്പെട്ട മൃഗങ്ങളാകെ.

baggage (ബാ̄ഗിജ്) *n.* luggage; luggage of an army; ഭാണ്ഡക്കെട്ടുകൾ; മാറാപ്പ്.

bail (ബെയ്ൽ) *n.* person who gives security; surety; ജാമ്യക്കാരൻ; ജാമ്യം.

bait (ബെയ്റ്റ്) *n.* food to entice prey; ചൂണ്ടയിൽ കൊളുത്തുന്ന ഇര; *v.* ചൂണ്ടലിടുക.

bake (ബെയ്ക്) *v.t.* cook by heat; make bread; ചുടുക; പൊരിക്കുക; (റൊട്ടിയും മറ്റും) ചുട്ടെടുക്കുക; *n.* **baker, bakery**.

balance (ബാ̄ലൻസ്) *n.* a pair of scales; equilibrium; surplus; ത്രാസ്; തുലാസ്; തൂക്കിനോക്കൽ; തുല്യത; മനസ്സിൻെറ സമനില; ബാക്കി; മിച്ചം; ഉച്ചരിഷ്ടം.

balcony (ബാ̄ൽകെണി) *n.* gallery of a theatre; തിയേറ്ററിലും മറ്റും പൊക്കത്തിൽ പടിപടിയായി നിർമ്മിച്ചിട്ടുള്ള ഇരിപ്പിടങ്ങൾ.

bald (ബോ̄ൾഡ്) *adj.* hairless; plain; കഷണ്ടിയായ; മൊട്ടത്തലയായ; മുഷിപ്പനായ; *adj.* **bald-headed**.

bale (ബെയ്ൽ) *n.* a bundle or package; കെട്ട്; ഭാണ്ഡം; (*ar. & poet.*) സന്താപം; വിപത്ത്; ക്ലേശം.

ball (ബോ̄ൾ) *n.* round body; solid or hollow sphere; പന്ത്; ഗോളം; ഉണ്ട; ഉരുണ്ട വസ്തു; നൃത്തവിരുന്ന്; *v.* ഉണ്ടയാക്കുക.

ballad (ബാ̄ലഡ്) *n.* narrative poem; ആഖ്യാനപരമായ നാടൻപാട്ട്; വീരഗാഥ.

ballet (ബാ̄ലെയ്) *n.* dancing and mime to music; ബാലേനൃത്തം; നൃത്യാഭിനയം.

ballistic (ബാ̄ലിസ്̄ററിക്) *adj.* of projectiles; ക്ഷേപണസംബന്ധിയായ.

balloon (ബെലൂൺ) *n.* airtight envelope inflated with hot air or other gas lighter than air; ബലൂൺ; ചൂടുള്ള വായുവും മറ്റും നിറച്ചതും ആകാശത്തിലേക്കുയരാൻ കഴിവുള്ളതുമായ ഗോളം.

ballot (ബാ̄ലെറ്റ്) *n.* paper by which one votes; വോട്ടു ചെയ്യുന്നതിനുള്ള ചീട്ട്; സമ്മതിദാനപത്രം.

balm (ബാം) *n.* aromatic ointment;

പരിമളലേപനൗഷധം; സുഗന്ധക്കുഴമ്പ്.

bamboo (ബാംബൂ) *n.* large Indian reed; മുള.

ban (ബാൻ) *n.* prohibition; edict in general; നിരോധനം; വിലക്ക്.

banal (ബ്നാൽ, ബെയ്നൽ) *adj.* common place; സാമാന്യമായ; ഒഴുക്കനായ.

banana (ബനാന) *n.* a tropical fruit plant; its fruit; ഏത്തവാഴ; ഏത്തക്കാ; നേന്ത്രക്കാ.

band (ബാൻഡ്) *n.* fillet; strap; an orchestra; കെട്ട്; ബന്ധം; നാട; തോൽപ്പട്ട; സംഘം; വാദ്യസംഘം; വാദ്യമേളം.

bandicoot (ബാൻഡികൂട്ട്) *n.* a large species of rat; പെരിച്ചാഴി; പന്നിയെലി.

bandit (ബാൻഡിറ്റ്) *n.* robber; outlaw; പിടിച്ചുപറിക്കുന്നവൻ; കൊള്ളക്കാരൻ.

band width (ബാൻഡ് വിഡ്ത്ത്) *n.* (computer) the quality of information that can be transmitted through a communication line ഒരു വാർത്താവിതരണതന്ത്രിയിലൂടെ പരമാവധി പ്രവഹിപ്പിക്കാവുന്ന വിവരങ്ങൾ.

bang (ബാങ്) *n.* heavy blow; ഉറക്കെയുള്ള അടി; സ്ഫോടനശബ്ദം; ആഘാതം.

bangle (ബാങ്ഗൾ) *n.* ring worn on arms or ankles; വള; കങ്കണം.

banian, banyan (ബാന്യൻ) *n.* Gujarati trader; under-garment; പേരാൽ; ഗുജറാത്തി വൈശ്യൻ; 'ബനിയൻ' എന്ന ഉള്ളുടുപ്പ്.

banish (ബാനിഷ്) *v.t.* condemn to exile; നാടുകടത്തുക; നിഷ്കാസനം ചെയ്യുക.

bank (ബാങ്ക്) *n.* margin of a river; a mound or heap of earth; ചിറ; തീരം; മണൽത്തിട്ട.

bank (ബാങ്ക്) *n.* an establishment for keeping, lending or exchanging money; പണം സൂക്ഷിക്കുകയും പലിശയ്ക്കു കൊടുക്കുകയും മറ്റും ചെയ്യുന്ന സ്ഥാപനം.

bankrupt (ബാങ്ക്രപ്റ്റ്) *n.* (*leg.*) insolvent; കോടതി നിർദ്ധനനായി പ്രഖ്യാപിച്ചവൻ; *n.* **bankruptcy**.

banner (ബാനർ) *n.* flag; കൊടി; കൊടിക്കൂറ; കൊടിയടയാളം.

banquet (ബാങ്ക്വിറ്റ്) *n.* feast; വിരുന്ന്; സദ്യ.

baptism (ബാപ്റ്റിസം) *n.* immersion in or sprinkling with water as a sacrament; ജ്ഞാനസ്നാനം; മാമോദീസാ.

bar (ബാർ) *n.* rod of wood or metal; hindrance; place in court where prisoner stands; അഴി; കമ്പി; കുറ്റക്കാരെ നിറുത്തുന്ന അഴിക്കൂട്; അഭിഭാഷകവൃന്ദം; വക്കീൽത്തൊഴിൽ.

barb (ബാർബ്) *n.* fish hook; ചൂണ്ടക്കൊളുത്ത്; **barbed wire** മുള്ളുകമ്പി.

barbarian (ബാർബെയെറിയൻ) *n.* uncivilised person; പ്രാകൃതൻ; കിരാതൻ.

barbecue (ബാർബിക്യൂ) *n.* metal frame for cooking meat over fire; തീയ്ക്ക് മുകളിൽ പിടിച്ച് ഇറച്ചി ചുട്ടെടുക്കുന്നതി നുപയോഗിക്കുന്ന ലോഹചട്ടക്കൂട്.

barber (ബാർബർ) *n.* one who shaves or cuts hairs for others; ക്ഷുരകൻ.

bard (ബാർഡ്) *n.* poet and singer; ഗായകകവി; കവി.

bare (ബെയർ) *adj.* naked; uncovered; നഗ്നമായ; അനാവൃതമായ; വസ്ത്രമില്ലാത്ത.

bargain (ബാർഗിൻ) *n.* contract or agreement; a favourable purchase; വില്പനക്കരാർ; ആദായമുള്ള കച്ചവടം; അനുകൂലമായ ഏർപ്പാട്.

barge (ബാർജ്) *n.* flat bottomed large boat; പത്തേമാരി; കേളീനൗക.

bark (ബാർക്) *n.* outer rind of a tree; തോൽ; മരത്തൊലി; വല്ക്കലം; a small ship; കപ്പൽ; നൗക; പട്ടിയും കുറുക്കനും അണ്ണാനും പുറപ്പെടുവിക്കുന്ന ശബ്ദം; കുര; ശകാരം.

barley (ബാർലി) *n.* a hardy grain; യവം; ബാർലി; വാൽഗോതമ്പ്.

barn (ബാൺ) *n.* granary; store house; കളപ്പുര; പത്തായപ്പുര; ധാന്യാഗാരം.

barometer (ബ്‌ബെറൊമിറ്റർ) *n.* an instrument to measure the atmospheric pressure; വായുമർദ്ദമാപിനി.

baron (ബാ്രൺ) *n.* a peer of the lowest rank; ഇടപ്രഭു; മാടമ്പി.

barrack (ബാ്രക്) *n.* a building for soldiers; പടപ്പാളയം; പട്ടാളത്താവളം.

barrage (ബാ്രാഷ്, ബ്‌ബെരാഷ്) *n.* an artificial bar across the river; ആറ്റിന്റെ കുറുകെയുള്ള കൃത്രിമ മണൽത്തിട്ട; അണക്കെട്ട്.

barrel (ബാ്രൽ) *n.* a large container with flat ends; കുഴൽ; തോക്കിൻ കുഴൽ; വീപ്പ.

barren (ബാ്രൻ) *adj.* unproductive sterile; പ്രസവിക്കാത്ത; തരിശായ; *n.* **barrenness** വന്ധ്യത്വം.

barricade (ബാ്രികെയ്ഡ്) *n.* an improvised fortification against an enemy; താത്കാലികമായി നിർമ്മിച്ച തടസ്സം.

barrier (ബാ്രിയർ) *n.* a fence; obstruction; ശത്രുനിരോധം; വേലി; തടസ്സം.

barrister (ബാ്രിസ്റ്റർ) *n.* an advocate in the higher law courts; അഭിഭാഷകൻ.

barrow (ബാ്രൗ) *n.* small wheeled hand carriage;കൈവണ്ടി.

barter (ബാർട്ടർ) *n.* trade by exchanging things; ചരക്കിനു ചരക്കു കൊടുത്തുള്ള വ്യാപാരം.

basal (ബെയ്സൽ) *adj.* fundamental; അടിസ്ഥാനമായ.

base (ബെയ്സ്) *n.* foundation; starting point, bottom; അടിത്തറ; അടിസ്ഥാനം; പ്രധാന ഘടകം; അസ്തിവാരം.

base (ബെയ്സ്) *adj.* morally low; mean; ഹീനമായ; നികൃഷ്ടമായ; വിലകെട്ട; അധമമായ.

bashful (ബാ്ഷ്ഫുൾ) *adj.* shy; shame faced; ലജ്ജാശീലമുള്ള; നാണിക്കുന്ന; സഭാകമ്പമുള്ള.

basic (ബെയ്സിക്) *adj.* fundamental; മൗലികമായ; അടിസ്ഥാനപരമായ.

BASIC (ബെയ്സിക്) (computer) abbr. for 'Begi-nner's All-purpose Symbolic Instruction Code,; a high level language used in computer programming; കംപ്യൂട്ടർ പ്രോഗ്രാമിങ്ങിന് ഉപയോഗിക്കുന്ന ഒരു ഭാഷ.

basilica (ബ്‌ബെസിലിക്ക) *n.* church built after Roman basilicas; പ്രാചീന റോമാക്കാരുടെ പൊതുമന്ദിരങ്ങളുടെ രീതിയിൽ പണിയിച്ച ക്രിസ്തീയ ദേവാലയം.

basin (ബെയ്സൻ) *n.* wide, open, shallow circular vessel or dish;

താലം; പരന്ന പാത്രം; നൗകാശയം; നദീതടപ്രദേശം.

basis (ബെയ്സിസ്) *n.* (*pl.* **bases** ബെയ്സീസ്) foundation; അടിസ്ഥാനം; ആധാരം; ആസ്പദം.

bask (ബാസ്ക്) *v.i.* to lie in warmth and sunshine; വെയിൽ കായുക; തീ കായുക.

basket (ബാസ്ക്കിറ്റ്) *n.* a vessel made of plaited twigs; കൂട; കൊട്ട; വട്ടി.

bass (ബെയ്സ്) *n.* (*mus.*) male voice of lowest range; സംഗീതത്തിലെ ഏററവും താണ പുരുഷസ്വരം.

bastard (ബാസ്റ്റേർഡ്) *n.* illegitimate child; ജാരസന്തതി.

bastion (ബാസ്റ്റ്യൻ) *n.* projecting part of fortification; കൊത്തളം.

bat (ബാറ്റ്) *n.* heavy stick; flat club; a flying mouse like animal; ഗദ; യഷ്ടി; പന്തടിക്കോൽ; വവ്വാൽ; കടവാതിൽ.

batch (ബാച്ച്) *n.* any quantify or number; a set; സംഘം; കൂട്ടം; സമുച്ചയം; ഗണം.

bath (ബാത്) *n.* room to bathe in; act of bathing; water for the same; സ്നാനം; കുളിസ്ഥലം; കുളിപ്പുര.

batik (ബ്ബെറ്റീക്) *n.* a way of printing designs on cloth; വസ്ത്രത്തിൽ ചായംകൊണ്ട് ചിത്രപ്പണികൾ പിടിപ്പിക്കുന്ന ഒരു രീതി.

baton, batoon (ബാറ്റൻ, ബാറ്റൂൻ) *n.* constable's truncheon; (പോലീസുകാരൻെറ) ലാത്തി.

battalion (ബ്ബെറ്റാലിയൻ) *n.* (*mil.*) men drawn up in battle array; (അണിനിരന്നുനില്ക്കുന്ന) സേനാവിഭാഗം.

batten (ബാറ്റ്ൻ) *v.t.* fatten; make plump; കൊഴുപ്പിക്കുക.

battery (ബാറ്ററി) *n.* artillery units of guns and vehicles; a connected group of electrical cells; പ്രഹരങ്ങളേല്പിക്കൽ; പീരങ്കിപ്പട; വൈദ്യുതിനിർമ്മാണപേടകം; വൈദ്യുത സെല്ലുകളുടെ പരമ്പര.

battle (ബാറ്റൽ) *n.* fight between armies; യുദ്ധം; കലഹം; മത്സരം; പോരാട്ടം; *v.i.* യുദ്ധം ചെയ്യുക.

bawdy (ബോഡി) *adj.* humorously indecent; (ഹാസ്യാത്മകമായി) തെറിയായ.

bay (ബെയ്) *n.* a wide inlet of the sea; the laurel tree; reddish brown colour; ഉൾക്കടൽ; ഒരു വക മരം; പിംഗളവർണ്ണം; മലയിടുക്ക്.

bayonet (ബെയണിറ്റ്) *n.* a stabbing weapon fixed to a gun; 'തോക്കിന്മേൽ കുന്തം'.

bazaar, bazar (ബ്ബസാർ) *n.* a series of connected shops; അങ്ങാടി.

B.C. abbr. of Before Christ; ക്രിസ്തുവിനുമുമ്പ്.

be (ബി) *v.i.* live; exist; remain; ജീവനോടിരിക്കുക; നിലകൊള്ളുക.

beach (ബീച്) *n.* the shore of the sea; കടൽക്കര; സമുദ്രതീരം.

beacon (ബീക്ൺ) *n.* signal light; light house; അപകടമറിയിക്കുന്ന ദീപം.

bead (ബീഡ്) *n.* little perforated ball; ജപമാലക്കുരു; രുദ്രാക്ഷം.

beak (ബീക്) *n.* bird's bill; പക്ഷിക്കൊക്ക്; ചുണ്ട്.

beaker (ബീക്കർ) *n.* large drinking bowl; വലിയ പാനപാത്രം; ചഷകം.

beam (ബീം) *n.* long straight piece of wood; ray of light; ഒറ്റത്തടി; ഉത്തരം; രശ്മി; കിരണം.

bean (ബീൻ) *n.* leguminous plants and

bear | before 31

their seeds; അമര, പയറ്, മുതിര മുതലായവ.

bear (ബെയര്‍) *v.* carry; suffer; bring forth; produce; endure; താങ്ങുക; വഹിക്കുക; ചുമക്കുക; പ്രസവിക്കുക; കായ്ക്കുക; അനുഭവിക്കുക; സഹിക്കുക.

bear (ബെയര്‍) *n.* a carnivorous quadruped; കരടി; മുരട്ടുസ്വഭാവക്കാരനായ മനുഷ്യന്‍.

beard (ബിയ്യര്‍ഡ്) *n.* the hair on the chin; താടി; താടിയും മീശയും.

beast (ബീസ്റ്റ്) *n.* a four-footed wild animal; മൃഗം; ജന്തു; മൃഗപ്രായനായ ആള്‍.

beat (ബീറ്റ്) *v.* strike repeatedly; surpass; defeat; അടിക്കുക; അടിച്ചു വീഴ്ത്തുക; തകര്‍ക്കുക; ജയിക്കുക; വെല്ലുക; സ്പന്ദിക്കുക; തുടിക്കുക; റോന്തുചുറ്റുക.

beatify (ബിയാറ്റിഫൈ) *v.t.* make happy; bless with celestial enjoyment; പരമാനന്ദം നല്കുക; മുക്തിയരുളുക.

beau (ബൗ) *n.* fop; dandy; lover; അഴകിയ രാവണന്‍.

beautiful (ബ്യൂട്ടിഫുള്‍) *adj.* delighting the eye or ear; charming; അഴകുള്ള; രമണീയമായ; സൗന്ദര്യമുള്ള.

beauty (ബ്യൂട്ടി) *n.* a pleasing combination of qualities in a person or object; grace; loveliness; അഴക്; ചന്തം; സൗന്ദര്യം.

beaver (ബീവര്‍) *n.* an amphibious rodent quadruped; ഒരുവക നീര്‍ നായ്.

because (ബിക്കോസ്) *adv. & conj.* for the reason that; on account of; അതുകൊണ്ട്; ആകയാല്‍; എന്തുകൊണ്ടെന്നാല്‍.

beck (ബെക്) *n.* a small stream; sign with finger or head; മലയരുവി; ആംഗ്യം.

beckon (ബെക്ക്ണ്‍) *v.* make a sign to; nod; ആംഗ്യംകാട്ടി വിളിക്കുക.

become (ബികം) *v. & t.* come to be; change; develop into; സംഭവിക്കുക; ഉണ്ടാവുക; ആകുക; ആയിത്തീരുക.

bed (ബെഡ്) *n.* couch; berth; bottom of a river; layer; കിടക്ക; ശയ്യ; തടം; തട്ട്.

bedlam (ബെഡ്ലം) *n.* lunatic asylum; place of uproar; ഭ്രാന്താലയം; ബഹളസ്ഥലം.

bee (ബീ) *n.* four winged insect that makes honey; തേനീച്ച.

beech (ബീച്ച്) *n.* a kind of tree; ഒരുതരം വൃക്ഷം.

beef (ബീഫ്) *n.* flesh of a bull or a cow; ഗോമാംസം.

beer (ബിയര്‍) *n.* liquor made from malt; ബീയര്‍; യവമദ്യം.

beet (ബീറ്റ്) *n.* kind of fleshy root used for making sugar; പഞ്ചസാര ഉണ്ടാക്കുവാന്‍ ഉപയോഗിക്കുന്ന ഒരു തരം കിഴങ്ങ്.

beetle (ബീറ്റ്ല്‍) *n.* a coleopetrous insect; wooden mallet; വണ്ട്; വലിയ കരിവണ്ട്; കൊട്ടുവടി.

befall (ബിഫോള്‍) *v.* happen; പിണയുക; ഉണ്ടാകുക; സംഭവിക്കുക.

befit (ബിഫിറ്റ്) *v.t.* to be suitable to; യോജിച്ചതാക്കുക; ചേര്‍ക്കുക.

befool (ബിഫൂള്‍) *v.* make a fool of; വിഡ്ഢിയാക്കുക.

before (ബിഫോര്‍) (*prep.*) in front of; previous to; മുമ്പില്‍; മുമ്പെ; മുമ്പ്; ഇതിനകം; ഇതുവരെ; മുന്‍നിലയില്‍; സമക്ഷത്തില്‍.

beg (ബെഗ്) *v.i. & v.t.* beseech; ask for alms; യാചിക്കുക; ഇരക്കുക; അഭ്യർത്ഥിക്കുക.

beget (ബിഗെറ്റ്) *v.t.* (*p.t.* **begot**) (*ar.*) begat;produce; പ്രസവിക്കുക; ഉല്പാദിപ്പിക്കുക.

beggar (ബെഗ്ഗർ) *n.* one who lives by begging; തെണ്ടി; യാചകൻ; ഭിക്ഷക്കാരൻ.

begin (ബിഗിൻ) *v.i.* commence; start; ആരംഭിക്കുക; തുടങ്ങുക; *n.* **beginning.**

beguile (ബിഗൈൽ) *v.t.* cheat; deceive; ചതിക്കുക; നേരംപോക്കുക.

behalf (ബിഹാഫ്) *n.* interest; profit; support; താൽപര്യം; പിന്തുണ; ഉപകാരം; (on, in ഇവയോടു ചേർത്ത്) വേണ്ടി.

behave (ബിഹെയ്‌വ്) (*v.i. & refl.*) conduct oneself; to function; അനുഷ്ഠിക്കുക; പെരുമാറുക; ചെയ്യുക.

behaviour (ബിഹെയ്‌വിയർ) *n.* way of conducting oneself; deportment; പെരുമാറ്റം; ശീലം.

behead (ബിഹെഡ്) *v.t.* cut off the head of; ശിരച്ഛേദം ചെയ്യുക.

behest (ബിഹെസ്റ്റ്) *n.* command; ആജ്ഞ; ആദേശം; നിർദ്ദേശം.

behind (ബിഹൈൻഡ്) (*prep. & adv.*) in or to the rear; remaining after; inferior to; പിന്നാലെ; പിമ്പേ; പിൻപോട്ടു; പിൻവശത്ത്; പിന്നണിയിൽ.

behold (ബിഹൗൾഡ്) *v.t.* to watch; see; കാണുക; നോക്കിക്കാണുക; ശ്രദ്ധിക്കുക.

being (ബീയിങ്) *n.* existence; essence; anything existing; ഉണ്ടായിരിക്കൽ; ഉൺമ; അസ്തിത്വം; സത്ത.

belated (ബിലെയ്റ്റിഡ്) *adj.* overtaken by night; late; വളരെ താമസിച്ചെത്തിയ; വൈകിയ.

belch (ബെൽച്ച്) *v.* send out wind by the mouth noisily; ഏമ്പക്കം വിടുക; തികട്ടുക.

belief (ബിലീഫ്) *n.* trust or confidence; faith; വിശ്വാസം; വിശ്വാസപ്രമാണം.

believe (ബിലീവ്) *v.* regard as true; have faith; വിശ്വസിക്കുക; ധരിക്കുക.

belittle (ബിലിറ്റ്ൽ) *v.t.* make smaller; speak disparagingly; താഴ്ത്തിക്കെട്ടുക; ഇടിച്ചുകാണിക്കുക.

bell (ബെൽ) *n.* metallic vessel which sounds when struck; മണി; ഘടികാരം; (*pl.*) മണിയടിശബ്ദം.

belle (ബെൽ) *n.* handsome woman; സുന്ദരി; രൂപവതി.

belligerent (ബെലിജറൻറ്) *adj.* waging war; യുദ്ധത്തിലേർപ്പെട്ടിരിക്കുന്ന.

bellows (ബെലൗസ്) *n. pl.* (sometimes treated as sing.) blow pipe; തീത്തുരുത്തി; ഉല.

belly (ബെല്ലി) *n.* abdomen; stomach; ഉദരം; വയറ്; കുക്ഷി; തള്ളിനില്ക്കുന്ന ഭാഗം.

belong (ബിലൊങ്) *v.i.* be the property of; be connected with; സ്വന്തമായിരിക്കുക; ഉടമയാകുക.

beloved (ബിലവഡ്) *adj.* much loved; dear to the heart; അരുമയായ; ഓമനയായ.

below (ബിലൗ) *prep.* beneath in place, rank, or quality; കീഴെ; താഴെ; അയോഗ്യം; അനനുരൂപം.

belt (ബെൽറ്റ്) *n.* a band; girdle; അരപ്പട്ട; തോൽവാറ്; ഭൂഭാഗം.

bemoan | bestride 33

bemoan (ബിമൗൺ) *v.* lament; bewail; വിലപിക്കുക; പരിദേവനം ചെയ്യുക.

bench (ബെൻച്) *n.* a long seat; a seat or body of judges; ബഞ്ച്; ന്യായാസനം; ന്യായാസനസ്ഥിതർ; കോടതി.

bend (ബെൻഡ്) *v.* (*p.t. & p. part.* **bent**) to curve or bow; വളയ്ക്കുക; വക്രീകരിക്കുക; തിരിക്കുക; ചരിക്കുക.

beneath (ബിനീത്) *prep. & adv.* under; lower than; താഴെ; കീഴെ; അടിയിൽ; പിന്നിൽ.

benediction (ബെനിഡിക്ഷൻ) *n.* an invocation of the divine blessing; ആശീർവാദം (നൽകൽ); അനുഗ്രഹം.

benefaction (ബെനിഫാക്ഷൻ) *n.* act of doing good; സൽപ്രവൃത്തി; സഹായം; ദാനം; *n.* **benefactor.**

beneficial (ബെനിഫിഷൽ) *adj.* advantageous; അനുകൂലമായ; ഗുണപ്രദമായ; *n.* **beneficiary.**

benefit (ബെനിഫിറ്റ്) *n.* advantage; profit; ആനുകൂല്യം; ലാഭം; പ്രയോജനം; വേതനം; ബത്ത; ആദായം.

benevolence (ബിനെവലൻസ്) *n.* act of kindness; generosity; ഔദാര്യം; പരോപകാരതത്പരത; മനുഷ്യസ്നേഹം; *adj.* **benevolent.**

benign (ബിനൈൻ) *adj.* of kind disposition; ദയയുള്ള; ഹിതകരമായ; *adj.* **benignant.**

bent (ബെൻറ്) *p.t. & p.p.* of **bend**; *n.* inclination; turn of mind; ചായ്വ്; അഭിരുചി; പ്രവണത.

benumb (ബിനം) *v.t.* make insensible; മരവിപ്പിക്കുക.

berate (ബിറെയ്റ്റ്) *v.t.* scold; ശകാരിക്കുക.

bereave (ബിറീവ്) *v.t.* rob; dispossess; അപഹരിക്കുക; ഇല്ലാതാക്കുക; നഷ്ടപ്പെടുത്തുക; *adj.* **bereaved;** *p.p.* **bereft.**

berry (ബെറി) *n.* small juicy fruit; കുരുവില്ലാപ്പഴം.

beseech (ബിസീച്) *v.t.* beg; entreat; യാചിക്കുക; അപേക്ഷിക്കുക; കെഞ്ചുക.

beset (ബിസെറ്റ്) *v.t.* trouble; surround; press hard upon; ചുറ്റിവളയുക; ഞെരുക്കുക; അസഹ്യപ്പെടുത്തുക.

beside (ബിസൈഡ്) *prep. & adv.* by the side of; near; അരികിൽ; പാർശ്വത്തിൽ; സമാന്തരമായി.

besides (ബിസൈഡ്സ്) *prep. & adv.* in addition to; moreover; പുറമേ; കൂടാതെ; കൂടുതലായി; വ്യതിരിക്തമായി.

besiege (ബിസീജ്) *v.t.* lay siege to; വളയുക; ഉപരോധിക്കുക.

besot (ബിസൊട്ട്) *v.t.* stupefy mentally or morally; ലഹരിപിടിപ്പിക്കുക; മയക്കുക; മോഹിപ്പിക്കുക.

best (ബെസ്റ്റ്) *adj.* (*superl.* of 'good') perfect; first; matchless; ഏറ്റവും നല്ലതായ; ഉത്തമമായ; എതിരറ്റ; സർവ്വശ്രേഷ്ഠമായ.

bestial (ബെസ്റ്റിയെൽ) *adj.* like a beast; മൃഗീയമായ; മൃഗതുല്യമായ.

bestow (ബിസ്റ്റൗ) *v.t.* deposit; lodge; confer; (സംഭരിച്ചു, ശേഖരിച്ചു, അടുക്കി, ചേർത്ത്, ഇട്ടു) വയ്ക്കുക; പുരസ്കാരം നല്കുക.

bestride (ബിസ്ട്രൈഡ്) *v.* sit with one leg on each side (of a horse, etc.); ഓരോ കാല് ഓരോ വശത്തിട്ട് ഇരിക്കുക.

bet (ബെറ്റ്) *v.t.* & *v.i.* stake in wagering; പന്തയം വയ്ക്കുക; വാതുപറയുക; *n.* പന്തയം; വാത്; പന്തയംവച്ച പണം.

betel (ബീറ്റ്ൽ) *n.* leaf of piper betel; വെറ്റില; വെറ്റക്കൊടി.

betel nut (ബീറ്റ്ൽ നട്ട്) *n.* areca nut; പാക്ക്.

betoken (ബിറ്റൗക്ക്ൻ) *v.t.* indicate; സൂചിപ്പിക്കുക; മുന്നറിയിക്കുക.

betray (ബിറ്റ്റെയ്) *v.t.* give up treacherously to enemy; വഞ്ചിക്കുക; ഒറ്റിക്കൊടുക്കുക.

betroth (ബിറ്റ്റൗദ്) *v.t.* bind with promise to marry; വിവാഹവാഗ്ദാനം ചെയ്യുക; *n.* **betrothal.**

better (ബെറ്റർ) *adj.* (*comp.* of good) good in a greater degree; superior; കൂടുതൽ നല്ലതായ; പൂർവ്വാധികം മെച്ചപ്പെട്ടതായ; *n.* **betterment.**

between (ബിറ്റ്വീൻ) *prep.* in the middle of; ഇടയിൽ; നടുവിൽ; മദ്ധ്യേ; അന്യോന്യം; പരസ്പരം.

beverage (ബെവറിജ്) *n.* drink; liquor; പാനീയം; മദ്യം.

bewail (ബിവെയ്ൽ) *v.t.* lament; ഉറക്കെ കരയുക; വിലപിക്കുക; *n.* **bewailment.**

beware (ബിവെയ്ർ) *v.i.* be on one's guard; കരുതിയിരിക്കുക.

bewilder (ബിവിൽഡർ) *v.t.* perplex; സംഭ്രമിപ്പിക്കുക; കുഴക്കുക; അന്ധാളിപ്പിക്കുക; *n.* **bewilderment.**

bewitch (ബിവിച്) *v.t.* affect by witchcraft; enchant; ആഭിചാരത്താൽ സ്വാധീനിക്കുക; വശീകരിക്കുക; മയക്കുക.

beyond (ബിയൊൺഡ്) *prep.* & *adv.* farther; away; വിദൂരത്തിൽ; അതിദൂരത്തായി; മറുവശത്ത്; അപ്പുറത്ത്; പിന്നീട്; കഴിഞ്ഞ്.

biannual (ബൈ ആന്വൽ) *adj.* appearing twice a year; ആണ്ടിൽ രണ്ടു പ്രാവശ്യമുള്ള.

bias (ബയ്യസ്) *n.* a slant; leaning; ചരിവ്; മുൻവിധി; പ്രവണത; പക്ഷപാതം.

Bible (ബൈബിൾ) *n.* sacred writings of the Christian church; ബൈബിൾ; ക്രിസ്തീയ വേദപുസ്തകം; *adj.* **biblical.**

bibliography (ബിബ്ലിയൗഗ്രഫി) *n.* description of books; പുസ്തകവിവരണം; ഗ്രന്ഥസൂചി.

bicentenary (ബൈസൻറിനറി) *n.* two hundredth anniversary; ഇരുനൂറാം വാർഷികോത്സവം.

bicker (ബിക്കർ) *v.t.* quarrel; quiver; കലഹിക്കുക; നിസ്സാരസംഗതിക്കുവേണ്ടി വഴക്കിടുക.

bicycle (ബൈസിക്ക്ൾ) *n.* vehicle of two wheels; സൈക്കിൾ.

bid (ബിഡ്) *v.t.* command; offer; ആവശ്യപ്പെടുക; അപേക്ഷിക്കുക; ലേലത്തിൽ വിളികേൾക്കുക *n.* ലേലം വിളിക്കുന്നവൻ.

bide (ബൈഡ്) *v.* (*ar.*) remain; സ്ഥിതിചെയ്യുക.

biennial (ബൈയെനിയൽ) *adj.* happening every two years; രണ്ടു വർഷം നീണ്ടുനില്ക്കുന്ന.

bier (ബിയർ) *n.* frame of wood for bearing the dead to the grave; ശവമഞ്ചം.

bifurcate (ബൈഫെർകെയ്റ്റ്) *v.* divide into two (branches); രണ്ടു ഭാഗങ്ങളായി വേർതിരിക്കുക; *n.* **bifurcation.**

big (ബിഗ്) *adj.* large; great; വലിയ;

bigamy | biscuit 35

വലിപ്പമുള്ള; വമ്പിച്ച; പെരുത്ത; വിപുലമായ; ഭീമാകൃതിയായ; മഹത്തായ; ബൃഹത്തായ.

bigamy (ബിഗമി) *n.* state of having two wives or husbands at the same time; ദ്വിഭാര്യാത്വം; ദ്വിഭർത്തൃത്വം.

bight (ബൈറ്റ്) *n.* a bay; കടലിടുക്ക്.

bigot (ബിഗ്ഗട്ട്) *n.* fanatic; മതഭ്രാന്തൻ; അന്യാഭിപ്രായവിരോധി.

bikini (ബികീനി) *n.* two piece beach garment worn by women; (സ്ത്രീകളുടെ) അത്യല്പസ്നാനവസ്ത്രം.

bilateral (ബൈലാറ്ററൽ) *adj.* two sided; രണ്ടു വശങ്ങളുള്ള.

bile (ബൈൽ) *n.* the fluid secreted by the liver; bitter temper; പിത്തനീര്; പിത്തരസം.

bilingual (ബൈലിങ്ഗ്വൽ) *adj.* in or of two languages; രണ്ടു ഭാഷകളിലുള്ള.

bill (ബിൽ) *n.* a bird's beak; പക്ഷിയുടെ കൊക്ക്; അരിവാൾപോലുള്ള ഒരായുധം; വെട്ടുകത്തി; draft of an act; a commercial document; notice; കണക്ക്; കണക്കുവിവരച്ചീട്ട്; സേവനപ്രതിഫലച്ചീട്ട്; കരടുനിയമം.

billiards (ബില്യേഡ്സ്) *n.* a game played on a table; ഒരു മേശപ്പന്തുകളി.

billion (ബില്യൻ) *n.* a million millions; in U.S. thousand millions; (ഇംഗ്ലണ്ടിൽ) ലക്ഷം കോടി; (അമേരിക്കയിൽ) നൂറ് കോടി; *n.* **billionaire.**

bimonthly (ബൈമന്ത്ലി) *adj.* every two months; twice a month; രണ്ടുമാസത്തിലൊരിക്കലുള്ള; മാസത്തിൽ രണ്ടു പ്രാവശ്യമുള്ള.

bin (ബിൻ) *n.* receptacle for corn; പത്തായം; ചവറ്റുതൊട്ടി.

binary (ബൈനറി) *adj.* two fold; ഇരട്ടയായ; ദ്വിവിധ; ദ്വിഗുണ; ദ്വൈധ.

bind (ബൈൻഡ്) *v.t.* tie with a cord; engage by moral or legal tie; കെട്ടുക; ബന്ധിക്കുക; വിലങ്ങുവയ്ക്കുക; കടമപ്പെടുത്തുക; *adj.* **binding.**

binoculars (ബൈനൊക്യുലെഴ്സ്) *n.* telescope made for two eyes; ഇരട്ടക്കുഴൽ ദൂരദർശിനി.

bio (ബയൗ) (*prefx.*) life; സജീവത്വത്തെക്കുറിച്ചുള്ള ഉപപദം, പദങ്ങൾക്കു മുമ്പിൽ പ്രയോഗം.

biography (ബയൊഗ്രഫി) *n.* written life of a person; ജീവചരിത്രം.

biology (ബയൊളജി) *n.* science of life; ജീവശാസ്ത്രം; ജന്തുവിജ്ഞാനീയം.

biometrics (ബയൊമെറ്ററിക്സ്) *n.* statistical study of biology.

biopsy (ബയൊപ്സി) *n.* examination of tissue cut from the living body; ജീവശരീരത്തിൽനിന്ന് കലകളോ ദ്രവമോ എടുത്തുകൊണ്ടുള്ള രോഗനിദാനപരീക്ഷ.

biotic (ബയൊട്ടിക്) *adj.* pert. to life; ജീവനെയോ ജീവികളെയോ സംബന്ധിച്ച.

biped (ബൈപെഡ്) *n.* a two footed animal; രണ്ടുകാലുള്ള ജീവി.

bird (ബേർഡ്) *n.* a feathered animal; പക്ഷി; പറവ.

birth (ബേർത്ത്) *n.* process of being born; origin; beginning; dignity of family; ജനനം; അവതാരം; പ്രസവം; ഉത്ഭവം; തുടക്കം; ആരംഭം; കുലീനത്വം; കുലം; വംശം; കുടുംബമഹിമ.

biscuit (ബിസ്കിറ്റ്) *n.* flat, thin circular or rectangular piece; കനം

കുറഞ്ഞ് പരന്ന, വൃത്താകൃതിയിലോ ചതുരാകൃതിയിലോ ഉള്ള ഒരു കഷണം; ബിസ്ക്കറ്റ്.

bisect (ബൈസെക്റ്റ്) *v.t.* cut into two parts; രണ്ടായി മുറിക്കുക; രണ്ടാക്കുക.

bisexual (ബൈസെക്ഷ്വൽ) *adj.* sexually attracted to both men and women; സ്ത്രീകളോടും പുരുഷന്മാരോടും ലൈംഗികാകർഷണം തോന്നുന്ന.

bishop (ബിഷപ്പ്) *n.* a clergyman in charge of a diocese; ബിഷപ്പ്; മെത്രാൻ; ചതുരംഗത്തിലെ ഒരു കരു.

bison (ബൈസൻ) *n.* (*pl.* **bison**) large wild ox; മലമ്പോത്ത്; കാട്ടുപോത്ത്.

bit (ബിറ്റ്) *n.* (computer) one of the two digits, 0 or 1 used in the binary (digital) recording ബൈനാരി അഥവാ ഡിജിറ്റൽ ആലേഖനത്തിനായി ഉപയോഗിക്കുന്ന രണ്ടക്കങ്ങളിൽ ഒരെണ്ണം ('0' അല്ലെങ്കിൽ '1'); *n.* a fragment; ഖണ്ഡം; ചെറുകഷണം.

bitch (ബിച്) *n.* female dog; പെൺനായ്; കൊടിച്ചി.

bite (ബൈറ്റ്) *v.t.* crush with teeth; കടിക്കുക; ചവയ്ക്കുക; വേദനപ്പെടുത്തുക.

bitter (ബിറ്റർ) *adj.* pungent to taste; sharp; cruel; കയ്പുരസമുള്ള; ചവർപ്പുള്ള; തീവ്രമായ.

bizarre (ബിസാർ) *adj.* fantastic; grotesque; വിചിത്രമായ; ഭ്രമാത്മകമായ.

blab (ബ്ലാബ്) *v.i.* reveal secrets; talk indiscreetly; രഹസ്യം വെളിപ്പെടുത്തുക; വളരെ സംസാരിക്കുക; *n.* **blabber**.

black (ബ്ലാക്ക്) *adj.* of the darkest colour; gloomy; evil; wicked; കറുത്ത; ഇരുണ്ട; കരിപുരണ്ട; കറുത്തവർഗ്ഗക്കാരൻ; **blackmail** അപകീർത്തിപ്പെടുത്തുമെന്ന് ഭീഷണിപ്പെടുത്തി പണം പിടുങ്ങുക; **black market** കരിഞ്ചന്ത; **black money** കള്ളപ്പണം; **black sheep** ചതിയൻ; **blacksmith** കൊല്ലൻ; **black leg** കരിങ്കാലി.

bladder (ബ്ലാഡർ) *n.* membraneous bag to contain liquid; ജലമോ വായുവോ നിറഞ്ഞ സഞ്ചി; മൂത്രാശയം.

blade (ബ്ലെയ്ഡ്) *n.* cutting part of knife etc.; കത്തി; വായ്ത്തല.

blah-blah (ബ്ലാ-ബ്ല) *n.* high sounding nonsense; അസംബന്ധം; ചപ്പടാച്ചി.

blame (ബ്ലെയ്ം) *v.t.* find fault with; കുറ്റപ്പെടുത്തുക; അധിക്ഷേപിക്കുക.

blanch (ബ്ലാൻഷ്) *v.* whiten; bleach; വെൺമയാക്കുക; തോലുരിക്കുക.

blank (ബ്ലാങ്ക്) *adj.* white; unwritten; vacant; വെളുത്ത; വിവർണ്ണമായ; ശൂന്യമായ; ഒന്നും എഴുതാത്ത.

blanket (ബ്ലാങ്കിറ്റ്) *n.* woollen covering for beds; കമ്പിളി; കരിമ്പടം; പുതപ്പ്.

blaspheme (ബ്ലാസ്ഫീം) *v.t.* & *v.i.* speak impiously of God; ദൈവദൂഷണം ചെയ്യുക; നിന്ദിക്കുക.

blast (ബ്ലാസ്റ്റ്) *n.* gust of wind; an explosion; വൻകാറ്റ്; വായുവേഗം; കാഹള ശബ്ദം; പാറപൊട്ടൽ; ഗംഭീരനാദം.

blatant (ബ്ലെയ്റ്റൻറ്) *adj.* noisy; ശബ്ദബഹുലമായ; ഒച്ചപ്പാടു നിറഞ്ഞ.

blaze (ബ്ലെയ്സ്) *n.* flame; അഗ്നിജ്വാല; ആളിക്കത്തൽ.

blazer (ബ്ലെയ്ഴ്സ്ർ) *n.* jacket of a club or team; കുപ്പായം.

bleach (ബ്ലീച്) *v.t.* whiten; വെളു പ്പിക്കുക; *v.i.* വെളുക്കുക; വിള റുക.

bleak (ബ്ലീക്ക്) *adj.* cold and cheerless; നിരുത്സാഹമായ; വിരസമായ.

bleat (ബ്ലീറ്റ്) *v.i.* cry as a sheep; ആടിൻെറ കരച്ചിൽ.

bleed (ബ്ലീഡ്) *v.* emit blood; ചോര ഒലിക്കുക; രക്തം ചൊരിയുക.

blemish (ബ്ലെമിഷ്) *n.* defect; stain; മാലിന്യം; ദോഷം; കളങ്കം; അപൂർ ണ്ണത.

blend (ബ്ലെൻഡ്) *v.t.* mix together; കൂട്ടിക്കലർത്തുക; മിശ്രമാക്കുക.

bless (ബ്ലെസ്) *v.t.* invoke divine favour on; അനുഗ്രഹിക്കുക; ആ ശീർവദിക്കുക.

blessing (ബ്ലെസിങ്) *n.* wish or praóyer for happiness; അനുഗ്രഹം; ആശിസ്സ്.

blight (ബ്ലൈറ്റ്) *n.* a disease in plants; something destroys; ചാഴി; ഉണക്കം; വാട്ടം; നാശം; നാശഹേതു.

blind (ബ്ലൈൻഡ്) *adj.* unable to see; heedless; unreasonable; കണ്ണു കാണാത്ത; അന്ധമായ; അജ്ഞ നായ; വിവേകമില്ലാത്ത; ജനാല യ്ക്കുള്ള മറ; തിരശ്ശീല **blind fold** *v.* cover the eyes with bandage, etc.; കണ്ണുകൾ മൂടിക്കെട്ടുക.

blink (ബ്ലിങ്ക്) *v.* twinkle; wink; കണ്ണു ചിമ്മുക; കൺമിഴിച്ചു നോക്കു ക; കണ്ണിറുക്കി നോക്കുക.

blinkers (ബ്ലിങ്കേഴ്സ്) *n.pl.* horse's blinder; കുതിരക്കണ്ണട.

bliss (ബ്ലിസ്) *n.* highest degree of happiness; പരമാനന്ദം; സ്വർഗ്ഗീയാനു ഭൂതി; അത്യന്തസുഖം.

blister (ബ്ലിസ്റ്റെർ) *n.* bubble on the skin; തീപ്പൊള്ളൽ; പൊള്ളൽ മൂല മുണ്ടാകുന്ന കുമിള; പരു.

blithering (ബ്ലിദറിങ്) *adj.* talking nonsense; പുലമ്പുന്ന.

bloat (ബ്ലൗട്ട്) *v.* cause to swell; inflate; വീർപ്പിക്കുക; വീർക്കുക.

block (ബ്ലൊക്) *n.* solid piece of wood; stump; obstacle; group of houses; തടിക്കട്ട; ശിലാഖണ്ഡം; കുറ്റി; തടസ്സം; തടസ്സപ്പെടുത്തുക; *n.* **blockade.**

blockhead (ബ്ലൊക്ഹെഡ്) *n.* stupid fellow; മടയൻ; മരമണ്ടൻ; മൂഢൻ.

blond (ബ്ലൊണ്ഡ്) *n.* person having light golden hair and fair complexion; സ്വർണ്ണത്തലമുടിയും പിംഗല വർണ്ണവുമുള്ള പുരുഷൻ (സ്ത്രീ); **blonde** തവിട്ടുനിറക്കാരിയായ സുന്ദരി.

blood (ബ്ലഡ്) *n.* red fluid in veins of animals; lineage; ചോര; നിണം; ഗോത്രം; കുലം; കുലീനത; *adj.* **bloody** രക്തമയമായ; ക്രൂരമായ.

bloom (ബ്ലൂം) *n.* flower; act of blossoming; പുഷ്പം; വിടരൽ; നവ യൗവനം.

blossom (ബ്ലൊസം) *n.* flower; mass of flowers; പുഷ്പം; പുഷ്പ സഞ്ചയം.

blot (ബ്ലൊട്ട്) *n.* spot or stain; blemish; disgrace; കറ; കറുത്തപുള്ളി; കളങ്കം; **blotting paper** ഒപ്പുകട ലാസ്.

blouse (ബ്ലൗസ്) *n.* a loose upper garment; സ്ത്രീകളുടെ പുറംകുപ്പായം.

blow (ബ്ലൗ) *n.* stroke or knock; പ്ര ഹരം; അടി; ഇടി; ആഘാതം; വീശു ക; ഊതുക; കാറ്റടിക്കുക; ഉച്ഛ്വ സിക്കുക; കുഴൽ ഊതുക; ഊതി

വീർപ്പിക്കുക; കെടുത്തുക; പൊട്ടിച്ചു തകർക്കുക.

bludgeon (ബ്ലജൻ) *n.* short stick with a heavy end; ഗദ; കുറുവടി.

blue (ബ്ലൂ) *n.* colour of the sky; the sky; sea; നീലനിറം; നീലിമ; ആകാശം; സമുദ്രം; നീലനിറമുള്ള; അശ്ലീലമായ.

bluff (ബ്ലഫ്) *n.* threats designed to operate without action; ഭോഷ്ക്; വിരട്ടൽ; ഭോഷ്കു പറയുന്നവൻ; കിഴുക്കാംതൂക്കായ കര.

blunder (ബ്ലൺഡ്ഡർ) *v.i.* make a stupid mistake; പ്രമാദം പറ്റുക; അബദ്ധം എഴുന്നെള്ളിക്കുക.

blunt (ബ്ലൺട്) *adj.* without sharp edge; not sensitive; rude; മൂർച്ച യില്ലാത്ത; വായ്ത്തലയില്ലാത്ത; തുറന്നടിക്കുന്ന; മയമില്ലാത്ത.

blur (ബ്ലേർ) *n.* blot; stain; കളങ്കം; മറച്ചുകളയുക.

blurb (ബ്ലേർബ്) *n.* publisher's short description of the book printed on its jacket; പുസ്തകത്തിൻെറ പുറം ചട്ടയിൽ ഗ്രന്ഥകാരനെയും ഗ്രന്ഥ ത്തെയുംപറ്റി പ്രസാധകൻ ചേർക്കു ന്ന കുറിപ്പ്.

blurt (ബ്ലേർട്ട്) *v.t.* utter thoughtlessly; ആലോചിക്കാതെ പറഞ്ഞു പോകുക.

blush (ബ്ലഷ്) *v.i.* show shame; become red in the face; ലജ്ജിക്കുക; മുഖം വിവർണ്ണമാകുക.

boar (ബോർ) *n.* male pig; ആൺ പന്നി; പന്നിമാംസം.

board (ബോർഡ്) *n.* plank of timber; table; meals; body of men; പലക, ഫലകം; ഭക്ഷണമേശ; ഭക്ഷണം; നിർവാഹകസംഘം; ഭരണസമിതി; കപ്പലിൻെറ മേൽത്തട്ട്; കപ്പലിലോ, തീവണ്ടിയിലോ, ബസ്സിലോ കയ റുക.

boast (ബൗസ്റ്റ്) *v.* praise oneself; ആത്മപ്രശംസ ചെയ്യുക; പൊങ്ങച്ചം പറയുക.

boat (ബൗട്ട്) *n.* small open vessel; തോണി; വള്ളം; ബോട്ട്.

bobbin (ബൊബിൻ) *n.* a small round stick; നൂൽക്കമ്പിയും മറ്റും ചുറ്റുന്ന തിനുള്ള റോളർചക്രം.

bodice (ബൊഡിസ്) *n.* upper part of a woman's dress; സ്ത്രീകളുടെ കീഴ്ക്ക ഞ്ചുകം; ബോഡീസ്.

body (ബൊഡി) *n.* stem; frame; person; a number of men; corpse; main portion; ശരീരം; ദേഹം; കൂട്ടം; സംഘം; മൃതശരീരം; ഒരു വസ്തു വിൻെറ പ്രധാന ഭാഗം.

boggle (ബൊഗ്ൾ) *v.i.* hesitate; fumble; ശങ്കിക്കുക.

bogie (ബൗഗി) *n.* revolving undercarriage; തീവണ്ടിയുടെ 'ബോഗി'.

bogus (ബൊഗസ്) *adj.* spurious; sham; വ്യാജമായ; കൃത്രിമ മായ.

bohemian (ബൗഹീമിയൻ) *n.* socially unconventional person; സമുദായാ ചാരലംഘകൻ.

boil (ബൊയ്ൽ) *n.* swelling; carbuncle; boiling point; കുരു; പരു; വെള്ളം ആവിയായി മാറുന്ന ചൂട്; തിളയ്ക്കൽ.

boisterous (ബൊയിസ്റ്ററസ്) *adj.* violent; stormy; tumultuous; കോലാ ഹലത്തോടുകൂടിയ.

bold (ബൗൾഡ്) *adj.* daring; courageous; ആത്മവിശ്വാസമുള്ള; നിർഭ യമായ; നിർലജ്ജമായ.

bolt (ബൗൾട്ട്) *n.* a bar; running-away; discharge of lightning;

bomb | border 39

ഓടാമ്പൽ; സാക്ഷ; അച്ചാണി; അമ്പ്; ഇടിത്തീ.

bomb (ബോം) *n.* explosive projectile; ബോംബ്; അഗ്നിഗോളകാസ്ത്രം.

bombard (ബൊംബാർഡ്) *v.t.* attack with bombs; പീരങ്കികൊണ്ടു ചുട്ടു തകർക്കുക; ചോദ്യശരങ്ങൾ തൊടുത്തുവിടുക.

bombast (ബൊംബാസ്റ്റ്) *n.* high sounding language; ശബ്ദാഡംബരം; വാഗ്ജാലം.

bonafide (ബൗനെ ഫയ്ദി) *adj.* & *adv.* genuine; sincere; in good faith; ഉത്തമവിശ്വാസപൂർവ്വമായ; ഹൃദയപൂർവ്വമായ; നിർവ്യാജമായ.

bonanza (ബ്നാൻസ്) *n.* good luck; prosperity; ഭാഗ്യം; ഐശ്വര്യം.

bond (ബൊൺഡ്) *n.* that which binds; written promise to pay money; കെട്ട്; ബന്ധനം; കരാറ്; കരാർപത്രം; കടപ്പത്രം.

bondage (ബൊൺഡിജ്) *n.* slavery; imprisonment; അടിമത്തം; പരാധീനത.

bone (ബൗൻ) *n.* hard substance forming the skeleton of animals; എല്ല്; അസ്ഥി.

bonfire (ബൊൺഫയ്യർ) *n.* open-air fire to express joy; വിജയസൂചക ദീപം.

bonhomie (ബൊനമി) *n.* geniality; good nature; ചങ്ങാത്തം; ഹൃദ്യമായ പെരുമാറ്റം; *adj.* **bonhomous**.

bonnet (ബൊനിറ്റ്) *n.* a cap; protective cap of machines; അരുകില്ലാത്ത തൊപ്പി; മോട്ടോർകാറിന്റെ യന്ത്രമൂടി.

bonus (ബൗണസ്) *n.* an extra payment; വേതനത്തിന് പുറമേ കൊടുക്കുന്ന ഇനാം.

book (ബുക്) *n.* a collection of sheets of paper bound together; a literary work; പുസ്തകം; ഗ്രന്ഥം; കൈയെഴുത്തു പുസ്തകം; രജിസ്റ്റർ; സീറ്റ് സംവരണം ചെയ്യുക.

boom (ബൂം) *v.* hum; roar; become suddenly prosperous; മുഴങ്ങുക; പെട്ടെന്നു വിലകയറുക; പെട്ടെന്ന് ഊർജ്ജ്വസ്വലമാകുക; അഭിവൃദ്ധിപ്പെടുക.

boomerang (ബൂമറാങ്) *n.* Australian curved hard wood missile that can be thrown so as to return to its thrower; (ആസ്ത്രേലിയൻ ആദിവാസികൾക്കിടയിൽ) പ്രയോഗിക്കുന്ന ആളിന്റെ കയ്യിൽ തിരിച്ചെത്തുന്ന ഒരിനം ക്ഷേപണായുധം.

boon (ബൂൺ) *n.* request; favour; blessing; അനുഗ്രഹം; വരം.

boor (ബുഎർ) *n.* clumsy or illbred person; പ്രാകൃതൻ.

boost (ബൂസ്റ്റ്) *v.t.* push up; raise; ഉയർത്തുക; വർദ്ധിപ്പിക്കുക.

boot (ബൂട്ട്) *n.* leather covering of the foot; ബൂട്ട്സ്; പാദരക്ഷ.

booth (ബൂദ്) *n.* a hut or stall; കൊട്ടിൽ; ചെറ്റപ്പുര; വോട്ടുചെയ്യാൻ മറച്ചിരിക്കുന്ന സ്ഥലം.

booty (ബൂട്ടി) *n.* plunder; spoil; കൊള്ള മുതൽ.

booze (ബൂസ്) *v.i.* drink excessively; അമിതമായി മദ്യപിക്കുക; 'പൂസാ'കുക.

bordeaux (ബോർഡൗ) *n.* red wine; വീഞ്ഞ്; **bordeaux mixture** സസ്യസംരക്ഷണത്തിനുപയോഗിക്കുന്ന ചുണ്ണാമ്പു-തുരിശുമിശ്രിതം.

border (ബോർഡർ) *n.* side; edge; boundary; വക്ക്; ഓരം; അരുക്; അററം.

bore (ബോർ) *v.t.* & *v.i.* to pierce; making a hole; weary by tedious talk; തുരക്കുക; തുളയ്ക്കുക; കിണറു കുഴിക്കുക; മുഷിപ്പിക്കുക; മുഷിപ്പിക്കുന്നവൻ; **boredom.**

born (ബോൺ) *pa.p.* of **bear**; *adj.* having come into existence; പിറന്ന; ധരിക്കപ്പെട്ട; ജന്മനായുള്ള; (a born idiot).

borne (ബോൺ) *pa.p.* of **bear**; carried; വഹിച്ച.

borrow (ബൊറൗ) *v.t.* get on loan; adopt; കടം വാങ്ങുക; അന്യനിൽ നിന്നു സ്വീകരിക്കുക.

Borstal (ബോർസ്റ്റൽ) *n.* a reformatory institution for young criminals; ദുർഗുണപരിഹാരപാഠശാല.

bosom (ബുസം) *n.* breast; heart; നെഞ്ച്; മാറിടം; ഹൃദയം; മനസ്സ്; (*pl.*) (സ്ത്രീയുടെ) മുലകൾ; മാറിലെ വസ്ത്രം; **bosom friend** പ്രാണസുഹൃത്ത്.

boss (ബൊസ്) *n.* master; employer; person in authority; യജമാനൻ; മേലധികാരി.

botany (ബൊട്ടനി) *n.* science of vegetable kingdom; സസ്യശാസ്ത്രം.

both (ബൗഥ്) *adj.* & *pron.* the one and the other; the two; രണ്ടും; രണ്ടുപേരും; ഇരുവരും.

bother (ബൊദർ) *v.t.* tease; annoy; അലട്ടുക; ശല്യപ്പെടുത്തുക; ഉപദ്രവിക്കുക; *n.* **botheration**.

bottle (ബൊട്ട്ൽ) *n.* a vessel for holding liquids; കുപ്പി; കുപ്പിയിൽ കൊള്ളുന്ന ദ്രാവകം; മദ്യം.

bottom (ബൊട്ടം) *n.* utmost depth; base; അഗാധതലം; അടിത്തട്ട്.

bougain villaea (ബുഗൻ വിലിയ) tropical climbing shrub with coloured leaves that look like flowers; കണ്ടാൽ പുഷ്പങ്ങളാണെന്നു തോന്നുന്ന നിറമുള്ള ഇലകളോടു കൂടിയ പടർന്നുകയറുന്ന ഒരു തരം കുറ്റിച്ചെടി.

boulder (ബൗൾഡർ) *n.* large water worn stone; വലിയ പാറക്കഷണം.

bounce (ബൗൺസ്) *v.i.* spring up from the floor; കുതിക്കുക; (പന്തുപോലെ) ഉത്പതിക്കുക; ചാടിവീഴുക; പണം നല്കാതെ ബാങ്കുകാർ ചെക്ക് മടക്കി അയയ്ക്കുക.

bound (ബൗണ്ട്) *n.* limit; boundary; അതിര്; സീമ; പരിമിതി.

boundary (ബൗണ്ടറി) *n.* visible limit; border; അതിര്; സീമ; പരിധി.

boundless (ബൗൺഡ്‌ലിസ്) *n.* unlimited; infinite; നിസ്സീമമായ; അപരിമിതമായ.

bounty (ബൗൺറ്റി) *n.* liberality in giving; ഔദാര്യം; ദാനശീലം; ഉദാരസംഭാവന.

bouquet (ബുക്കെയ്) *n.* bunch of flowers; പൂച്ചെണ്ട്.

bourgeois (ബോർഷ്വാ, ബുഎർഷ്വാ) *n.* member of middle class; (മധ്യവർഗത്തിൽപ്പെട്ട) പൗരൻ.

bow (ബൗ) *v.t.* bend; incline head; subdue; make a bow to; വളയ്ക്കുക; ചായ്ക്കുക; വില്ലുകുലയ്ക്കുക; *v.i.* തല കുനിക്കുക; വണങ്ങുക.

bowels (ബൗഎൽസ്) *n.* intestines; entrails; ശരീരാന്തർഭാഗം; കുടൽ.

bowl (ബൗൾ) *n.* basin; drinking vessel; പരന്ന പിഞ്ഞാണം; കോപ്പ; *n.* **bowler** പന്തെറിഞ്ഞുകൊടുക്കുന്നവൻ.

box (ബൊക്സ്) *n.* a case; small enclosure with seats; confined area; പെട്ടി; പണപ്പെട്ടി; ഡപ്പി; ചിമിഴ്;

boy | bread 41

തിയേറ്ററിലേയും ഹോട്ടലിലേയും പ്രത്യേക മുറി; fight with fists; മുഷ്ടിയുദ്ധം.

boy (ബൊായ്) *n.* male child; lad; servant; ആൺകുട്ടി; ബാലൻ; പയ്യൻ; ഭൃത്യൻ.

boycott (ബൊായ്കൊട്ട്) *v.t.* refuse to deal with; excommunicate; ഒന്നിച്ചു ചേർന്നു വർജ്ജിക്കുക; *n.* ബഹിഷ്ക്കരണം.

bra (ബ്രാ) *n.* brassiere; സ്തനകഞ്ചുകം.

brace (ബ്രെയ്സ്) *n.* a clasp; clamp; strap; കെട്ട്; താങ്ങ്; വളയം; ചരട്; ചർമ്മ ബന്ധം; ചുമൽവാറ്.

bracelet (ബ്രെയ്സ്‌ലിറ്റ്) *n.* wrist ornament; വള; കങ്കണം; കാപ്പ്.

bracket (ബ്രാക്കിറ്റ്) *n.* mark used in pairs for enclosing words; support for a shelf, etc.; ബ്രാക്കറ്റ്; കോഷ്ഠകം; [0], ആവരണചിഹ്നം; താങ്ങുപലക.

brag (ബ്രാഗ്) *n.* bluster; ബഡായി; പൊങ്ങച്ചം; *n.* **braggart**.

braid (ബ്രെയ്ഡ്) *v.t.* intertwine; പിന്നുക; മുടിപിന്നുക; മെടയുക; നെയ്യുക.

Braille (ബ്രെയ്ൽ) *n. & adj.* system of reading with raised letters for the blind; അന്ധന്മാർക്കു വായിക്കാനുള്ള അക്ഷര പദ്ധതി.

brain (ബ്രെയ്ൻ) *n.* the nervous matter in the skull; the intellect; തലച്ചോറ്; മസ്തിഷ്കം; ബുദ്ധി.

brake (ബ്രെയ്ക്) *n.* apparatus for checking motion; യന്ത്രങ്ങളുടെ വേഗം കുറയ്ക്കുന്നതിനുള്ള ഉപായം.

bran (ബ്രാൻ) *n.* inner husks of corn; തവിട്.

branch (ബ്രാഞ്ച്) *n.* limb of a tree; section or subdivision; മരക്കൊമ്പ്; ശാഖ; വിഭാഗം.

brand (ബ്രാൻഡ്) *n.* burning piece of wood; mark made by hot iron; trademark; തീക്കൊള്ളി; ചൂടു വയ്ക്കാനുള്ള ഇരുമ്പ്; ചുട്ടുപഴുപ്പിച്ച ഇരുമ്പുകൊണ്ടുള്ള അടയാളം; വാണിജ്യമുദ്ര.

brandish (ബ്രാൻഡിഷ്) *v.t.* flourish (വാളും മറ്റും) വീശുക; ചുഴറ്റുക.

brandy (ബ്രാൻഡി) *n.* kind of strong liquor; ബ്രാണ്ടിമദ്യം.

brass (ബ്രാസ്) *n.* yellow alloy of copper and zinc; പിച്ചള; *v.t.* പിച്ചള പൊതിയുക.

brassiere (ബ്രാസി്യർ) *n.* bra; സ്തനകഞ്ചുകം; ബ്രാ.

brave (ബ്രെയ്വ്) *adj.* bold; fearless; splendid; ധീരതയുള്ള; വിക്രമമുള്ള; *n.* **bravery** courage; ധീരത.

bravo (ബ്രാവൗ) *interj.* well done!; ഭേഷ്; സബാഷ്.

brawl (ബ്രോൾ) *n.* noisy quarrel; ബഹളമയമായ കലഹം.

brawn (ബ്രോൺ) *n.* muscle; muscular strength; മാംസപേശി; കരുത്ത്; ശരീര ശക്തി.

bray (ബ്രെയ്) *v.i.* cry like an ass; കഴുതയുടെ ശബ്ദമുണ്ടാക്കുക.

brazen (ബ്രെയ്സൻ) *adj.* made of brass; yellow; പിച്ചളമയമായ; മഞ്ഞനിറമുള്ള; നിർലജ്ജമായ; ധിക്കാരപരമായ.

breach (ബ്രീച്) *n.* breaking of rule, duty, etc.; നിയമഭഞ്ജനം; സമാധാന ലംഘനം.

bread (ബ്രെഡ്) *n.* food made of flour; food in general; livelihood; അപ്പം; റൊട്ടി; ആഹാരം; ജീവനം.

breadth (ബ്രെഡ്ത്) *n.* width; extent; വീതി; വിസ്തൃതി; വൈപുല്യം.

bread winner (ബ്രെഡ് വിന്നെർ) *n.* person who supports a family; കുടുംബത്തെ സംരക്ഷിക്കുന്നയാൾ.

break (ബ്രെയ്ക്) *v.* part by force; shatter; crush; sever; destroy; പിളർക്കുക; ഭഞ്ജിക്കുക; വേർപെടുത്തുക; **break down**; പ്രവർത്തനരഹിതമാകുക.

breast (ബ്രെസ്റ്റ്) *n.* the human chest; മാറ്; നെഞ്ച്; മുല.

breath (ബ്രെത്) *n.* air taken into and put out from the lungs; exhalation; ശ്വാസം; നിശ്വാസം; ശ്വസനശക്തി; (*fig.*) ഉയിര്; പ്രാണൻ; ക്ഷണനേരം; ഒരു ശ്വാസം.

breathe (ബ്രീദ്) ശ്വസിക്കുക; ജീവിക്കുക; മന്ദമായി വീശുക; വിശ്രമിക്കുക.

breed (ബ്രീഡ്) *v.* (*p.t.* & *p.part.* **bred**) generate; bring forth; bear a child; പ്രസവിക്കുക; പെറ്റുവളർത്തുക; *n.* വംശം; ഇനം.

breeze (ബ്രീസ്) *n.* gentle gale; quarrel; ഇളങ്കാറ്റ്; കലഹം; കോപപ്രകടനം.

brevity (ബ്രെവിറ്റി) *n.* compact expression; conciseness; പദപ്രയോഗമിതത്വം.

brew (ബ്രൂ) *v.* prepare liquor from malt; plot; contrive; മദ്യം വാറ്റുക; കൂട്ടിച്ചേർക്കുക; ഉണ്ടാക്കിവയ്ക്കുക.

bribe (ബ്രൈബ്) *n.* reward given to corrupt the conduct; കൈക്കൂലി.

brick (ബ്രിക്) *n.* an oblong mass of hardened clay; ഇഷ്ടിക; ചുടുകട്ട.

bride (ബ്രൈഡ്) *n.* woman on her wedding day; വധു; നവവധു; മണവാട്ടി; *n.* **bridegroom** മണവാളൻ; വരൻ.

bridge (ബ്രിജ്) *n.* a structure for crossing a river; a card game; പാലം; മൂക്കിൻെറ പാലം; 'ബ്രിജ്' എന്ന ചീട്ടുകളി.

bridle (ബ്രൈഡ്ൽ) *n.* headgear to control horse; കടിഞ്ഞാൺ; ലഗാൻ; (*fig.*) നിയന്ത്രണം.

brief (ബ്രീഫ്) *adj.* short in duration; concise; അല്പകാലം മാത്രം നിലനില്ക്കുന്ന; ക്ഷണികമായ; വക്കീലായി വാദിക്കുക.

briefs (ബ്രീഫ്സ്) *n.* short pants; knickers; ഇറക്കം കുറഞ്ഞ പാൻറുകൾ; നിക്കറുകൾ.

brigade (ബ്രിഗെയ്ഡ്) *n.* subdivision of army; സൈന്യദളം.

brigand (ബ്രിഗ്ഗൻഡ്) *n.* member of robber band; കൊള്ളസംഘത്തിലെ അംഗം.

bright (ബ്രൈറ്റ്) *adj.* emitting light; shining; glorious; clever; പ്രകാശമുള്ള; ജ്വലിക്കുന്ന; തിളങ്ങുന്ന.

brilliant (ബ്രില്ല്യൻറ്) *adj.* bright; distinguished by admirable qualities; ശോഭയേറിയ; അത്യുജ്ജ്വലമായ.

brim (ബ്രിം) *n.* edge; brink; rim; തീരം; തടം; കര; അരിക്; *v.* വക്കോളം നിറയ്ക്കുക.

brine (ബ്രൈൻ) *n.* salt water; ഉപ്പുവെള്ളം.

bring (ബ്രിങ്) *v.t.* (*p.t.* & *p.part.* **brought**) to fetch; carry with one; to cause to come; draw or lead; കൊണ്ടുവരിക; കൊണ്ടുപോകുക; എത്തിച്ചു കൊടുക്കുക; വരുത്തുക; ആനയിക്കുക.

brinjal (ബ്രിൻ്ജൾ) *n.* the eggplant or its fruit; കത്തിരിക്ക; വഴുതനങ്ങ.

brink (ബ്രിങ്ക്) *n.* the edge of a steep place; river bank; verge; അരിക്; വക്ക്; ഓരം; കര.

brisk (ബ്രിസ്ക്) *adj.* active; lively; ചുറുചുറുക്കുള്ള; ഉത്സാഹമുള്ള.

bristle (ബ്രിസ്ൽ) *n.* short stiff hair; പരുപരുത്ത രോമം; കുറ്റിരോമം.

British (ബ്രിട്ടീഷ്) *adj.* pert. to Britain; ബ്രിട്ടനെ സംബന്ധിച്ച.

brittle (ബ്രിറ്റ്ൽ) *adj.* easily broken; എളുപ്പത്തിൽ പൊട്ടുന്ന.

broad (ബ്രോഡ്) *adj.* wide; extensive; open; clear; explicit; വിശാലമായ; വീതിയേറിയ; കനത്ത; മഹാമനസ്കതയുള്ള; വിസ്തൃതമായ.

broadcast (ബ്രോഡ്കാസ്റ്റ്) *n.* transmission by radio, television, etc.; റേഡിയോ പ്രക്ഷേപണം (ചെയ്യൽ); *adj.* പ്രക്ഷേപണം ചെയ്യപ്പെട്ട.

broadway (ബ്രോഡ്വെയ്) *n.* chief thoroughfare; വിശാലമായ പാത.

brocade (ബ്രൊക്കെയ്ഡ്) *n.* silk stuff wrought with figures; ചിത്രപ്പണികളോടു കൂടിയ വസ്ത്രം; ചിത്രപട്ടാംബരം.

brochure (ബ്രൗഷർ) *n.* pamphlet; ലഘുലേഖ.

broil (ബ്രോയ്ൽ) *n.* noisy quarrel; ശണ്ഠ; കലഹം; *v.* cook over a fire; (മാംസം) വേവിക്കുക; പൊരിക്കുക.

broker (ബ്രൗക്കർ) *n.* middle man in business; agent; go-between; ദല്ലാൾ; തരകൻ.

bronchia (ബ്രോങ്കിയ) *n.* (*pl.*) ramifications of bronchi in lungs; ശ്വാസനാളികാശാഖകൾ; ഉപശ്വാസനാളങ്ങൾ; *n.* **bronchitis.**

bronze (ബ്രോൺസ്) *n.* alloy of copper and tin; ഓട്; വെള്ളോട്; വെൺകലം.

brooch (ബ്രൗച്) *n.* ornamental pin; സ്ത്രീകൾ മാറിൽ ധരിക്കുന്ന സൂചിപ്പതക്കം.

brood (ബ്രൂഡ്) *n.* offspring; progeny; young birds from one hatching; സന്തതി; ഒരു പൊരുത്തിൽ വിരിഞ്ഞ കോഴിക്കുഞ്ഞുങ്ങൾ.

brook (ബ്രൂക്ക്) *n.* small stream; അരുവി; കൊച്ചാറ്; **brooklet** കൈത്തോട്; സഹിക്കുക; പൊറുക്കുക.

broom (ബ്രൂം) *n.* sweeping implement; ചൂല്; *v.t.* അടിച്ചുവാരുക.

broth (ബ്രോത്) *n.* decoction of meat; മാംസരസം; സൂപ്പ്.

brothel (ബ്രോത്ൽ) *n.* house of prostitutes; വേശ്യാലയം.

brother (ബ്രദർ) *n.* a son of the same parents; relation or kinsman; സഹോദരൻ; സഹകാരി.

brow (ബ്രൗ) *n.* arch of hair over eye; forehead; പുരികം; നെറ്റി.

brown (ബ്രൗൺ) *adj.* dusky; sunburnt; തവിട്ടുനിറമുള്ള.

browse (ബ്രൗസ്) *v.* feed on; graze; study desultorily; തിന്നുക; മേയുക; (*fig.*) ക്രമം വിട്ട് അങ്ങിങ്ങായി വായിക്കുക; താളുകൾ മറിച്ച് ഓടിച്ചു വായിക്കുക.

browse (ബ്രൗസ്) *v.* (computer) to view the data in a database or online system ഒരു ഓൺലൈൻ സംവിധാനത്തിലോ ഡാറ്റാ ബേസിലോ വിവരങ്ങൾ തെരഞ്ഞുപിടിച്ചു കാണുക, പരിശോധിക്കുക.

bruise (ബ്രൂസ്) *v.t.* injure; reduce to fragments; പരുക്കേല്പിക്കുക; ചതവുണ്ടാക്കുക.

brush (ബ്രഷ്) *n.* hair pencil used by

painters; broom; skirmish; a thicket; (ചിത്രകാരൻെറയും മറ്റും) ബ്രഷ്; ശുചീകരണോപകരണം.

brutal (ബ്രൂട്ടൽ) *adj.* savagely cruel; merciless; മൃഗീയമായ; നിഷ്ഠുരമായ.

brute (ബ്രൂട്ട്) *n.* beast; brutal person; ദുഷ്ടമൃഗം; അപരിഷ്കൃതൻ; ബുദ്ധിഹീനൻ; നിർദയൻ; മൃഗീയത്വം.

bubble (ബബ്ൾ) *n.* globe of air in a fluid; anything empty; false show; നീർപോള; കുമിള; ഉൾക്കട്ടിയില്ലാത്ത വസ്തു.

buck (ബക്ക്) *n.* male of deer, goat, hare, rabbit, etc.; ആൺമാൻ; മുട്ടനാട്; ആൺമുയൽ; പണം (ഡോളർ).

bucket (ബക്കിറ്റ്) *n.* tub for drawing water; pail; തൊട്ടി; കൊട്ടക്കോരിക.

buckle (ബക്ക്ൾ) *n.* a metal instrument for fastening belt, strap, etc.; കവചം, 'അരപ്പട്ട' മുതലായവ ഇട്ടു മുറുക്കുന്നതിനുള്ള കൊളുത്ത്.

bud (ബഡ്) *n.* first shoot of a plant, leaf, etc.; മൊട്ട്; അങ്കുരം; നാമ്പ്; മുകുളം.

buddy (ബഡി) *n.* (*U.S.*) mate; chum; കൂട്ടുകാരൻ; ഇഷ്ടതോഴൻ.

budge (ബജ്) *v.i.* move; stir; നീങ്ങുക; ഇളകുക; മാറുക; വഴങ്ങുക; പതറുക.

budget (ബജിറ്റ്) *n.* annual financial statement; (രാഷ്ട്രത്തിൻെറയോ സ്ഥാപനത്തിൻെറയോ) വരവുചെലവു മതിപ്പ്; (വ്യക്തിയുടെയോ കുടുംബത്തിൻെറയോ) ആയവ്യയ ഗണനപത്രിക.

buffalo (ബഫ്ഫലൗ) *n.* ruminant mammal of ox family; പോത്ത്; എരുമ.

buffet (ബഫിറ്റ്) *n.* blow with fist; മുഷ്ടികൊണ്ടുള്ള ഇടി; ഭക്ഷ്യപദാർത്ഥങ്ങൾ വിളമ്പിവെച്ച ഭക്ഷണമേശ.

buffoon (ബഫൂൺ) *n.* a clown; കോമാളി; വിദൂഷകൻ.

bug (ബഗ്) *n.* a blood sucking insect; മൂട്ട; (*U.S.*) ചെറുപ്രാണി; അതിതത്പരൻ; വൈകല്യം; error or defect in a computer system or programme; ഒരു കംപ്യൂട്ടർ സംവിധാനത്തിലോ പ്രോഗ്രാമിലോ ഉള്ള തകരാറ്, കുഴപ്പം.

bugbear (ബഗ്ബെഹ്യർ) *n.* object of terror; ശല്യകാരണം; നിഷ്കാരണ ഭയം ഉളവാക്കുന്ന വസ്തു.

bugle (ബ്യൂഗ്ൾ) *n.* brass instrument like trumpet; കാഹളം.

build (ബിൽഡ്) *v.* (*p.t. & p.part.* **built**) construct; erect; establish; നിർമ്മിക്കുക; പണിയുക; പണിയിക്കുക.

bulb (ബൾബ്) *n.* electric light container; knob; round scaly root; (വൈദ്യുതി) 'ബൾബ്'; ഗോളാകൃതിയുള്ള അവയവം.

bulbul (ബുൾബുൾ) *n.* Persian nightingale; ബുൽബുൽ പക്ഷി.

bulge (ബൾജ്) *v.i.* swellout; ഉന്തിനില്ക്കുക; വീങ്ങുക; വീർക്കുക.

bulk (ബൾക്ക്) *n.* volume; size; main mass or body; വലിപ്പം; ആകൃതി; പരിമാണം.

bulky (ബൾക്കി) *adj.* of great size; തടിച്ച; അമിതമായ വലിപ്പമുള്ള.

bull (ബുൾ) *n.* the male of cattle; കാള; *adj.* കാളയെപ്പോലുള്ള; കാളയുടേതുപോലുള്ള; *n.* **bulldog** ബുൾനായ്; *v.* **bulldoze** ഭയപ്പെടുത്തുക; *n.* **bulldozer** വലിയ മണ്ണിളക്കിയന്ത്രം; *adj.* **bull headed**.

bullet (ബുള്ളിറ്റ്) *n.* the projectile dis-

bulletin | bursar 45

charged from a rifle, pistol, etc.; വെടിയുണ്ട.

bulletin (ബുള്ളെറ്റിൻ) *n.* an official report; ഔദ്യോഗിക അറിയിപ്പ്; വാർത്താവിവരണം; പത്രം.

bullion (ബുല്യെൻ) *n.* uncoined gold or silver; കട്ടിപ്പൊന്ന്; നാണയം അടിക്കാനുള്ള (സ്വർണ്ണ) (വെള്ളി)ക്കട്ടി.

bullock (ബുള്ളക്ക്) *n.* castrated bull; വരിയുടയ്ക്കപ്പെട്ട കാള.

bully (ബുള്ളി) *n.* insolent quarrelsome fellow; മറ്റുള്ളവരെ ഭയപ്പെടുത്തി ഭരിക്കാൻ സ്വന്തം ശക്തി ഉപയോഗിക്കുന്നവൻ.

bum (ബം) *n.* (*sl.*) buttocks; ആസനം.

bumble (ബംബ്ൾ) *n.* self important official; തൻപ്രമാണിയായ ഉദ്യോഗസ്ഥൻ.

bump (ബമ്പ്) *v.* push; throw down; boil explosively; മുട്ടുക; തട്ടുക; (പെട്ടിയും മററും) ഒച്ചയുണ്ടാക്കി (നിലത്തോ മറെറാരാളുടെ മേലോ) എറിയുക; *adv.* **bump** പെട്ടെന്ന്; രൂക്ഷമായി; *adj.* **bumpy.**

bumper (ബമ്പർ) *n.* a bar fixed on the front of a motor car; മോട്ടോർ വാഹനങ്ങളുടെ മുൻഭാഗത്തെ അഴി; abundant; സമൃദ്ധമായ.

bumpkin (ബമ്പ്കിൻ) *n.* rough country fellow; നാട്ടുമ്പുറത്തുകാരൻ.

bumptious (ബമ്പ്ഷസ്) *adj.* self assertive; ഉദ്ധതമായ; അഹംഭാവിയായ.

bunch (ബഞ്ച്) *n.* a group of a thing; കുല; പൂക്കുല; ഒന്നിച്ചുചേർത്ത വസ്തുക്കൾ; ആളുകളുടെ കൂട്ടം.

bundle (ബണ്ഡ്ൽ) *n.* a number of things tied together; ചുമട്; കെട്ട്; മാറാപ്പ്; ഭാണ്ഡം.

bungalow (ബങ്ഗ്ലൗ) *n.* lightly built one storeyed house; ബംഗ്ലാവ്; ഇടത്തരം ഒറ്റനിലക്കെട്ടിടം (വീട്).

bunk (ബങ്ക്) *n.* a box or recess for sleeping in; (കപ്പലിലും മറ്റും) ഒന്നിൻെറ മുകളിലൊന്നായി ക്രമപ്പെടുത്തിയിട്ടുള്ള ശയ്യാതലം.

buoyancy (ബൊയ്യെൻസി) *n.* floating power; cheerfulness; പ്ലവനശക്തി; ഉന്മേഷം; മാനസോല്ലാസം.

burden (ബേർഡ്ൻ) *n.* load; weight; anything difficult to bear; ഭാരം; ചുമട്; മാറാപ്പ്; ചുമതല; സങ്കടം; ക്ലേശം.

bureau (ബ്യൂഎ്റൗ) *n.* (*pl.* **bureaux** or **bureaus**) a writing desk; an office; വലിപ്പമുള്ള എഴുത്തുമേശ; കാര്യാലയം.

bureaucracy (ബ്യൂഎ്റൊക്രസി) *n.* government by officials; ഉദ്യോഗസ്ഥാധിപത്യം; ഉദ്യോഗസ്ഥമേധാവിത്വം.

burglar (ബേർഗ്ലർ) *n.* nocturnal house breaker; ഭവനഭേദകൻ; കുത്തിക്കവരുന്നവൻ.

burial (ബെറിയൽ) *n.* act of laying a dead body in a grave; ശവം കുഴിച്ചിടൽ.

burlesque (ബേർലെസ്ക്) *adj.* jocular; comical; ഹാസ്യാനുകരണത്തിലൂടെ ചിരിപ്പിക്കുന്ന.

burn (ബേൺ) *v.* (*p.t. & p.part.* **burnt, burned**) consume or injure by fire; reduce to ashes; to be on fire; to shine; കത്തിക്കുക; ദഹിപ്പിക്കുക; ചുട്ടുകരിക്കുക; തപിപ്പിക്കുക; ഉണക്കുക.

burrow (ബറൗ) *n.* hole in the ground; മാളം; പൊത്ത്; മട.

bursar (ബേഴ്സർ) *n.* person who manages the finances of a school or college; ഒരു വിദ്യാലയത്തിൻെറയോ

കോളേജിൻെറയോ ധനകാര്യത്തി ൻെറ ചുമതലയുള്ളയാൾ.

burst (ബേഴ്സ്റ്റ്) (*p.t. & p.part.* **burst**) break into pieces; explode; become suddenly manifest; ഉടയ്ക്കുക; പിളർക്കുക; പൊളി ക്കുക.

bury (ബെറി) *v.t.* put underground; put in a grave; കുഴിച്ചിടുക; കുഴിച്ചു മൂടുക; ശവം മറവുചെയ്യുക.

bus (ബസ്) *n. abbr.* of **omnibus**; ബസ്; **bus stop** ബസ് നിർത്തുന്നിടം.

bush (ബുഷ്) *n.* thicket; woodland; കുറ്റിക്കാട്; പൊന്ത.

business (ബിസ്നിസ്) *n.* trade; occupation; profession; task; duty; വ്യാപാരം; തൊഴിൽ; പ്രവൃത്തി; ഉപ ജീവനമാർഗം; ഉദ്യോഗം; ഇടപാട്, കാര്യം.

bust (ബസ്റ്റ്) *n.* sculpture of head, shoulders and chest; അർദ്ധകായ പ്രതിമ; ഊർദ്ധ്വകായപ്രതിമ; (സ്ത്രീ യുടെ) മാറ്.

bustle (ബസ്ൽ) *v.i.* be noisily busy; തിരക്കുകൂട്ടുക; ഉത്സാഹം കാട്ടുക; തിക്കും തിരക്കും.

busy (ബിസി) *adj.* fully employed; diligent; ജോലിത്തിരക്കുള്ള; കാര്യ ബഹുലമായ; ഉത്സാഹിയായ; തിര ക്കുപിടിച്ച.

but (ബട്ട്, ബ്ബെട്ട്) *prep.* or *conj. & rel. pron. adv.* without; except; besides; only; yet; still; എന്നാൽ; എങ്കിലും; പക്ഷേ; ഒഴിച്ച്; മാത്രം.

butcher (ബുച്ച്ർ) *n.* one who kills animals for food; കശാപ്പുകാരൻ; ഇറച്ചി വില്പനക്കാരൻ.

butler (ബട്ല്ർ) *n.* chief servant; പ്രധാന പാചകക്കാരൻ, കലവറക്കാ രൻ.

butt (ബട്ട്) *n.* push with head; thrust; കൊമ്പുകൊണ്ടുള്ള ഇടി; കുത്ത്; ഉന്ത്; തള്ള്; പരിഹാസപാത്രമാക്ക പ്പെടുന്ന ആൾ.

butter (ബട്ടർ) *n.* oily substance obtained from milk by churning; വെണ്ണ; വെണ്ണയോട് സാദൃശ്യമുള്ള വസ്തു.

butterfly (ബട്ടർഫ്ളൈ) *n.* any of the lepidoptera; showy or frivolous person; ചിത്രശലഭം; വസ്ത്രാലങ്കാര പ്രിയൻ; ചപലവ്യക്തി.

buttock (ബട്ടക്) *n.* rump; നിതംബം; ആസനം.

button (ബട്ട്ൺ) *n.* a knob or stud to fasten the dress; ബട്ടൺ; കുടുക്ക്; ചെറിയ ഉരുണ്ട വസ്തു; പൂമൊട്ട്; വിടർന്നിട്ടില്ലാത്ത കൂൺ.

buttress (ബട്രിസ്) *n.* a structure to support a wall; മുട്ടുചുവര്; ഉപ ഭിത്തി.

buy (ബൈ) *v.t.* (*p.t. & p.part.* **bought**) to get by payment; വിലയ്ക്ക് വാങ്ങുക; കൈക്കൂലി കൊടുക്കുക.

buzz (ബസ്) *v.* to make a humming sound; മുരളുക; മൂളുക; മന്ത്രി ക്കുക.

by (ബൈ) (*prep.*) near; close to; through; according to; അരികെ; ആൽ; ഇൽ; കൊണ്ട്; വഴിയായി (by post, by rail).

byre (ബൈർ) *n.* a cow shed; ഗോശാല; പശുത്തൊഴുത്ത്.

byte (ബൈറ്റ്) *n.* (computer) perhaps short for 'by eight'. The most common unit of computer storage; എട്ടോ പതിനാറോ എണ്ണം വരുന്ന ഒരു കൂട്ടം 'ബിറ്റ്സ്'. കംപ്യൂട്ടറിൽ ഇത് ഒരു അക്ഷരത്തെയോ അക്ക ത്തെയോ കുറിക്കുന്നു.

Cc

C (സി) the third letter of the English alphabet; consonant; വ്യഞ്ജനം ഇംഗ്ലീഷ് അക്ഷരമാലയിലെ മൂന്നാമത്തെ അക്ഷരം.

C++ (സി പ്ലസ്സ്പ്ലസ്സ്) *n.* (computer) a high level programming language based on its predecessor C പൂർവഗാമിയായി 'സി' എന്ന കംപ്യൂട്ടർ പ്രോഗ്രാമിങ് ഭാഷയെ ആധാരമാക്കി രൂപപ്പെടുത്തിയ ഭാഷ.

cab (കാ̄ബ്) *n.* a public carriage; (*hist.*) കൂലിക്ക് ഓടുന്ന വണ്ടി; ഒറ്റക്കുതിര വണ്ടി.

cabaret (കാ̄ബറെയ്) *n.* entertainment provided in restaurant; നിശാക്ലബ്ബിലെ നൃത്തസംഗീത പ്രകടനം.

cabbage (കാ̄ബിജ്) *n.* a vegetable; മുട്ടക്കോസ്.

cabin (കാ̄ബിൻ) *n.* small room; ചെറിയ മുറി; ഉള്ളറ; (കപ്പലിലേയും വിമാനത്തിലെയും) മുറി.

cabinet (കാ̄ബിനിറ്റ്) *n.* collective body of ministers; a box of drawers; ഭരണനയങ്ങൾ രൂപീകരിക്കുന്ന മന്ത്രിസഭ; മന്ത്രശാല; വലിപ്പുപെട്ടി; രഹസ്യമുറി.

cable (കെയ്ബ്ൾ) *n.* thick rope or wire; submarine telegraph line; നങ്കൂരച്ചങ്ങല; കടൽക്കമ്പി; സമുദ്രാന്തര വാർത്താവിനിമയം; കടൽക്കമ്പിസന്ദേശം; വൈദ്യുതി വഹിക്കാനുള്ള കമ്പി.

cacophony (ക്കെക്കൊഫ്ഫനി) *n.* disagreeable sound; അപസ്വരം; അപശ്രുതി.

cactus (കാ̄ക്റ്റസ്) *n.* a prickly plant; കള്ളിച്ചെടി; കള്ളിമുള്ള്.

CAD (കാ̄ഡ്) (കംപ്യൂട്ടർ) short for Computer-Aided Design; കംപ്യൂട്ടർ എയ്ഡിഡ് ഡിസൈൻ എന്നതിന്റെ സംക്ഷിപ്തരൂപം.

cadence (ക്കെയ്ഡൻസ്) *n.* (esp. *mus.*) rhythm; താളം; താളാത്മകചലനം.

cadet (ക്കെഡെറ്റ്) *n.* student in a naval or military college; സൈനികകോളേജിലെ വിദ്യാർത്ഥി.

cadre (കാഡർ, കാ̄ഡർ) *n.* the permanent skeleton of a regiment; സ്ഥിര സൈനികവിഭാഗം; മുഖ്യപ്രവർത്തകരുടെ ഗ്രൂപ്പ്.

cafe (കാ̄ഫെയ്) *n.* restaurant; ലഘുഭക്ഷണശാല.

cafeteria (കാ̄ഫ്ഫററിയ്യെരിയ്) *n.* restaurant with a counter for self service; ഉപഭോക്താക്കൾക്ക് കൗണ്ടറിൽനിന്ന് ഭക്ഷ്യപദാർത്ഥങ്ങൾ വാങ്ങാവുന്ന ഭക്ഷണശാല.

caffeine (കാ̄ഫീൻ) *n.* a stimulant drug found in coffee beans; കാപ്പിക്കുരുവിൽ അടങ്ങിയിരിക്കുന്ന ഒരു ഉത്തേജക വസ്തു.

caftan, kaftan (കാ̄ഫ്റ്ററൻ) *n.* long, loose garment; നീണ്ട, അയഞ്ഞ കുപ്പായം.

cage (ക്കെയ്ജ്) *n.* a place of confinement for birds; prison; പഞ്ജരം; പക്ഷിക്കൂട്; തടവറ.

cajole (ക്കെജൗൾ) *v.t.* persuade by flattery; പുകഴ്ത്തി വശത്താക്കുക; മുഖസ്തുതി ചെയ്യുക.

cake (കെയ്ക്) *n.* small loaf of fine bread; any flattened mass; കെയ്ക്ക്; (ഒരിനം മധുരപലഹാരം).

calamine (കാ̄ലെമൈൻ) *n.* kind of pink colour; ഒരു തരം ഇളംചുവപ്പ് നിറം.

calamity (കെല്ാമിററി) *n.* great misfortune; അത്യാപത്ത്; കൊടും ദുരിതം.

calcium (കാ്ൽസിയം) *n.* metallic base of lime; ചുണ്ണാമ്പ്; കാൽസിയം; ക്ഷാരശില.

calculate (കാ്ൽക്യുലെയ്റ്റ്) *v.* reckon; compute; എണ്ണുക; ഗണിക്കുക; പ്ലാൻ ചെയ്യുക; *adjs.* **calculated;** *n.* **calculation;** *n.* **calculator**.

calculus (കാ്ൽക്യുലസ്) *n.* stone in the bladder; അശ്മരി; ഗണിതശാസ്ത്രത്തിലെ ഒരു ഉപരിശാഖ.

calendar (കാ്ലിൻഡ്ഡർ) *n.* almanac; കലണ്ടർ; പഞ്ചാംഗം; കാലഗണനാരീതി.

calf (കാ്ഫ്) *n.* (*pl.* **calves**) the young of the cow; കന്നുകുട്ടി; പശുക്കുട്ടി; കാൽവണ്ണ.

calibre, caliber (*v.s.*) (കാ്ലിബ്ബർ) *n.* internal diameter of gun; character; തോക്കുകുഴലിന്റെ വ്യാസം; സ്വഭാവദാർഢ്യം.

calico (കാ്ലിക്കൗ) *n.* cotton cloth; കാലിക്കോ തുണി.

call (കോൾ) *v.t. & v.i.* name; denominate; summon; announce; shout; pay a visit; appeal to; വിളിക്കുക; ആർത്തുവിളിക്കുക; പേരിടുക; ആഹ്വാനം ചെയ്യുക; യോഗം വിളിച്ചുകൂട്ടുക; ടെലിഫോണിലൂടെയും മറ്റും വിളിക്കുക.

calliper (കാ്ലിപ്പ്ർ) *n.* metal support for weak or injured leg; ബലക്ഷയമോ ക്ഷതമോ ഉള്ള കാലിന് ലോഹം കൊണ്ടുള്ള താങ്ങ്.

callosity (കാ്ലോസിററി) *n.* abnormal hardness of skin; ക്രമാതീതമായ ചർമ്മകാഠിന്യം; കല്ലിപ്പ്; *adj.* **callous**.

callus (കാ്ലസ്) *n.* hardened skin (area of); കല്ലിച്ച ചർമ്മമുള്ള ഭാഗം; തഴമ്പ്.

calm (കാം) *adj.* tranquil; quiet; windless; ശാന്തമായ; നിശ്ചലമായ; കാററില്ലാത്ത; ക്ഷോഭമില്ലാത്ത.

calorie, calory (കാല്ലറി) *n.* unit of quantity of heat; താപമാത്ര; ഊർജ്ജമാത്ര.

calumny (കാ്ലെംനി) *n.* false charge; a slander; ദുഷ്പ്രവാദം.

calyx (കെയ്ലിക്സ്) *pl.* **calyxes** or **calyces**; *n.* ring of leaves enclosing an unopened flower bud; വിടരാത്ത പൂമൊട്ടിനെ പൊതിഞ്ഞിരിക്കുന്ന പുറം ഇതൾ.

CAM (കാം) (കംപ്യൂട്ടർ) short for Computer Aided Manufacturing; 'കംപ്യൂട്ടർ എയ്ഡിഡ് മാനുഫാക്ചറിങ്' എന്നതിന്റെ സംക്ഷിപ്തരൂപം

camaraderie (കാ്മറാദെറീ) *n.* mutual trust; സൗഹാർദ്ദം.

camel (കാ്മൽ) *n.* large hornless long-necked quadruped; ഒട്ടകം; മഞ്ഞ കലർന്ന ഇളം തവിട്ടുനിറം.

camera (കാ്മറ) *n.* apparatus for taking photographs; ഛായാഗ്രാഹി; ടെലിവിഷൻ ക്യാമറ.

camouflage (കാ്മഫ്ലാഷ്) *n.* means of deceiving enemy observation; ശത്രുവിനെ വഞ്ചിക്കാനുള്ള കപടതന്ത്രം; പ്രച്ഛന്നവേഷം.

camp (കാംപ്) *n.* tents of an army; military quarters; travellers' resting place; പാളയം; പടവീട്, കൂടാരം; താത്ക്കാലിക പാർപ്പിടം.

campaign (കാംപെയ്ൻ) *n.* organised series of operations; സമരഘട്ടം; സൈനിക പ്രവർത്തനം; സംഘടിത പ്രവർത്തനം.

camphor | capacity 49

camphor (കാ്ംഫർ) *n.* white volatile substance with aromatic smell; പച്ചക്കർപ്പൂരം.

campus (കാ്ംപസ്) *n.* college grounds; university; academic world; കോളേജ് വളപ്പ് (കെട്ടിടങ്ങളടക്കം); സർവ്വകലാശാലാപരിസരം.

can (കാ്ൻ, ക്കൻ) *v. aux.* (*p.t.* **could**) to be able; കഴിവുണ്ടായിരിക്കുക; 'ആവുക'; സാധ്യമായിരിക്കുക; തകരപ്പാത്രം; ടിൻ.

canal (ക്കനാ്ൽ) *n.* artificial watercourse; കൈത്തോട്; നീർച്ചാൽ; ശരീരത്തിലുള്ള രക്തക്കുഴൽ.

cancel (കാ്ൻസ്ൽ) *v.t.* annul; cross out; abolish; റദ്ദുചെയ്യുക; വെട്ടിക്കളയുക; ദുർബലപ്പെടുത്തുക.

cancer (കാ്ൻസർ) *n.* a malignant growth or tumour; അർബുദം; (*fig.*) മാരകമായ വിപത്ത്; വൃശ്ചികരാശി.

candid (കാ്ൻഡിഡ്) *adj.* frank; open and sincere; നിഷ്കളങ്കമായ; തുറന്നു സംസാരിക്കുന്ന; മറച്ചുവയ്ക്കാത്ത.

candidate (കാ്ൻഡിഡെയ്റ്റ്, കാ്ൻഡിഡെറ്റ്) *n.* one who seeks an office, appointment, privilege, etc.; അപേക്ഷകൻ; സ്ഥാനാർത്ഥി; പരീക്ഷക്കിരിക്കുന്നവൻ; *n.* **candidature.**

candle (കാ്ൻഡ്ൽ) *n.* stick of wax with a wick; unit of light measurement; മെഴുകുതിരി; വെളിച്ചം അളക്കുന്നതിനുള്ള മാത്ര.

candy (കാ്ൻഡി) *n.* solid preparation of sugar; കല്ക്കണ്ടം; മിഠായി.

cane (കെയ്ൻ) *n.* stem of reed; ചൂരൽവടി.

canine (കെയ്നൈൻ) *adj.* pert. to dogs; പട്ടിയെക്കുറിച്ചുള്ള; ശുനകവർഗത്തിൽപ്പെട്ട; കോമ്പല്ല്.

canker (കാ്ങ്കർ) *n.* eating sore; gangrene; പുഴുക്കുത്ത്; പുണ്ണ്.

cannibal (കാ്നിബ്ൽ) *n.* one who eats human flesh; നരഭോജി.

cannon (കാ്നൺ) *n.* (*pl.* **cannons** or **cannon)** great gun; പീരങ്കി; വലിയ തോക്ക്.

cannot (കാ്നൊട്ട്) *neg.* of **can**; to be unable; സാധിക്കയില്ല.

canoe (ക്കനൂ) *n.* a boat made of a hollow trunk; ചെറുവള്ളം; തോണി.

canon (കാ്നൻ) *n.* law or rule; സാമാന്യനിയമം; ധർമ്മസിദ്ധാന്തം; തിരുസഭാച്ചട്ടം; പള്ളിനിയമം; കാനോൻ.

canopy (കാ്ന്നപി) *n.* covering over a throne or bed; വിതാനം; മേൽക്കെട്ടി; മേലാപ്പ്.

canteen (കാ്ൻറീൻ) *n.* shop or tavern in a camp; പടയാളികളുടെ മദ്യശാല; പണിശാലകളോടു ചേർന്നുള്ള ഭക്ഷണശാല.

cantonment(കാ്ൻറൂൺമെൻറ്) *n.* loadging assigned to troops; പടപ്പാളയം

canvas (കാ്ൻവസ്) *n.* coarse cloth of hemp; ചണത്തുണി; ചിത്രലേഖനത്തുണി; വോട്ട്, സംഭാവന മുതലായവയ്ക്കായി അഭ്യർത്ഥിക്കുക.

cap (കാ്പ്) *n.* unbrimmed covering for the head; summit; top; തൊപ്പി; ശിരോവസ്ത്രം.

capable (കെയ്പബ്ൾ) *adj.* having the ability for; യോഗ്യതയുള്ള; ത്രാണിയുള്ള; *ns.* **capability.**

capacity (ക്കപാ്സിറ്റി) *n.* power of holding; volume; ability; ഉൾക്കൊള്ളാനുള്ള ശക്തി.

caparison (കെപ്̄ാരിസൻ) *n.* ornamental covering of a horse; കുതിരച്ചമയം.

cape (̄കെയ്പ്) *n.* loose cloak; a point of land running into the sea; കയ്യുറയില്ലാത്ത ഉടുപ്പ്; മുനമ്പ്.

caper (കെയ്പ്പ്ർ) *n.* skip or dance; ചാട്ടം; തുള്ളിക്കളി.

capital (ക്̄ാപിറ്റ്ൽ) *adj.* chief; punishable with death; serious; പ്രധാനമായ; തലപ്പത്തു നില്ക്കുന്ന; വധശിക്ഷയർഹിക്കുന്ന; തലസ്ഥാനനഗരി; വലിയ അക്ഷരം; മുടക്കുമുതൽ.

capitalism (ക്̄ാപ്പിറ്റെലിസം) *n.* system which generates, tolerates, and is run by private capitalists; മുതലാളിത്തവ്യവസ്ഥ; മുതലാളിത്തം; *v.t.* **capitalize**; *n.* **capitalization; capitalist**.

capitation (ക്̄ാപ്പിറ്റെയ്ഷൻ) *n.* a tax per head; തലവരി; ആൾച്ചുങ്കം.

caprice (̄ക്പ്രീസ്) *n.* sudden change of opinion; a whim; freak; അസ്ഥിരബുദ്ധി; ഹേതുവില്ലാത്ത മാനസികമാറ്റമോ പെരുമാറ്റമോ.

capsicum (ക്̄ാപ്സിക്കം) *n.* tropical plant of genus capcium; മുളകുചെടി; കപ്പൽമുളക്.

capsize (ക്̄ാപ്സൈസ്) *v.* upset; overturn; തകിടം മറിക്കുക.

capsule (ക്̄ാപ്സ്യൂൾ) *n.* (*bot.*) membraneous envelope; a gelatine case for a dose of medicine; ബീജകോശം; അരുചികരമായ ഔഷധം പൊതിയുന്ന ജെലാറ്റിൻ കോശം.

captain (ക്̄ാപ്റ്റിൻ) *n.* leader; chief; commander; കപ്പിത്താൻ; നായകൻ; പ്രമാണി.

caption (ക്̄ാപ്ഷൻ) *n.* title; (പത്രലേഖനത്തിൻെറയും മറ്റും) തലക്കെട്ട്.

captivate (ക്̄ാപ്റ്റിവെയ്റ്റ്) *v.t.* fascinate; charm; വശീകരിക്കുക; മോഹിപ്പിക്കുക.

captive (ക്̄ാപ്റ്റീവ്) *n.* prisoner; slave; തടവുകാരൻ; 'ജയിൽപ്പുള്ളി'; *n.* **captivity.**

car (കാർ) *n.* wheeled vehicle; മോട്ടോർ കാർ; ട്രാം വണ്ടി.

caramel (ക്̄ാ്̄െരമെൽ) *n.* burned sugar used for colouring food; light brown; ഭക്ഷണസാധനങ്ങൾക്ക് നിറം നല്കാൻ ഉപയോഗിക്കുന്ന കരിച്ച പഞ്ചസാര.

carat (ക്̄ാരറ്റ്) *n.* a small weight used for gold, etc.; ഒരു തൂക്കം; സ്വർണ്ണമാറ്റ്.

carbohydrate (കാർബൗഹൈഡ്രെയ്റ്റ്) *n.* energy producing organic compound; കാർബണും ഓക്സിജനും ഹൈഡ്രജനും ചേർന്നുള്ള ഊർജ്ജദായകമായ ജൈവസംയുക്തം (ഗ്ലൂക്കോസ്).

carbon (കാർബൺ) *n.* pure charcoal; കരി; അംഗാരകം.

carbuncle (കാർബങ്ക്ൾ) *n.* a precious stone; an inflamed ulcer or tumour; ചുവന്ന രത്നം; പ്രമേഹക്കുരു.

carcass (കാർക്കെസ്) *n.* dead body; ജന്തുക്കളുടെ ശവം.

carcinogen (കാർസിന്നെജൻ) *n.* substance that produces cancer; അർബുദത്തിനിടയാക്കുന്ന വസ്തു.

card (കാർഡ്) *n.* a paste board; piece of paste board with figures for playing a game; തടിച്ച കടലാസ്; ചീട്ട്; തപാൽ കാർഡ്; സന്ദർശകപത്രം.

cardamom | carton 51

cardamom (കാർഡമം) *n.* an aromatic pungent spice; ഏലം; ഏലക്കായ്.

cardiac (കാർഡിയാക്) *adj.* pert. to heart; ഹൃദയസംബന്ധിയായ.

cardinal (കാർഡിനൽ) *adj.* chief; fundamental; പ്രധാനമായ; മൗലികമായ; വിശിഷ്ടമായ; കർദ്ദിനാൾ.

cardiology (കാർഡിയൊളജി) *n.* study of heart; ഹൃദയവിജ്ഞാനീയം; ഹൃദ്രോഗപഠനം.

care (കെയർ) *n.* anxiety; concern; caution; heedfulness; ഉത്കണ്ഠ; ശ്രദ്ധ; ജാഗരൂകത; ചിന്താകുലത; കരുതൽ; അവധാനത.

career (ക്കെരിയ്യർ) *n.* course through life; course of action; ജീവിതചര്യ; തൊഴിൽ; ജീവിതഗതി; ജീവാവസ്ഥ.

caress (ക്കെരസ്) *v.t.* fondle; treat with affection; ലാളിക്കുക; താലോലിക്കുക; ഓമനിക്കുക.

caretaker (കെയ്യർടെയ്ക്കർ) *n.* person who looks after a house (building); വീട് (കെട്ടിടം) സൂക്ഷിക്കുന്നയാൾ.

caricature (കാരിക്കെച്ചർ) *n.* likeness exaggerated to appear ridiculous; ഹാസ്യചിത്രം; ഹാസ്യവർണ്ണന.

carmine (കാർമൈൻ) *n. & adj.* (of a) deep red colour; കടുത്ത ചുവപ്പു നിറം (ഉള്ള).

carnage (കാർനിജ്) *n.* massacre; അരുംകൊല; കൂട്ടക്കൊല.

carnal (കാർണ്ൽ) *adj.* pert. to body or its passions; ശാരീരികമായ; വിഷയാസക്തമായ.

carnation (കാർണെയ്ഷൻ) *n* . flesh colour; മാംസവർണ്ണം; ഒരിനം പുഷ്പച്ചെടി.

carnival (കാർണിവ്ൽ) *n.* festivities; a revel; ആഹ്ലാദോത്സവം; വിനോദപ്രദർശനം.

carnivore (കാർണിവോർ) *n.* flesh-eating animal; മാംസഭുക്ക്; *adj.* **carnivorous**.

carol (കാറെൽ) *n.* song of joy or praise; സ്തോത്രഗീതം; ക്രിസ്മസ് പ്രമാണിച്ചുള്ള പാട്ട് .

carouse (ക്കെരൗസ്) *v.t.* drink freely and noisily; കുടിച്ചു മദിക്കുക.

carp (കാർപ്) *n.* a fresh water fish; ഒരു ശുദ്ധജലമത്സ്യം.

carpenter (കാർപ്പെൻറ്ററർ) *n.* craftsman in wood work; മരാശാരി; തച്ചൻ.

carpet (കാർപിററ്) *n.* thick fabric for covering floor; കംബളം; വിരിപ്പ്; പരവതാനി; കയററുപായ്.

carriage (കാരിജ്) *n.* vehicle; behaviour; cost of conveying; വാഹനം; വണ്ടി; കോച്ച്; രഥം; ശകടം; പെരുമാററം; ചുമട്.

carrot (കാരട്ട്) *n.* a plant having reddish edible root; ശീമമുള്ളങ്കിച്ചെടി.

carry (കാരി) *v.* convey; bear; urge; impel; conduct; be pregnant; വഹിക്കുക; എടുത്തുകൊണ്ടുപോകുക; ചുമക്കുക; കടത്തുക; ഗർഭം ധരിക്കുക.

cart (കാർട്ട്) *n.* two wheeled vehicle without springs; ശകടം; ഉന്തുവണ്ടി; കാളവണ്ടി; ഒററക്കുതിരവണ്ടി.

cartilage (കാർട്ടിലിജ്) *n.* elastic tissue occurring in vertebrate animals from which bone is formed; എല്ലായി പരിണമിക്കുന്ന ദേഹമൂലപദാർത്ഥം.

carton (കാർട്ടൺ) *n.* light cardboard box; കാർഡ്ബോഡ് കൊണ്ടുള്ള പെട്ടി.

cartoon (കാർട്ടൂൺ) *n.* satirical illustration; ഹാസ്യചിത്രം; വിനോദ ചിത്രം; *n.* **cartoonist**.

cartridge (കാർട്രിജ്) *n.* a case containing a charge for a gun; വെടി ത്തിരക്കൂട്.

caruncle (കറങ്ക്ൾ) *n.* small fleshy excrescence; അരിമ്പാറ; മുഴ.

carve (കാർവ്) *v.* cut into forms; engrave; sculpture; രൂപംകൊത്തുക; ചിത്രം കൊത്തുക; ശില്പമോ ഛായാചിത്രമോ ശിലാലേഖനമോ രചിക്കുക.

cascade (കസ്കെയ്ഡ്) *n.* waterfall; നീർച്ചാട്ടം; അരുവി; നിർഝരം; താഴോട്ട് പ്രവഹിക്കുന്ന പോലെ യുള്ളവസ്തു (നീണ്ട തലമുടി).

case (കെയ്സ്) *n.* covering; box; sheath; ഉറ; പെട്ടി; കൂട്; തുകൽ പ്പെട്ടി; രോഗസ്ഥിതി; രോഗി; കാര്യം; വിഷയം.

casement (കെയ്സ്മെൻറ്) *n.* window frame; കിളിവാതിൽ; ജാലകം.

cash (കഷ്) *n.* money, coins, notes, etc.; പണം; ദ്രവ്യം; ധനം; രൊക്കം പണം.

cashew (കഷൂ) *n.* tropical tree with kidney shaped nut; പറങ്കിമാവ്; **cashew nut** കശുഅണ്ടി.

cashier (കഷിയർ) *n.* person incharge of cash; ഖജാൻജി.

casino (ക്കെസീനൗ) *n.* public entertainment room where gambling is carried on; നൃത്തസംഗീതശാല; ചൂതാട്ടസ്ഥലം.

cask (കാസ്ക്, കസ്ക്) *n.* a barrel; വീപ്പ; (ഒരളവ്).

casserole (കഴ്സറൗൾ) *n.* covered heat-proof dish used for cooking; food cooked in it; താപനഷ്ടം വരാതെ ആഹാരം പാചകം ചെയ്യാൻ ഉപയോഗിക്കുന്ന അടപ്പോടു കൂടിയ പ്രത്യേകപാത്രം.

cassock (കഴ്സക്ക്) *n.* clergymen's long outer coat; പുരോഹിതൻെറ മേലങ്കി; ളോഹ.

cast (കാസ്റ്റ്) *v.* throw or fling; shed; throw down; mould; shape; reckon; leave to drift; vote; എറിയുക; വിക്ഷേപിക്കുക; ഇടുക; ദോഷമായി വിധിക്കുക; ഉരുക്കി വാർക്കുക; നാട കത്തിൽ പാത്രങ്ങളെ വിഭജിക്കുക; വോട്ടുചെയ്യുക.

caste (കാസ്റ്റ്) *n.* rank or order of society; race; ജാതി; ഗോത്രം; വർണ്ണം.

castigate (കസ്റ്റിഗെയ്റ്റ്) *v.t.* chastise; punish; ശാസിക്കുക; കഠിന മായി താക്കീതുചെയ്യുക; ദണ്ഡി ക്കുക.

castle (കാസ്ൽ) *n.* a fortress; ദുർഗം; കോട്ട; കോട്ടയോടുകൂടിയ സൗധം. **castor oil** ആവണക്കെണ്ണ.

castrate (കാസ്ട്രെയ്റ്റ്) *v.t.* remove the testicles; ഷണ്ഡനാക്കുക; വരി ഉടയ്ക്കുക.

casual (കഷുഎ്ൽ) *adj.* accidental; occasional; ആകസ്മികമായ.

casualty (കഷുഎ്ൽററി) *n.* accident; person killed or injured; അത്യാ ഹിതം; ആപത്ത്.

cat (കററ്) *n.* small domesticated carnivorous quadruped; പൂച്ച; മാർ ജ്ജാരം.

cataclysm (കററക്ലിസം) *n.* violent event; ജലപ്രളയം; അത്യാപത്ത്.

catalogue (കററലൊഗ്) *n.* list of names, books, etc.; നാമാവലി; വിവ രപ്പട്ടിക; അനുക്രമണിക; സൂചി പത്രം.

catalysis (ക്കെററ്ലെസിസ്) *n.* decomposition; dissolution; ജീർണ്ണത; ദ്രവീകരണം; രാസത്വരണം.

catapult (കാ്ററപൾട്ട്) *n.* contrivance of forked stick & elastic for shooting stones; തെററാലി; കവിണി; *v.* കവിണികൊണ്ട് ക്ഷേപിക്കുക; ശക്തിയായി എറിയുക.

cataract (കാ്റ്ററാ്ക്റ്റ്) *n.* opacity of eye lens; waterfall; rush of water; കണ്ണിലെ തിമിരം.

catastrophe (ക്കെററാ്സ്ട്രെഫി) *n.* great disaster; culmination of a tragedy; മഹാവിപത്ത്; ആകസ്മികമായ ദാരുണസംഭവം.

catch (കാ്ച്ച്) *v.* (*p.t. & p.part.* **caught**) to take hold of; grasp; snatch; seize; apprehend; entangle; പിടികൂടുക; പിടിക്കുക; ഗ്രഹിക്കുക; മനസ്സിലാക്കുക.

catchment (കാ്ച്ച്മെൻറ്) *n.* **catchment area** catching and collection of rainfall over an area; മഴവെള്ളം കിട്ടുകയും സംഭരിക്കപ്പെടുകയും ചെയ്യുന്ന പ്രദേശം (catchment area of a dam).

catchword (കാ്ച്്വേ്ഡ്) *n.* word to draw attention; സൂചകപദം; മുദ്രാവാക്യം; ശ്രദ്ധയാകർഷിക്കുന്ന തലക്കെട്ട്.

catechism (കാ്റെറക്കിസം) *n.* instruction by question and answer; പ്രശ്നോത്തരപാഠം; ചോദ്യോത്തരരൂപത്തിലുള്ള ഉപദേശവിധി; ചോദ്യോത്തരരൂപത്തിൽ മതതത്ത്വങ്ങൾ ഉപദേശിക്കുന്നവൻ.

categorical (കാറ്ററഗോറിക്ക്ൽ) *adj.* positive; absolute; നിയതാർത്ഥമായ; നിസ്സന്ദേഹമായ.

category (കാ്റ്ററ്ഗെറി) *n.* a class or order; a division; തരം; വർഗ്ഗം; സമാനവർഗ്ഗം; വകുപ്പ്; ഇനം.

cater (കെയ്റ്ററർ) *v.i.* provide food, entertainment, etc.; ഭക്ഷണം ശേഖരിച്ചു കൊടുക്കുക; വിളമ്പുക; അഭിരുചികൾ സാധിപ്പിച്ചുകൊടുക്കുക.

caterpillar (കാ്ററർപില്ലർ) *n.* grub that lives upon leaves; (ചിത്രശലഭ)പ്പുഴു; എരിപുഴു.

catharsis (ക്കെതാർസിസ്) *n.* (*med.*) purgation; വിരേചനം; നാടകത്തിലൂടെ സാധിക്കുന്ന വികാരവിരേചനം.

cathedral (ക്കെതീഡ്രൽ) *n.* principal church in a diocese; ഭദ്രാസനപ്പള്ളി.

catheter (കാതിറ്ററർ) *n.* thin tube used to drain fluids from the body; ശരീരത്തിലെ ചില ദ്രവങ്ങൾ ഊററിയെടുക്കുവാൻ ഉപയോഗിക്കുന്ന നേർത്ത കുഴൽ.

cathode (ക്കെതൗഡ്) *n.* (*elect.*) negative pole of an electric current; വൈദ്യുതിയുടെ ഊനധ്രുവം.

catholic (കാ്ത്തലിക്) *adj.* universal; general; pert. Roman Catholics; സാർവ്വജനീനമായ; സർവ്വസമ്മതമായ; ഉദാരമായ; ഹൃദയവിശാലതയുള്ള; റോമൻ കത്തോലിക്കാ സഭയെ സംബന്ധിച്ച.

cattle (കാ്ററ്ൽ) *n.* (*pl.*) (*ar.*) livestock; കന്നുകാലികൾ; ആടുമാട് മുതലായ നാല്ക്കാലി മൃഗങ്ങൾ.

caucus (കോകസ്) *n.* influential group in a party; രാഷ്ട്രീയ പാർട്ടിയിലെ 'ഉൾവിഭാഗം'; പാർട്ടിക്കുള്ളിലെ പ്രബല ഗ്രൂപ്പ്.

cauldron (കോൾഡ്രൻ) *n.* caldron; കുട്ടകം; അണ്ടാവ്.

cauliflower (കോളിഫ്ലൗവർ) *n.* a variety of cabbage; പൂഗോവീസ് ചീര; കോളിഫ്ലൗവർ; ഒരിനം മുട്ടക്കോസ്.

cause (കോസ്) *n.* that which produces an effect; reason; origin; motive; purpose; കാരണം; ഹേതു; നിദാനം; ബീജം; മൂലം; ഉല്പത്തി; ഉണ്ടാക്കുക; സംഭവിക്കുക.

causeway (കോസ്വെയ്) *n.* raised way through a marsh; വരമ്പ്; നടവരമ്പ്; ചിറ.

caution (കോഷൻ) *n.* heedfulness; a warning; കരുതൽ; മുൻകരുതൽ; താക്കീത്.

cautious (കോഷസ്) *adj.* watchful; careful; ജാഗ്രതയുള്ള; ഉണർച്ചയോടുകൂടിയ.

cavalier (കാവലിയ്യർ) *n.* armed horseman; ആയുധം ധരിച്ച അശ്വാരൂഢൻ; കുതിരപ്പടയാളി.

cavalry (കാവൽറി) *n.* troop of horsemen; കുതിരപ്പട്ടാളം; 'തുറുപ്പ്.'

cave (കെയ്വ്) *n.* hollow place in the earth; a den; ഗുഹ; ഗഹ്വരം.

caveat (കാവിയാറ്റ്) *n.* warning; മുന്നറിയിപ്പ്; (*law*) request to the court; കോടതിയോടുള്ള അഭ്യർത്ഥന.

cavern (കാവ്വൺ) *n.* cave; deep hollow place in the earth; ഗുഹ; നിലവറ.

cavity (കാവിററി) *n.* hollow place; ദ്വാരം; രന്ധ്രം; പൊള്ളയായ ഭാഗം.

CD-ROM (സിഡി റോം) *n.* (Computer) Abbr. of Compact Disk-Read only Memory വായിക്കാൻ മാത്രം സാധിക്കുന്ന വിധം വിവരങ്ങൾ സൂക്ഷിച്ചിരിക്കുന്ന കോംപാക്ട് ഡിസ്ക്.

cease (സീസ്) *v.* stop; give over; come to an end; അവസാനിപ്പിക്കുക; അവസാനിക്കുക; ചെയ്യാതിരിക്കുക; നിർത്തുക.

ceasefire (സീസ്ഫയർ) *n.* agreed cessation of active hostilities; വെടിനിർത്തൽ; യുദ്ധവിരാമം.

cede (സീഡ്) *v.t.* give up; relinquish; surrender; (അവകാശം) വിട്ടു കൊടുക്കുക; ഒഴിഞ്ഞുകൊടുക്കുക.

ceiling (സീലിങ്) *n.* an inner roof; upper limit of prices, etc.; തട്ട്; മച്ച്.

celebrate (സെലിബ്രെയ്റ്റ്) *v.t.* observe with rites and festivities; extol; കൊണ്ടാടുക; ആഘോഷിക്കുക; പ്രകീർത്തിക്കുക *ns.* **celebration**.

celebrity (സിലെബ്രിറ്റി) *n.* well known person; പ്രസിദ്ധൻ.

celestial (സിലെസ്റ്റ്യൽ) *adj.* heavenly; divine; ദിവ്യമായ; സ്വർഗ്ഗീയമായ.

celibacy (സെലിബ്ബസി) *n.* unmarried state; ബ്രഹ്മചര്യം; വിവാഹം കഴിക്കില്ലെന്ന് പ്രതിജ്ഞചെയ്തിരിക്കൽ; *n.* **celibate**.

cell (സെൽ) *n.* a small room; small cavity; vessel with electrodes; local group of party members; അറ; ആശ്രമത്തിലെയോ കാരാഗൃഹത്തിലെയോ ചെറുമുറി; ജയിലറ; ശരീരകോശം; വൈദ്യുതീകോശം; വിപ്ലവകക്ഷികളുടെ ചെറുഘടകം.

cellar (സെല്ലർ) *n.* an underground room for storage; നിലവറ; ഉള്ളറ.

celluloid (സെല്യൂലൊയ്ഡ്) *n.* plastic made from camphor and cellulose nitrate; ഫിലിമും മററും നിർമ്മിക്കുന്നതിനുപയോഗിക്കുന്ന മുഖ്യഘടകവസ്തു.

celsius (സെൽസിയസ്) *n.* & *adj.* pert. to the **celsius scale**; വെള്ളം 0°യിൽ

cement | cervical 55

ഉറഞ്ഞുകട്ടിയാവുകയും 100°യിൽ തിളയ്ക്കുകയും ചെയ്യുന്ന തെർമോമീററർ മാപനരീതി.

cement (സിമെൻററ്) *n.* (hydraulic cement) strong mortar of calcined lime; സിമെൻററ്; കുമ്മായക്കൂട്ട്; ദൃഢീകരണം.

cemetery (സെമിററ്റി) *n.* place of burials; ശ്മശാനം; 'ശിമിത്തേരി.'

cense (സെൻസ്) *v.t.* perfume with burning incense; സുഗന്ധദ്രവ്യങ്ങൾ പുകയ്ക്കുക.

censor (സെൻ്സർ) *n.* a supervisor of morals; one who examines books, pictures, etc. before publication; ഗുണദോഷവിവേചകൻ; ഗ്രന്ഥ പ്രസിദ്ധീകരണ പരിശോധകൻ; *ns.* **censorship**.

censure (സെൻഷർ) *n.* adverse judgement; reprimand; പ്രതികൂലാഭിപ്രായം; വിരോധമായവിധി; അധിക്ഷേപം.

census (സെൻസസ്) *n.* official numbering of population; കാനേഷുമാരിക്കണക്ക്; ജനസംഖ്യാഗണനം.

cent (സെൻററ്) *n.* a hundred; നൂറിലൊരു ഭാഗം.

centenary (സെൻറീനറി) *n.* hundredth anniversary; നൂറാം വാർഷികം; ശതവാർഷികാഘോഷം.

centigrade (സെൻറിഗ്രെയ്ഡ്) *n.* a temperature measuring scale; ഊഷ്മാവ് അളക്കുന്നതിനുള്ള ഒരു രീതി.

centimetre (സെൻറിമീററർ) *n.* hundredth part of a metre; മീററിൻെറ നൂറിൽ ഒരു ഭാഗം.

centipede (സെൻറിപിഡ്) *n.* a small crawling creature with many feet; പഴുതാര.

centre (സെൻ്ററർ) *n.* middle point of anything; pivot; axis; മദ്ധ്യബിന്ദു; വൃത്തകേന്ദ്രം; കേന്ദ്രസ്ഥാനം; കേന്ദ്രഗതമാക്കുക; ഏകീഭവിക്കുക.

centrifugal (സെൻട്രിഫ്യൂഗൽ) *adj.* tending to recede from the centre; കേന്ദ്രപരാങ്മുഖമായ; കേന്ദ്രത്തിൽ നിന്നകന്നുപോകുന്ന.

centripetal (സെൻട്രിപീററൽ) *adj.* moving towards the centre or axis; കേന്ദ്രത്തെയോ അച്ചുതണ്ടിനെയോ ലക്ഷ്യമാക്കി നീങ്ങുന്ന.

century (സെൻ്ചെറി) *n.* hundred year period; a hundred of something; ശതാബ്ദം; നൂററാണ്ട്.

ceramic (സിറാമിക്) *adj.* pert. to pottery; പിഞ്ഞാണനിർമ്മാണം സംബന്ധിച്ച.

cereal (സിയ്യറിയ്യൽ) *n.* edible grain; ഭക്ഷ്യധാന്യം.

cerebellum (സെറിബെലം) *n.* smaller part of brain; ലഘുമസ്തിഷ്കം; അനുമസ്തിഷ്കം.

cerebral (സെറിബ്രൽ) *adj.* of the brain; മസ്തിഷ്കപരമായ; ബൗദ്ധികമായ; **cerebrum** മസ്തിഷ്കം; മസ്തിഷ്കത്തിൻെറ പ്രധാന ഭാഗം.

ceremony (സെറിമണി) *n.* religious or other rite; formality; pomp; മതകർമ്മം; വൈദികക്രിയ; ചടങ്ങ്; ആചാരം; പൂജ; ശ്രാദ്ധം; *adj.* **ceremonial**.

certain (്സേർട്ടൻ) *adj.* sure; undoubtedly true; one or some; സുനിശ്ചിതമായ; തീർച്ചയായ.

certify (്സേർട്ടിഫൈ) *v.t.* declare in writing; establish as a fact; സാക്ഷ്യപ്പെടുത്തുക; പ്രമാണീകരിക്കുക; സാക്ഷ്യപത്രം നല്കുക.

cervical (്സേർവിക്കൽ) *adj.* belonging to the neck; കഴുത്തിനെ സംബന്ധിച്ച; ഗർഭപാത്രത്തിലെ ഇടുങ്ങിയ ഭാഗത്തെ സംബന്ധിച്ച.

cervix (്സേർവിക്സ്) *pl.* **cervices** (്സേർവിസീസ്) narrow part of the womb where it joins the vagina; ഗർഭപാത്രത്തെ യോനിയുമായി യോജിപ്പിക്കുന്ന ഇടുങ്ങിയ ഭാഗം.

cess (സെസ്) *n.* tax; നികുതി.

cessation (സെസേയ്ഷൻ) *n.* ceasing or stopping; വിരാമം.

chaff (ചാഫ്) *n.* husks of corn; ഉമി; പതിര്; നിസ്സാരവസ്തു; കളിവാക്ക്.

chaffer (ചാ്ഫർ) *v.* bargain; വില പേശുക; *n.* വിലപേശുന്നവൻ.

chain (ചെയ്ൻ) *n.* a series of links each passing through the next; ചങ്ങല; ശൃംഖല; കഴുത്തിലിടുന്ന മാല; ശ്രേണി; പംക്തി; ഒന്നിച്ചു കോർത്തുകെട്ടിയിട്ടുള്ള സാധനങ്ങൾ; അളവുചങ്ങല.

chair (ചെ്യർ) *n.* a movable seat; a seat of authority; കസേര; കസാല; അധികാരപീഠം; അദ്ധ്യക്ഷപദം.

chalan (്ചലാൻ) *n.* a form used when money is paid to government treasury; പണം ട്രെഷറിയിൽ അടയ്ക്കുമ്പോൾ ഉപയോഗിക്കുന്ന ഫോറം.

chalice (ചാലിസ്) *n.* large cup for holding wine; വീഞ്ഞ് കുടിക്കുവാൻ ഉപയോഗിക്കുന്ന വലിയ കോപ്പ.

chalk (ചോക്) *n.* white carbonate lime; ചോക്ക്; പെൻസിൽചോക്ക്.

challenge (ചാലിഞ്ജ്) *n.* summons to a contest; പോർവിളി; വെല്ലുവിളി; സമരാഹ്വാനം; ആഹ്വാനം; *v.t.* വെല്ലുവിളിക്കുക; പന്തയത്തിനു ക്ഷണിക്കുക.

chamber (ചെയ്ംബ്ബർ) *n.* apartment; assembly; judge's room; അറ; ശയനമുറി; സ്വകാര്യമുറി; ആലോചനാമുറി; സഭ കൂടുന്ന സ്ഥലം.

chameleon (്കമീ്ല്യൻ) *n.* small lizard famous for changing colour; ഓന്ത്; സമയോചിതമായി സ്വഭാവം മാറുന്നയാൾ.

champ (ചാമ്പ്) *v.t.* chew with a noise; ശബ്ദം കേൾക്കത്തക്കവണ്ണം ചവയ്ക്കുക.

champion (ചാമ്പിയൻ) *n.* one who fights for a cause; successful combatant; സാമൂഹ്യനന്മയ്ക്കായുള്ള ഏതെങ്കിലും കാര്യത്തിനുവേണ്ടി ശ്രമിക്കുന്നവൻ; മത്സരക്കളികളിൽ സുസമ്മതമായ പ്രാഗല്ഭ്യമുള്ളവൻ.

chance (ചാൻസ്) *n.* accident; risk; fortune; possibility of an occurrence; ആകസ്മിക (യദൃച്ഛാ) സംഭവം; സാംഗത്യം; വിധി; ദൈവയോഗം; അദൃഷ്ടം; ഭാഗ്യം; യോഗം; അവസരം; സൗകര്യം; സന്ദർഭം; സാദ്ധ്യത; സംഭാവ്യത; ആനുകൂല്യം.

chancellor (ചാൻ്സ്്ലർ) *n.* state or law official of various kinds; head of a university; പ്രഥമ ന്യായാധിപതി; അധികാരി; സർവ്വകലാശാലാധിപതി.

chandler (ഷാൻഡ്ലർ) *n.* candle maker; മെഴുകുതിരി ഉണ്ടാക്കുന്നവൻ.

change (ചെയ്ഞ്ജ്) *v.t.* alter or make different; exchange; shift; ഭേദപ്പെടുത്തുക; മാററുക; ഒന്നിനു പകരം മറെറാന്നെടുക്കുക; മറെറാന്നാക്കുക; മാററിമറിക്കുക; പരിവർത്തനം ചെയ്യിക്കുക; ചില്ലറനാണയം.

channel (ചാനൽ) *n.* navigable part of a waterway; canal; strip on recording tape; medium of communication; ഗതാഗതയോഗ്യമായ

chant | charter 57

ജലപ്പരപ്പ്; റെക്കോഡിങ് ടെയ്പിലെ 'നീണ്ട' സ്ട്രിപ്പ്; ടെലിഗ്രാഫിക് സന്ദേശ വിനിമയമാർഗത്തിനുള്ള 'സർക്യൂട്ട്'.

chant (ചാൻറ്) *v.t.* sing softly; സ്തുതിഗാനം ചെയ്യുക; ജപിക്കുക; ചൊല്ലുക.

chaos (കെ̄യൊസ്) *n.* confusion; disorder; താറുമാറ്; അലങ്കോലം; കലാപം; കുഴപ്പം; സൃഷ്ടിക്കു മുമ്പുണ്ടായിരുന്ന നിരാകാരാവസ്ഥ.

chap (ചാപ്) *n.* upper or lower part of mouth; jaw; വായുടെ മേൽകീഴു ഭാഗം; മനുഷ്യൻ; ആൾ; ചങ്ങാതി.

chapel (ചാ̆പ്പൽ) *n.* a small church; ചെറുപള്ളി; കപ്പേള; ഒരു സ്ഥാപനത്തിലെ ചെറിയ പള്ളി.

chaplain (ചാ̆പ്ളിൻ) *n.* clergyman in a chapel; പാതിരി; ബോധകൻ; സൈന്യപുരോഹിതൻ; ചാപ്പലിലെ പുരോഹിതൻ.

chapter (ചാ̆പ്റ്ററർ) *n.* main division of a book; അധ്യായം; സർഗ്ഗം; യോഗം.

char (ചാർ) *v.i.* reduce to charcoal; burn; മന്ദം മന്ദം എരിക്കുക; കരിക്കുക; കരിക്കട്ടയാക്കുക.

character (കാ̆രക്റ്ററർ) *n.* the total of qualities making up an individuality; moral strength; essential feature; mark; sign; letter; സ്വഭാവഗുണം; സ്വഭാവം; വ്യക്തിവൈശിഷ്ട്യം; നിസർഗ്ഗ സ്വഭാവം; ചാരിത്ര്യം; വ്യക്തിത്വം; വ്യക്തി; കഥാപാത്രം; അക്ഷരത്തെയും മററും പ്രതിനിധീകരിക്കുന്ന പ്രതീകങ്ങളുടെ സമൂഹം.

characteristic (കാ̆രക്ടറെസ്റ്റിക്) *adj.* distinctive; peculiar; നൈസർഗ്ഗികമായ; വിശേഷവിധിയായ.

charcoal (ചാർകൗ̄ൾ) *n.* charred wood; കരി; കരിക്കട്ട; മരക്കരി.

charge (ചാർജ്) *v.* load; burden; to fill; fix price of; accuse; exhort; attack; fill with electricity; ഭാരം ചുമത്തുക; ഭരമേല്പിക്കുക; (തോക്കും മററും) നിറയ്ക്കുക; ചെലുത്തുക; കൊള്ളിക്കുക; കണക്കിലെഴുതുക; വില വയ്ക്കുക; കുററം ചുമത്തുക; കുററപത്രം എഴുതുക.

chariot (ചാ̆രിയററ്) *n.* (*hist.*) four wheeled pleasure carriage; തേര്; (ക്രീഡാ) രഥം; വാഹനം.

charisma (കാ̆രിസ്മ) *n.* capacity to inspire followers; അനുയായികളിൽ സ്വാധീനം ചെലുത്താൻ ചില നേതാക്കൾക്ക് നൈസർഗ്ഗികമായുള്ള വ്യക്തി പ്രഭാവം.

charity (ചാ̆രിററി) *n.* universal love; benevolence; alms giving; a charitable institution; ദീനദയാലുത്വം; പരോപകാരം; അനുകമ്പ; സാർവ്വത്രിക സ്നേഹം.

charlatan (ഷാർലററൻ) *n.* pretender; quack; കപടവേഷക്കാരൻ; പണ്ഡിതവേഷധാരി; മുറിവൈദ്യൻ; ഇല്ലാത്ത വൈദഗ്ദ്ധ്യം ഭാവിക്കുന്നയാൾ.

charm (ചാം) *n.* quality or feature that excites love or admiration; ആകർഷണശക്തി; മനോജ്ഞത; വശീകരണം; വശ്യപ്രയോഗം; ആനന്ദിപ്പിക്കാൻ ചിലർക്കുള്ള അനിർവ്വചനീയമായ ശക്തി.

chart (ചാർട്ട്) *n.* a tabulated statement; diagram; map; പട്ടികപ്രമാണം; അവകാശപത്രം; രേഖകൾകൊണ്ട് അടയാളപ്പെടുത്തിയ വിവരണപത്രം.

charter (ചാ̆ർട്ടർ) *n.* written grant of rights; കരണം; രേഖ; പ്രമാണം; അവകാശപത്രം; കരാറിന്മേൽ

കപ്പൽ, വിമാനം മുതലായവ കൂലിക്കു കൊടുക്കുക.

chase (ചെയ്സ്) *v.t.* pursue; hunt; follow after; പിന്തുടരുക; വേട്ടയാടുക; ഓടിക്കുക; വിരട്ടുക; തുരത്തുക; നേടാൻ ശ്രമിക്കുക.

chasm (കാ്സം) *n.* yawning hollow; abyss; ഭൂമിയിലെ പിളർപ്പ്; ഗർത്തം.

chassis (ഷാ്സീ) *n.* framework of a motor vehicle; മോട്ടോർവാഹനത്തിന്റെ ചട്ടക്കൂട്.

chaste (ചെയ്സ്റ്റ്) *adj.* pure; virgin; pure from all unlawful sexual commerce; പാതിവ്രത്യമുള്ള; ഏകപത്നീവ്രതമുള്ള; പരിശുദ്ധമായ; കളങ്കമില്ലാത്ത.

chasten (ചെയ്സൻ) *v.t.* punish by inflicting suffering; ശിക്ഷിച്ചു നന്നാക്കുക; നന്നാക്കാനായി ശിക്ഷിക്കുക.

chastise (ചാ്സ്റ്റൈസ്) *v.t.* punish; thrash; ശിക്ഷിക്കുക; നന്നായി പ്രഹരിക്കുക.

chat (ചാ്റ്റ്) *v.i.* talk idly or familiarly; നർമ്മസല്ലാപം നടത്തുക; *n.* നർമ്മസല്ലാപം; അനൗപചാരിക സംഭാഷണം.

chatter (ചാ്റ്ററ്) *v.i.* talk incessantly or foolishly; ചിലയ്ക്കുക; ഇടവിടാതെ സംസാരിക്കുക; കിലുകിലാരവം പുറപ്പെടുവിക്കുക.

chauffeur (ഷൗഫർ) *n.* driver; കാർഡ്രൈവർ; *v.i.* ഡ്രൈവർ ജോലി ചെയ്യുക.

chauvinism (ഷൗവിനിസം) *n.* bellicose patriotism; യുദ്ധോത്സുകമായ രാജ്യസ്നേഹം; വിവേകശൂന്യമായ രാജ്യാഭിമാനം.

cheap (ചീപ്) *adj.* low in price; easily got; worthless; inferior; വിലകുറഞ്ഞ; സുലഭമായ; നിസ്സാരമായ; അതിസാധാരണമായ.

cheat (ചീറ്റ്) *v.t.* deceive; defraud; വഞ്ചിക്കുക; ചതിക്കുക; കളിപ്പിക്കുക; തട്ടിപ്പ് നടത്തുക; കള്ളത്തരം കാണിക്കുക.

check (ചെക്) *n.* sudden stop; obstruction; reprimand; censure; പെട്ടെന്നുള്ള നിറുത്തൽ; തടസ്സം; താല്ക്കാലികവിരാമം.

cheek (ചീക്ക്) *n.* side of the face below the eyes; കവിൾത്തടം; ഗണ്ഡം; (*fig.*) അഹങ്കാരം; ധാർഷ്ട്യം; ചഞ്ചലമായ ആത്മവിശ്വാസം; ധിക്കാരവചനം.

cheer (ചിയ്ര്) *n.* frame of mind; shout of encouragement; ഉത്സാഹം; ഉന്മേഷം.

cheerful (ചിയര്ഫുൾ) *adj.* contented; in good spirits; pleasant; സംതൃപ്തനായ; ശുഭാപ്തിവിശ്വാസമുള്ള; തയ്യാറുള്ള.

cheese (ചീസ്) *n.* curd of milk coagulated, separated from whey and pressed; പാല്പാടക്കട്ടി; പാലട.

cheetah (ചീററ) *n.* swift running spotted feline; ചെമ്പുലി.

chef (ഷെഫ്) *n.* chief cook (in a hotel); പ്രധാന പാചകക്കാരൻ (ഹോട്ടലിലെ).

chemical (കെമിക്കൽ) *adj.* pert. to chemistry; രസതന്ത്രശാസ്ത്രപരമായ.

chemist (കെമിസ്റ്റ്) *n.* person skilled in chemistry; dealer in medicinal drugs; രസതന്ത്രശാസ്ത്രജ്ഞൻ; (അലോപ്പതി) ഔഷധവ്യാപാരി.

chemistry (കെമിസ്ട്രി) *n.* science which treats of properties of substances; രസതന്ത്രം; രസതന്ത്രശാസ്ത്രം.

cheque | chime 59

cheque (ചെക്) (*U.S.* **check**) *n.* written order to a bank to pay money; കൊണ്ടു ചെല്ലുന്നവന് ബാങ്കിൽ നിന്ന് പണം കൊടുക്കണമെന്ന് ആവശ്യപ്പെടുന്ന നിശ്ചിത ഫാറത്തിലുള്ള നിർദ്ദേശചീട്ട്.

chequer (ചെക്ക്ർ) *n.* chess-board; alternation of colours as on a chess-board; ചതുരംഗപ്പലക; ചതുരംഗപ്പടം.

cherish (ചെറിഷ്) *v.t.* nurture; take care of; entertain in the mind; protect and treat with affection; പരിപോഷിപ്പിക്കുക; വാത്സല്യപൂർവ്വം വളർത്തുക; വിലപ്പെട്ടതായി കരുതുക; പരിലാളിക്കുക; (മനസ്സിൽ വെച്ച്) താലോലിക്കുക.

cherry (ചെറി) *n.* small red fruit; ചെറി (പഴം); *adj.* രക്തവർണ്ണമുള്ള; തുടുത്ത.

cherub (ചെറബ്ബ്) *n.* (*pl.* **cherubs** or **cherubim)** beautiful child; ദൈവദൂതൻ; സുന്ദരശിശു.

chess (ചെസ്) *n.* the game played by two men on 64 squares; ചതുരംഗം.

chest (ചെസ്ററ്) *n.* breast; strong box; മാറിടം; നെഞ്ച്; പെട്ടകം; വലിയ പെട്ടി; *v.* പെട്ടിക്കകത്താക്കുക; ശേഖരിച്ചുവയ്ക്കുക.

chestnut (ചെസ്നട്ട്) *n.* a tree with edible fruits; ഭക്ഷ്യയോഗ്യമായ കുരുവുള്ള ഒരിനം വൃക്ഷം; തവിട്ടു കലർന്ന ചുകപ്പുനിറമുള്ള കുതിര.

chevalier (ഷെവലീയർ) *n.* horse man; knight; അശ്വാരൂഢൻ; 'നൈററ്' ('വീരൻ') പദവി ലഭിച്ചയാൾ; മാടമ്പി.

chew (ചൂ) *v.* grind with teeth; meditate; ചവയ്ക്കുക; അയവിറക്കുക; ചർവ്വണം ചെയ്യുക.

chick (ചിക്) *n.* young of fowls; young woman; കൊച്ചുപക്ഷി; കോഴിക്കുഞ്ഞ്; (*sl.*) യുവതി.

chicken (ചിക്കെൻ) *n.* young fowl; its flesh; കോഴിക്കുഞ്ഞ്; അതിന്റെ മാംസം; (*fig.*) ഭീരു.

chickenpox (ചിക്കൻപോക്സ്) *n.* mild form of small pox; പൊങ്ങൻ പനി; 'ചിക്കൻ'.

chicory (ചിക്കറി) *n.* a plant, roots of which ground to use with coffee; കിഴങ്ങുള്ള ഒരിനം ചെടി (കാപ്പിപ്പൊടിയുടെ കൂടെ ചേർക്കാറുള്ളത്).

chide (ചൈഡ്) *v.* scold; rebuke; ശാസിക്കുക; ശകാരിക്കുക.

chief (ചീഫ്) (*adj.*) main; leading; principal; മുഖ്യമായ; സർവ്വപ്രധാനമായ; സമുന്നതമായ; ഏററവും ഉയർന്ന.

chieftain (ചീഫ്ററൻ) *n.* head of a clan; leader; മുഖ്യൻ; പ്രധാനി; നേതാവ്; നായകൻ; സാമന്തൻ; മൂപ്പൻ.

chiffon (ഷിഫോൻ) *n.* thin gauzy material used as a trimming; വസ്ത്രത്തിൽ വച്ചുപിടിപ്പിക്കുന്ന നേരിയ അലങ്കാരത്തുണി.

child (ചൈൽഡ്) *n.* (*pl.* **children)** baby of either sex; പൈതൽ; കുഞ്ഞ്; സന്തതി; ബാലൻ; ബാലിക; *n.* **childhood** കുട്ടിക്കാലം; ബാല്യം; ശൈശവം; *adj.* **childish** ബാലപ്രകൃതിയുള്ള.

chill (ചിൽ) *n.* coldness; depressing influence; കുളിര്; ശൈത്യം; വിറ; ഉത്സാഹക്ഷയം; അധൈര്യം.

chilli, chilly (ചിലി) *n.* a kind of guinea pepper; കപ്പൽമുളക്; വത്തൽ മുളക്.

chime (ചൈം) *n.* sound of bell; മണി

നാദം; ഒരേ താളക്രമത്തിൽ ഉയരുന്ന മണിനാദം; ഘണ്ടാനാദം.

chimney (ചിമ്നി) *n.* passage for escape of smoke; പുകക്കുഴൽ; ചിമ്മിനി; ആവിയന്ത്രത്തിൻെറ ഫണൽ; വിളക്കിൻെറ കണ്ണാടിക്കുഴൽ.

chimpanzee, chimpansee (ചിംപൻസീ) *n.* large African ape; ആൾക്കുരങ്ങ്.

chin (ചിൻ) *n.* lower extremity of face below mouth; താടി; ചിബുകം; *adj.* സധൈര്യം സഹിക്കുക.

china-ware, china (ചൈനാവെയർ) *n.* fine kind of earthen ware; ചീനപ്പാത്രം.

chip (ചിപ്) (computer) *n.* a small electronic component usually made of silicon that contains microscopic circuits. Also called 'integrated circuit'. സൂക്ഷ്മസഞ്ചാരപഥങ്ങളടങ്ങിയതും സിലിക്കൺ തരികൊണ്ട് നിർമ്മിച്ചിട്ടുള്ളതുമായ ഇലക്ട്രോണിക്ക് ഘടകം; ചെത്തിക്കുറയ്ക്കുക; നുറുക്കുക; തുണ്ടുകളാക്കുക; ഇടയ്ക്കു കയറി പറയുക; **banana chips** ഏത്തയ്ക്കാവറുത്തത്.

chirp (ചേർപ്) *n.* shrillery of birds; പക്ഷിശബ്ദം; കൂജനം; *adj.* **chirpy** ഉല്ലാസസ്വഭാവമുള്ള; ഉല്ലസിതമായ.

chisel (ചിസ്ൽ) *n.* iron tool to cut or hollow; ഉളി; കല്ലുളി; ചിറ്റുളി; *v.t.* ഉളികൊണ്ടു ചെത്തുക.

chitchat (ചിററ്ചാററ്) *n.* gossip; ജല്പനം; സല്ലാപം; 'വെടി'പറച്ചിൽ.

chivalrous (ഷിവൽറസ്) *adj.* gallant; courteous; ധീരോദാത്തമായ; പരാക്രമശാലിയായ.

chivalry (ഷിവൽറി) *n.* bravery and courtesy; inclination to defend weaker party; ധീരോദാത്തത; ശൗര്യഗുണം; ദുർബല സംരക്ഷണനിഷ്ഠ; പരാക്രമം; സ്ത്രീജനാദരം; ദാക്ഷിണ്യം.

chlorine (ക്ലോറീൻ) *n.* yellowish green gas with irritant smell; മഞ്ഞപ്പച്ചനിറവും രൂക്ഷഗന്ധവുമുള്ള വാതകം; ക്ലോറിൻ; ഹരിതകം.

chloroform (ക്ലോറഫോം) *n.* anaesthetic; ക്ലോറോഫോം; മയക്കുമരുന്ന്; *v.t.* ക്ലോറോഫോം കൊടുത്തു മയക്കുക.

chlorophyll (ക്ലോറഫിൽ) *n.* colouring matter of green parts of plants; പത്രഹരിതകം; സസ്യങ്ങൾക്കു പച്ചനിറം നൽകുന്ന വസ്തു.

chocolate (ചൊക്ലെററ്) *n.* paste or cake made of the cocoa nut; ചോക്കലേററ്; ചോക്കലേററ് ചേർത്തുണ്ടാക്കിയ മധുരദ്രവ്യം; ചോക്കലേററ് പാനീയം; (drinking chocolate); *adj.* ചോക്കലേററ് നിറമുള്ള; ചോക്കലേററ് ചേർത്ത.

choice (ചൊയ്സ്) *n.* act of choosing; thing chosen; best part of anything; alternative; preference; തിരഞ്ഞെടുക്കൽ; വരിക്കൽ; വരണസ്വാതന്ത്ര്യം; പ്രഥമഗണനന; തിരഞ്ഞെടുത്ത വസ്തു.

choir (ക്വയർ) *n.* band of singers; (പള്ളിയിലെ) ഗായകസംഘം; ക്രിസ്തീയ ദേവാലയത്തിലെ ഭജനമണ്ഡപം.

choke (ചൗക്) *v.i.* strangle; suffocate; constrict; to obstruct; കഴുത്തു ഞെക്കുക; ശ്വാസംമുട്ടിക്കുക; വീർപ്പുമുട്ടിക്കുക; സ്തംഭിപ്പിക്കുക.

choler (കോളർ) *n.* a bile; wrath; പിത്തം; (ശീഘ്ര) കോപം; *adj.* **choleric** മുൻകോപമുള്ള; കോപസ്വഭാവമുള്ള.

cholera | chronicle 61

cholera (കൊള്ളെറ്റ) *n.* an infectious and deadly disease; വിഷൂചിക; കോളറാ.

cholesterol (ക്കെല്ലസ്റ്ററൊൾ) *n.* fatty substance found in blood, etc.; രക്തത്തിലും മററും കാണുന്നതും രക്തം കട്ടിപിടിക്കുന്നതിന് ഹേതുവായി കരുതപ്പെടുന്നതുമായ ഒരുതരം കൊഴുപ്പ്.

choose (ചൂസ്) *v.* (*p.t.* **chose**, *p.part.* **chosen)** select; prefer; determine; തിരഞ്ഞെടുക്കുക; വരിക്കുക; നിർണ്ണയിക്കുക; സ്വീകരിക്കുക; തീരുമാനിക്കുക.

chop (ചൊപ്) *v.t.* (*p.t.* **chopped**, *pre. part.* **chopping**) cut into pieces; mince; വെട്ടുക; നുറുങ്ങുകളാക്കുക; *n.* **chopper** വെട്ടുന്നവൻ; വെട്ടുകത്തി; ഇറച്ചി വെട്ടുന്ന കത്തി.

chopstick (ചൊപ്സ്ററിക്) *n.* a pair of sticks used by Chinese to lift food to the mouth; (ചൈനാക്കാരുടെ) ഭക്ഷണക്കോൽ.

chord (കോർഡ്) *n.* (*math.*) straight line joining two points in the circumference of a circle; (ഗണിതശാസ്ത്രം) ഒരു വൃത്തത്തിൻെറ പരിധിയിലെ രണ്ടു ബിന്ദുക്കളെ യോജിപ്പിക്കുന്ന ഋജുരേഖ; വീണക്കമ്പി; തന്ത്രി; ഞാൺ; ശബ്ദലയം; സ്വരൈക്യം.

chore (ചോർ) *n.* routine or tedious task; വിടുപണി; ചെറിയ (വീട്ടു) ജോലി; പതിവുപണി.

choreography (കോറിയൊഗ്രഫി) *n.* designing a stage dance; നൃത്തവിദ്യ; നൃത്തസംവിധാനകല.

chorus (കോറസ്) *n.* band of singers and dancers; that which is sung by a chorus; combination of voices in one simultaneous utterance; പ്രാചീന ഗ്രീക്ക് നാടകങ്ങളിലും മതാഘോഷങ്ങളിലും പ്രധാന പങ്കു വഹിച്ചിരുന്ന നർത്തക ഗായക സംഘം; ചേർന്നുപാടുന്നവർ.

Christ (ക്രൈസ്ററ്) *n.* Jesus, the Messiah; ക്രിസ്തു; **the Christ child** ഉണ്ണിയേശു.

christen (ക്രിസെൻ) *v.t.* baptise; give a name to; ക്രിസ്തുനാമത്തിൽ ജ്ഞാന സ്നാനം ചെയ്യുക; സ്നാനപ്പേരിടുക.

Christian (ക്രിസ്ററിയൻ) *n.* follower of Christ; a believer in Christianity; ക്രിസ്ത്യാനി; ക്രിസ്തുഭക്തൻ; ക്രിസ്തുമതാനുസാരി; *adj.* rel. to Christ or Christianity; ക്രിസ്തീയമായ; ക്രിസ്തുധർമ്മാവലംബിയായ.

Christmas (ക്രിസ്മസ്) *n.* festival of Christ's birth; ക്രിസ്മസ്; ക്രിസ്തുവിൻെറ ജന്മദിനാഘോഷം.

chromatic (ക്രൗമാററിക്) *adj.* of bright colour; rel. to colour; വർണ്ണസംബന്ധിയായ; വർണ്ണങ്ങളുള്ള; ഉജ്ജ്വലവർണ്ണമായ.

chrome (ക്രോം) *n.* colour got from lead chromate; ഒരിനം ലോഹക്ഷാരത്തിൽനിന്നുണ്ടാക്കിയ വർണ്ണം.

chromosome (ക്രൗമെസൗം) *n.* rod like structure occurring in pairs in the nucleus cells, carrying genes; കോശ വിഭജനത്തിലും പാരമ്പര്യസ്വഭാവസംക്രമണത്തിലും പ്രധാന പങ്കു വഹിക്കുന്ന ജീനുകളടങ്ങിയ കോശകേന്ദ്രത്തിലെ ദണ്ഡാകൃതിയിലുള്ള വസ്തു.

chronic (ക്രൊണിക്) *adj.* lasting; lingering; (തീക്ഷ്ണരോഗത്തെപ്പററിയും മററും) പഴക്കംചെന്ന; ദീർഘകാലമായിട്ടുള്ള.

chronicle (ക്രൊണിക്ക്ൾ) *n.* record of

62 chronology | circumference

events in order of time; history; കാലാനുസൃതവിവരണം; ചരിത്രം; പുരാവൃത്തം.

chronology (ക്രൊണൊളജി) *n.* science of computing time; കാലഗണനവിദ്യ; കാലഗണനം; കാലനിർണ്ണയം; കാലാനുക്രമ പുരാവൃത്തവിവരണം.

chrysanthemum (ക്രിസാൻതെമം) *n.* garden plant with brightly coloured flowers; its flower; പൂന്തോട്ടത്തിൽ വളർത്തുന്ന ഒരു പൂച്ചെടി; അതിൻെറ പൂവ്.

chubby (ചബി) *adj.* plump; കൊഴുത്തുരുണ്ട; മാംസപുഷ്ടിയുള്ള; *n.* **chubbiness.**

chuckle (ചക്ക്ൾ) *v.* laugh in a suppressed manner; ശബ്ദമുണ്ടാക്കാതെ ചിരിക്കുക; *n.* അടക്കിപ്പിടിച്ച ചിരി.

chum (ചം) *n.* bosom friend; ഉററ ചങ്ങാതി; *v.* ഒരേ മുറിയിൽ താമസിക്കുക.

chunk (ചങ്ക്) *n.* thick piece of anything; തടി, പലഹാരം മുതലായവയുടെ തടിച്ച ഭാഗം; വലിയ കഷണം; ഭാഗം.

church (ചേർച്) *n.* building for Christian worship; collective body of Christians; ക്രിസ്തീയ ദേവാലയം; പള്ളി; തിരുസഭ; മതശാഖ.

churn (ചേൺ) *n.* butter making machine; കടകോൽ; തൈരു കടയുന്ന യന്ത്രം; വലിയ പാൽപ്പാത്രം; *v.* കടയുക.

chutney (ചട്ട്നി) *n.* hot-tasting curry; എരിവുള്ള കറി; ചട്ട്നി.

cigar (സിഗാർ) *n.* roll of tobacco leaves for smoking; ചുരുട്ട്.

cinchona (സിങ്കൊണ) *n.* tree yielding quinine; ക്വയിനാമരം; ക്വയിനാമരപ്പട്ട.

cinder (സിൻഡർ) *n.* slag; piece of glowing coal; തീക്കൊള്ളി; തീക്കനൽ.

cine (സിനി) *pref. & adj.* cinematographic; ചലച്ചിത്രസംബന്ധിയായ.

cinema (സിനമ്മ) *n.* cinematograph; moving pictures; theatre; ചലച്ചിത്രം; ചലച്ചിത്രകല; ചലച്ചിത്രനിർമ്മാണം; ചലച്ചിത്രവ്യവസായം; ചലച്ചിത്രപ്രദർശനശാല.

cinnamon (സിറ്നമ്മൻ) *n.* spice made from; the bark of a S.E. Asian tree; കറുവ; കറുവാപ്പട്ട.

cipher, cypher (സൈഫർ) *n.* the arithmetical symbol 0; പൂജ്യം; ശൂന്യം; നിസ്സാര വസ്തു; നിസ്സാരവ്യക്തി; ഗൂഢഭാഷ.

circle (സേർക്ക്ൾ) *n.* a perfectly round figure; ring; persons grouped round centre of interests; വൃത്തം; വൃത്താകൃതി; വലയം; ആവരണം; (*fig.*) അധികാരസീമ; പ്രദേശം; മിത്രമണ്ഡലം; പരിഷത്; സമൂഹം; ചുററും നില്ക്കുന്നവർ.

circuit (സേർകിററ്) *n.* moving round; circular journey; area; പര്യടനം; പരിഭ്രമണം; വൈദ്യുതിയുടെ പൂർണ്ണമായ പ്രവാഹപരിക്രമണം; *adj.* **circular** ഉരുണ്ട; വൃത്താകാരമായ; അറിയിപ്പ്; *v.* **circulate** പ്രചരിപ്പിക്കുക; പ്രസിദ്ധപ്പെടുത്തുക; ചുററിസഞ്ചരിക്കുക; ചുററിത്തിരിയുക.

circumcise (സേർകംസൈസ്) *v.t.* cut off foreskin of; ശിശ്നാഗ്രത്തിലെ തൊലി ഛേദിക്കുക; *n.* **circumcision** സുന്നത്ത്.

circumference (സേർകംഫെറൻസ്)

circumlocution | clam 63

n. boundary line of any round body; ചുററളവ്; വൃത്തപരിധി.

circumlocution (്സേർകംലൊക്യൂഷൻ) *n.* round about way of speaking; വളച്ചുകെട്ടിപ്പറയൽ; പിടികൊടുക്കാത്ത സംസാരം; വക്രോക്തി.

circumnavigate (്സേർകംനാവിഗെയ്ററ്) *v.t.* sail round; കപ്പൽമാർഗം ചുററി സഞ്ചരിക്കുക; ഭൂമിയെ ചുററി കപ്പലോടിക്കുക.

circumstance (്സേർകംസ്ററൻസ്) *n.* surroundings; situation; state of one's affairs; (*pl.*) പരിതഃസ്ഥിതി; സന്ദർഭം; ചുററുപാട്; സാഹചര്യം; (ആഖ്യാനത്തിലെ) മുഴുവിശദാംശം.

circumvent (്സേർകംവെൻറ്) *v.t.* outwit; ഉപായംകൊണ്ട് ജയിക്കുക; ഒഴിവാക്കാൻ ശ്രമിക്കുക.

circus (്സേർകസ്) *n.* (*pl.* **circuses**); rounded arena; an entertainment of acrobats, horses, etc.; വൃത്താകാരമായ ക്രീഡാസ്ഥലം; രംഗസ്ഥലം; മൃഗസാഹസ പ്രകടനശാല; കളരി; കുതിരയോട്ടക്കളം; സർക്കസ്സ്.

cistern (സിസ്റ്റേൺ) *n.* reservoir for storing water; വെള്ളത്തൊട്ടി.

citadel (സിററഡെൽ) *n.* fortress in a city; അന്തർനഗരം; കോട്ടയ്ക്കുള്ളിലെ അഭയസ്ഥാനം.

cite (സൈററ്) *v.t.* quote; adduce as proof; ഉദ്ധരിക്കുക; തെളിവു ഹാജരാക്കുക; പ്രമാണം ഉദ്ധരിക്കുക; **citation** ഏതെങ്കിലും നേട്ടത്തിൻെറ ഔദ്യോഗികാംഗീകരണം; പ്രശംസാപത്രം.

citizen (സിററിസ്സൻ) *n.* inhabitant of city; member of a State; പൗരൻ; നഗരവാസി.

city (സിററി) *n.* large town; വലിയ നഗരം; നഗരജനത; *adj.* നഗരപരമായ.

civet (സിവിററ്) *n.* a carnivorous quadruped; വെരുക്; ഗന്ധമാർജ്ജാരം.

civic (സിവിക്) *adj.* of or proper to citizens; നഗരപരമായ; പൗരസംബന്ധിയായ.

civil (സിവിൽ) *adj.* rel. to citizen; not military; പൗരനെ സംബന്ധിച്ച; പൗരവൃന്ദത്തെ സംബന്ധിച്ച; പട്ടാളക്കാരല്ലാത്തവരെക്കുറിച്ചുള്ള; സൈനികേതരകാര്യങ്ങളെക്കുറിച്ചുള്ള; **civil case** 'ക്രിമിനൽ' വിഭാഗത്തിൽ പെടാത്ത കോടതിക്കേസ്; **civil war** ആഭ്യന്തരയുദ്ധം.

civilian (സിവിലിയ്യൻ) *n.* a person not in the military service; സായുധസേനയിൽ അംഗമല്ലാത്തയാൾ; സാധാരണ പൗരൻ.

civility (സിവിലിററി) *n.* politeness; courtesy; മര്യാദ; ദാക്ഷിണ്യം; ഉപചാരം; സഭ്യത.

civilization, civilisation (സിവിലൈസെയ്ഷൻ) *n.* making or becoming civi-lized; നാഗരികത; പരിഷ്കാരം; സഭ്യത; സാമൂഹിക വളർച്ചയുടെ ഉയർന്ന ഘട്ടം.

clad (ക്ലാഡ്) *adj.* clothed; (വസ്ത്രം) ധരിച്ച.

claim (ക്ലെയ്ം) *v.* ask by virtue of authority; assert a right to; demand as a right; അവകാശമായി ആവശ്യപ്പെടുക; അവകാശവാദം പുറപ്പെടുവിക്കുക.

clairvoyance (ക്ലെയർവൊയൻസ്) *n.* faculty of seeing mentally what is happening out of sight; അതീന്ദ്രിയജ്ഞാനം.

clam (ക്ലാം) *n.* bivalve mollusc; ഭക്ഷ്യയോഗ്യമായ നത്തക്കാ.

clamber (ക്ലാംബർ) *v.t.* climb with difficulty; പ്രയാസപ്പെട്ടു കയറുക.

clamour (ക്ലാമർ) *n.* great outcry; uproar; loud complaint; ആരവം; കൂട്ടക്കരച്ചിൽ; നിലവിളി; ആക്ഷേപം; ഘോഷം; ഉച്ചത്തിൽ പരാതിപ്പെടുന്നതിൻെറ ശബ്ദം.

clamp (ക്ലാമ്പ്) *n.* band usu. of iron to fasten things together; സംയോജകബന്ധം; പട്ട; കെട്ട്; കീലകം; ഇറുക്കിപ്പിടിക്കുന്ന സാധനം; പാദാഘാതം.

clan (ക്ലാൻ) *n.* race; tribe; sect; ഗോത്രം; ഗണം; വർഗ്ഗം.

clandestine (ക്ലാൻഡെസ്ററിൻ) *adj.* secret; surreptitious; concealed or hidden; രഹസ്യമായ; ഗൂഢമായ; ഒളിവായ.

clang (ക്ലാങ്) *n.* sharp ringing sound; കിലുകിലാരവം.

clap (ക്ലാപ്) *v.* striking palms together; applaud; (കൈ) കൊട്ടുക; താഡിക്കുക; കരഘോഷം മുഴക്കുക; മുട്ടുക.

claret (ക്ലാറെറ്റ്) *n.* kind of red wine; ചുവന്ന വീഞ്ഞ്.

clarify (ക്ലാരിഫൈ) *v.* make clear or pure; become clear; ശുദ്ധിചെയ്യുക; വിശദീകരിക്കുക; സ്പഷ്ടമാക്കുക.

clarinet (ക്ലാരിനെററ്) *n.* woodwind instrument; ഒരു സംഗീതോപകരണം.

clarion (ക്ലാരിയൻ) *n.* trumpet; sound of a trumpet; കാഹളം; കാഹളശബ്ദം; *adj.* സ്പഷ്ടമായ; മുഴക്കമുള്ള.

clarity (ക്ലാരിററി) *n.* clearness; സ്വച്ഛരത; നിർമ്മലത്വം.

clash (ക്ലാഷ്) *v.* dash against an object with a loud noise; meet in opposition; തമ്മിൽ മുട്ടുക; ഇടയുക; കൂട്ടി മുട്ടുക; ഒന്നിന്മേൽ ഒന്നടിക്കുക.

clasp (ക്ലാസ്പ്) *n.* hook for fastening; embrace; കൊളുത്ത്; ബന്ധം; ആലിംഗനം; ഗാഢാശ്ലേഷം.

class (ക്ലാസ്) *n.* rank or order of society; division; kind; sort; quality; grade; വർഗ്ഗം; ഗോത്രം; തരം; കൂട്ടം; ഗണം; സമൂഹം; വകുപ്പ്; കക്ഷ്യ; വകഭേദം; പകുക്കുക; വകുപ്പാക്കുക; വർഗ്ഗക്രമേണ വിന്യസിക്കുക.

classic (ക്ലാസിക്) *n.* literature of the highest order; remarkably typical art; acknowledged excellence; സാർവ്വത്രികവും സാർവ്വകാലീനവുമായ മൂല്യമുള്ള കലാസൃഷ്ടി; പൗരാണിക സാഹിത്യകൃതി; മഹാസാഹിത്യം; വിശിഷ്ട സാഹിത്യം; *adj.* **classical.**

classicism (ക്ലാസിസിസം) *n.* following the classic style; classical idiom; പ്രാചീന സാഹിത്യപ്രസ്ഥാനം; വിശിഷ്ടശൈലി; ക്ലാസിക്കൽ തത്ത്വങ്ങളോടും അഭിരുചിയോടും വിട്ടുവീഴ്ചയില്ലാതെ കൂറു കാണിക്കൽ.

classify (ക്ലാസിഫൈ) *v.t.* arrange in classes; (തരം, ഇനം, വക, ഗണം) തിരിക്കുക; വർഗീകരിക്കുക; വർഗക്രമേണ വിന്യസിക്കുക; *n.* **classification.**

class-mate (ക്ലാസ്-മെയ്ററ്) *n.* one, of the class at school or college; സഹപാഠി; സതീർത്ഥ്യൻ.

class-war (ക്ലാസ്-വാർ) *n.* hostilities between the proletariat and the other classes; വർഗസമരം.

clatter (ക്ലാറ്ററർ) *v.* make rattling sounds; ചടചടശബ്ദം പുറപ്പെടുവിക്കുക.

clause (ക്ലോസ്) *n.* part of a sentence, will, law, contract etc.; ഉപവാക്യം; വാക്യവിഭാഗം.

claustrophobia (ക്ലോസ്ട്രോഫൗബിയ) *n.* (*path.*) morbid dread of confined places; ഇടുങ്ങിയ സ്ഥലങ്ങൾ ചിലരിൽ ഉണർത്തുന്ന ക്രമാതീത ഭയം.

claw (ക്ലോ) *n.* sharp hooked nail of beast or bird; foot so formed;നഖം; ഇരപിടിക്കുന്ന ജന്തുക്കളുടെ കാൽനഖം.

clay (ക്ലെയ്) *n.* tenacious earth; *v.t.* കളിമണ്ണു കൂട്ടിച്ചേർക്കുക; കളിമണ്ണുകൊണ്ട് ആവരണം ചെയ്യുക.

clean (ക്ലീൻ) *adj.* free from dirt; clear; pure; guiltless; വൃത്തിയുള്ള; വെടിപ്പുള്ള; നിർമ്മലമായ; കറയററ; പരിശുദ്ധ ഹൃദയനായ.

cleaning (ക്ലീനിങ്) *n.* process of making clean; ശുചീകരണപ്രക്രിയ.

cleanse (ക്ലെൻസ്) *v.t.* make clean; purify; തുടച്ചു വെടിപ്പാക്കുക; ശുചീകരിക്കുക; കഴുകുക.

clear (ക്ലീയർ) *adj.* undimmed; luminous; bright; lucid; conspicuous; distinct; obvious; transparent; തെളിഞ്ഞ; പ്രസന്നമായ; ഉജ്ജ്വലമായ; മങ്ങലില്ലാത്ത; വിശദമായ; വ്യക്തമായ; വിവേകമുള്ള; സൂക്ഷ്മബുദ്ധിയായ.

clearance (ക്ലിയറൻസ്) *n.* act of clearing; removal of obstructions; നീക്കൽ; വെടിപ്പാക്കൽ; കടംവീട്ടൽ; കാടുതെളിക്കൽ.

cleave (ക്ലീവ്) *v.* divide; split; cut; sever forcibly; to separate; to pierce; പിളർക്കുക; പകുക്കുക; കീറുക; ബലം പ്രയോഗിച്ചു ഭാഗിക്കുക; അടർത്തിയെടുക്കുക; പിളരുക; വിള്ളുക.

cleft (ക്ലെഫ്ററ്) (*p.t. & p.part.* of **cleave**) *adj.* splitted; severed; പിളർക്കപ്പെട്ട; വിഭക്തമായ; *n.* പിളർപ്പ്; വിള്ളൽ.

clemency (ക്ലെമൻസി) *n.* mercy; leniency; softness; ദാക്ഷിണ്യം; കനിവ്; കാരുണ്യം; ദയാവായ്പ്.

clench (ക്ലെഞ്ച്) *v.* fasten or rivet as a nail; close tightly; set firmly; ദൃഢമായി പിടിക്കുക; മുഷ്ടി ചുരുട്ടുക.

cleptomania (ക്ലെപ്ററൗമേനിയ) *n.* mania for stealing; നിയന്ത്രിക്കാനൊക്കാത്ത മോഷണാഭിരുചി.

clergy (ക്ലേർജി) *n.* body of persons ordained for religious service; ക്രൈസ്തവ പുരോഹിതഗണം.

cleric (ക്ലെറിക്) *n.* clergyman; ക്രിസ്തീയ പുരോഹിതൻ.

clerk (ക്ലാർക്) or (ക്ലേർക്) *n.* an officer in charge of records, correspondence, etc.; ഗുമസ്തൻ; ക്ലാർക്; കൈക്കാരൻ; കണക്കപ്പിള്ള.

clever (ക്ലെവ്വർ) *adj.* skilful; dexterous; ingenious; able; സാമർത്ഥ്യമുള്ള; ചാതുര്യമുള്ള; വിരുതുള്ള; നൈപുണ്യമുള്ള; (സൂക്ഷ്മ)ബുദ്ധിയുള്ള.

clew (ക്ലൂ) *v.t.* coil up into a ball; നൂലുണ്ട(യാക്കുക).

cliche (ക്ലീഷേയ്) *n.* hackneyed phrase or expression; പറഞ്ഞു പഴകിയ ഫലിതമോ ശൈലിയോ.

click (ക്ലിക്) *n.* small sharp sound; ക്ലിക് ശബ്ദം.

client (ക്ലയ്യെൻറ്) *n.* one who employs a lawyer; customer; വക്കീലിൻെറ കക്ഷി.

clientele (ക്ലീയെൻററൽ) *n.* clients as a group; കക്ഷികൾ, പററുവരവുകാർ (കൂട്ടായെടുത്താൽ).

cliff (ക്ലിഫ്) *n.* steepside of a mountain; കിഴുക്കാംതൂക്കായ മലഞ്ചെരിവ്; പാറ.

climate (ക്ലൈമിററ്) *n.* prevailing conditions of temperature, humidity, etc.; ശീതോഷ്ണാവസ്ഥ; കാലാവസ്ഥ.

climax (ക്ലൈമാക്സ്) *n.* highest point of anything; മൂർദ്ധന്യം; പരമകാഷ്ഠ; പരകോടി.

climb (ക്ലൈം) *v.* ascend with hands and feet; ascend with difficulty; mount; പിടിച്ചു കയറുക; മേല്പോട്ടുയരുക; ആരോഹണം ചെയ്യുക; ഉൽക്കർഷം പ്രാപിക്കുക.

clinch (ക്ലിഞ്ച്) *v.t.* clench; fasten; hold firmly; ആണി അടിച്ചുറപ്പിക്കുക; ഇടിക്കുക; വിടാപ്പിടുത്തത്തിൽ അകപ്പെടുക; അവസാന തീരുമാനത്തിൽ എത്തുക.

cling (ക്ലിങ്) *v.i.* (*p.t. & p.part.* **clung**) stick fast; embrace; ചുററിപ്പിണയുക; മുറുകെപ്പിടിക്കുക; പററിപ്പിടിച്ചു നില്ക്കുക.

clinic (ക്ലിനിക്) *n.* place for giving medical treatment; ചികിത്സാലയം.

clinical (ക്ലിനിക്ക്ൽ) *adj.* pert. to clinic; ചികിത്സാലയ സംബന്ധിയായ.

clink (ക്ലിങ്ക്) *n.* sharp ringing sound; കിലുകിലുശബ്ദം; കിലുക്കം.

clip (ക്ലിപ്) *v.* (*p.t. & p.part.* **clipped**; *pres.part.* **clipping**) cut off with scissors; trim; രോമം കത്രിക്കുക; വെട്ടുക; കൊളുത്ത്.

clique (ക്ലീക്) *n.* small exclusive group; coterie; കൂട്ടുകെട്ട്; ഒരു പ്രത്യേക താത്പര്യമുള്ളവരുടെ ചെറുസംഘം.

clitoris (ക്ലിററിസ്) *n.* small internal part of female genitals analogous to penis; യോനിച്ഛദം; കൃസരി.

cloak (ക്ലൗക്ക്) *n.* loose outer garment; a covering; a disguise; മേലങ്കി; മേൽക്കുപ്പായം; *n.* **cloak room** വസ്ത്രാഗാരം; ലഗേജ് സൂക്ഷിപ്പുസ്ഥലം.

clock (ക്ലോക്) *n.* time measuring instrument; നാഴികമണി; ഘടികാരം.

clod (ക്ലൊാഡ്) *n.* lump of earth; stupid fellow; മൺകട്ട; കളിമൺഖണ്ഡം.

clog (ക്ലൊാഗ്) *n.* block of wood to impede animal's movement; മൃഗങ്ങൾ ഓടാതിരിക്കാൻ കാലിൽ ബന്ധിച്ചിടുന്ന തടി; തടസ്സം; കട്ടപിടിക്കുക; ഓട, കുഴൽ മുതലായവ കട്ടിയുള്ള വസ്തുക്കൾ നിമിത്തം അടയുക.

cloister (ക്ലൊായിസ്ററർ) *n.* arched way; monastery; convent; കമാനമാർഗം; സന്യാസിമഠം; കന്യകാമഠം.

close (ക്ലൗസ്) *v.* shut; finish; conclude; end; come together; draw together and unite; അടയ്ക്കുക; ബന്ധിക്കുക; ചേർക്കുക; അവസാനിപ്പിക്കുക; പൂർത്തിയാക്കുക; അടച്ചിടുക; മൂടുക; ആവരണം ചെയ്യുക; അടുക്കുക; യോജിക്കുക.

closet (ക്ലൊാസിററ്) *n.* small room; privy; ഉള്ളറ; സ്വകാര്യമുറി; കക്കൂസ്.

close-up (ക്ലൗസ്-അപ്പ്) *n.* (*cin.*) a photograph or film taken near at hand; വളരെ അടുത്തുനിന്നെടുക്കുന്ന സിനിമാ'ഷോട്ട്.'

closure (ക്ലൗഷർ) *n.* act of closing; the end; നിർത്തൽ; സമാപ്തി.

clot (ക്ലൊാട്ട്) *n.* a mass of soft matter; കട്ട; പിണ്ഡം; കട്ടി; കട്ട പിടിക്കുന്ന രക്തഭാഗം.

cloth (ക്ലൊത്ത്) *n.* woven material; തുണി; വസ്ത്രം; ഉടുപ്പ് ഉണ്ടാക്കുവാനുള്ള തുണി.

clothe (ക്ലൗദ്) *v.* put clothes upon; cover; provide with cloths; വസ്ത്രം ധരിക്കുക; വസ്ത്രം ധരിപ്പിക്കുക; ചമയിക്കുക.

cloud (ക്ലൗഡ്) *n.* mass of water vapour suspended in atmosphere; anything gloomy; മേഘം; ധൂമപടലം; സമൂഹം; മാനസിക ഗ്ലാനി ഉളവാക്കുന്ന എന്തും.

clout (ക്ലൗട്ട്) *n.* piece of cloth; a patch; തുണിക്കഷണം; വസ്ത്രഖണ്ഡം; ശക്തമായ സ്വാധീനം.

clove (ക്ലൗവ്) *n.* dried unopened flower-bud of the clove tree; ഗ്രാമ്പൂ; കരയാമ്പൂ.

clown (ക്ലൗൺ) *n.* jester; a buffoon; (സർക്കസിലെയും മററും) വിദൂഷകൻ; കോമാളി.

cloy (ക്ലോയ്) *v.* satiate or glut; overcharge with food; മതിയാകുംവരെ ഭക്ഷിക്കുക, ഭക്ഷിപ്പിക്കുക; ചെടിപ്പ് ഉളവാക്കുക.

club (ക്ലബ്) *n.* stick with one thick end; association of persons of common interest; ഗദ; ഗോൾഫ് പന്തടിക്കുന്നതിനുള്ള വടി; (ചീട്ടുകളിയിൽ) 'ക്ലാവർ.'

cluck (ക്ലക്ക്) *n.* noise that a hen makes; പിടക്കോഴി പുറപ്പെടുവിക്കുന്ന ശബ്ദം.

clue (ക്ലൂ) *n.* piece of evidence; anything that points to the solution of a mystery; സൂചന; തെളിവ്; തുമ്പ്.

clumsy (ക്ലംസി) *adj.* awkward; അവലക്ഷണമായ; വിലക്ഷണമായ.

cluster (ക്ലസ്റ്ററ്) *n.* a bunch; a mass; group of similar things; കുല; കൂട്ടം; കററ; സമൂഹം; ഗണം; വൃന്ദം; സംഘം.

clutch (ക്ലച്) *v.t.* seize eagerly; grasp tightly; മുറുകെ പിടിക്കുക; അകപ്പെടുത്തുക; എത്തിപ്പിടിക്കുക; ചാടിപ്പിടിക്കുക; *n.* പിടി; പിടുത്തം.

clutter (ക്ലട്ടർ) *n.* confused noise; കലകലശബ്ദം; കോലാഹലം; അടുക്കും ചിട്ടയും ഇല്ലായ്മ.

coach (കൗച്) *n.* carriage; tutor; trainer; യാത്രാവണ്ടി; ശകടം; രഥം; റയിൽ വണ്ടി; കുതിരവണ്ടി; അദ്ധ്യാപകൻ; കായികാഭ്യാസപരിശീലനം നല്കുന്നവൻ.

coagulate (കൗആഗുലെയ്ററ്) *v.* curdle; clot; ഉറകൂട്ടുക; ഉറകൂടുക.

coal (കൗൾ) *n.* black solid mineral used for fuel; കല്ക്കരി; *v.* കല്ക്കരി കത്തിക്കുക.

coalition (കൗഎ്ലിഷൻ) *n.* union; temporary combination; alliance of parties; സംയോഗം; സമ്മേളനം; ഏകീഭവിക്കൽ; ഏകീകരണം.

coarse (കോർസ്) *adj.* rough; of inferior quality; uncivil; vulgar; rude; പരുക്കൻ; താണതരത്തിലുള്ള; മൃദുവല്ലാത്ത.

coast (കൗസ്ററ്) *n.* sea shore; തീരപ്രദേശം.

coat (കൗട്ട്) *n.* outer garment; overcoat; the hair or wool of abeast; പുറമെ ധരിക്കുന്ന കുപ്പായം; അങ്കി; പോർച്ചട്ട; മൃഗങ്ങളുടെ രോമപാളി.

coax (കൗക്സ്) *v.t.* persuade by flattery; cajole; സ്നേഹം കാണിച്ച് വശ

ത്താക്കുക; മുഖസ്തുതികൊണ്ട് പ്രലോഭിപ്പിക്കുക.

cobble (കൊബ്ൾ) *n.* stone worn smooth by water; ജലപ്രവാഹം നിമിത്തം മിനുസമായ പാറ; *v.* ചെരുപ്പ് നന്നാക്കുക.

cobbler (കൊബ്ളർ) *n.* mender of shoes, etc.; ചെരിപ്പുകുത്തി.

cobra (കൗബ്ര) *n.* venomous hooded snake; മൂർഖൻപാമ്പ്.

cobweb (കൊബ്വെബ്) *n.* spider's web; മാറാല; ചിലന്തിവല.

cocaine (കൗകെയിൻ) *n.* drug used as local anaesthetic; ശസ്ത്രക്രിയ ചെയ്യേണ്ട ഭാഗം മരവിപ്പിച്ച് വേദനയില്ലാതാക്കുന്നതിന് ഉപയോഗിക്കുന്ന ഒരു തരം മയക്കു മരുന്ന്.

cock (കോക്) *n.* male of birds esp. of fowl; faucet; hammer of a gun; ആൺപക്ഷി; പൂവൻകോഴി; തിരിപ്പുകുഴൽ; പീച്ചാങ്കുഴൽ; തോക്കുകൊത്തി.

cockroach (കൊക്ക്റൗച്) *n.* orthopterous insect; പാററ.

cocksure (കൊക്ക്ഷോർ, കൊക്ക്ഷുഎർ) *adj.* perfectly sure; പൂർണ്ണനിശ്ചയമുള്ള; ദൃഢവിശ്വാസമുള്ള.

cocoa (കൗകൗ) *n.* dark brown powder made from crushed cocoa seeds; chocolate; കൊക്കോ; ചോക്കൊളേററ്.

coconut (കൗക്കനട്ട്) *n.* fruit of coco palm; തേങ്ങ; നാളികേരം.

cocoon (കെക്കൂൺ) *n.* the sheath of an insect in the chrysalis stage; പുഴുക്കൂട്; കീടകോശം.

code (കൗഡ്) *n.* a collection of laws; a system of signals; നിയമഗ്രന്ഥം; ധർമ്മ സംഹിത; നിയമാവലി; നീതിശാസ്ത്രം.

coerce (കൗഏഴ്സ്) *v.t.* constrain; repress; compel; ബലാൽക്കാരമായി തടയുകയോ അതനുസരിപ്പിക്കുകയോ ചെയ്യുക; ഭീഷണിപ്പെടുത്തുക.

coexist (കൗഎക്സിസ്ററ്) *v.i.* exist at the same time; സഹവർത്തിക്കുക; *n.* **coexistence** സഹവർത്തിത്വം.

coffee (കോഫി) *n.* shrub of genus coffea; its seed; drink made from it; കാപ്പിച്ചെടി; (വറുത്ത) കാപ്പിക്കുരു; കാപ്പിപ്പൊടി; കാപ്പി (പാനീയം).

coffer (കോഫർ) *n.* strong box for valuables; പണപ്പെട്ടി; ധനകോശം.

coffin (കൊഫിൻ) *n.* box in which a dead body is buried; ശവപ്പെട്ടി; *v.t.* ശവപ്പെട്ടിയിൽ ആക്കുക; കിടത്തുക.

cog (കൊഗ്) *n.* tooth of a wheel; ചക്രപ്പല്ല്; സംഘടനയിലെ അപ്രധാന വ്യക്തി.

cognition (കൊഗ്നിഷൻ) *n.* perception; intuition; knowing in the widest sense; അവബോധം; അന്തർദർശനം; അറിവ്; പ്രത്യഭിജ്ഞാനം.

cohabit (കൗഹാബിററ്) *v.i.* live together as husband and wife; ദാമ്പത്യഭാവത്തിൽ വസിക്കുക.

cohere (കൗഹിയർ) *v.i.* stick together; to be consistent; ഒട്ടിച്ചേരുക; ഇഴുകി ച്ചേർന്നിരിക്കുക; യോജിച്ചിരിക്കുക; സംശ്ലേഷിക്കുക; സംസക്തമാകുക.

cohesion (കൗഹീഷ്ൻ) *n.* sticking together; tendency to remain united; ഒന്നിച്ചുചേർന്നിരിക്കൽ.

coil (കൊയ്ൽ) *v.* twist; entangle; ചുററുക; ചുരുളുക; *n.* a coiled object; a wire wound spirally to conduct electricity; വലയം; ചുരുൾ.

coin (കൊയ്ൻ) *n.* metallic currency; നാണയം; പണം; നാണയത്തുട്ട്.

coincide | collusion 69

coincide (കൗഇൻസൈഡ്) *v.i.* happen together; agree exactly; to be identical; ഏകകാലത്തിൽ സംഭവിക്കുക; തുല്യമായിരിക്കുക; ഏകീഭവിക്കുക; *n.* **coincidence**.

coir (കൊയർ) *n.* yarn made of fibre of coconut husk; കയർ.

coitus (കൗഇറ്ററസ്) *n.* sexual copulation; രതിക്രീഡ.

coke (കൗക്) *n.* a form of fuel obtained by heating of coal; ചുട്ട കൽക്കരി; ശുഷ്കാംഗാരം.

cold (കൗൾഡ്) *adj.* lacking heat; chilling; spiritless; തണുത്ത; ശീതളമായ; നിരുന്മേഷമായ.

collaborate(ക്കൊലാബ്ബറെയ്റ്റ്) *v.i.* work in combination; സഹകരിക്കുക; *n.* **collaboration** സഹപ്രവർത്തനം.

collage (കൊളാഷ്) *n.* picture made from scraps of paper, etc.; പല തുണ്ടുകൾ ഒട്ടിച്ചുണ്ടാക്കിയ ഒരു ചിത്രം.

collapse (ക്കെലാപ്സ്) *v.* fall together; give way; loose strength; fail; break down; go to ruin; തകർന്നുവീഴുക; പൊളിഞ്ഞുപോകുക; നിലംപതിക്കുക; തകർന്നടിയുക; *adj.* **collapsible** മടക്കാവുന്ന തരത്തിലുള്ള.

collar (കൊഌർ) *n.* neck band; കഴുത്തുപട്ട; കുപ്പായക്കഴുത്ത്.

collate (ക്കൽലെയ്റ്റ്) *v.t.* compare carefully; examine; ഒത്തുനോക്കുക; ഭേദാഭേദം പരിശോധിച്ചറിയുക; ക്രമത്തിൽ കൂട്ടിച്ചേർക്കുക.

collateral (കൊലാറ്ററൽ) *adj.* belonging to the side; of the same ancestor but not lineally; പാർശ്വസ്ഥമായ; അടുത്തിരിക്കുന്ന.

colleague (കൊലീഗ്) *n.* an associate; companion in an office; സഹ പ്രവർത്തകൻ; സഹായകൻ; കൂട്ടുജോലിക്കാരൻ.

collect (ക്കെലെക്റ്റ്) *v.t.* bring together; gather; regain control of; ഒരുമിച്ചുകൂട്ടുക; ശേഖരിക്കുക; സംഭരിക്കുക.

collection (ക്കെലെക്ഷൻ) *n.* act of collecting; money collected; an assemblage; a book of selections; ചേരുമാനം; കൂട്ടം; ശേഖരണം; സഞ്ചയനം; വസൂലാക്കൽ; പിരിവ്; സമാഹാരം.

collective (ക്കെലെക്ടീവ്) *adj.* സമഷ്ടിയായ; പൊതുവേയുള്ള.

collector (ക്കെലെക്ട്ടർ) *n.* one who collects; officer who collects tax, etc.; ശേഖരിക്കുന്നവൻ; സമാഹർത്താവ്; കലക്ടർ; ജില്ലാധികാരി.

college (കൊളിജ്) *n.* a place of higher education; കലാശാല; മഹാവിദ്യാലയം.

collide (ക്കെലൈഡ്) *v.i.* dash together; clash; കൂട്ടിമുട്ടുക; 'ഇടയുക;' സംഘട്ടനത്തിലാകുക.

collier (കൊലിയ്യർ) *n.* coal-miner; coal ship; ഖനിത്തൊഴിലാളി.

collocate (കൊല്ലകെയ്റ്റ്) *v.t.* set; place together; (വാക്കുകൾ) നിരത്തുക; ചേർത്തുവയ്ക്കുക.

collogue (ക്കെലോഗ്) *v.i.* talk confidentially with; രഹസ്യസംഭാഷണം നടത്തുക.

colloquy (കൊല്ലക്വി) *n.* art of conversing; സംഭാഷണം; സല്ലാപം.

collude (ക്കെലൂഡ്) *v.i.* connive; act secretly with another; രഹസ്യധാരണയിലൂടെ പ്രവർത്തിക്കുക.

collusion (ക്കെലൂഷൻ) *n.* fraudulent co-operation; a secret agreement to deceive; deceit; പ്രത്യക്ഷശത്രു ക്കളുടെ രഹസ്യധാരണ; ഗൂഢാ ലോചന.

colon (കൗ്ലെൻ) *n.* (*anat.*) large intestine; mark indicating a break in a sentence; പെരുങ്കുടൽ; അപൂർണ്ണ വിരാമം.

colonel (ക്ണൽ) *n.* commander of a regiment; കർണ്ണൽ; ഉപസൈന്യ പതി.

colonial (ക്കലൗനിയ്യൽ) *n.* inhabitant of a colony; അധിനിവേശരാജ്യ നിവാസി.

colonnade (കൊളനെയ്ഡ്) *n.* series of columns; row of trees; തൂൺനിര; സ്തംഭനിര; വൃക്ഷനിര.

colony (കൊളനി) *n.* settlement in a new country; അധിനിവേശപ്രദേശം; കുടിയേറിപ്പാർക്കുന്ന സ്ഥലം.

colossal (കെലൊസൽ) *adj.* huge; gigantic; ഭീമാകാരമായ; ബൃഹ ത്തായ.

colossus (ക്കെലൊസ്സസ്) *n.* (*pl.* **colossi)** statue of a gigantic size; ഭീമാ കാര പ്രതിമ.

colostrum (കൊളോസ്ട്രം) *n.* first milk of mammal after child birth; പ്രസവാനന്തരമുണ്ടാകുന്ന ആദ്യ ത്തെ മുലപ്പാൽ.

colour (കള്ളർ) *n.* (*U.S.* **color**) hue; tint; complexion; വർണ്ണം; നിറം; (*fig.*) വ്യക്തിത്വസ്ഫുടത; (*pl.*) കാണ പ്പെടുന്ന വിധം; തോന്നൽ; പ്രതീതി; രക്തപ്രസാദം; മുഖഭാവം; ചായം; വ്യാജം; നാട്യം.

colt (കൗൾട്ട്) *n.* young horse; youth; ആൺകുതിരക്കുട്ടി.

column (കൊളം) *n.* long solid body standing upright; pillar; സ്തൂപം; സ്തംഭം; പേജിൻെറയോ പട്ടികയുടെ യോ 'കുത്തനെ'യുള്ള വിഭാഗം; സൈന്യഭാഗം; എഴുത്തുപംക്തി; വർത്തമാനപംക്തി.

coma (കൗമ്മ) *n.* unconsciousness; ബോധക്ഷയം; മോഹാലസ്യം; മൂർച്ഛ.

comb (കൗം) *n.* a toothed instrument for arranging hair; മുടിചീകുന്ന ചീപ്പ്; തേനീച്ചക്കൂട്; കോഴിപ്പൂവ്; *v.* ചീകുക; ചീകിയൊതുക്കുക.

combat (കൊംബാററ്) *v.* fight; contest; oppose; പൊരുതുക.

combine (ക്കംബൈൻ) *v.* join together; unite; bind; co-operate; കൂട്ടിച്ചേർക്കുക; സംയോജിപ്പിക്കുക; ഒന്നാക്കുക; കൂടിച്ചേരുക; *n.* combination.

combust (കംബസ്ററ്) *v.t.* subject to combustion; ജ്വലനവിധേയമാക്കുക; *adj.* **combustible**.

combustion (കംബസ്ച്ചൻ) *n.* burning; ദഹനം; എരിച്ചിൽ.

come (കം) *v.t.* (*p.t.* **came**; *p.part.* **come**) draw near; arrive; reach; to happen; വരിക; ആഗമിക്കുക; പ്രാപി ക്കുക; സമീപിക്കുക; എത്തുക; എത്തിച്ചേരുക; എത്തിക്കഴിയുക; ആയിത്തീരുക; സംഭവിക്കുക.

comedy (കൊമ്മഡി) *n.* stage play with a happy ending; ശുഭപര്യവ സായിയായ നാടകം; ഈ നാടക ശാഖ; രസകരമോ ഉല്ലാസപ്രദമോ ആയ രംഗം.

comely (കംലി) *adj.* pleasing; handsome; graceful; ചന്തമുള്ള.

comet (കോമിററ്) *n.* heavenly body like a star with a tail; വാൽനക്ഷത്രം; ധൂമകേതു.

comfit (കംഫിററ്) *n.* sweet containing nut; മിഠായി.

comfort (കംഫ്ഫർട്ട്) *v.t.* console; soothe; cheer; ആശ്വസിപ്പിക്കുക; സന്തോഷിപ്പിക്കുക; സുഖം നൽകുക.

comfortable (കംഫ്ഫർട്ടബ്ൾ) *adj.* imparting or enjoying comfort; സുഖപ്രദമായ.

comic (കൊമിക്) *adj.* funny; humorous; വിനോദകരമായ.

coming (കമിങ്) *n.* arrival; വരവ്; ആഗമനം.

comma (കൊമ്മ) *n.* mark of the least separation indicated between parts of sentence; അല്പവിരാമചിഹ്നം.

command (ക്കമാൻഡ്) *v.* order; exercise supreme authority; compel; ആജ്ഞാപിക്കുക; കല്പന നല്കുക; സേനാനായകത്വം വഹിക്കുക.

commander (ക്കമാൻഡ്ഡർ) *n.* person who commands; officer in the navy; കല്പന നല്കുന്നയാൾ; സൈന്യാധിപൻ.

commandment (ക്കെമാൻഡ്മെൻറ്) *n.* divine command; ദൈവകല്പന.

commence (ക്കമെൻസ്) *v.* begin; perform first act of; ആരംഭിക്കുക; ഉപക്രമിക്കുക.

commend (ക്കമെൻഡ്) *v.* recommend; praise; ശുപാർശ ചെയ്യുക; പുകഴ്ത്തുക.

commensurable (ക്കമെൻഷ്ഷറബിൾ) *adj.* having a common measure; in due proportion; ഒരേ അളവുകൊണ്ടളക്കാവുന്ന; അനുപാതമായ.

comment (കൊമൻറ്) *v.i.* make remarks; write explanatory notes; വ്യാഖ്യാനിക്കുക; വിമർശിക്കുക; അഭിപ്രായപ്പെടുക; *n.* **commentary**.

commerce (കൊമ്മേഴ്സ്) *n.* interchange of goods on a large scale; (വിപുല തോതിലുള്ള) വാണിജ്യം.

commiserate (കമ്മിസെറെയ്റ്റ്) *v.t.* show pity; condole with; സഹതപിക്കുക; അനുതപിക്കുക.

commission (ക്കമീഷൻ) *n.* act of entrusting as a duty; ഭരമേല്പിക്കൽ; കുററം ചെയ്യൽ; അധികാരപത്രം; കമ്മീഷണറുടെ ഓഫീസ്; സൈന്യാധികാരസ്ഥാനം; അന്വേഷണക്കോടതി; വേറൊരുത്തനു വേണ്ടി സാമാനങ്ങൾ വിലയ്ക്കുവാങ്ങിക്കുകയും കൊടുക്കുകയും ചെയ്യുന്നത്; അതിനുള്ള പ്രതിഫലം.

commit (ക്കമിററ്) *v.* give in charge or trust; involve; ചുമതലപ്പെടുത്തുക; ഭരമേല്പിക്കുക; നിയോഗിക്കുക; കുററം ചെയ്യുക; പാപം ചെയ്യുക; ഏല്പിച്ചുകൊടുക്കുക; പ്രതിജ്ഞചെയ്യുക; ഏല്ക്കുക; അന്തർഭവിക്കുക; *n.* **commitment**.

committee (ക്കമ്മിററി) *n.* a body appointed or elected for some special business; കാര്യാലോചനസഭ.

commode (ക്കമൗഡ്) *n.* chest of drawers; a stool containing chamber pot; വലിപ്പുപെട്ടി; മലവിസർജ്ജനപാത്രം.

commodity (ക്കമൊഡ്ഡററി) *n.* article of trade; goods; വ്യാപാരച്ചരക്ക്; ക്രയവസ്തു.

common (കൊമ്മൺ) *adj.* (*com.* **commoner**; *superl.* **commonest**) shared by or belonging to all; general; public; ordinary; usual; inferior; frequent; easy to be had; of little value; പൊതുവായ; പൊതുജനങ്ങളെ ബാധിക്കുന്ന; സാർവ്വ ജനീനമായ; ലോകാചാരമായ; കൂടെക്കൂടെ സംഭവിക്കുന്ന; സ്വാഭാവികമായ; ആഭിജാത്യമില്ലാത്ത; താണതരത്തി

ലുള്ള; കേവലമായ; സുലഭമായ; നിസ്സാരമായ.

common place (കൊമൺ പ്ലെയ്സ്) *n.* anything usual and trite; സാധാരണ വിഷയം.

commotion (കമൗഷൻ) *n.* stir; disturbance; tumult; ബഹളം; കുഴപ്പം; അസ്വാസ്ഥ്യം; ഒച്ചപ്പാട്.

communal (കൊമ്യൂണ്ൽ) *adj.* pert. to a community or communalism; സാമൂഹികമായ; വർഗീയമായ.

commune (കമ്യൂൺ) *v.i.* have intimate discussion; സല്ലപിക്കുക; സംവദിക്കുക; ചില കമ്യൂണിസ്ററ് രാജ്യങ്ങളിലെ കാർഷിക ഗ്രാമസമുദായം.

communicate (കമ്യൂണികെയ്ററ്) *v.* impart; transmit; reveal; bestow; അറിവുകൊടുക്കുക; പകരുക; എത്തിക്കുക; സമ്പർക്കം പുലർത്തുക; *n.* **communication** അറിയിപ്പ്; അറിയിക്കൽ; ആശയവിനിമയം; വാർത്താവിനിമയം; വാർത്താവിനിമയമാർഗം.

communion (കമ്യൂണ്യൻ) *n.* sharing; participation; interchange of thoughts; ഹൃദയസംവാദം; സംസർഗം; ആശയവിനിമയം.

communique (കമ്മ്യൂണിക്കെയ്) *n.* official announcement; വിജ്ഞാപനം; ഔദ്യോഗിക പ്രസ്താവന.

communism (കൊമ്യൂണിസം) *n.* doctrine that all means of production, etc. should be the property of the community; സ്ഥിതിസമത്വവാദം; **communist** മാർക്സിസ്ററ്ലെനിനിസ്ററ് സിദ്ധാന്തവാദി.

community (കമ്യൂണിററി) *n.* body of people with something in common; സമൂഹം; ജനതതി; സമുദായം; ജാതി; വർഗം; സമാനധർമ്മം.

commute (കമ്യൂട്ട്) *v.t. & i.* travel regularly by bus or train; interchange; change into something less; ബസ്സിലോ തീവണ്ടിയിലോ പതിവായി സഞ്ചരിക്കുക; തമ്മിൽ മാറ്റുക; ഒന്നിനു പകരം മറെറാന്നു വയ്ക്കുക; ശിക്ഷ ലഘൂകരിക്കുക; *n.* **commutation**.

compact (കംപാക്ററ്) *adj.* closely united; dense; solid; concise; സാന്ദ്രമായ; ഞെരുങ്ങിയ; നിബിഡമായ; തിങ്ങിയ; ഒതുക്കമുള്ള; ചേർന്നിരിക്കുന്ന; ഉടമ്പടി; കാൺട്രാക്ററ്; കരാർ.

companion (കംപാന്യൻ) *n.* associate; partner; mate; one who accompanies; കൂട്ടുകാരൻ; ചങ്ങാതി; തോഴൻ; കൂടെ യാത്ര ചെയ്യുന്നയാൾ.

company (കമ്പനി) *n.* fellowship; an association for business; a gathering; guests; a society; ചങ്ങാത്തം; സഹവാസം; തുണ; കൂട്ടുവ്യാപാരം; സഭ; സമാജം; സംഘം; (*coll.*) സന്ദർശകർ; അതിഥികൾ.

comparative (കംപാരററീവ്) *adj.* of, or involving comparison; താരതമ്യാനുസൃത; താരതമ്യേനയുള്ള; *n.* **comparison;** *v.* **compare;** താരതമ്യപ്പെടുത്തുക; ഒത്തുനോക്കുക; തുലനം ചെയ്യുക.

compartment (കംപാർട്മെൻറ്) *n.* division separated by partitions of railway carriage, etc.; മുറി; (തീവണ്ടിയിലേയും മററും) മുറി; അറ; ഒരു ഭാഗം.

compass (കംപെസ്) *n.* circular course; limit; boundary; extent; an instrument for showing the north;

വൃത്തം; മണ്ഡലം; വ്യാപ്തി; അതിര്; പരിധി; വടക്കുനോക്കി യന്ത്രം.

compassion (ക്കംപാഷൻ) *n.* sympathy; pity; fellow feeling; അനുകമ്പ; കരുണ; സഹാനുഭൂതി; ഭൂതദയ.

compatible (ക്കംപാറ്റെറബ്ൾ) *adj.* agreeing with; consistent; അനുരൂപമായ; പൊരുത്തമുള്ള; അനുഗുണമായ.

compeer (കൊംപിയ്യർ) *n.* equal; comrade; സമപദവിക്കാരൻ; തുല്യൻ.

compel (ക്കംപെൽ) *v.t.* force; oblige; നിർബന്ധിക്കുക; ബലാത്കാരേണ ചെയ്യിക്കുക.

compensate (കൊംപെൻസെയ്റ്റ്) *v.* counter balance; make amends for; നഷ്ടപരിഹാരം ചെയ്യുക; പകരം കൊടുക്കുക; പ്രായശ്ചിത്തം ചെയ്യുക; *n.* **compensation**.

compere (കൊംപെയ്യർ) *n.* person who introduces speakers or performers to the audience; പ്രസംഗകരെയോ കലാപരിപാടി നടത്താൻ പോകുന്നവരെയോ ശ്രോതാക്കൾക്ക് പരിചയപ്പെടുത്തിക്കൊടുക്കുന്നയാൾ.

compete (കംപീററ്) *v.i.* strive; contend for a prize; മത്സരിക്കുക; *n.* **competition** മത്സരം; കായിക മത്സരം.

competent (കൊംപിറെറൻറ്) *adj.* adequately qualified; അർഹതയുള്ള; സമർത്ഥമായ; യോഗ്യമായ; മതിയായ; തക്ക; പ്രാപ്തിയുള്ള; അധികാരമുള്ള; *n.* **competence.**

compile (ക്കംപൈൽ) *v.t.* put together; make up (a book, etc.) from various sources; സമാഹരിക്കുക; സമ്പുടമാക്കുക; സംഗ്രഹിക്കുക; സാരഗ്രഹണം ചെയ്യുക; *ns.* **compilation.**

complacent (ക്കംപ്ലെയ്സൻറ്) *adj.* showing satisfaction; സ്വയം സംതൃപ്തനായ; അലംഭാവമുള്ള; *ns.* **complacence; complacency**.

complain (ക്കംപ്ലെയ്ൻ) *v.i.* express resentment; grumble; accuse; ആവലാതിപ്പെടുക; പരാതിപ്പെടുക; കുറ്റപ്പെടുത്തുക; സങ്കടം പറയുക; *n.* **complaint**.

complement (കൊംപ്ലിമെൻറ്) *n.* that which completes; പരിപൂരകം; സമ്പൂർണ്ണമാകാൻ വേണ്ടിവരുന്ന അംശം; *adj.* **complementary**.

complete (ക്കംപ്ലീററ്) *adj.* entire; perfect; finished; സമ്പൂർണ്ണമായ; അന്യൂനമായ; അഖണ്ഡമായ; മുഴുവനായ; അവസാനിച്ച; പൂർത്തിയായ.

complex (കോംപ്ലെക്സ്) *adj.* composed of various parts or things; not simple; സങ്കീർണ്ണമായ; വ്യാമിശ്രമായ; സരളമല്ലാത്ത.

complexion (ക്കംപ്ലെക്ഷൻ) *n.* natural colour; character; aspect; ശരീരവർണ്ണം.

compliance (ക്കംപ്ലയ്യെൻസ്) *n.* assent; yielding to a command; സമ്മതം; ആജ്ഞാനുവർത്തിത്വം.

complicate (കൊംപ്ലികെയിററ്) *v.t.* make intricate; കുഴപ്പത്തിലാക്കുക; സങ്കീർണ്ണമാക്കുക; കൂട്ടിക്കുഴയ്ക്കുക; *n.* **complication**.

complicity (ക്കംപ്ലിസിററി) *n.* share in crime or wrongdoing; (തെറ്റു ചെയ്യുന്നതിൽ) പങ്കാളിത്തം.

compliment (കൊംപ്ലിമെൻറ്) *n.* polite expression of praise; a present; അഭിനന്ദനവചനം; ഔപചാരികമായ സ്തുതിവാക്ക്; ശ്ലാഘ; പാരിതോഷികം, ഉപചാരം.

complimentary (കോംപ്ലിമെൻററി) *adj.* expressing compliment; അഭിനന്ദനരൂപമായ; ബഹുമാനസൂചകമായ.

comply (ക്കംപ്ലൈ) *v.i.* act in accordance with; (മററൊരാളുടെ ആഗ്രഹത്തിനും മററും അനുസൃതമായി) പ്രവർത്തിക്കുക; വഴിപ്പെടുക; അനുസരിക്കുക.

component (ക്കംപൗണ്ണൻറ്) *adj.* constituting as a part; ഘടകമായ; *n.* ഘടകഭാഗം.

compose (ക്കംപൗസ്) *v.* place in proper order; put together; set to music; calm; ക്രമപ്പെടുത്തുക; വിന്യസിക്കുക; കൂട്ടിച്ചേർക്കുക; പാട്ടുണ്ടാക്കുക.

composite (കൊമ്പസിററ്) *adj.* made up of distinct parts; വിവിധാംശനിർമ്മിതമായ.

composition (കൊമ്പെസിഷൻ) *n.* act of putting together; സംഗ്രഥനം; സങ്കലനം; രൂപീകരണം; മിശ്രണം; അവയവസന്നിവേശനം; സാഹിത്യസൃഷ്ടി; രചന.

compost (കൊംപൊസ്ററ്) *n.* mixed manure of organic origin; കൂട്ടുവളം.

composure (ക്കംപൗഷർ) *n.* calmness; ആത്മസംയമനം.

compound (കൊമ്പൗണ്ഡ്) *adj.* made up of several ingredients; പല സാധനങ്ങളടങ്ങിയ; കലർത്തപ്പെട്ട; മിശ്രയോഗ പ്രകാരം കൂട്ടിച്ചേർക്കപ്പെട്ട; സങ്കരമായ; (*zool.*) പല ജൈവ പദാർത്ഥങ്ങൾകൊണ്ട് നിർമ്മിതമായ.

compound (കൊംപൗണ്ഡ്) *n.* enclosure of an isolated house; (in India) പുരയിടം; പറമ്പ്; വളപ്പ്.

comprehend (കൊംപ്രിഹെൻഡ്) *v.t.* grasp mentally; understand; include; ഉൾപ്പെടുത്തുക; ഉൾക്കൊള്ളുക; ഗ്രഹിക്കുക; മനസ്സിലാക്കുക; *adj.* **comprehensible**; *n.* **comprehension** ധാരണ, ധാരണാശക്തി.

compress (ക്കംപ്രെസ്) *v.t.* press together; make smaller in size; ഞെക്കുക; ഞെരുക്കുക; ഞെക്കി അമർത്തുക; ഉൾക്കൊള്ളിക്കുക.

comprise (ക്കംപ്രൈസ്) *v.* contain; include; ഉൾക്കൊള്ളുക.

compromise (കൊംപ്രമൈസ്) *n.* mutual concession; settlement of dispute; അനുരഞ്ജനം; വിട്ടുവീഴ്ച ചെയ്യൽ; രാജിയാകൽ; സന്ധി; ഒത്തുതീർപ്പ്.

compulsion (ക്കംപൽഷൻ) *n.* act of compelling; ബലപ്രയോഗം; നിർബന്ധപ്രേരണ; ഹേമം; നിർബന്ധം.

compulsory (ക്കംപൽസറി) *adj.* enforced; നിർബന്ധിതമായ.

compunction (ക്കംപങ്ക്ഷൻ) *n.* pricking of conscience; കുററബോധം; പശ്ചാത്താപം.

compute (കംപ്യൂട്ട്) *v.t.* reckon; calculate; കണക്കുകൂട്ടുക.

computer (കംപ്യൂട്ടർ) *n.* calculating machine; കണക്കുകൂട്ടുന്നതിനും മറ്റുമുള്ള ഇലക്ട്രോണിക് യന്ത്രം.

comrade (കൊംറെയ്ഡ്) *n.* mate; fellow; ചങ്ങാതി.

concave (കൊൺകെയ്വ്) *adj.* incurved; arched; ഉള്ളു കുഴിഞ്ഞ; അകവളവുള്ള.

conceal (ക്കൻസീൽ) *v.* hide; keep from sight; ഒളിച്ചുവയ്ക്കുക; മൂടിവയ്ക്കുക.

concede (ക്കൻസീഡ്) *v.t.* admit or allow; yield or give up; സമ്മതിച്ചുകൊടുക്കുക; വിട്ടുകൊടുക്കുക.

conceit (ക്കൺസീററ്) *n.* personal vanity; ദുരഭിമാനം; ഗർവ്വം; പൊങ്ങച്ചം; കൃത്രിമ (ക്ലിഷ്ട) കല്പന; മായാമോഹം.

conceive (ക്കൻസീവ്) *v.* become pregnant; think; imagine; ഗർഭം ധരിക്കുക; ഗ്രഹിക്കുക; ധരിക്കുക; മനസ്സിൽ രൂപം നല്കുക; *n.* **conception**.

concentrate (കൊൺസെൻട്രെയ്ററ്) *v.* bring to a common centre; കേന്ദ്രീകരിക്കുക; ഏകോപിപ്പിക്കുക; ഒരുമിച്ച് (ഒന്നായി) കൊണ്ടുവരിക; ഏകാഗ്രമാക്കുക; *n.* **concentration**.

concept (കൊൺസെപ്ററ്) *n.* general notion; a thing conceived; പൊതുധാരണ; സാമാന്യസങ്കല്പം; ആശയം; *n.* **conception**.

concern (ക്കൻസേൺ) *v.t.* relate to; affect; interest oneself; സംബന്ധിക്കുന്നതായിരിക്കുക; ബാധിക്കുന്നതായിരിക്കുക; താത്പര്യമെടുക്കുക; ഉത്കണ്ഠയുണ്ടാക്കുക.

concert (ക്കൺസേർട്) *v.t.* plan together; consult; കൂടിച്ചേർന്നു പര്യാലോചിക്കുക; യോജിച്ചു തീരുമാനിക്കുക; സംഗീതമേള; പാട്ടുകച്ചേരി.

concession (ക്കൻസെഷൻ) *n.* act of conceding; a grant; സൗജന്യം; സൗജന്യം നല്കൽ.

conch (കൊങ്ക്) *n.* spiral marine shell; ശംഖ്.

conciliate (ക്കൻസിലിയെയ്ററ്) *v.t.* pacify; win over from hostility; reconcile; അനുരഞ്ജിപ്പിക്കുക; ഇണക്കുക; സാന്ത്വനപ്പെടുത്തുക; *n.* **conciliation**.

concise (ക്കൻസൈസ്) *adj.* brief; സംക്ഷിപ്തമായ.

concision (ക്കൻസിഷൻ) *n.* mutilation; circumcision; ഛേദനം; സുന്നത്ത്.

conclave (കൊൺക്ലെയ്വ്) *n.* a secret assembly; രഹസ്യയോഗം.

conclude (ക്കൻക്ല്യൂഡ്) *v.* finish; settle finally; അവസാനിപ്പിക്കുക; അവസാനിക്കുക; തീരുമാനിക്കുക.

conclusion (ക്കൺക്ലൂഷൻ) *n.* end; termination; judgement; അവസാനം; പരിസമാപ്തി; ഉപസംഹാരം; തീരുമാനം; നിർണ്ണയം; തീർപ്പ്.

concoct (ക്കൻകൊക്ററ്) *v.t.* make up of mixed ingredients; കൂട്ടിച്ചേർത്തുണ്ടാക്കുക; പല വസ്തുക്കൾ ചേർത്ത് കഷായംപോലെ ഉണ്ടാക്കുക; കെട്ടിച്ചമയ്ക്കുക.

concord (കൊൺകോർഡ്) *n.* agreement in views; harmony; treaty; ഏകചിത്തത; മനപ്പൊരുത്തം; സാധർമ്മ്യം; താളൈക്യം; ഉടമ്പടി; സ്വരച്ചേർച്ച.

concrete (കൊൺക്രീററ്) *adj.* existing in material; solid; ഘനീഭൂതമായ; മൂർത്തമായ; ഭൗതികമായ; ഇന്ദ്രിയ ഗോചരമായ; സിമൻറും മണലും ചരലും ചേർത്തുണ്ടാക്കിയ മിശ്രിതം.

concubine (കൊങ്ക്യൂബൈൻ) *n.* woman who cohabits with a man without being married; വെപ്പാട്ടി.

concur (ക്കൺകേർ) *v.i.* (*p.t.* **concurred**) happen together; coincide; ഒരേ സമയത്ത് സംഭവിക്കുക; ഏകോപിക്കുക; *n.* **concurrence**.

concuss (ക്കൻകസ്) *v.t.* shake violently; disturb; കുലുക്കുക; ശക്തിയായി ഇളക്കിവിടുക.

condemn (ക്കൻഡെം) *v.t.* censure; blame; give judgement against;

ശിക്ഷിക്കുക; ശിക്ഷ വിധിക്കുക; നിന്ദിക്കുക; കുററപ്പെടുത്തുക; കുറ്റ വാളിയാക്കുക; ദണ്ഡിക്കുക.

condense (ക്കൻഡെൻസ്) *v.* make denser; concise; കട്ടിയാക്കുക; ഘനീ ഭവിപ്പിക്കുക; സാന്ദ്രീകരിക്കുക; സംക്ഷേപിക്കുക; *adj.* **condensed**.

condescend (കൊൺഡിസെൻഡ്) *v.i.* act kindly to inferiors; ദാക്ഷിണ്യ ത്താൽ ഗൗരവം വെടിഞ്ഞ് സംസാരി ക്കയോ പ്രവർത്തിക്കയോ ചെയ്യുക; മനഃപൂർവ്വം പദവിവിട്ട് ഇറങ്ങുക; എളിയവരോട് ദയവായി പെരുമാ റുക; *n.* **condescension**.

condition (ക്കൻഡിഷൻ) *n.* state of things; situation; stipulation; clause; അവസ്ഥ; സ്ഥിതി; നില; ഉപാധി; വ്യവസ്ഥ.

condole (ക്കൻഡൗൾ) *v.i.* express sympathy; അനുശോചിക്കുക.

condom (കൊൺഡ്ഡം) *n.* contraceptive sheath worn by men; ഗർഭനി രോധനാർത്ഥം പുരുഷന്മാർ ധരി ക്കുന്ന ഉറ.

condone (ക്കൻഡൊൺ) *v.t.* forgive; atone an offence; മാപ്പു കൊടുക്കുക; അപരാധം ക്ഷമിക്കുക; *n.* **condonation**.

conduct (ക്കൺഡക്ട്) *v.t.* lead or guide; direct; manage; transmit; കൂട്ടിക്കൊണ്ടുപോകുക; മാർഗ്ഗദർശ നം ചെയ്യുക; നയിക്കുക; നിയന്ത്രി ക്കുക; നിർവ്വഹിക്കുക; ഭരിക്കുക; *n.* **conduction**.

conductor (ക്കൺഡക്ററർ) *n.* leader; director; thing that transmits; നയി ക്കുന്നവൻ; മേൽനോട്ടക്കാരൻ.

conduit (കോൺഡിററ്) *n.* a channel or pipe; tube for protecting electric wires; കുഴൽ; ഗുഹാമാർഗ്ഗം.

confection (ക്കൺഫെക്ഷൻ) *n.* prepared delicacy; sweet meat; മധുര ദ്രവ്യം; മിഠായി; **confectionary** മധുര പലഹാര നിർമ്മാണശാല; *n.* **confectioner**.

confer (ക്കൺഫേർ) *v.* grant or bestow; converse; നല്കുക; (വരം) അരുളുക; ദാനം ചെയ്ക.

conference (കൊൺഫ്ഫറൻസ്) *n.* consultation; meeting of an organisation; the act of conferring; കൂടി യാലോചന; സമ്മേളനം.

confess (ക്കൺഫെസ്) *v.t.* admit; formally declare one's sins; കുററം സമ്മ തിക്കുക; ഏററുപറയുക; കുമ്പസാ രിക്കുക; *n.* **confession** കുമ്പസാരം; കുമ്പസാരിക്കൽ.

confide (ക്കൺഫൈഡ്) *v.* trust wholly; commit with full reliance; വിശ്വസിക്കുക; വിശ്വാസപൂർവ്വം മനോഗതം വെളിപ്പെടുത്തുക; വിശ്വ സിച്ചേല്പിക്കുക.

confidence (കൊൺഫിഡെൻസ്) *n.* firm belief; self reliance; boldness; ദൃഢവിശ്വാസം; ആത്മവിശ്വാസം.

configuration (കൊൺഫിഗറെയ് ഷൻ) *n.* outline; shape; ബാഹ്യാ കാരം; ആകൃതി; രൂപരേഖ.

confine (ക്കൻഫൈൻ) *n.* boundary; അതിർത്തി; പരിധി; പ്രാന്തപ്രദേശം; *v.t.* പരിമിതപ്പെടുത്തുക; അടക്കി നിറുത്തുക; ക്ലിപ്തപ്പെടുത്തുക; *n.* **confinement.**

confirm (ക്കൺഫേം) *v.t.* make firm; establish; make certain; ratify; അധികാരം ഉറപ്പിക്കുക; ദൃഢീകരി ക്കുക; നിശ്ചയം വരുത്തുക; സ്ഥി രീകരിക്കുക; *n.* **confirmation**.

confiscate (കൊൺഫിസ്കെയ്ററ്) *v.t.* appropriate to the public treasury;

conflagration | connect

കണ്ടുകെട്ടുക; മുതൽ സർക്കാരിലേക്ക് പിഴയായി പിടിച്ചെടുക്കുക; *n.* **confiscation**.

conflagration (കോൺഫ്ലെഗ്രെയ്ഷൻ) *n.* great and destructive fire; ഭയങ്കര നാശനഷ്ടങ്ങൾ വരുത്തുന്ന അഗ്നിബാധ.

conflict (കൊൺഫ്ലിക്റ്റ്) *n.* struggle; clash; violent collision; battle; mental struggle; സംഘട്ടനം; കലഹം; ഏററുമുട്ടൽ.

conform (ക്കൻഫോം) *v.* make similar; comply with rules, etc.; adapt; യോജിച്ചുപോകുക; സമീകരിക്കുക; സദൃശമാക്കുക.

confound (ക്കൺഫൗണ്ഡ്) *v.t.* throw into disorder; confuse; abash; വ്യർത്ഥമാക്കുക; കുഴയ്ക്കുക.

confront (ക്കൺഫ്രണ്ട്) *v.t.* face; bring face to face; നേരിടുക; അഭിമുഖീകരിക്കുക; *n.* **confrontation**.

confuse (ക്കൻഫ്യൂസ്) *v.t.* mix up; confound; perplex the mind or ideas of; സമ്മിശ്രമാക്കുക; കുഴയ്ക്കുക; കൂട്ടിക്കലർത്തുക.

confusion (ക്കൺഫ്യൂഷൻ) *n.* disorder; perplexity; tumult; സംഭ്രാന്തി.

congenial (ക്കൻജീനിയൽ) *adj.* of same genus; agreeable; സജാതീയ; ഒരേ സ്വഭാവമുള്ള; പൊരുത്തമുള്ള.

congenital (കൊൻജെനിറ്ററൽ) *adj.* existing from birth; (രോഗത്തെപ്പററിയും വൈകല്യത്തെപ്പററിയും മററും) ജനനാലുള്ള.

congestion (ക്കൺജെസ്ചൻ) *n.* accumulation; overcrowding; കെട്ടിനിറുത്തൽ; നിബിഡത; സാന്ദ്രത.

conglomerate (ക്കൻഗ്ലൊമറെറ്റ്) *adj.* gathered into a ball; clustered; വസ്തുക്കൾ ഉണ്ടയായിത്തീർന്ന.

congratulate (ക്കൻഗ്രാച്യുലെയ്ററ്) *v.t.* felicitate; അനുമോദിക്കുക; അഭിനന്ദിക്കുക; *n.* **congratulation**.

congregate (കൊൺഗ്രിഗെയ്ററ്) *v.* gather together; assemble; വിളിച്ചുകൂട്ടുക; സമ്മേളിക്കുക; സഭ കൂടുക; *n.* **congregation**.

congress (കൊങ്ഗ്രസ്) *n.* meeting; assembly; സഭ; സമാജം; സമ്മേളനം.

congruence, congruency (കൊൺഗ്രുഎൻസ്, കോൺഗ്രുഎൻസി) *n.* consistency; suitableness; ഇണങ്ങിയിരിക്കൽ; യോജിപ്പ്; അനുരൂപത; പൊരുത്തം.

conifer (കൊണിഫ്ഫെർ) *n.* type of tree that bears cones; സ്തൂപികാഗ്രവൃക്ഷം.

conjecture (ക്കൻജെക്ച്ചർ) *n.* a guess; hypothesis; അഭ്യൂഹം; അനുമാനം.

conjoin (ക്കൻജൊയ്ൻ) *v.* join; combine; unite; connect; associate; ചേർക്കുക; യോജിപ്പിക്കുക.

conjugal (കൊൺജുഗൽ) *adj.* of marriage; of mutual relation of husband and wife; വിവാഹസംബന്ധിയായ; ദാമ്പത്യജീവിതത്തെ സംബന്ധിച്ച.

conjugate (കൊൺജുഗെയ്ററ്) *v.* (*gr.*) inflect a verb in its various forms; (gr.) ക്രിയാരൂപങ്ങൾ ചൊല്ലുക.

conjunct (കൺജങ്ക്ററ്) *adj.* joined together; യോജിച്ച; ഒന്നിച്ചുചേർന്ന.

conjure (ക്കൺജ്ജർ) *v.* appeal solemnly to; compel by incantations; make an invocation; മന്ത്രത്താൽ ആവാഹിക്കുക; ആഭിചാരംചെയ്യുക.

connect (ക്കണെക്ററ്) *v.* tie together; combine; to establish a relation between; ഘടിപ്പിക്കുക; ക്രമബദ്ധമാക്കുക; തൊടുക്കുക.

connive (ക്കൈവ്) *v.i.* tolerate; disregard; overlook a fault; (കൊള്ളരുതാത്ത പ്രവൃത്തി) കണ്ടില്ലെന്നു ഭാവിക്കുക; അതിന് കൂട്ടുനില്ക്കുക; *n.* **connivance**.

connoisseur (കൊണെസ്സേർ) *n.* expert judge in matters of taste; രസജ്ഞൻ; കലാഭിജ്ഞൻ.

connote (ക്കെനൗട്ട്) *v.t.* imply as a consequence; വ്യഞ്ജിപ്പിക്കുക; *n.* **connotation**.

conquer (കൊങ്ക്കെർ) *v.t.* win by war; overcome; subjugate; പടവെട്ടി ജയിക്കുക; കീഴടക്കുക; പിടിച്ചടക്കുക.

conquest (കൊൺക്വെസ്റ്റ്) *n.* subjugation (of country, etc.); വിജയം; ദിഗ്വിജയം; കീഴടക്കൽ.

conscience (കൊൺഷെൻസ്) *n.* moral sense of right and wrong; മനസ്സാക്ഷി; അന്തഃകരണം; *adj.* **conscientious**.

conscious (കൊൺഷസ്) *adj.* aware; knowing; ബോധമുള്ള; ഉണർവ്വുള്ള; *n.* **consciousness**.

consecrate (കൊൺസിക്രെയ്റ്റ്) *v.t.* make sacred; sanctify; ദൈവസേവാർത്ഥം സമർപ്പിക്കുക; പവിത്രീകരിക്കുക; അഭിഷേചിക്കുക; *n.* **consecration**.

consensus (ക്കെൺസെൻസസ്) *n.* agreement; unanimity; പൊതുസമ്മതം; സർവ്വസമ്മതം; അഭിപ്രായസമന്വയം.

consent (ക്കെൺസെൻറ്) *v.i.* give assent; comply; agree; സമ്മതിക്കുക; അനുമതി നൽകുക; യോജിക്കുക.

consequence (കൊൺസിക്വെൻസ്) *n.* that which follows as a result; importance; പരിണതഫലം; അനന്തരഫലം.

conservation (ക്കെൺസ്സർവെയ്ഷൻ) *n.* preservation from loss, decay, etc.; സംരക്ഷണം; കേടു വരാതെ സൂക്ഷിക്കൽ; *v.* **conserve**.

conservative (ക്കെൺസേർവ്വെററീവ്) *adj.* averse to rapid changes; യാഥാസ്ഥിതിക ചിന്താഗതിയുള്ള.

consider (ക്കെൺസിഡർ) *v.* think over; examine; meditate upon; പര്യാലോചിക്കുക; വിചിന്തനംചെയ്യുക; ആലോചന വിഷയമാക്കുക; *adj.* **considerable**.

considerate (ക്കെൺസിഡെറെയ്റ്റ്) *adj.* thoughtful for others ദാക്ഷിണ്യമുള്ള; ശ്രദ്ധാലുവായ; *n.* **consideration** പരിഗണന; മനനം.

consign (ക്കെൺസൈൻ) *v.t.* hand over or deliver to; send by rail etc.; വിട്ടുകൊടുക്കുക; ഏല്പിച്ചുകൊടുക്കുക; വില്പനയ്ക്കയയ്ക്കുക; *n.* **consignment.**

consist (ക്കെൺസിസ്റ്റ്) *v.i.* be contained; be consistent; be composed of; അടങ്ങിയിരിക്കുക; ഉൾപ്പെട്ടിരിക്കുക; *ns.* **consistency, consistence**.

console (കെൺസൗൾ) *v.t.* soothe; solace; give comfort to; സമാശ്വസിക്കുക; സാന്ത്വനപ്പെടുത്തുക; *n.* **consolation**.

consolidate (ക്കെൺസൊലിഡെയ്റ്റ്) *v.* solidify; strengthen; ഘനീകരിക്കുക; ഘനീഭവിക്കുക; ഏകീകരിക്കുക; ബലപ്പെടുത്തുക; ഒന്നായി ചേർക്കുക; കൂട്ടിച്ചേർക്കുക; *n.* **consolidation**.

consonance (കൊൺസ്സനൻസ്) *n.* harmony; agreement of sounds; con-

consort | consummate 79

cord; സ്വരൈക്യം; സാമഞ്ജസ്യം; *adj.* **consonant**.

consort (കൊൺസോർട്ട്) *n.* (ruler's) wife or husband; group of musical instruments or players; സംഗീത സംഘം; സംഗീതോപകരണ സമൂഹം.

consortium (കൺസോർട്ടിയം) *n.* association of states or companies; (ധനസഹായത്തിനും മററുമായി) രാഷ്ട്രങ്ങളുടെ കൂട്ടുകെട്ട്.

conspicuous (കൺസ്പിക്യുഎസ്) *adj.* clearly seen; സുവ്യക്തമായ; അനായാസം കണ്ണിൽപെടുന്ന; സ്പഷ്ടമായ; നേത്രസമാകർഷകമായ.

conspire (കൺസ്പയർ) *v.* combine for an evil purpose; plot; ഗൂഢാലോചന നടത്തുക; *n.* **conspiracy**.

constable (കൺസ്ററബ്ൾ) *n.* policeman; പോലീസുകാരൻ; കോൺസ്റ്റബിൾ.

constant (കൊൺസ്ററൻറ്) *adj.* fixed; unchanging; resolute; ഇളകാത്ത; ഉറച്ച; സുസ്ഥിരമായ; സുദൃഢമായ; അചഞ്ചലമായ.

constellation (കൊൺസ്ററലെയ്ഷൻ) *n.* group of fixed stars; സ്ഥിരനക്ഷത്ര സമൂഹം.

consternate (കൊൺസ്റ്റേർനെയ്റ്റ്) *v.t.* fill with dismay; സംഭ്രമചിത്തനാകുക.

constipate (കൊൺസ്ററിപ്പെയ്ററ്) *v.t.* confine bowels; മലബന്ധം വരുത്തുക *n.* constipation.

constituency (കൺസ്ററിററ്യുഎൻസി) *n.* body of voters who elect a representative; നിയോജകമണ്ഡലം; സമ്മതിദായകർ.

constituent (കൺസ്ററിററ്യുഎൻറ്) *adj.* component; elemental; essential; ഘടകമായ; ഭാഗമായ; മൂലപദാർത്ഥമായ.

constitute (കൊൺസ്ററിററ്യൂട്ട്) *v.t.* set up; establish; make into; രൂപവൽക്കരിക്കുക; നിയമിക്കുക; ആക്കിത്തീർക്കുക.

constitution (കൊൺസ്ററിററ്യൂഷൻ) *n.* body of fundamental principles according to which a state is governed; condition of body; ഭരണഘടന; വ്യവസ്ഥാപിതനിയാമകതത്ത്വസംഹിത.

constrain (കെൺസ്ട്രെയിൻ) *v.t.* urge irresistibly; force; compel; confine; അപ്രതിരോധ്യമാംവണ്ണം പ്രേരിപ്പിക്കുക; നിർബന്ധിച്ചു ചെയ്യിക്കുക.

constraint (കെൺസ്ട്രെയ്ൻറ്) *n.* confinement; compulsion; അടക്കിനിർത്തൽ; നിർബന്ധം; ബലാത്കാരം; ബന്ധനം.

constrict (കെൺസ്ട്രിക്ററ്) *v.i.* make narrow; compress; ഞെരുക്കുക; മുറുക്കുക.

construct (കെൺസ്ട്രക്ററ്) *v.t.* build; fit together; make; കെട്ടിയുണ്ടാക്കുക; കെട്ടിടം നിർമ്മിക്കുക; നിർമ്മിക്കുക.

construe (കെൺസ്ട്രൂ) *v.t.* interpret; analyse grammatically; അന്വയിക്കുക; വാക്യസംബന്ധം കാണിക്കുക.

consult (കെൺസൾട്ട്) *v.* seek opinion; take counsel together; ഉപദേശം (അഭിപ്രായം) ആരായുക; 'കൂടിയാലോചിക്കുക; *n.* **consultation**.

consume (കെൺസ്യൂം) *v.* burn up; eat up; exhaust; ദഹിപ്പിക്കുക; ചെലവഴിക്കുക; ഉപയോഗിച്ചുതീർക്കുക; പാഴാക്കുക; നശിക്കുക; ഒടുങ്ങുക; *adj.* **consumable**; *n.* **consumer**.

consummate (കൊൺസമെയ്ററ്)

v.t. finish; accomplish; perfect; complete; തികയ്ക്കുക; നിറവേററുക; പൂർത്തിയാക്കുക; *n.* **consummation**.

consumption (ക്കൺസംപ്ഷൻ) *n.* using up; വ്യയം; ഉപഭോഗം; നാശം; ക്ഷയരോഗം.

contact (കൊൺടാക്ററ്) *n.* touching; close union; സ്പർശനം; സമ്പർക്കം.

contagion (ക്കൻറെറയ്ജൻ) *n.* communication of disease; രോഗസംക്രമണം; സാംക്രമികരോഗം.

contain (ക്കൺടെയ്ൻ) *v.* hold within; keep in check; ഉൾക്കൊള്ളുക; വഹിക്കുക; നിയന്ത്രിച്ചു നിർത്തുക; ഒതുക്കി നിർത്തുക; *n.* **container**.

contaminate (ക്കൻററാമിനെയ്ററ്) *v.t.* corrupt; defile; pollute; taint; infect; മലീമസമാക്കുക; കളങ്കപ്പെടുത്തുക; ദുഷിപ്പിക്കുക; മലിനമാക്കുക; അശുദ്ധമാക്കുക; *n.* **contamination**.

contemn (ക്കൻറെറം) *v.t.* (*literary*) despise; neglect; നിന്ദിക്കുക; അവഗണിക്കുക.

contemplate (കൊൺടെംപ്ലെയ്ററ്) *v.* meditate on; expect; think seriously; ധ്യാനിക്കുക; ചിന്തിക്കുക; പര്യാലോചിക്കുക; *n.* **contemplation**.

contemporary (ക്കൻറെറംപ്രറി) *adj.* living or occurring at same time; ഒരേ കാലത്തുള്ള; സമകാലികമായ.

contempt (കൺടെംപ്ററ്) *n.* act or mental attitude of despising; നിന്ദ; പുച്ഛം; വെറുപ്പ്.

contend (ക്കൺടെൻഡ്) *v.* strive; struggle; compete; dispute or debate; പോരാടുക; മല്ലിടുക; മത്സരിക്കുക; എതിർവാദം ചെയ്യുക; വിവാദവിഷയമാക്കുക; *n.* **contention**.

content (ക്കൺടെൻറ്) *adj.* satisfied; well pleased; സംതൃപ്തനായ; സന്തുഷ്ടിയടഞ്ഞ; ഉള്ളടക്കം; *n.* **contentment**.

contest (ക്കൺടെസ്ററ്) *v.* enter into struggle for; dispute; oppose; പ്രതികൂലിക്കുക; മത്സരിക്കുക; എതിർക്കുക; പൊരുതുക.

context (കൊൺടെക്സ്ററ്) *n.* parts that precede or follow a passage and fix its meaning; സന്ദർഭം; പ്രകരണം; പശ്ചാത്തലം; സാഹചര്യം.

contiguous (ക്കൺടിഗ്യുഎ്സ്) *adj.* adjacent; neighbouring; തൊട്ടിരിക്കുന്ന; തുടർച്ചയായ.

continent (കൊണ്ടിനെൻറ്) *n.* main land; ഭൂഖണ്ഡം; വൻകര.

contingent (ക്കൺടിൻജെൻറ്) *adj.* uncertain; incidental to; casual; സംഭവിക്കാനിടയുള്ള; മറെറാന്നിനെ ആശ്രയിച്ചിരിക്കുന്ന.

continual (കൺടിന്യു-എ്ൽ) *adj.* always happening; unceasing; എല്ലായ്പോഴും സംഭവിക്കുന്ന; അവിരാമമായ.

continuance (ക്കൺടിന്യു-എ്ൻസ്) *n.* continuing; duration; തുടരൽ; അവിച്ഛിന്നത; *n.* **continuation**.

continue (ക്കണ്ടിന്യൂ) *v.* maintain; keep up; resume; prolong; തുടരുക; തുടർന്നുകൊണ്ടിരിക്കുക; തുടർന്നു പ്രവർത്തിക്കുക.

continuum (കൺടി-നൂം) *n.* continuous thing; അവിച്ഛിന്ന വസ്തു.

contort (ക്കണ്ടോർട്ട്) *v.* twist; distort; writhe; ചുളുക്കുക; വികൃതമാക്കുക; വിരൂപമാക്കുക; *adj.* **contorted**.

contour (ക്കൊണ്ടുഎ്ർ) *n.* outline of a figure; വടിവ്; ആകൃതി.

contraband (ക്കൊൺട്രബാൻഡ്) *adj.* prohibited; contrary to law; വിലക്കപ്പെട്ട, നിയമവിരുദ്ധമായ.

contraceptive (ക്കൊൺട്രസെപ്റ്റീവ്) *adj. & n.* preventive of pregnancy; ഗർഭനിരോധനത്തിനുള്ള; ഗർഭനിരോധക ഔഷധം; *n.* **contraception**.

contract (ക്കെൺട്രാക്റ്റ്) *v.* shorten; enter into legal arrangement; wrinkle; സങ്കോചിപ്പിക്കുക; ചുരുക്കുക; കരാർ ചെയ്യുക; *n.* **contraction**.

contractor (ക്കെൺട്രാക്റ്ററർ) *n.* undertaker of contract; കരാറുകാരൻ; ഉടമ്പടിക്കാരൻ.

contradict (ക്കൊൺട്രഡിക്റ്റ്) *v.t.* deny; oppose by words; be contrary to; നിഷേധിക്കുക; എതിർത്തു പറയുക; പരസ്പരവിരുദ്ധമായിരിക്കുക; *n.* **contradiction**.

contradictory (ക്കൊൺട്രഡിക്ടറി) *adj.* directly opposite; inconsistent; വിപരീതമായ; നിഷേധാത്മകമായ; പരസ്പരവിരുദ്ധമായ.

contrary (ക്കൊൺട്രറി) *adj.* adverse; hostile; contradictory; (പ്രകൃതിയിലോ പ്രവണതയിലോ) എതിരായ; കടകവിരുദ്ധമായ.

contrast (ക്കെൺട്രസ്റ്റ്) *v.* bring out differences; താരതമ്യപ്പെടുത്തി വ്യത്യാസം കാണിക്കുക; ഒത്തു നോക്കുക.

contravene (ക്കൊൺട്രവീൻ) *v.t.* transgress; infringe; നിയമലംഘനം ചെയ്യുക; ഉല്ലംഘിക്കുക; *n.* **contravention**.

contribute (ക്കെൺട്രിബ്യൂട്ട്) *v.* pay as a share; supply; help; വരിസംഖ്യ കൊടുക്കുക; സംഭാവന ചെയ്യുക; *n.* **contribution**.

contrite (ക്കൊൺട്രൈറ്റ്) *adj.* sorrowing for wrong doing; കഴിഞ്ഞതിനെക്കുറിച്ചു ദുഃഖിക്കുന്ന; പശ്ചാത്തപിക്കുന്ന.

contrive (ക്കെൺട്രൈവ്) *v.* devise; form schemes; കൗശലം കണ്ടുപിടിക്കുക; ഉപായം ചിന്തിക്കുക; ഫലം ചെയ്യുക.

control (ക്കെൺട്രൗൾ) *n.* restraint; command; നിയന്ത്രണശക്തി; നിയന്ത്രണം; *n.* **controller**.

controvert (ക്കൊൺട്രവേർട്ട്) *v.t.* argue against; refute; എതിരായി വാദിക്കുക; ഖണ്ഡിക്കുക; *adj.* **controversial**; *n.* **controversy**.

conundrum (ക്കനൻഡ്രം) *n.* riddle; hard question; കടംകഥ.

convalesce (ക്കൊൺവലെസ്) *v.i.* regain health after illness; രോഗാനന്തരം ആരോഗ്യം വീണ്ടെടുക്കുക; *n.* **convalescence**.

convene (ക്കെൺവീൻ) *v.* call together; assemble; (യോഗം) വിളിച്ചുകൂട്ടുക; യോഗം ചേരുക; *n.* **convener (convenor)**.

convenience (ക്കെൺവീനിയെൻസ്) *n.* advantage; comfort; suitableness; സൗകര്യം; സുഖസൗകര്യം; അനുയോജ്യത; *adj.* **convenient**.

convent (ക്കൊൺവെൻറ്) *n.* abbey; monastery; ആശ്രമം; കന്യാസ്ത്രീമഠം.

convention (ക്കെൺവെൻഷൻ) *n.* act of coming together; വിളിച്ചുകൂട്ടൽ; സംയുക്തസമ്മേളനം; പ്രതിനിധിയോഗം.

conventional (കൺവെൻഷനൽ) *adj.* customary; following traditions;

മാമൂൽ പ്രകാരമുള്ള; വ്യവസ്ഥാനു രൂപമായ.

converge (ക്കൺവേർജ്) *v.i.* tend to one point; ഒരേ സ്ഥാനത്തു ചെന്നു ചേരുക; കേന്ദ്രീകരിക്കുക; *adj.* **convergent**.

conversation (കൊൺവ്വെസെയ്ഷൻ) *n.* talk; chat; exchange of ideas; സംഭാഷണം; സംവാദം; സല്ലാപം; *adj.* **conversational.**

converse (ക്കൺവേഴ്സ്) *v.i.* to talk (with); engage in conversation; സംഭാഷണം നടത്തുക.

conversion (ക്കൺവേർഷൻ) *n.* changing of side, religion etc.; മതപരിവർത്തനം.

convert (ക്കൺവേർട്ട്) *v.t.* change party, religion, etc.; alter one thing to another; പക്ഷം മാറുക; രൂപഭേദം വരുത്തുക; മതപരിവർത്തനം ചെയ്യുക.

convex (കൊൺവെക്സ്) *adj.* roundish on the outside; പുറവളവുള്ള; ആമ.

convey (ക്കൺവെയ്) *v.t.* carry; transport; transmit; deliver; communicate; വഹിക്കുക; ചുമന്നുകൊണ്ടു പോകുക; കൊണ്ടുവരിക; ചെന്നു കൊടുക്കുക; *n.* **conveyance**.

convict (ക്കൺവിക്റ്റ്) *v.t.* pronounce guilty; കുററക്കാരനെന്നു വിധിക്കുക; ശിക്ഷിക്കുക; *n.* **conviction**.

convince (ക്കൺവിൻസ്) *v.t.* bring to full belief; വിശ്വാസംവരുത്തുക.

convoke (ക്കൺവൗക്) *v.t.* call together; summon; to assemble; വിളിച്ചു വരുത്തുക; *n.* **convocation.**

convoy (കൊൺവൊയ്) *v.t.* accompany for protection; escort; രക്ഷണാർത്ഥം അനുഗമിക്കുക; കാവലായി കൂടെപ്പോകുക.

convulse (ക്കൻവൾസ്) *v.t.* shake violently; സംക്ഷോഭിപ്പിക്കുക; ഇളക്കിമറിക്കുക; *n.* **convulsion**.

cook (കുക്ക്) *v.t.* prepare food by boiling; concoct; പാചകം ചെയ്യുക; വേവിക്കുക; കൃത്രിമമായി നിർമ്മിക്കുക.

cool (കൂൾ) *adj.* slightly cold; lacking zeal; dispassionate; തണുപ്പുള്ള; ശീതളമായ; പ്രശാന്തമായ; അക്ഷോഭ്യമായ.

coolie, cooly (കൂലി) *ns.* porter; കൂലിക്കാരൻ.

co-operate (കൗഒ്പ്പറെയ്റ്റ്) *v.i.* work together; സഹകരിക്കുക; യോജിച്ചു പ്രവർത്തിക്കുക; *n.* **co-operation**.

co-ordinate (കൗഓർഡിനെയററ്) *adj.* being equal order; സമാനമായ; സമനിലയിലിരിക്കുന്ന; തുല്യപ്രാധാന്യമുള്ള; കൂട്ടിച്ചേർക്കുക; ഇണക്കുക; *n.* **co-ordinator**; *n.* **co-ordination**.

cop (കൊപ്) *v.t.* to catch; പിടികൂടുക; പോലീസ് കോൺസ്ററബ്ൾ.

copious (കൗപ്പിയസ്) *adj.* plentiful; full; abundant; ധാരാളമുള്ള; സമൃദ്ധമായ.

copper (കൊപ്പ്ർ) *n.* reddish malleable ductile metal; ചെമ്പ്; ചെമ്പുപാത്രം.

copra (കൊപ്ര) *n.* dried coconut; കൊപ്ര.

copulate (കൊപ്യുലെയ്റ്റ്) *v.* to unite sexually; ഇണചേരുക; സംഭോഗത്തിലേർപ്പെടുക; *n.* **copulation**.

copy (കൊപ്പി) *n.* a single specimen of a book; original draft; an imitation; പകർപ്പ്; കയ്യെഴുത്തു പ്രതി; പുസ്തകത്തി ൻെറ പ്രതി.

coral (കോറൽ) *n.* a hard substance made by sea polyps; പവിഴം; പവിഴ പ്പുറ്റ്.

cord(കോർഡ്) *n.* thin rope or thick string; anything that binds; ചരട്; കയറ്; ഞാൺ; വീണയുടെ തന്തു.

cordial (കോർഡിയൽ) *adj.* hearty; sincere; warm; ഹൃദയംഗമമായ; ആത്മാർത്ഥമായ; *n.* **cordiality**; *adv.* **cordially**.

cordon (കോർഡൻ) *n.* a badge of honour; a line of sentries; സ്ഥാന ചിഹ്നമായി നെഞ്ചിൽ ധരിക്കുന്ന പട്ടുനാട.

core (കോർ) *n.* heart or inner part of a thing; കാതൽ; അന്തർഭാഗം; ഹൃദയം.

coriander (കൊറിയാൻഡർ) *n.* annual plant, seeds of which are used for flavouring; മല്ലി; കൊത്ത മല്ലി.

cork (കോർക്) *n.* bark of cork tree; stopple for a bottle; കോർക്കു മര ത്തൊലി; കോർക്കടപ്പ്.

corn (കോൺ) *n.* grain or seed esp. of cereal; ധാന്യം; നെല്ല്, ഗോതമ്പ്, ചോളം ആദിയായവയുടെ മണി; ധാന്യമണി.

cornea (കോർണിയ) *n.* transparent horny membrane of the eye; കണ്ണി ൻെറ കാചപടലം.

corner (കോർണർ) *n.* a point where two sides meet; angle; remote place; മുക്ക്; കോണ്; മൂല; രഹസ്യസ്ഥലം; രണ്ടു തെരുവുകൾ സന്ധിക്കുന്ന സ്ഥലം.

cornice (കോർണിസ്) *n.* (*arch.*) projection near the top of a wall; പ്രാകാര ശീർഷം; ചിത്രവരി; ചുവ രിൻെറ മുകൾഭാഗത്തുള്ള ശില്പ വേല.

corollary (ക്കറൊള്ളറി) *n.* natural consequence; deduction from a truth; ഉപലക്ഷ്യം; പ്രസ്താവനയിൽ നിന്നുള്ള ഊഹം.

coronation (കൊറ്റെനെയ്ഷൻ) *n.* ceremony of crowning; കിരീടധാ രണം; രാജ്യാഭിഷേകം.

corporal (കോർപ്പെറൽ) *adj.* physical; material; ശാരീരികമായ; ഭൗതിക മായ.

corporate (കൊർപ്പെററ്) *adj.* united; associated; ഏകോപിച്ച; ഏകീഭൂതമായ; ഏകസ്വരൂപമായ.

corporation (കോർപ്പറെയ്ഷൻ) *n.* united body of persons; civic authority of a city; നിയമസൃഷ്ടമായ സംഘടിതസംഘം; നഗരസഭ.

corporeal (കോർപോറിയൽ) *adj.* having a body; ദേഹമുള്ള; ശാരീരിക മായ.

corps (കോർ) *n.* (*pl.* **corps**) a body of troops; സൈന്യ(വിഭാഗം, ദളം).

corpse (കോർപ്സ്, കോർസ്) *n.* dead body; ശവം; മൃതശരീരം; ജഡം (മനു ഷ്യൻെറ).

corpulence (കോർപ്യൂലെൻസ്) *n.* fleshiness of body; fatness; മാംസള ത്വം; പൊണ്ണത്തം; സ്ഥൂലത.

correct (ക്കറെക്റ്റ്) *adj.* right; free from error; accurate; proper; ശരി യായ; തിരുത്തപ്പെട്ട; കുററമററ; കൃത്യമായ; ഉചിതമായ; തിരുത്തുക; ശരിപ്പെടുത്തുക; *n.* **correction**.

correlate (കൊറ്റെലെയ്റ്റ്) *n.* one that stands in a reciprocal relation to something else; പരസ്പരസംബന്ധ മുള്ള വസ്തുക്കളിൽ ഒന്ന്; *v.* bring into mutual relation; പരസ്പരബന്ധം വരുത്തുക; *n.* **correlation**.

correspond (കൊറിസ്പോണ്ഡ്) *v.* be suitable; be similar; communicate by letters; ഒത്തിരിക്കുക; യോജിച്ചിരിക്കുക; സദൃശമായിരിക്കുക; എഴുത്തുകുത്തു നടത്തുക; *n.* **correspondence**; *adj.* **correspondent**.

corridor (കൊറിഡോർ) *n.* passage in a building, train, etc.; ഇടനാഴി; ഗൃഹാഭ്യന്തരമാർഗ്ഗം.

corroborate (കൊറൊബറെയ്റ്റ്) *v.t.* confirm by evidence; make more certain; പുതിയ തെളിവിലൂടെ ഉറപ്പാക്കുക; ഉറപ്പിക്കുക; സ്ഥിരീകരിക്കുക; *adjs.* **corroborative, corroboratory**.

corrode (കൊറൗഡ്) *v.* eat away; rust; diminish by chemical action; കരളുക; കാർന്നുതിന്നുക; ദ്രവിപ്പിക്കുക.

corrugate (കോറുഗെയ്റ്റ്) *v.* wrinkle; bend into ridges; ചുളുക്കുക; സങ്കോചിപ്പിക്കുക.

corrupt (കൊറപ്റ്റ്) *v.t.* contaminate; pollute; bribe; ദുഷിപ്പിക്കുക; കലുഷമാക്കുക; കൈക്കൂലി കൊടുക്കുക.

corruption (കൊറപ്ഷൻ) *n.* moral deterioration; use of corrupt practices; ചീഞ്ഞുപോകൽ; ദൂഷണം; അഴിമതി.

cortisone (കോർട്ടിസൗൺ) *n.* hormone from adrenal gland used for treating some diseases; അധിവൃക്കഗ്രന്ഥിയിൽനിന്നും കിട്ടുന്ന ഈ ഹോർമോൺ ചില രോഗങ്ങൾ ഭേദമാക്കുവാൻ ഉപയോഗിക്കുന്നു.

cosmetic (കൊസ്മെറ്റിക്) *adj.* beautifying; സൗന്ദര്യവർദ്ധകമായ; *n.* സുഗന്ധദ്രവ്യം.

cosmic (കൊസ്മിക്) *adj.* rel. to the universe; പ്രപഞ്ചസംബന്ധിയായ; ജഗദ്വിഷയകമായ.

cosmopolitan, cosmopolite (കൊസ്മൊപോളിറ്റൻ,–ലൈറ്റ്) *n.* citizen of the world; person free from national limitations; വിശ്വപൗരൻ; ജഗന്മിത്രം; സർവ്വദേശപ്രിയൻ.

cosmos (കൊസ്മൊസ്) *n.* (*opp.* **chaos**) universe as an orderly whole; വ്യവസ്ഥിതലോകം; പ്രപഞ്ചം; വിശ്വം.

cost (കൊസ്റ്റ്) *n.* price; charge; expense; labour; pain; suffering; വില; മൂല്യം; നിർമ്മാണച്ചെലവ്; മുതൽമുടക്ക്; (*pl.* **costs**) വ്യവഹാരച്ചെലവുതുക.

costly (കൊസ്റ്റ്ലി) *adj.* high priced; precious; വിലയേറിയ; വിലപിടിച്ച.

costume (കൊസ്റ്റ്യൂം) *n.* style of dress; dress for a particular activity; വസ്ത്രധാരണരീതി; നാടകനടന്മാർ ധരിക്കുന്ന സവിശേഷവേഷം.

cosy (കൗസി) *adj.* comfortable; സുഖകരമായ; സൗകര്യമുള്ള.

coterie (കൗട്ടെറി) *n.* clique; club; circle of friends; കൂട്ടുകെട്ട്; കക്ഷി; മിത്രഗണം; ഏകവിഷയതത്പരരുടെ ചെറിയ സംഘം.

cottage (കൊട്ടിജ്) *n.* a hut; country house; കുടിൽ; പർണ്ണശാല; നാട്ടുംപുറത്തുള്ള ഗൃഹം.

cotton (കൊട്ട്ൺ) *n.* vegetable wool; പഞ്ഞി; പരുത്തി; പരുത്തിനൂൽ; പരുത്തിനൂൽത്തുണി.

cotyledon (കൊട്ടിലീഡൻ) *n.* (*bot.*) seed leaf; ബീജപത്രം.

couch (കൗച്) *v.* express (idea); recline; hide; (ആശയം) പ്രകടിപ്പിക്കുക; കിടത്തുക; കിടക്കുക; മറച്ചുവയ്ക്കുക.

cough (കോഫ്) *n.* ചുമ; കാസം; *v.i.* force air suddenly from the throat; ചുമയ്ക്കുക; ചുമച്ചുതുപ്പുക; (*coll.*).

could (കുഡ്) *v. p.t.* of **can**; കഴിവുണ്ടായിരുന്നു; (അനുവാദം ചോദിക്കുക, അപേക്ഷിക്കുക, സാദ്ധ്യത സൂചിപ്പിക്കുക, ഫലം സൂചിപ്പിക്കുക, നിർദ്ദേശം മുന്നോട്ടുവെക്കുക എന്നീ ആവശ്യങ്ങൾക്ക് ഭാവികാലാർത്ഥത്തിലും 'could' ഉപയോഗിക്കാറുണ്ട്).

council (കൗൺസിൽ) *n.* any deliberative body; assembly; local administrative body; ആലോചനാ സമിതി; ഉപദേശകസമിതി; തദ്ദേശഭരണ സമിതി.

counsel (കൗൺസ്ൽ) *n.* (*pl.* **counsel)** advice; deliberation; lawyer; പര്യാലോചന; അഭിപ്രായം; ഉപദേശം; ഉപദേഷ്ടാവ്; അഡ്വൊക്കേറ്റ്; *n.* **counsellor**.

count (കൗണ്ട്) *v.* enumerate; reckon; ascribe; esteem; sum up; എണ്ണുക; എണ്ണിയെടുക്കുക; കണക്കാക്കുക; തുക കൂട്ടുക; കണക്കിൽ കൊള്ളിക്കുക; കണക്കിൽപെടുക; ഒരു പ്രഭുപദവി.

countenance (കൗണ്ടെനൻസ്) *n.* expression of face; moral support; മുഖം; മുഖഭാവം; ആനുകൂല്യം.

counter (കൗണ്ടർ) *adv.* against; in opposition; എതിരെ; എതിരായി; പ്രതികൂലമായി; വിരുദ്ധമായി; പണമിടപാടു നടത്തുന്നതിനോ സാധനങ്ങൾ വില്ക്കുന്നതിനോ ഉള്ള മേശ; കച്ചവടസാധനങ്ങൾ നിരത്തിവച്ചിട്ടുള്ള മേശ.

country (കൺട്രി) *n.* one's native land; rural region; territory of a nation; രാജ്യം; നാട്; ദേശം; ഭൂപ്രദേശം; നാട്ടിൻപുറം; ജന്മഭൂമി; സ്വദേശം.

county (കൗണ്ടി) *n.* administrative division of Britain; subdivision of a state (like the 'district' in India); ഭരണസൗകര്യാർത്ഥം രൂപവത്കരിച്ചിട്ടുള്ള ബ്രിട്ടനിലെ ഒരു പ്രദേശം; ഒരു സംസ്ഥാനത്തിന്റെ ഒരു ഭാഗം.

coup (കൂ) *n.* notable or successful move; പെട്ടെന്നുള്ള പ്രവൃത്തി; ഫലപ്രാപ്തി; പൊടിക്കൈ; *n.* **coup d'etat** (കൂഡെയ്റ്റാ) പെട്ടെന്നു നടത്തുന്ന ഭരണമാറ്റം; ഭരണ അട്ടിമറി.

coupe (കൂപെയ്) *n.* closed carriage with two seats; രണ്ടു പേർക്കു മാത്രം ഇരിക്കുന്നതിനുള്ള മോട്ടോർ വണ്ടി.

couple (കപ്ൾ) *n.* two; a pair; wedded or engaged pair; ഇണ; യുഗ്മം; ഇരട്ട; ജോടി.

couplet (കപ്ലിറ്റ്) *n.* pair of successive lines of verse; പ്രാസബദ്ധമായ പദ്യവരികളുടെ യുഗ്മം; ഈരടി.

coupon (കൂപ്പൊൺ, കൂപ്പൺ) *n.* detachable ticket, voucher, etc.; രസീതു കുറ്റി; നറുക്ക്; പലിശച്ചീട്ട്.

courage (കറിജ്) *n.* bravery; boldness; gallantry; വിപദിധൈര്യം; അന്തർബലം; നെഞ്ചുറപ്പ്; നിർഭയത്വം; ശൗര്യം.

courier (കൂറിയ്യർ) *n.* a messenger; an attendant on travellers; വാർത്താവാഹകൻ.

course (കോഴ്സ്) *n.* movement; direction taken; race; voyage; method; ചലനം; ഗതി; മുന്നോട്ടുപോക്ക്; സഞ്ചാരം; സ്വാഭാവിക വികാസം; പ്രവാഹം; ചലനദിശ; ചലനമാർഗ്ഗം; ഉപാധി; പാഠപരമ്പര.

court (കോർട്ട്) *n.* enclosed space; a yard; playground; judicial body; മുറ്റം; അങ്കണം; ഗൃഹാങ്കണം;

പന്തുകളി സ്ഥലം; രാജസദസ്സ്; കോടതി; വിവാഹത്തിനപേക്ഷി ക്കുക; പ്രണയാഭ്യർത്ഥന നടത്തുക.

courteous (കേർട്ടിയെസ്) *adj.* polite; respectful; considerate; ഉപചാരശീല മുള്ള; മര്യാദയുള്ള; *adv.* **courteously**; *n.* **courtesy**.

courtesan (കോർട്ടിസാൻ) *n.* court-mistress; harlot; കൊട്ടാരദാസി; വേശ്യ; ഗണിക.

court-martial (കോർട്ട് മാർഷൽ) *n.* (*pl.* **courts-martial**) trial by a military tribunal; പട്ടാളനിയമങ്ങൾ ലംഘിച്ച സൈനികൻെറ മേലുള്ള വിചാരണ.

cousin (കസ്ൻ) *n.* son or daughter of an uncle or aunt; ഒരാൾക്ക് മാതാവിൻെറയോ പിതാവിൻെറയോ സഹോദരസന്താനങ്ങളോടുള്ള ബന്ധത്തെ കുറിക്കുന്ന പദം.

covenant (കവനൻറ്) *n.* agreement; contract; ഉടമ്പടി; കരാർ; ഉടമ്പടി രേഖ.

cover (കവ്വർ) *v.* overspread; envelop; hide; provide for; report; ആവരണം ചെയ്യുക; വിരിക്കുക; മറയ്ക്കുക; മൂടുക; പുതയ്ക്കുക; ചുററിപ്പൊതിയുക; ഗോപനം ചെയ്യുക; ജയിക്കുക; കീഴടക്കുക; പത്രത്തിലേക്ക് സംഭവം റിപ്പോർട്ട് ചെയ്യുക; പുസ്തകത്തിൻെറയും മററും കവർ; ലക്കോട്ട്.

covert (കവ്വർട്ട്) *adj.* secret; disguised; concealed; ഗൂഢമായ.

covet (കവിററ്) *v.* desire eagerly; long for; hanker after; കൊതിക്കുക; ആശിക്കുക; മോഹിക്കുക; *adj.* **covetable**; **covetous**.

cow (കൗ) *n.* female of any bovine animal; പശു; എരുമ; *n.* **cowboy** പശുപരിപാലകൻ; ബലം പ്രയോഗിച്ചോ ഭീഷണികളുപയോഗിച്ചോ കീഴടക്കുക.

coward (കവ്വർഡ്) *n.* faint hearted; timid person; പേടിക്കുടലൻ; ഭീരു; *adjs.* **cowardly**; *n.* **cowardice**.

coxcomb (കൊക്സ്കൗം) *n.* conceited showy person.

coy (കൊയ്) *adj.* (*ar.*) shy; modest; ശൃംഗാരചേഷ്ട കാണിക്കുന്നതോടൊപ്പം ലജ്ജയഭിനയിക്കുന്ന.

crab (ക്രാബ്) *n.* ten footed crustacean; ഞണ്ട്.

crack (ക്രാക്ക്) *v.* break; burst; split; make a sharp noise; പിളർക്കുക; പൊട്ടിക്കുക; പെട്ടെന്ന് തുറക്കുക.

cradle (ക്രെയ്ഡ്ൽ) *n.* swinging cot or bed; infancy; തൊട്ടിൽ; പിള്ളക്കട്ടിൽ; തൂക്കുമഞ്ചം; ശൈശവം; (*fig.*) ഭൂമി; ഉത്ഭവസ്ഥാനം.

craft (ക്രാഫ്ററ്) *n.* skill; cunning; manual art; deceit; boat; vessel; കരകൗശലം; ഉപായം; തന്ത്രം; കൗടില്യം; ചതി; കപടം; കൈത്തൊഴിൽ; തോണി; ചെറുകപ്പൽ.

crag (ക്രാഗ്) *n.* steep rock; കുത്തനെ നില്ക്കുന്ന പാറ.

cram (ക്രാം) *v.* fill overfull; force thing into; prepare for examination by intensive study; തിക്കിക്കയററുക; തള്ളിക്കയററുക; അമർത്തിച്ചെലുത്തുക; കുത്തിത്തിരുകുക.

cramp (ക്രാംപ്) *n.* contraction of a muscle; spasm; മാംസപേശിയുടെ കോച്ചിവലി; തരിപ്പ്; ചുളുക്ക്.

crane (ക്രെയ്ൻ) *n.* large wading bird; weight lifting machine; കൊററി; ബകം; ഭാരം ഉയർത്തുന്ന തുലായന്ത്രം.

crash (ക്രാഷ്) *n.* noise of things fall-

crass | crest 87

ing; loud sudden noise; collapse; വീഴ്ചയുടെ ശബ്ദം; സ്ഫോടനധ്വനി; തകർച്ച; വാണിജ്യത്തകർച്ച; വിമാനം തകർന്നു വീഴുക.

crass (ക്രാ്സ്) *adj.* grossly stupid; പരുക്കനായ; സ്ഥൂലിച്ച; ബുദ്ധികെട്ട; (*coll.*) തീർത്തും; തികച്ചും.

crate (ക്രെയ്റ്റ്) *n.* large basket; wooden container; വള്ളിക്കൊട്ട; കൂട; വീഞ്ഞപ്പെട്ടി.

crater (ക്രെയ്റ്ററർ) *n.* orifice of a volcano; അഗ്നിപർവ്വതമുഖം.

crave (ക്രെയ്വ്) *v.* beg earnestly; ask with humility; കെഞ്ചുക; കേണപേക്ഷിക്കുക.

crawl (ക്രോൾ) *v.i.* move slowly by drawing the body along ground; ഇഴയുക; നിരങ്ങുക; പതുക്കെയും പ്രയാസപ്പെട്ടും മുന്നോട്ടു നീങ്ങുക; പേടിച്ചു ദാസഭാവം കാണിക്കുക; *n.* **crawler**.

crayon (ക്രെയൺ) *n.* stick or pencil of coloured chalk; ചായക്കോൽ; വർണ്ണച്ചോക്ക്.

craze (ക്രെയ്സ്) *v.* make insane; become extremely enthusiastic; ഭ്രമിക്കുക; അമിതോത്സാഹം കാട്ടുക; ഉന്മത്തനാകുക; ഹരമാകുക.

cream (ക്രീം) *n.* part of milk with high content of fat; a cosmetic preparation; പാൽപ്പാട; സാരാംശം; ഉത്തമാംശം; പാൽപ്പാടകൊണ്ടുള്ള പലഹാരം.

crease (ക്രീസ്) *n.* line made by folding; wrinkle; ഞൊറി; മടക്ക്; ചുളുക്ക്; മടക്കിയ അടയാളം.

create (ക്രിയെയ്റ്റ്) *v.t.* bring into existence; originate; make or form; സൃഷ്ടിക്കുക; ജന്മം നൽകുക; രചിക്കുക; നിർമ്മിക്കുക; ഉണ്ടാക്കുക; രൂപം നല്കുക; *n.* **creation;** *adj.* **creative**.

creature (ക്രീ്ച്ചർ) *n.* animate being; animal; ജീവി; ജന്തു; മിണ്ടാപ്രാണി; അടിമ.

creche (ക്രെയ്ഷ്) *n.* day nursery for infants; വേലയ്ക്കായി സ്വഗൃഹം വിട്ടുപോകുന്ന മാതാക്കളുടെ സൗകര്യത്തിനുവേണ്ടിയുള്ള ശിശുസംരക്ഷണ ശാല.

credence (ക്രീഡൻസ്) *n.* belief; വിശ്വാസം; *n.* **credential**.

credible (ക്രെഡ്ഡബ്ൾ) *adj.* believable; worthy of belief; വിശ്വസിക്കത്തക്ക; *n.* **credibility**.

credit (ക്രെഡിറ്റ്) *n.* trustworthiness; വിശ്വാസം; വിശ്വസ്തത; *n.* **creditor** കടം കൊടുത്തവൻ; ഉത്തമർണ്ണൻ.

credulous (ക്രെഡ്യൂലസ്) *adj.* believing on slight evidence; കണ്ണുമടച്ചു വിശ്വസിക്കുന്ന.

creed (ക്രീഡ്) *n.* system of religious belief; മതവിശ്വാസം; ധർമ്മതത്ത്വപദ്ധതി.

creep (ക്രീപ്) *v.i.* move on belly; cringe; fawn; ഇഴയുക; നിരങ്ങുക; പതുങ്ങിനടക്കുക; നുഴഞ്ഞുകയറുക.

cremate (ക്രിമെയ്റ്റ്) *v.t.* burn corpse by fire; ശവദാഹം നടത്തുക; *n.* **cremation**; *n.* **crematorium**.

crescendo (ക്രിഷെൻഡൗ) *adj.* gradually increasing in loudness; ആരോഹണക്രമത്തിലുയരുന്ന.

crescent (ക്രെസൻറ്) *adj.* increasing; like quarter moon; ചന്ദ്രക്കലപോലെയുള്ള; അർദ്ധചന്ദ്രാകാരമായ.

crest (ക്രെസ്റ്റ്) *n.* comb on head of a cock; plume of a helmet; തലപ്പൂവ്;

കോഴിപ്പൂവ്; ശിഖ; ശിരോഭൂഷണം; പർവ്വതശിഖരം.

crevice (ക്രെവിസ്) *n.* cleft; narrow opening; ദ്വാരം; വിടവ്; വിള്ളൽ; പിളർപ്പ്.

crew (ക്രൂ) *n.* body of persons manning ship, boat, train, aircraft etc.; കപ്പലിലെയോ ബോട്ടിലെയോ തീവണ്ടിയിലെയോ വിമാനത്തിലെയോ ജോലിക്കാർ.

crib (ക്രിബ്) *n.* small bed for child; കൊച്ചുകുട്ടികൾക്കുള്ള 'അഴി'ക്കട്ടിൽ.

cricket (ക്രിക്കിററ്) *n.* open air summer game; ക്രിക്കററ് പന്തുകളി; ചീവീട്; cricketer ക്രിക്കറ്റ് കളിക്കാരൻ.

crime (ക്രൈം) *n.* an offence punishable by law; evil act; shameful act; കുററകൃത്യം; നിയമലംഘനം; അപരാധം; അതിക്രമം; അഴിമതി; ശിക്ഷാർഹമായ കുററം.

criminal (ക്രിമിനൽ) *adj.* of crime; guilty of crime; കുററകരമായ; കുററക്കാരനായ; ശിക്ഷാർഹമായ; അന്യായമായ; കുററം ചുമത്തപ്പെടാവുന്ന; *n.* **criminality**.

crimson (ക്രിംസ്ൺ) *n.* deep red colour tinged with blue; ഈഷൽ നീലം കലർന്ന കടുംചുവപ്പുനിറം.

cripple (ക്രിപ്പ്ൾ) *n.* lame person; invalid; മുടന്തൻ; വികലാംഗൻ.

crisis (ക്രൈസിസ്) *n.* (*pl.* **crises** ക്രൈസീസ്) turning point; decisive moment; പ്രതിസന്ധിഘട്ടം; നിർണ്ണായക നിമിഷം.

crisp (ക്രിസ്പ്) *adj.* curling; hard; fragile; brisk; ചുരുണ്ട; പരുപരുത്ത; എളുപ്പം പൊട്ടുന്ന; ഒടിയത്തക്ക; (ശൈലിയെപ്പററി) മൂർച്ചയുള്ള; *adj.* **crispy**.

criss-cross (ക്രിസ്-ക്രോസ്) *n.* cross mark; crossing lines; കുരിശടയാളം; പരസ്പരവിച്ഛേദരേഖകൾ.

criterion (ക്രൈററീരിയൻ) *n.* (*pl.* **criteria**) standard of judging; മാനദണ്ഡം; അളവുകോൽ; പ്രമാണം.

critic (ക്രിററിക്) *n.* one who criticizes; one skilled in estimating the quality of literary or artistic work; വിമർശകൻ; നിരൂപകൻ.

criticise, criticize (ക്രിട്ടിസൈസ്) *v.t.* point out defects in; find fault with; വിമർശിക്കുക; ഗുണദോഷനിരൂപണം ചെയ്യുക; *n.* **criticism**.

crocodile (ക്രൊക്കഡൈൽ) *n.* long amphibious reptile; ചീങ്കണ്ണി; മുതല.

crone (ക്രൗൺ) *n.* withered old woman; പടുകിഴവി.

crony (ക്രൗണി) *n.* intimate friend; ഉററസുഹൃത്ത്.

crook (ക്രൂക്) *n.* hook; bend; curve; anything hooked; വളവ്; തിരിവ്; കൂന്; കൊളുത്ത്; കൊളുത്തുപോലെ വളഞ്ഞ ആയുധം.

croon (ക്രൂൺ) *v.* hum; മൂളുക; മൂളിപ്പാട്ടു പാടുക.

crop (ക്രോപ്) *n.* produce of cultivation; harvest; (ധാന്യ) വിള; (മൊത്തം) വിളവ്; കൊയ്തെടുത്തത്; കൃഷി ചെയ്യുന്ന ധാന്യങ്ങൾ; പക്ഷിയുടെ കണ്ഠസഞ്ചി; ഊറയ്ക്കിട്ട തോൽ; മുടിവെട്ട്; പറെറക്കത്രിച്ച മുടി.

crore (ക്രോർ) *n.* (in India) ten million; (ഇന്ത്യയിൽ) കോടി; നൂറു ലക്ഷം.

cross (ക്രോസ്സ്) *n.* stake used for cruci-

crotchet | crust 89

fixion; symbol of Christianity; കുരിശ്; കുരിശടയാളം; ക്രിസ്തുമത ചിഹ്നം; ക്രിസ്തുമതം; കുരിശടയാള മുള്ള സ്മാരകസ്തംഭം; ക്ലേശം; സങ്കടം; ദുരിതഹേതു; പീഡ; സങ്കര ജന്തു.

crotchet (ക്രോചിററ്) *n.* whim; fancy; ചാപല്യം; വിലക്ഷണഭാവന.

crouch (ക്രൗച്) *v.i.* bend down; stoop low; fawn; cringe; കുനിയുക; പതുങ്ങുക; പമ്മുക.

crow (ക്രൗ) *n.* bird of genus corvus; കാക്ക; കാകൻ; *v.i.* cry as a crow; കാക്ക കരയുംപോലെ കരയുക.

crowd (ക്രൗഡ്) *n.* large number of persons gathered together; mob; ആൾത്തിരക്ക്; തിക്കും തിരക്കും; പുരുഷാരം; സാമാന്യജനം; കൂട്ടം കൂടുക; തള്ളിക്കേറുക.

crown (ക്രൗൺ) *n.* monarch's head covering; കിരീടം; വിജയ ചിഹ്നപ്പൂമാല; ശിരോലങ്കാരം; രാജാവ്; രാജപദം; പല്ലിൻെറ മുകൾ ഭാഗം.

crucial (ക്രൂഷ്ൽ) *adj.* decisive; critical; severe; ആപൽസന്ധി കുറി ക്കുന്ന; നിർണ്ണായകമായ.

crucible (ക്രൂസിബ്ൾ) *n.* melting pot; furnace; severe trial; മൂശ; ആവർ ത്തനി; തീച്ചൂള; ഉല.

crucifix (ക്രൂസിഫിക്സ്) *n.* model of Christ on the cross; യേശുക്രിസ്തു വിനെ കുരിശിൽ തറച്ചിരിക്കുന്ന രൂപം.

crucify (ക്രൂസിഫൈ) *v.t.* put to death by fastening to a cross; കുരി ശിൽ തറച്ചു കൊല്ലുക; കുരിശിലേററുക.

crude (ക്രൂഡ്) *adj.* raw; in the natural state; unrefined; അപക്വമായ; സ്വാഭാവികാവസ്ഥയിലുള്ള; ഉപ യോഗക്ഷമമാക്കിയിട്ടില്ലാത്ത; *ns.* **crudeness, crudity**.

cruel (ക്രൂഎ്ൽ) *adj.* delighting in another's pain; ക്രൂരമായ; ക്രൂരനായ; കഠിനഹൃദയനായ; നിർദ്ദയമായ; *adv.* **cruelly**; *n.* **cruelty**.

cruise (ക്രൂസ്) *v.i.* sail about; കപ്പൽ സഞ്ചാരം ചെയ്യുക; വിനോദത്തി നായി സമുദ്രപര്യടനം ചെയ്യുക.

crumb (ക്രം) *n.* bit of bread; fragment of anything; അപ്പക്കഷണം; റൊട്ടി ത്തുണ്ട്.

crumble (ക്രംബ്ൾ) *v.* break into small pieces; fall into crumbs; പൊടി യാക്കുക; തച്ചുടയ്ക്കുക; തകർന്നു പൊടിഞ്ഞുപോകുക.

crumple (ക്രംപ്ൾ) *v.* contort; wrinkle; ചുളുക്കുക; സങ്കോചിപ്പിക്കുക; ചുരുളുക; ചുരുണ്ടുപോകുക.

crunch (ക്രഞ്ച്) *v.t.* crush with teeth; grind under foot; കടിച്ചു പൊട്ടിക്കുക; ചവച്ചുതിന്നുക; ശബ്ദം കേൾക്കത്തക്കവണ്ണം ചവ യ്ക്കുക.

crusade (ക്രൂസെയ്ഡ്) *n.* military expedition under banner of the cross; തുർക്കികളിൽനിന്ന് പരി ശുദ്ധഭൂമി വീണ്ടെടുക്കുന്നതിനായി ക്രിസ്ത്യാനികൾ നടത്തിയ യുദ്ധ ങ്ങളുടെ പൊതുപ്പേര്; കുരിശു യുദ്ധം.

crush (ക്രഷ്) *v.* press and bruise; break to small pieces; crumple; defeat; ഞെക്കുക; ഞെരിക്കുക; കശ ക്കുക; പൊടിക്കുക.

crust (ക്രസ്ററ്) *n.* hard rind or skin; solid exterior portion of the earth; പുറംതൊലി; പുറംതോട്; മേൽപ ടലം; തോൽ.

crutch (ക്രച്) *n.* staff with a cross-piece at the head; (മുടന്തന്മാരുടെ) ഊന്നുകോൽ.

crux (ക്രക്സ്) *n.* centre of a problem; വിശദീകരിക്കാൻ പ്രയാസമായ ഗ്രന്ഥഭാഗം; ക്ലിഷ്ടപ്രശ്നം; കാതലായ ഭാഗം.

cry (ക്രൈ) *v.i.* (*p.t. & p.part.* **cried**) utter a loud voice; lament; weep; to proclaim; ഉറക്കെ ശബ്ദിക്കുക; നിലവിളിക്കുക; ആക്രോശിക്കുക; കരയുക; മുരളുക; വിളിച്ചുപറയുക; ഉദ്ഘോഷിക്കുക.

crypt (ക്രിപ്ററ്) *n.* underground cell; a vault; നിലവറ; ഗുഹാഗൃഹം.

crystal (ക്രിസ്ററൽ) *n.* clear transparent ice like mineral; very clear glass; സ്ഫടികം; പളുങ്ക്; പരൽ; കൽക്കണ്ണാടി.

cub (കബ്) *n.* young of certain quadrupeds; മൃഗക്കുട്ടി; വഷളനായ യുവാവ്.

cube (ക്യൂബ്) *n.* solid body having six equal square faces; നീളം, വീതി, ഉയരം ഈ മൂന്നും സമയളവോടുകൂടിയ ഘനപദാർത്ഥം; സമചതുരക്കട്ട.

cubicle (ക്യൂബിക്ക്ൾ) *n.* bed room; ചെറിയ ഉറക്കറ; കിടക്കമുറി.

cuckoo (കുക്കൂ) *n.* migratory bird named from its call; കുയിൽ; കോകിലം.

cucumber (കുകുംബർ) *n.* a creeping garden plant and its fruit; വെള്ളരി; വെള്ളരിക്ക.

cud (കഡ്) *n.* food that ruminating animal brings back to mouth and chews; അയവിറക്കാനുള്ള ഭക്ഷണം.

cuddle (കഡ്ൽ) *v.* hug; embrace; fondle; ആശ്ലേഷിക്കുക; പുണരുക.

cudgel (കജ്ൽ) *n.* short thick stick; club; കുറുവടി; ഗദ; ദണ്ഡ്.

cue (ക്യൂ) *n.* catch word; hint; സൂചകപദം; കുറിവാക്ക്.

cuff (കഫ്) *n.* blow with fist; end of sleeve; മുഷ്ടിപ്രഹരം; ഇടി.

cuisine (ക്വിസീൻ) *n.* kitchen; style of cooking; കുശിനി; അടുക്കള.

culinary (കലിനെറി) *adj.* pert. to cookery; പാചകസംബന്ധമായ.

cull (കൾ) *v.t.* select; pick out; വേർതിരിച്ചെടുക്കുക; പെറുക്കിയെടുക്കുക.

culminate (കൾമിനെയ്ററ്) *v.t.* reach the highest point; ഉച്ചാവസ്ഥ പ്രാപിക്കുക; പരമകാഷ്ഠയിൽ എത്തുക.

culpable (കൾപബ്ൾ) *adj.* blame worthy; punishable; ശിക്ഷാർഹമായ; കുററകരമായ.

culprit (കൾപ്രിററ്) *n.* offender; criminal; കുററവാളി; അപരാധി.

cult (കൾട്ട്) *n.* system of worship; devotion; ആരാധന; ഉപാസനാരീതി.

cultivate (കൾട്ടിവെയ്ററ്) *v.* raise (crops) on land; improve; develop; refine; കൃഷിചെയ്യുക; നിലമൊരുക്കുക; നട്ടു വളർത്തുക; സംസ്ക്കരിക്കുക; പോഷിപ്പിക്കുക; ശ്രദ്ധചെലുത്തുക; *n.* **cultivation**.

culture (കൾച്ചർ) *n.* refinement; civilization; സംസ്ക്കാരം; ബുദ്ധിപരമായ അഭിവൃദ്ധിയുടെ ഫലമായ മാനസിക പരിഷ്കൃതി; മനോവികാസം.

culvert (കൾവെർട്ട്) *n.* small bridge; കലുങ്ക്; ഓവുപാലം; ചെറുപാലം.

cumulate | cursory 91

cumulate (ക്യൂമുലെയ്റ്റ്) *v.t.* heap up; accumulate; ഈട്ടംകൂട്ടുക; സഞ്ചയിക്കുക; ശേഖരിക്കുക.

cunning (കണിങ്) *adj.* skilful; ingenious; deceitful; cute; സൂത്രശാലിയായ; കൗശലക്കാരനായ; ചതിയനായ.

cup (കപ്) *n.* drinking vessel; anything formed like a cup; കോപ്പ; പാനപാത്രം; ചഷകം; സമ്മാനക്കപ്പ്; കോപ്പയിലുള്ള പാനീയം.

Cupid (ക്യൂപിഡ്) *n.* god of love; love; beautiful boy; കാമദേവൻ; പ്രേമപ്രതീകം.

cupidity (ക്യുപിഡ്ഡെററി) *n.* greed of gain; lust; അത്യാർത്തി; അതിതൃഷ്ണ.

curate (ക്യുഎ്റ്ററ്) *n.* clergyman who helps the parish priest; ഇടവക വികാരിയെ സഹായിക്കുന്ന പുരോഹിതൻ.

curator (ക്യൂറെയ്റ്റർ) *n.* superintendent of museum, library etc.; കാഴ്ചബംഗ്ലാവ്, ഗ്രന്ഥാലയം മുതലായവയുടെ പരിപാലകൻ.

curb (കേർബ്) *v.t.* check; restrain; നിയന്ത്രിക്കുക; നിരോധിക്കുക; അടക്കുക; കടിഞ്ഞാണിടുക.

curd (കേർഡ്) *n.* coagulated milk; തൈര്; ദധി; തൈരുപോലുള്ള വസ്തു.

cure (ക്യുഎ്ർ) *n.* care of the sick; remedy; restoration to health; രോഗശുശ്രൂഷ; ചികിത്സ; രോഗശമനം; സ്വാസ്ഥ്യം; സാധനങ്ങൾ കേടുവരാതെ സൂക്ഷിക്കൽ.

curfew (കേർഫ്യൂ) *n.* signal to put out all fires and lights, and remain indoors; നിശാനിയമം; യുദ്ധം, കലാപം മുതലായ ആപത്ഘട്ടങ്ങളിൽ കൂട്ടം കൂടുന്നതും തെരുവിലിറങ്ങി നടക്കുന്നതും മററും കർശനമായി നിരോധിക്കുന്ന മുന്നറിയിപ്പ്.

curio (ക്യുഎ്റിയൗ) *n.* rare object; അപൂർവ കൗതുകവസ്തു.

curious (ക്യൂഎ്റിയസ്) *adj.* eager to learn; strange; surprising; ജിജ്ഞാസുവായ; കൗതുകകരമായ; വിചിത്രമായ; അദൃഷ്ടപൂർവമായ; *n.* **curiosity**.

curl (കേൾ) *v.* bend or coil; form curls; ചുരുട്ടുക; ചുരുളാക്കുക; ചുരുളുക; തലമുടിച്ചുരുൾ; കുറുനിര; അളകം.

currant (കറൻറ്) *n.* dried seedless grape; കുരുവില്ലാത്ത ഉണക്ക മുന്തിരിങ്ങ.

current (കറൻറ്) *n.* transmission of electricity; running stream of water, air etc.; വൈദ്യുതിപ്രവാഹം; ഒഴുക്ക്; ജലപ്രവാഹം; വായുപ്രവാഹം; പ്രചാരത്തിലിരിക്കുന്ന; നിലവിലുള്ള; സർവസാധാരണമായ.

curriculum (കെറിക്യൂലം) *n.* prescribed course of study; പാഠ്യപദ്ധതി; അദ്ധ്യയനക്രമം; പാഠ്യവിഷയപ്പട്ടിക.

curry (കറി) *v.t.* dress leather; rub (a horse); തോൽ പതം വരുത്തുക; കുതിരയെ തേയ്ക്കുക; കറി; കൂട്ടാൻ; ഉപദംശം.

curse (കേഴ്സ്) *v.* wish evil upon; utter imprecations; ശപിക്കുക; പ്രാകുക; ശാപവചനങ്ങൾ ഉച്ചരിക്കുക.

cursor (കേഴ്സർ) *n.* movable dot on a computer screen; കംപ്യൂട്ടർ സ്ക്രീനിൽ കാണാവുന്ന ചലിക്കുന്ന ബിന്ദു.

cursory (കേഴ്സറി) *adj.* hasty; rapid;

superficial; ദ്രുതഗതിയായ; ത്വരിത; അധികം ശ്രദ്ധയില്ലാതെയുള്ള.

curt (കേർട്ട്) *adj.* terse; concise; short and sharp; ഹ്രസ്വവാക്കായ; അല്പഭാഷിയായ; സംക്ഷിപ്തമായ; അപമര്യാദമായവിധം ചുരുങ്ങിയ.

curtail (കേർട്ടെയ്ൽ) *v.t.* cut off a part; abridge; വെട്ടിക്കുറയ്ക്കുക; ചുരുക്കുക; സംക്ഷേപിക്കുക *n.* curtailment.

curtain (കേർട്ടൻ) *n.* hanging screen; തിരശ്ശീല; യവനിക; തൂക്കിയിട്ടിരിക്കുന്ന മറ.

curved (കേർവ്ഡ്) *adj.* bending circularly; വട്ടത്തിൽ വളഞ്ഞ; വക്രമായ; *n.* **curve** വളവ്; വക്രത.

cushion (കുഷൻ) *n.* a bag filled with soft stuffing; ഉപധാനം; തലയണ; മെത്ത.

custard (കസ്ററർഡ്) *n.* sweetened mixture of eggs and milk; പാലും മുട്ടയും മററും ചേർത്തുണ്ടാക്കുന്ന മധുരപലഹാരം; *n.* **custard apple** ആത്തച്ചക്ക; സീതപ്പഴം.

custody (കസ്ററഡി) *n.* guardianship; imprisonment; സൂക്ഷിപ്പ്; കാവൽ; രക്ഷണം; തടവ്; *n.* **custodian**.

custom (കസ്ററം) *n.* usual practice; established usage; ആചാരം; സമ്പ്രദായം; പതിവ്; മാമൂൽ; നടപടിക്രമം; ചുങ്കം; തീരുവ.

customer (കസ്ററമർ) *n.* buyer; dealer; ഇടപാടുകാരൻ.

cut (കട്ട്) *v.* (*pa.p. & pa.t.*) penetrate; wound; divide with knife;.harvest; sever; വെട്ടുക; മുറിക്കുക; അറുത്തുകളയുക; മുറിവേല്പിക്കുക; കൊയ്യുക; വെട്ടിക്കുറയ്ക്കുക; മുറിക്കുക; *n.* **cutting** മുറിക്കൽ; മുറിവ്; ഛേദം; **cut-throat** കഴുത്തറുക്കുന്നവൻ; **cut off** *v.* വിച്ഛേദിക്കുക; ഒററപ്പെടുത്തുക; *n.* **short-cut** കുറുക്കുവഴി.

cute (ക്യൂട്ട്) *adj.* shrewd; sharp; clever; കുശാഗ്രബുദ്ധിയായ; സാമർത്ഥ്യമുള്ള.

cutler (കട്ലർ) *n.* knifemaker; കത്തിഉണ്ടാക്കുന്നവൻ; കത്തി വിൽപ്പനക്കാരൻ; *n.* **cutlery**.

cutlet (കട്ലിററ്) *n.* small piece of veal broiled; കൊത്തിയരിഞ്ഞ ഇറച്ചി ചേർത്തുണ്ടാക്കിയ പലഹാരം.

cyanide (സയെനയ്ഡ്) *n.* a highly poisonous chemical; കൊടുംവിഷമായ രാസവസ്തു.

cycle (സൈക്ക്ൾ) *n.* recurrent period; bicycle; recurring series of changes; ചക്രം; പരിവൃത്തി; ചവിട്ടുവണ്ടി; സൈക്കിൾ; ചക്രഗതി; കാലചക്രം; സംഭവങ്ങളുടെ ചാക്രികമായ ആവൃത്തി.

cyclone (സൈക്ലോൺ) *n.* rotatory storm; whirlwind; ചുഴലിക്കാററ്.

cyclostyle (സൈക്ലോസ്റ്റൈൽ) *n.* apparatus for multiplying copies; കൈയക്ഷരപ്പകർപ്പുയന്ത്രം; കല്ലച്ച്.

cylinder (സിലിൻഡർ) *n.* roller shaped body; ഉരുണ്ടുനീണ്ട പദാർത്ഥം; ഗോളസ്തംഭം.

cymbal (സിംബൽ) *n.* a musical instrument beaten together in pairs; കൈമണി; ഇലത്താളം.

cynic (സിനിക്) *n.* fault finder; one who doubts human sincerity and merit; ദോഷം മാത്രം കാണുന്നവൻ; ലോകനിന്ദകൻ.

cypher (സൈഫർ) *n.* (same as **cipher**) zero; പൂജ്യം; ശൂന്യാക്ഷരം.

Dd

D (ഡി) the fourth letter of the English alphabet; ഇംഗ്ലീഷ് അക്ഷരമാലയിലെ നാലാം അക്ഷരം.

dab (ഡാബ്) *v.* strike lightly; smear; മൃദുവായി അമർത്തുക; മെഴുകുക.

dabble (ഡാബ്ൾ) *v.* sprinkle; to splash about; നനയ്ക്കുക; തളിക്കുക.

dacoit (ഡാകൊയ്‌റ്റ്) *n.* one of a gang of robbers; തീവെട്ടിക്കൊള്ളക്കാരൻ; **dacoity** കൂട്ടായ്മക്കവർച്ച.

dad, daddy (ഡാഡ്, ഡാഡി) *n.* (*coll.*) father; അച്ഛൻ.

daffodil (ഡാഫെഡിൽ) *n.* yellow flower with a tall stem; നീണ്ട ഞെട്ടോടു കൂടിയ ഒരു തരം മഞ്ഞപ്പൂവ്.

daft (ഡാഫ്റ്റ്) *adj.* foolish; silly; slightly insane; വിഡ്ഢിയായ.

dagger (ഡാഗർ) *n.* short stabbing weapon; കഠാരി; കൃപാണം.

dahlia (ഡെയ്‌ലിയ) *n.* garden plant with brightly coloured flowers; നിറപ്പകിട്ടുള്ള പുഷ്പങ്ങളോടു കൂടിയ തോട്ടച്ചെടി.

daily (ഡെയ്‌ലി) *adj.* & *adv.* everyday happening; അന്നന്നുള്ള; ദിവസത്തോറും സംഭവിക്കുന്ന.

dainty (ഡെയ്ൻറി) *adj.* delicious; delicate; pretty; neat; രുചികരമായ; മധുരമായ.

dairy (ഡെയറി) *n.* a place for dealing with milk; ക്ഷീരശാല; പാൽ-തൈര് കച്ചവടസ്ഥലം.

dais (ഡെയിസ്) (*pl.* **daises** ഡെയിസീസ്) *n.* raised platform; വേദി; ഉയർന്ന പീഠം.

daisy (ഡെയ്സി) *n.* small white flower with a yellow centre; മഞ്ഞകേന്ദ്രഭാഗത്തോടു കൂടിയ വെളുത്ത പുഷ്പം.

dale (ഡെയ്‌ൽ) *n.* valley; താഴ്‌വര.

dally (ഡാലി) *v.i.* toy amorously; ലീലാവിനോദത്തിൽ നേരം പോകുക; കാലവിളംബം വരുത്തുക; അലസമായി സമയം വ്യയംചെയ്യുക.

dam (ഡാം) *n.* mother of brutes; തള്ളമൃഗം; തള്ള; ചിറകെട്ടി നിറുത്തുക; അണ കെട്ടുക; തടസ്സമുണ്ടാക്കുക.

damage (ഡാമിജ്) *n.* injury; harm; compensation; ചേതം; നഷ്ടം; കോട്ടം; ഹാനി; ക്ഷയം; നഷ്ടപരിഹാരം; സൽപ്പേരിന് ഇടിവു വരുത്തുക.

dame (ഡെയ്ം) *n.* (*ar. poet.*) mistress of household; ഗൃഹനായിക; വീട്ടമ്മ.

damn (ഡാം) *v.t.* condemn; censure; doom; കുററം ചുമത്തുക; അധിക്ഷേപിക്കുക; ശിക്ഷ വിധിക്കുക; ദണ്ഡിക്കുക.

damp (ഡാംപ്) *adj.* moist; wet; depressed; നനവുള്ള; ഈർപ്പമുള്ള; വിഷണ്ണമായ.

dampen (ഡാംപെൻ) *v.* make something damp; weaken; നനവ് വരുത്തുക; ശക്തി കുറയ്ക്കുക.

damsel (ഡാംസ്ൽ) *n.* maiden; virgin; അവിവാഹിതയായ യുവതി; കന്യക.

dance (ഡാൻസ്) *v.* dance; make to dance; skip; spring; നൃത്തം ചെയ്യുക; നടനം ചെയ്യിക്കുക; ചുവടുവയ്ക്കുക.

dandruff (ഡാൻഡ്രഫ്) *n.* scales among the hair; തലയിലെ താരണം.

dandy (ഡാൻഡി) *n.* coxcomb; fop; സുവേഷപ്രിയൻ; പച്ചസ്സുന്ദരൻ; 'സുന്ദരക്കുട്ടപ്പൻ.'

Dane (ഡെയ്ൻ) *n.* native of Denmark; ഡെന്മാർക്ക് ദേശനിവാസി.

danger (ഡെയ്ഞ്ജർ) *n.* liability or exposure to injury or harm; risk; peril; അപകടം; അപായം; അനർത്ഥം; ആപത്ത്; അപകടസാദ്ധ്യത.

dangle (ഡാൻഗ്ൾ) *v.* hang loose; sway to and fro; തൂങ്ങുക; ഊഞ്ഞാലാടുക; ഞാലുക.

dare (ഡെയ്ർ) *v.* venture; challenge; defy; തുനിയുക; മുതിരുക; ധൈര്യപ്പെടുക; എതിർത്തുനിൽക്കുക; പോരിനു വിളിക്കുക.

dark (ഡാർക്) *adj.* gloomy; with little light; dim; black; ഇരുണ്ട; അന്ധകാരനിബിഡമായ; വെളിച്ചമില്ലാത്ത; ഗൂഢമായ; *n.* **darkness** കറുപ്പ്; കൂരിരുട്ട്.

darling (ഡാർലിങ്) *adj.* dearly loved; beloved; ഓമനയായ; അരുമയായ; പ്രിയതമനായ.

darn (ഡാൺ) *v.t.* sew together; stitch; ഇഴയിടുക; നൂലോട്ടുക; കൂട്ടിത്തയ്ക്കുക; *n.* ഇഴയിട്ട സ്ഥലം.

dart (ഡാർട്ട്) *n.* small pointed missile used as weapon; അമ്പ്; അസ്ത്രം; ശരം; തുളച്ചുകയറുന്നത്; കുത്തുവാക്ക്.

dash (ഡാഷ്) *v.* throw violently; shatter to pieces; ഉടയ്ക്കുക; എറിയുക; ഛിന്നഭിന്നമാക്കുക; തകർക്കുക; തെറിപ്പിക്കുക.

dastard (ഡാസ്റ്റേർഡ്) *n.* coward; despicable man; ഭീരു; ഭീരുവും നിന്ദ്യനും നികൃഷ്ടനുമായ ആൾ.

date (ഡെയ്റ്റ്) *n.* time of an event; stipulated time; തീയതി; സംഭവകാലം; സമയം; കാലാവധി; ഉല്ലാസസല്ലാപത്തിനായി യുവതീയുവാക്കൾ (പ്രത്യേകിച്ചും പ്രേമബദ്ധർ) ഒരുമിച്ച് പുറത്തു പോകൽ; *adj.* **dateless; out-of-date** പഴഞ്ചനായ; **to date** ഇന്നേ വരെ; **up to date** ഏററവും പുതിയ.

date (ഡെയ്റ്റ്) *n.* a stone fruit of a West Asian palm; ഈന്തപ്പഴം; ഈന്തപ്പന.

daub (ഡോബ്) *v.t.* paint coarsely; smear; തേക്കുക; പുരട്ടുക; പൂശുക.

daughter (ഡോട്ടർ) *n.* female child in relation to her parents; female descendant; മകൾ; വംശജ; **daughter-in-law** പുത്രഭാര്യ.

daunt (ഡോൺട്) *v.t.* frighten; discourage; മിരട്ടുക; ഭയപ്പെടുത്തുക; അധൈര്യപ്പെടുത്തുക; കീഴടക്കുക.

dawn (ഡോൺ) *v.t.* become day; begin to spread light; നേരം പുലരുക; നേരം വെളുക്കുക; വെള്ള കീറുക; ഉദിക്കുക; പ്രത്യക്ഷമാകുക; ജ്ഞാനോദയമാകുക.

day (ഡെയ്) *n.* time of light; sunshine; 24 hours; fixed time; age; epoch; പകൽ; സൂര്യപ്രകാശം; പട്ടാപ്പകൽ; ദിനം; ദിവസം; അഹോരാത്രം; ആയുഷ്കാലം; പ്രബലകാലം; **some day** ഒരു ദിവസം; ഭാവിയിൽ; **in these days** ഇക്കാലത്ത്; **day by day** ദിനംതോറും; **day-to-day** ദൈനംദിനം; നിരന്തരമായി; **day-dream** ദിവാസ്വപ്നം; പകൽക്കിനാവ്; **day light** പകലൊളി; സൂര്യപ്രകാശം; **day scholar** വീട്ടിൽ താമസിച്ച് ബോർഡിങ് സ്കൂളിൽ പഠിക്കുന്ന വിദ്യാർത്ഥി.

daze (ഡെയ്സ്) *v.t.* bewilder; പരിഭ്രമി

dazzle | debilitate 95

പ്പിക്കുക; കണ്ണഞ്ചിക്കുക; സ്തബ്ധ നാക്കുക.

dazzle (ഡാസ്ൽ)*v.* dim the eye by excess of light; to be overpoweringly bright; (അതിതേജസ്സിനാൽ, പ്രതാപത്താൽ) വിസ്മയം ജനിപ്പിക്കുക.

deacon (ഡീക്കൺ) *n.* member of the lowest order of priesthood; ശെമ്മാച്ചൻ; സഭാശുശ്രൂഷകൻ.

dead (ഡെഡ്) *adj.* lifeless; spiritless; old and cheerless; നിർജ്ജീവമായ; മരിച്ച; ജീവലക്ഷണമില്ലാത്ത; പൂർണ്ണമായ; **dead-born** ചാപിള്ളയായ; **dead end** അന്ത്യസ്ഥാനം; പുരോഗമിക്കാൻ സാദ്ധ്യമല്ലാത്ത ഘട്ടം; **dead-lock** സ്തംഭനാവസ്ഥ; **dead letter** മേൽ വിലാസക്കാരനെ കണ്ടു കിട്ടാത്ത കത്ത്.

deaf (ഡെഫ്) *adj.* hard of hearing; unable to hear at all; ചെവികേൾക്കാത്ത; ബധിരനായ; കേൾക്കാൻ മനസ്സില്ലാത്ത; ശ്രദ്ധിക്കാത്ത.

default (ഡിഫോൾട്ട്) *n.* (Computer) predefined action or value that is assumed unless the computer alters it കംപ്യൂട്ടർ ഓപ്പറേറ്റർ മനഃപൂർവം മാറ്റിയില്ലെങ്കിൽ സ്വതവേ സംഭവിക്കാവുന്ന തരത്തിൽ നേരത്തേ നിർവചിക്കപ്പെട്ട പ്രവർത്തനം അല്ലെങ്കിൽ മൂല്യം.

deal (ഡീൽ) *n.* portion; share; transaction; അംശം; വിഭാഗം; ഓഹരി; ബാഹുല്യം; *n.* **dealer**; **double dealing** ചതി; വഞ്ചന; കബളിപ്പിക്കൽ; **plain dealing** നേര്; സത്യം; പരമാർത്ഥം.

dean (ഡീൻ) *n.* head of a faculty of a university; കലാശാലാധികാരി.

dear (ഡിയ്യർ) *adj.* high priced; beloved; earnest; intense; ദുർല്ലഭമായ; വിലയേറിയ; പ്രിയപ്പെട്ട; സ്നേഹമുള്ള; ഹൃദയംഗമമായ; മനോഹരമായ; *n.* ഓമന; പ്രിയൻ; പ്രിയ; *n.* **dearth** scarcity and dearness of food; scant supply of; ദുർഭിക്ഷം; ദുർലഭത; പഞ്ഞം; അഭാവം.

death (ഡെത്ത്) *n.* dying; state of being dead; മരണം; മൃതി; ജീവഹാനി; **death-bed** മരണക്കിടക്ക; മരണശയ്യ; **death knell** മരണമണി; **death-blow** മാരകമായ (അടി, കുത്ത്, വെട്ട്); കൊടും നൈരാശ്യഹേതു; **death-certificate** ഔദ്യോഗിക മരണ സർട്ടിഫിക്കററ്; **death penalty** വധശിക്ഷ; **death-rate** മരണനിരക്ക്.

debacle (ഡെയ്ബാക്ക്ൾ) *n.* sudden break up of ice in a river; നദിയിലുള്ള മഞ്ഞുകട്ട ത്ധടിതിയിൽ പൊട്ടിപ്പോകൽ; പെട്ടെന്നുള്ള പതനം, തകർച്ച, പരാജയം.

debar (ഡിബാർ) *v.t.* bar out from; preclude; shut out; പ്രവേശനം തടയുക; നിഷേധിക്കുക.

debase (ഡിബെയ്സ്) *v.t.* lower; make mean or of less value; തരം താഴ്ത്തുക; എളിമപ്പെടുത്തുക.

debate (ഡിബെയ്ററ്) *n.* discussion; controversy; ഭിന്നാഭിപ്രായക്കാർ തമ്മിലുള്ള വാദപ്രതിവാദം.

debenture (ഡിബെൻച്ചർ) *n.* written acknowledgement of a debt; fixed interest bond; security; (ഈട്; ഋണ ഉത്തരവാദ) പത്രം; കമ്പനികളിലെയോ സംഘങ്ങളിലെയോ മുദ്രയടിച്ചിട്ടുള്ള കടപ്പത്രം.

debilitate (ഡിബിലിറെറയ്ററ്) *v.t.* enfeeble; weaken; ക്ഷീണിപ്പിക്കുക; ക്ഷയിപ്പിക്കുക; നശിപ്പിക്കുക; ബലക്ഷയം വരുത്തുക.

debit (ഡെബിററ്) *n.* recorded item of debt; an account; ഋണം; കടത്തിന്റെ കണക്ക്; പററെഴുത്ത്.

debonair (ഡെബ്ബനെയ്യർ) *adj.* elegant; നല്ല പെരുമാററരീതിയുള്ള; പ്രസന്നനായ; അല്ലലില്ലാത്ത.

debris (ഡെയ്ബ്രീ) *n.* wreckage; ruins; ഇടിഞ്ഞുവീണ കഷണങ്ങൾ.

debt (ഡെററ്) *n.* what one owes to another; കടം; വായ്പ; ഋണം; (ഒരാൾ മററൊരാൾക്കു) കടപ്പെട്ടിരിക്കുന്ന അവസ്ഥ; **bad debt** കിട്ടാക്കടം.

debut (ഡെയ്ബ്യൂ, ഡിബ്യൂ) *n.* first appearance; first attempt; (സമൂഹത്തിൽ, അരങ്ങത്ത്, കായികരംഗത്ത്) പ്രഥമ പ്രവേശം; ആദ്യോദ്യമം; അരങ്ങേററം.

decade (ഡെകെയ്ഡ്) *n.* period of ten years; ദശകം.

decadence (ഡെക്കഡൻസ്) *n.* decay; decline; ക്ഷയോന്മുഖത; അധോഗതി; *adj.* **decadent** ക്ഷയിക്കുന്ന.

decant (ഡികാൻറ്) *v.t.* pour off (liquid etc.) to leave sediment behind; പകരുക; ഒഴിച്ചുവയ്ക്കുക; *n.* **decanter** വീഞ്ഞുപാത്രം.

decay (ഡികെയ്) *v.t.* rot; decompose; wither; കെട്ടുപോകുക; ചീയുക.

decease (ഡിസീസ്) *n.* death; dissolution; മരണം; മൃത്യു; *v.i.* to die; മരിക്കുക; *adj.* **deceased**.

deceit (ഡിസീററ്) *n.* act of deceiving; cheating; misleading; fraud; തട്ടിപ്പ്; മായം; മറിമായം.

decent (ഡീസൻറ്) *adj.* becoming; decorous; proper; ഉചിതമായ; സഭ്യമായ; ആഭാസമല്ലാത്ത; മതിയായ; *n.* **decency**.

decentralize(-ise) (ഡീസെൻട്രലൈസ്) *v.t.* do away with centralization; വികേന്ദ്രീകരിക്കുക.

deception (ഡിസെപ്ഷൻ) *n.* act of deceiving; ദ്രോഹചിന്തന; ചതി; കൃത്രിമം; വഞ്ചന; വഞ്ചിക്കുന്ന സ്വഭാവം; വഞ്ചിക്കുന്ന സംഗതി; *adj.* **deceptive;** *n.* **deceptiveness**.

decide (ഡിസൈഡ്) *v.* settle (question, dispute) finally; നിർണ്ണയിക്കുക; തീരുമാനിക്കുക; തീർച്ചപ്പെടുത്തുക; വിധിക്കുക; തീർപ്പുകല്പിക്കുക.

deciduous (ഡിസിജുഎസ്) *adj.* (of leaves, teeth, etc.) shed periodically; fleeting; transitory; ഒരു പ്രത്യേക ഘട്ടത്തിൽ കൊഴിഞ്ഞുപോകുന്ന; ഇല പൊഴിക്കുന്ന; **deciduous trees** ഇലകൾ മുഴുവൻ പൊഴിക്കുകയും പിന്നീടു തളിർക്കുകയും ചെയ്യുന്ന വൃക്ഷങ്ങൾ.

decimal (ഡെസിമെൽ) *adj.* pert. to tens; reckoning by tens; പത്തിനെ ആധാരമാക്കിയുള്ള; ദശങ്ങളെ സംബന്ധിച്ച; ദശകമായ; ദശാംശമായ.

decipher (ഡിസൈഫർ) *v.t.* make out meaning of (bad writing); വ്യക്തമായിട്ടെഴുതിയിട്ടില്ലാത്തതിനെ വായിക്കുക.

decision (ഡിസിഷൻ) *n.* act of deciding; settlement of a question; തീർച്ചപ്പെടുത്തൽ; അവസാന തീർപ്പ്; തീരുമാനം.

decisive (ഡിസൈസിവ്) *adj.* able to decide; നിർണ്ണായകമായ.

deck (ഡെക്) *v.t.* clothe; adorn; furnish with a deck; അണിയിക്കുക; ചമയിക്കുക; കപ്പലിന്റെ മേൽത്തട്ട്; കളിശ്ശീട്ടിൻ കൂട്ടം.

declare | deer 97

declare (ഡിക്ലെയ്യർ) *v.* proclaim publicly; announce; പരസ്യമാക്കുക; പ്രസ്താവിക്കുക; *n.* **declaration;** പ്രഖ്യാപനം; പ്രതിജ്ഞാവാചകം.

declension (ഡിക്ലെൻഷൻ) *n.* descent; declining; വീഴ്ച; പതനം; ക്ഷയിക്കൽ.

decline (ഡിക്ലൈൻ) *v.* bend; droop; sink morally; refuse; താഴോട്ടു ചായുക; തളരുക; ക്ഷയിക്കുക; താഴുക; വീണുപോവുക; നിരസിക്കുക; *n.* **declination**.

decoct (ഡികോക്റ്റ്) *v.t.* make decoction of; കഷായം വയ്ക്കുക; അവിച്ചു പാകം ചെയ്യുക; *n.* **decoction** കഷായം.

decode (ഡീകൗഡ്) *v.* decipher; ഗുപ്തഭാഷയിലുള്ള സന്ദേശങ്ങളെ സാധാരണ ഭാഷയിൽ വിവർത്തനം ചെയ്യുക.

decompose (ഡീകംപൗസ്) *v.* separate the parts composing anything; മൂലധാതുക്കളെ വേർതിരിക്കുക; ചീയുക; ശിഥിലമാകുക; *n.* **decomposition**.

decontrol (ഡീകൺട്രൗൾ) *n.* release from control; നിയന്ത്രണം നീക്കൽ; നിയന്ത്രണം ഉപേക്ഷിക്കൽ.

decor (ഡെയ്കോർ) *n.* scenery and stage embellishments; രംഗാലങ്കാരങ്ങൾ; രംഗസജ്ജീകരണം.

decorate (ഡെക്കറെയ്റ്റ്) *v.t.* beautify; embellish; adorn; അലങ്കരിക്കുക; അണിയിക്കുക; മോടി പിടിപ്പിക്കുക; വിതാനിക്കുക; കീർത്തിമുദ്ര ചാർത്തുക; *n.* **decoration** അലങ്കാരം.

decorous (ഡെക്കറസ്) *adj.* becoming; polite; befitting; യുക്തമായ; ഉചിതമായ; സഭ്യമായ; *n.* **decorum**.

decrease (ഡിക്രീസ്) *v.* grow less; diminish gradually; കുറയുക; ലഘുവാകുക; ചെറുതാകുക; കുറയ്ക്കുക.

decree (ഡിക്രീ) *n.* an authoritative order; edict or law; will of God; ഉത്തരവ്; കല്പന; വിധി; തീർപ്പ്; ആജ്ഞാപത്രം; കോടതിവിധി (ഡിക്രി); ദൈവകല്പിതം.

decry (ഡിക്രൈ) *v.t.* cry down; condemn; detract; നിന്ദിക്കുക; കുററപ്പെടുത്തുക; അപലപിക്കുക; ദുഷിക്കുക.

dedicate (ഡെഡികെയ്റ്റ്) *v.t.* devote to a sacred purpose; devote wholly or chiefly; സമർപ്പിക്കുക; അർപ്പണം ചെയ്യുക; ആത്മാർപ്പണം ചെയ്യുക; *n.* **dedication** സമർപ്പണം.

deduct (ഡിഡക്റ്റ്) *v.t.* take away; subtract; കുറയ്ക്കുക; വ്യവകലനം ചെയ്യുക; തട്ടിക്കിഴിക്കുക; കിഴിവു ചെയ്യുക; *n.* **deduction.**

deed (ഡീഡ്) *n.* anything done; act; legal transaction; document; പ്രവൃത്തി; കൃത്യം; ചേഷ്ടിതം; കർമ്മം; കരണം; ലേഖ പ്രമാണം.

deem (ഡീം) *v.* think; consider; judge; count; കരുതുക; നിനയ്ക്കുക; നിരൂപിക്കുക.

deep (ഡീപ്) *adj.* descending far down from top; അഗാധമായ; ആഴമുള്ള; ഗഹനമായ; ഗംഭീരമായ; നിഗൂഢമായ; അഗമ്യമായ; അജ്ഞേയമായ; **deep-felt** ഹൃദയാന്തരസ്പർശിയായ; *adj.* **deep-rooted** രൂഢമൂലമായ.

deer (ഡിയ്യർ) *n.* (*sing. & pl.*) a family of ruminant animals with deciduous horns; മാൻ; കലമാൻ; പുള്ളിമാൻ.

deface (ഡിഫെയ്സ്) *v.t.* disfigure; erase; spoil; വികൃതമാക്കുക; വിരൂപമാക്കുക.

defacto (ഡിഫാക്റേറാ) *adj. & adv.* in fact; whether by right or not; യഥാർത്ഥത്തിൽ; പരമാർത്ഥത്തിൽ.

defame (ഡിഫെയ്ം) *v.t.* attack good reputation of; അപകീർത്തിപ്പെടുത്തുക; ദുഷ്പേരു പരത്തുക; അപവദിക്കുക; *n.* **defamation** അപകീർത്തിപ്പെടുത്തൽ.

default (ഡിഫോൾട്ട്) *n.* failure; omission of what ought to be done; വീഴ്ച; കൃത്യവിലോപം; അപരാധം.

defeat (ഡിഫീററ്) *n.* frustration of plans; overthrow; loss of battle; പരാജയം; തോൽവി; ഭംഗം; പരിഭവം.

defecate (ഡെഫ്ഫകെയ്ററ്) *v.* purify; push out waste from the body through the anus; മലം വിസർജ്ജിക്കുക; *n.* **defecation**.

defect (ഡിഫെക്ററ്) *n.* deficiency; want; fault; ന്യൂനത; കുറവ്; ദോഷം; പോരായ്മ; *adj.* **defective**.

defection (ഡിഫെക്ഷൻ) *n.* falling away from allegiance to leader, party, duty, etc.; കക്ഷിമാററം; കൃത്യവിലോപം; കൂറുമാററം.

defence, defense (ഡിഫെൻസ്) *n.* resistance against attack; പ്രതിരോധം; രക്ഷണം; എതിർവാദം; പ്രത്യുത്തരം; രക്ഷണോപാധി; **self defence** ആത്മരക്ഷ.

defend (ഡിഫെൻഡ്) *v.t.* protect; ward off attack; പ്രതിരോധിക്കുക; ചെറുത്തുനില്ക്കുക; ആത്മരക്ഷ നേടുക; എതിർവാദം നടത്തുക.

defer (ഡിഫ്ഫേർ) *v.* put off; delay; നീട്ടിവയ്ക്കുക; കാലതാമസം വരുത്തുക; വിനയം ഹേതുവായി ഇതരാഭിപ്രായത്തോടു യോജിക്കുക; കീഴ്പ്പെടുക.

deficient (ഡിഫിഷൻറ്) *adj.* wanting; imperfect; കുറവുള്ള; പൂർത്തിയാകാത്ത; അപര്യാപ്തമായ; പോരായ്മയുള്ള; **deficiency, deficience**.

deficit (ഡെഫിസിററ്) *n.* excess of liabilities over assets; കമ്മി; മുതലിനെ കവിഞ്ഞുള്ള കടം.

defile (ഡിഫൈൽ)*v.* march in files; അണിയായി നടന്നുനീങ്ങുക; മാർച്ചുചെയ്യുക; മലിനപ്പെടുത്തുക; അഴുക്കാക്കുക; ദുഷിപ്പിക്കുക.

define (ഡിഫൈൻ) *v.* mark out limits of; make clear; നിർവചിക്കുക; അതിർത്തി നിർണ്ണയിക്കുക; അർത്ഥം വ്യവച്ഛേദിക്കുക; വർണ്ണിക്കുക; *adj.* **definable**; *n.* **definition**.

definite (ഡെഫിനിററ്) *adj.* having fixed limits; exact; clear; ക്ലിപ്തമായ; നിശ്ചിതമായ; ഖണ്ഡിതമായ.

deflagrate (ഡിഫ്ളെഗ്രെയ്ററ്) *v.* set fire to; തീവയ്ക്കുക; പെട്ടെന്നു തീപിടിക്കുക.

deflate (ഡിഫ്ലെയ്ററ്) *v.t.* release air from; reduce inflation of currency; ടയറിൽനിന്നും മററും കാററഴിച്ചുവിടുക; നാണയമൂല്യം കുറയ്ക്കുക; *n.* **deflation**.

deflect (ഡിഫ്ലെക്ററ്) *v.* deviate from proper course; turn aside; വ്യതിചലിക്കുക; നേർവഴിയിൽനിന്നു വളഞ്ഞുപോവുക; വഴിപിഴയ്ക്കുക.

defoliate (ഡിഫൗലിയെയ്ററ്) *adj.* deprived of leaves; ഇലകൾ കൊഴിഞ്ഞ.

deforest (ഡീഫോറിസ്ററ്) *v.* remove forests from; കാടു നശിപ്പിക്കുക.

deform (ഡിഫോം) *v.t.* make ugly;

defrost | deliberate 99

deface; disfigure; വിരൂപമാക്കുക; വികൃതപ്പെടുത്തുക; *n.* **deformation**; *n.* **deformity**.

defrost (ഡീഫ്രോസ്റ്റ്) *v.* remove frost from (fridge, car windscreen); ഫ്രിഡ്ജ്, കാറിൻെറ മുൻവശത്തെ കണ്ണാടി മുതലായവയിൽനിന്നും മഞ്ഞുപൊടി മാററുക.

deft (ഡെഫ്റ്റ്) *adj.* skilful; clever; handling things neatly; ചാതുര്യമുള്ള.

defunct (ഡിഫങ്ക്റ്റ്) *adj.* no longer existing; dead; മരിച്ച; നിഷ്ക്രിയമായ.

defy (ഡിഫൈ) *v.t.* resist openly; challenge; treat with contempt; ധിക്കരിക്കുക; വെല്ലുവിളിക്കുക; അനാദരിക്കുക.

degenerate (ഡിജെനറെയ്റ്റ്) *v.i.* to fall away from qualities proper to race or kind; അധഃപതിക്കുക; തരംതാഴുക; ധർമ്മഭ്രംശം നേരിടുക; ദുഷിക്കുക; *ns.* **degeneration**.

degrade (ഡിഗ്രെയ്ഡ്) *v.* reduce to lower rank; dishonour; debase; തരംതാഴ്ത്തുക; വിലയിടിക്കുക; പദവി കുറയ്ക്കുക; *n.* **degradation**.

degree (ഡിഗ്രി) *n.* unit of angular measurement; അളവ്; പരിമാണം; ഊഷ്മാവിൻെറ ഏകകം; പടി; നില; അവസ്ഥ; സർവ്വകലാശാലാ ബിരുദം; വൃത്തപരിധിയുടെ 360-ൽ ഒരു ഭാഗം.

dehumanize (ഡീഹ്യൂമനൈസ്) *v.t.* deprive of human qualities; മനുഷ്യ ഗുണങ്ങൾ ഇല്ലാതാക്കുക.

dehydrate (ഡീഹൈഡ്രെയ്റ്റ്) *v.* remove moisture from; dry; ജലാംശം നീക്കുക; ഉണക്കുക.

deify (ഡീഇഫൈ) *v.t.* exalt to the rank of God; make god like; ദേവപദവിയിലേക്കുയർത്തുക; ദേവത്വം കല്പിക്കുക; ദേവനാക്കി ആരാധിക്കുക.

deism (ഡീഇസം) *n.* belief in the existence of God; ഈശ്വരവിശ്വാസം; ആസ്തിക്യം.

deity (ഡീഇററി) *n.* godhood; a god or goddess; ദൈവതം; ദേവൻ; ദേവത.

deject (ഡിജെക്റ്റ്) *v.t.* cast down the countenance; depress; വിഷാദിപ്പിക്കുക; അധൈര്യപ്പെടുത്തുക; മനസ്സു മടുപ്പിക്കുക; *n.* **dejection** മനസ്സുമടുപ്പ്.

delate (ഡിലെയ്റ്റ്) *v.t.* report offence; charge with a crime; കുററം പരസ്യപ്പെടുത്തുക.

delay (ഡിലേയ്) *v.* put off to another time; defer; pause; linger; വിളംബം വരുത്തുക; നീട്ടിവയ്ക്കുക; വൈകിക്കുക.

delectable (ഡിലെക്ടബ്ൾ) *adj.* (food) delightful; pleasing; (ഭക്ഷണം) ആഹ്ലാദകരം; സന്തോഷപ്രദം.

delegate (ഡെലിഗെയ്റ്റ്) *v.t.* send as a representative; പ്രതിനിധിയായി അയയ്ക്കുക; നിയോഗിക്കുക; ഭാരം ഏൽപിക്കുക; വിട്ടുകൊടുക്കുക; *n.* **delegation** പ്രതിനിധിസംഘം.

delete (ഡിലീററ്) *v.t.* blot out; erase; strike out with a pen; മായ്ച്ചുകളയുക; എടുത്തുകളയുക; നീക്കം ചെയ്യുക.

deleterious (ഡെലിററീയ്യറിയസ്) *adj.* hurtful; destructive; poisonous; ജീവനാശകമായ; വിഷകരമായ.

deliberate(ഡിലിബറെയ്റ്റ്) *v.* weigh well in one's mind; സസൂക്ഷ്മം ആലോചിക്കുക; ഗുണദോഷങ്ങൾ ഗാഢമായി ചിന്തിക്കുക; മനഃപൂർവ്വ

മായ; കരുതിക്കൂട്ടിയുളള; *adv.* **deliberately**; *n.* **deliberation**.

delicacy (ഡെലിക്കസി) *n.* nicety; softness; refinement; ലാളിത്യം; മാധുര്യം; മാർദ്ദവം; ദൗർബല്യം; വിശിഷ്ട ഭോജ്യം; രുചികര പദാർത്ഥം.

delicate (ഡെലിക്കെററ്) *adj.* tender; slight texture; നേർത്ത; നേരിയ; മൃദുല.

delicious (ഡിലിഷസ്) *adj.* pleasing to the senses esp. taste; സ്വാദിഷ്ഠം; രുചികരം; രസപ്രദം.

delight (ഡിലൈററ്) *v.* please highly; take great pleasure; ആനന്ദിപ്പിക്കുക; സന്തോഷിപ്പിക്കുക; ഉല്ലസിക്കുക; അത്യാഹ്ലാദം; പരമാനന്ദം.

delineate (ഡീലിനിയെയ്ററ്) *v.t.* mark out with lines; രേഖപ്പെടുത്തുക; വരയ്ക്കുക; ചിത്രീകരിക്കുക.

delinquency (ഡിലിങ്ക്വൻസി) *n.* failure in or omission of duty; കൃത്യലംഘനം; കൃത്യവിലോപം; അപരാധം.

delirious (ഡിലിറിയസ്) *adj.* wandering in mind; ഭ്രാന്തചിത്തനായ; സ്വബോധമില്ലാത്ത; ഉന്മത്തമായ; പിച്ചും പേയും പറയുന്ന.

deliver (ഡിലിവർ) *v.t.* liberate; rescue; hand over; distribute; മോചിപ്പിക്കുക; രക്ഷിക്കുക; വിട്ടു കൊടുക്കുക; കത്തു കൊടുക്കുക; പ്രസംഗിക്കുക; വിധി പ്രസ്താവിക്കുക; പ്രസവിക്കുക.

delta (ഡെൽററ) *n.* triangular alluvial deposit at river mouth; നദീമുഖത്തെ മുക്കോൺ തുരുത്ത്.

delude (ഡിലൂഡ്) *v.t.* impose upon; befool; mislead; cheat; കബളിപ്പിക്കുക; ഭ്രമിപ്പിക്കുക; വ്യാമോഹിപ്പിക്കുക; *n.* **delusion;** മിഥ്യാഭ്രമം; വ്യാമോഹം.

deluge (ഡെല്യൂജ്) *n.* great flood; മഹാപ്രളയം; നോഹയുടെ കാലത്തെ ജലപ്രളയം.

deluxe (ഡെലക്സ്, ഡെലുക്സ്) *adj.* sumptuous; luxurious; വിശിഷ്ടമായ; സുഖഭോഗപരമായ.

delve (ഡെൽവ്) *v.* dig with a spade; തിരയുക; കുഴിക്കുക.

demagogue (ഡെമ്മഗോഗ്) *n.* leader of the people; a mob orator; ജനങ്ങളെ മുതലെടുക്കുന്ന ജനനേതാവ്.

demand (ഡിമാൻഡ്, ഡിമാൻഡ്) *v.t.* claim; ask for as a right; അവകാശപ്പെടുക; അവകാശമായി ആവശ്യപ്പെടുക; അഭ്യർത്ഥന.

demean (ഡിമീൻ) *v.t.* make mean; debase; അന്തസ്സു കുറയ്ക്കുക; മാനക്കേടു വരുത്തുക.

dementia (ഡിമെൻഷ്യ) *n.* insanity consisting in loss of intellectual power; മതിഭ്രമം; ബുദ്ധിഭ്രംശം.

demerit (ഡിമെറിററ്) *n.* (*opp.* of **merit**); fault; defect; അയോഗ്യത; ദോഷം; തെററ്.

demi (ഡെമി) *pfx.* half size; half; imperfect; പകുതി എന്ന അർത്ഥത്തെ കുറിക്കുന്ന ഉപപദം.

demise (ഡിമൈസ്) *n.* death esp. of a distinguished person; മരണം; (പ്രത്യേകിച്ചും പ്രശസ്ത വ്യക്തിയുടെ മരണം); അന്ത്യം.

democracy (ഡിമൊക്രസി) *n.* a form of government in which the supreme power is vested in the people collectively and is administered by their representatives; ജനാധിപത്യം; ജനായത്തഭരണം.

demography (ഡിമൊഗ്രഫി) *n.* study of population; ജനസംഖ്യാ ശാസ്ത്രം.

demolish (ഡിമൊളിഷ്) *v.t.* destroy; ഇടിച്ചു പൊളിക്കുക; തട്ടിത്തകർക്കുക.

demon (ഡീമ്മൻ) *n.* an evil spirit; devil; wicked person; പിശാച്; ദുർദേവത; ഭൂതം; അതിനിഷ്ഠുരൻ.

demonstrate (ഡെമ്മൻസ്ട്രെയ്റ്റ്) *v.t.* make manifest; give proof of; teach; പ്രകടിപ്പിക്കുക; തെളിവു കൊണ്ടു ബോദ്ധ്യപ്പെടുത്തുക.

demoralise (ഡിമൊറലൈസ്) *v.t.* destroy morale of; corrupt morals of; ധർമ്മലോപം വരുത്തുക; ആത്മവീര്യം (മനോവീര്യം) കെടുത്തുക.

demote (ഡീമൗട്ട്) *v.t.* reduce in rank; തരംതാഴ്ത്തുക.

demur (ഡിമ്മേർ) *v.i.* hesitate before difficulty; ആശങ്കിക്കുക; ശങ്കിച്ചു നിൽക്കുക.

demure (ഡിമ്യൂഎ്ർ) *adj.* sober; staid; affectedly modest; ഗംഭീരഭാവമുള്ള; ഗൗരവം സ്ഫുരിക്കുന്ന; വിനയം നടിക്കുന്ന.

demurrage (ഡിമറിജ്) *n.* compensation payable to railway, etc. for failure to unload within time allowed; തീവണ്ടിയിലും മററും വന്നെത്തിയ ചരക്ക് ഏറെറടുക്കാൻ താമസിച്ചാൽ ചരക്കുടമ നൽകേണ്ട നഷ്ടപരിഹാരം.

demy (ഡിമൈ) *n.* a size of printing paper; കടലാസിൻെറ ഒരു പ്രത്യേക ആകൃതി.

den (ഡെൻ) *n.* a cave or hole; ഗുഹ; മട.

denigrate (ഡെനിഗ്രെയ്റ്റ്) *v.* blacken; കരിതേച്ചുകാണിക്കുക.

denim (ഡെനിം) *n.* hard-wearing cotton cloth; കട്ടിയുള്ള പരുക്കനായ പരുത്തിത്തുണി.

denominate (ഡിനോമിനെയ്റ്റ്) *v.t.* give name to; പേരു നൽകുക; *n.* **denomination** നാമം; വർഗനാമം; വിഭാഗം.

denote (ഡിനൗട്ട്) *v.t.* note or mark off; സൂചിപ്പിക്കുക; കുറിക്കുക; നിർദ്ദേശിക്കുക.

denounce (ഡിനൗൺസ്) *v.t.* speak violently against; accuse; ആക്ഷേപിക്കുക; നിന്ദിക്കുക; തള്ളിപ്പറയുക.

dense (ഡെൻസ്) *adj.* close; thick; compact; ഇടതിങ്ങിയ; ഞെരുങ്ങിയ; നിബിഡമായ; *adv.* **densely**; *n.* **density**.

dental (ഡെൻറൽ) *adj.* rel. to teeth or dentistry; പല്ലു സംബന്ധിച്ച; ദന്തചികിത്സസംബന്ധമായ.

denude (ഡിന്യൂഡ്) *v.t.* make nude or naked; strip off clothing; lay bare; നഗ്നമാക്കുക; വിവസ്ത്രീകരിക്കുക.

deny (ഡിനൈ) *v.* declare to be untrue; നിഷേധിക്കുക; നിരാകരിക്കുക.

deodorise (ഡീഔഡറൈസ്) *v.* take the odour or smell from; ദുർഗന്ധം അകററുക.

depart (ഡിപ്പാർട്ട്) *v.* go away; die; അകലുക; അകന്നുപോവുക; മരിക്കുക; വേർപിരിയുക.

department (ഡിപ്പാർട്ട്മെൻറ്) *n.* a branch of administration; ഭരണ വകുപ്പ്; ശാസ്ത്രവിഭാഗം; പ്രത്യേക പ്രവർത്തനരംഗം; വിഷയം.

depend (ഡിപ്പെൻഡ്) hang down from; be conditioned on; believe fully; ആശ്രയിക്കുക; അവലംബി

ക്കുക; പരാധീനപ്പെടുക; തൂങ്ങിക്കിടക്കുക.

depict (ഡെപിക്ററ്) *v.t.* represent in drawing; portray in words; describe; ചിത്രീകരിക്കുക; വർണ്ണിക്കുക.

deplete (ഡിപ്ലീററ്) *v.t.* empty out; exhaust; ഒഴിവാക്കുക; ശൂന്യമാക്കുക; ചോർത്തിക്കളയുക; ഫലശൂന്യമാക്കുക.

deplore (ഡിപ്ലോർ) *v.t.* (*pr. part.* **deploring**) bewail; grieve over; regret; അപലപിക്കുക; ഖേദിക്കുക; വിലപിക്കുക.

deploy (ഡിപ്ലോയ്) *v.* spread out into line; സേനയെ അണിയായി നിറുത്തുക; സൈന്യത്തെ ശരിയായ സ്ഥാനങ്ങളിലേക്ക് അയയ്ക്കുക.

deport (ഡിപോർട്ട്) *v.t.* banish; (*refl.*) conduct oneself; പെരുമാറുക; *n.* **deportation**.

depose (ഡിപൗസ്) *v.t.* remove from office; സ്ഥാനഭ്രഷ്ടനാക്കുക; അധികാരത്തിൽനിന്നു നീക്കുക; സത്യവാങ്മൂലം കൊടുക്കുക.

deposit (ഡിപ്പൊസിററ്) *v.t.* lay down in a place; leave lying; ശേഖരിച്ചുവയ്ക്കുക; അടിയുക; സൂക്ഷിക്കാൻ ഏല്പിക്കുക; നിക്ഷേപിക്കുക; ബാങ്കിൽ പലിശയ്ക്കു കൊടുക്കുക.

depot (ഡെപ്പൗ) *n.* a store house; വ്യാപാരശാല; സംഭരണശാല.

deprave (ഡിപ്രെയ്വ്) *v.i.* make bad or worse; corrupt; vitiate; ദുഷിപ്പിക്കുക; വഷളാക്കുക; മലിനീകരിക്കുക.

depreciate (ഡിപ്രീഷിയെയ്ററ്) *v.* undervalue; disparage; fall in value; മൂല്യശോഷണം വരുത്തുക; വിലകുറയ്ക്കുക.

depress (ഡിപ്രെസ്) *v.t.* pull down; humble; cast a gloom over; sadden; താഴ്ത്തുക; അടിച്ചമർത്തുക; ദുർബലമാക്കുക; അമുക്കുക; വില കുറയ്ക്കുക; വിഷണ്ണനാക്കുക.

depression (ഡിപ്രെഷൻ) *n.* sunk place; reduction in vigour; മാന്ദ്യം; താഴ്ച; വിഷാദം; സാമ്പത്തിക മാന്ദ്യം.

deprive (ഡിപ്രൈവ്) *v.t.* dispossess; keep out of enjoyment; എടുത്തുകളയുക; നശിപ്പിക്കുക; ഉദ്യോഗഭ്രഷ്ടനാക്കുക; അപഹരിക്കുക *n.* **deprivation**.

depth (ഡെപ്ത്) *n.* deepness; deep water; ആഴം; കയം; അഗാധത; ഗാംഭീര്യം; തീവ്രത.

depute (ഡിപ്യൂട്ട്) *v.t.* send as a substitute or agent; കാര്യം ഏല്പിച്ചയയ്ക്കുക; *n.* **deputy** പ്രതിനിധി.

derail (ഡിറെയ്ൽ) *v.t.* cause (train etc.) to leave the rails; പാളത്തിൽ നിന്നു തെററുക.

derange (ഡിറെയ്ഞ്ജ്) *v.t.* throw into confusion; നാനാവിധമാക്കുക; താറുമാറാക്കുക; കുഴയ്ക്കുക; *n.* **derangement;** മതിഭ്രമം; ഭ്രാന്ത്.

derelict (ഡെറിലിക്ററ്) *adj.* abandoned; ownerless; വിട്ടുകളഞ്ഞ; ഉപേക്ഷിക്കപ്പെട്ട.

deride (ഡിറൈഡ്) *v.t.* laugh scornfully at; treat with scorn; പരിഹസിക്കുക; നിന്ദിക്കുക; *n.* **derision**.

derive (ഡിറൈവ്) *v.* obtain; infer; trace to an origin; ലഭിക്കുക; ഊഹിക്കുക; അനുമാനിക്കുക; സാധിക്കുക.

derogate (ഡെറ്റെഗെയ്ററ്) *v.* lessen by taking away; ലഘുത്വം കാട്ടുക; ഹാനി വരുത്തുക; അപകർഷപ്പെടുത്തുക; *n.* **derogation**.

descend | despot 103

descend (ഡിസെൻഡ്) *v.* climb down; sink; ഇറങ്ങുക (കീഴോട്ട്) ഒഴുകുക; താണുപോകുക; അധോഗതി പ്രാപിക്കുക.

descendant (ഡിസെൻഡൻറ്) *n.* offspring from an ancestor; പിൻതുടർച്ചക്കാരൻ.

descent (ഡിസെൻറ്) *n.* act of descending; downward motion; അധഃപതനം; കീഴോട്ടുള്ള ചലനം; ച്യുതി.

describe (ഡിസ്ക്രൈബ്) *v.t.* set forth in words; give an account of; വർണ്ണിക്കുക; വിസ്തരിക്കുക; ചിത്രീകരിക്കുക; *n.* **description**.

desert (ഡെസ്സർട്ട്) *n.* a desolate or barren tract; മരുഭൂമി; വെള്ളമില്ലാത്ത ഭൂമി; മണൽപ്പരപ്പ്; തരിശുഭൂമി; ഉപേക്ഷിച്ചുപോകുക; വെടിയുക; പരിത്യജിക്കുക.

deserve (ഡിസ്സേർവ്) *v.t.* be entitled to; be worthy of; അർഹതയുണ്ടായിരിക്കുക; അർഹിക്കുക.

desiccate (ഡെസിക്കെയ്റ്റ്) *v.t.* dry up; remove moisture from; ഉണക്കുക; ജലാംശം നീക്കുക.

design (ഡിസൈൻ) *v.* draw; form a plan of; contrive; മാതൃകാരൂപമുണ്ടാക്കുക; രൂപരേഖ വരയ്ക്കുക; ആസൂത്രണം ചെയ്യുക.

designate (ഡെസിഗ്നെയ്റ്റ്) *v.t.* appoint or nominate; നിയോഗിക്കുക; നിയമിക്കുക; നാമനിർദ്ദേശം ചെയ്യുക; *n.* **designation** name; title; ഉദ്യോഗപ്പേര്.

designer (ഡിസൈനർ) *n.* one who furnishes designs or patterns; കലാശില്പ സംവിധായകൻ; 'ഡിസൈനർ'; കുതന്ത്രക്കാരൻ.

desirable (ഡിസൈറെബ്ൾ) *adj.* worth having or wishing for; ആകർഷകത്വമുള്ള; അഭികാമ്യമായ; അഭിലഷണീയമായ.

desire (ഡിസയർ) *v.* long for; wish for; want earnestly; ആഗ്രഹിക്കുക; ഇച്ഛിക്കുക; താൽപര്യം; മോഹം; കാമം.

desist (ഡിസിസ്റ്റ്) *v.i.* leave off; stop from doing something; എന്തെങ്കിലും ചെയ്യുന്നത് നിർത്തിവയ്ക്കുക.

desk (ഡെസ്ക്ക്) *n.* a writing table; എഴുത്തുമേശ.

desolate (ഡെസെലെയ്റ്റ്) *v.t.* depopulate; devastate; നിർജ്ജനമാക്കുക; ശൂന്യമാക്കുക; തരിശാക്കുക; ദുരിതപൂർണ്ണമാക്കുക.

despair (ഡിസ്പെയർ) *n.* complete loss or absence of hope; ഹതാശ; ആശ വെടിയൽ; നൈരാശ്യം; നൈരാശ്യകാരണം.

despatch, dispatch (ഡെസ്പാച്ച്, ഡിസ്പാച്ച്) *v.t.* send off for a purpose; അയയ്ക്കുക; ഏതെങ്കിലും കാര്യത്തിനുവേണ്ടി പറഞ്ഞയയ്ക്കുക; കല്പനയയയ്ക്കുക.

desperate (ഡെസ്പററ്റ്) *adj.* hopeless; frantic; proceeding from despair; ആശയററ; നിരാശാജനകമായ; ഏതിനും തുനിഞ്ഞ.

despise (ഡിസ്പൈസ്) *v.t.* look down upon; scorn; നിന്ദിക്കുക; അവജ്ഞാപൂർവ്വം വീക്ഷിക്കുക.

despite (ഡിസ്പൈററ്) *n.* (*ar.*) extreme malice; hatred; contemptuous defiance; തീരാപ്പക; വിരോധം; എന്നുവരികിലും; അങ്ങനെയാണെങ്കിലും; **despondency** വിഷാദം.

despot (ഡെസ്പൊട്ട്) *n.* absolute ruler; സ്വേച്ഛാധിപതി; ഏകശാസനൻ.

dessert (ഡിസ്സേർട്ട്) *n.* course of sweet, fruits or pudding at the end of dinner; ഭക്ഷണത്തിൻെറ ഒടുവിൽ വിളമ്പുന്ന പഴവും മധുരപലഹാരവും മററും.

destination (ഡെസ്ററിനെയ്ഷൻ) *n.* place to which one is going; ചെല്ലേണ്ടിടം; ഉദ്ദിഷ്ടസ്ഥാനം.

destine (ഡെസ്ററിൻ) *v.t.* foreordain; devote; ഭാവി നിർണ്ണയിക്കുക; മുൻകൂട്ടി തീരുമാനിക്കുക.

destiny (ഡെസ്ററിനി) *n.* unavoidable fate; doom; വിധി; ദൈവകല്പിതം; ഭാഗധേയം.

destitute (ഡെസ്ററിററ്യൂട്ട്) *adj.* not having or possessing; ഇല്ലാത്ത; അഗതിയായ; അതിദരിദ്രനായ.

destroy (ഡിസ്ട്രോയ്) *v.t.* demolish; kill; ruin; നശിപ്പിക്കുക; ധ്വംസിക്കുക; തകർത്തുകളയുക; കൊല്ലുക; ഉന്മൂലനം ചെയ്യുക.

destruction (ഡിസ്ട്രക്ഷൻ) *n.* destroying or being destroyed; സംഹാരം; നശിപ്പിക്കൽ; വിനാശം.

detach (ഡിററാച്) *v.* unfasten; disconnect; separate; ബന്ധവിച്ഛേദം വരുത്തുക; വേർപെടുക; വേറാക്കുക; വേർപെടുത്തുക; *n.* **detachment**.

detail (ഡീറെറയ്ൽ) *v.t.* relate with full particulars; വിസ്തരിച്ചു പറയുക; വിശദാംശങ്ങൾ നല്കുക; ചെറുഖണ്ഡം; വിശദവിവരം.

detain (ഡീറെറയ്ൻ) *v.t.* keep in custody; hold back; തടവിൽ വയ്ക്കുക; പിടിച്ചുനിറുത്തുക.

detect (ഡിറെറക്ററ്) *v.t.* find out something secret; കണ്ടുപിടിക്കുക; കുററം തെളിയിക്കുക; തുമ്പുണ്ടാക്കുക.

detention (ഡീറെറൻഷൻ) *n.* act of detaining; confinement; തടഞ്ഞുവയ്ക്കൽ; തടവിൽ വയ്ക്കൽ.

deter (ഡീറ്ററർ) *v.t.* (*p.t. & p.part.* **deterred**) frighten from; hinder or prevent; ഭയപ്പെടുത്തി തടഞ്ഞുനിറുത്തുക; ധൈര്യം കെടുത്തുക.

detergent (ഡിറ്റേറർജൻെറ്) *n. & adj.* (substance) that removes dirt from (clothes, etc.); വസ്ത്രങ്ങളിൽനിന്നും മററും ചെളി കഴുകിക്കളയുന്നതിനുള്ള (വസ്തു).

deteriorate (ഡിററീരിയൊറെയ്ററ്) *v.* make worse; grow worse; ചീത്തയാക്കുക; വഷളാക്കുക.

determine (ഡിറ്റേറർമിൻ) *v.* settle; decide; put bounds to; ഉറപ്പുവരുത്തുക; നിർണ്ണയിക്കുക; തീരുമാനിക്കുക; പരിധി നിർണ്ണയിക്കുക; *n.* **determination** ദൃഢനിശ്ചയം.

detest (ഡിറെറസ്ററ്) *v.t.* hate intensely; തീരെ വെറുക്കുക; അറപ്പു കാട്ടുക.

dethrone (ഡീത്രൗൺ) *v.* remove a ruler from the throne; depose; സ്ഥാന ഭ്രഷ്ടനാക്കുക (ഭരണാധികാരിയെ).

detonate (ഡെറ്ററണെയ്ററ്) *v.* explode with a loud report; വെടിപൊട്ടിക്കുക; ഭയങ്കര ശബ്ദത്തോടെ പൊട്ടിത്തെറിക്കുക.

detract (ഡിട്രാക്ട്) *v.* take away; abate; defame; criticize; തള്ളിപ്പറയുക; മതിപ്പു കുറയ്ക്കുക.

detriment (ഡെട്രിമൻെറ്) *n.* damage; loss; harm; കോട്ടം; ഊനം; അനിഷ്ടം; ഹാനി.

devalue (ഡീവാല്യൂ) *v.* reduce the value of; വില കുറയ്ക്കുക; അവമൂല്യനം ചെയ്യുക.

devastate | dialogue 105

devastate (ഡെവ്വസ്റ്റെയ്റ്റ്) *v.t.* lay waste; ravage; തരിശാക്കുക; പാഴാക്കുക.

develop (ഡിവെല്ലപ്പ്) *v.* bring forth; bring to maturity; പോഷിപ്പിക്കുക; വർദ്ധിപ്പിക്കുക; വളർത്തുക; വികസിപ്പിക്കുക; വളരുക; വികസിക്കുക; *n.* **development**.

deviate (ഡീവിയെയ്റ്റ്) *v.* leave the way; വ്യതിചലിക്കുക; വഴിതെററിപ്പോകുക; *n.* **deviation**.

device (ഡിവൈസ്) *n.* a contrivance; scheme; plot; സൂത്രം; ഉപായം; പ്രയോഗതന്ത്രം.

devil (ഡെവ്ൾ) *n.* evil spirit; satan; demon; wicked person; പിശാച്; ചെകുത്താൻ; ദുർഭൂതം.

devious (ഡീവിയസ്) *adj.* out of the way; round about; deceitful; വളഞ്ഞ; കുടിലമായ; വക്രമായ; വഴിതെററിയ; *adv.* **deviously**.

devise (ഡിവൈസ്) *v.* plan; invent; plot; ആസൂത്രണം ചെയ്യുക; പദ്ധതിയിടുക.

devoid (ഡിവൊയിഡ്) *adj.* destitute; free; empty; ഇല്ലാത്ത; രഹിതമായ; ശൂന്യമാക്കപ്പെട്ട.

devolution (ഡീവ്വല്യൂഷൻ) *n.* passing from one person to another; സംക്രമണം; അധികാരസംക്രമണം; വിട്ടുകൊടുക്കൽ; കൈമാററം.

devote (ഡിവൗട്ട്) *v.t.* dedicate; give up exclusively; set apart; സമർപ്പിക്കുക; വിനിയോഗിക്കുക; മുഴുവൻ ശ്രദ്ധയും കേന്ദ്രീകരിക്കുക.

devour (ഡിവൗഎ്ർ) *v.t.* swallow greedily; eat up; വാരിവിഴുങ്ങുക; ആർത്തി കാട്ടുക.

devout (ഡിവൗട്ട്) *adj.* pious; solemn; earnest; ഈശ്വരനിരതമായ; ദൈവഭക്തിയുള്ള.

dew (ഡ്യൂ) *n.* atmospheric vapour condensing in small drops on cool surfaces between evening and morning; മഞ്ഞ്; തുഷാരം; ഹിമം.

dexter (ഡെക്സ്റ്റെർ) *adj.* on the right hand side; വലതുഭാഗത്തുള്ള.

diabetes (ഡൈഎ്ബീററീസ്) *n.* a disease marked by thirst and excessive urination; പ്രമേഹം.

diabolic, diabolical (ഡൈയബൊളിക്,ഡൈയാബൊളിക്കൽ) *adj.* devilish; പൈശാചികമായ; അതിദുഷ്ടമായ.

diagnosis (ഡയഗ്നൗസിസ്) *n.* (*pl.* **diagnoses**) identification of disease by means of its symptoms; രോഗനിർണ്ണയം; ലക്ഷണങ്ങൾകൊണ്ടു രോഗം നിർണ്ണയിക്കൽ.

diagonal (ഡയാഗണൽ) *adj.* through the corners; കോണോടുകോണായ.

diagram (ഡയ്യഗ്രാം) *n.* a figure or plan intended to explain; an outline figure; രേഖാചിത്രം; പടം; പ്ലാൻ.

dial (ഡയൽ) *n.* the face of a watch or clock; a face; ഘടികാരമുഖം; മുഖവട്ടം; *v.* make telephone call; ഡയൽ ചെയ്യുക.

dialect (ഡയലെക്റ്റ്) *n.* a variety or form of a language peculiar to a district or class; ഭാഷാഭേദം; ദേശ്യഭാഷ; ഉപഭാഷ.

dialectic (ഡയലെക്ററിക്) *adj.* pert. to dialectics; logical; തർക്കസംബന്ധമായ; യുക്തിവാദപരമായ.

dialogue (ഡയലൊഗ്) *n.* conversation; സംഭാഷണം; സംവാദം; സംഭാഷണരൂപത്തിലുള്ള സാഹിത്യസൃഷ്ടി.

dialysis (ഡയാലിസിസ്) (*pl.* **dialyses**) *n.* (*med.*) purification of blood by flow past suitable membrane; ഉചിതമായ നേർത്ത ചർമ്മപാളിയിലൂടെ കടത്തിവിട്ട് രക്തത്തെ ശുദ്ധീകരിക്കുന്ന പ്രക്രിയ.

diameter (ഡയാമീററർ) *n.* straight line passing through the centre of a circle; വ്യാസം.

diamond (ഡയമൺഡ്) *n.* very hard and brilliant precious stone; വൈരക്കല്ല്; വജ്രം.

diaper (ഡയ്യപ്പർ) *n.* nappy; ശിശുക്കളുടെ മലമൂത്രാദികൾ വലിച്ചെടുക്കുന്നതിന് തുടകൾക്കിടയിൽ വെയ്ക്കുന്ന തുണി.

diaphragm (ഡയഫ്രാം) *n.* muscular partition separating thorax and abdomen; ഉരോദരഭിത്തി; വിഭാജകചർമ്മം.

diarrhoea, diarrhea (ഡയറീയ്യ) *n.* a persistent purging of the bowels; അതിസാരം.

diary (ഡയറി) *n.* a daily record; ഡയറി; ദിനക്കുറിപ്പ്.

dice (ഡൈസ്) (*pl.*) *n.* small cubes bearing numbers used in gambling; പകിട; 'ചൂതുകരു;' ദ്യൂതം.

dichotomy (ഡൈക്കൊറ്ററമി) *n.* a division into two; രണ്ടായി ഭാഗിക്കൽ; തുടർച്ചയായുള്ള ദ്വികരണം.

dictate (ഡിക്റ്റെയ്ററ്) *v.* say or read for another to write; command; പറഞ്ഞെഴുതിക്കുക; വാചകം ചൊല്ലിക്കൊടുക്കുക; ആജ്ഞാപിക്കുക.

dictator (ഡിക്ടെയ്ററർ) *n.* one invested with absolute authority; ഏകശാസകൻ; സ്വേച്ഛാധികാരി.

dictionary (ഡിക്ഷ്ണെറി) *n.* lexicon; നിഘണ്ടു; ശബ്ദകോശം.

didactic (ഡിഡാക്ററിക്) *adj.* intended to teach; having the manner of a teacher; ധർമ്മോപദേശപരമായ.

die (ഡൈ) *v.i.* (*p.t.* & *p.part.* **died**; *pres.part.* **dying**) expire; lose life; perish; മരിക്കുക; നശിക്കുക; ഇല്ലാതാകുക; *n.* പകിട; കരു; സമചതുരക്കഷണം.

diesel (ഡീസ്ൽ) *n.* internal combustion engine in which ignition of fuel is produced by heat of air highly compressed; ഡീസ്ൽ എൻജിൻ; അതി മർദ്ദത്തിൽ ദ്രവരൂപത്തിലുള്ള ഇന്ധനം കടത്തിവിട്ടു പ്രവർത്തിപ്പിക്കുന്ന അന്തർദ്ദാഹകയന്ത്രം.

diet (ഡയ്യററ്) *n.* prescribed course of food; പഥ്യാഹാരക്രമം.

differ (ഡിഫ്ഫർ) *v.i.* (*p.t.* & *p.part.* **differed**) disagree; വിയോജിക്കുക; അഭിപ്രായഭിന്നതയുണ്ടാവുക; വ്യത്യസ്തമായിരിക്കുക.

difference (ഡിഫ്റ്ററൻസ്) *n.* dissimilarity; point of disagreement; ഭേദം; അഭിപ്രായഭേദം; ഭിന്നത; വ്യത്യാസം; വിഭിന്നത്വം; വൈജാത്യം; വിവാദം; വിവാദവിഷയം; മിച്ചം.

difficult (ഡിഫികൽററ്) *adj.* not easy; hard to do; laborious; വിഷമമായ; പ്രയാസമുള്ള; ദുർഘടമായ; ക്ലേശകരമായ.

difficulty (ഡിഫികൽററി) *n.* hindrance; വൈഷമ്യം; അസൗകര്യം; ദുഷ്കരത്വം.

diffidence (ഡിഫിഡൻസ്) *n.* self distrust; excessive modesty; ആത്മവിശ്വാസക്കുറവ്; ആശങ്ക; അധൈര്യം.

diffuse (ഡിഫ്യൂസ്) *v.* spread widely; scatter; send forth; disperse; പരത്തുക; വ്യാപിക്കുക; പ്രചരിപ്പിക്കുക.

dig | dinner 107

dig (ഡിഗ്) *v.* turn up the earth with a spade; excavate; കുഴിക്കുക; കിളയ്ക്കുക; ഖനനം ചെയ്യുക.

digest (ഡിജെസ്റ്റ്, ഡൈജസ്റ്റ്) dissolve food in stomach; ക്രമപ്പെടുത്തുക; സംഗ്രഹിക്കുക; മനസ്സിലാക്കുക; പചിക്കുക; ദഹിപ്പിക്കുക.

digestion (ഡൈജസ്റ്റ്ഷൻ) *n.* assimilation of physical or mental food; ദീപനം; ദഹനം; ദീപനശക്തി.

digit (ഡിജിററ്) *n.* finger; a finger's breadth; any integer under ten; വിരൽ; വിരലകലം; 0 മുതൽ 9 വരെയുള്ള അക്കങ്ങളിൽ ഏതെങ്കിലും.

dignify (ഡിഗ്നിഫൈ) *v.t.* ennoble; make illustrious; elevate to a high office; മഹത്ത്വമേകുക; അന്തസ്സു നൽകുക; സമാദൃതമാക്കുക.

dignity (ഡിഗ്നിററി) *n.* elevation of mind or character; പ്രതാപം; മഹത്ത്വം; അന്തസ്സ്; പ്രഭാവം; കുലീനത.

digress (ഡൈഗ്രെസ്) *v.i.* deviate; turn aside; (നേർ) വഴിതെററുക; വിഷയത്തിൽനിന്ന് വ്യതിചലിക്കുക.

dike, dyke (ഡൈക്) *n.* dam; embankment; long ridge; അണ; പുറമതിൽക്കെട്ട്; ചിറ.

dilapidated (ഡിലാ̄പിഡെയ്ററിഡ്) *adj.* demolished; decayed; ജീർണ്ണിച്ച; പഴകിപ്പൊളിഞ്ഞ.

dilate (ഡൈലെയ്ററ്) *v.* make or become wider; expand; വലുതാക്കുക; (dilate the eye); വിശാലമാക്കുക.

dilemma (ഡിലെമ) *n.* argument forcing opponent to choose one of two alternatives both unfavourable to him; ഒരുപോലെ പ്രതികൂലമായ രണ്ടെണ്ണത്തിലൊന്നു തിരഞ്ഞെടുക്കാൻ എതിരാളിയെ നിർബന്ധിക്കുന്ന വാദഗതി, വൈഷമ്യം.

diligence (ഡിലിജൻസ്) *n.* persistent effort; അദ്ധ്വാനശീലം; ചുറുചുറുക്ക്; ശുഷ്കാന്തി.

dilly-dally (ഡിലിഡാ̄ലി) *v.i.* vacillate; dwadle; loiter; ചാഞ്ചല്യം പ്രകടമാക്കുക; സമയം പാഴാക്കുക.

dilute (ഡില്യൂട്ട്, ഡൈല്യൂട്ട്) *v.t.* reduce strength by adding water; നേർമ്മയാക്കുക; വെള്ളം കൂട്ടുക; വീര്യം, രുചി, നിറം മുതലായത് കലർപ്പിനാൽ കുറയ്ക്കുക; *n.* **dilution**.

dim (ഡിം) *adj.* faintly luminous or visible; darkish; dull; മങ്ങിയ; ഇരുണ്ട; അവ്യക്തമായ; നിഷ്പ്രഭമായ.

dimension (ഡിമെൻഷൻ, ഡൈമെൻഷൻ) *n.* measurable extent of any kind as length; അളവ്; പരിമാണം; നീളം; വീതി; വണ്ണം; വ്യാപ്തി; വലിപ്പം.

diminish (ഡിമിനിഷ്) *v.* lessen; impair; degrade; become less; subside; കുറയ്ക്കുക; ചുരുക്കുക; ചെറുതാക്കുക; ക്ഷയിപ്പിക്കുക.

diminution (ഡിമിന്യുഷൻ) *n.* decrease; diminishing; കുറവാകൽ; കുറവ്; കുറയ്ക്കൽ.

dimple (ഡിംപ്ൾ) *n.* small hollow or dent in cheek or chin; നുണക്കുഴി.

din (ഡിൻ) *n.*loud continued noise; roar; ഇരമ്പൽ; ഒച്ച; നിനാദം; ശബ്ദകോലാഹലം.

dine (ഡൈൻ) *v.* give a dinner to; eat dinner; വിരുന്നു നൽകുക; ഭക്ഷണം കഴിക്കുക.

dingy (ഡിൻജി) *adj.* dull coloured; dirty; sullied; ഇരുണ്ട; മങ്ങൽ നിറമായ.

dining (ഡൈനിങ്) *n.* eating food; ഭക്ഷണം കഴിക്കൽ.

dinner (ഡിന്നർ) *n.* chief meal of

the day; ഒരു ദിവസത്തെ പ്രധാന ഭക്ഷണം; വിരുന്ന്.

dint (ഡിൻറ്) *n.* blow; stroke; dent; force; power; അടി; വെട്ട്; ആഘാതം; ഊക്ക്.

diocese (ഡയസീസ്) *n.* province of a bishop; രൂപത; ബിഷപ്പിൻെറ അധികാരപ്രദേശം.

dip (ഡിപ്) *v.* (*pres. part.* **dipping** *p.t.* & *p.part.* **dipped**) put into a fluid; മുക്കുക; നിമഗ്നമാക്കുക; നിമജ്ജനം ചെയ്യുക; ആണ്ടുപോകുക; കീഴോട്ടു ചരിഞ്ഞിരിക്കുക.

diphtheria (ഡിഫ്തീയെരിയ) *n.* acute infectious disease of the throat; തൊണ്ടയ്ക്കുണ്ടാകുന്ന രോഗം.

diplomacy (ഡിപ്ലൗമസി) *n.* skill in managing international relations; tact; നയതന്ത്രം; നയകോവിദത്വം; ദൗത്യ കർമം.

dire (ഡയ്യർ) *adj.* dreadful; calamitous; ominous; ദാരുണമായ; ഉഗ്രമായ; ഭീഷണമായ.

direct (ഡിറെക്റ്റ്, ഡൈറെക്റ്റ്) *adj.* going straight; നേരായ; നേരിട്ടുള്ള; ഋജുവായ; വളവും തിരിവും കോണുമില്ലാത്ത; ആസന്നമായ; ഏററം സമീപസ്ഥമായ; വഴികാട്ടുക; ഗതി നിർണ്ണയിക്കുക; ഉപദേശിക്കുക.

direction (ഡയറക്ഷൻ, ഡിറക്ഷൻ) *n.* aim; guidance; management; order; ലക്ഷ്യം; ലാക്ക്; മാർഗ്ഗം; മാർഗ്ഗദർശനം; നേതൃത്വം; കാര്യനിർവ്വഹണം; ആദേശം; ആജ്ഞാപനം; സംവിധാനം; *n.* **director**.

directory (ഡിറെക്റ്ററി, ഡയറക്റ്ററി) book of names and addresses, etc.; മേൽവിവരപ്പട്ടിക; മേൽവിലാസപ്പട്ടിക.

dirge (ഡേർജ്) *n.* funeral song; lament; വിലാപഗാനം; ശ്മശാനഗീതം; ചരമഗീതം.

dirt (ഡേർട്ട്) *n.* foul matter as excrement; mud; അഴുക്ക്; ചെളി; ചേറ്; നിസ്സാരവസ്തു.

disable (ഡിസെയ്ബ്ൾ) *v.t.* render unable; cripple; impair; കഴിവില്ലാതാക്കുക; ദുർബലപ്പെടുത്തുക; *n.* **disability** അവശത.

disadvantage (ഡിസ്സഡ്വാൻറിജ്) *n.* unfavourable condition; hindrance; loss; injury; പ്രാതികൂല്യം; അഹിതം.

disagree (ഡിസ്സഗ്രി) *v.i.* differ in opinion; വിസമ്മതിക്കുക; വിയോജിക്കുക; വിപരീതമായിരിക്കുക; പിണങ്ങുക; തർക്കിക്കുക.

disappear (ഡിസ്സപ്പിയർ) *v.i.* vanish from sight; depart; pass from existence; മറഞ്ഞുപോവുക; അപ്രത്യക്ഷമായിത്തീരുക; അന്തർധാനം ചെയ്യുക.

disappoint (ഡിസ്സപ്പൊയൻറ്) *v.t.* fail to fulfil desire or expectation of; ഭഗ്നോത്സാഹനാക്കുക; ആശാഭംഗം വരുത്തുക; നിരാശപ്പെടുത്തുക; *n.* **disappointment**.

disapprove (ഡിസ്എപ്രൂവ്) *v.* express unfavourable opinion; reject; പ്രതികൂലിക്കുക; നിരാകരിക്കുക.

disarm (ഡിസാം) *v.* deprive of weapons; render harmless; നിരായുധനാക്കുക; നിരായുധീകരിക്കുക; *adj.* **disarming** കീഴ്പ്പെടുത്തുന്ന; വശ്യമായ.

disaster (ഡിസാസ്ററർ) *n.* unfortunate event; calamity; വലിയ നിർഭാഗ്യം; അത്യാപത്ത്; അത്യാഹിതം.

disband (ഡിസ്ബാൻഡ്) *v.* break up and retire from military service;

disbelief | discontinue 109

(സൈന്യത്തെയും മററും) പിരിച്ചുവിടുക; പട്ടാളത്തിൽനിന്നും നീക്കുക.

disbelief (ഡിസ്ബിലീഫ്) *n.* distrust; incredulity; വിശ്വാസരാഹിത്യം; അവിശ്വാസം; ശങ്ക.

disburse (ഡിസ്ബേഴ്സ്) *v.t.* pay out; expend; (പണം, ശമ്പളം) കൊടുക്കുക; വ്യയംചെയ്യുക.

disc, disk (ഡിസ്ക്) *n.* thin circular plate; any flat round object; വൃത്താകൃതിയിലുള്ള തകിടോ നാണയമോ; ഉരുണ്ടതും പരന്നതും ലോലവുമായ വസ്തു; ചക്രം; കംപ്യൂട്ടറിൽ വിവരങ്ങൾ രേഖപ്പെടുത്താനും സംഭരിച്ച് വെക്കാനും ഉപയോഗിക്കുന്ന ഡിസ്ക്; **disk drive** (ഡിസ്ക് ഡ്രൈവ്) *n.* part of a computer that operates a (floppy) disk; ഡിസ്ക് പ്രവർത്തിപ്പിക്കുന്ന (കംപ്യൂട്ടറിലെ) സംവിധാനം (ഭാഗം).

discard (ഡിസ്കാർഡ്) *v.* throw away; give up; dismiss; തള്ളിക്കളയുക; നിഷ്കാസനം ചെയ്യുക; ഉപേക്ഷിക്കുക.

discern (ഡിസേൺ) *v.t.* make out; distinguish; detect; recognize; തിരിച്ചറിയുക; വിവേചിക്കുക; ഊഹിക്കുക; ഗുണദോഷം ഗ്രഹിക്കുക.

discharge (ഡിസ്ചാർജ്) *v.t.* liberate from confinement; unload; വിമോചിപ്പിക്കുക; ചുമടിറക്കുക; ചരക്കിറക്കുക; വെടിപൊട്ടിക്കുക; (*elect.*) വിദ്യുച്ഛക്തി പിന്തിരിക്കുക.

disciple (ഡിസൈപ്പ്ൾ) *n.* pupil; adherent; follower; ശിഷ്യൻ; അന്തേവാസി; അനുചാരി.

discipline (ഡിസിപ്ലിൻ) *n.* system of rules of conduct; അച്ചടക്കം; ശിക്ഷണം; സുശിക്ഷിതത്വം; പരിശീലനം; ചിട്ട; അനുസരണം; വിഷയം; വിജ്ഞാനശാഖ.

disclose (ഡിസ്ക്ലൗസ്) *v.t.* unclose; expose to view; reveal; divulge; tell; തുറക്കുക; പരസ്യമാക്കുക; സ്പഷ്ടമാക്കുക; വെളിപ്പെടുത്തുക; *n.* **disclosure**.

disco, discotheque (ഡിസ്കൗ, ഡിസ്കൊറെക്ക്) *n.* club or party, usu. with flashing lights where people dance to recorded pop music; റെക്കോർഡ് ചെയ്ത പോപ്പ് സംഗീതത്തിനനുസരിച്ച് വർണ്ണശബളമായ വെളിച്ചത്തിൽ ആളുകൾ നൃത്തം ചെയ്യുന്ന ക്ലബ്ബോ സൽക്കാര സ്ഥലമോ.

discolour (ഡിസ്കളർ) *v.t.* alter colour of; stain; tarnish; നിറഭേദം വരുത്തുക.

discomfit (ഡിസ്കംഫിററ്) *v.t.* defeat; cause to flee; frustrate plans of; യുദ്ധത്തിൽ പരാജയപ്പെടുത്തുക; ചിന്താക്കുഴപ്പത്തിലെത്തിക്കുക; പരാങ് മുഖനാക്കുക; അന്തംവിട്ടിരിക്കുക.

discomfort (ഡിസ്കംഫർട്ട്) *n.* uneasiness of body or mind; അസൗഖ്യം; ക്ലേശം; ശരീരാസ്വാസ്ഥ്യം; അസൗകര്യം.

disconnect (ഡിസ്കണക്ററ്) *v.t.* separate; disjoin; detach; വേർപെടുത്തുക; വേറാക്കുക; വിഘടിപ്പിക്കുക.

discontent (ഡിസ്കൺടെൻറ്) *n.* dissatisfaction; uneasiness of mind; അതൃപ്തി; അസന്തുഷ്ടി; അസന്തുഷ്ടൻ.

discontinue (ഡിസ്കണ്ടിന്യു) *v.* cause to cease; give up; നിറുത്തുക; നിറുത്തലാക്കുക; തുടരാതിരിക്കുക; (ഇടയ്ക്കുവച്ച്) നിർത്തുക; ഉപേക്ഷിക്കുക.

discord (ഡിസ്കോർഡ്) *n.* disagreement; dissension; ഭിന്നിപ്പ്; യോജിപ്പില്ലായ്മ; കലഹം; മത്സരം; അപസ്വരം; സ്വരഭംഗം.

discount (ഡിസ്കൗണ്ട്) *n.* deduction from amount due; വിലയിൽ കിഴിവു ചെയ്യുന്ന തുക; കിഴിവ്.

discourage (ഡിസ്കറിജ്) *v.t.* dishearten; നിരുത്സാഹപ്പെടുത്തുക; ധൈര്യം കെടുത്തുക; *n.* **discouragement**.

discourse (ഡിസ്കോഴ്സ്) *n.* speech; conversation; sermon; സംവാദം; പ്രഭാഷണം; പ്രസംഗം.

discover (ഡിസ്കവർ) *v.* find out; reveal; make known; disclose; കണ്ടെത്തുക; കണ്ടുപിടിക്കുക; കണ്ടുകിട്ടുക; പ്രകടമാക്കുക.

discovery (ഡിസ്കവറി) *n.* disclosure; കണ്ടുപിടുത്തം; പ്രകാശനം.

discreet (ഡിസ്ക്രീററ്) *adj.* prudent in conduct; cautious; വിവേകമുള്ള; വകതിരിവുള്ള; വളരെ പ്രത്യക്ഷമല്ലാത്ത; പരസ്യമായല്ലാത്ത.

discrepancy (ഡിസ്ക്രെപ്പൻസി) *n.* inconsistency between facts; പൊരുത്തമില്ലായ്മ; ചേർച്ചക്കുറവ്.

discrete (ഡിസ്ക്രീററ്) *adj.* separate; individually distinct; പ്രത്യേകമായ; വകതിരിച്ചു പറയുന്ന.

discretion (ഡിസ്ക്രീഷൻ) *n.*quality of being discreet; വകതിരിവ്; വിവേകം.

discriminate (ഡിസ്ക്രിമിനെയ്ററ്) *v.* detect or draw distinctions; വകതിരിച്ചറിയുക; വിവേചിക്കുക; വ്യത്യാസം കാണുക; വ്യത്യസ്തരീതിയിൽ പെരുമാറുക; വിവേചനം കാണിക്കുക.

discus (ഡിസ്കസ്) *n.* disc; ചക്രായുധം; ചില കായികമത്സരങ്ങളിൽ ഉപയോഗപ്പെടുന്ന കനമുള്ള വൃത്തത്തകിട്.

discuss (ഡിസ്കസ്) *v.t.* argue; examine in detail; debate; വാദിക്കുക; ചർച്ച ചെയ്യുക; *n.* **discussion**.

disdain (ഡിസ്ഡെയ്ൻ) *v.t.* scorn; contempt; deem worthless; അവജ്ഞയോടെ കാണുക; നിന്ദിക്കുക; പുച്ഛിക്കുക.

disease (ഡിസീസ്) *n.* illness; indisposition; സുഖക്കേട്; രോഗം; അസുഖം; (*fig.*) വിനാശകരമോ വിലക്ഷണമോ ആയ സ്ഥിതിവിശേഷം.

disfavour (ഡിസ്ഫെയ്വർ) *n.* displeasure; dislike; disapproval; നീരസം; അനിഷ്ടം.

disfigure (ഡിസ്ഫിഗർ) *v.t.* deform; injure beauty; വികൃതമാക്കുക; കെടുക്കുക; *n.* **disfiguration**.

disgrace (ഡിസ്ഗ്രെയ്സ്) *n.* loss of favour; dishonour; പ്രീതി നഷ്ടപ്പെടൽ; അധഃപതനം; അവമതി; മാനഹാനി; അവമാനഹേതു; *v.t.* അവമാനിക്കുക; മാനക്കേടു വരുത്തുക.

disguise (ഡിസ്ഗൈസ്) *v.t.* change the appearance of; വേഷംമാററുക; മറയ്ക്കുക; യഥാർത്ഥ ഭാവം മറച്ചുവയ്ക്കുക.

disgust (ഡിസ്ഗസ്ററ്) *n.* strong dislike; വെറുപ്പ്; അറപ്പ്; ഓക്കാനം; ജുഗുപ്സ; *v.t.* ജുഗുപ്സ ജനിപ്പിക്കുക.

dish (ഡിഷ്) *n.* plate; tray; food served in a plate; ഭക്ഷണത്തളിക; പിഞ്ഞാണം; വിളമ്പിയ ആഹാരം; പ്രത്യേകതരം ഭക്ഷണം; സുമുഖൻ.

disharmony (ഡിസ്ഹാർമണി) *n.* dissonance; incongruity; സ്വരച്ചേർ

ച്ചയില്ലായ്മ; അപസ്വരം; യോജിപ്പി ല്ലായ്മ.

dishearten (ഡിസ്ഹാർട്ട്ൻ) *v.t.* cause to lose courage or confidence; ഭഗ്നോത്സാഹനാക്കുക; മനസ്സുമടുപ്പിക്കുക.

dishonest (ഡിസോണിസ്റ്റ്) *adj.* not honest; insincere; deceitful; സത്യസന്ധതയില്ലാത്ത; ആത്മാർത്ഥതയില്ലാത്ത.

dishonour (ഡിസൊണ്ണർ) *n.* state of shame or disgrace; discredit; അവമാനം; മാനഹാനി.

disinfect (ഡിസിൻഫെക്റ്റ്) *v.t.* cleanse of infection; fumigate; രോഗാണുക്കളെ നശിപ്പിക്കുക; വിഷബീജമകറ്റുക.

disinherit (ഡിസിൻഹെറിറ്റ്) *v.* prevent (sb.) from inheriting one's property; സ്വത്തവകാശം ഇല്ലാതാക്കുക, തടയുക.

disintegrate (ഡിസിൻറിഗ്രെയ്റ്റ്) *v.t.* separate into component parts; reduce to powder; വിയോജിപ്പിക്കുക; ശിഥിലമാക്കുക; ഭിന്നമാക്കുക.

disinterested (ഡിസിൻട്രെസ്റ്റിഡ്) *adj.* not influenced by one's own advantage; impartial; uninterested; നിസ്വാർത്ഥമായ; പ്രത്യേക താൽപര്യമില്ലാത്ത.

disjoin (ഡിസ്ജോയ്ൻ) *v.* separate; disunite; detach; sever; വേർതിരിക്കുക; വേർപെടുത്തുക; വിയോജിപ്പിക്കുക.

dislike (ഡിസ്ലൈക്) *n.* aversion; antipathy; disinclination; അനിഷ്ടം; അപ്രീതി; വൈമുഖ്യം; വിപ്രതിപത്തി.

dislocate (ഡിസ്ലക്കെയ്റ്റ്, ഡിസ്ലൗക്കെയ്റ്റ്) *v.t.* displace; put out of joint; സ്ഥലംമാററുക; ഉളുക്കുണ്ടാക്കുക.

disloyal (ഡിസ്ലൊയ്ൽ) *adj.* unfaithful; untrue to allegiance; കൂറില്ലാത്ത; വിശ്വസ്തത പാലിക്കാത്ത; വഞ്ചിക്കുന്ന; പാതിവ്രത്യമില്ലാത്ത.

dismal (ഡിസ്മൽ) *adj.* gloomy; sad; foreboding; ഇരുണ്ട; അപ്രസന്നമായ.

dismantle (ഡിസ്മാൻറ്ൽ) *v.t.* deprive of fittings etc.; wreck; ഇടിച്ചുപൊളിച്ചു കളയുക; പൊളിച്ചുമാററുക.

dismay (ഡിസ്മെയ്) *v.t.* terrify; strike aghast; ചകിതനാക്കുക; ഉഗ്രഭീതി ഉളവാക്കുക.

dismiss (ഡിസ്മിസ്) *v.t.* remove from employment; ഇറക്കിവിടുക; പുറംതള്ളുക; ബഹിഷ്കരിക്കുക; ഉദ്യോഗത്തിൽനിന്നും പിരിച്ചയയ്ക്കുക.

disobedience (ഡിസ്സബീഡ്യൻസ്) *n.* refusal to obey; അനുസരണക്കേട്; ആജ്ഞാനിഷേധം; ആജ്ഞാലംഘനം.

disorder (ഡിസ്ഓർഡർ) *n.* want of order; confusion; breach of peace; താറുമാറ്; ക്രമഭംഗം; അലങ്കോലം; അവ്യവസ്ഥ; കുഴപ്പം; ക്രമസമാധാന ലംഘനം; അസുഖം; രോഗം.

disorganis(z)e (ഡിസ്ഓർഗനൈസ്) *v.t.* destroy system of; സംഘടനാരഹിതമാക്കുക; ക്രമമില്ലാതാക്കുക.

disown (ഡിസൗൺ) *v.t.* refuse to own as belonging to one's self; ഉത്തരവാദിത്വം നിഷേധിക്കുക; നിരാകരിക്കുക.

disparage (ഡിസ്പാരിജ്) *v.t.* undervalue; discredit; speak slightly of; ഇടിച്ചു പറയുക; വിലകെടുക്കുക; നിസ്സാരമായി സംസാരിക്കുക.

disparity (ഡിസ്പ്ാരിററി) *n.* inequality; difference; അസമാനത; അസാദൃശ്യം.

dispel (ഡിസ്പെൽ) *v.* (*p.t. & p.part.* **dispelled**) dissipate; disperse; അകററുക; നീക്കുക; ഇല്ലാതാക്കുക; തുരത്തുക.

dispensary(ഡിസ്പെൻസറി) *n.* institution for medical advice and dispensing; ചികിത്സാലയം; ക്ലിനിക്ക്.

dispensation (ഡിസ്പെൻസെയ്ഷൻ) *n.* distribution; ഔഷധവിതരണം; വിതരണം ചെയ്യപ്പെട്ട വസ്തു.

dispense (ഡിസ്പെൻസ്) *v.t.* distribute; deal out; to make up and give out medicine; നൽകുക; പകർന്നു കൊടുക്കുക; മരുന്ന് കൂട്ടിക്കലർത്തിക്കൊടുക്കുക.

dispersal (ഡിസ്പേർസൽ) *n.* dissipation; diffusion; ചിതറൽ; ചിതറിപ്പോകൽ; വ്യാപിക്കൽ.

displace (ഡിസ്പ്ളെയ്സ്) *v.t.* put out of place; replace; dismiss; സ്ഥലം മാററുക; സ്ഥാനത്തുനിന്നു പുറത്താക്കുക.

display (ഡിസ്പ്ളേയ്) *v.t.* expose to view; show ostentatiously; വിടർത്തിക്കാണിക്കുക; പ്രദർശിപ്പിക്കുക; ആഡംബരം കാട്ടുക; വെളിപ്പെടുത്തുക.

displease (ഡിസ്പ്ളീസ്) *v.t.* offend somewhat; മുഷിച്ചിലുണ്ടാക്കുക; അനിഷ്ടം വരുത്തുക; *n.* **displeasure** അസന്തോഷം; നീരസം.

disposition (ഡിസ്പെസിഷൻ) *n.* setting in order; arrangement; മനോഭാവം; ക്രമവിധാനം; നിർവ്വഹണം; ഏർപ്പാട്; സഹജഗുണം; ചിത്തവൃത്തി; സേനയെ ആക്രമണത്തിനു തയ്യാറാക്കി നിറുത്തൽ.

dispossess (ഡിസ്പെസെസ്) *v.t.* eject; oust; deprive of; വസ്തു ഒഴിപ്പിക്കുക.

disproof (ഡിസ്പ്രൂഫ്) *n.* refutation; thing that disproves; അവകാശപ്പെട്ടതുപോലല്ലെന്നതിന് തെളിവ്.

disproportion (ഡിസ്പ്രപോർഷൻ) *n.* being out of proportion; അനുപാതരഹിതത്വം; ചേർച്ചക്കുറവ്.

disprove (ഡിസ്പ്രൂവ്) *v.t.* prove to be false; refute; തെററാണെന്നു തെളിയിക്കുക.

dispute (ഡിസ്പ്യൂട്ട്) *v.* oppose by argument; call in question; argue; തർക്കിക്കുക; വിവാദം നടത്തുക; ചോദ്യം ചെയ്യുക; വഴക്കിടുക; കലഹിക്കുക.

disqualify (ഡിസ്ക്വാളിഫൈ) *v.t.* render unfit; deprive of the qualities necessary for any purpose; അയോഗ്യമാക്കുക: അയോഗ്യത കല്പിക്കുക.

disquiet (ഡിസ്ക്വയററ്) *n.* uneasiness; anxiety; vexation; സ്വൈരക്കേട്; അസ്വസ്ഥത; ഉൽക്കണ്ഠ; ആധി.

disregard (ഡിസ്റിഗാർഡ്) *n.* indifference; neglect; contempt; അവഗണന; അനാസ്ഥ; ഉപേക്ഷ.

disrupt (ഡിസ്റപ്ററ്) *v.t.* rend; sever; ഭഞ്ജിക്കുക; പൊട്ടിക്കുക; വേർവിടുവിക്കുക; അലങ്കോലപ്പെടുത്തുക; *n.* **disruption**.

dissatisfaction (ഡിസ്സാററിസ്ഫാക്ഷൻ) *n.* discontent; അസംതൃപ്തി; അസന്തുഷ്ടി.

dissect (ഡിസെക്ററ്) *v.t.* cut into pieces; cut up to show its parts; മുറിക്കുക; കീറിപ്പരിശോധിക്കുക; വ്യവച്ഛേദിക്കുക; *v.* **dissection**

dissemble | distress 113

(ഡിസെക്ഷൻ) (*med.*) അവയവപഠനത്തിനായി ശരീരം കീറൽ.

dissemble (ഡിസെംബ്ൾ) *v.* conceal; disguise; (ഉദ്ദേശ്യം) മറച്ചുവയ്ക്കുക; കപടവേഷം ധരിക്കുക.

disseminate (ഡിസെമിനെയ്റ്റ്) *v.t.* sow; circulate; diffuse; വിതയ്ക്കുക; വിതറുക; വിത്തിടുക; പ്രചാരപ്പെടുത്തുക.

dissent (ഡിസെൻറ്) *v.i.* disagree; differ (from); വിസമ്മതിക്കുക; അഭിപ്രായഭേദമുണ്ടാകുക; *n.* അഭിപ്രായവ്യത്യാസം; ഭിന്നാഭിപ്രായം; **dissension**.

dissertation (ഡിസ്സർറ്റെയ്ഷൻ) *n.* thesis; long essay on a subject; പ്രബന്ധം.

dissident (ഡിസിഡൻറ്) *adj.* disagreeing; at variance with; യോജിക്കാത്ത; സമ്മതിക്കാത്ത; വിമതനായ; *n.* വിമതൻ; *n.* **dissidence** യോജിപ്പില്ലായ്മ.

dissimilar (ഡിസിമിലർ) *adj.* unlike; not similar; അസമമായ; വിജാതീയമായ.

dissipate (ഡിസിപെയ്റ്റ്) *v.* disperse; dispel; തുരത്തുക; ചിതറിക്കുക; ധൂർത്തടിക്കുക.

dissociate (ഡിസൗഷിയെയ്റ്റ്) *v.t.* separate; part; disunite; തമ്മിൽ പിരിക്കുക; വിയോജിപ്പിക്കുക; വേർപെടുത്തുക.

dissolve (ഡിസോൾവ്) *v.* make liquid; clear doubt; disperse (assembly etc.); ലയിപ്പിക്കുക; അലിയിക്കുക; ജലത്തിലും മററും കലക്കുക.

dissonance (ഡിസ്സണൻസ്) *n.* want of harmony; അപസ്വരം; പൊരുത്തക്കേട്.

dissuade (ഡിസ്വെയ്ഡ്) *v.t.* advise against; discourage; പിന്തിരിപ്പിക്കുക; ന്യായം പറഞ്ഞു തടുക്കുക; *n.* **dissuasion**.

distance (ഡിസ്ററൻസ്) *n.* remoteness; avoidance of familiarity; ദൂരം; ദൂരസ്ഥലം; അന്തരം; അകൽച്ച; വിദൂരകാലം.

distant (ഡിസ്ററൻറ്) *adj.* remote; far apart; അകന്ന.

distemper (ഡിസ്ടെമ്പർ) *n.* derangement of body or mind; ശാരീരികമോ മാനസികമോ ആയ വ്യാധി; ദുശ്ശീലം.

distil (ഡിസ്ററിൽ) *v.* (*p.t. & p.part.* **distilled**) extract by evaporation and condensation; വാററുക; സത്തെടുക്കുക; സ്വേദനം ചെയ്യുക.

distinct (ഡിസ്ററിങ്ക്റ്റ്) *adj.* not identical; different in quality or kind; വ്യതിരിക്തമായ; വൈയക്തികമായ; പ്രത്യേകമായ; സ്പഷ്ടമായ.

distinction (ഡിസ്ററിങ്ഷൻ) *n.* difference; eminence; distinguished character; ഭിന്നത; വ്യത്യാസം; അന്തരം; വൈശിഷ്ട്യം; മേന്മ; ഉത്ക്കർഷം.

distinguish (ഡിസ്ററിങ്ഗ്വിഷ്) *v.t.* divide into classes; make distinction between; വേർതിരിക്കുക; വേർതിരിച്ചറിയുക; വ്യത്യാസം കണ്ടെത്തുക.

distort (ഡിസ്റ്റോർട്ട്) *v.t.* make crooked; deform; pervert; വളയ്ക്കുക; വികൃതമാക്കുക; (*fig.*) വളച്ചൊടിക്കുക; *n.* **distortion**.

distract (ഡിസ്ട്രാക്റ്റ്) *v.t.* divert attention; ശ്രദ്ധ വ്യതിചലിപ്പിക്കുക; ഏകാഗ്രത കെടുത്തുക; *adj.* **distracted**; *n.* **distraction**.

distraught (ഡിസ്ട്രോട്ട്) *adj.* distracted; വ്യഗ്രമനസ്ക്കനായ; സംക്ഷുബ്ധനായ; മനോവ്യഥയുള്ള.

distress (ഡിസ്ട്രെസ്) *n.* extreme

pain; calamity; ഉൽക്കടവ്യഥ; തീവ്ര ദുഃഖം; ദുരിതം; വിപത്ത്; അപകടാവസ്ഥ; ശാരീരികത്തളർച്ച.

distribute (ഡിസ്ട്രിബ്യൂട്ട്) *v.t.* divide amongst several; dispense; പങ്കിട്ടു കൊടുക്കുക; വിതരണം ചെയ്യുക; തരംതിരിക്കുക; *n.* **distributor**; *n.* **distribution**.

district (ഡിസ്ട്രിക്റ്റ്) *n.* distinctly marked out part of a country; ജില്ല.

distrust (ഡിസ്ട്രസ്റ്റ്) *v.t.* have no faith in; disbelieve; അവിശ്വസിക്കുക; സംശയിക്കുക.

disturb (ഡിസ്ടേർബ്) *v.t.* agitate; worry; excite; interrupt; ശല്യപ്പെടുത്തുക; കുഴപ്പംവരുത്തുക; അസ്വസ്ഥമാക്കുക; ശാന്തത ഭഞ്ജിക്കുക; താറുമാറാക്കുക; *n.* **disturbance**.

disunite (ഡിസ്യുണൈറ്റ്) *v.* disjoin; separate; part; വേർപെടുത്തുക; ഭിന്നിപ്പിക്കുക.

ditch (ഡിച്) *n.* trench; water course; narrow excavation; കുഴി; ചാൽ; (*mil.*) കിടങ്ങ്; തുരങ്കം.

ditto (ഡിററൗ) (*abbr.* **do**) *n.* the aforesaid; the same; മേൽപ്പറഞ്ഞത്; 'ടി.'

diurnal (ഡൈയേർണൽ) *adj.* done in a day; rel. to day time; ഒരു ദിവസം നില്ക്കുന്ന; പകലിനെ സംബന്ധിച്ച.

divagate (ഡൈവ്വഗെയ്റ്റ്) *v.t.* wander about; ചുററിക്കറങ്ങുക; വിഷയത്തിൽനിന്നു വ്യതിചലിക്കുക.

divan (ഡിവാൻ) *n.* long, low couch without back or arm; കൈയോ ചാരോ ഇല്ലാത്ത, നീണ്ടു പൊക്കം കുറഞ്ഞ ശയ്യ, കിടക്ക, കട്ടിൽ.

dive (ഡൈവ്) *v.t.* plunge into water; descend suddenly; ഊളിയിടുക; മുങ്ങുക; ആമജ്ജനം ചെയ്യുക.

diverge (ഡൈവേർജ്) *v.i.* proceed in different directions; to get farther apart; വ്യത്യസ്ത ദിശകളിൽ പോകുക; അകന്നുപോകുക; നിർഗമിക്കുക; വേർപെടുക; വിചലിക്കുക; *n.* **divergence**.

divers (ഡൈവ്വഴ്സ്) (*ar.*) *adj.* different; varied; വിവിധമായ; പലപല.

diverse (ഡൈവേർസ്) *adj.* different; unlike; not the same; ഭിന്നങ്ങളായ; അസദൃശങ്ങളായ; പലതരത്തിലുള്ള; *n.* **diversion**; തിരിവ്; വളവ്.

diversity (ഡൈവേർസിററി) *n.* unlikeness; വൈചിത്ര്യം; വൈവിധ്യം; നാനാത്വം.

divert (ഡൈവേർട്) *v.t.* turn aside; change direction of; amuse; വ്യതിചലിപ്പിക്കുക; ഗതിമാററുക; മനസ്സു തെററിക്കുക.

divest (ഡൈവെസ്റ്റ്) *v.t.* deprive of anything; unclothe; ഇല്ലാതാക്കുക; അപഹരിക്കുക.

divide (ഡിവൈഡ്) *v.* separate into parts; split; break up; വിഭജിക്കുക; ഭാഗിക്കുക; വീതിക്കുക; പരിച്ഛേദിക്കുക; ഹരിക്കുക.

dividend (ഡിവിഡെൻഡ്) *n.* (*math.*) number to be divided by divisor; ഹാര്യം; ഓഹരി; ഭാഗം; വീതാംശം; ലാഭവീതം.

divine (ഡിവൈൻ) *adj.* of, from, or like God; ദിവ്യമായ; ദൈവികമായ; ദൈവകല്പിതമായ; ദൈവദത്തമായ; **diviner** ഭാവിഫലം പറയുന്നവൻ; ജ്യോതിഷികൻ.

divinity (ഡിവിനിററി) *n.* divineness; godhood; ഈശ്വരത്വം.

divisible (ഡിവിസ്ബ്ൾ) *adj.* separable; capable of division; പകുക്കാവുന്ന; ഹരിക്കത്തക്ക.

division (ഡിവിഷൻ) *n.* act of divid-

divorce | domestic 115

ing; a section; വിഭജിക്കൽ; വിഭക്താവസ്ഥ; വിഭജിക്കുന്ന രേഖയും മറ്റും.

divorce (ഡിവോഴ്സ്) *n.* legal dissolution of marriage; വിവാഹമോചനം.

divulge (ഡൈവൾജ്) *v.t.* reveal; let out; വെളിപ്പെടുത്തുക; പരസ്യമാക്കുക.

dizzy (ഡിസി) *adj.* causing giddiness; feeling dazed; തലകറക്കമുള്ള; തലചുററുന്ന.

do (ഡു) *v.t., v.i. & aux. p.t.* **did**; *p.part.* **done** (and (*ar.*) forms like **doth, dost**) perform; execute; effect; ചെയ്യുക; പ്രവർത്തിക്കുക; സാധിപ്പിക്കുക; ആക്കുക; നിറവേററുക; നടത്തുക; തീർക്കുക; തുലയ്ക്കുക; **do away with** ഇല്ലായ്മ ചെയ്യുക; **make do** ഉള്ളതുകൊണ്ടു കഴിച്ചുകൂട്ടുക; *n.* **do all** കാര്യസ്ഥൻ.

dock (ഡൊക്) *n.* coarse weed; fleshy part of animal's tail; ഒരിനം കളച്ചെടി; മുറിവാൽ; കപ്പലുകളുടെ അററകുററം തീർക്കുന്ന സ്ഥലം.

doctor (ഡൊക്ടർ) *n.* a medical practitioner; holder of the highest university degree in any faculty; ചികിത്സകൻ; വൈദ്യൻ; പണ്ഡിതൻ; ഒരു ജാതി മത്സ്യം; *n.* **doctorate** (സർവ്വകലാശാല നൽകുന്ന) ഡോക്ടർ ബിരുദം.

doctrine (ഡൊക്ട്രിൻ) *n.* what is taught, dogma; സിദ്ധാന്തം; തത്ത്വം; അനുശാസനം.

document (ഡൊക്യുമെൻറ്) *n.* something written furnishing evidence; deed; ആധാരം; പ്രമാണം; ലിഖിതം; രേഖ; എഴുത്തുമൂലമായ തെളിവ്.

dodge (ഡൊജ്) *v.* change position; പെട്ടെന്നു മാററിക്കളയുക; ഉപായത്തിൽ ഒഴിഞ്ഞുമാറുക; *n.* **dodger** തന്ത്രം പ്രയോഗിച്ച് ഒഴിഞ്ഞുമാറുന്നവൻ.

dog (ഡൊഗ്) *n.* domesticated carnivorous quadruped; പട്ടി; രാത്രി ഉറക്കമൊഴിക്കുന്നവൻ; രണ്ടു നക്ഷത്രവ്യൂഹങ്ങളുടെ പേർ; വിറകുതാങ്ങി; hot dog ഒരിറച്ചിപ്പലഹാരം; **dog in the manger** താനാസ്വദിക്കുകയുമില്ല മററുള്ളവരെ ആസ്വദിക്കാനനുവദിക്കുകയുമില്ലെന്ന നിലപാട്; **dogged** കടുംപിടുത്തമുള്ള.

dogma (ഡൊഗ്മ) *n.* principle; tenet; സിദ്ധാന്തമോ തത്ത്വമോ; ഹേത്വാടിസ്ഥാനമില്ലാത്ത സിദ്ധാന്തം; ചോദ്യം ചെയ്യപ്പെടാൻ പാടില്ലാത്ത സിദ്ധാന്തം.

dole (ഡൗൾ) *n.* charitable distribution; ദാനമായി കൊടുക്കുന്ന പണമോ ഭക്ഷണമോ; തൊഴിലില്ലാത്തവനു കൊടുക്കുന്ന വേതനം; ദുഃഖം; വിലാപം; വേദന.

doll (ഡൊൾ) *n.* toy; puppet; silly girl or woman; പാവ; കളിപ്പാവ; (*fig.*) ബുദ്ധിശൂന്യയായ സുന്ദരി.

dollar (ഡൊളർ) *n.* അമേരിക്കൻ വെള്ളിനാണ്യം; പണം.

dolour (ഡോളർ, ഡൗളർ) *n.* sorrow; distress; ദുഃഖം; ശോകം.

dolphin (ഡൊൾഫിൻ) *n.* a sea mammal like a porpoise; കടൽപ്പന്നി.

domain (ഡൗമെയ്ൻ) *n.* lands held or ruled over; സ്വന്തം ഭൂമി; ഭൂസ്വത്ത്; പ്രവൃത്തിരംഗം; വിഷയവ്യാപ്തി.

dome (ഡൗം) *n.* a rounded vault forming a roof; കുംഭഗോപുരം; താഴികക്കുടം.

domestic (ഡമെസ്ററിക്) *adj.* rel. to house or family affairs; ഗാർഹികമായ; കുടുംബസംബന്ധിയായ;

സ്വഗൃഹത്തിലുണ്ടാക്കിയ; വീട്ടിൽ വളർത്തുന്ന മൃഗങ്ങൾ.

domicile (ഡൊമിസൈൽ) *n.* dwelling house; residence; ഭവനം; വീട്; സ്ഥിരവാസം; *v.* കുടിയിരുത്തുക.

dominant (ഡൊമിനൻറ്) *adj.* ruling; most influential; ഭരിക്കുന്ന; പ്രബലമായ; അധികാരം നടത്തുന്ന; ആധിപത്യമുള്ള.

dominate (ഡൊമിനെയ്റ്റ്) *v.t.* have commanding influence over; അധികാരം ചെലുത്തുക.

domineer (ഡൊമിനിയെർ) *v.t.* rule arbitrarily; govern overbearingly; അടക്കി ഭരിക്കുക; സ്വേച്ഛാധിപത്യം നടത്തുക.

dominion (ഡൊമിന്യൻ) *n.* lordship; sovereignty; അധിനായകത്വം; സ്വയം ഭരണാധികാരമുള്ള കോളനി.

donate (ഡൗണെയ്റ്റ്) *v.t.* present a gift; bestow; സംഭാവനചെയ്യുക; **donation** സംഭാവന ചെയ്യൽ.

done (ഡൺ) (*p.part.* of **do**) *adj.* tried out; finished; duped; നിർവ്വഹിക്കപ്പെട്ട; സമാപ്തമായ; വേണ്ടുവോളം പാചകം ചെയ്യപ്പെട്ട.

donkey (ഡൊങ്കി) *n.* (*pl.* **donkeys**) ass; കഴുത.

donor (ഡൗണർ) *n.* giver of gift; നല്കുന്നയാൾ; ദാതാവ്.

doom (ഡൂം) *n.* judgement; condemnation; fate; തീർപ്പ്; വിധി; ശിക്ഷ; ശിക്ഷാവിധി; ദണ്ഡനം; തലയിലെഴുത്ത്; കാലക്കേട്; **Domesday** അന്ത്യവിധിദിനം.

door (ഡോർ) *n.* a hinged or sliding barrier to close the entrance to a room; വാതിൽ; കതക്; കവാടം; പ്രവേശനമാർഗ്ഗം; **next door to** വളരെ അടുത്ത; (മിക്കവാറും) ആയ; **out of doors** പുറത്ത്; **door to door** വീടുതോറും.

dope (ഡൗപ്) *v.* drug; stupefy by drug; മയക്കുമരുന്ന് നൽകുക; മയക്കുമരുന്നുകൊണ്ട് ചികിത്സിക്കുക.

dormant (ഡോർമൻറ്) *adj.* sleeping; lying inactive as in sleep; ഉറങ്ങിയ; സുപ്തമായ; അനങ്ങാത്ത; വികസിക്കാത്ത.

dormitory (ഡോർമിററി) *n.* sleeping room with several beds; നിരനിരന്ന കിടക്കകളുള്ള ശയനമുറി.

dorsal (ഡോർസൽ) *adj.* of, on, or near the back; പിൻഭാഗത്തുള്ള; മുതുകിനോടൊട്ടിയ.

DOS (ഡൊസ്) (computer) Disk Operating System; A computer operating system oriented towards heavy utilization of disk storage; കാന്തികഡിസ്കിൽ സംഭരിച്ചിരിക്കുന്ന വിവരങ്ങളെ ആസ്പദമാക്കി പ്രവർത്തിക്കുന്ന കംപ്യൂട്ടർ പ്രവർത്തനസമ്പ്രദായം.

dose (ഡൗസ്) *n.* amount of medicine to be taken at a time; ഒരു നേരത്തേക്കുള്ള മരുന്ന്.

dossier (ഡൊസിയെ) *n.* a bundle of documents rel. to a case; കേസുകെട്ട്.

dot (ഡൊട്ട്) *n.* small spot; speck; roundish pen mark; ബിന്ദു; തുള്ളി; കുത്ത്; പുള്ളി; പൂർണ്ണവിരാമം; ചെറുകുഞ്ഞ്; ചെറുസാധനം.

dotty (ഡൊട്ടി) *adj.* feeble minded; silly; absurd; കുത്തുകളുള്ള; പുള്ളികളുള്ള.

double (ഡബ്ൾ) *adj.* two-fold; forming a pair; multiplied by two; deceitful; ഇരട്ടിയായ; ജോടിയായ; ദ്വിവിധമായ.

doublet (ഡബ്ലിററ്) *n.* close fitting body garment; മാർച്ചട്ട; ഇണയിലൊന്ന്.

doubt (ഡൗട്ട്) *v.* hesitate; call in question; സന്ദേഹിക്കുക; അവിശ്വസിക്കുക; ശങ്കിക്കുക; സന്ദേഹം; സംശയം; ശങ്ക.

dough (ഡൗ) *n.* kneaded flour; pulp; കുഴച്ച മാവ്; പിട്ട്.

douse, dowse (ഡൗസ്) *v.* plunge into water; fall suddenly into water; ജലത്തിൽ മുക്കുക; പെട്ടെന്നു വെള്ളത്തിൽ വീഴുക.

dove (ഡവ്) *n.* pigeon; a word of endearment; Holy Spirit; പ്രാവ്; മാടപ്രാവ്; (*fig.*) ഓമന; പരിശുദ്ധാത്മാവ്; *n.* **dovetail** പലകകൾ കൂട്ടിച്ചേർക്കുന്ന ഒരു രീതി.

dower (ഡവർ) *n.* widow's share for life of her husband's estate; ഇഷ്ടദാനം; ജീവനാംശം.

down (ഡൗൺ) *n.* rounded grassy hill; sand hill near sea; പൂഴിക്കുന്ന്; മൊട്ടക്കുന്ന്; കന്നുകാലി മേച്ചിൽസ്ഥലം.

down (ഡൗൺ) *n.* soft hair under fowl's feathers; പക്ഷിച്ചിറകിലെ മൃദുരോമം.

down (ഡൗൺ) *prep.* downwards along; കീഴോട്ട്; താഴോട്ട്; നെടുകെ; വഴിയായി; തലമുതൽ കാൽവരെ; താണ നിലയിലേക്ക്; ഒഴുക്കിനൊത്ത്; **down with** നശിക്കട്ടെ; തുലയട്ടെ; **downfall** അധഃപതനം; **down grade;** ക്ഷയിക്കുന്ന; അധഃപതിക്കുന്ന; **down right lie** പച്ചക്കള്ളം; **down trodden** ചവിട്ടുകൊള്ളുന്ന; ചവിട്ടിമെതിക്കപ്പെടുന്ന; **downstairs** *adj. & adv.* താഴത്തെ നിലയിലുള്ള.

down load (ഡൗൺലോഡ്) *v.* (computer) copy a program or a section of data to a terminal from a remote computer network ഒരു നെറ്റ്വർക്കിലുള്ള വിദൂരസ്ഥമായ കംപ്യൂട്ടറിൽ നിന്നും പ്രോഗ്രാമുകളോ കുറച്ച് രേഖകളോ മറ്റോ ഒരു അഗ്ര കംപ്യൂട്ടറിലേക്ക് പകർത്തുന്നത്.

dowry (ഡൗറി) *n.* property or money brought by bride to her husband; സ്ത്രീധനം.

doyen (ഡൊയൻ) *n.* senior member of an academy; ഒരു തൊഴിലിലെയോ വിദ്യാസ്ഥാപനത്തിലെയോ തലമൂത്ത അംഗം.

doze (ഡൗസ്) *v.* sleep lightly; stupefy; മയങ്ങിക്കിടക്കുക; ഉറക്കംതൂങ്ങുക.

dozen (ഡസൺ) *n.* twelve; പന്ത്രണ്ട്; പന്ത്രണ്ടെണ്ണം.

draconic, draconian (ഡ്രെക്കൗനിക്, ഡ്രെകൗനിയൻ) *adj.* rigorous; കഠിനമായ; കർക്കശമായ.

draft (ഡ്രാഫ്ററ്) *n.* selection; order for payment of money; തിരഞ്ഞെടുക്കൽ; കുറിപ്പ്; പ്രഥമലേഖ്യം; പണം കൊടുക്കാനുള്ള കൈമാററബിൽ; കരട് എഴുതിയുണ്ടാക്കുക.

drag (ഡ്രാഗ്) *v.t.* (*p.t. & p.part.* **dragged**) pull along with force; draw slowly or heavily; വലിച്ചിഴയ്ക്കുക; വലിച്ചുകൊണ്ടുപോകുക; നീട്ടിക്കൊണ്ടുപോകുക.

dragon (ഡ്രാഗൺ) *n.* (*myth.*) fabulous winged crocodile or snake; വ്യാളി; തീ തുപ്പുന്ന ചിറകുള്ള ഉഗ്രസർപ്പം; **dragonfly** ഓണപ്പാററ; തുമ്പി.

drain (ഡ്രെയ്ൻ) *v.* draw (liquid) off by degree; drink dry; വലിച്ചെടുക്കുക; വററിക്കുക; ഇല്ലാതാക്കുക; ഉണക്കുക; മുതൽ നശിപ്പിക്കുക.

drainage (ഡ്രെയ്നിജ്) *n.* draining;

system of drains; sewage; വെള്ളം വാർക്കൽ; ജലനിർഗ്ഗമനസംവി ധാനം.

drama (ഡ്രാമ്മ) *n.* representation on a stage; dramatic art or composition; നാടകം; നാടകകൃതി; നാടകപ്രദർ ശനം; നാടകീയത.

drape (ഡ്രെയ്പ്) *v.t.* cover; adorn with cloth etc.; വസ്ത്രം ധരിക്കുക.

drastic (ഡ്രാസ്ററിക്) *adj.* active; vigorous; efficacious; ശക്തമായ; ഗുരുതരമായ; കടുങ്കയ്യായ.

draught (ഡ്രാഫ്റ്റ്) *n.* act of drawing; mouthful of liquor; a dose of medicine; വലിക്കൽ; ഒരു തവണ കുടിച്ച പാനീയം; 'ഒരു ഇറക്ക്,' മരുന്നിൻെറ അളവ്.

Dravidian (ദ്രാവിഡിയൻ) *adj.* pert. to Dravida races or tongues; ദ്രാവിഡ വർഗ്ഗക്കാരെയോ ദ്രാവിഡഭാഷകളെയോ സംബന്ധിച്ച.

draw (ഡ്രോ) *v.t.* pull along; shrink; allure; extend; lengthen; വലിക്കുക; വലിച്ചെടുക്കുക; ഇഴയ്ക്കുക; സങ്കോചിപ്പിക്കുക; വശീകരിക്കുക; ബാങ്കിൽനിന്നും മററും പണം എടുക്കുക; കുറിയെടുക്കുക; പടം വരയ്ക്കുക; രേഖയെഴുതിയുണ്ടാക്കുക; ഇരുഭാഗവും ജയിക്കാത്ത യുദ്ധം; **draw back** പിൻവാങ്ങുക.

draw-back (ഡ്രോബാക്) *n.* disadvantage; പ്രാതികൂല്യം; ന്യൂനത; തടസ്സം; ഊനം; ദോഷം.

drawer (ഡ്രോയ്യർ) *n.* one who draws; chest; വലിക്കുന്നവൻ; കൈമാററ ബില്ലോ ഡ്രാഫ്റേറാ നൽകുന്ന ആൾ; മേശവലിപ്പ്; അലമാരയുടെ വലിപ്പ്.

drawing (ഡ്രോയിങ്) *n.* art of representing objects by lines; ആലേഖ്യം; ചിത്രമെഴുത്ത്; ചിത്രം.

dread (ഡ്റെഡ്) *n.* great fear; awe; object of fear or awe; ഉൽക്കണ്ഠാകുലമായ ഭയം; ഉൽക്കടഭീതി; *adj.* ഭയാനകമായ; ഘോരമായ; ഭയമോ ഭയഭക്തിയോ ഉണർത്തുന്ന.

dream (ഡ്രീം) *n.* series of pictures in mind of sleeping man; സ്വപ്നം; സ്വപ്നാവസ്ഥ; നിറവേററാൻ കഴിയാത്ത അഭിലാഷം; മനോരാജ്യക്കോട്ട കെട്ടുക; കിനാവു കാണുക.

drear (ഡ്രിയ്യർ) (*ar.*) *adj.* dismal; gloomy; dull; മ്ലാനമായ; ദുഃഖമൂകമായ.

dredge (ഡ്രെജ്) *n.* clearing out mud from river bottom; നദിയുടെ അടിത്തട്ടിൽനിന്നും മററും ചെളി വാരിമാററുന്നത്; ഒരുതരം വല.

drench (ഡ്രെൻച്) *v.t.* wet thoroughly; soak; കുതിർക്കുക; മൂക്കററം കുടിപ്പിക്കുക; ബലാൽക്കാരേണ മരുന്നു കൊടുക്കുക.

dress (ഡ്രെസ്) *v.* put on clothes; prepare; treat wound; വസ്ത്രം ധരിപ്പിക്കുക; ഉടുക്കുക; ഉടുത്തൊരുങ്ങുക; വസ്ത്രം ധരിക്കുക; വ്രണം കഴുകി മരുന്നു വച്ചുകെട്ടുക; ആട; ഉടയാട; ഉടുപ്പ്; വസ്ത്രം; വസ്ത്രധാരണരീതി.

dribble (ഡ്രിബ്ൾ) *v.* let fall in drops; trickle; slaver; തുള്ളിതുള്ളിയായി വീഴിക്കുക; ഉമിനീരൊലി(പ്പി)ക്കുക.

drift (ഡ്രിഫ്റ്റ്) *n.* heap of matter driven by wind or water; tendency; aim; കൂന; കൂട്ടം; ഒഴുക്ക്; ഒഴുകിപ്പോകുന്ന വസ്തു; ഒഴുക്കിനൊത്തുള്ള നീക്കം; ചായ്വ്; പ്രവണത; ലാക്ക്; ഉദ്ദേശ്യം; പൊതുവായ അർത്ഥം.

drill (ഡ്രിൽ) *v.* bore; pierce; make furrow for sowing seeds; തുളയ്ക്കുക; രന്ധ്രമുണ്ടാക്കുക; വിത്തു

പാകുക; ഉഴവുചാലുണ്ടാക്കുക; വ്യായാമം ചെയ്യിക്കുക.

drink (ഡ്രിങ്ക്) *v.* swallow liquid; absorb; take intoxicating liquor; കുടിക്കുക; ആസ്വദിക്കുക; മദ്യം കഴിക്കുക; പാനീയം; പാനവസ്തു; മദ്യം.

drip (ഡ്രിപ്) *v.* (*p.t. & p. part.* **dripped)** fall or let fall in drops; തുള്ളിയായി വീഴ്ത്തുക; ഒലിക്കുക; ഇറ്റിറ്റുവീഴുക.

drive (ഡ്രൈവ്) *v.* force to move in some direction; compel; steer a vehicle; chase; ഓടിക്കുക; മുന്നോട്ടു തള്ളുക; മുന്നേറുക; തുരത്തുക; കാളകളെയും മററും തെളിക്കുക; വാഹനം ഓടിക്കുക; ശക്തിപൂർവ്വം മുന്നോട്ടു കൊണ്ടുപോകുക; വാഹനസവാരി; വാഹനം ഓടിക്കാനുള്ള പാത.

drizzle (ഡ്രിസ്ൽ) *v.* rain in fine drops; മഴ ചാറുക; ചാററുക; ചാററമഴ.

droll (ഡ്രൗൽ) *adj.* odd; amusing; laughable; വികടമായ; വിനോദകരമായ.

drone (ഡ്രൗൺ) *n.* male of honey bee which does not work; idler; humming sound; instrument of humming; ആൺ തേനീച്ച; മടിയൻ; അലസൻ; പരോപജീവി; ഒരു സംഗീതോപകരണം; ഹുങ്കാരം; വിരസഭാഷണം.

droop (ഡ്രൂപ്പ്) *v.* sink or hang down; grow weak or faint; തല കുനിയുക; തല താഴുക; ചായുക; തൂങ്ങുക.

drop (ഡ്രോപ്പ്) *n.* a globule of liquid; a very small quantity; തുള്ളി; ഇററ്; ബിന്ദു; കണം; വീഴ്ച; പതനം; അല്പം; വളരെ ചെറിയ അളവ്; താഴെ ഇടുക; ഉപേക്ഷിക്കുക; **droppings** മൃഗകാഷ്ഠം; ചാണകം; *n.* **drop-out** സമൂഹത്തെ നിഷേധിക്കുകയോ സമൂഹത്താൽ നിഷേധിക്കപ്പെടുകയോ ചെയ്യുന്ന ആൾ.

dross (ഡ്രൊസ്) *n.* impurities of metals; refuse; worthless matter; കിട്ടം; മട്ട്; കറ; ലോഹമലം.

drought (ഡ്രൗട്ട്) *n.* continuous dry weather; വരൾച്ച; ജലദൗർലഭ്യം; മഴയില്ലായ്മ; കഠിനദാഹം.

drown (ഡ്രൗൺ) *v.t.* kill by placing under a fluid; overflow; submerge; overpower; മുക്കിക്കൊല്ലുക; നിമഗ്നമാക്കുക; കുടിച്ച് ദുഃഖം ശമിപ്പിക്കുക.

drowse (ഡ്രൗസ്) *n.* slight sleep; അല്പനിദ്ര; അരയുറക്കം.

drudge (ഡ്രജ്) *v.t.* work hard or slavishly; അടിമയെപ്പോലെ പണിയെടുക്കുക; വിടുപണിചെയ്തുഴലുക; *n.* **drudgery** കഠിനവും വിരസവുമായ ജോലി.

drug (ഡ്രഗ്) *n.* medicinal substance; narcotic; ഔഷധം; മരുന്ന്; മയക്കുമരുന്ന്; **drug addiction** മയക്കുമരുന്നുപയോഗിക്കുന്ന ശീലം.

drum (ഡ്രം) *n.* a musical instrument made of skin stretched over a round hollow frame; ചെണ്ട; മദ്ദളം; രണഭേരി; പടഹം; ഭേരീനാദം; ഭേരീരൂപമുള്ള വസ്തു; ഇരുമ്പുപീപ്പ; **drumstick** ചെണ്ടക്കോൽ; (in India) മുരിങ്ങക്കായ്.

drunk (ഡ്രങ്ക്) (*p.part.* of **drink**); കുടിച്ചു ലഹരിപിടിച്ച; ഉത്ക്കട വികാരാധീനനായ; *n.* **drunkard** മദ്യപാനി; കുടിയൻ.

dry (ഡ്രൈ) *adj.* (*comp.* **drier** or **dryer**; *supl.* **driest**) without moisture; withered; arid; rainless; cold; unfriendly; uninteresting; ഉണങ്ങിയ; വരണ്ട; വെള്ളം വററിയ; വാടിക്കരിഞ്ഞ; ഉണക്കുക; വരട്ടുക.

dual (ഡ്യൂഎ്ൽ) *adj.* twofold; of two; forming a pair; രണ്ടായ; ഇരട്ടയായ; ദ്വിവിധമായ.

dualism (ഡ്യൂഎ്ൽ-ഇസം) *n.* duality; twofold division; ദ്വന്ദ്വഭാവം; ദ്വന്ദ്വ ദൈവവിശ്വാസം; ദ്വൈതം.

dubious (ഡ്യൂബീയസ്) *adj.* hesitating; doubting; സന്ദിഗ്ദ്ധാർത്ഥമായ; സംശയാസ്പദമായ; സംശയാലുവായ.

duchess (ഡച്ചെസ്) *n.* duke's wife or widow; ഡ്യൂക്കിൻെറ ഭാര്യ; രാജപ്രഭുസ്ത്രീ; പ്രഭുപത്നി; പ്രഭ്വി.

duck (ഡക്) *n.* a water fowl with broad bills and short webbed feet; താറാവ്; വാത്ത്; പെൺതാറാവ്; **duckling** താറാവുകുഞ്ഞ്.

duct (ഡക്റ്റ്) *n.* channel or tube for conveying liquid; ജലക്കുഴൽ; ഓവ്; നാളം; ചാൽ.

due (ഡ്യൂ) *adj.* owed; payable as a debt or obligation; merited; കടമായ; ബാദ്ധ്യതയായി ചെല്ലേണ്ടുന്ന; നിയമാനുസാരമായി ലഭിക്കേണ്ടതായ; സമുചിതമായ; പ്രതീക്ഷിതമായ; വാഗ്ദാനം ചെയ്യപ്പെട്ട; കടം; കിട്ടാനുള്ളത്; കൊടുക്കേണ്ടത്; **in due course** കാലക്രമേണ; **in due time** യഥാകാലം.

duel (ഡ്യൂയ്‌യൽ) *n.* pre-arranged combat between two persons; ദ്വന്ദ്വയുദ്ധം.

duet (ഡ്യൂഎ്റ്റ്) *n.* (*mus.*) composition for two voices; യുഗ്മഗാനം; രണ്ടു പേർകൂടി പാടുന്ന പാട്ട്.

dug (ഡഗ്) *n.* udder; nipple; മുലക്കാമ്പ്; പശുവിൻ മുല.

duke (ഡ്യൂക്) *n.* highest hereditary title of nobility in England; ഇംഗ്ലണ്ടിലെ ഏറ്റവും ഉയർന്ന പ്രഭുപദവി.

dull (ഡൾ) *adj.* stupid; blunt; spiritless; not keen; monotonous; വിരസമായ; ശുഷ്ക്കമായ; മൂർച്ചയില്ലാത്ത; അവ്യക്തമായ; മുഷിഞ്ഞ; *n.* **dullard** മന്ദൻ; മുഠാളൻ.

duly (ഡ്യൂലി) *adv.* rightly; properly; fitly; ഉചിതമായി; ശരിയായി; ക്രമമായി; യോഗ്യമായി; പതിവുപോലെ.

dumb (ഡം) *adj.* unable to speak; inarticulate; ഊമയായ; രഹസ്യം പുറത്തുവിടാത്ത.

dummy (ഡമ്മി) *n.* object serving to replace real or normal one; പാവ; കോലം; പകരക്കാരൻ.

dump (ഡംപ്) *v.t.* throw down with a bang; deposit carelessly; തള്ളിയിടുക; ഒന്നായി ചൊരിയുക; ചവറുകൊണ്ടുക്കളയുക.

dunce (ഡൺസ്) *n.* one slow at learning; block head; മൂഢൻ; മന്ദബുദ്ധി.

dune (ഡ്യൂൺ) *n.* low sandy hill on sea coast; കടൽക്കരയിലെ മണൽക്കുന്ന്.

dung (ഡങ്) *n.* excrement of animals; മൃഗകാഷ്ഠം; പക്ഷിക്കാഷ്ഠം; ചാണകം; വളം.

dungeon (ഡൺജൻ) *n.* closed dark prison; underground cell; ഇരുട്ടറ; തുറുങ്ക്; നിലവറ.

duo (ഡ്വോ) *n.* duet; a song in two parts; രണ്ടു പേർ ചേർന്ന് പാടുന്ന പാട്ട്.

duodenum (ഡ്യൂഎ്ഡീനം) *n.* first portion of small intestine; ചെറുകുടലിൻെറ ആദ്യഭാഗം.

dupe (ഡ്യൂപ്) *n.* victim of deception;

duplex | dysentery 121

one too credulous; പച്ചപ്പരമാർത്ഥി; എളുപ്പം വഞ്ചിക്കപ്പെടുന്നയാൾ; ഭോഷൻ; പകരക്കാരൻ.

duplex (ഡ്യൂപ്ലെക്സ്) *adj.* double; twofold; ഇരട്ടയായ; രണ്ടു ഭാഗങ്ങളുള്ള.

duplicate (ഡ്യൂപ്ലിക്കേററ്) *adj.* double; twofold; തനിപ്പകർപ്പായ; ഇരട്ടിയായ; ഇരുമടങ്ങായ; ദ്വിവിധമായ.

duplicity (ഡ്യൂപ്ലിസിററി) *n.* double dealing; നേരുകേട്; കപടം; വഞ്ചന; വ്യാജം.

durable (ഡ്യൂറബ്ൾ) *adj.* lasting; നിലനില്ക്കുന്ന; സ്ഥിരതയുള്ള; തേഞ്ഞുമാഞ്ഞുപോകാത്ത.

duration (ഡ്യൂറെയ്ഷൻ) *n.* continuance in length of time; കാലദൈർഘ്യം; കാലയളവ്; നിലനില്ക്കുന്ന കാലം.

during (ഡ്യൂറിങ്) *prep.* throughout; in course of; കാലത്തിൽ; ഉള്ളിടത്തോളം; അത്രയും കാലം.

dusk (ഡസ്ക്ക്) *adj.* shadowy; slightly dark; ഇരുണ്ട; മങ്ങലായ; അല്പം ഇരുട്ടായ; സന്ധ്യ; സന്ധ്യാകാലം; സന്ധ്യാപ്രകാശം.

dust (ഡസ്ററ്) *n.* finely powdered earth or other matter; dead person's remains; ധൂളി; (gold dust, etc.); പൊടിപടലം; **dustbin** ചവററുവീപ്പ.

duty (ഡ്യൂട്ടി) *n.* moral or legal obligation; responsibility; assigned business; കർത്തവ്യം; സ്വധർമ്മം; ധാർമ്മികമായ കടമ; ചുമതല; ബാധ്യത; ചുങ്കം; നികുതി; മുദ്രവില; **import duty** ഇറക്കുമതിച്ചുങ്കം.

dwarf (ഡോ്വാർഫ്) *n.* person or animal much below ordinary size; pigmy; ഉയരം കുറഞ്ഞ ആളോ ജന്തുവോ വസ്തുവോ; വാമനൻ; ഹ്രസ്വകായൻ.

dwell (ഡ്വെൽ) *v.i.* (*p.t. & p. part.* **dwelt**, *pres.part.* **dwelling**) reside; to live; make one's abode; പാർക്കുക; താമസിക്കുക; വസിക്കുക; തങ്ങുക; ദീർഘമായി സംസാരിക്കുകയോ എഴുതുകയോ ചെയ്യുക.

dwindle (ഡ്വിൻഡ്ൽ) *v.* grow less; waste away; become small and insignificant; കുറഞ്ഞുവരിക; ക്രമേണ ക്ഷയിക്കുക; മെലിയുക.

dye (ഡൈ) *v.* give a new colour to; colour; stain; ചായമിടുക; പുതിയ നിറം കൊടുക്കുക.

dynamic (ഡൈനാമിക്) *adj.* of motive force; active; energetic; ശക്തിപരമായ; ഊർജ്ജസംബന്ധിയായ; ചലിക്കുന്ന ശക്തിയെക്കുറിച്ചുള്ള.

dynamite (ഡൈനമൈററ്) *n.* an explosive substance having eight times the power of gun powder; പാറയും മററും പൊട്ടിക്കാനുള്ള വെടിമരുന്ന്; അതിവിദാരണി.

dynamo (ഡൈനമൗ) *n.* a machine to convert mechanical energy into electrical energy; വിദ്യുച്ഛക്തി ജനകയന്ത്രം.

dynasty (ഡിന്നസ്റ്റി, ഡൈനസ്ററി) *n.* a line or family of hereditary rulers; വംശം; ഒരേ രാജവംശത്തിലെ രാജാക്കന്മാർ; വാഴ്ച.

dysentery (ഡിസെൻററി) *n.* bowel complaint with frequent mucus and blood discharges; ചളിയും ചോരയും മലത്തോടുകൂടിത്തന്നെ വെളിക്കു പോകുന്ന രോഗം; വയറുകടി.

Ee

E (ഈ) the fifth letter in the English alphabet; ഇംഗ്ലിഷ് അക്ഷരമാലയിലെ അഞ്ചാമത്തെ അക്ഷരം; സ്വരം.

each (ഈച്) *adj., adv. & pron.* every one of any number taken separately; ഓരോ; ഓരോന്ന്; ഓരോരുത്തൻ; വേറെ വേറെ; **each other** അന്യോന്യം.

eager (ഈഗ്ഗർ) *adj.* strongly desirous; fervid; keen; അത്യാശയോടുകൂടിയ; ആകാംക്ഷയുള്ള; ആസക്തിയുള്ള; തത്പരനായ.

eagle (ഈഗ്ൾ) *n.* a large bird with keen vision and powerful flight; കഴുകൻ; ഗരുഡൻ.

ear (ഈയർ) *n.* organ of hearing esp. external part of this; ചെവി; കാത്; ശ്രവണശക്തി; ശ്രവണപരമായ താൽപര്യം; **ear-ache** ചെവിക്കുത്ത്; **ear-drop** കാതിൽ തൂക്കിയിടുന്ന ആഭരണം; **ear-drum** കർണ്ണപുടം; ചെവിക്കല്ല്; **ear-phone** ചെവിയോടു ചേർത്തുവയ്ക്കുന്ന ടെലിഫോൺ റിസീവർ; **earwax** കർണ്ണമലം; ചെവിക്കായം.

earl (ഏൾ) *n.* (*fem.* **countess**) British noble man ranking between marquis and viscount; ഇംഗ്ലീഷ് പ്രഭു.

early (ഏർലി) *adj.* (*comp.* **earlier**; *superl.* **earliest**) in or before proper time; sooner than ordinary; നേരത്തേയുള്ള; നിശ്ചിത സമയത്തിനു മുൻപുള്ള; അതികാലത്തെയുള്ള.

earn (ഏൺ) *v.t.* gain by labour; to acquire; സമ്പാദിക്കുക; സമാർജിക്കുക; **earnings** വരവ്.

earnest (ഏണിസ്റ്റ്) *adj.* sincere; serious; zealous; കാര്യമായ; ഗൗരവമായ; മനസ്സുറച്ച; ദൃഢമായ; അചഞ്ചലമായ.

earth (ഏർത്ത്) *n.* globe we inhabit; land; ground; ഭൂമി; നിലം; തറ; മണ്ണ്; ലോകം; ജീവികൾ; ചരാചരങ്ങൾ; ഭൂമിയിൽ ഘടിപ്പിക്കുന്ന വൈദ്യുത കമ്പി; **down to earth** യാഥാർത്ഥ്യബോധമുള്ള; **earthen** മൺമയമായ; മണ്ണുകൊണ്ടുള്ള.

earthquake (ഏർത്ത്ക്വെയ്ക്) *n.* convulsion of earth's surface; ഭൂകമ്പം; ഭൂമി കുലുക്കം.

earthworm (എർത്ത്വേം) *n.* worm living in the soil; ഞാഞ്ഞൂൽ.

ease (ഈസ്) *n.* freedom from pain or trouble; relaxation; comfort; naturalness; സൗഖ്യം; ആശ്വാസം; സ്വസ്ഥത; അനായാസം; നിയന്ത്രണത്തിൽനിന്നു മോചിപ്പിക്കുക.

easel (ഈസ്ൽ) *n.* wooden frame to support picture; മുക്കാലി; ചിത്രപീഠം.

east (ഈസ്റ്റ്) *n.* point of horizon where the sun rises; oriental countries; കിഴക്കുദിക്ക്; പൗരസ്ത്യ രാജ്യങ്ങൾ.

Easter (ഈസ്റ്റർ) *n.* festival commemorating Christ's resurrection; ക്രിസ്തുവിൻെറ ഉയിർത്തെഴുന്നേല്പു തിരുനാൾ.

easy (ഈസി) *adj.* at ease; not difficult; not strict; സ്വസ്ഥമായ; നിർബാധമായ; അനായാസമായ; എളുപ്പമായ; നിഷ്പ്രയാസമായ; ക്ഷിപ്രസാധ്യമായ.

eat (ഈറ്റ്) *v.* (*p.t.* **ate**, *p.part.* **eaten**)

eau-de-Cologne | ecstasy 123

consume food; take a meal; consume; corrode; destroy gradually; തിന്നുക; ഭക്ഷിക്കുക; ഉണ്ണുക; കരണ്ടു തിന്നുക; നശിപ്പിക്കുക; തേഞ്ഞുപോകുക; ഇല്ലാതാകുക.

eau-de-Cologne (ഔ-ഡ്-ഡ-ക്ലൗൻ) *n.* kind of perfume; പെട്ടെന്ന് ആവിയാകുന്ന ഒരുതരം സുഗന്ധ ദ്രവ്യം.

eavesdrop (ഈവ്സ്ഡ്രോപ്) *n.* roof-water; ഇറവെള്ളം; *v.* overhear; ഒളിഞ്ഞുനിന്ന് അന്യരുടെ സംഭാഷണം കേൾക്കുക.

ebb (എബ്) *n.* the going back of the tide; decline; വേലിയിറക്കം; ഹാനി; നാശം; താഴ്ച.

ebony (എബ്ബെനി) *n.* hard heavy black wood; കരിന്താളി; കരിമരം.

ebullient (ഇബല്യൻറ്) *adj.* boiling; exuberant; over enthusiastic; തിളയ്ക്കുന്ന; തിളച്ചുപൊങ്ങുന്ന; അത്യുത്സാഹമുള്ള

eccentric (ഇക്സെൻട്രിക്) *adj.* departing from the centre; out of the usual course; odd; whimsical; കേന്ദ്രത്തിൽനിന്നു തെറ്റിയ.

ecclesia (ഇക്ലീസിയ) *n.* (*hist.*) regular assembly of citizens; Christian church; പൗരസഭ; ക്രിസ്തീയസഭ; ധാർമിക സംഘം.

echo (എക്കൗ) *n.* (*pl.* **echoes**) reflection of sound; close imitation or imitator; മാറ്റൊലി; പ്രതിധ്വനി; അനുകർത്താവ്.

eclair (ഇക്ലെയ്യർ) *n.* small finger-shaped pastry filled with chocolate; വിരലാകൃതിയുള്ള ഒരു തരം ചോക്കലേറ്റ് മിഠായി.

eclectic (ഇക്ലെക്റ്റിക്) *adj.* choosing the best out of things; ഉത്തമാംശങ്ങളെ തിരഞ്ഞെടുക്കുന്ന; *n.* ഉദ്ധാരകൻ.

eclipse (ഇക്ലിപ്സ്) *n.* obscuration of a heavenly body by interposition of another; ഗ്രഹണം; **solar eclipse** സൂര്യഗ്രഹണം; **lunar eclipse** ചന്ദ്രഗ്രഹണം.

eclogue (എക്ലൊഗ്) *n.* pastoral poem; ഇടയഗീതം; ആയർപാട്ട്.

ecology (ഈകോളജി) *n.* study of the influence of surroundings on living things; പരിതഃസ്ഥിതിവിജ്ഞാനം.

economic (ഈക്കണോമിക്, എക്കണോമിക്) *adj.* frugal; thrifty; rel. to economics; മിതവ്യയശീലമുള്ള; ദുർവ്യയം ചെയ്യാത്ത; സാമ്പത്തികമായ; അർത്ഥശാസ്ത്രവിഷയകമായ.

economics (ഇക്കണോമിക്സ്, എക്കണോമിക്സ്) practical science of production and distribution of wealth; ധനശാസ്ത്രം; സാമ്പത്തിക ശാസ്ത്രം.

economize (ഇക്കണോമൈസ്) *v.t.* use sparingly; reduce expenses; അല്പാല്പമായി വിനിയോഗിക്കുക; ദുർവ്യയം ചെയ്യാതിരിക്കുക.

economy (ഇക്കോണമി) *n.* administration of the material resources of an individual, community or country; ആയവ്യയ ഭരണം; മിതവ്യയത്വം.

ecosystem (ഈക്കൗസിസ്റ്റം) *n.* ecological unit consisting of a group of plants and animals interacting with each other and with their surroundings; പരസ്പരവും ചുറ്റുപാടുകളുമായും പ്രതികരിക്കുന്ന സസ്യങ്ങളും ജന്തുക്കളും അടങ്ങുന്ന പരിതഃസ്ഥിതിപരമായ ഏകകം.

ecstasy (എക്സ്റ്റസി) *n.* excessive

joy; great delight; ഹർഷോന്മാദം; പരമാനന്ദം; നിർവൃതി.

ecumenical (ഈക്യൂമെനിക്കൽ) *adj.* belonging to the whole Christian Church; എല്ലാ ക്രിസ്തീയസഭകൾക്കും പൊതുവായ.

eczema (എക്സിമ, ഇഗ്സീമ്മ) *n.* eruptive disease of skin; കരപ്പൻ; വരട്ടുചൊറി.

eddy (എഡി) *n.* whirlpool; whirlwind; നീർച്ചുഴി; ഗർത്തം; ചുഴലിക്കാറ്റ്.

Eden (ഈഡ്ൻ) *n.* garden of Adam and Eve; a paradise; ഏദൻതോട്ടം.

edge (എജ്) *n.* cutting side of a weapon; rim; border; sharpness of mind; critical position or moment; വായ്ത്തല; മുന; മൂർച്ച; കൂർത്തയറ്റം; അറ്റം; വരമ്പ്; സീമ; **have the edge on** (*coll.*) (മറ്റെയാളെക്കാൾ) അനുകൂലസ്ഥിതി ഉണ്ടായിരിക്കുക.

edible (എഡിബ്ൾ) *adj.* fit to be eaten; ഭക്ഷണയോഗ്യമായ; *n.* ഭക്ഷ്യം; ആഹാരത്തിനു പറ്റിയ വസ്തു.

edict (ഈഡിക്റ്റ്) *n.* ordinance by a sovereign; law; decree; രാജശാസനം; ശാസനപത്രം.

edifice (എഡിഫിസ്) *n.* large building; structure; വലിയ കെട്ടിടം; മണിമാളിക.

edify (എഡിഫൈ) *v.* to strengthen spiritually towards faith and holiness; ആത്മീയോന്നതി നേടുക; പ്രബുദ്ധത കൈവരുത്തുക.

edit (എഡിറ്റ്) *v.t.* prepare for publication; make up the final version; ഗ്രന്ഥ പരിശോധന നടത്തുക; പത്രാധിപത്യം നിർവ്വഹിക്കുക.

edition (എഡിഷൻ) *n.* form in which a literary work is published; പുസ്തകപ്പതിപ്പ്; സംശോധനം; ഒരു പ്രാവശ്യം അച്ചടിച്ച പ്രതികളുടെ എണ്ണം.

editor (എഡിറ്റർ) *n.* one who edits book, newspaper, periodical, etc.; ഗ്രന്ഥപരിശോധകൻ; പത്രാധിപർ.

educate (എജുക്കെയ്റ്റ്) *v.t.* bring up and instruct; teach; train; പഠിപ്പിക്കുക; വിദ്യ അഭ്യസിപ്പിക്കുക.

education (എജുക്കെയ്ഷൻ) *n.* systematic instruction; breeding discipline; training; വിദ്യാഭ്യാസം; പരിശീലനം; ശിക്ഷണം; അഭ്യസനം; അദ്ധ്യയനം; വിദ്യാദാനം; *adj.* **educational;** *n.* **educator**.

eel (ഈൽ) *n.* snake-like fish; മനഞ്ഞിൽ മത്സ്യം; ആരൽ; (*fig.*) വഴുതിമാറുന്നവൻ.

eerie (ഈറി) *adj.* exciting fear; ഭയാനകമായ, ഉഗ്രഭീകരവും ദുരൂഹവുമായ.

efface (ഇഫെയ്സ്) *v.t.* erase; wear away; remove from mind; മായ്ക്കുക; തുടച്ചുമാറ്റുക; നിഗ്രഹിക്കുക.

effect (ഇഫെക്റ്റ്) *n.* result; consequence; impression produced; purport; ഫലം; ഉദ്ദിഷ്ടസിദ്ധി; പ്രഭാവം; പ്രയോജനം; ഗുണം; ഉദ്ദേശ്യം; **with effect from** ഇന്ന സമയം തൊട്ട്; *adj.* **effective** ഫലപ്രദമായ.

effeminate (ഇഫെമിന്നെറ്റ്) *adj.* unmanly; womanish; weak; ആണത്തമറ്റ; സ്ത്രൈണമായ.

efficacious (എഫിക്കെയ്ഷസ്) *adj.* producing intended effect; ഫലവത്തായ; പ്രയോജനകരമായ.

efficiency (എഫിഷെൻസി) *n.* adequate fitness; കാര്യശേഷി; നൈപുണ്യം; ത്രാണി; വിചക്ഷണത; *adj.* **efficient**; *adv.* **efficiently**.

effigy (എഫിജി) *n.* a likeness figure of a person; പ്രതിരൂപം; വിഗ്രഹം; കോലം.

effluence (എഫ്ലുഎൻസ്) *n.* a flowing out; efflux; വ്യവസായശാലകളിൽ നിന്നും നദികളിലേക്ക് ഒഴുക്കിവിടുന്ന മലിനദ്രാവകം.

effort (എഫ്ഫർട്ട്) *n.* a putting forth of strength; attempt; പ്രയത്നം; പരിശ്രമം; ഉദ്യമം; സംരംഭം.

effuse (എഫ്യൂസ്) *v.* pour out; shed; spill; emanate; പ്രവഹിപ്പിക്കുക; ചിതറുക; ചൊരിയുക.

egalitarian (ഇഗാലിറ്റെയെറിയൻ) *adj. & n.* equalitarian; എല്ലാവർക്കും തുല്യാവകാശങ്ങൾ വേണമെന്നു വാദിക്കുന്ന.

egg (എഗ്) *n.* ovum; anything shaped like an egg; മുട്ട; അണ്ഡം; കോശം; (*zool.*) മുട്ടയുടെ ആകൃതിയുള്ളത്.

ego (ഈഗൗ) *n.* (*metaphys.*) the 'I' or self that which is conscious and thinks; അഹംബോധം; തന്നെപ്പറ്റി തനിക്കുള്ള ബോധം; അഹങ്കാരം; അഹന്ത; അഹങ്കാരതത്ത്വം; *n.* **egoist**; *adjs.* **egoistic**.

egotism (എഗൗട്ടിസം) *n.* too frequent use of 'I' and 'me'; self praise; 'ഞാൻ', 'എന്നെ', 'എന്റെ' എന്നീ വാക്കുകളുടെ അമിതപ്രയോഗം; ആത്മപ്രശംസ.

egress (ഈഗ്രസ്) *n.* act of going out; നിർഗമനം; പുറത്തേക്കുള്ള വഴി.

eight (എയ്റ്റ്) *n.* cardinal number one above seven; എട്ട് (8) എന്ന സംഖ്യ; എട്ടു തുഴയുള്ള ബോട്ട്.

eighteen (എയ്റ്റീൻ) *n.* eight and ten; പതിനെട്ട്; പതിനെട്ടെണ്ണം.

eighty (എയ്റ്റി) *n.* eight times ten; എൺപത്; എൺപതു വർഷം.

either (ഐദർ, ഈദർ) *adj. & pron.* the one or the other; one of two; each of two; രണ്ടിലൊന്ന്; രണ്ടാലൊന്ന്; രണ്ടിൽ ഒരാൾ; ഇതോ അതോ.

ejaculate (ഇജാക്യുലെയ്റ്റ്) *v.* utter with suddenness; eject; പെട്ടെന്നു വിളിച്ചുപറയുക; ബഹിർഗമിപ്പിക്കുക.

eject (ഈജെക്റ്റ്) *v.t.* cast out; turn out; expel; തള്ളിനീക്കുക; പുറത്താക്കുക; ഒഴിപ്പിക്കുക.

eke (ഈക്) *v.t.* add to; increase; supplement; കൂട്ടുക; വർദ്ധിപ്പിക്കുക.

elaborate (ഇലാബറെയ്റ്റ്) *v.t.* produce by labour; work out in detail; വിപുലീകരിക്കുക; വിശദാംശങ്ങളോടു കൂടി വിസ്തരിക്കുക.

elan (എയ്ലാൻ) *n.* vivacity; dash; impetuosity; ഉത്സാഹം; ആവേശം.

elapse (ഇലാപ്സ്) *v.i.* pass away silently; slip; കഴിഞ്ഞുപോകുക; കാലം കടന്നുപോകുക.

elastic (ഇലാസ്റ്റിക്) *adj.* springy; flexible; വലിച്ചാൽ നീളുന്നതും വിട്ടാൽ പൂർവ്വാകൃതി പ്രാപിക്കുന്നതുമായ.

elate (ഇലെയ്റ്റ്) *adj.* (*ar.*) exalted; in high spirits; സന്തോഷം നിറഞ്ഞു കവിഞ്ഞ; *n.* **elation**.

elbow (എൽബൗ) *n.* the joint where the arm bends; കൈമുട്ട്; കസേരക്കൈ.

elder (എൽഡർ) *adj.* (*opp.* to **younger**) older; senior; വയസ്സു മൂത്ത; ജ്യേഷ്ഠനായ പ്രമാണി; *n.* (*pl.*) **elders** ഗുരുജനങ്ങൾ.

elect (ഇലെക്റ്റ്) *v.t.* choose; select by vote; തിരഞ്ഞെടുക്കുക; വരിക്കുക; വോട്ടു ചെയ്ത് തിരഞ്ഞെടുക്കുക.

election (ഇലെക്ഷൻ) *n.* act of electing or choosing; തിരഞ്ഞെടുപ്പ്; വരിക്കൽ; *n.* **general election** പൊതുതിരഞ്ഞെടുപ്പ്; **by-election** ഉപതിരഞ്ഞെടുപ്പ്.

electoral (ഇലക്റ്ററൽ) *adj.* pert. to elections or electors; നിയോജക മണ്ഡലപരമായ; സമ്മതിദായകരെയോ തിരഞ്ഞെടുപ്പിനെയോ സംബന്ധിച്ച.

electric (ഇലെക്ട്രിക്) *adj.* pert. to electricity; charged with electricity; വിദ്യുച്ഛക്തി സംബന്ധമായ; വിദ്യുച്ഛക്തി ജന്യമായ; വിദ്യുത്ജനകമായ; ആലക്ട്രികമായ; *n.* **electricity** വിദ്യുച്ഛക്തി; ആലക്തികത; *v.* **electrify**; വിദ്യുച്ഛക്തി കടത്തുക; **electrification** വൈദ്യുതീകരണം; **electrocute** വിദ്യുച്ഛക്തി പ്രയോഗിച്ചു വധിക്കുക.

electron (ഇലക്ട്രോൺ) *n.* a minute particle charged with electricity; വൈദ്യുതി ആധാനം ചെയ്തിട്ടുള്ള സൂക്ഷ്മകണം.

electronic (ഇലക്ട്രോണിക്) *adj.* pert. to electrons; ഇലക്ട്രോണുകളെ സംബന്ധിച്ച; ഇലക്ട്രോണിക് ശാസ്ത്രത്തെ സംബന്ധിച്ച; *n.* **electronics**.

electronic mail/e-mail (ഇലക്ട്രോണിക് മെയിൽ/ഇ-മെയിൽ) *n.* (computer) messages exchanged between computers connected to a network ഒരു ശൃംഖലയിൽ കംപ്യൂട്ടറുകൾ തമ്മിൽ അയയ്ക്കുന്ന സന്ദേശങ്ങൾ.

elegance (എലിഗൻസ്) *n.* beauty of propriety; grace; refinement; സുഭഗത; ചാരുത്വം; ശോഭ; ഭംഗി; സൗന്ദര്യം; *adj.* **elegant**.

elegy (എലിജി) *n.* mournful poem; funeral song; വിലാപകാവ്യം; ശോകഗാനം.

element (എലിമെൻറ്) *n.* essential part of anything; a first principle; ഘടകാംശം; മൂലതത്ത്വം; അംശം.

elemental (എലിമെൻറൽ) *adj.* pert. to the elements or powers of nature; rudimentary; അഗ്നി, വായു, ഭൂമി, ജലം എന്നിവയെക്കുറിച്ചുള്ള.

elementary (എലിമെൻററി) *adj.* primary; rudimentary; pert. to the elements; പ്രഥമമായ; പ്രാഥമികമായ.

elephant (എലിഫെൻറ്) *n.* huge quadruped with proboscis and two ivory tusks; ആന; ഗജം.

elephantiasis (എലിഫൻടിയാസിസ്) *n.* a disease which causes the limbs to be enlarged; മന്തുരോഗം.

elevate (എലിവെയ്റ്റ്) *v.t.* raise to a higher state; exhilarate; improve; ഉയർത്തുക; പൊന്തിക്കുക; കയറ്റം കൊടുക്കുക; ഔന്നത്യം നൽകുക.

elevation (എലിവെയ്ഷൻ) *n.* the act of raising; exaltation; a rising ground; height; ഉയർത്തൽ; ആരോഹണം; ഉച്ച പദപ്രാപ്തി; ഉയർച്ച.

eleven (ഇലെവ്ൻ) *adj. & n.* the cardinal number next above ten; 11 എന്ന അക്കം; പതിനൊന്നുമണി.

elf (എൽഫ്) *n.* (*pl.* **elves**) a supernatural being; a tricky fairy; അമാനുഷജീവി; പാശ്ചാത്യരുടെ കുട്ടിച്ചാത്തൻ; വികൃതി; കുസൃതിക്കാരൻ; ചെറിയ മാലാഖ.

elicit (ഇലിസിറ്റ്) *v.t.* draw forth; evoke; വെളിപ്പെടുത്തുക; വെളിയിൽ വരുത്തുക.

eligible (എലിജിബൾ) *adj.* fit or worthy to be chosen; qualified; വരണയോഗ്യതയുള്ള; *n.* **eligibility**.

eliminate | embarrass 127

eliminate (ഇലിമിനെയ്റ്റ്) *v.t.* remove; get rid of; expel waste matter; ഉപേക്ഷിക്കുക; വിട്ടുകളയുക; നിരാകരിക്കുക; ഒഴിവാക്കുക; *n.* **elimination** ഒഴിവാക്കൽ.

elite (എയ്ലീറ്റ്) *n.* the best part of a society; a select body; പ്രമാണിവർഗം; ശ്രേഷ്ഠവിഭാഗം; *n.* **elitism**.

elixir (ഇലിക്സിർ) *n.* a liquor to prolong life indefinitely; മൃതസഞ്ജീവനി; അമൃതം.

elk (എൽക്ക്) *n.* the largest species of deer; മലമാൻ; മ്ലാവ്; കാട്ടുപശു (*pl.* **elk**).

ellipse (ഇ(എ)ലിപ്സ്) *n.* oval figure; കോഴിമുട്ടയുടെ രൂപം; അണ്ഡവൃത്തം.

elliptical (എലിപ്ടിക്കൽ) *adj.* oval; pert. to ellipsis; അണ്ഡാകൃതിയായ; വർത്തുളപ്രായമായ.

elocution (എല്ലെക്യൂഷൻ) *n.* act of effective speaking; eloquence; പ്രസംഗകല; വാഗ്ധാടി.

elongate (ഇലൊങ്ഗെയ്റ്റ്) *v.* lengthen; prolong; നീട്ടുക; ദീർഘിപ്പിക്കുക.

elope (ഇലൗപ്) *v.i.* escape privately esp. with a lover; abscond; ഒളിച്ചോടുക; കാമുകനോടൊന്നിച്ച് ഒളിച്ചോടുക.

eloquence (എല്ലെക്വൻസ്) *n.* persuasive speech; oratory; ഒഴുക്കും ശക്തിയും സമുചിതത്വവുമുള്ള വാക്പ്രയോഗം; വാഗ്മിത്വം; വചോവിലാസം.

else (എൽസ്) *adv.* other; in addition or instead; മറ്റു; വേറെ; വ്യതിരിക്തമായ; കൂടാതെ; പുറമെ; മാത്രമല്ല; എന്നുതന്നെയല്ല; അന്യഥാ.

elucidate (ഇല്യുസിഡെയ്റ്റ്) *v.t.* make lucid or clear; illustrate; സ്പഷ്ടമാക്കുക; തെളിയിക്കുക; വ്യാഖ്യാനിക്കുക.

elude (ഈല്യൂഡ്) *v.t.* escape by stratagem; baffle; evade; ഒഴിഞ്ഞുമാറുക; പിടിയിൽനിന്നു തെന്നിമാറുക; പിടി കൊടുക്കാതിരിക്കുക.

emaciate (ഇമെയ്ഷിയെയ്റ്റ്) *v.* lose flesh gradually; make lean; മെലിയുക; ക്ഷയിക്കുക; ശോഷിക്കുക.

emanate (എമനെയ്റ്റ്) *v.i.* flow out of; proceed from some source; originate; ബഹിർഗമിക്കുക; ഉത്ഭവിക്കുക; നിർഗമിക്കുക; പ്രസരിക്കുക.

emancipate (ഇമാൻസിപെയ്റ്റ്) *v.t.* set free from restraint or bondage; സ്വാതന്ത്ര്യം നൽകുക; തടവിൽനിന്നും വിടുക; മോചിപ്പിക്കുക.

emasculate (ഇമാസ്ക്യുലെയ്റ്റ്) *v.t.* castrate; deprive of masculine vigour; ഷണ്ഡനാക്കുക; വരിയുടയ്ക്കുക; വീര്യം നശിപ്പിക്കുക; *n.* **emasculation** വരിയുടയ്ക്കൽ.

embalm (ഇംബാം) *v.t.* preserve dead body from decay; ശവം സുഗന്ധതൈലങ്ങളിട്ടു സൂക്ഷിക്കുക.

embank (ഇംബാങ്ക്) *v.t.* raise a mound; bank up; ചിറകെട്ടുക; വരമ്പിടുക; *n.* **embankment** ചിറ.

embargo (ഇംബാർഗൗ) *n.* (*pl.* **embargoes**) prohibition of ships from sailing; കപ്പലിനെ തടുത്തുവെക്കൽ; കപ്പലുകൾക്കു നൽകുന്ന ഗതാഗതനിരോധനാജ്ഞ.

embark (ഇംബാർക്ക്) *v.* put on board ship; engage; ചരക്ക് കപ്പലിൽ കയറ്റുക; കപ്പലിൽ കയറുക.

embarrass (ഇംബാരസ്) *v.t.* encumber; puzzle; involve in difficulties; perplex; വിഷമിപ്പിക്കുക; ശല്യപ്പെടു

ത്തുക; അമ്പരപ്പിക്കുക; വല്ലായ്മ വരുത്തുക; ലജ്ജിതനാക്കുക; *n.* **embarrassment**.

embassy (എംബസി) *n.* ambassador's office or residence; നയതന്ത്ര കാര്യാലയം.

embed (imbed) (ഇംബെഡ്) *v.t.* place in a mass of matter; lay as in a bed; (തടത്തിലും മറ്റും) ആഴ്ത്തുക; കുഴിച്ചിടുക.

embellish (ഇംബെലിഷ്) *v.t.* decorate; make beautiful with ornaments; അലങ്കരിക്കുക; വിതാനിക്കുക; മോടിപിടിപ്പിക്കുക; *n.* **embellishment**.

ember (എംബ്ബർ) *n* (*usu. pl.*) red hot ashes; കനൽ; തീക്കട്ട; ചാമ്പലുകൊണ്ടു മൂടപ്പെട്ട അഗ്നി.

embezzle (ഇംബെസ്ൽ) *v.t.* misappropriate what has been entrusted; വിശ്വസിച്ചേല്പിച്ച പണം അപഹരിക്കുക; വ്യാജമായി ധനം കൈപ്പറ്റുക.

emblem (എംബ്ലം) *n.* a symbolic representation; a badge; ചിഹ്നം; മുദ്ര; ബാഡ്ജ്; പതാക; അടയാളം.

embody (ഇംബൊഡി) *v.t.* form into a body; make tangible; മൂർത്തമാക്കുക; ആശയത്തിനു മൂർത്തരൂപം നൽകുക; *n.* **embodiment** മൂർത്തീകരണം.

emboss (ഇംബൊസ്) *v.t.* mould in relief; എഴുന്നുനിൽക്കുക; രൂപചിത്രണം ചെയ്യുക.

embrace (ഇംബ്രെയ്സ്) *v.* take in the arms; press to the bosom with affection; ആശ്ലേഷിക്കുക; പുണരുക; കൈക്കൊള്ളുക; അംഗീകരിക്കുക; *n.* ആശ്ളേഷം; ആലിംഗനം.

embroider (ഇംബ്രൊയ്ഡർ) *v.t.* adorn cloth with figures of needle work; വസ്ത്രങ്ങളിൽ ചിത്രത്തയ്യൽ വേല ചെയ്യുക; *n.* **embroidery**.

embryo (എംബ്രിയൗ) *n.* first rudiments of an animal in the womb; ഗർഭപിണ്ഡം; ഭ്രൂണം; ബീജാങ്കുരം.

emerald (എമറൾഡ്) *n.* bright green precious stone; പച്ചക്കല്ല്; മരതകം.

emerge (ഇമേർജ്) *v.i.* rise; come forth; appear; come to notice; ആവിർഭവിക്കുക; ഉയർന്നുവരിക.

emergency (എമെർജെൻസി) *n.* unexpected casualty; exigency; അടിയന്തരാവസ്ഥ; വിപത്ഘട്ടം; പെട്ടെന്നു ചികിത്സിക്കേണ്ട അവസ്ഥ.

emigrate (എമിഗ്രെയ്റ്റ്) *v.* leave one country to settle in another; വിദേശത്തു കുടിയേറിപ്പാർക്കുക; *n.* **emigration** കുടിയേറിപ്പാർപ്പ്.

eminence (എമിനെൻസ്) *n.* lofty position; a rising ground; ഔന്നത്യം; ശ്രേഷ്ഠത; ഉന്നതപദം.

eminent (എമിനെൻറ്) *adj.* distinguished; exalted in rank; ഉത്തുംഗമായ; മഹനീയമായ; ശ്രേഷ്ഠമായ.

emir (എമീറ്യർ) *n.* Arab prince or governor; chieftain; അമീർ; നായകൻ; അറബിരാജാവ്.

emission (എമിഷൻ) *n.* the act of emitting; discharge of semen; ഉദ്വമനം; ചൂട് മുതലായവയെ പുറത്തേക്ക് വിടൽ.

emit (ഇമിറ്റ്) *v.* send out; give out; വെളിയിലേക്ക് വിടുക; വിസർജ്ജിക്കുക.

emolument (ഇമൊള്യുമെൻറ്) *n.* salary; fees; income; ശമ്പളം; വേതനം; പ്രതിഫലം.

emotion (ഇമൗഷൻ) *n.* excited mental state; a moving of the feelings;

മാനസികവിക്ഷോഭം; വികാരം; ഭാവം; സംഭ്രമം; *adj.* **emotional**.

empathy (എംപതി) *n.* power of entering into another's personality and imaginatively experiencing his experience; തൻമയീഭാവശക്തി; മറ്റൊരുവൻെറ വ്യക്തിത്വവുമായി താദാത്മ്യം നേടാനുള്ള കഴിവ്.

emperor (എംപ്പെററ്) *n.* supreme monarch of an empire; ചക്രവർത്തി; സമ്രാട്ട്; **empress** ചക്രവർത്തിനി.

emphasis (എംഫസിസ്) *n.* (*pl.* **emphases**) special force of voice; ഊന്നിപ്പറയൽ; ഊന്നി ഉച്ചരിക്കൽ.

emphasize (എംഫെസൈസ്) *v.* lay stress on; make emphatic; ഉറപ്പിച്ചു പറയുക; ഊന്നിപ്പറയുക; *adj.* **emphatic**.

empire (എംപയ്യെർ) *n.* territory of an emperor; absolute control; സാമ്രാജ്യം.

empiric, empirical (എംപിറിക്, എംപിറിക്കൽ) *adjs.* resting on trial or experience; അനുഭവസിദ്ധമായ; അനുഭവമാത്രമായ; പ്രയോഗൈക വിഷയകമായ.

employ (ഇംപ്ളോയ്) *v.t.* occupy time or attention of; give work to; ജോലിയിൽ ഏർപ്പെടുത്തുക; നിയമിക്കുക; ജോലി ചെയ്യിക്കുക; വിനിയോഗിക്കുക; പ്രയോഗിക്കുക; **employee**; തൊഴിലാളി; **employer**; തൊഴിലുടമ; *n.* **employment** ജോലി.

emporium (ഇംപോറിയം) *n.* a commercial centre; a big shop; a mart; വാണിജ്യകേന്ദ്രം; വർത്തകശാല.

empower (ഇംപവർ) *v.t.* authorise; അധികാരപ്പെടുത്തുക; ചുമതലപ്പെടുത്തുക.

empty (എംപ്റ്റി) *adj.* containing nothing; devoid of qualities; ignorant; useless; ഒഴിഞ്ഞ; ശൂന്യമായ; പൊള്ളയായ; *v.* ഒന്നുമില്ലാതാക്കുക; ശൂന്യമാക്കുക.

emu (ഈമ്യൂ) *n.* Australian running bird; ആസ്ത്രേലിയൻ ഒട്ടകപ്പക്ഷി.

emulate (എമ്യൂലെയ്റ്റ്) *v.t.* try to equal or excel; imitate; കിടമത്സരത്തിലേർപ്പെടുക; അന്ധമായി അനുകരിക്കുക.

emulsion (ഇമൾഷൻ) *n.* medicinal preparation; ഔഷധക്കുഴമ്പ്.

enable (ഇനെയ്ബ്ൾ) *v.t.* make able; empower; render fit; കഴിവുണ്ടാക്കുക; പ്രാപ്തനാക്കുക.

enact (ഇനാക്റ്റ്) *v.t.* establish by law; perform; act the part of; നിയമമാക്കുക; നിയമം നിർമ്മിക്കുക; നിർവ്വഹിക്കുക.

enamel (ഇനാമൽ) *n.* vitrified coating; any glossy coating; കാചദ്രവ്യം; പളുങ്കുപാത്രം.

enamour (ഇനാമർ) *v.t.* (*esp. in p.part.*) inflame with love; charm; പ്രേമം ജനിപ്പിക്കുക; ഭ്രമിപ്പിക്കുക.

encapsulate (ഇൻകാപ്സ്യുലെയ്റ്റ്) *v.* enclose in a capsule; summarize; കോശത്തിൽ ഒതുക്കുക; സംക്ഷേപിക്കുക.

encase (ഇൻകെയ്സ്) *v.t.* enclose in a case; ഉറയിലിടുക.

encash (ഇൻകാഷ്) *v.t.* convert (bills, etc.) into cash; ബിൽ; (ചെക്കും മറ്റും) പണമായി മാറ്റുക.

enchant (ഇൻചാൻറ്) *v.t.* practise sorcery on; subdue by charms; fascinate; മന്ത്രംകൊണ്ട് (എന്നപോലെ) വശീകരിക്കുക; *n.* **enchantment**.

encircle (ഇൻസേർക്ക്ൾ) *v.t.* surround; encompass; വലയംചെയ്യുക; വളയുക.

enclose, inclose (ഇൻക്ലൗസ്) *v.t.* close or shut in; envelop; വലയിതമാക്കുക; അടക്കംചെയ്യുക; അടച്ചുകെട്ടുക; *n.* **enclosure**; വേലിക്കെട്ടിനുള്ളിലെ സ്ഥലം.

encode (ഇൻകൗഡ്) *v.* put a message into code; ഒരു സന്ദേശത്തെ കോഡ് (രഹസ്യ) ഭാഷയിലാക്കുക.

encompass (ഇൻകംപ്പസ്) *v.t.* surround; വളയുക; ചുറ്റും വ്യാപിക്കുക; വലയം ചെയ്യുക.

encounter (ഇൻകൗണ്ടർ) *n.* unexpected meeting; fight; കൂടിക്കാഴ്ച; യാദൃച്ഛികദർശനം; എതിരിടൽ; കൂട്ടിമുട്ടൽ; സമാഗമം.

encourage (എൻകറിജ്) *v.t.* put courage in; inspire; incite; പ്രോത്സാഹിപ്പിക്കുക; ധൈര്യം പകരുക; പ്രേരിപ്പിക്കുക; ഉത്തേജിപ്പിക്കുക; *n.* **encouragement**.

encroach (ഇൻക്രൗച്) *v.i.* intrude usurpingly; trespass; അതിക്രമിക്കുക; കൈയേറുക; *n.* **encroachment**.

encumber (ഇൻകംബ്ബർ) *v.t.* impede the motion of; burden; തടസ്സമുണ്ടാക്കുക; ഭാരം ചുമത്തുക; (*leg.*) വസ്തുവിൻമേൽ കടം ചുമത്തുക.

encyclopaedia, encyclopedia (ഇൻസൈക്ക്ലപീഡിയ) *n.* book of universal information generally alphabetically arranged; വിശ്വവിജ്ഞാനകോശം.

end (എൻഡ്) *n.* termination; last point or portion; limit; death; remnant; അറുതി; അവസാനം; അതിര്; അവസാനഘട്ടം; പ്രയോജനം; ലക്ഷ്യം; ഉദ്ദേശ്യം; വിനാശം; പതനം; **end-game** ചെസ് കളിയിലെയും മറ്റും അവസാനഘട്ടം; **end up** അവസാനിപ്പിക്കുക.

endanger (ഇൻഡെയഞ്ജർ) *v.t.* imperil; risk; അപകടത്തിലാക്കുക; *n.* **endangerment**.

endear (ഇൻഡീയർ) *v.t.* make dear or more dear; സ്നേഹമുണർത്തുക; സ്നേഹപാത്രമാക്കുക.

endeavour (ഇൻഡെവർ) *n.* exertion of powers; attempt; effort; പരിശ്രമം; യത്നം; ഉദ്യമം; ഉത്സാഹം; സമാരംഭം.

endemic (എൻഡെമിക്) *adj.* peculiar to a people, locality, or region; ഒരു പ്രത്യേക ജനതയെയോ സ്ഥലത്തെയോ ദേശത്തെയോ സംബന്ധിച്ച.

endorse (ഇൻഡോർസ്) *v.t.* assign by writing on the back of; ratify; give sanction to; മേലൊപ്പുവയ്ക്കുക; അംഗീകരിച്ച് ഒപ്പിടുക; *n.* **endorsement** അംഗീകാരം; മേലൊപ്പുവയ്ക്കൽ.

endow (ഇൻഡൗ) *v.t.* make pecuniary provision for; enrich with any gift or faculty; ധനം നല്കുക; സംഭാവന ചെയ്യുക; സ്വത്തവകാശം നല്കുക; ആനുകൂല്യങ്ങൾ അനുവദിക്കുക.

endurance (ഇൻഡ്യുഎ്റൻസ്) *n.* power of bearing; patience; toleration; സഹനശക്തി; സഹിഷ്ണുത.

endure (ഇൻഡ്യുഎ്ർ) *v.* remain firm; bear without sinking; tolerate; ഉറച്ചുനില്ക്കുക; നശിച്ചുപോകാതെ ഒരേ സ്ഥിതിയിലിരിക്കുക; സഹിക്കുക.

enema (എനിമ) *n.* process of injecting a fluid into the rectum; an instrument for this process; വസ്തിപ്രയോഗം; വിരേചനത്തിനു ഗുദദ്വാരംവഴി മരുന്നു കടത്തുന്ന ഉപകരണം; വസ്തികർമ്മം.

enemy | enlighten 131

enemy (എനിമി) *n.* hostile person or force; a foe; opponent; adversary; ശത്രു; ശത്രുസേന; ശത്രുക്കൾ; വിരോധി; വൈരി; *n.* **enmity** ശത്രുത.

energetic (എനെർജെറ്റിക്) *adj.* active; forcible; effective; കർമ്മോദ്യുക്തനായ; ഉത്സാഹമുള്ള.

energy (എനെർജി) *n.* power of doing work; vigour; power exerted; force; spirit; ഊക്ക്; പ്രവർത്തനശക്തി; കാര്യനിർവ്വഹണശക്തി; ഊർജ്ജം.

enforce (ഇൻഫോർസ്) *v.t.* urge; put in force; impress; compel; നിർബന്ധിക്കുക; ബലം പ്രയോഗിച്ചോ ഭീഷണിപ്പെടുത്തിയോ നടപ്പിൽ വരുത്തുക; സമർത്ഥിപ്പിക്കുക.

engage (ഇൻഗെയ്ജ്) *v.* bind by contract or promise (esp. of marriage); ഉടമ്പടി ചെയ്യുക; കരാർ മുഖേന സമ്മതിക്കുക; ഉറപ്പുകൊടുക്കുക; വിവാഹം കഴിക്കാമെന്ന് ഉറപ്പു കൊടുക്കുക; എതിരിടുക.

engine (എൻജിൻ) *n.* a mechanical contrivance, esp. a complex piece of machinery; യന്ത്രം; പ്രവർത്തനയന്ത്രം; എൻജിൻ.

engineer (എൻജിനിയ്യർ) *n.* one who designs, constructs or puts to practical use engines or machinery; യന്ത്രവിദ്യാവിദഗ്ദ്ധൻ; എഞ്ചിനീയർ; യന്ത്രശാസ്ത്രജ്ഞൻ; യന്ത്രനിർമ്മാതാവ്.

English (ഇംഗ്ലിഷ്) *adj.* pert. to England or its inhabitants or language; ഇംഗ്ലണ്ടിനെയോ ഇംഗ്ലിഷുകാരെയോ ഇംഗ്ലിഷ് ഭാഷയെയോ സംബന്ധിച്ച; *n.* language spoken in the British Isles, etc.; ഇംഗ്ലിഷ് ഭാഷ; **the English** (*pl.*) ഇംഗ്ലിഷുകാർ.

engorge (ഇൻഗോർജ്) *v.* devour; glut; feed voraciously; ആർത്തിയോടെ വാരിത്തിന്നുക; വിഴുങ്ങുക.

engrave (ഇൻഗ്രെയ്വ്) *v.t.* cut figures, letters, etc. on stone, metal, etc.; കൊത്തുവേല ചെയ്യുക; മുദ്രണം ചെയ്യുക; മനസ്സിൽ ദൃഢമായി പതിക്കുക.

engross (ഇൻഗ്രൗസ്) *v.* copy in a large hand; absorb whole attention or time; (രേഖ) വലിയ അക്ഷരങ്ങളിലെഴുതുക; അപഹരിക്കുക; ഗ്രസിക്കുക; മുഴുവൻ ശ്രദ്ധയും സമയവും അപഹരിക്കുക.

enhance (ഇൻഹാൻസ്) *v.t.* increase; intensify; വർദ്ധിപ്പിക്കുക; അധികമാക്കുക.

enigma (ഇനിഗ്മ) *n.* a riddle; puzzle; a statement with a hidden meaning; പ്രഹേളിക; വിഷമപ്രശ്നം; സമസ്യ; ഗൂഢാർത്ഥവാക്യം; *adj.* **enigmatic** ദുർഗ്രഹമായ.

enjoin (ഇൻജോയ്ൻ) *v.t.* order; direct with authority; ആജ്ഞാപിക്കുക; നിർദ്ദേശിക്കുക.

enjoy (ഇൻജോയ്) *v.* delight in; take pleasure; feel with pleasure; സുഖിക്കുക; അനുകൂലഫലമനുഭവിക്കുക; ആസ്വദിക്കുക.

enkindle (ഇൻകിൻഡ്ൽ) *v.* set on fire; inflame; rouse; തീപിടിപ്പിക്കുക; ഉത്തേജിപ്പിക്കുക.

enlarge (ഇൻലാർജ്) *v.* make wider; increase in size; expand; വലുതാക്കുക; ദീർഘിപ്പിക്കുക; വർദ്ധിപ്പിക്കുക.

enlighten (ഇൻലൈറ്റൻ) *v.t.* impart knowledge or information to; അറിയിക്കുക; പരിജ്ഞാനം നൽകുക; അറിവുണ്ടാക്കുക; ബോധ

ദീപ്തമാക്കുക; *n.* **enlightenment** പ്രബോധോദയം.

enlist (ഇൻലിസ്റ്റ്) *v.* enrol; engage as a soldier; പട്ടികയിൽ പേരു ചാർത്തുക; പട്ടാളത്തിൽ ചേർക്കുക.

enliven (ഇൻലൈവ്ൻ) *v.* put life into; make cheerful; ചൈതന്യം വരുത്തുക; ഉല്ലാസം പകരുക.

enmity (എൻമിറ്റി) *n.* hostility; hatred; ill-will; വിരോധം; വിദ്വേഷം; ശത്രുഭാവം.

enormity (ഇനോർമിറ്റി) *n.* hugeness; state of being excessively large; a great crime; ആധിക്യം; ബൃഹത്ത്വം; ഭീമാകാരം; കൊടുംപാതകം; *adj.* **enormous.**

enough (ഇനഫ്) *adj.* as much as need be; sufficient; ആവശ്യത്തിനും മതിയായ; പര്യാപ്തമായ; വേണ്ടുവോളമുള്ള; യഥേഷ്ടമുള്ള; തൃപ്തികരമായ; *n.* **enough** തൃപ്തി; പൂർത്തി; **curiously enough** 'വിചിത്രമെന്നു പറയട്ടെ'; **enough is enough** മതി, കൂടുതലൊന്നും പറയേണ്ടതില്ല.

enrage (ഇൻറെയ്ജ്) *v.t.* make angry; കുപിതനാക്കുക; ക്ഷുബ്ധനാക്കുക.

enrich (ഇൻറിച്ച്) *v.t.* make rich; fertilize; enhance; fill with knowledge; സമ്പന്നനാക്കുക; സമ്പുഷ്ടമാക്കുക; ഗുണപുഷ്കലമാക്കുക.

enrol (ഇൻറോൾ) *v.t.* (*also* **enroll**) insert in a roll; enlist; പട്ടികയിൽ ചേർക്കുക; പേരെഴുതുക; ഒരു സംഘത്തിൽ അംഗമായി ചേർക്കുക.

enroute (ഒൺറൂട്ട്) *adv.* on the road; പോകുന്ന വഴിക്ക്; വഴിമദ്ധ്യേ.

ensemble (ഒൺസൊംബ്ൾ) *n.* all parts of a thing taken together; സമഷ്ടി; (മുഴുവനും) ഘടകങ്ങൾ ഒന്നുചേർന്നത്.

enshrine (ഇൻഷ്റൈൻ) *v.t.* enclose as in a shrine; preserve with affection; പുണ്യസ്ഥലത്ത് പ്രതിഷ്ഠിക്കുക; മനസ്സിൽ പ്രതിഷ്ഠിക്കുക.

ensue (ഇൻസ്യൂ) *v.* (*pres.part.* **ensuing**); follow as a consequence; result; (തുടർന്ന്, ഫലമായി) സംഭവിക്കുക; തുടർന്നു വരിക.

ensure (ഇൻഷൂഎ്ർ, ഇൻഷോർ) *v.t.* make sure; make safe from risks; ഉറപ്പു വരുത്തുക; സുരക്ഷിതമാക്കുക.

entail (ഇൻറെയ്ൽ) *n.* settlement of succession of landed estate; inalienable inheritance; പ്രത്യേക പിൻതുടർച്ചാക്രമം; ദാനവിക്രയാദി അധികാരങ്ങളില്ലാതെ തലമുറയായി അനുഭവിക്കുന്നതിനു നൽകിയ സ്വത്ത്.

entangle (ഇൻറാങ്ഗ്ൾ) *v.t.* twist into a tangle; ensnare; കുടുക്കുക; അകപ്പെടുത്തുക.

enter (എൻറർ) *v.* go or come in; penetrate; insert name; come upon the stage; പ്രവേശിക്കുക; അകത്തുകടക്കുക; കടന്നുചെല്ലുക; രംഗപ്രവേശം ചെയ്യുക; തുടങ്ങുക; കടത്തുക; അംഗമായി ചേർക്കുക.

enterprise (എൻറർപ്രൈസ്) *n.* an undertaking; initiative; a business concern; ഉദ്യമം; സംരംഭം; സാഹസികത; ധീരകൃത്യം; വ്യവസായസ്ഥാപനം.

entertain (എൻറർറ്റെയ്ൻ) *v.t.* treat hospitably; amuse; സത്കരിക്കുക; സ്വീകരിക്കുക; അതിഥിസേവ ചെയ്ക; വിരുന്നു നൽക; വിനോദിപ്പിക്കുക; ആലോചനയ്ക്കെടു

enthral | envoy 133

ക്കുക; *n.* **entertainment** ഉപചരണം; ആതിഥ്യം.

enthral (ഇൻത്രോൾ) *v.t.* (*passive*) captivate; charm; വശീകരിക്കുക; അടിമയാക്കുക.

enthrone (ഇൻത്രൗൻ) *v.t.* place on a throne; വാഴിക്കുക; പട്ടാഭിഷേകം ചെയ്യുക.

enthuse (ഇൻത്യൂസ്) *v.* (*coll.*) become zealous; make enthusiastic; ആവേശം കാണിക്കുക; *n.* **enthusiasm**; അത്യുത്സാഹം; അത്യാസക്തി; ആവേശം.

entice (ഇൻറൈസ്) *v.t.* allure; induce by exciting hope or desire; tempt; മയക്കുക; വശീകരിക്കുക; ആശ കാട്ടി മോഹിപ്പിക്കുക.

entire (ഇൻറൈയ്യർ) *adj.* whole; complete; intact; നിശ്ശേഷമായ; സമ്പൂർണ്ണമായ; സമഗ്രമായ; സമസ്തമായ.

entitle (എൻറൈറ്റ്ൽ) *v.t.* give right or claim to; give a title to; അവകാശിയാക്കുക; സ്ഥാനപ്പേരു നൽകുക.

entity (എൻറ്റിറ്റി) *n.* being; existence; സത്ത; അസ്തിത്വം; വസ്തു.

entomology (എൻറമൊളജി) *n.* the science of insects; ഷട്പദവിജ്ഞാനീയം.

entrails (എൻട്രെയ്ൽസ്) *n.* (*pl.*) the bowels; inside of anything; കുടൽമാല; ആന്ത്രം; അന്തർഭാഗം.

entrance (എൻട്രൻസ്) *n.* act of entering; doorway; coming upon the stage; പ്രവേശിക്കൽ; പ്രവേശം; രംഗപ്രവേശം; വഴി; വാതിൽ.

entrance (ഇൻട്രാൻസ്) *v.* put into a trance; enrapture; fill with joy; സമാധി തുല്യമായ അവസ്ഥയിലാക്കുക; ഹർഷോന്മാദമുണ്ടാക്കുക.

entreat (ഇൻട്രീറ്റ്) *v.t.* beseech; beg for; ask earnestly; അഭ്യർത്ഥിക്കുക; കെഞ്ചിച്ചോദിക്കുക; യാചിക്കുക.

entrepreneur (ഒൻട്രെപ്രനോർ, ഒങ്ത്രെപ്രനോയ്ർ) *n.* one who undertakes an enterprise; വ്യവസായസ്ഥാപനം ആരംഭിക്കുന്നയാൾ; വ്യവസായ സംഘാടകൻ.

entrust (ഇൻട്രസ്റ്റ്) *v.t.* give in trust; consign; ഏല്പിക്കുക; ഭരമേല്പിക്കുക; ചുമതലപ്പെടുത്തുക.

entry (എൻട്രി) *n.* act of entering; entrance; a narrow lane; പ്രവേശനം; അകത്തു കടക്കൽ; കൈവശപ്പെടുത്തൽ; ഗമനാഗമനമാർഗം; വാതിൽ.

entwine (ഇൻട്വൈൻ) *v.* interweave; twist round; പിരിക്കുക; ചുറ്റുക; പിന്നുക.

enumerate (ഇന്യുമെറെയ്റ്റ്) *v.t.* count the number of; എണ്ണുക; എണ്ണിത്തിട്ടപ്പെടുത്തുക; *n.* **enumeration**.

envelop (ഇൻവെലപ്) *v.t.* cover by wrapping; surround entirely; പൊതിയുക; ആവരണംചെയ്യുക; മറയ്ക്കുക; മൂടുക; *n.* **envelope**.

enviable (എൻവിഎ്ബ്ൾ) *adj.* that is to be envied; അസൂയപ്പെടത്തക്ക; അസൂയാജനകമായ; അസൂയാർഹമായ.

environment (ഇൻവയെറൺമെൻറ്) *n.* a surrounding; surroundings; പരിസരം; പരിതഃസ്ഥിതി; ചുറ്റുപാട്.

envisage (ഇൻവിസിജ്) *v.t.* present to view; അഭിമുഖീകരിക്കുക; നേരെ കാണുക; ധൈര്യത്തോടെ എതിർക്കുക; ആലോചിക്കുക.

envoy (എൻവോയ്) *n.* messenger;

diplomatic agent; ദൂതൻ; സന്ദേശ ഹരൻ.

envy (എൻവി) *n.* feeling of ill-will at the sight of another's superiority or success; അസൂയ; അസൂയാഹേതു; *v.* അസൂയപ്പെടുക.

enzyme (എൻസൈം) *n.* protein substance produced by living cells; ജീവ കോശങ്ങൾ നിർമ്മിക്കുന്നതും മറ്റു രാസ സംയുക്തങ്ങളിൽ രൂപാന്തര മുണ്ടാക്കുന്നതുമായ ചില പ്രോട്ടീൻ സാധനങ്ങൾ.

ephemeral (ഇഫിമിറൽ) *adj.* existing only for a day; ഒരു ദിവസം മാത്രം നിൽക്കുന്ന; അല്പായുസ്സായ.

epic (എപിക്) *n. & adj.* a long narrative that relates heroic events; ഇതി ഹാസം; ഇതിഹാസകാവ്യം.

epicentre (എപിസെൻറർ) *n.* central point of a difficult situation; ഒരു സങ്കീർണ്ണാവസ്ഥയുടെ കേന്ദ്ര ബിന്ദു.

epicure (എപിക്യൂഎർ) *n.* one given to sensual enjoyment; സുഖാസക്തൻ; ഭോഗാസക്തൻ; *adj.* **epicurean**.

epidemic (എപിഡെമിക്) *adj.* infectious; പകരുന്ന; പടർന്നുപിടിക്കുന്ന.

epidermis (എപിഡ്ഡേർമിസ്) *n.* scarf-skin; പുറംതൊലി.

epigram (എപിഗ്രാം) *n.* any sarcastic saying; short poem; ഫലിതപ്രധാന മായ ലഘുകവിത; രസകരമായ വാക്യം.

epigraph (എപിഗ്രാഫ്) *n.* an inscription; ശിലാലേഖ; സ്മാരകവാക്യം.

epilepsy (എപിലെപ്സി) *n.* the falling sickness; ചുഴലി; അപസ്മാരം.

epilogue (എപിലൊഗ്) *n.* conclusion of a book; closing part of; ഉത്തരാ ഖ്യാനം; ഭരതവാക്യം.

Epiphany (എപിഫനി) *n.* church festival of January 6th; വെളി പാടുപെരുന്നാൾ; രാക്കുളിപ്പെരു ന്നാൾ.

episcopacy (എപിസ്കൊപസി) *n.* church government by bishops; ബിഷപ്പുമാരുടെ ഭരണം.

episode (എപിസൗഡ്) *n.* incidental narration of interesting incident; ഉപകഥ; ഉപാഖ്യാനം; സംഭവ കഥനം.

epistle (ഇപിസ്ൽ) *n.* letter; കത്ത്; എഴുത്ത്; *adj.* **epistolary** കത്തുക ളുടെ രൂപത്തിലുള്ള.

epitaph (എപിറ്റാഫ്) *n.* a tomb stone inscription; സ്മരണക്കുറിപ്പ്; ശവകു ടീരത്തിലെ സ്മാരകലേഖം.

epithet (എപിത്തെറ്റ്) *n.* an adjective expression; വിശേഷണം; ഗുണം; ഗുണവാചകം.

epitome (ഇപിറ്റമി) *n.* short summary; സംഗ്രഹം; സാരാംശം; നല്ല ഉദാഹര ണം (മാതൃക).

epoch (ഈപൊക്) *n.* memorable term of years; age; നിർണ്ണീതകാലം; കാലഘട്ടം; യുഗം.

equal (ഈക്വൽ) *adj.* the same in number, size, value, etc.; തുല്യമായ; ഒപ്പമായ; സമമായ; ഒരുപോലെ യുള്ള; സദൃശമായ; സമാനചിത്ത മായ; വൃത്തിയുള്ള; മതിയായ; പര്യാപ്തമായ; സമീകരിക്കുക; ഒരു പോലെയാക്കുക.

equality (ഈക്വാലിറ്റി) *n.* the condition of being equal; സമത്വം; സമാ നത; ഔപമ്യം; സ്ഥിതിസമത്വം.

equalize (ഈക്വലൈസ്) *v.* make equal or uniform; സമമാക്കുക; സമ പ്പെടുത്തുക.

equanimity (എക്വനിമിറ്റി) *n.* evenness of mind or temper; സമചിത്തത; അക്ഷോഭ്യത; അസംഭ്രമം.

equate (ഇക്വെയ്റ്റ്) *v.t.* make equal; reduce to a common standard of comparison; സമീകരിക്കുക; തുല്യമായി ഗണിക്കുക; *n.* **equation** (*math. & phys.*).

equator (ഇക്വെയ്റ്റർ) *n.* imaginary great circle passing round the middle of the globe equidistant from the poles; ഭൂമധ്യരേഖ; *adj.* **equatorial**.

equilibrium (ഇക്വിലിബ്രി-എം) *n.* state of even balance; സമതുലിതാവസ്ഥ.

equinox (എക്വിനൊക്സ്) *n.* time at which the sun crosses the equator; വിഷു; വിഷുവം.

equip (ഇക്വിപ്) *v.t.* fit out; furnish with everything needed; സജ്ജമാക്കുക; സജ്ജീകരിക്കുക; സന്നദ്ധമാക്കുക; ഒരുക്കുക; *n.* **equipment** സജ്ജീകരണം.

equitable (എക്വിറ്റബ്ൾ) *adj.* impartial; just; reasonable; പക്ഷപാതരഹിതമായ; സമദർശിയായ.

equivalent (ഇക്വിവലൻറ്) *adj.* equal in value; synonymous; തുല്യബലമുള്ള; തുല്യമൂല്യമുള്ള; തുല്യാർത്ഥകമായ.

equivocal (ഇക്വിവ്വകൽ) *adj.* of double meaning; suspicious; സന്ദിഗ്ദ്ധാർത്ഥമായ; ദ്വയാർത്ഥമായ.

era (ഇയ്യെറ) *n.* system of chronology starting from some particular point of time; യുഗം; കാലം; കാലഘട്ടം.

eradicate (ഇറാഡികെയ്റ്റ്) *v.t.* uproot; destroy thoroughly; ഉന്മൂലനാശം വരുത്തുക; (*lit. & fig.*) വേരോടെ പിഴുതുകളയുക.

erase (ഇറെയ്സ്) *v.t.* rub out; efface; മായ്ച്ചുകളയുക; ചുരണ്ടിക്കളയുക; തുടച്ചുമാറ്റുക.

ere (എയ്യർ) *prep. cong.* (*poet. & ar.*) before; sooner; sooner than; before in respect of time; മുമ്പ്; മുമ്പേ; മുമ്പായി; മുമ്പേതന്നെ.

erect (ഇറെക്റ്റ്) *adj.* upright; directed upward; firm; bold; കുത്തനെ നില്ക്കുന്ന; നിവർന്ന; മേല്പോട്ടു നോക്കുന്ന; പണിയിക്കുക; നിർമ്മിക്കുക; ഏർപ്പെടുത്തുക; നാട്ടുക.

erode (ഇറൗഡ്) *v.t.* eat away; destroy gradually; canker; കാർന്നുതിന്നുക; കരളുക; പതുക്കെപ്പതുക്കെ നശിപ്പിക്കുക; *n.* **erosion** ദ്രവിക്കൽ; ദ്രവീകരണം.

Eros (ഇറൗസ്) *n.* (*Gk. myth.*) love god; കാമദേവൻ; ലൈംഗികപ്രേമം; *adj.* **erotic** ലൈംഗികപ്രേമത്തെക്കുറിച്ചുള്ള.

err (ഏർ) *v.i.* go astray; make mistakes; sin; fail morally; വഴിപിഴയ്ക്കുക; അപരാധം ചെയ്ക.

errand (എറൻഡ്) *n.* a mission involving a short journey; ദൗത്യയാത്ര; **errand boy** ബാലദൂതൻ.

errant (എറൻറ്) *adj.* wandering; roaming; erratic; അലഞ്ഞുതിരിയുന്ന.

erratum (എറാറ്റം) (*pl.* **errata**) error in writing or printing; list of errors in a book; അച്ചടിത്തെറ്റ്; എഴുത്തിലെ അബദ്ധം.

erroneous (ഇറൗനിയസ്) *adj.* incorrect; wrong; false; തെറ്റായ; പിഴച്ച; അബദ്ധമായ.

error (എറർ) *n.* mistake; a blunder; wrong-doing; തെറ്റ്; പിശക്; പിഴ; പ്രമാദം.

erst (ഏർസ്റ്റ്) *adv.* (*ar.*) at first; formerly; ആദിയിൽ; പണ്ട്; *adv.* **erstwhile** (*ar.*) മുൻകാലത്തിൽ.

erudite (എറുഡൈറ്റ്) *adj.* learned; പണ്ഡിതനായ; *n.* **erudition**; പാണ്ഡിത്യം; വിദ്വത്ത്വം.

erupt (ഇറപ്റ്റ്) *v.i.* break out; emit; (അഗ്നിപർവ്വതത്തെപ്പറ്റിയും മറ്റും) പൊട്ടിത്തെറിക്കുക; ഉദ്വമിക്കുക; *n.* **eruption** പൊട്ടിപ്പുറപ്പെടൽ.

escalate (എസ്ക്കലെയ്റ്റ്) *v.* ascend or descend on an escalator; ക്രമേണ വർദ്ധിക്കുക; വികസിക്കുക; ചലിക്കും കോണിമേൽ മേല്പോട്ടോ കീഴ്പോട്ടോ പോവുക.

escalator (എസ്ക്കലെയ്റ്റർ) *n.* moving staircase; യാത്രക്കാരെ മുകളിൽ കയറ്റുന്നതിനും താഴോട്ടിറക്കുന്നതിനുമുള്ള ചലനകോവണിപ്പടി.

escape (ഇസ്കെയ്പ്) *v.* get off safely; pass out of danger from; evade; elude; രക്ഷപ്പെടുക; പിടികൊടുക്കാതെ രക്ഷപ്പെടുക; കണ്ണിൽപ്പെടാതിരിക്കുക; ഓർമ്മയിൽ വരാതെ പോകുക.

eschew (ഇസ്ചൂ) *v.t.* abstain from; ഒഴിഞ്ഞുമാറുക; വർജ്ജിക്കുക.

escort (എസ്കോർട്ട്) *n.* person or persons accompanying another for protection, guidance, etc.; അകമ്പടി; രക്ഷാപുരുഷൻ; രക്ഷകഗണം; പരിവാരം.

Eskimo (എസ്ക്കിമൗ) *n.* aboriginals of the Arctic region; എസ്ക്കിമോ വർഗ്ഗാംഗം.

esoteric (ഇസൗട്ടെറിക്) *adj.* secret; mysterious; private; ഗൂഢമായ; ഗോപ്യമായ; മറഞ്ഞിരിക്കുന്ന.

especial (ഇസ്പെഷ്യൽ) *adj.* special; exceptional; പ്രത്യേകമായ; സവിശേഷമായ.

espionage (എസ്പിയനാഷ്) *n.* spying; use of spies; ചാരവൃത്തി; ചാരന്മാരെ ഉപയോഗിക്കൽ.

esplanade (എസ്പ്ലനെയ്ഡ്) *n.* a level space; മൈതാനം; കോട്ട മൈതാനം.

espouse (ഇസ്പൗസ്) *v.t.* give support; take in marriage; uphold; പിന്താങ്ങുക; സ്വയം സ്വീകരിക്കുക; വിവാഹം കഴിക്കുക; ആവേശപൂർവ്വം കൈക്കൊള്ളുക.

esprit (എസ്പ്രീ) *n.* liveliness; wit; ഉന്മേഷം; ചാതുര്യം; ഫലിതവൈഭവം.

esquire (എസ്ക്വയർ) *n.* a title of dignity or respect; മാന്യതാസൂചകമായി പേരിൻെറ അന്ത്യത്തിൽ ചേർക്കുന്ന വിശേഷണം.

essay (എസെയ്) *v.t.* try; test; assay; ഉപന്യസിക്കുക; ഉദ്യമിക്കുക; പരീക്ഷിക്കുക; മാറ്ററിയുക.

essence (എസൻസ്) *n.* inner distinctive nature of anything; extract of any drug; സത്ത; സാരം; സാരാംശം; കാതൽ.

essential (എസെൻഷ്യൽ) *adj.* indispensably necessary; അത്യന്താപേക്ഷിതമായ; സർവ്വപ്രധാനമായ; സത്തായ.

establish (ഇസ്റ്റാബ്ലിഷ്) *v.t.* set up; settle or fix; place in fixed position; confirm; സ്ഥാപിക്കുക; ഉറപ്പിക്കുക; ദൃഢീകരിക്കുക; സമർത്ഥിക്കുക; *n.* **establishment**; സ്ഥാപനം; സ്ഥാപിക്കൽ; സ്ഥിരപ്പെടുത്തൽ.

estate (ഇസ്റ്റെയ്റ്റ്) *n.* landed property; possession; വസ്തു; തോട്ടം; മുതൽ; സമ്പത്ത്; ഭൂസ്വത്ത്; ആകെപ്പാടെയുള്ള വസ്തുവകകൾ.

esteem (ഇസ്റ്റീം) *v.t.* regard with respect; think highly of; മതിക്കുക; ആദരിക്കുക; കണക്കാക്കുക.

estimate | evangelical 137

estimate (എസ്ടിമെയ്റ്റ്) *v.t.* fix the worth of; calculate roughly; വിലമതിക്കുക; നിർണ്ണയിക്കുക; *n.* മൂല്യനിർണ്ണയം; മതിപ്പ്; **estimation** വിലമതിപ്പ്.

estrange (ഇസ്ട്രെയ്ഞ്ജ്) *v.t.* (*passive*) alienate the affections; അപ്രീതി ജനിപ്പിക്കുക; ഭിന്നിപ്പിക്കുക.

estuary (എസ്റ്റ്യൂഎ്റി) *n.* wide tidal mouth of a river; അഴിമുഖം; നദീമുഖം.

et cetera (എറ്റ്സെറ്ററ) *phr. & n.* and the rest; and so on; ഇത്യാദി; 'മറ്റും മറ്റും'.

etch (എച്ച്) design on metal; ലോഹത്തിലും മറ്റും ആസിഡുകൊണ്ടു കൊത്തുപണിചെയ്യുക; *n.* **etcher**.

eternal (ഇറ്റേർണൽ) *adj.* ever lasting; without beginning or end; ശാശ്വതമായ; അനാദ്യന്തമായ; അനശ്വരമായ; നിത്യമായ.

ethereal (ഇതീയ്റിയൽ) *adj.* airy; celestial; heavenly; വായു സംബന്ധിച്ച; സ്വർഗ്ഗീയമായ; ആകാശസംബന്ധിയായ.

ethic, ethical (എത്തിക്, എത്തിക്കൽ) *adj.* rel. to the science of morals; rel. to morals; നീതിവിഷയകമായ; നൈതികമായ; സാന്മാർഗിക മായ; ധാർമ്മികപ്രശ്നങ്ങളെക്കുറിച്ചുള്ള.

ethnic (എത്നിക്) *adj.* concerning races; നരവംശപരമായ; മനുഷ്യവർഗ്ഗപരമായ; *n.* **ethnic** heathen; പുറജാതിക്കാരൻ.

ethos (ഈത്തോസ്) *n.* habitual disposition of individual, group, race, etc.; ആചാരവിചാരം; ജാതിസ്വഭാവം; ധർമ്മചിന്ത.

etiquette (എറ്റിക്കെറ്റ്) *n.* conventional laws of courtesy; അംഗീകൃത സാമൂഹിക പെരുമാറ്റരീതി.

etymology (എറ്റിമൊള്ജി) *n.* science of the origin and history of words; ശബ്ദോത്പത്തിശാസ്ത്രം; നിരുക്തം.

Eucharist (യൂക്കരിസ്റ്റ്) *n.* sacrament of the Lord's Supper; തിരുവത്താഴകർമ്മം; കുർബാനയിലൂടെ വിശുദ്ധീകൃതമായ അപ്പവും വീഞ്ഞും.

eulogy (യൂളജി) *n.* (*also* **eulogium**) encomium; praise; പ്രശംസ; ശ്ലാഘ; സ്തുതി; കീർത്തനം; മംഗളാശംസ; *v.t.* **eulogize** പുകഴ്ത്തുക.

eunuch (യൂനക്) *n.* a castrated man; ഷണ്ഡൻ; ആണത്തമില്ലാത്തവൻ.

euphemism (യൂഫിമിസം) *n.* a figure of rhetoric by using mild expression for an unpleasant one; പരുഷമായ കാര്യം മയപ്പെടുത്തിപ്പറയൽ; മൃദൂക്തി.

euphony (യൂഫണി) *n.* pleasing sound; സ്വരമേളനം; സ്വരസൗഷ്ഠവം; മധുരസ്വരം.

euthanasia (യൂത്തനെയ്സിയ) *n.* act of putting painlessly to death; അനായാസമരണം; വേദനയില്ലാക്കൊല; ദയാവധം.

evacuate (ഈവാക്യുവെയ്റ്റ്) *v.t.* clear out people; withdraw; ജനങ്ങളെ ഒഴിച്ചുമാറ്റുക (അപകടമേഖലയിൽ നിന്ന്); ഒഴിഞ്ഞുകൊടുക്കുക.

evade (ഇവെയ്ഡ്) *v.* avoid artfully; slip away; escape; elude; (പ്രശ്നത്തിൽനിന്ന്) ഒഴിഞ്ഞു മാറുക; രക്ഷപ്പെടുക; ചെയ്യാതെ കഴിക്കുക.

evaluate (ഈവാല്യൂഎയ്റ്റ്) *v.t.* determine the value; വില തിട്ടപ്പെടുത്തുക; മൂല്യം നിർണ്ണയിക്കുക.

evangelical (ഇവാൻജെലിക്കൽ) *adj.*

according to gospel; സുവിശേഷാനുസാരമായ; ഈശ്വരഭക്തിയുള്ള.

evanish (ഇവാ̄നിഷ്) *v.i.* vanish; to die away; മറയുക.

evaporate (ഇവാ̄പ്പെറെയ്റ്റ്) *v.* pass off in vapour; convert into vapour; ആവിയായിത്തീരുക; വറ്റുക; വറ്റിക്കുറയുക; ബാഷ്പീകരിക്കുക; *n.* **evaporation** ആവിയാക്കൽ.

Eve (ഈവ്) *n.* the first woman; ഹവ്വ; ആദ്യസ്ത്രീ; സ്ത്രീസ്വഭാവം.

eve, even (ഈവ്, ഈവ്ൻ) *n.* evening; time just preceding an event; സന്ധ്യ, വൈകുന്നേരം; സംഭവത്തിനു മുമ്പുള്ള സമീപകാലം; തലേന്നാൾ.

even (ഈവ്ൻ) *adj.* flat; level; smooth; uniform; straight; impartial; equal; നിരന്ന; സമപ്രദേശമായ; മൃദുവായ; ഋജുവായ; ഒരുപോലെയുള്ള; ഒപ്പമായ; മാറാത്ത; അക്ഷോഭ്യമായ; ശാന്തമായ; ഇരട്ടയായ; ഒറ്റയല്ലാത്ത; രണ്ടുകൊണ്ടു നിശ്ശേഷം ഹരിക്കാവുന്ന; **even if, even though** ആണെന്നിരിക്കിലും; **even now** ഇപ്പോഴും; *adv.* **evenly** തുല്യമായി.

evening (ഈവ്നിങ്) *n.* close of day time; സായംകാലം; വൈകുന്നേരം; (*fig.*) ക്ഷീണദശ; അവസാനഘട്ടം; ജീവിതാവസാനം.

event (ഈവെൻറ്) *n.* occurrence; incident good or bad; സംഭവം; സംഭവ്യത; നടന്ന കാര്യം; വിഷയം; അനുഭവം; വർത്തമാനം.

eventual (ഇവെൻ്ച്വൽ) *adj.* final; ultimately resulting; അന്തിമമായ; അന്തിമഫലമായ.

ever (എവ്വർ) *adv.* always; at all times; eternally; at any time; continually; at all; എന്നും; എന്നന്നേക്കും; എപ്പോഴും; സർവ്വദാ; ഇടവിടാതെ; നിത്യമായി; സ്ഥിരമായി; *adj.* **evergreen** നിത്യഹരിതമായ; **for ever; ever and ever** എന്നന്നേക്കും; എല്ലായ്പൊഴും; **ever since** അതു മുതൽ.

every (എവ്രി) *adj.* each one of a number; all taken separately; ഓരോ; ഓരോന്നും; പ്രത്യേകം പ്രത്യേകം; *pron.* **everything** സകലതും; **everywhere** എല്ലായിടത്തും.

evict (ഇവിക്റ്റ്) *v.t.* expel (esp. tenant from land); dispossess by law; ഒഴിപ്പിക്കുക; ഇറക്കിവിടുക; കുടിയിറക്കുക; *ns.* **eviction** കുടിയിറക്കൽ.

evidence (എവിഡൻസ്) *n.* clearness; that which makes evident; തെളിവ്; സാക്ഷ്യം; പ്രമാണം; സാക്ഷി.

evil (ഈവ്ൾ) *adj.* bad; harmful; wicked; vicious; calamitous; ദുഷ്ടമായ; ദുഷിച്ച; ദോഷകരമായ; തിന്മ നിറഞ്ഞ; ദൗർഭാഗ്യങ്ങൾ നിറഞ്ഞ; *n.* **evil-doer** ദുർവൃത്തൻ.

evince (ഇവിൻസ്) *v.t.* prove beyond doubt; display; തെളിയിക്കുക; പ്രത്യക്ഷപ്പെടുത്തുക.

evoke (ഇവൗക്) *v.t.* call up (spirits from the dead); call up in the mind; ആവാഹിക്കുക; വിളിച്ചുവരുത്തുക; സ്മരണയിൽ വരുത്തുക; ആഭിചാരകർമ്മംകൊണ്ടു വരുത്തുക.

evolution (ഈവല്യൂഷൻ) *n.* gradual development; ക്രമികമായ വികാസം; പരിണാമം; വികസനം; പരിണാമരൂപമായ വളർച്ച; വിടരൽ; ആവിർഭാവം.

evolve (ഇ̄വോൾവ്) *v.* unfold; open out; develop; deduce; unravel; വികസിപ്പിച്ചെടുക്കുക; വിടരുക; വിരിയുക; വെളിപ്പെടുത്തുക; പരിണമിപ്പിക്കുക.

exact | excise 139

exact (ഇഗ്സ്ആക്റ്റ്) *adj.* precise; correct; accurate; rigorous; കൃത്യമായ; സൂക്ഷ്മമായ; ഖണ്ഡിതമായ; കർക്കശമായ; സമയം തെറ്റാത്ത; ഞെരുക്കുക; നിർബന്ധിച്ചു വാങ്ങിക്കുക.

exaction (ഇഗ്സാക്ഷൻ) *n.* oppressive demand; അപഹരണം; പിടിച്ചു പറിക്കൽ; ബലാൽ ഈടാക്കൽ.

exaggerate (ഇഗ്സ്ആജെറെയ്റ്റ്) *v.t.* overstate; magnify unduly; അത്യുക്തി കലർത്തുക; ഉള്ളതിലും വലുതാക്കി പ്പറയുക; അതിശയോക്തി കലർത്തി വർണ്ണിക്കുക.

exalt (ഇഗ്സോൾട്ട്) *v.t.* lift high; extol; ennoble; ഉയർത്തുക; ഉന്നതപദത്തിൽ വയ്ക്കുക.

examination (ഇഗ്സാമിനെയ്ഷൻ) *n.* careful search or inquiry; close inspection; trial; a test of capacity and knowledge; പരീക്ഷ; പരിശോധന; അന്വേഷണം; നിരൂപണം; സാക്ഷി വിസ്താരം.

examine (ഇഗ്സാമിൻ) *v.t.* test; inquire into; observe carefully; പരിശോധിക്കുക; പരീക്ഷിക്കുക; പര്യാലോചിക്കുക; ആരായുക.

example (ഇഗ്സാമ്പ്ൾ) *n.* illustration; model; conduct as object of imitation; ഉദാഹരണം; മാതൃക; നിദർശനം; അനുകരിക്കത്തക്ക നടപടിക്രമം.

excavate (എക്സ്കവെയ്റ്റ്) *v.t.* dig out; unearth; കുഴിക്കുക; കുഴിച്ചെടുക്കുക; ഉത്ഖനനം ചെയ്യുക; *n.* **excavation**.

exceed (ഇക്സീഡ്) *v.* surpass; outstrip; excel; go beyond the limit; അതിർ കടക്കുക; അതിലംഘിക്കുക; അതിശയിക്കുക; കവിഞ്ഞു നില്ക്കുക.

excel (ഇക്സെൽ) *v.* (*p.t. & p.part.* **excelled**, *pres. part.* **excelling**) surpass; outdo in comparison; അധഃകരിക്കുക; അതിശയിക്കുക; വളരെ മികച്ചതായിരിക്കുക; അത്യന്തം ചാതുര്യമുണ്ടായിരിക്കുക.

excellence (എക്സെലൻസ്) *n.* surpassing merit; greatness; superiority; വൈശിഷ്ട്യം; മേന്മ; ഉൽകൃഷ്ടത; ശ്രേഷ്ഠത; ഗുണോത്ക്കർഷം; *n.* **excellency** ഉന്നതപദവിയിലുള്ള വർക്കായുള്ള വിശേഷണം.

except (ഇക്സെപ്റ്റ്) *v.* exclude from; leave out; ഒഴിവാക്കുക; മാറ്റിനിർത്തുക; -ഒഴിച്ച്, -യിൽ; അല്ലാതെ.

exception (എക്സെപ്ഷൻ) *n.* exclusion; objection; ഒഴിവാക്കൽ; വ്യത്യസ്തത; അപവാദം; അപസർഗം.

excerpt (ഇക്സേർപ്റ്റ്) *v.t.* extract from; quote; എടുത്തുപറയുക; ഉദ്ധരിക്കുക.

excess (ഇക്സെസ്) *n.* going beyond what is usual or proper; superfluity; ആധിക്യം; അതിക്രമം; അളവിൽ കൂടുതൽ; അമിതത്വം; ബാഹുല്യം; പ്രാചുര്യം; *adj.* **excessive** അതിമാത്രമായ.

exchange (ഇക്സ്ചെയ്ഞ്ജ്) *v.* give and take mutually; barter; പകരം കൊടുക്കുക; കൈമാറുക; വിനിമയം ചെയ്യുക.

exchequer (ഇക്സ്ചെക്കർ) *n.* treasury; a person's finances; സർക്കാർ ഖജനാവ്; ഒരാളുടെ ആസ്തി.

excise (എക്സൈസ്) *n.* duty or tax levied on goods; തീരുവ; ചുങ്കം; എക്സൈസ് വകുപ്പ്.

excise (എക്സൈസ്) *v.t.* cut off; notch; delete or expunge; prune; മുറിച്ചു നീക്കുക; വിച്ഛേദിക്കുക.

excite (ഇക്സൈറ്റ്) *v.t.* stimulate; rouse up feeling; provoke; irritate; ഉത്തേജിപ്പിക്കുക; ഇളക്കിമറിക്കുക; ഉണർത്തുക; ഉദ്ബോധിപ്പിക്കുക; പ്രചോദിപ്പിക്കുക; പ്രക്ഷോഭിപ്പിക്കുക; ആവേശംകൊള്ളിക്കുക; *ns.* **excitation, excitement** വികാര വിക്ഷോഭം.

exclaim (എക്സ്ക്ളെയ്ം) *v.* call out in surprise etc.; shout; ആർത്തുവിളിക്കുക; ആക്ഷേപിക്കുക.

exclamation (എക്സ്ക്ലമെയ്ഷൻ) *n.* clamour; outcry; ആശ്ചര്യശബ്ദം; ഘോഷം; *adj.* **exclamatory** മുറവിളി കൂട്ടുന്ന.

exclude (ഇക്സ്ക്ലൂഡ്) *v.t.* expel and shut out; debar; except; ഒഴിവാക്കുക; പുറംതള്ളുക; ബഹിഷ്കരിക്കുക; അകറ്റുക; ഒഴിച്ചുനിറുത്തുക; *n.* **exclusion** നിഷേധം; ബഹിഷ്കരണം.

excommunicate (എക്സ്കമ്യൂണികെയ്റ്റ്) *v.t.* expel from the communion of church; സഭയ്ക്കു പുറത്താക്കുക; ഭ്രഷ്ടു കല്പിക്കുക; *n.* **excommunication**.

excoriate (എക്സ്കൊറിയെയ്റ്റ്) *v.t.* peel off skin; തോലുരിക്കുക.

excrement (എക്സ്ക്രിമൻറ്) *n.* waste matter discharged from bowels; dung; മലം; കാഷ്ഠം; അമേധ്യം.

excrete (എക്സ്ക്രീറ്റ്) *v.t.* discharge waste matters from the body; വിസർജ്ജിക്കുക; *n.* (*pl.*) **excreta** മലമൂത്രാദികൾ.

excruciate (എക്സ്ക്രൂഷിയെയ്റ്റ്) *v.* torture; inflict severe pain on; agonize; പീഡിപ്പിക്കുക; അതിയായ വേദനയുണ്ടാക്കുക.

exculpate (എക്സ്കൾപെയ്റ്റ്) *v.t.* free from blame; vindicate; നിരപരാധിയെന്നു വിധിക്കുക; നിർദ്ദോഷീകരിക്കുക.

excursion (ഇക്സ്കേർഷൻ) *n.* pleasure trip; digression; ഉല്ലാസയാത്ര; വിനോദയാത്ര.

excuse (ഇക്സ്ക്യൂസ്) *v.t.* forgive; pardon; പൊറുക്കുക; ക്ഷമിക്കുക; മാപ്പു കൊടുക്കുക.

execrate (എക്സിക്രെയ്റ്റ്) *v.t.* curse; hate; denounce; detest; ശപിക്കുക; പിരാകുക; വെറുക്കുക; നിന്ദിക്കുക.

execute (എക്സിക്യൂട്ട്) *v.t.* perform; give effect to; put to death by law; ചെയ്യുക; നടത്തുക; അനുഷ്ഠിക്കുക; നിർവ്വഹിക്കുക; ഉടമ്പടി ചെയ്യുക; മരണശാസനം നിറവേറ്റുക.

execution (എക്സിക്യൂഷൻ) *n.* performance; carrying out; infliction of capital punishment; അനുഷ്ഠാനം; കൃത്യ നിർവ്വഹണം; നടത്തിപ്പ്; നിറവേറ്റൽ; *n.* **executioner** മരണശിക്ഷ നടത്തുന്നവൻ; ആരാച്ചാർ.

executive (എക്സെക്യൂട്ടീവ്) *adj.* concerned with administration; rel. to execution of law; നിറവേറ്റുന്ന; കാര്യനിർവ്വാഹകചുമതലയുള്ള; ഭരണനിർവ്വഹണപരമായ.

exemplary (ഇഗ്സെംപ്ലറി) *adj.* fit to be imitated; typical; അനുകരണീയനായ.

exemplify (ഇഗ്സെംപ്ലിഫൈ) *v.t.* illustrate by example; prove by an attested copy; ഉദാഹരണം കൊണ്ടു തെളിയിക്കുക.

exempt (ഇഗ്സെംപ്റ്റ്) ഒഴിവാക്കുക; സ്വാതന്ത്ര്യം നൽകുക.

exercise (എക്സർസൈസ്) *n.* a putting in practice; discipline; അഭ്യാസം; വ്യായാമം; ഉദ്യമം; ഗദ്യപദ്യ

രചന; വിദ്യാർത്ഥികൾക്കുള്ള പരിശീലനപാഠം; പ്രയോഗിക്കുക; പ്രവർത്തിപ്പിക്കുക.

exert (ഇഗ്സേർട്ട്) *v.t.* use efforts; strain; അദ്ധ്വാനിക്കുക; സാഹസപ്പെടുക; യത്നിക്കുക; ഉദ്യമിക്കുക; പ്രയോഗിക്കുക.

exhale (എക്സ്ഹെയ്ൽ) *v.* breathe forth; emit in vapour; pass off; ഉച്ഛ്വസിക്കുക; വമിക്കുക.

exhaust (ഇഗ്സോസ്റ്റ്) *v.t.* use the whole strength of; wear and tire out; (പൂർണ്ണമായും) ഉപയോഗിച്ചു തീർക്കുക; എല്ലാ വശങ്ങളും കൈകാര്യം ചെയ്യുക. തീർത്തുകളയുക.

exhibit (ഇഗ്സിബിറ്റ്) *v.* manifest publicly; display; പ്രദർശിപ്പിക്കുക; പരസ്യമായി കാണിക്കുക.

exhibition (എക്സിബിഷൻ) *n.* display; public show; പ്രദർശനം; കാഴ്ചസാധനങ്ങൾ; പ്രകടനം; നാനാവസ്തുപ്രദർശനം; *n.* **exhibitionism** പ്രകടനപരത; ലൈംഗികാവയവപ്രദർശനക്കമ്പം.

exhilarate (ഇഗ്സിലറെയ്റ്റ്) *v.t.* enliven; gladden; inspirit; അത്യാനന്ദം നല്കുക; ഉന്മേഷം പകരുക.

exhort (ഇഗ്സോർട്ട്) *v.t.* advise; admonish; warn; ഗുണദോഷിക്കുക; അഭ്യർത്ഥിക്കുക.

exhume (എക്സ്ഹ്യൂം, ഇഗ്സ്യൂം *U.S.*) *v.t.* unearth; dig up a dead body; കുഴിച്ചിട്ട ശവത്തെ തോണ്ടിയെടുക്കുക.

exigency (എക്സിജൻസി) (often *pl.*) *n.* urgency; pressing necessity; emergency; അവശ്യകാര്യം; അപരിഹാര്യത്വം; അത്യാവശ്യകം.

exile (എക്സൈൽ) *n.* penal banishment; person away from his country; നാടുകടത്തൽ; നാടുകടത്തപ്പെട്ടവൻ; രാജ്യഭ്രഷ്ടൻ.

exist (ഇഗ്സിസ്റ്റ്) *v.i.* live; continue to be; endure; ജീവിക്കുക; നിലകൊള്ളുക; നിലനില്ക്കുക; നിലവിലിരിക്കുക; നടപ്പിലിരിക്കുക; വർത്തിക്കുക; *n.* **existence** അസ്തിത്വം; ജീവിതം.

exit (എക്സിറ്റ്) *n.* going out; passage to go out; death; നിർഗ്ഗമനം; പുറത്തേക്കുപോകൽ; വെളിയിലേക്കു പോകാനുള്ള വഴി.

exit (എക്സിറ്റ്) *v.* (computer) to stop program execution or to leave a program and return to the operating system ഒരു പ്രോഗ്രാം ഉപേക്ഷിക്കുകയോ പ്രോഗ്രാം പ്രവർത്തിപ്പിക്കുന്നത് നിർത്തുകയോ ചെയ്യുക.

exodus (എക്സ്സഡസ്) *n.* departure of large bodies of people from one country to another; പ്രയാണം; കൂട്ടപ്പലായനം.

exonerate (ഇഗ്സോണറെയ്റ്റ്) *v.t.* free from blame or obligation; കുറ്റവിമോചനം ചെയ്യുക; തെറ്റിൻെറ ഉത്തരവാദിത്വത്തിൽനിന്നൊഴിവാക്കുക.

exorbitant (ഇഗ്സോർബിറ്റൻറ്) *adj.* grossly excessive; അതിർകടന്ന; അമിതമായ; ക്രമാതീതമായ.

exorcise (എക്സോർസൈസ്) *v.t.* expel (evil spirits, etc.) by invocation; ഉച്ചാടനം ചെയ്യുക; ബാധ ഒഴിക്കുക.

exotic (ഇഗ്സോട്ടിക്) *adj.* (*opp.* of **indigenous**) introduced from a foreign country; strange; വിദേശീയമായ; പരദേശത്തിൽനിന്നു കൊണ്ടുവന്ന.

expand (ഇക്സ്പാൻഡ്) *v.* spread out

flat; develop into; വിടർത്തുക; വിസ്തൃതമാക്കുക; വികസിപ്പിക്കുക; വ്യാപിപ്പിക്കുക.

exparte (എക്സ്പാർട്ടി) *adj.* one sided; partial; ഏകപക്ഷീയമായ.

expatiate (എക്സ്പെയ്ഷിയെയ്റ്റ്) *v.i.* wander unrestrained; write or speak copiously; അലഞ്ഞുതിരിയുക; ധാരാളം പറയുക; വിസ്തരിക്കുക; *n.* **expatiation**.

expatriate (എക്സ്പാട്രിയെയ്റ്റ്) *v.* expel; remove oneself; നാടുകടത്തുക; *n.* പ്രവാസി; അന്യനാട്ടിൽ പോയി താമസിക്കുന്നയാൾ.

expect (ഇക്സ്പെക്റ്റ്) *v.t.* await; anticipate; look for to happen; കാത്തിരിക്കുക; പ്രതീക്ഷിക്കുക; നോക്കിയിരിക്കുക; പ്രത്യാശിക്കുക.

expectation (എക്സ്പെക്ടെയ്ഷൻ) *n.* state of being awaited; കാത്തിരിക്കൽ; പ്രതീക്ഷ.

expedient (ഇക്സ്പീഡിയൻറ്) *adj.* advantageous; suitable; കാര്യസാധകമായ; അനുകൂലമായ; സന്ദർഭോചിതമായ.

expedite (എക്സ്പിഡൈയ്റ്റ്) *v.t.* hasten action or process; അടിയന്തിരമായി അയയ്ക്കുക; ത്വരിതപ്പെടുത്തുക.

expedition (എക്സ്പെഡിഷൻ) *n.* an organized journey; exploration; സംഘടിതയാത്ര; പര്യടനം; പര്യവേക്ഷണം.

expel (ഇക്സ്പെൽ) *v.t.* drive out; eject; banish; അടിച്ചിറക്കുക; പുറത്താക്കുക; ബഹിഷ്കരിക്കുക; *n.* **expulsion**.

expend (ഇക്സ്പെൻഡ്) *v.t.* spend; consume in any way; waste; ചെലവഴിക്കുക; വിനിയോഗിക്കുക; വ്യയം ചെയ്യുക; നശിപ്പിക്കുക; *n.* **expenditure**.

expense (എക്സ്പെൻസ്) *n.* money spent; cost; ചെലവ്; നഷ്ടം; വ്യയം; *adj.* **expensive**.

experience (ഇക്സ്പീയെരിയൻസ്) *n.* practical acquaintance with facts or events; wisdom derived thus; അനുഭവം; അനുഭവജ്ഞാനം; പരിചയം; സ്വാനുഭവം; തഴക്കം.

experiment (ഇക്സ്പെരിമെൻറ്) *n.* test or trial; searching by trial; പരീക്ഷണം; നിരീക്ഷണം; പരിശോധന; പരീക്ഷിച്ചുനോക്കുക; പ്രയോഗിച്ചു നോക്കുക.

expert (എക്സ്പേർട്ട്) *adj.* experienced; വൈദഗ്ദ്ധ്യമുള്ള; *n.* specialist; adept; അനുഭവജ്ഞൻ; വിദഗ്ദ്ധൻ.

expertise (എക്സ്പേർട്ടീസ്) *n.* expert knowledge; skilfulness; തഴക്കം; നൈപുണ്യം; പ്രാഗല്ഭ്യം; പാടവം.

expiate (എക്സ്പിയെയ്റ്റ്) *v.i.* atone for; make amends for; പ്രായശ്ചിത്തം ചെയ്യുക; പരിഹാരംചെയ്യുക.

expire (ഇക്സ്പൈയെർ) *v.* breathe out; die; നിശ്വസിക്കുക; ശ്വാസം വിടുക; മരിക്കുക; **expiry** കാലാവധിയാകൽ; മരണം.

explain (ഇക്സ്പ്ലെയ്ൻ) *v.* make clear; give an account of; വിശദീകരിക്കുക; വ്യാഖ്യാനിക്കുക; സമാധാനം പറയുക; *n.* **explanation**.

explicate (എക്സ്പ്ലികെയ്റ്റ്) *v.t.* explain; interpret; സ്പഷ്ടീകരിക്കുക; വ്യാഖ്യാനിക്കുക; വിശദീകരിക്കുക.

explicit (ഇക്സ്പ്ലിസിറ്റ്) *adj.* stated in detail; outspoken; unreserved;

സ്പഷ്ടമായ; വ്യക്തമായ; നിസ്സംശയമായ.

explode (ഇക്സ്പ്ലൗഡ്) *v.* blow up; go off with loud noise; പൊട്ടിത്തെറിക്കുക; (വെടി) പൊട്ടിക്കുക; ഉടയ്ക്കുക; *n.* **explosion**.

exploit (എക്സ്പ്ലോയിറ്റ്) *n.* brilliant achievement; അത്ഭുതകൃത്യം; വിക്രമം; വിജയം; *v.t.* (ഇക്സ്പ്ലോയിറ്റ്) utilise for one's own end; ചൂഷണം ചെയ്യുക; പരമാവധി ഉപയോഗപ്പെടുത്തുക; *ns.* **exploitation** ചൂഷണം.

explore (ഇക്സ്പ്ലോർ) *v.t.* examine thoroughly to get at the truth; പര്യവേക്ഷണം നടത്തുക; അന്വേഷണാർത്ഥം സഞ്ചരിക്കുക.

exploration (എക്സ്പ്ലെറെയ്ഷൻ) *n.* geographical research; close search; രാജ്യാന്വേഷണ സഞ്ചാരം; സൂക്ഷ്മപരിശോധന.

exponent (ഇക്സ്പൗനെൻറ്) *n.* an expounder of doctrines; ഒരു സിദ്ധാന്തത്തെയോ മതത്തെയോ കൈക്കൊള്ളുന്നയാൾ.

export (എക്സ്പോർട്ട്) *v.t.* send out goods to another country; കയറ്റുമതി ചെയ്യുക; *n.* കയറ്റുമതിചെയ്യൽ.

expose (ഇക്സ്പൗസ്) *v.t.* disclose; display; make bare; subject to light; വെളിച്ചത്താക്കുക; വെളിപ്പെടുത്തുക; ദൃശ്യമാക്കുക; വിവസ്ത്രീകരിക്കുക; വെയിൽ കൊള്ളിക്കുക; **expose oneself** സ്വന്തം ശരീരം അശ്ലീലമായി പ്രദർശിപ്പിക്കുക.

expostulate (ഇക്സ്പൊസ്റ്റ്യുലെയ്റ്റ്) *v.* remonstrate; ബുദ്ധി പറഞ്ഞുകൊടുക്കുക; ശരിയെങ്കിലും ചെയ്യരുതെന്ന് ഗുണദോഷിക്കുക.

exposure (ഇക്സ്പൗഷർ) *n.* act of laying open or bare; പ്രദർശനം; പ്രകാശനം; വെളിപ്പെടുത്തൽ.

express (ഇക്സ്പ്രെസ്) *v.t.* squeeze out; put into words; reveal; ആശയം പ്രകാശിപ്പിക്കുക; ദ്യോതിപ്പിക്കുക; ആവിഷ്ക്കരിക്കുക; പ്രതീകങ്ങളിലൂടെ സൂചിപ്പിക്കുക; അടിയന്തിരമായ; അതിവേഗത്തിൽ പോകുന്ന.

expression (ഇക്സ്പ്രെഷൻ) *n.* expressing; style of expressing one's ideas; പ്രകാശനം; പ്രകടനം; പദപ്രയോഗം; പ്രയോഗശൈലി.

expressive (ഇക്സ്പ്രെസ്സീവ്) *adj.* vividly representing; indicative; emphatic; ആവിഷ്കരണസമർത്ഥമായ; ദ്യോതകമായ.

expropriate (എക്സ്പ്രൗപ്രിയെയ്റ്റ്) *v.t.* dispossess; അവകാശമൊഴിപ്പിക്കുക.

expulsion (ഇക്സ്പൾഷൻ) *n.* forcible ejection; removal; പിടിച്ചു പുറത്താക്കൽ; നിഷ്ക്കാസനം.

expurgate (എക്സ്പേർഗെയ്റ്റ്) *v.t.* remove objectionable matter; അശുദ്ധ വചനങ്ങളെ നീക്കുക; ശുദ്ധി ചെയ്യുക.

exquisite (എക്സ്ക്വിസിറ്റ്) *adj.* of great excellence or beauty; അസാമാന്യ വൈശിഷ്ട്യമുള്ള; അനുപമ സൗന്ദര്യമുള്ള; തീവ്രമായനുഭവപ്പെടുന്ന.

extant (ഇക്സ്റ്റൻറ്) *adj.* still existing; നിലവിലിരിക്കുന്ന; ഇന്നുമുള്ള.

extempore (ഇക്സ്ടെമ്പരി) *adv.* & *adj.* without preparation; on the spur of the moment; മുന്നൊരുക്കമില്ലാതെ; പൂർവ്വാലോചനകൂടാതെ; തൽസമയത്തു (നടത്തുന്ന).

extend (ഇക്സ്റ്റെൻഡ്) *v.* expand;

widen; enlarge scope; നീട്ടുക; വ്യാപിപ്പിക്കുക; വലിച്ചുനീട്ടുക.

extension (എക്സ്ടെൻഷൻ) *n.* enlargement; prolongation; additional part; വിശാലമാക്കൽ; വിപുലീകരണം; (സമയം) നീട്ടിക്കൊടുക്കൽ.

extent (എക്സ്ടെൻറ്) *n.* bulk; scope; വലിപ്പം; വിപുലത; വ്യാപ്തി; പരിധി.

extenuate (ഇക്സ്റ്റെന്യുഎയ്റ്റ്) *v.* mitigate; under rate; weaken force of; ഭാഗികമായ ഒഴികഴിവിലൂടെ പ്രത്യക്ഷഗൗരവം കുറയ്ക്കുക; മയപ്പെടുത്തുക; ലോലമാക്കുക.

exterior (എക്സ്റ്റീയരിയർ) *adj.* outer; external; പുറത്തുള്ള; പുറമെയുള്ള; ബാഹ്യമായ.

exterminate (ഇക്സ്റ്റേർമിനെയ്റ്റ്) *v.t.* root out; destroy utterly; ഉന്മൂലനാശം വരുത്തുക; നാമാവശേഷമാക്കുക.

external (ഇക്സ്റ്റേർണൽ) *adj.* on outside; visible; foreign; പുറമേയുള്ള; പുറത്തുള്ള; ബാഹ്യേന്ദ്രിയഗോചരമായ; വൈദേശികമായ.

extinct (ഇക്സ്റ്റിങ്ക്റ്റ്) *adj.* dead; no longer in force; അണഞ്ഞുപോയ; ലുപ്തമായ; ഇല്ലാതായിത്തീർന്ന; വംശനാശം വന്ന.

extinguish (ഇക്സ്റ്റിങ്ഗ്വിഷ്) *v.t.* put out; destroy; (തീ) കെടുത്തുക; അറുതി വരുത്തുക.

extort (ഇക്സ്റ്റോർട്ട്) *v.t.* extract forcibly; obtain by violence; ബലംപ്രയോഗിച്ച് ഈടാക്കുക; നീതിവിരുദ്ധമായി ചുമത്തുക; *n.* **extortion** പിടിച്ചുപറിക്കൽ.

extra (എക്സ്ട്ര) *adj.* additional; excessive; extraordinary; അധികമായ; പതിവിലേറെയുള്ള; അതിരുകടന്ന; ആവശ്യത്തിലധികമുള്ള.

extract (ഇക്സ്ട്രാക്റ്റ്) *v.t.* take out by force; obtain juices by pressure; പിഴിഞ്ഞെടുക്കുക; പറിച്ചെടുക്കുക; സത്തെടുക്കുക.

extraction (എക്സ്ട്രാക്ഷൻ) *n.* extracting; lineage; descent; quotation; പിഴിഞ്ഞെടുക്കൽ; ഉത്ഭവം; ജന്മം; കുലം; വംശം; ഉദ്ധരണി.

extracurricular (എക്സ്ട്രകരിക്യലർ) *adj.* of a subject or activity outside the regular academic course; പഠനപദ്ധതിക്ക് (സിലബസ്സിന്) അപ്പുറത്തുള്ള; പാഠ്യേതരമായ.

extramarital (എക്സ്ട്രമാരിറ്റൽ) *adj.* sexual relationship outside marriage; വിവാഹേതരമായ ലൈംഗികബന്ധമുള്ള.

extraneous (ഇക്സ്ട്രേയ്ന്യസ്) *adj.* foreign; not essential; വിദേശീയമായ; പുറമെയുള്ള; ബാഹ്യമായ.

extraordinary (ഇക്സ്ട്രോർഡ്നറി) *adj.* beyond ordinary; strange; striking; അനന്യസാധാരണമായ.

extravagance (ഇക്സ്ട്രെവഗൻസ്) *n.* excess; lavish expenditure; അമിതത്വം; അമിതവ്യയം; ധാരാളിത്തം.

extravaganza (ഇക്സ്ട്രാവഗൻസ്) *n.* (*theat.*) fanciful composition (literary, musical, etc.); കാടു കയറിയ ഹാസ്യാനുകരണമോ പ്രഹസനമോ; ആർഭാടപൂർണ്ണമായ(കലാ) പ്രകടനം.

extreme (ഇക്സ്ട്രീം) *adj.* farthest from centre; utmost; excessive; അത്യന്തമായ; അങ്ങേയറ്റത്തുള്ള; (*fig.*) കടന്ന; അറ്റകയ്യായ.

extricate (എക്സ്ട്രിക്കെയ്റ്റ്) *v.t.* dis-

extrovert | facetious 145

entangle; release; വിടുവിക്കുക; നൂലാമാല നീക്കുക; 'തല വലിച്ചൂരി' രക്ഷപ്പെടുക.

extrovert (എക്സ്ട്രേവേർട്ട്) *n.* person interested mainly in the world external to himself; ബഹിർമ്മുഖൻ.

extrude (ഇക്സ്ട്രൂഡ്) *v.t.* force or urge out; expel; ഞെക്കി പുറത്താക്കുക.

exude (ഇഗ്സ്യൂഡ്) *v.t.* flow out of body; പൊട്ടിയൊലിപ്പിക്കുക.

exult (ഇഗ്സൾട്ട്) *v.i.* rejoice exceedingly; triumph; വിജയോത്സവം നടത്തുക; തുള്ളിച്ചാടുക; ഉല്ലസിക്കുക.

eye (ഐ) *n.* the organ of sight; power of seeing; observation; respect; കണ്ണ്; നേത്രം; ദർശനം; നോട്ടം; ശ്രദ്ധ; കണ്ണിന്റെ ആകൃതിയുള്ള വസ്തു; വിത്തിന്റെ മുള; **eyeball** കൺമിഴി; നേത്രഗോളം; **eyebrow** പുരികം; **eyedrop** കണ്ണുനീർത്തുള്ളി; **eye-lid** കൺപോള; കണ്ണിമ; **eye-opener** കണ്ണു തുറപ്പിക്കുന്ന സംഗതി; **eyesight** കാഴ്ച; **eyesore** നേത്രപീഡ; കണ്ണിനു വെറുപ്പായത്; **eye wash, eyewitness** ദൃക്സാക്ഷി.

Ff

F (എഫ്) the sixth letter of the English alphabet; ഇംഗ്ലിഷ് അക്ഷരമാലയിലെ ആറാം അക്ഷരം; വ്യഞ്ജനം.

fable (ഫെയ്ബ്ൾ) *n.* story with supernatural or animal characters; അമാനുഷ കഥാപാത്രങ്ങളുള്ള കെട്ടുകഥ; കല്പിതകഥ; മൃഗങ്ങളും പക്ഷികളും മറ്റും കഥാപാത്രങ്ങളായ കഥ; *adj.* **fabulous** അവിശ്വസനീയമായ; അത്ഭുതകരമായ.

fabric (ഫാബ്രിക്) *n.* building; manufactured cloth; texture; കെട്ടിടം; ഭവനം; തുണിച്ചരക്ക്; നിർമ്മാണം; നിർമ്മിതി.

fabricate (ഫാബ്രികെയ്റ്റ്) *v.t.* construct; manufacture; സൃഷ്ടിക്കുക; കള്ളആധാരം നിർമ്മിക്കുക; കെട്ടിയുണ്ടാക്കിപ്പറയുക; *n.* **fabrication**.

facade (ഫ്ഫെസാഡ്) *n.* the exterior front or face of a building; കെട്ടിടത്തിന്റെ മുൻവശം; (കപടമായ) മുഖഭാവം.

face (ഫെയ്സ്) *n.* the front of the head from forehead to chin; മുഖം; മുഖഭാവം; മുൻവശം; ബാഹ്യാകൃതി; മുഖംകൊണ്ട് ഗോഷ്ടികാണിക്കൽ; **face to face** സമ്മുഖമായ; മുഖാമുഖം അഭിമുഖീകരിക്കുന്ന; **save one's face** അവമാനിതനാകാതെ കഴിച്ചുകൂട്ടുക; **put a new face on** പുതിയ ഭാവം നല്കുക; **face** confront; resist; എതിരിടുക; എതിർക്കുക; ധൈര്യപൂർവ്വം നേരിടുക; **face value** മുഖവില.

facet (ഫാസിറ്റ്) *n.* one side of a cut gem; particular aspect of thing; മുഖപ്പ്; ചാണയ്ക്കുവച്ച രത്നത്തിന്റെ പട്ടം; (*fig.*) 'ഭാവം;' കാണപ്പെടുന്ന വിധം.

facetious (ഫ്ഫെസീഷസ്) *adj.* witty;

humorous; jocose; ഫലിതപ്രിയനായ; അനുചിതരീതിയിലോ ബുദ്ധിശൂന്യമായോ ഫലിതമുള്ള.

facile (ഫാ̄സൈൽ) *adj.* working easily; ready; fluent; expert; എളുപ്പമായ; അനായാസമായ; സുഗമമായ; ഉപരിപ്ലവമായ; ഒഴുക്കുള്ള; **facilitate** to make easy; സുകരമാക്കുക.

facsimile (ഫാ̄ക്സിമിലി) *n.* exact copy; ശരിപ്പകർപ്പ്; കൃത്യമായ പുനരാവിഷ്കരണം.

fact (ഫാ̄ക്റ്റ്) *n.* act; event; truth; reality; വസ്തുത; സത്യം; വസ്തുസ്ഥിതി; പരമാർത്ഥം.

faction (ഫാ̄ക്ഷൻ) *n.* clique; contentious party; dissension; കലഹക്കാർ; വിരോധപക്ഷം; കക്ഷിവഴക്ക്.

factor (ഫാ̄ക്ടർ) *n.* an element in the composition of anything; ഘടകം; അംശം; ഘടകവസ്തു; കാര്യം; കമ്മീഷൻ ഏജൻറ്.

factory (ഫാ̄ക്ടറി) *n.* building for manufacturing; workshop; തൊഴിൽശാല; ഫാക്ടറിക്കെട്ടിടം; വ്യവസായശാല.

factual (ഫാ̄ക്ചൽ) *adj.* concerned with facts; actual; വസ്തുതകളെ സംബന്ധിച്ച; വസ്തുതാസ്വഭാവമുള്ള.

faculty (ഫാ̄ക്കൽറ്റി) *n.* mental power; ability; department of university teaching; കഴിവ്; ബുദ്ധിശക്തി; കലാശാലയിലെ ഒരു വകുപ്പ്.

fad (ഫാ̄ഡ്) *n.* pet notion; whim; വിചിത്രഭ്രമം; ആശയഭ്രാന്ത്; താല്ക്കാലിക ഭ്രമം; കമ്പം.

fade (ഫെയ്ഡ്) *v.* wither; lose vigour, colour, etc.; വാടിപ്പോകുക; നിറം മങ്ങുക; ബലം കുറയുക; **fade out** അനുക്രമം മങ്ങിപ്പോകൽ.

faeces (ഫീസീസ്) *n. pl.* waste matter passed from the bowels; മലം.

fag (ഫാ̄ഗ്) *v.* become weary; work hard; തളരുക; അദ്ധ്വാനിക്കുക; ദാസ്യവേല ചെയ്യുക; *n.* **fagend** കൊള്ളരുതാത്ത അവസാനഭാഗം.

faggot (ഫാ̄ഗറ്റ്) *n.* bundle of firewood; വിറകുകെട്ട്; ചുള്ളിക്കെട്ട്.

fail (ഫെയ്ൽ) *v.* be unsuccessful; miss; be insufficient; run short; പരാജയപ്പെടുക; തെറ്റുക; സാധിക്കാതിരിക്കുക; വഴുതിപ്പോകുക; തോറ്റുപോകുക; ശ്രദ്ധിക്കാതിരിക്കുക; കിട്ടാതാവുക; നിഷ്ഫലമാകുക; ആശാഭംഗപ്പെടുത്തുക; **without fail**; തീർച്ചയായും; മുടക്കം വരുത്താതെ.

failure (ഫെയ്ല്യർ) *n.* ill-success; deficiency; പരാജയപ്പെടൽ; ഭംഗം; അസിദ്ധി; ഭ്രംശം; ഉപേക്ഷ; ലംഘനം; വീഴ്ച.

fain (ഫെയ്ൻ) *adj.* (*ar.*) left with no alternative but to; ഗത്യന്തരമില്ലാത്തതിനാൽ തൃപ്തികൊള്ളുന്ന.

faint (ഫെയ്ൻറ്) *v.i.* (*ar.*) lose consciousness; lose courage; swoon; ധൈര്യമില്ലാതാകുക; തളരുക; ബോധം നഷ്ടപ്പെടുക.

fair (ഫെയർ) *adj.* pretty; beautiful; satisfactory; just; honest; അഴകുള്ള; സൗന്ദര്യമുള്ള; (the fair sex സ്ത്രീകൾ); ന്യായവർത്തിയായ; നീതിയുക്തമായ; **fair copy** അസ്സൽ; *n.* **fair play** നീതിയുക്തത.

fair (ഫെയർ) *n.* a periodical gathering for trade; festival; കച്ചവടസ്ഥലം; കാഴ്ചച്ചന്ത; മേള.

fairy (ഫെയ്റി) *n.* goblin; enchantress; യക്ഷി; മോഹിനി; യക്ഷിവർഗ്ഗം; **fairy land** യക്ഷിലോകം; മായാലോകം.

faith | fan 147

faith (ഫെയ്ത്ത്) *n.* belief; trust; adherence to duty and promise; വിശ്വാസം; വിശ്വാസ്യത; ആത്മധൈര്യം; ശ്രദ്ധ; ആസ്തിക്യം; ദൈവഭക്തി; നിഷ്ഠ; ധർമ്മം; കർത്തവ്യപാലനം; വിശ്വാസപ്രമാണം; **good faith** ഉദ്ദേശ്യശുദ്ധി; *adj.* **faithless** വിശ്വാസരഹിതനായ; വിശ്വാസവഞ്ചന നടത്തുന്ന.

fake (ഫെയ്ക്) *v.t.* contrive out of poor material; കൃത്രിമവസ്തു നിർമ്മിക്കുക; (പറ്റിക്കാനായി) വസ്തുവിന്റെ രൂപം മാറ്റുക; *n.* **fake** വ്യാജച്ചരക്ക്.

falcon (ഫോൾകൻ) *n.* a small bird of prey; പ്രാപ്പിടിയൻ പക്ഷി.

fall (ഫോൾ) *v.i.* (*p.t.* **fell**, *p.part.* **fallen**) decline; drop down; become downcast; subside; വീഴുക; ഇടിഞ്ഞുവീഴുക; നിലംപറ്റുക; അധഃപതിക്കുക; കീഴടങ്ങുക; ഇറങ്ങുക; ചരിയുക; ചായുക; നശിച്ചു പോകുക; അവസാനിക്കുക; പ്രലോഭനത്തിനു കീഴടങ്ങുക; പാപം ചെയ്യുക; *v.t.* **fall out** (സുഹൃത്തുക്കളെപ്പറ്റി) തെറ്റിപ്പിരിയുക; സംഭവിക്കുക; **fall away** പരിത്യജിക്കുക; കൈവെടിയുക; **fall back on** പിൻവാങ്ങുക; വിഷമസന്ധിയിൽ സഹായം തേടുക; **fall behind** പിന്നിലാകുക; കുടിശ്ശികയാവുക; *adj.* **fallen** അധഃപതിച്ച.

fallacy (ഫാലസി) *n.* a misleading argument; കള്ളന്യായം; ഹേത്വാഭാസം; അപസിദ്ധാന്തം; ഭ്രാന്തി; *adj.* **fallacious**.

fallow (ഫാലോ) *adj.* untilled; uncultivated; unused; കൃഷിയിറക്കിയിട്ടില്ലാത്ത; വന്ധ്യമായ; തരിശായ; ഉപയോഗിച്ചിട്ടില്ലാത്ത; *n.* കൃഷി ചെയ്യാത്ത നിലം.

false (ഫോൾസ്) *adj.* wrong; untrue; misleading; തെറ്റായ; അബദ്ധമായ; കപടമായ; പൊളിപറയുന്ന; കളവായ; അടിസ്ഥാനമില്ലാത്ത; നീതീകരണമില്ലാത്ത; **false step** തെറ്റായ കാൽവയ്പ് **false start** തെറ്റായ തുടക്കം; **falsehood** വ്യാജം; കള്ളം; കാപട്യം.

falsify (ഫോൾസിഫൈ) *v.t.* forge; alter fraudulently; കള്ളപ്രമാണം നിർമ്മിക്കുക; കണക്കുകളിൽ കൃത്രിമം കാണിക്കുക; തെറ്റായി അവതരിപ്പിക്കുക.

falter (ഫോൾട്ടർ) *v.i.* stumble; go unsteadily; waver; സംശയിക്കുക; വേച്ചു വേച്ചു നടക്കുക; ഇടറുക; വിക്കിവിക്കി സംസാരിക്കുക.

fame (ഫെയിം) *n.* reputation; renown; public report; കീർത്തി; പ്രസിദ്ധി; യശസ്സ്; *adj.* **famous.**

familiar (ഫ്ഫമീല്യർ) *adj.* well acquainted; intimate; well-known; പരിചയമുള്ള; സുപരിചിതമായ.

familiarity (ഫ്ഫമിലിയാറിറ്റി) *n.* close relationship; close intimacy; മമത; ചങ്ങാത്തം; സുപരിചയം.

family (ഫാമിലി) *n.* members of a household; parents, children, servants, etc.; കുടുംബം; കുടുംബാംഗങ്ങൾ; ഭാര്യയും ഭർത്താവും മക്കളും; പുത്രകളത്രാദികൾ; വംശം; കുലം; വകുപ്പ്; ഇനം; തറവാട്; **family planning** കുടുംബാസൂത്രണം; **family circle** കുടുംബവൃത്തം; **family tree** വംശാവലി.

famine (ഫാമിൻ) *n.* extreme scarcity of food; starvation; ക്ഷാമം; ക്ഷാമകാലം; പഞ്ഞം; ദുർഭിക്ഷം; പട്ടിണി.

fan (ഫാൻ) an instrument for producing a current of air; devotee of a specified amusement; വിശറി; പങ്കം; പക്ഷിയുടെ ചിറകും മറ്റും; ഏതെങ്കിലും കളിയുടെയോ, അതിൽ പ്രശസ്തി നേടിയ ആളുകളുടെയോ ആരാധകൻ; വീശുക; തണുപ്പിക്കുക.

fanatic (ഫ്ാനറ്റിക്) *adj.* over-zealous esp. in religion; മതഭ്രാന്തുപിടിച്ച; സ്വമതാന്ധനായ; സ്വപക്ഷാന്ധനായ.

fancy (ഫ്ാൻസി) *n.* false notion; unfounded belief; whim; mental image; ഭ്രമം; വിചിത്രഭാവന; വ്യാമോഹം; മാനസിക ചാപല്യം; സങ്കല്പം; ഭാവിക്കുക; സങ്കല്പിക്കുക; കരുതുക; ഭ്രമിക്കുക; പ്രീതികൊള്ളുക.

fanfare (ഫ്ാൻഫെയർ) *n.* a flourish of trumpets; കാഹളഘോഷം; പ്രത്യക്ഷ പ്രദർശനം; പൊങ്ങച്ചം.

fang (ഫ്ാങ്) *n.* long pointed tooth; snake's venom-tooth; നീണ്ടുകൂർത്ത പല്ല്; പട്ടിയുടെയും ചെന്നായുടെയും മറ്റും തേറ്റ; ദംഷ്ട്രം; സർപ്പത്തിന്റെ വിഷപ്പല്ല്.

fantastic (ഫ്ാൻടാസ്റ്റിക്) *adj.* extravagantly fanciful; അസംഭാവ്യമായ; അതിവിചിത്രമായ; ഭ്രമാത്മകമായ; അസാധാരണമായ.

fantasy, phantasy (ഫ്ാൻറസി) *n.* fancy; whimsical speculation; മനോരാജ്യം; വിചിത്രകല്പന; ഭ്രമം; ഭ്രമാത്മകത.

far (ഫ്ാർ) *adv.* remotely; at a great distance; very much (better or higher); ദൂരെ; അകലെ; അത്യധികമായി; അത്യന്തം; വരെയും; *adj.* **far away** ദൂരമായ; വളരെക്കാലത്തിനു മുമ്പുള്ള; **far-off** വിദൂരസ്ഥമായ; **far-reaching;** *adj.* ദൂരവ്യാപകമായ; **far and wide** വിശാലമായി; **so far** നാളിതുവരെ.

farce (ഫ്ാർസ്) *n.* low comedy; mere show; പ്രഹസനം; (*lit. & fig.*) കപടവേഷം.

fare (ഫെയർ) *v.i.* go; travel; happen; get on; പോവുക; ചെല്ലുക; സംഭവിക്കുക; ആയിത്തീരുക; സഞ്ചരിക്കുക; വർത്തിക്കുക; **farewell** ശുഭമസ്തു; സുഖമായി പോയി വരിക.

farm (ഫാം) *n.* a tract or cultivated land; dwelling house attached to farm; വിളനിലം; കൃഷിഭൂമി; കൃഷിത്തോട്ടം; കൃഷിത്തോട്ടത്തിലെ വീട്; അനാഥശിശുക്കൾക്കുള്ള മന്ദിരം; **farmer** കർഷകൻ; *n.* **farm-house** കളപ്പുര.

farrow (ഫ്ാരൗ) *n.* a litter of pigs; giving birth to pigs; പന്നിക്കുട്ടിക്കൂട്ടം; പന്നിക്കുട്ടികളെ പ്രസവിക്കൽ (*also v.t.*).

fart (ഫാർട്ട്) *n.& v.i.* emit wind from the anus; വളി (വിടുക); **fart about/around** be silly or play the fool; കോമാളി ചമയുക; മണ്ടത്തരം കാണിക്കുക.

farther (ഫാർദർ) *adj.* (*comp.* of **far**) more extended, or remote; additional; അതിദൂരത്തുള്ള.

fascinate (ഫ്ാസിനെയ്റ്റ്) *v.t.* enchant; attract irresistibly; ആകർഷിക്കുക; വശീകരിക്കുക; ചിത്തം കവരുക; മയക്കുക; *n.* **fascination** ആകർഷണം.

Fascism (ഫ്ാഷിസം) *n.* principles and organization of Italian nationalist and anti-communist dictatorship; കമ്മ്യൂണിസത്തിനെതിരായി ഒന്നാം മഹായുദ്ധകാലത്ത് ഇറ്റലിയിൽ ആരംഭിച്ച് മുസോലിനിയുടെ സ്വേച്ഛാധികാരത്തിൽ എത്തിച്ചേർന്ന ഭരണസമ്പ്രദായം.

fashion (ഫാ്ഷൻ) *n.* make; shape; style; pattern; manner; നിർമ്മാണ രീതി; പെരുമാറ്റസമ്പ്രദായം; ബാഹ്യ മോടി; പരിഷ്കാരം; പുതുമോടി; ആകൃതി നല്കുക; നിർമ്മിക്കുക; രൂപപ്പെടുത്തുക; **out of fashion** ഫാഷനിലില്ലാത്ത; പഴഞ്ചനായ.

fast (ഫാസ്റ്റ്) *adj.* quick; rapid; rash; dissipated; വേഗമുള്ള; ശീഘ്രഗാമിയായ; സാഹസികമായ; ത്വരിതഗതിയിൽ; സാഹസികമായി.

fast (ഫാ്സ്റ്റ്) *adj.* firm; fixed; steady; durable; ഉറച്ച; ഉറപ്പുള്ള; ദൃഢബദ്ധമായ; സ്ഥായിയായ; ഉറ്റ; നിറം പോകാത്ത.

fast (ഫാസ്റ്റ്) *v.i.* go without food; starve voluntarily; ഉപവസിക്കുക; ആഹാരമില്ലാതിരിക്കുക.

fasten (ഫാസ്ൻ) *v.t.* make fast; attach; fix; link; tie; make tight; കെട്ടുക; കൂട്ടിക്കെട്ടുക; ഉറപ്പിക്കുക; ബന്ധിക്കുക.

fastidious (ഫെസ്റ്റീഡിയസ്) *adj.* hard to please; പ്രസാദിപ്പാൻ പ്രയാസമായ; എത്രയായാലും തൃപ്തി തോന്നാത്ത; അല്പമായ കുറ്റം പോലും ക്ഷമിക്കാത്ത.

fat (ഫാ്റ്റ്) *adj.* plump; thick; containing much fat; fleshy; തടിച്ച; കൊഴുത്ത; സ്ഥൂലശരീരിയായ; മാംസളമായ; കൊഴുപ്പുള്ള; *v.t.* **fatten** തടിപ്പിക്കുക; *adj.* **fatty** മാംസളമായ; കൊഴുപ്പുള്ള.

fatal (ഫെയ്റ്റൽ) *adj.* deadly; disastrous; fixed by fate; വിധികല്പിതമായ; അനർത്ഥസൂചകമായ; മാരകമായ.

fate (ഫെയ്റ്റ്) *n.* destiny; ultimate condition; വിധി; ഭാഗ്യം; ഭാഗധേയം; നിയതി; മരണം.

father (ഫാദ്ദർ) *n.* male parent; progenitor; originator; priest; confessor; അച്ഛൻ; ജനയിതാവ്; രക്ഷിതാവ്; ഗോത്രപിതാവ്; ഗുരു; മതാചാര്യൻ; കുമ്പസാരം കേൾക്കുന്ന പുരോഹിതൻ; *n.* **fatherhood** പിതൃത്വം; പിതൃധർമ്മം; **father-in-law** ശ്വശുരൻ.

fathom (ഫാ്ദം) *n.* a measure of six feet, chiefly depth of water; ആറടി ആഴം; **fathomless** ആഴമറ്റ; നില കാണാത്ത.

fatigue (ഫെറ്റീഗ്) *n.* weariness from exertion; tiredness; toil; അലച്ചിൽ; ആയാസം; അതിക്ഷീണം; തളർച്ച; ക്ലേശം; തളർച്ച വരുത്തുക; ക്ഷീണിപ്പിക്കുക; ആയാസപ്പെടുത്തുക.

fault (ഫോൾട്ട്) *n.* defect; misdeed; blame; culpability; error; തെറ്റ്; അപൂർണ്ണത; അബദ്ധം; വീഴ്ച; അപരാധം; അബദ്ധം ചെയ്യുക; **find fault with** കുറ്റപ്പെടുത്തുക.

fauna (ഫോണ) *n.* (*pl.* **faunas** or **faunae**) animals of a region or period; ഒരു നാട്ടിലെയോ, കാലഘട്ടത്തിലെയോ ജന്തുജാലം; **fauna and flora** ജന്തുവർഗ്ഗവും സസ്യവർഗ്ഗവും.

favour (*U.S.* **favor**) (ഫെയ്വർ) *n.* kind regard; goodwill; ഹൃദയപൂർവ്വമായ താത്പര്യം; സൗമനസ്യം; പ്രീതി; പക്ഷഭേദം; ചായ്വ്; ആനുകൂല്യം.

favourite (ഫെയ്വറിറ്റ്) *n.* person preferred over others; ഇഷ്ടൻ; കണ്ണിലുണ്ണി; പ്രേമഭാജനം; പ്രീതിപാത്രം.

fawn (ഫോൺ) *n.* a young deer; മാൻകുട്ടി.

fax (ഫാ്ക്സ്) *n.* abbr. for 'facsimile transmission.' ഒരു കത്തോ പ്രമാണമോ ഫോൺ, കമ്പിയില്ലാക്കമ്പി മുത

ലായ മാർഗ്ഗങ്ങളിൽ കൂടി അതേപടി അയയ്ക്കാനും മേൽവിലാസക്കാരന് അതിൻെറ പകർപ്പ് ലഭ്യമാക്കാനു മുള്ള സമ്പ്രദായം.

fealty (ഫീയൽറ്റി) *n.* fidelity of a vassal; വിശ്വസ്തത; യജമാനപ്രീതി.

fear (ഫിയ്യർ) *n.* dread; alarm; fright; horror; anxiety; ഭയം; ആശങ്ക; പേടി; ഭീതി; സംഭ്രാന്താവസ്ഥ; *adj.* **fearful** ഭയജനകമായ; ഭയങ്കരമായ; ഭീരുവായ; *adj.* **fearless** നിർഭയമായ.

feasible (ഫീസിബ്ൾ) *adj.* practicable; that can be done; സുകരമായ; സാധ്യമായ; എളുപ്പം ചെയ്യാവുന്ന; പ്രായോഗികമായ; *n.* **feasibility** സാദ്ധ്യത.

feast (ഫീസ്റ്റ്) *n.* a banquet; delicious meal; വിരുന്നൂണ്; സദ്യ; സല്ക്കാരം; ഉത്സവം; പെരുന്നാൾ.

feat (ഫീറ്റ്) *n.* extraordinary act of strength; exploit deed; സാഹസകൃത്യം; (feats of arms) അഭ്യാസം; അത്ഭുതകർമ്മം.

feather (ഫെദർ) *n.* one of the barbed shafts which form the covering of birds; പക്ഷിത്തൂവൽ; തൂവൽപോലുള്ള വസ്തു; **birds of the same feather** ഒരേ തരക്കാരായ ആളുകൾ.

feature (ഫീച്ചർ) *n.* (*esp. pl.*) cast of face; prominent traits; marked peculiarity; a non-news article in a newspaper; മുഖഭാവം; മുഖച്ഛായ; മുഖലക്ഷണം; വിശേഷലക്ഷണം; പത്രത്തിലെ പ്രത്യേകപംക്തി; *adj.* **featureless** പ്രത്യേകലക്ഷണങ്ങളില്ലാത്ത.

February (ഫെബ്രുഎ്റി) *n.* second month of the year; ഫെബ്രുവരി മാസം.

feckless (ഫെക്‌ലിസ്) *adj.* inefficient; spiritless; ചുണകെട്ട; ദുർബലമായ.

fecund (ഫീക്കണ്ഡ്) *adj.* fruitful in progeny; productive; ധാരാളം സന്തതികളുള്ള; ഫലപുഷ്ടിയുള്ള; *n.* **fecundity** സന്താനസമൃദ്ധി.

fed (ഫെഡ്) *p.t.& p. part.* of **feed**; **be fed up** tired; bored; മടുപ്പുളവാക്കുക.

fee (ഫീ) *n.* remuneration of a professional man; വേതനം; ശമ്പളം; പ്രതിഫലം; *v.t.* വേതനം കൊടുക്കുക; പ്രതിഫലം കൊടുക്കുക.

feeble (ഫീബ്ൾ) *adj.* weak; wanting in bodily strength; ക്ഷീണിച്ച; ദുർബലമായ; നിർവ്വീര്യമായ; സ്വഭാവദാർഢ്യമില്ലാത്ത; *adv.* **feebly** ദുർബലമായി.

feed (ഫീഡ്) *v.* give food to; put food into mouth of; graze; ഭക്ഷണം നല്കുക; ഊട്ടുക; തീറ്റിപ്പോറ്റുക; ആഹാരം കഴിപ്പിക്കുക; **feeding bottle** മുലക്കുപ്പി; **feeding time** ഭക്ഷണസമയം.

feeder (ഫീഡർ) *n.* one who feeds; eater; feeding bottle; പരിപോഷകൻ; ഭോജനദാതാവ്; മുലക്കുപ്പി; പോഷകനദി; ശാഖാതീവണ്ടിപ്പാത.

feel (ഫീൽ) *v.* search with hand; explore by touch; be sensitive; തൊടുക; സ്പർശിച്ചറിയുക; ഗ്രഹിക്കുക; അറിയുക; അനുഭവിക്കുക; അനുഭവിച്ചറിയുക.

feeler (ഫീലർ) *n.* one who feels; organ in insects for testing things by touch; സ്പർശകൻ; സ്പർശിനി; കീടാദികളുടെ തുമ്പിരോമം; മറ്റുള്ളവരുടെ അഭിപ്രായങ്ങളറിയുന്നതിനു വേണ്ടിയുള്ള സംസാരം.

feeling (ഫീലിങ്) *adj.* easily affected;

feign | festal 151

sensitive; emotional; sympathetic; അലിവുള്ള; ശക്തിമത്തായി വികാരം കൊള്ളുന്ന; വികാരനിർഭരമായ.

feign (ഫെയ്ൻ) *v.t.* pretend; forge; represent falsely; നടിക്കുക; കപടം പ്രവർത്തിക്കുക.

feint (ഫെയ്ൻറ്) *n.* pretence; sham attack to deceive opponent; നാട്യം; ശത്രുവിനെ തെറ്റിദ്ധരിപ്പിക്കാനായി നടത്തുന്ന വ്യാജാക്രമണം.

felicitate (ഫെലിസിറ്റെയ്റ്റ്) *v.t.* congratulate; express joy to; അഭിനന്ദിക്കുക; കൊണ്ടാടുക; അനുമോദിക്കുക; *n.* **felicitation** അഭിനന്ദനം.

fell (ഫെൽ) *v.t.* cause to fall; cut down; വീഴ്ത്തുക; വെട്ടിയിടുക; നിലംപരിശാക്കുക.

fellow (ഫെലൗ) *n.* comrade; partner; one of the same class; സഖാവ്; കൂട്ടുകാരൻ; സർവ്വകലാശാലാംഗം; സമിതിഅംഗം; *n.* **fellowship** വിശിഷ്ടാംഗത്വം.

felon (ഫെലൻ) *n.* criminal; convict; ഭയങ്കര കുറ്റകൃത്യം ചെയ്തവൻ; *n.* **felony** കൊടിയ കുറ്റകൃത്യം.

felt (ഫെൽറ്റ്) *n.* cloth of wool; ഒരിനം രോമക്കമ്പിളി.

female (ഫീമെയ്ൽ) *n.* the sex that produces young; സ്ത്രീ; പെൺ; പെൺപൂവ്; *adj.* സ്ത്രീസംബന്ധിയായ; സ്ത്രീകളെ സംബന്ധിച്ച.

feminine (ഫെമിനൈൻ) *adj.* peculiar to the female sex; womanish; സ്ത്രീയെക്കുറിച്ചുള്ള; സ്ത്രീസഹജമായ; സ്ത്രൈണമായ; *n.* **feminism** സ്ത്രീസ്വാതന്ത്ര്യവാദം.

fen (ഫെൻ) *n.* low marshy land; ചതുപ്പുനിലം; വെള്ളം കെട്ടിനിൽക്കുന്ന നിലം.

fence (ഫെൻസ്) *n.* hedge; *v.* enclose with a fence; fortify; വേലികെട്ടിയടയ്ക്കുക; മറയ്ക്കുക; വേലികെട്ടി സംരക്ഷിക്കുക; *n.* **fencing** വേലികെട്ടൽ; വാൾപ്പയറ്റു നടത്തുക.

fend (ഫെൻഡ്) *v.t.* ward off; offer resistance; തടുക്കുക; എതിർക്കുക; പ്രതിരോധിക്കുക.

ferment (ഫേർമെൻറ്) *n.* what excites fermentation; leaven; പുളിപ്പിക്കുന്ന സാധനം; പുളിപ്പ്; കിണ്വം.

fern (ഫേൺ) *n.* kind of flowerless plant with feathery green leaves; തൂവലുകൾപോലെ പച്ച ഇലകളുള്ളതും പുഷ്പിക്കാത്തതുമായ ഒരു തരം സസ്യം.

ferocious (ഫെറൗഷസ്) *adj.* fierce; cruel; grim; ഭയങ്കരമായ; ക്രൂരനായ; ഘോരമായ; *n.* **ferocity** ക്രൗര്യം.

ferret (ഫെറിറ്റ്) *n.* polecat kept for hunting rabbits; a detective; മുയൽവേട്ടയ്ക്കായി സൂക്ഷിക്കുന്ന തുരപ്പൻ കീരി; വേട്ട നടത്തുക.

ferry (ഫെറി) *n.* a place or a boat for ferrying; വള്ളക്കടവ്; കടത്ത്; കടത്തു വള്ളം; കടവു കടത്തുക; *n.* **ferry-man** കടത്തുകാരൻ.

fertile (ഫേർറ്റൈൽ) *adj.* fruitful; producing abundantly; ഫലഭൂയിഷ്ഠമായ; സസ്യസമൃദ്ധമായ; (മണ്ണിനെപ്പറ്റി) വളക്കൂറുള്ള; *n.* **fertility**; ഭൂയിഷ്ഠത; *n.* **fertilization** (ഫേർട്ടിലൈസെയ്ഷൻ) ഉത്പാദനം; ബീജസംയോഗം.

fervent (ഫേർവ്വൻറ്) *adj.* hot; glowing; ardent; തീക്ഷ്ണമായ; കത്തിയെരിയുന്ന; ജ്വലിക്കുന്ന.

fervour (ഫേർവർ) *n.* intense passion; zeal; തീക്ഷ്ണവികാരം; ഊഷ്മളവികാരം.

festal (ഫെസ്റ്റൽ) *adj.* festive; joyous; ഉത്സവസംബന്ധിയായ; ഉല്ലാസമായ.

festival (ഫെസ്റ്റിവൽ) *n.* celebration; merry making; ഉത്സവം; പെരുന്നാൾ; കലോത്സവം; സ്മാരകദിനം.

festive (ഫെസ്റ്റീവ്) *adj.* rel. to a festival; ആനന്ദപ്രദമായ; സദ്യയെ സംബന്ധിച്ച; സദ്യയോടുകൂടിയ; *n.* **festivity** ഉല്ലാസം.

festoon (ഫെസ്റ്റൂൺ) *n.* garland suspended; a string of flowers; തോരണം; ചന്ദ്രക്കലപോലെ വളച്ചു കെട്ടിത്തൂക്കിയിട്ടിരിക്കുന്ന മാല.

fetch (ഫെച്ച്) *v.* go and get; obtain as its price; draw forth; പോയി കൊണ്ടുവരിക; വിലയായി ലഭിക്കുക; പ്രഹരം നൽകുക.

fete (ഫെറ്റ്, ഫെയ്റ്റ്) *n.* festival; ഉത്സവം; ആഘോഷം; വിരുന്ന്.

feticide (ഫീറ്റിസൈഡ്) *n.* destruction of foetus; ഭ്രൂണഹത്യ.

fetish (ഫെറ്റിഷ്) *n.* any object of irrational reverence; മന്ത്രത്തകിട്; ഏലസ്.

fetter (ഫെറ്റർ) *n.* chain for the feet; കാൽവിലങ്ങ്; പ്രതിബന്ധം.

feud (ഫ്യൂഡ്) *n.* hereditary quarrel; കുടിപ്പക.

feudal (ഫ്യൂഡൽ) *adj.* rel. to a fief; belonging to feudalism; നാടുവാഴിവ്യവസ്ഥയെ സംബന്ധിച്ച.

fever (ഫീവർ) *n.* abnormally high bodily temperature; ജ്വരം; പനി; (*fig.*) ഉൽക്കട വൈകാരിക ക്ഷോഭം.

few (ഫ്യൂ) *adj. & pron.* not many; small in number; കുറെ; അല്പം; ചുരുക്കം ആളുകൾ (വസ്തുക്കൾ); ഏതാനും; ചുരുക്കം എണ്ണം.

fiance (ഫിയാൻസെയ്, ഫിയൊൻസെയ്) *n.* person who is betrothed to another; ഒരാളുടെ പ്രതിശ്രുതവരൻ; (*fem.*) **fiancee** പ്രതിശ്രുതവധു.

fiasco (ഫിയാസ്കൗ) *n.* notorious failure; വലിയ തോൽവി; ആകെക്കുഴച്ചിൽ.

fibre (ഫൈബർ) (*U.S.* **fiber**) *n.* thread; filament; നാര്; ചകിരി; നാരിഴ; *adj.* **fibrous** നാരുകൊണ്ടുള്ള.

fickle (ഫിക്ക്ൾ) *adj.* inconstant; unsteady; not firm; ചപലമായ; ചഞ്ചലഹൃദയമുള്ള.

fiction (ഫിക്ഷൻ) *n.* false story; branch of prose literature; കെട്ടുകഥ; കല്പിതകഥ; ആഖ്യായിക; നോവലും ചെറുകഥയും ഉൾക്കൊള്ളുന്ന കഥാസാഹിത്യം.

fiddle (ഫിഡ്ൽ) *n.* violin; ഫിഡിൽ ('കമ്പിവാദ്യം') വയലിൻവർഗ്ഗത്തിൽപ്പെട്ട ഏതെങ്കിലും സംഗീതോപകരണം.

fidelity (ഫിഡെലിറ്റി) *n.* faithfulness; loyalty; വിശ്വാസ്യത; ആത്മാർത്ഥത; സൂക്ഷ്മത; മൂലാനുസാരിത്വം; ചാരിത്ര്യം.

fidget (ഫിജിറ്റ്) *v.i.* move restlessly; be unable to rest; സ്വസ്ഥതയില്ലാതെ ഓടിനടക്കുക; അസ്വസ്ഥനാകുക.

field (ഫീൽഡ്) *n.* open country; piece of ground for pasture; battle ground; മൈതാനം; മേച്ചിൽസ്ഥലം; നിലം; വയൽ.

fiend (ഫീൻഡ്) *n.* devil; evilspirit; wicked malicious person; പിശാച്; ചെകുത്താൻ.

fierce (ഫിയെർസ്) *adj.* violent in hostility; raging; furious; cruel; ഘോരമായ; ഉഗ്രമായ; ഭീഷണമായ;

fife | filth 153

തീവ്രമായ; പ്രചണ്ഡമായ; *adv.* **fiercely**.

fife (ഫൈഫ്) *n.* flute; പുല്ലാംകുഴൽ; മുരളി; വേണു.

fifteen (ഫിഫ്റ്റീൻ) *adj. & n.* consisting of five and ten; പതിനഞ്ചടങ്ങിയ; പതിനഞ്ചെണ്ണം; 15 എന്ന അക്കം.

fifth (ഫിഫ്ത്) *adj.* next after fourth; അഞ്ചാമത്തേത്; അഞ്ചിലൊന്നായ; *n.* അഞ്ചാം ഭാഗം; അഞ്ചിലൊന്ന്.

fifty (ഫിഫ്റ്റി) *n.* five times ten; അമ്പത്; അമ്പതെണ്ണം; 50 എന്ന സംഖ്യ; *adv.* **fifty-fifty** പപ്പാതി.

fig (ഫിഗ്) *n.* soft pear shaped fruit; a thing of a little consequence; അത്തിപ്പഴം; അത്തിമരം; നിസ്സാര വസ്തു.

fight (ഫൈറ്റ്) *v.* contend in war or battle or duel; strive to overcome; പട വെട്ടുക; ഇടയുക; പൊരുതുക; യുദ്ധം ചെയ്യുക; **fight back** ചെറുക്കുക.

figment (ഫിഗ്മെൻറ്) *n.* a fabrication or invention; കള്ളക്കഥ; മിഥ്യാവൃത്താന്തം.

figure (ഫിഗർ) *n.* external form; shape; image; statue; ബാഹ്യരൂപം; ആകാരം; ആകൃതി; സ്വരൂപം; ശരീരം; ബിംബം; പ്രതിച്ഛായ; അക്കം; എണ്ണം; മോടി; പ്രതാപം; ആവിഷ്കരിക്കുക; സൂചിപ്പിക്കുക.

filament (ഫിലമെൻറ്) *n.* fibre; thread; നാര്; ഇഴ; വൈദ്യുതിബൾബിൻെറ തന്തു.

filaria (ഫിലെയെരിയ) *n.* nematode introduced into the blood by mosquitoes; കൊതുകുകൾ മനുഷ്യരക്തത്തിൽ കലർത്തുന്ന രോഗാണു; *n.* **filariasis** രക്തത്തിൽ രോഗാണുക്കൾ കലർന്നുണ്ടാകുന്ന മന്തുരോഗം.

file (ഫൈൽ) *n.* steel rasp; അരം; *v.t.* അരംകൊണ്ടു രാകുക.

file (ഫൈൽ) *n.* stiff pointed wire for holding papers; row of soldiers or things; കടലാസു കോർത്തുവയ്ക്കുന്ന കമ്പി; ചേർത്തുവച്ച രേഖകൾ; ഫയൽ; ലേഖ്യശ്രേണി; സൈന്യശ്രേണി; വരിവരിയായി ചേർത്തു വയ്ക്കുക.

file (ഫൈൽ) *n.* (computer) an organized collection of information recorded as a unit with an identifying name; ഒരു കൂട്ടം വിവരങ്ങൾ ക്രമീകരിച്ച്, സമാഹരിച്ച് ഒറ്റ ഏകകമായി സംഭരിച്ചുവെക്കുന്ന രേഖ—അതിനെ തിരിച്ചറിയുന്നതിന് ഒരു പേരും നല്കിയിരിക്കും.

filial (ഫിലിയൽ) *adj.* of or due from son or daughter; പുത്രോചിതമായ.

fill (ഫിൽ) *v.t.* make full; occupy whole place; satisfy; content; നിറയ്ക്കുക; വ്യാപിപ്പിക്കുക; നിയമിക്കുക; കാര്യം നിർവ്വഹിക്കുക; പൂരിപ്പിക്കുക; നിറയുക; ധാരാളമുണ്ടാകുക.

fillip (ഫിലിപ്) *v.t.* strike with the nail of finger; വിരൽഞൊടിക്കുക; പ്രോത്സാഹിപ്പിക്കുക.

film (ഫിൽമ്) *n.* thin sheet; a series of cinematograph; roll of celluloid; പാട; ലോലമായ പാളി; ഫോട്ടോ എടുക്കുന്നതിനുള്ള തകിടു ചുരുൾ; സിനിമ; ചലച്ചിത്രം.

filter (ഫിൽറ്റർ) *n.* strainer; അരിപ്പ; അരിപ്പുപാത്രം; അരിച്ചെടുക്കുക; അരിക്കുക; *n.* **filtration** അരിച്ചെടുക്കൽ.

filth (ഫിൽത്ത്) *n.* dirt; foulmatter;

അഴുക്ക്; മലം; ചളി; ചേറ്; *adj.* **filthy** അഴുക്കായ.

fin (ഫിൻ) *n.* organ by which a fish balances itself; മീൻചിറക്; റോക്കറ്റിൻെറയും വിമാനത്തിൻെറയും മറ്റും പൃഷ്ഠഭാഗത്തുള്ള പരന്ന തള്ളി നില്ക്കുന്ന ഭാഗം.

final (ഫൈനൽ) *adj.* rel. to end; last; decisive; ഒടുവിലത്തെ; അവസാനത്തിലുള്ള; അന്തിമമായ; ആത്യന്തികമായ; തീർച്ചയായ; *n.* **finality** തീർച്ച.

finale (ഫിനാലി) *n.* last song; close of drama; ഒടുവിലത്തെ; സമാപ്തി; പര്യവസാനം; കലാശം.

finance (ഫൈനാൻസ്, ഫിനാൻസ്) *n.* science of revenue; company or person; income; പൊതു ധനവിനിമയശാസ്ത്രം; രാഷ്ട്രധനകാര്യം; വ്യക്തിയുടെയോ കമ്പനിയുടെയോ സ്വാധീനത്തിലുള്ള ധനം; ആദായം; *n.* **financier**.

find (ഫൈൻഡ്) *v.t.* (*p.t.* **found**) come across; discover; get possession of; obtain; കണ്ടെത്തുക; (തമ്മിൽ) കാണുക; കണ്ടെടുക്കുക; ആരാഞ്ഞറിയുക; *n.* **finding** കണ്ടെത്തൽ.

fine (ഫൈൻ) *adj.* very small; thin; of high quality; delicate; excellent; showy; smart; സൂക്ഷ്മമായ; നേർത്ത; നല്ലനിലയിലുള്ള; ഉയർന്ന ഗുണമുള്ള; ലോലമായ; മൃദുവായ; തീക്ഷ്ണമായ; പരിഷ്കൃതമായ; നിർദ്ദോഷമായ; ശുദ്ധി ചെയ്യുക; സ്ഫുടം ചെയ്യുക; **fine arts** സുകുമാരകലകൾ.

fine (ഫൈൻ) *n.* sum of money fixed as penalty; പിഴ; പിഴശിക്ഷ.

finger (ഫിങ്ഗർ) *n.* one of five terminal parts of the hand; (തള്ളവിരലൊഴിച്ചുള്ള) കൈവിരൽ; അംഗുലി; ഘടികാരസൂചി; *n.* **finger print** കൈവിരലടയാളം; **forefinger, index finger** ചൂണ്ടുവിരൽ; **middle finger** നടുവിരൽ; **ring-finger** മോതിരവിരൽ; **last finger, little finger** ചെറുവിരൽ.

finish (ഫിനിഷ്) *v.* complete; destroy; kill; ചെയ്തുതീർക്കുക; അവസാനിപ്പിക്കുക; പരിസമാപ്തിയിലെത്തിക്കുക; പൂർത്തിയാക്കുക; കൊല്ലുക; പരിഷ്കാരം.

finite (ഫൈനൈറ്റ്) *adj.* (*opp.* **infinite**) limited; bounded as time, space; അതിർത്തിയുള്ള; അതിരുള്ള.

fir (ഫേർ) *n.* a timber tree; ദേവദാരു.

fire (ഫയർ) *n.* light and heat; flame; burning; conflagration; firing of guns; തീ; തീക്കനൽ; അഗ്നി; എരിയൽ; കൊള്ളി; കത്തുന്ന വിറക്; തീപ്പിടുത്തം; പീരങ്കിവെടി; വെടിവയ്പ്; വികാരതീവ്രത; ഉജ്ജ്വലഭാവന; ഉത്സാഹം; വെടിവയ്ക്കുക; **on fire** കത്തിയെരിഞ്ഞുകൊണ്ടിരിക്കുന്ന; **set fire to, set on fire** തീപിടിക്കാനിടവരുത്തുക; **fire brand** തീക്കൊള്ളി; തീപ്പൊരി പ്രാസംഗികൻ; **fire brigade** അഗ്നിശമനസൈന്യം; **fire extinguisher** രാസവസ്തുക്കൾകൊണ്ട് തീകെടുത്താനുള്ള ഉപകരണം; **fire fly** മിന്നാമിനുങ്ങ്; **fire proof** തീപിടിക്കാത്ത; അഗ്നിഭയമില്ലാത്ത; **fire side** അടുപ്പുതിണ്ണ; **fire works** കരിമരുന്നുപ്രയോഗം; വെടിക്കെട്ട്.

firm (ഫേം) *adj.* fixed; stable; solid; established; steadfast; ഉറച്ച; ബലമായ; ഗാഢമായ; ദൃഢമായ; പതറാത്ത; സുദൃഢമായ; കട്ടിയായ; സുസ്ഥിരമായ; സ്ഥിരചിത്തനായ; വ്യാപാരികൾ; വ്യാപാരസംഘം.

first (ഫേസ്റ്റ്) *adj.* earliest in time or order; primary; highest; original;

fiscal | flag 155

chief; ആദ്യമായ; ആദിയിലുള്ള; ഒന്നാമത്തെ; മുന്നിട്ടുനിൽക്കുന്ന; സമുന്നതനായ; പ്രാഥമികമായ; ആദിയിൽ; ആദ്യമായി; **first aid** പ്രഥമശുശ്രൂഷ; *adj.* **first born** കടിഞ്ഞൂലായ; മൂത്തസന്തതിയായ; **first foot** നവവത്സരത്തിൽ ആദ്യമായി ഒരു വീട്ടിൽ പ്രവേശിക്കുന്ന ആൾ.

fiscal (ഫിസ്കൽ) *adj.* pert. to revenue; നികുതി സംബന്ധിയായ; പൊതുധനവിനിയോഗസംബന്ധമായ.

fish (ഫിഷ്) *n.* vertibrate cold blooded animal with gills living in water; മത്സ്യം; മീനിൻെറ ഇറച്ചി; **queer fish** വിചിത്രവ്യക്തി; **fisher** മീൻപിടിക്കുന്ന മൃഗം; മീൻപിടുത്തക്കാരൻ; *n.* **fisherman** മുക്കുവൻ; **fish-hook** ചൂണ്ടമുള്ള്; **fish monger** മീൻ വില്ക്കുന്നവൻ; **fish-pond** മത്സ്യക്കുളം; **fish out of water** ഇണക്കമില്ലാത്ത സാഹചര്യങ്ങളിൽ ചെന്നുപെട്ട വ്യക്തി.

fission (ഫിഷൻ) *n.* cleavage; splitting of nucleus of an atom; പൊട്ടൽ; വിള്ളൽ; ഭേദനം; അണുസ്ഫോടനം.

fissure (ഫിഷർ) *n.* opening made by cracking; പിളർപ്പ്; വിടവ്; സ്ഫോടനം.

fist (ഫിസ്റ്റ്) *n.* clenched hand; ഹസ്ത മുഷ്ടി; ചുരുട്ടിയ കയ്യ്.

fistula (ഫിസ്റ്റ്യൂല) *n.* musical pipe; deep narrow sore; പുല്ലാംകുഴൽ; ഭഗന്ദരം.

fit (ഫിറ്റ്) *n.* sudden violent attack of hysteria, epilepsy etc.; an outburst of anything; പെട്ടെന്നുള്ള രോഗാക്രമണം; മൂർച്ഛ; അപസ്മാരം; മോഹാലസ്യം; (*fig.*) ആവേശം; വിപരീത മനോവികാരം.

fit (ഫിറ്റ്) *adj.* suitable; competent; becoming; prepared for; qualified; in good condition; തക്ക; പറ്റിയ; ഉചിതമായ; യുക്തമായ; ചേർന്ന; അനുയോജ്യമായ; യഥായോഗ്യമായ; *v.* ഇണക്കുക; അനുരൂപമാക്കുക; **fitness** ചേർച്ച; ഔചിത്യം; **fit in** തികച്ചും യോജിച്ചതായിരിക്കുക.

five (ഫൈവ്) *adj. & n.* four and one added; a group of five; അഞ്ച്; അഞ്ച് എന്ന അക്കം; അഞ്ചാളുകൾ; അഞ്ചു വസ്തുക്കൾ.

fix (ഫിക്സ്) *v.* fasten; gaze; implant; drive into; regulate; ദൃഢമായി ഉറപ്പിക്കുക; തീർച്ചപ്പെടുത്തുക; ഉറപ്പുവരുത്തുക; നിലനിറുത്തുക; നിയോഗിക്കുക in a fix .

fixture (ഫിക്സ്ചർ) *n.* thing fixed in position; fixed furniture of a house; സ്ഥിരമായി ചേർക്കപ്പെട്ട ഭാഗം; ദൃഢസ്ഥിതവസ്തു.

fizz (ഫിസ്) *v.i.* hiss; sputter; ശൂൽക്കാരം പുറപ്പെടുവിക്കുക; നുരപൊങ്ങുക.

fizzle (ഫിസ്ൽ) *n.* abortive effort; state of agitation; ഭംഗം; നിഷ്ഫലയത്നം; **fizzle out** ഒന്നുമില്ലാതായി ത്തീരുക.

flabbergast (ഫ്ളാബർഗാസ്റ്റ്) *v.t.* stun; confound; അമ്പരപ്പിക്കുക; ഇതി കർത്തവ്യതാമൂഢനാക്കുക.

flabby (ഫ്ളാബി) *adj.* hanging loose; nerveless; not firm; ദൃഢമല്ലാതെ തൂങ്ങിക്കിടക്കുന്ന.

flag (ഫ്ളാഗ്) *n.* banner; ensign of a ship or troops; signal; കൊടി; കൊടിക്കൂറ; ധ്വജം; പതാക; **white flag** കീഴടങ്ങൽ സൂചനക്കൊടി; **green flag** സുരക്ഷിതചിഹ്നം സമാധാനക്കൊടി; **yellow flag** പകർച്ചവ്യാധി സൂചകക്കൊടി; **red flag** ആപൽ

സൂചകചിഹ്നം; **black flag** പ്രതിഷേധചിഹ്നം.

flagrant (ഫ്ളെയ്ഗ്രൻറ്) *adj.* glaring; notorious; enormous; സ്പഷ്ടമായ; കുപ്രസിദ്ധമായ; അളവുകടന്ന.

flair (ഫ്ളെയർ) *n.* (*fig.*) rare instinct; പ്രത്യേക ജന്മവാസന.

flake (ഫ്ളെയ്ക്) *n.* thin broad piece; layer; പാളി; അടുക്ക്; ഹിമപടലം.

flamboyant (ഫ്ളാംബൊയൻറ്) *adj.* gorgeously coloured; floridly decorated; വർണ്ണപ്പകിട്ടുള്ള; ജ്വാലാസദൃശമായ; സുഭൂഷിതമായ.

flame (ഫ്ളെയ്ം) *n.* bright light; heat of passion; vigour of thought; തീജ്വാല; വാതകജ്വാല; ഭാവനാദീപ്തി; കാമാഗ്നി; പ്രേമഭാജനം; *v.* എരിയുക.

flank (ഫ്ളങ്ക്) *n.* side of anything; പക്ഷം; പാർശ്വം; സേനാപാർശ്വം; കര; ഓരം.

flannel (ഫ്ളാനൽ) *n.* a soft woollen cloth; ഒരുവക നേർത്ത കമ്പിളിത്തുണി.

flap (ഫ്ളാപ്പ്) *n.* anything broad and flexible hanging loose; motion of wing, etc.; മൂടി; തൂക്കുപലക; ചിറക്; തൂങ്ങൽ; അടിക്കൽ; കുടച്ചൽശബ്ദം;.

flare (ഫ്ളെയ്ർ) flutter in burning; *v.i.* മിന്നുക; മങ്ങിമങ്ങി കത്തുക; **flare up** പെട്ടെന്നു ക്ഷോഭിക്കുക.

flash (ഫ്ളാഷ്) *n.* sudden burst of light, wit, passion or thought; instant; മിന്നൽപിണർ; ക്ഷണപ്രഭ; നേത്രസ്ഫുരണം; ആകസ്മികമായ തോന്നൽ; ഞൊടിനേരം; *n.* **flash back** (*Cin.*) ചലച്ചിത്രത്തിൽ ഒരു സംഭവം വിവരിക്കാനായി കുറച്ചുനേരത്തേക്കു കാണിക്കുന്ന പൂർവ്വദൃശ്യം; **flash light** കൂടെക്കൂടെ മിന്നിമിന്നി പ്രകാശിക്കുന്ന വൈദ്യുതദീപം.

flask (ഫ്ളാസ്ക്) *n.* jar; bottle; ഫ്ളാസ്ക്; കഴുത്തിടുങ്ങിയ മദ്യക്കുപ്പി.

flat (ഫ്ളാറ്റ്) *adj.* spread out; lying at full length; level; പരന്ന; നിരപ്പായ; ദണ്ഡനമസ്ക്കാരം ചെയ്യുന്ന; പ്രകാശമില്ലാത്ത; പൂർണ്ണമായ; വിരസമായ; പരന്ന ഭാഗം; ചതുപ്പുനിലം; വൻനഗരങ്ങളിൽ കുടുംബവാസസ്ഥാനമായ കെട്ടിട ഭാഗം.

flatter (ഫ്ളാറ്റെർ) *v.t.* praise excessively; cajole; coax; മുഖസ്തുതി പറയുക; വാഴ്ത്തിപ്പറയുക; *n.* **flattery** മുഖസ്തുതി.

flavour (ഫ്ളെയ്വർ) *n.* mingled sensation of smell and taste; relish; മണം; ചുവ; രസം; രുചി; സ്വാദ്; സ്വാദുവരുത്തുന്ന സാധനം.

flaw (ഫ്ളോ) *n.* defect; crack; fissure; വൈകല്യം; വിള്ളൽ; കുറ്റം; കുറവ്; (*leg.*) രേഖയെ ദുർബലമാക്കുന്ന അപൂർണ്ണത.

flay (ഫ്ളെയ്) *v.t.* (*fig.*) peel off skin; flog; criticise severely; തോലുരിക്കുക; (*fig.*) നിർദ്ദയം പ്രഹരിക്കുക.

flea (ഫ്ളീ) *n.* blood sucking wingless insect; ചെള്ള്; തല്പകീടം.

fleck (ഫ്ളെക്) *n.* spot in the skin; മറുക്; പുള്ളി; കണിക; ശകലം.

fledge (ഫ്ളെജ്) *v.* provide with wings; acquire wings; ചിറകുവെക്കുക; ചിറകുണ്ടാകുക; *n.* **fledgling** ചിറകു മുളച്ച പക്ഷിക്കുഞ്ഞ്.

flee (ഫ്ളീ) *v.* (**fleeing, fled**) run away; shun; seek safety in flight; ഓടിക്കളയുക; ഒളിച്ചോടുക; ഓടി രക്ഷപ്പെടുക.

fleece (ഫ്ളീസ്) *n.* wool of sheep; ആട്ടുരോമം; *v.t.* ആട്ടുരോമം കത്രിക്കുക.

fleet | flood 157

fleet (ഫ്ളീറ്റ്) *n.* a number of ships, aircraft, motor cars, etc.; കപ്പൽപ്പട; പക്ഷിക്കൂട്ടം; വിമാനക്കൂട്ടം.

fleet (ഫ്ളീറ്റ്) *adj.* swift; nimble; വേഗത്തിൽ പോകുന്ന; വേഗതയുള്ള; *adj.* **fleeting** നശ്വരമായ.

flesh (ഫ്ളെഷ്) *n.* meat; animal food; body; bodily appetite; ഇറച്ചി; മാംസം; മാംസഭോജനം; ശരീരം; ജഡം; വിഷയാസക്തി; ഐഹിക ജീവിതം; *adj.* **fleshed** തടിച്ച; മാംസളമായ; *n.* **flesh eater** മാംസഭുക്ക്.

flex (ഫ്ളെക്സ്) *v.t.* bend; വളയ്ക്കുക; **flexible** അയവുള്ള; വഴങ്ങുന്ന; വളയ്ക്കത്തക്ക; (*fig.*) വഴങ്ങുന്ന; മനസു തിരിക്കാവുന്ന; *n.* **flexibility**.

flick (ഫ്ളിക്) *n.* a light stroke; ചെറിയ അടി; തട്ട്.

flicker (ഫ്ളിക്കർ) *v.i.* flutter to burn unsteadily; ചഞ്ചലമായി ജ്വലിക്കുക; ചിറകടിക്കുക.

flight (ഫ്ളൈറ്റ്) *n.* flying; hasty departure; a regular air journey; പറക്കൽ; പലായനം; ദ്രുതഗതി; വിമാനം ഓടിക്കൽ; പക്ഷിക്കൂട്ടം.

flimsy (ഫ്ളിംസി) *adj.* frivolous; thin; easily torn; superficial; weak; ലോലമായ; ബലഹീനമായ; നിസ്സാരമായ.

flinch (ഫ്ളിൻച്) *v.t.* shrink; (ഭയം കൊണ്ടോ വേദനകൊണ്ടോ) വലിയുക.

fling (ഫ്ളിങ്) *v.* hurl; throw; scatter; വലിച്ചെറിയുക; ചുഴറ്റിവീശുക; വീഴ്ത്തുക; വിതറുക.

flint (ഫ്ളിൻറ്) *n.* a hard mineral from which fire is readily struck with steel; തീക്കല്ല്; കാഠിന്യമുള്ള ഏതെങ്കിലും വസ്തു.

flip (ഫ്ളിപ്) *v.* flick; flap; ഞൊട്ടുക; ഞൊടിക്കുക; (*sl.*) ആത്മനിയന്ത്രണം നഷ്ടപ്പെടുക.

flipper (ഫ്ലിപ്പ്ർ) *n.* broad flat limb of certain sea-animals (like seal) used for swimming; ചില സമുദ്രജീവികളിൽ (ഉദാ. 'സീൽ'നീർനായ്) നീന്തുന്നതിനു സഹായിക്കുന്ന തുഴപോലുള്ള അവയവം; മുങ്ങൽ വിദഗ്ദ്ധന്മാർ കാലിൽ ധരിക്കാറുള്ള തുഴപോലുള്ള കൃത്രിമറബ്ബർ അവയവം.

flirt (ഫ്ളേർട്ട്) *v.* jerk; make coquettish motions; ശൃംഗരിക്കുക; പ്രേമചാപല്യം കാണിക്കുക; വിലസൽ; ഇളക്കക്കാരിപ്പെണ്ണ്; പ്രേമചാപല്യം കാട്ടുന്ന വൾ; *n.* **flirtation** ശൃംഗാരം; പ്രേമപ്രകടനം.

flit (ഫ്ളിറ്റ്) *v.i.* quickly; move about easily; ദ്രുതഗതിയിൽ പറക്കുക; ചിറകടിക്കുക; ഓടിനീങ്ങുക.

float (ഫ്ലൗട്ട്) *v.* swim or be buoyed up; move gently through air; drift out; വെള്ളത്തിൽ പൊങ്ങിക്കിടക്കുക; മീതെ നീന്തുക; ഒഴുകുക; പ്രചാരത്തിലാക്കുക; ഒഴുക്കുക; പൊങ്ങുമാറാക്കുക; കമ്പനി സ്ഥാപിക്കുക; **floating bridge** ചങ്ങാടപ്പാലം.

flock (ഫ്ളോക്ക്) *n.* a company of animals, birds, etc.; a congregation; കൂട്ടം; പറ്റം; പക്ഷിക്കൂട്ടം; മൃഗക്കൂട്ടം; ക്രിസ്തീയ സംഘം.

flock (ഫ്ളോക്ക്) *n.* a lock of wool; a tuft; രോമക്കെട്ട്; ജട; തലമുടിക്കെട്ട്.

flog (ഫ്ളൊഗ്) *v.t.* beat; lash; ചമ്മട്ടികൊണ്ട് അടിക്കുക; പ്രഹരിക്കുക.

flood (ഫ്ളഡ്) *n.* great flow of water; inflow of tide; inundation; abundance; ജലപ്രളയം; വെള്ളപ്പൊക്കം; വേലിയേറ്റം; ധാര; **flood gate** ചീർപ്പ്;

ജലനിർഗമം; **flood light** തീക്ഷ്ണ പ്രകാശമുള്ള കൃത്രിമദീപം.

floor (ഫ്ളോർ) *n.* lower surface of a room; pavement; level area; bottom of sea; തറ; നിലം; തലം; വീടിൻെറ ഒരു നില; മേട; സമനിലം; **first floor** കെട്ടിടത്തിൻെറ ഒന്നാം നില; **ground floor** കെട്ടിടത്തിൻെറ ഭൂനിരപ്പിലുള്ള നില.

flop (ഫ്ലോപ്) *v.* sway or walk awkwardly; fail dismally; ദുർബലമായോ വിലക്ഷണമായോ നീങ്ങുക.

floppy (ഫ്ലോപ്പി) *adj.* falling loosely; soft and flexible; അയഞ്ഞുവീഴുന്ന; മൃദുവും വളയുന്നതുമായ.

floppy disk (ഫ്ളോപ്പി ഡിസ്ക്) *n.* (computer) a portable small disk for storing information കംപ്യൂട്ടറിനു പുറത്ത് വിവരങ്ങൾ ശേഖരിച്ചു സൂക്ഷിക്കാനുള്ള ചെറിയ ഡിസ്ക്.

flora (ഫ്ളോറെ) *n.* vegetable species of a region or age; വൃക്ഷസസ്യാദികൾ; ഒരു ദേശത്തോ കാലത്തോ ഉള്ള സസ്യങ്ങൾ; n. **florescence** പുഷ്പോദ്ഗമം; പുഷ്പകാലം; **florist** പൂക്കാരൻ; **floriculture** പൂക്കൃഷി; പുഷ്പോദ്യാനവിദ്യ.

floss (ഫ്ളോസ്) *n.* any loose silky plant substance; പിരിക്കാത്ത പട്ടുനൂൽ.

flounce (ഫ്ളൗൺസ്) *v.i.* move impatiently; (കോപംകൊണ്ട്) പിടയ്ക്കുക; ശരീരം വെട്ടിക്കുക.

flounder (ഫ്ളൗൺഡർ) *v.* tumble about as in mud; stumble in speaking; ചെളിയിലൂടെന്നപോലെ പ്രയാസപ്പെട്ടു മുന്നോട്ടു നീങ്ങുക; ചിന്താക്കുഴപ്പം നേരിടുക.

flour (ഫ്ളൗഎർ) *n.* finely ground meal of grain; ധാന്യമാവ്; ധാന്യപ്പൊടി.

flourish (ഫ്ളറിഷ്) *v.* grow luxuriantly; thrive; be prosperous; തഴയ്ക്കുക; പുഷ്ടിപ്പെടുക; ഉൽക്കർഷമുണ്ടാകുക; സമൃദ്ധമാവുക; പകിട്ട്; ആഡംബരം; പുഷ്ടി.

flout (ഫ്ളൗട്ട്) *v.* jeer at; insult; പരിഹസിക്കുക; ധിക്കരിക്കുക; അലക്ഷ്യമായി കരുതുക.

flow (ഫ്ളൗ) *v.i.* run as water; glide; circulate as blood; undulate; ഒഴുകുക; പ്രവഹിക്കുക; നിർഗളിക്കുക; കവിഞ്ഞൊഴുകുക; നീരോട്ടം; പ്രവാഹം.

flower (ഫ്ളവർ) *n.* bloom; blossom of a plant; the prime of life; youthful vigour; പുഷ്പം; പൂച്ചെടി; ഫലസൂനം; **flower bed** പൂത്തടം; **flower girl** പൂക്കാരി.

fluctuate (ഫ്ളക്ച്യുഎയ്റ്റ്) *v.* roll hither and thither; be unsteady; hesitate; ഇളകുക; ചാഞ്ചാടുക; ഏറ്റക്കുറച്ചിലുണ്ടാകുക; വില കയറുകയും താഴുകയും ചെയ്യുക; *n.* **fluctuation** ചാഞ്ചല്യം; അസ്ഥിരത.

fluent (ഫ്ളൂഎൻറ്) *adj.* flowing; ready in the use of words; ഒഴുകുന്ന; അനർഗളമായ; വാചാലമായ; *n.* **fluency**.

fluff (ഫ്ളഫ്) *n.* soft short hair; മൃദുരോമം; *adj.* **fluffy**.

fluid (ഫ്ളൂയിഡ്) *adj.* that flows; not solid or rigid; easily changed; ഒഴുകുന്ന; ദ്രാവകമായ; അനായാസേന മാറ്റം സംഭവിക്കുന്ന; *ns.* **fluidity** ദ്രവമായിരിക്കൽ; ദ്രവത്വം.

fluke (ഫ്ളുക്) *n.* a liver worm esp. in sheep; ആട്ടിൻകരളിലെ ഒരിനം കൃമി.

fluorescence (ഫ്ളൂറസെൻസ്) *n.* the property of some substances of emitting rays of greater wavelength;

flurry | fold 159

രശ്മികൾ പതിക്കുമ്പോൾ കൂടുതൽ അലനീളമുള്ള രശ്മികൾ പ്രസരിപ്പിക്കുവാൻ ചില വസ്തുക്കൾക്കുള്ള കഴിവ്.

flurry (ഫ്ളറി) *n.* sudden blast or gust; agitation; പെട്ടെന്നുള്ള കാറ്റ്, മഴ മുതലായവ; സംഭ്രമം.

flush (ഫ്ളഷ്) *n.* a sudden flow; abundance; suffusion of the face with blood; cleansing by flushing; വെള്ളത്തിൻെറ മുന്നോട്ടു കുതിക്കൽ; ഒഴുക്ക്; രക്തത്തുടുപ്പ്; പെട്ടെന്നുള്ള മനഃക്ഷോഭം; (ശുചീകരണത്തിനുള്ള) 'ഫ്ളഷ്;' *v.* അരുണവദനനാകുക; പെട്ടെന്നു മുഖം ചുവക്കുക.

flute (ഫ്ളൂട്ട്) *n.* musical pipe with finger holes; ഫ്ളൂട്ട്; ഓടക്കുഴൽ; ഫ്ളൂട്ടു വായനക്കാരൻ.

flutter (ഫ്ളട്ടർ) *v.* flap wings; move about with bustle; ചിറകടിക്കുക; തത്തിപ്പറക്കുക; ലക്ഷ്യമില്ലാതെ അങ്ങിങ്ങു പറക്കുക; ചിറകടിപ്പ്; ഇളക്കം; ഒച്ചപ്പാട്.

flux (ഫ്ളക്സ്) *n.* (*opp.* to **ebb**) act of flowing; inflow of tide; ഒഴുകിക്കൊണ്ടിരിക്കൽ; വേലിയേറ്റം; അസ്ഥിരാവസ്ഥ; അതിസാരം; ഗർഭസ്രാവം.

fly (ഫ്ളൈ) *v.* move through the air; move swiftly; flee; cause to fly; escape; പറക്കുക; പാറുക; കുതിച്ചോടുക; പലായനം ചെയ്യുക; **fly high** (*coll.*) ഉൽക്കർഷേച്ഛുവായിരിക്കുക; **flying saucer** പറക്കുംതളിക.

fly (ഫ്ളൈ) *n.* two winged insect; ഈച്ച.

foam (ഫൗം) *n.* froth; bubbles formed in liquids; നുര; പത; ഫേനം; നുരപ്പിക്കുക; പതഞ്ഞു പൊങ്ങുക; കോപിക്കുക; **foam rubber** കിടക്ക, കുഷ്യൻ മുതലായവയ്ക്ക് ഉപയോഗിക്കുന്ന നുരപോലുള്ള റബർ.

fob (ഫൊബ്) *v.t.* (*p.t. & p.part.* **fobbed**) cheat; give as genuine; ചതിക്കുക; തോൽപ്പിക്കുക.

focal (ഫൗക്ൽ) *adj.* of or belonging to a focus; കേന്ദ്രസ്ഥിതമായ; കേന്ദ്രബിന്ദുപരമായ.

focus (ഫൗക്കസ്) *n.* point of concentration; any central point; ദൃഷ്ടികേന്ദ്രം; മധ്യസ്ഥാനം; ശ്രദ്ധാകേന്ദ്രം.

fodder (ഫോഡർ) *n.* food for cattle; hay, straw etc.; കാലിത്തീറ്റ; വൈക്കോൽ; *v.t.* കന്നുകാലികൾക്ക് തീറ്റകൊടുക്കുക.

foe (ഫൗ) *n.* enemy; rival; ശത്രു; വിരോധി; വൈരി.

foetal *also* **fetal** (ഫീറ്റൽ) *adj.* rel. to foetus; ഭ്രൂണസംബന്ധിയായ; *n.* **foeticide** ഭ്രൂണഹത്യ.

fog (ഫോഗ്) *n.* thick mist; mental confusion; മൂടൽമഞ്ഞ്; മനക്കലക്കം; മോഹം; *v.* മഞ്ഞുമൂടുക; മങ്ങലാക്കുക.

foible (ഫൊയ്ബൾ) *n.* weakness; a failing; ബലഹീനത; വൈകല്യം.

foil (ഫൊയ്ൽ) *v.t.* defeat; frustrate; പരാജയപ്പെടുത്തുക; ഭംഗപ്പെടുത്തുക; വളരെ കനം കുറഞ്ഞ ലോഹത്തകിട്; മുഖക്കണ്ണാടിയുടെ ഈയരസത്തകിട്.

fold (ഫൗൾഡ്) *n.* doubling or double of any flexible substance; മടക്ക്; ചുളിവ്; ഞെറി; മടങ്ങ്; ഇരട്ടി; ആശ്ലേഷം; ഗുണീകരിക്കുക; മടങ്ങുക; തമ്മിൽ പിണയുക; *n.* **folder** കടലാസ് മടക്കുകത്തി; മടക്കിയ കടലാസ്.

fold (ഫൗൾഡ്) *n.* an enclosure for protecting sheep; ആട്ടിൻതൊഴുത്ത്.

foliage (ഫൗലിയിജ്) *n.* cluster of leaves; plant forms in art; പച്ചില പ്പടർപ്പ്; കൃത്രിമലതാപുഷ്പങ്ങൾ; ചിത്രത്തഴ.

folio (ഫൗലിയൗ) *n.* a sheet of paper folded once; a book of such sheets; രണ്ടായി മടക്കിയ കടലാസ്; ഒറ്റ മട ക്കിക്കെട്ടിയ പുസ്തകം; താൾ.

folk (ഫൗക്) *n.* people collectively; relations; common people; ജനം; സ്വന്തക്കാർ; *n.* **folkdance** നാടോ ടിനൃത്തം; **folk song** നാടോടിഗാനം; **folklore** നാടോടിക്കഥകൾ.

follow (ഫൊളൗ) *v.* go after or behind; attend; adopt; പിൻതുടരുക; അനു സരിക്കുക; തുടർന്നു പ്രവർത്തി ക്കുക; ശ്രദ്ധയോടെ കേൾക്കുക; ആചരിക്കുക; തൊഴിൽ ചെയ്യുക; **follow up** ശ്രമിച്ചു പൂർത്തിയാക്കുക; *n.* **follower** പിൻതുടരുന്നയാൾ.

folly (ഫൊളി) *n.* silliness or weakness of mind; foolish act; ബുദ്ധിഹീനത; അവിവേകം; ഭോഷത്തം; ബുദ്ധി ശൂന്യമായ പ്രവൃത്തി; മണ്ടത്തരം.

foment (ഫൗമെൻറ്) *v.t.* bathe with warm water; ആവി പിടിക്കുക; ആവികൊള്ളിക്കുക; ഉദ്ദീപിപ്പിക്കുക; പ്രകോപിപ്പിക്കുക; *n.* **fomentation** സ്വേദനം; ആവി പിടിപ്പിക്കൽ.

fond (ഫൊൺഡ്) *adj.* tender and loving; prizing highly of; ഇഷ്ടപ്പെ ടുന്ന; ഓമനയായി; വാത്സല്യമുള്ള; ആസക്തിയുള്ള; *n.* **fondness** പ്രീതി; ആസക്തി; വാത്സല്യം.

fondle (ഫൊൺഡ്ൽ) *v.* caress; handle with fondness; ലാളിക്കുക; താലോലിക്കുക; തടവുക.

font (ഫൊൺഡ്) *n.* baptismal basin; ജ്ഞാനസ്നാനത്തൊട്ടി; വിളക്കിലെ എണ്ണ നില്ക്കുന്ന ഭാഗം.

font (ഫോൺഡ്) *n.* (computer) a set of characters all of the same size, style, and type face ഒരേ വലിപ്പത്തി ലും ശൈലിയിലും രൂപത്തിലുമുള്ള ലിപി സഞ്ചയം.

food (ഫൂഡ്) *n.* what one feeds on; nutriment; edibles; ഭക്ഷണം; ഭോജ്യം; ആഹാരം; **food stuff** ആഹാരസാധനങ്ങൾ.

fool (ഫൂൾ) *n.* idiot; one of weak mind; a natural jester; വിഡ്ഢി; മൂഢൻ; മന്ദബുദ്ധി; കോമാളി; വിദൂ ഷകൻ; കബളിപ്പിക്കുക; വിഡ്ഢി യാക്കുക; ചെണ്ട കൊട്ടിക്കുക; *adj.* **foolhardy** സാഹസികമായ; ആലോ ചിക്കാതെ എന്തിനെങ്കിലും തുനി യുന്ന; *n.* **foolscap** മുഴുക്കടലാസ്.

foot (ഫുട്) *n.* (*pl.* **feet**) the part of its body on which an animal stands or walks; 12 inches; പാദം; കാലടി; ചുവട്; അടിയളവ്; 12 ഇഞ്ച് നീളം; അടിവാരം; താഴ്വര; അധോഭാഗം; പദ്യഭാഗം; **put one's best foot forward** ആവതും വേഗം നടക്കുക; **set on foot** ആരംഭിക്കുക; *n.* **foot hill** വലിയ മലയുടെ താഴ്വരയിലുള്ള കുന്ന്; *n.* **foot hold** കാലുറപ്പിക്കാ വുന്നിടം; **footpath, footway** ഒറ്റയ ടിപ്പാത; *n.* **footwear** പാദരക്ഷ; **cubic foot** ഘന അടി.

fop (ഫോപ്) *n.* gay trifling man; coxcomb; സുഭഗമ്മന്യൻ; വേഷാഭി മാനി.

for (ഫോർ, ഫർ) *prep.* in favour of; in place of; on account of; in direction of; -യ്ക്കു വേണ്ടി; ബദലായി; -യ്ക്കു പകരം; അനുരൂപമായി; കൂടെ; ഉന്മുഖമായി; അനുകൂല മായി; -ലഭിക്കാനായി; പ്രതീക്ഷിച്ചു കൊണ്ട്; -യ്ക്കുവേണ്ടി; തക്കതായി; വിരോധമായി; **for ever** എന്നേക്കും; എന്നും; ശാശ്വതമായി; **for ever and**

forage | foreman 161

ever എന്നന്നേക്കും; **for good** എന്നന്നേക്കും.

forage (ഫോറിജ്) *n.* fodder for horses and cattle; നാല്ക്കാലിഭക്ഷണം; കുതിരത്തീറ്റ.

forbear (ഫോർബെയ്യർ) *v.* (*p.t.* **forbore**, *p.part.* **forborne**) abstain from; give up; ചെയ്യാതിരിക്കുക; അടങ്ങിയിരിക്കുക; നിറുത്തുക; സ്വയം നിയന്ത്രിക്കുക; *n.* **forbearance**; അടക്കം; ക്ഷമ.

forbid (ഫ്ഫർബിഡ്, ഫൊർബിഡ്) *v.t.* (*p.t.* **forbade**; *p.part.* **forbidden**) prohibit; obstruct; command not to; നിഷേധിക്കുക; തടയുക; വിലക്കുക; നിരോധിക്കുക; *adj.* **forbidden** വിലക്കപ്പെട്ട.

force (ഫോഴ്സ്) *n.* power; energy; strength; violence; ഊക്ക്; ശക്തി; ബലം; ബലപ്രയോഗം; ബലാല്ക്കാരം; ഊർജ്ജം; പ്രേരകശക്തി; സ്വാധീനശക്തി; പ്രാബല്യം; യുദ്ധബലം; ഭൗതികസംഭവകാരണം; **centrifugal force** അപകേന്ദ്രബലം; **centripetal force** ആകേന്ദ്രബലം; **brute force** മൃഗീയശക്തി; **in force** പ്രാബല്യത്തിലുള്ള; *adj.* **forcible** ബലാൽക്കാരമായ.

forceps (ഫോർസെപ്സ്) *n.* (*sing.* & *pl.*) a pair of tongs; ചെറുകൊടില്; ചവണ.

ford (ഫോർഡ്) *n.* a place where water may be crossed; ഇറങ്ങിക്കേറുന്ന കടവ്; ആഴമില്ലാത്ത കടവ്.

fore (ഫോറ്) *adj.* in front; former; previous; മുമ്പിലുള്ള; അഗ്രഗാമിയായ; മുമ്പിലത്തെ; മുന്നോട്ടുള്ള.

forearm (ഫോർആം) *n.* the part of the arm between the elbow and the wrist; കൈത്തണ്ട്; മുഴങ്കൈക്കും മണിബന്ധത്തിനും ഇടയ്ക്കുള്ള ഭാഗം.

forebode (ഫോർബൗഡ്) *v.t.* foretell; predict; മുൻകൂട്ടി സൂചിപ്പിക്കുക; വരാനിരിക്കുന്ന ആപത്തിനെ മുന്നറിയിക്കുക.

forecast (ഫോർകാസ്റ്റ്) *v.* foresee; predict; മുൻകൂട്ടി കാണുക; പ്രവചിക്കുക.

forefather (ഫോർഫാദർ) *n.* ancestor; progenitor; പൂർവ്വികൻ; പിതാമഹൻ.

forefinger (ഫോർഫിൻഗർ) *n.* finger next the thumb; തള്ളവിരലിനു തൊട്ടടുത്തുള്ള വിരൽ; ചൂണ്ടുവിരൽ.

forefoot (ഫോർഫുട്ട്) *n.* one of beast's front feet; അഗ്രപാദം; മൃഗത്തിന്റെ മുൻകാൽ.

forefront (ഫോർഫ്രണ്ട്) *n.* the foremost part; മുൻഭാഗം; അഗ്രിമസ്ഥാനം.

foreground (ഫോർഗ്രൗണ്ട്) *n.* front part of picture; മുൻവശം; മുറ്റം; (*fig.*) സർവ്വപ്രമുഖ സ്ഥാനം.

forehead (ഫോർഹെഡ്) *n.* the forepart of the head; നെറ്റി ; നെറ്റിത്തടം.

foreign (ഫോറ്റെൻ) *adj.* belonging to another country; alien; irrelevant; remote; അന്യമായ; വൈദേശികമായ; വിദേശിയായ; രാജ്യാന്തരപരമായ.

foreknow (ഫോർനൗ) *v.t.* (*p.t.* **foreknew**, *p.p.* **foreknown**) know before-hand; നേരത്തെ അറിയുക; വരാനിരിക്കുന്ന കാര്യത്തെപ്പറ്റി മുന്നറിയുക.

foreman (ഫോർമാൻ) *n.* chief man; overseer; ജോലിക്കാരുടെ മേൽനോട്ടം വഹിക്കുന്നവൻ.

foremost (ഫോർമൗസ്റ്റ്) *adj.* most notable; first in rank; the best; അഗ്രഗണ്യനായ; സർവ്വപ്രധാനമായ; മികച്ച.

forenoon (ഫോർനൂൺ) *n.* the day till noon; ഉച്ചയ്ക്കു മുമ്പുള്ള സമയം; പൂർവ്വാഹ്നം.

forensic (ഫെറെൻസിക്) *adj.* belonging to law courts; കോടതി സംബന്ധിച്ച.

forerun (ഫോർറൺ) *v.t.* run before; precede; മുന്നോട്ടോടുക; മുൻചെല്ലുക; മുമ്പേ വരിക.

foresee (ഫോർസി) *v.* (*p.t.* **foresaw**, *p.part.* **foreseen)** see beforehand; മുൻകൂട്ടിക്കാണുക; ഭാവി ദർശിക്കുക.

foreshadow (ഫോർഷാഡൗ) *v.t.* give indication in advance; ഭാവിസംഭവസൂചന നല്കുക.

foresight (ഫോർസൈറ്റ്) *n.* act or power of foreseeing; ദീർഘദൃഷ്ടി; ദൂരദർശനം; ദൂരദർശിത്വം.

forest (ഫൊറിസ്റ്റ്) *n.* extensive wood; trees growing in it; woodland; കാട്; വൻകാട്; വനപ്രദേശം; *v.t.* കാടാക്കിത്തീർക്കുക; *n.* **forestry** വനശാസ്ത്രം.

forestall (ഫോർസ്റ്റോൾ) *v.t.* take early action to hinder; intercept; മുൻകൂട്ടി പ്രതിബന്ധിക്കുക; പ്രതിബന്ധമുണ്ടാക്കുക; കാലേകൂട്ടിത്തടയുക.

foretell (ഫോർടെൽ) *v.* tell before; predict; മുന്നറിവു കൊടുക്കുക; പ്രവചിക്കുക.

foreword (ഫോർവേർഡ്) *n.* preface; മുഖവുര; ആമുഖോപന്യാസം.

forfeit (ഫോർഫിറ്റ്) *v.t.* lose the right to by an offence; confiscate; അവകാശം നഷ്ടപ്പെടുത്തുക; നഷ്ടമാക്കുക; കണ്ടുകെട്ടുക.

forge (ഫോർജ്) *n.* workshop of a workman in iron; കൊല്ലൻെറ ആല; ഉല; നിർമ്മാണസ്ഥാനം; രൂപം നല്കുക; പ്രതിരൂപമുണ്ടാക്കുക; ആകൃതിപ്പെടുത്തുക; കളവായി നിർമ്മിക്കുക *n.* **forgery** കള്ളയാധാരമുണ്ടാക്കൽ.

forget (ഫെർഗെറ്റ്) *v.t.* (*p.t.* **forgot**, *p.part.* **forgotten**) lose memory; fail to remember; മറക്കുക; മറന്നുപോകുക; *n.* **forgetfulness** മറവി.

forgive (ഫെർഗിവ്) *v.t.* (*p.t.* **forgave**, *p.part.* **forgiven**) pardon; be merciful; കുറ്റം ക്ഷമിക്കുക; മാപ്പു നൽകുക; പൊറുക്കുക.

forgo (ഫോർഗൗ) *v.t.* give up; relinquish; വർജ്ജിക്കുക; വേണ്ടെന്നുവയ്ക്കുക.

fork (ഫോർക്) *n.* a pronged instrument; anything that divides into prongs; ഭക്ഷണവേളയിൽ ഉപയോഗിക്കുന്ന മുൾക്കത്തി; മുപ്പല്ലി; നാൽക്കവല.

forlorn (ഫെർലോൺ) *adj.* deserted; forsaken; wretched; കൈവിടപ്പെട്ട; നിസ്സഹായാവസ്ഥയിലായ.

form (ഫോം) *n.* shape; a mould; pattern; mode of arrangement; order; style; ആകൃതി; രൂപഘടന; വടിവ്; വേഷം; രീതി; മാതൃക; അച്ച്; മൂശ; ചടങ്ങ്; ഉപചാരം; ക്രമമായെഴുതിയ പത്രം; പൂരിപ്പിക്കാനുള്ള അപേക്ഷാഫാറം; രൂപപ്പെടുത്തുക; സൃഷ്ടിക്കുക; രൂപം നല്കുക.

formal (ഫോർമൽ) *adj.* methodical; explicit and definite; proper; conventional; യഥാക്രമമായ; മുറപ്രകാരമായ; ഔപചാരികമായ; ആചാരാനുഗതമായ; നിയമാനുരൂപമായ.

formality (ഫോർമാ̄ലിറ്റി) *n.* established order; ചടങ്ങ്; സമ്പ്രദായം; ഔപചാരികത്വം.

format (ഫോർമാ̄റ്റ്) *n.* the layout of a printed document; the order of instructions in a computer program; രൂപ കല്പന; അച്ചടിക്കേണ്ട പുസ്ത കത്തിൻെറ ആകൃതി, വലിപ്പം മുത ലായവയെ സംബന്ധിച്ച രൂപം; ഒരു കംപ്യൂട്ടർ പ്രോഗ്രാം തയ്യാറാക്കുന്ന തിനുള്ള നിർദ്ദേശങ്ങളുടെ ക്രമം.

formation (ഫോർമെയ്ഷൻ) *n.* making; structure; configuration; ആകൃ തിപ്പെടുത്തൽ; രൂപവൽക്കരണം.

former (ഫോർമർ) *adj.* past; first mentioned; earlier; first of two; മുൻ പറഞ്ഞ; മുൻപിലത്തെ; കഴിഞ്ഞ; പ്രാചീനമായ.

formidable (ഫോർമിഡബ്ൾ) *adj.* fearful; tremendous; ഉഗ്രനായ; പ്രബ ലനായ; പ്രയാസമേറിയ.

formula (ഫോർമ്യുല) (*pl.* **formulae, formulas**) a prescribed form; a formal statement of doctrines; വിധി; സൂത്രസംജ്ഞ; പ്രമാണസൂത്രം; പദ്ധതി; മുറ; നിയമം; സാങ്കേതിക തത്ത്വം.

formulate (ഫോർമുലെയ്റ്റ്) *v.t.* express in a formula; prescribe; രൂപം നല്കുക; ആസൂത്രണം ചെയ്യുക.

fornicate (ഫോർനികെയ്റ്റ്) *v.t.* commit adultery; പരസ്ത്രീ (പുരുഷ) ഗമനം ചെയ്യുക; *n.* **fornication** വ്യഭി ചാരം.

forsake (ഫ്ഫർസെയ്ക്) *v.t.* give up; കൈവെടിയുക; പാടെ ഉപേക്ഷി ക്കുക.

forswear (ഫ്ഫർസ്വെയർ) *v.t.* deny upon oath; ഇല്ലെന്ന് ആണയിടുക; ആണയിട്ട് ഉപേക്ഷിക്കുക; നിഷേധി ക്കുക.

fort (ഫോർട്ട്) *n.* small fortress; കോട്ട; ദുർഗം; പ്രാകാരം.

forth (ഫോർത്ത്) *adv.* forward; onward; മേല്പോട്ട്; മുൻപോട്ട്; *adj.* **forthcoming** അടുത്തു വരുന്ന.

fortify (ഫോർട്ടിഫൈ) *v.t.* strengthen; strengthen structure of; strengthen; ബലപ്പെടുത്തുക; കോട്ടകെട്ടിയുറപ്പി ക്കുക; ശക്തിപ്പെടുത്തുക; മദ്യത്തിനു വീര്യം കൂട്ടുക.

fortitude (ഫോർട്ടിറ്റ്യൂഡ്) *n.* courage in adversity; സ്ഥൈര്യം; വിപദി ധൈര്യം; സഹനശക്തി.

fortnight (ഫോർട്ട്നൈറ്റ്) *n.* period of fourteen days; പക്ഷം; പതിന്നാലു ദിവസം.

fortress (ഫോർട്രിസ്) *n.* a fortified place; place of security; castle; വലിയ കോട്ട; കൊത്തളം.

fortuitous (ഫോർറ്റ്യൂഇറ്റസ്) *adj.* accidental; casual; യാദൃച്ഛികമായ; അവിചാരിതമായ.

fortune (ഫോർച്യൂൺ) *n.* luck; chance; wealth; destiny; ഭാഗ്യം; ഭാഗ്യ ലാഭം; ഭാഗധേയം; യോഗം; വിധി; ഭാവി; സമ്പത്ത്; വലിയ തുക; *n.* **fortune hunter** ഭാഗ്യാന്വേഷി; *n.* **fortune teller** ഭാഗ്യം പറയുന്നവൻ.

forty (ഫോർട്ടി) *adj. & n.* four times ten; നാൽപതാം; നാൽപത്; നാൽ പതെണ്ണം.

forum (ഫോ̄റം) *n.* a market place (in ancient Rome); a meeting to discuss topics; (പുരാതന റോമാപ്പട്ടണത്തി ലെ) ചന്തസ്ഥലം; കോടതി; ന്യായ സഭ; ന്യായാസനമന്ദിരം; ചർച്ചാ വേദി.

forward (ഫോർവ്വഡ്) *adj.* being at the front; in advance of something else; progressive; മുൻനിൽക്കുന്ന;

മുൻപോട്ടു വരുന്ന; അഗ്രിമമായ; പുരോഗാമിയായ; പുരോഗമനാശയങ്ങളുള്ള; മുന്നേറുന്നതായി; മുന്നോട്ട്; തുണയ്ക്കുക; സഹായിക്കുക; അയയ്ക്കുക; **look forward** താൽപര്യത്തോടെ പ്രതീക്ഷിക്കുക.

fossil (ഫൊസിൽ) *n.* antiquated remains of animals or plants preserved in the rocks; അശ്മകം; പാറകൾക്കുള്ളിൽ നൂറ്റാണ്ടുകളായി അടിഞ്ഞുകിടന്ന് ശിലീഭൂതമായിത്തീർന്ന അതിപ്രാചീനകാലത്തെ ജീവികളുടെയോ സസ്യങ്ങളുടെയോ അവശിഷ്ടങ്ങൾ.

foster (ഫൊസ്റ്റർ) *v.t.* bring up; nurse; nourish; promote; cherish; പോറ്റുക; സംരക്ഷിക്കുക; പരിപോഷിപ്പിക്കുക; വർദ്ധിപ്പിക്കുക.

foul (ഫൗൾ) *adj.* stinking; filthy; obscene; scurrilous; ചീഞ്ഞ; നാറുന്ന; മലീമസമായ; അറപ്പുണ്ടാക്കുന്ന; കുത്സിത; അശ്ലീലമായ; അഴുക്കാക്കുക; മലിനീകരിക്കുക; കൂട്ടിമുട്ടിക്കുക; **foul play** കള്ളക്കളി; **by foul means** ദുഷ്ടമാർഗത്തിലൂടെ.

found (ഫൗണ്ഡ്) *v.t.* lay basis of; establish; അടിസ്ഥാനമിടുക; അസ്ഥിവാരമിടുക; *adj.* **well founded** സുസ്ഥാപിതമായ.

foundation (ഫൗൺഡെയ്ഷൻ) *n.* act of founding; basis; endowed institution; അടിസ്ഥാനമിടൽ; സ്ഥാപിക്കൽ; അടിസ്ഥാനം; അടിത്തറ.

founder (ഫൗൺഡർ) *n.* one who founds; an endower; സ്ഥാപകൻ; പ്രതിഷ്ഠാപകൻ; മൂലധനദാതാവ്.

foundling (ഫൗൺഡ്ലിങ്) *n.* deserted infant; ഉപേക്ഷിക്കപ്പെട്ട കുഞ്ഞ്; അനാഥശിശു.

foundry (ഫൗൺഡ്രി) *n.* ലോഹ വാർപ്പുശാല.

fountain (ഫൗണ്ടിൻ) *n.* നീരുറവ; (*fig.*) a spring of water; source; ഉറവിടം; മൂലകാരണം; ഊറ്റ്.

four (ഫോർ) *adj. & n.* the cardinal number next above three; നാലാം; നാല്; നാലെണ്ണം; നാലുമണി സമയം; **on all fours** കൈകാലുകളിന്മേൽ; **four-footed** നാലുകാലുള്ള; *n.* **fourteen** പതിന്നാല്.

fowl (ഫൗൾ) *n.* a bird; a cock or hen; പക്ഷി; കോഴി; പക്ഷിജാതി; പക്ഷിമാംസം.

fox (ഫൊക്സ്) *n.* a wild animal akin to the dog; കുറുക്കൻ; (*fig.*) സൂത്രശാലി; വഞ്ചകൻ.

foyer (ഫൊയിയയ്) *n.* in theatres, a public room for the use of audience during interval; നാടകശാലയിൽ കാണികൾക്കുള്ള വിശ്രമഅറ; ഹോട്ടലിലോ തിയേറ്ററിലോ പ്രവേശനഭാഗത്ത് ജനങ്ങൾക്ക് വിശ്രമിക്കാനുള്ള ഹാൾ.

fraction (ഫ്രാക്ഷൻ) *n.* a fragment; അംശം; രാശിഭാഗം; ഭിന്നസംഖ്യ.

fracture (ഫ്രാക്ച്ചർ) *n.* breaking of bone; crack; rupture; എല്ലൊടിയൽ; ഒടിവ്; തകർക്കൽ; വിള്ളൽ.

fragile (ഫ്രാജൽ) *adj.* easily broken; frail; weak; എളുപ്പം പൊട്ടിത്തകരുന്ന; ഉറപ്പില്ലാത്ത; ലോലമായ; *n.* **fragility** ഭംഗുരത്വം.

fragment (ഫ്രാഗ്മെൻറ്) *n.* a piece broken off; incomplete part; തുണ്ട്; ശകലം; മുറിഞ്ഞ അംശം.

fragrance (ഫ്രാഗ്രൻസ്) *n.* perfume; sweet smell; നറുമണം; സുഗന്ധം; വാസന; സൗരഭ്യം; *adj.* **fragrant**; സുഗന്ധിയായ.

frail (ഫ്രെയ്ൽ) *adj.* easily shattered; feeble; morally weak; എളുപ്പം

frail | frequency 165

പൊട്ടിപ്പോകുന്ന; ഈടില്ലാത്ത; ദുർബലമായ; നേർത്ത; ചപലമായ.

frail (ഫ്രെയ്ൽ) *n.* a rush-basket; ഓടപ്പുല്ലുകൊണ്ടുണ്ടാക്കിയ കൂട (വട്ടി).

frame (ഫ്രെയിം) *n.* the body; structure; skeleton of anything; ചട്ടക്കൂട്; അസ്ഥിക്കൂട്; ഉടൽ; ഘടന; ആകാരം; ആകൃതി; ആസൂത്രണം; മനോഭാവം; ചട്ടം കൂട്ടുക; കെട്ടിച്ചമയ്ക്കുക.

franchise (ഫ്രാ്ഞൈസ്) *n.* the right of voting; വോട്ടവകാശം; പൗരത്വം.

frank (ഫ്രാങ്ക്) *adj.* free; open; liberal; outspoken; തുറന്നു സംസാരിക്കുന്ന; അവ്യാജമായ; തുറന്ന മനസ്സുള്ള; *n.* **frankness** തുറന്നു സംസാരിക്കൽ; കപടമില്ലായ്മ.

frantic (ഫ്രാൻറിക്) *adj.* furious; wildly excited; mad; showing frenzy; അതിയായി ക്ഷോഭിച്ച; വല്ലാതെ ഇളകി മറിഞ്ഞ.

fraternal (ഫ്രറ്റേർണൽ) *adj.* brotherly; സഹോദരപരമായ; ഭ്രാതൃനിർവിശേഷമായ.

fratricide (ഫ്രാറ്ററിസൈഡ്) *n.* murder or murderer of one's own brother or sister; ഭ്രാതൃഹത്യ; ഭ്രാതൃഹന്താവ്.

fraud (ഫ്രോഡ്) *n.* deceit; imposture; dishonest trick; cheat; വഞ്ചന; തട്ടിപ്പ്; നെറികേട്; കൃത്രിമം; (*coll.*) തട്ടിപ്പുകാരൻ; ചതിയൻ; വ്യാജനിർമ്മിതി; *n.* **fraudulence** കൃത്രിമം.

fray (ഫ്രെയ്) *n.* affray; violent riot; കലഹം; ശണ്ഠ; കുഴപ്പം; ദ്വന്ദ്വയുദ്ധം.

frazzle (ഫ്രാസ്ൾ) *n.* a shred; ചെറുതുണ്ട്; കീറത്തുണി; *v.t.* തളർത്തുക.

freak (ഫ്രീക്ക്) *n.* caprice; vagary; odd person; ലോലബുദ്ധി; പെട്ടെന്നുള്ള മനശ്ചാപല്യം; വിക്രിയ; പ്രകൃതിയുടെ വികൃതി.

freckle (ഫ്രെക്ക്ൾ) *n.* a spot on the skin; മറുക്; വടു; പുള്ളി.

free (ഫ്രീ) *adj.* not in bondage to another; at liberty; not bound; സ്വാതന്ത്ര്യമുള്ള; സ്വതന്ത്രമായ; തടസ്സമില്ലാത്ത; സ്വച്ഛന്ദമായ; നിയന്ത്രണമില്ലാത്ത; സൗജന്യമായ; പദാനുപദമല്ലാത്ത; **free-handed** ധാരാളിയായ; ധർമ്മിഷ്ഠനായ; *n.* **free hand**; പരിപൂർണ്ണമായ പ്രവർത്തന സ്വാതന്ത്ര്യം; *n.* **free lance** ഒരു പത്രസ്ഥാപനത്തിൻെറ സ്ഥിരം ശമ്പളക്കാരനല്ലാത്ത സ്വതന്ത്ര പത്രപ്രവർത്തകൻ; **free for all** noisy fight; ബഹളവും കൂട്ടയടിയും.

freedom (ഫ്രീഡം) *n.* independence; non-slavery; liberty; frankness; സ്വാതന്ത്ര്യം; മനസ്സിലുള്ളതു തുറന്നുപറയൽ; അവിഘ്നത; അനവശത.

freeze (ഫ്രീസ്) *v.* become ice; be chilled by fear; become motionless; വിറങ്ങലിപ്പിക്കുക; തണുപ്പുകൊണ്ടുറച്ചുപോകുക; ഫ്രിഡ്ജുപയോഗിച്ച് ഭക്ഷ്യവസ്തുക്കൾ തണുപ്പിച്ച് സൂക്ഷിക്കുക.

freight (ഫ്രെയ്റ്റ്) *n.* cargo; the charge for transporting goods; കപ്പൽച്ചരക്ക്; ചരക്കുകൂലി; *n.* **freightage** കടത്തുകൂലി.

frenetic (ഫ്രെനെറ്റിക്) *adj.* delirious; frenzied; സംഭ്രാന്തചിത്തനായ; ഉന്മാദം പിടിപെട്ട; കലികയറിയ.

frenzy (ഫ്രെൻസി) *n.* a violent excitement; mental derangement; ചിത്തക്ഷോഭം; ക്രോധപാരവശ്യം; ഉന്മത്തത; മതിഭ്രംശം.

frequency (ഫ്രീക്വൻസി) *n.* commonness of recurrence; rate of vibration of sound (radio) waves; തരംഗങ്ങളുടെ ദോലന നിരക്ക്; ആവർത്തനം.

frequent (ഫ്രീക്വൻറ്) *adj.* occurring often; common; കൂടെക്കൂടെയുണ്ടാകുന്ന; ഇടയ്ക്കിടെ വരുന്ന; മിക്കവാറും പതിവായ.

fresh (ഫ്രെഷ്) *adj.* new; recently grown; not stale; raw; പുത്തനായ; നവമായ; അപ്പോൾത്തന്നെ കൊണ്ടുവന്ന; ഇപ്പോൾത്തന്നെയുണ്ടാക്കിയ; **freshman, fresher** കോളജിലെ നൂതന വിദ്യാർത്ഥി.

fret (ഫ്രെറ്റ്) *v.t.* eat into; wear away; corrode; worry; agitate; make angry; അസ്വസ്ഥത പ്രകടിപ്പിക്കുക; കരളുക; തേയ്മാനം വരുത്തുക; ശല്യപ്പെടുത്തുക; ശുണ്ഠി; വ്യഥ; ക്ഷോഭം; ഉദ്വേഗം; *adj.* **fretting** അലട്ടുന്ന; **to fret and fume** കോപിച്ചലറുക.

fret (ഫ്രെറ്റ്) *n.* a piece of ornamental work; വിചിത്ര കൊത്തുപണി; സംഗീതോപകരണത്തിൻെറ ചെറുകമ്പി.

friable (ഫ്രൈയബ്ൾ) *adj.* easily crumbled; എളുപ്പം പൊടിയുന്ന; ഉടയുന്ന.

friar (ഫ്രൈയർ) *n.* monk; ക്രിസ്തീയ സന്യാസി.

friction (ഫ്രിക്ഷൻ) *n.* rubbing of two bodies; ഘർഷണം; ഉരസൽ; കലഹം; സംഘർഷം.

Friday (ഫ്രൈഡി) *n.* sixth day of the week; വെള്ളിയാഴ്ച; **Good Friday** ദുഃഖവെള്ളിയാഴ്ച.

friend (ഫ്രെൻഡ്) *n.* intimate acquaintance; one loving or attached to another; സ്നേഹിതൻ; തോഴൻ; ചങ്ങാതി; അഭ്യുദയകാംക്ഷി; സഹായി; *n.* **friendliness** മൈത്രി; ചങ്ങാത്തം.

friendship (ഫ്രെൻഡ്ഷിപ്പ്) *n.* attachment from mutual esteem സ്നേഹം; സൗഹൃദം.

fright (ഫ്രൈറ്റ്) *n.* terror; violent fear; പെട്ടെന്നുണ്ടാകുന്ന ഭയം; ഞടുക്കം; *v.* **frighten** വിറപ്പിക്കുക.

frigid (ഫ്രിജിഡ്) *adj.* cold; frozen with cold; തണുത്ത; മരവിച്ചുപോയ; ലൈംഗികമായി മരവിപ്പുള്ള; *ns.* **frigidity; frigidness**.

frill (ഫ്രിൽ) *n.* a ruffle; crimped edging; ചുരുൾ; തൊങ്ങൽ; ഞൊറി.

fringe (ഫ്രിൻജ്) *n.* a border of loose threads; a border; നൂൽത്തൊങ്ങൽ; അഞ്ചലം; കുഞ്ചം; നെറ്റിയിൽ തൂങ്ങിക്കിടക്കത്തക്കവണ്ണം കത്രിച്ചിരിക്കുന്നമുടി; **fringe benefits** ശമ്പളത്തിനു പുറമെ ലഭിക്കുന്ന നിയത പ്രതിഫലം.

frisk (ഫ്രിസ്ക്ക്) *v.i.* leap playfully; dance in gaiety; തുള്ളിക്കളിക്കുക; സന്തോഷത്താൽ കുതിച്ചുചാടുക.

fritter (ഫ്രിറ്റർ) *v.t.* break into pieces; നുറുക്കുക; ശകലീകരിക്കുക.

frivol (ഫ്രിവോൾ) *v.* trifle; squander; ദുർവ്യയം ചെയ്യുക; കാര്യഗൗരവമില്ലാതെ പ്രവർത്തിക്കുക; *n.* **frivolity** നിസ്സാരത്വം; *adv.* **frivolously**.

fro (ഫ്രൗ) *adv.* away; from back; പുറകോട്ട്; ഇങ്ങോട്ട്; **to and fro** അങ്ങോട്ടും ഇങ്ങോട്ടും.

frock (ഫ്രൊക്ക്) *n.* a woman's or child's gown; (സ്ത്രീയുടെയോ പെൺകുട്ടിയുടെയോ) ഉടുപ്പ്; പാവാട.

frog (ഫ്രൊഗ്) *n.* tailless amphibian; തവള; മാക്രി; **frog-march;** *v.* പിറകിൽ കൈകെട്ടി നടത്തിക്കുക.

frolic | full 167

frolic (ഫ്രോലിക്) *adj.* merry; gay; pranky; കുസൃതികാണിക്കുന്ന; സോല്ലാസമായ; *n.* നേരമ്പോക്ക്; വിനോദം; കളി; കേളി.

from (ഫ്രം) *prep.* forth; out of; by reason of; നിന്ന്; മുതൽ; ഹേതുവായിട്ടു; തുടങ്ങി.

front (ഫ്രണ്ട്) *n.* the forepart of anything; forehead; foremost line; മുൻവശം; അഗ്രഭാഗം; സേനാമുഖം; സമരമുഖം; മുന്നണി; **in front of** മുമ്പിൽ; *n.* **frontage** ഉമ്മറം; പൂമുഖം; **frontal attack** നേരിട്ടുള്ള ആക്രമണം.

frontier (ഫ്രണ്ടിയർ) *n.* the border of a country; രാജ്യാതിർത്തി; അതിർത്തി ദേശം.

frost (ഫ്രോസ്റ്റ്) *n.* a state of freezing; frozen dew; ശൈത്യം; കുളിര്; ഉറഞ്ഞ മഞ്ഞ്; മഞ്ഞുപൊഴിയും കാലം; ജലത്തെ ഘനീഭവിപ്പിക്കുന്ന തണുപ്പ്.

froth (ഫ്രോത്ത്) *n.* foam of liquids; empty show in speech; പത; പാട; ഫേനം; പതച്ചുപൊങ്ങൽ.

frown (ഫ്രൗൺ) *v.* wrinkle the brow as in anger; look angry; നെറ്റി ചുളിപ്പിക്കുക; മുഖം വീർപ്പിക്കുക; കണ്ണുരുട്ടുക; മുഷിച്ചിൽ കാട്ടുക.

frugal (ഫ്രൂഗ്ൽ) *adj.* thrifty; sparing; not lavish; മിതവ്യയശീലമുള്ള; *n.* **frugality** മിതവ്യയം.

fruit (ഫ്രൂട്ട്) *n.* (*usu. pl.*) vegetable product fit for food; part of a plant containing the seed; പഴം; വിളവ്; കായ്കനി; ഉത്പന്നം; (*usu. pl.*) ഭക്ഷ്യയോഗ്യമായ സസ്യോത്പന്നങ്ങൾ; *adj.* **fruitful** ഫലസമൃദ്ധമായ; *adj.* **fruitless** നിഷ്ഫലമായ.

frustrate (ഫ്രസ്ട്രെയ്റ്റ്) *v.i.* make vain; thwart; nullify; വിഘ്നപ്പെടുത്തുക; വിഫലമാക്കുക; ഇച്ഛാഭംഗം വരുത്തുക; *adj.* **frustrated**; *n.* **frustration**.

fry (ഫ്രൈ) *v.* cook in oil in a pan; roast over a fire; വറക്കുക; പൊരിക്കുക; വരട്ടുക; പൊരിയുക; വാടുക.

fry (ഫ്രൈ) *n.* swarm of fishes just spawned; പരൽമീൻ; തുച്ഛവസ്തു.

fuck (ഫക്) *v.* have sexual intercourse; സംഭോഗം ചെയ്യുക.

fudge (ഫജ്) *n.* nonsense; humbug; അസംബന്ധം; കള്ളം; കൃത്രിമം; *v.* ഉഴപ്പുക.

fuel (ഫ്യൂഎൽ) *n.* material for a fire; firewood; anything that supplies energy; വിറക്; ഇന്ധനം; (*fig.*) കോപഹേതു; ഉദ്ദീപനം.

fugitive (ഫ്യൂജെറ്റീവ്) *adj.* fleeing; absconding; ഒളിച്ചോടുന്ന; അഭയാർത്ഥിയായി നാടുവിടുന്ന.

fulcrum (ഫൾക്രം) *n.* (*pl.* **fulcra**); (*mech.*) prop; support; prop on which lever moves; പ്രലംബകം; ഊന്ന്; ആധാരം.

fulfil (ഫുൾഫിൽ) *v.t.* (*p.t.* **fulfilled**, *pr.part.* **fulfilling**) execute; perform; comply with; നിറവേറ്റുക; സഫലീകരിക്കുക; നിർവഹിക്കുക; തൃപ്തിപ്പെടുത്തുക.

full (ഫുൾ) *adj.* filled to utmost capacity; saturated; abundant; നിറഞ്ഞ; സമ്പൂർണ്ണമായ; പൂരിതമായ; സാന്ദ്രമായ; തിങ്ങിവിങ്ങിയിരിക്കുന്ന; സമൃദ്ധമായ; തെളിഞ്ഞ; ബലിഷ്ഠമായ; *adj.* **full fledged** പൂർണ്ണവളർച്ച പ്രാപിച്ച; **full length** മുഴുനീളത്തിലുള്ള; (വെട്ടിച്ചുരുക്കാത്ത);

n. **full-moon** പൂർണ്ണചന്ദ്രൻ; വെളുത്ത വാവ്; **full stop** പൂർണ്ണ വിരാമം.

fulsome (ഫുൾസം) *adj.* gross; offensive; അമിതമായ; അതിരുകവിഞ്ഞ.

fumble (ഫംബ്ൾ) *v.* attempt awkwardly; grope about in perplexity; തപ്പിത്തടയുക; പരുങ്ങുക; പരുങ്ങലോടെ കൈകാര്യം ചെയ്യുക.

fume (ഫ്യൂം) *n.* smoke; vapour; heat of mind; excitement; പുക; ധൂമം; ധൂമോദ്ഗാരം.

fumigate (ഫ്യൂമിഗെയ്റ്റ്) *v.t.* apply smoke; expose to fumes; പുകയ്ക്കുക; സുഗന്ധം പുകയ്ക്കുക.

fun (ഫൺ) *n.* merriment; amusement; jest; jocularity; തമാശ; കളി; കേളി; വിനോദകാരണം; നേരമ്പോക്ക്; വിനോദം; നർമ്മസംഭാഷണം.

function (ഫങ്ഷൻ) *n.* activity; duty peculiar to any office; a ceremony; a social gathering; പ്രവൃത്തി; കൃത്യം; ചുമതല; തൊഴിൽ; മതപരമായ ചടങ്ങ്.

fund (ഫണ്ഡ്) *n.* source of money; a store laid up; expense supposed; a deposit; മുതൽ; ധനം; ധനസഞ്ചയം; നിധി; പ്രത്യേകം നീക്കിവെച്ചിരിക്കുന്ന തുക.

fundamental (ഫണ്ടമെൻറൽ) *adj.* basic; serving as foundation; അടിസ്ഥാനമായ; മൗലികമായ; അടിസ്ഥാനപരമായ; *n.* **fundamentalist** മൗലികവാദി.

funeral (ഫ്യൂണറൽ) *n.* burial of a dead human body; cremation; ശവസംസ്കാരം; ശവസംസ്കാരച്ചടങ്ങ്; ശ്മശാന യാത്ര; **funeral pyre** ചിത; **funeral procession** ശവസംസ്കാരഘോഷയാത്ര.

fungus (ഫങ്ഗസ്) *n.* (*pl.* **fungi** ഫംഗൈ) plant of the lowest groups including mushrooms etc.; കൂൺജാതി സസ്യം; പെട്ടെന്നുണ്ടാകുന്ന സാധനം.

funk (ഫങ്ക്) *n.* fear; panic; a coward; ഭയം; ഉത്ക്കണ്ഠ; കൊടും സംഭ്രമം; ഭീരു.

funnel (ഫണ്ൽ) *n.* a passage for the escape of smoke; a filler; പുകക്കുഴൽ; ചോർപ്പ്.

funny (ഫണി) *adj.* full of fun; mirth provoking; comical; queer; തമാശയ്ക്കു വകനൽകുന്ന; കോമാളിത്തമായ.

fur (ഫേർ) *n.* short soft hair of certain animals; ചെറുമൃദുരോമം.

furbelow (ഫേർബിലൗ) *n.* flounce; പാവാടത്തൊങ്ങൽ.

furious (ഫ്യൂഎ്റിയസ്) *adj.* full of fury; fierce; raging; കോപാകുലനായ; ഭീഷണമായ; ക്രോധാവിഷ്ടനായ; ഉഗ്രമായ; *ns.* **furiousness, furiosity** രോഷോന്മത്തത.

furl (ഫേൾ) *v.t.* roll up; ചുരുട്ടിക്കെട്ടുക; ചുരുട്ടുക.

furlong (ഫേർലോങ്) *n.* one eighth of a mile; $^1/_8$ മൈൽ.

furnace (ഫേർണിസ്) *n.* oven; hot place; അടുപ്പ്; ചൂള.

furnish (ഫേർണിഷ്) *v.t.* fit up with what is necessary; equip; ശേഖരിച്ചു കൊടുക്കുക; സജ്ജീകരിക്കുക; എത്തിച്ചു കൊടുക്കുക; ഒരുക്കുക.

furniture (ഫേർണിച്ചർ) *n.* movables with which a house is equipped; അകസാമാനങ്ങൾ; മേശ, കസേര, കട്ടിൽ തുടങ്ങിയ വീട്ടുപകരണങ്ങൾ.

furor, furore (ഫ്യൂറോർ, ഫ്യൂറോറി)

furrow | galaxy 169

n. fury; enthusiasm; ഉത്സാഹത്തിമർപ്പ്; ശബ്ദകോലാഹലം; ഒച്ചപ്പാട്.

furrow (ഫറൗ) *n.* trench made by plough; ഉഴവുചാല്; ചുളി.

further (ഫേർദ്ദർ) *adv.* to a greater distance; farther; in addition; besides; moreover; കൂടുതൽ അകലെ; അപ്പുറത്ത്.

furtive (ഫേർട്ടീവ്) *adj.* stealthy; secret; കള്ളത്തരമായ; ആരുമറിയാതെ ചെയ്ത; ഒളിഞ്ഞുമറിഞ്ഞുള്ള.

fury (ഫ്യൂറി) *n.* rage; violent passion; turbulance; തീവ്രവികാരം; ഉഗ്രകോപം.

fuse (ഫ്യൂസ്) *v.* melt; join by melting together; ഉരുക്കുക; ദ്രവിപ്പിക്കുക; കൂട്ടിച്ചേർക്കുക; ഒന്നുചേരുക.

fusion (ഫ്യൂഷൻ) *n.* melting; complete union; ഉരുകൽ; ഉരുക്കൽ; ദ്രവണം.

fuss (ഫസ്) *n.* bustle; commotion; petty ostentatious activity; തിരക്ക്; ബഹളം; സംഭ്രമം; ഒച്ചപ്പാട്; **make a fuss** നിസ്സാരകാര്യത്തിൽ ബഹളം കൂട്ടുക.

futile (ഫ്യൂട്ടൈൽ) *adj.* useless; vain; worthless; നിഷ്ഫലമായ; ഫലശൂന്യമായ; *n.* **futility** വ്യർത്ഥത.

future (ഫ്യൂച്ചർ) *adj.* about to happen; that is to come; വരാൻപോകുന്ന; സംഭവിക്കുവാൻ പോകുന്ന.

fuzz (ഫസ്) *n.* light fine particle; ആവിയായിപ്പോകുന്ന പദാർത്ഥം; പൊടി; പതുപതുപ്പുള്ള വസ്തു.

Gg

G (ജി) the seventh letter of the English alphabet; ഇംഗ്ലിഷ് അക്ഷരമാലയിലെ ഏഴാമത്തെ അക്ഷരം.

gabble (ഗാബ്ൾ) *v.* talk meaninglessly; ചിലയ്ക്കുക; അസ്പഷ്ടമായി ഉച്ചരിക്കുക.

gable (ഗെയ്ബ്ൾ) *n.* triangular canopy at the end of ridged roof; വീടിന്റെ ത്രികോണമുഖപ്പ്.

gadget (ഗാജിറ്റ്) *n.* a small device; ചെറിയ ഉപകരണം; യന്ത്രോപകരണം.

gag (ഗാഗ്) *v.* stop the mouth forcibly; silence; വായ് മൂടിക്കെട്ടുക; വായിൽ തുണി തിരുകുക.

gaiety (ഗെയ്യറ്റി) *n.* cheerfulness; merriment; ആഹ്ലാദം; ഉല്ലാസം; *adv.* **gaily**; *adj.* **gay**.

gain (ഗെയ്ൻ) *v.* earn; get as profit; win; be successful in; progress; ആർജ്ജിക്കുക; ലാഭം ഉണ്ടാക്കുക; വശത്താക്കുക; ജയിക്കുക; ദ്രവ്യലാഭം; പ്രയോജനം; (*pl.*) കച്ചവടത്തിലൂടെയും മറ്റുമുള്ള ദ്രവ്യലാഭം.

gainsay (ഗെയ്ൻസെയ്) *v.t.* (*p.t.* & *p.part.* **gainsaid**) deny; contradict; മറുത്തുപറയുക; നിഷേധിക്കുക.

gait (ഗെയിറ്റ്) *n.* walk; manner of walking; step; pace; നടത്ത; നടക്കുന്ന വിധം.

galaxy (ഗാലക്സി) *n.* the Milky way; luminous band of stars; a splendid assemblage; ഭൂമി ഉൾപ്പെടുന്ന

ആകാശഗംഗ; താരസമൂഹം; വിശിഷ്ടവ്യക്തികളുടെ കൂട്ടം.

gale (ഗെയ്ൽ) *n.* storm; noisy excitement; ശക്തിയായ കൊടുങ്കാറ്റ്; ചണ്ഡവാതം.

gall (ഗോൾ) *n.* bile; bitterness of mind; malignity; പിത്തനീർ; പിത്തകോശം; (*fig.*) കയ്പു നിറഞ്ഞ എന്തും; **gall-stone** പിത്തകോശപിണ്ഡം.

gall (ഗോൾ) *n.* a painful swelling; a sore; ഉരഞ്ഞുപൊട്ടൽ; വ്രണം; ചിരങ്ങ്.

gallant (ഗാലൻറ്) *adj.* brave; heroic; noble; courteous to ladies; ധീരോദാത്തനായ; വീരനായ; ഗാംഭീര്യമുള്ള; മോടിയുള്ള; സ്ത്രീകളോടു മര്യാദ കാട്ടുന്ന.

gallery (ഗാലറി) *n.* balcony surrounded by rails; showroom for paintings, etc.; നാടകശാലയിലെ ഇരിപ്പിടത്തട്ട്; തട്ടുതട്ടായുള്ള ഇരിപ്പിടം; മേൽത്തട്ട്; പടിമേട; ചിത്രമണ്ഡപം; ചിത്രസഞ്ചയം; നാടകശാലാഗാലറിയിലിരിക്കുന്നവർ.

galley (ഗാലി) *n.* open row boat; a tray for typethat has been set up in the press അച്ചടിശാ ലയിൽ അച്ചാണികൾ തയ്യാറാക്കിവെച്ചിരിക്കുന്ന ഗാലിത്തട്ട്, തണ്ടു വലിച്ചോടുന്ന കപ്പൽ; കൊടിക്കപ്പൽ.

gallon (ഗാലൻ) *n.* a measure of liquids; ദ്രവത്തിൻെറ ഒരളവ്, 277.4 ക്യുബിക് ഇഞ്ച്; (4.5 ലിറ്റർ).

gallop (ഗാലപ്) *n.* swift leaping movement of horse; കുതിപ്പ്; നാലു കാലും ഉയർത്തിക്കൊണ്ടുള്ള കുതിച്ചോട്ടം; ഈ വേഗത്തിൽ കുതിര സവാരിചെയ്യൽ.

gallows (ഗാലൗസ്) *n.* (usu. *sing.*) wooden frame for hanging criminals; തൂക്കുമരം; വധശിക്ഷ; കാലുറകൾ വലിച്ചുകെട്ടുന്നതിനുള്ള നാട; എന്തെങ്കിലും തൂക്കിയിടുന്നതിനുള്ള സൂത്രം.

Gallup poll (ഗാലപ്പൗൾ) *n.* method of gauging public opinion by sample survey; തിരഞ്ഞെടുത്ത ഏതാനും വ്യക്തികളുടെ അഭിപ്രായങ്ങളിൽ നിന്ന് പൊതുജനാഭിപ്രായഗതി മനസ്സിലാക്കുന്ന സമ്പ്രദായം.

galore (ഗലോർ) *adv.* in abundance; സമൃദ്ധമായി; ധാരാളമായി.

galoshes (ഗലോഷിസ്) *n.* rubber overshoes worn in wet weather; പാദംമുതൽ മുട്ടോളം എത്തുന്നതും സാധാരണ ഷൂസിന് മുകളിൽകൂടി ഇടുന്നതിനുള്ളതുമായ റബ്ബർഷൂസ്.

gambit (ഗാംബിറ്റ്) *n.* an initial move in anything; a trick; ചതുരംഗത്തിൽ ഒരു ഉപായം; ആദ്യ കരുനീക്കം.

gamble (ഗാംബ്ൾ) *n.* a game of chance; risky attempt; ചൂത്; ചൂതാട്ടം; സാഹസികോദ്യമം; *v.i.* ചൂതാടുക; *n.* **gambling** ചൂതാട്ടം.

gambol (ഗാംബ്ൾ) *v.t.* (*p.t.* **gambolled**) play in frolic; skip; തുള്ളിക്കളിക്കുക; തുള്ളിച്ചാടി നടക്കുക; (*also n.*).

game (ഗെയ്ം) *n.* sport of any kind; recreation; jest; trick; കളി; വിനോദം; ക്രീഡ; മത്സരക്കളി; നായാട്ട്; കൗശലം; സൂത്രം; **game cock** പോരുകോഴി; **play a good game** വൈദഗ്ദ്ധ്യം കാണിക്കുക.

gammon (ഗാമൻ) *n.* (*coll.*) hoax; humbug; ചതി; കപടം; തട്ടിപ്പ്; പുകച്ചുണക്കിയ പന്നിയിറച്ചി.

gamut (ഗാമറ്റ്) *n.* musical scale; the full extent of anything; സപ്തസ്വരവിധാനം; പൂർണ്ണവ്യാപ്തി.

gang (ഗാങ്) *n.* company of workmen, slaves, or prisoners; a band of crimi-

gangrene | gash 171

nals; തൊഴിലാളികളുടെ കൂട്ടം; ഗണം; സംഘം; കുറ്റവാളിസംഘം; തസ്ക്കരസംഘം; *n.* **gangster** മുഷ്ക്കര സംഘത്തിൽപ്പെട്ടവൻ.

gangrene (ഗാങ്ഗ്രീൻ) *n.* death of part of the body; ഒരവയവം നിർജ്ജീവമായി ചീഞ്ഞഴുകുന്ന അവസ്ഥ.

gap (ഗാപ്) *n.* an opening or breach; a cleft; vacancy; വിടവ്; പിളർപ്പ്; ചുരം; രന്ധ്രം; കുറവ്; ന്യൂനത; ഒഴിഞ്ഞ സ്ഥലം; ഇടവേള.

gape (ഗേയ്പ്) *v.t.* open the mouth wide; yawn; stare with open mouth; വാപിളർക്കുക; കോട്ടുവായിടുക; അത്ഭുതപ്പെടുക; കൗതുകത്തോടെ നോക്കുക.

garage (ഗ്യെരാഷ്) *n.* shed for motor vehicles; മോട്ടോർ വണ്ടിപ്പുര; ഗാരേജ്.

garb (ഗാർബ്) *n.* dress; fashion of dress; വസ്ത്രം; വസ്ത്രധാരണരീതി; വേഷം; വിശേഷവസ്ത്രം.

garbage (ഗാർബിജ്) *n.* refuse; worthless matter; (വീട്ടിലെ) ചപ്പ്; ചവറ്; ഉച്ഛിഷ്ടം; എച്ചിൽ.

garble (ഗാർബ്ൾ) *v.t.* misrepresent; falsify; mutilate; misquote; pervert; വസ്തുതകളെ തനിക്കനുകൂലമായ വിധത്തിൽ അവതരിപ്പിക്കുക; വളച്ചൊടിക്കുക.

garden (ഗാർഡൻ) *n.* place for cultivating plants, flowers, fruits, etc.; ഉദ്യാനം; പൂന്തോട്ടം; ഉപവനം; പഴത്തോട്ടം; പച്ചക്കറിത്തോട്ടം; *n.* **gardening** തോട്ടകൃഷി; *n.* **gardener** തോട്ടപ്പണിക്കാരൻ.

gargle (ഗാർഗ്ൾ) *n.* liquid preparation for washing the mouth; കവിൾക്കൊള്ളാനുള്ള മരുന്ന്; കവിൾക്കൊള്ളുന്ന വെള്ളം; കവിൾക്കൊള്ളുക.

garland (ഗാർലൻഡ്) *n.* wreath of flowers, leaves, etc.; മാല; പൂമാല; ഹാരം; ലതാമകുടം; തൊങ്ങൽ; മാലയിടുക; ഹാരമണിയിക്കുക.

garlic (ഗാർലിക്) *n.* a plant having pungent smell; വെള്ളുള്ളി.

garment (ഗാർമൻറ്) *n.* (*pl.*) articles of dress; attire; വസ്ത്രങ്ങൾ; പ്രത്യേക വസ്ത്രം; ബാഹ്യാവരണം.

garner (ഗാർനർ) *n.* granary; കളം; കളപ്പുര; പത്തായം; ധാന്യാഗാരം; സ്വരൂപിച്ചുവയ്ക്കുക; ശേഖരിച്ചുവയ്ക്കുക.

garnet (ഗാർനിറ്റ്) *n.* a group of precious stones; ഒരുവക മാണിക്യക്കല്ല്.

garnish (ഗാർനിഷ്) *v.t.* (ഭക്ഷണം) അലങ്കരിക്കുക; അണിയിക്കുക; വർണ്ണിക്കുക.

garret (ഗ്യാരെറ്റ്) *n.* room on top floor; ഇരുണ്ട, ഇടുങ്ങിയ മച്ചറ; മേലറ; മേൽ മാളികമുറി.

garrison (ഗ്യാരിസൺ) *n.* troops in fort; fort; കാവൽസൈന്യം; ദുർഗരക്ഷകർ; കോട്ട; പടവീട്.

garrulous (ഗ്യാരുലസ്) *adj.* talkative; അതിഭാഷകനായ; (അധികം) സംസാരിക്കുന്ന.

gas (ഗ്യാസ്) *n.* elastic aeriform; matter in the form of air; gasoline; വായു; ബാഷ്പം; വാതകം; ആവി; ഹൈഡ്രജനും ഹീലിയവും മറ്റും; വിഷവാതകം; **gas chamber** വിഷവാതകം ഉപയോഗിച്ച് കൊല്ലാനായി നിർമ്മിച്ച മുറി; *n.* **gas engine** കല്ക്കരിഗ്യാസ്കൊണ്ടു നടത്തുന്ന യന്ത്രം; *n.* **gas trouble** ആന്ത്രവായുകോപം.

gash (ഗ്യാഷ്) *n.* deep open cut in flesh; ആഴമുള്ള മുറിവ്; വെട്ട്; ദീർഘക്ഷതം.

gasp (ഗാസ്പ്) *v.* gape for breath; pant violently; ശ്വാസംമുട്ടുക; വീർപ്പുമുട്ടുക; കിതയ്ക്കുക.

gastric (ഗാ്സ്റ്ററിക്) *adj.* rel. to stomach; ഉദരസംബന്ധിയായ; **gastric juice** ഉദരഗ്രന്ഥികൾ സ്രവിപ്പിക്കുന്ന ദ്രവം.

gate (ഗെയ്റ്റ്) *n.* means of entrance; large door; a frame for closing an entrance; പടിവാതിൽ; ബഹിർദ്വാരം; പുറത്തെ വാതിൽ; പ്രവേശനം; വെള്ളം തടഞ്ഞുനിറുത്തുന്ന ചീർപ്പ്; *n.* **gate-house** പടിപ്പുര; **gate keeper** ദ്വാരപാലകൻ.

gather (ഗാദ്ർ) *v.* collect; pick up; assemble; bring together; summon up; ശേഖരിക്കുക; പെറുക്കിയെടുക്കുക; വിളിച്ചുകൂട്ടുക; സഞ്ചയിക്കുക; സമ്മേളിക്കുക; ഏകീകരിക്കുക; *n.* **gathering** ശേഖരിക്കൽ; ശേഖരണം; ആൾക്കൂട്ടം; സമ്മേളനം.

gaud (ഗൗഡ്) *n.* showy ornament; over decorated; gaudy; വിലകുറഞ്ഞ ആഭരണം; *adj.* **gaudy** ആർഭാടപൂർവ്വമായ; പുറംപകിട്ടുള്ള; *n.* **gaudiness** ആർഭാടം.

gauge (ഗെയ്ജ്) *v.* measure; estimate; ascertain capacity of; അളക്കുക; മതിക്കുക; കൃത്യമായി അളവെടുക്കുക.

gay (ഗെയ്) *adj.* lively; merry; bright; showy; homosexual; sportive; നേരമ്പോക്കുള്ള; ഉല്ലാസിതനായ; മോടിവസ്ത്രം ധരിച്ച; സുഖാസക്തനായ; വിഷയലമ്പടനായ; സ്വവർഗ്ഗരതനായ; *ns.* **gaiety, gaiet** ആഹ്ലാദം; *adv.* **gaily** മോടിയിൽ.

gaze (ഗെയ്സ്) *v.* look fixedly; ഉറ്റുനോക്കുക; കണ്ണിമയ്ക്കാതെ നോക്കുക.

gazette (ഗ്ഗെസെറ്റ്) *n.* govt. periodical; news-sheet; സർക്കാർപത്രിക; ഗസറ്റ് (ഔദ്യോഗിക നിയമനങ്ങളും സർക്കാർ അറിയിപ്പുകളും അടങ്ങിയ സർക്കാർ പ്രസിദ്ധീകരണം).

GB (ജിബി) (computer) abbr. of Gigabyte ജിജാബൈറ്റ് എന്നതിൻെറ ചുരുക്കം.

gear (ഗിയർ) *n.* equipment, clothing, etc. needed for an expedition; apparatus for transmitting or controlling motion; യാത്രയ്ക്കാവശ്യമായ സാധനസാമഗ്രികൾ; ചലനത്തെ പ്രേഷിപ്പിക്കുവാനോ, നിയന്ത്രിക്കുവാനോ ഉള്ള യന്ത്രസംവിധാനം; വാഹനവേഗം നിയന്ത്രിക്കുന്ന യന്ത്രഘടന; ഗിയർ; **gear up**; തയ്യാറാകുക; തയ്യാറാക്കുക.

gehenna (ഗിഹെന) *n.* hell; നരകം; നരകത്തീയ്.

gel (ജെൽ) *n.* semi-solid substance; അർദ്ധഖരവസ്തു; കുഴമ്പ്.

gelatine (ജെലറ്റീൻ) *n.* glue prepared from albuminous substances; വജ്രപ്പശ; തോൽപ്പശ.

gem (ജെം) *n.* precious stone; jewel; object of great beauty; രത്നം; രത്നക്കല്ല്; അതിവിശേഷസാധനം; ആഭരണം.

Gemini (ജെമിനൈ) *n.* the third sign of the zodiac; മിഥുനം രാശി.

gender (ജെൻഡർ) *n.* (*gr.*) kind with regard to sex; ലിംഗം; ലിംഗഭേദം; (*coll.*) ലൈംഗികത്വം.

gene (ജീൻ) (*biol.*) *n.* in chromosome theory, one of a set of hypothetical units arranged in linear fashion each having a specific effect on the characteristics on the offspring; ക്രോമസോമുകളിൽ വരിയായി

genealogy | gentility 173

നിലകൊള്ളുന്നതും സന്തതിയുടെ ദൃശ്യസവിശേഷതകളിൽ പ്രഭാവം ചെലുത്തുന്നതുമായി സങ്കല്പിക്കപ്പെടുന്ന ഒരുകൂട്ടം ഏകകങ്ങളിലൊന്ന്.

genealogy (ജീനിയാ്ലജി) *n.* lineage; pedigree; history of descent from ancestor by enumeration of intermediate persons; വംശപരമ്പര; വംശപാരമ്പര്യം; വംശാവലി.

general (ജെന്റൽ) *adj.* rel. to whole class; universal; common; widespread; public; prevalent; പൊതുവായ; പൊതുവേയുള്ള; സർവസാധാരണമായ; സാമാന്യമായ; ആകപ്പാടെയുള്ള; വ്യാപകമായ; പടത്തലവൻ; മൊത്തം; in general പൊതുവേ; *v.* **generalize**; പൊതുവാക്കുക; സാമാന്യവല്ക്കരിക്കുക; *n.* **generalization** സാമാന്യവല്ക്കരണം; സാമാന്യമായി; ആകപ്പാടെ.

generate (ജനറെയ്റ്റ്) *v.t.* produce; orginate; ഉത്പാദിപ്പിക്കുക; ജന്മം നൽകുക; ഉളവാക്കുക.

generation (ജെനെറേയ്ഷൻ) *n.* origination; people of the same age or period; ഉത്പത്തി; ഉത്പാദനം; തലമുറ; പുരുഷാന്തരം.

generic (ജെനറിക്) *adj.* general; rel. to genus; സാമാന്യഗതമായ; ജാതീയമായ; ഒരു വർഗ്ഗത്തെ സംബന്ധിച്ച് പൊതുവായ.

generous (ജെനറസ്) *adj.* liberal; magnanimous; ഔദാര്യമുള്ള; മഹാമനസ്ക്കതയുള്ള; *n.* **generosity**; ഔദാര്യം; ദാനശീലം; മഹാമനസ്ക്കത.

genesis (ജെനിസിസ്) *n.* (*pl.* **geneses** ജെനിസീസ്) process of originating; origin; ജന്മം; ഉത്ഭവം; പിറവി; തുടക്കം.

genetic (ജെനെറ്റിക്) *adj.* concerning origin; ജീനിനെ സംബന്ധിച്ച; ഉൽപത്തി വിഷയകമായ.

genetics (ജെനെറ്റിക്സ്) *n.* (*pl.*) the study of heredity; പാരമ്പര്യശാസ്ത്രം; **genetic engineering**; ഒറ്റയ്ക്കൊറ്റയ്ക്കുള്ള ജീനുകളുടെ ഘടനയിലോ സ്ഥാനത്തിലോ മാറ്റം വരുത്തിക്കൊണ്ട് പാരമ്പര്യസ്വഭാവങ്ങൾക്ക് കരുതിക്കൂട്ടി വരുത്തുന്ന മാറ്റങ്ങൾ.

genial (ജീനിയൽ) *adj.* cheering; sympathetic; പ്രസന്നനായ; ഉന്മേഷമുള്ള; സൗഹൃദം കാണിക്കുന്ന; സൗമനസ്യമുള്ള; *n.* **geniality** ദയാലുത്വം.

genie (ജീനി) *n.* (*pl.* **genii** ജീനിയൈ) a jinnee; ഭൂതം; ജിന്ന്.

genital (ജെനിറ്റൽ) *adj.* rel. to act of begetting; ഉൽപാദനപരമായ; ഉൽപാദനേന്ദ്രിയപരമായ.

genius (ജീന്യസ്) *n.* (*pl.* **geniuses**) special inborn faculty of a person; a person with such faculty; പ്രതിഭ; ഉജ്ജ്വല കലാവാസന; അസാമാന്യധിഷണാപാടവം; സ്വാഭാവിക പ്രവണത.

genocide (ജെ്നെസൈഡ്) *n.* deliberate extermination of a race; വർഗ്ഗനശീകരണം; ഒരു വർഗ്ഗത്തെ ഒന്നടങ്കം കൊന്നൊടുക്കൽ; കൂട്ടക്കൊല.

genre (ഷാ്ങ്റ്) *n.* literary species; a style of painting; സാഹിത്യരൂപം; കലാരൂപം.

genteel (ജെൻറീൽ) *adj.* well-bred; too much refined; polite; fashionable; അഭിജാതനായ; ശിഷ്ടാചാരനായ; അമിതമായി കുലീനത്വം കാണിക്കുന്ന.

gentility (ജെൻറിലിറ്റി) *n.* being a well-bred man; കുലീനത; അഭിജാതനായിരിക്കൽ; ആഭിജാത്യം.

gentle (ജെൻറ്റൽ) *adj.* well-born; mild and refined in manners; moderate; ശ്രേഷ്ഠകുലജാതനായ; സൗമ്യപ്രകൃതിയായ; മൃദുലഹൃദയമുള്ള; സൗമനസ്യമുള്ള; സഹിഷ്ണുതയുള്ള.

gentleman (ജെൻറ്റൽമ്ൻ) *n.* a man of good-birth; of refined manners; തറവാടി; കുലീനൻ; മാന്യൻ; യോഗ്യൻ.

gentry (ജെൻട്രി) *n.* the rank of gentleman; കുലീനവർഗം; സുജനങ്ങൾ; ഗൃഹസ്ഥന്മാർ.

genuine (ജെന്യുഇൻ) *adj.* real; pure; unadulterated; വാസ്തവമായ; കലർപ്പില്ലാത്ത; അവ്യാജമായ.

genus (ജീനസ്) *n.*(*pl.* **genera**) a class; sort; tribe; ജാതി; വർഗം; ഗണം; ഇനം.

geo (ജിയോ) (*pref.*) of the earth; ഭൗമമായ; ഭൂമീപരമായ.

geocentric (ജിയൗസെൻട്രിക്) *adj.* having the earth as centre; ഭൂമിയെ കേന്ദ്രമായെടുത്തുകൊണ്ടുള്ള.

geography (ജിയൊഗ്രഫി) *n.* science of the earth; ഭൂമിശാസ്ത്രം; ഭൂവിവരണം; ഭൂമിശാസ്ത്രഗ്രന്ഥം.

geology (ജിയൊളജി) *n.* science of the earth's crust; ഭൂഗർഭശാസ്ത്രം; ഭൂവിജ്ഞാനീയം.

geometry (ജിയൊമെട്രി) *n.* science of magnitudes in space; ക്ഷേത്രഗണിതം; ജ്യാമിതി; *adv.* **geometrically** ക്ഷേത്രഗണിതപ്രകാരം.

geopolitics (ജിയൊപൊളിറ്റിക്സ്) *n.* science concerned with problems of states affected by geographical environments; ഭൂരാഷ്ട്രതന്ത്രം.

georgette (ജോർജെറ്റ്) *n.* thin, silky dress-material; ലോലമായ, പട്ടുപോലെയുള്ള.

geriatrics (ജെറിയാട്രിക്സ്) *n.* branch of medicine dealing with the diseases and care of old people; വാർദ്ധക്യകാല രോഗങ്ങളെക്കുറിച്ചുള്ള പഠനം നടത്തുന്ന വൈദ്യശാസ്ത്രശാഖ.

germ (ജേം) *n.* rudimentary form of a living thing; micro organism; ബീജം; മുള; അങ്കുരം; വിത്ത്.

German (ജേർമൻ) *n.* native of Germany; ജർമ്മൻകാരൻ.

germicide (ജേർമിസൈഡ്) *n.* substance having power to destroy germs; അണുനാശിനി; കീടനാശിനി.

germinate (ജേർമിനെയ്റ്റ്) *v.* sprout; shoot; cause to bud; മുളയ്ക്കുക; മുളപ്പിക്കുക; മുളച്ചുവരിക; *n.* **germination** മുളയ്ക്കൽ.

gerontology (ജെറൊണ്ടൊളജി) *n.* scientific study of the process of growing old; വാർദ്ധക്യവിജ്ഞാനം.

gerund (ജെറണ്ഡ്) *n.* verbal noun; ക്രിയാനാമം; ക്രിയാനാമത്തിൽ നിന്നുണ്ടാകുന്ന നാമവിശേഷകം; ഒരു ക്രിയയോട് "-ing"എന്ന പ്രത്യയം ചേർത്തുണ്ടാക്കുന്ന നാമം.

Gestapo (ഗെസ്റ്റാപ്പൗ) *n.* the Nazi secret police; നാസികളുടെ രഹസ്യപ്പോലീസ്.

gestation (ജെസ്റ്റേഷൻ) *n.* pregnancy: ഗർഭം; ഗർഭധാരണം.

gesticulate (ജെസ്റ്റിക്യുലെയ്റ്റ്) *v.t.* make gestures; ആംഗ്യങ്ങൾകൊണ്ട് ആശയം പ്രകടിപ്പിക്കുക; ഗോഷ്ടികാട്ടുക; *n.* **gesticulation** അംഗവിക്ഷേപം.

gesture (ജെസ്ചർ) *n.* an action which

get | gilt 175

shows one's feelings; അംഗവിക്ഷേപം; ആംഗ്യം; അഭിപ്രായപ്രകാശനം; അർത്ഥസൂചന.

get (ഗെറ്റ്) *v.* (*p.t. & p.part.* **got**, *pres. part.* **getting**) obtain; cause to occur, arrive in any place, state or condition; become; commit to memory; കിട്ടുക; ലഭിക്കുക; സ്വീകരിക്കുക; കൊണ്ടുവരിക; (രോഗം) പിടിക്കുക; ചെയ്യിക്കുക; വരുത്തിവയ്ക്കുക; മതിപ്പുളവാക്കുക; മനസ്സിലാക്കുക; ഇടയാക്കുക; എത്തുക; **get ahead (of)** മുന്നിട്ടു നില്ക്കുക; **get along** അഭിവൃദ്ധിപ്പെടുക; **get around** ചുറ്റിക്കൂടുക; കടത്തിവെട്ടുക; **get at** എത്തിച്ചേരുക; പിടികൂടുക; **get back** തിരിച്ചുചെല്ലുക; വീണ്ടെടുക്കുക; **get down** ഇറങ്ങുക; **get off** രക്ഷപ്പെടുക; **get up**; കയറുക; കിടക്കവിട്ടെഴുന്നേല്ക്കുക; എഴുന്നേറ്റു നില്ക്കുക; **get together** സാമൂഹ്യ സമ്മേളനം; അനൗപചാരികയോഗം ചേരുക.

geyser (ഗീസെ̄ർ, ഗൈസെ̄ർ) *n.* hot spring; apparatus for heating water in a bathroom; പ്രകൃതിയിലുണ്ടാകുന്ന ഉഷ്ണജലത്തിൻെറ ഉറവ; കുളിക്കുന്നതിന് കുളിമുറിയിൽ വെള്ളം ചൂടാക്കാൻ ഉപയോഗിക്കുന്ന ഉപകരണം.

ghat (ഗാട്ട്) *n.* (in India) mountain pass; range of hills; മലമ്പാത; പർവ്വതനിര; ചുരം.

ghee (ഗീ) *n.* clarified butter; നെയ്യ്.

ghetto (ഗെറ്റൗ) *n.* Jews' quarter in Italian (and other) cities; യഹൂദ സങ്കേത സ്ഥലം; ദരിദ്രർ വസിക്കുന്ന ചേരി.

ghost (ഗൗ̄സ്റ്റ്) *n.* a spirit; spirit appearing after death; shadow; പ്രേതം; ഭൂതം; പിശാച്; പ്രേതാത്മാവ്; വിളറിയതോ നിഴൽപോലുള്ളതോ ആയ രൂപം.

ghoul (ഗൂൾ) *n.* a fiend that preys on the dead; വേതാളം; (കുഴിച്ചിട്ട) ശവം തിന്നുന്നയാൾ.

giant (ജയ്യെൻറ്) *n.* man of extraordinary bulk; monster; അതികായൻ; രാക്ഷസൻ; ഭീമജീവി; ഭീമസസ്യം.

gibber (ജിബർ) *v.t.* speak rapidly; speak nonsense; ജൽപിക്കുക; അസ്പഷ്ടമായി സംസാരിക്കുക.

gibbon (ഗിബൻ) *n.* long armed ape; നീണ്ട കയ്യുള്ള കുരങ്ങ്.

giddy (ഗിഡി) *adj.* dizzy; unsteady; തലചുറ്റുന്ന; ഉന്മത്തനായ; തലചുറ്റിക്കുന്ന; ഉദ്ധതനായ; ഗർവ്വിതനായ; *n.* **giddiness** തലചുറ്റൽ.

gift (ഗിഫ്റ്റ്) *n.* (*law*) donation; present; bribe; talent; a quality bestowed by nature; ദാനം; പാരിതോഷികം; സമ്മാനം; കാഴ്ചദ്രവ്യം; സംഭാവന; കൈമടക്ക്; വരപ്രസാദം.

gigantic (ജൈഗാ̄ൻറിക്) *adj.* giant like in size, stature etc.; അതിബൃഹത്തായ; അതികായനായ; ഭീമാകാരമുള്ള.

giggle (ഗിഗ്ൾ) *v.i.* have bursts of half suppressed laughter; കുലുങ്ങിച്ചിരിക്കുക; കലകല ചിരിക്കുക.

gild (ഗിൽഡ്) *v.t.*(*p.t. & p.part.* **gilded** or **gilt**) coat with gold; സ്വർണ്ണം പൂശുക; തങ്കത്തകിട് പൊതിയുക; അലങ്കരിക്കുക; *n.* **gilding** പൊൻപൂശൽ.

gill (ഗിൽ) *n.* respiratory organ of fishes etc.; മത്സ്യാദി ജലജന്തുക്കളുടെ ശ്വസനേന്ദ്രിയം; ചെകിള.

gilt (ഗിൽറ്റ്) *n.* gilding; സുവർണ്ണലേപം; പൊൻപൂച്ച്; (*fig.*) ബാഹ്യശോഭ.

gimmick (ഗിമിക്) *n.* a trick; a secret device to catch attention or publicity; സൂത്രം; തട്ടിപ്പ്; പ്രസിദ്ധിയാർജ്ജിക്കുവാൻ ചിലരെടുക്കുന്ന അടവ്.

gin (ജിൻ) *n.* a spirit distilled from grain; 'ജിൻ' എന്ന മദ്യം.

gin (ജിൻ) *n.* trap; snare; കൂടതന്ത്രം; കുടുക്ക്.

ginger (ജിൻജർ) *n.* a plant with hot spicy root; ഇഞ്ചി; ഏതെങ്കിലും സാധനത്തിൽ ഇഞ്ചി ചേർക്കുക; **gingernut** ഇഞ്ചിബിസ്ക്കറ്റ്; **gingerbread** ഒരുതരം കേക്ക്; *adv.* **gingerly** ജാഗ്രതയോടെ; പേടിയോടെ; കരുതലോടെ.

gipsy, gypsy (ജിപ്സി) *n.* member of a wandering race; യൂറോപ്പിലെ ഒരു നാടോടി വർഗം; നാടോടി.

giraffe (ജിറാഫ്) *n.* camelopard; 'ജിറാഫ്'; ഒട്ടകപ്പുള്ളിമാൻ.

gird (ഗേർഡ്) *v.t.* tie round; tighten; clothe; കെട്ടുക; ചുറ്റുക; അരയ്ക്കു ചുറ്റും കെട്ടുക; ചുറ്റിക്കെട്ടുക.

girdle (ഗേർഡ്ൽ) *n.* a waist-belt; a cord worn around the waist; കച്ച; കാഞ്ചി; കടിസൂത്രം; അരഞ്ഞാണം; അരപ്പട്ട.

girl (ഗേൾ) *n.* female child; young unmarried woman; maid servant; പെൺകുട്ടി; യുവതി; കന്യക; കുമാരി; വേലക്കാരി; *n.* **girlhood** കന്യകാത്വം; ബാലികാവസ്ഥ.

girth (ഗേർത്ത്) *n.* belly band of a saddle; ജീനികെട്ടുന്ന വാറ്; ഉടവലയം; വണ്ണം; ചുറ്റളവ്.

gist (ജിസ്റ്റ്) *n.* main point; substance; മുഖ്യാംശം; സാരാംശം.

give (ഗിവ്) *v.* (*p.t.* **gave**; *p.part.* **given**); bestow; pay; grant; ascribe; yield as a result; donate; കൊടുക്കുക; തരിക; നല്കുക; അറിയിക്കുക; പ്രസിദ്ധമാക്കുക; സമ്മതിക്കുക; ഏല്പിക്കുക; വില്ക്കുക; പ്രദാനം ചെയ്യുക; സംഭാവന ചെയ്യുക; വിവരം അറിയിക്കുക; **given to** ശീലമുള്ള; **give away** ദാനമായി നല്കുക; **give back** തിരിച്ചു നല്കുക; **give ground** പിൻവാങ്ങുക; **give off** വികിരണം ചെയ്യുക; **give out** വിതരണം ചെയ്യുക; **give rise to** കാരണമാകുക.

gizzard (ഗിഴ്സർഡ്) *n.* the second stomach of a bird; പക്ഷിയുടെ രണ്ടാം കുടൽ.

glace (ഗ്ലാസെയ്) *adj.* iced with sugar; തിളങ്ങുന്ന; പഞ്ചസാരകൊണ്ട് 'ഐസ്' ചെയ്ത.

glacial (ഗ്ലെയ്സ്യൽ) *adj.* icy; frozen; pert. to ice or its action; ഹിമതുല്യമായ; ഹിമമായ; ഹിമരൂപമായ; ഹിമാനിയെ സംബന്ധിച്ച.

glacier (ഗ്ലാസിയെർ) *n.* a mass of ice fed by snow on a mountain; ഹിമാനി; ഹിമപ്പരപ്പ്; മഞ്ഞുമൂടിയ പർവ്വതശിഖരം.

glad (ഗ്ലാഡ്) *adj.* pleased; cheerful; giving pleasure; joyful; സന്തുഷ്ടനായ; സന്തോഷകരമായ; പ്രസന്നനായ; അനുകൂലമനസ്ഥിതിയുള്ള; **glad rags** (*coll.*) തിളങ്ങുന്ന വസ്ത്രങ്ങൾ; *v.* **gladden**; സന്തുഷ്ടനാക്കുക; പ്രീതിപ്പെടുത്തുക; *n.* **gladness** ആഹ്ലാദം.

gladiator (ഗ്ലാഡിയെയ്റ്റർ) *n.* (*Rom. Hist.*) professional combatant; പുരാതന റോമിലെ പയറ്റുകാരൻ; മല്ലൻ.

glamour, glamor (ഗ്ലാമർ) *n.* (*ar.*) fascination; enchantment; witchery; charm; വശ്യത; മായാശക്തി; പകിട്ട്;

glance | gloom 177

മോടി; മയക്കുവിദ്യ; ലൈംഗികാകർഷണം.

glance (ഗ്ലാൻസ്) *n.* sudden dart of light; glimpse; sudden look; ദ്രുതവീക്ഷണം; പരോക്ഷവീക്ഷണം; ലഘുപരാമർശം; തിളക്കം; ക്ഷണദീപ്തി; കണ്ണോട്ടം; കടാക്ഷം; അപാംഗം; വിഹഗവീക്ഷണം നടത്തുക.

gland (ഗ്ലാൻഡ്) *n.* a secreting structure in animals and plants; ഗ്രന്ഥി; (ശരീരത്തിലെ പ്രസ്രവ രൂപീകരണ സ്ഥാനങ്ങളിലേതെങ്കിലും).

glare (ഗ്ലെയ്യർ) *n.* strong fierce light; piercing look; അതിപ്രഭ; കണ്ണഞ്ചിക്കുന്ന കാന്തി; മിന്നൽ; ഉഗ്രനോട്ടം; തുറിച്ചുനോക്കുക; *adj.* **glaring** പ്രകടമായ.

glass (ഗ്ലാസ്) *n.* transparent lustrous hard substance; drinking vessel; കണ്ണാടി; സ്ഫടികം; മുഖക്കണ്ണാടി; പളുങ്ക്; പളുങ്കുപാനപാത്രം; ഒരു ഗ്ലാസിൽ കൊള്ളുന്ന പാനീയം; കണ്ണട; *adj.* ഗ്ലാസുകൊണ്ടുണ്ടാക്കിയ; **glassful** ഒരു ഗ്ലാസ് നിറയെ; *n.* **glass house** കണ്ണാടിവീട്; **glass paper** വജ്രക്കടലാസ്; **glassware** സ്ഫടികസാമാനങ്ങൾ.

glaze (ഗ്ലെയ്സ്) *v.* set with glass; smoothen; give a glassy surface to; തിളക്കമുള്ള ആവരണമിടുക; മിനുസമാക്കുക; സ്നിഗ്ദ്ധീകരിക്കുക; മെഴുമെഴുപ്പുള്ളതായിത്തീരുക; **glazed paper** മേനിക്കടലാസ്.

gleam (ഗ്ലീം) *n.* flash of light; a faint glow; ക്ഷണദീപ്തി; കാന്തികിരണം; സ്ഫുരണം; ക്ഷണമാത്രം പ്രകാശിക്കുക.

glean (ഗ്ലീൻ) *v.* gather scattered grain; collect; ചിതറിക്കിടക്കുന്ന നെന്മണികൾ പെറുക്കുക; ഉതിർന്നു പോയവ ശേഖരിക്കുക.

glee (ഗ്ലീ) *n.* joy; mirth; enjoyment; ആനന്ദം; ഉല്ലാസം; ആഹ്ലാദിക്കൽ; പലർ കൂടി പാടുന്ന പാട്ട്.

glen (ഗ്ലെൻ) *n.* a narrow valley; താഴ്വര; മല(യിടുക്ക്).

glib (ഗ്ലിബ്) *adj.* fluent and voluble; വാചാലതയുള്ള; അതിവേഗം സംസാരിക്കുന്ന.

glide (ഗ്ലൈഡ്) *v.t.* slide smoothly and easily; flow gently; pass smoothly; വഴുതുക; തെന്നിപ്പോവുക; ശബ്ദം കൂടാതെ ഒഴുകുക; യന്ത്രസഹായമില്ലാതെ പായുക.

glimmer (ഗ്ലിമർ) *n.* a faint light; feeble rays; മങ്ങിയ വെളിച്ചം; സന്ധ്യാവെളിച്ചം; മന്ദദ്യുതി; അചിരദീപ്തി; അവ്യക്ത ചിഹ്നം.

glimpse (ഗ്ലിംപ്സ്) *n.* momentary flash; hurried view; ക്ഷണപ്രഭ; അല്പദർശനം; അർദ്ധവീക്ഷണം; ഈഷദ് ദൃഷ്ടി.

glitter (ഗ്ലിറ്റർ) *v.i.* glisten; be brilliant; sparkle; ഉജ്ജ്വലിക്കുക; മിന്നുക; സ്ഫുരിക്കുക; വെട്ടിത്തിളങ്ങുക; തിളക്കം; ദീപ്തി; ആകർഷകശോഭ.

gloat (ഗ്ലൗട്ട്) *v.i.* gaze with a malicious joy; ദുർബ്ബുദ്ധിയോടുകൂടി നോക്കുക; ദർശനസുഖം അനുഭവിക്കുക; വിജയത്തിൽ സ്വാർത്ഥമായി ആഹ്ലാദിക്കുക.

globe (ഗ്ലൗബ്) *n.* round solid body; a sphere; the earth; a ball; ഗോളം; അണ്ഡം; ഭൂഗോളം; ലോകം; ഉണ്ട; ഗോളാകൃതിയായ വസ്തു; **globe-trotter** ലോകം ചുറ്റുന്നവൻ; *adj.* **global** ലോകവ്യാപകമായ; ഗോളാകൃതിയായ; *n.* **globule** ചെറുഗോളം; ബിന്ദു.

gloom (ഗ്ലൂം) *n.* partial darkness; thick shade; dimness; sadness; obscurity; ഇരുട്ട്; മ്ലാനത; മൂകത;

അവ്യക്തത; അസ്പഷ്ടത; വിഷാദം; മങ്ങൽ.

gloomy (ഗ്ലൂമി) *adj.* dark; dimly lighted; sad; depressed; ഇരുണ്ട; മങ്ങിയ; മേഘാവൃതമായ; വിഷണ്ണനായ; മനസ്സിനു വാട്ടം തട്ടിയ; വ്യസനകരമായ.

glorification (ഗ്ലോറിഫിക്കേയ്ഷൻ) *n.* adoration; festivity; മഹിമപ്പെടുത്തൽ; വാഴ്ത്തപ്പെടൽ.

glorify (ഗ്ലോറിഫൈ) *v.* make glorious; worship; exalt to glory; ആരാധിക്കുക; വാഴ്ത്തുക; ഉയർത്തുക; മാഹാത്മ്യമുള്ളതാക്കുക; *n.* **glorification.**

glory (ഗ്ലോറി) *n.* renown; exalted honour; splendour; beauty; കീർത്തി; ഖ്യാതി; സ്തുതി; മഹിമ; സ്വർഗ്ഗീയ സൗന്ദര്യം; ഐശ്വര്യം; ആഡംബരം; പ്രതാപം; സ്വർഗ്ഗീയസുഖം; തേജസ്; ശ്രേയസ്സ്; *adj.* **glorious** തിളങ്ങുന്ന; ശോഭയുള്ള; പ്രസിദ്ധിയുള്ള.

gloss (ഗ്ലൊസ്) *n.* lustre; polish; sheen; deceptive appearance; മിനുക്കം; പളപളപ്പ്; തിളക്കം; ബാഹ്യശോഭ; കൃത്രിമച്ഛവി; *adj.* **glossy**.

glossary (ഗ്ലൊസറി) *n.* a partial dictionary; ശബ്ദസംഗ്രഹം; നിഘണ്ടു.

glottis (ഗ്ലൊട്ടിസ്) *n.* the opening of the larynx; കുറുനാക്ക്; ശ്വാസദ്വാരം.

glove (ഗ്ലവ്) *n.* a covering for the hand with a sheath for each finger; കയ്യുറ; കൈക്കവചം; *v.t.* കയ്യുറയിടുക.

glow (ഗ്ലൗ) *v.t.* shine with intense heat; be ardent; rage; ആളിക്കത്തുക; തിളങ്ങുക; ജ്വലിക്കുക; പഴുക്കുക; മുഖം ചുവക്കുക; (കോപവും മറ്റും) തിളച്ചു വരിക; *n.* **glow-worm** മിന്നാമിനുങ്ങ്.

glucose (ഗ്ലൂക്കൗസ്) *n.* fruit juice sugar; പഴപ്പഞ്ചസാര; ഗ്ലൂക്കോസ്.

glue (ഗ്ലൂ) *n.* sticky substance obtained by boiling animal refuse; gum; പശ; വഴുവഴുപ്പ്; സംശ്ലേഷകലേപം; പശയിട്ടൊട്ടിക്കുക; ഒട്ടിക്കുക; ശ്രദ്ധകേന്ദ്രീകരിക്കുക.

glum (ഗ്ലം) *adj.* frowning; moody; looking dejected; കുണ്ഠിതനായ; മുഖം വാടിയ; മുഖപ്രസാദമില്ലാത്ത.

glut (ഗ്ലട്ട്) *v.t.* gorge; swallow greedily; overstock with goods; അത്യാർത്തിയോടെ വിഴുങ്ങുക; മടുപ്പു വരുത്തുക.

glutton (ഗ്ലട്ട്ൻ) *n.* excessive eater; one greedy for; ആർത്തിപിടിച്ചവൻ; ശാപ്പാട്ടുരാമൻ; **gluttony** അത്യാർത്തി; അമിതഭക്ഷണം.

glycerine (ഗ്ളിസറീൻ) *n.* a sweet colourless liquid obtained from fats; കൊഴുപ്പിൽനിന്നെടുക്കുന്ന മധുര ദ്രാവകം.

gnarl (നാൾ) *n.* twisted knot in wood; മരത്തടിക്കുള്ളിലെ മുഴ.

gnash (നാഷ്) *v.* grind the teeth; കോപംകൊണ്ടു പല്ലു കടിക്കുക.

gnat (നാറ്റ്) *n.* mosquito; കൊതുക്.

gnaw (നോ) *v.* bite little by little; കാർന്നുതിന്നുക; കരളുക; ദേഷ്യംകൊണ്ടു കടിക്കുക.

gnome (നൗം) *n.* maxim; aphorism; കാരിക; സംക്ഷിപ്തവാക്യം; സൂത്രം.

go (ഗൗ) *v.t.* (*p.t.* **went**, *p.part.* **gone**) pass from one place to another; start; proceed; walk; depart; പോകുക; ചെല്ലുക; നീങ്ങുക; ഇറങ്ങുക; കയറുക; ചലിക്കുക; ചരിക്കുക; ആരംഭിക്കുക; പിരിഞ്ഞുപോകുക; ചുറ്റിത്തിരിയുക; നടന്നുകൊണ്ടിരിക്കുക; **go ahead** മുന്നോട്ടു നീങ്ങുക; പുരോ

goal | good 179

ഗമിക്കുക; **go by** കഴിയുക; കടന്നു പോകുക; **go in for** ശീലമാക്കുക; കൈക്കൊള്ളുക; **let go** മോചിപ്പിക്കുക; വിടുക; **go on** തുടർന്നു സംസാരിക്കുക; **go through** പരിശോധിക്കുക; *n.* **go between** മദ്ധ്യസ്ഥൻ; *n.* **go slow** മെല്ലെപ്പോക്ക്; പണിമുടക്കിൻെറ ഒരു വകഭേദം.

goal (ഗൗൽ) *n.* point marking end of race; winning post; destination; പന്തയഓട്ടത്തിൽ ഉദ്ദിഷ്ടസ്ഥാനം; പന്തുകളിയിൽ സീമാസ്തംഭം; ചേരേണ്ട സ്ഥലം.

goat (ഗൗട്ട്) *n.* quadruped allied to the sheep; a lecher; കോലാട്.

gob (ഗൗബ്) *n.* the mouth; a mouthful; വായ്; നിറഞ്ഞ വായ്.

gobble (ഗൊബ്ൾ) *v.* swallow noisily; eat hurriedly; (കുടുങ്ങനെ; ഗുളുഗുളു ശബ്ദത്തോടെ) ഇറക്കുക.

goblet (ഗൊബ്ലിറ്റ്) *n.* drinking cup; പാനപാത്രം; ചഷകം.

goblin (ഗൊബ്ലിൻ) *n.* malicious fairy; devil; കുട്ടിച്ചാത്തൻ; ഭൂതം.

God (ഗൊഡ്) *n.* Supreme being; the eternal infinite spirit; ദൈവം; ഈശ്വരൻ; ദേവൻ; ദേവത; ആരാധിതൻ; ആരാധിതവസ്തു; **godfather** തലതൊട്ടപ്പൻ; **godmother** തലതൊട്ടമ്മ; **god-fearing** ദൈവഭയമുള്ള.

godown (ഗൗഡൗൺ) *n.* warehouse; a store room; പണ്ടകശാല; സംഭരണശാല; 'ഗുദാം.'

go-getter (ഗൗഗെറ്റർ) *n.* forceful person who sets about getting what he wants; തള്ളിക്കയറി കാര്യം നേടുന്നയാൾ.

goggle (ഗൊഗ്ൾ) *v.i.* strain or roll the eyes; turn about the eyes; കണ്ണുരുട്ടി നോക്കുക; തള്ളിനില്ക്കുന്ന കണ്ണുകൾ ഉണ്ടായിരിക്കുക.

goitre (*U.S.* **goiter**) (ഗൊയിറ്റർ) *n.* a morbid enlargement of the thyroid gland; കണ്ഠമുഴ; തൊണ്ടവീക്കം.

gold (ഗൗൾഡ്) *n.* precious yellow metal; coins made of it; സ്വർണ്ണം; സ്വർണ്ണനാണയങ്ങൾ; സ്വർണ്ണാഭരണങ്ങൾ; ധനം; എന്തെങ്കിലും വിലപിടിച്ചത്; മഞ്ഞ നിറം; *adj.* **golden**; കനകമയമായ; സ്വർണ്ണനിർമ്മിതമായ; *n.* **golden age** (*myth.*) മഹൈശ്വര്യയുഗം; സൗഖ്യപൂർണ്ണമായ കാലഘട്ടം; **golden opportunity** സുവർണ്ണാവസരം; **golden mean** മധ്യമാർഗം; **goldsmith** തട്ടാൻ; പൊൻപണിക്കാരൻ.

golf (ഗോൾഫ്) *n.* a game played with clubs and a ball in which the ball is driven into a series of small holes in the ground; ഗോൾഫ് എന്ന കളി; *v.t.* ഗോൾഫ് കളിക്കുക.

gone (ഗൊൺ) *adj.* lost; departed; dead; നശിച്ച; നഷ്ടപ്പെട്ട; തുലഞ്ഞ; മരിച്ച.

gong (ഗൊങ്) *n.* a flat bell sounded by a hammer; ചേങ്കല; മണി.

gonorrhoea (ഗൊണേറിയ) *n.* a contagious infection of the genital tract; ശുക്ലസ്രാവം; ഒരു ഗുഹ്യരോഗം (പകരുന്നത്).

good (ഗുഡ്) *adj.* (opposite of **bad**); (*comp.* **better**, *superl.* **best**) having desirable qualities; virtuous; excellent; valuable; നല്ല; സദ്ഗുണമുള്ള; ഉതകുന്ന; ഗുണകരമായ; ഗുണവത്തായ; തൃപ്തികരമായ; കൊള്ളാവുന്ന; അനുയോജ്യമായ; നല്ല സ്വഭാവമുള്ള; നല്ല പെരുമാറ്റമുള്ള; കഴിവുള്ള; *v.* **make good** നഷ്ടപരിഹാരം ചെയ്യുക; വിജയിക്കുക; **good**

morning സുപ്രഭാതം; **good-for-nothing** ഒന്നിനും കൊള്ളാത്ത; **Good Friday** ദുഃഖവെള്ളിയാഴ്ച; **good sense** വിവേകം; **good looks** സൗന്ദര്യം.

goodwill (ഗുഡ്വിൽ) *n.* benevolence; well-wishing; value of popularity of any business; സൗമനസ്യം; ദയ; ഒരു ബിസിനസ്സിൻെറയോ കടയുടെയോ പ്രശസ്തിയുടെയും ജനപ്രീതിയുടെയും മൂല്യം.

goon (ഗൂൺ) *n.* awkward person; വിചിത്രവിഡ്ഢി; കോമാളി; വാടക ഗുണ്ട.

goose (ഗൂസ്) *n.* (*pl.* **geese**) anyone of a group of birds of the duck family; വൻവാത്ത്; വാത്തിൻെറ പിട; മൂഢൻ; ഇസ്ത്രിപ്പെട്ടി; ബാലിശസ്വഭാവമുള്ള യുവതി.

gooseberry (ഗൂസ്ബെറി) *n.* edible fruit of a shrub of the same name; നെല്ലിവൃക്ഷം; നെല്ലിക്ക.

gore (ഗോർ) *v.t.* pierce with a spear; stab; കുന്തംകൊണ്ടോ കൊമ്പുകൾകൊണ്ടോ കുത്തുക; മുറിവേല്പിക്കുക; *n.* കട്ടപിടിച്ച രക്തം.

gorge (ഗോർജ്) *n.* narrow pass between hills; ഇടുക്കുവഴി; മലയിടുക്ക്; ദുർഗ്ഗമമാർഗ്ഗം; കണ്ഠം; അത്യാർത്തിയോടെ തിന്നുക.

gorilla (ഗെറില) *n.* great African ape; മഹാവാനരം; ആൾക്കുരങ്ങ്.

gospel (ഗൊസ്പൽ) *n. & adj.* the teaching of Christ; a narrative of the life of Christ; സുവിശേഷപുസ്തകം; ക്രൈസ്തവവേദം; ശുഭവാർത്ത; പെരുമാറ്റസംഹിത.

gossamer (ഗൊസമർ) *n.* any thin material; cobweb; മാറാല; ചിലന്തിവല; അതിലോലവസ്തു.

gossip (ഗൊസിപ്) *n.* rumours; news monger; idle talker; scandalous tales; കിംവദന്തി; ഇത്തരം കിംവദന്തികൾ പരത്തുന്നയാൾ; സദാ ചലിക്കുന്നയാൾ; ഉറ്റതോഴൻ.

gourd (ഗുഎ്ഡ്) *n.* a family of plants bearing hard rinded fleshy fruits; ചുര; ചുരയ്ക്ക; **snake gourd** പടവലങ്ങ; **bitter gourd** പാവയ്ക്ക (കയ്പയ്ക്ക).

gourmet (ഗൂഎ്മെയ്) *n.* connoisseur of table delicacies; ഭോജനവിജ്ഞൻ; ഭക്ഷണവിദഗ്ദ്ധൻ; നല്ല ആഹാരം ആസ്വദിക്കുന്നയാൾ.

gout (ഗൗട്ട്) *n.* inflammation of the smaller joints; രക്തവാതം; സന്ധിവാതം.

govern (ഗവ്ൺ) *v.* administer laws; rule; control; regulate; ഭരിക്കുക; നിയന്ത്രിക്കുക; നയിക്കുക; ക്രമീകരിക്കുക; (*gr.*) വിഭക്തിയെ ആശ്രയിക്കുക; **governance** ഭരണനിർവഹണം.

governess (ഗവണിസ്) *n.* a lady in charge of instruction of the young at home; ഗൃഹാദ്ധ്യാപിക; കുട്ടികളുടെ ശിക്ഷണത്തിൻെറയും പരിചരണത്തിൻെറയും ചുമതല വഹിക്കാൻ പ്രഭുകുടുംബങ്ങളിൽ നിയമിക്കാറുള്ള ധാത്രി.

government (ഗവ്വൺമെൻറ്) *n.* system of governing; administrative body; ministry; ഭരണകൂടം; ഭരണനിയന്ത്രണം; രാജ്യഭരണം.

governor(ഗവ്വർണർ) *n.* ruler of a state, province or colony; ഒരു സംസ്ഥാനം, പ്രവിശ്യ, കോളനി മുതലായവയുടെ ഭരണാധികാരി.

gown (ഗൗൺ) *n.* a loose outer garment; a woman's dress; അയവുള്ള മേൽക്കുപ്പായം; സ്ത്രീകളുടെ മേലാട;

grab | grammar 181

സ്ഥാനചിഹ്നമായ പുറങ്കുപ്പായം; ജഡ്ജിമാർ, അഭിഭാഷകർ, ഡോക്ടർമാർ, വൈദികർ മുതലായവർ ധരിക്കുന്ന പലയിനം ഗൗൺ.

grab (ഗ്രാബ്) *v.t.* (*p.t. & p.part.* **grabbed**) snatch; seize; gripe suddenly; പിടിച്ചുപറിക്കുക; തട്ടിപ്പറിക്കുക; ബലാല്ക്കാരമായി സ്വായത്തമാക്കുക; ചാടിപ്പിടുത്തം.

grace (ഗ്രെയ്സ്) *n.* elegance; pleasing quality; mercy of God; ചാരുത; ആകർഷകത്വം; സൗകുമാര്യം; ദൈവകൃപ; ദയ; ദയാലുത്വം; കാരുണ്യം; സൗജന്യം; ആനുകൂല്യം; നല്ല പെരുമാറ്റരീതി; *adj.* **graceful**; സുഭഗമായ; സുന്ദരമായ; ആകർഷകമായ.

gracious (ഗ്രെയ്ഷസ്) *n.* merciful; pleasing; associate with divine grace; കൃപാലുവായ; മനോഹരമായ; അനുഗ്രഹസൂചകമായ; ദൈവകൃപയാലുള്ള; ഉദാരമതിയായ.

gradate (ഗ്രെഡെയ്റ്റ്) *v.t.* arrange according to grade; cause to blend gradually; തരംതിരിക്കുക; മെല്ലെ മെല്ലെ(മറ്റൊരു നിറത്തിൽ) അലിഞ്ഞുചേരുക.

gradation (ഗ്രഡെയ്ഷൻ) *n.* rising step by step; arrangement in ranks; പടിപടിയായ പരിവർത്തനം; ഒരവസ്ഥയിൽ നിന്ന് മറ്റൊന്നിലേക്കുള്ള നീക്കം; *n.* **gradient** ക്രമേണയുള്ള കയറ്റം; ചരിവ്.

grade (ഗ്രെയ്ഡ്) *n.* category; a degree in rank; relative position; rate of ascent or descent; തരം; വകുപ്പ്; ആനുപൂർവ്യം; നില; പദവി; വർഗ്ഗം; ശ്രേണി; കയറ്റത്തിൻെറയും ഇറക്കത്തിൻെറയും അനുപാതം; ചരിവ്; സമകോണത്തിൻെറ ശതാംശം.

gradual (ഗ്രാഡ്യു-എൽ) *adj.* slowly progressive; advancing by degrees; അനുക്രമമായ; പ്രവൃദ്ധമായ; പടിപടിയായി; *adv.* **gradually** കാലക്രമത്തിൽ.

graduate (ഗ്രാഡ്യൊയ്റ്റ്) *n.* holder of a university degree; സർവ്വകലാശാലാബിരുദം ലഭിച്ചയാൾ; ക്രമമായി ഭാഗിക്കുക; അടയാളം വയ്ക്കുക; ക്രമേണ മാറ്റുക; സർവ്വകലാശാലാബിരുദം ലഭിക്കുക; *n.* **graduation** സർവ്വകലാ ശാലാബിരുദം ലഭിക്കൽ.

graft (ഗ്രാഫ്റ്റ്) *n.* act of inserting cuttings into a tree or plant; ഒട്ടുമരം; ഒട്ടിക്കൽ; അന്യവൃക്ഷസ്ഥാപിത ശാഖ; കമ്പുകൾ ഒട്ടിച്ച് ഗ്രാഫ്റ്റു ചെയ്യുക.

graft (ഗ്രാഫ്റ്റ്) *n.* illicit profit by corrupt means; bribery; കൈക്കൂലി; കോഴ; അവിഹിതരീതിയിൽ സമ്പാദിക്കൽ.

grain (ഗ്രെയ്ൻ) *n.* corn; single small hard seed; very small quantity; ധാന്യം; തരി; അണു; അല്പം; കണിക; ചുമപ്പു ചായം; *v.* തരിയാക്കുക; വർണ്ണം പൂശുക; തോലിന്മേൽനിന്നു രോമം കളയുക.

gram (ഗ്രാം) *n.* pulse generally; പയറുവർഗങ്ങൾ; **bengal gram** കടല; **horse gram** മുതിര; **green gram** ചെറുപയറ്; **black gram** ഉഴുന്ന്; **white gram** മൺ പയറ്.

gram, gramme (ഗ്രാം) *n.* a unit of mass in metric system; (മെട്രിക് തൂക്ക അളവു വ്യവസ്ഥയിൽ) പിണ്ഡത്തിൻെറ ഏകകം; (4° സെൻറിഗ്രെയ്ഡ് ചൂടിൽ ഒരു ഘന സെൻറീമീറ്റർ വെള്ളത്തിൻെറ തൂക്കം; ഒരു കിലോഗ്രാമിൻെറ ആയിരത്തിലൊരംശം).

grammar (ഗ്രാമർ) *n.* science of the right use of language; a book on principles of any science; വ്യാകരണം; വ്യാകരണഗ്രന്ഥം; വ്യാകരണരൂപങ്ങളുപയോഗിക്കുന്ന വിധം; *n.* **grammarian** (ഗ്രമെയെറിയൻ) വ്യാകരണപണ്ഡിതൻ.

granary (ഗ്രാനറി) *n.* corn house; region producing corn; കളപ്പുര; നെൽപ്പുര; പത്തായപ്പുര.

grand (ഗ്രാൻഡ്) *adj.* of great size, extent, power or dignity; illustrious; മഹത്തായ; ശ്രേഷ്ഠമായ; ഗംഭീരമായ; ഉൽകൃഷ്ടമായ; പ്രൗഢമായ; ഉന്നതമായ; ബൃഹത്തായ; വൻതോതിലുള്ള; വലിയ.

grandeur (ഗ്രാൻഴ്ജർ) *n.* loftiness; conscious dignity; splendour; ആഡംബരം; പ്രതാപം; മഹത്ത്വം; പെരുമ; വൈഭവം; ഗാംഭീര്യം.

grandiloquent (ഗ്രാൻഡിഌലക്വൻറ്) *adj.* speaking bombastically; ശബ്ദാഡംബരത്തോടെ സംസാരിക്കുന്ന; വീമ്പുപറയുന്ന.

grandiose (ഗ്രാൻഡിയൗസ്) *adj.* imposing; bombastic; turgid; ആഡംബരപരമായ; വലിപ്പം കാണിക്കുന്ന.

granite (ഗ്രാനൈറ്റ്) *n.* hard stone or rock; കരിങ്കല്ല്; കൃഷ്ണശില.

grant (ഗ്രാൻറ്) *n.* act of bestowing; sum granted; present; പ്രദാനം; ദാനം; വേതനം; അലവൻസനുവദിച്ചു കൊടുക്കൽ; സഹായധനം; ദാനംചെയ്ത വസ്തു; **take for granted** വാസ്തവമായോ തീർച്ചയായും സംഭവിക്കുമെന്നോ കണക്കാക്കുക; **grant-in-aid** ഗവണ്മെൻറിൽനിന്ന് നല്കുന്ന സഹായധനം.

granular (ഗ്രാനുലർ) *adj.* like grains; ധാന്യമണിപോലുള്ള; തരിതരിയായ.

granule (ഗ്രാന്യൂൾ) *n.* small grain; minute round body of matter; കണം; തരി; ചെറുധാന്യം; ബീജം.

grape (ഗ്രെയ്പ്) *n.* single berry of the vine; മുന്തിരിങ്ങ; ദ്രാക്ഷാഫലം.

graph (ഗ്രാഫ്) *n.* a symbolic diagram; representation by lines; രേഖാചിത്രം; രൂപരേഖ; പ്ലാൻ; ഗ്രാഫ്; **graph paper** ഗ്രാഫ് വരയ്ക്കുവാൻ വേണ്ടി തയ്യാറാക്കിയ രേഖാങ്കിത കടലാസ്; *n. pl.* **graphics** ലിഖിത ലക്ഷണവിദ്യ.

graphite (ഗ്രാഫൈറ്റ്) *n.* a mineral commonly called black-lead; കാർബണിൽനിന്നെടുക്കുന്ന പരൽരൂപമായ അലോട്രോപ്പ്.

grapple (ഗ്രാപ്പ്ൾ) *n.* close seizure; a grapnee; അള്ളിപ്പിടുത്തം; കപ്പൽ കൂട്ടിപ്പിടിപ്പിക്കാനുള്ള ഇരുമ്പുകൊളുത്ത്; സംശ്ലേഷിക്കുക; ബലമായി പിടിക്കുക.

grasp (ഗ്രാസ്പ്) *v.* seize and hold; take eagerly; comprehend; മുറുകെ പിടിക്കുക; പിടിയിലാക്കാൻ ശ്രമിക്കുക; പിടികൂടുക; ഗ്രഹിക്കുക; ആക്രമിക്കുക; വശമാക്കുക.

grass (ഗ്രാസ്) *n.* common herbage; pasture; പുല്ല്; തൃണവർഗം; പുൽത്തകിടി; (not let the grass grow under one's feet കിട്ടിയ അവസരം ഉടനെ ഉപയോഗപ്പെടുത്തുക); feed with grass; പുല്ലുകൊണ്ടു മൂടുക; പുല്ലു തീറ്റുക.

grate (ഗ്രെയ്റ്റ്) *n.* a framework of iron bars; a grid; a cage; ഇരുമ്പഴി; ചട്ടടുപ്പ്; തട്ടി; ലോഹക്കൂട്; *v.t.* ഇരുമ്പഴിയിടുക.

grate (ഗ്രെയ്റ്റ്) *v.* rub hard; irritate or jar on; ഉരച്ചുപൊടിയാക്കുക; രസഭംഗമുണ്ടാക്കുക; വേദനപ്പെടുത്തുക.

grateful (ഗ്രെയ്റ്റ്ഫുൾ) *adj.* thankful; expressing gratitude; causing pleasure; നന്ദിയുള്ള; കൃതജ്ഞതയുള്ള; കൃതജ്ഞതാപൂർണ്ണമായ.

gratify (ഗ്രാ̆റ്റിഫൈ) *v.t.* satisfy; please; indulge; ആഹ്ലാദിപ്പിക്കുക; സന്തോഷിപ്പിക്കുക; തൃപ്തിപ്പെടുത്തുക; *n.* **gratification** തൃപ്തി.

gratitude (ഗ്രാ̆റ്റിറ്റ്യൂഡ്) *n.* thankfulness; ഉപകാരസ്മരണ; നന്ദി; പ്രത്യുപകാരം.

gratuity (ഗ്രാ̆റ്റ്യുയിറ്റി) *n.* a present; an acknowledgement of service; a bounty; പാരിതോഷികം; പ്രതിഫലം; സമ്മാനം; സൗജന്യം; ഉപഹാരം.

grave (ഗ്രെയ്വ്) *n.* any place of burial; a pit dug out to bury the dead in; ശ്മശാനം; ശവക്കുഴി; കുഴിമാടം; കല്ലറ.

grave (ഗ്രെയ്വ്) *adj.* serious; ഗുരുതരമായ; ഗൗരവാവഹമായ.

gravel (ഗ്രാ̆വ്ൽ) *n.* small stones or pebbles; coarse sand; ചരൽക്കല്ല്; കല്ലും മണലും; മൂത്രകൃച്ഛ്രം.

gravitate (ഗ്രാ̆വിറ്റെയ്റ്റ്) *v.i.* be acted on by gravity; move towards; be attracted to; ഒന്നിലേക്ക് അടുക്കുക; ആകർഷിക്കപ്പെടുക; ഗുരുത്വാകർഷണത്താൽ വീഴുക; **gravitation;** ഗുരുത്വാകർഷണം.

gravity (ഗ്രാ̆വിറ്റി) *n.* graveness; weightiness; ധീരത; ഗാംഭീര്യം; ഗുരുത്വസ്വഭാവം; **centre of gravity** ഗുരുത്വകേന്ദ്രം.

gravy (ഗ്രെയ്വി) *n.* juices from meat; മാംസക്കൊഴുപ്പ്; ചാറ്.

gray, grey (ഗ്രെയ്) *adj.* ash-coloured; dull; mature; dull; aged; hoary; വിരസമായ; ചാരനിറമുള്ള; നരച്ച; മങ്ങിയ; പ്രാചീനമായ; കാലപ്പഴക്കമുള്ള.

graze (ഗ്രെയ്സ്) *v.* eat or feed on grass; മേയ്ക്കുക; പുല്ലുമേയുക; മേയാൻ വിടുക; *n.* മേച്ചിൽ.

grease (ഗ്രീസ്) *n.* soft thick animal fat; lubricant; കൊഴുപ്പ്; മേദസ്സ്; കൊഴുപ്പുള്ള വസ്തു; *v.t.* കൊഴുപ്പു പുരട്ടുക; എണ്ണതേയ്ക്കുക; **grease the palm** കൈക്കൂലി കൊടുക്കുക.

great (ഗ്രെയ്റ്റ്) *adj.* large; big; highly gifted; superior; noble; mighty; proud; grand; sumptuous; important; വിപുലമായ; വലിയ; മഹനീയമായ; ബൃഹത്തായ; ഉൽകൃഷ്ടമായ; വൈഭവമുള്ള; ശ്രദ്ധേയമായ; നിർണ്ണായകമായ; **great grandfather** പ്രപിതാമഹൻ; മഹൻ; **great grandchild** പേരക്കുട്ടിയുടെ കുട്ടി; **great grandmother** മുതുമുത്തശ്ശി; *n.* **greatness;** മഹത്ത്വം; മഹനീയത; **great many** അനേകം.

greed (ഗ്രീഡ്) *n.* eager desire or longing; കൊതി; അത്യാർത്തി; ദുരാഗ്രഹം; **greedy**; ആഹാരക്കൊതി തീരാത്ത; അത്യാഗ്രഹിയായ; *adv.* **greedily**; *n.* **greediness.**

green (ഗ്രീൻ) *adj.* verdant; fresh and vigorous; tender; new; raw; പച്ചനിറമുള്ള; പച്ചയായ; നവമായ; വേവിക്കാത്ത; പിഞ്ചായ; വാടാത്ത; പച്ചനിറം; പച്ചച്ചായം; പുൽത്തകിടി; യൗവനം; പച്ചക്കറി; *n.* **greenery**; പച്ചച്ചെടികൾ; ലതകൾ; വർണ്ണം; *n.* **green grocery** സസ്യഫലക്കച്ചവടം; സസ്യഫലാദികൾ; **greenhouse** ചെടികൾ വളർത്തുന്നതിനുള്ള കണ്ണാടിക്കൂട്; **greenroom** അണിയറ.

greet (ഗ്രീറ്റ്) *v.* salute; welcome; congratulate; അഭിവാദ്യം ചെയ്യുക; ഉപചാരപൂർവ്വം സ്വാഗതം ചെയ്യുക; വാഴ്ത്തുക; എതിരേല്ക്കുക; *n.* **greeting.**

gregarious (ഗ്രീഗേ̆യറിയസ്) *adj.*

living in flocks; social; കൂട്ടം കൂട്ടമായി ജീവിക്കുന്ന; സഹവാസം ഇച്ഛിക്കുന്ന.

grenade (ഗ്രിനെയ്ഡ്) *n.* a small bomb thrown by the hand; കൈബോംബ്; തീക്കുടുക്ക.

grey (ഗ്രെയ്) *adj.* same as 'gray;' ചാരനിറമായ; വിരസമായ; *n.* ധൂസരവർണ്ണം.

grid (ഗ്രിഡ്) *n.* a network of power transmission lines; ചട്ടക്കൂട്; വൈദ്യുതിവിതരണശൃംഖല; നാടകരംഗത്തിനുമുകളിൽ രംഗ ദൃശ്യങ്ങളും വിളക്കുകളും തൂക്കിയിടുന്നതിനുള്ള ചട്ടക്കൂട്.

griddle (ഗ്രിഡ്ൽ) *n.* iron disk for baking cakes; അപ്പച്ചട്ടി.

grief (ഗ്രീഫ്) *n.* sorrow; distress; regret; affliction; ദുഃഖം; കൊടിയ വിഷാദം; വ്യസനം; വ്യാകുലത; പശ്ചാത്താപം.

grieve (ഗ്രീവ്) *v.* make sorrowful; afflict; vex; mourn; തപിപ്പിക്കുക; ദുഃഖിപ്പിക്കുക; വേദനപ്പെടുത്തുക; വിഷാദിക്കുക; ദുഃഖിക്കുക; *n.* **grievance** ദുഃഖം; സങ്കടം.

grill (ഗ്രിൽ) *v.t.* broil; burn; torment; വരട്ടുക; വറക്കുക; കഠിനമായി വിഷമിപ്പിക്കുക.

grim (ഗ്രിം) *adj.* ferocious; ghastly; sullen; രൂക്ഷമായ; കഠിനമായ; ഗൗരവഭാവമുള്ള; *adv.* **grimly** ഭീകരമായ.

grimace (ഗ്രിമെയ്സ്) *n.* a distortion of the face in jest; കൊഞ്ഞനം; കൃത്രിമ നോട്ടം; വികൃതഹാസം.

grime (ഗ്രൈം) *n.* sooty or coaly dirt; അഴുക്ക്; മാലിന്യം; കറ.

grin (ഗ്രിൻ) *v.i.* snarl and show the teeth; ഇളിക്കുക; പല്ലിളിച്ചുകാട്ടുക; *n.* പല്ലിളിക്കൽ.

grind (ഗ്രൈൻഡ്) *v.* reduce to powder by crushing; wear down; അരയ്ക്കുക; പൊടിക്കുക; മർദ്ദിക്കുക; തേയ്ക്കുക; മൂർച്ചവരുത്തുക; ഉരയ്ക്കുക; രാകുക; ഉപദ്രവിക്കുക; *n.* ഉരയ്ക്കൽ; രാകൽ; അദ്ധ്വാനം; *n.* **grinder** ആട്ടുകല്ല്; അരകല്ല്; *n.* **grindstone** തിരികല്ല്.

grip (ഗ്രിപ്) *n.* firm hold; strength of grasp; മുറുക്കിപ്പിടുത്തം; പിടി; പിടിപാട്; മുഷ്ടി; ഗ്രഹണസാമർത്ഥ്യം; സ്വാധീനശക്തി; നിയന്ത്രണം.

grit (ഗ്രിറ്റ്) *n.* small particles of stone or sand; മണൽ; ചരൽ; ധാന്യനുറുക്ക്.

grizzle (ഗ്രിസ്ൽ) *v.* (*coll.*) grumble; whimper; സന്തപിക്കുക; ദുർമുഖം കാട്ടുക; ചിണുങ്ങുക.

groan (ഗ്രൗൺ) *n.* lamentation; bemoaning; ഞരക്കം; ആർത്തനാദം; പരിദേവനം; *v.t.* മർദ്ദനംകൊണ്ടോ ഭാരംകൊണ്ടോ വിഷമിക്കുക.

grocer (ഗ്രൗസർ) *n.* provision merchant; പലചരക്കുവ്യാപാരി; *n.* **grocery** പലചരക്കുകട.

grog (ഗ്രൊഗ്) *n.* മദ്യം; mixture of spirits; *adj.* **groggy** (*coll.*) മദ്യപിച്ച; വേച്ചുവേച്ചു നടക്കുന്ന.

groin (ഗ്രൊയ്ൻ) *n.* depression between belly and thigh; ഒടി; നാഭിപ്രദേശം; അശ്വരക്ഷ; കമാനത്തട്ട്; മൊനവളവ്.

groom (ഗ്രൂം) *n.* one in charge of horses; bridegroom; കുതിരക്കാരൻ; വരൻ; മണവാളൻ; *n.* **groom's man** മണവാളന്റെ സ്നേഹിതൻ; *adj.* **well-groomed** സുവേഷനായ; സുസജ്ജനായ.

groove (ഗ്രൂവ്) *n.* narrow channel; ചാൽ; ഓവ്; വണ്ടിച്ചക്രങ്ങളാലുണ്ടായ ചാല്.

grope (ഗ്രൗപ്) *v.* search, feel about as if blind or in the dark; തപ്പുക; ഇരുട്ടിൽ തപ്പിത്തടയുക; വഴി കണ്ടുപിടിക്കുക.

gross (ഗ്രൗസ്) *adj.* coarse; rough; glaring; dense; whole; extreme; പരുക്കനായ; അത്യന്തം പ്രകടമായ; സൂക്ഷ്മമല്ലാത്ത; ശുദ്ധീകരിക്കാത്ത; സാന്ദ്രമായ; വൃത്തികെട്ട; പ്രാകൃതമായ; **gross income** ആകെ വരവ്.

gross (ഗ്രൊസ്) *n.* twelve dozen;144; പന്ത്രണ്ട് ഡസൻ.

grotesque (ഗ്രൗട്ടെസ്ക്) *adj.* extravagantly formed; ludicrous; വിചിത്രരൂപമായ; അവലക്ഷണമായ.

grotto (ഗ്രോട്ടൗ) *n.* (*pl.* **grottos**) cave; cavity in a mountain; ഗുഹ; ഗഹ്വരം; ക്രീഡാകുടീരം; കൃത്രിമഗുഹ.

ground (ഗ്രൗണ്ട്) *n.* earth's surface; soil; field; floor; place of action; തറ; നിലം; പറമ്പ്; സ്ഥലം; അടിസ്ഥാനം; കാരണം; ഹേതു; സമുദ്രത്തിൻെറ അടിത്തട്ട്; മൂലവണ്ണം; ഭൂമിയുടെ ഉപരിതലം; ഉറപ്പിക്കുക; സ്ഥാനം പിടിക്കുക; ആധാരമായിരിക്കുക; **gain or make ground** മുന്നേറുക; **give or lose ground** പിൻവാങ്ങുക; **on firm or solid ground** ഉറച്ച യുക്തികളിന്മേൽ അധിഷ്ഠിതമായ; **ground floor** താഴത്തെ നില; ഭൂനിരപ്പിലുള്ള നില; **groundnut** നിലക്കടല.

group (ഗ്രൂപ്പ്) *n.* a number of persons or things together; crowd; കൂട്ടം; ചേരി; ഇനം; ഗണം; പാർട്ടിയെക്കാളും ചെറിയ ഘടകം; ഒന്നിച്ചു ചേരുക.

grouse (ഗ്രൗസ്) *n.* moor fowl; കാട്ടുകോഴി; കുളക്കോഴി.

grove (ഗ്രൗവ്) *n.* a small wood; an avenue of trees; തോപ്പ്; തോട്ടം; വൃക്ഷാവലി.

grovel (ഗ്രവൽ) *v.i.* crawl; cringe; ഇഴയുക; നിരങ്ങുക; മുട്ടിന്മേലിഴഞ്ഞ് കെഞ്ചുക.

grow (ഗ്രൗ) *v.* become enlarged by natural process; extend; produce; cultivate; വളരുക; വർദ്ധിക്കുക; മുളയ്ക്കുക; വിളയുക; വികസിക്കുക; കൃഷിചെയ്യുക; വളർത്തുക; *adj.* **grown-up** മുതിർന്ന; വളർന്ന; പ്രായം തികഞ്ഞ; **full growth** പൂർണ്ണവളർച്ച.

growl (ഗ്രൗൾ) *v.* snarl; grumble; മുരളുക; മുറുമുറുക്കുക; മുറുമുറുപ്പ്; മുരളൽ.

grub (ഗ്രബ്) *v.* dig; dig up by the roots; eat; കിളയ്ക്കുക; കുഴിക്കുക; *n.* ചെറുപുഴു; മണ്ണട്ട; ഹീനൻ; ആഹാരം.

grudge (ഗ്രജ്) *v.* look upon with envy; give or take unwillingly; murmur at; പകയോടെ വീക്ഷിക്കുക; വെറുക്കുക; മനസ്സില്ലാമനസ്സോടെ ചെയ്യുക, നല്കുക; വൈമുഖ്യം കാണിക്കുക; അസൂയ; ഉൾപ്പക; *adv.* **grudgingly.**

gruel (ഗ്രുയെൽ) *n.* liquid food of oat meal etc.; കഞ്ഞി.

gruesome (ഗ്രുസം) *adj.* grisly; fearful; depressing; horrible; ബീഭത്സമായ; ഭീകരമായ (a gruesome sight etc.).

gruff (ഗ്രഫ്) *adj.* rough or abrupt in manner or sound; കർക്കശമായ; രൂക്ഷമായ; പരുക്കനായ.

grumble (ഗ്രംബ്ൾ) *v.i.* murmur; express discontent; മുറുമുറുക്കുക; പിറുപിറുക്കുക; അതൃപ്തി പ്രകടമാക്കുക.

grunt (ഗ്രണ്ട്) *v.* snort; express discontent; പന്നിയെപ്പോലെ അമറുക; അതൃപ്തിയും മറ്റും പ്രകടമാക്കുക.

guarantee (ഗാറൻറീ) *n.* security; surety; a person giving security; ഉറപ്പ്; ജാമ്യം; സമയപാലത; പ്രതിജ്ഞ; ഉത്തരവാദി; ജാമ്യക്കാരൻ; ഉത്തരവാദം ചെയ്യുക; ഉറപ്പു നല്കുക; ജാമ്യം നില്ക്കുക; *n.* **guarantor**; ജാമ്യക്കാരൻ.

guard (ഗാർഡ്) *v.t.* take care of; defend; escort; കാക്കുക; രക്ഷിക്കുക; സൂക്ഷിക്കുക; കാവൽനില്ക്കുക; കരുതൽ; രക്ഷണം; *adj.* **guarded**.

guardian (ഗാർഡിയൻ) one who takes care; രക്ഷാകർത്താവ്; പാലിക്കുന്നവൻ; *n.* **guardianship** രക്ഷാകർതൃത്വം; **guardian angel** കാവൽ മാലാഖ.

guava (ഗ്വാവ്വ) *n.* tropical tree with edible fruit; പേര(ക്കായ്).

guerilla (ഗെറില) *n.* harassing an army by small bands; ഒളിയുദ്ധം; ഒളിപ്പടയാളി.

guess (ഗെസ്) *v.* suppose; imagine; ഊഹിക്കുക; അനുമാനിക്കുക; നിഗമനം നടത്തുക; *n.* ഊഹാപോഹം; സങ്കല്പം.

guest (ഗെസ്റ്റ്) *n.* person entertained at another's house; വിരുന്നുകാരൻ; അതിഥി; **guest house**; അതിഥിമന്ദിരം; **paying guest** ഭക്ഷണച്ചെലവ് നൽകി അന്യവീട്ടിൽ പാർക്കുന്നയാൾ.

guffaw (ഗഫോ) *n.* loud laugh; sudden burst of laughter; പൊള്ളച്ചിരി; പൊട്ടിച്ചിരി.

guidance (ഗൈഡൻസ്) *n.* direction; leadership; വഴികാട്ടൽ; മാർഗനിർദ്ദേശം; നേതൃത്വം.

guide (ഗൈഡ്) *v.t.* lead; conduct; regulate; direct; വഴികാണിക്കുക; നടത്തുക; മാർഗദർശനം ചെയ്യുക; ഭരിക്കുക; വഴികാട്ടി; മാർഗദർശി; ഉപദേഷ്ടാവ്; പരിചാരകൻ.

guild (ഗിൽഡ്) *n.* an association for mutual aid; സംഘടിതസംഘം; ഒരേ തൊഴിലിൽ ഏർപ്പെട്ടിരിക്കുന്നവരുടെ സംഘടന.

guile (ഗൈൽ) *n.* wile; cunning; jugglery; deceit; കാപട്യം; കൗശലം; വ്യാജം; വിശ്വാസവഞ്ചന.

guillotine (ഗിലറ്റീൻ) *n.* an instrument for beheading; a specially drastic rule or closure for shortening discussion in legislature; ശിരച്ഛേദനിയന്ത്രം; ശിരച്ഛേദം ചെയ്യുക.

guilt (ഗിൽറ്റ്) *n.* crime; sinfulness; culpability; അപരാധം; ദോഷം; കുറ്റം; പാപകർമ്മം; ദുഷ്കൃതി; *adj.* **guilty** തെറ്റു ചെയ്ത.

guineapig (ഗിനിപിഗ്) *n.* cavy; animal used as the subject of an experiment; പരീക്ഷണത്തിനായി ഉപയോഗിക്കുന്ന മൃഗം.

guise (ഗൈസ്) *n.* garb; assumed appearance; pretence; വേഷം; വേഷധാരണം; കപടവേഷം.

guitar (ഗിറ്റാർ) *n.* six-stringed lute; ഗിത്താർ (സംഗീതോപകരണം).

gulf (ഗൾഫ്) *n.* arm of the sea extending into the land; an abyss; ഉൾക്കടൽ; നീർച്ചുഴി; അഗാധസമുദ്രം; പാതാളക്കുഴി.

gull (ഗൾ) *n.* a sea bird; ജലകുക്കുടം; ഒരു കടൽപ്പക്ഷി.

gullet (ഗളിറ്റ്) *n.* food passage from mouth to stomach; അന്നനാളിക.

gullible (ഗലിബ്ൾ) *adj.* willing to believe anything or anyone; easily deceived; ആരെയും എന്തിനെയും കണ്ണടച്ച് വിശ്വസിക്കുന്ന; എളുപ്പം

gulp | habeas-corpus 187

കബളിപ്പിക്കാവുന്നവനായ; *n.* **gullibility**.

gulp (ഗൾപ്) *n.* act of swallowing; വിഴുങ്ങൽ; ഗ്രസനം; ഒരു കവിളു വെള്ളം; *v.t.* **gulp down**; ധൃതിയിൽ വിഴുങ്ങുക.

gum (ഗം) *n.* firm flesh in which teeth stand; മോണ.

gum (ഗം) *n.* glue; പശ; മരക്കറ; കൺ പീള.

gun (ഗൺ) *n.* rifle; revolver etc.; തോക്ക്; കൈത്തോക്ക്; പീരങ്കി; *v.i.* shoot with a gun; തോക്കുകൊണ്ടു വെടിവെക്കുക; **gun metal** ഓട്; വെൺകലം; **gun powder** വെടി മരുന്ന്; **big gun** important person; 'വൻതോക്ക്'; പ്രമാണി.

gunny (ഗണി) *n.* coarse sacking; ചാക്കുതുണി; ചാക്ക്.

gurgle (ഗ്േർഗ്ൾ) *v.t.* flow in an irregular noisy current; ഗുളുഗുളു ശബ്ദത്തോടെ വെള്ളം ഒഴുകുക.

gush (ഗഷ്) *n.* outflow; stream; വെള്ള ച്ചാട്ടം; പ്രവാഹം.

gust (ഗസ്റ്റ്) *n.* sudden rush of wind; കൊടുങ്കാറ്റ്; പ്രചണ്ഡമാരുതൻ.

gut (ഗട്ട്) *n.* alimentary canal; അന്ന നാളം; കുടൽ; വയറ്; (*pl.*) ധൈര്യം; മനക്കരുത്ത്; കുടലെടുക്കുക; ചുട്ടെ രിക്കുക; **guts** *n.* (*sing.* or *pl.*)തീറ്റി പ്രിയൻ.

gutsy (ഗട്ട്സി) *adj.* full of courage and determination; ചുണയും ദൃഢ നിശ്ചയവുമുള്ള.

gutter (ഗട്ടർ) *n.* channel at the road side; ഓവ്; ഓട; ചാല്; *v.* ചാലുണ്ടാ ക്കുക; കുഴിയുക.

guy (ഗൈ) *n.* rope, rod etc. used to steady anything; താങ്ങ്; കെട്ട്; *v.t.* വടമിട്ടു കെട്ടി നേരെ നിർത്തുക; ഭയ ങ്കരരൂപം; വിചിത്രവേഷം; വികൃത വേഷധാരി; പുള്ളിക്കാരൻ.

gymkhana (ജിംഖാന) *n.* a public place for athletics; കായികാഭ്യാസ പ്രദർശന സ്ഥലം; കായികാഭ്യാസ കളരി.

gymnasium (ജിംനേയ്സിയം) *n.* a school for gymnastics; കായിക വിനോദസ്ഥലം; കളരി; *n.* **gymnast**; *adj.* **gymnastical; gymnastics** വ്യായാമവിദ്യ; അഭ്യാസം.

gynaecology (ഗൈന്െകൊളജി) *n.* branch of medicine treating of women's diseases; സ്ത്രീരോഗ വിജ്ഞാനീയം.

gyrate (ജൈറെയ്റ്റ്) *v.t.* revolve; move spirally; ചുറ്റുക; ചുഴലുക; നട്ടംതിരി ക്കുക.

Hh

H (എയ്ച്) the eighth letter of the English alphabet; ഇംഗ്ലിഷ് അക്ഷരമാലയിലെ എട്ടാമത്തെ അക്ഷരം.

ha (ഹാ) *interj.* denoting grief, surprise or joy; ഹാ; അയ്യോ! അഹോ! കഷ്ടം!

habeas-corpus (ഹെയ്ബിയസ് കോർ പസ്) *n.* writ to produce the body of one detained; തടങ്കലിൽ വച്ചിരി

ക്കുന്ന ആളെ കോടതി മുമ്പാകെ ഹാജരാക്കണമെന്ന അനുശാസനം.

haberdasher (ഹാ̄ബർഡ്ഡാ̄ഷർ) *n.* seller of small articles of dress; സൂചി, നൂല്, നാട എന്നീ നിസ്സാര സാധനങ്ങൾ വില്ക്കുന്നവൻ.

habit (ഹാ̄ബിറ്റ്) *n.* settled tendency; mental constitution; ശീലം; മാനസികഘടന; നടപടി; സമ്പ്രദായം; പതിവ്.

habitat (ഹാ̄ബിറ്റാ̄റ്റ്) *n.* natural locality of a plant or animal; ചെടിയുടെയോ മൃഗത്തിൻെറയോ സ്വാഭാവിക വാസസ്ഥലം.

habitation (ഹാ̄ബിറ്റേയ്ഷൻ) *n.* act of inhabiting; house; residence; വസിക്കൽ; വാസസ്ഥാനം; വസതി; *adj.* **habitual**; പതിവായ; *adv.* **habitually** പതിവായി; *v.* **habituate** പരിചയിപ്പിക്കുക.

hack (ഹാ̄ക്) *v.t.* chop; cut irregularly; കൊത്തിനുറുക്കുക; ഛിന്നഭിന്നമാക്കുക; ഒരു കംപ്യൂട്ടറിൽ ശേഖരിച്ചു വെച്ചിരിക്കുന്ന വിവരങ്ങൾ അനധികൃതമായി ചോർത്തിയെടുക്കുക; വാടകക്കുതിര; ക്ഷുദ്ര കർമ്മകാരി; കൂലിക്കാരൻ; കൂലിയെഴുത്തുകാരൻ.

hackney (ഹാ̄ക്നി) *n.* a horse for hire; വാടകക്കുതിര; കൂലിക്കുതിരവണ്ടി; **hackneyed;** അമിതോപയോഗം കൊണ്ട് വിരസമായിത്തീർന്ന പദം.

Hades (ഹെയ്ഡിസ്) (*Gk. myth.*) the hell; the underworld; നരകം; പാതാളം.

haemal, hemal (ഹീമൽ) *adj.* of the blood vessels; രക്തനാഡികളെ സംബന്ധിച്ച; *n.* **haemoglobin** രക്തത്തിനു ചുവന്ന നിറം നല്കുന്ന വസ്തു; *adj.* **haemorrhage** (ഹെമറിജ്) രക്തസ്രാവം.

haft (ഹാഫ്റ്റ്) *n.* a handle; പിടി; കത്തിപ്പിടി.

hag (ഹാ̄ഗ്) *n.* an ugly old woman; വികൃതവൃദ്ധ; ദുർമന്ത്രവാദിനി.

haggard (ഹാ̄ഗേർഡ്) *adj.* lean faced; sunken; ugly; ക്ഷീണിതനായ; എല്ലും തോലുമായ.

hail (ഹെയ്ൽ) *n.* frozen rain or grains of ice falling from the clouds; ആലിപ്പഴം; ചോദ്യവർഷം; **hail storm** ആലിപ്പഴം പൊഴിക്കുന്ന കൊടുങ്കാറ്റ്.

hail (ഹെയ്ൽ) *n.* greeting; a call from a distance; വിളി; ആഹ്വാനം; വിളിപ്പാട്.

hair (ഹെയർ) *n.* filament growing from skin of animals esp. from human head; രോമം; തലമുടി; കേശം; മുടിപോലുള്ള വസ്തു; **hair breadth** തലനാരിട; **hair-dressing** കേശസംസ്കാരം; **hair cut** മുടിവെട്ട്.

hale (ഹെയ്ൽ) *adj.* healthy; robust; പൂർണ്ണാരോഗ്യത്തോടുകൂടിയ; ബലംപ്രയോഗിച്ചു വലിക്കുക; ഇഴയ്ക്കുക.

half (ഹാഫ്) *n.* (*pl.* **halves**) one of two equal parts; a half-year; പകുതി; അർദ്ധാംശം; അർദ്ധവത്സരം; പകുതിയായി; അപൂർണ്ണമായി; ഏതാനും; *adj.* **half-baked** നല്ലവണ്ണം വേവിക്കാത്ത; അപക്വമായ; **half-hearted** പാതി മനസ്സോടുകൂടിയ; **half-moon** അർദ്ധചന്ദ്രൻ; അർദ്ധചന്ദ്രാകാരം; **half-past** അരമണിക്കൂർ കഴിഞ്ഞ്.

hall (ഹോ̄ൾ) *n.* a large room; common dining room; വിശാലമായ മുറി; പുറത്തെ മുറി; തളം; നടപ്പുര.

hall-mark (ഹോ̄ൾമാർക്) *n.* a mark of authenticity or quality; പൊന്നും വെള്ളിയും മായമില്ലാത്തതാണെ

hallelujah | hand 189

ന്നുള്ള മുദ്ര; ഉത്തമനെന്ന സാക്ഷ്യം; മികവിൻെറ തെളിവ്, മുദ്ര.

hallelujah (ഹാലെലൂയ) (*n.& interj.*) the exclamation 'praise Jehovah;' 'യഹോവയെ സ്തുതിപ്പിൻ;' കർത്താവിനു സ്തുതി.

hallo (ഹെലൗ) hellow; hullow; (*interj.*) expressing surprise, used also in greeting, calling attention; ആശ്ചര്യ ദ്യോതകപദം; അഭിവാദ്യം; ആഹ്വാനം.

hallow (ഹാലൗ) *n.* saint; പുണ്യവാളൻ; *v.t.* പരിശുദ്ധമാക്കുക.

hallucination (ഹെലൂസിനെയ്ഷൻ) *n.* illusion; a perception without objective reality; മായാദൃശ്യം; ഇല്ലാത്ത ബാഹ്യവസ്തു കാണൽ; വിഭ്രാന്തി; മതിഭ്രമം; വ്യാമോഹം.

halo (ഹെയ്ലൗ) *n.* (*pl.* **haloes, halos**) the ring of light round the sun or moon; or one round the head of a holy person; ദീപ്തിവലയം; പരിവേഷം; വിശുദ്ധന്മാരുടെ ചിത്രങ്ങളിൽ തലയ്ക്കുചുറ്റുമുള്ള പ്രകാശവലയം.

halt (ഹോൾട്ട്) *n.* break in a march; stop in walking; മാർച്ച് നിറുത്തൽ; പ്രയാണഭംഗം; വിരാമം; വിരമിക്കൽ; വിശ്രാന്തി; തങ്ങുക; താമസിക്കുക.

halter (ഹോൾട്ടർ) *n.* rope for gallows; bridle; കണ്ഠപാശം; കൊലക്കയർ; കന്നുകാലികളെയും മറ്റും കെട്ടിയിടുന്ന കയർ.

halve (ഹാവ്) *v.* divide into two halves; പകുതിയാക്കുക; *adj.* **halved** രണ്ടാക്കിയ; പകുതിയാക്കിയ.

ham (ഹാം) *n.* inner bend of knee; thigh of a hog salted and dried; പിൻതുട; മൃഗത്തുട; ഉപ്പിട്ടുണക്കിയ പന്നിത്തുട; ഒരു തൊഴിലായിട്ടല്ലാതെ ഒരു വയർലസ് സ്റ്റേഷൻ (കമ്പിയില്ലാക്കമ്പി ഉപകരണങ്ങൾ) പ്രവർത്തിപ്പിക്കുന്നയാൾ.

hamburger (ഹാംബേർഗർ) *n.* flat round cake of fried, minced beef; ചപ്പാത്തിയുടെ ആകൃതിയിലുള്ള പൊരിച്ച മാട്ടിറച്ചിയപ്പം.

hamlet (ഹാംലിറ്റ്) *n.* a small village; a cluster of huts; ചെറുഗ്രാമം; കുഗ്രാമം; ചേരി.

hammer (ഹാമർ) *n.* a tool for beating metal or driving nails; ചുറ്റിക; കൊട്ടുവടി; അടിച്ചുപരത്തുക; ആകൃതിപ്പെടുത്തുക; ചുറ്റിക കൊണ്ടടിക്കുക.

hammock (ഹാമെക്) *n.* swing bed; ഊഞ്ഞാൽക്കിടക്ക; തൊട്ടിൽ.

hamper (ഹാംപർ) *v.t.* impede; പ്രതിബന്ധപ്പെടുത്തുക; തടസ്സപ്പെടുത്തുക.

hand (ഹാൻഡ്) *n.* extremity of the arm below wrist; palm; the forefoot of a quadruped; കൈ; ഉള്ളംകൈ; മൃഗത്തിൻെറ മുൻകാൽ; നായകത്വം; അധികാരം; ഘടികാരസൂചി; ആൾ; സഹകരണം; കരകൗശലം; ചാതുര്യം; **hands off!** തൊടരുത്! **at hand** സമീപസ്ഥമായ; **off one's hand** ഉത്തരവാദിത്വമില്ലാത്ത; **hands up!** കീഴടങ്ങാനുള്ള ആജ്ഞ; **by hand** കൈകൊണ്ട്; ആൾ വശം; **hand in hand** കൈയോടു കൈകോർത്ത്; *n.* **handbag** കൈസഞ്ചി; തൂക്കുപെട്ടി; **hand ball** കൈപ്പന്തുകളി; **handbell** മേശമണി; **handbook** സംഗ്രഹഗ്രന്ഥം; **handcart** ഉന്തുവണ്ടി; **hand cuff** കയ്യാമം; കൈവിലങ്ങ്; *v.t.* കയ്യാമം വയ്ക്കുക; **hand craft** കരകൗശലം; കൈത്തൊഴിൽ; *adj.* **handful** കയ്യിൽ ക്കൊള്ളുന്ന അളവ്; ഒരുപിടി; *adj.*

handmade കൈകൊണ്ടുണ്ടാക്കിയ; *n.* **handwriting** കയ്യെഴുത്ത്.

handicap (ഹ്ാൻഡികാപ്) *n.* a disadvantage or impediment; പ്രതിബന്ധം; തടസ്സം; പ്രാതികൂല്യം; *adj.* **handicapped**.

handicraft(ഹ്ാൻഡിക്രാഫ്റ്റ്) *n.* a manual art; കൈത്തൊഴിൽ; കരകൗശലം.

handle (ഹ്ാൻഡ്ൽ) *n.* hilt; tool; occasion; means; പിടി; കൈപ്പിടി; സന്ദർഭം.

handsome (ഹ്ാൻസ്സം) *adj.* good-looking; dignified; സുന്ദരനായ; സുമുഖനായ; ലക്ഷണമൊത്ത; ഉചിതമായ; ബഹുലമായ.

handy (ഹ്ാൻഡി) *adj.* dexterous; ready to the hand; convenient; ചതുരനായ; സിദ്ധമായ; കൈയിലൊതുങ്ങുന്ന; സൗകര്യപ്രദമായ.

hang (ഹ്ാങ്) (*p.t. & p.p.* **hung, hanged**) *v.* execute on the gallows; attach loosely; കെട്ടിത്തൂക്കുക; തൂക്കിയിടുക; താഴ്ത്തിയിടുക; ഞാത്തുക; തൂക്കിക്കൊല്ലുക; തൂങ്ങുക; തൂങ്ങിക്കിടക്കുക; പറ്റിക്കൂടുക; *n.* **hangman** ആരാച്ചാർ; **hanging garden** തട്ടുതട്ടായി പൂച്ചട്ടികൾവച്ച് അലങ്കരിച്ചിരിക്കുന്ന ഉദ്യാനം.

hangover (ഹ്ാങ്ഔവർ) *n.* after effects *esp.* of drinking; മദ്യപാനത്തിൻെറ അസുഖകരമായ—പിൻഫലമായ—മന്ദത.

hanker (ഹ്ാങ്കർ) *v.* yearn; long for; crave; കൊതിക്കുക; അതിയായി ആശിക്കുക; കാത്തുകെട്ടിയിരിക്കുക.

hap (ഹ്ാപ്) *n.* chance; fortune; accident; fate; യദൃച്ഛാസംഭവം; യോഗം; വിധി; *v.i.* happen; സംഭവിക്കുക; യദൃച്ഛയായുണ്ടാകുക; *n.* **haphazard**; ആകസ്മികം; അവിചാര്യം; *adj.* **hapless** ഹതഭാഗ്യനായ.

happen (ഹ്ാപ്പെൻ) *v.i.* take place; chance; സംഭവിക്കുക; നേരിടുക; യദൃച്ഛയാ ഉണ്ടാകുക; വന്നുകൂടുക.

happy (ഹ്ാപ്പി) *adj.* fortunate; lucky; prosperous; felicitous; ശുഭോദർക്കമായ; ശോഭനമായ; ആഹ്ലാദപൂർണ്ണമായ; ഹൃദ്യമായ; സന്തുഷ്ടമായ; *adj.* **happy-go-lucky** എന്തുവന്നാലും കളിച്ചുല്ലസിച്ചു നടക്കുന്ന; സന്തോഷം; *n.* **happiness** ആഹ്ലാദം.

harangue (ഹെരാങ്) *n.* a pompous address; ശബ്ദാഡംബരപൂർണ്ണമായ ദീർഘപ്രഭാഷണം.

harass (ഹ്ാരെസ്) *v.t.* annoy; distress; pester; വലയ്ക്കുക; ബുദ്ധിമുട്ടിക്കുക; ശല്യം ചെയ്യുക; *n.* **harassment** ശല്യം.

harbinger (ഹാർബിൻജർ) *n.* a forerunner; pioneer; മുന്നോടി; മുൻസൂചന.

harbour (ഹാർബ്ബർ) *n.* (*U.S.* **harbor**) place of shelter for ships; asylum; തുറമുഖം; കപ്പൽസങ്കേതം.

hard (ഹാർഡ്) *adj.* unyielding to pressure; firm; solid; കടുപ്പമുള്ള; ഉറപ്പുള്ള; കട്ടിയായ; ദൃഢമായ; കഠിനമായ; ദുർഗ്രഹമായ; ഞെരുക്കത്തോടെ; തീക്ഷ്ണമായി; *adj.* **hard and fast** കൃത്യമായ; കർശനമായ; **hard labour** കഠിനതടവ്; *adj.* **hard-earned** കഷ്ടപ്പെട്ടു സമ്പാദിച്ച; *n.* **hard ship** കഷ്ടപ്പാട്; ക്ലേശം; ഞെരുക്കം; **hard time** കഷ്ടകാലം; **hardware** ഇരുമ്പു മുതലായ ലോഹസാമാനങ്ങൾ; *adj.* **hardwon** കഷ്ടപ്പെട്ടു നേടിയ; *n.* **hard-wood**

hard disk | haste 191

ഈടുള്ള തടി; **hard water** ധാതു മിശ്രജലം.

hard disk (ഹാർഡ് ഡിസ്ക്) *n.* (computer) disk which can store a large quantity of information, kept in a sealed case and cannot usually be removed from the computer വളരെയധികം വിവരങ്ങൾ രേഖപ്പെടുത്താൻ സാധിക്കുന്നതും ഭദ്രമായി ആവരണം ചെയ്തിട്ടുള്ളതും സാധാരണഗതിയിൽ കംപ്യൂട്ടറിൽ നിന്നു മാറ്റാൻ സാധിക്കാത്തതുമായ ഡിസ്ക്.

hard ware (ഹാർഡ് വെയർ) *n.* (computer) physical units, components, integrated circuits, disks etc., that make up a computer or its peripherals like a printer ഒരു കംപ്യൂട്ടറിനോ അതിൻെറ അനുബന്ധ ഉപകരണങ്ങൾക്കോ രൂപം നല്കുന്ന ഭൗതിക ഘടകങ്ങൾ, ഇൻറഗ്രേറ്റഡ് സർക്യൂട്ട് മുതലായവ.

hare (ഹെയ്യർ) *n.* very timid and swift rodent; മുയൽ.

harem (ഹാരീം, ഹാ്റെം) *n.* separate part of a Muslim house in which the women live; ഒരു മുസ്ലിം ഭവനത്തിൽ സ്ത്രീകൾക്കായി വേർതിരിച്ചിട്ടുള്ള ഭാഗം; അന്തഃപുരം.

harlot (ഹാർലറ്റ്) *n.* whore; വേശ്യ; *v.i.* വ്യഭിചരിക്കുക; *n.* **harlotry** വേശ്യാവൃത്തി.

harm (ഹാം) *n.* injury; hurt; moral wrong; ഉപദ്രവം; ഹാനി; പീഡ; കേട്; വിക്രിയ; അപായപ്പെടുത്തുക; കേടുവരുത്തുക.

harmony (ഹാർമണി) *n.* concord; agreement in relation; സ്വരച്ചേർച്ച; പൊരുത്തം; ഐക്യം; യോജിപ്പ്.

harmonious (ഹാർമോണിയസ്) *adj.* in agreement; concordant; യോജിപ്പുള്ള; മനപ്പൊരുത്തമുള്ള; ശ്രുതിമധുരമായ.

harness (ഹാർനിസ്) *n.* armour; person's military equipments; പടച്ചമയം; യുദ്ധക്കോപ്പ്; കുതിരക്കോപ്പ്; *v.* ആയുധമോ കവചമോ ധരിക്കുക; **die in harness**; കൃത്യനിർവ്വഹണത്തിനിടയിൽ മരിക്കുക.

harp (ഹാർപ്) *n.* a stringed musical instrument; ഒരുതരം വീണ; സാരംഗി.

harpoon (ഹാർപൂൺ) *n.* spear for killing whales; ചാട്ടുളി; *v.t.* ചാട്ടുളി എറിയുക.

harrow (ഹാ്രൗ) *n.* a spiked frame for breaking lumps of earth after ploughing; പല്ലിത്തടി; കട്ടതല്ലി; അതിയായി മനോവേദനപ്പെടുത്തുക.

harsh (ഹാർഷ്) *adj.* rough; bitter; rude; പരുപരുത്ത; പരുഷമായ; കർക്കശമായ; *n.* **harshness**.

hart (ഹാർട്ട്) *n.* male deer; (ആൺ, കല) മാൻ; ഹരിണം.

harvest (ഹാർവിസ്റ്റ്) *n.* the time of gathering a crop; crops gathered; കൊയ്ത്ത്; കൊയ്ത്തു കാലം; വിളവ്; ഉത്പന്നം; പ്രയത്നഫലം.

hash (ഹാ്ഷ്) *v.t.* chop small; mince; തുണ്ടുതുണ്ടായി വെട്ടുക; കൊത്തുക.

hashish, hasheesh (ഹാ്ഷീഷ്, ഹാഷീഷ്) *n.* an intoxicant hemp; പുകവലിക്കാനും തിന്നാനും ഉപയോഗിക്കുന്ന ഒരു ലഹരിച്ചൂർണം.

hassle (ഹാ്സ്ൽ) *n.* difficulty; struggle; argument; quarrel; പ്രയാസം; തർക്കം; കലഹം; വഴക്ക്.

haste (ഹെയ്സ്റ്റ്) *n.* urgency; hurry; തിടുക്കം; ബദ്ധപ്പാട്; *v.i.* put to speed;

in haste തിടുക്കത്തിൽ; *v.* **hasten** ത്വരിതപ്പെടുത്തുക.

hat (ഹാറ്റ്) *n.* covering of the head with crown and brim; തൊപ്പി; **hat trick** മൂന്നു ഗോൾ തുടർച്ചയായടി ക്കൽ.

hatch (ഹാച്ച്) *n.* trap door; a half door; അരവാതിൽ; കിളിവാതിൽ; അടവ യ്ക്കുക; പൊരുന്നിനു വയ്ക്കുക; ആസൂത്രണം ചെയ്യുക.

hatchet (ഹാച്ചിറ്റ്) *n.* small axe; മഴു; ചെറുകോടാലി.

hate (ഹെയ്റ്റ്) *v.t.* dislike; detest; വെറുക്കുക; നിന്ദിക്കുക.

hatred (ഹെയ്റ്ററിഡ്) *n.* intense dislike; detestation; പക; വെറുപ്പ്; വിദ്വേഷം.

haughty (ഹോട്ടി) *adj.* lofty; arrogant; ധിക്കാരിയായ; ഉദ്ധതനായ.

haul (ഹോൾ) *v.* drag forcibly; pull with violence; വലിക്കുക; വലിച്ചിഴ യ്ക്കുക; വലിയുക.

haunt (ഹോണ്ട്) *v.t.* frequent; intrude upon continually; visit as a ghost; കൂടെക്കൂടെ ചെല്ലുക; എപ്പോഴും പിൻതുടരുക; ഒഴിയാബാധയായിരി ക്കുക; *adj.* **haunted; haunted house** ഭൂതാവാസമുള്ള വീട്; *adj.* **haunting** വീണ്ടും വീണ്ടും ഓർമ്മ യിൽ വരിക.

have (ഹാവ്) *v.t.* (*p.t.* & *p.part.* **had**) hold; possess; keep; own; ലഭിക്കുക; കൈവശമുണ്ടായിരി ക്കുക; സാധിക്കുക; അനുഭവി ക്കുക; ആനന്ദിക്കുക; പങ്കുകൊ ള്ളുക; **have-not** (ഹാവ്നോട്ട്) *n.* ഒന്നുമില്ലാത്തവൻ; അഗതി; **haves and have-nots** ഉള്ളവരും ഇല്ലാ ത്തവരും.

haven (ഹെയ്വ്ൻ) *n.* harbour; port; asylum; തുറമുഖം; അഭയസ്ഥാനം; ശരണം.

havoc (ഹാവ്വക്) *n.* destruction; devastation; സംഹാരം; നാശം; താറു മാറ്.

haw (ഹോ) *n.* hesitation of speech; സംഭാഷണത്തിൽ ഇടർച്ച; തടസ്സം.

hawk (ഹോക്) *n.* falcon പ്രാപ്പിടിയൻ; പരുന്ത്; കഴുകൻ; അത്യന്തം ജാഗരു കൻ; കർക്കശമായ നിലപാടെടുക്കു ന്നയാൾ.

hawk (ഹോക്) *v.t.* cry for sale; peddle; വിളിച്ചുകൊണ്ടു നടന്ന് വില്ക്കുക; *n.* **hawker** കൊണ്ടു നടന്നു വില്ക്കുന്ന വ്യാപാരി.

hay (ഹെയ്) *n.* dried grass; കച്ചി; വയ്ക്കോൽ; ഉണക്കപ്പുല്ല്; **hay-stack** വയ്ക്കോൽത്തുറു; **hay fever** ഒരു തരം പനി; **hay-stalk** വയ്ക്കോൽ കൂന; **make hay while the sun shines** കിട്ടിയ സന്ദർഭം വേണ്ട പോലെ ഉപയോഗിക്കുക.

hazard (ഹാസ്സേർഡ്) *n.* danger; risk; chance; ആപത്ത്; അപകടസാദ്ധ്യത; യാദൃച്ഛികത്വം; **hazardous** അപ കടസാദ്ധ്യത നിറഞ്ഞ.

haze (ഹെയ്സ്) *n.* fog; mental obscurity; മൂടൽമഞ്ഞ്; മങ്ങൽ; അവ്യ ക്തത.

hazel (ഹെയ്സൽ) *n.* a bush yielding edible nuts; ഒരു ഭക്ഷ്യക്കുരുച്ചെടി.

he (ഹീ) *pron.* the male person in question; അവൻ; ഇവൻ; അയാൾ; ഇയാൾ; അദ്ദേഹം; ഇദ്ദേഹം; *adj.* ആൺ.

head (ഹെഡ്) *n.* foremost part of an animal's body; the brain; the understanding; തല; ശിരസ്സ്; മൂർദ്ധാവ്; ഉച്ചസ്ഥാനം; തലച്ചോറ്; ബുദ്ധി ശക്തി; പ്രമാണി; തലവൻ; അദ്ധ്യ

ക്ഷൻ; ഭരിക്കുക; തലവയ്ക്കുക; തലയിൽ ചുമക്കുക; **headache** തലവേദന; **head-chair** തലപൊക്കിവയ്ക്കാൻ തക്ക സൗകര്യത്തോടുകൂടിയ കസേര; **head-dress** തലക്കെട്ട്; ശിരോഭൂഷണം; *n.* **head-gear** തലപ്പാവ്; തൊപ്പി; *n.* **headlight** വാഹനങ്ങളുടെ മുൻവശത്തുള്ള വിളക്ക്; **headline** മേലെഴുത്ത്; തലവാചകം; *adv.* **headlong** ആലോചിക്കാതെ; മുൻപിൻ നോക്കാതെ; *n.* **headmaster** പ്രഥമാദ്ധ്യാപകൻ; *adj.* **head strong** അന്തമില്ലാത്ത.

heady (ഹെഡി) *adj.* inflamed; rash; affecting the brain; intoxicating; തലക്കനമുള്ള; തലയ്ക്കു പിടിക്കുന്ന; ലഹരിയുള്ള.

heal (ഹീൽ) *v.* cure; remedy; സുഖപ്പെടുത്തുക; ഉണക്കുക.

health (ഹെൽത്ത്) *n.* sound bodily or mental condition; ആരോഗ്യം; സ്വാസ്ഥ്യം; മനഃസുഖം.

healthy (ഹെൽത്തി) *adj.* in good health; ആരോഗ്യപൂർണ്ണമായ; ആരോഗ്യകരമായ.

heap (ഹീപ്) *n.* a mass of things resting one above another; a pile; കൂമ്പാരം; കൂട്ടം; കൂന.

hear (ഹിയർ) *v.* perceive by the ear; listen to; try judicially; കേൾക്കുക; അനുസരിക്കുക; വിസ്താരം നടത്തുക.

hearsay (ഹിയർസെയ്) *n.* common talk; rumour; കേട്ടുകേൾവി; കിംവദന്തി.

hearse (ഹേഴ്സ്) *n.* a bier; പ്രേതമഞ്ചം; ശവവാഹനം; ശവവണ്ടി.

heart (ഹാർട്ട്) *n.* organ that circulates the blood; the core; ഹൃദയം; കാതലായ ഭാഗം; വികാരാധീനത; മുഖ്യഭാഗം; സത്ത്; ആടുതൻ എന്ന ചീട്ട്; **gave or lose one's heart to** പ്രണയബദ്ധനാവുക; **by heart** മനഃപാഠമായി; *n.* **heart-ache** മനോവ്യഥ; ആധി; **heart-break** ദുസ്സഹദുഃഖം; **heart attack** ഹൃദയാഘാതം; **heart-failure** ഹൃദയസ്തംഭനം; *adj.* **heartbroken** ഭഗ്നഹൃദയനായ; **heart-burn** നെഞ്ചുപുകച്ചിൽ; **heart-beat** ഹൃദയസ്പന്ദനം; *v.t.* **hearten** ധൈര്യപ്പെടുത്തുക; *adj.* **heart-felt** ആത്മാർത്ഥമായ; *adj.* **heartless** ഹൃദയശൂന്യമായ.

hearth (ഹാർത്ത്) *n.* the fire side; the home circle; അടുപ്പ്; നെരിപ്പോട്; കുടുംബം.

hearty (ഹാർട്ടി) *adj.* proceeding from heart; sincere; cordial; ഹാർദ്ദമായ; ഹൃദയംഗമമായ.

heat (ഹീറ്റ്) *n.* hotness; inflamed state of body; ഉഷ്ണം; ചൂട്; താപം; കാമാവേശം; ലൈംഗികാവേശം; തീക്ഷ്ണത; ഉത്സാഹിപ്പിക്കുക; ക്ഷോഭിക്കുക.

heath (ഹീത്) *n.* shrubby plants; place covered with shrubs; കുറ്റിക്കാട്; കുറ്റിക്കാട് നിറഞ്ഞ പ്രദേശം.

heathen (ഹീദൻ) *n.* rude irreligious person; അപരിഷ്കൃതൻ; അവിശ്വാസി.

heave (ഹീവ്) *v.* lift; throw upward; try to vomit; ഉയർത്തുക; പൊന്തിക്കുക; ഉന്തിക്കയറ്റുക.

heaven (ഹെവ്ൻ) *n.* paradise; sky; exalted condition; സ്വർഗ്ഗം; ആകാശം; അന്തരീക്ഷം; (**good heavens!** ആശ്ചര്യദ്യോതകം); *adj.* **heavenly** ദിവ്യനായ.

heavy (ഹെവി) *adj.* weighty; hard; oppressive; grave; dull; sad; ഭാരമുള്ള; കനത്ത; ശക്തിയേറിയ; വമ്പിച്ച; ഭീമമായ.

heckle (ഹെക്ൾ) *n.* a comb of hemp; ഇരുമ്പുപല്ലുള്ള ചണച്ചീപ്പ്.

hectare (ഹെക്ടാർ) *n.* ten thousand sq. metres; പതിനായിരം ചതുരശ്ര മീറ്റർ അളവ്.

hectic (ഹെക്റ്റിക്) *adj.* flushed; അമിതമായി ചുവന്ന; ഊർജ്ജസ്വലമായ; സജീവമായ.

hedge (ഹെജ്) *n.* a close row of bushes serving as a fence; വേലിയുടെ പ്രയോജനം ചെയ്യുന്ന കുറ്റിച്ചെടികൾ; വേലികെട്ടിയടയ്ക്കുക.

hedonic (ഹീഡണിക്) *adj.* rel. to pleasure; സുഖവിഷയകമായ; സുഖാനുഭൂതികളെപ്പറ്റി.

heed (ഹീഡ്) *v.t.* take notice of; care for; വകവയ്ക്കുക; കേൾക്കുക; ശ്രദ്ധിക്കുക; കരുതുക; മനസ്സിരുത്തുക.

heel (ഹീൽ) *n.* hind part of the foot; ഉപ്പൂറ്റി; മടമ്പ്; (*pl.*) പിൻകാലുകൾ; (*fig.*) വിശ്വസിക്കുവാൻ കൊള്ളാത്ത നികൃഷ്ടൻ; പാദരക്ഷയുടെ കുതി; **on one's heels** അനുധാവനം ചെയ്യുക.

heft (ഹെഫ്റ്റ്) *n.* act of heaving strain; ദീർഘശ്വാസം വലിക്കൽ; ആയാസം.

hegemony (ഹീഗ്ഗെമ്മനി) *n.* leadership; dominance; നായകത്വം; പ്രാബല്യം; ആധിപത്യം.

heifer (ഹെഫർ) *n.* young cow; പശുക്കുട്ടി.

height (ഹൈറ്റ്) *n.* tallness; distance upwards; പൊക്കം; ഉയരം; ഉന്നതസ്ഥിതി; ഉത്കർഷം.

heinous (ഹെയ്നസ്) *adj.* highly wicked; atrocious; നീചമായ; ഹീനമായ; നിന്ദ്യമായ; *n.* **heinousness**.

heir (എയ്ർ) *n.* (*fem.* **heiress**) inheritor; അവകാശി; പിൻതുടർച്ചക്കാരൻ; വംശജൻ; **heir apparent** അനന്തരാവകാശി.

helicopter (ഹെലികൊപ്ടർ) *n.* a flying machine sustained in a power-driven screw revolving on a vertical axis; കുത്തനെയുള്ള അക്ഷത്തിൽ തിരിയുന്ന സ്ക്രൂകളാൽ ഉയർത്തപ്പെടുന്ന ഒരു തരം വിമാനം; ഹെലിക്കോപ്റ്റർ.

hell (ഹെൽ) *n.* abode of the dead or evil spirits; നരകം; പാതാളം; പിശാചലോകം.

helm (ഹെൽമ്) *n.* steering apparatus; ചുക്കാൻ; നിയന്ത്രണസ്ഥാനം.

helmet (ഹെൽമിറ്റ്) *n.* covering of armour for the head; ലോഹനിർമ്മിതത്തൊപ്പി.

help (ഹെൽപ്പ്) *v.* support; assist; mitigate; contribute; ഉതകുക; ഉപകരിക്കുക; സഹായിക്കുക; തുണയ്ക്കുക; സഹായി; തുണ; രക്ഷാമാർഗ്ഗം.

helter-skelter (ഹെൽറ്റർ-സ്കെൽറ്റർ) *n.* a confused medley; കുഴപ്പത്തോടുകൂടിയുള്ള പരിഭ്രമം; ബഹളം.

hem (ഹെം) *n.* an edge or border; അരിക്; കര; ഓരം; *n.* **hem-stitch** വക്കുതുന്നൽ.

hemi (ഹെമി) *pref.* half; പകുതി; അർദ്ധ; *n.* **hemicycle** അർദ്ധവൃത്തം; അർദ്ധചന്ദ്രാകാരം; *eg.* hemisphere.

hemisphere (ഹെമിസ്ഫിയർ) *n.* a half sphere; അർദ്ധഗോളം; ഗോളാർദ്ധം.

hemlock (ഹെംലൊക്) *n.* poisonous plant; ഒരു വിഷച്ചെടി.

hemp (ഹെംപ്) *n.* plant which yields a coarse fibre; ചണം; ചണച്ചെടിയിൽനിന്നും കിട്ടുന്ന മയക്കുമരുന്ന്; ചണനൂൽ.

hen (ഹെൻ) *n.* female fowl; പിട

hence | heterogeneous 195

ക്കോഴി; പിട; *adj.* **hen-hearted** സ്ത്രൈണഹൃദയനായ; *adj.* **hen-pecked** ഭാര്യയാൽ ഭരിക്കപ്പെട്ട; 'പെൺകോന്തനായ.'

hence (ഹെൻസ്) *adv.* from here; from this time; therefore; for this reason; ഇവിടെനിന്ന്; ആയതുകൊണ്ട്; ഹേതുവായി; ആ സ്ഥിതിക്ക്; ഇക്കാരണത്താൽ.

hench (man) (ഹെൻച്-മ്മൻ) *n.* servant; political supporter; ഭൃത്യൻ; കൈയാൾ; രാഷ്ട്രീയ പിൻതുണ നല്കുന്നയാൾ.

henna (ഹെന) *n.* an oriental shrub; മൈലാഞ്ചി.

her (ഹേർ) *pron. & adj. possessive case* of she; അവളുടെ; അവളെ; അവൾക്ക്; അവളോട്.

herald (ഹെറൾഡ്) *n.* forerunner; ആഗമനം വിളിച്ചറിയിക്കുന്നവൻ; മുന്നോടി; ആഗമനം പ്രഖ്യാപിക്കുക; മുന്നറിയിപ്പു നല്കുക.

herb (ഹേർബ്) *n.* a plant which dies annually; ആണ്ടോടാണ്ട് വേരോടെ നശിക്കുന്ന ചെടി; ഔഷധി; *adj.* **herbal** ഔഷധീയമായ; ഔഷധി ഗ്രന്ഥം.

herbivore (ഹേബിവോർ) *n.* animal that feeds on plants; സസ്യഭുക്കായ മൃഗം; *adj.* **herbivorous** സസ്യഭുക്കായ.

herd (ഹേർഡ്) *n.* a group of animals; stock; mass; crowd; മൃഗസമൂഹം; പറ്റം; കൂട്ടം.

here (ഹിയർ) *adv.* in this place; to this place; hither; in the present life; ഇവിടെ; ഇവിടേക്ക്; ഇങ്ങ്; ഇങ്ങോട്ട്; **hereafter** ഇനിമേൽ; ഇനിയെങ്കിലും; മേലാൽ; പരലോകത്തിൽ; *adv.* **hereat** ഇതുനിമിത്തം; **hereby** ഇതുവഴി; ഇതിങ്കൽ; **herein** ഇതിൽ; ഇതിങ്കൽ; **hereinafter** താഴെ; കീഴെ; വഴിയെ; **herewith** ഇതോടുകൂടി.

hereditary (ഹെറിഡിറ്ററി) *adj.* descending by inheritance; പരമ്പരാസിദ്ധമായ; പൈതൃകമായ; *n.* **heredity** വംശപാരമ്പര്യം.

heresy (ഹെറിസി) *n.* schism; nonconformity; dissent; മതനിന്ദ; നാസ്തികത്വം; *n.* **heretic** മതനിന്ദകൻ.

heritage (ഹെറിറ്റിജ്) *n.* inheritance; inherited lot; പൂർവ്വസ്വത്ത്; പൈതൃകം; പാരമ്പര്യം.

hermit (ഹേർമിറ്റ്) *n.* recluse; solitary ascetic; സന്യാസി; തപസ്വി; മുനി; യതി; *n.* **hermitage** ആശ്രമം.

hero (ഹീറോ) *n.* (*pl.* **heroes**) illustrious warrior; principal male figure in a story or play; വീരൻ; ധീരൻ; രണശൂരൻ; വീരപുരുഷൻ; കഥാനായകൻ **heroism** ധീരത; രണോത്സാഹം.

heroin (ഹെറൊയ്ൻ) *n.* a derivative of morphine; മോർഫീനിൽനിന്നെടുക്കുന്ന ഒരു മയക്കുമരുന്ന്.

herpes (ഹേർപീസ്) *n.* a skin disease of various kinds; ചൊറി; പുഴുക്കടി.

herring (ഹെറിങ്) *n.* kind of fish; ഒരുതരം മത്സ്യം.

herself (ഹേഴ്സെൽഫ്) *pron.* an emphatic form for 'she' or 'her;' അവൾതന്നെ; അവൾ തനിയെ.

hesitate (ഹെസിറ്റെയ്റ്റ്) *v.i.* doubt; waver; മടിക്കുക; ശങ്കിക്കുക; സംശയിക്കുക; അറച്ചുനില്ക്കുക; *n.* **hesitation** ശങ്ക.

heterogeneous (ഹെറ്ററ്റേജീനിയസ്) *adj.* different in kind; ഭിന്നജാതീയമായ; ഭിന്നവർഗ്ഗങ്ങൾ ഉള്ള.

hew (ഹ്യൂ) *v.* cut with blows; shape; മുറിക്കുക; വെട്ടുക; ചെത്തുക; ഖണ്ഡിക്കുക; അരിയുക.

hexagon (ഹെക്സഗൺ) *n.* a figure with six sides; ഷഡ്ഭുജക്ഷേത്രം; ഷഡ്ഭുജ കോണം.

hey (ഹേ) *interj.* to call attention; ശ്രദ്ധയാകർഷിക്കുന്നതിനുള്ള വ്യാക്ഷേപകം.

heyday (ഹേയ്ഡേ) *n.* gaiety; climax of vigour, prosperity etc.; ഉത്സാഹം; ആഹ്ലാദാതിരേകം; യൗവനം; പ്രതാപകാലം.

hiatus (ഹൈയെയ്റ്റസ്) *n.* a gap; an opening; വിള്ളൽ; ഭംഗം; വിടവ്.

hibernate (ഹൈബർനെയ്റ്റ്) *v.* pass the winter in a resting place; മിതകാലാവസ്ഥയിൽ ശൈത്യകാലം കഴിച്ചുകൂട്ടുക; *n.* **hibernation** ശീതകാലനിദ്ര.

Hibiscus (ഹിബിസ്കസ്) *n.* a genus of malvaceous plants ചെമ്പരത്തി.

hiccup (ഹിക്കപ്) *n.* a kind of cough; ഏമ്പക്കം; എക്കിട്ടം; ഇക്കിൾ.

hide (ഹൈഡ്) *v.* conceal; ഒളിച്ചുവയ്ക്കുക; മറയ്ക്കുക; ഒളിക്കുക; ഒളിവിൽ പാർക്കുക; **hide-out** ഒളിസ്ഥലം.

hide (ഹൈഡ്) *n.* animal's skin; മൃഗത്തോൽ; ചർമ്മം.

hideous (ഹിഡിയസ്) *adj.* dreadful; detestable; ബീഭത്സമായ; അറപ്പുതോന്നിക്കുന്ന; *n.* **hideousness**.

hierarchy (ഹൈയറാർക്കി) *n.* a body classified in successive grades; സ്ഥാനികളുടെ അധികാരശ്രേണി.

hi-fi (ഹൈ-ഫൈ) short for 'High Fidelity'; *eg.* hi-fi tapes, records, radios etc.; മൂലശബ്ദത്തിന് ഒരു കോട്ടവും വരുത്താതെ വീണ്ടും പുറപ്പെടുവിക്കുന്ന ഗുണം (ഉള്ള റേഡിയോ മുതലായവ).

high (ഹൈ) *adj.* lofty; tall; noble; exalted; superior; eminent; dignified; powerful; of grave importance; loud; ഉയർന്ന; ഉന്നതമായ; മഹത്തായ; വലിയ; വമ്പിച്ച; മികച്ച; പൂജ്യനായ; തീവ്രവാദിയായ; കോപിഷ്ഠമായ; ശക്തിയായി വീശുന്ന; ഊക്കുള്ള; ഉയരത്തിൽ; അധികമായി; **High Commission** ഒരു കോമൺവെൽത്ത് രാഷ്ട്രത്തിന് മറ്റൊരു കോമൺവെത്ത് രാഷ്ട്രത്തിലുള്ള പ്രതിപുരുഷാലയം; **higher-ups** ഉന്നതപദവിയിലുള്ളവർ; **high-brow** മികച്ച ബുദ്ധിശക്തിയും താത്പര്യങ്ങളുമുള്ള; ബുദ്ധിജീവിയെന്നഭിമാനിക്കുന്ന; **high command** പരമാധികാരസ്ഥാനം; **high day** ഉത്സവദിവസം; *adj.* **high flying** ഉത്ക്കർഷേച്ഛുവായ; **high-handed** ധിക്കാര പൂർവ്വമായ; കടുംകൈയായ; *adj.* **high-heeled** ഉയർന്ന ഉപ്പൂറ്റികളോടുകൂടിയ; *n.* **high-jump** പൊങ്ങിച്ചാട്ടം; **high-sounding** ശബ്ദാഡംബരപൂർണ്ണമായ; **high-time** അതിക്രമിച്ചസമയം; **highway-man** പിടിച്ചുപറിക്കാരൻ.

hijack, highjack (ഹൈജാ്ക്) *v.* force a pilot to fly an aeroplane to unscheduled destination; വിമാനമോ മറ്റു വാഹനമോ ബലാല്ക്കാരമായി കൊണ്ടുപോകുക; *n.* **hijacker**.

hike (ഹൈക്) *v.* to go on walking tour; rise in prices; വർദ്ധനവ്; വിലക്കയറ്റം.

hilarious (ഹിലെയ്റിയസ്) *adj.* extravagantly merry; ആഹ്ലാദഭരിതമായ; തിമർത്തുല്ലസിക്കുന്ന; *n.* **hilariousness**.

hill | hock 197

hill (ഹിൽ) *n.* high mass of land; heap; കുന്ന്; ചെറിയ മല; കൂട്ടം; കൂമ്പാരം.

hilt (ഹിൽറ്റ്) *n.* handle of a sword; പിടി; വാൾപ്പിടി; *adj.* **hilted** പിടിയുള്ള.

hind (ഹൈൻഡ്) *adj.* placed in the rear; pert. to the part behind; പിൻ; (പിന്നിലുള്ള; പിൻവശത്തുള്ള); പുറകേയുള്ള.

hinder (ഹിൻഡ്ഡർ) *v.* prevent progress of; stop; വിലക്കുക; വിഘ്നപ്പെടുത്തുക; *n.* **hindrance**; തടസ്സം; മുടക്കം; വിഘ്നം; പ്രതിബന്ധം.

hinge (ഹിൻജ്) *n.* the hook or joint on which a door or lid turns; തിരുകുറ്റി; വിജാഗിരി; ആധാരം; പ്രമാണം.

hint (ഹിൻറ്) *n.* a slight indication; സൂചന; (to give a hint); സൂചകം; തുമ്പ്; ഊഹം; സൂചിപ്പിക്കുക.

hip (ഹിപ്പ്) *n.* fleshy projecting part of the thigh; കടിപ്രദേശം; നിതംബം.

hippopotamus (ഹിപ്പ്പൊട്ടമസ്) *n.* ungulate of aquatic habits; നീർക്കുതിര.

hire (ഹയ്യർ) *n.* wages for service; rent; reward; കൂലി; വാടക; വേതനം; പാരിതോഷികം; പാട്ടത്തിന് കൊടുക്കുക; വാടകയ്ക്ക് എടുക്കുക.

his (ഹിസ്) അയാളുടെ; അവൻെറ.

history (ഹിസ്റ്ററി) *n.* continuous account of events; ചരിത്രം; സംഭവവിവരണം; പുരാവൃത്തം; *n.* **historian** ചരിത്രകാരൻ.

histrionic (ഹിസ്ട്രിയൊണിക്) *adj.* rel. to stage-playing; theatrical; അഭിനയപരമായ; നാട്യസംബന്ധമായ.

hit (ഹിറ്റ്) *v.* strike; give a blow; knock; inflict; hurt; attain; തല്ലുക; പ്രഹരിക്കുക; തട്ടുക; (*fig.*) വേദനയനുഭവിപ്പിക്കുക; മുറിപ്പെടുത്തുക; പ്രാപിക്കുക; ഏശുക; ലഭിക്കുക; ആഘാതം; താഡനം; സഫലയത്നം.

hitch (ഹിച്ച്) *n.* impediment; temporary stoppage; a jerk; താല്ക്കാലിക തടസ്സം; ചലനരോധകം; കൊളുത്തൽ.

hit-list (ഹിറ്റ്ലിസ്റ്റ്) *n.* list of people who are to be killed or punished; കൊല്ലപ്പെടേണ്ട (ശിക്ഷിക്കപ്പെടേണ്ട) ആളുകളുടെ പട്ടിക (നാമാവലി).

hither (ഹിദർ) *adv.* to this place; ഇവിടേക്ക്; ഇങ്ങോട്ട്; **hither and thither** അങ്ങോട്ടുമിങ്ങോട്ടും.

hive (ഹൈവ്) *n.* habitation of bees; swarming multitude; തേൻകൂട്; തേനീച്ചക്കൂട്; തേനീച്ചക്കൂട്ടം.

hoard (ഹോർഡ്) *n.* a store; a treasure; കൂട്ടം; ശേഖരം; ഒളിച്ചുവച്ച നിധി; ശേഖരിക്കുക; പൂഴ്ത്തിവയ്ക്കുക.

hoarse (ഹോർസ്) *adj.* rough; husky; harsh; (ഒച്ച; തൊണ്ടയടപ്പ്); കർക്കശമായ; പരുഷമായ.

hoax (ഹൗക്സ്) *n.* a deceptive trick; പിത്തലാട്ടം; തട്ടിപ്പ്; ചെണ്ടകൊട്ടിക്കൽ; കബളിപ്പിക്കുക.

hobble (ഹൊബ്ൾ) *n.* walk with unsteady steps; മുടന്ത്; ഞൊണ്ടൽ.

hobby (ഹൊബി) *n.* a favourite pursuit followed as an amusement; പ്രത്യേക അഭിരുചിയുള്ള പ്രവൃത്തി; മനസ്സിനിണങ്ങിയ വിനോദവൃത്തി.

hobnob (ഹൊബ്നൊബ്) *v.i.* associate familiarly; ഒന്നിച്ചിരുന്ന് ഉല്ലസിക്കുക; മിത്രങ്ങളായിരിക്കുക.

hock (ഹൊക്ക്) *n.* pawn; ഈട്; പണയം.

hockey (ഹോക്കി) *n.* a game of ball and club; കാരവടിക്കളി; ഒരുവക പന്തു കളി; ഹോക്കികളി.

hocus (ഹൗകസ്) *v.i.* drug; cheat; മയക്കുമരുന്നുകൊണ്ടു ബോധം കെടുത്തുക; *n.* **hocuspocus** കൺകെട്ട്; തട്ടിപ്പ്.

hoe (ഹൗ) *n.* spade for digging; കൈക്കോട്ട്; തൂമ്പ.

hog (ഹൊഗ്) *n.* pig; filthy fellow; പന്നി; സൂകരം.

hoist (ഹോയ്സ്റ്റ്) *v.t.* raise aloft; lift; raise with tackle; ഉയർത്തുക; കയറ്റുക; *n.* കൊടി ഉയർത്തൽ.

hold (ഹൗൾഡ്) *v.* keep fast; grasp; bear; consider; uphold; preserve; carry on; pursue; പിടിക്കുക; ധരിക്കുക; വഹിക്കുക; ഗ്രഹിക്കുക; അടക്കുക; അമർത്തുക; കരുതുക; പൊയ്പോകാതെ രക്ഷിക്കുക; ഉടമസ്ഥനായിരിക്കുക; ബന്ധിക്കുക; പിടി; പിടുത്തം; കാരാഗൃഹം; കോട്ട; **hold on** നീട്ടിവയ്ക്കുക; **take hold** (*fig.*) വേരൂന്നുക; *n.* **holder** വഹിക്കുന്നവൻ; അനുഭവക്കാരൻ; **holdings** പുരയിടങ്ങൾ.

hole (ഹൗൾ) *n.* cavity in a solid body; crevice; pit; burrow; ദ്വാരം; തുള; സുഷിരം; രന്ധ്രം; ഗർത്തം; പഴുത്; *v.* കുഴിക്കുക; മാളത്തിലാക്കുക.

holiday (ഹൊളീഡെയ്) *n.* (*usu. pl.*) day of rest; vacation; ഒഴിവുദിവസം; വിശ്രമദിവസം; അവധിദിവസം.

holiness (ഹൊളിനസ്) *n.* sanctity; godliness; a title of the pope; വിശുദ്ധി; വിശുദ്ധന്മാരെയും മറ്റും സംബോധന ചെയ്യുമ്പോൾ ഉപയോഗിക്കുന്ന പദം.

hollow (ഹൊളൗ) *adj.* not solid; concave; sunken; unreal; (*fig.*) അന്തസ്സാര ശൂന്യമായ; ഉൾക്കരുത്തില്ലാത്ത; നിഷ്ഫലമായ; വ്യാജമായ; പൊള്ളയായ.

holocaust (ഹൊളെകോസ്റ്റ്) *n.* (*fig.*) a huge slaughter or destruction of life; (അഗ്നിബാധയിലൂടെയുള്ള) കൂട്ടനാശം; കൂട്ടക്കൊല.

holster (ഹൗൾസ്റ്റർ) *n.* leather case for a pistol; കൈത്തോക്കുറ.

holy (ഹോളി) *adj.* sacred; of high moral excellence; godly; പവിത്രമായ; വിശുദ്ധമായ; പരിപാവനമായ; നിർമ്മലാത്മാവായ; ദൈവികമായ; **Holy War** കുരിശുയുദ്ധം; **Holy Week** യേശുവിൻെറ പീഡാനുഭവവാരം.

homage (ഹൊമിജ്) *n.* act of showing respect; tribute; reverential worship; ആദരപ്രകടനം; ആരാധന; ഉപാസന; *v.t.* pay homage to; അഭിവാദനം അർപ്പിക്കുക.

home (ഹൗം) *n.* habitual abode; residence of one's family; വീട്; വസതി; സ്വഗൃഹം; സ്വദേശം; സ്വരാജ്യം; വീട്ടിനടുത്തുള്ള; വീട്ടിൽവെച്ച് ചെയ്യുന്ന; ആഭ്യന്തരമായ; **home coming** സ്വദേശാഗമനം; മടങ്ങിവരവ്; **Home Department** ആഭ്യന്തര കാര്യഭരണവകുപ്പ്; *n.* **home-land** സ്വരാജ്യം; മാതൃഭൂമി; *adj.* **homeless** വീടില്ലാത്ത; *adj.* **home-made** വീട്ടിലുണ്ടാക്കിയ; **homesick** ഗൃഹവിരഹദുഃഖിതനായ; *n.* **homesickness** ഗൃഹാതുരത്വം; **homestead** പറമ്പ്; പുരയിടം; പുരയും പറമ്പും.

home page (ഹോം പേജ്) *n.* (computer) the opening page of a website which gives general information about the owner വെബ് സൈറ്റിൽ ഉടമയെപ്പറ്റിയുള്ള പൊതുവായ വിവരങ്ങൾ അടങ്ങുന്നതും ആദ്യം തുറന്നുകിട്ടുന്നതുമായ പേജ്.

homeopathy, homoeopathy (ഹൗമിയൊപ്പതി) *n.* a system of treating diseases by small quantities of drugs that excite symptoms similar to those of the disease; ഹോമിയോപ്പതി ചികിത്സാസമ്പ്രദായം.

homicide (ഹൊമിസൈഡ്) *n.* man slaughter; man slayer; നരഹത്യ; നരഘാതകൻ.

homily (ഹൊമിലി) *n.* a tedious moralizing discourse; മുഷിപ്പൻ ധർമ്മോപദേശം; ധർമ്മപ്രവചനം.

homo (ഹോമൗ) *n.* the human genus; മനുഷ്യൻ ഉൾപ്പെടുന്ന ജന്തുവർഗ്ഗം.

homogeneous (ഹോമ്മജീനിയസ്) *n.* of the same kind; ഏകജാതീയമായ; തുല്യലക്ഷണമുള്ള; *n.* **homogeneity.**

homo sapiens (ഹോമൗ സാപിയൻസ്) *n.* the human race; മനുഷ്യർ ഒരു വർഗ്ഗമെന്ന നിലയിൽ.

homosexual (ഹോമ്മസെക്ഷ്യുവൽ) *n.* sexual propensity to one's own sex; സ്വവർഗ്ഗഭോഗി; (*also adj.*); *n.* **homosexuality** സ്വവർഗ്ഗരതി.

honest (ഓണിസ്റ്റ്) *adj.* just; fair dealing; upright; candid; truthful; സത്യസന്ധമായ; നെറിയുള്ള; നീതിപൂർവമായ; *n.* **honesty** സത്യസന്ധത.

honey (ഹണി) *n.* nectar of flowers; a term of endearment; തേൻ; മധു; തേനിന്റെ നിറം; മധുരിപ്പിക്കുക; *n.* **honey-bee** തേനീച്ച; **honey-comb** തേൻകൂട്; **honey-moon** മധുവിധു.

honorarium (ഓണറെയറിയം) *n.* a voluntary fee paid esp. to a professional man for his services; ശമ്പളമില്ലാതെയുള്ള സേവനത്തിനു നല്കുന്ന പ്രതിഫലം; പാരിതോഷികം.

honour (*U.S.* **honor**) (ഓണർ) *n.* high estimation; veneration; exalted rank; ബഹുമതി; അഭിമാനം; മാഹാത്മ്യം; മതിപ്പ്; ചാരിത്രശുദ്ധി; കുലീനത; ആഭിജാത്യം; യശസ്സ്; പ്രത്യേകാവകാശം; ബഹുമാനിക്കുക; ആദരിക്കുക.

hooch (ഹൂച്ച്) *n.* (*sl.*) illicit liquor; താണതരം മദ്യം; വ്യാജമദ്യം.

hood (ഹൂഡ്) *n.* a covering for head; an expansion of cobra's neck; ശിരോവസ്ത്രം; പാമ്പിന്റെ പത്തി; ഫണം.

hoodwink (ഹൂഡ്‌വിങ്ക്) *v.* blindfold; cover up; വഞ്ചിക്കുക; കബളിപ്പിക്കുക.

hoof (ഹൂഫ്) *n.* (*pl.* **hoofs, hooves**) horny covering of foot of certain animals; കുളമ്പ്.

hook (ഹൂക്) *n.* an object of bent form; a snare; a trap sickle; കൊളുത്ത്; തൊട്ടി; ചൂണ്ട; കൊളുത്തുക; ചൂണ്ടയിൽപ്പെടുത്തുക; **hook worm** കൊക്കപ്പുഴു; **by hook or by crook** എങ്ങനെയെങ്കിലും.

hookah, hooka (ഹൂക്ക) *n.* the water tobacco-pipe; ഹൂക്കാ; പുകവലിക്കുഴൽ.

hooligan (ഹൂളിഗൻ) *n.* a street rough; തെരുവുതെമ്മാടി; *n.* **hooliganism.**

hoot (ഹൂട്ട്) *v.* give a hollow cry; കൂക്കി വിളിച്ചോടിക്കുക; (*also n.*) കൂക്കുവിളി.

hop (ഹൊപ്) *n.* a leap on one leg; a jump; ചാട്ടം; ഒറ്റക്കാൽച്ചാട്ടം; ഏകപാദനൃത്തം; ചാടിച്ചാടി നീങ്ങുക; നൃത്തം ചെയ്യുക.

hope (ഹൗപ്പ്) *n.* an expectation and desire combined; ആശ; പ്രത്യാശ; പ്രതീക്ഷ; പ്രതീക്ഷാഹേതു; പ്രത്യാ

ശിക്കുക; ആശിച്ചു കാത്തിരിക്കുക; *adj*. **hopeful** പ്രത്യാശയുള്ള; **hopeless** ആശയറ്റ.

horizon (ഹ്റൈസൺ) *n*. apparent meeting of the earth and sky; ചക്രവാളം; ദിങ്മണ്ഡലം.

horizontal (ഹൊറിസോണ്ടൽ) *adj*. parallel to the horizon; ചക്രവാളത്തിന് സമാന്തരമായ; തിരശ്ചീനമായ.

hormone (ഹോർമൗൺ) *n*. a secretion of the internal glands; അന്തർഗ്രന്ഥി സ്രാവം.

horn (ഹോൺ) *n*. a hard outgrowth on the head of animals; wind instrument; മൃഗത്തിൻെറ കൊമ്പ്; കുഴൽ വാദ്യം; കൊമ്പുകൊണ്ടുള്ള പാനപാത്രം; സ്പർശിനി; ചന്ദ്രക്കലയുടെ അഗ്രം.

hornet (ഹോർണിറ്റ്) *n*. a large kind of wasp; കടന്നൽ; (*fig*.) തുടരെ ശല്യപ്പെടുത്തുന്നവൻ; *n*. **hornet's nest** കടന്നൽക്കൂട്.

horoscope (ഹൊറ്റെസ്കൗപ്പ്) *n*. observation of sky and planets at a person's birth; ജാതകം; ഗ്രഹനിലക്കുറിപ്പ്; തൽക്കുറി.

horrible (ഹൊറിബ്ൾ) *adj*. exciting horror; terrible; ഭയാനകമായ; ഭീകരമായ; ഞെട്ടിപ്പിക്കുന്ന.

horrid (ഹൊറിഡ്) *adj*. dreadful; horrible; ഘോരമായ; ഭയാനകമായ; ദാരുണമായ.

horrific (ഹൊറിഫിക്) *adj*. causing horror; പേടിക്കത്തക്ക; ഭീതിപ്രദമായ; *v*. **horrify** ഭയപ്പെടുത്തുക.

horror (ഹൊറ്റെർ) *n*. excessive fear; a shuddering; ഭയങ്കരത്വം; ബീഭത്സത; ഘോരത; ത്രാസം.

horse (ഹോഴ്സ്) *n*. a solid-hoofed animal with flowing tail and mane; cavalry; കുതിര; അശ്വം; കുതിരപ്പട; **horseback** കുതിരപ്പുറം; **horse race** കുതിരപ്പന്തയം; *n*. **horse-riding** കുതിരസവാരി; **horsetrading** കുതിരക്കച്ചവടം.

horticulture (ഹോർട്ടികൾച്ചർ) *n*. the art of gardening; ഉദ്യാനനിർമ്മാണകല; പൂന്തോട്ടമുണ്ടാക്കൽ; *n*. **horticulturalist**.

hose (ഹൗസ്) *n*. a flexible pipe for conveying water; ജലവാഹിനിക്കുഴൽ.

hospice (ഹൊസ്പിസ്) *n*. house of rest for travellers; വഴിയമ്പലം; സത്രം; അഭയകേന്ദ്രം.

hospital (ഹോസ്പിറ്റൽ) *n*. an institution for treatment of sick or injured; ആസ്പത്രി; ചികിത്സാലയം.

hospitality (ഹോസ്പിറ്റാലിറ്റി) *n*. friendly welcome and entertainment of guests; അതിഥിസൽക്കാരം; ആതിഥ്യം; ഔദാര്യം; ആതിഥ്യമര്യാദ.

host (ഹൗസ്റ്റ്) *n*. one who entertains a guest at his house without reward; വിരുന്നിനു വിളിച്ചയാൾ; ആതിഥേയൻ; സത്രക്കാരൻ.

host (ഹൗസ്റ്റ്) *n*. army; any great number; സൈന്യം; വ്യൂഹം; ബൃഹത് സംഘം.

hostage (ഹൊസ്റ്റിജ്) *n*. one kept in the hands of enemy as a pledge; ആൾ ജാമ്യം; ശത്രുക്കൾ ജാമ്യമായി പിടിച്ചു വയ്ക്കുന്ന ആൾ.

hostel (ഹോസ്റ്റൽ) *n*. a residence for students or some class of persons; വിദ്യാർത്ഥികൾക്കും മറ്റുമുള്ള പാർപ്പിടം.

hostile (ഹൊസ്റ്റൈൽ) *adj*. antagonistic; showing enmity; ശത്രുത

hot | hue

യുള്ള; വിരോധമുള്ള; എതിർപ്പുള്ള; വിദ്വേഷിയായ; *n.* **hostility**; വൈരം; ദ്വേഷം; ശത്രുത്വം; യുദ്ധനില; ആക്രമണം.

hot (ഹൊാട്ട്) *adj.* having heat; fiery; pungent; excited; ardent; passionate; ചൂടുള്ള; ഉയർന്ന താപമുള്ള; ഉഷ്ണപ്രതീതിയുളവാക്കുന്ന; അത്യുത്സാഹമുള്ള; വികാരതീവ്രമായ; പ്രക്ഷുബ്ധമായ; വിക്ഷോഭകരമായ; എരിവുള്ള; ക്ഷോഭത്തോടെ; വികാരതീവ്രമായി; **hot line** അടിയന്തിരാവശ്യങ്ങൾക്കായി നേരിട്ടുള്ള ടെലഫോൺ സംവിധാനം; **hot springs** ചൂടുറവകൾ; **hotspur** ഉഗ്രകോപി; *adj.* **hot-tempered** കോപിയായ.

hotel (ഹൗട്ടെൽ) *n.* a better inn; a private town house; ഭോജനശാല; ഹോട്ടൽ; പഥികഗൃഹം.

hound (ഹൗണ്ഡ്) *n.* a hunting dog; despicable man; വേട്ടനായ്; നീചൻ; *v.t.* വേട്ടനായ്ക്കളെ ഉപയോഗിച്ചു വേട്ടയാടുക.

hour (ഔർ) *n.* 24th part of a day; 60 minutes; a fixed time; opportunity; മണിക്കൂർ; സമയം; സന്ദർഭം; **at the eleventh hour** അവസാനനിമിഷത്തിൽ; *adj.* **hourlong** ഒരു മണിക്കൂർനേരം നീണ്ടുനില്ക്കുന്ന; **a late hour** രാത്രി വളരെ ചെന്നശേഷമുള്ള സമയം.

house (ഹൗസ്) *n.* (*pl.* **houses**) dwelling place; a household; kindred; an inn; വീട്; വസതി; കുടുംബം; സത്രം; ആലയം; പാർലമെൻറിൻെറ ഇരുസഭകളിലോരോന്നും; വ്യാപാരസ്ഥലം; സഭ; സദസ്സ്; **power house** ആലക്തിക ശക്തികേന്ദ്രം; **house boat** താമസിക്കുവാൻ സൗകര്യമുള്ള വഞ്ചി; *n.* **house-breaking** ഭവനഭേദനം; **household** ഗൃഹജനം; കുടുംബം; *adj.* **house-to-house** വീടുതോറും; **housemaid** വീട്ടുവേലക്കാരി; **house-mate** ഒന്നിച്ചു താമസിക്കുന്നവൻ; സഹവാസി; **housewife** വീട്ടമ്മ; കുടുംബിനി; ഗൃഹണി.

hover (ഹൊവ്വർ) *v.i.* remain aloft flapping the wings; ചിറകടിച്ചുകൊണ്ട് ആകാശത്തിൽ സ്ഥിതിചെയ്യുക; മേലെ വട്ടമിട്ടു പറക്കുക.

how (ഹൗ) *adv.* in what way; by what means; to what extent; എങ്ങനെ; എപ്രകാരം; ഏതു വിധത്തിൽ; **however** എങ്കിലും; എങ്ങനെയായാലും; **how long** എത്ര നാൾ; ഏതു വരെ? **how much** എത്ര; **howsoever** ഏതുവിധമായാലും.

howl (ഹൗൾ) *v.* cry as a wolf or dog; utter a long cry of pain; wail; ഓരിയിടുക; നിലവിളിക്കുക; കരയുക; മോങ്ങുക.

HTML (എച്ച്.ടി.എം.എൽ.) *n.* (computer) Abbr. of Hypertext Mark up Language, the coding language used to create hypertext documents ഹൈപ്പർ ടെക്സ്റ്റോടു കൂടിയ രേഖകളും പ്രസിദ്ധീകരണങ്ങളും രൂപപ്പെടുത്താൻ ഉപയോഗിക്കുന്ന ഭാഷ.

hub (ഹബ്) *n.* central cylindrical part of a wheel; ചക്രത്തിൻെറ കുടം.

hubbub (ഹബബ്) *n.* a confused sound of many voices; ആരവം; ബഹളം.

hubris (ഹ്യൂബ്രിസ്) *n.* insolence; arrogance; അഹങ്കാരം; ദർപ്പം.

huddle (ഹഡ്ൽ) *v.* heap together; hustle; put hastily; കൂട്ടമായി കൂട്ടുക; വാരിവലിച്ചുകൂട്ടുക; വെപ്രാളത്തിൽ (വസ്ത്രം) ധരിക്കുക; ചുരുണ്ടുകൂടുക.

hue (ഹ്യൂ) *n.* colour; tint; നിറം; ചായം; രാഗം; ഭാവം; ഒച്ചപ്പാട്; ബഹളം; **(hue and cry)**.

hug (ഹഗ്) *v.t.* embrace; keep close to; കെട്ടിപ്പിടിക്കുക; ആലിംഗനം ചെയ്യുക; ആശ്ലേഷിക്കുക.

huge (ഹ്യൂജ്) *adj.* very large; enormous; വളരെ വലുതായ; ഭീമമായ; വമ്പിച്ച; ബൃഹത്തായ.

hull (ഹൾ) *n.* husk of anything; body of a ship; തൊണ്ട്; തൊലി; തോട്; ഉമി; കപ്പലിൻെറ പള്ള.

hum (ഹം) *v.* buzz; make a sound like bees; മൂളുക; മൂളിപ്പാടുക; ഇരയ്ക്കുക; സജീവമാക്കിത്തീർക്കുക.

human (ഹ്യൂമൻ) *adj.* pert. to man; having the qualities of man; manlike; മനുഷ്യനെക്കുറിച്ചുള്ള; മാനുഷികമായ; മാനവീയമായ; മനുഷ്യസഹജമായ; ഉയർന്ന ഗുണങ്ങളുള്ള; **human rights** മനുഷ്യാവകാശങ്ങൾ; **human effort** മനുഷ്യപ്രയത്നം; **human race** മനുഷ്യവർഗം; **human sacrifice** നരബലി.

humane (ഹ്യൂമെയ്ൻ) *adj.* having the feelings proper to man; kind; merciful; ദയയുള്ള; കരുണാർദ്രമായ; ദീനവൽസലനായ.

humanism (ഹ്യൂമനിസം) *n.* devotion to human interests; മാനുഷികത്വം; മനുഷ്യവർഗ പ്രേമം; മാനവമതം; *n.* **humanist**; മനുഷ്യവർഗപ്രേമി.

humanitarian (ഹ്യൂമാനിറ്റെയറിയൻ) *n.* a philanthropist; മനുഷ്യസ്നേഹി; ദീനദയാലു; ദീനദയാലുവായ.

humanity (ഹ്യൂമാനിറ്റി) *n.* humanness; kind feelings of man; മനുഷ്യപ്രകൃതി; മനുഷ്യഗുണം; മനുഷ്യവർഗം.

humble (ഹംബ്ൾ) *adj.* unassuming; modest; unpretentious; വിനയശീലനായ; വിനീതമായ; എളിയ; താഴ്ത്തപ്പെട്ട; ഗർവ്വം കളയുക; മാനഹാനി വരുത്തുക.

humbug (ഹംബഗ്) *n.* fraud; sham; trick; വഞ്ചന; തട്ടിപ്പ്; വ്യാജവസ്തു; തട്ടിപ്പുകാരൻ.

humid (ഹ്യൂമിഡ്) *adj.* moist; damp; wet; നനഞ്ഞ; ഈറനായ; ഈർപ്പമുള്ള; *adv.* **humidly**; *n.* **humidity**.

humiliate (ഹ്യൂമിലിയെയ്റ്റ്) *v.t.* humble; mortify; അവമാനിക്കുക; നാണംകെടുത്തുക; *adj.* **humiliating** അവമാനിക്കുന്ന; *n.* **humiliation**; മാനഹാനി.

hummock (ഹമക്) *n.* a hillock; മൊട്ടക്കുന്ന്.

humour (ഹ്യൂമർ) (*U.S.* **humor**); *n.* the mental faculty which apprehends and delights in the ludicrous and mirthful; ഫലിതം; രസികത്വം; നർമ്മം.

hump (ഹംപ്) *n.* a hunch on the back; protuberance; കൂന്; മുഴ; (*fig.*) പ്രതിസന്ധിഘട്ടം.

humus (ഹ്യൂമ്മസ്) *n.* decayed organic matter (like dead leaves) that makes the soil fertile; മണ്ണിലുള്ള ജീർണ്ണിച്ച ജൈവാംശം.

hunch (ഹഞ്ച്) *n.* a hump; a premonition; കൂന്; ഭൂതോദയം; *n.* **hunchback** കൂന്; കൂനൻ.

hundred (ഹൺഡ്രഡ്) *adj.* 90 and 10 added; നൂറായ; നൂറെണ്ണമുള്ള; നൂറ്; നൂറിലൊന്ന്; ശതാംശം.

hung (ഹങ്) *p.t.* & *p.p.* of **hang**; തൂക്കിയിട്ടു; *adj.* തൂക്കിയിട്ട.

hunger (ഹംഗർ) *n.* craving for food; strong desire; വിശപ്പ്; ക്ഷുധാർത്തി; അത്യാർത്തി; ആകാംക്ഷ; *adj.* **hungry**.

hunt (ഹണ്ട്) *v.t.* chase wild animals;

hurdle | hyphen 203

search for; നായാടുക; വേട്ടയാടുക; (hunt out) തിരയുക; തേടുക; *n.* **hunter** വേടൻ; *n.* **hunting** നായാട്ട്; മൃഗയാ.

hurdle (ഹേർഡ്ൽ) *n.* a frame of twigs or sticks interlaced; an obstacle; വേലി പോലെയുള്ള ചട്ടക്കൂട്; വേലി; പ്രതിബന്ധം.

hurl (ഹേൾ) *v.* fling with violence; throw; വീശിയെറിയുക; വലിച്ചെറിയുക.

hurricane (ഹറിക്കെൻ, ഹറികെയ്ൻ) *n.* a wind of extreme violence; കൊടുങ്കാറ്റ്; ചുഴലിക്കാറ്റ്; കൊടും വിക്ഷോഭം.

hurry (ഹറി) *v.* hasten; move or act with haste; ത്വരിതപ്പെടുത്തുക; ബദ്ധപ്പെടുത്തുക; തിരക്കുകൂട്ടിക്കുക; ധൃതി കൂട്ടുക; വേഗം നടക്കുക.

hurt (ഹേർട്ട്) *v.* cause pain to; injure; wound; harm; വ്രണപ്പെടുത്തുക; ക്ഷതമേല്പിക്കുക; കോട്ടം വരുത്തുക.

hurtle (ഹേർട്ട്ൽ) *v.* clash; sound threateningly; dash against; തമ്മിൽ മുട്ടുക; ഭയങ്കരധ്വനിയുണ്ടാകുക; ശീഘ്രം നടക്കുക; മറിഞ്ഞു വീഴുക.

husband (ഹസ്ബൻഡ്) *n.* man to whom a woman is married ഭർത്താവ്; നിർവാഹകൻ.

hush (ഹഷ്) *adj.* silent; quiet; still; നിശബ്ദത; പ്രശാന്തി.

husk (ഹസ്ക്) *n.* chaff; rind; ഉമി; തോട്; തൊണ്ട് (തേങ്ങയുടേതും മറ്റും).

hustle (ഹസ്ൽ) *v.* crowd with violence; push rudely; തിക്കുക; ഉന്തിത്തള്ളിപ്പുറത്താക്കുക; പരസ്പരം തള്ളുക; തിരക്കുകൂട്ടുക; തിക്കിത്തിരക്കി മുന്നേറുക.

hut (ഹട്ട്) *n.* a small or mean house; cabin; കുടിൽ; ചെറ്റപ്പുര.

hybrid (ഹൈബ്രിഡ്) *n.* offspring of two animals or plants of different species; സങ്കരസന്താനം; മിശ്രജം; സങ്കീർണ്ണപദം.

hydraulic (ഹൈഡ്രോളിക്) *adj.* worked by water; ജലമർദ്ദത്താൽ പ്രവർത്തിക്കുന്ന.

hydro (ഹൈഡ്രൗ) (*pref.*) of water; by means of water; ജലം സംബന്ധിച്ചത്; ഹൈഡ്രോ ഇലക്ട്രിക് ശക്തി നിർമ്മാണ കേന്ദ്രം.

hydrophobia (ഹൈഡ്രഫൗബിയ) *n.* rabies; പേപ്പട്ടിവിഷം.

hyena (ഹയീന) *n.* a fierce carnivorous animal; കഴുതപ്പുലി; തരക്ഷു.

hygiene (ഹൈജീൻ) *n.* science of preserving health; study and practice of cleanliness; ശുചിത്വപരിപാലനം; ആരോഗ്യപരിപാലനം; ആരോഗ്യസംരക്ഷണം.

Hymen (ഹൈമൻ) *n.* (*Gk. myth.*) the god of marriage; വിവാഹദേവത; കന്യാചർമം.

hymn (ഹിം) *n.* ode in honour of God; ദേവസ്തുതി; സ്തുതിഗീതം; സ്തോത്രം; സങ്കീർത്തനം.

hyper (ഹൈപർ) (*pref.*) excessive; more than normal; over; അമിതമായ; സാമാന്യാതീതമായ.

hypersensitive (ഹൈപ്പർസെൻസിറ്റീവ്) *adj.* excessively sensitive; പെട്ടെന്ന് വികാരഭരിതനാകുന്ന.

hyphen (ഹൈഫൻ) *n.* a short stroke joining two words; (-) എന്ന രേഖ; തുടർച്ചക്കുറി; (പദഘടകചിഹ്നം).

hypnosis (ഹിപ്നൊസിസ്) *n.* a sleep-like state in which the mind responds to external suggestion; മോഹനിദ്ര; കൃത്രിമോത്പാദിത നിദ്ര; *n.* **hypnotism.**

hypocrisy (ഹിപ്പൊക്രിസി) *n.* concealment of true character; കപട നാട്യം; കാപട്യം; കൗടില്യം; മിഥ്യാചര്യ; *n.* **hypocrite** കപടവേഷധാരി.

hypothesis (ഹൈപ്പൊത്തെസിസ്) *n.* (*pl.* **hypotheses**) a proposition assumed for the sake of argument; പരികല്പന; അനുമാനമാത്ര; സാങ്കല്പികസിദ്ധാന്തം.

hysteria (ഹിസ്റ്റീയരിയ) *n.* an outbreak of wild emotionalism; psychoneurosis; അപസ്മാരം; മോഹാലസ്യം; ഹർഷം; മൂർച്ഛ.

Ii

I (ഐ) the nineth letter of the English alphabet; ഇംഗ്ലിഷ് അക്ഷരമാലയിലെ ഒമ്പതാമത്തെ അക്ഷരം.

I (ഐ) *pron.* [*obj.* **me**; *poss.* **my; mine**; *refl.* **myself**] ഉത്തമപുരുഷ സർവ്വനാമൈക വചനം.

ibex (ഐബെക്സ്) *n.* a mountainous goat; മലയാട്; കാട്ടാട്.

ice (ഐസ്) *n.* frozen water; icecream; മഞ്ഞുകട്ടി; ഹിമം; പഞ്ചസാരക്കട്ടി; *v.t.* കുളുർപ്പിക്കുക; ഹിമമാക്കുക; **iceberg** ഹിമാനി; ഒഴുകുന്ന ഹിമക്കുന്ന്; **break the ice** (*fig.*) വിഷമകാര്യം വിജയകരമായി ചെയ്തുതുടങ്ങുക.

icon (ഐക്കൊൺ) *n.* image; portrait; പ്രതിമ; ബിംബം; വിഗ്രഹം; *adj.* **iconism** രൂപമുണ്ടാക്കൽ.

iconoclasm (ഐക്കൊനക്ലാസം) *n.* act of breaking images; വിഗ്രഹഭഞ്ജനം; അനാചാരധ്വംസനം; *n.* **iconoclast** വിഗ്രഹഭഞ്ജകൻ.

icy (ഐസി) *adj.* frosty; cold; chilling; മഞ്ഞുപോലെയുള്ള; തണുത്തുവിറങ്ങലിച്ച.

idea (ഐഡിയ) *n.* a mental image of an external object; ആശയം; ഭാവം; സങ്കല്പരൂപം; അന്തർഗതം; വിശ്വാസം.

ideal (ഐഡിയൽ) *adj.* existing only in idea; the highest and best conceivable; ആദർശപരമായ; മാതൃകാപരമായ; തികച്ചും യുക്തമായ; ഭാവനാപരമായ; *n.* **idealism** ആദർശവാദം; *n.* **idealist** ആദർശവാദി.

identical (ഐഡൻറിക്കൽ) *adj.* the very same; agreeing in every detail; അഭിന്നമായ; അതുതന്നെയായ; *adv.* **identically.**

identify (ഐഡൻറിഫൈ) *v.* make, reckon, ascertain or prove to be the same; തിരിച്ചറിയുക; രണ്ടല്ലെന്നു വരുത്തുക; അനുരൂപമാക്കുക; ഇന്നതാണെന്നറിയുക; *n.* **identification; identity.**

ideology (ഐഡിയൊളജി) *n.* body of ideas; way of thinking; ആശയസംഹിത; തത്ത്വസംഹിത; പ്രത്യയശാസ്ത്രം.

idiocy (ഇഡിയ്യസി) *n.* extreme stu-

idiom | illegitimate 205

pidity; state of being an idiot; 'പമ്പര'വിഡ്ഢിത്തം; മൂഢത്വം; മൂഢപ്രവൃത്തി.

idiom (ഇഡിയം) *n.* mode of expression peculiar to a language; ഭാഷാശൈലി; വാക്സമ്പ്രദായം; *adjs.* **idiomatic; idiomatical**.

idiosyncrasy (ഇഡിയ്യസിങ്ക്രസി) *n.* peculiarity of temperament; പ്രത്യേക പ്രകൃതി; ശരീരക്കൂറ്; ഒരു വ്യക്തിയുടെ ചിന്തയിലോ പ്രവൃത്തിയിലോ ഉള്ള സവിശേഷത, വൈചിത്ര്യം.

idiot (ഇഡിയറ്റ്, ഇഡ്യറ്റ്) *n.* utter fool; a block head; തികഞ്ഞ ബുദ്ധിശൂന്യൻ; മൂഢൻ; വിഡ്ഢി; *adj.* **idiotic**; *n.* **idiocy**.

idle (ഐഡ്ൽ) *adj.* lazy; doing nothing; unemployed; useless; vain; മടിയനായ; വെറുതെ സമയം കളയുന്ന; അലസനായ; വ്യർത്ഥമായ; ഒരുദ്ദേശ്യവുമില്ലാത്ത; **idle away** മടിപിടിച്ചിരിക്കുക; *n.* **idler** മടിയൻ.

idol (ഐഡ്ൾ) *n.* image of some object of worship; an object of admiration; ബിംബം; വിഗ്രഹം; പ്രതിഷ്ഠ; ആരാധനാപാത്രം; *n.* **idolator** വിഗ്രഹപൂജകൻ.

if (ഇഫ്) *conj.* on condition that; provided that; in case that; അങ്ങനെയാണെങ്കിൽ; എങ്കിൽ; സ്ഥിതി അങ്ങനെയെന്നിരിക്കിൽ; അങ്ങനെ സംഭവിക്കുമ്പോൾ.

igloo (ഇഗ്ലൂ) *n.* small dome-shaped house built by Eskimos from blocks of hard ice; കടുപ്പമുള്ള മഞ്ഞുകട്ടകൾ ഉപയോഗിച്ച് എസ്കിമോ വർഗ്ഗക്കാർ ഉണ്ടാക്കാറുള്ള ചെറിയ കുംഭഗോപുരാകൃതിയുള്ള വീട്.

igneous (ഇഗ്നിയ്യസ്) *adj.* of or like fire; അഗ്നിമയമായ; ആഗ്നേയമായ.

ignite (ഇഗ്നൈററ്) *v.* set on fire; burn; കത്തിക്കുക; തീപിടിക്കുക; ജ്വലിക്കുക; ദഹിപ്പിക്കുക; *n.* **ignition.**

ignoble (ഇഗ്നൗബ്ൾ) *adj.* of low birth; mean; നിന്ദ്യമായ; നാണംകെട്ട; ദുഷ്പേരുള്ള.

ignominy (ഇഗ്നമിനി) *n.* public disgrace; infamy; മാനഭംഗം; അപഖ്യാതി; കളങ്കം; *adj.* **ignominious** മാനഹാനി വരുത്തുന്ന.

ignorant (ഇഗ്നറൻറ്) *adj.* lacking knowledge; illiterate; unskilled; അറിവില്ലാത്ത; വിവരമില്ലാത്ത; അറിഞ്ഞുകൂടാത്ത; *n.* **ignorance**; അജ്ഞത; അനഭിജ്ഞത.

ignore (ഇഗ്നോർ) *v.t.* take no notice of; disregard; not to recognise; അവഗണിക്കുക; ഗൗനിക്കാതിരിക്കുക.

ill (ഇൽ) *adj.* (*comp.* **worse**, *superl.* **worst**) unhealthy; sick; unsound; morally bad; അസുഖമായ; രോഗിയായ; മോശമായ; ധാർമ്മികമായി അധഃപതിച്ച; ശത്രുതയോടുകൂടിയ; അലിവില്ലാത്ത; തിന്മയായ; ദുരിതപൂർണ്ണമായ; ആപത്തു വരുത്തുന്ന; തിന്മ; ദോഷം; ഹാനി; **speak ill of** ദുഷിച്ചു സംസാരിക്കുക; *adjs.* **ill-advised** വിവേകശൂന്യമായ; **ill-bred** കുലീനമല്ലാത്ത; *n.* **illness** സുഖക്കേട്; രോഗം.

illegal (ഇലീഗ്ൽ) *adj.* contrary to law; unlawful; നിയമവിരുദ്ധമായ; നിയമാനുസൃതമല്ലാത്ത.

illegible (ഇലെജിബ്ൾ) *adj.* incapable of being read; വായിക്കുവാൻ പ്രയാസമായ.

illegitimate (ഇലിജിററിമ്മെററ്) *adj.* not authorised by law; not according to law; നിയമാനുസൃതമല്ലാത്ത; നിയമാനുസൃതം വിവാഹം

ചെയ്യിട്ടില്ലാത്തവരുടെ സന്തതി യായ.

illiberal (ഇലിബറൽ) *adj.* niggardly; of narrow mind; ഉദാരസംസ്ക്കാരമില്ലാത്ത; ഇടുങ്ങിയ മനഃസ്ഥിതി യുള്ള.

illicit (ഇലിസിററ്) *adj.* unlawful; forbidden; not permitted; നിയമവിരുദ്ധ മായ; വ്യാജമായ.

illiterate (ഇലിററിററ്) *adj.* ignorant of letters; unlearned; എഴുത്തും വായനയും ശീലമില്ലാത്ത; നിരക്ഷര നായ; *ns.* **illiterateness, illiteracy.**

illogical (ഇ̄ലൊജിക്കൽ) *adj.* contrary to logic; unreasonable; യുക്തിസഹ മല്ലാത്ത; അയുക്തികരമായ.

illuminate (ഇല്യൂമിനെയ്ററ്) *v.t.* light up; enlighten; പ്രകാശിപ്പിക്കുക; ഉജ്ജ്വലിപ്പിക്കുക; ശോഭിപ്പിക്കുക; വിവരിച്ചു പറയുക; *n.* **illumination**; ദീപക്കാഴ്ച.

illusion (ഇല്യൂഷ̄ൻ) *n.* false impression of something; unreal vision; വ്യാമോഹം; വികല്പം; മിഥ്യാ ബോധം; മായാദർശനം.

illustrate (ഇലസ്ട്രെയ്ററ്) *v.t.* make clear; explain; തെളിയിക്കുക; ഉദാ ഹരിക്കുക; ചിത്രീകരിച്ചു വ്യക്തമാ ക്കുക.

illustration (ഇലസ്ട്രേഷൻ) *n.* that which illustrates; example; ചിത്രീ കരണം; ഉദാഹരണം; വിശദീകരണം.

illustrious (ഇലസ്ട്രിയസ്) *adj.* highly distinguished; renowned; glorious; കേളികേട്ട; പ്രശസ്തനായ; വിശിഷ്ട നായ.

image (ഇമിജ്) *n.* statue; idol; mental picture; likeness; പ്രതിബിംബം; പ്രതിച്ഛായ; വിഗ്രഹം; രൂപ കല്പന.

imagine (ഇമ̄ജിൻ) *v.* conceive; think; guess; form an opinion; സങ്ക ല്പിക്കുക; വിഭാവനം ചെയ്യുക; നിനയ്ക്കുക; അനുമാനിക്കുക.

imagination (ഇമ̄ജിനെയ്ഷൻ) *n.* the faculty of forming images in mind; സങ്കല്പശക്തി; ഭാവന; മന സ്സിൻെറ സർഗ്ഗശക്തി.

imbalance (ഇംബ̄ലൻസ്) *n.* lack of balance; അസന്തുലിതാവസ്ഥ; അനുപാതരാഹിത്യം; അസമത്വം.

imbed (ഇംബെഡ്) *v.t.* (embed) lay in a mass of matter; നിഗൂഹനം ചെയ്യുക.

imbibe (ഇംബൈബ്) *v.* drink in; absorb; ഉൾക്കൊള്ളുക; വലിച്ചെടു ക്കുക.

imbroglio (ഇംബ്രൗ̄ളിയൗ̄) *n.* confused heap; കുഴഞ്ഞ കൂമ്പാരം; കുഴ ഞ്ഞ സ്ഥിതിവിശേഷം.

imitate (ഇമിറെറയ്ററ്) *v.t.* strive to be like; mimic; അനുകരിക്കുക; *adj.* **imitable** അനുകരണീയമായ; *n.* **imitation** അനുകരണം.

immaculate (ഇമ̄ക്യുല്ലെററ്) *adj.* pure; faultless; unblemished; ശുദ്ധ മായ; നിർമ്മലമായ; അപങ്കിലമായ.

immaterial (ഇമ്മെററീരിയൽ) *adj.* unimportant; spiritual; അപ്രധാനമായ; അമൂർത്തമായ.

immature (ഇമ്മെററ്യുഎ്ര്) *adj.* not ripe or perfect; അപക്വമായ; വിവേ കമില്ലാത്ത; മൂപ്പെത്താത്ത; *n.* **immaturity**.

immeasurable (ഇമ്മെഷ̄റബ്ൾ) *adj.* that cannot be measured; അളക്കാ നൊക്കാത്ത.

immediate (ഇമീഡിയററ്) *adj.* next; nearest; without delay; തൊട്ട ടുത്ത; നേരിട്ടുള്ള; സത്വരമായ;

immemorial | impede 207

തത്ക്ഷണമായ; *adv.* **immediately** ഉടനെ.

immemorial (ഇമ്മെമോറിയെൽ) *adj.* beyond memory; അതിപ്രാചീനമായ; അനാദികാലം തൊട്ടേയുള്ള.

immense (ഇമെൻസ്) *adj.* very large; great; ഏററവും വലിയ; അതിബൃഹത്തായ; അളക്കാനൊക്കാത്ത; *n.* **immensity** വലിപ്പം.

immerse (ഇമേഴ്സ്) *v.t.* dip in liquid; involve deeply; താഴ്ത്തുക; വെള്ളത്തിൽ മുക്കുക; *n.* **immersion.**

immigrate (ഇമിഗ്രെയ്ററ്) *v.t.* migrate into and settle in a foreign country; പരദേശത്തു കുടിയേറിപ്പാർക്കുക; കുടിയേറിപ്പാർക്കൽ.

imminent (ഇമിനെൻറ്) *adj.* overhanging; impending; about to happen; തലയ്ക്കുമീതെ തൂങ്ങുന്ന; ആസന്നമായ.

immodest (ഇമൊഡിസ്ററ്) *adj.* impudent; indecent; shameless; അടക്കമൊതുക്കമില്ലാത്ത; അവിനീതനായ.

immolate (ഇമ്മെളെയ്ററ്) *v.t.* offer a sacrifice; ബലികഴിക്കുക; ആഹുതി ചെയ്യുക; *n.* **immolation**; ബലി; യാഗം.

immoral (ഇംമോറൽ) *adj.* not moral; wicked; vicious; licentious; സദാചാരവിരുദ്ധമായ; അസാന്മാർഗ്ഗിയായ.

immortal (ഇമോർട്ട്ൽ) *adj.* undying; everlasting; eternal; മരണമില്ലാത്ത; അനശ്വരമായ; അക്ഷയമായ; ശാശ്വതമായ; *n.* **immortality**; ചിരഞ്ജീവിത്വം.

immovable (ഇമൂവബ്ൾ) *adj.* impossible to move; motionless; ഇളകാത്ത; ഇളക്കാനൊക്കാത്ത.

immune (ഇമ്യൂൺ) *adj.* proof against disease; not liable to danger; (രോഗം, വിഷം) ബാധിക്കാത്ത; പ്രതിരോധശക്തിയുള്ള.

imp (ഇംപ്) *n.* a little devil; mischievous child; കുട്ടിപ്പിശാച്; വികൃതിക്കുട്ടി; *adj.* **impish** കുസൃതിയായ.

impact (ഇംപാക്ററ്) *n.* collision; strong effect; ആഘാതം; കൂട്ടിമുട്ടൽ; (*fig.*) ശക്തിയായ സ്വാധീനം.

impair (ഇംപെയ്ർ) *v.* diminish in quality, value or strength; weaken; ഇടിവു വരുത്തുക; ബലഹീനപ്പെടുത്തുക.

impalpable (ഇംപാൽപബ്ൾ) *adj.* not perceivable by touch; intangible; തൊട്ടറിയാൻ കഴിയാത്ത.

impart (ഇംപാർട്ട്) *v.i.* give a share of; confer; make known; ഭാഗമായി നല്കുക; പകർന്നുകൊടുക്കുക.

impartial (ഇംപാർഷൽ) *adj.* not partial; നിഷ്പക്ഷമായ; പക്ഷപാതരഹിതമായ.

impasse (ആംപാസ്, ഇംപാസ്) *n.* a position from which there is no escape; രക്ഷപ്പെടാൻ പഴുതില്ലാത്ത അവസ്ഥ.

impatient (ഇംപേയ്ഷൻറ്) *adj.* not patient; അക്ഷമനായ; ക്ഷമാശക്തിയില്ലാത്ത; *n.* **impatience**.

impeach (ഇംപീച്ച്) *v.t.* call in question; accuse person of; കുററം ചുമത്തുക; ദോഷാരോപണം ചെയ്യുക.

impeccable (ഇംപെക്കബ്ൾ) *adj.* faultless; not liable to error or sin; ദോഷരഹിതമായ; കുററമററ.

impede (ഇംപീഡ്) *v.t.* hinder or obstruct; തടസ്സം വരുത്തുക; മുടക്കുക; *n.* **impediment.**

impel (ഇംപെൽ) *v.t.* urge forward; instigate; ഉന്തുക; നിർബന്ധിക്കുക.

impend (ഇംപെൻഡ്) *v.* hang over; be about to happen; ആസന്നമാവുക; സമീപിച്ചിരി ക്കുക; *adj.* **impending.**

impenetrable (ഇംപെനിട്രബ്ൾ) *adj.* not to be penetrated; impervious; inscrutable; അഭേദ്യമായ; അപ്രവേശ്യമായ; പഴുതില്ലാത്ത.

imperative (ഇംപെററീവ്) *adj.* urgently necessary; അനുപേക്ഷ്യമായ; ആദേശകമായ; ആജ്ഞാസ്വഭാവമുള്ള.

imperfect (ഇംപേർഫിക്റ്റ്) *adj.* incomplete; defective; അപൂർണ്ണമായ; മുഴുമിക്കാത്ത; വികലമായ; *n.* **imperfection**; അപൂർണ്ണത.

imperial (ഇംപീരിയൽ) *adj.* rel. to an empire or emperor; സാമ്രാജ്യപരമായ; ചക്രവർത്തിയെ സംബന്ധിച്ച; പരമാധികാരമുള്ള; *n.* **imperialism** സാമ്രാജ്യത്വം; *n.* **imperialist** സാമ്രാജ്യവാദി.

imperil (ഇംപെറിൽ) *v.t.* bring into peril; അപകടത്തിലാക്കുക.

imperious (ഇംപീരിയസ്) *adj.* assuming command; ആജ്ഞാശക്തിയുള്ള; അഹങ്കാരിയായ; അധികാരപ്രിയനായ; ഗർവ്വിഷ്ഠമായ.

imperishable (ഇംപെറിഷബ്ൾ) *adj.* everlasting; അനശ്വരമായ; ജീർണ്ണിക്കാത്ത.

impersonal (ഇംപേർസണൽ) *adj.* without reference to any particular person; വ്യക്തിപരമല്ലാത്ത; അകർത്തൃകമായ.

impersonate (ഇംപേർസണെയ്റ്റ്) *v.t.* personify; മററൊരാളുടെ വേഷം ധരിക്കുക; അനുകരിക്കുക; *n.* **impersonation** ആൾമാറാട്ടം.

impertinent (ഇംപേർട്ടിനെൻറ്) *adj.* insolent; irrelevant; rude; ധിക്കാരിയായ; (*leg.*) അപ്രസക്തമായ; *n.* **impertinence** ധിക്കാരം.

impervious (ഇംപേർവിയസ്) *adj.* impassable ദുഷ്പ്രവേശ്യനായ.

impetuous (ഇംപെററ്യൂഎ്സ്) *adj.* moving violently; hasty; എടുത്തുചാട്ടസ്വഭാവമുള്ള; അസമീക്ഷ്യകാരിയായ.

impetus (ഇംപിററസ്) *n.* momentum; impulse; incentive; ആവേശം; ഉത്തേജനം; പ്രേരകശക്തി.

implacable (ഇംപ്ലാക്കബ്ൾ) *adj.* not to be appeased; unrelenting; ശമിക്കാത്ത; മാററാനാവാത്ത; ഇണങ്ങാത്ത.

implant (ഇംപ്ലാൻറ്) *v.t.* set in soil; impress in the mind; നട്ടുപിടിപ്പിക്കുക; സ്ഥാപിക്കുക; ഉറപ്പിക്കുക; മനസ്സിൽ കടത്തുക.

implement (ഇംപ്ലിമെൻറ്) *n.* tool; utensil; (*esp. in pl.*) പണിയായുധം; ഉപകരണം; സാമഗ്രി; നിർവ്വഹിക്കുക; സഹായിക്കുക; പ്രയോഗത്തിൽ വരുത്തുക; നടപ്പിലാക്കുക; *n.* **implementation**.

implicate (ഇംപ്ലികെയ്റ്റ്) *v.t.* involve; entangle; പങ്കുണ്ടെന്നു വരുത്തുക; കുടുക്കുക; *n.* **implication** അകപ്പെടുത്തൽ; ഉൾപ്പെടുത്തൽ; വിവക്ഷ.

implicit (ഇംപ്ലിസിററ്) *adj.* implied; involved; സൂചിതമായ; അന്തർലീനമായ; *adv.* **implicitly**.

implore (ഇംപ്ലോർ) *v.* ask earnestly; beg for; കെഞ്ചുക; യാചിക്കുക; കേണപേക്ഷിക്കുക; *n.* **imploration.**

imply (ഇംപ്ലൈ) *v.t.* signify; hint;

mean; express indirectly; സൂചിപ്പിക്കുക; അർത്ഥമാക്കുക; ധ്വനിക്കുക; പരോക്ഷമായി ഉൾക്കൊള്ളുക.

impolite (ഇംപ്പൊളൈറ്റ്) *adj.* rude; discourteous; മര്യാദയില്ലാത്ത.

import (ഇംപോർട്ട്) *v.* bring from abroad; imply; signify; ഇറക്കുമതി ചെയ്യുക; ഉദ്ദേശിക്കുക; അർത്ഥം കല്പിക്കുക; ഇറക്കുമതിച്ചരക്ക്; *n.* **importation** ഇറക്കുമതി.

importance (ഇംപോർട്ടൻസ്) *n.* significance; greatness; influence; പ്രാധാന്യം; പ്രാമുഖ്യം; പ്രാമാണ്യം; ഉന്നതി; വലിയ ആളെന്ന ഭാവം; *adj.* **important**.

importune (ഇംപോർറ്റ്യൂൺ) *v.* press urgently; വിടാതെ പ്രാർത്ഥിക്കുക; അപേക്ഷിക്കുക; ഞെരുക്കിച്ചോദിക്കുക.

impose (ഇംപൗസ്) *v.* place upon something; ചുമത്തുക; ഭാരം അടിച്ചേല്പിക്കുക; ബാദ്ധ്യസ്ഥനാക്കുക.

imposing (ഇംപൗസിങ്) *adj.* commanding; impressive; ഗാംഭീര്യദ്യോതകമായ; ആജ്ഞാപകമായ.

imposition (ഇംപ്പെസിഷൻ) *n.* a charge; tax; punishment task; ചുമത്തൽ; ശിക്ഷ; നികുതി; ചതി; (സ്കൂൾവിദ്യാർത്ഥിക്കുള്ള) എഴുത്തുശിക്ഷ.

impossible (ഇംപൊസിബ്ൾ) *adj.* that cannot be done; impracticable; അസാദ്ധ്യമായ; അശക്യമായ; സഹിക്കാനൊക്കാത്ത; *n.* **impossibility** അസാദ്ധ്യത.

impostor (ഇംപൊസ്റ്റർ) *n.* one who assumes a false character; കപടവേഷധാരി; മറ്റൊരാളായഭിനയിക്കുന്നയാൾ; *n.* **imposture**; കള്ളവേഷത്തട്ടിപ്പ്.

impotent (ഇംപ്പെറ്റൻറ്) *adj.* powerless; without sexual power; ശക്തിഹീനനായ; പുരുഷത്വം നഷ്ടപ്പെട്ട; ഷണ്ഡനായ; **impotency** ശക്തിഹീനത; ഷണ്ഡത്വം.

impoverish (ഇംപൊവ്വറീഷ്) *v.t.* make poor; exhaust the resources or fertility; ദരിദ്രാവസ്ഥയിലെത്തിക്കുക; ശക്തി ക്ഷയിക്കുക; ഫലഭൂയിഷ്ഠമല്ലാതാക്കുക; *n.* **impoverishment**.

impracticable (ഇംപ്രാക്ററിക്കബ്ൾ) *adj.* not able to be done; അപ്രായോഗികമായ.

impregnable (ഇംപ്രെഗ്നബ്ൾ) *adj.* that cannot be taken; പിടിച്ചടക്കാനസാദ്ധ്യമായ.

impress (ഇംപ്രസ്) *v.t.* imprint; stamp upon; fix deeply in mind; മുദ്ര കുത്തുക; *n.* അമർത്തൽ; മുദ്ര; മുദ്രവയ്ക്കൽ.

impression (ഇംപ്രെഷൻ) *n.* act of impressing; mark impressed; മുദ്രകുത്തൽ; മുദ്ര; അച്ചടിക്കൽ; പുസ്തകപ്പതിപ്പ്; അവ്യക്തബോധം; തോന്നൽ; മതിപ്പ്.

impressive (ഇംപ്രെസ്സീവ്) *adj.* capable of making impression; മനസ്സിൽ പതിയുന്ന; ഹൃദയഹാരിയായ.

imprint (ഇംപ്രിൻറ്) *v.t.* print; stamp; impress; മുദ്രകുത്തുക; അച്ചടിക്കുക; മനസ്സിൽ പതിപ്പിക്കുക; *n.* **imprint**.

imprison (ഇംപ്രിസ്ൺ)*v.t.* put in prison; shut up; തടവിലിടുക; (*fig.*) തടഞ്ഞുവയ്ക്കുക; അടച്ചിടുക.

improbable (ഇംപ്രൊബബ്ൾ) *adj.*

not likely to happen; അസംഭവ്യമായ; *n.* **improbability**; *adv.* **improbably**.

improper (ഇംപ്രൊപ്പർ) *adj.* not proper; അനുചിതമായ; കൃത്യമല്ലാത്ത; *n.* **impropriety** അനൗചിത്യം.

improve (ഇംപ്രൂവ്) *v.* make progress; reform; become better; മെച്ചപ്പെടുത്തുക; അഭിവൃദ്ധിപ്പെടുത്തുക; *n.* **improvement** മെച്ചപ്പെടുത്തൽ.

improvise (ഇംപ്രവൈസ്) *v.t.* sing extempore; തൽക്ഷണം രചിക്കുക, പാടുക; തൽക്കാലനിവൃത്തി കാണുക; തൽക്കാലം കാര്യങ്ങൾ നടത്തുക.

imprudent (ഇംപ്രൂഡൻറ്) *adj.* in- discreet; rash; ലക്കുംലഗാനുമില്ലാത്ത; വിവേകമില്ലാത്ത; **imprudence**.

impudent (ഇംപ്യൂഡൻറ്) *adj.* impertinent; ആവശ്യമില്ലാതെ തലയിടുന്ന; അധികപ്രസംഗിയായ; മര്യാദയില്ലാത്ത; *n.* **impudence**.

impulse (ഇംപൾസ്) *n.* effect of an impelling force; mental incitement; ആവേഗം; പ്രചോദനം; ആവേശം; പെട്ടെന്നുണ്ടാകുന്ന ഉൾപ്രേരണ; *adj.* impulse.

impure (ഇംപ്യൂഎർ) *adj.* dirty; adulterated; sinful; അശുദ്ധമായ; വൃത്തിയില്ലാത്ത; *n.* **impurity** മാലിന്യം.

impute (ഇംപ്യൂട്ട്) *v.t.* attribute; charge; ആരോപിക്കുക; ചുമത്തുക.

in (ഇൻ) (*pref.*) within; at; among; into; during; because of; സ്ഥലം, കാലം, സാഹചര്യം മുതലായവയുടെ പരിധികൾക്കുള്ളിലെ നില സൂചിപ്പിക്കുന്ന പ്രയോഗം; അകത്ത്; അത്രയും സമയം കഴിഞ്ഞശേഷം; —യെ സംബന്ധിച്ചിടത്തോളം; സമയത്ത്; ഇൽ; വച്ച്; ആൽ; പക്കൽ; സ്ഥലത്ത്; ഏർപ്പെട്ട്; ഉൾപ്പെട്ട്; മൂലം; **in so far as** അത്രയും; **in as much as** അത്രത്തോളം; **in fact** യഥാർത്ഥത്തിൽ; **in short** ചുരുക്കത്തിൽ; **in time** യഥാസമയം; **in vain** വെറുതെ; വൃഥാ; **in case** അങ്ങനെ സംഭവിക്കുകയാണെങ്കിൽ; **in order to** അങ്ങനെ ചെയ്യാനായി.

inability (ഇന്നെബില്ലെററി) *n.* state of being unable; അശക്തി; അവശത; കഴിവില്ലായ്മ.

inaccessible (ഇനാക്സെസിബിൾ) *adj.* unapproachable; അഗമ്യമായ; ദുഷ്പ്രാപ്യമായ; *n.* **inaccessibility**.

inaccurate (ഇനാക്യുറെററ്) *adj.* incorrect; inexact; erroneous; കൃത്യമല്ലാത്ത; വാസ്തവമല്ലാത്ത; *n.* **inaccuracy**.

inaction (ഇനാക്ഷൻ) *n.* inactivity; idleness; നിഷ്ക്രിയത്വം; ഉദാസീനത; മടി; അലസമായ; നിഷ്ക്രിയനായ; *n.* **inactivity** ആലസ്യം.

inadequate (ഇനാഡിക്വററ്) *adj.* insufficient; incompetent; അപര്യാപ്തമായ; അസമർത്ഥമായ; *n.* **inadequacy**.

inadvertent (ഇന്നെഡ്വേർട്ടെൻറ്) *adj.* careless; negligent; അനവധാനമായ; അശ്രദ്ധമായ; *n.* **inadvertence**.

inadvisable (ഇന്നെഡ്വൈസബ്ൾ) *adj.* unwise; not sensible; ബുദ്ധിപൂർവ്വകമല്ലാത്ത; അഭിലഷണീയമല്ലാത്ത.

inalienable (ഇനെയ്ല്യനബ്ൾ) *adj.* not transferable; അന്യാധീനപ്പെടുത്താൻ സാദ്ധ്യമല്ലാത്ത; *n.* **inalienability**.

inane (ഇനെയ്ൻ) *adj.* empty; void; senseless; അർത്ഥശൂന്യമായ;

പാഴായ; ബാലിശമായ; ബോധ മില്ലാത്ത; *n.* **inanity**; ബാലിശ പ്രസ്താവം.

inanimate (ഇനാനിമിററ്) *adj.* without life; dead; ജീവനില്ലാത്ത; നിശ്ചേഷ്ടമായ; *n.* **inanimation**.

inappropriate (ഇനപ്രൗപ്രിയററ്) *adj.* improper; unsuitable; പൊരുത്തമില്ലാത്ത; സമുചിതമല്ലാത്ത; യോജിച്ചതല്ലാത്ത.

inapt (ഇനാപ്ററ്) *adj.* unfit; unskilful; unqualified; അനുയോജ്യമല്ലാത്ത; അപ്രസക്തമായ.

inarticulate (ഇൻആർട്ടിക്യുലെററ്) *adj.* indistinctly uttered or uttering; അസ്ഫുടമായ; സുഘടിതമല്ലാത്ത.

inattentive (ഇൻഎ്റെറൻൻറീവ്) *adj.* careless; negligent; അശ്രദ്ധമായ; അലക്ഷ്യമായ.

inaudible (ഇൻഓഡിബ്ൾ) *adj.* incapable of being heard distinctly; വ്യക്തമായി കേൾക്കാൻ കഴിയാത്ത.

inaugurate (ഇനോഗ്യുറെയ്ററ്) *v.t.* cause to begin; ഉദ്ഘാടനം ചെയ്യുക; ആരംഭിക്കുക; *n.* **inauguration**.

inauspicious (ഇനോസ്പിഷസ്) *adj.* ill-omened; unlucky; അമംഗളമായ; അശുഭസൂചകമായ.

inborn (ഇൻബോൺ) *adj.* innate; implanted by nature; ജന്മസിദ്ധമായ; സഹജമായ.

in-bred (ഇൻബ്രെഡ്) *adj.* natural; innate; produced by breeding; സ്വാഭാവികമായ; നൈസർഗ്ഗികമായ.

in-built (ഇൻബിൽററ്) *adj.* built to form a part of the structure; ഒന്നിൻെറ ഉള്ളിൽ അതിൻെറ ഭാഗമായി നിർമ്മിക്കപ്പെട്ട.

incantation (ഇൻകാൻടേയ്ഷൻ) *n.* magical formula; spell; മന്ത്രം; മന്ത്രോച്ചാരണം.

incapable (ഇൻകെയ്പ്പബ്ൾ) *adj.* incompetent; unable; അശക്തമായ; കഴിവില്ലാത്ത; *n.* **incapability**.

incapacitate (ഇൻകെപ്പാസിറെറയ്ററ്) *v.t.* render incapable; കഴിവില്ലാതാക്കുക; അംഗഭംഗം സംഭവിക്കുക; *n.* **incapacity**.

incarnate (ഇൻകാർണെയ്ററ്) *v.* embody in flesh; അവതരിക്കുക; മനുഷ്യാകൃതി കൈക്കൊള്ളുക; *n.* **incarnation.**

incendiary (ഇൻസെൻഡിയറി) *n.* bomb that causes fire; തീപിടിത്തത്തിനിടയാക്കുന്ന ബോംബ്.

incense (ഇൻസെൻസ്) *v.t.* inflame with anger; സുഗന്ധദ്രവ്യം പുകയ്ക്കുക.

incentive (ഇൻസെൻറീവ്) *adj.* inciting; encouraging; പ്രേരകമായ; പ്രേരണ; ഉത്തേജനം.

inception (ഇൻസെപ്ഷൻ) *n.* beginning; origin; ആരംഭം; തുടക്കം; പ്രാരംഭം; ഉപക്രമം.

incessant (ഇൻസെസൻറ്) *adj.* continual; unceasing; ഇടവിടാതുള്ള; നിരന്തരമായ.

incest (ഇൻസെസ്ററ്) *n.* sexual intercourse of prohibited kindred; അഗമ്യഗമനം; വിവാഹം ചെയ്യാൻ പാടില്ലാത്ത തരത്തിൽ രക്തബന്ധമുള്ളവർ തമ്മിലുള്ള ലൈംഗിക വേഴ്ച; *adj.* **incestuous.**

inch (ഇഞ്ച്) *n.* the twelfth part of a foot; ഒരടിയുടെ പന്ത്രണ്ടിലൊരു ഭാഗം.

incidence (ഇൻസിഡൻസ്) *n.* occurrence; manner of occurrence;

ആകസ്മികത; സംഭവിക്കുന്ന രീതി; സംഭവിക്കൽ.

incident (ഇൻസിഡെൻറ്) *n.* an event; an episode; casualty; പെട്ടെന്നുണ്ടാകുന്ന സംഭവം; ഉപാഖ്യാനം.

incidental (ഇൻസിഡെൻറൽ) *adj.* casual; not essential; വന്നുകൂടുന്ന; യാദൃച്ഛികമായ.

incise (ഇൻസൈസ്) *v.t.* cut into; wound; വെട്ടുക; മുറിക്കുക; ഛേദിക്കുക; *n.* **incision**; മുറിവ്; വെട്ട്; കീറൽ; **incisive** മുറിപ്പെടുത്തുന്ന

incite (ഇൻസൈററ്) *v.t.* instigate; encourage; പ്രകോപിപ്പിക്കുക; പ്രേരിപ്പിക്കുക.

inclement (ഇൻക്ലെമൻറ്) *adj.* severe; harsh; രൂക്ഷമായ; കാററും കോളുമുള്ള; *n.* **inclemency**.

incline (ഇൻക്ലൈൻ) *v.* lean towards; bend; stoop; have a liking; ചരിയുക; ചായുക; പ്രവണതയുണ്ടാകുക; താത്പര്യം ജനിപ്പിക്കുക.

inclination (ഇൻക്ലിനെയ്ഷൻ) *n.* act of inclining; ചരിവ്; ചായ്‌വ്; പ്രവണത; ഇഷ്ടം; മനോഭാവം.

include (ഇൻക്ലൂഡ്) *v.* comprise; enclose; to take in; contain; ഉൾക്കൊള്ളിക്കുക; അന്തർഭവിക്കുക; ഉൾപ്പെടുത്തുക; *n.* **inclusion** ഉൾപ്പെടുത്തൽ; ഉൾക്കൊള്ളിക്കൽ.

incognito (ഇൻകൊഗ്നീററൗ) *adj. & adv.* disguised; വേഷപ്രച്ഛന്നനായ.

incognizable (ഇൻകോഗ്നിസബ്ൾ) *adj.* that cannot be distinguished; തിരിച്ചറിവാൻ കഴിയാത്ത.

incoherent (ഇൻകൗഹിയറൻറ്) *adj.* not coherent; inconsistent; ചേർച്ചയില്ലാത്ത; പൊരുത്തമില്ലാത്ത; പരസ്പരബന്ധമില്ലാത്ത.

income (ഇൻകം) *n.* earning; profit; വരവ്; വരുമാനം; ആദായം; മുതലെടുപ്പ്.

incoming (ഇൻകമിംഗ്) *adj.* coming in; newly appointed; അകത്തേക്കു വരുന്ന; പുതുതായി നിയമിക്കപ്പെട്ട.

incomparable (ഇൻകോമ്പ്രബ്ൾ) *adj.* admitting of no comparison with others; അതുല്യമായ; സാമ്യമില്ലാത്ത.

incompatible (ഇൻക്കമ്പാററബ്ൾ) *adj.* not consistent; പൊരുത്തമില്ലാത്ത; ചേർച്ചയില്ലാത്ത; *n.* **incompatibility** പൊരുത്തക്കേട്.

incompetent (ഇൻകോമ്പിററൻറ്) *adj.* not qualified; not skilled; കഴിവില്ലാത്ത; യോഗ്യതയില്ലാത്ത; *n.* **incompetence** അയോഗ്യത.

incomplete (ഇൻക്കംപ്ലീററ്) *adj.* unfinished; അപൂർണ്ണമായ; പൂർത്തിയാകാത്ത; *n.* **incompleteness**.

incomprehensible (ഇൻകോംപ്രിഹെൻസിബ്ൾ) *adj.* not capable of being understood; ദുർഗ്രഹമായ; ഗഹനമായ; മനസ്സിലാക്കാനൊക്കാത്ത.

inconceivable (ഇൻക്കൺസീവബ്ൾ) *adj.* unimaginable; ബുദ്ധിക്ക് അപ്രാപ്യമായ; ഊഹാതീതമായ.

inconclusive (ഇൻക്കൺക്ലൂസീവ്) *adj.* not decisive; നിർണ്ണായകമല്ലാത്ത; ബോധ്യം വരുത്താത്ത.

incongruous (ഇൻകോങ്ഗ്രുവ്‌വസ്) *adj.* inconsistent; not fitting well together; പൊരുത്തപ്പെടാത്ത; അനനുരൂപമായ; അസംബന്ധമായ.

inconsistent (ഇൻക്കൺസിസ്ററൻറ്) *adj.* not consistent; not suitable or agreeing; ചേർച്ചയില്ലാത്ത; പൊരുത്തമില്ലാത്ത; ഘടകങ്ങൾ തമ്മിൽ

inconspicuous | indefensible 213

യോജിപ്പില്ലാത്ത; *n.* **inconsistency** അനൗചിത്യം.

inconspicuous (ഇൻക്കൺസ്പിക്യുവസ്) *adj.* not readily noticed; indistinct; പ്രകടമല്ലാത്ത; സ്പഷ്ടമല്ലാത്ത.

inconvenience (ഇൻക്കൺവീന്യൻസ്) *n. & v.t.* disadvantage; അസൗകര്യം (ഉണ്ടാക്കുക); *adj.* **inconvenient** അസൗകര്യപ്രദമായ.

incorporate (ഇൻകോർപ്പറെയ്റ്റ്) *v.* unite; form into a corporation; സംയോജിപ്പിക്കുക; ഇണക്കിച്ചേർക്കുക.

incorporeal (ഇൻകോർപോറിയൽ) *adj.* not having a body; ശരീരമില്ലാത്ത.

incorrect (ഇൻകറക്റ്റ്) *adj.* not correct; faulty; not accurate; തെററായ; പിഴയുള്ള; ശരിയല്ലാത്ത; അബദ്ധമായ.

increase (ഇൻക്രീസ്) *v.* make greater or larger; enhance; grow in size; വലുതാക്കുക; വർദ്ധിപ്പിക്കുക; അഭിവൃദ്ധിപ്പെടുത്തുക; വളരുക; പെരുകുക; *n.* വളർച്ച; അഭിവൃദ്ധി.

incredible (ഇൻക്രെഡിബ്ൾ) *adj.* unbelievable; doubtful; അവിശ്വസനീയമായ.

incredulous (ഇൻക്രെഡ്യൂലസ്) *adj.* unbelieving; doubtful; വിശ്വാസം വരാത്ത; വിശ്വസിക്കാനൊരുക്കമല്ലാത്ത; സംശയദൃഷ്ടിയോടെ വീക്ഷിക്കുന്ന; *n.* **incredulity**.

increment (ഇങ്ക്രിമെൻറ്) *n.* act of increasing; amount or thing added; വർദ്ധന; ശമ്പളവർദ്ധന.

incriminate (ഇൻക്രിമിനെയ്റ്റ്) *v.t.* charge with a crime; accuse; അപരാധിയാക്കുക; കുററം ചുമത്തുക; *n.* **incrimination** കുററം ചുമത്തൽ.

incubate (ഇൻക്യുബെയ്റ്റ്) *v.t.* to sit on eggs for hatching; brood; അടയിരിക്കുക; പൊരുന്നുക; (*fig.*) ചിന്തപൂണ്ടിരിക്കുക; *n.* **incubation** അടയിരിപ്പ്; *n.* **incubator**; മുട്ട വിരിയിക്കുന്നതിനുള്ള യന്ത്രം.

inculcate (ഇൻകൾകെയ്റ്റ്) *v.t.* impress persistently; പറഞ്ഞു പറഞ്ഞു മനസ്സിലാക്കുക.

incumbent (ഇൻകംബൻറ്) *adj.* lying on; superimposed; കടമയായ; അവശ്യകർത്തവ്യമായ; ഔദ്യോഗികസ്ഥാനം ഇപ്പോൾ വഹിക്കുന്ന.

incur (ഇൻകേർ) *v.t.* become liable to; expose one's self to; പാത്രമായിത്തീരുക; ബാദ്ധ്യസ്ഥനാവുക; വരുത്തിവയ്ക്കുക; *n.* **incurrence**.

incurable (ഇൻക്യൂഎറബ്ൾ) *adj.* not curable; (രോഗത്തെപ്പററി) മാറാത്ത; (ശീലത്തെപ്പററി) മാററാനൊക്കാത്ത.

incursion (ഇൻകേർഷൻ) *n.* invasion; കയ്യേററം; കടന്നാക്രമണം.

indebted (ഇൻഡെററിഡ്) *adj.* being in debt; കടപ്പെട്ട; ഋണബാധ്യതയുള്ള.

indecent (ഇൻഡീസൻറ്) *adj.* unbecoming; obscene; അസഭ്യമായ; അശ്ലീലമായ; അപമര്യാദയായ; *n.* **indecency**.

indecision (ഇൻഡിസിഷൻ) *n.* want of decision; hesitation; നിശ്ചയമില്ലായ്മ; സന്ദേഹം; സങ്കോചം; *adj.* **indecisive**.

indeed (ഇൻഡീഡ്) *adv.* in fact; in reality; വാസ്തവത്തിൽ; സത്യത്തിൽ; തീർച്ചയായും; അതേ; സംശയമില്ല.

indefensible (ഇൻഡിഫെൻസിബ്ൾ)

adj. that cannot be defended; നീതീകരിക്കാനാകാത്ത; അക്ഷന്തവ്യമായ.

indefinable (ഇൻഡിഫൈനബ്ൾ) *adj.* that cannot be defined; അനിർവചനീയമായ; വർണ്ണിക്കാനൊക്കാത്ത.

indefinite (ഇൻഡെഫിനിററ്) *adj.* vague; not precise; ക്ലിപ്തമല്ലാത്ത; അവ്യക്തമായ; അപരിമിതമായ.

indelible (ഇൻഡെലിബ്ൾ) *adj.* that cannot be blotted out; മായാത്ത; മങ്ങാത്ത.

indelicate (ഇൻഡെലികിററ്) *adj.* immodest; coarse; അസഭ്യമായ; പ്രാകൃതമായ.

indent (ഇൻഡെൻറ്) *n.* a cut or notch; യന്ത്രപ്പല്ല്; പല്ലായിട്ടുള്ള വെട്ട്; ചരക്കുകൾക്കുള്ള 'ഓർഡർ;' പതിക്കുക; പല്ലു കൊത്തുക.

independent (ഇൻഡിപെൻഡൻറ്) *adj.* free; not subordinate; uncontrolled; സ്വതന്ത്രനായ; സ്വാതന്ത്ര്യമുള്ള; തന്നിഷ്ടമായ; *n.* **independence** സ്വാതന്ത്ര്യം.

indestructible (ഇൻഡിസ്ട്രക്ററിബ്ൾ) *adj.* imperishable; that cannot be destroyed; വിനാശമില്ലാത്ത; നശിപ്പിക്കാനൊക്കാത്ത.

indeterminable (ഇൻഡിറ്റേർമിനബ്ൾ) *adj.* incapable of being settled; നിർണ്ണയിക്കാൻ സാധിക്കാത്ത.

index (ഇൻഡെക്സ്) *n.* alphabetical table of references at the end of a book; സൂചിക; ചൂണ്ടുവിരൽ; ഘടികാരസൂചിയും മററും; സൂചന; സൂചകം; സൂചീപത്രം.

indicate (ഇൻഡികെയ്ററ്) *v.t.* point out; signify; intimate; denote; ചൂണ്ടിക്കാണിക്കുക; സൂചകമായിരിക്കുക; വ്യഞ്ജിപ്പിക്കുക; സൂചിപ്പിക്കുക; *n.* **indication**.

indict (ഇൻഡൈററ്) *v.i.* accuse person; find fault with; പഴിചുമത്തുക; കുററപ്പെടുത്തുക; *n.* **indictment**; കുററാരോപണം; *n.* **indiction.**

indifference (ഇൻഡിഫെറൻസ്) *n.* negligence; coldness; neutrality; അലക്ഷ്യം; അനാസ്ഥ; താത്പര്യക്കുറവ്; ഔദാസീന്യം; നിഷ്പക്ഷത.

indigenous (ഇൻഡിജെനസ്) *adj.* native born; സ്വദേശിയായ; തൻനാട്ടിലുണ്ടായ.

indigestion (ഇൻഡൈജെഷൻ, ഇൻഡൈജസ്ചൻ) *n.* want of digestion; ദഹനക്കേട്; അജീർണ്ണം; അഗ്നിമാന്ദ്യം.

indignant (ഇൻഡിഗ്നൻറ്) *adj.* angry; scornful; കോപവും അവജ്ഞയും കലർന്ന; ധാർമ്മികരോഷം പൂണ്ട; *n.* **indignation.**

indignity (ഇൻഡിഗ്നിററി) *n.* disgrace; dishonour; അനാദരം; മാനഹാനി; അഭിമാനഭംഗം.

indigo (ഇൻഡിഗൗ) *n.* a violet blue dye obtained from the indigo plants; നീലം; നീലച്ചായം; അമരിച്ചെടി.

indirect (ഇൻഡി(ഡൈ)റക്ട്) *adj.* not direct or straight; crooked; നേരെയുള്ളതല്ലാത്ത; വളഞ്ഞ; വക്രമായ; പരോക്ഷമായ.

indirection (ഇൻഡിറെക്ഷൻ) *n.* round about course; വളഞ്ഞ വഴി; കുതന്ത്രം; കാപട്യം.

indiscipline (ഇൻഡിസിപ്ലിൻ) *n.* want of discipline; ശിക്ഷണരാഹിത്യം; അച്ചടക്കമില്ലായ്മ.

indiscreet (ഇൻഡിസ്ക്രീററ്) *adj.* im-

indiscriminate | inept 215

prudent; അവിവേകമായ; വിവേചന മില്ലാത്ത.

indiscriminate (ഇൻഡിസ്ക്രിമിനേററ്) *adj.* not making distinctions; വിവേചനമില്ലാത്ത; വകതിരിവില്ലാത്ത.

indispensable (ഇൻഡിസ്പെൻസബ്ൾ) *adj.* that cannot be dispensed with; കൂടിയേ കഴിയൂ എന്നുള്ള; ഒഴിച്ചുകൂടാത്ത.

indistinct (ഇൻഡിസ്ററിങ്ക്ററ്) *adj.* not clear to the mind; മങ്ങിയ; കലങ്ങിയ; അസ്പഷ്ടമായ.

indistinguishable (ഇൻഡിസ്ററിങ്ഗ്വിഷബ്ൾ) *adj.* that cannot be distinguished; വേർതിരിച്ചു കാണാനാവാത്ത.

individual (ഇൻഡിവിഡുഎൽ) *adj.* pert. to one only or to each one separately; single; separate; വൈയക്തികമായ; ഏകമായ; വ്യതിരിക്തമായ; ഒറ്റയായ; *adv.* **individually** വ്യക്തിഗതമായി; *n.* **individuality**; വ്യക്തിത്വം; വ്യക്തിസവിശേഷത.

individualism (ഇൻഡിവിഡ്യൂഎലിസം) *n.* theory favouring free action of individuals; വ്യക്തിമാഹാത്മ്യവാദം.

indivisible (ഇൻഡിവിസിബ്ൾ) *adj.* not divisible; അവിഭാജ്യമായ; അവിച്ഛിന്നമായ; *n.* **indivisibility**.

indoctrinate (ഇൻഡൊക്ട്രിനെയ്ററ്) *v.t.* instruct in any doctrine; പഠിപ്പിക്കുക; മനസ്സിനുള്ളിലേക്കു ചില ആശയങ്ങൾ ചെലുത്തുക; ഉപദേശിക്കുക.

indolent (ഇൻഡ്ഡെളൻറ്) *adj.* idle; inactive; മടിയനായ; ഉദാസീനനായ; ജാഡ്യം ബാധിച്ച.

indoor (ഇൻഡോർ) *adj.* practised or used within a building; വീട്ടിൽ വച്ചു ചെയ്യുന്ന; വീടിനകത്തുള്ള.

indubitable (ഇൻഡ്യൂബിററബ്ൾ) *adj.* that cannot be doubted; certain; നിസ്സംശയമായ.

induce (ഇൻഡ്യൂസ്) *v.t.* instigate; prevail upon; cause; persuade; പ്രേരിപ്പിക്കുക; പ്രോത്സാഹിപ്പിക്കുക; *n.* **inducement**.

induct (ഇൻഡക്ട്) *v.t.* install; put in position; പ്രവേശിപ്പിക്കുക; പ്രതിഷ്ഠിക്കുക; സ്ഥാനാരോഹണം നടത്തുക; *n.* **induction.**

indulge (ഇൻഡൾജ്) *v.* yield to the wishes of; give free course to; favour or gratify; ഇഷ്ടം സാധിപ്പിച്ചു സന്തോഷിപ്പിക്കുക; ഇഷ്ടത്തിനു വഴങ്ങുക; ആനുകൂല്യം കാട്ടുക; *n.* **indulgence**.

industry (ഇൻഡസ്ട്രി) *n.* any branch of manufacture; diligence; **Industrial Revolution** വ്യാവസായിക വിപ്ലവം; *n.* **industrialist** വ്യവസായ പ്രവർത്തകൻ.

industrious (ഇൻഡസ്ട്രിയസ്) *adj.* hard working; laborious; അദ്ധ്വാനശീലമുള്ള; ഉത്സാഹിയായ; പരിശ്രമശീലമുള്ള.

inedible (ഇനെഡിബ്ൾ) *adj.* un-eatable; ഭക്ഷ്യയോഗ്യമല്ലാത്ത.

ineffable (ഇനെഫബ്ൾ) *adj.* un-utterable; that cannot be described; അവാച്യമായ; അവർണ്ണനീയമായ.

ineffective (ഇനിഫെക്ററീവ്) *adj.* not effective; ഫലശൂന്യമായ; ഉദ്ദേശിച്ച ഫലം ചെയ്യാത്ത.

inefficient (ഇൻഎഫിഷ്യെൻറ്) *adj.* not efficient; പ്രാപ്തിയില്ലാത്ത; സാമർത്ഥ്യമില്ലാത്ത; *n.* **inefficiency**.

inept (ഇനെപ്ററ്) *adj.* irrelevant;

unfit; അസ്ഥാനത്തായ; അസമർത്ഥമായ; നയചാതുര്യമില്ലാത്ത.

inequality (ഇനിക്വാലിററി) *n.* അസമത്വം.

inequitable (ഇൻഎകിററബ്ൾ) *adj.* unfair; unjust; അന്യായമായ.

inert (ഇനേർട്ട്) *adj.* inactive; lifeless; പ്രവർത്തനശക്തിയില്ലാത്ത; ചലനശക്തിയില്ലാത്ത; ജഡമായ.

inescapable (ഇനെസ്കെയ്പ്പെബ്ൾ) *adj.* that cannot be avoided; ഒഴിവാക്കാനാവാത്ത; അനിവാര്യമായ.

inevitable (ഇനെവിററബ്ൾ) *adj.* unavoidable; അനിവാര്യമായ; സംഭവിക്കുമെന്നു തീർച്ചയായ; *n.* **inevitability** അനിവാര്യത.

inexact (ഇനിഗ്സാക്ററ്) *adj.* not precisely correct; കൃത്യമല്ലാത്ത.

inexcusable (ഇനിക്സ്ക്യൂസബ്ൾ) *adj.* unpardonable; not justifiable; അക്ഷന്തവ്യമായ; ഒഴികഴിവില്ലാത്ത.

inexpedient (ഇനിക്സ്പീഡിയൻറ്) *adj.* contrary to expediency; impolitic; അപ്രായോഗികമായ; അനവസരമായ; വിവേകരഹിതമായ.

inexpensive (ഇനിക്സ്പെൻസീവ്) *adj.* not costly; cheap; വില കുറവായ; ആദായകരമായ.

inexperience (ഇനിക്സ്പീരിയൻസ്) *n.* want of experience; പരിചയക്കുറവ്; അനുഭവക്കുറവ്.

inexpressible (ഇനിക്സ്പ്രെസ്സിബ്ൾ) *adj.* that cannot be expressed; അവാച്യമായ.

infallible (ഇൻഫാലിബ്ൾ) *adj.* incapable of error; unfailing; ഒരിക്കലും തെററു പററാത്ത; അപ്രമാദിത്വമുള്ള; *n.* **infallibility** അപ്രമാദിത്വം.

infamous (ഇൻഫമസ്) *adj.* of ill fame; notoriously vile; ദുഷ്കീർത്തിയുള്ള; അതിനിന്ദ്യമായ; *n.* **infamy** അപകീർത്തി.

infancy (ഇൻഫെൻസി) *n.* childhood; ശൈശവം; *n.* **infant** ശിശു; പൈതൽ; കുഞ്ഞ്; *n.* **infanticide** (ഇൻഫാൻറി സൈഡ്) ശിശുഹത്യ.

infantry (ഇൻഫൻററി) *n.* body of foot-soldiers; കാലാൾപ്പട.

infatuate (ഇൻഫാററ്യുഎയ്ററ്) *v.t.* inspire with extravagant passion; ബുദ്ധി മയക്കുക; മോഹിപ്പിക്കുക; വശീകരിച്ച് മതിമയക്കുക; *n.* **infatuation** മതിഭ്രമം.

infect (ഇൻഫെക്ററ്) *v.* taint with disease; vitiate; spread to; രോഗബീജങ്ങളും മററും പകരുക; സംക്രമിക്കുക; *n.* **infection** രോഗസംക്രമം.

infer (ഇൻഫേർ) *v.t.* deduce; derive as a consequence; അനുമാനിക്കുക; അഭ്യൂഹിക്കുക; നിഗമനത്തിലെത്തുക.

inferior (ഇൻഫീരിയർ) *adj.* lower in any respect; subordinate; താണതരമായ; ഗുണം കുറഞ്ഞ.

infernal (ഇൻഫേർണൽ) *adj.* hellish; devilish; നരകത്തിലുള്ള; പൈശാചികമായ; *n.* **inferno** നരകം.

infertile (ഇൻഫേർറൈറൽ) *adj.* not productive; ഫലപുഷ്ടിയില്ലാത്ത.

infest (ഇൻഫെസ്ററ്) *v.t.* disturb; harass; അലട്ടുക; ബാധിക്കുക; ഉപദ്രവിക്കുക; ആക്രമിക്കുക; ശല്യകാരികളായ ജീവികളെക്കൊണ്ട് നിറഞ്ഞിരിക്കുക.

infidel (ഇൻഫിഡ്ൽ) *n.* disbeliever in religion; atheist; അവിശ്വാസി; നാസ്തികൻ; വിശ്വാസവഞ്ചകൻ; *n.* **infidelity**; ഈശ്വരനിന്ദ; വിശ്വാസവഞ്ചന; കൂറില്ലായ്മ.

infiltrate (ഇൻഫിൽട്രെയ്ററ്) *v.* sift

infinite | inherent 217

into; enter secretly to subversive activities; വെള്ളം അരിച്ചു കടക്കുക; നുഴഞ്ഞുകയറുക.

infinite (ഇൻഫിനിററ്) *adj.* boundless; immeasurable; unending; അതിരററ; അനന്തമായ; അപരിമേയമായ; എണ്ണമററ.

infinity (ഇൻഫിനിററി) *n.* boundlessness; vastness; അപാരത; അനന്തത.

infirm (ഇൻഫേം) *adj.* feeble; sickly; ബലഹീനനായ; ദൃഢതയില്ലാത്ത; *n.* **infirmity** ബലക്ഷയം.

inflame (ഇൻഫ്ലെയം) *v.* cause to flame; excite; make hot; തീകത്തിക്കുക; ജ്വലിപ്പിക്കുക; ക്ഷോഭിപ്പിക്കുക; *adj.* **inflammable**.

inflate (ഇൻഫ്ലെയ്ററ്) *v.t.* swell with air or gas; puff up; ഊതിവീർപ്പിക്കുക; കാററു നിറയ്ക്കുക; പൊങ്ങച്ചം പറയുക; വിലക്കയററമുണ്ടാക്കുക; *n.* **inflation** നാണയപ്പെരുപ്പം.

inflict (ഇൻഫ്ലിക്ററ്) *v.t.* impose (as punishment, pain); അടിച്ചേല്പിക്കുക; ദുഃഖാദികൾ അനുഭവിപ്പിക്കുക; *n.* **infliction** പീഡനം; ദണ്ഡനം.

inflorescence (ഇൻഫ്ലോറസെൻസ്) *n.* blooming; പുഷ്പിക്കൽ; പുഷ്പോദ്ഗമം; പൂങ്കുല.

influence (ഇൻഫ്ലുഎൻസ്) *n.* effect of power exerted; controlling power; സ്വാധീനത; ശക്തിപ്രവാഹം.

influenza (ഇൻഫ്ലുയെൻസ) *n.* an epidemic; aggravated cold; പകർച്ചപ്പനി.

inform (ഇൻഫോം) *v.* impart knowledge to; notify; അറിയിക്കുക; തെര്യപ്പെടുത്തുക; മുന്നറിവു നൽകുക; *n.* **information** വിവരം; വൃത്താന്തം; അറിവ്.

informal (ഇൻഫോർമൽ) *adj.* without formality; അനൗപചാരികമായ.

infrastructure (ഇൻഫ്രാസ്ട്രക്ച്ചർ) *n.* inner structure; structure of component parts; സംരംഭത്തിൻെറ ഉപഭാഗങ്ങൾ; ആന്തരഘടന.

infringe (ഇൻഫ്രിൻജ്) *v.t.* transgress; violate; അതിരുകടക്കുക; ഉല്ലംഘിക്കുക.

infuriate (ഇൻഫ്യൂറിയെയ്ററ്) *v.t.* fill with fury; രോഷാകുലനാക്കുക; ദേഷ്യപ്പെടുത്തുക.

ingenious (ഇൻജീന്യസ്) *adj.* skilful in invention; കണ്ടുപിടുത്തത്തിൽ വിദഗ്ദ്ധനായ; നിർമ്മാണ കൗശലമുള്ള.

ingenuity (ഇൻജെന്യുററി) *n.* ingeniousness; വൈഭവം; ചാതുര്യം; നൈപുണ്യം.

ingenuous (ഇൻജെന്യൂവസ്) *adj.* frank; free from deception; തുറന്ന മനസ്സുള്ള; നിഷ്കളങ്കനായ; കാപട്യമില്ലാത്ത.

inglorious (ഇൻഗ്ലോറിയസ്) *adj.* shameful; mean; അവമതി വരുത്തുന്ന.

ingratitude (ഇൻഗ്രാററിററ്യൂഡ്) *n.* thanklessness; നന്ദികേട്; കൃതഘ്നത.

ingredient (ഇൻഗ്രീഡിയൻറ്) *n.* a component part; ഘടകപദാർത്ഥം; ഘടകം.

inhabit (ഇൻഹാബിററ്) *v.* dwell in; colonise; live; നിവസിക്കുക.

inhale (ഇൻഹെയ്ൽ) *v.t.* to breathe in; to draw in; ശ്വാസം വലിക്കുക; ശ്വസിക്കുക.

inherent (ഇൻഹിയ്യെറൻറ്) *adj.* inborn; innate; അന്തർലീനമായ; ജന്മസിദ്ധമായ; സഹജമായ.

inherit (ഇൻഹെറിററ്) *v.* get as heir; succeed; അനന്തരാവകാശമായി ലഭിക്കുക; അനുഭവിക്കുക; *n.* **inheritance** പിൻതുടർച്ച.

inhibit (ഇൻഹിബിററ്) *v.t.* forbid; check; block; (ഉള്ളിൽനിന്ന്, മനസ്സിൽനിന്ന്) വിലക്കുക; തടയുക; *n.* **inhibition** വിലക്ക്.

inhuman (ഇൻഹ്യൂമൻ) *adj.* brutal; cruel; unkind; മനുഷ്യത്വമില്ലാത്ത; ദയയില്ലാത്ത; ക്രൂരമായ.

inimical (ഇനിമിക്കൽ) *adj.* hostile; harmful; ശത്രുതാപരമായ.

inimitable (ഇനിമിററബ്ൾ) *adj.* that cannot be imitated; അനുകരിക്കാനാവാത്ത; മികച്ച.

initial (ഇനീഷ്ൽ) *adj.* of, at or serving as the beginning; തുടക്കത്തിലുള്ള; പ്രഥമമായ; പ്രാരംഭമായ; *n.* പ്രഥമാക്ഷരം.

initiate (ഇനീഷിയെയ്ററ്) *v.* begin; start; admit; തുടങ്ങിവയ്ക്കുക; ആരംഭിക്കുക; ഉപക്രമിക്കുക; *n.* **initiative**; മുൻകൈയെടുക്കൽ.

inject (ഇൻജെക്ററ്) *v.t.* force in; instil; കുത്തിവയ്ക്കുക; ഉള്ളിലാക്കുക; സന്നിവേശിപ്പിക്കുക; *n.* **injection**.

injudicious (ഇൻജുഡീഷസ്) *adj.* not judicious; ill-judged; വിവേകശൂന്യമായ; നീതിയുക്തമല്ലാത്ത.

injunction (ഇൻജങ്ഷൻ) *n.* an inhibitory order; നിരോധന ഉത്തരവ്.

injure (ഇൻജ്ജർ) *v.t.* hurt; damage; harm; കോട്ടം വരുത്തുക; കേടുവരുത്തുക; ക്ഷതം വരുത്തുക; *adj.* **injurious** ഹാനികരമായ; *n.* **injury** ഹാനി.

injustice (ഇൻജസ്ററീസ്) *n.* want of justice; wrong; iniquity; അനീതി; അധർമ്മം.

ink (ഇങ്ക്) *n.* coloured fluid used in writing, printing etc.; മഷി; എഴുതുക; കറുപ്പിക്കുക; മഷി തേക്കുക.

inkling (ഇങ്ക്ലിങ്) *n.* hint; slight knowledge or suspicion; സൂചന; ഊഹം; ഇംഗിതം.

inlaw (ഇൻലോ) *n.* (*coll.*) a relative by marriage; വിവാഹം മൂലമുള്ള ബന്ധം.

inmate (ഇൻമെയ്ററ്) *n.* fellow occupant; (കൂടെ) പാർക്കുന്നവൻ; അന്തേവാസി.

inn (ഇൻ) *n.* a public house for travellers; സത്രം; *n.* **inn keeper** സത്രം സൂക്ഷിപ്പുകാരൻ.

innate (ഇനെയ്ററ്) *adj.* inherent; inborn; instinctive; ജന്മനാ ഉള്ള.

inner (ഇനർ) *adj.* internal; interior; farther in; esoteric; ഉള്ളിലുള്ള; ആഭ്യന്തരമായ; ആദ്ധ്യാത്മികമായ; **innings** (ഇനിങ്സ്) *n.* (ക്രിക്കററിലും മററും) ബാററ് ചെയ്യുന്ന കളിസമയം.

innocent (ഇ്നെസൻറ്) *adj.* blameless; pure; not guilty; നിർദോഷിയായ; കളങ്കമില്ലാത്ത; തിന്മ തീണ്ടിയിട്ടില്ലാത്ത; ശുദ്ധൻ; നിഷ്കളങ്കൻ; *n.* **innocence** നിർദോഷിത്വം.

innocuous (ഇനൊക്യൂവ്‌വസ്) *adj.* harmless; safe; നിരുപദ്രവമായ; ഹാനി വരുത്താത്ത.

innovate (ഇ്നെവെയ്ററ്) *v.* bring in something new; make changes; renew; പുതുതായുണ്ടാക്കുക; നവീനമാക്കുക; *n.* **innovation**; *adj.* **innovative**.

innumerable (ഇന്യൂമെറബ്ൾ) *adj.* countless; unaccountable; എണ്ണിയാ

inoculation | insight 219

ലൊടുങ്ങാത്ത; അസംഖ്യം; *adv.* **innumerably**.

inoculation (ഇനൊക്യുലെയ്ഷൻ) *n.* vaccination; (രോഗം വരാതിരിക്കാനുള്ള) കുത്തിവയ്പ്.

inodorous (ഇനോഡറസ്) *adj.* without smell; ഗന്ധഹീനമായ.

inoffensive (ഇഫെൻസീവ്) *adj.* unoffending; ദ്രോഹിക്കാത്ത; നിരുപദ്രവമായ.

inordinate (ഇൻഓർഡിനേറ്റ്) *adj.* excessive; അമിതമായ; ക്രമാതീതമായ; ക്രമം തെറ്റിയ; *n.* **inordination** നിയമലംഘനം.

inorganic (ഇൻഓർഗാനിക്) *adj.* having no organs; നിർജ്ജീവവിഷയകമായ; ജഡികമായ.

input (ഇൻപുട്ട്) *n.* amount material or energy that is put in; നിക്ഷേപിക്കപ്പെട്ട തുകയോ സാധനമോ ഊർജ്ജമോ.

input (ഇൻപുട്ട്) *n.* (computer) transfer data or information from outside a computer to its main memory പുറമേനിന്ന് കംപ്യൂട്ടറിൻെറ പ്രധാന മെമ്മറിയിലേക്ക് വസ്തുതകളും ഇൻഫർമേഷനും നല്കുന്നത്.

inquest (ഇൻക്വെസ്റ്റ്) *n.* inquiry into causes of death; അപമൃത്യു വിചാരണ; അതൃപ്തികരമായ ഒരു സംഗതിയെപ്പറ്റിയുള്ള അന്വേഷണം.

inquire (ഇൻക്വയർ) *v.* investigate; seek for truth; വിവരം തേടുക; അന്വേഷിക്കുക; ആരായുക; *n.* **inquiry**; അന്വേഷണം.

inquisition (ഇൻക്വിസിഷൻ) *n.* judicial inquiry; വിചാരണ; ഔദ്യോഗിക പരിശോധന; (*hist.*) മതദ്രോഹ വിചാരണ.

inquisitive (ഇൻക്വിസിററീവ്) *adj.* inclined to seek information; ജിജ്ഞാസുവായ; അമിതകുതുകിയായ.

inroad (ഇൻറൗഡ്) *n.* sudden invasion; ആക്രമണം; കയ്യേററം.

insane (ഇൻസെയ്ൻ) *adj.* mad; crazy; senseless; ഭ്രാന്തുള്ള; ബുദ്ധിഭ്രമമുള്ള; ബുദ്ധിക്കു സ്ഥിരതയില്ലാത്ത; *n.* **insanity**; ഭ്രാന്ത്.

insatiable (ഇൻസെയ്ഷബ്ൾ) *adj.* that cannot be satisfied; മതി വരാത്ത; അലംഭാവമില്ലാത്ത.

inscribe (ഇൻസ്ക്രൈബ്) *v.t.* write; engrave; എഴുതുക; വരയ്ക്കുക; കൊത്തുക; എഴുതിച്ചേർക്കുക.

insect (ഇൻസെക്റ്റ്) *n.* small creature; worm; പുഴു; കൃമി; കീടം; പൂച്ചി; ചെറുപ്രാണി; ഷഡ്പദം; നിന്ദ്യൻ.

insecticide (ഇൻസെക്ററിസൈഡ്) *n.* preparation used for killing insects; കീടനാശിനി.

insecure (ഇൻസിക്യൂർ) *adj.* unsafe; exposed to danger; ഭദ്രമല്ലാത്ത; സുരക്ഷിതമല്ലാത്ത; *adv.* **insecurely**; *n.* **insecurity** അരക്ഷിതത്വം.

inseparable (ഇൻസെപ്പറബ്ൾ) *adj.* not able to be separated; തമ്മിൽ പിരിക്കാൻ കഴിയാത്ത.

insert (ഇൻസേർട്ട്) *v.t.* thrust or fit in; ഇടയിൽ തിരുകുക; ചേർക്കുക; കൊള്ളിക്കുക; *n.* **insertion.**

inset (ഇൻസെററ്) *v.t.* set in; infix; പതിക്കുക; ചേർക്കുക.

inside (ഇൻസൈഡ്) *adj.* being within; internal; interior; അകത്തുള്ള; അന്തഃസ്ഥിതമായ; ആഭ്യന്തരമായ; *n.* **insider** ഉള്ളുകള്ളികൾ അറിയാവുന്ന ആൾ.

insight (ഇൻസൈററ്) *n.* deep observation; അന്തർ ദർശനം; ഉൾക്കാഴ്ച.

insignificant (ഇൻസിഗ്നിഫിക്കൻറ്) *adj.* trifling; mean; meaningless; തുച്ഛമായ; നിസ്സാരമായ; അപ്രധാനമായ; *n.* **insignificance**.

insincere (ഇൻസിൻസിയർ) *adj.* not sincere; false; ആത്മാർത്ഥതയില്ലാത്ത; കപടമായ; *n.* **insincerity**.

insinuate (ഇൻസിന്യൂഎയ്റ്റ്) *v.t.* introduce artfully; hint a fault; നുഴഞ്ഞു കടത്തുക; ദുസ്സൂചന നടത്തുക; *n.* **insinuation** ദുസ്സൂചന.

insipid (ഇൻസിപിഡ്) *adj.* dull; uninteresting; tasteless; spiritless; രസഹീനമായ; വിരസമായ.

insist (ഇൻസിസ്റ്റ്) *v.* dwell emphatically on; be obstinate; നിർബന്ധിക്കുക; ശഠിക്കുക; *n.* **insistence** നിർബന്ധംപിടിക്കൽ.

insolence (ഇൻ്സലെൻസ്) *n.* rudeness; impoliteness; ധിക്കാരം; അധികപ്രസംഗം; അവിനീതത്വം; *adj.* **insolent** ധിക്കാരിയായ.

insomnia (ഇൻസൊമ്നിയ) *n.* morbid sleeplessness; ഉറക്കമില്ലായ്മ; നിദ്രാഹാനി.

inspect (ഇൻസ്പെക്റ്റ്) *v. t.* oversee; investigate; examine; പരിശോധിക്കുക; മേൽനോട്ടം വഹിക്കുക; *n.* **inspection** പരിശോധന.

inspire (ഇൻസ്പെയർ) *v.* infuse thought or feeling into; പ്രേരകമായിരിക്കുക; പ്രചോദിപ്പിക്കുക; *n.* **inspiration** പ്രചോദനം.

instable (ഇൻസ്റ്റെയ്ബ്ൾ) *adj.* not constant; unstable; അസ്ഥിരമായ; ചഞ്ചലമായ; *n.* **instability** അസ്ഥിരത.

install, instal (ഇൻസ്റ്റോൾ) *v.t.* place in position; സ്ഥാപിക്കുക; പ്രതിഷ്ഠിക്കുക; വാഴിക്കുക; *n.* **installation**.

instalment (ഇൻസ്റ്റോൾമെൻറ്) *n.* part payment; a portion supplied at one time; തവണ; ഗഡു; ഒരു ഗഡുവിൽ അടച്ചുതീർക്കുന്ന പണം.

instance (ഇൻസ്റ്റൻസ്) *n.* example; particular case; occurrence; occasion; evidence; ഉദാഹരണം; ദൃഷ്ടാന്തം; സംഗതി; സംഭവം; അപേക്ഷ; പ്രേരണ; *adj.* **instant** ഉടനെയുള്ള.

instantaneous (ഇൻസ്റ്റൻേറനിയസ്) *adj.* momentary; occurring in an instance; പെട്ടെന്നുണ്ടാകുന്ന; തൽക്ഷണമായ.

instead (ഇൻസ്റ്റെഡ്) *adv.* in place of; in lieu; പകരം; ബദലായി.

instigate (ഇൻസ്റ്റിഗെയ്റ്റ്) *v.t.* provoke or incite (in a bad sense); cause to happen or begin; (ചീത്തപ്രവൃത്തി ചെയ്യാൻ) പ്രേരിപ്പിക്കുക; തുടക്കമിടുക; *n.* **instigation** ദുഷ്പ്രേരണ.

instill (ഇൻസ്റ്റിൽ) *v.t.* pour in by drops; inculcate; ഇറ്റിറ്റുവീഴ്ത്തുക; *n.* **instillation**.

instinct (ഇൻസ്റ്റിങ്ക്റ്റ്) *n.* innate impulse; intuition; സഹജവാസന; ജന്മവാസന; അശിക്ഷിതബോധം.

institute (ഇൻസ്റ്റിറ്റ്യൂട്ട്) *v.t.* establish; appoint; സ്ഥാപിക്കുക; ഏർപ്പെടുത്തുക; നിയമിക്കുക.

institution (ഇൻസ്റ്റിറ്റ്യൂഷൻ) *n.* the act of establishing; establishment; സ്ഥാപിക്കൽ; സ്ഥാപനം; സുസ്ഥാപിതനിയമം; സുസ്ഥാപിതാചാരം.

instruct (ഇൻസ്ട്രക്റ്റ്) *v.t.* teach; inform; direct; give guidance; പഠിപ്പിക്കുക; വിവരം നൽകുക;

നിർദ്ദേശിക്കുക; *n.* **instruction** അദ്ധ്യാപനം; *n.* **instructor** അദ്ധ്യാപകൻ.

instrument (ഇൻസ്ട്രുമെൻറ്) *n.* tool; utensil; legal deed; ഉപകരണം; സാമഗ്രി; പണിക്കോപ്പ്; (*fig.*) കാരണക്കാരൻ; *adj.* **instrumental** കാരണഭൂതമായ.

insubordinate (ഇൻസബോർഡിനെയ്റ്റ്) *adj.* disobedient; അനുസരണംകെട്ട; *n.* **insubordination** അനുസരണയില്ലായ്മ.

insufficient (ഇൻസഫീഷൻറ്) *adj.* inadequate; അപര്യാപ്തമായ; *adv.* **insufficiently**.

insulate (ഇൻസ്യുലെയ്റ്റ്) *v.t.* detach from surroundings; isolate; മറ്റൊന്നുമായി ബന്ധമില്ലാതാക്കുക; വൈദ്യുതി ബാധിക്കാത്ത വസ്തുകൊണ്ടു പൊതിയുക; *n.* **insulation.**

insulin (ഇൻസ്യുലിൻ) *n.* extract obtained from the pancreas of animals and used for diabetes; പ്രമേഹൗഷധമായുപയോഗിക്കുന്ന അഗ്ന്യാശയരസം.

insult (ഇൻസൾട്ട്) *n.* abuse in word or action; അധിക്ഷേപം; അപമാനിക്കൽ; ഭർത്സനം; അധിക്ഷേപിക്കുക; പഴിക്കുക; നിന്ദിക്കുക.

insure (ഇൻഷോർ, ഇൻഷുഎ്ർ) *v.t.* make secure; secure payment of; നഷ്ടോത്തരവാദം ചെയ്യുക; ഇൻഷ്വർ ചെയ്യുക; *n.* **insurance** രക്ഷാഭോഗം; നഷ്ടോത്തരവാദം.

insurgent (ഇൻസേർജൻറ്) *adj.* rebellious; സായുധ കലാപത്തിനൊരുമ്പെടുന്ന; കലാപകാരി; *ns.* **insurgency; insurgence** സായുധ കലാപം.

insurrection (ഇൻസറക്ഷൻ) *n.* revolt; rising in open resistance; വിപ്ലവം; പ്രക്ഷോഭം.

intact (ഇൻടാക്റ്റ്) *adj.* entire; unimpaired; untouched; ഊനംതട്ടാത്ത; കേടുപററാത്ത; അക്ഷതമായ.

intangible (ഇൻടാൻജിബ്ൾ) *adj.* incapable of being touched; തൊട്ടറിവാൻ കഴിയാത്ത; ദുർഗ്രഹമായ.

integral (ഇൻടെഗ്രൽ) *adj.* entire or whole; അവിഭക്തമായ; സമഗ്രമായ; അവിഭാജ്യമായ; *adv.* **integrally**.

integrate (ഇൻടെഗ്രെയ്റ്റ്) *v.t.* combine parts into a whole; പൂർണ്ണമാക്കുക; സംയോജിപ്പിക്കുക; സമന്വയിക്കുക; *n.* **integration** ഉദ്ഗ്രഥനം.

integrity (ഇൻടഗ്രിററി) *n.* uprightness; honesty; സത്യസന്ധത; സ്വഭാവദാർഢ്യം; ആർജവം; സമഗ്രത.

intellect (ഇൻറിലെക്റ്റ്) *n.* faculty of knowing and reasoning; ബുദ്ധിശക്തി; ധിഷണ; മേധാശക്തി; പ്രാജ്ഞന്മാർ; *adj.* **intellectual** ബുദ്ധിപ്രധാനമായ.

intelligence (ഇൻെറലിജെൻസ്) *n.* intellect; quickness of understanding; ബുദ്ധി; ബുദ്ധിശക്തി; വിവേകം; *adj.* **intelligent** ബുദ്ധിയുള്ള; *adv.* **intelligently.**

intelligible (ഇൻെറലിജിബ്ൾ) *adj.* comprehensible; that may be understood; ഗ്രഹിക്കാവുന്നതായ; സുഗ്രാഹ്യമായ.

intend (ഇൻറെൻഡ്) *v.t.* fix the mind upon; ഉദ്ദേശിക്കുക; വിവക്ഷിക്കുക; ഇച്ഛിക്കുക.

intense (ഇൻറെൻസ്) *adj.* existing in a high degree; powerful; കടുത്ത; നിശിതമായ; തീവ്രമായ; ഉൽക്കടമായ; പ്രചണ്ഡമായ; *adv.* **intensely**; *n.* **intensity** തീവ്രത; രൂക്ഷത; *adj.* **intensive**.

intent (ഇൻറെൻറ്) *adj.* earnest; resolved; diligent; ഏകാഗ്രമായ; സശ്രദ്ധമായ; അനന്യചിത്തനായ; ഉദ്ദേശ്യം; ലാക്ക്; *adv.* **intently** ഏകാഗ്രമായി; *n.* **intention** ഉദ്ദേശ്യം; കരുതൽ.

inter (ഇൻറർ) *pref.* between; among; in the midst of; mutual; ഇടയിൽ; മധ്യത്തിൽ.

interact (ഇൻട്ടേർ ആക്ട്) *v.t.* act on one another; പരസ്പരം പ്രവർത്തനം നടത്തുക.

intercept (ഇൻറ്റേർസെപ്റ്റ്) *v.t.* stop by the way; interrupt; cut off; വഴിക്കു തടഞ്ഞുനിർത്തുക; പിടികൂടുക; *n.* **interception**.

interchange (ഇൻറർചെയ്ഞ്ജ്) *v.* change reciprocally; പരസ്പരം മാററുക; ഇടകലർത്തുക; പരസ്പരം കൈമാറുക.

intercom (ഇൻറർകൊം) *n.* system of intercommunication by telephone in a building etc.; ഒരൊററ കെട്ടിടത്തിനകത്ത് പരസ്പരം വാർത്താവിനിമയത്തിനുപകരിക്കുന്ന ടെലഫോൺ സംവിധാനം.

interconnect (ഇൻറർകണക്റ്റ്) *v.t.* connect with each other; unite mutually; തമ്മിൽ കൂട്ടിയിണക്കുക.

intercontinental (ഇൻറർകൊണ്ടിനെൻറൽ) *adj.* between continents; ഭൂഖണ്ഡങ്ങൾ തമ്മിലുള്ള.

intercourse (ഇൻറർകോഴ്സ്) *n.* social communication; ലോക വ്യവഹാരം; സഹവാസം; സമ്പർക്കം; ഇടപാട്; **sexual intercourse** സംഭോഗം.

interdependence (ഇൻറർഡിപ്പെൻഡൻസ്) *n.* mutual dependence; അന്യോന്യാവലംബം; പരസ്പരാശ്രയത്വം.

interest (ഇൻററസ്ററ്) *n.* concern; regard; selfish pursuit; advantage; താൽപര്യം; ഇഷ്ടം; പ്രതിപത്തി; സ്വാർത്ഥതാത്പര്യം; താത്പര്യവിഷയം; ശ്രദ്ധ; ശുഷ്ക്കാന്തി; ആദായം; ലാഭം; പലിശ; ഓഹരി; പ്രീതിപ്പെടുത്തുക; മനസ്സിനെ ആകർഷിക്കുക.

interfere (ഇൻററർഫിയർ) *v.i.* intervene; take part in others' concerns; പരകാര്യങ്ങളിൽ തലയിടുക; ഇടപെടുക; കൈകടത്തുക; *n.* interference ഇടപെടൽ.

interim (ഇൻററിം) *n.* intervening time; ഇടക്കാലം; കാലാന്തരാളം; interim government ഇടക്കാല ഗവണ്മെൻറ്; interim report ഇടക്കാല റിപ്പോർട്ട്.

interior (ഇൻററീരിയർ) *adj.* situated within; internal; domestic; അന്തഃസ്ഥിതമായ; ഉൾഭാഗത്തുള്ള; ഗാർഹികമായ; അന്തർഭാഗം.

interlock (ഇൻററർലൊക്ക്) *v.* lock together; കൂട്ടിക്കൊളുത്തുക; തമ്മിൽചേരുക; പുണരുക.

interlude (ഇൻററർലൂഡ്) *n.* pause between acts of a play; വിഷ്ക്കംഭം; ഇടവേളയിലെ സംഗീതം; ഇടവേള.

intermediate (ഇൻറ്റേർമീഡിയററ്) *adj.* coming between two things; ഇടയ്ക്കുള്ള; ഇടയിലുള്ള; *n.* **intermediary** മദ്ധ്യവർത്തി.

interminable (ഇൻറ്റേർമിനബ്ൾ) *adj.* endless; boundless; ഒടുങ്ങാത്ത; തീരാത്ത.

intermit (ഇൻറ്റേർമിററ്) *v.* stop for a time; suspend; തല്ക്കാലത്തേക്കു നിർത്തുക; കുറച്ചുനേരത്തേക്കു നില്ക്കുക; *n.* **intermission** തല്ക്കാലശമനം; *adj.* **intermittent**.

intermix (ഇൻ്ററർമിക്സ്) *v.* mix together; കൂട്ടിക്കലർത്തുക; സമ്മിശ്രമാക്കുക.

intern (ഇൻ്ററേൺ) *v.* confine within fixed bounds; തടവിലാക്കുക; നിശ്ചിത അതിർത്തികൾ വിട്ടുപോകാൻ പാടില്ലെന്ന വ്യവസ്ഥയിൽ പാർപ്പിക്കുക; *n.* **internship.**

internal (ഇൻ്ററണൽ) *adj.* of or situated in; the inside; അകത്തെ; അകത്തുള്ള; ഉള്ളിലിരിക്കുന്ന; ആന്തരികമായ; ആഭ്യന്തരമായ.

international (ഇൻ്റെർനാഷണൽ) *adj.* rel. to all the nations of the world; രാജ്യാന്തരപരമായ; അന്തർദേശീയമായ; അന്താരാഷ്ട്രീയമായ.

Internet (ഇൻ്റർനെറ്റ്) *n.* (computer) a network of computers. It connects all the computers across the world ലോകത്തുള്ള മുഴുവൻ കംപ്യൂട്ടറുകളെയും തമ്മിൽ ബന്ധിപ്പിക്കുന്നതോ ബന്ധിപ്പിക്കാവുന്നതോ ആയ നെറ്റ്‌വർക്ക് ശൃംഖല.

interplay (ഇൻ്റർപ്ലെയ്) *n.* interchange of action and reaction; പരസ്പര പ്രവർത്തനം.

interpolate (ഇൻ്റെർപ്പെളെയ്റ്റ്) *v.t.* insert unfairly; ഇടയിലെഴുതുക; കപടമായി ഗ്രന്ഥത്തിലെഴുതിച്ചേർക്കുക; *n.* **interpolation.**

interpose (ഇൻ്റർപൗസ്) *v.* place between; thrust in; interfere; ഇടയിൽ വയ്ക്കുക; ഇടയ്ക്കുകയറിപ്പറുക.

interpret (ഇൻ്റെർപ്രിറ്റ്) *v.* explain meaning of; comment; to elucidate; വ്യാഖ്യാനിക്കുക; അർത്ഥം പറയുക; വിശദീകരിക്കുക; *n.* **interpretation** വ്യാഖ്യാനം.

interrelated (ഇൻ്റെർറിലെയ്റ്റിഡ്) *adj.* related mutually; പരസ്പരബന്ധമുള്ള.

interrogate (ഇൻ്റെറെഗെയ്റ്റ്) *v.t.* question; investigate; (കർശനമായി) ചോദ്യംചെയ്യുക; വിവരം തേടുക; *n.* **interrogation.**

interrupt (ഇൻ്റെറപ്റ്റ്) *v.t.* obstruct; cause to stop; തടസ്സപ്പെടുത്തുക; ഭംഗം വരുത്തുക; തടയുക; *n.* interruption തടസ്സം

intersect (ഇൻ്റെർസെക്റ്റ്) *v.* cut or cross mutually; divide into parts; പരസ്പരം ഛേദിക്കുക; മുറിക്കുക; *n.* **intersection.**

intertwine (ഇൻ്റെർട്വൈൻ) *v.* twine or twist together; കൂട്ടിപ്പിരിക്കുക; തമ്മിൽ പിണയ്ക്കുക; മെടയുക.

interval (ഇൻ്റേർവ്ൽ) *n.* intervening time or space; ഇടവേള; അന്തരാളം.

intervene (ഇൻ്റെർവീൻ) *v.t.* interfere; come between; occur in the meantime; ഇടപെടുക; ഇടയിൽച്ചാടുക; *n.* **intervention** ഇടപെടൽ.

interview (ഇൻ്റെർവ്യൂ) *adj.* meeting of persons face to face; അഭിമുഖസന്ദർശനം; അഭിമുഖസംഭാഷണം; കൂടിക്കാഴ്ച.

intestine (ഇൻ്ററസ്റ്റിൻ) *n.* (*also in pl.*) lower part of alimentary canal; കുടൽ; ആമാശയം; പക്വാശയം; **large intestine** വൻകുടൽ; **small intestine** ചെറുകുടൽ.

intimate (ഇൻ്റിമ്മെറ്റ്) *adj.* close in friendship; confidential; അടുത്ത; ഉറ്റ; ദൃഢബദ്ധ; *n.* **intimacy** അടുത്ത സ്നേഹബന്ധം.

intimate (ഇൻ്റിമെയ്റ്റ്) *v.t.* hint; indicate; inform; point out; അറിയിക്കുക; *n.* **intimation** അറിയിപ്പ്.

intimidate (ഇൻററിമിഡെയ്ററ്) *v.t.* frighten; alarm; വിരട്ടുക; ഭീഷണിപ്പെടുത്തുക; *n.* **intimidation**.

into (ഇൻററു) (*prep.*) expressing motion or direction to a point within a thing; ഉള്ളിൽ; ഉള്ളിലേക്ക്; അകത്ത്; ('മാററം', 'അവസ്ഥ' ഇവയെ സൂചിപ്പിക്കുന്നു).

intolerable (ഇൻറൊറാളറബ്ൾ) *adj.* unbearable; that cannot be tolerated; ദുസ്സഹമായ; താങ്ങാൻ കഴിയാത്ത; **intolerant** അസഹിഷ്ണുവായ; *n.* **intolerance** അസഹിഷ്ണുത.

intonation (ഇൻ്ടണെയ്ഷൻ) *n.* tune; modulation of the voice musically as in reading; വായിക്കുമ്പോഴോ സംസാരിക്കുമ്പോഴോ ഉള്ള ശബ്ദത്തിൻെറ ഏററക്കുറച്ചിൽ.

in toto (ഇൻടൊട്ടൊ) *adv.* entirely; പൂർണ്ണമായി; മൊത്തത്തിൽ.

intoxicate (ഇൻറൊറാക്സിക്കെയ്ററ്) *v.* inebriate; make drunk; ലഹരി പിടിക്കുക; വെറിപിടിക്കുക; ഉന്മത്തനാക്കുക; *n.* **intoxicant;** *n.* **intoxication** തടസ്സം.

intrepid (ഇൻട്രെപിഡ്) *adj.* fearless; daring; നിർഭയനായ; സാഹസികനായ.

intricate (ഇൻട്രി്കെററ്) *adj.* complicated; entangled; സങ്കീർണ്ണമായ; കുഴഞ്ഞ.

intrigue (ഇൻട്രീഗ്) *n.* underhand plotting or plot; രഹസ്യക്കൂട്ടുകെട്ട്; ഉപജാപം; *n.* **intriguer**.

intrinsic (ഇൻട്രിൻസിക്) *adj.* inherent; essential; നൈസർഗ്ഗികമായ; ആന്തരികമായ.

introduce (ഇൻ്ട്രഡ്യൂസ്) *v.t.* bring in; insert; bring into use; പ്രവേശിപ്പിക്കുക; അവതരിപ്പിക്കുക; പരിചയപ്പെടുത്തുക.

introduction (ഇൻ്ട്രഡക്ഷൻ) *n.* preliminary matter prefixed to a book; അവതാരിക; ഉപക്രമണം.

introspect (ഇൻ്ട്രസ്പെക്ററ്) *v.t.* examine one's own thoughts and feelings; (സ്വന്തം) അകത്തേക്കു നോക്കുക; സ്വചിന്തകളെ പരിശോധിക്കുക.

introvert (ഇൻ്ട്രവേർട്ട്) *n.* a person interested mainly in introspection; അന്തർമ്മുഖൻ; അന്തർദർശി; *n.* **introversion** അന്തർമ്മുഖത്വം.

intrude (ഇൻട്രൂഡ്) *v.* encroach; trespass; enter uninvited; അതിക്രമിച്ചു കടക്കുക; അമര്യാദം നുഴഞ്ഞുകയറുക.

intuition (ഇൻട്യൂയിഷൻ) *n.* immediate apprehension by the mind; അന്തർജ്ഞാനം; സഹജജ്ഞാനം; സഹജാവബോധം.

inundate (ഇനൺഡെയ്ററ്) *v.t.* overflow; നിറഞ്ഞു കവിഞ്ഞൊഴുകുക; വെള്ളപ്പൊക്കമുണ്ടാകുക.

inure (ഇന്യൂർ) *v.* accustom; habituate; ശീലിപ്പിക്കുക; അനുഭവമാക്കുക.

invade (ഇൻവെയ്ഡ്) *v.t.* attack as an enemy; encroach; ആക്രമിക്കുക; അതിക്രമിച്ചു കയറുക; *n.* **invader** ആക്രമണകാരി *n.* **invasion** ആക്രമണം.

invalid (ഇൻ്വലീഡ്) *n.* sickly person; രോഗി; ദുർബലൻ; വേല ചെയ്യാൻ വയ്യാതായവൻ; അസാധുവായ.

invaluable (ഇൻവാല്യൂഎ്ബ്ൾ) *adj.* precious; priceless; വിലയേറിയ; വില മതിക്കാനൊക്കാത്ത.

invariable (ഇൻ്വെയ്യരിയബ്ൾ) *adj.* unchangeable; മാററമില്ലാത്ത; ഭേദഗതിയില്ലാത്ത.

invasive (ഇൻവെയ്സിവ്) *adj.* tending to spread harmfully; ഉപദ്രവകരമായി വ്യാപിക്കുന്ന.

invent (ഇൻവെൻറ്) *v.t.* create by thought; originate; contrive; പുതുതായി കണ്ടുപിടിക്കുക; നിർമ്മിക്കുക; കെട്ടിച്ചമയ്ക്കുക; കള്ളക്കഥയുണ്ടാക്കുക; *n.* **invention** കണ്ടുപിടുത്തം.

inverse (ഇൻ്വേഴ്സ്) *adj.* opposite; in the reverse order; വിപരീതമായ; പ്രതിലോമമായ.

invert (ഇൻ്വേർട്ട്) *v.t.* turn upside down; മറിക്കുക; തലകീഴാക്കുക.

invest (ഇൻവെസ്ററ്) *v.* put money into stocks; expend money on പണം നിക്ഷേപിക്കുക; അധികാരമോ പദവിയോ നല്കുക; ചുമതലയേല്പിക്കുക; അവരോധിക്കുക; *n.* **investment** ധനനിക്ഷേപം; മുതൽമുടക്ക്.

investigate (ഇൻവെസ്ററിഗെയ്ററ്) *v.t.* make careful examination; enquire into; സൂക്ഷ്മമായി അന്വേഷിക്കുക; പരിശോധിക്കുക; *n.* **investigation** സൂക്ഷ്മപരിശോധന.

invigilate (ഇൻവിജിലെയ്ററ്) *v.t.* supervise at examinations; പരീക്ഷകളിൽ മേൽനോട്ടം വഹിക്കുക.

invigorate (ഇൻവിഗറെയ്ററ്) *v.t.* give vigour to; strengthen; stimulate; ഊർജ്ജസ്വലമാക്കുക; ശക്തിമത്താക്കുക; വീര്യം വർദ്ധിപ്പിക്കുക; *n.* **invigoration** ഉദ്ദീപനം.

invincible (ഇൻവിൻസിബ്ൾ) *adj.* unconquerable; അജയ്യനായ; കീഴടക്കാനാവാത്ത.

inviolable (ഇൻവയലബ്ൾ) *adj.* not to be violated; not to be broken; അലംഘനീയമായ; അനതിക്രമണീയമായ.

invisible (ഇൻവിസ്ബ്ൾ) *adj.* not to be seen; too small to be seen; അദൃശ്യമായ; അഗോചരമായ.

invite (ഇൻവൈററ്) *v.t.* request courteously to come; ക്ഷണിക്കുക; വിളിക്കുക; ആകർഷിക്കുക; *n.* **invitation** ക്ഷണം.

invocation (ഇൻ്വകെയ്ഷൻ) *n.* solemn entreaty; invoking; prayer; സംബോധനം; ആവാഹനം; ആമന്ത്രണം.

invoice (ഇൻവോയ്സ്) *n.* a bill of goods; ചരക്കയയ്ക്കുന്ന കണക്ക്; സാമാനവിവരപ്പട്ടിക; വിക്രയപത്രം.

invoke (ഇൻവൗക്ക്) *v.t.* address (God etc.) in prayer; ധ്യാനിക്കുക; ആവാഹിക്കുക; പ്രാർത്ഥിക്കുക; *n.* **invocation**.

involuntary (ഇൻവൊളൻററി) *adj.* not controlled by the will; ഇച്ഛാപൂർവമല്ലാത്ത; മനഃപൂർവമല്ലാത്ത.

involve (ഇൻവോൾവ്) *v.t.* include; implicate; overwhelm; ഉൾപ്പെടുത്തുക; അകപ്പെടുത്തുക; അന്തർഭവിപ്പിക്കുക; *n.* **involvement**.

inward (ഇൻ്വേർഡ്) *adj.* situated within; inner; അകത്തെ; ഉള്ളിലെ; അന്തഃസ്ഥിതമായ.

iota (അയൗട്ട) *n.* atom; a small degree; അണു; സ്വല്പം; ശകലം.

irate (ഐറെയ്ററ്) *adj.* angry; enraged; കുപിതനായ; ക്രുദ്ധനായ.

irk (ഏർക്) *v.t.* annoy; vex; വെറുപ്പിക്കുക; ശല്യപ്പെടുത്തുക; *adj.* **irksome** അസഹ്യമായ.

iron (അ്യെൺ) *n.* metal largely used

for tools; implement made of iron; ഇരുമ്പ്; ഇരുമ്പായുധം; ഇസ്തിരി പ്പെട്ടി; ആമം; വിലങ്ങ്; ഇസ്തിരിയി ടുക; രാകി മിനുക്കുക; ഇരുമ്പു കൊണ്ട് പൊതിയുക; **iron filings** ഇരുമ്പുപൊടി.

irony (ഐറണി) *n.* expression in which the meaning is the opposite of that actually expressed; വിപ രീതാർത്ഥപ്രയോഗം; വ്യാജോക്തി.

irrational (ഇറ്ാഷണൽ) *adj.* unreasonable; illogical; അയുക്തികമായ; ന്യായയുക്തമല്ലാത്ത.

irreconcilable (ഇറെകൻസൈല ബ്ൾ) *adj.* incompatible; incongruous; യോജിപ്പിക്കാൻ കഴിയാത്ത.

irrecoverable (ഇറികവറബ്ൾ) *adj.* that cannot be recovered; വസൂലാ ക്കാൻ കഴിയാത്ത; മടക്കിക്കിട്ടാത്ത.

irrefutable (ഇറെഫ്യൂട്ടബ്ൾ) *adj.* undeniable; നിർവ്വിവാദമായ; അനി ഷേധ്യമായ.

irregular (ഇറെഗ്യുലർ) *adj.* disorderly; contrary to rule; ക്രമരഹിത മായ; ധർമ്മവിരുദ്ധമായ; നിയമ വിരുദ്ധമായ; *n.* **irregularity** വ്യതി ക്രമം.

irrelevant (ഇറെലവൻറ്) *adj.* not relevant; unconnected; അപ്രസക്തമായ; അസംഗതമായ; അസംബന്ധമായ; *n.* **irrelevance.**

irreparable (ഇറെപ്പറബ്ൾ) *adj.* that cannot be rectified; beyond repair; പ്രതിവിധിയില്ലാത്ത; അപരിഹാര്യ മായ; തീരാനഷ്ടമായ.

irrepressible (ഇറിപ്രെസിബ്ൾ) *adj.* uncontrollable; അടക്കാൻ കഴി യാത്ത; നിയന്ത്രിച്ചു നിർത്താനൊ ക്കാത്ത.

irresistible (ഇറിസിസ്ററബ്ൾ) *adj.* too strong to be resisted; എതിരിട്ടു തടുത്തുകൂടാത്ത; അപ്രതിഹത നായ.

irresolute (ഇറെസല്യൂട്ട്) *adj.* hesitating; undecided; പതറുന്ന; തരളമന സ്കനായ.

irrespective (ഇറിസ്പെക്ററീവ്) *adj.* without reference to; കണക്കിലെടു ക്കാതെയുള്ള; അനപേക്ഷ്യമായ; *adv.* **irrespectively** നിരപേക്ഷ മായി.

irresponsible (ഇറിസ്പൊൺസി ബ്ൾ) *adj.* indifferent; നിരുത്തര വാദിയായ; ചുമതലബോധമില്ലാത്ത; *adv.* **irresponsibly**; *n.* **irresponsibility.**

irretrievable (ഇറിട്രീവബ്ൾ) *adj.* not able to mend or correct; വീണ്ടു കിട്ടാ ത്ത; തിരുത്താൻ കഴിയാത്ത.

irreverence (ഇറെവരൻസ്) *n.* disrespect; impiety; അനാദരവ്; ബഹു മാന വിചാരശൂന്യത.

irreversible (ഇറിവേഴ്സിബ്ൾ) *adj.* unalterable; (ഗതി) മാററാനൊക്കാ ത്ത; പിറകോട്ടെടുക്കാൻ പറ്റാത്ത.

irrevocable (ഇറ്റെവ്വെക്കബ്ൾ) *adj.* final; gone beyond recall; (ഗതി) മാററാനൊക്കാത്ത; തിരിച്ചെടുക്കാ നാവാത്ത.

irrigate (ഇറിഗെയ്ററ്) *v.t.* to water land with channels, etc.; ജലസേ ചനം ചെയ്യുക; നനയ്ക്കുക; വെള്ളം പായിക്കുക; *n.* **irrigation.**

irritate (ഇറിറെറയ്ററ്) *v.t.* make angry; tease; ശുണ്ഠിപിടിപ്പിക്കുക; വെറിപിടിപ്പിക്കുക; *n.* **irritability**; *adv.* **irritably**; *n.* **irritant**; *n.* **irritation**; കോപാവേശം; കോപഹേതു; രോഷം.

irrupt (ഇറപ്ററ്) *v.i.* to make irruption; പൊട്ടിപ്പുറപ്പെടുക; *n.* **irruption**; വിള്ളൽ; പിളർപ്പ്; പിളർപ്പിനു കാരണം.

Islam (ഇസ്ലാം) *n.* religion of Muslims; ഇസ്ലാംമതം.

island (ഐലൻഡ്) *n.* land surrounded by water; anything isolated; തുരുത്ത്; ദ്വീപ്; (*fig.*) തീർത്തും വേറിട്ടു നിൽക്കുന്ന.

isle (ഐൽ) *n.* island; ദ്വീപ്; *n.* **islet** ചെറുദ്വീപ്.

ism (ഇസം) *n.* any distinctive doctrine or practice; സിദ്ധാന്തം; ചിന്താഗതി.

isolate (ഐസ്സലെയ്റ്റ്) *v.* place apart or alone; separate from others; ഒററപ്പെടുത്തുക; മാററിനിർത്തുക; വേർപെടുത്തുക; *n.* **isolation** ഒററപ്പെടുത്തൽ.

issue (ഇഷ്യു) *n.* exit; outcome; passage; child or children; നിർഗമനം; ബഹിർഗമനം; സന്താനം; വാദമുഖം; വാദവിഷയം; സംഗതി; പത്രത്തിൻെറ ലക്കം; പതിപ്പ്; പുറപ്പെടുവിക്കുക; കൊടുക്കുക.

it (ഇററ്) (*pron.*) the thing in question or spoken of; അത്; ഇത്; അതിനെ; ഇതിനെ.

italics (ഇററാലിക്സ്) (*n. pl.*) sloping letter or type; (ഇംഗ്ലീഷിൽ) ചെരിഞ്ഞ അക്ഷരം; ചെരിവെഴുത്ത്.

itch (ഇച്) *n.* a contagious skin disease; restless desire; ചൊറി; ചിരങ്ങ്; ചൊറിച്ചിൽ; അതിമോഹം.

item (ഐററം) *n.* article or unit included in enumeration; ഇനം; വകുപ്പ്; വിഷയം; കാര്യം; തരം; പത്രത്തിലെ വാർത്താവിഷയം.

iterate (ഇററെയ്റ്റ്) *v.t.* repeat; do again or say again; ആവർത്തിക്കുക; പറഞ്ഞതുതന്നെ വീണ്ടും പറയുക.

itinerant (ഐററിനെറൻറ്) *adj.* travelling on circuit; wandering; ചുററി സഞ്ചരിക്കുന്ന; അലഞ്ഞുതിരിയുന്ന; *n.* **itinerary** യാത്രയുടെ വിശദപരിപാടി.

ivory (ഐവറി) *n.* hard white substance composing the tusks of elephant; ആനക്കൊമ്പ്; ദന്തനിർമ്മിത സാധനം; **ivory-tower** ദന്തഗോപുരം.

ivy (ഐവി) *adj.* a creeping evergreen plant; വള്ളിപ്പന്നപ്പടർപ്പുചെടി.

Jj

J (ജെ) the tenth letter of the English alphabet; ഇംഗ്ലീഷ് അക്ഷരമാലയിലെ പത്താമത്തെ അക്ഷരം.

jabber (ജാബർ) *v.* talk nonsensically; chatter; ചിലയ്ക്കുക; ജല്പിക്കുക; *n.* **jabbering** ജല്പനം; *n.* **jabberer** പുലമ്പുന്നവൻ.

jack (ജാക്ക്) *n.* a familiar form of John; the common man; (ജോൺ എന്ന പേരിൻെറ ചുരുക്കരൂപം); സാധാരണക്കാരൻ; **jack fruit** ചക്ക;

jack knife വലിയ മടക്കുകത്തി; **hit the jack pot** അസാമാന്യമാംവിധം ഭാഗ്യസിദ്ധിയുണ്ടാവുക.

jackal (ജാ്ക്കോൾ) *n.* fox; കുറുനരി.

jacket (ജാക്കിററ്) *n.* short shirt; shirt; loose cover; ചെറുകുപ്പായം; ചട്ട; കഞ്ചുകം; റൗക്ക; ആവരണം.

jade (ജെയ്ഡ്) *n.* tired horse; a vile woman; ക്ഷീണിച്ചുവശായ കുതിര; ദുഷ്ടസ്ത്രീ; കുലട; ആഭരണങ്ങളുണ്ടാക്കുവാൻ ഉപയോഗിക്കുന്ന, കടുപ്പമുള്ള, പച്ചക്കല്ല്.

jag (ജാഗ്) *n.* sharp projection; notch; cleft; കുത; വെട്ട്; വിടവ്.

jaggery (ജാഗരി) *n.* raw palm sugar; കരിപ്പുകട്ടി; നംചക്കര. ശർക്കര.

jail (ജെയ്ൽ) *n.* prison; gaol; ജയിൽ; കാരാഗൃഹം; തടവ്.

Jain (ജെയിൻ) *n.* adherent of Jainism; ജൈനമതക്കാരൻ; *n.* **Jainism** ജൈനമതം.

jam (ജാം) *n.* conserve of fruits; pressure of a crowd; പഴപ്പാവ്; പഴരസക്കുഴമ്പ്; തിങ്ങൽ; ഞെരുക്കം; ഞെരിക്കുക; സ്തംഭിപ്പിക്കുക.

jangle (ജാങ്ഗ്ൾ) *v.* make harsh noise; wrangle or quarrel; കഠോരമായി ശബ്ദിക്കുക; കലഹിക്കുക.

January (ജാന്യുഎ്രി) *n.* first month of the English year; ഇംഗ്ലീഷ് സംവത്സരത്തിലെ ആദ്യമാസം.

janus-faced (ജാനസ്ഫെയ്സ്ഡ്) *adj.* two faced; ഇരുമുഖങ്ങളുള്ള.

Japanese (ജാപ്പനീസ്) *n.* a native of Japan; the language of Japan; ജപ്പാൻകാരൻ; ജപ്പാനീസ്ഭാഷ.

jar (ജാർ) *v.* sound discordantly; കർക്കശമായി ശബ്ദിക്കുക; അപസ്വരമുണ്ടാക്കുക.

jar (ജാർ) *n.* usually cylindrical broad-mouthed vessel; കലശം; കുംഭം; ഭരണി.

jargon (ജാർഗെൻ) *n.* unintelligible words or talk; അസ്പഷ്ടഭാഷണം; ജല്പനം; പുലമ്പൽ; ഒരു വിഭാഗക്കാരുടെ മാത്രമായ സംസാരഭാഷ.

jasmine (ജാസ്മിൻ) *n.* a plant with sweetly scented flowers; മുല്ലച്ചെടി; മുല്ലപ്പൂ; മല്ലിക.

jaundice (ജോൺഡിസ്) *n.* a disease marked by yellowness of skin, fluids etc.; മഞ്ഞപ്പിത്തം; *v.* പിത്തം പിടിപ്പിക്കുക; അസൂയ തോന്നിക്കുക.

jaunty, janty (ജോണ്ടി, ജാണ്ടി) *adj.* showy; affecting; elegance; ഉല്ലാസവാനായ; ഉല്ലാസവാനെന്നു ഭാവിക്കുന്ന.

Java (ജാവ) *n.* (computer) network oriented programming language based on C++ നെറ്റ്വർക്ക് സംബന്ധിയായി പ്രോഗ്രാം ചെയ്യാവുന്ന സി++ അടിസ്ഥാനമാക്കിയുള്ള കംപ്യൂട്ടർ ഭാഷ.

javelin (ജാവ്ലിൻ) *n.* a light hurling spear; ചാട്ടുളി; വേൽ.

jaw (ജോ) *n.* bones of the mouth in which teeth are fixed; താടിയെല്ല്; ജല്പിക്കുക; ശകാരിക്കുക; ചീത്ത പറയുക; തുടരെ സംസാരിക്കുക.

jay (ജെയ്) *n.* a kind of bird with brilliant plumage; സ്വർണ്ണചൂഡൻ എന്ന പക്ഷി; അവിനീതജല്പകൻ; പാവത്താൻ.

jazz (ജാസ്) *n.* folk music of American Negro; അമേരിക്കൻ നീഗ്രോകളുടെ ഗ്രാമീണസംഗീതം.

jealous (ജെല്ലസ്) *adj.* envious; apprehensive of rivalry; അസൂയാലുവായ; സ്പർദ്ധയുള്ള; *n.* **jealousy** അസൂയ; സ്പർദ്ധ.

jean | jitter 229

jean (ജീൻ) *n.* twilled cotton cloth; നല്ല പഞ്ഞിത്തുണി; ടിൽ.

jeep (ജീപ്പ്) *n.* a light military vehicle; ഒരുതരം ലഘു സൈനിക മോട്ടോർ വാഹനം.

jeer (ജീയർ) *v.* make a mock; deride; പുച്ഛിക്കുക; പരിഹസിക്കുക; കളിയാക്കുക; കളിവാക്കു പറയുക.

Jehovah (ജിഹൗവ്വ) *n.* Hebrew name of God; യഹോവ.

jelly (ജെലി) *n.* soft stiflish food; preparation of juice of fruits; മാംസക്കുഴമ്പ്; പാവ്; ഫലസത്ത്; ശർക്കരയിൽ കുറുക്കിയ പഴരസം.

jeopardy (്ജെപ്പർഡി) *n.* danger; risk; അപായസ്ഥിതി; വിപത്ത്.

jerk (ജേർക്) *v.* thrust or throw with a quick effort; push suddenly; ഉന്തുക; തള്ളുക; എറിയുക; തെറിക്കുക; തെറിപ്പിക്കുക.

jerk (ജേർക്) *v.t.* cure by cutting in long slices; നീണ്ട കഷണങ്ങളായി മുറിച്ചുണക്കുക.

jersey (ജേർസി) *n.* (*cap.*) a breed of cattle; close fitting woollen shirt; ഒരുതരം കന്നുകാലി; നല്ല നേർത്ത കമ്പിളി; അടിക്കുപ്പായം.

jest (ജെസ്ററ്) *n.* joke; fun; pleasantry; പരിഹാസം; പരിഹാസോക്തി; ഹാസ്യം; വിനോദഭാഷണം; കളിയാക്കുക; പരിഹസിക്കുക; **jester** വിദൂഷകൻ; രസികൻ.

Jesuit (ജെസ്യൂഇററ്) *n.* member of 'Society of Jesus'; സൊസൈററി ഓഫ് ജീസസ് എന്ന പുരോഹിത സമൂഹത്തിലെ അംഗം.

Jesus (ജീസസ്) *n.* Christ; യേശു.

jet (ജെററ്) *n.* a kind of black lignite; jet engine or plane; ഒരിനം കറുത്ത കല്ല്; കൃഷ്ണോപലം; ധാര; പ്രവാഹം; നീർധാര പായിക്കുക; പ്രവഹിക്കുക; *adj.* **jet black** കരിങ്കറുപ്പായ.

jettison (ജെററിസൺ) *v.* throwing of goods overboard; അപകടസന്ധിയിൽ കപ്പലിൽനിന്നു ചരക്കുകൾ കടലിലെറിയുക.

Jew (ജൂ) *n.* a person of Hebrew race; യഹൂദൻ; യഹൂദമതക്കാരൻ.

jewel (ജൂവ്വൽ) *n.* a precious stone; ornament; രത്നം; മുടിമകുടരത്നം; ആഭരണം; വിലയേറിയ വസ്തു; ആൾ; രത്നംകൊണ്ട് അലങ്കരിക്കുക; *n.* **jeweller** രത്നവ്യാപാരി; **jewellery** പലതരം ആഭരണങ്ങൾ.

jib (ജിബ്) *v.t.* stop and refuse to go on; go backwards; പിണങ്ങിപ്പിന്തിരിയുക; പിന്നോക്കം നടക്കുക.

jig (ജിഗ്) *n.* lively jumping dance; ലഘുനടനം; ഇതിനുള്ള സംഗീതം; തമാശ.

jig-saw (ജിഗ്സോ) *n.* picture cut into irregular shapes that have to be fitted together again; വീണ്ടും കൂട്ടി യോജിപ്പിക്കുന്നതിനുവേണ്ടി പല കഷണങ്ങളായി മുറിക്കപ്പെട്ട ചിത്രം.

jilt (ജിൽററ്) *n.* a woman who encourages a love and then rejects him; കാമുകനെ ആശകാട്ടി വഞ്ചിക്കുന്നവൾ.

jingle (ജിങ്ഗിൾ) *v.* mingled noise that of chains etc.; കിലുകിലുങ്ങുക; കിലുക്കുക.

jingo (ജിങ്ഗൗ) *n.* supporter of bellicose policy; കടുത്ത ദേശീയവാദി; യുദ്ധനയാനുകൂലി.

jinn (ജിൻ) *n.* a class of spirits; 'ജിൻ' (ഭൂതം).

jitter (ജിററർ) *v.t.* be nervous;

പരിഭ്രമം കാട്ടുക; *n.* (*pl.*) **jitters** പടപടപ്പ്; പരിഭ്രമം.

job (ജോബ്) *n.* employment; piece of work; difficult task; ഉദ്യോഗം; തൊഴിൽ; വേല; ക്ലേശകരമായ പ്രവൃത്തി; ചില്ലറപ്പണി; പലവക അച്ചടിവേല.

Job (ജൗബ്) *n.* a person of patience; ക്ഷമാശീലൻ.

jockey (ജോക്കി) *n.* rider in horse races; പന്തയക്കുതിര; സവാരിക്കാരൻ.

jocose (ജൗക്കൗസ്) *adj.* humorous; രസകരമായ; തമാശയായ.

jocular (ജോക്യുലർ) *adj.* merry; humorous; fond of joking; ഹാസ്യശീലമുള്ള; തമാശരൂപത്തിലുള്ള.

jocund (ജൊകൺഡ്) *adj.* merry; cheerful; രസമുള്ള; പ്രസന്നനായ; ഉല്ലസിതനായ.

jog (ജോഗ്) *v.* push with elbow or hand; run slowly; മുഴങ്കൈകൊണ്ടു തള്ളുക; മുട്ടുക; തോണ്ടുക; പ്രയാസപ്പെട്ടു നീങ്ങുക; ചെറിയ വേഗത്തിൽ ഓടുക.

johnny (ജൊണി) *n.* man; condom; ആൾ; പുരുഷൻ; പുരുഷന്മാർ ഉപയോഗിക്കുന്ന ഗർഭനിരോധന ഉറ.

join (ജൊയിൻ) *v.* put together; fasten; connect; unite; add; annex; ചേർത്തു വയ്ക്കുക; കൂട്ടിച്ചേർക്കുക; യോജിപ്പിക്കുക; കൂട്ടിയിണക്കുക; അംഗമാകുക; ഒന്നായിത്തീരുക; സന്ധിക്കുക.

joint (ജോയിൻറ്) *n.* place at which two things are joined; knee; സന്ധി; ചേർപ്പ്; ബന്ധം; മുട്ട്; അസ്ഥിസന്ധി; ഏപ്പ്; കൂട്ടിച്ചേർക്കപ്പെട്ടത്; മടക്ക്; മുട്ടുകളുടെ ഇടയ്ക്കുള്ള സ്ഥലം.

joke (ജൗക്ക്) *n.* thing said or done to excite laughter; a jest; കളിവാക്ക്; തമാശ; ചിരിപ്പിക്കാൻ ചെയ്യുന്ന കാര്യം; ഫലിതം; *n.* **joker** തമാശക്കാരൻ.

jolly (ജൊളി) *adj.* joyful; merry; festive; very pleasant; ആഹ്ലാദകരമായ; വിനോദപ്രിയനായ; ആനന്ദപ്രദമായ; സുഖകരമായ.

jolt (ജൗൾട്ട്) *v.* shake with jerk; give mental shock; move with jerks; ഇളകുക; കുലുങ്ങുക; ക്ഷോഭിക്കുക; ചലിക്കുക; ചാടിച്ചാടി നീങ്ങുക.

jostle (ജൊസ്ൽ) *v.* push against elbow; bustle; struggle; ഉന്തിത്തള്ളുക; തട്ടിക്കുലുക്കുക; മുട്ടുക.

jot (ജൊട്ട്) *n.* iota; whit; dot; പുള്ളി; കുത്ത്; ബിന്ദു; ശകലം; ഓർമ്മക്കുറിപ്പെഴുതുക.

journal (ജേർണൽ) *n.* diary; day book; news paper; ഡയറി; നാൾവഴി പുസ്തകം; കണക്കുപുസ്തകം; വാർത്താപത്രിക.

journalism (ജേർണലിസം) *n.* profession of conducting or writing for public journals; പത്രപ്രവർത്തനം; പത്രലേഖനരചന; *n.* **journalist** പത്രപ്രവർത്തകൻ.

journey (ജേർണി) *n.* tour; round of travel; excursion; യാത്ര; പര്യടനം; പ്രയാണം.

jovial (ജൗവിയൽ) *adj.* gay; merry; hilarious; ആഹ്ലാദകരമായ; ഉല്ലാസഭരിതമായ.

jowl (ജൗൾ) *n.* the cheek; jawbone; ഗണ്ഡം; കീഴ്താടിയെല്ല്.

joy (ജൊയ്) *n.* vivid emotion of pleasure, gladness; ആഹ്ലാദം; സന്തോഷം; ആനന്ദം; ഹർഷം; ആനന്ദഹേതു; *adj.* **joyful**; *adv.* **joyfully**; *n.* **joyfulness**; *adj.* **joyless.**

joystick (ജൊയ്സ്ററിക്ക്) *n.* (computer) a lever in a computer that can be tilted to indicate the movement of the cursor; 'കർസറി'ൻെറ ചലനം കാണിക്കുന്നതിന് ഏതു വശത്തേക്കും ചരിക്കാവുന്ന ഒരു ലിവർ.

jubilant (ജൂബിലൻറ്) *adj.* rejoicing; making demonstrations of joy; വിജയാഹ്ലാദമുള്ള; സന്തോഷിച്ചു പാടുന്ന; ജയോല്ലാസഘോഷം നടത്തുന്ന; *n.* **jubilation** വിജയോത്സവം.

jubilee (ജൂബിലി) *n.* anniversary; വാർഷികോത്സവം; **silver jubilee** രജതജൂബിലി; 25-ാം വാർഷികോത്സവം; **golden jubilee** 50-ാം വാർഷികോത്സവം; **diamond jubilee** വജ്രജൂബിലി; 60-ാം വാർഷികോത്സവം.

judge (ജഡ്ജ്) *n.* officer appointed to hear and try cases in court of justice; നീതിപതി; വിധികർത്താവ്; തീരുമാനിക്കുക; തീർപ്പാക്കുക.

judgement, judgment (ജഡ്ജ്മെൻറ്) *n.* sentence of court of justice; വിധി; തീർപ്പ്; നിർണ്ണയം; വിധിന്യായം.

judicial (ജുഡീഷൽ) *adj.* done by or pert. to a court of law; proper to a judge; കോടതിയെ സംബന്ധിച്ച; കോടതിക്ക് അനുയോജ്യമായ; ന്യായത്തീർപ്പിൻെറ സ്വഭാവമുള്ള.

judiciary (ജുഡീഷ്യറി) *n.* judges of a state collectively; നീതിന്യായക്കോടതികൾ; നീതിന്യായ വകുപ്പ്.

judicious (ജുഡിഷ്യസ്) *adj.* sensible; prudent; വിവേകമുള്ള; കാര്യബോധമുള്ള.

Judo (ജൂഡോ) *n.* a Japanese system of wrestling; ഒരുതരം ജാപ്പനീസ് മല്ലയുദ്ധം.

jug (ജഗ്) *n.* a deep vessel with handle; mug; ജഗ്ഗ്; (കഴുത്തു കുറുതായ) പിടിപ്പാത്രം; കൂജ.

juggle (ജഗ്ൾ) *v.* perform tricks; ചെപ്പടിവിദ്യ കാട്ടുക; *n.* **juggler** ഇന്ദ്രജാലക്കാരൻ; *n.* **jugglery** ചെപ്പടിവിദ്യ.

jugular (ജഗ്യുലർ) *adj.* of the neck or throat; കഴുത്ത് സംബന്ധിച്ച; തൊണ്ട സംബന്ധിച്ച.

juice (ജൂസ്) *n.* sap of vegetables; fluid part of animal body; രസം; നീര്; ചാറ്; ദ്രവം.

jumble (ജംബ്ൾ) *v.* mix confusedly; കലക്കുക; കുഴയ്ക്കുക; കൂട്ടിക്കുഴയ്ക്കുക.

jumbo (ജംബൗ) *n.* big clumsy person or thing; large jet plane; വിലക്ഷണ ഭീമൻ; വലിയ ജന്തു.

jump (ജംപ്) *v.* leap; spring upward or forward; ചാടുക; കുതിക്കുക; ചാടിക്കടക്കുക; ചാടിയെഴുന്നേല്ക്കുക.

jumper (ജംപർ) *n.* loose outer jacket; നാവികരുടെ പുറങ്കുപ്പായം; സ്ത്രീകൾ ധരിക്കുന്ന ഒരിനം കഞ്ചുകം.

junction (ജങ്ഷൻ) *n.* meeting place of roads or railway lines etc.; സന്ധിക്കുന്ന സ്ഥലം; കവല; റെയിൽവെ ജങ്ഷൻ; റോഡുസന്ധി.

June (ജൂൺ) *n.* sixth month of year; ജൂൺ മാസം.

jungle (ജങ്ഗ്ൾ) *n.* land overgrown with underwood; കാട്; കാടും പടലും നിറഞ്ഞ സ്ഥലം.

junior (ജൂന്യർ) *adj.* younger; inferior; ഇളയ; വയസ്സു കുറഞ്ഞ; ഇളമുറയായ; താഴ്ന്ന.

junk (ജങ്ക്) *n.* large Chinese vessel; discarded material; വലിയ

ചീനക്കപ്പൽ; വലിച്ചെറിയുന്ന പദാർത്ഥങ്ങൾ; ചവറ്.

Junk (ജങ്ക്) *n.* (computer) information or hardware which useless, needless or out of date ഉപയോഗശൂന്യമോ അനാവശ്യമോ കാലഹരണപ്പെട്ടതോ ആയ വിവരങ്ങളോ കംപ്യൂട്ടർ ഭാഗങ്ങളോ.

Jupiter (ജൂപ്പിററർ) *n.* largest planet of solar system; വ്യാഴം; ബൃഹസ്പതി.

jurisdiction (ജൂറിസ്ഡിക്ഷൻ) *n.* administration of justice; നീതിന്യായപരിപാലനം; ന്യായാധികാരം; അധികാരാതിർത്തി.

jurisprudence (ജൂറിസ്പ്രൂഡൻസ്) *n.* science or philosophy of law; നിയമശാസ്ത്രം; നിയമത്തിൻെറ തത്ത്വസംഹിത.

jury (ജൂറി) *n.* (*pl.*) a body of persons sworn to render verdict; വ്യവഹാരവിചാരകസമിതി; മദ്ധ്യസ്ഥസമിതി.

just (ജസ്ററ്) *adj.* reasonable; equitable; impartial; fair; നീതിപൂർവ്വമായ; യഥാന്യായമായ; ധാർമ്മികത്വമുള്ള; കൃത്യമായി; ആ നിമിഷത്തിൽ; ഏതാണ്ട് കൃത്യമായി, ഏതാണ്ട് പൂർണ്ണമായി.

justice (ജസ്ററീസ്) *n.* quality of being just; fairness; judge; നീതി; ധർമ്മം; നിഷ്പക്ഷത; ന്യായാധിപതി.

justify (ജസ്ററിഫൈ) *v.* show the justice of; vindicate; ന്യായീകരിക്കുക; നീതീകരിക്കുക; സാധൂകരിക്കുക; *adj.* **justifiable** ന്യായീകരിക്കാവുന്ന; *n.* **justification** ന്യായീകരണം.

jut(ജട്ട്) *v.* project; ഉന്തിനില്ക്കുക.

jute (ജൂട്ട്) *n.* fibre of Indian hemp; ചണം.

juvenile (ജൂവനൈൽ) *adj.* pert. to youth; youthful; young; childish; യുവാക്കളെ സംബന്ധിച്ച; യുവസഹജമായ; യുവജനങ്ങൾക്കുള്ള; യുവത്വമുള്ള; യുവജനങ്ങൾക്കായുള്ള ഗ്രന്ഥം.

juxtapose (ജക്സ്ററപൗസ്) *v.t.* place things side by side; അടുപ്പിച്ചു വയ്ക്കുക; *n.* **juxtaposition**.

Kk

K (കെ) the eleventh letter of the English alphabet; ഇംഗ്ലിഷ് അക്ഷരമാലയിലെ പതിനൊന്നാം അക്ഷരം.

kabba, kabala (കബാ, കബാല) *n.* sacred building at Mecca; മെക്കയിലെ മുസ്ലിംദേവാലയം.

kabob (കബൊബ്) *n.* (*also* **kebab**) small pieces of meat cooked with vegetables; ചെറുതായി നുറുക്കിയ ഇഞ്ചി, ഉള്ളി മുതലായ പച്ചക്കറികളുമൊത്ത് വേവിച്ച മാംസം.

kaleidoscope (കലൈഡസ്കൗപ്) *n.* tube through which a variety of colours and forms are seen; പലരംഗങ്ങൾ മാറിമാറിക്കാട്ടുന്ന ചിത്രദർശിനിക്കുഴൽ.

kangaroo (കാങ്ഗരൂ) *n.* Australian

marsupial quadruped; സഞ്ചിമൃഗം; കംഗാരു.

karate (ക്കെരാ̄ട്ടെ) *n.* a Japanese combative sport; ജാപ്പനീസ് കായികകല; പയററ്.

KB (കെ.ബി.) *n.* (computer) abbr. of Kilobyte storage capacity of 1024 bytes കിലോബൈറ്റ് എന്നതിൻെറ ചുരുക്കം. 1024 ബൈറ്റുകൾ സംഭരിച്ചു സൂക്ഷിക്കാനുള്ള കഴിവ്.

keel (കീൽ) *n.* lowest timber of a ship; കപ്പലിൻെറ അടിമരം; നൗകാധാരതലം.

keen (കീൻ) *adj.* sharp; penetrating; കൂർത്ത; നിശിതമായ; മൂർച്ചയുള്ള; തുളയ്ക്കുന്ന; (*fig.*) ചുഴിഞ്ഞിറങ്ങുന്ന; *n.* **keenness**.

keep (കീപ്) *v.* protect; guard; retain possession of; maintain; manage; continue; detain; സൂക്ഷിക്കുക; വച്ചുകൊണ്ടിരിക്കുക; അനുഷ്ഠിക്കുക; ഘോഷിക്കുക; നഷ്ടപ്പെടാതിരിക്കുക; നശിപ്പിക്കാതിരിക്കുക; നല്ലനിലയിൽ നിലനിറുത്തുക; പാർപ്പിക്കുക; നിലകൊള്ളുക; ശാശ്വത നിലയിൽ സ്ഥിതിചെയ്യുക; *n.* **keeper** സൂക്ഷിപ്പുകാരൻ; രക്ഷകൻ; **keep away** അകററി നിർത്തുക; **keep back** പുരോഗതി തടയുക; **keep one's balance** സമചിത്തത നഷ്ടപ്പെടാതെ കഴിക്കുക; **keepsake** ഓർമ്മയ്ക്കായി സൂക്ഷിക്കുന്ന വസ്തു; **kept woman** വെപ്പാട്ടി.

ken (കെൻ) *n.* range of view or knowledge; കണ്ണെത്തുന്ന ദൂരം; ബുദ്ധിക്കെത്താവുന്ന പരമാവധിദൂരം.

kennel (കെന്ൽ) *n.* house for dogs; നായ്ക്കൂട്; ശുനകശാല.

kerchief (കേർചീഫ്) *n.* cloth used to cover head; a handkerchief; ഉറുമാൽ; കൈലേസ്.

kernel (ക്കേർണ്ൽ) *n.* edible part within hard shell of a nut; ഫലബീജം; അണ്ടി; കുരു.

kerosene (കെറ്റെസീൻ) *n.* paraffin oil; മണ്ണെണ്ണ.

kettle (കെററ്ൽ) *n.* boiler; വെള്ളം തിളപ്പിക്കുന്നതിനു വാലുള്ള ലോഹപ്പാത്രം.

key (കീ) *n.* metal instrument to lock and unlock; style of thought or expression; താക്കോൽ; ചാവി; വ്യാഖ്യാനം; മാർഗ്ഗദർശക ഗ്രന്ഥം; ഉത്തരം; സ്വരം; സ്വരനിദാനം; പ്രശ്നപരിഹാരം; കമാനിലെ ആണിക്കല്ല്; പൂട്ടുക; ഉറപ്പിക്കുക; **keyboard** (പിയാനോവിലും കംപ്യൂട്ടറിലും മററും) കട്ടകളുടെ നിര; **keyhole** താക്കോൽപ്പഴുത്; **keynote** കേന്ദ്രതത്ത്വം; മുന്നിട്ടുനിൽക്കുന്ന ആശയം; **keystone** ആണിക്കല്ല്; കേന്ദ്രശില.

key board (കീ ബോർഡ്) *n.* (computer) number of keys fixed together in some order for entering data into a computer or type characters in a computer ഒരു കംപ്യൂട്ടറിലേക്ക് വിവരങ്ങൾ നല്കാനോ ടൈപ്പ് ചെയ്യാനോ നിരവധി കീകൾ പ്രത്യേക രീതിയിൽ ക്രമീകരിച്ചിരിക്കുന്നത്.

khaki (കാക്കി) *adj.* dull brownish-yellow colour esp. used for military uniform; പട്ടാളയൂണിഫോറത്തിന് ഉപയോഗിക്കാറുള്ള ഇളം ബ്രൗൺ മഞ്ഞ നിറം.

kharif (കരീഫ്) *n.* crop sown before the monsoon; വിരിപ്പുകൃഷി.

kibosh (കിബൊ̄ഷ്) *n.* (*coll.*) rot; nonsense; വിഡ്ഢിത്തം; അസംബന്ധം.

kick (കിക്ക്) *v.* strike out with foot; start or work by foot on a pedal; തൊഴിക്കുക; ചവിട്ടുക; ചവിട്ടിത്തെറിപ്പി

ക്കുക; കാൽകൊണ്ടു തട്ടുക; തൊഴി; ചവിട്ട്; **kick starter** മോട്ടോർസൈക്കിളിലെ ലിവർ; **kick-back** *n.* bribe; കൈക്കൂലി.

kid (കിഡ്) *n.* young of goat; കോലാട്ടിൻകുട്ടി; ബാലനോ ബാലികയോ.

kidnap (കിഡ്നാപ്) *v.t.* abduct a human being; ശിശുമോഷണം നടത്തുക; ആളെ തട്ടിക്കൊണ്ടുപോകുക.

kidney (കിഡ്നി) *n.* urinary gland; വൃക്ക; രക്തത്തെ ശുദ്ധീകരിച്ച് മൂത്രം വേർതിരിക്കുന്ന അവയവം.

kill (കിൽ) *v.t.* put to death; destroy; put an end to; കൊല്ലുക; നശിപ്പിക്കുക; പരാജയപ്പെടുത്തുക; ഇല്ലാതാക്കുക; ചൈതന്യം കെടുത്തുക; കൊല്ലൽ; വധിക്കൽ.

kilo (കിലൗ) *pref.* denoting 1000 times the unit to which it is attached; തുടർന്നുവരുന്ന ഏകകത്തിന്റെ ആയിരം ഇരട്ടി എന്നു കാണിക്കുന്ന ഉപസർഗ്ഗം.

kilt (കിൽറ്റ്) *n.* short skirt; മുഴങ്കാൽ പാവാട; *v.t.* tuck up (skirts); തെറുത്തു കയററുക.

kin (കിൻ) *n.* relatives collectively; relationship; ബന്ധുക്കൾ; ചാർച്ച; രക്തബന്ധം; *n.* **kinsfolk** ചാർച്ചക്കാർ; *ns.* **kinship** ചാർച്ച; **kinsman** ബന്ധു.

kind (കൈൻഡ്) *n.* race; natural group; class; വർഗ്ഗം; വകുപ്പ്; ഗണം; തരം; വിധം; പ്രകൃതം; സ്വഭാവം.

kind (കൈൻഡ്) *adj.* of gentle or benevolent nature; affectionate; ദയവുള്ള; ഉപകാരം ചെയ്യുന്ന; അനുകമ്പയുള്ള; *adj.* **kind-hearted** കരുണാർദ്രമനസ്കനായ.

kindergarten (കിൻഡർഗാർട്ടൻ) *n.* nursery school; ശിശുവിദ്യാലയം; നഴ്സറി വിദ്യാലയം.

kindle (കിൻഡ്ൽ) *v.* set on fire; inflame; തീ കൊളുത്തുക; ജ്വലിപ്പിക്കുക; ഉത്തേജിപ്പിക്കുക.

kindred (കിൻഡ്രെഡ്) *n.* kinship; ബന്ധുത്വം; (*fig.*) സ്വഭാവസാദൃശ്യം; ബന്ധുജനം.

kine (കൈൻ) *n.* (*pl.*) cows; പശുക്കൾ.

kinetic (കൈനെററിക്) *adj.* of or due to motion; ചലനമുള്ള; ചലനത്തിലൂടെയുള്ള; **kinetic energy** പ്രവർത്തനശക്തി.

king (കിങ്) *n.* male sovereign; monarch; a pre-eminent person; രാജാവ്; ശ്രേഷ്ഠൻ; പ്രമാണി; **king-cobra** രാജവെമ്പാല; *n.* **kingdom**; രാജ്യം; രാജത്വം; രാജപദവി; **kingfisher** പൊൻമാൻ; മീൻകൊത്തി; **king-pin**; പ്രധാനപ്പെട്ട ആളോ വസ്തുവോ.

kink (കിങ്ക്) *n.* twist in a rope etc.; mental twist; കുരുക്ക്; കുടുക്ക്; മനോരാജ്യം; സ്വൈരസങ്കല്പം.

kiosk (കീയൊസ്ക്) *n.* light open pavilion in street; വഴിയരികിലെ ബൂത്ത്; മാടക്കട.

kismet (കിസ്മത്ത്) *n.* destiny; fate; വിധി; ഭാഗ്യം.

kiss (കിസ്) *v.* touch with the lips as sign of love; ഉമ്മവയ്ക്കുക; ചുംബിക്കുക; മുത്തംകൊടുക്കുക; **kiss the dust** ദയനീയമായി പരാജയപ്പെടുക.

kit (കിററ്) *n.* workman's outfit of tools; പണിയായുധപ്പെട്ടി; വസ്ത്രങ്ങൾ പായ്ക്കു ചെയ്ത യാത്രാസഞ്ചി.

kitchen (കിച്ചൻ) *n.* cooking room; അടുക്കള; *n.* **kitchen-garden** അടുക്കളത്തോട്ടം.

kite (കൈററ്) *n.* a rapacious bird; a

kith | knowledge 235

light frame covered with paper constructed for flying in the air; ഗരുഡൻ; പട്ടം; **fly a kite** പട്ടം പറപ്പിക്കുക.

kith (കിത്ത്) *n.* friends collectively; ചങ്ങാതികൾ; **kith and kin** സ്നേഹിതന്മാരും ബന്ധുക്കളും.

kitten (കിററ്ൻ) *n.* a young cat; skittish girl; പൂച്ചക്കുട്ടി; കുസൃതിപ്പെൺകുട്ടി; *v.t.* പൂച്ചക്കുട്ടികളെ പ്രസവിക്കുക.

kiwi (കീവി) *n.* the Apteryx; ന്യൂസിലൻഡിലെ ഒരു പക്ഷി.

kleptomania (ക്ലെപ്ററമെയ്നിയ) *n.* a mania for stealing; മോഷണതത്പരത; (ഒരു മനോരോഗം); ദാരിദ്ര്യപ്രേരണയില്ലാത്ത മോഷണഭ്രമം.

knack (നാക്) *n.* dexterity; nice trick; പാടവം; കൈവേഗം; മിടുക്ക്; സാമർത്ഥ്യം.

knapsack (നാപ്സാക്) *n.* soldier's or traveller's canvas bag; പട്ടാളക്കാരന്റെയോ യാത്രക്കാരന്റെയോ സഞ്ചി.

knave (നെയ്വ്) *n.* unprincipled man; rogue; തത്ത്വദീക്ഷയില്ലാത്തവൻ; കള്ളൻ; പോക്കിരി; *n.* **knavery** വഞ്ചന.

knead (നീഡ്) *v.t.* work up into paste; കളിമണ്ണോ മാവോ കുഴയ്ക്കുക; കശക്കി സമ്മിശ്രമാക്കുക.

knee (നീ) *n.* joint between thigh and lower leg; കാൽമുട്ട്; *v.t.* മുട്ടുകുത്തുക; വണങ്ങുക; **knee-cap** മുട്ടുചിരട്ട; **bow the knee** (*fig.*) മുട്ടുകുത്തുക.

kneel (നീൽ) *v.i.* (*p.t.* **knelt**) fall or rest on the knees; മുഴങ്കാൽ മടക്കി നമിക്കുക; മുട്ടുകുത്തുക.

knell (നെൽ) *n.* bell ring at death or funeral; മണിനാദം; മരണമണി.

knife (നൈഫ്) *n.* (*pl.* **knives**) cutting instrument with sharpened edge; കത്തി; ചെറുകത്തി; **chopping knife** വെട്ടുകത്തി; **folding knife** മടക്കുകത്തി; **penknife** പേനാക്കത്തി; **table-knife** മേശക്കത്തി.

knight (നൈററ്) *n.* member of an order of chivalry; the rank with the title 'Sir'; അശ്വാരൂഢ വീരയോദ്ധാവ്; പരാക്രമി; 'സർ' എന്ന ബിരുദമുള്ള പദവി; സ്ഥാനി; പ്രഭു.

knit (നിററ്) *v.* form of interlocking loops of yarn or thread; പിന്നുക; തുന്നിച്ചേർക്കുക; മെടയുക.

knob (നൊബ്) *n.* rounded protuberance or swelling; കുമിള; മൊട്ട്; മുഴ; ഉരുണ്ട പിടി.

knock (നോക്ക്) *v.* strike with hand; മുട്ടുക; തട്ടുക; **knock down** അടിച്ചു നിലംപററിക്കുക; തകർക്കുക; **knock out** മത്സരത്തിൽ തോററു പുറത്താവുക.

knot (നൊട്ട്) *n.* tie; cluster; a twisting together of parts of two or more strings; കുരുക്ക്; കെട്ട്; കുടുക്ക്; മുടിക്കെട്ട്; ബന്ധനം; സന്ധി; വസ്ത്രത്തിൽ ബന്ധിച്ച അലങ്കാര റിബൺ; കുരുക്കുക; കെട്ടിടുക.

know (നൗ) *v.* be aware of; recognize; identify; understand; അറിയുക; തിരിച്ചറിയുക; ഗ്രഹിക്കുക; ബോധിക്കുക; മനസ്സിലാക്കുക; അറിഞ്ഞിരിക്കുക; *n.* **know-how** പ്രായോഗിക (സാങ്കേതിക) വിജ്ഞാനം; *n.* **know-nothing** ഒന്നുമറിയാത്തവൻ; **know-all** സർവ്വജ്ഞനെന്നു സ്വയം വിചാരിക്കുന്നവൻ.

knowledge (നൊളിജ്) *n.* assured belief; knowing; familiarity gained by experience; അറിവ്; ജ്ഞാനം; വിദ്യാപരിചയം; അവബോധം; കാര്യബോധം; പാണ്ഡിത്യം.

Koran (ക്റാൻ) *n.* sacred book of Muslims; വിശുദ്ധ ഖുറാൻ.

kudos (ക്യൂഡോസ്) *n.* glory; renown; credit; മഹിമ; പ്രശസ്തി; ബഹുമതി.

kung-fu (കുങ്-ഫു) *n.* Chinese form of un-armed combat, like karate; ചൈനക്കാരുടെ ആയുധം ധരിക്കാതെയുള്ള ഒരുതരം പയററ് (കരാട്ടെ പോലെ).

Ll

L (എൽ) the twelfth letter of the English alphabet; ഇംഗ്ലിഷ് അക്ഷരമാലയിലെ പന്ത്രണ്ടാം അക്ഷരം.

lab (ലാബ്) *n.* (*coll.*) laboratory; ലാബറട്ടറി.

label (ലെയ്ബ്ൽ) *n.* slip affixed to anything to denote its contents; മേൽവിലാസക്കുറി; മേൽവിലാസച്ചീട്ട്; ലേബൽ; ലേബലൊട്ടിക്കുക.

labial (ലെയ്ബിയൽ) *adj.* of the lips; uttered by the lips; ചുണ്ടുകൊണ്ടുള്ള; ചുണ്ടുകൊണ്ടുച്ചരിക്കുന്ന.

laboratory (ല്ബൊറ്റ്രി, ലാബ്രററി) *n.* room or building for scientific experiments; പരീക്ഷണശാല; ഗവേഷണശാല.

labour (ലെയ്ബർ) *n.* work; bodily or mental toil; the labouring class; അദ്ധ്വാനം; തൊഴിലാളികൾ; തൊഴിലാളിവർഗ്ഗം; തീവ്രയത്നം; പ്രസവവേദന; *v.* അദ്ധ്വാനിക്കുക; വേല ചെയ്യുക; പണി ചെയ്യുക; ഈററുനോവുണ്ടാകുക; *n.* **labourer** കൂലിപ്പണിക്കാരൻ.

labyrinth (ലാബ്ബറിൻത്) *n.* a building with intricate passages; perplexity; entangled state of affairs; ഉള്ളിൽ പ്രവേശിച്ചാൽ വെളിയിൽ വരാൻ പാടില്ലാതെ ചുററിക്കുന്ന വഴി; ദുർഘടമാർഗ്ഗം.

lac (ലാക്) *n.* a dark-red resin; കോലരക്ക്; അരക്ക്.

lace (ലെയ്സ്) *n.* plaited string; cord; strip; നാട; ചരട്; കസവ്; വിചിത്രനാട; ബന്ധസൂത്രം.

lacerate (ലാസറെയ്ററ്) *v.t.* tear; mangle; torture; wound; കീറുക; മുറിക്കുക; കീറിക്കളയുക; ഛിന്നഭിന്നമാക്കുക; അരിയുക.

lack (ലാക്) *n.* deficiency; want; a thing in short supply; ഇല്ലായ്മ; കുറവ്; അഭാവം; ന്യൂനത; ഇല്ലാതിരിക്കുക; കുറവായിരിക്കുക; *adj.* **lack-lustre** പ്രഭയില്ലാത്ത; വിരസമായ.

lackey (ലാക്കി) *n.* a servile follower; a parasite; ക്ഷുദ്രസേവകൻ; കിങ്കരൻ.

laconic (ല്ക്കൊണിക്) *adj.* expressing much in few words; മിതഭാഷിയായ; സംക്ഷിപ്തമായ.

lacquer (ലാക്കർ) *n.* varnish; വാർണിഷ്; മരസ്സാധനങ്ങളിൽ പുറംമോടിക്ക് തേച്ചു പിടിപ്പിക്കാൻ

lactate | lance 237

അരക്ക് ചേർത്തുണ്ടാക്കുന്ന വാർണിഷ്.

lactate (ലാക്റെറയ്റ്) *n.* secrete milk; ചുരത്തുക; പാൽ സ്രവിപ്പിക്കുക; *n.* **lactation** മുലപ്പാൽ കൊടുക്കൽ.

lacuna (ലെക്യൂണ) *n.* (*pl.* **lacunae**) a gap or hiatus; a cavity; പിളർപ്പ്; വിടവ്; ശൂന്യഭാഗം.

lad (ലാഡ്) *n.* boy; young man; പയ്യൻ; ചെറുക്കൻ; ബാലൻ.

ladder (ലാഡർ) *n.* frame of wood devised for ascending or descending purposes; ഏണി; കോണി; ഗോവണി.

lade (ലെയ്ഡ്) *v.t.* load; burden; put cargo on board; ഭാരം ഏററുക; കപ്പലിൽ ചരക്കു കയററുക; *adj.* **laden** ഭാരമേന്തിയ.

ladle (ലെയ്ഡ്ൽ) *n.* a large spoon; വലിയ കരണ്ടി; തവി; കോരിക.

lady (ലേയ്ഡി) *n.* (*pl.* **ladies**); woman of rank or distinction; mistress of a house; പ്രഭ്വി; കുടുംബിനി; മാന്യസ്ത്രീ; *n.* **lady love** പ്രിയ; പ്രണയിനി; **lady's finger** വെണ്ടയ്ക്ക.

lag (ലാഗ്) *v.* move or walk slowly; loiter; fall behind; വളപ്പെതുക്കെ നടക്കുക; വിളംബിക്കുക; പിന്നാലെ ആയിപ്പോകുക; പിന്നിൽ പതുങ്ങുക ; **lag-end** അററം; അവസാനം.

lagoon (ലെഗൂൺ) *n.* a shallow lake near the sea or a river; കായൽ; ചേറടിഞ്ഞ പൊയ്ക; ചതുപ്പുനിലം.

lair (ലെയർ) *n.* den or retreat of a wild beast; ബിലം; മാളം; ഒളിസ്ഥലം.

laissez-faire (ലേയ്സെയ് ഫേയ്യർ) *n.* a general principle of non-interference; ഗവൺമെൻറ് വ്യക്തി പ്രവർത്തനത്തിൽ (വാണിജ്യ പ്രവർത്തനങ്ങളിൽ) ഒരു വിധത്തിലും ഇടപെടാതിരിക്കൽ.

laity (ലെഇററി) *n.* laymen; സാധാരണ ജനങ്ങൾ; അൽമേനികൾ.

lake (ലെയ്ക്) *n.* a large body of water within land; തടാകം; പൊയ്ക; ജലാശയം; സരസ്സ്.

lakh (ലാക്) *n.* a hundred thousand; ലക്ഷം.

lama (ലാമ്മ) *n.* Tibetan Buddhist priest; തിബത്തിലെ ബുദ്ധമതഗുരു.

lamb (ലാം) *n.* young of sheep; its flesh; one innocent or gentle as a lamb; ആട്ടിൻകുട്ടി; കുഞ്ഞാട്; കുഞ്ഞാട്ടിൻമാംസം.

lambent (ലാംബൻറ്) *adj.* gliding over; flickering; അലയുന്ന; ചഞ്ചലമായ; മൃദുശോഭയുള്ള.

lame (ലെയ്ം) *adj.* limping; disabled; unsatisfactory; ഞൊണ്ടിയായ; മുടന്തുള്ള; അതൃപ്തികരമായ; ബോദ്ധ്യം വരുത്താത്ത.

lament (ലെമെൻറ്) *v.* mourn; weep; കരയുക; നിലവിളിക്കുക; ഖേദിക്കുക; വിലാപം; പരിദേവനം; ശോകഗീതം.

lamina (ലാമിന) *n.* (*pl.* **laminae)** thin layer; അടുക്ക്; പടലം; പാളി; *v.* **laminate**; *n.* **lamination**.

lamp (ലാംപ്) *n.* any structure containing a source of artificial light; വിളക്ക്; ദീപം; വൈദ്യുതദീപം; സൂര്യൻ; ചന്ദ്രൻ; ആത്മീയപ്രകാശം; ജ്ഞാനദീപം; പ്രത്യാശ.

lampoon (ലാംപൂൺ) *n.* virulent satire in writing; പരിഹാസകൃതി; ആക്ഷേപഹാസ്യകാവ്യം; പരസ്യമായി പരിഹസിക്കുക.

lance (ലാൻസ്) *n.* long spear; javelin; കുന്തം; വേൽ; പടക്കുന്തം.

land (ല̄ൻഡ്) *n.* solid part of earth's surface; ground; shore; നിലം; മണ്ണ്; കര; ഭൂമി; പ്രദേശം; നാട്; രാജ്യം; ഭൂസ്വത്ത്; വിളനിലം; കരയ്ക്കിറക്കുക; കരയ്ക്കിറങ്ങുക; താഴെയിറങ്ങുക; *n.* **land-lady**; ഗൃഹനാഥ; *adj.* **landlocked** ഭൂമിയാൽ വലയം ചെയ്യപ്പെട്ട; *n.* **landlord** ഭൂവുടമസ്ഥൻ; *n.* **landmark** അതിരടയാളം; *n.* **landslide** ഉരുൾപൊട്ടൽ.

landscape (ല̄ൻഡ്സ്കെയ്പ്പ്) *n.* the appearance of that portion of land which the eye can view at once; ഒററനോട്ടത്തിൽ കാണുന്ന പ്രകൃതിദൃശ്യം; ഭൂദൃശ്യം; ഭൂഭാഗചിത്രം.

lane (ലെയ്ൻ) *n.* narrow passage or street; alley; ഇടുങ്ങിയ പാതയോ തെരുവോ; ഇടവഴി.

language (ല̄ങ്ഗ്വിജ്) *n.* human speech; speech peculiar to a nation; mode of expression; ഭാഷ; ഭാഷണരീതി; ഭാഷാരീതി; രചനാശൈലി; **dead language** പ്രയോഗത്തിലില്ലാത്ത ഭാഷ; മൃതഭാഷ.

languid (ല̄ങ്ഗ്വിഡ്) *adj.* lacking vigour; tired; spiritless; തളർന്ന; ക്ഷീണിതമായ; താത്പര്യമുണർത്താത്ത.

languish (ല̄ങ്ഗ്വിഷ്) *v.i.* lose strength and animation; pine; മെലിയുക; തളരുക; വാടുക; ക്ഷീണിക്കുക; ചുണകെടുക.

languor (ല̄ങ്ഗ്ഗ്ഗർ) *n.* dreamy inertia; languidness; ചടപ്പ്; ആലസ്യം; മ്ലാനത; ഉന്മേഷമില്ലായ്മ.

lank (ല̄ങ്ക്) *adj.* shrunken; tall and lean; മെലിഞ്ഞ; ശോഷിച്ച; ചടച്ച; ചുങ്ങിപ്പോയ.

lantern (ല̄ൻറേറൺ) *n.* transparent case holding a light; റാന്തൽ.

lap (ല̄പ്പ്) *n.* flap of garment; place where one is nurtured; a fold; മടി; മടിത്തട്ട്; വസ്ത്രത്തൊങ്ങൽ; മറ; ഭാഗം; തുണിക്കര; *n.* **lapdog** ഓമനിച്ചു വളർത്തുന്ന നായ്ക്കുട്ടി.

lapse (ല̄പ്സ്) *n.* slip of memory, tongue or pen; slight mistake; ഓർമ്മപ്പിശക്; അബദ്ധം; ധാർമ്മികച്യുതി; വിശ്വാസത്യാഗം; ഉപേക്ഷയാലുള്ള അവകാശനഷ്ടം; അധികാരലോകം; കാലഗതി.

laptop (ലാപ്ടോപ്പ്) *n.* (computer) computer that is light enough to carry but not so small to fit in a pocket അനായാസം കൊണ്ടുനടക്കാൻ കഴിയുന്നതും എന്നാൽ പോക്കറ്റിൽ ഒതുങ്ങാത്തതുമായ കംപ്യൂട്ടർ.

larceny (ലാർസനി) *n.* theft; stealing; അപഹരണം; മോഷണം.

lard (ലാർഡ്) *n.* fat of the hog; പന്നിക്കൊഴുപ്പ്; കലവറ.

large (ലാർജ്) *adj.* great in size; big; copious; bulky; വലിയ; വലുതായ; വിപുലമായ; വിശാലമായ; വിസ്തൃതമായ; വ്യാപകമായ; പരന്ന; *adj.* **large hearted** മഹാമനസ്കനായ; ഉദാരനായ; **by and large** എല്ലാം കണക്കിലെടുത്താൽ.

largess (ലാർജെസ്) *n.* gift; grant; donation; ഇനാം; ഉപഹാരം; പാരിതോഷികം.

lark (ലാർക്) *n.* the skylark; വാനമ്പാടിപ്പക്ഷി; നേരമ്പോക്ക്; തമാശ.

larva (ലാർവ) *n.* (*pl.* **larvae** ലാർവീ) insect in the caterpiltar state; മുട്ട പൊട്ടിയിറങ്ങിയ ഉടനെയുള്ള പുഴു.

larynx (ല̄റിങ്ക്സ്) *n.* (*pl.* **larynges**) upper part of the windpipe; ശ്വാസനാളദ്വാരം; കൃകം.

lascivious (ല്ലസിവിയസ്) *adj.* wanton; inciting to lust; lustful; കാമവികാരജനകമായ; കാമഹേതുകമായ; ഭോഗാസക്തനായ.

laser (ലെയ്സർ) *n.* a device which amplifies an input of light producing an extremely narrow and intense monochromatic beam; തന്നിൽ നിപതിച്ച പ്രകാശത്തെ പ്രവർത്തിപ്പിച്ച് അത്യന്തം കൂർത്തതും തീവ്രവുമായ ഏകവർണ്ണ പ്രകാശപുഞ്ജം ഉത്പാദിപ്പിക്കുന്ന ഒരു ഉപകരണം.

lash (ലാഷ്) *n.* the thong at the point of a whip; whip; a stroke with a whip; ചാട്ടവാർ; ചമ്മട്ടി; ചാട്ടയടി; പ്രഹരം; ചമ്മട്ടികൊണ്ടടിക്കുക; വാക്പ്രഹരം നടത്തുക; *n.* **lashing** അടി.

lass (ലാസ്) *n.* a girl; a sweet heart; പെൺകുട്ടി; കന്യക; പ്രിയ.

lassitude (ലാസിററ്യൂഡ്) *n.* weakness; weariness; langour; ക്ഷീണം; തളർച്ച; ജാഡ്യം; മ്ലാനത.

last (ലാസ്ററ്) *adj.* final; latest; immediately before the present; utmost; most recent; അന്തിമമായ; ഒടുവിലത്തെ; അന്ത്യമായ; തൊട്ടുമുൻപിലത്തെ; കഴിഞ്ഞ; അവശേഷിക്കുന്ന; **at last** ഒടുക്കം; അവസാനം; **till the last** അന്ത്യംവരെ; മരണംവരെ; **last sleep** അന്ത്യനിദ്ര; മരണം.

last (ലാസ്ററ്) *v.i.* survive; continue; നിലനില്ക്കുക; നീണ്ടുനില്ക്കുക; ഈടുനില്ക്കുക; *adj.* **lasting** നിലനില്ക്കുന്ന.

latch (ലാച്) *n.* bolt; കുററിക്കൊളുത്ത്; കതകിൻെറ കൊളുത്ത്; *v.i.* കുററിക്കൊളുത്തിടുക.

late (ലെയ്ററ്) *adj.* & *adv.* (*comp.* **later**, *superl.* **latest**); *adj.* after the due time; far on in day or night; സമയം തെററിയ; വൈകിപ്പോയ; വൈകിയ നേരത്തുള്ള; നേരംതെററിവരുന്ന; മരിച്ചുപോയ.

latent (ലെയ്ററൻറ്) *adj.* hidden; unmanifested; invisible; മറഞ്ഞുനില്ക്കുന്ന; വെളിപ്പെടാത്ത.

lateral (ലാററൽ) *adj.* sideways; horizontal; അരുകിലുള്ള; വിലങ്ങനെയുള്ള; പാർശ്വസ്ഥമായ.

laterite (ലാറ്ററൈററ്) *n.* kind of red soil; ഒരുതരം ചെമ്മണ്ണ്.

latex (ലെയ്റെറക്സ്) *n.* (*bot.*) milky juice of plants; മരക്കറ; റബർക്കറ.

lathe (ലെയ്ദ്) *n.* machine that shapes wood or metal; തടിയോ ലോഹമോ കടയുന്നതിനുള്ള യന്ത്രം.

lather (ലാദെർ) *n.* froth of soap and water; സോപ്പിൻപത; നുര.

Latin (ലാററിൻ) *n.* the language of ancient Romans; ലത്തീൻഭാഷ.

latitude (ലാററിററ്യൂഡ്) *n.* width; range; scope; (*geog.*) ഭൂമദ്ധ്യരേഖയ്ക്കു തെക്കും വടക്കുമുള്ള അളവ്; അക്ഷാംശരേഖ.

latrine (ലാട്രീൻ) *n.* a lavatory; കക്കൂസ്; മൂത്രപ്പുര.

latter (ലാററർ) *adj.* near to the end of a period; the second of two; modern; recent; പിന്നീടുള്ള; പിന്നീടു പറയപ്പെട്ട; ഒരു കാലഘട്ടത്തിൻെറ അന്ത്യത്തിൽ വരുന്ന; രണ്ടെണ്ണത്തിൽ രണ്ടാമത്തേതായ.

lattice (ലാററിസ്) *n.* a network of crossed bars; ജാലകം; ജാലകത്തട്ടി.

laud (ലോഡ്) *v.t.* praise; celebrate; വാഴ്ത്തുക; സ്തുതിക്കുക; പ്രകീർത്തിക്കുക; ഗുണവർണ്ണന; *adj.* **laudatory** പ്രശംസാപരമായ; *adj.* **laudable** സ്തുത്യർഹമായ.

laugh (ലാഫ്) *v.* make that chuckling noise which sudden merriment excites; ചിരിക്കുക; ചിരിയുണർത്തുക; ഹസിക്കുക; പരിഹസിച്ചു ചിരിക്കുക; *n.* **laughter**; ചിരി; ഹാസം; ചിരിക്കുന്ന രീതി; *adj.* **laughable** ചിരിയുണ്ടാക്കുന്ന; **laughing-stock** പരിഹാസപാത്രം; **laugh at** പരിഹസിക്കുക; **laugh away** ചിരിച്ചു തള്ളിക്കളയുക.

launch (ലോഞ്ച്) *n.* a power-driven boat; യന്ത്രബോട്ട്; പടക്; ചാട്ടുക; ചുഴററി എറിയുക; കപ്പൽ വെള്ളത്തിലിറക്കുക; (റോക്കററ്) വിക്ഷേപിക്കുക.

launder (ലോൺഡർ) *n., v.t.* wash and iron cloths; അലക്കുക; *n.* **laundry** വസ്ത്രം അലക്കൽ; അലക്കു കമ്പനി.

laureate (ലോറിയററ്) *adj.* crowned with laurel; worthy of laurels; പൂമാല അണിയിക്കപ്പെട്ട; കവിയെന്ന നിലയ്ക്ക് പരമബഹുമതിക്കർഹനായ.

laurel (ലോറൽ) *n.* crown made of flowers; ലതാകിരീടം.

lava (ലാ്വ) *n.* molten stream from a volcano; matter thus discharged; ദ്രവശില; പർവ്വതാഗ്നിപ്രവാഹം.

lavatory (ലാ്വട്രി) *n.* place for personal ablutions; കക്കൂസ്; കുളിപ്പുര.

lavender (ലാ്വൻഡർ) *n.* a sweet-smelling plant; an essential oil; കർപ്പൂരവള്ളി; ഒരു പരിമളതൈലം.

lavish (ലാ്വിഷ്) *v.t.* waste or spend (money, effort etc.) profusely; ധാരാളം (കണക്കിലേറെ) ചെലവഴിക്കുക; കൊടുക്കുക; അമിതവ്യയം ചെയ്യുക.

law (ലോ) *n.* rule established with authority; established usage; നിയമം; ചട്ടം; ആചാരം; നിയമസംഹിത; നീതിപ്രമാണം; ധർമം; വ്യവസ്ഥ; സ്മൃതി; *adj.* **law-abiding** ധർമ്മാനുവർത്തിയായ; **law-breaking** നിയമം ലംഘിക്കുന്ന; *adj.* **lawless** നിയമവിരുദ്ധമായ.

lawn (ലോൺ) *n.* grassy plot; പച്ചപ്പുൽത്തകിടി; മൈതാനം; *n.* **lawn-mower**; പുല്ല് ചെത്തുന്ന യന്ത്രം.

lawyer (ലോയർ) *n.* a practitioner in the law; വക്കീൽ; നിയമജ്ഞൻ.

lax (ലാക്സ്) *adj.* loose; relaxed; slack; not strict; അയഞ്ഞ; അയവുള്ള; ശിഥിലമായ; അശ്രദ്ധമായ.

laxative (ലാക്സെയ്ററീവ്) *n.* purgative medicine; വിരേചനൗഷധം.

lay (ലെയ്) (*p.t. & p.p.* **laid**) *v.* cause to lie; set down; beat down; വയ്ക്കുക; വിരിക്കുക; കിടത്തുക; അടുക്കുക; വീഴ്ത്തുക; നിരത്തുക; നിക്ഷേപിക്കുക; ശമിപ്പിക്കുക; സമാശ്വസിപ്പിക്കുക; ചുമത്തുക; കുററം ചുമത്തുക; **lay emphasis** ഊന്നിപ്പറയുക; **lay off** ജോലിക്കുറവായതുകൊണ്ട് തൽക്കാലം പിരിച്ചയയ്ക്കുക; **lay-out** കെട്ടിടത്തിൻെറയും മററും പ്ലാൻ; **to lay aside** മാററി വയ്ക്കുക.

lay (ലെയ്) *n.* short narrative poem; a lyric; a song; പാട്ട്; ഗീതം; ആഖ്യാനകവിത; ഗൃഹസ്ഥനായ; പുരോഹിതനല്ലാത്ത; *n.* **layman** സാധാരണക്കാരൻ.

layer (ലേയ്ർ) *n.* stratum; a coat as a paint; thickness of matter; അട്ടി; അടുക്ക്; പാളി; പടലം.

lazy (ലെയ്സി) *adj.* idle; inactive; sluggish; അലസനായ; മന്ദഗതിയായ; മടിയനായ; *v.* **laze**; മടി കാട്ടുക.

leach (ലീച്ച്) *v.* make fluid percolate

through soil, ore, etc.; മണ്ണിൽ കൂടിയോ അയിരിൽ കൂടിയോ ഒരു ദ്രാവകം വാർന്നിറങ്ങുവാൻ അനുവദിക്കുക.

lead (ലെഡ്) *n.* soft heavy malleable metal; ഈയം; കാരീയം; ഈയത്തകിട്; (പെൻസിലിലെ) ഈയക്കോല്; അച്ചടിയിൽ വരികൾക്കിടയിൽ ഇടമുണ്ടാവാനിടുന്ന 'ലെഡ്ഡ്.'

lead (ലീഡ്) *v.* (*p.t. & p.part.* **led**) guide; show the way; direct; induce; influence; നയിക്കുക; വഴികാട്ടുക; നേതൃത്വംവഹിക്കുക; വഞ്ചിക്കുക; ആകർഷിക്കുക; വശീകരിക്കുക; പ്രേരിപ്പിക്കുക; സ്വാധീനിക്കുക; കൈയ്ക്കു പിടിച്ചു നടത്തുക; കയറിട്ടു നയിക്കുക; **lead astray** (*fig.*) വഴിതെറ്റിക്കുക; *n.* **lead** നേതൃത്വം; നായകത്വം; വഴികാട്ടൽ; *n.* **leader** തലവൻ.

leaf (ലീഫ്) (*pl.* **leaves**) *n.* blade; petal; foliage; thin sheet of metal; pages of a book; ഇല; ഓല; പർണ്ണം; ദലം; താൾ; തകിട്; പാളി; പുസ്തകത്തിലെ ഒരേട്; *v.i.* ഇലവരിക; തളിർക്കുക.

league (ലീഗ്) *n.* a bond or alliance; confederacy; union for mutual advantage; ഐക്യം; ഉടമ്പടി; സഖ്യം.

leak (ലീക്) *n.* a crack or hole through which liquid may pass; ചോർച്ച; *v.i.* ചോരുക; ചോർന്നുപോകുക; (രഹസ്യത്തെപ്പററി) ക്രമേണ പരസ്യമാകുക; *n.* **leakage** ചോർച്ച.

lean (ലീൻ) *v.* incline; bend over; rest as for support; ചരിയുക; ചാരുക; ചായുക; കുനിയുക; ചാരിനില്ക്കുക; പക്ഷപാതം കാണിക്കുക; മെലിഞ്ഞ; ചടച്ച; ശോഷിച്ച; ഗുണം കുറവായ.

leap (ലീപ്) *v.* move with bounds; skip; spring upward and forward; jump; കുതിക്കുക; ചാടുക; എടുത്തു ചാടുക; തുള്ളിച്ചാടുക; കുതിപ്പ്; തുള്ളൽ; **by leaps and bounds** അത്ഭുതകരമായ പുരോഗതിയോടെ; **leap-year** അധിവർഷം.

learn (ലേൺ) *v.* (*p.t. & p.part.* **learned, learnt**) gain knowledge; come to know; അഭ്യസിക്കുക; പഠിക്കുക; കണ്ടറിയുക; മനസ്സിലാക്കുക; ശീലിക്കുക; **learn by heart** കാണാപ്പാഠം പഠിക്കുക.

lease (ലീസ്) *n.* any tenure; a contract letting a house, farm, etc.; വാടകയ്ക്കു കൊടുക്കൽ; പാട്ടത്തിനു കൊടുക്കൽ.

leash (ലീഷ്) *n.* thong to hold hounds etc.; കെട്ടാനുള്ള തോൽവാർ; കയറുപിടിച്ചു നടത്തുക; നിയന്ത്രിക്കുക; പിടിച്ചുനിർത്തുക.

least (ലീസ്ററ്) *adj.* (*superl.* of **little**) smallest; most unimportant; very little; mean; ഏററവും ചെറിയ; അല്പമായ; ഏറ്റവും നിസ്സാരമായ; **in the least** ഒട്ടുംതന്നെ; **to say the least of** ഏററം മിതമായിപ്പറഞ്ഞാൽ; **at least**; കുറഞ്ഞപക്ഷം.

leather (ലെദർ) *n.* tanned hide; ഊറയ്ക്കിട്ട തോൽ; ചർമ്മം; തുകൽ.

leave (ലീവ്) *n.* permission; liberty granted; farewell; permitted absence from duty; അവധി; അനുമതി; വിടവാങ്ങൽ; അവധിക്കാലം; അവധിദിവസം; സ്വാതന്ത്ര്യം; **take leave** യാത്ര പറയുക.

leave (ലീവ്) *v.* (*p.t. & p.part.* **left**; *pres.part.* **leaving**) allow to remain; abandon; quit or depart from; ഉപേക്ഷിക്കുക; വിട്ടുകളയുക; വിട്ടുകൊടുക്കുക; **leave behind** കൂടെ

കൊണ്ടുപോകാതിരിക്കുക; **leave off** തുടരാതിരിക്കുക.

leaven (ലെവ്ൻ) *n.* substance added to dough to ferment; മാവ് പുളിപ്പിക്കാൻ ചേർക്കുന്ന പദാർത്ഥം; പുളിപ്പിക്കുക; സജീവമാക്കുക.

lecher (ലെച്ചർ) *n.* debauchee; profligate; സ്ത്രീലമ്പടൻ; വ്യഭിചാരി.

lecture (ലെക്ചർ) *n.* a discourse; public speech; a formal reproof; പ്രസംഗം; അദ്ധ്യാപനം; പ്രഭാഷണം; ശാസന; പ്രസംഗിക്കുക; *n.* **lecturer.**

ledger (ലെജർ) *n.* the principal book of accounts for recording trade transactions; പേരേട്; കണക്കുപുസ്തകം.

leech (ലീച്ച്) *n.* blood-sucking worm living in water; കുളയട്ട; മററുള്ളവരെ ആശ്രയിച്ചു കഴിയുന്നയാൾ; രക്തം ഊററിക്കുടിക്കുന്നയാൾ.

leer (ലിയ്ർ) *n.* a lecherous look; amorous glance; കടാക്ഷവീക്ഷണം; കാമാസക്തമായ നോട്ടം.

lees (ലീസ്) *n.* (*pl.*) sediment or dregs; ഊറൽ; മട്ട്.

left (ലെഫ്റ്റ്) *adj.* (*opp.* **right**) on or belonging to the side of a person's body that is westward when he faces north; ഇടത്തെ; ഇടതുവശമായ; വാമഭാഗത്തുള്ള; (രാഷ്ട്രീയത്തിലെ) ഇടതുപക്ഷമായ; *n.* ഇടത്തുവശം.

leg (ലെഗ്) *n.* a walking limb; long slender support of anything; കാൽ; പാദം; മേശക്കാൽ, കസേരക്കാൽ മുതലായവ; **leg room** ഇരിക്കുന്നവരുടെ കാൽ നീട്ടാനുള്ള ഇടം; *adj.* **legged** കാലുകളുള്ള; *adj.* **legless** കാലില്ലാത്ത.

legacy (ലെഗസി) *n.* that which is left to one by will; a bequest; മരണശാസനത്തിലൂടെ ലഭിക്കുന്ന സ്വത്ത്; പൈതൃകം; പാരമ്പര്യം.

legal (ലീഗ്ൽ) *adj.* pert. to or according to law; judicial; legitimate; നിയമദത്തമായ; നിയമപ്രകാരമുള്ള; നിയമാനുസൃതമായ; *n.* **legality** നിയമസാധുത്വം; *adv.* **legally**.

legate (ലെഗിററ്) *n.* ambassador esp. from the Pope; പ്രതിപുരുഷൻ; മാർപാപ്പായുടെ പ്രതിനിധി.

legend (ലെജെൻഡ്) *n.* myth; non-historical narrative; traditional story; ഐതിഹ്യം; ഇതിഹാസം; പുരാവൃത്തം; ഐതിഹ്യസഞ്ചയം; *adj.* **legendary** പുരാവൃത്തരമായ.

legible (ലെജിബ്ൾ) *adj.* readable; clear enough to be deciphered; വായിക്കത്തക്ക; തെളിഞ്ഞ; സ്പഷ്ടാക്ഷരമായ.

legion (ലീജൻ) *n.* a body of soldiers; a military force; a great number; 3000 മുതൽ 6000 വരെ ആളുകളുള്ള സേനാഭാഗം; അസംഖ്യം.

legislate (ലെജിസ്ലെയ്റ്റ്) *v.t.* make laws; make provision by laws for; നിയമം നിർമ്മിക്കുക; ചട്ടം ഏർപ്പെടുത്തുക; *n.* **legislation** നിയമനിർമ്മാണം.

legitimate (ലെജിററിമ്മെറ്റ്) *adj.* lawful; lawfully begotten; proper; regular; നിയമപ്രകാരമുള്ള; നിയമാനുസൃതമായ; നിയമാനുസൃതമായ വിവാഹത്തിൽനിന്നുണ്ടായ; *v.t.* **legitimize**; നിയമസാധുത്വം നല്കുക.

legume (ലെഗ്യൂം) *n.* plant belonging to the pea family; പയറുവർഗ്ഗത്തിൽപെട്ട സസ്യം; *adj.* **leguminous**.

leisure (ലെഷർ, ലീഷർ) *n.* free time; spare time; rest; time at one's own

lemon | lettuce 243

disposal; ഒഴിവുസമയം; വിശ്രമവേള; വേലയൊഴിഞ്ഞ സമയം; **at one's leisure** സമയം കിട്ടുമ്പോൾ.

lemon (ലെമൺ) *n.* a pale yellow citrus fruit; ചെറുനാരങ്ങ; ചെറുനാരകം; **lemonade** ജംബീരരസം; *n.* **lemon-grass** ഇഞ്ചിപ്പുല്ല്.

lend (ലെൻഡ്) *v.t.* (*p.t. & p.part.* **lent**) give the use of, for a time; afford, let for hire; let out; വായ്പ കൊടുക്കുക; പലിശയ്ക്കു കൊടുക്കുക; പണം കൊടുത്തു സഹായിക്കുക; സൗകര്യം കൊടുക്കുക; ഇടം നല്കുക.

length (ലെങ്ത്) *n.* quality of being long; extent from end to end; നീളം; ദൈർഘ്യം; വ്യാപ്തി; വിസ്താരം; ദൂരത്തിൻെറ അളവ്; **at great length** സുദീർഘമായി; *adj.* **lengthy** നീളമുള്ള; നീണ്ട; **at length** സവിസ്തരം.

lenient (ലീന്യൻറ്) *adj.* softening; mitigating; merciful; ദാക്ഷിണ്യം കാണിക്കുന്ന; സൗമ്യമായ; മയമുള്ള.

lenity (ലെനിററി) *n.* gentleness; kindness; lenience; ദാക്ഷിണ്യം; കാരുണ്യം.

lens (ലെൻസ്) *n.* (*pl.* **lenses**) glass by which objects are magnified; കുഴൽക്കണ്ണാടിച്ചില്ല്; കാചം; ഭൂതക്കണ്ണാടി; **lensman**; ഫോട്ടോഗ്രാഫർ.

Lent (ലെൻറ്) *n.* fast from Ash Wednesday to Easter; ക്ഷാരബുധനാഴ്ച മുതൽ ഈസ്ററർ വരെയുള്ള 40 ദിവസത്തെ നൊയ്മ്പുകാലം.

Leo (ലീയൊ) *n.* the lion; fifth sign of zodiac; സിംഹം; ചിങ്ങരാശി.

leopard (ലെപ്പർഡ്) *n.* a large spotted animal of the cat kind; പുള്ളിപ്പുലി.

leper (ലെപ്പർ) *n.* one affected with leprosy; കുഷ്ഠരോഗി; *n.* **leprosy** കുഷ്ഠം.

lesbian (ലെസ്ബിയൻ) *adj. & n.* a homosexual (woman); സ്വവർഗ്ഗസംഭോഗശീലമുള്ള (സ്ത്രീ); *n.* **lesbianism.**

less (ലെസ്) *adj.* smaller; inferior; shorter; fewer; കുറഞ്ഞ; ചെറിയ; താണതരമായ; താഴ്ന്ന; ന്യൂനമായ; ഇല്ലാത്ത; അത്രയുമില്ലാത്ത; ചെറുതായി; കുറഞ്ഞ തോതിൽ.

lesson (ലെസൻ) *n.* a prescribed portion of instruction; പാഠം; ശാസനം; ഗുണപാഠം; വാഗ്ദണ്ഡം.

lest (ലെസ്ററ്) *conj.* that not; for fear that; അല്ലാത്തപക്ഷം; ആകാതെയിരിപ്പാൻ.

let (ലെററ്) *v.* allow; lease; loose; restraint upon; not to prevent; allow to escape; അനുമതി കൊടുക്കുക; ഇടവരുത്തുക; സമ്മതിക്കുക; ചെയ്യിക്കുക; വിടുക; തടയാതിരിക്കുക; വാടകയ്ക്കു കൊടുക്കൽ; **let go** വിമോചിപ്പിക്കുക; **let in** പ്രവേശിപ്പിക്കുക; **let out** പുറത്തു കടത്തിവിടുക.

lethal (ലീഥൽ) *adj.* deadly; fatal; mortal; കൊല്ലുന്ന; മാരകമായ.

lethargy (ലെഥർജി) *adj.* unnatural slumber; dullness; മയക്കം; നിദ്രാലസത; മാന്ദ്യം; ജാഡ്യം.

letter (ലെററർ) *n.* alphabetic symbol; type; written or printed message; ലിപി; അക്ഷരം; കത്ത്; ലേഖ്യം; ലിഖിതം; പത്രിക; സന്ദേശം; മുദ്രാക്ഷരം; **letter-box** തപാൽപ്പെട്ടി; **in letter and spirit** രൂപത്തിലും ഉള്ളടക്കത്തിലും; **to the letter** അക്ഷരാർത്ഥത്തിൽ.

lettuce (ലെററിസ്) *n.* salad-plant; പച്ചടിച്ചീര (ഒരു ഇലക്കറി).

leucorrhoea (ലൂക്കോറിയ) *n.* mucus discharge from the vagina; യോനിസ്രാവം; വെള്ളപോക്ക്; മേഹം.

leukaemia (ല്യൂക്കീമിയ) *n.* disease in which there is an excess of white corpuscles in the blood; (രക്തത്തിലുള്ള) ശ്വേതകണാധിക്യം കൊണ്ടുണ്ടാകുന്ന രോഗം; രക്താർബുദം.

level (ലെവ്ൽ) *n.* horizontal plane; flat country; condition of equality; പരപ്പ്; നിരപ്പ്; തലം; സമനില; തുല്യാവസ്ഥ; നില; ഏറെക്കുറെ സമനിരപ്പായ പ്രദേശം; സമവൃത്തി; ജലനിരപ്പ് നോക്കുന്നതിനുള്ള ഉപകരണം; പരന്ന; തട്ടായ; സമനിരപ്പായ; *n.* **level-crossing** (ഒരേ നിരപ്പിൽ) റോഡും തീവണ്ടിപ്പാതയും മുറിച്ചു കടക്കുന്ന സ്ഥാനം; *adj.* **level-headed** സമചിത്തതയുള്ള; അക്ഷോഭ്യനായ.

lever (ലീവർ) *n.* crow bar; lifter; bar used for raising weights; തുലായന്ത്രം; ഉത്തോലനദണ്ഡ്; ഉത്തോലകം; ഉത്തോലിനി; ഭാരം ഉയർത്തുന്നതിനുള്ള തടി; നിറകോൽ; *n.* **leverage** ഉത്തോലനം.

leviathan (ലിവയ്യത്തൻ) *n.* sea monster; huge ship; anything of huge size; മഹാജലജന്തു; കടലാന; വലിയ കപ്പൽ.

levity (ലെവിററി) *n.* lightness of temper or conduct; ലഘുത്വം; ഗൗരവഹീനത; ആലോചനാരാഹിത്യം.

levy (ലെവി) *v.t.* (*p.t.* & *p.part.* **levied**, *pres.part.* **levying**) to raise; collect (taxes); enlist (troops); impose; ചുമത്തുക; കരം ചുമത്തുക; സൈന്യത്തിൽ ചേർക്കുക; ധാന്യം സംഭരിക്കുക.

lewd (ലൂഡ്, ല്യൂഡ്) *adj.* base; wicked; obscene; vicious; rakish; sensual; ആഭാസമായ; കാമാതുരനായ; ദുർന്നടപ്പുള്ള.

lexicon (ലെക്സിക്കൻ) *n.* dictionary; word book; നിഘണ്ടു; ശബ്ദകോശം; അകാരാദി; *adj.* **lexical** ശബ്ദകോശപരമായ; *n.* **lexicography** നിഘണ്ടു നിർമ്മാണം.

liable (ലൈഎബ്ൾ) *adj.* legally bound; subject to an obligation; tending; ബാദ്ധ്യതയുള്ള; ബാദ്ധ്യസ്ഥമായ; അധീനമായ; വശമായ; ഹേതുവാകുന്ന; ഇടം കൊടുക്കുന്ന; സംഭവ്യമായ.

liaison (ലിയ്യെയ്സ്ൻ) *n.* illicit connection; illicit sexual association between man and woman; കെട്ടുപാട്; ബന്ധം; രഹസ്യപ്രേമബന്ധം.

liar (ലൈയർ) *n.* teller of lies; നുണ പറയുന്നയാൾ; അസത്യവാദി.

libel (ലൈബ്ൽ) *n.* defamatory statement or writing; അപകീർത്തികരമായ ലേഖനം; അപകീർത്തികരമായ പ്രസിദ്ധീകരണം; *n.* **libelling** അപകീർത്തിപ്പെടുത്തൽ.

liberal (ലിബ്ററൽ) *adj.* broad-minded; free; candid; generous; not bound by orthodoxy; മനോവിശാലതയുള്ള; അഭിപ്രായസ്വാതന്ത്ര്യമുള്ള; യഥേഷ്ടമായ; ഉദാരമതിയായ; വിശാലമനസ്കനായ; *v.t.* **liberalize** ഉദാരമാക്കുക; *n.* **liberalization** ഉദാരവൽക്കരണം; *n.* **liberalism** മിതവാദം.

liberate (ലിബറെയ്ററ്) *v.t.* set free; release from bondage; വിമോചിപ്പിക്കുക; സ്വതന്ത്രമാക്കുക; സ്വാതന്ത്ര്യം നല്കുക; *n.* **liberation.**

liberty (ലിബ്ബർട്ടി) *n.* freedom from constraint, slavery or tyranny; ഇഷ്ടംപോലെ പ്രവർത്തിക്കാനുള്ള സ്വാതന്ത്ര്യം; വിദേശാധിപത്യത്തിൽ

libido | light 245

നിന്നോ സ്വേച്ഛാധിപത്യത്തിൽ നിന്നോ മുക്തമായിരിക്കൽ; **civil liberty** പൗരസ്വാതന്ത്ര്യം; **liberty of the press** പത്രസ്വാതന്ത്ര്യം.

libido (ലിബിഡൗ) *n.* sexual impulse; കാമചോദന; കാമവാസന; ലൈംഗികതൃഷ്ണ.

Libra (ലിബ്ര) *n.* (*astron.*) balance, the 7th sign of zodiac; തുലാം രാശി; തുലാം.

librarian (ലൈബ്രെയറിയൻ) *n.* keeper of library; ഗ്രന്ഥശാലാധികാരി; ലൈബ്രേറിയൻ; *n.* **library** ഗ്രന്ഥപ്പുര; ഗ്രന്ഥാലയം.

licence (*U.S.* **license**) (ലൈസൻസ്) *n.* permission; permit from govt. etc.; undue freedom; അനുവാദം; അനുമതി; അനുമതിപത്രം; അനുജ്ഞാപത്രം; ദുഃസ്വാതന്ത്ര്യം; തോന്ന്യാസം; *n.* **licensee** അധികാരപത്രം കിട്ടിയവൻ; *n.* **licenser** അധികാരപത്രം നല്കുന്ന ഉദ്യോഗസ്ഥൻ.

licentious (ലൈസെൻഷസ്) *adj.* indulging in excessive freedom or animal passion; തന്നിഷ്ടമായി നടക്കുന്ന; ഭോഗാസക്തി മുഴുത്ത.

lick (ലിക്) *v.* pass the tongue over; beat; നക്കുക; തോല്പിക്കുക; അതിശയിക്കുക; പ്രഹരിക്കുക.

lid (ലിഡ്) *n.* hinged or detached cover; shutter; eyelid; അടപ്പ്; മൂടി; ആവരണം; പടം; കൺപോള.

lie (ലൈ) *n.* intentional false statement; anything that misleads; നുണ; അസത്യം; പൊളിവചനം; തട്ടിപ്പ്; വഞ്ചന; കിടക്കുക; ശയിക്കുക; നിഷ്ക്രിയനായിരിക്കുക; സ്ഥിതി ചെയ്യുക.

lief (ലീഫ്) *adv.* willingly; സമ്മതത്തോടെ.

liege (ലീജ്) *adj.* bound to be loyal to; സേവനം ലഭിക്കാൻ അർഹതയുള്ള.

lieu (ല്യൂ) *n.* in the place; instead; പകരം; ബദലായി; *n.* (in lieu of).

lieutenant (ലെഫ്റ്റെനൻറ്) *n.* a commissioned officer in the army; ഉപസേനാപതി; ക്യാപ്റ്റനു താഴെ പദവിയുള്ള ഉദ്യോഗസ്ഥൻ.

life (ലൈഫ്) *n.* (*pl.* **lives**); *n.* state of being alive; period from birth to death; mode of living; vitality; a living person; biography; ഉയിര്; ജീവൻ; പ്രാണൻ; പ്രാണധാരണം; പ്രാണവായു; ഉന്മേഷം; ചൈതന്യം; ജീവശക്തി; ആയുഷ്കാലം; **life-belt** ജലരക്ഷാകവചം; **life-blood** ജീവരക്തം; **life-boat** പ്രാണരക്ഷണത്തോണി; **life-breath** ജീവശ്വാസം; (*fig.*) പ്രേരകശക്തി; **life-cycle** ജീവിതചക്രം; **life-giving** ജീവപ്രദമായ; *adj.* **lifeless** ജീവനില്ലാത്ത; *adj.* **life-long** ആയുഷ്ക്കാലം മുഴുവനുമുള്ള.

lift (ലിഫ്റ്റ്) *n.* act of raising; bringing to a higher position; an elevator; പൊക്കൽ; പൊന്തിക്കൽ; ഉയർത്തൽ; ഉന്നതി; കയറ്റം; കാറിൽ ഒരാൾക്ക് നല്കുന്ന സൗജന്യയാത്ര; 'ലിഫ്റ്റ്' (ഒരു നിലയിൽ നിന്നു മറ്റൊരു നിലയിലേക്കു കൊണ്ടു പോകുന്ന യന്ത്രോപകരണം).

ligament (ലിഗമെൻറ്) *n.* anything that binds; കെട്ട്; ഏപ്പ്; കെട്ടുനാര്.

light (ലൈററ്) *n.* natural agent by which objects are rendered visible; appearance of brightness; പ്രകാശം; പ്രഭ; ദീപ്തി; തേജസ്; ജ്യോതിസ്; ദ്യുതി; സൂര്യരശ്മി; പ്രകാശകേന്ദ്രം; വിളക്ക്; വെളിച്ചം നല്കുക; വിളക്കു കത്തിക്കുക; പ്രകാശിക്കുക; **light house** ദീപസ്തംഭം; *n.* **lighter**

വിളക്കു കൊളുത്തുന്നവൻ; സിഗ രററ് ലൈററർ *n.* light year പ്രകാ ശവർഷം.

light (ലൈററ്) *adj.* not heavy; easy to be lifted; trivial; gay; jesting; unchaste; ഭാരം കുറഞ്ഞ; ലഘുവായ; എളുപ്പമുള്ള; നിസ്സാരമായ; സാന്ദ്രത കുറവായ; ലഘുശരീരമുള്ള; **make light of** നിസ്സാരമായിത്തള്ളുക; **lighter** ചരക്കുതോണി; കെട്ടുവള്ളം; **light-hearted** വിവേകശൂന്യനായ.

lighten (ലൈററൻ) *v.* make brighter; illuminate; become brighter; പ്രകാശിപ്പിക്കുക; ദീപ്തമാക്കുക; പ്രകാശിക്കുക; മിന്നുക; ഭാരംകുറയ്ക്കുക; ലഘൂകരിക്കുക.

lightning (ലൈററ്നിങ്) *n.* an electric flash usually followed by thunder; മിന്നൽ; മിന്നൽപ്പിണർ; *n.* **lightning conductor** കെട്ടിടങ്ങൾക്ക് ഇടി വെട്ടേല്ക്കാതിരിക്കാൻ വയ്ക്കുന്ന ലോഹദണ്ഡ്.

like (ലൈക്ക്) *adj.* equal; corresponding; of the same kind; resembling; likely; probable; തുല്യമായ; സമമായ; പോലെയുള്ള; സമാനമായ; സദൃശമായ; സംഭാവ്യമായ; ഗുണതുല്യത; സാരൂപ്യം; തുല്യൻ; *n.* **likelihood;** സംഭാവ്യത; **like-minded** ഒരേ അഭിപ്രായഗതിയുള്ള; *n.* **likeness;** സാദൃശ്യം; സമാനത; പ്രതിരൂപം; *adv.* **likewise;** അതുപോലെ; എന്നപോലെ; അതേവിധത്തിൽ.

like (ലൈക്ക്) *v.* be pleased with; enjoy; wish for; ഇഷ്ടപ്പെടുക; *n.* ഇഷ്ടം; ഇഷ്ടപ്പെട്ട വസ്തു; **likes and dislikes** ഇഷ്ടാനിഷ്ടങ്ങൾ.

Lilliputian (ലിലിപുഷ്യൻ) *n.* dwarfish person; ഒററച്ചാൺ മനുഷ്യൻ.

lily (ലിലി) *n.* plant or flower of the genus Lilium; വെള്ളാമ്പൽ; ആമ്പൽച്ചെടി; *adj.* ആമ്പൽ പോലെയുള്ള; ധവളമായ; പരിശുദ്ധമായ.

limb (ലിം) *n.* an organ of the body; arm; leg; branch of a tree; അവയവം; അംഗം; കാൽ; കൈ; ചിറക്; ശാഖ; അനുബന്ധം.

limbo (ലിംബൗ) *n.* **in limbo** in an uncertain condition; neglected; സന്ദിഗ്ദ്ധസ്ഥിതിയിൽ; ശ്രദ്ധിക്കപ്പെടാത്ത.

lime (ലൈം) *n.* calcium oxide; quicklime; ചുണ്ണാമ്പ്; കൽച്ചുണ്ണാമ്പ്; **limelight** രസദീപം; *(fig.)* ലോകപ്രസിദ്ധി; **limestone** കുമ്മായക്കല്ല്; ചുണ്ണാമ്പുകല്ല്; **lime-wash** വെള്ളയടിക്കൽ; **limewater** ചുണ്ണാമ്പുവെള്ളം.

lime (ലൈം) *n.* a kind of lemon tree or its fruit; ചെറുനാരകം; ചെറുനാരങ്ങ; *n.* **lime-juice** നാരങ്ങാനീര്.

limit (ലിമിററ്) *n.* boundary; terminal point; utmost extent; അതിര്; അതിർത്തി; പരിധി; സീമ; അതിർരേഖ; അന്തിമ ബിന്ദു; പര്യന്തം; *n.* **limitation** പരിമിതപ്പെടുത്തൽ; പരിമിതാവസ്ഥ; പരിമിതി; *adj.* **limitless** അതിരററ; അതിരില്ലാത്ത.

limp (ലിംപ്) *v.i.* walk lamely; drag a leg; ഞൊണ്ടുക; *n.* മുടന്ത്; ഞൊണ്ടൽ.

limpid (ലിംപിഡ്) *adj.* clear; pure; shining; തെളിഞ്ഞ; പളുങ്കുപോലെയുള്ള.

linament (ലിനമെൻറ്) *n.* lint; മുറിവിനു വച്ചുകെട്ടുന്ന പഞ്ഞി.

line (ലൈൻ) *n.* a long narrow mark; thread; cord for fishing; furrow upon hands or face; a row of things, prints, soldiers etc.; വര; ഖേ; നൂല്; തന്തു; രജ്ജു; നാര്; ചരട്; ആഴം അളക്കുന്നതിന് ഈയത്തുണ്ട് കെട്ടിയി

line | listless 247

ട്ടുള്ള കയററ്; കടിഞ്ഞാൺ; ചൂണ്ട ച്ചരട്; (ഹസ്ത) രേഖ, മുഖലക്ഷ ണം; സൈന്യനിര; അണി; വ്യൂഹം; പദ്യവരി; വിധം; മാതിരി; ക്രിയാക്രമം.

line (ലൈൻ) *v.* cover the inside of something with a layer; ഒരു സാധന ത്തിൻെറ ഉൾവശം ഒരു പാളികൊ ണ്ട് പൊതിയുക.

lineage (ലിനിഇജ്) *n.* lineal descent; ancestry; progeny; വംശപരമ്പര; തലമുറ; ഗോത്രം.

lineal (ലിനിഎൽ) *adj.* of or rel. to a line; hereditary; രേഖാരൂപമായ; പരമ്പരാഗതമായ; വംശീയമായ.

lineament (ലിനിയമെൻറ്) *n.* distinguishing mark esp. of the face; feature; മുഖച്ഛായ; മുഖലക്ഷണം.

linear (ലിനിഎർ) *adj.* having the form of lines; straight; വരിവരിയാ യുള്ള; രേഖാരൂപമായ.

linen (ലിനൻ) *n.* cloth made of flax; നാരുതുണി (*also adj.*).

linger (ലിങ്ഗർ) *v.* lag behind; delay; to loiter; to be protracted; തങ്ങുക; വിളംബിക്കുക; വൈകുക; സമയം പാഴാക്കുക; *adj.* **lingering** ആങ്ങി ത്തൂങ്ങി നിൽക്കുന്ന.

linguist (ലിങ്ഗ്വിസ്ററ്) *n.* one skilled in many languages; ബഹുഭാഷാ പണ്ഡിതൻ; ഭാഷാപ്രവീണനൻ.

link (ലിങ്ക്) *n.* a ring of a chain; anything connecting; a unit in a connected series; ചങ്ങലക്കണ്ണി; കൊളു ത്ത്; കണ്ണികൊളുത്തുക; കൂട്ടിച്ചേർ ക്കുക; സന്ധി; ബന്ധം; കെട്ട്; 7.92 ഇഞ്ചുനീളം.

linseed (ലിൻസീഡ്) *n.* seed of flax or lint; ചണവിത്ത്; ചെറുചണം.

lint (ലിൻറ്) *n.* soft cotton used for dressing wounds; മുറിവുകളിൽ വെച്ചു കെട്ടുവാൻ ഉപയോഗിക്കുന്ന മൃദുവായ ഒരുതരം പഞ്ഞി.

lintel (ലിൻറൽ) *n.* timber over a window; upper part of a door frame; ജനൽപ്പടി; മേൽവാതിൽപ്പടി.

lion (ലയൺ) *n.* large fierce carnivorous quadruped; ആൺസിംഹം; (*fig.*) ധീരൻ; മഹാപുരുഷൻ; ചിങ്ങം രാശി; *n.* **lioness** പെൺസിംഹം; *adj.* **lion-hearted** ധീരനായ.

lip (ലിപ്) *n.* either of the muscular flaps in front of the teeth; ചുണ്ട്; അധരം; ഓഷ്ഠം; വക്ക്; ഓരം; *v.* kiss; ചുംബിക്കുക; **lipstick** ചുണ്ടു ചുവ പ്പിക്കുന്നതിനുള്ള സാധനം.

liquefy (ലിക്വിഫൈ) *v.* make liquid; become liquid; ദ്രവമാക്കുക; അലി യിക്കുക; അലിയുക.

liquid (ലിക്വിഡ്) *adj.* flowing; fluid; unstable; watery; പ്രവഹിക്കുന്ന; ദ്രവരൂപമായ; മൃദുവായ; അസ്ഥിര മായ; തെളിഞ്ഞ; എളുപ്പം പണ മായി മാററാവുന്ന.

liquidate (ലിക്വിഡെയ്ററ്) *v.* to dispose of; കടം വീട്ടുക; (*pol.*) എതിരാ ളികളെ ഇല്ലാതാക്കുക; സ്ഥാപനം നിർത്തലാക്കുക.

liquor (ലിക്കർ) *n.* strong drink; a beverage, esp. alcoholic; മദ്യം; ദ്രാവ കൗഷധം; ആസവം.

list (ലിസ്ററ്) *n.* a catalogue or enumeration; പട്ടിക; നാമാവലി; അനു ക്രമണിക.

listen (ലിസെൻ) *v.t. & v.i.* attend closely; give ear; follow advice; ശ്രദ്ധിക്കുക; കേൾക്കുക; കേൾ ക്കാൻ ശ്രമിക്കുക; വഴങ്ങുക; *n.* **listener** കേൾവിക്കാരൻ.

listless (ലിസ്ററ്ലിസ്) *adj.* indifferent; uninterested; indolent; അശ്രദ്ധ

മായ; ഉദാസീനമായ; അനുത്സുക മായ.

litany (ലിറ്റനി) *n.* series of prayers spoken by the priest and repeated by the congregation; പള്ളിയിലെ പുരോഹിതൻ ഉരുവിടുകയും ശ്രോതാക്കൾ ഏറ്റു പറയുകയും ചെയ്യുന്ന തരം പ്രാർത്ഥന.

literacy (ലിറ്ററസി) *n.* ability to read and write; സാക്ഷരത്വം.

literal (ലിറ്ററൽ) *adj.* according to the letter; following word by word; ശബ്ദാനുസൃതമായ; അക്ഷരാർത്ഥത്തിലുള്ള; പദാനുപദമായ.

literary (ലിറ്ററി) *adj.* engaged in or pert. to literature; scholarly; സാഹിത്യപരമായ; ഗ്രന്ഥരചനാപരമായ; സാഹിത്യമയമായ.

literate (ലിററേററ്) *adj.* learned; able to read and write; പഠിപ്പുള്ള; എഴുതാനും വായിക്കാനും അറിയാവുന്ന.

literature (ലിററെയ്ച്ചർ) *n.* the whole body of literary compositions; സാഹിത്യം; ഗ്രന്ഥസഞ്ചയം; ഒരു രാജ്യത്തിലെയോ കാലഘട്ടത്തിലെയോ സാഹിത്യസമ്പത്ത്.

litigate (ലിററിഗെയ്ററ്) *v.* take into court; dispute by a law suit; വ്യവഹാരം നടത്തുക; കോടതി കയറുക; *n.* **litigation** വ്യവഹാരം; അന്യായം.

litre (ലിററർ) *n.* metric unit of capacity; മെട്രിക് ദ്രാവക അളവിൻെറ ഏകകം.

litter (ലിററർ) *n.* portable bed; heap of straw; scattered rubbish; മഞ്ചം; ദോല; ചിന്നിക്കിടക്കുന്ന സാധനം; ഒററ പ്രസവത്തിലുള്ള മൃഗക്കുഞ്ഞുങ്ങൾ; ചവറ്; താറുമാറ്.

litterateur (ലിറ്ററററാ̄റേറായ്ർ) *n.* a literary man; one who adopts literature as a profession; സാഹിത്യകാരൻ.

little (ലിററ്ൽ) *adj.* (*comp.* **less**, *superl.* **least**) small; petty; poor; weak; narrow; short in duration; ചെറിയ; കുറഞ്ഞ; ഈഷദ്; സ്വല്പമായ; തുച്ഛമായ; നിസ്സാരനായ; ലഘുവായ; ക്ഷുദ്രമായ; നിന്ദ്യമായ; ഹ്രസ്വമായ.

liturgy (ലിറ്റേറർജി) *n.* a form of prayer; പ്രാർത്ഥനാക്രമം; പൊതു ആരാധനയുടെ നിർദ്ദിഷ്ടക്രമം; *adj.* **liturgical**.

live (ലിവ്) *v.* (*pres.part.* **living**) have life; get a living; exist; dwell; enjoy life; be nourished and supported; ജീവിക്കുക; സജീവമായിരിക്കുക; കാലക്ഷേപം ചെയ്യുക; കഴിഞ്ഞുകൂടുക; *n.* **livelihood;** ഉപജീവനമാർഗ്ഗം; *adj.* **livelong** ദീർഘിച്ച; നീണ്ടുനില്ക്കുന്ന; **short-lived** അല്പായുസ്സായ; **live through** അഗ്നിപരീക്ഷണങ്ങളെ പിന്നിടുക.

live (ലൈവ്) *adj.* alive; active; actual; burning; important; charged with energy; സജീവമായ; ജീവനോടെ ഇരിക്കുന്ന; യഥാർത്ഥമായ; അഭിനയമല്ലാത്ത; ശക്തി പൂർണ്ണമായ; *adj.* **lively** ചുണയുള്ള; ചൊടിയുള്ള; **live-wire** ചുറുചുറുക്കുള്ള.

liver (ലിവർ) *n.* a gland secreting bile; കരൾ; യകൃത്ത്; *adj.* **liverish.**

livestock (ലൈവ്സ്റ്റോക്) *n.* domestic animals; കന്നുകാലികൾ; വളർത്തുമൃഗങ്ങൾ.

livid (ലിവിഡ്) *adj.* discoloured; dark; കരുവാളിച്ച; ഇരുണ്ട; വിവർണ്ണമായ; *n.* **lividity**.

living (ലിവിങ്) *adj.* having life or

lizard | locker 249

vitality; existing; ജീവിക്കുന്ന; സജീവമായ; നിലവിലിരിക്കുന്ന; *n.* livelihood; ജീവനം; ജീവിതക്രമം; ജീവിതമാർഗ്ഗം; **standard of living** ജീവിതനിലവാരം; **cost of living** ജീവിതച്ചെലവ്.

lizard (ലിസ്സർഡ്) *n.* an order of four-footed reptiles; ഗൗളി; ഗൗളിവർഗ്ഗജീവി.

load (ലൗഡ്) *n.* burden; cargo; that which is carried; ചുമട്; ഭാരം; ഭാണ്ഡം; ഏററുമതിച്ചരക്ക്; തടസ്സം; പീഡ; ബാധ; ദുഃഖം; ആധി; ചരക്കു കയററുക; ഭാരം കയററുക; ഭാരം വഹിപ്പിക്കുക.

load (ലോഡ്) *v.* (computer) to transfer a computer program from storage into RAM ഒരു പ്രോഗ്രാം അതു സംഭരിച്ചിരിക്കുന്ന ഭാഗത്തുനിന്നോ മാധ്യമത്തിൽനിന്നോ താത്ക്കാലിക മെമ്മറിയിലേക്ക് (RAM) മാറ്റുക.

loaf (ലൗഫ്) *n.* (*pl.* **loaves**) bread; regularly shaped mass of bread; അപ്പം; റൊട്ടി.

loaf (ലൗഫ്) *v.* loiter; pass time idly; അലഞ്ഞുനടക്കുക; തെണ്ടിനടക്കുക; *n.* **loafer** തെണ്ടി; അലഞ്ഞു നടക്കുന്നവൻ.

loam (ലൗം) *n.* clay; കളിമണ്ണ്; *v.t.* cover with loam; to clay.

loan (ലൗൺ) *n.* that which is lent; money lent; act of lending; വായ്; കടംകൊടുക്കൽ; കടമായിക്കൊടുക്കുന്ന വസ്തു.

loath (ലൗത്ത്) *adj.* (*also* **loth**) reluctant; unwilling; averse; മനസ്സില്ലാത്ത; ഇഷ്ടമില്ലാത്ത; വൈമനസ്യമുള്ള.

lobby (ലൊബി) *n.* a small hall or waiting room; ante-chamber in legislature; പ്രവേശനമുറി; ഉപശാല; ഇടനാഴി; പാർലമെൻറ് മന്ദിരത്തിലെയും മററും ഉപശാല; *n.* **lobbying** ഉപശാലയിൽവച്ചുള്ള കൂടിയാലോചന മുഖേന നിയമസഭാംഗങ്ങളെ സ്വാധീനപ്പെടുത്തൽ.

lobe (ലൗബ്) *n.* lower part of the ear; a division of a leaf; കീഴ്ക്കാത്; കീഴ്ചെവിപോലുള്ള ഇല.

lobster (ലൊബ്സ്ററർ) *n.* large marine crustacean; വലിയ കടൽഞണ്ട്; കൊഞ്ച്.

local (ലൗക്കൽ) *adj.* of or pert. to a place; affecting a part only; limited to a spot; place or definite district; സ്ഥലത്തുള്ള; തദ്ദേശത്തെ; സ്ഥലസൂചകമായ; പ്രത്യേക സ്ഥലത്തിൻേറതായ.

locale (ലൗക്കാൽ) *n.* a scene of some event; സംഭവസ്ഥലം.

localize (ലൗകലൈസ്) *v.t.* limit to a place; ഒരു പ്രത്യേക സ്ഥലത്തു മാത്രമായി ഒതുക്കിനിർത്തുക; *n.* **localization**; *n.* **locality**.

locate (ലൗകെയ്ററ്) *v.* set in a particular position; settle; find the place of; സ്ഥാപിക്കുക; സ്ഥലം നിർണ്ണയിക്കുക; കേന്ദ്രീകരിക്കുക; അതിർത്തി ക്ലിപ്തപ്പെടുത്തുക; *n.* **location**.

lock (ലോക്ക്) *n.* a device to fasten doors, chests, etc.; താഴ്; പൂട്ട്; ജലപ്രവാഹനിയന്ത്രണത്തിനുള്ള ചീപ്പ്; പൂട്ടുക; അടയ്ക്കുക; പൂട്ടിയിടുക; ജയിലിൽ വയ്ക്കുക.

lock (ലോക്ക്) *n.* a tuft or ringlet of hair; കൂന്തൽ; അളകം; കുറുനിര.

locker (ലോക്കർ) *n.* box or compartment for storing clothes etc.; വസ്ത്രങ്ങളും മററും സൂക്ഷിക്കുന്നതിനുള്ള ചെറിയ പെട്ടി അഥവാ അറ; വിലപിടിച്ച വസ്തുക്കളും മററും

സൂക്ഷിക്കുന്നതിനുള്ള ബാങ്ക് സേഫിലെ അറ.

lodge (ലൊജ്) *n.* a temporary abode; a hotel; porter's room; a retreat; a villa; താല്ക്കാലിക വാസസ്ഥലം; (സുഖവാസസ്ഥലത്തെ) ഹോട്ടൽ; ഭൃത്യവാസഗൃഹം; ഉപഗൃഹം; ഉദ്യാനഗൃഹം; ചെറു വീട്; താല്ക്കാലികമായി വസിക്കുക; രാത്രി സമർപ്പിക്കുക; *n.* **lodger**; *n.* **lodging** വാടകവീട്.

loft (ലോഫ്റ്റ്) *n.* upper room; a gallery; മേലറ; ചന്ദ്രശാല; പ്രാക്കൂട്.

lofty (ലോഫ്റ്റി) *adj.* high in position or character; ഉത്തുംഗമായ; ഉയർന്ന; (lofty mountain etc.); ഗൗരവമുള്ള; *adv.* **loftly**; *n.* **loftiness**.

log (ലോഗ്) *n.* timber; mass of wood; തടി; ദാരുഖണ്ഡം; മുറിത്തടി; **log-book** വാഹനങ്ങളുടെ സഞ്ചാര വിവരങ്ങൾ രേഖപ്പെടുത്തുന്ന ബുക്ക്.

loggerhead (ലോഗർഹെഡ്) *n.* block head; a species of turtle; മരമണ്ടൻ; വിഡ്ഢി; ഒരിനം വലിയ കടലാമ; **at loggerheads** പരസ്പരം സദാ ശണ്ഠ കൂടുന്ന.

logic (ലൊജിക്) *n.* science or art of reasoning; തർക്കശാസ്ത്രം; ന്യായവാദം; *adj.* **logical** യുക്തിയുക്തമായ; യുക്ത്യനുസൃതമായ.

logistics (ലൊജിസ്റ്റിക്സ്) *n. (sing. or pl.)* organisation and implementation of a complex task; സങ്കീർണ്ണമായ ഒരു ജോലിയുടെ സംവിധാനവും നടപ്പാക്കലും.

logo (ലൗഗൗ) *n.* (*pl.* **logos**) printed symbol designed for a company or organisation; ഒരു കമ്പനിക്കോ സ്ഥാപനത്തിനോവേണ്ടി അച്ചടിച്ച് തയ്യാറാക്കിയ ചിഹ്നം.

loin (ലൊയ്ൻ) *n.* middle part of the body; കടിദ്രേശം; ജഘനം; *n.* **loin cloth** കൗപീനം.

loiter (ലൊയ്റ്റർ) *v.i.* proceed lingeringly; spend time idly; dawdle; അലസനായി നടക്കുക; അലഞ്ഞു തിരിയുക; വഴിയിൽ തങ്ങുക; *n.* **loitering**; *n.* **loiterer** അലഞ്ഞുതിരിയുന്നവൻ.

lone, lonely (ലൗൺ, ലൗൺലി) *adjs.* solitary; isolated; unaccompanied; unmarried; തനിച്ചായ; തനിയെയുള്ള; ഏകാകി(നി)യായ; ഒററയായ; ഏകാന്തമായ; അനാഥമായ; *n.* **loneliness** ഏകാന്തത; ഏകാകിത്വം.

long (ലോങ്) *adj.* (*comp.* **longer**, *superl.* **longest**) extended in space or time; far-reaching; continued; slow in coming; നീളമുള്ള; സുദീർഘമായ; അധികകാലത്തേക്കുള്ള; നീണ്ടുനില്ക്കുന്ന; ചിരകാലീനമായ; ദൂരത്തേക്ക്; നെടുനേരം; ദീർഘകാലത്തേക്ക്; വളരെക്കാലമായി; ദൂരെ; *adj.* **long-ago** വളരെക്കാലം മുമ്പ്; *adj.* **long-drawn** വലിച്ചുനീട്ടിയ; **long-term** ദീർഘകാലത്തേക്കുള്ള; **before long** വളരെ വൈകാതെ; **long-after** ഏറെക്കാലം കഴിഞ്ഞ്; **in the long run** കാലാന്തരത്തിൽ.

long (ലോങ്) *v.i.* desire eagerly; have a craving for; ആശിക്കുക; ആഗ്രഹിക്കുക; കൊതിക്കുക; കാത്തിരിക്കുക; *n.* **longing**.

longevity (ലോൻജെവിററി) *n.* length of life; long life; ദീർഘായുസ്സ്.

longitude (ലോഞ്ജിററ്യൂഡ്) *n.* length; ദേശാന്തരരേഖ; രേഖാംശം; വൃത്താംശം.

look (ലുക്) *v.* stare; watch; direct eyes at; examine; tend; point; express;

loom | lot 251

നോക്കുക; നിരീക്ഷിക്കുക; തോന്നുക; തോന്നിക്കുക; അഭിമുഖീകരിക്കുക; പ്രത്യേകദിശയുടെ നേർക്കായി സ്ഥിതിചെയ്യുക; നോട്ടം; രൂപം; ആകൃതി; ലക്ഷണം; അവലോകനം; ദർശനം; **look down upon** അവജ്ഞയോടെ കാണുക; *adj.* **good-looking** സൗന്ദര്യമുള്ള; *n.* **looking-glass** കണ്ണാടി; ദർപ്പണം.

loom (ലൂം) *n.* machine for weaving yarn; തറി; നെയ്ത്തുയന്ത്രം; **power-loom** യന്ത്രത്തറി; **hand-loom** കൈത്തറി.

loon (ലൂൺ) *n.* (*ar.*) scamp; idler; rogue; lunatic; നീചൻ; മടിയൻ; പയ്യൻ.

loop (ലൂപ്) *n.* a doubling of a cord, chain, etc. leaving a space; noose; contraceptive coil; കണ്ണി; കുടുക്ക്; തൊപ്പികെട്ടുന്ന കയറ്; കയററുകുഴ; വളയം; ഗർഭനിരോധനത്തിനുള്ള ലൂപ്പ്.

loophole (ലൂപ്ഹൗൾ) *n.* a small hole; unfair method of escape; a means of evasion; പഴുത്; സൂത്രദ്വാരം.

loose (ലൂസ്) *adj.* slack; unbound; not compact; inexact; indefinite; licentious; unchaste; careless; അഴിഞ്ഞ; അഴിച്ചിട്ട; കെട്ടാത്ത; അയഞ്ഞ; ശ്ലഥമായ; ശിഥിലമായ; ദുരാചാരമുള്ള; വ്യഭിചാരിയായ; അവ്യവസ്ഥിതമായ; അനിയതമായ; കെട്ടഴിക്കുക; മോചിപ്പിക്കുക; ബാദ്ധ്യതയില്ലാതാക്കുക; **loose talks** നിയന്ത്രണമില്ലാത്ത സംസാരം.

loot (ലൂട്ട്) *n.* plunder; booty; കൊള്ള; കൊള്ളയടിച്ച മുതൽ; കൊള്ളയടിക്കുക; *n.* **looter** കൊള്ളക്കാരൻ.

lop (ലൊപ്) *v.* hang down loosely; തൂങ്ങുക; തൂക്കിയിടുക; *adj.* **lop-eared** തൂങ്ങിക്കിടക്കുന്ന ചെവിയുള്ള; *adj.* **lop-sided** സമതുലിതമല്ലാത്ത.

loquacious (ലെക്വേയ്ഷസ്) *adj.* talkative; garrulous; അധികം സംസാരിക്കുന്ന; വായാടിയായ; *ns.* **loquaciousness, loquacity**.

lord (ലോർഡ്) *n.* ruler; master; king; feudal superior; husband; പ്രഭു; യജമാനൻ; അധിപൻ; രാജാവ്; ഭൂവുടമ; ഈശ്വരൻ; ദേവൻ; ഭർത്താവ്; പ്രമുഖൻ.

lore (ലോർ) *n.* learning; scholarship; doctrine; പാണ്ഡിത്യം; പരമ്പരാസിദ്ധമായ വിജ്ഞാനം; സിദ്ധാന്തം.

lorn (ലോൺ) *adj.* lost; forsaken; forlorn; lonely; പരിത്യക്തമായ; വിരഹിതനായ.

lorry (ലോറി) *n.* motor truck for transporting goods; സാമാനവണ്ടി; ലോറി.

lose (ലൂസ്) *v.* (*p.t. & p.part.* **lost**) fail to keep possession of; waste; suffer loss; fail to grasp mentally; നഷ്ടപ്പെടുത്തുക; നഷ്ടമാകുക; പാഴാക്കുക; വെറുതെ കളയുക; നശിപ്പിക്കുക; നഷ്ടമാകുക; കിട്ടാതെ വരുക; നിലതെററുക; **to lose heart** become discouraged; ആശ നശിക്കുക; ഉത്സാഹം നശിക്കുക; **to lose interest** താത്പര്യം നഷ്ടപ്പെടുക; *n.* **loser** പരാജിതൻ; നഷ്ടംപററിയവൻ.

loss (ലോസ്) *n.* act of losing; deprivation; that which is lost; defeat; നഷ്ടം; നാശം; ചേതം; നഷ്ടപ്പെട്ട ആൾ; നഷ്ടപ്പെട്ട വസ്തു; **at a loss** അന്തംവിട്ട; എന്തു ചെയ്യണമെന്നറിയാതെ.

lot (ലോട്ട്) *n.* fate; destiny; part which falls to one by chance; വിധി;

ഭാഗധേയം; നറുക്ക്; ഭൂരിഭാഗം; പങ്ക്; ഓഹരി; തുക; ഒരുപാട്; **a lot of** അനേകം; വളരെയധികം.

lotion (ലൗഷൻ) *n.* medicinal wash; അണുനാശക ദ്രാവകം; വ്രണക്ഷാളകം.

lottery (ലോട്ടറി) *n.* distribution of prizes by lot; കുറി; ഭാഗ്യക്കുറി.

lotus (ലൗട്ടസ്) *n.* water lily and other plants; താമര; പത്മം.

loud (ലൗഡ്) *adj.* noisy; high sounding; tumultuous; ഉച്ചത്തിലുള്ള; ഒച്ചയേറിയ; ആരവാരമായ; കോലാഹലമുള്ള; *adv.* **loudly**; *n.* **loudness** ഘോഷം; **loud speaker** ഉച്ചഭാഷിണി.

lounge (ലൗഞ്ജ്) *v.i.* loll; spend time idly; recline in a lazy manner; വെറുതെ ചുററിനടക്കുക; നേരം വൃഥാ കളയുക; ഉദാസീനനായി ചാരിക്കിടക്കുക; പൊതുക്കെട്ടിടത്തിലെ വിശ്രമമുറി.

louse (ലൗസ്) *n.* (*pl.* **lice**) wingless parasitic insect infesting human hair; പേൻ; കേശകീടം; *v.t.* പേൻ നീക്കുക; *adj.* **lousy** പേനുള്ള; നീചനായ; അറയ്ക്കത്തക്ക.

lout (ലൗട്ട്) *n.* mean, awkward fellow; അപരിഷ്കൃതൻ; പ്രാകൃതൻ.

love (ലവ്) *v.* regard with affection; be fond of; have sexual attachment or passion for; സ്നേഹിക്കുക; പ്രേമിക്കുക; ഇഷ്ടപ്പെടുക; കാമിക്കുക; ആസക്തനായിരിക്കുക; അനുരാഗം ജനിക്കുക; രസം കണ്ടെത്തുക; ശൃംഗാരം; ശൃംഗാരഭാവം; പ്രിയൻ; കാമുകൻ; കാമുകി; *adj.* **lovable** സ്നേഹിക്കത്തക്ക; **love-affair** പ്രേമബന്ധം; **love marriage** പ്രേമവിവാഹം; **fall in love** പ്രേമബദ്ധനാകുക; **make love** പ്രേമസല്ലാപം നടത്തുക; സംഭോഗത്തിലേർപ്പെടുക; **love letter** പ്രേമലേഖനം; *adj.* **love-lorn** സ്മരാതുരനായ; വിരഹിയായ; *n.* **lover** കാമുകൻ; കാമുകി; ആരാധകൻ; ആസക്തൻ; *adj.* **lovely** രമണീയമായ; അഭിരാമമായ.

low (ലൗ) *adj.* not high; deep; shallow; small; moderate; cheap; mean; dishonourable; humble; പൊക്കം കുറഞ്ഞ; താണ; താഴ്ന്ന; ഹീനനായ; കുറഞ്ഞ; നിമ്നമായ; കുറുകിയ; നിന്ദ്യമായ; മൃദുശബ്ദമായ; കുലഹീനനായ; ക്ഷീണിച്ച; വളർച്ചയററ; വേലിയിറക്കമുള്ള; മനോവീര്യം കുറഞ്ഞ; *adj.* **low-key** തീവ്രമല്ലാത്ത; ആവേശമില്ലാത്ത; നിയന്ത്രിതമായ; മുക്രയിടൽ.

lower (ലൗഎർ) *v.* let down; diminish height; sink; താഴ്ത്തുക; താഴ്ച വരുത്തുക; ഭാരം ഇറക്കുക; ഉയരം കുറയ്ക്കുക; താഴുക; താണുപോകുക; കുറയുക; *n.* **lowliness** *adj.* **lowly.**

loyal (ലൊയൽ) *adj.* faithful to duty, love or obligation; personally devoted to; കൂറുള്ള; ഭക്തിവിശ്വാസമുള്ള; പാതിവ്രത്യമുള്ള; ആത്മാർത്ഥതയുള്ള; *n.* **loyalist**; *adv.* **loyally**; *n.* **loyalty.**

lubber, lubbard (ലബർ, ലബർഡ്) *n.* clumsy fellow; block-head; മന്ദൻ; അകുശലൻ; ജഡമതി.

lubricate (ലൂബ്രികെയ്‌ററ്) *v.t.* make smooth by applying oil; വഴുവഴുപ്പുള്ളതാക്കുക; കുഴമ്പിടുക; കൊഴുപ്പു തേക്കുക; എണ്ണയിടുക; *adj.* **lubricant** അയവുവരുത്തുന്ന; *n.* **lubrication** എണ്ണയിടൽ.

lubricious (ലൂബ്രിഷ്യസ്) *adj.* lewd; വിഷയാസക്തിയുള്ള.

lucent | lurch 253

lucent (ലൂസൻറ്) *adj.* shining; resplendent; തിളക്കമുള്ള; മിന്നുന്ന; *n.* **lucency**.

lucid (ലൂസിഡ്) *adj.* clearly expressed; bright; easily understood; സ്വച്ഛമായ; തെളിഞ്ഞ; വിശദമായ; സുഗ്രഹമായ; സുബോധമുള്ള; സ്പഷ്ടമായ; *n.* **lucidity** *adv.* **lucidly**.

luck (ലക്) *n.* fortune; chance; success; ഭാഗ്യം; യാദൃച്ഛികത്വം; ദൈവയോഗം; യോഗം; വിജയം; **try one's luck** ഭാഗ്യപരീക്ഷണം നടത്തുക; **good luck** ഭാഗ്യം; **bad luck** ദുർവിധി; *adv.* **luckily** ഭാഗ്യവശാൽ.

lucre (ലൂക്കർ) *n.* sordid gain; riches; ധനലാഭം; ധനാഗമം; *adj.* **lucrative** ലാഭകരമായ.

luculent (ല്യൂക്യുലെൻറ്) *adj.* clear; bright; വിശദമായ; തെളിഞ്ഞ.

ludicrous (ലൂഡിക്രസ്) *adj.* ridiculous; laughable; ചിരിയുണ്ടാക്കുന്ന; പരിഹാസ്യമായ; *adv.* **ludicrously**.

luggage (ലഗിജ്) *n.* a traveller's packages; യാത്രാസാമാനങ്ങൾ; യാത്രാഭാണ്ഡം.

lugubrious (ലെഗൂബ്രിയസ്) *adj.* expressive of sorrow; കുണ്ഠിതഭാവമുള്ള.

lukewarm (ലൂക്‌വോം) *adj.* neither cool nor hot; moderately warm; മന്ദോഷ്ണമായ; വേണ്ടത്ര ചൂടില്ലാത്ത; ഉത്സാഹമില്ലാത്ത.

lull (ലൾ) *v.* soothe or send to sleep by caresses; താരാട്ടുക; താരാട്ടി ഉറക്കുക; സാന്ത്വനപ്പെടുത്തുക.

lullaby (ലലബി) *n.* a cradle-song; താരാട്ടുപാട്ട്.

lumber (ലംബർ) *n.* disused furniture; rubbish; വിലയില്ലാത്ത സാധനം; പഴയ ഉപയോഗശൂന്യമായ ഫർണിച്ചറും മററും; കൂമ്പാരമായി ഇടുക; *n.* **lumber room** പഴയ സാമാനങ്ങളിടുന്ന അറ.

luminary (ല്യൂമിനറി) *n.* a person of light and leading or of intellectual, moral or spiritual eminence; ജ്യോതിസ്സ്; തേജസ്വി; ഉജ്ജ്വല വ്യക്തി.

luminous (ല്യൂമിനെസ്) *adj.* giving light; shining; പ്രകാശപൂർണ്ണമായ; പ്രകാശം വമിക്കുന്ന.

lump (ലംപ്) *n.* a shapeless mass; heap bulk; protuberance; swelling; കട്ട; കൂട്ടം; കൂമ്പാരം; പിണ്ഡം; വീക്കം; മുഴ; കൂമ്പാരമായി കൂട്ടുക; ഒന്നാക്കി വയ്ക്കുക; **lump sum** മൊത്തം തുക.

lunacy (ലൂനസി) *n.* insanity; craziness; ഭ്രാന്ത്; ചിത്തഭ്രമം; *adj.* **lunatic** (ലൂന്റെറ്റിക്) ചിത്തഭ്രമമുള്ള; ഭ്രാന്തുള്ള; *n.* ഭ്രാന്തൻ; **lunatic asylum** ഭ്രാന്താശുപത്രി.

lunar (ലൂണ്ണർ) *adj.* of or like the moon; measured by the moon's revolutions; ചന്ദ്രനെ സംബന്ധിച്ച; ചന്ദ്രലക്ഷണമുള്ള; ചാന്ദ്രമാസമായ.

lunch, luncheon (ലഞ്ച്, ലഞ്ചൻ) *n.* midday meal; tiffin; മധ്യാഹ്നഭക്ഷണം; *v.t.* മധ്യാഹ്നഭക്ഷണമോ ലഘുഭക്ഷണമോ കഴിക്കുക.

lung (ലങ്) *n.* respiratory organ; ശ്വാസകോശം; *adj.* **good lungs** ഉറക്കെ സംസാരിക്കാനുള്ള കഴിവ്.

lupine (ലൂപിൻ) *adj.* wolfish; ravenous; ചെന്നായ് സ്വഭാവമുള്ള.

lurch (ലേർച്ച്) *n.* a difficult situation; അപകടഘട്ടം; **leave in the lurch** ആപത്തുവേളകളിൽ കൈവിടുക.

lure (ലുഎ്ര്) *n.* any enticement; bait; decoy; വശീകരണസാധനം; മോഹനം; വശീകരണം; പ്രലോഭനം.

lurid (ലൂറിഡ്) *adj.* pale; yellow; a little clouded; ghastl pale; വിളർത്ത; മഞ്ഞളിച്ച; ഇരുണ്ട; *adv.* **luridly**; *n.* **luridness.**

lurk (ഌേർക്ക്) *v.i.* lie in wait; be concealed; പതിയിരിക്കുക; പതുങ്ങിയിരിക്കുക; *n.* **lurking place** ഒളിസ്ഥലം.

luscious (ലഷസ്) *adj.* sweet; delicious; delightful; fulsome; voluptuous; സ്നിഗ്ദ്ധമധുരമായ; മടുപ്പുവരുത്തുംവണ്ണം അതിമധുരമായ; കാമോദ്ദീപകമായ.

lust (ലസ്ററ്) *n.* longing desire; desire for sexual indulgence; sensuality; ഭോഗേച്ഛ; കാമാന്ധത; അമിതലൈംഗികാസക്തിയുണ്ടാകുക; അത്യധികം മോഹിക്കുക.

lustre (ലസ്ററർ) *n.* brightness; radiant beauty; splendour; ദീപ്തി; തേജസ്സ്; തിളക്കം; ഉജ്ജ്വലസൗന്ദര്യം

luxate (ലക്സെയ്ററ്) *v.t.* put out of joint; displace; സന്ധിതെററിക്കുക; ഉളുക്കുവരുത്തുക.

C-**luxury** (ലക്ഷറി) *n.* a dainty; abundant; provision of means of pleasure; indulgence in costly pleasures; സുഖഭോഗവസ്തു; ആഡംബരസമൃദ്ധി; ധാരാളിത്തം; *adj.* **luxuriant** ആഡംബരപൂർണ്ണമായ; *adj.* **luxurious** സുഖാസക്തനായ; ഉപഭോഗവസ്തുവായ.

lying (ലൈയിങ്) *n.* (*pr.part.* of **lie**) utter falsehood; കള്ളം പറയൽ; *adj.* കള്ളം പറയുന്ന.

lynch (ലിഞ്ച്) *v.t.* judge and put to death without the usual forms of law; ജനക്കൂട്ടം കൈയേററമായി ശിക്ഷ നടത്തുക

lyre (ലൈയ്യർ) *n.* an ancient harp; ഒരു വീണാവിശേഷം; വല്ലകി.

lyric (ലിറിക്) *adj.* pert. to lyre; of poetry, expressing individual emotions; song-like; effusive; വീണ സംബന്ധിച്ച; വീണയോടുകൂടി പാടത്തക്ക; ഗാനാവിഷ്കാരയോഗ്യമായ; ഭാവഗാനം; *adj.* **lyrical** ഭാവ ഗാനങ്ങളിലേതുപോലുള്ള ഭാഷ ഉപയോഗിക്കുന്ന.

Mm

M (എം, മ്) the 13th letter of the English alphabet; ഇംഗ്ലിഷ് അക്ഷരമാലയിലെ പതിമൂന്നാം അക്ഷരം.

ma (മാ) *n.* a childish contraction of mamma; അമ്മ.

macabre (മെകാബ്ര്) *adj.* gruesome; ഭീകരമായ; മരണഭീതിയുളവാക്കുന്ന.

macaroni (മാകറോണി) *n.* wheaten paste formed into long tubes dried and used as food; ഒരുതരം സേമിയാ; മക്രോണി;

mace (മെയ്സ്) *n.* a kind of spice; ജാതിപത്രി; ജാതിഫലം.

machinate (മാക്കിനെയ്റ്റ്) *v.* plot; con-

machine | magnificent 255

trive skilfully; ഗൂഢാലോചന നടത്തുക.

machine (മ്മെഷീൻ) *n.* an engine; any mechanical contrivance; an organised system; one who can do only what he is told; യന്ത്രം; യന്ത്ര സംവിധാനം; ഒരു സംഘടനയുടെ നിയന്ത്രണ സംവിധാനം; *n.* **machine-gun** യന്ത്രത്തോക്ക്.

machinery (മെഷിനെറി) *n.* (u) machines in general; യന്ത്രസാമഗ്രി; യന്ത്രസംവിധാനം; യന്ത്രപ്രവർത്തനങ്ങൾ.

macho (മാചൗ) *adj.* aggressively masculine; അമിതമായി പൗരുഷവീര്യമുള്ള.

mackerel (മാക്കറൽ) *n.* a food fish; ഐലമീൻ.

macro (മാക്രോ) *pref.* great; വലിയ; ബഹു; മഹാ; *n.* **macrocosm** ബ്രഹ്മാണ്ഡം; പ്രപഞ്ചം; വിശ്വം.

mad (മാഡ്) *adj.* insane; wildly foolish; ഭ്രാന്തചിത്തനായ; ഉന്മത്തനായ; പിച്ചുപിടിച്ച; **mad dog** പേപ്പട്ടി; **madden** ചിത്തഭ്രമം വരുത്തുക; **madness** ഭ്രാന്ത്.

madam (മാഡം) *n.* courteous form of address to a lady, esp. an elderly or a married one; മാന്യസ്ത്രീയെ ബഹുമാനപൂർവ്വം സംബോധന ചെയ്യുന്നതിനുള്ള പദം.

Madonna (മെഡൊണ്ണ) *n.* the virgin Mary esp. as seen in works of art; കന്യക മറിയം; കന്യാമറിയത്തിൻെറ ചിത്രമോ പ്രതിമയോ.

maestro (മായെസ്ട്രൗ) *n.* great musician; master of any art; മഹാനായ സംഗീതജ്ഞൻ; ആചാര്യൻ.

M(m)afia (മാഫീയ) *n.* an organised international body of criminals; കള്ളക്കടത്തിലും നിയമവിരുദ്ധപ്രവർത്തനങ്ങളിലും മുഴുകുന്ന രഹസ്യ കുറ്റവാളി സംഘം.

magazine (മാഗസീൻ) *n.* periodical publication; gunpowder store; armoury; മാസിക; ആനുകാലിക പ്രസിദ്ധീകരണം; വെടിമരുന്നറ; ആയുധസംഭരണശാല.

magenta (മജെൻറ) *n.* a colour between pink and red; ഇളം ചുവപ്പു നിറം.

magic (മാജിക്) *n.* conjuration; sorcery; enchantment; trickplay; ഇന്ദ്ര ജാലം; ജാലവിദ്യ; കൺകെട്ട്; മാന്ത്രി കശക്തി; *n.* **black magic** ക്ഷുദ്ര പ്രയോഗം; *n.* **magician** ഐന്ദ്ര ജാലികൻ; മാന്ത്രികൻ.

magisterial (മാജിസ്റ്റീറിയൽ) *adj.* of or referring to a magistrate; മജിസ്ട്രേറ്റിനെ സംബന്ധിച്ച; സ്വേച്ഛാപരമായ; *n.* **magistrate** മജിസ്ട്രേറ്റ്.

magnanimous (മാഗ്നാനിമസ്) *adj.* noble; generous; above petty feelings; മഹാമനസ്കനായ; മഹാനുഭാവനായ; *adv.* **magnanimously**; *n.* **magnanimity.**

magnate (മാഗ്നെയ്റ്റ്) *n.* person of distinction in any sphere; പ്രഭു; കുലീനൻ; ധനികൻ; പ്രമുഖൻ.

magnet (മാഗ്നിറ്റ്) *n.* the lodestone; the iron ore which attracts iron; (*fig.*) കാന്തം; കാന്തക്കല്ല്; ലോഹകാന്തം; ആകർഷിക്കുന്ന വസ്തു; ആകർഷിക്കുക; മയക്കുക; *n.* **magnetism** ആകർഷണവിദ്യ; ആകർഷണ ശക്തി.

magnificent (മാഗ്നിഫിസൻറ്) *adj.* splendid; stately; glorious; അതി ഗംഭീരമായ; രാജകീയ പ്രൗഢിയുള്ള; പ്രതാപം കാട്ടുന്ന; *n.* **magnificence.**

magnify (മാ്ഗ്നിഫൈ) *v.* make greater; exaggerate; വലുതാക്കിക്കാട്ടുക; പർവ്വതീകരിക്കുക; വിപുലമാക്കാവുന്ന; *n.* **magnification** വിപുലീകരണം; *n.* **magnifier** ഭൂതക്കണ്ണാടി.

magniloquence (മാ്ഗ്നില്ലെകൻസ്) *n.* lofty manner of speaking or writing; ഭാഷണം; ശബ്ദാഡംബരം; വാചാടോപം.

magnitude (മാ്ഗ്നിറ്റ്യൂഡ്) *n.* largeness; size; extent; അളവ്; വലിപ്പം; വ്യാപ്തി; വിസ്തൃതി; പ്രാധാന്യം.

mahogany (മഹൗഗനി) *n.* a reddish brown wood taking high polish; ചെമ്മരം; ചേലവീട്ടിത്തടി.

mahout (മാ്ഹൗട്ട്) *n.* elephant-driver; ആനക്കാരൻ; പാപ്പാൻ.

maid (മെയ്ഡ്) *n.* a young unmarried woman; a virgin; പെൺകുട്ടി; അവിവാഹിതയായ യുവതി; **maid servant** വേലക്കാരി.

maiden (മെയ്ഡൻ) *n.* a young unmarried woman; a female servant; അവിവാഹിത; പുത്തനായ; ശുദ്ധമായ; ഉപയോഗിച്ചിട്ടില്ലാത്ത.

mail (മെയ്ൽ) *n.* defensive armour for the body; കവചം; മൃഗത്തിന്റെ സംരക്ഷണകവചം; തപാൽസഞ്ചി; തപാൽഉരുപ്പടി; തപാൽ സംവിധാനം.

maim (മെയ്ം) *n.* a bruise; injury; മുറിവ്; വ്രണം; മുടന്താക്കുക; ഞൊണ്ടിയാക്കുക.

main (മെയ്ൻ) *adj.* exerted to the full; chief in size or extent; പ്രധാനമായ; മുഖ്യ മായ; വലിയ; പൊതുവായ; *adv.* **mainly** പ്രധാനമായി; **mainstay** പ്രധാന അവലംബം; **mainstream** മുഖ്യപ്രവാഹം.

maintain (മെയ്ൻടെയ്ൻ) *v.t.* cause to continue; preserve; support with food; രക്ഷിക്കുക; നിലനിറുത്തുക; പാലിക്കുക; പുലർത്തുക; തീറ്റിപ്പോറ്റുക.

maintenance (മെയ്ൻറനൻസ്) *n.* act of maintaining; പരിപാലനം; സംരക്ഷണം.

majestic (മ്മെജെസ്റ്റിക്) *adj.* stately; royal; imposing; having dignity or majesty; രാജകീയ പ്രൗഢിയുള്ള; രാജോചിതമായ; അതിഗംഭീരമായ.

major (മെയ്ജർ) *adj.* greater in number, quality, വലുതായ; സ്ഥാനവലിപ്പമുള്ള; മുഖ്യമായ; വലിയ; മഹാ.

majority (മ്മെജൊറിറ്റി) *n.* greater number; full age; rank of Major; ഭൂരിപക്ഷം; ഏറിയകൂറ്; മുഖ്യാംശം; പകുതിയിൽ കൂടുതൽ ഭാഗം.

make (മെയ്ക്ക്) *v.* (*p.t. & p.part.* **made**) construct; produce; create; frame; form; compose; cause to become; arrive at; ഉണ്ടാക്കുക; നിർമ്മിക്കുക; കെട്ടിയുണ്ടാക്കുക; സങ്കല്പിക്കുക; ഉളവാക്കുക; പൂർണ്ണമാക്കുക; ഉത്പാദിപ്പിക്കുക; നേടുക; തോന്നുക; സഞ്ചരിക്കുക; ആകൃതി; ആകാരം; ഘടന; *v.t.* **make up** കെട്ടിച്ചമയ്ക്കുക; *n.* **make believe;** *n.* **makeshift** അല്പകാലികോപായം; **in the making** നിർമ്മാണത്തിലായ.

malady (മാ്ലഡി) *n.* disease; moral or mental disorder; രോഗം; വ്യാധി; മനോവ്യാധി.

malaria (മലെയരിയ) *adj.* a kind of intermittent and remittent fever caused by bite of mosquito; മലമ്പനി; മലേറിയ.

male (മെയ്ൽ) *adj.* masculine; ആണായ; (male nurse, etc.); ആണുങ്ങളെ

malediction | manhandle 257

ക്കുറിച്ചുള്ള; ആൺവർഗത്തെക്കുറിച്ചുള്ള; **male sex** ആൺവർഗം.

malediction (മാ്ലിഡിക്ഷൻ) *n.* curse; imprecation; a calling down of evil; പിരാക്ക്; അഭിശാപം; ദൂഷണവാക്ക്.

malefactor (മാ്ലിഫാ്ക്റ്ററ്) *n.* criminal; evil-doer; കുറ്റവാളി; ദുഷ്കർമ്മി; ദ്രോഹി; *n.* **malefaction**.

malevolent (മ്മലെവ്വലൻറ്) *adj.* desirous of evil to others; ദുഷ്ടവിചാരമുള്ള; ദ്രോഹചിന്തയുള്ള.

malfunction (മാ്ൽഫങ്ക്ഷൻ) *v.* (of a machine) fail to function properly; വേണ്ടരീതിയിൽ പ്രവർത്തിക്കാതിരിക്കുക.

malice (മാ്ലിസ്) *n.* active ill-will; spite;ഉൾപ്പക; ദ്രോഹചിന്ത; ദ്രോഹബുദ്ധി; വിദ്വേഷം.

malign (മലൈൻ) *v.* defame; insult; abuse; അപകീർത്തിപ്പെടുത്തുക; അപമാനിക്കുക; *adj.* **malignant** മാരകമായ; *ns.* **malignity, malignancy.**

mall (മോൾ) *n.* sheltered walk; public walk; നടക്കാവ്; പൊതുനിരത്ത്; മുട്ടി; കൂടം.

malleable (മാ്ലിയ്ബൾ) *adj.* capable of being hammered into shape; അടിച്ചുപരത്താവുന്ന; നീട്ടാവുന്ന; മയമുള്ള *n.* malleability.

malnutrition (മാ്ൽന്യൂട്രിഷൻ) *n.* insufficient nutrition; പോഷകാഹാരക്കുറവുകൊണ്ടുണ്ടാകുന്ന രോഗാവസ്ഥ.

malpractice (മാ്ൽപ്രാ്ക്ടീസ്) *n.* evil conduct; misbehaviour; അഴിമതി; ദുർന്നടത്ത; അധാർമ്മിക പ്രവൃത്തി.

maltreat (മാ്ൽട്രീറ്റ്) *v.t.* treat unkindly; ഉപദ്രവിക്കുക.

mammal (മാ്മൽ) *n.* an animal that suckles the young; സസ്തനജീവി.

mammon (മാ്മൻ) *n.* riches regarded as evil influence; ധനം; സമ്പത്ത്; (തിന്മയായോ പൈശാചികസ്വാധീനമായോ കണക്കാക്കപ്പെടുമ്പോൾ).

mammoth (മാ്മത്ത്) *n.* an extinct elephant; വംശനാശം ഭവിച്ച ഒരു മഹാമൃഗം.

man (മാ്ൻ) *n.* (*pl.* **men**) a human being; mankind; male sex; husband; മനുഷ്യൻ; മനുഷ്യവർഗ്ഗം; ആൾ; ആൺ; പ്രതിപുരുഷൻ; ആശ്രിതൻ; ഭർത്താവ്; **man-day** ഒരാളുടെ ഒരു ദിവസത്തെ ജോലി; **man-eater** നരഭോജി; *n.* **mankind** മനുഷ്യവർഗ്ഗം.

manage (മാ്നിജ്) *v.* conduct; control; take charge of; ഭരിക്കുക; കൈകാര്യം ചെയ്യുക; നിർവ്വഹിക്കുക; കഴിച്ചുകൂട്ടുക; *adv.* **manageably**; *adj.* **managing;** *n.* **management;** *n.* **manager** നിർവ്വാഹകൻ.

mandate (മാ്ൻഡെയ്റ്റ്) *n.* command; order; a right given to a person to act in name of another; കല്പന; വോട്ടറന്മാർ ജനപ്രതിനിധിക്ക് വോട്ടുമുഖേന നൽകുന്ന അനുജ്ഞ; ഉത്തരവ്; അധികാരപത്രം; *adj.* **mandatory.**

mandolin (മാ്ൻഡ്ഡെലിൻ) *n.* a stringed musical instrument കമ്പികളുള്ള ഒരു സംഗീതോപകരണം.

manger (മെയ്ഞ്ജർ) *n.* an eating trough in a stable; പുൽക്കൂട്; പുൽത്തൊട്ടി.

mango (മാ്ങ്ഗൗ) *n.* (*pl.* **mangoes**) fruit of the mango tree; മാങ്ങ; മാമ്പഴം.

manhandle (മാ്ൻഹാ്ൻഡൽ) *v.t.* move by man-power; മനുഷ്യശക്തി

കൊണ്ടു നീക്കുക; ദേഹോപദ്രവം ഏല്പിക്കുക.

mania (മ്മെനിയ) *n.* morbid craving; great enthusiasm; infatuation; അത്യാസക്തി; കമ്പം; മതിഭ്രമം; അത്യാശ; വ്യാമോഹം.

manicure (മാനിക്യൂഎർ) *n.* care of hand and nails; മൈലാഞ്ചി അണിയൽ; കൈയിലും നഖത്തിലും ചായം പൂശൽ.

manifest (മാനിഫെസ്റ്റ്) *adj.* obvious to the eye or mind; പ്രകടമായ; പ്രത്യക്ഷമായ; സുസ്പഷ്ടമായ.

manifestation (മാനിഫെസ്റ്റേയ്ഷൻ) demonstration; display; ആവിഷ്ക്കരണം; ആവിർഭാവം; സാക്ഷാൽക്കാരം.

manifesto (മാനിഫെസ്റ്റൗ) *n.* public declaration of policy; (രാഷ്ട്രീയ പാർട്ടിയുടേയും മറ്റും) പ്രകടനപത്രിക; വിജ്ഞാപനപത്രം; വിജ്ഞാപനം.

manifold (മാനിഫൗൾഡ്) *adj.* numerous and various; അനേകവിധമായ.

manipulate (മാനിപ്യുലെയ്റ്റ്) *v.* manage craftly; turn to one's advantage; കൈകാര്യം ചെയ്യുക; കൗശലം കൊണ്ടു സാധിക്കുക; *n.* **manipulation** *n.* **manipulator**; *adj.* **manipulative.**

manna (മ്മാന) *n.* food divinely supplied to the Israelites; മന്ന; ഇസ്രായേല്യർക്കു ദൈവം മരുഭൂമിയിൽ വച്ചു നല്കിയ ആഹാരം.

manner (മ്മാനർ) *n.* the way in which a thing is done or happens; രീതി; മുറ; മാതിരി; *n.* **mannerism** a ചേഷ്ടാവിശേഷം; *adj.* **mannered;** *adj.* **mannerless.**

manoeuvre (മ്മെനൂവർ) *n.* movements of troops in war; stratagem; സൈന്യസാമർത്ഥ്യപ്രയോഗം; കപടോപായം; കൗശലം; വിദഗ്ദ്ധപ്രയോഗം.

mansion (മാൻഷൻ) *n.* large dwelling house; വലിയ വീട്; ഹർമ്മ്യം.

mantel-piece (മാൻറ്റൽ-പീസ്) *n.* a structure around fireplace; അടുപ്പുതിണ്ണ.

mantle (മാൻറ്റൽ) *n.* loose cloak of woman; covering; സ്ത്രീകളുടെ അയഞ്ഞ മേൽക്കുപ്പായം.

manual (മാന്യുഎൽ) *adj.* of the hand; done, made or used by the hand; കൈകൊണ്ടു ചെയ്ത; കൈകൊണ്ടു പ്രവർത്തിപ്പിക്കുന്ന; റഫറൻസ് ഗ്രന്ഥം.

manufacture (മാനുഫാക്ചർ) *n.* process of making anything on a large scale; നിർമ്മാണം; ഉത്പാദനം (പ്രത്യേ: വിപുലമായ തോതിൽ); *n.* **manufacturer** ഉത്പാദകൻ.

manure (മന്യുഎർ) *v.t.* enrich land with fertilizer; വളമിടുക; വളം ചേർക്കുക; വളം.

manuscript (മാന്യുസ്ക്രിപ്റ്റ്) *n.* book written by hand; കൈയെഴുത്തുപ്രതി.

many (മെനി) *adj.* (*comp.* **more,** *superl.* **most)** numerous; consisting of a great number; പല; പലപല; വളരെ; അനേകം; നാനാ; **as many** അത്രയും.

map (മാപ്) *n.* flat representation of earth's surface of or the heavens; ഭൂപടം; ആകാശചിത്രം.

mar (മാർ) *v.t.* (*p.t.* & *p. part.* **marred)** spoil; impair; അവലക്ഷണപ്പെടുത്തുക; ഊനം വരുത്തുക; കേടുവരുത്തുക.

Marathon (മാറത്തൺ) a long distance foot race; അതിദൂര ഓട്ട പ്പന്തയം; (26 മൈൽ 385 വാര).

maraud (മ്മെറോഡ്) *v.i.* make a raid for plunder; rob; കവർച്ചനടത്തുക.

marble (മാർബ്ൾ) *n.* a kind of limestone; വെണ്ണക്കല്ല്.

march (മാർച്ച്) *v.* walk with a military step; കവാത്തു നടത്തുക; പട നീങ്ങുക; പ്രയാണം; പ്രസ്ഥാനം; ഗതി; **march past** അണിനടത്തം.

mare (മെയ്യർ) *n.* fem. of the horse; പെൺകുതിര; **grey mare** (*fig.*) ഭർത്താവിനെ അടക്കിഭരിക്കുന്ന ഭാര്യ;

margin (മാർജിൻ) *n.* border or edge; extra amount (of time, money, etc.); blank space on the page; അരിക്; വക്ക്; ഓരം;എഴുതാതെ വിട്ടിരിക്കുന്ന കടലാസിൻെറ വക്ക്; **margin of profit** ഇടലാഭം.

margosa (മാർഗ്ഗെസ) *n.* the neem tree; വേപ്പുമരം.

marigold (മ്മരിഗൗൾഡ്) *n.* kind of plant with yellow flowers; ജമന്തിപ്പൂ (ച്ചെടി).

marijuana, marihuana (മ്മരിഹ്വാന) *n.* hemp; ഒരുതരം കഞ്ചാവ്.

marine (മ്മെറീൻ) *adj.* of, found in, produced by sea; കടലിനെ സംബന്ധിച്ച; കടലിലുണ്ടാകുന്ന; സമുദ്രമാർഗ്ഗമായ; *n.* **mariner** നാവികൻ; *n.* **mariner's compass** വടക്കുനോക്കിയന്ത്രം.

marital (മ്മരിറ്റൽ) *adj.* of or between husband and wife; of marriage; ഭാര്യാഭർത്തൃസംബന്ധിയായ; വിവാഹപരമായ; ദാമ്പത്യപരമായ.

maritime (മ്മറിറ്റൈം) *adj.* rel. to sea or seafaring; സമുദ്രതീരത്തുള്ള; കടലിനോടോ കടൽയാത്രയോടോ ബന്ധപ്പെട്ട.

mark (മാർക്) *n.* sign; stamp; dot; അടയാളം; ചിഹ്നം; ലക്ഷണം; വിശേഷലക്ഷണം; (പരീക്ഷയിലെ) മാർക്ക്; അടയാളപ്പെടുത്തുക; പ്രകടമാക്കുക; *adj.* **marked** സ്പഷ്ടമായ; *adv.* **markedly** പ്രകടമായി; വ്യക്തമായി; *n.* **marker** എത്തിയ സ്ഥലത്തിന് അടയാളമായി വയ്ക്കുന്ന വസ്തു.

market (മാർകിറ്റ്) *n.* public place where goods are exposed for sale; ചന്ത; വ്യാപാരസ്ഥലം; വിക്രയസ്ഥാനം; വിൽക്കുക; ക്രയവിക്രയം ചെയ്യുക; **market-place** ചന്തസ്ഥലം; കമ്പോളം; **black market** കരിഞ്ചന്ത; **market-value** വിൽപന വില.

marmalade (മാർമലെയ്ഡ്) *n.* jam; 'ജാം;' പഞ്ചസാരയിൽ വിളയിച്ച പഴരസം.

maroon (മറൂൺ) *v.* become isolated by floods; വെള്ളം പൊങ്ങി ഒറ്റപ്പെട്ടുപോവുക; തവിട്ടുനിറം കലർന്ന ചുവപ്പുനിറം.

marriage (മ്മരിജ്) *n.* wedding; a close union; വിവാഹം; ഉറ്റചേർച്ച; വിവാഹച്ചടങ്ങ്.

marrow (മ്മറൗ) *n.* the fatty substance inside bones; essence; മജ്ജ; മേദസ്സ്; സത്ത്; മുഖ്യാംശം.

marry (മ്മരി) *v.* join as husband and wife; വിവാഹം കഴിക്കുക; വിവാഹം കഴിപ്പിക്കുക; ദാമ്പത്യത്തിൽ പ്രവേശിക്കുക; **married life** ദാമ്പത്യജീവിതം.

marsh (മാർഷ്) *n.* low lying wet land; swamp; ചതുപ്പുനിലം; ചെളിപ്രദേശം.

marshal (മാർഷൽ) *n.* high military officer; ഉയർന്ന സൈനികോദ്യോഗസ്ഥൻ.

marsupial (മാർസൂപിയൽ) *n.* & *adj.* animal like the kangaroo; സഞ്ചിമൃഗം.

mart (മാർട്ട്) *n.* market place; a place of trade; ചന്തസ്ഥലം; കമ്പോളം; വാണിജ്യകേന്ദ്രം.

martial (മാർഷ്ൽ) *adj.* rel. to war; warlike; brave; യുദ്ധപരമായ; യുദ്ധ വൈദഗ്ദ്ധ്യമുള്ള.

martinet (മാർട്ടിനെറ്റ്) *n.* strict disciplinarian; കർശന നിയമപാലകൻ; ഉഗ്രശാസനൻ.

martini (മാർട്ടിനി) *n.* a cocktail of vermouth, gin etc.; ഒരു മിശ്രമദ്യം.

martyr (മാർറ്റർ) *n.* one who undergoes death or suffering for any great cause; രക്തസാക്ഷി; ഒരാദർശത്തിനോ ലക്ഷ്യത്തിനോ വേണ്ടി മരണം വരിക്കുന്നവൻ; *n.* **martyrdom** രക്തസാക്ഷിത്വം.

marvel (മാർവ്ൽ) *n.* anything astonishing or wonderful; അത്ഭുത വസ്തു; വിസ്മയാവഹ ഗുണ വിശേഷം; അത്യാശ്ചര്യം; വിസ്മയ ഹേതു; *v.i.* വിസ്മയിക്കുക; *adj.* **marvellous** ആശ്ചര്യകരമായ.

Marxism (മാർക്സിസം) *n.* political and economic theory of Karl Marx; മാർക്സിസം.

masculine (മാസ്ക്യൂലിൻ) *adj.* rel. to males; of the male sex; manly; robust; പുരുഷന്മാരെക്കുറിച്ചുള്ള; പൗരുഷമുള്ള; *adv.* **masculinely**; *n.* **masculinity**.

mash (മാഷ്) *n.* mixture of boiled grain, bran, etc.; ധാന്യക്കഷായം; കാലിക്കഞ്ഞി.

mask (മാസ്ക്) *n.* a covering of the face; a disguise; anything that disguises; പൊയ്മുഖം; പല ആവശ്യങ്ങൾക്കും ധരിക്കുന്ന മുഖംമൂടി;.

masochism (മാസകിസം) *n.* a sexual perversion; ഇണയുടെ മേൽക്കോയ്മയിലും ക്രൂരതയിലും ആനന്ദിക്കുന്ന രതി വൈകൃതം; *n.* **masochist**; *adj.* **masochistic**.

mason (മെയ്സൺ) *n.* builder in stone or brick; കല്പണിക്കാരൻ; കല്ലാശാരി; *n.* **masonry** കല്പണി.

mass (മാസ്) *n.* (*pl.* **masses**) (*phy.*) a quantity of matter; large number; പിണ്ഡം; സമൂഹം; മുഖ്യഭാഗം; ജനസാമാന്യം; ബഹുജനം; **the masses** സാമാന്യജനം; **mass media** ബഹുജനമാധ്യമങ്ങൾ.

mass (മാസ്) *n.* the service of the Eucharist; കുർബാന.

massacre (മാസകർ) *n.* a general slaughter; കൂട്ടക്കൊല; പൂർണ്ണനാശം.

massage (മാസാഷ്) *n.* process of kneading and rubbing; തിരുമ്മൽ; തിരുമ്മുചികിത്സ.

mast (മാസ്റ്റ്) *n.* a pole for supporting sails; കപ്പൽപായ്മരം.

master (മാസ്റ്റർ) *n.* leader; ruler; teacher; അധിപൻ; നായകൻ; ഗൃഹനാഥൻ; അദ്ധ്യാപകൻ; യജമാനൻ; ആൺകുട്ടി; ഉയർന്ന കലാശാലാ ബിരുദം; **master-hand** വിദഗ്ദ്ധൻ; **master-piece** ഏറ്റവും ശ്രേഷ്ഠമായ കൃതി; **master-mind** മേധാവി; *adj.* **masterly** സമർത്ഥമായ; *n.* **mastery** skill; അതിപ്രാവീണ്യം.

masticate (മാസ്റ്റികെയ്റ്റ്) *v.t.* chew; ചവയ്ക്കുക; ചവച്ചരയ്ക്കുക; *ns.* **mastication; masticator**.

mastiff (മാസ്റ്റിഫ്) *n.* a large dog; ഒരിനം വലിയ നായ്.

masturbation (മാസ്റ്റർബേയ്ഷൻ) *n.* manual stimulation of genitals to produce sexual orgasm; സ്വയംഭോഗം; ഹസ്തമൈഥുനം; *v.t.* **masturbate**.

mat (മാറ്റ്) *n.* coarse fabric of plaited

match | maxim 261

rushes; പായ്; കയറ്റുപായ്; ചവുട്ടി; പായ്കൊണ്ടു മൂടുക; *n.* **matting.**

match (മാ്ച്ച്) *n.* a piece of inflammable material; തീപ്പെട്ടിക്കൊള്ളി; *n.* **match box** തീപ്പെട്ടി; ചേർച്ചയുള്ള വൻ; ജോടി; തുല്യൻ; പ്രതിയോഗി; *adj.* **matchless** അതുല്യനായ; **matchmaker** വിവാഹദല്ലാൾ.

mate (മെയ്റ്റ്) *n.* partner; companion; one of a pair; സഹപ്രവർത്തകൻ; കൂട്ടുകാരൻ; ഇണ; ജീവിതപങ്കാളി; മിത്രം; ചങ്ങാതി; കൂടെയുള്ളയാൾ; ഒരുമിച്ചു താമസിക്കുന്നയാൾ; ഇണ ചേരുക; ഇണയായിരിക്കുക.

material (മെറ്റീരിയൽ) *adj.* of matter or body; unspiritual; concerned with bodily comforts; ഭൗതികമായ; യുക്തി വിചിന്തനത്തിൻെറ അനാത്മീയ മായ; ഭൗതിക സുഖസൗകര്യസംബ ന്ധിയായ; ജഡികമായ; **raw material** അസംസ്കൃത പദാർത്ഥം; *n.* **materialism** ഭൗതികവാദം.

maternal (മ്െറ്റേർണൽ) *adj.* pert. to mother; motherly; മാതാവിനെ സംബന്ധിച്ച; മാതൃതുല്യമായ; *adv.* **maternally**; *n.* **maternity** മാതൃത്വം; മാതൃഭാവം; **maternity ward** പ്രസ വവാർഡ്.

mathematics (മാ്ത്ത്മാ്റ്റിക്സ്) *n. & pl.* the science of space and number; ഗണിതശാസ്ത്രം.

matinee (മാ്റ്റിനി) *n.* an afternoon theatrical performance; പകൽനാടകം; ഉച്ചതിരിഞ്ഞു നടത്തുന്ന കലാപ്രക ടനം.

matriarchy (മേയ്ട്രിയാർക്കി) *n.* matrilineal system; മാതൃദായക്രമം; മരുമക്കത്തായം; *n.* **matriarch.**

matricide (മാ്ട്രിസൈഡ്) *n.* murder or murderer of one's mother; മാതൃ ഹത്യ; മാതൃഹന്താവ്.

matriculate (മ്െട്രിക്യുലെയ്റ്റ്) *v.* enter on a college or university register; സർവ്വകലാശാലയിൽ ചേർക്കുക; *n.* **matriculation.**

matrimony (മാ്ട്രിമ്മെണി) *n.* rite of marriage; വിവാഹം; ദാമ്പത്യം; *adj.* **matrimonial.**

matrix, matrice (മേട്രിക്സ്) *n.* (*pl.* **matrixes** or **matrices**) the womb; a mould intercellular substance; ഗർഭ പാത്രം; ഉത്പത്തിസ്ഥാനം.

matron (മെയ്ട്രൺ) *n.* elderly married woman; രക്ഷാധികാരിണി; കുടുംബിനി; വിവാഹിത.

matter (മാ്റ്റർ) *n.* physical substance in general; subject; പദാർത്ഥം; ദ്രവ്യം (*log.*) ഉപചോദ്യത്തിൻെറ ഉള്ളടക്കം; ഭൗതികവസ്തു; വിഷയം; **a matter of fact** യഥാർത്ഥ വസ്തുത.

mattock (മാ്റ്റക്ക്) *n.* a kind of pickaxe; ഒരു വക മൺവെട്ടി.

mattress (മാ്ട്രിസ്) *n.* quilted bed; മെത്ത; കിടക്ക.

mature (മെറ്റ്യൂഎ്ർ) *adj.* ripe; fully developed; adult; വിളഞ്ഞ; പക്വമാ യ; മുതിർന്ന; പ്രായം തികഞ്ഞ; പൂർ ത്തിയായ; *n.* **maturity** പൂർണ്ണ വളർച്ച; പക്വത.

Maundy Thursday (മോൺഡി ഥേഴ്സ്ഡി) *n.* Thursday before Good Friday; പെസഹാ വ്യാഴാഴ്ച.

mausoleum (മോ്സലീയം) *n.* magnificent tomb; ശവകുടീരം; സ്മാരക മണ്ഡപം.

mauve (മോവ്) *n.* a purple dye; its colour; ഒരുവക ഇളം നീലച്ചായം.

maxi (മാക്സി) *prep.* very large; വളരെ വലിയ.

maxim (മാ്ക്സിം) *n.* a general principle; സാമാന്യതത്ത്വം; നീതി വാക്യം.

maximum (മാക്സിമം) *n.* (*opp.* **minimum**) [*pl.* **maxima**] the highest point reached; പരമസംഖ്യ; പരമ കാഷ്ഠ; പരമാവധി.

May (മേയ്) the fifth month of the year; മെയ്മാസം.

may (മെയ്) *v. aux.* (*p.t.* **might**) expresses possibility, ആകാം; അനുവാദം ഉണ്ടാകുക; ഇടയുണ്ടാകുക; ആയിരിക്കട്ടെ.

mayhem (മെയ്ഹം, മെഹ്എം) *n.* offence of maiming a person by violence; അംഗഭംഗം വരുത്തൽ; ബഹളം.

mayor (മേയർ) *n.* head of a municipal corporation; നഗരാദ്ധ്യക്ഷൻ; മേയർ.

maze (മെയ്സ്) *n.* confusing network of paths; വളഞ്ഞുതിരിഞ്ഞ മാർഗ്ഗം.

MB (എം.ബി.-computer) *n.* abbr. of Megabyte equal to approximately 10,00,000 bytes or 1000 kilo bytes മെഗാബൈറ്റ് എന്നതിൻെറ ചുരുക്കം. 10,00,000 ബൈറ്റുകൾ അഥവാ 1000 കിലോ ബൈറ്റുകൾ.

me (മി) *pron.*; *pers. objective case* of **I**; എന്നെ; എനിക്ക്; എന്നോട്.

meadow (മെഡൗ) *poet., n.* piece of grassland; a rich pasture-ground; പുൽത്തകിടി; മൈതാനം.

meagre (മീഗർ) *adj.* (*U.S.* **meager**) lean; thin; scanty; മെലിഞ്ഞ; ശോഷിച്ച; കഷ്ടിയായ.

meal (മീൽ) *n.* grain ground to powder; food taken at one time; മാവ്; ആഹാരം; ഭക്ഷണസമയം;

mean (മീൻ) *adj.* ignoble; low-minded; inferior; അധമമായ; താണ; ദരിദ്രമായ; ക്ഷുദ്രമായ; നിന്ദ്യമായ; വൃത്തികെട്ട പെരുമാറ്റമുള്ള.

mean (മീൻ) *adj.* middle; midway; between extremes; മധ്യമമായ; മധ്യസ്ഥിതമായ; മദ്ധ്യവർത്തിയായ; **means** ഉപകരണം; പോംവഴി; **meanwhile** തൻമദ്ധ്യേ; അതിന്നിടയിൽ;

mean (മീൻ) *v.* (*p.t. & p.part.* **meant**) intend; design; signify; കരുതുക; വിചാരിക്കുക; ഉദ്ദേശിക്കുക; അർത്ഥമാക്കുക; **meaningful** അർത്ഥവത്തായ; *adj.* **meaningless** അർത്ഥശൂന്യമായ;

meander (മിആൻഡർ) *n.* winding of a river; circuitous journey; വക്രഗതി; വളഞ്ഞ ഒഴുക്ക്; ചുറ്റുവഴി; സർപ്പഗതി.

measles (മീസ്ൽസ്) *n.* (*sing.* or *pl.*) a contagious fever with red spots upon the skin; അഞ്ചാംപനി; പൊങ്ങൻ പനി.

measure (മെഷർ) *n.* magnitude of a thing; size or quality; degree; അളവ്; നീളം; പരിമാണം; അളവുകോൽ; അളവുപാത്രം; തോത്; പ്രമാണം; അളവെടുക്കുക; പരിമാണം കണ്ടുപിടിക്കുക; നിരൂപിക്കുക.

meat (മീറ്റ്) *n.* flesh used as food; ഇറച്ചി; ആഹാരം; ഭക്ഷ്യം.

mechanic (മിക്കാനിക്) *n.* skilled workman who uses or makes machinery; വിദഗ്ദ്ധ യന്ത്രപ്പണിക്കാരൻ; യന്ത്രങ്ങൾ പ്രവർത്തിപ്പിക്കുന്നയാൾ; *adj.* **mechanical** യന്ത്രപരമായ; *adv.* **mechanically** യന്ത്രം പോലെ; യാന്ത്രികമായി.

medal (മെഡൽ) *n.* a reward of merit usu. a piece of metal; ബിരുദമുദ്ര; കീർത്തിമുദ്ര; കീർത്തിചിഹ്നം.

meddle (മെഡ്ൽ) *v.t.* interfere unnecessarily; tamper with; ഇടപെടുക; കയ്യിടുക.

media (മീഡിയ) *n.* (*pl.* of **medium**)

മാധ്യമങ്ങൾ (പത്രം, റേഡിയോ, ടെലിവിഷൻ മുതലായവ).

median (മീഡിയൻ) *adj.* situated in the middle; മധ്യസ്ഥിതമായ.

mediate (മീഡിയെയ്റ്റ്) *v.* go between in order to reconcile; ഇടനില നില്ക്കുക; മധ്യസ്ഥത വഹിക്കുക; *n.* **mediation;** *n.* **mediator** ഇടനിലക്കാരൻ.

medical (മെഡിക്കൽ) *adj.* of the art of medicine in general; വൈദ്യശാസ്ത്രസംബന്ധിയായ; ചികിത്സാപരമായ.

medicate (മെഡിക്കയ്റ്റ്) *v.t.* treat medically; ചികിത്സിക്കുക.

medicine (മെഡ്സിൻ) *n.* anything used as a remedy for disease; ഔഷധം; ഔഷധവിജ്ഞാനം.

mediocre (മീഡിയൗക്കർ) *adj.* of middling quality; ഇടത്തരമായ; രണ്ടാംതരമായ; വെറും സാധാരണയായ.

meditate (മെഡിറ്റെയ്റ്റ്) *v.* contemplate; plan mentally; ധ്യാനിക്കുക; ഗാഢമായി ചിന്തിക്കുക; ചിന്താമഗ്നനായിരിക്കുക; *n.* **meditation** ധ്യാനം.

medium (മീഡിയം) *n.* (*pl.* **media** or **mediums**) agency; means; മാദ്ധ്യമം; സമനില; ഉപകരണം; ഇടത്തരമായ; മദ്ധ്യമമായ.

medley (മെഡ്‌ലി) *n.* (*pl.* **medleys**) miscellaneous mixture; നാനാദ്രവ്യസമ്മിശ്രം; അവിയൽ.

meek (മീക്) *adj.* gentle; humble; mild; submissive; ശാന്തനായ; അടക്കമുള്ള; *adv.* **meekly**; *n.* **meekness**.

meet (മീറ്റ്) *v.* (*p.t.* & *p.part.* **met**) assemble; receive on arrival; കണ്ടുമുട്ടുക; സന്ധിക്കുക; അകസ്മാത്തായി അനുഭവിക്കുക; നിർവ്വഹിക്കുക; തൃപ്തിപ്പെടുത്തുക; ഒന്നിച്ചു ചേരുക.

Megabyte (MB) (computer) 1024 കിലോബൈറ്റ്സ്; ഏകദേശം 10 ലക്ഷം ബൈറ്റ്സ്; വളരെ കൂടുതലായ സംഭരണശേഷി (കംപ്യൂട്ടറിൻെറ) അളക്കുന്നതിനുള്ള ഏകകം.

megalomania (മ്കെഗല്ലമെയ്നിയ്യ) *adj.* the delusion that one is great and powerful; അഹങ്കാരോന്മാദം; താൻ മഹാപ്രതാപിയാണെന്ന തോന്നലോടെ പ്രവർത്തിക്കുന്ന ഉന്മാദരോഗം.

megaphone (മെഗഫൗൺ) *n.* loud speaker; ഉച്ചഭാഷിണി.

melancholia (മെലൻകൗലിയ്യ) *n.* morbid melancholy; വിഷാദ പാരവശ്യത്താലുണ്ടാകുന്ന മനോരോഗം.

melancholy (മെലൻകൊളി) *n.* habitual tendency to sadness; ശോകപ്രവണത; കുണ്ഠിതഭാവം.

melee (മെലെയ്) *n.* a mixed fight; affray; അടിപിടി; ശണ്ഠ.

melliferous (മെലിഫറസ്) *adj.* yielding honey; മധുജനകമായ.

mellow (മെലൗ) *adj.* soft; well matured; jovial; സുഖസ്പർശമായ; മൃദുവായ; സ്നിഗ്ദ്ധമായ.

melodrama (മെല്ലഡ്രാമ) *n.* sensational dramatic piece; സംഭവബഹുലവും സ്തോഭജനകവും ശുഭപര്യവസായിയുമായ നാടകം; *adv.* **melodramatically**.

melody (മെല്ലഡി) *n.* sweet music; tune; സ്വരമാധുര്യം; മധുരസംഗീതം; താളൈക്യം; *adj.* **melodious;** *adv.* **melodiously**; *n.* **melodiousness**.

melt (മെൽറ്റ്) *v.* cause to dissolve; make liquid; അലിയിക്കുക; ആർദ്രമാക്കുക; ഉരുക്കുക; ദ്രവിപ്പിക്കുക;

വെന്തുരുകുക; ദ്രവിക്കുക; അലിയുക; *adv.* **meltingly; melting point** ദ്രവണാങ്കം; **melting pot** ഉരുക്കുമൂശ.

member (മെംബർ) *n.* integral part of a whole; അംഗം; അവയവം; സാമാജികൻ; നിയമസഭാപ്രതിനിധി; **life member** ശാശ്വതാംഗം; *n.* **membership** അംഗത്വം.

membrane (മെംബ്രയ്ൻ) *n.* a thin flexible tissue in a plant or animal body; ചർമ്മം; തൊലി; തനുസ്തരം; പാട.

memento (മിമെൻറ്റൗ) *n.* (*pl.* **mementos** or **mementoes**) a thing serving to remind; സ്മാരകചിഹ്നം.

memoir (മെമ്വാർ) *n.* record of events from personal knowledge; ഓർമ്മക്കുറിപ്പ്; വൃത്താന്തക്കുറിപ്പ്.

memorable (മെമ്മറബ്ൾ) *adj.* worthy of being remembered; സ്മരണാർഹമായ; അനുസ്മരണീയമായ.

memorandum (മെമ്മറാൻഡം) *n.* note to help the memory; ഓർമ്മക്കുറിപ്പ്; (ഭാവിയുപയോഗത്തിനുള്ള) കുറിപ്പുകൾ.

memorial (മെമോറിയൽ) *adj.* serving to commemorate; സ്മരണസഹായകമായ; സ്മരണാർത്ഥമുള്ള; ഓർമ്മയ്ക്കായുള്ള; സ്മാരകം.

memory (മെമ്മറി) *n.* faculty of remembering; ഓർമ്മ; ഓർമ്മശക്തി; സ്മരണ.

memory (മെമ്മറി) *n.* (computer) the name given to that part of a computer system in which data is held ഒരു കംപ്യൂട്ടർ സംവിധാനത്തിൽ വിവരങ്ങൾ സൂക്ഷിക്കുന്ന ഭാഗം.

men (മെൻ) *n., pl.* of **man**; മനുഷ്യർ.

menace (മെനസ്) *v.* threaten; ഭീഷണിപ്പെടുത്തുക; അപകടമോ, മഹാശല്യമോ ആയ ആളോ വസ്തുവോ.

mend (മെൻഡ്) *v.* repair; improve; കേടുപാടു തീർക്കുക; നവീകരിക്കുക; നന്നാവുക; തെറ്റു തിരുത്തുക.

mendicant (മെൻഡികൻറ്) *adj.* living on alms; begging; തെണ്ടിയായ; ഭിക്ഷാംദേഹിയായ; *n.* **mendicancy**.

menfolk (മെൻഫൊക്ക്) *n.* male members of a family considered together; ഒരു കുടുംബത്തിലെ പുരുഷാംഗങ്ങൾ.

menial (മീനിയൽ) *adj.* pert. to domestic servants; പാദസേവപരമായ; വിടു പണിചെയ്യുന്ന.

menopause (മെന്നപോസ്) *n.* final cessation of the menses; തീണ്ടാരി ഇല്ലാതാകൽ; ആർത്തവവിരാമം.

menses (മെൻസിസ്) *n.* (*pl.*) catamenial discharge of a woman; ആർത്തവം; തീണ്ടാരി; *v.* **menstruate;** *n.* **menstruation.**

mensurable (മെൻഷറബ്ൾ) *adj.* capable of being measured; അളക്കാവുന്ന; *n.* **mensuration** അളവുശാസ്ത്രം.

mental (മെൻറൽ) *adj.* rel. to or done by the mind; മനസ്സിനെ സംബന്ധിച്ച; മാനസികമായ; **mental hospital; mental home; mental asylum** ചിത്തരോഗാശുപത്രി; *n.* **mentality;** മനോഭാവം; ചിത്തവൃത്തി.

mention (മെൻഷൻ) *n.* reference; remark; hint; പ്രസ്താവം; സൂചന; പേരെടുത്തു പറയൽ; എടുത്തു പറയുക; പ്രസ്താവിക്കുക.

mentor (മെൻേറാർ) *n.* wise counsellor; പരിചയസമ്പന്നനും വിശ്വസ്തനുമായ ഉപദേഷ്ടാവ്.

menu (മെന്യു) *n.* list of dishes to be

mercantile | metal 265

served; ഭക്ഷണവിഭവങ്ങൾ; ഭക്ഷണ വിവരപ്പട്ടിക.

mercantile (മേർകൻറൈൽ) *adj.* rel. to trade; commercial; വാണിജ്യവിഷയകമായ; കച്ചവടസംബന്ധമായ.

mercenary (മേർസിനറി) *adj.* working merely for money; കൂലിക്കുവേണ്ടി മാത്രം പ്രവർത്തിക്കുന്ന.

merchant (മേർച്ചൻറ്) *n.* wholesale trader; shop-keeper; മൊത്തവ്യാപാരി.

Mercury (മേർക്യുറി) *n.* planet nearest to Sun; ബുധൻ; ബുധഗ്രഹം.

mercury (മേർക്യുറി) *n.* quick silver; messenger; രസം; രസധാതു; സന്ദേശവാഹകൻ.

mercy (മേഴ്സി) *n.* compassion; kindness; കാരുണ്യം; കൃപ; ദയ; അനുഗ്രഹം; *adj.* **merciful** ദയാലുവായ.

mere (മീയ്ർ) *adj.* only; simple; കേവലമായ; ശുദ്ധമായ; കലർപ്പില്ലാത്ത; വെറും; മാത്രം.

merge (മേർജ്) *v.* cause to be absorbed or incorporated; ലയിപ്പിക്കുക; മുക്കിക്കളയുക; *n.* **merger** ലയനം; ലയിക്കൽ.

merit (മെറിറ്റ്) *n.* excellence; worth; quality; ഗുണം; സദ്ഗുണം; അർഹത; യോഗ്യത; യോഗ്യതാചിഹ്നം; അർഹതയുണ്ടാക്കുക; യോഗ്യത ഉണ്ടാകുക.

mermaid (മേർമെയ്ഡ്) *n.* imaginary sea-woman മത്സ്യകന്യക; കടൽക്കന്യക.

merry (മെറി) *adj.* cheerful; lively; full of laughter; ആഹ്ളാദിക്കുന്ന; ആനന്ദകരമായ; സദാ ഉല്ലാസപ്രകൃതിയായ; **make merry** തിമർത്തുല്ലസിക്കുക; **merry making** ആഘോഷം; ആഹ്ളാദിക്കൽ; *n.* **merriment** സന്തോഷ കോലാഹലം; ആഹ്ളാദം; **merry-go-round** ഉത്സവസ്ഥലങ്ങളിലും മറ്റും കാണുന്ന ആട്ടത്തൊട്ടിൽ.

mesh (മെഷ്) *n.* space between the threads of a net; കണ്ണി; വല; കെണി; ജാലകം.

mesmerism (മെസ്മറിസം) *n.* a system of inducing hypnotic state; മാസ്മര വിദ്യ; പരചിത്തവശീകരണ വിദ്യ; *v.t.* **mesmerize** മയക്കുക; മോഹിപ്പിക്കുക.

mess (മെസ്) *n.* food; a portion of food; ഭക്ഷണം; ഊണ്; ഒരു കൂട്ടം ആളുകൾ ഭക്ഷണം കഴിക്കുന്ന സ്ഥലം; *n.* **messmate** ഒരുമിച്ചുണ്ണുന്നയാൾ; താറുമാറാക്കുക; കുഴപ്പമാക്കുക; **make a mess of** കുഴയ്ക്കുക; കുട്ടിച്ചോറാക്കുക.

message (മെസിജ്) *n.* official communication; സന്ദേശം; എഴുതിയോ പറഞ്ഞോ അയയ്ക്കുന്ന വാർത്ത; വിശേഷം.

messenger (മെസൻജർ) *n.* one who carries a message; വാർത്താവാഹകൻ.

Messiah (മെസൈയ) *n.* expected deliverer of the Jews; മിശിഹാ; രക്ഷകൻ.

metabolic (മെറ്റബൊളിക്) *adj.* undergoing complete change; പരിണാമപരമായ; പോഷണപരിണാമവിഷയകമായ; *n.* **metabolism** ജീവവസ്തുവിൻെറ ശരീരപോഷണം.

metal (മെറ്റൽ) *n.* mineral; mineral ore; alloy; broken stones; ലോഹം; കൂട്ടുലോഹം; ലോഹസങ്കരം; കരിങ്കൽക്കഷണങ്ങൾ; **road metal** വെട്ടുവഴി നന്നാക്കുന്നതിന് ചെറുതായുടച്ച കല്ല്; *n.* **metallurgy** ധാതുക്രിയ; ധാതുശോധനം.

metamorphic (മെറ്റമോർഫിക്) *adj.* undergoing transformation; രൂപം മാറുന്ന; വിക്രിയാത്മകമായ; പരിണാമാധീനമായ; *v.* **metamorphose** രൂപാന്തരപ്രാപ്തി; *n.* **metamorphosis.**

metaphor (മെറ്റഫ്ഫർ) *n.* application of a term to an object to which it is not literally applicable; രൂപകാലങ്കാരം.

metaphysics (മെറ്റഫിസിക്സ്) *n.* (*pl.*) theory of being and knowing; തത്ത്വമീമാംസ; അദ്ധ്യാത്മവിദ്യ; ആത്മവിഷയജ്ഞാനം; നിഗൂഢമോ, കേവലമോ, തത്ത്വജ്ഞാനപരമോ, സൂക്ഷ്മമോ, അതീന്ദ്രിയമോ, ഗുപ്തമോ, പ്രകൃത്യതീതമോ മായികമോ ആയ ഏതെങ്കിലും ശാസ്ത്രമോ വിദ്യയോ.

meteor (മീറ്റ്യർ) *n.* shooting or falling star; കൊള്ളിമീൻ; ഉല്ക്ക; ഉല്പാതം; *adj.* **meteoric.**

meteorology (മീറ്റിയറൊളജി) *n.* study of motions and phenomena of atmosphere; അന്തരീക്ഷവിജ്ഞാനീയം.

meter (മീറ്റർ) *n.* automatic measuring instrument; അളക്കുന്നതിനുള്ള ഉപകരണം; മാപിനി; മാപകയന്ത്രം.

method (മെഥെഡ്) *n.* way of doing something; orderly arrangement; ക്രമം; മുറ; പദ്ധതി; മാർഗ്ഗം; വിധം; വ്യവസ്ഥ; ഏർപ്പാട്; സംവിധാനം.

methodology (മെഥ്ഡൊളജി) *n.* science of method; പ്രവർത്തനസമ്പ്രദായങ്ങൾ; പദ്ധതിശാസ്ത്രം.

meticulous (മെറ്റിക്യൂലസ്) *adj.* overcareful about details; വിശദാംശങ്ങൾ ശ്രദ്ധിക്കുന്ന; അതിസൂക്ഷ്മതയുള്ള.

metre (മീറ്റർ) *n.* a measure of length; നീളം; അളവ്; തോത്; മെട്രിക് അളവ്.

metrical (മെട്രിക്കൽ) *adj.* composed in metre; pert. to measurement; ഛന്ദോബദ്ധമായ; ഛന്ദസ്സംബന്ധിയായ.

metropolis (മെട്രൊപ്പലിസ്) *n.* (*pl.* **metropolises**) chief city of a country; bishop's see; രാജ്യത്തെ മുഖ്യനഗരം; തലസ്ഥാനം; ബിഷപ്പിൻെറ ഭരണമേഖല.

metropolitan (മെട്രപോളിറ്റൻ) *adj.* of a or the metropolis; രാജധാനിയിൽ വസിക്കുന്ന; തലസ്ഥാനത്തുള്ള; തലസ്ഥാനമായ.

mettle (മെറ്റ്ൽ) *n.* quality of person's disposition; moral constitution; സ്വഭാവഘടന; പ്രകൃതി; സഹനശക്തി; ധൈര്യം; ധാർമ്മികഘടന.

mew (മ്യൂ) *n.* cat's cry; മാർജ്ജാരശബ്ദം.

mica (മൈക്ക) *n.* a mineral composed of aluminium silicate; അഭ്രം; അഭ്രകം.

micro (മൈക്രോ) *pref.* very small; അത്യന്തസൂക്ഷ്മമായ.

microphone (മൈക്രഫോൺ) *n.* instrument for intensifying sounds; നാദ വികാസിനി; ഉച്ചഭാഷിണി.

microscope (മൈക്രാസ്ക്കോപ്പ്) *n.* instrument for magnifying objects; ഭൂതക്കണ്ണാടി; സൂക്ഷ്മദർശിനി.

mid (മിഡ്) *adj.* middle; at equal distance from extremes; മധ്യമായ; ഇടത്തരമായ; മധ്യമമായ; പകുതിയായ; *n.* മധ്യം; *n.* **midday** നട്ടുച്ച; ഉച്ച; *adj.* ഉച്ചയ്ക്കുള്ള; **midland** ഉൾനാട്; **midnight** അർദ്ധരാത്രി; **midsummer** മധ്യവേനൽക്കാലം.

middle (മിഡ്ൽ) *adj.* central; intermediate in quality; ഇടയിലുള്ള; നടുവിലുള്ള; ഇടത്തരമായ; മധ്യേയുള്ള; നടുപ്രദേശം; മധ്യദേശം; **middle age** മധ്യപ്രായം; **Middle Ages** (യൂറോപ്പിലെ) മധ്യയുഗം.

midst (മിഡ്സ്റ്റ്) *n.* the middle; മദ്ധ്യം; *adj.* നടുവിലുള്ള; (*pref.*) **amidst** ഇടയ്ക്ക്; മധ്യത്തിൽ.

midwife (മിഡ്വൈഫ്) *n.* (*pl.* **midwives** മിഡ്വൈവ്സ്) a woman who assists others in childbirth; സൂതികർമ്മിണി; *n.* **midwifery** സൂതികർമ്മം.

might (മൈറ്റ്) *n.* power; strength; willpower; valour; ശക്തി; കരുത്ത്; ബലം; ഇച്ഛാശക്തി; പ്രഭാവം; കയ്യൂക്ക്.

migraine (മീഗ്രെയിൻ) *n.* a pain affecting only one half of the head; ചെന്നിക്കുത്ത്.

migrate (മൈഗ്രെയ്റ്റ്) *v.* move from one place to another; കുടിയേറിപ്പാർക്കുക; സ്വദേശം വിട്ടു പോകുക; *n.* **migration** കുടിയേറിപ്പാർപ്പ്.

milch (മിൽച്ച്) *adj.* giving milk; കറവയുള്ള; പാലുള്ള; **milch cow** കറവപ്പശു.

mild (മൈൽഡ്) *adj.* gentle; merciful; indulgent; ശാന്തനായ; സൗമ്യപ്രകൃതിയായ; അനുനയസ്വഭാവമുള്ള.

mildew (മിൽഡ്യു) *n.* destructive fungus; പൂപ്പ്; പുഴുക്കുത്ത്; വെള്ളക്കറ; വസ്ത്രങ്ങളിലെ കരിമ്പൻ.

mile (മൈൽ) *n.* a measure of length; മൈൽ; നാഴിക; എട്ടു ഫർലോങ്; **milestone** നാഴികക്കല്ല്.

mileau (മീല്യേ) *n.* social environments; പരിതഃസ്ഥിതികൾ.

militant (മിലിററൻറ്) *adj.* engaged in warfare; combative; യുദ്ധപ്രവർത്തനത്തിലേർപ്പെട്ട; തീവ്രവാദിയായ; സമരോദ്യുക്തനായ;

military (മിലിറ്ററി) *adj.* of or for soldiers or armies or warfare; സൈനികസംബന്ധിയായ; യുദ്ധപരമായ; യുദ്ധത്തിലുള്ള.

milk (മിൽക്) *n.* opaque white fluid secreted by female mammals; പാൽ; പശുവിൻ പാൽ; എരുമപ്പാൽ; പാൽപോലുള്ള ചാറ്; മരക്കറ; ചുന; പാൽ കറക്കുക; കറന്നെടുക്കുക; *n.* **milk maid** പാൽക്കാരി; പാൽ കറക്കുന്നവൾ; **milk man** പാൽക്കാരൻ; പശുവിനെ കറക്കുന്നവൻ.

mill (മിൽ) *n.* building fitted with machinery for grinding corn; തിരികല്ല്; ആട്ടുകല്ല്; പൊടിക്കുന്ന യന്ത്രം; *n.* **miller** ധാന്യമില്ലുടമസ്ഥൻ; **mill stone** ആട്ടുകല്ല്; യന്ത്രക്കല്ല്.

millennium (മിലെനിയം) *n.* a period of thousand years; ആയിരം വർഷക്കാലം.

millepede (മിലിപീഡ്) *n.* a wormlike animal with many legs; തേരട്ട.

millet (മിലിറ്റ്) *n.* cereal plant; തിന; ചാമ.

million (മില്യൺ) *n.* ten hundred thousand; ദശലക്ഷം; (*fig.*) ലക്ഷോപലക്ഷം; *n.* **millionaire** കോടീശ്വരൻ.

mime (മൈം) *n.* farce marked by mimicry; actor in such a farce; ഹാസ്യാനുകരണം; മൂകാഭിനയം.

mimic (മിമിക്) *n.* person skilled in ludicrous imitation; ഹാസ്യാനുകരണപാടവമുള്ള ആൾ; അനുകരിച്ചു പരിഹസിക്കുക; *n.* **mimicry** ഹാസ്യാനുകരണ പ്രകടനം.

mina, minah (മൈന) *n.* a passerine bird; മൈനാപ്പക്ഷി.

mince (മിൻസ്) *v.* cut into small pieces; diminish in speaking; നുറുക്കുക; കൊത്തിയരിയുക; മുഴുവൻ പറയാതെ വാക്കുകൾ വിഴുങ്ങുക; കൃത്രിമശൈലിയിൽ നടക്കുക.

mind (മൈൻഡ്) *n.* the faculty by which we think; inclination; attention; direction of the will; മനസ്സ്; ബുദ്ധിശക്തി; സ്മരണ; ഓർമ്മ; ചിന്താഗതി; ബുദ്ധിപരമായ കഴിവുകൾ; മാനസികാവസ്ഥ; അഭിലാഷം; മനോരഥം; ഓർക്കുക; കരുതുക; മനസ്സിലാക്കുക; ഉദ്ദേശിക്കുക; **of the same mind** ഒരേ അഭിപ്രായമായിരിക്കുക; **make up one's mind** തീരുമാനിക്കുക; ദൃഢനിശ്ചയം ചെയ്യുക; **never mind** സാരമില്ല; **if you don't mind** താങ്കൾക്കെതിർപ്പില്ലെങ്കിൽ; **broad-mindedness** വിശാലമനസ്കത; **sound mind** സ്ഥിരബുദ്ധി.

mine (മൈൻ) *n.* excavation in earth for metal, coal etc.; എന്റേത്, എനിക്കുള്ളത്; ഖനി; ഗർഭം; ആകരം; സമ്മർദ്ദം ഉണ്ടാകുമ്പോൾ ബോംബ് പോലെ പൊട്ടിത്തെറിക്കുന്ന സ്ഫോടകവസ്തു . കുഴിക്കുക; കുഴിച്ചെടുക്കുക; തുരങ്കമുണ്ടാക്കുക; *n. & adj.* **mining** ഖനനം.

mineral (മിനെറൽ) *n.* substance obtained by mining; ധാതു; ധാതുപദാർത്ഥം; ലോഹം; ഖനിജം; **mineral water** ധാതുസങ്കുചിത ജലം.

mingle (മിങ്ഗ്ൾ) *v.* mix; blend; combine; unite; കലർത്തുക; കൂടിച്ചേരുക; സമ്മിശ്രമാക്കുക;

mini (മിനി) *pref.* miniature; small; ചെറിയ; കൊച്ച്.

miniature (മിനിയെച്ചർ) *n.* small painted portrait; ആകൃതി ചെറുതായ ചിത്രം; ചെറിയ പ്രതിമ.

minikin (മിനികിൻ) *n.* under-sized person; കൃശൻ; കൃശവ്യക്തി.

minimize (മിനിമൈസ്) *v.t.* reduce to a minimum; കുറയ്ക്കുക; ചുരുക്കുക; ന്യൂനീകരിക്കുക.

minimum (മിനിമം) *n.* smallest amount or degree; ഏറ്റവും കുറഞ്ഞ (നിരക്ക്, അളവ്); **minimum wage** ഏറ്റവും കുറഞ്ഞ വേതനം.

minister (മിനിസ്റ്റർ) *n.* person in charge of a department of a state; മന്ത്രി; ഭരണകാര്യകർത്താവ്; സ്ഥാനപതി; ക്രിസ്തീയ പുരോഹിതൻ; സഭാശുശ്രൂഷക്കാരൻ.

ministry (മിനിസ്ട്രി) *n.* a body of ministers; മന്ത്രിസഭ; മന്ത്രിയായിരിക്കുന്ന കാലം.

minor (മൈനർ) *adj.* lesser; smaller; petty; lower; ചെറിയ; ചെറുതായ; കുറഞ്ഞ; തുച്ഛമായ; ലഘുവായ; അപ്രധാനമായ; പ്രായപൂർത്തി വരാത്തയാൾ.

minstrel (മിൻസ്ട്രൽ) *n.* singer; bard; ഗായകൻ; സ്തുതിപാഠകൻ.

mint (മിൻറ്റ്) *n.* place where money is coined; നാണയശാല; കമ്മട്ടം; വലിയ തുക; സമൃദ്ധി.

mint (മിൻറ്) *n.* an aromatic plant; കർപ്പൂരതുളസി.

minus (മൈനസ്) *adj.* less; with the deduction of; കുറവായ; കുറയ്ക്കേണ്ടുന്ന; കുറഞ്ഞ.

minute (മൈന്യൂട്ട്) *adj.* very small; slight; trifling; അതിസൂക്ഷ്മമായ; ഏറ്റവും ചെറിയ; സൂക്ഷ്മാംശങ്ങളെ കാണിക്കുന്ന; കൃത്യമായ.

minute (മിനിറ്റ്) *n.* the sixtieth part of an hour; instant; മിനിട്ട്; മണിക്കൂറിന്റെ $^1/_{60}$ ഭാഗം; നിമിഷം; കൃത്യനിമിഷം; സംഭവവിവരം; നടപടിച്ചുരുക്കം.

miracle (മിറക്ക്ൾ) *n.* wonder or wonderful thing; supernatural event; അത്ഭുതസംഭവം; അമാനുഷക്രിയ; അസാധാരണവസ്തുവും മറ്റും; *adj.*

miraculous അത്ഭുതകരമായ; *adv.* **miraculously**.

mirage (മിറാഷ്) *n.* optical illusion by atmospheric conditions മരീചിക; മൃഗതൃഷ്ണ; വ്യാമോഹമുളവാക്കുന്ന സംഗതി.

mire (മയ്യർ) *n.* mud; swampy ground; ചെളി; ചേറ്; പങ്കം; അഴുക്ക്.

mirror (മിറർ) *n.* a polished surface for reflecting images of objects; കണ്ണാടി; മുഖക്കണ്ണാടി; പ്രതിഫലിപ്പിക്കുക; പ്രതിബിംബിക്കുക.

mirth (മേർത്ത്) *n.* merriment; frolic; fun; jollity; ആഹ്ലാദം; വിനോദം; ആനന്ദം.

misadventure (മിസ്സഡ്വെൻച്ചർ) *n.* accident; വിപത്ത്; അനർത്ഥം; ദൗർഭാഗ്യം.

misanthrope (മിസ്സൻത്രൗപ്) *n.* hater of mankind; മനുഷ്യവിദ്വേഷി.

misappropriate (മിസ്സപ്രൗപ്രിയെയ്റ്റ്) *v.t.* put to a wrong use; embezzle; പണം അപഹരിക്കുക; ന്യായവിരുദ്ധമായി ചെലവഴിക്കുക; *n.* **misappropriation**.

misbehave (മിസ്ബിഹെയ്വ്) *v.i.* behave improperly; മര്യാദകേടായി പെരുമാറുക.

miscalculate (മിസ്കാൽക്യുലെയ്റ്റ്) *v.t.* calculate wrongly; തെറ്റായി കണക്കു കൂട്ടുക; *n.* **miscalculation**.

miscarriage (മിസ്കാരിജ്) *n.* untimely delivery; abortion; ഗർഭമലസൽ; അസിദ്ധി.

miscellaneous (മിസലേയ്നിയസ്) *adj.* of mixed composition; many-sided; പലവകയായ; പല വിധത്തിലുള്ള; ബഹുവിധമായ; ഭിന്നപ്രകാരമായ; *n.* **miscellaneousness**; *n.* **miscellany.**

mischance (മിസ്ചാൻസ്) *n.* bad luck; mishap; നിർഭാഗ്യം; വിപത്ത്; കാലക്കേട്.

mischief (മിസ്ചീഫ്) *n.* harm; source of harm or annoyance; വേണ്ടാതനം; ദ്രോഹം; വികൃതിത്തം; അനർത്ഥം; *adj.* **mischievous** കുസൃതികാട്ടുന്ന; *adv.* **mischievously**; *n.* **mischievousness**.

misconceive (മിസ്കൺസീവ്) *v.* conceive erroneously; തെറ്റായി ധരിക്കുക; തെറ്റിദ്ധരിക്കുക; *n.* **misconception**.

misconduct (മിസ്കൊൺഡക്റ്റ്) *n.* improper conduct; adultery ദുർന്നടത്ത.

misdeed (മിസ്ഡീഡ്) *n.* evil deed; crime; wicked action; അകൃത്യം; ദുർവൃത്തി; കുറ്റകൃത്യം.

miser (മൈസർ) *n.* one who hoards wealth and lives miserably; പിശുക്കൻ; ലുബ്ധൻ; *adj.* **miserly**.

miserable (മിസ്റബ്ൾ) *adj.* very unhappy; very poor or mean; ദുഃഖാർത്തനായ; ദുരിതമനുഭവിക്കുന്ന; *adv.* **miserably**; *n.* **misery** അതിദുഃഖം; കഷ്ടപ്പാട്; ദൈന്യം.

misfire (മിസ്ഫയ്ർ) *v.i.* fail to have the desired effect; ഉന്നംതെറ്റുക; ശരിക്ക് പ്രവർത്തിക്കാതിരിക്കുക.

misfit (മിസ്ഫിറ്റ്) *n.* a bad match; a thing that fits badly; പൊരുത്തപ്പെടാത്തത്; ഇണങ്ങിച്ചേരാനൊക്കാത്തയാൾ.

misfortune (മിസ്ഫോർറ്റ്യൂൺ) *n.* bad luck; calamity; ദുർഭാഗ്യം; ദുര്യോഗം; ആപത്ത്; അനിഷ്ടസംഭവം.

misgive (മിസ്ഗിവ്) *v.* suggest apprehensions; fill with doubt; ആശങ്കയോ ഭയമോ അനുഭവപ്പെടുത്തുക; *n.* **misgiving** ശങ്ക; സംശയം; സന്ദേഹം.

misguide (മിസ്ഗൈഡ്) *v.t.* guide wrongly; lead foolishly; വഴി തെറ്റിക്കുക; വഴിപിഴപ്പിക്കുക.

mishap (മിസ്ഹാപ്പ്) *n.* unlucky accident; ദുർഭാഗ്യം; കെടുതി; അത്യാഹിതം.

mislead (മിസ്ലീഡ്) *v.t.* guide into error; direct to mistake; വഴി തെറ്റിക്കുക; അബദ്ധത്തിൽ ചാടിക്കുക.

miso (മിസൊ) *pref.* hater of; *n.* **misogamist** a hater of marriage; വിവാഹവിരോധി; *n.* **misogamy** വിവാഹവിദ്വേഷം; *n.* **misogynist** a woman-hater; സ്ത്രീവിദ്വേഷി; *n.* **misogyny** നാരീവിദ്വേഷം.

misplace (മിസ്പ്ലെയ്സ്) *v.t.* put in wrong place; അസ്ഥാനത്തു വയ്ക്കുക.

misrepresent (മിസ്റെപ്രിസൻറ്) *v.t.* give false account of; തെറ്റായി അവതരിപ്പിക്കുക.

misrule (മിസ്റൂൾ) *n.* maladministration; ദുർഭരണം.

miss (മിസ്) *n.* title prefixed to the name of an unmarried woman; അവിവാഹിതയുടെ പേരിനു മുമ്പിൽ ചേർക്കുന്ന ഉപചാരപദം;

miss (മിസ്) *v.* fail to hit; reach; feel want of; omit; let slip; ഉന്നം തെറ്റുക; വിട്ടുകളയുക; നഷ്ടപ്പെടുക; ഏൽക്കാതിരിക്കുക; അഭാവം അറിയുക; അവസരം നഷ്ടപ്പെടുത്തുക; പിഴ; നഷ്ടം; അപരാധം; ഭ്രംശം; **missing link** കണ്ടെത്താത്ത കണ്ണി.

missile (മിസൈൽ, മിസ്ൽ) *adj.* capable of being thrown; വീശിയെറിയത്തക്ക; ക്ഷേപണീയമായ; ലക്ഷ്യത്തിലേക്ക് സ്വയം പറന്നുചെല്ലുന്ന ആയുധം (ബോംബ്).

mission (മിഷൻ) *n.* duty on for which one is sent; ദൗത്യം; നിയോഗം; പ്രേഷണം; നിയുക്തപ്രവൃത്തി; സുവിശേഷഘോഷകസംഘം.

missionary (മിഷണറി) *n.* one who is sent to propagate religion; മതപ്രചാരകൻ; സുവിശേഷഘോഷകൻ.

misspend (മിസ്സ്പെൻഡ്) *v.t.* spend ill; waste; ദുർവ്യയംചെയ്യുക.

mist (മിസ്റ്റ്) *n.* watery vapour seen in the atmosphere; മഞ്ഞ്; മൂടൽമഞ്ഞ്; ധൂമിക; ബാഷ്പപടലം.

mistake (മിസ്റ്റെയ്ക്) *v.* be wrong about; think or believe wrongly; തെറ്റുക; തെറ്റായി ധരിക്കുക; പിശകു പറ്റുക; തെറ്റ്; പിഴ; പിശക്; *adj.* **mistaken** പിഴപറ്റിയ; തെറ്റായി ധരിച്ച.

mister (മിസ്റ്റർ) *n.* title prefixed to a man's name ശ്രീമാൻ.

mistreat (മിസ്ട്രീറ്റ്) *v.t.* treat ill; മോശമായി പെരുമാറുക.

mistress (മിസ്ട്രിസ്) *n.* (*fem.* of **master**) a woman employer; concubine; യജമാനത്തി; ഗൃഹനാഥ; പ്രിയതമ; വെപ്പാട്ടി; അദ്ധ്യാപിക.

mistrust (മിസ്ട്രസ്റ്റ്) *n.* suspicion; want of confidence; സംശയം; അവിശ്വാസം; അവിശ്വസിക്കുക; സംശയിക്കുക; ശങ്കിക്കുക.

misunderstand (മിസൺഡർസ്റ്റാൻഡ്) *v.t.* take in a wrong sense; അന്യഥാ ധരിക്കുക; തെറ്റിദ്ധരിക്കുക.

misuse (മിസ്യൂസ്) *v.t.* use improperly; apply to a wrong purpose; treat ill; ദുരുപയോഗപ്പെടുത്തുക.

mite (മൈറ്റ്) *n.* anything very small; അത്യല്പസംഖ്യ; ചെറുസംഭാവന.

mitigate (മിറ്റിഗെയ്റ്റ്) *v.t.* mollify; appease; lessen the severity; ശമിപ്പിക്കുക; ശാന്തമാക്കുക; മയപ്പെടു

mix | modulate 271

ത്തുക; കുറയ്ക്കുക; ആശ്വാസം നൽകുക; *n.* **mitigation.**

mix (മിക്സ്) *v.* blend; mingle; combine; associate; become mixed; കലർത്തുക; കൂട്ടിക്കലർത്തുക; മിശ്രണം ചെയ്യുക; ഒന്നിച്ചുചേരുക; *n.* **mixture** മിശ്രണം; മിശ്രിതം; കലർപ്പ്; ചേരുവ; കുഴഞ്ഞ സ്ഥിതി.

mnemonic (നിമൊണിക്) *adj.* designed to aid memory; ഓർമ്മയെ സഹായിക്കുന്ന; *n.* സ്മൃതിസഹായോപകരണം.

moan (മൗൺ) *v.* utter a low dull sound under influence of grief; മുരളുക; വിലപിക്കുക; ആർത്തനാദം പുറപ്പെടുവിക്കുക; ഞരക്കം; ആർത്തനാദം; *adj.* **moanful.**

mob (മൊബ്) *n.* a disorderly crowd; riotous assembly; ജനാവലി; ജനക്കൂട്ടം; ജനസമ്മർദ്ദം; ലഹളക്കൂട്ടം; *v.* കൂട്ടംകൂടി ആക്രമിക്കുക.

mobile (മൗബൈൽ) *adj.* movable; freely or easily moving; ഇളക്കാവുന്ന; ഇളകുന്ന; ഗതിശീലമായ; *n.* **mobility** ചലനശക്തി.

mock (മോക്) *v.t.* mimic in ridicule; banter; കൊഞ്ഞനംകാട്ടുക; പരിഹാസപൂർവ്വം അനുകരിക്കുക; കളിയാക്കുക; **mocking** പരിഹസിക്കൽ; *n.* **mockery** കളിയാക്കൽ.

mode (മൗഡ്) *n.* manner; custom; fashion; മട്ട്; മാതിരി; രീതി; നടപടി; സമ്പ്രദായം; നാട്ടാചാരം; നാട്ടുനടപ്പ്; (computer) ഹാർഡ് വെയറിലോ സോഫ്റ്റ്വെയറിലോ ചെയ്യേണ്ട ഒരു പ്രവർത്തനത്തിൻെറ പ്രത്യേക നടപടിക്രമം.

model (മൊഡ്ൽ) *n.* pattern of something to be made; മാതൃക; മാതൃകാപദവി; നിർമ്മിക്കാനുദ്ദേശിക്കുന്നതിൻെറ മാതൃകാരൂപം; ചിത്രകാരനുവേണ്ടി പോസ് ചെയ്യുന്ന ആൾ; മാതൃക ഉണ്ടാക്കുക; മാതൃകാ നിർമ്മാണം ചെയ്യുക.

Modem (മോഡം) *n.* (computer) abbr. of Modulator and DE Modulator. A device used to connect a telephone line to a computer മോഡ്യുലേറ്റർ ഡിമോഡ്യുലേറ്റർ എന്നതിൻെറ ചുരുക്കപ്പേര്. കംപ്യൂട്ടറിനെ ടെലിഫോൺ ലൈനുമായി ബന്ധിപ്പിക്കുന്ന ഉപകരണം.

moderate (മോഡറെയ്റ്റ്) *v.* reduce in intensity; make temperate; മിതമാക്കുക; സാവധാനത്തിലാക്കുക; തീക്ഷ്ണത കുറയ്ക്കുക; രൂക്ഷത കുറയ്ക്കുക; മിതപ്രകൃതിയുള്ള; ന്യായമായ; *adv.* **moderately.**

moderation (മൊഡറേയ്ഷൻ) *n.* freedom from excess; മിതാവസ്ഥ; മിതത്വം; ലഘൂകരണം; പ്രശമനം; *n.* **moderator** വാദപ്രതിവാദത്തിൽ മദ്ധ്യസ്ഥത വഹിക്കുന്നയാൾ; (*fems.*)

modern (മൊഡ്ൺ) *adj.* of present or recent time; new fashioned; fresh; ആധുനികമായ; പുതിയ; നൂതനമായ; ആധുനികൻ; *n.* **modernization** ആധുനികീകരണം; *adv.* **modernly**; *n.* **modernness.**

modest (മൊഡിസ്റ്റ്) *adj.* unassuming; free from pride; വിനയവാനായ; ലജ്ജാശീലമുള്ള; അഹംഭാവമില്ലാത്ത; മിതമായ; *n.* **modesty** ഒതുക്കം; പാതിവ്രത്യം.

modify (മൊഡിഫൈ) *v.t.* change the form or quality of; പരിഷ്ക്കരിക്കുക; ഭേദഗതി വരുത്തുക; *n.* **modification** മാറ്റം വരുത്തൽ; വരുത്തിയ മാറ്റം.

modulate (മൊഡ്യുലെയ്റ്റ്) *v.* regulate or adjust the voice or tune; സ്വരലയം വരുത്തുക.

modus (മൗഡസ്) *n.* manner; mode; വിധാനക്രമം; ശൈലി; **modus operandi** പ്രവർത്തനരീതി.

mofussil (മൊഫസ്സിൽ) *n.* rural area; ഉൾനാട്; നാട്ടിൻപുറം.

Mohammedan *adj.* pert. to Prophet Mohammed; മഹമ്മദ് നബിയെ സംബന്ധിച്ച; ഇസ്ലാമികമായ.

moil (മോയ്ൽ) *v.t.* daub with dirt; ആയാസപ്പെടുക.

moist (മോയ്സ്റ്റ്) *adj.* damp; rainy; നനഞ്ഞ; ഈറനായ; ഈർപ്പമുള്ള; *n.* **moisture** ഈർപ്പം; നനവ്.

mole (മൗൾ) *n.* a spot on the skin; മറുക്; കാക്കപ്പുള്ളി. പെരുച്ചാഴി; തുരപ്പനെലി; ചാരൻ; Molehill മൺപുറ്റ്.

molecule (മൊളികൂൾ) *n.* small particle of any substance; തന്മാത്ര.

molest (മോളെസ്റ്റ്) *v.t.* vex; annoy; tease; തൊന്തരവു ചെയ്യുക; ഉപദ്രവിക്കുക; സ്ത്രീയുടെ ചാരിത്രം ഹനിക്കാൻ ശ്രമിക്കുക; *n.* **molestation**.

mollify (മൊളിഫൈ) *v.t.* soften; pacify; ശാന്തമാക്കുക.

molten (മൗൾട്ടൻ) *adj.* melted; made liquid by heating; ഉരുകിയ.

moment (മൗമെൻറ്) *n.* a point of time; importance; a precise instant; നിമിഷം; ക്ഷണം; മാത്ര; കൃത്യസമയം; അവസരം; **in a moment** ഉടനെ; വളരെ വേഗത്തിൽ; **momentary** ക്ഷണികമായ; ക്ഷണഭംഗുരമായ; *adv.* **momently** ക്ഷണനേരത്തേക്ക്; *adj.* **momentous** ഗൗരവാവഹമായ.

momentum (മൊമെൻറം) *n.* (*pl.* **momenta**) force of motion; ചലനശക്തി; ആയം; ഊക്ക്.

monarch (മൊണർക്ക്) *n.* sovereign; sole ruler; രാജാവ്; ഏകാധിപതി; പരമാധികാരി; *n.* **monarchy** രാജവാഴ്ച.

monastery (മൊണസ്റ്ററി) *n.* a house for monks or nuns; സന്യാസിമഠം; *adj.* **monastic** ആശ്രമസംബന്ധമായ; *n.* **monasticism** ആശ്രമജീവിത സമ്പ്രദായം.

Monday (മൺഡി) *n.* the second day of the week; തിങ്കളാഴ്ച.

monetary (മോണിറ്ററി) *adj.* rel. to money; consisting of money; ധനപരമായ; പണസംബന്ധമായ.

money (മണി) *n.* coin; cash; wealth; currency; പണം; നടപ്പുനാണ്യം; ധനം; ദ്രവ്യം; ആസ്തി; മുതൽ; **black money** കള്ളപ്പണം; കണക്കിൽ കൊള്ളിക്കാത്ത പണം; **money-lender** പണം കടം കൊടുക്കുന്നവൻ; *n.* **money-making** ധനസമ്പാദനം.

monger (മങ്ഗർ) *n.* a dealer; trader; വില്ക്കുന്നവൻ; വ്യാപാരി.

mongoose (മംഗൂസ്) *n.* a kind of lemur; കീരി; നകുലം.

mongrel (മൊങ്ഗ്രൽ) *n.* dog of mixed breed; സങ്കരവർഗ്ഗത്തിൽപെട്ട നായ്.

monition (മോണിഷൻ) *n.* admonishing; warning; താക്കീത്; ഗുണദോഷിക്കൽ.

monitor (മോണിറ്റർ) *n.* adviser; senior pupil; ഗുണദോഷിക്കുന്നയാൾ; ഗുരുസഹായി; വിദേശപ്രക്ഷേപണങ്ങൾ ശ്രദ്ധിച്ചു കേട്ട് റിപ്പോർട്ട് ചെയ്യുന്നയാളും മറ്റും.

monk (മങ്ക്) *n.* ascetic; hermit; ക്രിസ്തീയ സന്ന്യാസി; മുനി; യതി; വാനപ്രസ്ഥൻ.

monkey (മങ്കി) *n.* (*pl.* **monkeys**) a

quadrumanous animal; കുരങ്ങ്; വാനരൻ; വികൃതിച്ചെറുക്കൻ

mono (മൊണൗ) *pref.* single; ഒന്ന്; ഒറ്റ; ഏക.

monocle (മൊണക്ക്ൾ) *n.* a single eye-glass; ഒറ്റക്കണ്ണട.

monogamy (മ്മൊണോഗമി) *n.* the condition of having one wife or husband at a time; ഏകപതിത്വം; ഏകപത്നീത്വം; *adj.* **monogamous**; *n.* **monogamist**.

monograph (മോണഗ്രാഫ്) *n.* a treatise on one particular subject; ഏകവിഷയക പ്രബന്ധം.

monologue (മോണ്ണലൊഗ്) *n.* speech uttered by one person alone; ആത്മഭാഷണം; സംഭാഷണത്തിൽ ഒരാൾ ഏകപക്ഷീയമായി നടത്തുന്ന ഭാഷണം.

monopoly (മ്മൊണൊപളി) *n.* exclusive privilege; sole right; കുത്തക; ഒരു വ്യാപാരത്തിൻെറ പരിപൂർണ്ണാവകാശം; ഏകാവകാശം; കുത്തകാവകാശമുള്ള വസ്തു; കുത്തകാവകാശം; ചരക്കുകുത്തക.

monotheism (മോണൗതീയിസം) *n.* the doctrine that there is only one God; ഏകദൈവ സിദ്ധാന്തം.

monotone (മോണ്ണൊടൗൺ) *n.* single tone; unvaried pitch of the voice; ഏകസ്വരം; ഏകസ്വരഭാഷണം.

monotonous (മ്മൊണോട്ടണസ്) *adj.* lacking in variety; dull; uniform; ഏകതാനമായ; വിരസമായ; വൈചിത്ര്യമില്ലാത്ത; *n.* **monotony** വിരസത.

monsoon (മൺസൂൺ) *n.* periodical wind in the Indian Ocean or the rain accompanying it; കാലവർഷക്കാറ്റ്; കാലവർഷം; വർഷകാലം.

monster (മോൺസ്റ്റർ) *n.* a fabulous animal; grotesque animal; വികൃതജന്തു; വിചിത്ര സാങ്കല്പിക മൃഗം; ഭയങ്കരസത്വം; അതിക്രൂരൻ; *adj.* **monstrous** ഉഗ്രദർശനമായ; ബീഭത്സമായ; ഭീമാകൃതിയുള്ള.

month (മന്ത്) *n.* one of the twelve divisions of the year; മാസം; (12 മാസങ്ങളിൽ ഒന്ന്); ഒരു മാസക്കാലം.

monument (മൊണ്യുമൻറ്) *n.* anything that preserves the memory of; memorial; സ്മാരകം; സ്മാരകചിഹ്നം; സ്മാരകക്കെട്ടിടം; കല്ലറ; *adj.* **monumental** സ്മാരകമായ.

mood (മൂഡ്) *n.* state of mind or feeling; form of verb; മനോഭാവം; ഭാവനില; അവസ്ഥ; വൈകാരികസ്ഥിതി; ചിത്തവൃത്തി; *adj.* **moody** മ്ലാനമായ; വിഷണ്ണമായ.

moon (മൂൺ) *n.* the earth's satellite; a satellite; anything in the shape of moon; ചന്ദ്രൻ; നിലാവ്; ഉപഗ്രഹം; മാസം; ചന്ദ്രൻെറ ആകൃതിയുള്ളത്; **full moon** പൂർണ്ണചന്ദ്രൻ; **new moon** അമാവാസി; കറുത്തവാവ്; **moon light** നിലാവെളിച്ചം; ചന്ദ്രിക; **moon-lit** നിലാവുള്ള.

moor (മോർ, മുഎ്ര്) *n.* marshy place; പാഴ്നിലം; ചതുപ്പുനിലം; തരിശുഭൂമി; നങ്കൂരമിടുക; നങ്കൂരമിട്ടുറപ്പിക്കുക.

moot (മൂട്ട്) *v.t.* propose for discussion; ചർച്ചാവിഷയമായവതരിപ്പിക്കുക; സഭ; അസംബ്ലി; (*leg.*) സാങ്കല്പിക കേസെടുത്തു വാദിക്കൽ.

mop (മോപ്) *n.* a bunch of rags fixed on a handle; ചൂൽ; തുടച്ചു വെടിപ്പാക്കുക; അടിച്ചുവാരുക; **mop up** അടിച്ചുവാരുക.

moped (മൗപെഡ്) *n.* a motor assisted pedal cycle; മോട്ടോർ ഘടിപ്പിച്ച സൈക്കിൾ.

moral (മൊറൽ) *adj.* of or rel. to character or conduct; സദാചാരപരമായ; സദാചാരനിരതനായ; ധർമ്മാധർമ്മ വിവേചനപരമായ; ധർമ്മനിഷ്ഠ യുള്ള; ഗുണപാഠം; *v.* **moralize** സദാചാരപരമാക്കുക; *adj.* **moralistic** ധർമ്മാനുസാരിയായ; *n.* **moralization, moral law** സന്മാർഗ്ഗനിയമം; **moral obligation** ധാർമ്മിക ബാദ്ധ്യത; **moral support** ധാർമ്മിക പിന്തുണ; **moral victory** ധാർമ്മിക വിജയം.

morale (മെറാൽ) *n.* moral condition ധർമ്മവീര്യം; ധർമ്മധീരത; മനോവീര്യം.

morality (മെറാലിറ്റി) *n.* quality of being moral; സദാചാരം; സന്മാർഗ്ഗം.

moratorium (മൊററ്റോറിയം) *n.* legal authorization to debtors to postpone payments; കടക്കാർക്കു നിയമാധികൃതമായി കാലാവധി നീട്ടിക്കൊടുക്കൽ.

morbid (മോർബിഡ്) *adj.* unhealthy; sickly; unwholesome; അനാരോഗ്യകരമായ; രോഗഗ്രസ്തമായ; വ്യാധിബാധിച്ച; *ns.* **morbidity, morbidness** രോഗപ്രകൃതി.

more (മോർ) *adj.* in greater number or quantity; additional; അധികമായ; അധികമുള്ള; കൂടുതലുള്ള; ഉപരിയായ; കവിഞ്ഞുള്ള; അതിലേറെ; മറ്റൊന്നിനെക്കാളും വലുതായി; അധികമായി; അധികം; **no more** ഇനിയില്ല; മരിച്ചുപോയി; **more and more** വീണ്ടും വീണ്ടും; **more or less** ഏതാണ്ടത്ര; ഏറെക്കുറെ; **moreover** കൂടാതെ; അതുകൂടാതെ.

morn (മോൺ) *n.* (*poet.*) morning; dawn; പുലരി; ഉദയം.

morning (മോർണിങ്) *n.* the first part of the day; പ്രഭാതം; പൂർവ്വാഹ്നം; രാവിലെ സംഭവിക്കുന്ന; പ്രഭാതത്തെ സംബന്ധിച്ച; **morning sickness** ഗർഭഛർദ്ദി; **morning star** ഉദയനക്ഷത്രം; **good morning** സുപ്രഭാതം; പ്രഭാതവന്ദനം.

morose (മെറൗസ്) *adj.* sour-tempered; gloomy; severe; കോപമുള്ള; മുഖം കനപ്പിച്ച; ദുർമ്മുഖനായ.

morrow (മൊറൗ) *n.* the following day; പിറ്റേദിവസം; അടുത്തദിവസം; **to-morrow** നാളെ; **day after tomorrow** മറ്റന്നാൾ; **on the morrow of** തുടർന്നു വരുന്ന സമയത്ത്.

mortal (മോർട്ടൽ) *adj.* subject to death; causing death; fatal; മരണമുള്ള; മരിക്കുന്ന; നശ്വരമായ; മാരകമായ; മരണഹേതുകമായ; *n.* **mortality** മരണമുള്ള അവസ്ഥ; മർത്ത്യത; *adv.* **mortally** മരണകരമായി.

mortar (മോർട്ടർ) *n.* a vessel in which substances are pounded with a pestle; ഉരൽ; ഇടികല്ല്; ചെറു പീരങ്കി.

mortgage (മോർഗിജ്) *n.* security for debt; surety; ഒറ്റി; ഈട്; ജാമ്യം; പണയം.

mortuary (മോർറ്റ്യുഎറി) *n.* room in which dead bodies are kept for a time; മൃതശരീരം സൂക്ഷിക്കുന്ന മുറി; പ്രേതഗൃഹം.

mosaic (മൗസെയ്ക്) *adj.* variegated; tessellated; നാനാവർണ്ണമായ; ചിത്രവർണ്ണമുള്ള; അനേക സാധനങ്ങൾ ചേർത്തുണ്ടാക്കിയ.

mosque (മൊസ്ക്) *n.* a Mohammedan place of worship; മുസ്ലിംപള്ളി.

mosquito (മെസ്കീറ്റൗ) *n.* (*pl.* **mosquitoes**) a stinging gnat; കൊതു; കൊതുക്; മശകം.

moss (മോസ്) *n.* a kind of water

most | mouse 275

weed; പായൽ; ശൈവലം;പായൽ പിടിപ്പിക്കുക.

most (മൗസ്റ്റ്) *adj.* (*superl.* of **more**) greatest; in greatest quantity or number; ഏറ്റവും അധികമുള്ള; അതിയായ; ഏറിയ കൂറായ; ഏറ്റവും അധികമായ; മിക്കവാറും; *adv.* **mostly** പ്രായേണ; മിക്കപ്പോഴും.

mote (മൗട്ട്) *n.* a particle of dust; a speck; കരട്; അണു; തരിമണൽ.

motel (മൗട്ടെൽ) *n.* a hotel made up of units, each accommodating a car and occupants; ചെറുകെട്ടിടങ്ങളോടു കൂടിയ വഴിവക്കിലെ ഹോട്ടൽ.

moth (മോത്ത്) *n.* a class of lepidoptera; ഈയാംപാറ്റ; ശലഭം.

mother (മദർ) *n.* a female parent; a woman who has borne a child; അമ്മ; മാതാവ്; കന്യാസ്ത്രീമഠാദ്ധ്യക്ഷ; *n.* **motherhood** മാതൃത്വം; മാതൃധർമ്മം; *n.* **mother-in-law** ശ്വശ്രു; ഭാര്യയുടെയോ ഭർത്താവിന്റെയോ അമ്മ; *adjs.* **motherlike** അമ്മയെപ്പോലുള്ള; **motherly** മാതൃസദൃശമായ; **mother-tongue** മാതൃഭാഷ; **grand-mother** മുത്തശ്ശി; **step-mother** രണ്ടാനമ്മ; ചിറ്റമ്മ.

motion (മൗഷൻ) *n.* act or state of moving; movement; ചലനം; ഗതി; അനക്കം; ഇളക്കം; അമേധ്യം; വിരേചന; ആംഗ്യം കാട്ടുക; നിർദ്ദേശം നൽകുക.

motive (മൗട്ടീവ്) *n.* what induces one to act; desire; ആന്തരോദ്ദേശ്യം; ഹേതു; പ്രേരണ; പ്രചോദനം; *v.t.* **motivate** ഉത്സാഹിപ്പിക്കുക; *n.* **motivation** പ്രേരകം; പ്രയോജകം; *n.* **motivity** ചലനശക്തി.

motor (മൗട്ടർ) *n.* that which gives motion; ചലനശക്തി; ചാലകയന്ത്രം; അന്തർദാഹകയന്ത്രം; മോട്ടോർകാർ; *n.* **motorist** മോട്ടോർ വാഹനം ഓടിക്കുന്നവൻ; *n.* **motorcade** മോട്ടോർ വാഹന ഘോഷയാത്ര.

motto (മൊട്ടൗ) *n.* maxim adopted as rule of conduct; മുദ്രാവാക്യം; ആദർശ വചനം.

mould (മൗൾഡ്) *n.* loose earth; വളമണ്ണ്; പൊടിമണ്ണ്; കൽക്കം.

mould (മൗൾഡ്) *n.* hollow form in which anything is cast; മൂശ; അച്ച്; കരു; മാതൃക; ആകാരം; *n.* **moulding** കരുപ്പിടിക്കൽ.

moult (മൗൾട്ട്) *v.* cast feathers; തൂവൽ കൊഴിയുക, പൊഴിച്ചുകളയുക.

mound (മൗൺഡ്) *n.* mount; hillock; rampart; തിട്ട; മേട്; കുന്ന്; മൺകോട്ട.

mount (മൗണ്ട്) *n.* hill; mountain; കുന്ന്; മല.

mount (മൗണ്ട്) *v.* ascend; climb; to go up മല കയറുക; കുതിരപ്പുറത്തു കയറുക; ഉയർത്തുക.

mountain (മൗണ്ടിൻ) *n.* a high hill; heap or pile; anything very large; പർവ്വതം; ശൈലം; കൂമ്പാരം; *n.* **mountaineer** പർവ്വതനിവാസി; *n.* **mountaineering** പർവ്വതാരോഹണം.

mourn (മോൺ) *v.* grieve; bewail; express sorrow; ദുഃഖിക്കുക; വിലപിക്കുക; ദുഃഖസൂചക വസ്ത്രം ധരിക്കുക; അനുശോചിക്കുക; *n.* **mourner** വിലപിക്കുന്നവൻ; അനുശോചിക്കുന്നവൻ; *adj.* **mournful** ദുഃഖിക്കുന്ന; *adv.* **mournfully**; *n.* **mourning** ദുഃഖാചരണം; വിലാപം.

mouse (മൗസ്) *n.* (*pl.* **mice**) a little rodent animal; ചുണ്ടെലി; മൂഷികൻ.

mouse (കംപ്യൂട്ടർ) *n.* cursor-posi-

276 moustache | multiple

tioning device operated by hand; കംപ്യൂട്ടർ സ്ക്രീനിലെ കേഴ്സർ (സൂചനി) പ്രവർത്തിപ്പിക്കുന്നതിന് കീബോർഡിന് വെളിയിൽ കൈ കൊണ്ട് പ്രവർത്തിപ്പിക്കുന്ന ഒരു ഉപ കരണം.

moustache (മ്‌െസ്റ്റാഷ്, മുസ്റ്റാഷ്) *n.* (*also* **mustachio**) hair on the upper lip of men; മേൽമീശ.

mouth (മൗത്ത്) *n.* (*pl.* **mouths**) opening in the face of an animal by which it eats and utters sound; വായ്; മുഖം; വാവട്ടം; ദ്വാരം; നദീമുഖം; വക്താവ്; ഭാഷണം; ശബ്ദം; കൊഞ്ഞനം; *adj.* **mouthful** ഒരു വായ്; *n.* **mouthpiece** ഊതുന്ന വാദ്യോപകരണം; *n.* **mouth organ** വായ്ക്കിന്നരം.

move (മൂവ്) *v.* cause to change place or posture; shake; ഇളക്കുക; ചലിപ്പിക്കുക; ഇളകുക; കുലുങ്ങുക; കുലുക്കുക; ഗമിക്കുക; മാറുക; പര്യടനം ചെയ്യുക.

movement (മൂവ്മെൻറ്) *n.* act of moving; ചലനം; പോക്ക്; ഗതി; മാറ്റം; ചേഷ്ട; പെരുമാറ്റം.

movies (മൂവീസ്) *n. pl.* (*coll.*) motion pictures in general; ചലച്ചിത്രം; സിനിമ.

mow (മൗ) *v.* cut with scythe; harvest; lay in heap; (പുല്ലു)വെട്ടുക; പുല്ല് അരിയുക; *n.* **mower** അരിയുന്നവൻ; കൊയ്യുന്നവൻ; **mowing machine** കൊയ്ത്തുയന്ത്രം; പുല്ലറപ്പു യന്ത്രം.

much (മച്ച്) *adj. & adv.* great in quantity; large; ample; copious; ബഹുലമായ; ഒട്ടേറെ; വളരെ അധികം; അല്പേതര.

muck (മക്) *n.* farmyard manure; dirt; anything disgusting; ചാണകം; വളം; ചണ്ടി; അഴുക്ക്; വൃത്തികെട്ട അവസ്ഥ; കുഴച്ചിൽ.

mucus (മ്യൂകസ്) *n.* slimy fluid from the nose; മൂക്കള; കഫം; ശ്ലേഷ്മം;

mud (മഡ്) *n.* wet soft earthy matter; mire; sediment; ചളി; ചേറ്; പങ്കം; ചളുകം; (*fig.*) വിലകെട്ടത്; പങ്കിലമാക്കുന്നത്; **fling** or **sling mud** (*fig.*) ചെളിവാരിയെറിയുക; **mud-guard** (സൈക്കിളിൻെറയും മറ്റും) ചേറ്റുപടി; **mud lark** ചേറിൽ വസിക്കുന്ന പക്ഷി; തെരുവുപയ്യൻ; **mud sill** നെല്ലിപ്പലക; *adj.* **muddy** ചെളിമയമായ.

muffle (മഫ്ൾ) *v.t.* wrap up head; cover up ears, etc.; put to silence; പൊതിയുക; മൂടുക; പാതിമുഖം മൂടുക; ചെവി മൂടിക്കെട്ടുക; അടിച്ചമർത്തുക; ശബ്ദം 'അടക്കുക'; കൈയ്യുറ; ഹസ്താവരണം; *n.* **muffler**; ചെവിമൂടിത്തൊപ്പി.

mufti (മഫ്റ്റി) *n.* plain clothes; സാമാന്യവേഷം; **in mufti** സാധാരണ വേഷത്തിൽ.

mug (മഗ്) *n.* drinking vessel; jug; പാനപാത്രം; പിടിമൊന്ത.

mulberry (മൾബറി) *n.* tree of the genus Morus;പട്ടുനൂൽപ്പുഴു വളരുന്ന വൃക്ഷം.

mule (മ്യൂൾ) *n.* offspring of ass and horse; കോവർകഴുത; ബുദ്ധിശൂന്യൻ;

mullah (മുള്ളാ) *n.* a Muslim priest; മുസ്ലിം പുരോഹിതൻ.

mult, multi (മൾട്ട്, മൾട്ടി) *pref.* much; many; അനേകം; പല; ബഹു; വിവിധ; *adj.* **multilingual** പല ഭാഷകളിലുള്ള; *n.* **multimillionaire** കോടീശ്വരൻ; *adj. & n.* **multinational** പല രാജ്യങ്ങളിലും പ്രവർത്തിക്കുന്ന (ആൾ, കമ്പനി).

multiple (മൾട്ടിപ്പ്ൾ) *adj.* multiplied; manifold; പെരുക്കമായ; പല മടങ്ങായ.

multiply (മൾട്ടിപ്ലൈ) *v.* increase in number of; accumulate; പെരുക്കുക; വർദ്ധിപ്പിക്കുക; വലുതാക്കുക; ബഹുലീകരിക്കുക; *n.* **multiplication.**

multitude (മൾട്ടിറ്റ്യൂഡ്) *n.* great number or quantity; crowd; പെരുപ്പം; ബാഹുല്യം; ആൾക്കൂട്ടം; കൂട്ടം; സമുച്ചയം; *adj.* **multitudinous** സമ്പത്ത്.

mum (മം) *adj.* silent; സംസാരിക്കാത്ത; മിണ്ടാത്ത.

mumble (മംബ്ൾ) *v.* speak indistinctly; പിറുപിറുക്കുക.

mummy (മമി) *n.* an embalmed dead body; സുഗന്ധദ്രവ്യമിട്ടു സൂക്ഷിച്ച ശവം; അമ്മ (കുട്ടികളുടെ ഭാഷയിൽ).

munch (മഞ്ച്) *v.* chew audibly; eat അത്യാർത്തിയോടെ തിന്നുക; ചവച്ച് ശബ്ദമുണ്ടാക്കിക്കൊണ്ട് തിന്നുക.

mundane (മൺഡെയ്ൻ) *adj.* earthly; worldly; terrestrial; ഐഹികമായ; ലൗകികമായ.

municipal (മ്യുനിസിപ്പൽ) *adj.* pert. to municipality or the municipal council; നഗരസംബന്ധമായ; നഗരഭരണസഭയെ സംബന്ധിച്ച.

mural (മ്യൂറൽ) *adj.* of, on, attached to, of the nature of wall; ചുവരിനെ സംബന്ധിച്ച; ഭിത്തിവിഷയകമായ; **mural painting** ചുമർച്ചിത്രം.

murder (മേർഡർ) *n.* act of intentional and unlawful killing; കൊല; കൊലപാതകം; കൊല്ലുക; കൊലപ്പെടുത്തുക; *n.* **murderer** ഘാതകൻ; കൊലപാതകി.

murmur (മേർമർ) *n.* low, indistinct sound; subdued grumble; മർമ്മരം; കളരവം; കലകലം; മന്ത്രിക്കുക; പിറുപിറുക്കുക.

muscle (മസ്ൽ) *n.* fleshy fabric in animals; മാംസപേശി; (*fig.*) ശരീരശക്തി; കരുത്ത്; *n.* **muscularity** ശരീരപുഷ്ടി; കായബലം.

museum (മ്യൂസിയം) *n.* a building for storing and exhibiting curiosities, etc.; കൗതുകാഗാരം; കാഴ്ചബംഗ്ലാവ്.

mushroom (മഷ്റൂം) *n.* an edible fungus; കൂണ്; ശിലീന്ധ്രം.

music (മ്യൂസിക്) *n.* an art of expression in sound; സംഗീതം; സംഗീതകല; സംഗീതശാസ്ത്രം; *adj.* **musical** സംഗീതവിഷയകമായ; **musical instrument** സംഗീതോപകരണം; **instrumental music** ഉപകരണസംഗീതം; *n.* **musician** ഗായകൻ.

Muslim (മുസ്ലിം) *adj. & n.* a Mohammedan; ഇസ്ലാംമതാനുയായി.

muslin (മസ്ലിൻ) *n.* a fine thin cotton fabric; നേർത്ത മസ്ലിൻതുണി.

must (മസ്റ്റ്) *v.i.* am; is; cannot but; വേണം; വേണ്ടതാകുന്നു; ആവശ്യമാകുന്നു; ചെയ്യാമെന്നു തീർച്ചയാണ്; അല്ലാതെ നിവൃത്തിയില്ല; കൂടിയേ കഴിയൂ.

mustard (മസ്റ്റർഡ്) *n.* the plant or seeds of Sinapias of the genus Brassica; കടുകുചെടി; കടുക്.

muster (മസ്റ്റർ) *v.* collect; get together; summon; സംഗ്രഹിക്കുക; കൂട്ടിച്ചേർക്കുക; യോഗംകൂട്ടുക; സൈന്യം ചേർക്കുക; ഒന്നിച്ചുകൂടുക; **musterroll** പട്ടാളക്കാരുടെയോ ജോലിക്കാരുടെയോ പേരുവിവരപ്പട്ടിക.

mutable (മ്യൂട്ടബ്ൾ) *adj.* liable to change; മാറ്റം സംഭവിക്കുന്ന; മാറ്റം വരുത്താവുന്ന; ചപലമായ.

mutate (മ്യൂട്ടെയ്റ്റ്) *v.* cause change; മാറ്റം വരുത്തുക; **mutation** ഉൾപരിവർത്തനം.

mute (മ്യൂട്ട്) *adj.* dumb; silent; ഊമയായ; സംസാരിക്കാത്ത; മൗനമായ; മൂകമായ; *v.t.* ഒച്ചയില്ലാതാക്കുക.

mutilate (മ്യൂട്ടിലെയ്റ്റ്) *v.* cut off an essential part; ഛേദിക്കുക; അംഗഭംഗപ്പെടുത്തുക; *n.* **mutilation**.

mutiny (മ്യൂട്ടിനി) *n.* military revolt; insurrection of soldiers; സൈനികകലാപം; ഭടൻമാരുടെയും മറ്റും ലഹള;

mutter (മട്ടർ) *v.* murmur; grumble; അസ്പഷ്ടമായി സംസാരിക്കുക.

mutton (മട്ട്ൻ) *n.* flesh of sheep as food; ആട്ടിറച്ചി.

mutual (മ്യൂച്ചുഎ്ൽ) *adj.* reciprocal; standing in relation to each other; തമ്മിൽ തമ്മിലുള്ള; അന്യോന്യമായ.

muzzle (മസ്ൽ) *n.* the projecting jaws and nose of an animal; മൃഗമോന്ത; മൂക്കും വായും.

my (മൈ) *poss. adj. & gen.* of I ; of or belonging to me; എനിക്കുള്ള; എൻെറ.

myriad (മീറിയഡ്) *n.* numberless; indefinitely great number; അസംഖ്യം; അനവധി.

myself (മൈസെൽഫ്, മിസെൽഫ്) *pron.* I or me in person; ഞാൻതന്നെ; എന്നെ.

mystery (മിസ്റ്ററി) *n.* inexplicability; profound secret; രഹസ്യം; ഗൂഢാർത്ഥം; ഗൂഢതത്ത്വം; *adj.* **mysterious** രഹസ്യമായ.

mystic (മിസ്റ്റിക്) *adj.* sacredly secret; spiritually allegorical; നിഗൂഢമായ; ഗൂഢാർത്ഥമായ; യോഗാത്മകദർശനപരമായ; യോഗി; യോഗാത്മകദർശകൻ; *adj.* **mystical.**

mysticism (മിസ്റ്റിസിസം) *n.* a seeking to solve the mysteries of existence by internal illumination; യോഗാത്മകത്വം; *v.* **mystify** നിഗൂഢമാക്കുക; നിഗൂഢാർത്ഥമാക്കുക; *n.* **mystique** അനിർവചനീയമായ ആത്മശക്തി;

myth (മിത്ത്) *n.* legend; fable; invented story; പുരാണകഥ; ഗൂഢാർത്ഥകഥ; *n.* **mythology** പുരാണങ്ങൾ; പൗരാണികശാസ്ത്രം.

Nn

N (എൻ) the fourteenth letter of the English alphabet; ഇംഗ്ലിഷ് അക്ഷരമാലയിലെ പതിന്നാലാമത്തെ അക്ഷരം.

nab (നാബ്) *v.t.* (*sl.*) catch in wrong doing; seize; തട്ടിയെടുക്കുക; പിടികൂടുക.

nadir (നെയ്ദിർ) *n.* (*opp.* **zenith**) the lowest point of anything; അധോഭാഗം; പാതാളം; ഏറ്റവും താണ തലം.

nag (നാഗ്) *v.* (*p.t. & p.part.* **nagged**, *pres.part.* **nagging**) scold continually; സദാ അധിക്ഷേപിക്കുക; അടിക്കടി കുറ്റപ്പെടുത്തുക; നിരന്തരം ശല്യം ചെയ്യുക.

nail (നെയ്ൽ) *n.* horny plate at the end of the finger; നഖം; പക്ഷിനഖം; തറയ്ക്കുന്ന ആണി.

naive (നയീവ്) *adj.* with natural or unaffected simplicity; നിഷ്ക്ക

naked | natural 279

ളങ്കൻ ആയ; ലോകമെന്തെന്നറിയാത്ത.

naked (നെയ്കിഡ്) *adj.* without clothes; uncovered; exposed; നഗ്നമായ; അനാച്ഛാദിതമായ; *adv.* **nakedly**; *n.* **nakedness** നഗ്നത; **naked eye** നഗ്നനേത്രം; **stark naked** പൂർണ്ണ നഗ്നമായി; **naked truth** നഗ്നസത്യം.

name (നെയ്ം) *n.* that by which a person or thing is called; designation; പേര്; നാമം; കീർത്തി; പ്രശസ്തി; ഒരേ പേരിൽ അറിയപ്പെടുന്ന ആളുകൾ; കുലം; വംശം; ഗണം; നാമപദം; പേരിടുക; പേരു വിളിക്കുക; **to call names** തെറിവിളിക്കുക; **name-sake** അതേ പേരുകാരൻ; **pen-name** തൂലികാനാമം.

nanny (നാ̄നി) *n.* she-goat; a child's nurse; പെണ്ണാട്; കുഞ്ഞിൻെറ വളർത്തമ്മ; മുത്തശ്ശി.

nap (നാ̄പ്) *n.* short sleep; siesta; ലഘു നിദ്ര; കൊച്ചുറക്കം; മയക്കം.

nape (നെയ്പ്) *n.* back of the neck; പുറങ്കഴുത്ത്; പിടലി.

napkin (നാ̄പ്കിൻ) *n.* a handkerchief; കൈലേസ്; തൂവാല.

narcissism (നാർസിസിസ്ം) *n.* self worship; ആത്മാരാധന; അവനവൻെറ ഗുണങ്ങളിൽ മതിമറക്കൽ; സ്വന്തം ശരീരത്തിൽ വൈഷയിക തൃപ്തിനേടൽ; *n.* **narcissist.**

narcotic (നാർകൊട്ടിക്) *n.* that which relieves pain and produces sleep; വേദനസംഹാരി; മയക്കുമരുന്ന്; നിദ്രൗഷധം.

narrate (നറെയ്റ്റ്) *v.t.* relate; recite; describe; വിവരിക്കുന്ന; ആഖ്യാനം ചെയ്യുക; വിവരിച്ചു പറയുക; *n.* **narration** *adj.* **narrative** *n.* **narrator**.

narrow (നാ̄രൗ) *adj.* of small width; limited; ഇടുങ്ങിയ; വിസ്താരം കുറഞ്ഞ; വീതി കുറവായ; കുറയ്ക്കുക; ഞെരുക്കുക; **narrow-minded** ഇടുങ്ങിയ മനഃസ്ഥിതിയുള്ള; *n.* **narrowness.**

nasal (നെയ്സ്̄ൽ) *adj.* belonging to, or sounded through nose; മൂക്കിനെ സംബന്ധിച്ച; മൂക്കാലുച്ചരിക്കപ്പെട്ട.

nasty (നാസ്ററി) *adj.* dirty; obscene; disgusting; disagreeable to taste or smell; അഴുക്കായ; ദുർഗന്ധമുള്ള; അസഭ്യമായ; വെറുപ്പിക്കുന്ന; വൃത്തികെട്ട; *adv.* **nastily**; *n.* **nastiness**.

natal (നെയ്ററ്ൽ) *adj.* of or dating from one's birth; ജനനാലുള്ള; ജനനം മുതൽക്കുള്ള.

nation (നെയ്ഷൻ) *n.* people of a country or under the same government; രാഷ്ട്രം; ജനത; പ്രജാസമുച്ചയം; ദേശവാസികൾ; *adj.* **national national income** ദേശീയവരുമാനം; **national anthem** ദേശീയഗാനം; **national flag** ദേശീയ പതാക.

nationality (നാ̄ഷ്നാ̄ലിററി) *n.* national quality; പൗരത്വം; ദേശീയത; *v.* **nationalize** ദേശസാൽക്കരിക്കുക; *v.* **nationalism** ദേശീയവാദം; ദേശീയത; ദേശീയബോധം.

native (നെയ്ററീവ്) *adj.* innate; inherent; unadorned; നൈസർഗ്ഗികമായ; ലളിതമായ; അകൃത്രിമമായ; സ്വതഃസിദ്ധമായ; ജന്മസിദ്ധമായ; ദേശവാസി; ദേശീയജനം; നാട്ടുകാരൻ; *n.* **nativity** ജന്മസ്ഥലം.

natural (നാ̄ച്ചറൽ) *adj.* according to nature; inborn; normal; സ്വഭാവസിദ്ധമായ; സ്വാഭാവികമായ; പ്രകൃത്യനുസരണമായ; പ്രകൃത്യാ ഉള്ള; സാധാരണമായ; തനിയെ ഉണ്ടായ; **natural death** സ്വാഭാവികമൃത്യു;

natural resources പ്രകൃതിവിഭവങ്ങൾ; **natural science** പ്രകൃതിശാസ്ത്രം.

nature (നേയ്ച്ചർ) *n.* world of matter; the universe; പ്രകൃതി; പ്രകൃതിശക്തി; സ്വാഭാവികത്വം; സ്വഭാവം; *n.* **laws of nature** പ്രകൃതിനിയമങ്ങൾ; **good nature** സദ്ഗുണം; സുശീലം.

naturopath (നെയ്ച്ചറ്റെപാത്) *n.* person who treats illness by means of diet, exercise etc. പ്രകൃതിചികിത്സകൻ.

naughty (നോട്ടി) *adj.* mischievous; ill-behaved; blameworthy; വികൃതിയായ; താന്തോന്നിയായ;

nausea (നോസിയ) *n.* vomiting tendency; loathing; ഓക്കാനം; മനംപിരട്ടൽ; *v.* **nauseate** മനംപിരട്ടുക; *adj.* **nauseously** *n.* **nauseousness**.

naval (നെയ്‌വൽ) *adj.* pert. to warships or navy; നാവികസംബന്ധമായ; പൊക്കിൾ; നാഭി; കേന്ദ്രം.

navigate (നാവിഗെയ്‌റ്റ്) *v.* steer or manage a ship; sail; go in a ship; കപ്പലോടിക്കുക; കപ്പൽയാത്ര ചെയ്യുക; navigation കപ്പലോട്ടം.

navy (നെയ്‌വി) *n.* a country's entire marine military; കപ്പൽപ്പട; നാവികസൈന്യം.

Nazi (നാത്സി) *n. adj.* a Hitlerite; രണ്ടാം ലോകമഹായുദ്ധത്തിനു മുൻപ് ജർമ്മനിയിലെ നാഷണൽ സോഷ്യലിസ്റ്റ്പാർട്ടി അംഗം.

near (നീയർ) *adj.* close to in place or time; intimate; closely related; അരികത്തുള്ള; അകലെയല്ലാത്ത; അടുത്തബന്ധമുള്ള; ഉറ്റ; **nearby** അരികെ; *adv.* **nearly** മിക്കവാറും; ഏകദേശം; പ്രായേണ; *n.* **nearness** അടുപ്പം.

neat (നീറ്റ്) *adj.* tidy; elegant; unmixed; clear; ശുചിയായ; നല്ല; വൃത്തിയായ; വെടിപ്പുള്ള.

necessary (നെസിസറി) *adj.* needful; unavoidable; indispensable; ആവശ്യമായ; അനിവാര്യമായ; അപരിഹാര്യമായ; *n.* **necessitate** നിർബന്ധപ്പെടുത്തുക; ആവശ്യ മായി വരിക; വേണ്ടിവരിക; *n.* **necessitude** ആവശ്യം; *n.* **necessity** ആവശ്യം; ആവശ്യകത.

neck (നെക്) *n.* part between head and body; കഴുത്ത്; ഗളം; കരയിടുക്ക്; മുനമ്പ്.

necromancy (നെക്രൊമാൻസി) *n.* art of communicating with the dead; പരേതാത്മാക്കളുമായി സമ്പർക്കം പുലർത്തുന്ന വിദ്യ.

nectar (നെക്റ്റർ) *n.* fabled drinks of the gods; honey; അമൃതം; പീയൂഷം; സുധ.

need (നീഡ്) *n.* necessity; want of means of living; poverty; ആവശ്യം; ആവശ്യകത; ബുദ്ധിമുട്ട്; ദാരിദ്ര്യം; ഇല്ലായ്മ; കുറവ്; *adj.* **needful** ആവശ്യമായ; *adj.* **needless** വേണ്ടാത്ത; അനാവശ്യമായ.

needle (നീഡിൽ) *n.* sharp instrument for sewing; സൂചി; സൂചിപോലെ മുനയുള്ള വസ്തു.

neem (നീം) *n.* margosa; വേപ്പ്; ആര്യവേപ്പ്.

negate (നെഗയ്റ്റ്) *v.t.* nullify; deny; contradict; റദ്ദാക്കുക; ഇല്ലാതാക്കുക; നിഷേധിക്കുക; *n.* **negation.**

negative (നെഗറ്റീവ്) *adj.* (*opp.* to **positive**) denying; expressing refusal; ഇല്ലെന്നു പറയുന്ന; നിഷേധരൂപമായ; നിഷേധാർത്ഥകമായ; എതിരായ; നിഷേധം; നിഷേധവാക്യം.

neglect (നിഗ്ലെക്റ്റ്) *v.t.* not pay attention to; disregard; അവഗണിക്കുക; അലക്ഷ്യമാക്കുക; അനാദരിക്കുക; ഉപേക്ഷ കാണിക്കുക; അശ്രദ്ധ; ഉപേക്ഷ; അവഗണിക്കൽ.

negligence (നെഗ്ലിജെൻസ്) *n.* want of attention or proper care; *adj.* **negligible** *adj.* **negligent** ഉപേക്ഷ; ശ്രദ്ധക്കുറവ്; വീഴ്ചവരുത്തൽ; മറവി.

negotiate (നെഗൗഷിയെയ്റ്റ്) *v.* (*also* **negociate**) confer; bargain; transact; manage; കൂടിയാലോചന നടത്തുക; *adj.* **negotiable** ചർച്ച ചെയ്യാവുന്ന; *n.* **negotiation** കൂടിയാലോചന; *n.* **negotiator**; *adj.* **negotiatory**.

Negro (നീഗ്രൗ) *n.* (*pl.* **Negroes**) a member of an African race; നീഗ്രോ; കാപ്പിരി.

neighbour (നെയ്ബർ) *n.* a person who dwells near; അയൽക്കാരൻ; അയൽക്കാരി; സമീപവാസി; തൊട്ടടുത്തിരിക്കുന്നയാൾ; *n.* **neighbourhood** അയൽപക്കം.

neither (നൈദർ, നീദർ) *adv.* not the one or the other; not either; അതുമല്ല, ഇതുമല്ല; ഇരുവരുമല്ല; രണ്ടുമല്ല; രണ്ടിൽ ഒന്നുമല്ല.

neo (നീയൗ) *pref.* new; revived in a new form; പുതിയ; നവ.

nephew (നെഫ്യു) *n.* the son of a brother or sister; സഹോദരീപുത്രൻ; സഹോദരപുത്രൻ; അനന്തരവൻ.

nepotism (നെപ്പ്പറ്റിസം) *n.* undue patronage to one's relations; സ്വജനപക്ഷപാതം.

nerve (നേർവ്) *n.* a sinew; tendon; ഞരമ്പ്; നാഡി; സിര; സ്നായു; തന്തു; ഇലഞരമ്പ്; ധൈര്യം; ഊക്ക്; *adj.* **nervous** പെട്ടെന്നു ക്ഷോഭിക്കുന്ന; *adv.* **nervously**; *n.* **nervousness nervous; system** നാഡീവ്യൂഹം.

nest (നെസ്റ്റ്) *n.* home of birds; resting place; retreat; കൂട്; പക്ഷിക്കൂട്; വാസസ്ഥലം; കൂടുകെട്ടുക; കെട്ടിപ്പാർക്കുക.

nestle (നെസ്ൽ) *v.* to lie or press close; സുഖമായി കിടക്കുക; *n.* **nestling** (കൂട്ടിലിരിക്കുന്ന) പക്ഷിക്കുഞ്ഞ്.

net (നെറ്റ്) *n.* meshed fabric of twine, cord etc.; വല; വലസഞ്ചി; ജാലം; കുടുക്ക്; കെണി; വലയിൽപ്പെടുത്തുക; വലയിട്ടു മീൻ പിടിക്കുക; *n.* **network** വലക്കണ്ണികൾപോലെ പരസ്പരബദ്ധമായ ഏതെങ്കിലും സങ്കീർണ്ണസംവിധാനം; പരസ്പരം ബന്ധിപ്പിച്ചിട്ടുള്ള കംപ്യൂട്ടറുകളുടെ ശൃംഖല.

nether (നെദ്ദർ) *adj.* lower; beneath; under; infernal; കീഴിലുള്ള; താഴെയുള്ള.

Netizen (നെറ്റിസൺ) *n.* (computer) derived from the word citizen, referring to a person using the internet regularly സിറ്റിസൺ എന്ന വാക്കിൽ നിന്നും ഉണ്ടായത്. ഇൻറർനെറ്റ് പതിവായി ഉപയോഗിക്കുന്ന ആളിനെ സൂചിപ്പിക്കുന്നു.

neurology (ന്യൂഎ്റോളജി) *n.* study of the nervous system; നാഡീവ്യൂഹവിജ്ഞാനീയം.

neurosis (ന്യൂഎ്റൗസിസ്) *n.* functional derangement caused by nervous disorder; ഞരമ്പുരോഗം; നാഡീവ്യൂഹത്തിലെ തകരാറുമൂലമുണ്ടാകുന്ന മാനസികരോഗം.

neutral (ന്യൂട്രൽ) *adj.* impartial; indifferent; നിഷ്പക്ഷമായ; നിഷ്പക്ഷരാഷ്ട്രത്തിൻേറതായ; *n.* **neutrality** നിഷ്പക്ഷത.

neutron (ന്യൂട്രോൺ) (*phys.*) *n.* an

uncharged particle of about the same mass as the proton; ഒരു പ്രോട്ടോണിൻെറയത്ര പിണ്ഡമുള്ള വൈദ്യുതാധാനമില്ലാത്ത കണം.

never (നെവ്വർ) *adv.* at no time; not at all; surely not; not ever; in no degree; ഒരിക്കലുമില്ല; ഒരുവിധത്തിലുമില്ല; അശേഷവുമില്ല; തീർച്ചയായുമില്ല.

new (ന്യൂ) *adj.* lately made or produced; modern; fresh; young; പുതിയ; നവീനമായ; അഭൂതപൂർവ്വമായ; അപരിചിതമായ; അഭ്യാസമില്ലാത്ത; ഉപയോഗിക്കാത്ത; *n.* **newness** പുതുമ; *adj.* **new-born** അടുത്ത കാലത്തു ജനിച്ച; *n.* **newcomer** നവാഗതൻ; **new moon** അമാവാസി; കറുത്തവാവ്.

news (ന്യൂസ്) *n.* (*pl.* usu. as *sing.*) tidings; report of recent events; വാർത്ത; വൃത്താന്തം; വിശേഷവാർത്ത; **news paper** വർത്തമാനപത്രം; **news print** വർത്തമാനപത്രങ്ങൾ അച്ചടിക്കുന്നതിനുള്ള കടലാസ്.

next (നെക്സ്റ്റ്) *adj.* nearest in place, time or order; അടുത്ത; അനന്തരമായ; അരികിലുള്ള; തൊട്ടടുത്തുള്ള.

nexus (നെക്സസ്) *n.* (*pl.* **nexuses**) bond; link; tie; ബന്ധം; കെട്ടുപാട്.

nib (നിബ്) *n.* pen-point; point of tool; പേനയുടെ മുന; മുന; അഗ്രം;

nibble (നിബ്ൾ) *v.* eat by small bits; to find fault; അല്പാല്പമായി തിന്നുക; കരളുക.

nice (നൈസ്) *adj.* agreeable; delicate; delightful; pleasant; ഹൃദ്യമായ; മൃദുലമായ; *adj.* **nice looking** കാണാനഴകുള്ള; *n.* **nicety** കൃത്യത.

nickname (നിക്നെയ്ം) *n.* name given in contempt; നിന്ദാനാമം; പരിഹാസപ്പേര്.

nicotine (നിക്കോറ്റിൻ) *n.* a poison contained in tobacco; പുകയില വിഷം.

niece (നീസ്) *n.* a brother's or sister's daughter; സഹോദരൻെറയോ സഹോദരിയുടെയോ മകൾ; അനന്തരവൾ.

night (നൈററ്) *n.* time from sunset to sunrise; darkness; രാത്രി; ഇരുട്ട്; രാത്രിയിലുള്ള; രാത്രി നേരത്തേക്കു പററിയ; **night out** വീട്ടിനു പുറത്തു പോയുല്ലസിക്കുന്ന രാത്രി; **night club** നിശാവിഹാരസ്ഥലം; **nightfall** അസ്തമയം; സന്ധ്യ; *adj.* **night-long** രാത്രിമുഴുവൻ നീണ്ടുനില്ക്കുന്ന; *n.* **nightmare** പേടിസ്വപ്നം; പേക്കിനാവ്.

nightingale (നൈററിങ്ഗെയ്ൽ) *n.* a small bird that sings at night; രാപ്പാടിക്കുയിൽ.

nil (നിൽ) *n.* (*esp.* in serving at games) zero; nothing; പൂജ്യം; ശൂന്യം.

nimble (നിംബ്ൾ) *adj.* active; swift; agile; brisk; ചുറുചുറുക്കുള്ള; ക്ഷിപ്രഗതിയുള്ള;

nine (നൈൻ) *n.* & *adj.* next above eight; ഒൻപത്; നവം; *adj.* **ninth** ഒൻപതാമത്തെ.

nineteen (നയൻറീൻ) *n.* nine and ten; പത്തൊൻപത്; *adj.* **nineteenth** പത്തൊൻപതാമത്തെ.

ninety (നയൻറി) *n.* nine times ten; തൊണ്ണൂറ്; നവതി.

nip (നിപ്) *v.* pinch; bite; squeeze; clip; നുള്ളുക; നുള്ളിക്കളയുക; ഞെരുക്കുക; **nip in the bud** മുളയിൽതന്നെ നുള്ളിക്കളയുക; *n.* **nippers** കൊടിൽ; *adv.*

nipple (നിപ്പ്ൾ) *n.* teat; pap of the breast; മുലക്കണ്ണ്; മുലക്കുപ്പിയുടെ ചൂചുകം.

no (നൗ) *adv.* not; by no amount; not

nob | normal 283

at all; not in any degree; ഇല്ല; അല്ല; വേണ്ട; അരുത്; ഒട്ടുമില്ല; തീരെയില്ല; *adj.* അല്ലാത്ത; ഇല്ലാത്ത.

nob (നോബ്) *n.* (*sl.*) the head; superior person; member of upper class; തല; കേമൻ; ശ്രേഷ്ഠൻ.

noble (നൗബ്ൾ) *n.* person of rank; a peer; പ്രഭു; മഹാൻ; മഹാനുഭാവൻ.

nobody (നൗബ്ഡി) *pron.* not any person; ആരുംതന്നെയില്ല.

nocturnal (നൊക്റ്ററണൽ) *adj.* of, in, or done by night; രാത്രിനേരത്ത് സംഭവിക്കുന്ന.

nod (നൊഡ്) *v.* give a forward motion of the head; be drowsy; തല യാട്ടുക; സമ്മതമെന്നർത്ഥമായി തല യാട്ടുക.

node (നൗഡ്) *n.* a knot; a swelling; hard tumour; മുഴ; കെട്ട്; പർവ്വം; ഗ്രന്ഥി; പിണ്ഡം.

noise (നോയിസ്) *n.* sound; din; uproar; outcry; hubbub; ശബ്ദം; ഒച്ച; ഒച്ചപ്പാട്; ആരവം; ആർപ്പ് *adj.* **noisy** ഒച്ചയു ണ്ടാക്കുന്ന.

nomad (നൗമാഡ്) *n.* wandering; wanderer; അലഞ്ഞുനടക്കുന്നയാൾ; *adj.* **nomadic** സ്ഥിരവാസമില്ലാത്ത.

nominal (നൊമിനൽ) *adj.* only in name; existing in name only; നാമ പരമായ; പേരിനു മാത്രമുള്ള.

nominate (നൊമിനെയ്റ്റ്) *v.t.* name; propose for election; നാമനിർദ്ദേശം ചെയ്യുക; പേരു ശുപാർശചെയ്യുക; ഒരു സ്ഥാനത്തേക്കു നിശ്ചയി ക്കുക. nomination; നാമനിർദ്ദേശം

nominee (നോമിനി) *n.* one who is nominated to fill a place or office; നിയു ക്തൻ.

non (നൊൺ) *pref.* not; (freely usable to give negative sense); നിഷേധാർത്ഥദ്യോതകമായ ഉപസർഗ്ഗം; *n.* **non-alignment** ചേരിചേരാതിരി ക്കൽ; **non-compliance** അനുസരി ക്കാതിരിക്കൽ; **non-co-operation** നിസ്സഹകരണം; **non-existent** ഇല്ലാ ത്ത; *n.* **non-smoker** പുകവലിക്കാത്ത യാൾ; **non-stop** വിരാമമില്ലാത്ത; *n.* **non-violence** അക്രമരാഹിത്യം.

nonconformist (നൊൺക്കൺഫോമിസ്റ്റ്) *n.* protestant; dissenter; ക്രൈസ്തവ സഭാചാരഭ്രഷ്ടൻ.

none (നൺ) *pron.* not one; not any; ഇല്ലാത്തയാൾ; ആരുമല്ലാത്തത്; ഒന്നുമല്ലാത്തത്; ഒട്ടുമില്ലാത്തത്; യാതൊന്നുമരുത്.

no-nonsense *adj.* (*attrib.*) straightforward and serious; തുറന്ന മനസ്സും ഗൗരവബുദ്ധിയുമുള്ള.

nonsense (നോൺസൻസ്) *n.* that which has no sense; അസംബന്ധം; നിരർത്ഥ ഭാഷണം; വിഡ്ഢിത്തം.

noodle (നൂഡ്ൽ) *n.* blockhead; cruel person; മടയൻ; നൂൽരൂപത്തിലുള്ള പലഹാരം.

nook (നൂക്) *n.* corner; recess; secluded place; മുക്ക്; മൂല; കോൺ; ഇടുക്ക്; മറവുള്ള സ്ഥലം.

noon (നൂൺ) *n.* middle of the day; മദ്ധ്യാഹ്നം; നട്ടുച്ച.

noose (നൂസ്) *n.* a loop with running knot; കുടുക്ക്; കുരുക്ക്; ഊരാം കുടുക്ക്.

nor (നോർ) *adv.* & *conj.* and no more; and not either; അതുമില്ല ഇതുമില്ല; രണ്ടു മില്ല; രണ്ടുമല്ല; വേണ്ട; അരുത്.

norm (നോം) *n.* pattern; type; rule; standard; മാതൃക; ആദർശം.

normal (നോർമൽ) *adj.* ordinary; according to rule; സാധാരണമായ; ക്രമാനുസാരമായ; സാമാന്യമായ;

നിലവാരമൊത്ത; *ns.* **normality, normalcy**.

north (നോർത്ത്) *n.* the point or region lying in the direction to which a magnetic needle points; വടക്ക്; വടക്കു ഭാഗം; ഉത്തരദിശ; ഉത്തരദേശം; *adj.* വടക്കുള്ള; വടക്കുനിന്നു വരുന്ന.

nose (നൗസ്) *n.* organ of smell; projecting part; മൂക്ക്; ഗന്ധം; ഘ്രാണ ശക്തി; അഗ്രം; കൂർത്തു നിൽക്കുന്ന അവയവം; (*fig.*) മണത്തറിയുക; കണ്ടുപിടിക്കുക.

nostalgia (നൊസ്റ്റാൽജ്ജ) *n.* homesickness; sentimental longing for past times; ഗൃഹാതുരത്വം; സ്വദേശത്തു തിരിച്ചുപോകണമെന്നുള്ള അത്യാസക്തി.

nostril (നോസ്ട്രിൽ) *n.* one of the openings of the nose; നാസാരന്ധ്രം.

not (നൊട്ട്) *adv.* a word expressing denial, refusal or negation; അല്ല; ഇല്ല; അരുത്; പാടില്ല.

notable (നൗട്ടബ്ൾ) *adj.* worthy of note; remarkable; memorable; eminent; ശ്രദ്ധാർഹമായ; ഗണനീയമായ; വിശിഷ്ടമായ; *adv.* **notably**; *n.* **notability**.

notary (നോട്ടറി) *n.* an officer authorised to certify deeds; കരണങ്ങളും പ്രമാണങ്ങളും മറ്റും സാക്ഷ്യപ്പെടുത്താൻ അധികാരപ്പെട്ട ഉദ്യോഗസ്ഥൻ.

notation (നൗട്ടേയ്ഷൻ) *n.* a system of signs and symbols; അടയാളങ്ങളും പ്രതീകങ്ങളുംകൊണ്ടു രേഖപ്പെടുത്തുന്ന സമ്പ്രദായം; ചിഹ്നം.

notch (നൊച്ച്) *n.* incision; cut; a narrow pass; കീറ്; കുഴി; വെട്ട്; ചുരം; മലയിടുക്ക്.

note (നൗട്ട്) *n.* mark or sign calling attention; short letter; കുറിപ്പ്; ഓർമ്മക്കുറിപ്പ്; സ്മരണചിഹ്നം; ടിപ്പണി; വ്യാഖ്യാനം; പ്രബന്ധസംക്ഷേപം; വാഗ്ദാനപത്രം; ശബ്ദം; സ്വരം; നാദം; ശ്രദ്ധിക്കുക.

nothing (നത്തിങ്) *n.* no thing; non-existence; absence; ഒന്നുമല്ലാത്തത്; ഒന്നുമില്ലായ്മ; ശൂന്യം; നിസ്സാരം; സാരമില്ലാത്തത്.

notice (നൗട്ടീസ്) *n.* intimation; warning; short statement; മുന്നറിയിപ്പ്; താക്കീത്; സൂചന; അറിവ്; പരസ്യം; വിജ്ഞാപനം; സൂക്ഷിക്കുക; കരുതുക; നോക്കിയറിയുക; കാണുക; *adj.* **noticeable** ശ്രദ്ധാർഹമായ; **at short notice** തയ്യാറാകാൻ സമയം തരാതെ.

notify (നൗട്ടിഫൈ) *v.* make known; declare; പരസ്യപ്പെടുത്തുക; വിളംബരപ്പെടുത്തുക; *n.* **notification.**

notion (നൗഷൻ) *n.* a concept in mind; idea; thought; feeling; തോന്നൽ; സങ്കല്പം; വിഭാവനം.

notorious (നൗട്ടോറിയസ്) *adj.* ill-reputed; കുപ്രസിദ്ധിയുള്ള; *n.* **notoriety**; *adv.* **notoriously**.

notwithstanding (നൊട്ട്വിത്ത്സ്റ്റാൻഡിങ്) *prep., adv., conj.* in spite of; although; എന്നാലും; എന്നുവരികിലും.

noun (നൗൺ) *n. gr.* word used as a name; നാമം; നാമപദം.

nourish (നറിഷ്) *v.t.* feed; foster; cherish; bring up; പോഷിപ്പിക്കുക; തീറ്റിപ്പോറ്റി വളർത്തുക.

novel (നൊവ്ൽ) *adj.* new; hitherto unknown; rare; strange; നൂതനമായ; പുതിയ; പുതുമയുള്ള; അദൃഷ്ടപൂർവ്വമായ; അസാധാരണമായ; കല്പിത കഥ; ആഖ്യായിക.

novelty (നൊവൽറ്റി) *n.* quality of being new പുതുമ; നവീനത.

November (നൗഎംബർ) *n.* eleventh month; ആംഗലവർഷത്തിലെ പതിനൊന്നാം മാസം.

novice (നൊവിസ്) *n.* a beginner; one new in anything; പ്രാരംഭകൻ; അനുഭവസമ്പത്തില്ലാത്തയാൾ; നവവിദ്യാർത്ഥി.

now (നൗ) *adv.* at present time; as things are; ഇപ്പോൾ; ഈയിടെ; ഈ സമയത്ത്; തല്ക്കാലം; ഈ നിലയ്ക്ക്.

nowhere (നൗവെയ്യർ) *adv.* in no place; എവിടെയുമില്ല; ഒരിടത്തുമില്ല.

nozzle (നൊസ്ൽ) *n.* a little nose; അറ്റം; നാസാഗ്രം; കുഴൽവായ്.

nuance (ന്യൂആൻസ്) *n.* delicate difference in meaning; (അർത്ഥത്തിൽ) അല്പ ഭേദം; ലേശവ്യത്യാസം.

nubile (ന്യൂബൈൽ) *adj.* marriageable (esp. a woman); വിവാഹപ്രായമെത്തിയ; *n.* **nubility**.

nucleus (ന്യൂക്ലിയസ്) *n.* (*pl.* **nuclei**) central mass or kernel; core; മൂലബിന്ദു; ബീജകേന്ദ്രം.

nude (ന്യൂഡ്) *adj.* naked; bare; നഗ്നമായ; വിവസ്ത്രമായ; **nudely**; *n.* **nudism** നഗ്നതാപ്രസ്ഥാനം; *n.* **nudity** നഗ്നത.

nuisance (ന്യൂസൻസ്) *n.* offence; annoyance; ഉപദ്രവം; ശല്യം; അസഹ്യത.

null (നൾ) *adj.* (*leg.*) invalid; of no legal force; അസാധുവായ; ശൂന്യമായ; ഭാവരഹിതമായ; *v.* **nullify**; *n.* **nullification**.

numb (നം) *adj.* torpid; insensible; മരവിച്ച; തരിച്ചുപോയ; *adv.* **numbly**; *n.* **numbleness**.

number (നംബർ) *n.* count; sum; numeral; measure; അക്കം; എണ്ണം; ലക്കം; സംഖ്യ; കണക്കുകൂട്ടൽ; എണ്ണുക; നമ്പരിടുക; കണക്കുകൂട്ടുക; **numbers game** കണക്കുകൂട്ടൽ മാത്രം ചെയ്യേണ്ടതായ ജോലി.

numerable (ന്യൂമറബ്ൾ) *adj.* countable; that may be numbered; എണ്ണത്തക്ക; എണ്ണാവുന്ന; *adj.* **numeral** എണ്ണത്തിലുള്ള; **numerical** സംഖ്യാസംബന്ധമായ; **numerical strength** സംഖ്യാബലം.

numerous (ന്യൂമെറസ്) *adj.* great in number or quantity; അനേകമായ; ധാരാളമായ; *adv.* **numerously** അസംഖ്യമായി.

nun (നൺ) *n.* female monk; കന്യാസ്ത്രീ; ബ്രഹ്മചാരിണി; *n.* **nunnery** കന്യാസ്ത്രീ മഠം.

nuptial (നപ്ഷൽ) *adj.* pert. to marriage; വിവാഹസംബന്ധിയായ; വൈവാഹിക.

nurse (നേഴ്സ്) *n.* woman employed to take care of infant; woman trained for care of the sick; പോറ്റമ്മ; ശുശ്രൂഷിക്കുക; താലോലിക്കുക; *n.* **nursery** ശിശുപരിപാലനസ്ഥലം.

nurture (നേർചർ) *n.* upbringing; rearing; training; വളർത്തൽ; പരിപാലനം; പരിപോഷണം; പരിലാളനം.

nut (നട്ട്) *n.* fruit consisting of hard shell; a metal block screwing on the end of a bolt; കായ്; കുരു; അണ്ടി; അടയ്ക്ക; **nut-shell** ബീജപുടം; തോട്; (*fig.*) ഏറ്റവും സംക്ഷിപ്തമായ ആശയാവിഷ്കരണം.

nutrition (നൂട്രിഷൻ) *n.* food; process of nourishing; പോഷകാഹാരം; പോഷണം; *adj.* **nutritious** പോഷകഗുണമുള്ള.

nylon (നൈലൻ) *n.* polymeric amide

that can be formed into fibre; നേർത്ത തന്തുക്കളോ രോമങ്ങളോ പാളികളോ ആക്കാവുന്ന ഒരു രാസ പദാർത്ഥം.

nymph (നിംഫ്) *n.* goddess of the forest, sea, etc.; beautiful maiden; സൗന്ദര്യവതിയായ കന്യക; അപ്സര സ്ത്രീ.

nymphomania (നിംഫ്ഫമേയ്ന്യ) *n.* morbid sexual desire in women; സ്ത്രീകളുടെ സുരതോന്മാദം; *n.* **nymphomaniac**.

Oo

O (ഓ) the fifteenth letter of the English alphabet; ഇംഗ്ലീഷ് അക്ഷര മാലയിലെ പതിനഞ്ചാംഅക്ഷരം.

oak (ഔക്) *n.* a valuable timber tree; ഓക്കുമരം.

oar (ഓ̄ർ) *n.* a light bladed pole to propel boat; തുഴ; നയമ്പ്; തണ്ട്; തുഴയുന്നവൻ.

oasis (ഔ̄എയ്സിസ്) *n.* (*pl.* **oases** ഔ̄എയ്സീസ്) fertile spot in desert; മരുപ്പച്ച; ശാദ്വലഭൂമി.

oath (ഔ̄ത്ത്) *n.* solemn vow; swearing; ആണയിടൽ; സത്യപ്രതിജ്ഞ.

obedience (എ്ബീഡ്യൻസ്) *n.* submission to authority; act of obeying; അനുസരണം; അനുസരണശീലം; ആജ്ഞാനുവർത്തിത്വം; വിധേയത്വം; *adj.* **obedient** അനുസരണയുള്ള.

obeisance (ഔ̄ബെയ്സൻസ്) *n.* act of reverence; a bow; വണക്കം; പ്രണമനം.

obese (ഔ̄ബീസ്) *adj.* abnormally fat; fleshy; തടിച്ചുകൊഴുത്ത; പൊണ്ണത്തടിയുള്ള; *n.* **obesity** ക്രമാതീതമായ സ്ഥൂലത.

obey (എ്ബേയ്) *v.* comply with; do as told by; അനുസരിക്കുക; വഴങ്ങുക; വിധേയനാകുക.

obituary (എ്ബിച്ചുഎ്റി) *n.* a notice of death; മരണവൃത്താന്തം; ചരമക്കുറിപ്പ്.

object (ഓ̄ബ്ജിക്റ്റ്) *n.* material thing; aim; motive; purpose; വസ്തു; പദാർത്ഥം; വിഷയം; ഉപാധി; ഹേതു; ഉദ്ദിഷ്ടകാര്യം.

objection (എ്ബ്ജെക്ഷൻ) *n.* hindrance; dissent; doubt; തടസ്സം; എതിർപ്പ്; ആക്ഷേപം; തർക്കം; *adj.* **objectionable**.

oblation (ഒ̄ബ്ലേയ്ഷൻ) *n.* sacrifice; anything offered in worship; ബലി; അർപ്പണം; തർപ്പണം.

obligation (ഒ̄ബ്ലിഗേയ്ഷൻ) *n.* a moral or legal bond; കടപ്പാട്; ചുമതല; ഉടമ്പടി; കരാറ്; നിയമ ബാദ്ധ്യത; *adj.* **obligatory** നിയമബദ്ധമായ.

oblige (എ്ബ്ളൈജ്) *v.t.* bind morally or legally; കടമപ്പെടുത്തുക; കടപ്പെട്ടവനാക്കുക.

oblique (എ്ബ്ളീക്) *adj.* slanting; not straightforward; ചരിഞ്ഞ; ചരിവായ.

obliterate (എ്ബ്ലിറ്ററെയ്റ്റ്) *v.t.* wipe out; തുടച്ചുമാറ്റുക; *n.* **obliteration**.

oblivion (എ്ബ്ളിവിയൻ) *n.* forgetfulness; മറവി; വിസ്മൃതി; *adj.* **oblivious** മറവിയുള്ള.

oblong (ഒബ്‌ലൊങ്) *adj.* rectangular with sides unequal; നെടുഞ്ചതുര മായ.

obnoxious (എബ്‌നൊക്‌ഷസ്) *adj.* objectionable; blameworthy; നിന്ദ്യ മായ; ഗർഹണീയമായ.

obscene (എബ്സീൻ) *adj.* indecent; filthy; offensive; അസഭ്യമായ; അശ്ലീ ലമായ; *adv.* **obscenely**; *n.* **obscenity** അസഭ്യം.

obscure (എബ്സ്ക്യൂഎ്ർ) *adj.* not distinct; gloomy; dull; മറഞ്ഞുകിട ക്കുന്ന; മങ്ങലായ; പ്രസിദ്ധിയറ്റ; സ്പഷ്ടമല്ലാത്ത; അറിയപ്പെടാത്ത; *v.i.* ഇരുട്ടാക്കുക; മങ്ങലാക്കുക; മറ യ്ക്കുക; *adv.* **obscurely**; *ns.* **obscurity, obscurantism.**

observance (ഒബ്സെർവൻസ്) *n.* act of observing; ചര്യ; അനുഷ്ഠാനം; ആചരണം; *adj.* **observant**.

observation (ഒബ്സർവേയ്ഷൻ) *n.* noticing; perception; remark; അവ ലോകനം; നിരീക്ഷണം; പ്രസ്താവം; നിരൂപണം.

obsess (എബ്സെസ്) *v.t.* haunt; harass; preoccupy; besiege; ശല്യപ്പെടു ത്തുക; ഒഴിയാബാധയാകുക; *n.* **obsession**; *adj.* **obsessive**.

obsolete (ഒബ്സലീറ്റ്) *adj.* disused; discarded; gone out of use; പ്രചാരലുപ്ത മായ; പഴകിയ.

obstacle (ഒബ്സ്റ്റക്ക്ൾ) *n.* hindrance; obstruction; തടസ്സം; പ്രതിബന്ധം; വിഘ്നം.

obstinate (ഒബ്സ്റ്റിനെറ്റ്) *adj.* stubborn; not easily subdued; വഴ ങ്ങാത്ത; പിടിവാദമുള്ള; ദുർവാശി യുള്ള; *n.* **obstinacy**; *adv.* **obstinately**.

obstruct (എബ്സ്ട്രക്റ്റ്) *v.t.* block up; hinder; തടയുക; പ്രതിബന്ധമുണ്ടാ ക്കുക; വഴി അടയ്ക്കുക; *adj.* **obstructive.**

obtain (എബ്റ്റെയ്ൻ) *v.* acquire; attain; earn; to continue in use; സമ്പാദിക്കുക; ലഭിക്കുക; കരസ്ഥമാക്കുക.

obvious (ഒബ്വിയസ്) *adj.* plainly seen; easily discovered or understood; സ്പഷ്ടമായ; വ്യക്തമായ; പ്രകട മായ; *adv.* **obviously**; *n.* **obviousness**.

occasion (എ്കേയ്ഷൻ) *n.* time of an occurrence; opportunity; അവസരം; സന്ദർഭം; സമയം; തക്കം; ആസ്പദം; ഹേതു; ഉപാധി; *adj.* **occasional** വല്ലപ്പോഴുമുള്ള; യാദൃച്ഛികമായ.

occult (ഒകൾട്ട്) *adj.* mysterious; esoteric; magical; ഗൂഢമായ; പ്രകൃത്യ തീതശക്തികളെ സംബന്ധിച്ച; *n.* **occultism** ഗുപ്തവിദ്യ; മാന്ത്രിക വിദ്യ.

occupy (ഒക്യുപ്പൈ) *v.* possess; seize; take up space of; കൈവശപ്പെടു ത്തുക; സ്വായത്തമാക്കുക; പ്രവേശി ക്കുക; കുടിയേറുക; *n.* **occupation** തൊഴിൽ; പ്രവൃത്തി; *adj.* **occupational** തൊഴിൽപരമായ; *ns.* **occupant**.

occur (എ്ക്കേർ) *v.i.* (*p.t. & p.part.* **occurred**) happen; be met with; strike in mind; സംഭവിക്കുക; ഇടവരുക; കണ്ണിൽ പെടുക; *n.* **occurrence** സംഭവം.

ocean (ഔഷൻ) *n.* great sea; any immense expanse; സമുദ്രം; മഹാസമുദ്രം.

oct, octa, octo (ഒക്റ്റ്, ഒക്റ്റ, ഒക്റ്റോ) *pref.* eight; എട്ട് (സമാസത്തിൽ).

October (ഒക്റ്റൗബർ) *n.* tenth month; ആംഗലവർഷത്തിലെ പത്താം മാസം; ഒക്റ്റോബർ.

octogenarian (ഒക്റ്റ്റജിനേയരിയൻ) *n.* one who is between 80 and 90 years old; എൺപത്; എൺപതിനും തൊണ്ണൂറിനും ഇടയിൽ വയസ്സായ ആൾ; (*also adj.*).

octopus (ഒക്റ്റ്റപസ്) *n.* eight-armed cephalopod; നീരാളി; കിനാവള്ളി.

odd (ഒഡ്) *adj.* left over after a round sum; strange; ഒറ്റയായവശേഷിച്ച; (സംഖ്യയെപ്പറ്റി) രണ്ടുകൊണ്ടു ഹരിക്കാനൊക്കാത്ത; –ൽക്കൂടുതൽ; അസാധാരണമായ; വിചിത്രമായ; **odd numbers** ഒറ്റസംഖ്യകൾ; *n.* **oddness** ഇരട്ടയല്ലായ്മ; ഓജം; *n.* **odds.**

ode (ഔഡ്) *n.* poem meant to be sung; അർച്ചനാലാപകാവ്യം; സങ്കീർത്തനം.

odious (ഔഡിയസ്) *adj.* hateful; repulsive; offensive; വെറുപ്പുളവാക്കുന്ന; അറപ്പുള്ള; അറയ്ക്കത്തക്ക; അസഹ്യമായ.

odour (ഔഡർ) *n.* smell; repute; മണം; ഗന്ധം; സുഗന്ധം; പരിമളം.

oesophagus (ഇസൊഫഗസ്) (*also* **esophagus**) *n.* gullet; അന്നവാഹിനി; അന്നനാളം.

oestrogen (*U.S.* - **estrogen**) (ഈസ്റ്റ്രജൻ) *n.* a group of female sex hormones; സ്ത്രീയുടെ ശരീരത്തിന്റെ സവിശേഷതകൾ നിലനിർത്തുന്ന ഒരുതരം ഹോർമോൺ.

of (ഓഫ്, എഫ്) *prep.* connecting its noun with preceding noun; from, from among, out from, belonging to, among, derived from, made from etc.; -ൻെറ; -ഉടെ; -ൽ നിന്ന്; -യെ; -നിമിത്തം; -എന്ന; -ആയ; -ഇതിൽ; -ആ(യാൽ);-യോ(ഓ)ട്; -കൊണ്ട്.

off (ഓഫ്) *adv. prep.*; *adj.*; *n. & v.* away; away from; from; at a distance; ദൂരെ; ദൂരത്ത്; അകലെ; വിട്ട്; **off-day** പതിവുജോലി മുടക്കുദിനം; **offhand** പെട്ടെന്ന്; ഉടൻ; തയ്യാറെടുപ്പില്ലാതെ; *adj.* **offshore** തീര ത്തുനിന്ന് അകലെ; *n.* **offshoot** മുള; ശിഖരം; അങ്കുരം; *n.* **offspring** സന്താനം; സന്തതി.

offbeat (ഓഫ്ബീറ്റ്) *adj.* unusual; unconventional; അസാധാരണമായ.

offence (എഫൻസ്) *n.* crime; anger; displeasure; sin; കുറ്റം; കോപം; രസക്കേട്; പരിഭവം; പാപം; അതിക്രമം; അപമാനം; *v.t.* **offend** അതിക്രമിക്കുക; മനോവികാരങ്ങൾ വ്രണപ്പെടുത്തുക.

offer (ഓഫർ) *v.* give in worship or devotion; tender for acceptance; സമർപ്പിക്കുക; നല്കുക; നേരുക; നിവേദിക്കുക; അർപ്പിക്കുക.

offering (ഓഫറിങ്) *n.* oblation; sacrifice; a gift; ആഹുതി; നേർച്ച; നേർച്ചദ്രവ്യം; കാഴ്ചദ്രവ്യം.

office (ഓഫീസ്) *n.* place of authority; duty; task; function; കാര്യാലയം; ഉദ്യോഗസ്ഥാനം; കർത്തവ്യം; അധികാരം; സ്ഥാനമാനം; വേല; ജോലി.

official (എഫീഷൽ) *adj.* pert. to an office; അധികാരയുക്തമായ; ഔദ്യോഗികമായ; അധികാരപൂർവമായ.

offseason (ഓഫ്സീസൻ) *n.* the least active time of the year; വലിയ തിരക്കില്ലാത്ത ഘട്ടം.

offshore (ഓഫ്ഷോർ) *adj.* at sea not far from the shore; കരയിൽനിന്നും വളരെ അകലെയല്ലാതെയുള്ള കടലിലെ.

oft (ഓഫ്റ്റ്), **often** (ഓഫൻ) *adv.* frequently; പലപ്പോഴും; അടിക്കടി; കൂടെക്കൂടെ.

oh (ഔ) *interj.* denoting surprise, pain

oil | on 289

etc.; വ്യാക്ഷേപകം; ഓ; ഹോ; ഓഹോ.

oil (ഒഇൽ) *n.* any greasy liquid; എണ്ണ; കുഴമ്പ്; കൊഴുപ്പ്; മെഴുക്ക്; *v.* smear, lubricate or anoint with oil; എണ്ണ തേക്കുക, പുരട്ടുക; (യന്ത്രത്തിനും മറ്റും) എണ്ണയിടുക; **oil cloth** മെഴുകുതുണി; **oil colour** എണ്ണച്ചായം; **oil gas** സ്നേഹബാഷ്പം; **oil-mill** എണ്ണയാട്ടുന്ന മില്ല്; **oil nuts** എണ്ണക്കുരുക്കൾ.

ointment (ഒഇൻറ്മെൻറ്) *n.* unguent; any greasy substance applied to diseased or wounded parts; കുഴമ്പ്; പുറമേ പുരട്ടാനുള്ള മരുന്ന്.

OK, okay (ഓകേ) *adj.* all right; satisfactory; എല്ലാം ശരി; തൃപ്തികരം; ഓ അങ്ങനെതന്നെ.

old (ഔൾഡ്) *adj.* advanced in years; പഴക്കമുള്ള; പണ്ടേയുള്ള; പ്രായം ചെന്ന; പ്രായാധിക്യമുള്ള; വാർദ്ധക്യത്തിൻെറ ലക്ഷണങ്ങളുള്ള; അനുഭവസമ്പത്തുള്ള; *n.* **oldness** വാർദ്ധക്യം; പഴമ; *n.* **oldage** വാർദ്ധക്യം; **old fashioned** പഴഞ്ചനായ; **old school** (*fig.*) യാഥാസ്ഥിതികർ.

oligarchy (ഒലിഗാർക്കി) *n.* government by the few; state governed by the few; ചുരുക്കംപേർ ചേർന്നുള്ള ഭരണം.

olive (ഒലിവ്) *n.* an evergreen tree; brownish green colour; ഒലിവുമരം; തവിട്ടുപച്ചനിറം; സമാധാന ചിഹ്നം.

Ombudsman (ഒംബുഡ്സ്മൻ) *n.* official appointed to investigate complaints against public authorities; ഉദ്യോഗസ്ഥന്മാർക്കെതിരായ പരാതികൾ പരിശോധിക്കാൻ നിയമിക്കപ്പെട്ട ഒരു ഉദ്യോഗസ്ഥൻ.

omega (ഔമിഗ്ഗ) *n.* last letter in Greek; യവനഭാഷയിലെ അന്ത്യാക്ഷരം.

omelet, omelette (ഒംലിറ്റ്) *n.* pancake made with eggs; പൊരിച്ച മുട്ട; ഓംലെറ്റ്; മുട്ടദോശ.

omen (ഔമൻ) *n.* augury; prophetic signification; പൂർവ്വലക്ഷണം; ശകുനം; നിമിത്തം; **good omen** ശുഭശകുനം; **ill omen** ദുശ്ശകുനം.

ominous (ഒമിനസ്) *adj.* of evil omen; inauspicious; ശകുനവിഷയകമായ; അശുഭസൂചകമായ.

omission (എമിഷൻ) *n.* act of omitting; non-inclusion; തിരസ്കാരം; ഉപേക്ഷ; വിട്ടുകളയൽ; വീഴ്ച.

omit (എമിറ്റ്) *v.t.* (*p.t. & p.part.* **omitted**; *pres.part.* **omitting**) leave out; disregard; fail to use; വിട്ടുകളയുക; ഉപേക്ഷിക്കുക; ഒഴിവാക്കുക; കൊള്ളിക്കാതിരിക്കുക.

omni (ഓമ്നി) *pref.* all; സർവ്വ; സകലം; എല്ലാം; *n.* **omnibus** (*pl.* **omnibuses**) യാത്രാവണ്ടി; ബസ്; *adj.* **omniform** സർവ്വാകൃതിയായ; *n.* **omnipotence** സർവ്വശക്തിത്വം; *n.* **omnipresence** സർവ്വവ്യാപകത്വം.

omniscience (ഒമ്നിസയൻസ്) *n.* infinite knowledge; സർവ്വജ്ഞത്വം; *adj.* **omniscient** ത്രികാലജ്ഞനായ.

omnivorous (ഒമ്നിവറസ്) *adj.* all-devouring; സർവ്വഭക്ഷകമായ; സകലതും തിന്നുന്ന; (*fig.*) എന്തും വായിക്കുന്ന.

on (ഓൺ) *prep. & adv.* above; in addition to; close to; beside; just after; മീതേ; മേൽ; ഉപരി; പുറത്ത്; മുകളിൽ; അരികെ; സമീപം; ആസ്പദമാക്കി; -ത്താൽ; കുറിച്ച്; അനന്തരം; അപ്പോൾ; –ൽ; –ക്ക്; –ന്ന്; മുമ്പോട്ട്; **on and off** ഇടവിട്ടിടവിട്ട്; *adj.* **on-**

coming സമീപിക്കുന്ന; *n.* **onfall** ആക്രമണം; *n.* **ongoing** ഗമനം; സ്വഭാവം; കാര്യപരിപാടി; പ്രവൃത്തി; *adv.* **onward** മുന്നോട്ട്.

once (വ്ൺസ്) *adv.* one time; at a single time; at a former time; ഒരിക്കൽ; ഒരു തവണ; എപ്പോഴെങ്കിലും; വല്ലപ്പോഴും; പണ്ടൊരിക്കൽ; **once again** ഒരിക്കൽക്കൂടി; **once or twice** ഒന്നോ രണ്ടോ പ്രാവശ്യം; **once in a while** ഇടയ്ക്കൊക്കെ; **once upon a time** പണ്ടൊരുകാലത്ത്; **all at once** പെട്ടെന്ന്; മുന്നറിയിപ്പില്ലാതെ.

one (വ്ൺ) *pron.* a person (indefinitely) ഏതെങ്കിലും; ആരെങ്കിലും; എന്തെങ്കിലും; ആരാൻ.

one (വൺ) *adj.* single in position; number or kind; ഒരു; ഒരേ; അനന്യമായ; ഏകമായ; ഭിന്നസംഖ്യയല്ലാത്ത; ഏകത്വമായ; **one day** ഒരു ദിവസം; ഭാവിയിലൊരു ദിവസം; **one-up** എതിരാളിയെക്കാൾ ഒരു പോയിൻറ് കൂടുതൽ സ്കോർ ചെയ്യുന്ന; **one-way** ഒരു ദിശയിൽമാത്രം നീങ്ങുന്ന; **one-way street** ഗതാഗതം ഒരു ദിശയിൽ മാത്രമുള്ള തെരുവ്.

ongoing (ഒൺഗൊയിങ്) *adj.* continuing to exist or progress; നടന്നുകൊണ്ടിരിക്കുന്ന; പുരോഗമിച്ചുകൊണ്ടിരിക്കുന്ന.

onion (എ്ണ്യൻ) *n.* plant with edible rounded bulb and pungent smell; ഉള്ളി.

on-line (ഓൺലൈൻ) *adj.* (computer) turned on and connected, connected to a host computer through a modem ഓൺ ആക്കി ബന്ധിപ്പിക്കുന്ന അവസ്ഥ. ഒരു മോഡംവഴി ഹോസ്റ്റ് കംപ്യൂട്ടറിനോട് ബന്ധം സ്ഥാപിച്ച അവസ്ഥ.

onlooker (ഒൺലുക്കർ) *n.* observer; കാഴ്ചക്കാരൻ; നോക്കിനില്ക്കുന്നവൻ.

only (ഒൺലി) *adj.* single in number or kind; ഒന്നുമാത്രമായ; ഒരേയൊരു; ഏകമായ; ഏകമാത്രമായ; ഏകാകിയായ; ഒറ്റയായ.

onset (ഒൺസെറ്റ്) *n.* violent attack; storming; beginning; ശക്തിയായ ആക്രമണം; ഊറ്റമായ തുടക്കം.

onslaught (ഒൺസ്ലോട്ട്) *n.* assault; an attack or onset; കടന്നാക്രമണം.

onus (ഔനസ്) *n. no pl.* burden; responsibility; ഭാരം; കർത്തവ്യം; ബാദ്ധ്യത.

onward (ഒൺവ്വർഡ്) *adj.* going on; മുന്നോട്ടുള്ള; *adv.* **onwards** വളർന്നു വളർന്ന്; അപ്പുറത്ത്.

ooze (ഊസ്) *n.* mud; slime; gentle flow; soft deep-sea deposit; ചെളി; ചേറ്; പങ്കം; ഒഴുക്ക്; ഒലിക്കൽ; ഊറൽ; വിദ്രാവണം.

opacity (ഔപാസിറ്റി) *n.* opaqueness; obscurity; അതാര്യത; അപാരദർശിത്വം; ഇരുൾ; മൂടൽ; മറവ്.

opaque (ഔപെയ്ക്ക്) *adj.* obscure; dark; not transparent; hard to understand; അതാര്യമായ; ഇരുണ്ട; മങ്ങലുള്ള; അസ്പഷ്ടമായ.

open (ഔപ്ൻ) *adj.* not shut; uncovered; accessible; public; തുറന്ന; തുറസ്സായ; അടയ്ക്കാത്ത; എളുപ്പം ഗ്രഹിക്കാവുന്ന; ഗതാഗതാനുകൂലമായ; തടസ്സമില്ലാത്ത; പ്രവേശന സ്വാതന്ത്ര്യമുള്ള; വികസിച്ച; വിടർന്ന; പരന്നുകിടക്കുന്ന; തുറക്കുക; കെട്ടിടം തുറന്നിട്ടതായി പ്രഖ്യാപിക്കുക; *adj.* **open-air** വീടിനു പുറത്തുള്ള; **open-eyed** ഉറങ്ങാത്ത; **open-handed** ഉദാരമനഃസ്ഥിതിയുള്ള; *adj.* **open-hearted** കപടമില്ലാത്ത; ശുദ്ധമനസ്സുള്ള; **open market** വാങ്ങുന്നവർ

ക്കിടയിലും വിൽക്കുന്നവർക്കിടയിലും സ്വതന്ത്രമത്സരമുള്ള വിപണി.

opera (ഒപ്പ്റ) *n.* musical drama; സംഗീതനാടകം.

operate (ഒപ്പറെയ്റ്റ്) *v.* work; act; produce an effect; പ്രവർത്തിക്കുക; വ്യാപരിക്കുക; ഉപയോഗിക്കുക; പ്രയോഗിക്കുക; സാധിക്കുക.

operating system (os) (computer) the control system which tells the computer how to operate; എങ്ങനെ പ്രവർത്തിക്കണമെന്ന് കംപ്യൂട്ടറിന് നിർദ്ദേശം നല്കുന്ന സംവിധാനം.

operation (ഒപ്പറേയ്ഷൻ) *n.* act or process of operating; method of working; പ്രവൃത്തി; പ്രവർത്തനം; പ്രവൃത്തിക്രമം; പ്രയോഗം; വിധം; ഫലം; ശസ്ത്രക്രിയ; സൈനികനീക്കം.

opiate (ഔപ്പിഎയ്റ്റ്) *n.* drug containing opium; that which dulls sensation; കറുപ്പുമരുന്ന്; ബുദ്ധി സ്തംഭിപ്പിക്കുക.

opine (എപൈൻ) *v.i.* express or hold an opinion; അഭിപ്രായപ്പെടുക; അഭിപ്രായമുണ്ടായിരിക്കുക.

opinion (എപിന്യൻ) *n.* view held as probable; judgement or belief; impression; അഭിപ്രായം; ചിന്താഗതി; താല്ക്കാലികവിശ്വാസം; ഉത്തമബോധ്യം; **public opinion** പൊതുജനാഭിപ്രായം.

opium (ഔപിയം) *n.* dried narcotic juice of white poppy; അവീൻ; കറുപ്പ്; *ns.* **opium-eater** പതിവായി കറുപ്പു തിന്നുന്നവൻ.

opponent (എപ്പൗണെൻറ്) *adj.* opposing; antagonistic; contrary; എതിർക്കുന്ന; പ്രതികൂലമായ; വിരുദ്ധമായ; ശത്രു; എതിരാളി.

opportune (ഒപ്പർട്യൂൺ) *adj.* timely; convenient; well-timed; സമയോചിതമായ; (കാലത്തെപ്പറ്റി) അവസരം നൽകുന്ന; തക്ക; *adv.* **opportunely** അവസരോചിതമായി; *n.* **opportunist** അവസരവാദി; അവസരസേവകൻ; *n.* **opportunity** തക്ക അവസരം; യോഗ്യകാലം.

oppose (എപ്പൗസ്) *v.* act against; resist; set in contrast; face; എതിർക്കുക; ആക്രമിക്കുക; എതിരായി നിർത്തുക; എതിർത്തു നില്ക്കുക; എതിർവാദം ചെയ്യുക.

opposite (ഒപ്പസിറ്റ്) *adj.* placed face to face; in front of; directly; മുമ്പിലുള്ള; നേരേയുള്ള; എതിരെയുള്ള; വിപരീതമായ.

opposition (ഒപ്പസിഷൻ) *n.* act of opposing; a body of opposers; എതിർക്കൽ; എതിരഭിപ്രായം; എതിർവാദം; പ്രതിപക്ഷകക്ഷി.

oppress (എപ്രെസ്) *v.t.* load with heavy burdens; distress; treat with cruelty or injustice; അധികഭാരം വയ്ക്കുക; ഞെരുക്കുക; പീഡിപ്പിക്കുക; മർദ്ദിക്കുക; അടിച്ചമർത്തുക; കഷ്ടപ്പെടുത്തുക; *n.* **oppression** പീഡനം; മർദ്ദനം; ദ്രോഹം; ജനോപദ്രവം.

opt (ഒപ്റ്റ്) *v.i.* make a choice; choose; (പലതിൽ ഒന്ന്) തിരഞ്ഞെടുക്കുക.

optic (ഓപ്റ്റിക്) *adj.* of the eye or sense of sight; visual; വീക്ഷണപരമായ; കണ്ണിനെയോ കാഴ്ചയെയോ സംബന്ധിച്ച.

optimism (ഒപ്റ്റിമിസം) *n.* doctrine that the actual world is the best of all possible worlds; ഈ ലോകം സംഭവ്യമായ എല്ലാ ലോകങ്ങളിലും വെച്ച് മെച്ചപ്പെട്ടതാണെന്ന സിദ്ധാന്തം; പ്രസാദാത്മകത്വം; ശുഭപ്രതീക്ഷ.

option (ഒപ്ഷൻ) *n.* act or power of

choosing; thing that may be chosen; ഇഷ്ടമുള്ളത് തിരഞ്ഞെടുക്കൽ; തിരഞ്ഞെടുക്കാനുള്ള അവകാശം; *adj.* **optional** ഇച്ഛാനുസൃതമായ.

opulence (ഒപ്യുലൻസ്) *n.* wealth; affluence; ഐശ്വര്യം; സമ്പത്ത്; ധനപുഷ്ടി; സമൃദ്ധി.

or (ഓർ) *conj. & prep.* a particle making an alternative; അഥവാ; അല്ലാത്തപക്ഷം; അല്ലെങ്കിൽ; എങ്കിൽ; അന്യഥാ; എങ്കിലും.

oracle (ഒറക്ക്ൾ) *n.* divine revelation; അരുളപ്പാട്; വെളിപാട്; ദിവ്യവാക്ക്.

oral (ഓറൽ) *adj.* relating to the mouth; വായെ സംബന്ധിച്ച; വായിലൂടെ അകത്താക്കുന്ന; വാക്കാലുള്ള.

orange (ഒറിൻജ്) *n.* a gold-coloured fruit; മധുരനാരകം; മധുരനാരങ്ങ; പിംഗലവർണ്ണം.

oration (ഓറേയ്ഷൻ) *n.* public speech of a formal character; വാക്ധാടിയുള്ള പ്രസംഗം; ഔപചാരിക പ്രസംഗം; പ്രഭാഷണം; വാക്പ്രബന്ധം; *n.* **orator** പ്രസംഗകർത്താവ്; പ്രഭാഷകൻ.

orbit (ഓർബിറ്റ്) *n.* curved course of planet; a path in space round a heavenly body; ഗ്രഹപഥം; ഭ്രമണപഥം; ക്രാന്തിവൃത്തം.

orchard (ഓർച്ചേർഡ്) *n.* a garden of fruit-trees; ഫലോദ്യാനം; കായ്കനിത്തോട്ടം.

orchestra (ഓർകിസ്ട്ര) *n.* body of instrumental performers; മേളക്കാരുടെ സംഘം; അർദ്ധവൃത്താകാരമായ വാദ്യസ്ഥലം; വിവിധവാദ്യങ്ങൾ; വാദ്യവൃന്ദം.

orchid (ഓർകിഡ്) *n.* a plant with showy flowers; ഒരു അലങ്കാരവാഴവർഗച്ചെടി.

ordain (ഓർഡെയ്ൻ) *v.t.* decree; order; appoint; regulate; ആജ്ഞാപിക്കുക; നിയോഗിക്കുക; ജോലിയിൽ നിയമിക്കുക; പുരോഹിതനായി വാഴിക്കുക.

ordeal (ഓർഡീൽ) *n.* severe trial or examination; അഗ്നിപരീക്ഷ; (*lit. & fig.*) കടുത്ത ആപത്ത്.

order (ഓർഡർ) *n.* arrangement; rule; command; row; rank; religious fraternity; ക്രമം; ചട്ടം; മുറ; നിയമം; വ്യവസ്ഥ; അണി; നിര; നില; പദവി; നടപടി; വിധി തീർപ്പ്; ക്രമപാലനം; മാർഗ്ഗം; അനുവാദം; വർഗ്ഗം; ഒരേ തൊഴിൽക്കാരുടെ ഗണം; വൈദികനാക്കുക.

ordinance (ഓർഡിനൻസ്) *n.* a decree; regulation; അധികൃതനിയമം; ചട്ടം; നിയമ ശാസനം; അടിയന്തിരനിയമം.

ordinary (ഓർഡിനറി) *adj.* common; of the usual kind; വെറും സാധാരണമായ; സർവ്വ സാധാരണമായ; ക്രമാനുസൃതമായ; പതിവായ.

ordination (ഓർഡിനേയ്ഷൻ) *n.* conferring of holy orders; വൈദികപ്പട്ടം നല്കൽ; *v.* **ordain**.

ordnance (ഓർഡ്നൻസ്) *n.* great guns; artillery; ammunition; പീരങ്കി; വലിയ തോക്ക്.

ore (ഓർ) *n.* metal as it comes from the mine; അയിര്; ധാതു; ലോഹമണ്ണ്; സമ്മിശ്രലോഹം.

organ (ഓർഗൻ) *n.* part of a body; an instrument; a musical instrument; അവയവം; ഇന്ദ്രിയം; ആയുധം; ഉപകരണം; യന്ത്രഭാഗം.

organic (ഓർഗാനിക്) *adj.* (*physiol.*) of bodily organs; vital; containing carbon; ജൈവമായ; ജീവകരണവിഷയകമായ അവയവങ്ങളുള്ള; നൈസർഗികമായ; സ്വഭാവേനയുള്ള.

organism (ഓർഗനിസം) *n.* organic

organization | our 293

structure; living animal or vegetable; അവയവഘടനാനിർമ്മാണം; സജീവ വസ്തു; അണുജീവി.

organization (ഓർഗനൈസേയ്ഷൻ) *n.* an organised body; act of organizing; സംഘടന; ഘടന; വ്യവസ്ഥ; വ്യവസ്ഥപ്പെടുത്തൽ; വ്യവസ്ഥിതി; സംഘടിതശക്തി; രൂപീകരണം.

organize (ഓർഗനൈസ്) *v.* form into an organic whole; to co-ordinate; കൂട്ടിച്ചേർക്കുക; സംയോജിപ്പിക്കുക; സംഘടിപ്പിക്കുക; രൂപവൽക്കരിക്കുക; പ്രവർത്തനക്ഷമമാക്കുക; *n.* **organizer** പ്രയോക്താവ്; സംസ്ഥാപകൻ; സംഘാടകൻ.

orgasm (ഓർഗാസം) *n.* climax of sexual excitement; രതിമൂർച്ഛ.

orgy (ഓർജി) *n.* drunken revelry; ലഹരിക്കൂത്ത്; മദ്യപാനമഹോത്സവം.

orient (ഓറിയൻറ്) *adj.* eastern; bright; പൂർവ്വദിക്കിലുള്ള; പൗരസ്ത്യ ദേശപരമായ; ശോഭയുള്ള; ഒരാളിലേക്കോ വസ്തുവിലേക്കോ ശ്രദ്ധ (താത്പര്യം) തിരിച്ചുവിടുക.

orientation (ഓറിയെൻറേയ്ഷൻ) *n.* assumption of definite direction; അഭിവിന്യാസം; നവീകരണം; **orientate.**

origin (ഒറിജിൻ) *n.* derivation; source; cause; beginning of anything; commencement; ഉത്ഭവം; ആരംഭം; തുടക്കം; ജന്മം; ജനനം; മൂലം; കാരണം.

originate (എ്റിജിനെയ്റ്റ്) *v.* give origin to; cause to begin; ജനിപ്പിക്കുക; ജനിക്കുക; ഉത്ഭവിപ്പിക്കുക; ഉത്ഭവിക്കുക; രൂപപ്പെടുത്തുക.

ornament (ഓർണമൻറ്) *n.* thing used to adorn; decoration; ആഭരണം; അലങ്കാരം; മോടി; ഭംഗി; ചന്തം; ശൃംഗാരം; അലങ്കരിക്കുക; ആഭരണം അണിയുക; *adj.* **ornamental** ഭൂഷണമായ.

orphan (ഓർഫൻ) *n.* child bereaved of parents; അനാഥക്കുട്ടി; മാതൃപിതൃഹീനൻ; *n.* **orphanage** അനാഥാലയം; അനാഥാവസ്ഥ.

orthodox (ഓർത്തഡോക്സ്) *adj.* conventional believing established opinions; മതാനുസാരമായ; വഴക്കപ്രകാരമുള്ള; യാഥാസ്ഥിതികമായ; ആചാരനിഷ്ഠയുള്ള.

oscillate (ഒസിലെയ്റ്റ്) *v.* move to and fro; vibrate; fluctuate; ആടുക; ചാഞ്ചാടുക; (*lit. & fig.*) ആന്ദോലനം ചെയ്യുക; *n.* **oscillation** ആന്ദോലനം; ചാഞ്ചാട്ടം.

ostensible (ഒസ്റ്റെൻസിബ്ൾ) *adj.* that may be shown; apparent; കാണത്തക്ക; തെളിഞ്ഞ.

ostentation (ഒസ്റ്റൻറ്റേയ്ഷൻ) *n.* act of showing; display; pretentious parade; ആടോപം; ആഡംബരം; ആർഭാടം; കോലാഹലം.

ostracism (ഓസ്ട്രസിസം) *n.* exclusion from society; സമുദായഭ്രഷ്ട്.

ostrich (ഒസ്ട്രിച്ച്) *n.* a large running bird; ഒട്ടകപ്പക്ഷി.

other (അദർ) *adj.* different; not the same; second of the two; alternate; മറ്റേതായ; അന്യമായ; അപരമായ; വേറെ; അതിരിക്തനായ; ശേഷമുള്ള; **otherwise** അഥവാ; **on the other hand** നേരേമറിച്ച്.

ought to (ഓട്ട് റ്റ) *v.* (*aux.*) to be under obligation; to be proper; (സഹായകക്രിയ) കടപ്പെട്ടിരിക്കുക; ബാധ്യതപ്പെട്ടവനായിരിക്കുക.

our (ഔഎ്ർ) *adj. & pron.* belonging to us; നമ്മുടെ; ഞങ്ങളുടെ; *possess.*

pron. **ours** ഞങ്ങളുടേത്; നമ്മളുടേത്; **ourself** നാംതന്നെ.

oust (ഔസ്റ്റ്) *v.t.* eject or expel; deprive of; ജോലിയിൽനിന്നു നീക്കുക; പുറത്താക്കുക; *n.* **ouster** ഒഴിപ്പിക്കൽ.

out (ഔട്ട്) *adv.* not within; abroad; on or towards outside; gone forth; away from house; പുറത്ത്; വെളിയിൽ; പുറമേ; അകലെ; ദൂരെ; വിട്ട്; തെറ്റിയിട്ട്; വെളിയെ; ദൂരെ; പുറത്തു പോയിരിക്കുന്നവൻ; **ins and outs** എല്ലാ വിവരങ്ങളും; **out for** തുനിഞ്ഞിറങ്ങിയ; **out and out** പൂർണ്ണമായി; **out of door** പുറത്ത്; വെളിയിൽ; *n.* **outing** ഉലാത്തൽ; *adv.* **out of hand** പിടിവിട്ട്; **out of print** അച്ചടിയിലില്ലാത്ത; **out of the way** ഒറ്റതിരിഞ്ഞ; *n.* **outbreak** പൊന്തൽ; ആരംഭം; ലഹള; **outburst** പൊട്ടിപ്പുറപ്പെടൽ; സ്ഫോടനം; *n.* **outcome** അനന്തരഫലം; *n.* **outcry** ഒച്ചപ്പാട്; കൂക്കൽ; *v.* **outdo** കവിഞ്ഞു നില്ക്കുക; അതിശയിക്കുക.

outcaste (ഔട് കാസ്റ്റ്) *v.* cause to lose one's caste; ജാതിഭ്രഷ്ടു കല്പിക്കുക.

outdate (ഔട്ഡേയ്റ്റ്) *v.* put out of date; തീയതി തെറ്റിക്കുക; *adj.* **outdated** കാലഹരണപ്പെട്ട; പഴഞ്ചനായ.

outdoor (ഔട്ഡോർ) *adj.* outside the house; in open air; വീട്ടിനു വെളിയിലുള്ള; തുറസ്സായ സ്ഥലത്തുള്ള.

outfit (ഔട്ഫിറ്റ്) *n.* complete equipment; സാമഗ്രികൾ; യാത്രാക്കോപ്പ്.

outgo (ഔട്ഗൗ) *v.* surpass; go out; മുന്നേറുക; തരണംചെയ്യുക.

outgrow (ഔട്ഗ്രൗ) *v.* grow too big for; അതിർകടന്നു വളരുക.

outhouse (ഔട്ഹൗസ്) *n.* small house near the main house; ഉപഗൃഹം; കൂട്ടുപുര.

outlaw (ഔട്ലോ) *n.* person excluded from law; നിയമരക്ഷാഭ്രഷ്ടൻ; കൊള്ളക്കാരൻ; കുറ്റവാളി.

outlet (ഔട്ലെറ്റ്) *n.* the passage outward; means of exit or escape; കൈവഴി; പുറത്തേക്കുള്ള മാർഗം.

outline (ഔട്ലൈൻ) *n.* outerline; rough draft; അതിര്; ബാഹ്യരേഖ; രേഖാരൂപം; ആ കൃതി; ചുരുക്കം; സംക്ഷേപം; സാരം.

outlive (ഔട്ലിവ്) *v.* live longer than; survive; കൂടുതൽ കാലം ജീവിച്ചിരിക്കുക.

outlook (ഔട്ലുക്) *n.* a view; prospect; mental attitude; വീക്ഷണഗതി; ആലോകനം; ദൃശ്യം.

outnumber (ഔട്നംബർ) *v.* exceed in number; എണ്ണത്തിൽ കവിഞ്ഞു നില്ക്കുക.

out-of-date (ഔട് ഓഫ് ഡേയ്റ്റ്) *adj.* outdated; കാലംകഴിഞ്ഞ.

outpost (ഔട്പൗസ്റ്റ്) *n.* detachment set at a distance; ദൂരസ്ഥലത്തെ കാവൽപുര.

output (ഔട്പുട്ട്) *n.* product of a process; ഉത്പന്നം; ഉത്പാദനം; ഫലം.

outright (ഔട്റൈറ്റ്) *adv.* & *adj.* wholly; completely; at once; തീരെ; ഉടനെ; നേരെ; സമ്പൂർണ്ണമായി.

outrun (ഔട്റൺ) *v.* exceed in running; ഓട്ടത്തിൽ (മറ്റുള്ളവരെ) പിന്നിലാക്കുക.

outset (ഔട്സെറ്റ്) *n.* commencement; ആരംഭം; തുടക്കം; ആരംഭദശ.

outside (ഔട്സൈഡ്) *n.* outer side; surface; exterior; പുറഭാഗം; മുകൾഭാഗം; ബഹിർഭാഗം; സീമ.

outsider (ഔട്സൈഡർ) *n.* one who is not a member of a particular company; സമൂഹഭ്രഷ്ടൻ; അന്യൻ.

outskirts (ഔട്സ്കേർട്സ്) *n.* outer

outsmart | overfeed 295

border; പര്യന്തം; പരിസരം; പ്രാന്തം; അതിർത്തി.

outsmart (ഔട്സ്മാർട്) *v.* (*coll.*) outwit; അതിസാമർത്ഥ്യം.

outspoken (ഔട്സ്പൗക്കൻ) *adj.* frank; uttered with boldness; വെട്ടിത്തുറന്നു പറയുന്ന; സ്പഷ്ടവാദിയായ.

outstanding (ഔട്സ്റ്റാൻഡിങ്) *adj.* remaining unpaid; prominent; പിരിഞ്ഞു കിട്ടാത്ത; ബാക്കിയായ.

outstation (ഔട്സ്റ്റേയ്ഷൻ) *n.* station at a distance; ആസ്ഥാനത്തുനിന്നോ ജനവാസകേന്ദ്രത്തിൽനിന്നോ അകലെയുള്ള സ്ഥലം.

outward (ഔട്വേഡ്) *adj.* external; going out; ബാഹ്യമായ; പുറത്തേക്കുള്ള; പുറത്തേക്കു ലക്ഷ്യമാക്കിയ.

outweigh (ഔട്വെയ്) *v.* exceeding in weight; അധികം തൂങ്ങുക; തൂക്കത്തിൽ മുന്നിട്ടുനില്ക്കുക.

outwit (ഔട്വിറ്റ്) *v.* surpass in wit; കൗശലത്താൽ ജയിക്കുക.

oval (ഔവൽ) *adj.* egg-shaped; അണ്ഡാകാരമുള്ള; ദീർഘവൃത്തമായ.

ovary (ഔവറി) *n.* female genital gland; ബീജകോശം; അണ്ഡകോശം; *adj.* അണ്ഡാകാരമായ.

ovation (ഔവേയ്ഷൻ) *n.* an outburst of applause; ആർപ്പുവിളി; ജയഘോഷം.

oven (അവ്ൻ) *n.* receptacle for baking food; അടുപ്പ്; ചൂള; അപ്പക്കൂട്.

over (ഔവർ) *prep.* above; in excess of; മേൽ; മുകളിൽ; മീതെ; അധികമായി; എല്ലാറ്റിലും മീതെ; മുകളിൽ; കൂടുതൽ; അവസാനമായ; തീർന്ന; **all over** ശരീരമാസകലം; പൂർണ്ണമായിത്തീർന്ന.

over-age (ഔവറേയ്ജ്) *adj.* too old; above the limiting age; പ്രായം കവിഞ്ഞ; നിർദ്ദിഷ്ടപ്രായം കഴിഞ്ഞ.

overall (ഔവറോൾ) *adv.* altogether; everywhere; എല്ലായിടത്തും; മൊത്തത്തിൽ; ആകെക്കൂടി.

overbridge (ഔവർബ്രിജ്) *n.* bridge over road, railway line etc.; മുകൾപ്പാലം.

overburden (ഔവർബെർഡൻ) *n.* too much weight; അതിഭാരം; അധികഭാരം.

overcast (ഔവർകാസ്റ്റ്) *v.* grow dull or cloudy; മൂടുക; മറയ്ക്കുക; ഇരുളാക്കുക.

overcoat (ഔവ്വർകൗട്ട്) *n.* an outer coat; പുറംകുപ്പായം; ബാഹ്യാവരണം.

overcome (ഔവർകം) *v.* subdue; കീഴടക്കുക; തരണം ചെയ്യുക; പരാജയപ്പെടുത്തുക.

overdo (ഔവർഡു) *v.* do too much; carry too far; exaggerate; വേണ്ടതിലധികം പ്രവർത്തിക്കുക; വളരെ പാടുപെടുക.

overdose (ഔവർഡൗസ്) *v.* give excessive dose; മാത്രയിലധികം മരുന്നു കൊടുക്കുക; (*also n.*).

overdraft (ഔവർഡ്രാഫ്റ്റ്) *n.* over drawing of bank account; ബാങ്ക് അക്കൗണ്ടിൽ ഉള്ളതിലധികം പണമെടുക്കൽ.

overdue (ഔവർഡ്യൂ) *n.* unpaid at the right time; അവധികഴിഞ്ഞു കിടക്കുന്ന തുക; തവണതെറ്റിയ സംഖ്യ.

overestimate (ഔവർഎസ്റ്റിമെയ്റ്റ്) *v.* overvalue; കണക്കിലേറെ (വില) മതിക്കുക.

overfeed (ഔവർഫീഡ്) *v.* feed to excess; അമിതമായി തീറ്റുക; തിന്നുക.

overflow (ഔവർഫ്ളൗ) *v.* flow over; brim of; കവിഞ്ഞൊഴുകുക; നിറഞ്ഞു കവിഞ്ഞിരിക്കുക.

overgrow (ഔവർഗ്രൗ) *v.* grow beyond; കണക്കിലേറെ വളരുക; വണ്ണം വയ്ക്കുക.

overhaul (ഔവർഹോൾ) *v.* examine thoroughly and repair; അഴിച്ചു കേടുപാടുകൾ തീർക്കുക.

overhead (ഔവർഹെഡ്) *adv.* above one's head; തലയ്ക്കുമീതെ; നേരേ മുകളിൽ; ഉയരത്തിൽ; **overhead costs** മീതി ചെലവുകൾ.

overhear (ഔവർഹിയർ) *v.* hear what was not intended to be heard; ഒളിച്ചുനിന്നു കേൾക്കുക; യാദൃച്ഛികമായി കേൾക്കുക.

overlap (ഔവർലാപ്) *v.* extend so as to lie or rest upon; കവിഞ്ഞു കിടക്കുക; അതിയായി വ്യാപിക്കുക.

overlive (ഔവർലിവ്) *v.* live longer than; നിർദ്ദിഷ്ടവയസ്സിനപ്പുറം ജീവിക്കുക.

overload (ഔവർലൗഡ്) *v.* overburden; കൂടുതൽ ഭാരം കയറ്റുക.

overlook (ഔവർലുക്) *v.t.* see from a high position; അവഗണിക്കുക; മാപ്പുകൊടുക്കുക; കാഴ്ചയിൽ പെടാതിരിക്കുക; കണ്ടില്ലെന്ന് നടിക്കുക.

overnight (ഔവർനൈറ്റ്) *adv.* in the preceding night; all night; തലേ രാത്രിയിൽ; രാത്രി മുഴുവനും; ഒരു രാത്രി മുഴുവൻ.

overplay (ഔവർപ്ലേയ്) *v.* play to excess; അമിതമായി കളിക്കുക.

overpopulated (ഔവർപൊപ്യുലെയ്റ്റഡ്) *v.* overpeopled; ജനസംഖ്യ കൂടിപ്പോയ.

overpower (ഔവർപവ്വർ) *v.* subdue; defeat; be too intense; കീഴടക്കുക; തോല്പിക്കുക; ഫലശൂന്യമാക്കുക.

overrate (ഔവർറെയ്റ്റ്) *v.* value too high; കണക്കിലേറെ മതിക്കുക.

overreach (ഔവർറീച്ച്) *v.* outwit; deceive by cunning; യുക്തിയിൽ മുന്തുക; തോല്പിക്കുക.

override (ഔവർറൈഡ്) *v.* ride over; pass over; supercede; (സൈന്യശക്തിയാൽ) തകർത്തുകളയുക; ചവുട്ടിമെതിക്കുക.

overrule (ഔവർറൂൾ) *v.* set aside decision by virtue of superior authority; മേലധികാരം പ്രയോഗിച്ചു റദ്ദു ചെയ്യുക; ദുർബലപ്പെടുത്തുക.

overrun (ഔവർറൺ) *v.* ravage; flood; swarm or spread over; പാഞ്ഞുകയറുക; പരക്കം പായുക.

oversee (ഔവർസീ) *v.t.* superintend; fail to see; മേൽനോട്ടം വഹിക്കുക; പരിശോധിക്കുക.

overshadow (ഔവർഷാഡൗ) *v.* shelter from sun; സ്വന്തം പ്രഭയാൽ അന്യന്റെ പ്രഭയെ കെടുത്തുക; നിഷ്പ്രഭമാക്കുക.

oversight (ഔവർസൈറ്റ്) *n.* omission to notice; നോട്ടക്കുറവ്; ഉപേക്ഷ.

overspend (ഔവർസ്പെൻഡ്) *v.* spend more than; പരിധിക്കപ്പുറം ചെലവഴിക്കുക.

overstaff (ഔവർസ്റ്റാഫ്) *v.* provide too many persons as staff for; (ഓഫീസിൽ) ആവശ്യത്തിലധികം ജോലിക്കാരെ നിയമിക്കുക.

overstay (ഔവർസ്റ്റേയ്) *v.* stay longer than; ക്രമാതീതമായി താമസിക്കുക.

overstep (ഔവർസ്റ്റെപ്) *v.* pass beyond; അതിക്രമിക്കുക.

overt (ഔവേർട്ട്) *adj.* openly done; എല്ലാവരുംകാണേ ചെയ്ത;

overtake (ഔവർടെയ്ക്ക്) *v.* pass by faster movement; അതിവേഗം പിൻ തുടർന്നു മറികടക്കുക.

overthrow (ഔവർത്രൗ) *v.* knock down; cast out from power; തള്ളിയിടുക; മറിച്ചിടുക; അധികാരത്തിൽനിന്നു മറിച്ചിടുക.

overtime (ഔവർടൈം) *n.* time employed in working beyond the regular hours; അധികസമയം; ക്ലിപ്തസമയ ത്തിനുശേഷം ജോലിചെയ്യുന്ന സമയം.

overturn (ഔവർടേൺ) *v.* overthrow; subvert; മറിച്ചിടുക; കീഴ്മേലാക്കുക; തകിടം മറിക്കുക.

overview (ഔവർവ്യൂ) *n.* general survey; പൊതുവായ അവലോകനം.

overweight (ഔവർവെയ്റ്റ്) *n.* excessive weight; അധികഭാരം; മുൻതൂക്കം.

overwhelm (ഔവർവെൽമ്) *v.* submerge utterly; ആഴ്ത്തുക; ആമഗ്ന നാക്കുക.

overwork (ഔവർവേർക്ക്) *v.* cause to work too hard; work beyond strength; ക്രമാതീതമായി ജോലി ചെയ്യിക്കുക, ചെയ്യുക.

overworn (ഔവർവോൺ) *adj.* worn out; spoiled by use; ഉപയോഗിച്ച് അധികം തേഞ്ഞുപോയ.

ovulate (ഒവുലെയ്റ്റ്) *v.* produce ovules; മൂലാണ്ഡം ഉത്പാദിപ്പിക്കുക; *n.* **ovulation.**

ovum (ഔവം) *n.* female germ-cell in animals; അണ്ഡം; രജസ്സ്.

owe (ഔ) *v.* be obliged for; be bound to pay; be in debt; (കടം) വീട്ടാനുണ്ടാ യിരിക്കുക; കടക്കാരനായിരിക്കുക.

owing (ഔയിങ്) *pref. & adj.* remaining as a debt; yet to be paid; കൊടുത്തുതീർക്കാനുള്ള.

owl (ഔൾ) *n.* a carnivorous nocturnal bird; ഊമൻ; മൂങ്ങ; ഉലൂകം; *n.* **owlet** നത്ത്.

own (ഔൺ) *v.* allow to be true; concede; to be rightful owner of; സമ്മതിക്കുക; ഏറ്റുപറയുക; ഉടമയായിരിക്കുക; ഉടമസ്ഥാവകാശമുണ്ടായിരിക്കുക; അവകാശപ്പെടുത്തുക; *n.* **ownership** ഉടമാവകാശം; ജന്മാവകാശം.

ox (ഒക്സ്) *n.* (*pl.* **oxen**) bovine animal; കാള; വരി ഉടച്ച മൂരി.

oxygen (ഒക്സിജൻ) *n.* gas without taste, colour or smell, forming part of the air, water, etc. പ്രാണവായു.

oyster (ഒയ്സ്റ്റർ) *n.* bivalve shellfish; മുത്തുച്ചിപ്പി.

Pp

P (പീ) the sixteenth letter of the English alphabet; ഇംഗ്ലിഷ് അക്ഷര മാലയിലെ പതിനാറാം അക്ഷരം.

pace (പെയ്സ്) *n.* step; stride; gait; rate of speed in movement or work; ചുവട്; ചുവടുദൂരം; നടത്തം; ഓട്ടം; പദവിന്യാസം; ഗതിവേഗം; **set the pace** ഗതിവേഗം (പുരോഗതി) നിയ ന്ത്രിക്കുക; **keep the pace** തുല്യവേഗ ത്തിൽ നീങ്ങുക.

pacific (്പെസിഫിക്) *adj.* mild; peaceful; pert. to Pacific Ocean; ശാന്തശീലമുള്ള; ശാന്തികരമായ; ശാന്തസമുദ്രത്തെ സംബന്ധിച്ച.

pacify (പ്ാസിഫൈ) *v.t.* make peaceful; appease; soothe; tranquilize; ശമിപ്പിക്കുക; സമാധാനപ്പെടുക; സാന്ത്വനിപ്പിക്കുക.

pack (പ്ാക്ക്) *n.* a bundle; collection; stock; a gang; കെട്ട്; ചുമട്; കൂട്ടം; സഞ്ചയം; ഗണം; പൊതി; ഭാണ്ഡം; മാറാപ്പ്; കെട്ടാക്കുക; അടുക്കിക്കെട്ടുക; പൊതിയുക.

package (പ്ാക്കിജ്) *n.* bundle; parcel; ഭാണ്ഡം; മാറാപ്പ്; പൊതിക്കെട്ട്.

pact (പ്ാക്റ്റ്) *n.* agreement; contract; treaty; ഉടമ്പടി; കരാർ; ഉഭയസമ്മതം; രാഷ്ട്രങ്ങൾ തമ്മിലുള്ള സഖ്യം.

pad (പ്ാഡ്) *n.* cushion; soft saddle; number of sheets of paper fastened together; ചെറുമെത്ത; പാദരക്ഷ; റബർസ്റ്റാമ്പിനുള്ള മഷിലിപ്തമായ പാഡ്; ലറ്റർപാഡ്.

paddle (പ്ാഡ്ൽ) *v.* dabble in water with hands or feet; row; വെള്ളത്തിൽ നീങ്ങുക; നീന്തിക്കളിക്കുക; ചുക്കാൻ; തുഴ; തണ്ട്; തുഴക്കാല്.

paddy (പ്ാഡി) *n.* growing rice; rice in the husk; നെൽച്ചെടി; നെല്ല്; *n.* **paddy-field** നെൽവയൽ.

padlock (പ്ാഡ്ലൊക്) *n.* a detachable lock; ആമപ്പൂട്ട്; താഴ്; *v.* താഴിടുക; പൂട്ടുക.

paean (പീയൻ) *n.* song of praise or triumph; കീർത്തനം; സ്തോത്രം.

paediatric (പീഡിയ്ാട്രിക്) *adj.* rel. to the medical treatment of children; ബാലചികിത്സയെ സംബന്ധിച്ച; *n.* **paediatrics** ബാലചികിത്സ; *ns.* **paediatrician; paediatrist** ബാലചികിത്സകൻ.

pagan (പേയ്ഗൻ) *n.* heathen; വിഗ്രഹാരാധകൻ; വിഗ്രഹോപാസകൻ; *n.* **paganism** വിഗ്രഹാരാധന.

page (പെയ്ജ്) *n.* one side of a book; വശം; പുറം; ഭാഗം; ഏട്; പത്രത്തിന്റെയോ പുസ്തകത്തിന്റെയോ പുറം.

pageant [പ്ാ(പേ)ജന്റ്] *n.* showy exhibition; കൂത്ത്, ആട്ടം, നാടകീയ പ്രദർശനം എന്നിവയോടുകൂടിയ ഘോഷയാത്ര; *n.* **pageantry.**

pager (പെയ്ജർ) *n.* a small radio-like electronic device which conveys a display message on a small screen to a person (on the move) carrying it, within a town; ഒരു ടൗണിൽ സഞ്ചരിച്ചുകൊണ്ടിരിക്കുന്ന ഒരാളിന് ചെറിയ സന്ദേശങ്ങൾ നല്കാനുള്ള സ്ക്രീനോടുകൂടിയ ഒരു ചെറിയ റേഡിയോ പോലെയുള്ള ഉപകരണം.

pail (പെയിൽ) *n.* bucket; തൊട്ടി; ബക്കറ്റ്; (a pail of water).

pain (പെയ്ൻ) *n.* suffering; distress of mind or body; penalty; വേദന; യാതന; പരിതാപം; ദുഃഖം; *v.* **pain**; വേദനിപ്പിക്കുക; വേദനിക്കുക; *adj.* **painful**; വ്യസനകരമായ; പീഡാവഹമായ; *n.* **painkiller** വേദനയില്ലാതാക്കുന്ന മരുന്ന്.

paint (പെയ്ൻറ്) *v.* cover with colour; ചായം ഇടുക; ചായം തേക്കുക; നിറം കൊടുക്കുക; വർണ്ണിക്കുക; തെളിച്ചു കാട്ടുക.

painter (പെയ്ൻറർ) *n.* one skilled in painting; വീടുകൾക്കു ചായമടിക്കുന്നയാൾ; ചിത്രകാരൻ.

painting (പെയ്ൻറിങ്) *n.* act or empair | pan 299

ployment of laying on colours; ചിത്രമെഴുത്ത്; ചിത്രരചന; വർണ്ണ ചിത്രം.

pair (പെയ്ർ) *n.* set of two; couple; man and his wife; a set of like things; ജോടി; ഇണ; ദ്വന്ദ്വം; ദ്വയം; ഇരട്ട; യുഗ്മം; മിഥുനം; രണ്ട്; രണ്ടംശം കൂടിയ സാധനം; ഇണചേരുക; തമ്മിൽച്ചേർക്കുക.

pal (പ്ാൽ) *n.* partner; mate; accomplice; ചങ്ങാതി; കൂട്ടുകാരൻ; സഹ വാസി; പങ്കാളി.

palace (പ്ാലസ്) *n.* king's house; അരമന; കൊട്ടാരം; ബിഷപ്പിൻെറ വസതി; മഹാമന്ദിരം.

palanquin (പ്ാലൻകീൻ) *n.* a box like carriage borne by poles on men's shoulder's; പല്ലക്ക്; മേനാവ്.

palate (പ്ാലിറ്റ്) *n.* upper part of mouth; taste; അണ്ണാക്ക്; താലു; രുചി; അഭിരുചി; സ്വാദ്.

palatial (പലേയ്ഷൽ) *adj.* pert. to a palace; like a palace; കൊട്ടാരം പോലെയുള്ള; ഗംഭീരമായ.

pale (പെയ്ൽ) *adj.* whitish; dim; faintly coloured; വിളറിയ; രക്തപ്രസാ ദമില്ലാത്ത; മ്ലാനമായ; വിവർണ്ണമായ; വിവർണ്ണമാകുക.

palette (പ്ാലിറ്റ്) *n.* flat tablet for mixing colours; (ചായ)പ്പലക.

pallet (പ്ാലിറ്റ്) *n.* straw bed; വയ് ക്കോൽക്കിടക്ക.

palliate (പ്ാലിയെയ്റ്റ്) *v.t.* mitigate; alleviate; രോഗത്തിൻെറ ശക്തി കുറയ്ക്കുക; വേദന ലഘൂകരി ക്കുക.

pallid (പ്ാലിഡ്) *adj.* pale; wan; വിളറിയ; നിറം കുറഞ്ഞ; *ns.* **pallidity, pallidness.**

pallor (പ്ാലർ) *n.* paleness; വിളർച്ച; വൈവർണ്ണ്യം.

palm (പാം) *n.* inner part of hand between wrist and fingers; ഉള്ളംകൈ; കൈത്തലം; *n.* **palmful** കൈയിൽ കൊള്ളുന്നത്.

palm (പാം) *n.* tropical branchless tree of many varieties; ഒറ്റത്തടിമരം (തെങ്ങ്, പന മുതലായ പനവർഗ്ഗം).

palmist (പാമിസ്റ്റ്) *n.* fortune teller from lines of palm; ഹസ്തരേഖാ ശാസ്ത്രജ്ഞൻ.

palm top (പാം ടോപ്പ്) *n.* (computer) a very small computer that fits in the palm of the hand കൈപ്പത്തിയിൽ ഒതുക്കാവുന്നത്ര ചെറുതായ കംപ്യൂ ട്ടർ.

palpable (പ്ാൽപബ്ൾ) *adj.* that can be touched or felt; തൊട്ടറിയാവുന്ന; എളുപ്പത്തിലറിയാവുന്ന; *n.* **palpability;** *adv.* **palpably.**

palpitate (പ്ാൽപിറ്റെയ്റ്റ്) *v.* beat rapidly; pulsate; നെഞ്ചിടിക്കുക; തുടി ക്കുക; മിടിക്കുക; *n.* **palpitation.**

palsy (പ്പോൾസി) *n.* paralysis; തളർ വാതം.

paltry (പ്പോൾട്രി) *adj.* mean; petty; trashy; vile; നിസ്സാരമായ; ക്ഷുദ്ര മായ.

pamper (പ്ാംപ്ർ) *v.* feed with fine food; overindulge; (സുഖഭോഗ ങ്ങൾ നല്കിയും മറ്റും) അതിതുഷ്ടി വരുത്തുക; അതിലാളനയാൽ വഷ ളാക്കുക.

pamphlet (പ്ാംഫ്ലിറ്റ്) *n.* small book; short essay; ലഘുലേഖ; ഗ്രന്ഥിക; *n.* **pamphleteer**; *n.* & *adj.* **pamphleteering.**

pan (പാൻ) broad shallow vessel; കലം; ചട്ടി; താലം; ചട്ടിയുടെ ആകൃ

തിയിലുള്ള ഏതെങ്കിലും പാത്രം; **frying pan** വറചട്ടി.

panacea (പ്ാനസീയ) *n.* (*lit.* & *fig.*) remedy for all diseases; ഒറ്റമൂലി; സർവ്വരോഗശമനൗഷധം.

pancreas (പ്ാങ്ക്രിയെസ്) *n.* a large gland in the body; അഗ്ന്യാശയം; ആഗ്നേയാന്ത്രം; ആഗ്നേയഗ്രന്ഥി.

panda (പാൻഡ) *n.* an ursine quadruped; കരടിപ്പൂച്ച; ചീറ്റപ്പുലി.

pandemonium (പ്ാൻഡിമൗണിയം) *n.* any disorderly or noisy assembly; ബഹളം നിറഞ്ഞ സമ്മേളനസ്ഥലം.

pander (പ്ാൻഡർ) *n.* a pimp; കൂട്ടിക്കൊടുക്കുന്നവൻ; ഹീനാഭിലാഷങ്ങൾക്കു വഴിയൊരുക്കുന്നവൻ.

pane (പെയ്ൻ) *n.* window glass; (ജാലകത്തിന്റെ) കണ്ണാടിച്ചില്ല്; കളം.

panel (പ്ാന്ൽ) *n.* flat surface with raised margins; list of jury; കണ്ണാടിപ്പലക; ശാഖ; ഭാഗം; കവാടഫലകം; ജൂറിമാരുടെ ഗണം; മദ്ധ്യസ്ഥസമിതി.

pang (പ്ാങ്) *n.* shooting pain; പ്രാണവേദന; കഠിനനോവ്; മാനസികയാതന.

panic (പ്ാനിക്) *n.* infectious fright; alarm; consternation; പെട്ടെന്നുണ്ടാകുന്ന അമിതഭീതി; കിടിലം; പരിഭ്രാന്തി; *adj.* **panicky**; *n.* **panic monger** സംഭ്രമമുണ്ടാക്കുന്നവൻ.

panorama (പ്ാനരാമ) *n.* wide or complete view; വിശാല പ്രകൃതിദൃശ്യം; സർവ്വദിങ് ദർശനം; *adj.* **panoramic**.

pant (പ്ാൻറ്) *v.* breathe hard; gasp; heave; long for; കിതയ്ക്കുക; വീർപ്പുമുട്ടുക; നെടുവീർപ്പിടുക; അതിയായി അഭിലഷിക്കുക; *adj.* **panting**; *adv.* **pantingly**.

pantaloon (പ്ാൻറലൂൺ) *n.* buffoon in pantomime; വിദൂഷകവസ്ത്രം; അയഞ്ഞ കാൽശരായി.

panther (പ്ാൻഥർ) *n.* leopard; പുള്ളിപ്പുലി; കരിമ്പുലി.

panties (പ്ാൻറീസ്) *n.* (*pl.*) കുട്ടികളുടെ (സ്ത്രീകളുടെ) ട്രൗസർ; നിക്കർ.

pantomime (പ്ാൻറമൈം) *n.* a play in dumb show; മൗനനാടകം; സംജ്ഞാനാടകം.

pantry (പ്ാൻട്രി) *n.* room for provisions; കലവറ; ഭോജനാലയം; സാമാന അറ; **pantryman** പാചകൻ.

pants (പ്ാൻറ്സ്) *n.* trousers; കാൽക്കുപ്പായം; ട്രൗസർ; കാലുറ.

pap (പ്ാപ്) *n.* soft food for infants; കഞ്ഞി; ശിശുഭക്ഷണം (ഇങ്ക്).

papa (പപ്പാ) *n.* (*esp.* childish) father; അച്ചരൻ.

papacy (പേയ്പ്പസി) *n.* the office of Pope; a Pope's tenure of office; പോപ്പിന്റെ പീഠം; പദവി; പോപ്പിന്റെ അധികാരം.

paper (പേയ്പ്പർ) *n.* any substance used for writing, printing, drawing, etc.; newspaper; കടലാസ്; ഒരു പായ്കടലാസ്; എഴുത്ത്; ഉപന്യാസം; പ്രബന്ധം; വർത്തമാനപത്രിക; കടലാസ്സുകൊണ്ടുണ്ടാക്കിയ; അതിലോലമായ; **paperback** കട്ടികുറഞ്ഞ കവറിട്ട; **paper tiger** (*fig.*) കടലാസുപുലി; **stamp paper** മുദ്രപ്പത്രം.

papilla (പ്ാപില) *n.* (*pl.* **papillae**) pap or nipple; മുലക്കണ്ണ്; അരിമ്പ്; ചെറുപരു.

papyrus (പ്പെപ്പെയറസ്) *n.* (*pl.* **papyri**) an aquatic plant; paper reed; പെരുങ്കോരപ്പുല്ല്; കടലാസ് നിർമ്മാണത്തിനുപയോഗിക്കുന്ന ഈറ ച്ചെടി.

par (പാർ) *n.* state of equality; equal norm, value, etc.; മൂല്യസമത; ഒപ്പം; തുല്യഭാവം; തുല്യത; തുല്യവില; **above par** മുഖവിലയിൽ കൂടുതൽ വിലയ്ക്ക്.

parable (പ്ാരബ്ൾ) *n.* allegory; enigmatical saying; ദൃഷ്ടാന്തകഥ; അന്യാപദേശം.

parabola (പ്ാരബൗൾ) *n.* comparison; similitude; ഉപമാലങ്കാരം; ദൃഷ്ടാന്തം.

parachute (പാരഷൂട്ട്) *n.* umbrella-like apparatus for descending safely from aeroplane; പാരച്ച്യൂട്ട്; അധികം ഉയരത്തു നിന്ന് അപായം കൂടാതെ താഴെയിറങ്ങുവാനുപയോഗിക്കുന്ന ഉപകരണം.

parade (പ്പെരെയ്ഡ്) *n.* display; show; pompous procession; സൈനികപ്രദർശനം; പ്രകടനം; സ്വയം പ്രകടനം; ആഘോഷം.

paradise (പാരഡൈസ്) *n.* garden of Eden; 'ഏദൻ'തോട്ടം; പറുദീസ; സ്വർഗം; ദേവലോകം.

paradox (പാരഡൊക്സ്) *n.* that which is contrary to received opinion; വിരോധാഭാസം; പൂർവ്വാപര വൈരുദ്ധ്യം; വിപരീതസത്യം; *adj.* **paradoxical**.

paragon (പ്ാരഗൺ) *n.* supremely excellent person or thing; അതുല്യമാതൃക; അനുപമവസ്തു.

paragraph (പ്ാരഗ്രാഫ്) *n.* distinct passage or section in book etc.; ഖണ്ഡിക; പരിച്ഛേദം; ഭാഗം.

parakeet (പ്ാരക്കീറ്റ്) *n.* a small long-tailed parrot; നീണ്ടവാലുള്ള ഒരിനം തത്ത.

parallel (പ്ാരലൽ) *adj.* equidistant; analogous; സമാന്തരമായ; *n.* **parallelism** സമാന്തരത്വം.

paralyse (പ്ാരലൈസ്) *v.* afflict with paralysis; മരവിപ്പിക്കുക; സ്തംഭിപ്പിക്കുക; ശക്തിഹീനമാക്കുക; തളർവാതം; പക്ഷാഘാതം.

paramount (പ്ാരമൗണ്ട്) *adj.* superior to all others; supreme; പരമമായ; പരമപ്രധാനമായ.

paramour (പ്ാരമൂഎർ) *n.* a lover of either sex usu. in the illicit sense; (വിവാഹിതൻെറയോ വിവാഹിതയുടെയോ) അവിഹിതപ്രേമ ഭാജനം.

paranoia (പ്ാരനോയിഎയ) *n.* mental delusion; മറ്റുള്ളവരെ അനാവശ്യമായി സംശയിക്കുകയും അവിശ്വസിക്കുകയും ചെയ്യുന്ന തരത്തിലുള്ള മാനസികരോഗം.

parapet (പ്ാരപ്പിറ്റ്) *n.* a low wall; ചെറുഭിത്തി; അരമതിൽ.

paraphrase (പ്ാരഫ്രെയ്സ്) *n.* explanation of a passage; പരാവർത്തനം; ഭാവാർത്ഥവിവരണം.

parasite (പ്ാരസൈറ്റ്) *n.*one who lives at the expense of another; പരോപജീവി; പരാന്നഭുക്ക്; ഇത്തിക്കണ്ണി.

parasol (പ്ാരസൊൾ) *n.* small umbrella; കൈക്കുട; സ്ത്രീകളുടെ അലങ്കാരക്കുട.

parboil (പാർബൊയ്ൽ) *v.t.* boil slightly; അരവേവായി പുഴുങ്ങുക.

parcel (പാർസ്ൽ) *n.* a portion; a lot; a pack; ഭാഗം; അംശം; ഭൂമിത്തുണ്ട്; പൊതി; കെട്ട്.

parch (പാർച്ച്) *v.* roast; scorch; വറക്കുക; പൊരിക്കുക.

parchment (പാർച്ച്മെൻറ്) *n.* skin of sheep prepared for writing on; ചർമ്മപത്രം; തോൽക്കടലാസ്.

pardon (പാർഡ്ൻ) *v.* forgive; set free from punishment; മാപ്പുകൊടുക്കുക; പൊറുക്കുക; ദണ്ഡിക്കാതെ വിടുക; ക്ഷമിക്കുക; *adj.* **pardonable**.

parent (പേയരെൻറ്) *n.* one who begets; father or mother; അച്ഛനോ അമ്മയോ; **first parents** ആദിപിതാക്കൾ (ആദവും ഹവ്വയും); *adj.* **parental**; *n.* **parenthood**.

parish (പ്ാരിഷ്) *n.* subdivision of a country having its own church and clergyman; പള്ളിയിടവക; *n.* **parishioner** ഇടവകക്കാരൻ.

parity (പ്ാരിററി) *n.* equality in status; equivalence; തുല്യത; സമാനത.

park (പാർക്) *n.* enclosed piece of land for recreation; ഉദ്യാനം; ക്രീഡാവനം; വാഹനങ്ങൾ ഇടാനുള്ള താവളം.

parlance (പാർല്ലെൻസ്) *n.* talk; conversation; സല്ലാപം; നാടോടിഭാഷ.

parley (പാർലി) *v.i.* confer; treat with an enemy; സന്ധിചെയ്യുക.

parliament (പാർലമെൻറ്) *n.* supreme legislative body; ജനപ്രതിനിധിസഭ; നിയമനിർമ്മാണസഭ; പ്രതിനിധിമഹാസഭ; *n.* **parliamentarian**.

parlour (പാർല്ലെർ) *n.* ordinary sitting room; room for receiving guests; സല്ലാപശാല; പ്രധാന സല്ക്കാരമുറി.

parochial (പ്പെരൗക്കിയൽ) *adj.* of a parish; of narrow sentiments; ഇടവകയിൽപ്പെട്ട; സങ്കുചിതചിന്താഗതിയുള്ള.

parody (പാ്റെഡി) *n.* imitation of a poem to produce a ridiculous effect; ഹാസ്യാനുകരണം.

parole (പ്പെരൗൾ) *n.* a word of honour by a prisoner; തടവുകാരൻ ചെയ്യുന്ന പ്രതിജ്ഞയിന്മേൽ നൽകുന്ന താല്ക്കാലിക മോചനം.

parrot (പ്ാരറ്റ്) *n.* a genus of birds some capable of repeating words; തത്ത.

parry (പ്ാരി) *v.* (*p.t.* & *p.p.* **parried**) ward or keep off; തടുക്കുക; തട്ടിനീക്കുക.

parsimony (പാർസിമ്മെനി) *n.* miserliness; frugality; പിശുക്ക്; മിതവ്യയം.

parson (പാർസൻ) *n.* parish priest; ഇടവകവികാരി; ഗ്രാമപുരോഹിതൻ; *n.* **parsonage** പുരോഹിതവസതി.

part (പാർട്ട്) *n.* a portion; constituent; fraction; share; അംശം; ഘടകം; ഭാഗം; തുണ്ട്; അവയവം; പങ്ക്; ഓഹരി; നാടകാങ്കം; സംബന്ധം; പകുക്കുക; ഭാഗിക്കുക; ഭിന്നിപ്പിക്കുക; **in part** ഭാഗികമായി; **part company** കൂട്ടു പിരിയുക; വേർപിരിയുക; **take part (in)** (ചർച്ചയിലും മറ്റും) പങ്കെടുക്കുക; സഹായിക്കുക.

partake (പാർട്ടെയ്ക്ക്) *v.* participate; take or have a share; പങ്കുകൊള്ളുക; പങ്കുവഹിക്കുക.

partial (പാർഷ്ൽ) *adj.* rel. to a part; biased; unfair; ഒരു ഭാഗം സംബന്ധിച്ച; ഒരു ഭാഗം മാത്രമായ; അപൂർണ്ണമായ; *adv.* **partially**.

partiality (പാർഷിയ്ാലിറ്റി) *n.* bias; favouritism; പക്ഷപാതം; പക്ഷഭേദം.

participate (പാർട്ടിസിപ്പെയ്റ്റ്) *v.* par-

particle | paste 303

take; പങ്കെടുക്കുക; പങ്കുണ്ടായിരിക്കുക; *n.* **participant**; *n.* **participation**; ഭാഗഭാഗിത്വം.

particle (പാർട്ടിക്ക്ൾ) *n.* a minute portion of a matter; കണം; കണിക; ബിന്ദു.

particular (പർട്ടിക്യുല്ലർ) *adj.* rel. to a single person or thing; പ്രത്യേക വ്യക്തിയെ (വസ്തുവെ) സംബന്ധിച്ച; വ്യതിരിക്തമായ; ഓരോന്നായ; സവിശേഷമായ; സൂക്ഷ്മമായ; വ്യക്തിഗതമായ.

partisan (പാർട്ടിസാൻ) *n.* a blind adherent of a party or a faction; പക്ഷപാതമുള്ളയാൾ.

partition (പാർട്ടിഷൻ) *n.* division; separation; separate part; വിഭാഗം; വിഭജനം; പിരിവ്; ഭാഗം; മറ; ത്‌ട്ടി; വേലി; ഇടഭിത്തി.

partner (പാർട്ട്നർ) *n.* sharer; associate; husband or wife; partaker; പങ്കാളി; സഹകാരി; ഭർത്താവ്; ഭാര്യ; *n.* **partnership**; കൂട്ടുകച്ചവടം.

party (പാർട്ടി) *n.* body of persons united in a cause; faction; പക്ഷം; കൂട്ടുകെട്ട്; കക്ഷി; രാഷ്ട്രീയപാർട്ടി; പ്രത്യേക വ്യക്തി; വിരുന്ന്; വിരുന്നുകാർ.

pass (പാസ്) *v.* move forward; be transferred; reach; elapse; glide; കടത്തിക്കൊണ്ടു പോകുക; കടത്തിവിടുക; കടത്തുക; കടന്നുവരിക; സഞ്ചരിക്കുക; തരണം ചെയ്യുക; കടന്നുപോകുക; നിയമമായിത്തീരുക; ജയം പ്രാപിക്കുക; ചുരം; മലയിടുക്ക്; **pass over** മരിക്കുക; **pass on** തന്റെ വഴിയിലൂടെ നീങ്ങുക; *n.* **pass book** ഇടപാടു കണക്കു പുസ്തകം; **pass word** (കടന്നു പോകാൻ അനുമതി കിട്ടുന്നതിനുള്ള) സങ്കേതപദം; **pass away** അവസാനിക്കുക; മരിക്കുക.

passage (പാസിജ്) *n.* means or way of passing; പ്രവേശനമാർഗ്ഗം; നിഷ്ക്രമണ മാർഗ്ഗം; കടന്നുപോകൽ; ഗതി; പ്രയാണം.

passenger (പാസിൻജെർ) *n.* traveller in public conveyance; യാത്രക്കാരൻ; യാത്രികൻ.

passion (പാഷൻ) *n.* strong feeling or agitation of mind; ശക്തിമത്തായ വികാരം; അത്യുത്സാഹം; ഉഗ്രകോപം.

passionate (പാഷനെറ്റ്) *adj.* showing strong emotion; തീവ്രവികാരാധീനനായ; എളുപ്പം ക്ഷോഭിക്കുന്ന.

passive (പാസിവ്) *adj.* inert; not reacting; not resisting; അപ്രവർത്തകമായ; ക്രിയാശൂന്യമായ; നിഷ്ക്രിയമായ; *ns.* **passivity; passiveness.**

passport (പാസ്പോർട്ട്) *n.* a permit to go to a foreign country; അന്യരാജ്യത്തു പോകാനുള്ള അനുമതിപത്രം.

pass word (പാസ്‌വേഡ്) *n.* (computer) a word or a series of characters which identifies a user so that he can access a system ഒരു കംപ്യൂട്ടർ സംവിധാനത്തിലേക്ക് പ്രവേശനം അനുവദിക്കുന്നതിന് ഉപയോക്താവിനെ തിരിച്ചറിയാൻ സഹായിക്കുന്ന വാക്ക് അല്ലെങ്കിൽ ലിപിസഞ്ചയം, അടയാളവാക്യം.

past (പാസ്റ്റ്) (*pa.p.* of **pass**) *adj.* former; bygone; elapsed; spent; ended; മുമ്പിലത്തെ; കഴിഞ്ഞ കാലത്തെ; അവസാനിച്ച; തീർന്ന; ഭൂതകാലത്തെ; ഭൂതകാലം; പൂർവ്വകാലം.

paste (പെയ്സ്റ്റ്) *n.* a soft plastic

mass; dough; പശ; കുഴമ്പ്; കൊഴുത്ത ദ്രാവകം; പശവച്ച് ഒട്ടിക്കുക.

pastime (പാസ്റ്റൈം) *n.* recreation; amusement; sport; കളി; വിനോദം; ഉല്ലാസം.

pastor (പാസ്റ്റർ) *n.* clergyman; പുരോഹിതൻ; ഉപദേശി..

pastry (പെയ്സ്ട്രി) *n.* kinds of baked food; ചിലതരം പലഹാരങ്ങൾ.

pasture (പാസ്ചെർ) *n.* grazing land; മേച്ചിൽസ്ഥലം; പുൽത്തകിടി; മേയ്ക്കുക; *n.* **pasturage** മേച്ചിൽ സ്ഥലം.

pat (പ്ാറ്റ്) *n.* light quick blow; tap; തട്ട്; മൃദുപ്രഹരം; തലോടൽ; തടവൽ.

patch (പ്ാച്ച്) *n.* piece of cloth; plot of ground; വസ്ത്രഖണ്ഡം; തുണിത്തുണ്ട്; ശകലം; വലുതോ ക്രമരഹിതമോ ആയ വ്യതിരിക്ത സ്ഥലം; മുറിവിൻ മേലൊട്ടിക്കുന്ന പ്ലാസ്റ്റർ; കീറൽ നീക്കുക; തുണ്ടുവച്ചു തയ്ക്കുക; **patchwork** കഷണംവയ്ക്കൽ; **patch up** (*fig.*) തത്ക്കാലനിവൃത്തിയുണ്ടാക്കുക.

patent (പേയ്റ്റൻറ്) *adj.* lying open; protected by a patent; തുറന്ന; പ്രകടമായ; തനിക്കു മാത്രം അവകാശമുള്ള; നിർമ്മാണാവകാശക്കുത്തകയുള്ള; *n.* വിശേഷാവകാശപത്രം.

paternal (പ്പേറ്റേർണൽ) *adj.* fatherly; of a father; hereditary; പിതാവിൻേറതായ; പിതൃതുല്യമായ; പിതൃവിഷയകമായ.

paternity (പ്പേറ്റേണിറ്റി) *n.* parentage; fatherhood; authorship; പിതൃത്വം.

path (പാത്ത്) *n.* track; footway; പാത; നിരത്ത്; പെരുവഴി; മാർഗ്ഗം.

pathetic (പ്പെത്തെറ്റിക്) *adj.* affecting the emotions of pity, grief etc.; ദയനീയമായ; മനസ്സലിയിക്കുന്ന; വികാരസംബന്ധിയായ; *adv.* **pathetically**.

pathology (പ്െതൊളജി) *n.* study of causes and symptoms of diseases; രോഗ നിദാനം; രോഗലക്ഷണ ശാസ്ത്രം.

pathos (പെയ്തൊസ്) *n.* quality that excites pity or sadness; കരുണരസം.

patience (പേയ്ഷൻസ്) *n.* endurance of pain or any provocation; സർവ്വംസഹത്വം; ക്ഷമ; സഹനശീലം; സഹനശക്തി; *adj.* **patient**; *adv.* **patiently.**

patient (പേയ്ഷൻറ്) *n.* a person under medical treatment; രോഗാതുരൻ; രോഗി.

patriarch (പേയ്ട്രിയാർക്) *n.* ruler of family; കുടുംബാധിപൻ; കുലപതി; ഗോത്രഭരണാധികാരി; 'പാത്രിയർക്കീസ്.'

patricide (പ്ാട്രിസൈഡ്) *n.* the murder of one's own father; പിതൃഹത്യ; പിതൃഹന്താവ്; *adj.* **patricidal**.

patrimony (പ്ാട്രിമ്മനി) *n.* inheritance from father; പൈതൃകസ്വത്ത്.

patriot (പെയ്ട്രിയറ്റ്, പാട്രിയറ്റ്) *n.* one who is devoted to his country; സ്വദേശാഭിമാനി; സ്വരാജ്യസ്നേഹി; *n.* **patriotism** രാജ്യസ്നേഹം.

patrol (പ്പെട്രൗൾ) *n.* police constable who goes a regular beat; പാറാവുകാർ; പാറാവു നടത്തുക.

patron (പേയ്ട്രൻ) *n.* protector; influential supporter; രക്ഷാധികാരി; ആശ്രയദാതാവ്; *n.* **patronage**; രക്ഷാകർത്തൃത്വം.

patronize (പേയ്ട്രനൈസ്) *v.* act as a patron; രക്ഷാധികാരിയാകുക; പിന്തുണ നൽകുക; സംരക്ഷിക്കുക;

patter | peculiar 305

താൻ വലിയ ആളാണെന്നമട്ടിൽ (അന്യനോട്) പെരുമാറുക.

patter (പാറ്റ്ർ) *v.* pat or strike often; chatter; (പടപടചറപറ) ശബ്ദമുണ്ടാക്കുക; തെരുതെരെ ഉരുവിടുക.

pattern (പ്ാറ്റേൺ) *n.* model or design; a typical sample; മാതൃക; ഡിസൈൻ.

patulous (പ്ാറ്റ്യൂലസ്) *adj.* open; expanded; തുറസ്സായ; വികസിച്ച.

paucity (പോസ്സെറ്റി) *n.* smallness of number or quantity; കുറവ്; വൈരള്യം.

paunch (പോഞ്ച്) *n.* belly; stomach; വയർ; ഉദരം; കുടവയറ്.

pauper (പോപ്പ്ർ) *n.* poor person; beggar; ഇരപ്പാളി; നിർധനൻ; പാപ്പരായവൻ.

pause (പോസ്) *v.* stop for a short interval; തല്ക്കാലവിരാമം; നൈമിഷിക നിശ്ശബ്ദത; താല്ക്കാലികമായി നിറുത്തൽ.

pave (പെയ്വ്) *v.* lay with brick or stone; കൽത്തളമിടുക; കല്ലുപാവുക; മാർഗ്ഗം വെട്ടിത്തെളിക്കുക; *n.* **pavement** കല്ലുപാകിയ നിരത്ത്.

paw (പോ) *n.* foot of quadrupeds having claws; മൃഗങ്ങളുടെ നഖമുള്ള പാദം; നഖം.

pawn (പോൺ) *n.* (*usu. fig.*) pledge; security for money borrowed; പണയം; ജാമ്യം; ഈട്; *n.* **pawn-broker** പണ്ടത്തിന്മേലും മററും പണം കടംകൊടുക്കുന്നവൻ; *n.* **pawn-broking**.

pawn (പോൺ) *n.* piece of the lowest rank at chess; ചതുരംഗത്തിൽ കാലാൾ.

pay (പേയ്) *v.* remunerate; compensate; give what is due; വിലകൊടുക്കുക; ശമ്പളം നൽകുക; പ്രതിഫലം കൊടുക്കുക; അടച്ചുതീർക്കുക; ശിക്ഷിക്കുക; **pay day** ശമ്പള ദിവസം; **pay roll** ശമ്പളപ്പട്ടിക; **pay off** കൊടുത്തുതീർക്കുക; *n.* **payment** പണം കൊടുക്കൽ.

pea (പീ) *n.* a kind of bean; പട്ടാണിപ്പയറ്; **pea nut** നിലക്കടല.

peace (പീസ്) *n.* state of quiet; calmness; സമാധാനം; ശാന്തി; നിശ്ശബ്ദത; മനഃസ്വസ്ഥത; യുദ്ധരാഹിത്യം.

peaceful (പീസ്ഫുൾ) *adj.* enjoying peace; സമാധാനപരമായ; സമാധാനപൂർണ്ണമായ; പ്രശാന്തമായ.

peacock (പീക്കൊക്ക്) *n.* male peafowl; ആൺമയിൽ; മയൂരം; ഉദ്ധതൻ.

peak (പീക്ക്) *n.* projecting point; hill top; a summit; അഗ്രം; മുന; പർവ്വതശിഖരം; കൊടുമുടി *adj.* **peaked** കൂർത്ത മുഖാവയവങ്ങളുള്ള.

peal (പീൽ) *n.* succession of loud sounds as of bells; വലിയ ഒച്ച; കൂട്ടമണിനാദം; ഗർജ്ജനം.

pearl (പേൾ) *n.* shining gem found in oyster; finest example; മുത്ത്; വിലപ്പെട്ട വസ്തു.

peasant (പെസൻറ്) *n.* cultivator; countryman; a rustic; കർഷകൻ; കൃഷിവലൻ; കർഷകതൊഴിലാളി; *n.* **peasantry**; ഗ്രാമകൃഷിക്കാർ.

pebble (പെബ്ൾ) *n.* roundish stone; a fine kind of glass; ചരൽക്കല്ല്; സ്ഫടികക്കല്ല്.

peck (പെക്ക്) *n.* hasty kiss; ധൃതിയിലുള്ള ചുംബനം; കുത്തിത്തുളയ്ക്കുക; കൊത്തിത്തിന്നുക; *n.* **pecker** മരങ്കൊത്തിപ്പക്ഷി.

peculiar (പിക്യൂല്യർ) *adj.* special; strange; one's own; പ്രത്യേകതര

മായ; വിചിത്രതയുള്ള; വിശേഷ മായ; വ്യക്തിഗതമായ; *n.* **peculiarity**; വിശേഷലക്ഷണം; *adv.* **peculiarly**.

pecuniary (പിക്യൂനിയറി) *adj.* rel. to money; പണം സംബന്ധിച്ച; ധന വിഷയകമായ.

pedal (പെഡ്ൽ) *adj.* pert. to foot; പാദത്തെ സംബന്ധിച്ച; ചവിട്ടുപടി; യന്ത്രം പ്രവർത്തിപ്പിക്കാനുള്ള ചവി ട്ടുപടി.

pedant (പെഡൻറ്) *n.* vain displayer of learning; പണ്ഡിതമ്മന്യൻ; *adj.* **pedantic;** *adv.* **pedantically**; *n.* **pedantry**; പാണ്ഡിത്യപ്രദർശനം.

peddle (പെഡ്ൽ) *v.* travel and sell small wares; വീടുതോറും നടന്നു വിൽപന നടത്തുക.

pedestal (പെഡിസ്റ്റൽ) *adj.* base supporting column or pillar; പീഠം; വേദി; തറ.

pedestrian (പിഡെസ്ട്രിയൻ) *adj.* walking; for walkers; കാൽനടയായ; കാൽനടക്കാർക്കുള്ള; കാൽനട ക്കാരൻ; *n.* **pedestrianism**.

pedigree (പെഡിഗ്രി) *n.* line of ancestors; വംശം; വംശാവലി; വംശചരിതം; വംശപാരമ്പര്യം; കുലപരമ്പര.

pee (പീ) *v.* (*coll.*) urinate; മൂത്രമൊഴി ക്കുക.

peel (പീൽ) *v.* strip off skin or bark; flay; തൊലിക്കുക; തോലുനീക്കുക; *n.* **peeling** തോലുരിക്കൽ.

peep (പീപ്) *v.* look through a narrow opening; ഒളിഞ്ഞുനോക്കുക; പാതി യടച്ച കണ്ണുകൾകൊണ്ടു നോക്കു ക; *n.* ഒളിനോട്ടം; എത്തിനോട്ടം; **Peeping Tom** പെണ്ണുങ്ങളെ അബ ദ്ധസമയങ്ങളിൽ ഗൂഢമായൊളി ഞ്ഞുനോക്കുന്നയാൾ.

peer (പിയെർ) *n.* equal in rank, ability; (സ്ഥാനത്തിലോ കഴിവിലോ) തുല്യൻ; സമൻ; കിടക്കാരൻ; *n.* **peerage** പ്രഭുപദവി.

peer (പിയെർ) *v.* peep; look closely; appear; ഉറ്റുനോക്കുക; ഒളിഞ്ഞു നോക്കുക.

peerless (പിയർലിസ്) *adj.* matchless; നിസ്തുലമായ.

peevish (പീവിഷ്) *adj.* irritable; easily angered; കലഹപ്രിയനായ.

peg (പെഗ്) *n.* pin or bolt of wood; a drink esp. of spirits; ആപ്പ്; മര യാണി; കോട്ടും മറ്റും തൂക്കിയിടാ നുള്ള കുറ്റി; ഒരു മദ്യ അളവ്; കുറ്റി തറയ്ക്കുക.

pelican (പെലികൻ) *n.* web-footed water bird; ഞാറപ്പക്ഷി.

pellet (പെലിറ്റ്) *n.* little ball; small pill; ചെറുപന്ത്; ഉരുള; ചിറ്റുണ്ട.

pell-mell (പെൽമെൽ) *adv.* in utter confusion; താറുമാറായി; കുഴഞ്ഞു മറിഞ്ഞ്.

pelt (പെൽറ്റ്) *v.* assail with missiles; കല്ലെറിയുക; കല്ലെറിഞ്ഞു മുറിവേ ല്പിക്കുക; തെറിപ്പിക്കുക; ശകാര വർഷം ചൊരിയുക.

pen (പെൻ) *n.* an instrument for writing; quill for writing; തൂലിക; പേന; ഫൗണ്ടൻപെൻ; എഴുതുക; രചിക്കു ക; **pen pusher**; ഗുമസ്തൻ; **pen-friend, pen-pal;** *(coll.)* കത്തുകൾ കൈമാറുന്ന സുഹൃത്ത്.

pen (പെൻ) *n.* an enclosed shelter for sheep, cattle etc.; പശു, ആട്, കോഴി മുതലായവയെ സൂക്ഷിക്കുന്നതി നുള്ള വളപ്പ്.

penal (പീനൽ) *adj.* connected with or liable to punishment; ശിക്ഷാ പരമായ; ശിക്ഷാർഹമായ; ശിക്ഷാ

penance | people 307

നിയമസംബന്ധിയായ; *adv.* **penally**; *n.* **penalty** പിഴ; നഷ്ടം.

penance (പെനൻസ്) *n.* act of self mortification പ്രായശ്ചിത്തം; അനുതാപം; ശരീരദണ്ഡനം.

penchant (പാ̆ങ്ഷാ̆ങ്, പെഞ്ചെൻറ് *U.S.*) *n.* inclination; അഭിരുചി; വാസന; പക്ഷപാതം.

pencil (പെൻസ്ൽ) *n.* instrument of black lead for writing and drawing; തൂലിക; പെൻസിൽ; *v.* എഴുതുക; വരയ്ക്കുക.

pendant (പെൻഡ്ഡൻറ്) *n.* hanging ornament worn on the neck; ലോളകം; പതക്കം; കഴുത്തിൽ തൂക്കിയിടുന്ന ആഭരണം.

pending (പെൻഡിങ്) *adj.* undecided; awaiting decision; തീർച്ചപ്പെടാത്ത; തീരുമാനം പ്രതീക്ഷിച്ചിരിക്കുന്ന.

pendulum (പെൻഡ്യൂലം) *n.* body swinging to and fro; ദോലകം; ആന്ദോളകം; നാഴികമണിയുടെ നാക്ക്; *v.* **pendulate**.

penetrate (പെനിട്രേയ്റ്റ്) *v.* enter into; pierce; നുഴഞ്ഞുകയറുക; തുളച്ചുകയറുക, കയറ്റുക; കുഴിക്കുക; പ്രവേശിപ്പിക്കുക; ഉള്ളിൽ കടക്കുക; *adj.* **penetrating**; *n.* **penetration** തുളച്ചുകയറൽ.

penguin (പെങ്ഗ്വിൻ) *n.* a sea bird of the Antarctic; പെൻഗ്വിൻ പക്ഷി.

penicillin (പെനിസിലിൻ) *n.* an antibiotic; രോഗാണു വളർച്ച തടയുന്ന ഒരൗഷധം.

peninsula (പെനിൻസ്യുല) *n.* a portion of land almost surrounded by water; അർദ്ധദ്വീപ്; ഉപദ്വീപ്.

penis (പീനിസ്) *n.* (*pl.* **penes**) external male organ of generation; പുരുഷലിംഗം.

penitent (പെനിറ്റൻറ്) *adj.* repenting; പാപബോധമുള്ള; പശ്ചാത്താപമുള്ള.

penny (പെനി) *n.* coin worth $^1/_{100}$th of pound; പൗണ്ടിൻെറ നൂറിലൊന്നു വിലവരുന്ന നാണയം.

pension (പെൻഷൻ) *n.* stated allowance in consideration of past services; അടുത്തൂൺ; വാർദ്ധക്യകാലശമ്പളം; വിശ്രമവേതനം; *adj.* **pensionable**; *n.* **pensioner** പെൻഷൻകാരൻ.

pensive (പെൻസിവ്) *adj.* meditative; thoughtful; ദുഃഖചിന്തയിലാണ്ട; ചിന്താഗ്രസ്തനായ; *adv.* **pensively**; *n.* **pensiveness**.

pentagon (പെൻറഗൺ) *n.* plain figure having five sides; പഞ്ചകോണം; പഞ്ചഭുജം.

Pentecost (പെൻറികൊസ്റ്റ്) *n.* Jewish harvest festival held on fiftieth day after the Passover; പെസഹായുടെ അമ്പതാംനാളിലെ യഹൂദപ്പെരുന്നാൾ.

penthouse (പെൻറ്ഹൗസ്) *n.* sloping roof against a wall; ചായ്ച്കെട്ട്; ചായ്പ്.

penultimate (പെനൾട്ടിമെയ്റ്റ്) *adj.* the last but one; ഉപാന്ത്യത്തിലുള്ള; ഒടുവിലത്തേതിൻെറ മുമ്പിലുള്ള.

penury (പെന്യൂറി) *n.* great poverty; want; മഹാദാരിദ്ര്യം; ഇല്ലായ്മ; *adj.* **penurious**.

peon (പിയ്യൺ) *n.* attendant; footsoldier; പരിചാരകൻ; ശിപായി; കാവലാൾ.

people (പീപ്പ്ൾ) *n.* persons composing community; ജനങ്ങൾ; ജനത; നിവാസികൾ.

pep (പെപ്) *n.* vigour; spirit; ചൊടി; ചുണ; വീര്യം.

pepper (പെപ്പർ) *n.* a plant and its fruits with hot pungent taste; കുരുമുളക്; മുളകുവള്ളി.

peppermint (പെപ്പർമിൻറ്) *n.* a species of mint; കർപ്പൂരതുളസി.

per (പ്പെർ) *prep.* through; by means of; -യാൽ; -കൂടി; -കൊണ്ട്; മുഖാന്തരം; ഓരോന്നിനും; പ്രകാരം; വീതം; **per annum** ഒരു വർഷത്തേക്ക്.

perambulate (പെറാംബ്യുലെയ്റ്റ്) *v.* stroll; walk round and inspect; കറങ്ങി നടക്കുക; ചുറ്റിനടക്കുക; *n.* **perambulator** ശിശുക്കളെ കൊണ്ടുനടക്കുന്ന ഉന്തുവണ്ടി.

per capita (പ്പെർകാപിറ്റ) *adj.* for each person; ആളൊന്നുക്കുള്ള.

perceive (പെർസീവ്) *v.* see; observe; understand; know through the senses; കാണുക; പഞ്ചേന്ദ്രിയങ്ങളിലേതിലൂടെയെങ്കിലും അറിയുക; ദർശിക്കുക.

percent (പ്പെർസെൻറ്) *adv.* by the hundred; ശതമാനം; *n.* **percentage** rate; ശതമാനം; ശതമാനക്കണക്ക്.

percept (പ്പേർസെപ്റ്റ്) *n.* that which is perceived; കാഴ്ച; വിഷയം; *adj.* **perceptible**; *adv.* **perceptibly**; *n.* **perceptibility**.

perception (പ്പെർസെപ്ഷൻ) *n.* act or faculty of perceiving; കാഴ്ച; പ്രേക്ഷണം; അവബോധം; പ്രത്യക്ഷബോധം; ഗ്രഹണശക്തി; *n.* **perceptivity**.

perch (പ്പേർച്ച്) *n.* roost of birds; കോൽ; വടി; കിളിക്കോല്; പക്ഷികളിരിക്കുന്ന കൊമ്പ്; ചേക്ക; ചേക്കകയറുക; ഉയർന്ന സ്ഥാനത്തുറപ്പിക്കുക.

perchance (പ്പെർചാൻസ്) *adv.* perhaps; by chance; ഒരുപക്ഷേ; യാദൃച്ഛികമായി.

percolate (പ്പെർകളെയ്റ്റ്) *v.* filter; ooze; അരിക്കുക; ഒലിച്ചിറങ്ങുക; *n.* **percolation**; ഊറൽ; *n.* **percolator** അരിക്കുന്നവൻ.

peremptory (പ്പെറെംപ്റ്ററി) *adj.* authoritative; ശീഘ്രകർത്തവ്യമായ; അലംഘനീയമായ.

perennial (പ്പെറെന്യൽ) *adj.* lasting throughout year; ആണ്ടോടാണ്ടു നില്ക്കുന്ന; ഇടവിടാതെയുള്ള.

perfect (പ്പേർഫെക്റ്റ്) *adj.* faultless; complete; entire; absolute; exact; കുറ്റമറ്റ; പരിപൂർണ്ണമായ; സമഗ്രമായ; പൂർത്തിയാക്കുക; പൂർണ്ണത കൈ വരുത്തുക; *n.* **perfectness.**

perfection (പ്പെർഫെക്ഷൻ) *n.* completion; പരിപൂർണ്ണത; സമ്പൂർത്തി.

perforate (പ്പേർഫ്ഫെറെയ്റ്റ്) *v.* to bore through; drill; തുളയ്ക്കുക; തുരക്കുക; (നിറയെ) ദ്വാരങ്ങളുണ്ടാക്കുക; *adj.* **perforated**; *n.* **perforation** സുഷിരം.

perform (പ്പെർഫോം) *v.* act; do; discharge; execute; ചെയ്യുക; അനുഷ്ഠിക്കുക; നടിക്കുക; പ്രകടിപ്പിക്കുക; നടത്തുക; വാദ്യം വായിക്കുക; *n.* **performance**; *n.* **performer**.

perfume (പ്പേർഫ്യൂം) *n.* pleasant smell; sweet scent; fragrance; സുഗന്ധം; സുഗന്ധ വസ്തു (സെൻറും മറ്റും); സൗരഭ്യം; *n.* **perfumery**; പരിമളവസ്തുക്കൾ; ഇവ വില്ക്കുന്ന സ്ഥലം.

perfunctory (പ്പെർഫങ്ക്റ്ററി) *adj.* done merely for getting through a duty; മനസ്സില്ലാമനസ്സോടെ ചെയ്ത.

perhaps (പ്പെർഹാപ്സ്) *adv.* by

peril | perpetual 309

chance; possibly; ഒരുവേള; ഒരു പക്ഷേ.

peril (പെരിൽ) *n.* danger; risk; loss or destruction; ആപത്ത്; അപകടം; ഹാനി; പ്രാണഹാനി; *adj.* **perilous**; *adv.* **perilously**; *n.* **perilousness**.

perimeter (പെരിമീറ്റർ) *n.* circumference of closed figure; ചുറ്റളവ്.

period (പിയരിയഡ്) *n.* an age; a phase in history; കാലഘട്ടം; കാലാവധി; ആർത്തവകാലം; സമയം; വേള; അബ്ദം; പൂർണ്ണവാചകം; സമാപ്തി; അവസരം; വിദ്യാലയങ്ങളിൽ പഠനസമയത്തിൻെറ ഒരു ഭാഗം.

periodical (പിയരിയോഡിക്കൽ) *adj.* pert. to a period; occurring at regular intervals; ആനുകാലികമായ; ആനുകാലിക പ്രസിദ്ധീകരണങ്ങളെ സംബന്ധിച്ച.

peripheral (പെരിഫെറൽ) *adj.* rel. to periphery or boundary line; വൃത്തപരിധിയെ സംബന്ധിച്ച; *n.* **periphery**; പുറംഭാഗം; വൃത്തപരിധി.

peripheral (പെരിഫെററൽ) *n.* an input/output device directed from a controller or computer; വിവരങ്ങൾ കംപ്യൂട്ടറിലേക്ക് നല്കാനോ അതിൽനിന്ന് ലഭിക്കാനോ സഹായിക്കുന്ന ഭാഗങ്ങൾ; ഉദാ: ഡിസ്ക് ഡ്രൈവ്, പ്രിൻററുകൾ.

perish (പെരിഷ്) *v.* be destroyed; decay; die; മരിക്കുക; നശിക്കുക; മുടിഞ്ഞുപോകുക; *n.* **perishables** എളുപ്പം കേടുവന്നുപോകുന്ന സാധനങ്ങൾ; *n.* **perishability** നശ്വരത.

perjure (പേർജർ) *v.* take false oath; cause to swear falsely; കള്ളസത്യം ചെയ്യുക; കള്ളസത്യം ചെയ്യിക്കുക.

perjury (പേർജറി) *n.* false oath; the breaking of an oath; കള്ളസത്യം; മിഥ്യാ ശപഥം.

perk (പേർക്) *v.* make trim or smart; prank; ഞെളിയുക; പ്രൗഢി കാട്ടുക; *n.* **perks** ശമ്പളത്തിനു പുറമെ ഒരുദ്യോഗസ്ഥന് നല്കുന്ന മറ്റ് സൗജന്യങ്ങൾ.

permanent (പേർമനൻറ്) *adj.* lasting; durable; everlasting; സ്ഥിരമായ; നിത്യമായ; ശാശ്വതമായ; *ns.* **permanence, permanency**; *adv.* **permanently.**

permeate (പേർമിയെയ്റ്റ്) *v.* to pervade; pass through the pores of; കിനിയുക; ഊറിച്ചെല്ലുക.

permission (പേർമിഷൻ) *n.* consent or liberty (to do); ഉത്തരവ്; അനുമതി; പ്രവേശനാധികാരം; അനുവദിക്കുന്ന; അനുമതി നല്കുന്ന.

permit (പേർമിറ്റ്) *v.* give consent or opportunity for; let pass; സമ്മതിക്കുക; (ഉത്തരവ്, അനുവാദം) നല്കുക; പോകാൻ അനുവദിക്കുക; സാധ്യമാക്കുക.

pernicious (പേർണീഷസ്) *adj.* destructive; deadly; wicked; വളരെ ഹാനികരമായ; വിനാശകരമായ; മാരകമായ; പീഡാവഹമായ.

perpendicular (പേർപൻഡിക്യുലർ) *adj.* upright or vertical; erect; കുത്തനെയുള്ള; നിവർന്നുനില്ക്കുന്ന; ചെങ്കുത്തായ.

perpetrate (പേർപിട്രെയ്റ്റ്) *v.* do; execute; be guilty of; (കുററകൃത്യം, പാപം) ചെയ്യുക; അതിക്രമിക്കുക; പാതകം ചെയ്യുക; *ns.* **perpetration, perpetrator**.

perpetual (പെർപെച്യൂഎൽ) *adj.* everlasting; endless; നിലനിൽക്കുന്ന; ശാശ്വതമായ; എപ്പോഴുമുള്ള;

ഇടവിടാത്ത; *adv.* **perpetually**; *v.* **perpetuate**; നിലനിർത്തുക; ചിര പ്രതിഷ്ഠ നൽകുക.

perplex (പ്പെർപ്ലെക്സ്) *v.* embarrass; puzzle; bewilder; അന്തംവിടുവിക്കുക; അമ്പരപ്പിക്കുക; ചിന്താക്കുഴപ്പം വരുത്തുക; *adjs.* **perplexed, perplexing**; *n.* **perplexity**; അമ്പരപ്പ്; പരിഭ്രമം.

persecute (പേർസിക്യൂട്ട്) *v.* harass; afflict; hunt down; ഉപദ്രവിക്കുക; പീഡിപ്പിക്കുക; ക്ലേശിപ്പിക്കുക; *n.* **persecution** പീഡനം; ദ്രോഹം.

persevere (പേഴ്സിവിയർ) *v.i.* persist in anything; അശ്രാന്തം പരിശ്രമിക്കുക; സ്ഥിരോത്സാഹം കാട്ടുക; നിർത്താതെ പ്രയത്നിക്കുക; *n.* **perseverance**; സ്ഥിരോത്സാഹം.

persist (പ്പെർസിസ്റ്റ്) *v.* persevere; insist; continue to be; നിർബന്ധം പിടിക്കുക; സ്ഥിരോത്സാഹം കാട്ടുക; വാശിപിടിക്കുക.

person (പേർസ്ൺ) *n.* individual; human being; മനുഷ്യവ്യക്തി; ആൾ; ജീവനുള്ള മനുഷ്യശരീരം.

personal (പേർസ്സണ്ൽ) *adj.* pert. to a person; individual; പ്രത്യേക വ്യക്തിയെ സംബന്ധിച്ച; വ്യക്തിപരമായ; തനതായ; *v.* **personalize**; *adv.* **personally**.

personality (പേർസനാലിററി) *n.* individuality; വ്യക്തിവൈശിഷ്ട്യം; വ്യക്തിത്വം.

personnel (പേർസണെൽ) *n.* body of persons employed in a factory, office etc.; ഉദ്യോഗസ്ഥസഞ്ചയം; ജോലിക്കാരുടെ ഗണം.

perspective (പ്പെർസ്പെക്റ്റീവ്) *n.* view; prospect; vista; വീക്ഷണം; പരിപ്രേക്ഷ്യം.

perspire (പ്പെർസ്പൈയ്യർ) *v.* to sweat; exude; വിയർക്കുക; വിഷമിക്കുക; *n.* **perspiration** വിയർപ്പ്.

persuade (പ്പെർസ്വെയ്ഡ്) *v.* induce or coax; influence by argument; പ്രേരിപ്പിക്കുക; പറഞ്ഞു വിശ്വസിപ്പിക്കുക; അനുനയിക്കുക; *n.* **persuasion;** *adj.* **persuasive** പ്രേരിപ്പിക്കാൻ കഴിയുന്ന; *adv.* **persuasively**; *n.* **persuasiveness**.

pertain (പ്പെർറെറയ്ൻ) *v.* belong as part; be appropriate to; ഭാഗമായിരിക്കുക; സംബന്ധിച്ചിരിക്കുക; **pertaining to** കുറിച്ചുള്ളതായ.

pertinent (പേർട്ടിനൻറ്) *adj.* related to the subject; പ്രസക്തമായ; സംഗതമായ; പൊരുത്തമുള്ള; *ns.* **pertinence, pertinency.**

perturb (പ്പെർട്ടേർബ്) *v.t.* disturb; throw into confusion; agitate; അസ്വസ്ഥമാക്കുക; (മാനസികമായി) ഇളക്കിമറിക്കുക; ഉലയ്ക്കുക; *n.* **perturbation.**

peruse (പെറൂസ്) *v.* read with attention or carefully; examine; സൂക്ഷിച്ചുനോക്കുക; ശ്രദ്ധാപൂർവ്വം വായിക്കുക; പരിശോധിക്കുക; *n.* **perusal** വായന.

pervade (പ്പെർവെയ്ഡ്) *v.t.* spread throughout; ആസകലം വ്യാപിക്കുക; പരക്കുക; *n.* **pervasion**; *adj.* **pervasive** വ്യാപകമായ.

perverse (പ്പെർവേർസ്) *adj.* obstinate in the wrong; വിപരീതബുദ്ധിയായ; വഴിപിഴച്ച; തലതിരിഞ്ഞ; മനോവൈലക്ഷണ്യമുള്ള; *adv.* **perversely**; *ns.* **perversity**.

perversion (പ്പെർവേർഷൻ) *n.* waywardness; sexual abnormality; കുടിലത; വഴിപിഴച്ച പോക്ക്; ലൈംഗിക വൈകൃതം; *adj.* **perversive**.

pervert (പെർവെർട്ട്) *v.* turn from the right course; corrupt; വഴിപിഴയ്ക്കുക; കീഴ്മേൽ മറിക്കുക; ലൈംഗിക വൈകൃതം പ്രവർത്തിക്കുന്നയാൾ; വക്രബുദ്ധി.

pessimism (പെസിമിസ്ം) *n.* (*opp.* to **optimism**) tendency to expect bad results; അശുഭപ്രതീക്ഷ; വിഷാദാത്മകത്വം; *n.* **pessimist** ദോഷൈകദൃക്; *adj.* **pessimistic** വിഷാദാത്മകമായ.

pest (പെസ്ററ്) *n.* pestering person or thing; പകർച്ചവ്യാധി; വിളകൾ നശിപ്പിക്കുന്ന കൃമികീടങ്ങൾ.

pester (പെസ്ററർ) *v.* annoy; disturb; harass; ശല്യപ്പെടുത്തുക; ഉപദ്രവിക്കുക.

pesticide (പെസ്ററിസൈഡ്) *n.* substance for destroying pests; കുമിൾ കീടനാശകൗഷധം; കീടനാശിനി.

pestilence (പെസ്ററിലെൻസ്) *n.* contagious deadly disease; കഠിന സാംക്രമികരോഗം.

pet (പെററ്) *n.* an offended feeling; അല്പകോപം; ഈറ; ശുണ്ഠി; വാത്സല്യഭാജനം; ഇഷ്ടവ്യക്തി; ചെല്ലപ്പിള്ള; അരുമയായി വളർത്തുന്ന മൃഗം; താലോലിക്കുക; ലാളിക്കുക.

petal (പെററ്ൽ) *n.* flower leaf; പുഷ്പദലം; ഇതൾ.

petard (പെററാർഡ്) *n.* a kind of firework; ഒരുതരം പടക്കം.

petite (പെറ്റീറ്റ്) *adj.* of small dainty build; ഒതുങ്ങിയ ശരീരമുള്ള (സ്ത്രീ).

petition (പെറ്റീഷൻ) *n.* written request; entreaty; അപേക്ഷ; അർത്ഥനാപത്രം; നിവേദനം; ഹർജി; *adj.* **petitionary**; *n.* **petitioner.**

petrify (പെട്രിഫൈ) *v.* convert to stone; stupefy; കല്ലായി മാററുക; കഠിനപ്പെടുത്തുക; *n.* **petrifaction** കല്ലിക്കൽ; കല്ലാകൽ.

petrol (പെട്രൗൾ) *n.* refined petroleum; ശുദ്ധിചെയ്തെടുത്ത പെട്രോളിയം; പെട്രോൾ.

petticoat (പെറ്റിക്കോട്ട്) *n.* undergarment of females; സ്ത്രീകളുടെ അടിയുടുപ്പ്; അടിപ്പാവാട.

petty (പെറ്റി) *adj.* trifling; trivial; അപ്രധാനമായ; നിസ്സാരനായ; നിന്ദ്യമായ; ചെറിയ; *n.* **pettiness** അല്പത്വം.

phallus (ഫാലസ്) *n.* penis, the organ of sex; പുരുഷലിംഗം.

phantasm (ഫാൻറസ്ം) *n.* fancy; phantom; illusion; മായ; മായക്കാഴ്ച; മായാരൂപം.

phantom (ഫാൻറം) *n.* apparition; ghost; something unreal; മായാരൂപം; പ്രേതം.

pharmacopoeia (ഫാർമക്കോപ്പിയ) *n.* book of directions for preparing medicines; ഔഷധനിർമ്മാണക്രമങ്ങളും പ്രയോഗമുറകളും പ്രതിപാദിക്കുന്ന ഗ്രന്ഥം; *n.* **pharmacy.**

pharmacy (ഫാർമസി) *n.* preparation and dispensing of drugs; dispensary; ഔഷധവിദ്യ; ഔഷധാലയം.

pharynx (ഫാരിങ്ക്സ്) *n.* cavity forming the upper part of the gullet; തൊണ്ട; ഗ്രസനി.

phase (ഫെയ്സ്) *n.* aspect of anything at a stage; point of view; വികാസത്തിൻെറയോ മാറ്റത്തിൻെറയോ ഘട്ടം; പ്രശ്നത്തിൻെറ തല്ക്കാലസ്ഥിതി.

phenomenal (ഫെനൊമെനൽ) *adj.*

perceptible by the senses; remarkable; വളരെ ശ്രദ്ധേയമായ.

phenomenon (ഫെ̄നൊമെനൻ) *n.* any remarkable or uncommon thing or event; പ്രതിഭാസം; അപൂർവ്വക്കാഴ്ച.

philander (ഫില̄ൻഡെർ) *v.* flirt; pretend admiration and love for a lady; സ്ത്രീകളുമായി ശൃംഗരിക്കുക.

philanthropy (ഫില̄ൻത്രപി) *n.* love of mankind; മനുഷ്യസ്നേഹം; ഭൂതദയ.

philately (ഫില̄റ്റ്ലി) *n.* collection and study of postage stamps; തപാൽ മുദ്ര (സ്റ്റാമ്പ്) ശേഖരണം; *n.* **philatelist**.

philosophize (ഫി̄ലൊസ്സഫൈ̄സ്) *v.* play the philosopher; reason like a philosopher; തത്ത്വജ്ഞാനി ചമയുക; ജ്ഞാനപ്രമാണപ്രകാരം അന്വേഷിക്കുക.

philosophy (ഫി̄ലൊസഫി) *n.* seeking after wisdom; that which deals with ultimate reality; തത്ത്വശാസ്ത്രം; തത്ത്വദർശനം.

phlegm (ഫ്ളെം) *n.* bronchial mucus; coldness; sluggishness; കഫം; ശ്ലേഷ്മം; ജാഡ്യം; മാന്ദ്യം; *adj.* **phlegmatic**; ഉദാസീനമായ; ചുണയില്ലാത്ത.

phobia (ഫൗ̄ബിയ) *n.* morbid irrational fear or hatred; യുക്തിരഹിതവും രോഗാവസ്ഥയ്ക്കു തുല്യവുമായ ഭയമോ വിദ്വേഷമോ.

phoenix (ഫീനിക്സ്) *n.* an imaginary bird; an emblem of immortality; ഒരു സങ്കല്പപക്ഷി; അമർത്യത്വപ്രതീകം.

phone (ഫൗ̄ൺ) *n.* an elementary speech sound; a telephone receiver; ഭാഷയിലെ മൗലികധ്വനി; ടെലഫോൺ; *v.* ടെലഫോണിൽ സംസാരിക്കുക.

phonetic (ഫ്̄ഫണറ്റിക്) *adj.* representing vocal sounds; ഉച്ചാരണപ്രകാരം എഴുതപ്പെടേണ്ട; സ്വരസൂചകമായ; *adv.* **phonetically**; *ns.* **phonetician; phonetist**.

phonetics (ഫ്̄ഫണ്ണെറ്റിക്സ്) *n.* (*sing.*) science of pronouncing; സ്വരശാസ്ത്രം.

phony, phoney (ഫൗ̄ണി) *n.* counterfeit; unreal; വ്യാജം; മിഥ്യ; *adj.* തട്ടിപ്പായ; കൃത്രിമമായ.

photo (ഫൗ̄ട്ടൗ) *n.* picture obtained by light; ഛായാപടം; പ്രകാശചിത്രം.

photogenic (ഫൗ̄ട്ടൗജെനിക്) *adj.* apt to be good subjects for photographs; lovely; attractive; നല്ല ഫോട്ടോവിനു വിഷയമാവുന്ന.

photograph (ഫൗ̄ട്ടഗ്രാഫ്) *n.* a photo; ഛായാഗ്രഹണയന്ത്രത്തിലൂടെ ലഭിക്കുന്ന ചിത്രം; ഫോട്ടോ; *n.* **photographer** ഛായാഗ്രാഹകൻ; *adj.* **photographic**; *adv.* **photographically**; *n.* **photography**.

photostat (ഫൗ̄ട്ടെസ്റ്റ̄റ്റ്) *n.* photocopy; കൈയെഴുത്തുപ്രതികളുടെ പകർപ്പു ചിത്രമെടുക്കുന്നതിനുള്ള യന്ത്രോപകരണം; പകർപ്പ്.

photosynthesis (ഫൗ̄ട്ടൗസിന്തിസിസ്) *n.* building up of compounds by the chlorophyll of plants by means of energy of light; പ്രകാശസംശ്ലേഷണം; *adj.* **photosynthetic**.

phrase (ഫ്രെയ്̄സ്) *n.* style; expression; idiom; ആവിഷ്കാരരീതി; ശൈലി; പദസമുച്ചയം; വാക്യം; ചൊല്ല്; ഉക്തി; *n.* **phrasing**; *n.* **phraseology.**

physical (ഫിസിക്കൽ) *adj.* pert. to nature; bodily; material; പ്രകൃതി ധർമ്മപ്രകാരമുള്ള; ശരീരപ്രകൃതിയെ സംബന്ധിച്ച; ഭൗതികമായ; ശാരീരികമായ.

physician (ഫിസിഷൻ) *n.* medical practitioner; doctor; ചികിത്സകൻ; ഭിഷക്; വൈദ്യൻ.

physics (ഫിസിക്സ്) *n.* (*pl.*) science of matter and energy; ഊർജ്ജതന്ത്രം; ഭൗതികവിദ്യ; പദാർത്ഥവിജ്ഞാനം.

physiology (ഫിസിയോളജി) *n.* science of functions and phenomena of living organisms; ശരീരശാസ്ത്രം.

physiotherapy (ഫിസിയൗഥെറപി) *n.* treatment by massage, exercises etc.; തിരുമ്മ്, ചൂട്, വ്യായാമം മുതലായവ കൊണ്ടുള്ള ചികിത്സ.

physique (ഫിസിക്ക്) *n.* bodily structure; ദേഹതത്ത്വം; ശരീരപ്രകൃതി.

piano (പിയാനൗ) *n.* keyed musical instrument; പിയാനോ എന്ന സംഗീതോപകരണം.

pick (പിക്ക്) *v.* to peck; bite or nibble; pick up; select; gather; steal; കൊത്തിത്തിന്നുക; പെറുക്കുക; തിരഞ്ഞെടുക്കുക; ശേഖരിക്കുക; ചികയുക; ആരായുക; പറിച്ചെടുക്കുക; **pick off** വെടിവച്ചു വീഴ്ത്തുക; **pick and choose** ശ്രദ്ധാപൂർവ്വം തിരഞ്ഞെടുക്കുക; **pick up** നിലത്തുനിന്നെടുക്കുക; *n.* **pick-pocket** പോക്കറ്റടിക്കാരൻ; *n.* **picking** കിളയ്ക്കൽ; കുഴിക്കൽ.

pickerel (പിക്കറൽ) *n.* small fresh water fish; പരൽമീൻ.

picket (പിക്കിറ്റ്) *n.* pointed stake; a small out-post; picket duty; കുറ്റി; മരക്കൊളുത്ത്; കാവൽപ്പട; പിക്കറ്റ് ചെയ്യൽ; ബഹിഷ്ക്കരിക്കൽ.

pickle (പിക്ക്ൾ) *n.* article of food preserved in solution of salt etc.; ഉപ്പിലിട്ടത്; അച്ചാറ്.

picnic (പിക്നിക്) *n.* a pleasure outing including meal out of doors; വിനോദയാത്ര; ഉല്ലാസയാത്ര; വിഹരിക്കൽ.

pictorial (പിക്റ്റോറിയൽ) *adj.* illustrated; picturesque; ചിത്രങ്ങളിലൂടെ ആവിഷ്കരിച്ച; ചിത്രാത്മകമായ.

picture (പിക്ചർ) *n.* painting or drawing; image; ചിത്രം; ചിത്രലേഖം; ഛായാചിത്രം; ചലച്ചിത്രം.

picturesque (പിക്ചെറസ്ക്) *adj.* beautiful; vivid and colourful; സുചിത്രിതമായ; ചിത്രദർശിത; *adv.* **picturesquely**; *n.* **picturesqueness**.

piece (പീസ്) *n.* fragment or part of anything; artistic or literary composition; ഖണ്ഡം; കഷണം; അംശം; നുറുക്ക്; ശകലം; പടം; ഒരളവ്; നാണയം; മാതൃക; ഉദാഹരണം; യോജിപ്പിക്കുക; സന്ധിപ്പിക്കുക; **go to pieces** തകർന്നടിയുക; *adj. & adv.* **piecemeal;** തുണ്ടായ; അല്പാല്പമായ.

pier (പീയർ) *n.* large pillar of bridge; a projecting wharf; പാലത്തൂൺ; കടല്പാലം.

pierce (പിയേഴ്സ്) *v.* penetrate; perforate; കുത്തിക്കയറ്റുക; തറയ്ക്കുക; ഉൾ പ്രവേശിക്കുക.

pig (പിഗ്) *n.* a swine; young swine; greedy person; പന്നി; പന്നിക്കുട്ടി; പന്നിയിറച്ചി; (*fig.*) ദുര മൂത്തയാൾ; നിർബന്ധബുദ്ധിക്കാരൻ; പന്നികളെപ്പോലെ ഒന്നിച്ചുകൂടുക; പന്നിയെപ്പോലെ പെരുമാറുക; *n.* **piggery**;

സൂകരാലയം; പന്നിക്കൂട്; *adj.* **piggish**; പന്നിയെപ്പോലുള്ള; **pig-headed** ദുശ്ശാഠ്യമുള്ള.

pigeon (പിജിൻ) *n.* a dove; simpleton; പ്രാവ്; മാടപ്പിറാവ്; (*fig.*) വിഡ്ഢി.

pigment (പിഗ്മെൻറ്) *n.* paint; colouring substance; ചായക്കൂട്ട്; വർണ്ണം.

pile (പൈൽ) *n.* heap, mass, or collection of things; അടുക്ക്; അട്ടി; കൂമ്പാരം; നിര; കൂമ്പാരം കൂട്ടുക; കൂട്ടിവയ്ക്കുക.

piles (പൈൽസ്) *n.* haemorrhoid; മൂലക്കുരു; അർശസ്സ്.

pilfer (പിൽഫർ) *v.* steal small things; ചില്ലറക്കളവുചെയ്യുക; 'ചൂണ്ടുക'; *ns.* **pilferage; pilfering; pilfery**; *n.* **pilferer**.

pilgrim (പിൽഗ്രിം) *n.* one who travels to a sacred place; wanderer; തീർത്ഥയാത്രക്കാരൻ; ദേശസഞ്ചാരി; *n.* **pilgrimage**; തീർത്ഥയാത്ര.

pill (പിൽ) *n.* a little ball of medicine; ഗുളിക; മരുന്നുണ്ട.

pillar (പില്ലർ) *n.* column; main supporter; that which sustains; തൂണ്; സ്ഥൂണം; സ്തംഭം; കൽച്ചുമടുതാങ്ങി; സ്മാരകസ്തൂപം.

pillion (പില്യൻ) *n.* cushion seat for a second rider (on a motor cycle); മോട്ടോർ സൈക്കിളിലെയും മറ്റും ഇരിപ്പിടം.

pillow (പിലൗ) *n.* long soft cushion; തലയണ; ഉപധാനം; കൈമെത്ത; *adj.* **pillowed** തലയണയുള്ള.

pilot (പൈലറ്റ്) *n.* a steersman; aviation; one who operates the flying controls of an aircraft; ചുക്കാൻ പിടിക്കുന്നവൻ; അമരക്കാരൻ; വിമാനത്തിൻെറ പൈലറ്റ്; നാവികൻ; മാർഗദർശകൻ; നടത്തുക; നിവർത്തിക്കുക; വഴികാണിക്കുക.

pimp (പിംപ്) *n.* one who solicits clients for prostitute; സ്ത്രീകളെ കൂട്ടിക്കൊടുക്കുന്നയാൾ; *v.* കൂട്ടിക്കൊടുക്കുക.

pimple (പിംപ്ൾ) *n.* pustule; മുഖക്കുരു; *adjs.* **pimply, pimpled**.

pin (പിൻ) *n.* a piece of metal for fastening; മൊട്ടുസൂചി; ആണി; കുറ്റി; നാരായം; കുത്തിക്കോർക്കുക; കൂട്ടിച്ചേർക്കുക; കൂട്ടിലാക്കുക.

pinafore (പിനഫോർ) *n.* child's apron; loose covering over a dress; കുട്ടികളുടെ മുന്നാരത്തുണി.

pinch (പിഞ്ച്) *v.* nip; squeeze; crush; nip off; നുള്ളുക; പിച്ചുക; കിള്ളുക; ഞരടുക; പിശുക്കു കാണിക്കുക; നുള്ളൽ; കിള്ളൽ; ഇറുക്കൽ; **a pinch of** ഒരു നുള്ള്.

pine (പൈൻ) *n.* a genus of coniferous trees; പയിൻവൃക്ഷം; ദേവദാര്; ഒരു കാറ്റാടി മരം; അതീവം അഭിലഷിക്കുക; ഉൽക്കണ്ഠപ്പെടുക; ആശിച്ചു ദുഃഖിക്കുക.

pink (പിങ്ക്) *n.* a kind of garden flower; light rose colour; ഒരുതരം പൂവ്; പാടലവർണ്ണം; ഇളംചുവപ്പ്.

pinnacle (പിനക്ക്ൾ) *n.* pointed summit; turret; ഗോപുരാഗ്രം; പ്രാസാദാഗ്രം; മേൽത്തൂൺ; കൊടുമുടി.

pint (പൈൻറ്) *n.* a measure of capacity for liquids; ഒരു ദ്രാവകഅളവ്; അരക്കുപ്പി.

pioneer (പൈഎ്നിയർ) *n.* forerunner; way-clearer; വഴിയൊരുക്കുന്നവൻ; സൈന്യത്തിനു പോകുവാൻ വഴിയോ പാലമോ മറ്റോ ഉണ്ടാക്കുന്ന മരാമത്തു പടയാളി.

pious (പൈഎ്സ്) *adj.* devout; religious; dutiful; ഈശ്വരഭക്തിയുള്ള; ധർമ്മനിഷ്ഠയുള്ള; *n.* **piety** ഈശ്വരഭക്തി; ആസ്തികത്വം.

pipe (പൈപ്പ്) *n.* a tube or tubular part of anything; musical wind instrument; a fill of tobacco; കുഴൽ; ഓവ്; ഓടക്കുഴൽ; പുകവലിക്കുഴൽ; സ്വരഭേദം; പക്ഷിസ്വരം; ചൂളംവിളി; *n.* **piper** കുഴലൂത്തുകാരൻ; *adj.* **piping.**

piquant (പിക്കൻറ്) *adj.* stinging; pleasantly; വീര്യമുള്ള; എരിവുള്ള; കടുപ്പമുള്ള; രസകരമായ.

pique (പീക്ക്) *n.* animosity or ill-feeling; അപ്രീതി; നീരസം; മുഷിച്ചിൽ.

pirate (പൈററ്റ്) *n.* sea-robber; one who infringes other's copyright; കടൽക്കൊള്ളക്കാരൻ; കടൽക്കൊള്ളയിലേർപ്പെടുന്ന കപ്പൽ; ഗ്രന്ഥചോരൻ; *n.* **piracy**.

pisciculture (പിസ്കികൽചർ) *n.* artificial rearing of fish; മീൻവളർത്തൽ.

piss (പിസ്) *v.* urinate; മൂത്രം ഒഴിക്കുക; *n.* urine; മൂത്രം; **piss-pot** മൂത്രവിസർജ്ജനത്തിനായി ഉപയോഗിക്കുന്ന പാത്രം.

pistol (പിസ്റ്റ്ൾ) *n.* small hand gun; കൈത്തോക്ക്; ചെറുതോക്ക്; *v.* കൈത്തോക്കുകൊണ്ടു വെടിവയ്ക്കുക.

piston (പിസ്റ്റൻ) *n.* moving cylinder fitted to a hollow; അച്ചുകോൽ; കുഴലുലക്ക.

pit (പിറ്റ്) *n.* hole in the ground; a cavity; a mine; a grave; hell; കുഴി; കുണ്ട്; പള്ളം; ഗർത്തം; ബിലം; ഖനി; കുഴിയിലിടുക; അടയാളപ്പെടുത്തുക; തഴമ്പാക്കുക; *n.* **pitfall** (*fig.*) കെണി; പതിയിരിക്കുന്ന അപകടം.

pitch (പിച്ച്) *n.* tar; ടാർ; കീല്; കട്ടിക്കീല്; *v.* smear with pitch; കീൽതേക്കുക; കറുപ്പിക്കുക; ഇരുട്ടാക്കുക.

pitch (പിച്ച്) *v.* set up; set in position; fix in the ground; ഉറപ്പിക്കുക; തറയ്ക്കുക; നാട്ടുക; കൂടാരമടിക്കുക; ഇറങ്ങുക.

pitcher (പിച്ചർ) *n.* a vessel with a spout; പിടിയുള്ള പാത്രം; കുടം; (ബെയ്സ്ബാളിൽ) പന്തടിക്കുന്നയാൾ.

pith (പിത്ത്) *n.* spongy cellular tissue; marrow; മജ്ജ; മജ്ജാതന്തു; കാമ്പ്; മരക്കാതൽ; സത്ത്; മുഖ്യഭാഗം.

pittance (പിറ്റൻസ്) *n.* scanty remuneration; very small portion; നിസ്സാരവേതനം; തുച്ഛപ്രതിഫലം.

pity (പിറ്റി) *n.* sympathy; compassion; mercy; cause of grief; അലിവ്; കനിവ്; ദയ; കാരുണ്യം; ആർദ്രത; അലിയുക; കനിവുണ്ടാകുക; കരുണ ചെയ്യുക; മനസ്സലിയുക; *adj.* **piteous** പരിതാപകരമായ; *n.* **pitifulness**; *adj.* **pitiless** കനിവില്ലാത്ത; നിർദ്ദയമായ.

pivot (പിവറ്റ്) *n.* pin on which anything turns; cardinal point; കുറ്റി; അക്ഷം; ചുഴിയാണി; ഭ്രമണകേന്ദ്രം; *adj.* **pivotal**; കേന്ദ്രസ്ഥാനീയമായ.

placable (പ്ലാക്ബ്ൾ) *adj.* appeasable; capable of being pacified; എളുപ്പത്തിൽ സാന്ത്വനപ്പെടുത്താവുന്ന.

placard (പ്ലാക്കാർഡ്) *n.* poster; a written or printed paper displayed as an intimation; പരസ്യപത്രം; മുദ്രാവാക്യം പതിച്ച പലകയോ തകിടോ മറ്റെന്തെങ്കിലുമോ; ചുവർപരസ്യം; വിളംബരം.

placate (പ്ലകെയ്റ്റ്) *v.* appease; pacify; conciliate; ആശ്വസിപ്പിക്കുക; ശാന്തമാക്കുക.

place (പ്ലെയ്സ്) *n.* open space; locality; position; city; town; village; residence; dwelling; സ്ഥലം; ഇരിപ്പിടം; സ്ഥാനം; തുറസ്സായ പ്രദേശം; അവസ്ഥ; **go places** ജീവിത വിജയം വരിക്കുക; പല സ്ഥലങ്ങളും സന്ദർശിക്കുക; **out of place** സ്ഥാനം തെററിയ; **in place** യഥാസ്ഥാനത്ത്; **in place of** instead of; പകരം.

placement (പ്ലെയ്സ്മെൻറ്) *n.* act of placing in a certain spot; പ്രതിഷ്ഠിക്കൽ; ക്രമീകരണം; നിക്ഷേപിക്കൽ.

placenta (പ്ലസെൻറ) *n.* the structure that unites the unborn mammal to the womb of its mother; മറുപിള്ള.

placid (പ്ലാസിഡ്) *adj.* calm; serene; undisturbed; പ്രശാന്തമായ; തെളിഞ്ഞ; കലങ്ങാത്ത; *n.* **placidity**; *adv.* **placidly**.

plagiarize (പ്ലെയ്ജെറൈസ്) *v.* to steal from the writings of another; സാഹിത്യചോരണം നടത്തുക; *n.* **plagiarist** സാഹിത്യചോരൻ.

plagiary (പ്ലേയ്ജെറി) *n.* stealing the thoughts or writings of others; സാഹിത്യ ചോരണം; *n.* **plagiarism.**

plague (പ്ലേയ്ഗ്) *n.* a deadly epidemic; calamity; severe vexation; അനർത്ഥം; അരിഷ്ടത; ദൈവശിക്ഷ; പീഡ; ബാധ; മഹാമാരി; പ്ലേഗ്; ഉപദ്രവിക്കുക; പീഡിപ്പിക്കുക; അസഹ്യപ്പെടുത്തുക.

plain (പ്ലെയ്ൻ) *adj.* flat; level; even; clear; out-spoken; simple; പരപ്പായ; സമഭൂമിയായ; നിരന്ന; തുറന്നു സംസാരിക്കുന്ന; വെറും സാധാരണമായ; ഒഴുക്കനായ; ആർഭാടമില്ലാത്ത; മോടിയില്ലാത്ത; ചിത്രപ്പണിയില്ലാത്ത; വക്രതയില്ലാത്ത; നാട്യമില്ലാത്ത; സൗന്ദര്യമില്ലാത്ത.

plaint (പ്ലെയൻറ്) *n.* lamentation; complaint; wail; പ്രലാപം; വിലാപം; ആവലാതി; മുറവിളി.

plaintiff (പ്ലെയ്ൻറിഫ്) *n.* one who commences a suit against another; അന്യായക്കാരൻ; വാദി; പരാതിക്കാരൻ.

plaintive (പ്ലെയ്ൻറീവ്) *adj.* mournful; expressive of sorrow; സങ്കടകരമായ; വ്യസനകരമായ; *adv.* **plaintively**; *n.* **plaintiveness**; *adj.* **plaintful.**

plait (പ്ലെയ്ററ്) *n.* a flattened fold; braid as of hair; മടക്ക്; മിടച്ചൽ; കേശബന്ധം; പിന്നൽ; *v.* നെയ്യുക; പുടീകരിക്കുക; പിന്നുക.

plan (പ്ലാൻ) *n.* formulated or organized method by which a thing is to be done; രൂപരേഖ; പദ്ധതി; ക്രമം; ആസൂത്രണം; രൂപീകരണം; തോത്; തീരുമാനരൂപം; സൂത്രരേഖ; *n.* **planning; family planning** കുടുംബാസൂത്രണം.

plane (പ്ലെയ്ൻ) *adj.* even; level; flat; നിരപ്പായ; സമക്ഷേത്രമായ; സമതലമായ; മിനുസമായ; സമതലം; സമനിരപ്പാക്കൽ; *v.* ചിന്തേരിടുക; നിരപ്പാക്കുക.

planet (പ്ലാനിററ്) *n.* heavenly body revolving round the sun; ഗ്രഹം; നഭശ്ചരം.

plank (പ്ലാങ്ക്) *n.* flat board; item of political programme; പലക; ഫലകം; കാര്യക്രമം; കാര്യഭാഗം; പ്രസംഗവേദി.

plankton (പ്ലാങ്ക്ടൻ) *n.* (*biol.*) a drifting organism in water; ജലാശയങ്ങളിൽ ഒഴുകിനടക്കുന്ന ജീവജാലം.

plant (പ്ലാൻറ്) *n.* organic vegetable production; small varieties of vegetables; ചെടി; സസ്യം; തൈ; തരു ലതാദികളിൽ ഏതും; ഉള്ളങ്കാല്; ഫാക്ടറിയിലെ യന്ത്രസംവിധാനം; നട്ടുപിടിപ്പിക്കുക; കുഴിച്ചിടുക; തൈ വയ്ക്കുക.

plantain (പ്ലാൻറിൻ) *n.* a musaceous plant; വാഴ; വാഴയ്ക്ക; വാഴപ്പഴം.

plantation (പ്ലാൻേറയ്ഷൻ) *n.* a place planted with trees; തോട്ടം; തോപ്പ്.

planter (പ്ലാൻറർ) *n.* owner of a plantation; തോട്ടംഉടമ.

plaster (പ്ലാസ്ററർ) *n.* adhesive substance used in medical practice; mixture of lime, water, sand etc.; കുമ്മായം; കൽച്ചുണ്ണാമ്പ്; വ്രണങ്ങൾക്കും മററും വച്ചുകെട്ടാനുള്ള ഔഷധ ലേപം; ഔഷധം തേച്ച തുണി; ചൂർ ണ്ണലേപം.

plastic (പ്ലാസ്ററിക്) *adj.* moulding; having power to give form; രൂപ വത്താക്കുന്ന; ഇഷ്ടരൂപത്തിൽ വാർക്കത്തക്ക; ആകൃതിപ്പെടുത്താ വുന്ന.

plate (പ്ലെയ്ററ്) തകിട്; തട്ട്; താലം; പാത്രം; പിഞ്ഞാണം; ഫലകം; ലോഹകവചം; *n.* **plating** പൂശൽ; മുക്കൽ; വെള്ളിപ്പൂച്ച്.

plateau (പ്ലാററൗ) *n.* (*pl.* **plateaux, plateaus**) a table land; broad flat area of land; പീഠഭൂമി; ഉന്നതതടം.

platform (പ്ലാററ്ഫോം) *n.* raised structure with a flat surface; തറ; തട്ട്; മേട്; കപ്പലിലെ ചെറുമേൽത്തട്ട്; (റെയിൽവേസ്റ്റേഷനിലെ) പ്ളാററ് ഫോം.

platitude (പ്ളാററിററ്യൂഡ്) *n.* empty remark made as if it were important; ചർവിതചർവണമായ പറച്ചിൽ; വിര സോക്തി.

plausible (പ്ളോസിബ്ൾ) *adj.* apparently right; സത്യമായി തോന്നുന്ന; യഥാർത്ഥമായോ വിശ്വാസ്യമായോ ബോദ്ധ്യപ്പെടുത്തുന്നതായോ സത്യ സന്ധമായോ തോന്നിക്കുന്ന.

play (പ്ളേയ്) *v.* amuse; sport; gamble; perform on a musical instrument; കളിക്കുക; കളിപ്പിക്കുക; കളി പറയുക; ഉല്ലസിക്കുക; വിഹരി ക്കുക; വിലസുക; (സംഗീതോപക രണം) വായിക്കുക; വിനോദം; വ്യാ പാരം; വിലാസം; **play down** പ്രാധാ ന്യം കുറച്ചു കാട്ടുക; **play up** എല്ലാ കഴിവുകളും എടുത്തു പ്രവർത്തി ക്കുക; *adv.* **playfully** കളിയായി; **playground** കളിസ്ഥലം; കേളീ ഗൃഹം; **playmate** കളിക്കൂട്ടുകാരൻ; കളിത്തോഴി; **playwright** dramatist; നാടകരചയിതാവ്.

plea (പ്ളീ) *n.* a pleading; a lawsuit; വാദം; അഭ്യർത്ഥന; പ്രതിയുടെ വാദം.

plead (പ്ളീഡ്) *v.* carry on a plea or lawsuit; argue; put forward as plea; വാദിക്കുക; പ്രതിവാദിക്കുക; ഉത്ത രം നല്കുക; സപക്ഷം സമർത്ഥി ക്കുക; വക്കാലത്തു പിടിക്കുക.

pleasant (പ്ളെസൻറ്) *adj.* (*comp.* **pleasanter**; *superl.* **pleasantest**) pleasing; agreeable; പഞ്ചേന്ദ്രിയ ങ്ങളിലേതെങ്കിലുമൊന്നിനോ മന സ്സിനോ ആനന്ദപ്രദമായ; തുഷ്ടി നല്കുന്ന.

pleasantry (പ്ളെസൻററി) *n.* gaiety; wit; jest; jocularity; നേരമ്പോക്ക്; വിനോദം.

please (പ്ളീസ്) *v.* give pleasure to; delight; satisfy; like; prefer; be pleased; സന്തോഷം വരുത്തുക; സന്തോഷിപ്പിക്കുക; തൃപ്തിപ്പെടുത്തുക.

pleasure (പ്ലെഷ്ർ) *n.* agreeable emotions; sensuality; gratification; ആനന്ദം; സന്തോഷം; രസം; പ്രീതി; ഇച്ഛ; (at my pleasure); ഇഷ്ടം; വിഷയസുഖം; തുഷ്ടി; ഉല്ലാസം; വിനോദം; അഭിലാഷം.

pleat (പ്ലീറ്റ്) *n.* fold or crease; fold in cloth; തുണിയുടെ മടക്ക്; ഞൊറി.

pledge (പ്ലെഡ്ജ്) *n.* security given for a debt; pawn; surety; ഈട്; പണയം; പണയസാധനം; പണയത്തിലിരിക്കൽ; ജാമ്യം; ചൂണ്ടിപ്പണയം; ഉറപ്പുവാക്ക്; വാഗ്ദാനം; പ്രതിജ്ഞാപത്രം.

plenary (പ്ലീനറി) *adj.* entire; full; complete; എല്ലാവരും സന്നിഹിതരായ.

plenty (പ്ലെൻറി) *n.* abundance; copiousness; full supply; സമൃദ്ധി; ബഹുത്വം; പുഷ്ക്കലത്വം; ബാഹുല്യം.

plenum (പ്ലീനം) *n.* full assembly; പൂർണ്ണസമ്മേളനം; എല്ലാ അംഗങ്ങളും പങ്കെടുക്കുന്ന സമ്മേളനം.

pleurisy (പ്ലൂരിസി) *n.* inflammation of the pleura; ശ്വാസകോശാവരണരോഗം.

pliable, pliant (പ്ലെയബ്ൾ, പ്ളൈയൻറ്) *adj.* easy to be bent; flexible; docile; വളയ്ക്കാവുന്ന; വളയുന്ന; പ്രേരണയ്ക്കു വഴങ്ങുന്ന ശീലമുള്ള; *n.* **pliability**.

plight (പ്ലൈറ്റ്) *v.* (*ar.*) promise; engage oneself; വാക്കുകൊടുക്കുക; വിവാഹനിശ്ചയം ചെയ്യുക; ഗതി; അവസ്ഥ; കഷ്ടാവസ്ഥ.

plot (പ്ലൊട്ട്) *n.* piece of ground; conspiracy; intrigue; വളപ്പ്; പറമ്പ്; പുരയിടം; ഗൂഢാലോചന; ഉപജാപം; (നോവലിൻെറയും മറ്റും) ഇതിവൃത്തം; കഥാവസ്തു.

plough (പ്ലൗ) *n.* instrument for turning up soil; ploughed land; കലപ്പ; കലപ്പപോലുള്ള എന്തെങ്കിലും വസ്തു; നിലം ഉഴുക; കന്നു പൂട്ടുക; ചാലുണ്ടാക്കുക; *n.* **ploughing** ഉഴവ്; കന്നുപൂട്ടൽ.

pluck (പ്ലക്) *v.* pull off; pick; snatch; plunder; swindle; പൂവോ തൂവലോ മുടിയോ മറ്റോ പറിക്കുക; പിഴുക; തട്ടിയെടുക്കുക.

plug (പ്ലഗ്) *n.* a peg; stopple; stopper; an electric socket; ആപ്പ്; ചുവരിലുറപ്പിച്ച മരക്കുറ്റി; വൈദ്യുതി സോക്കറ്റ്; ഇൻസുലെയ്റ്റിങ് കെയ്സിലെ ലോഹ പിൻസംവിധാനം.

plum (പ്ലം) *n.* fleshy fruit containing a kernal; പ്ലംപഴം; കുരുവില്ലാ മുന്തിരിങ്ങ.

plumber (പ്ലംബർ) *n.* workman who fits and repairs water-pipes; കുഴൽപ്പണിക്കാരൻ.

plume (പ്ളൂം) *n.* feather; token of honour; തൂവൽ; ചിറക്; ബഹിർഭാഗം; ശിഖ; തൂവലണിയുക; ഗർവ്വിക്കുക; *n.* **plumage** തൂവൽപ്പൂട.

plump (പ്ലംപ്) *adj.* pleasantly fat and rounded; fleshy; പുഷ്ടിയുള്ള; കൊഴുത്ത; പീനമായ; മാംസളമായ.

plunder (പ്ലൺഡ്ഡർ) *v.* seize goods by force; pillage; പിടിച്ചുപറിക്കുക; കവർച്ചചെയ്യുക; കൊള്ളയടിക്കുക; കൊള്ള; പിടിച്ചുപറി.

plunge (പ്ലൻജ്) *v.* thrust into water; immerse; submerge; throw oneself headlong; വെള്ളത്തിൽ ചാടിക്കുക; അമിഴ്ത്തുക;

മുക്കുക; മുഴുകിക്കുക; (ആയുധം) കുത്തിയിറക്കുക.

plural (പ്ലൂറ്ൽ) *adj.* rel. to, containing or expressing more than one; ഒന്നിലധികം; അനേകമായ; പല; ബഹു; ബഹുവചനമായ.

plus (പ്ലസ്) *adj.* additional; extra; അധികമായ; സങ്കലനമായ; കൂട്ടുന്ന; കൂടിയുള്ള.

plush (പ്ലഷ്) *n.* a shaggy cloth; കമ്പിളിത്തുണി; മൃദുശീല.

ply (പ്ലൈ) *n.* a fold; plait; a layer; മടക്ക്; മടിപ്പ്; പാളി.

plywood (പ്ലൈവുഡ്) *n.* boarding made of thin layers of wood glued together; നേർത്ത പലകപ്പാളികൾ പരസ്പരം ഒട്ടിച്ചുചേർത്തുണ്ടാക്കുന്ന പലക.

pneumonia (ന്യൂമൗണിയ) *n.* inflammation of the lung; ന്യൂമോണിയാ രോഗം.

poach (പൗച്) *v.* steal game; intrude on another's preserves to steal and plunder; ഒളിച്ചു കടന്നു വേട്ടയാടുക; അനുവാദമില്ലാതെ പ്രവേശിക്കുക; മോഷ്ടിക്കുക; *n.* **poacher**; *n.* **poaching** മൃഗയാമോഷണം.

pocket (പൊക്കിറ്റ്) *n.* a little bag attached to a garment or a billiard table; കീശ; പോക്കറ്റ്; സഞ്ചി; മേശപ്പന്താട്ടസഞ്ചി; സാമ്പത്തിക സാദ്ധ്യതകൾ; കീശയിലിടുക; കളവായി എടുക്കുക; മറച്ചുവയ്ക്കുക; അപഹരിക്കുക.

pod (പൊഡ്) *n.* seed-case; silk cocoon; സഞ്ചി; തൊണ്ട്; തോട്; ബീജപുടം.

poem (പൗഇം) *n.* verse; composition of high beauty and artistic form; കവിത; കാവ്യം; പദ്യകൃതി.

poesy (പൗയിസി) *n.* art of writing poems; കാവ്യകല.

poet (പൗഇറ്റ്) *n.* (*fem.* **poetess**) one who writes poetry; കവി; കാവ്യകാരൻ; കവിഭാവനയുള്ളയാൾ; *n.* **poetaster** ക്ഷുദ്രകവി; ദുഷ്കവി.

poetry (പൗയിറ്റ്റി) *n.* the art of the poet; essential quality of a poem; കാവ്യകല; കവിത; കവിതാ സഞ്ചയം; കാവ്യസാഹിത്യം.

poignant [പോഇന(ന്യ)ൻറ്] *adj.* stinging; arousing pity or sadness; ഹൃദയസ്പൃക്കായ; എരിവുള്ള; കത്തുന്ന; നീറുന്ന; *n.* **poignancy**; *adv.* **poignantly.**

point (പോയിൻറ്) *n.* sharp end; exact spot; verge; stage; degree; ആയുധത്തിൻെറ മുന; മുന; മൂർച്ച; അറ്റം; അഗ്രം; ശിഖരം; മുനമ്പ്; കൂർപ്പിക്കുക; മൂർച്ച കൂട്ടുക; തീക്ഷ്ണീകരിക്കുക; നിർദ്ദേശിക്കുക; മുനവയ്ക്കുക.

poise (പൊയിസ്) *v.* balance in weight; hold or place in equilibrium; ഘനമൊപ്പിക്കുക; തുല്യമാക്കുക; സമനിലയ്ക്കു നിറുത്തുക; തൂക്കുക; സമീകരിക്കുക.

poison (പൊഇസ്ൻ) *n.* venom; anything deadly or malignant; വിഷം; (*fig.*) അതിയായി വെറുക്കുന്ന വസ്തു; ജീവനഘാതം; തിന്മ; ദോഷം.

poke (പൗക്) *v.* thrust or push against; feel one's way; കുത്തുക; തോണ്ടുക; തപ്പിത്തടയുക.

polar (പൗളർ) *adj.* of or pert. to a pole; Arctic; ധ്രുവസ്ഥമായ; ധ്രുവപ്രദേശസംബന്ധിയായ.

pole (പൗൾ) *n.* long, slender piece of

wood; post; end of an axis; കഴുക്കോല്; ദണ്ഡം; യഷ്ടി; തോട്ടി; അക്ഷാഗ്രം; ധ്രുവം.

polemic (പ്പെളെമിക്) *adj.* controversial; തർക്കപരമായ; താർക്കികമായ; വാദത്തിനിടയുള്ള.

police (പ്പെലീസ്) *n.* internal govt. of community; രാജ്യസമാധാനപാലന വ്യവസ്ഥ; പോലീസ്സൈന്യം; പോലീസ് വകുപ്പ്; പോലീസുകാരൻ.

policy (പൊളിസി) *n.* a course of action; line of conduct with respect to foreign or internal affairs; നയോപായം; നയം; തന്ത്രം; നയചാതുര്യം; രാഷ്ട്രീയനയം; രാജ്യനയം.

polio (പൊളിയൗ) *n.* short for **poliomyelitis**; പിള്ളവാതം.

polish (പൊളിഷ്) *v.* make smooth and glossy; മിനുസം വരുത്തുക; തിളക്കം വരുത്തുക; തേച്ചു മിനുക്കുക; മിനുക്കം; തിളക്കം; മിനുക്കൽ.

polite (പ്പെളൈറ്റ്) *adj.* refined; of courteous manners; മര്യാദയുള്ള; നയ ശീലമുള്ള; ഉപചാരമുള്ള; *adv.* **politely**; *n.* **politeness** മര്യാദ.

political (പ്പെളിറ്റിക്കൽ) *adj.* pert. to government or politics; രാഷ്ട്രപരമായ; രാഷ്ട്രീയമായ; രാജ്യഭരണപരമായ.

politics (പൊളിറ്റിക്സ്) *n.* art or science of govt; the management of political party; രാജ്യതന്ത്രം; രാഷ്ട്രതന്ത്രം; രാജനീതിശാസ്ത്രം.

poll (പൗൾ) *n.* a register of voters; election; the aggregate of votes; വോട്ടർ പട്ടിക; തിരഞ്ഞെടുപ്പ്; വോട്ടിൻെറ സംഖ്യ; *v.* വോട്ടെടുക്കുക; വോട്ടു നല്കുക.

pollinate (പൊളിനെയ്റ്റ്) *n.* convey pollen to; അല്ലിമുഖത്തുനിന്നു പൂമ്പൊടി ഗർഭകേസരാഗ്രത്തേക്കു കൊണ്ടുപോകുക.

pollute (പ്പെലൂട്ട്) *v.* make foul or unclean; corrupt; defile; അശുദ്ധമാക്കുക; കളങ്കപ്പെടുത്തുക; വിശുദ്ധി കെടുക്കുക; മലിനപ്പെടുത്തുക; *n.* **pollution** (*esp.*) അന്തരീക്ഷമലിനീകരണം.

poly (പൊളി) *pref.* many; several; much; (സമാസത്തിൽ) അനേക, -നാനാ, -പല, -വിവിധ, -ബഹു, -ബഹുലം.

polygon (പൊളിഗൺ) *n.* plane figure of many angles and sides; ബഹുഭുജക്ഷേത്രം.

polytechnic (പൊളിടെക്നിക്) *adj.* comprehending many arts; നാനാശില്പ വിദ്യാവിഷയകമായ.

polytheism (പൊളിതീസം) *n.* doctrine of plurality of Gods; ബഹുദേവതാവാദം.

polythene (പൊളിഥീൻ) *n.* thermoplastic paper; ഒരുതരം പ്ലാസ്റ്റിക് കടലാസ്.

pomegranate (പൊംഗ്രാനിറ്റ്) *n.* an Oriental fruit with pulpy edible seedcoats; മാതളനാരകം; മാതളനാരങ്ങ.

pomp (പൊംപ്) *n.* great show; ostentation; splendid procession; ഗംഭീരപ്രകടനം; ജയാഘോഷം; ആഡംബരം; പ്രതാപം; മോടി; പൊങ്ങച്ചം; *n.* **pomposity** *adj.* **pompous.**

pond (പൊണ്ഡ്) *n.* a small lake; pool; പൊയ്ക; കുളം; പുഷ്കരണി; ചെറിയ കുളം.

ponder (പൊൺഡർ) *v.* weigh in the mind; consider; think; ആലോചിച്ചു നോക്കുക; പരിഗണിക്കുക; ധ്യാനിക്കുക.

pontiff (പൊൺടിഫ്) *n.* a high priest; the pope; പോപ്പ്; മഹാചാര്യൻ.

pony (പൗണി) *n.* small variety of horse; ചെറുകുതിര; കുതിരക്കുട്ടി; മട്ടക്കുതിര.

pony-tail (പൗണിടെയ്ൽ) *n.* a woman's hair style; കുതിരവാൽ പോലെ തലമുടി കെട്ടിയിടുന്ന കേശാലങ്കാരരീതി.

poodle (പൂഡൽ) *n.* a breed of pet dog; ചുരുണ്ടു നീണ്ട രോമങ്ങളുള്ള ഒരിനം നായ്.

pool (പൂൾ) *n.* small pond; a deep part of a stream; ചെറുകുളം; പൊട്ടക്കുളം; നീർക്കുഴി.

poor (പോർ, പുഎ്ർ) *adj.* without means; needy; lacking; humble; spiritless; ദരിദ്രനായ; ദാരിദ്ര്യമുള്ള; ദാരിദ്ര്യ പീഡിതമായ; സാധുവായ; പാവപ്പെട്ട; *n.* **poor house** അഗതി മന്ദിരം; **poor-box** ധർമ്മപ്പെട്ടി.

pop (പൊപ്) *n.* a mild explosive sound; പെട്ടെന്നുള്ള ശബ്ദം; 'ടപ്' എന്ന ശബ്ദം.

pop (പൊപ്) *adj.* popular; ജനപ്രിയമായ; *n.* popular music; ജനപ്രീതിയാർജ്ജിച്ച ആധുനിക സംഗീതം.

Pope (പൗപ്) *n.* head of the Roman Catholic Church; കത്തോലിക്കാസഭാദ്ധ്യക്ഷൻ; പോപ്പ്; മാർപാപ്പ.

poplin (പൊപ്ലിൻ) *n.* corded silk; പട്ടുനൂലും പഞ്ഞിനൂലും ചേർത്തുണ്ടാക്കിയ പോപ്ലിൻ തുണി.

poppy (പൊപ്പി) *n.* a plant from which opium is obtained; അവീൻ ചെടി; ഒരു വക ഉമ്മത്ത്.

populace (പൊപ്യുലസ്) *n.* common people; multitude; സാമാന്യജനം; ജനക്കൂട്ടം; പുരുഷാരം; ജനത.

popular (പൊപ്യുലർ) *adj.* of the people; pleasing to, or prevailing among the people; സാമാന്യജനപരമായ; ജനപ്രീതിയാർജ്ജിച്ച; ജനഹിതമായ; ജനസമ്മതിയുള്ള; *n.* **popularity** ബഹുജനസമ്മതി.

popularize (പൊപ്യുലറൈസ്) *v.* make popular; പ്രചരിപ്പിക്കുക; സർവരഞ്ജകമാക്കുക; ലോകപ്രിയമാക്കുക.

populate (പൊപ്യുലെയ്റ്റ്) *v.* to furnish with inhabitants; കുടിയേറിപ്പാർക്കുക; ജനങ്ങളെക്കൊണ്ടു നിറയ്ക്കുക; *n.* **population** ജനപുഷ്ടി വരുത്തൽ; ജനസഞ്ചയം; നിവാസികൾ.

populous (പൊപ്യുലസ്) *adj.* full of people; ജനം നിറഞ്ഞ; വലിയ ജനസംഖ്യയുള്ള.

porcelain (പോർസ്‌ലിൻ) *n.* chinese pottery ware; ചീനപ്പിഞ്ഞാണം.

porch (പോർച്ച്) *n.* portico; covered walk; നടപ്പന്തൽ; മുഖമണ്ഡപം; പൂമുഖം; പോർട്ടിക്കോ.

porcupine (പോർക്യുപൈൻ) *n.* large spiny rodent; മുള്ളൻപന്നി.

pore (പോർ) *n.* minute opening; small hole; സുഷിരം; രോമകൂപം; *adjs.* **porous, pory** സുഷിരമുള്ള.

pork (പോർക്) *n.* flesh of swine; പന്നിയിറച്ചി.

pornography (പോർനൊഗ്രഫി) *n.* literature of obscenity; അശ്ലീലസാഹിത്യം.

porpoise (പോർപ്പസ്) *n.* small whale; കടൽപ്പന്നി.

porridge (പോറിജ്) *n.* a kind of soup or broth; പാൽക്കഞ്ഞി; കൊഴുപ്പിച്ച ഓട്ടുമീൽ; പായസം.

port (പോർട്ട്) *n.* harbour; തുറമുഖം; തുറമുഖനഗരം.

portable (പോർട്ടബ്ൾ) *adj.* easily carried; സുവഹനീയമായ; എടുത്തു കൊണ്ടുപോകത്തക്ക.

portal (പോർട്ട്ൽ) *n.* doorway; gateway; വാതിൽ; നട; ഗേറ്റ്; (portals of a temple).

portend (പോർടെൻഡ്) *v.* indicate future by signs; മുൻകൂട്ടി (അനിഷ്ടം) സൂചിപ്പിക്കുക; മുന്നറിയിക്കുക.

portent (പോർടെൻറ്) *n.* that which foreshows; ill-omen; സൂചന; നിമിത്തം; പൂർവ്വലക്ഷണം; ദുർനിമിത്തം.

portfolio (പോർട്ട്ഫൗളിയൗ) *n.* portable case for loose papers; കടലാസുറ; കടലാസുകൂട്ടം; പത്രാധാരം.

portico (പോർട്ടിക്കൗ) *n.* colonade or covered walk; പൂമുഖം; കോലിറയം; മുഖമണ്ഡപം.

portion (പോർഷൻ) *n.* part; allotment; part assigned; ഓഹരി; വീതം; ഭാഗം; പങ്ക്; കഷണം; ഖണ്ഡം.

portrait (പോർട്രെയ്റ്റ്, പോർട്രിറ്റ്) *n.* photo or painted picture of a person; ഛായാചിത്രം; ഫോട്ടോ; ഛായാപടം; വിവരണം.

portray (പോർട്രേയ്) *v.t.* paint; depict; describe; ഛായാചിത്രമെഴുതുക; വർണ്ണിക്കുക.

pose (പൗസ്) *v.* assert; claim; assume a pose; ഉറപ്പിച്ചു പറയുക; ഉചിതമായി സ്ഥാപിക്കുക; പ്രത്യേക ശരീരനിലപാടെടുത്ത് സ്ഥിതി ചെയ്യുക; പോസുചെയ്യുക; പ്രത്യേക ഭാവം കൈക്കൊള്ളുക.

posh (പൊഷ്) *adj.* (*coll.*) stylish; superb; smart; സ്റ്റൈലുള്ള; ഒന്നാന്തരമായ; കേമമായ; മോടിയുള്ള.

position (പ്പെസിഷൻ) *n.* state of being placed; attitude; situation; ആസ്പദം; പദം; അവസ്ഥ; സമവസ്ഥ; മാനസികഭാവം; നില; സ്ഥിതി; സ്ഥലം; കിടപ്പ്; പദവി.

positive (പൊസിറ്റീവ്) *adj.* definitely laid down; explicit; absolute; actual; decisive; affirmative; മുഖ്യമായ; സാക്ഷാത്തായ; വസ്തുതയായ; വാസ്തവികമായ; നിശ്ചിതമായ; അസന്ദിഗ്ദ്ധമായ.

possess (പ്പെസെസ്) *v.* have and hold; own; occupy; strongly pervade; കൈവശമാക്കുക; പ്രാപിക്കുക; ലഭിക്കുക; അധീനത്തിലുണ്ടാകുക; ആവേശിക്കുക; ബാധിക്കുക; കൂടുക; *adj.* **possessed**.

possession (പ്പെസെഷൻ) *n.* act or fact of possessing; കൈവശമുണ്ടാകൽ; കൈവശംവയ്ക്കൽ.

possessive (പ്പെസെസീവ്) *adj.* pert. to possession; showing a desire to treat as possession; സ്വത്തിനെക്കുറിച്ചുള്ള; മറ്റൊരാളുടെ സ്നേഹം തനിക്കു മാത്രമേ ആകാവൂ എന്ന നിർബന്ധമുള്ള.

possible (പൊസിബ്ൾ) *adj.* probable; practicable; feasible; സംഭാവ്യമായ; സാധ്യമായ; സംഭാവിതമായ; ചെയ്യത്തക്ക; സാധിതപ്രായമായ.

post (പൌസ്റ്റ്) *n.* stout, stiff stake or pillar; military position; തൂൺ; കുറ്റി; താങ്ങ്; ഇളകാത്തത്; താവളം; നിലയം; സ്ഥലം; പാളയം; സൈന്യസ്ഥാനം.

post (പൗസ്റ്റ്) *n.* carrier of letters, messages etc.; a system for the public conveyance of letters; post office; തപാൽ; തപാൽക്കാരൻ; *ns.* **postage, post stamp** തപാൽ സ്റ്റാമ്പ്; **post box** തപാൽപ്പെട്ടി; **post-office** തപാലാഫീസ്.

poster (പൗസ്റ്റർ) *n.* a large printed

or written placard for posting; ഭിത്തി പ്പരസ്യം; ചുവർപരസ്യം; (cinema posters).

posterior (പൊസ്റ്റീയറിയർ) *adj.* coming after; later; പിൻകാലത്തെ; പിന്നീടുള്ള; പിന്നിലുള്ള.

posterity (പൊസ്റ്റെറിറ്റി) *n.* descendants; ഒരാളുടെ സന്തതിപരമ്പര.

posthumous (പൊസ്റ്റ്യൂമസ്) *adj.* after death; മരണാനന്തരമായ; അച്ഛൻ മരിച്ചശേഷം ജനിച്ച.

post-mortem (പൊസ്റ്റ്മോർട്ടം) *adj.* after death; മരിച്ച ശേഷമുള്ള; **post-mortem examination** മൃതശരീര പരിശോധന.

postpone (പ്പെസ്റ്റ്പൗൺ) *v.* put off; മാറ്റിവയ്ക്കുക; നീട്ടിവയ്ക്കുക.

postulate (പൊസ്റ്റ്യുലെയ്റ്റ്) *n.* necessary assumption; അംഗീകരണം; അടിസ്ഥാനതത്ത്വം.

posture (പൊസ്ച്ചർ) *n.* relative position of parts; disposition of mind; (സംഗതികളുടെ) കിടപ്പ്; സ്ഥിതി; അവസ്ഥ; ഭാവം; സംസ്ഥിതി; ദേഹഭാവം.

pot (പൊട്ട്) *n.* metallic or earthen vessel more deep than broad; മൺപാത്രം; ലോഹപാത്രം; ഭാജനം; കലം; കുടം; ചട്ടി; പുകക്കുഴൽത്തൊപ്പി; പാത്രത്തിലിടുക; **pot-belly** കുടവയറ്; *n.* **pottery** മൺപാത്രനിർമ്മാണം.

potable (പൗട്ടബ്ൾ) *adj.* fit for drinking; drinkable; കുടിക്കാൻ കൊള്ളാവുന്ന.

potash (പൊട്ടാഷ്) *n.* potassium carbonate; പൊട്ടാഷാഗ്നേയം.

potato (പ്പെട്ടെയ്റ്റൗ) *n.* (*pl.* **potatoes**) an esculent plant and its tuber; ഉരുളക്കിഴങ്ങുചെടി; ഉരുളക്കിഴങ്ങ്; **sweet potato** മധുരക്കിഴങ്ങ്.

potent (പൗട്ടൻറ്) *adj.* powerful; efficacious; strong; ശക്തിയുള്ള; ബലവത്തായ; വീര്യമുള്ള; അധികാരമുള്ള; ഉന്മാദകമായ; *n.* **potency** ഊക്ക്; പ്രാബല്യം.

potion (പൗഷൻ) *n.* draught; liquid medicine; പാനീയൗഷധം; കഷായം.

pouch (പൗച്ച്) *n.* pocket; small bag; സഞ്ചി; മടിശ്ശീല; കുടവയറ്; കോശം.

poultry (പൗൾട്രി) *n.* domestic fowls collectively; വീട്ടിൽ വളർത്തുന്ന കോഴി, താറാവ് മുതലായവ; വളർത്തുപക്ഷികൾ.

pound (പൗണ്ഡ്) *v.* beat into fine pieces; നെല്ലു കുത്തുക; കുത്തിക്കുക; അലഞ്ഞുനടക്കുന്ന വീട്ടുമൃഗങ്ങളെ പിടിച്ചടയ്ക്കാനുള്ള ശാല.

pour (പോർ) *v.* cause to flow; issue forth as a liquid; gush; പൊഴിക്കുക; ഒഴിക്കുക; പൊഴിഞ്ഞുവീഴുക; പ്രവഹിക്കുക; *n.* നീരൊഴുക്കം; ധാരാനിപാതം; മഴ ചൊരിയൽ.

pout (പൗട്ട്) *n.* protrusion of the lips; ചുണ്ടു കൂർപ്പിക്കൽ.

poverty (പൊവെർട്ടി) *n.* state of being poor; want; ദാരിദ്ര്യം; ദൈന്യം; ദുർഭിക്ഷം.

powder (പൗഡർ) *n.* dust; gun-powder; face-powder; പൊടി; ചൂർണ്ണം; ധൂളി; പൗഡർ; കരിമരുന്ന്; വെടിമരുന്ന്; *v.* പൊടിക്കുക; പൊടിയാക്കുക.

power (പൗഎർ) *n.* ability to act; strength; influence; ശക്തി; അധികാരം; വൈദ്യുതോർജ്ജം; പ്രവർത്തനശക്തി; ശാരീരികമോ മാനസി

കമോ ആയ കഴിവ്; രാഷ്ട്രീയമോ സാമൂഹികമോ ആയ പ്രാബല്യം.

powerful (പവ്വർഫുൾ) *adj.* having great power; mighty; സുശക്തമായ; അതിയായ ശരീരശക്തിയുള്ള.

pox (പൊക്സ്) *n.* pustules; an eruptive disease; കുരു; പരു; വസൂരി.

practical (പ്രാക്ടിക്കൽ) *adj.* pert. to practice; workable; അഭ്യാസക്ഷമമായ; ക്രിയാത്മകമായ; പ്രവർത്തനീയമായ; പ്രവർത്തനപരമായ.

practice (പ്രാക്ടീസ്) *n.* action; performance; usage; custom; പ്രവർത്തിക്കൽ; പ്രയോഗം; പതിവായിത്തീർന്ന പ്രവർത്തനം; ശീലം; ആചാരം.

pragmatic (പ്രാഗ്മാറ്റിക്) *adj.* practical; business-like; officious; പ്രാവർത്തികമായ; തികച്ചും പ്രായോഗിക ബുദ്ധിയുള്ള; *adv.* **pragmatically**; *n.* **pragmatism**.

praise (പ്രെയ്സ്) *n.* commendation; glorifying; സ്തുതി; പ്രശംസ; വാഴ്ത്തൽ; *adj.* **praiseworthy** സ്തുത്യർഹമായ.

prank (പ്രാങ്ക്) *n.* merry trick; playful action; കുസൃതിത്തം മുറ്റിയ തമാശ.

prattle (പ്രാറ്റൽ) *v.* talk much and idly like a child; പ്രലപിക്കുക; ചിലയ്ക്കുക.

prawn (പ്രോൺ) *n.* small edible crustacean; ചെമ്മീൻ.

pray (പ്രെയ്) *v.* ask earnestly; supplicate; implore; address God; അഭ്യർത്ഥിക്കുക; കാര്യമായപേക്ഷിക്കുക; അഭ്യർത്ഥന നടത്തുക; ഈശ്വരചിന്തനം ചെയ്യുക; *n.* **prayer**.

preach (പ്രീച്) *v.* deliver a sermon; exhort; സദാചാരപ്രസംഗം നടത്തുക; മതപ്രസംഗം നടത്തുക; മതപ്രചാരണം നടത്തുക.

preamble (പ്രീആംബ്ൾ) *n.* preface; introduction; അവതാരിക; ഉദ്ദേശ്യപ്രസ്താവന.

precarious (പ്രീകേയറിയസ്) *adj.* uncertain; insecure; risky; അനിശ്ചയമായ; സന്ദിഗ്ദ്ധമായ; *adv.* **precariously**.

precaution (പ്രികോഷൻ) *n.* previous care; measure taken beforehand; മുൻകരുതൽ; മുൻവിചാരം.

precede (പ്രീസീഡ്) *v.* go before; take the lead; മുൻപുണ്ടാകുക; മുമ്പെ വരുന്ന; *n.* **precedence** കീഴ്നടപ്പ്.

precedent (പ്രീസിഡെൻറ്) *n.* example or rule to be followed; കീഴ്വഴക്കം; ദൃഷ്ടാന്തം; മാമൂൽ.

precept (പ്രീസെപ്റ്റ്) *n.* a moral commandment; സന്മാർഗപ്രമാണം; നീതിസൂത്രം.

precious (പ്രെഷസ്) *adj.* of great price; costly; വിലയേറിയ; അനർഘമായ; അമൂല്യമായ; അരുമയായ.

precipice (പ്രെസിപിസ്) *n.* steep descent; overhanging cliff; കിഴുക്കാന്തൂക്ക്.

precis (പ്രെയ്സീ) *n.* summary; ചുരുക്കം; സംക്ഷേപം; സംഗ്രഹം.

precise (പ്രിസൈസ്) *adj.* definite; exact; accurate; കൃത്യമായ; സൂക്ഷ്മമായ; കണിശമുള്ള.

precision (പ്രിസിഷൻ) *n.* exactness; accuracy; കൃത്യത; നിയതത്വം; യാഥാർത്ഥ്യം.

precocious (പ്രികൗഷസ്) *adj.* ripe before natural time; പിഞ്ചിലേ പഴുത്ത; കാലമെത്തും മുമ്പേ മൂത്ത; പ്രായാതീത ബുദ്ധിയുള്ള.

precursor (പ്രീകേഴ്സർ) *n.* fore-run-

predecessor | preservation 325

ner; harbinger; omen; മുന്നോടി; പൂർവ്വഗാമി.

predecessor (പ്രീഡിസെസർ) *n.* an ancestor; പുരോഗാമി; പൂർവ്വഗാമി.

predestinate (പ്രീഡെസ്റ്റിനെയ്റ്റ്) *v.* determine beforehand; മുൻകൂട്ടി നിർണ്ണയിക്കുക; *n.* **predestination** വിധി.

predicable (പ്രെഡിക്കബ്ൾ) *adj.* that can be said of; വിശേഷണമാക്കാവുന്ന.

predicament (പ്രിഡിക്കമെൻറ്) *n.* unfortunate position; കഷ്ടസ്ഥിതി.

predict (പ്രിഡിക്റ്റ്) *v.* foretell; മുൻകൂട്ടി പറയുക; ദീർഘദർശനം ചെയ്യുക.

predominate (പ്രീഡൊമിനെയ്റ്റ്) *v.* have surpassing power or influence; മുന്നിട്ടുനില്ക്കുക; മുന്തിനില്ക്കുക.

pre-exist (പ്രീഇഗ്സിസ്റ്റ്) *v.* exist before; മുൻപേതന്നെ ഉണ്ടായിരിക്കുക.

preface (പ്രെഫിസ്) *n.* introductory statement; മുഖവുര; ആമുഖം.

prefer (പ്രിഫേർ) *v.* like better; choose or select before others; put forward; കൂടുതൽ ഇഷ്ടപ്പെടുക (to); പ്രിയതമമായിരിക്കുക; തിരഞ്ഞെടുക്കാൻ തയ്യാറായിരിക്കുക; *n.* **preference**.

prefix (പ്രീഫിക്സ്) *v.* place before; മുമ്പേ നിറുത്തുക; *n.* ഉപസർഗ്ഗപദം.

pregnant (പ്രെഗ്നൻറ്) *adj.* impregnated; teeming; ഗർഭമുള്ള; ഗർഭിണിയായ; അർത്ഥഗർഭമായ; *n.* **pregnancy**.

prejudice (പ്രിജുഡിസ്) *n.* bias; prejudgement; അപര്യാപ്തമായ തെളിവിന്മേൽ എത്തിച്ചേർന്ന എതിരഭിപ്രായം.

prelate (പ്രെല്റ്റ്) *n.* clergyman of a superior order; സഭാദ്ധ്യക്ഷൻ; പ്രധാനപുരോഹിതൻ.

preliminary (പ്രിലിമിനറി) *adj.* introductory; preparatory; പ്രാരംഭകമായ; പ്രാഥമികമായ.

prelude (പ്രെല്യൂഡ്) *n.* preface; ആമുഖം; മുഖവുര; ഉപക്രമം.

premature (പ്രെമ്മെച്യുഎ്ർ) *adj.* untimely; too early; മൂപ്പെത്താത്ത; സമയമാകും മുമ്പുള്ള.

premier (പ്രെമിയർ) *adj.* first; chief; principal; മുഖ്യമായ; പ്രഥമമായ.

premise (പ്രെമിസ്) *v.* set forth an introduction to the main subject; പ്രസ്താവനയായി പറയുക; അനുമാനമായി കല്പിക്കുക; മുൻകൂട്ടിയറിയിക്കുക.

premonition (പ്രീമ്മണിഷൻ) *n.* a forewarning; മുന്നറിയിപ്പ്; ഭൂതോദയം.

preparatory (പ്രിപ്പ്റെട്രി) *adj.* introductory; തയ്യാറാകാൻ സഹായിക്കുന്ന.

prepare (പ്രിപെയർ) *v.* make ready or fit; provide; furnish; cook; സജ്ജമാക്കുക; സന്നദ്ധമാക്കുക; വട്ടം കൂട്ടുക; തയ്യാറെടുക്കുക.

prescribe (പ്രിസ്ക്രൈബ്) *v.* lay down as a rule; give directions for; നിർദ്ദേശിക്കുക; നിയമപരമായി നിർദ്ദേശിക്കുക; ആജ്ഞാപിക്കുക.

presence (പ്രെസെൻസ്) *n.* fact or state of being present; സാന്നിദ്ധ്യം; അഭിമുഖം; സാമീപ്യം; *adj.* **present** സന്നിഹിതനായ.

present (പ്രെസ്ൻറ്) *n.* a gift; സമ്മാനം; പാരിതോഷികം; *n.* **presentation**.

preservation (പ്രിസെർവേയ്ഷൻ) *n.*

safe keeping; safety; പരിപാലനം; രക്ഷണം; ഭദ്രത.

preserve (പ്രിസ്സേർവ്) *v.* keep safe; prevent being spoilt; maintain; കാത്തുകൊള്ളുക; സംരക്ഷിക്കുക.

preside (പ്രിസൈഡ്) *v.* be in the chair; be at the head; അദ്ധ്യക്ഷപദ മലങ്കരിക്കുക; ആദ്ധ്യക്ഷ്യം വഹിക്കുക; *n.* **presidency**.

president (പ്രെസിഡെൻറ്) *n.* one who presides; അദ്ധ്യക്ഷൻ; സംഘ പ്രമാണി; തലവൻ; രാജ്യാദ്ധ്യക്ഷൻ; രാഷ്ട്രപതി.

press (പ്രെസ്) *v.* compel; apply pressure to; crush; squeeze out; നിർബന്ധിക്കുക; സമ്മർദ്ദം ചെലുത്തുക; ചതിക്കുക; മർദ്ദിക്കുക; ചതയുക; അമർത്തുക; അടയ്ക്കുക; *n.* **pressure** സമ്മർദ്ദം; ഞെരുക്കൽ.

press (പ്രെസ്) *n.* a printing machine; printing house; newspapers and periodicals collectively; അച്ചടി യന്ത്രം; അച്ചടിശാല; അച്ചടി; പത്ര ങ്ങളും ആനുകാലിക പ്രസിദ്ധീകര ണങ്ങളും മൊത്തത്തിൽ; **the press** വർത്തമാനപ്പത്രങ്ങൾ; പത്രപ്രവർ ത്തകർ.

pressure (പ്രെഷർ) *n.* act of pressing; distress; weight; urgency; സമ്മർദ്ദം; തള്ള്; സംപീഡനം; പ്രവർത്തനം.

prestige (പ്രെസ്റ്റീഷ്) *n.* influence or reputation derived from past achievements, success etc.; അന്തസ്സ്; പേരും പെരുമയും; അഭിമാനം; **prestigious** അത്യധികം ആദരിക്കപ്പെട്ട.

presume (പ്രിസ്യൂം) *v.* suppose on reasonable grounds; ഉദ്ദേശിക്കുക; കരുതുക; വിചാരിക്കുക; സങ്കല്പിക്കുക; താന്തോന്നിത്തം കാട്ടുക.

presuppose (പ്രീസപ്പൗസ്) *v.* assume beforehand; മുൻകൂട്ടി ഉദ്ദേശിക്കുക.

pretend (പ്രിറ്റെൻഡ്) *v.* allege falsely; feign; lay claim to; മറയ്ക്കുക; അഭിനയിക്കുക; വേഷം കാട്ടുക.

pretension (പ്രിടെൻഷൻ) *n.* pretence; show; claim; കപടവേഷം; സ്ഥാനമില്ലാത്ത അവകാശപ്പെ ടൽ.

pretext (പ്രീട്ടെക്സ്റ്റ്) *n.* ostensible reason; excuse; യഥാർത്ഥോദ്ദേ ശ്യത്തെയോ വിശദീകരണത്തെ യോ മറച്ചു വെക്കുന്നതിനുള്ള കൃത്രിമ വിശദീകരണം; ഒഴികഴിവ്.

pretty (പ്രിറ്റി) *adj.* pleasing; nice; attractive; fine; മനസ്സന്തോഷം നല്കു ന്ന; അഴകുള്ള; ആകർഷകത്വമുള്ള; ചന്തമുള്ള.

prevalence (പ്രിവ്വെലെൻസ്) *n.* predominance; currency; പ്രാബല്യം; പ്രാധാന്യം; പ്രചാരം; *adj.* **prevalent**.

prevent (പ്രിവെൻറ്) *v.* stop or hinder effectively; നിവാരണംചെയ്യുക; തട യുക; *n.* **prevention** തടസ്സം; നിവാ രണം.

previous (പ്രീവിയസ്) *adj.* going before in time; prior; former; മുൻ അവസരങ്ങളിലുള്ള; പൂർവ്വവർത്തി യായ; മുമ്പുള്ള.

prey (പ്രേയ്) *n.* animal hunted or killed for food; victim; ഇര; ഇര യായ ജീവി; ഇര പിടിച്ചുതിന്നൽ.

price (പ്രൈസ്) *n.* cost; value; estimation; വില; നിരക്ക്; മൂല്യം.

prick (പ്രിക്) *n.* thorn; goad; sting; pain; കുത്തുകോൽ; തുളയ്ക്കുന്നതി നുള്ള സൂചി; വേദന; കുത്ത്; കു ത്തൽ; (**prick of conscience,** etc.) മനസ്സാക്ഷിക്കുത്ത്.

pride (പ്രൈഡ്) *n.* inordinate self-

priest | probable 327

esteem; vanity; ഗർവ്; അഹങ്കാരം; സ്വാഭിമാനം; മദം; മാനം; പ്രതാപം.

priest (പ്രീസ്റ്റ്) *n.* a man who officiates in sacred offices; പുരോഹിതൻ; **priesthood** പൗരോഹിത്യം.

prima facie (പ്രൈമ്മെഫേയ്ഷി) *adv.* at first sight; ആദ്യനോട്ടത്തിന്.

primary (പ്രൈമറി) *adj.* earliest; original; of the first rank; ഒന്നാമത്തെ; മൗലികമായ; പ്രാഥമികമായ; ഏറ്റവും മുമ്പിലുള്ള; **primary school** പ്രാഥമികവിദ്യാലയം.

prime (പ്രൈം) *adj.* original; first rate; chief; most important; പ്രഥമമായ; മുഖ്യമായ; ആദികാലത്തേതായ; തുടക്കമായ; ഉത്തമമായ; വിശിഷ്ടമായ; **prime minister** പ്രധാനമന്ത്രി.

primer (പ്രൈമർ) *n.* elementary school book; ഒന്നാം പാഠപുസ്തകം; പ്രാഥമിക ഗ്രന്ഥം.

primitive (പ്രിമിറ്റിവ്) *adj.* at an early stage of civilization; ancient; പരിണാമത്തിൻെറ ആദ്യത്തെ അവസ്ഥയിലുള്ള.

prince (പ്രിൻസ്) *n.* king's son; sovereign; ruler; രാജകുമാരൻ; ചെറിയ നാടിൻെറ അധിപതി; സാമന്തൻ; *n.* **princess** രാജകുമാരി; *n.* **princeling** നന്നേ ചെറിയ നാടിൻെറ അധിപൻ.

principal (പ്രിൻസിപ്പ്ൽ) *adj.* chief; first; main; പദവിയിലോ പ്രാധാന്യത്തിലോ ഒന്നാം സ്ഥാനത്തുള്ള; മുഖ്യമായ; മുന്നിട്ടുനിൽക്കുന്ന.

principle (പ്രിൻസിപ്പിൾ) *n.* fundamental source; tenet; axiom; doctrine; മൗലിക കാരണം; ആദ്യ കാരണം; തത്ത്വം; ആദിബീജം; പ്രധാന പ്രമാണം.

print (പ്രിൻറ്) *v.* impress on paper etc.; stamp; അച്ചടിക്കുക; മുദ്രണം ചെയ്യുക; അച്ചടിച്ചു പ്രചരിപ്പിക്കുക; അങ്കം; അടയാളം; മുദ്ര; ചിഹ്നം; അച്ചടി; മുദ്രാങ്കം; *n.* **printer**.

prior (പ്രൈഎ്ർ) *adj.* preceding; earlier; മുമ്പേയുള്ള; മുൻനടന്ന.

priority (പ്രൈഒറിറ്റി) *n.* precedence in rank, etc.; മുൻഗണന; പ്രാഥമ്യം.

prism (പ്രിസം) *n.* solid glass triangular body; സമപാർശ്വകാചം; ത്രിഭുജക്കണ്ണാടി.

prison (പ്രിസ്ൺ) *n.* jail; a place of confinement; ജയിൽ; തടങ്കൽപ്പാളയം; തടവ്; തുറുങ്ക്; *v.* തടവിലാക്കുക.

pristine (പ്രിസ്റ്റൈൻ) *adj.* of early state; primitive; original; ആദിയായ.

privacy (പ്രിവ്വസി, പ്രൈവ്വസി) *n.* seclusion; secrecy; solitude; സ്വകാര്യത; ഏകാന്തവാസം; രഹസ്യസ്ഥാനം.

private (പ്രൈവിറ്റ്) *adj.* one's own; personal; സ്വകാര്യമായ; സ്വന്തമായ; തനതായ.

privilege (പ്രിവ്വലിജ്) *n.* peculiar right or advantage; monopoly; വിശേഷാധികാരം; പ്രത്യേകാവകാശം; അനുഗ്രഹം; അവകാശവിശേഷം; കുത്തകാവകാശം.

prize (പ്രൈസ്) *n.* plunder in war; any gain or advantage; reward; അപഹൃതം; യുദ്ധാർജ്ജിതം; ജയം; നേടിയ ബഹുമതി; പന്തയപ്പണം.

pro (പ്രൊ) *pref.* in favour of; in front of; before; '-യ്ക്ക്' അനുകൂലമായി; -യ്ക്കുവേണ്ടി; മുമ്പിൽ; മുൻഭാഗത്തായി; പകരം.

probability (പ്രൊബബിലിറ്റി) *n.* quality of being probable; likelihood; സംഭാവ്യത; സംഭാവ്യകാര്യം.

probable (പ്രൊബബ്ൾ) *adj.* likely;

reasonable; credible; ഇടയായേക്കാവുന്ന; ഇടവരുത്തിയേക്കാവുന്ന.

probation (പ്രൊബേയ്ഷൻ) *n.* period of trial; ജോലിക്കാരൻെറയും മറ്റും പരീക്ഷണകാലം; പ്രാരംഭപരിശീലനകാലഘട്ടം.

probe (പ്രൗബ്) *n.* penetrating investigation; a surgical instrument for exploring wound; സൂക്ഷ്മപരിശോധന; ശരീരത്തിൽ തറഞ്ഞിരിക്കുന്ന വസ്തുക്കൾ; കണ്ടുപിടിക്കുന്ന ശസ്ത്രക്രിയോപകരണം; കുത്തിത്തുളയ്ക്കുക; ചുഴിഞ്ഞു പരിശോധിക്കുക.

problem (പ്രൊബ്ലം) *n.* doubtful or difficult question; പ്രശ്നം; മഹാപ്രശ്നം; വിഷമപ്രശ്നം; കാര്യം; കൃത്യം.

proceed (പ്രൊസീഡ്) *v.* go on; make one's way; മുന്നോട്ടു നീങ്ങുക; തുടങ്ങുക; പുറപ്പെടുക; ഉത്ഭവിക്കുക; *n.* **proceedings** വിസ്താരം; പ്രവൃത്തി.

process (പ്രൗസസ്) *n.* course; series of operations; action at law; പ്രക്രിയ; നടപടിക്രമം; കാലക്രമം; ചെയ്യുന്ന മുറ; പരിണാമക്രമം.

procession (പ്രൊസെഷൻ) *n.* act of proceeding; a train of persons in orderly succession; ഗതി; ഗമനം; ശ്രേണി; ഘോഷയാത്ര; എഴുന്നള്ളിപ്പ്.

proclaim (പ്രൊക്ലെയ്ം) *v.* announce officially; പ്രഖ്യാപിക്കുക; പരസ്യപ്പെടുത്തുക; വിജ്ഞാപനം ചെയ്യുക; അറിയിക്കുക; വിളിച്ചുപറയുക.

procrastinate (പ്രൗക്രാസ്റ്റിനെയ്റ്റ്) *v.* defer action; നീട്ടിനീട്ടിവയ്ക്കുക.

procreate (പ്രൗക്രിയെയ്റ്റ്) *v.* generate; beget; produce; ജനിപ്പിക്കുക; ജന്മം നല്കുക.

procure (പ്ര്ക്യൂർ) *v.* obtain by effort; acquire; bring about; pimp; കരസ്ഥമാക്കുക; നിർവഹിക്കുക; ആർജ്ജിക്കുക; സാധിക്കുക; നേടുക; സാധിപ്പിക്കുക.

prodigal (പ്രൊഡിഗൽ) *adj.* given to extravagant expenditure; ദുർവ്യയം ചെയ്യുന്ന; അമിതവ്യയിയായ.

prodigious (പ്രെഡീജെസ്) *adj.* enormous; അത്ഭുതാവഹമായ; ബൃഹത്തായ.

prodigy (പ്രൊഡിജി) *n.* person endowed with surprising qualities or abilities; അത്ഭുതഗുണം; അതിബുദ്ധിസാമർത്ഥ്യം.

produce (പ്രെഡ്യൂസ്) *v.* bring forward; bring before public; manufacture; പുറത്തുകൊണ്ടുവരിക; ഹാജരാക്കുക; കാഴ്ചയ്ക്കു കൊണ്ടുവരിക; *n.* ഉത്പന്നം; വിളവ്.

product (പ്രോഡക്ട്) *n.* thing produced; result; ഉത്പന്നം; ഫാക്ടറിയിൽ നിർമ്മിച്ച വസ്തു.

profess (പ്രെ(പ്രൗ)ഫെസ്) *v.* openly declare; affirm one's faith in or allegiance to; avow; വെളിവായി പറയുക; പരസ്യമായി പ്രസ്താവിക്കുക.

profession (പ്രെഫെഷൻ) *n.* declaration; avowal; vocation; മതസ്വീകാരം; തൊഴിൽ; വ്യവസായം; നടിപ്പ്; ഉദ്യോഗം; ജീവിതപ്രവൃത്തി; *adj.* **professional**.

professor (പ്രെഫെസർ) *n.* teacher of high rank; പ്രൊഫസ്സർ; സർവ്വകലാശാലാധ്യാപകൻ.

proficient (പ്രെഫിഷൻറ്) *n.* adept; expert; അഭിജ്ഞൻ; വിദഗ്ദ്ധൻ.

profile (പ്രൗഫൈൽ) *n.* side view esp. of human face; ആകൃതി; രൂപം; ആകാരം; അർദ്ധമുഖദർശനം.

profit (്രപാഫിറ്റ്) *n.* gain; advantage; benefit; ലാഭം; ആദായം; ഫല പ്രാപ്തി; ലാഭ ഇടപാട്; ഫലോദയം.

profligate (്രപാഫ്ലിഗിറ്റ്) *adj.* vicious; ruined in morals; വഷളനായ; ധാരാളിയായ; ദുർമ്മാർഗ്ഗിയായ.

profound (്പ്രെ(പ്രൗ)ഫൗണ്ഡ്) *adj.* having great knowledge; deep; intense; അഗാധമായ; നിഗൂഢമായ; പരമമായ; പാരംഗതനായ; *ns.* **profoundness, profundity**.

profuse (്പ്രെ(പ്രൗ)ഫൂസ്) *n.* overflowing; lavish; abundant; നിറഞ്ഞു വഴിയുന്ന; ഔദാര്യമുള്ള; സമൃദ്ധ മായ; അനല്പമായ.

profusion (്പ്രെഫ്യൂഷൻ) *n.* abundance; സമൃദ്ധി; അതിരേകം.

progeny (്രപാജനി) *n.* offspring collectively; മക്കൾ; സന്തതികൾ.

programme, program (*U.S.*) (പ്രൗ ഗ്രാം) *n.* definite plan of intended proceedings; a plan or scheme; കർമ്മപരിപാടി; കാര്യപരിപാടി; കാര്യക്രമവിവരം; വിവരപ്പട്ടിക; **program** *n.* (കംപ്യൂട്ടർ) പ്രത്യേക തരം ദത്തവസ്തുതകളെടുത്ത് പെരു മാറുമ്പോൾ കംപ്യൂട്ടർയന്ത്രം അനു വർത്തിക്കേണ്ട ക്രിയാക്രമം; യുക്തി ക്രമമനുസരിച്ച് ചെറിയ ബോധന ഏകകങ്ങളായി വിഭജിച്ച് അടുക്കിയ പാഠപദ്ധതി.

progress (പ്രൗഗ്രെസ്) *n.* advance or development; moving forward; പുരോഗതി; പ്രയാണം; പരിണതി; പ്രാപ്തി; ആഗമം; മുന്നേറുക; പുരോഗമിക്കുക; മുന്നോട്ടുചെല്ലുക; തുടരുക.

progression (്പ്രെഗ്രെഷൻ) *n.* progress; course; മുമ്പോട്ടുള്ള ഗതി.

prohibit (്പ്രെഹിബിറ്റ്) *v.* forbid; prevent; debar; വിലക്കുക; നിരോധി ക്കുക; പ്രതിബന്ധിക്കുക; നിഷിദ്ധമാ ക്കുക.

prohibition (പ്രൗഹിബിഷൻ) *n.* forbidding by law esp. consumption of alcoholic drinks; നിരോധനം; മദ്യ നിരോധനം; വിലക്ക്.

project (്പ്രെജെക്റ്റ്) *v.* jut out; plan; contrive; device; എറിയുക; മനസ്സു കൊണ്ടു കല്പിക്കുക; ഉപായം ചിന്തിക്കുക; പ്രക്ഷേപിക്കുക; തള്ളി നില്ക്കുക; *n.* **projection**; *n.* **projector**.

proletarian (പ്രൗലിറ്റേയറിയൻ) *adj.* & *n.* തൊഴിലാളിവർഗ്ഗത്തിൽപ്പെട്ട (ആൾ).

proliferate (്പ്രെലിഫ്ഫറെയ്റ്റ്) *v.* reproduce itself; increase rapidly; സ്വയം പുനരുത്പാദനംചെയ്യുക; പെരുകുക; *n.* **proliferation**.

prolific (്രപാലിഫിക്) *adj.* producing abundantly; സന്താനപുഷ്ടിയുള്ള.

prologue (പ്രൗലോഗ്) *n.* preface; introduction; നാന്ദി; പ്രസ്താവന.

prolong (്പ്രെലോങ്) *v.* extend in duration; lengthen; നീട്ടിക്കൊണ്ടു പോകുക; ദീർഘമാക്കുക.

prominence (്രപാമിനെൻസ്) *n.* state or quality of being prominent; ഔന്നത്യം; പ്രാമാണ്യം; ഉത്തുംഗത; *adj.* **prominent** ഔന്നത്യമുള്ള.

promiscuous (്പ്രെമിസ്ക്യൂഎസ്) *adj.* mixed; haphazard; സമ്മിശ്രമായ; സങ്കരമായ; കൂടിക്കലർന്ന; *n.* **promiscuity.**

promise (്രപാമിസ്) *n.* undertaking; engagement; assurance; വാഗ്ദാനം; പ്രതിജ്ഞ; കരാർ; ഉടമ്പടി; ശപഥം.

promote (്പ്രെമൗട്ട്) *v.* (*opp.* **demote**) move up to a higher rank; encourage; കൂടുതൽ ഉന്നതമായ പദവിയി ലേക്കുയർത്തുക; വർദ്ധിപ്പിക്കുക.

prompt [്രപാം(പ്)റ്റ്)] *adj.* & *adv.* ready and quick in action; not delayed; വിളംബംവിനാ പ്രവർത്തിക്കുന്ന; ക്ഷണത്തിൽ ഒരുക്കമുള്ള; ഊർജ്ജിതമായ; ഉത്സാഹിപ്പിക്കുക; പ്രചോദിപ്പിക്കുക; പ്രേരിപ്പിക്കുക; *n.* **prompter**.

prone (പ്രൗൺ) *adj.* lying with face downward; സാഷ്ടാംഗമായ; കീഴ്പ്പോട്ടു ചരിഞ്ഞ; സാധ്യതയുള്ള; *n.* **proneness** പ്രവണത; താത്പര്യം.

pronoun (പ്രൗനൗൺ) *n.* (*gr.*) word used instead of nouns; സർവ്വനാമം; പ്രതിസംജ്ഞ.

pronounce (പ്രനൗൺസ്) *v.* speak; deliver a judgement; utter; വിധി പറയുക; അഭിപ്രായപ്പെടുക; ദൃഢമായി പറയുക; ഉച്ചരിക്കുക; *n.* **pronouncement**.

pronunciation (പ്രനൻസിയെയ്ഷൻ) *n.* way in which a word is pronounced; ഉച്ചാരണം.

proof (പ്രൂഫ്) *n.* evidence; something which proves; തെളിവ്; സ്പഷ്ടമായ തെളിവ്; പ്രസ്താവം; വാസ്തവമാണെന്നു തെളിയിക്കൽ; നിദർശനം; ദൃഷ്ടാന്തം.

propaganda (പ്രൊപ്പെഗാൻഡ്ഡ) *n.* an association or scheme for propagating a doctrine, etc.; പ്രചാരണം; പ്രചാരണ സംഘം; പ്രചാരണപ്രവർത്തനം.

propagate (പ്രോപ്പെഗെയ്റ്റ്) *v.* spread; diffuse; disseminate; cause to reproduce; പെറ്റുപെരുകുക; നട്ടുണ്ടാക്കുക; വ്യാപിപ്പിക്കുക; പ്രചരിപ്പിക്കുക; *n.* **propagation.**

propel (പ്രപെൽ) *v.* drive forward; cause to move; ചലിപ്പിക്കുക; (*lit.* & *fig.*) പ്രചോദിപ്പിക്കുക; *n.* **propeller**.

proper (പ്രൊപ്പർ) *adj.* suitable; fit; appropriate; strictly applicable; ഉചിതമായ; അർഹതയുള്ള; കണിശമായ; തക്ക; യുക്തമായ; *adv.* **properly;** *n.* **properness**.

property (പ്രോപർട്ടി) *n.* peculiar quality of anything; സവിശേഷത; സ്വഭാവം; ഗുണം; ലക്ഷണം; സമ്പത്ത്; സ്വത്ത്; ആസ്തി; ഭൂസ്വത്ത്.

prophecy (പ്രൊഫസി) *n.* prophetic utterance; foretelling of future events; പ്രവചനം; ഭാവിജ്ഞാനം.

prophet (പ്രൊഫിറ്റ്) *n.* predictor of events; inspired teacher; പ്രവാചകൻ; സിദ്ധൻ; തത്ത്വദർശി.

proponent (പ്രപൗണൻറ്) *n.* person who supports a cause or theory; ഒരു ആശയത്തെയോ പ്രസ്ഥാനത്തെയോ പിന്താങ്ങുന്നയാൾ.

proportion (പ്രപോർഷൻ) *n.* comparative part or relation; അനുപാതം; ആനുഗുണ്യം; വിഭാഗം; വീതം; പ്രമാണം; *adj.* **proportional** യുക്താനുപാതത്തിലുള്ള; വീതാനുസരണമായ.

proportionate (പ്രപോർഷനെയ്റ്റ്) *adj.* in fit proportion; വീതപ്രകാരമുള്ള.

propose (പ്രപൗസ്) *v.* put forward; offer for consideration; നിർദ്ദേശിക്കുക; ആലോചനാവിഷയമായി പറയുക; കരുതുക; ഭാവിക്കുക; *n.* **proposal** offer; overture; proposition; നിർദ്ദേശം; അഭിപ്രായം; പ്രസ്താവം.

proposition (പ്രൊപ്പെസിഷൻ) *n.* pro-

propound | proton 331

posal; statement; assertion; പ്രമേയം; അഭിപ്രായം.

propound (പ്രപൗൺഡ്) *v.* offer for consideration; propose; ആലോചന യ്ക്കു വയ്ക്കുക; പ്രതിപാദിക്കുക.

proprietor (പ്രപ്രൈയറ്റർ) *n.* owner; ഉടമസ്ഥൻ; മുതലാളി; യജമാനൻ.

prosaic (പ്രസെയിക്) *adj.* like prose; dull; ഗദ്യംപോലെയുള്ള; മുഷിപ്പനായ.

prose (പ്രൗസ്) *n.* non-metrical form of language; ഗദ്യം; ഗദ്യരചനകൾ.

prosecute (പ്രോസിക്യൂട്ട്) *v.* follow up; pursue; institute legal proceedings against; നിർവഹിക്കുക; ക്രിമിനൽ കേസ് നടത്തുക.

prosecution (പ്രോസിക്യൂഷൻ) *n.* carrying on (of legal proceedings; കോടതിവ്യവഹാരം; നിത്യാനുഷ്ഠാനം; അന്യായഭാഗം; *n.* **prosecutor; public prosecutor** സർക്കാർ വക്കീൽ.

prospect (പ്രൊസ്പെക്ട്) *n.* outlook; sight; extensive view; ദർശനം; ദൃശ്യം; ദൂരക്കാഴ്ച; വ്യാപകദൃശ്യം; അഭ്യുദയം; വിജയസാദ്ധ്യത; ഭാവിയിലുണ്ടാകാവുന്ന നേട്ടങ്ങളെക്കുറിച്ചുള്ള വീക്ഷണം.

prospectus (പ്രസ്പെക്ടസ്) *n.* document describing chief features of enterprise; ഒരു സ്ഥാപനത്തിന്റെ കാര്യപത്രിക.

prosper (പ്രൊസ്പ്പർ) *v.* succeed; thrive; get on well; അഭിവൃദ്ധിപ്പെടുക; പുരോഗതി ആർജ്ജിക്കുക.

prosperity (പ്രൊസ്പെരിറ്റി) *n.* state of being prosperous; അഭിവൃദ്ധി; ക്ഷേമം.

prostitute (പ്രൊസ്റ്റിറ്റ്യൂട്ട്) *v.* devote to evil use; hire out for indiscriminate sexual intercourse; വ്യഭിചരിക്കുക; വേശ്യയാകുക; വേശ്യയാക്കുക; *n.* വേശ്യ; ഗണിക; സ്വൈരിണി; *n.* **prostitution** വേശ്യാവൃത്തി.

prostrate (പ്രൊസ്ട്രെയ്റ്റ്) *adj.* lying at length; ഉടൽനീളത്തിൽ കിടക്കുന്ന; കമിഴ്ന്നുവീണ; ദണ്ഡനമസ്കാരം ചെയ്യുന്ന; *n.* **prostration**.

protect (പ്രൊടെക്റ്റ്) *v.* keep safe; defend; guard; preserve; രക്ഷിക്കുക; പരിപാലിക്കുക; പ്രതിരോധിക്കുക.

protection (പ്രട്ടെക്ഷൻ) *n.* protecting; defence; സംരക്ഷണം; പരിത്രാണം.

protector (പ്രടെക്ടർ) *n.* guardian; one who protects; രക്ഷകൻ; രക്ഷാധികാരി.

protein [പ്രോട്ടീ(ഇ)ൻ] *n.* the essential nitrogenous constituent of the food; മാംസ്യം.

protest (പ്രടെസ്റ്റ്) *v.* express or record dissent or objection; പ്രതിഷേധിക്കുക; പരസ്യമായി പ്രസ്താവിക്കുക; പ്രതിഷേധം പ്രകടിപ്പിക്കുക; പ്രതിഷേധം; ദൃഢോക്തി; പരാതി.

Protestant (പ്രൊട്ടിസ്റ്റൻറ്) *n.* member of any of the Christian bodies that separated from the Roman Church; പ്രോട്ടസ്റ്റൻറ് ക്രിസ്ത്യാനി.

protocol (പ്രൗട്ടെകൊൾ) *n.* original draft of diplomatic document; ഔദ്യോഗികമോ ഔപചാരികമോ ആയ രേഖ; നയതന്ത്ര പ്രവർത്തനം സംബന്ധിച്ച ആചാരമര്യാദാസംഹിത; പെരുമാറ്റച്ചട്ടം.

proton (പ്രൗട്ടൊൺ) *n.* an elementary particle of positive charge and unit atomic mass; ധനാധാനവും പരമാണുവിന്റെ ഏകകപിണ്ഡവും

(ലഘുതമ ഹൈഡ്രജൻ സമസ്ഥാനീയത്തിന് ഇലക്ട്രോൺ ഒഴികെയുള്ള പിണ്ഡം) ഉള്ള ഒരു മൗലികകണം.

protoplasm (പ്രൗട്ടപ്ലാസം) *n.* living matter; the physical basis of life; ആദി ജീവകോശം; മൂലജീവദ്രവ്യം.

prototype (പ്രൗട്ടടൈപ്പ്) *n.* the first or original type or model; ആദ്യമാതൃക.

protract (പ്രട്രാക്റ്റ്) *v.* prolong; lengthen in time or space; വലിച്ചുനീട്ടുക; സമയം ദീർഘിപ്പിക്കുക.

protrude (പ്രട്രൂഡ്) *v.* thrust forward; project; bulge; മുമ്പോട്ട് ഉന്തിനില്ക്കുക; ഉന്തുക.

proud (പ്രൗഡ്) *adj.* elated; haughty; arrogant; manifesting; proud; അഭിമാന ഹേതുകമായ; അഭിമാനിയായ; അഹങ്കാരമുള്ള.

prove (പ്രൂവ്) *v.* ascertain; establish as truth by argument; test; demonstrate; verify; യുക്തികൊണ്ടു തീരുമാനിക്കുക; പരിശോധിക്കുക; പരീക്ഷിക്കുക.

proverb (പ്രൊവേർബ്) *n.* adage; maxim; a byword; പഴഞ്ചൊല്ല്; പഴമൊഴി; ആപ്തവാക്യം.

provide (പ്രവൈഡ്) *v.* make ready beforehand; supply; ഉണ്ടാക്കിക്കൊടുക്കുക; സംഭരിച്ചുകൊടുക്കുക; സൗകര്യപ്പെടുത്തുക; *conj.* **provided** ആകുന്നപക്ഷം.

providence (പ്രൊവിഡെൻസ്) *n.* foresight; benevolent care of God; നോട്ടം; മിതവ്യയത്വം; ഈശ്വരേച്ഛ; ഈശ്വരൻ; *adj.* **provident**.

province (പ്രൊവിൻസ്) *n.* (*hist.*) large territorial division; പ്രവിശ്യ; സംസ്ഥാനം.

provision (പ്രവിഷൻ) *n.* stock; store; stock of food; സാമാനശേഖരം; സംഭരണം; സംഭാരം; സാമഗ്രി; പ്രമാണത്തിലെയോ നിയമത്തിലെയോ വകുപ്പ്.

provisional (പ്രവിഷനൽ) *adj.* temporary; conditional; താൽക്കാലികമായ; താൽക്കാലികാവശ്യങ്ങൾക്കുള്ള.

provoke (പ്രവൗക്) *v.* excite; rouse; incite to anger; instigate; tempt; പ്രകോപിപ്പിക്കുക; ഉണർത്തുക; ശല്യപ്പെടുത്തുക; ക്ഷോഭിപ്പിക്കുക; *n.* **provocation** പ്രകോപനം; *adj.* **provocative**.

prowess (പ്രൗഎസ്) *n.* bravery; valour; daring; വീര്യം; കൈക്കരുത്ത്.

prowl (പ്രൗൾ) *v.* rove for prey; wander stealthily; പതുങ്ങിനടക്കുക; തക്കം നോക്കി നടക്കുക.

proximity (പ്രൊക്സിമിറ്റി) *n.* nearness in time, place; കാലത്തിലോ സ്ഥലത്തിലോ സമീപസ്ഥിതി.

proxy (പ്രൊക്സി) *n.* person authorised to act for another; പകരക്കാരൻ; പ്രതിപുരുഷൻ.

prudence (പ്രൂഡെൻസ്) *n.* foresight; caution; ദീർഘദൃഷ്ടി; വിവേകം; *adj.* **prudent** കരുതലോടെ പ്രവർത്തിക്കുന്ന.

prune (പ്രൂൺ) *v.* trim; cut off branches; വെട്ടിഒതുക്കുക; ചുള്ളിക്കൊമ്പുകൾ വെട്ടിനീക്കി മരത്തെ ഭംഗിപ്പെടുത്തുക.

pry (പ്രൈ) *v.* peep into that which is private; inquire impertinently; ഒളിഞ്ഞുനോക്കുക; വേണ്ടാത്തിടത്ത് ഉറ്റുനോക്കുക.

pseudo (സ്യൂഡൗ) *pref.* signifying false or spurious; കളവായ; കള്ളമായ.

pseudonym (സ്യൂഡൗനിം) *n.* a fictitious name assumed; a pen name; തൂലികാനാമം; കള്ളപ്പേര്.

psoriasis (സൊറായെസിസ്) *n.* kind of skin disease; ഒരുതരം ചർമ്മ രോഗം.

psyche (സൈക്കീ) *n.* soul; spirit; mind; ആത്മാവ്; ജീവൻ; മനസ്സ്.

psychiatry (സൈക്കിയാട്രി) *n.* treatment of mental diseases; മനോരോഗ പഠനം; മനോരോഗചികിത്സ.

psychological (സൈക്കലൊജിക്ക്ൽ) *adj.* pert. to mind; mental; മനഃസംബന്ധിയായ; മനഃശാസ്ത്ര വിഷയകമായ.

psychology (സൈക്കൊളജി) *n.* science of mind; മനഃശാസ്ത്രം; ആത്മവിജ്ഞാനം.

psychosis (സൈക്കൗസിസ്) *n.* mental condition; a mental disorder; മാനസികാവസ്ഥ; മാനസികാവസ്ഥയെ അടിസ്ഥാനമാക്കി പരിഗണിക്കപ്പെടുന്ന ഭൗതികാവസ്ഥ; ചിത്തരോഗം.

psychotherapy (സൈക്കൗതെറപ്പി) *n.* art of curing mental diseases; മാനസിക രോഗചികിത്സ.

pub (പബ്) *n.* (*sl.*) public house; പൊതു മദ്യശാല.

puberty (പ്യൂബർറ്റി) *n.* the beginning of sexual maturity; ഋതുവാകൽ; യൗവനാരംഭം; *adj.* **pubic** ഗുഹ്യ പ്രദേശപരമായ.

public (പബ്ലിക്) *adj.* generally known; general; common; പ്രസിദ്ധമായ; പരസ്യമായ; സർവജനങ്ങൾക്കുമുള്ള; സാർവജനീനമായ; രഹസ്യമല്ലാത്ത; പൊതുവായ; ജനങ്ങൾക്കുള്ള.

publication (പബ്ലിക്കെയ്ഷൻ) *n.* the act of publishing; പ്രസിദ്ധീകരണം; പ്രസിദ്ധം ചെയ്ത പുസ്തകവും മറ്റും; പ്രകാശനം.

publicity (പബ്ലിസിറ്റി) *n.* publicness; notoriety; acclaim; പ്രസിദ്ധി; കുപ്രസിദ്ധി; സ്പഷ്ടത.

publish (പബ്ലിഷ്) *v.* make public; disclose; promulgate; പരസ്യമാക്കുക; അറിയിക്കുക; കൊട്ടിയറിയിക്കുക; പ്രസിദ്ധീകരിക്കുക.

puck (പക്) *n.* small tricky fairy; കുട്ടിച്ചാത്തൻ; വികൃതിക്കുഞ്ഞ്.

pudding (പുഡിങ്) *n.* a soft kind of cooked dish commonly with sugar, milk, eggs etc.; മുട്ട മുതലായതു ചേർത്തുണ്ടാക്കിയ മധുരപലഹാരം.

puddle (പഡ്ൽ) *n.* small muddy pool; ചേറ്റുകുളം; ചെളിക്കുണ്ട്.

puerile (പ്യൂഎറൈൽ) *adj.* boyish; childish; trifling; കുട്ടിത്തരമായ; ബാലിശമായ; *n.* **puerility**.

puff (പഫ്) *n.* sudden and single emission of breath from the mouth; ആകസ്മികനിശ്വാസം; ശ്വാസം; ഊത്ത്; പൊങ്ങൽ; കിതപ്പ്; ഏങ്ങൽ; *v.* **puff up** ഗർവ്വ് കാട്ടുക; *adj.* **puffy**.

pug (പഗ്) *n.* a dwarf variety of dog; ഒരിനം ചെറുനായ.

pull (പുൾ) *v.* draw with force; pluck; remove; extract; വലിച്ചടുപ്പിക്കുക; ആകർഷിക്കുക; പിടിച്ചുവലിക്കുക; വാളും മററും ഊരുക; തോക്കു പുറത്തെടുക്കുക; വലിച്ചു നീട്ടുക; നിലംപതിപ്പിക്കുക; **pull out** ഉദ്യമത്തിൽ നിന്ന് പിൻമാറുക.

pulley (പുളി) *n.* (*pl.* **pulleys**) a simple machine for raising weights; കപ്പി; കപ്പിയും കയറും; റാട്ട്; ചാട്.

pullover (പുൾഔഎർ) *n.* a body garment put on over the head;

കമ്പിളിക്കുപ്പായം; തലയിൽക്കൂടി താഴോട്ടിട്ടു ധരിക്കുന്ന കുപ്പായം.

pulp (പൾപ്) *n.* soft, undissolved animal or vegetable matter; paste; pap; dough; കുഴമ്പ്; കുഴച്ച മാവ്; പിട്ട്.

pulpit (പുൾപിറ്റ്) *n.* a raised structure for preaching; ദേവാലയത്തിലെ പ്രസംഗപീഠം.

pulsate (പൾസെയ്റ്റ്) *v.* beat; throb; vibrate; സ്പന്ദിക്കുക; തുടിക്കുക.

pulse (പൾസ്) *n.* successive beat of arteries of heart; ഹൃദയത്തുടിപ്പ്; നാഡി; നാഡീസ്പന്ദനം.

pulse (പൾസ്) *n.* leguminous plants or their seeds; നവധാന്യം; പയർവർഗ്ഗങ്ങൾ പൊതുവെ.

pump (പമ്പ്) *n.* machine for raising or moving liquids; ജലാരോഹകയന്ത്രം; നീരടിയന്ത്രം; പമ്പ്.

pumpkin (പംകിൻ) *n.* a plant of the gourd family or its fruit; മത്തങ്ങ; പൂഷണിക്ക.

pun (പൺ) *n.* humorous use of a word; ദ്വയാർത്ഥപ്രയോഗം.

punch (പൻച്) *n.* metallic tool for making apertures; കുത്തിത്തുളയ്ക്കുന്ന യന്ത്രം; കുത്തുകോൽ; മുഷ്ടിപ്രഹരം; **punch line** ഫലിതത്തിന്റെ അവസാനവരി.

punctual (പങ്ക്ച്യൂഎ്ൽ) *adj.* observant of appointed time; exact in keeping time; സമയകൃത്യതയുള്ള; സമയനിഷ്ഠയുള്ള; കണിശമായ.

punctuate (പങ്ക്ച്യൂഎയ്റ്റ്) *v.* mark with points; emphasise; വിരാമചിഹ്നമിടുക.

puncture (പങ്ച്ചർ) *n.* act of perforating; കുത്ത്; കുത്തൽ; ടയറിലുണ്ടാകുന്ന ചെറുദ്വാരം.

pungent (പൻജൻറ്) *adj.* affecting the tongue; biting; acrid; എരിവുള്ള; രൂക്ഷരുചിയുള്ള.

punish (പണിഷ്) *v.* inflict a penalty on; castigate; beat severely; ശിക്ഷിക്കുക; ദണ്ഡിക്കുക; പീഡിപ്പിക്കുക.

puny (പ്യൂണി) *adj.* small and weak; petty; ചെറിയ; കുറുകിയ; മുരടിച്ച; വലിപ്പം കുറഞ്ഞ.

pupa (പ്യൂപ) *n.* (*pl.* **pupae**) chrysalis form of an insect; കോശസ്ഥകീടം; കൂടപ്പുഴു.

pupil (പ്യൂപ്ൾ) *n.* one who is being taught; ward; വിദ്യാർത്ഥി; ശിഷ്യൻ; കണ്ണിലെ കൃഷ്ണമണി.

puppet (പപിറ്റ്) *n.* doll; one actuated by another's will; പാവ; ബൊമ്മ; യന്ത്രപ്പാവ.

puppy (പപ്പി) *n.* a young dog; നായ്ക്കുഞ്ഞ്.

purchase (പേർചസ്) *v.* obtain by payment of money; വിലയ്ക്കു വാങ്ങുക; കഠിനാദ്ധ്വാനത്തിലൂടെ നേടുക; *n.* വിലയ്ക്കു വാങ്ങൽ; ക്രയം; സമ്പാദനം.

pure (പ്യൂഎ്ർ) *adj.* unmixed; not adulterated; clean; spotless; ശുദ്ധമായ; കലർപ്പില്ലാത്ത; പവിത്രമായ; നിർമ്മലമായ; മായമില്ലാത്ത; തനിയായ; കറകളഞ്ഞ; കുറ്റമറ്റ.

purgation (പേർഗെയ്ഷൻ) *n.* a clearing away of impurities; വിരേചകം; വയറിളക്കൽ; ശുദ്ധീകരണം.

purge (പേർജ്) *v.* purify; remove undesirable persons from a party; ശാരീരികമോ മാനസികമോ ആയി ശുദ്ധീകരിക്കുക.

purify (പ്യൂരിഫൈ) *v.* make pure; cleanse; refine; ശുദ്ധമാക്കുക; പാപം

കളയുക; അഴുക്കു കളയുക; ശുദ്ധീകരിക്കുക.

purity (പ്യൂഎ്റിറ്റി) *n.* condition of being pure; വിശുദ്ധി; വെടിപ്പ്; നിർമ്മലത.

purple (േപർപ്ൾ) *adj.* of dark red colour; bloody; കരിഞ്ചുവപ്പായ.

purpose (േപർപ്പസ്) *n.* aim; object; intention; an end desired; ഉദ്ദിഷ്ടകാര്യം; ഉദ്ദേശ്യം; ലക്ഷ്യം; ഉന്നം; താത്പര്യം; നിശ്ചയം; പ്രയോജനം; *v.* നിശ്ചയിക്കുക; നിനയ്ക്കുക; ലക്ഷ്യമാക്കുക.

purse (പേഴ്സ്) *n.* a small money bag; sum of money in a purse; മടിശ്ശീല; പണക്കിഴി; സമ്മാനദ്രവ്യം; കൃത്യമായ പണത്തുക.

pursue (പെർസ്യൂ) *v.* follow with a view to overtake; chase; hunt; പിന്തുടരുക; തുരത്തുക; തേടുക; ഓടിച്ചുകൊണ്ടുപോകുക; വേട്ടയാടുക; അനുധാവനം ചെയ്യുക.

pursuit (പെർസ്യൂട്ട്) *n.* the act of pursuing; endeavour to attain; തുടരൽ; പിന്തുടരൽ; യത്നം; ശ്രമം; തേടൽ.

purview (പ്പെർവ്യൂ) *n.* limit or scope of a statute; നിയമപ്പൊരുൾ; ആലോചനാപരിധി; ദൃശ്യപ്രദേശം.

pus (പസ്) *n.* white or yellowish matter produced in a festering sore; ചലം; പഴുപ്പ്.

push (പുഷ്) *v.* press forward; thrust; drive by pressure; ഉന്തുക; ഉന്തിവിടുക; തള്ളുക; തള്ളിക്കൊണ്ടുപോകുക; തള്ളിനീക്കുക.

puss (പുസ്) *n.* a name for a cat; a hare; പൂച്ചയുടെ ഓമനപ്പേര്; ബിഡാലം; മാർജ്ജാരം.

put (പുട്ട്) *v.* place, set or lay in any position; set before one for consideration; സ്ഥാപിക്കുക; നിക്ഷേപിക്കുക; ഇടുക; വയ്ക്കുക; കിടത്തുക; താഴ്ത്തുക; ആക്കുക; **put away** നീക്കിവയ്ക്കുക; ഉപേക്ഷിക്കുക; **put forth**(വാദം) ഉന്നയിക്കുക; **put off** നീട്ടിവയ്ക്കുക; **put out** വിളക്കു കെടുത്തുക; **put on airs** (*sl.*) ഗാംഭീര്യം നടിക്കുക.

putrefy (പ്യൂട്രിഫൈ) *v.* cause to rot with an offensive smell; അഴുകുക; ചീയാൻ ഇടവരുത്തുക.

puzzle (പസ്ൽ) *v.* perplex; bewilder; make intricate; സംഭ്രമിപ്പിക്കുക; അന്ധാളിപ്പിക്കുക; വിഷമിപ്പിക്കുക; കടങ്കഥയുടെ ഉത്തരം കാണുക; ദുർഗ്രഹപ്രശ്നം; കഠിനവിഷയം; കടങ്കഥ.

pygmy (പിഗ്മി) *n.* one of the group of very short people; a dwarf; പിഗ്മി വംശജൻ; കുള്ളൻ.

pyjamas (പജാമസ്) (*U.S.* **pajamas**) *n.* (*pl.*) loose trousers tied round waist; അകലക്കാലുറകൾ; അയഞ്ഞ കാലുറകൾ.

pyorrhoea (പൈയറീയ) *n.* discharge of pus in the sockets of teeth; ദന്തപൂയസ്രാവം; പല്ലുപഴുപ്പൊഴുക്ക്; മോണപഴുപ്പ്.

pyramid (പിറമിഡ്) *n.* monumental structure of stone, etc. ശിലാകോണം; പിറമിഡ്.

pyre (പൈർ) *n.* funeral pile for burning corpse; ചിത; പട്ടട.

python (പൈഥൻ) *n.* a genus of large non venomous snake; പെരുമ്പാമ്പ്.

Qq

Q (ക്യു) the seventeenth letter of the English alphabet; ഇംഗ്ലിഷ് അക്ഷരമാലയിലെ പതിനേഴാമത്തെ അക്ഷരം.

quack (ക്വാക്ക്) *v.* cry like a duck; talk താറാവു കരയുക; ഉച്ചത്തിൽ ബുദ്ധിശൂന്യമായി സംസാരിക്കുക.

quadrangle (ക്വാഡ്രാങ്ഗ്ൾ) *n.* quadrilateral figure; ചതുർഭുജം.

quadrilateral (ക്വാഡ്രിലാറ്റ്റൽ) *adj.* having four sides and four angles; നാലുവശമുള്ള.

quadruped (ക്വാഡ്റൂപെഡ്) *n.* four-footed mammal; നാലു കാലുള്ള സസ്തനപ്രാണി; നാൽക്കാലി.

quagmire (ക്വാഗ്മയ്യർ) *n.* bog; fen; ചതുപ്പുനിലം; ചെളിക്കുണ്ട്.

quail (ക്വെയ്ൽ) *n.* a kind of migratory bird; കാടപ്പക്ഷി; തിത്തിരിപ്പക്ഷി.

quake (ക്വേയ്ക്) *v.* shake; tremble; വിറയ്ക്കുക; ത്രസിക്കുക.

qualification (ക്വാളിഫികേയ്ഷൻ) *n.* modification; legal power; യോഗ്യത; അർഹത; യോഗ്യത (അർഹത) നല്കൽ; വിശേഷിപ്പിക്കൽ.

qualify (ക്വാളിഫൈ) *v.* make fit or legally entitled; തക്കതാക്കുക; യോഗ്യമാക്കുക; അധികാരപ്പെടുത്തുക; വിശേഷിപ്പിക്കുക.

quality (ക്വാളിറ്റി) *n.* distinguishing property; trait; ഗുണം; യോഗ്യത; തരം; വിധം; നേട്ടം; സിദ്ധി; കഴിവ്; സ്വഭാവം; ഭാവം; സത്വം.

quantity (ക്വാൺറ്റിറ്റി) *n.* the amount of anything; bulk; size; a sum; പരിമാണം; അളവ്; താപ്പ്; ഇട; തൂക്കം; വണ്ണം; വലിപ്പം.

quarrel (ക്വാറ്റൽ) *n.* brawl; angry dispute; wrangle; ശണ്ഠ; വഴക്ക്; പിണക്കം; ശണ്ഠാഹേതു; തർക്കം; പരാതി; അടിപിടി; *v.* **quarrel** വഴക്കിടുക.

quarry (ക്വാറി) *n.* excavation made by taking stone from its bed; stone pit; കൽക്കുഴി; കൽത്തുരങ്കം.

quarter (ക്വാർട്ടർ) *n.* one of four equal parts; കാൽഭാഗം; നാലിലൊന്ന്; (*n. pl.*) **quarters** വാടകസ്ഥലങ്ങൾ; സ്ഥാനങ്ങൾ; **at close quarters** വളരെ അടുത്ത്; തൊട്ടടുത്ത്.

quash (ക്വാഷ്) *v.* crush; annul; quell; പൊടിക്കുക; ഛിന്നഭിന്നമാക്കുക.

queen (ക്വീൻ) *n.* king's wife; female sovereign; female pre-eminent among others; രാജ്ഞി; രാജപത്നി; സ്ത്രീരത്നം; തേനീച്ചകളിലെ റാണി.

queer (ക്വീയ്യർ) *adj.* odd; strange; singular; quaint; suspect; വിചിത്രമായ; അസാധാരണമായ; വിലക്ഷണമായ; അസ്വസ്ഥനായ.

quell (ക്വെൽ) *v.* suppress; forcibly put an end to; അമർച്ച വരുത്തുക.

quench (ക്വെൻച്) *v.* cause to cease burning; അടക്കുക; തീകെടുത്തുക; ശമനം വരുത്തുക; നിയന്ത്രിക്കുക.

query (ക്വിയറി) *n.* question; doubt; ചോദ്യം; സംശയം; പ്രശ്നം; അന്വേഷണം.

quest (ക്വെസ്റ്റ്) *n.* act of searching; അന്വേഷണം; ആരായൽ; തേടൽ.

question (ക്വെസ്ച്ചൻ) *n.* an interro-

queue | quote 337

gation; ചോദ്യം; പരീക്ഷാപ്രശ്നം; തർക്കവിഷയം; പ്രശ്നവിഷയം; *adj.* **questionable** ചോദ്യം ചെയ്യത്തക്ക; *n.* **questionnaire** പ്രശ്നാവലി.

queue (ക്യൂ) *n.* a pile of persons awaiting their turn; ഒരാൾക്കു പുറകേ ഒരാൾ വീതം നില്ക്കുന്ന വരി; വരിയായി നിർത്തുക.

quib (ക്വിബ്) *n.* quip; sarcasm; taunt; പരിഹാസം; ദ്വയാർത്ഥപ്രയോഗം.

quibble (ക്വിബ്ൾ) *n.* play on words; pun; equivocation; *v.* തിരിച്ചുമറിച്ചു പറയുക; വാചകക്കസർത്തു നടത്തുക.

quick (ക്വിക്) *adj.* alive; living; vigorous; lively; ജീവനുള്ള; ജീവിച്ചിരിക്കുന്ന; ചുറുചുറുക്കുള്ള; സത്വരമായ; ക്ഷിപ്രമായ; ചപലമായ; **quick-lime** കുമ്മായം; **quicksand** മണൽക്കുഴി.

quiet (ക്വയറ്റ്) *adj.* with no sound or motion; പ്രശാന്തമായ; നിശ്ചേഷ്ടമായ; അനക്കമില്ലാത്ത; അടങ്ങി ഒതുങ്ങിയ; മൗനമായ; *v.* **quiet, quieten** നിശ്ചലമാകുക; പ്രശാന്തമാക്കുക.

quill (ക്വിൽ) *n.* hollow stem of feather; a porcupine's spine; എഴുതുന്ന തൂവൽ; മുള്ളൻപന്നിയുടെ മുള്ള്.

quilt (ക്വിൽറ്റ്) *n.* bed coverlet; ചെറു കിടക്ക; കോസടി.

quinquennial അഞ്ചു കൊല്ലത്തിലൊരിക്കൽ ഉണ്ടാകുന്ന.

quintal (ക്വിൻറൽ) *n.* weight of 100 kilograms; ശതത്തൂക്കം.

quintessence (ക്വിൻറസൻസ്) *n.* (*esp. fig.*) most essential part of any substance; സത്ത്; സാരം; സാരസർവ്വസ്വം; *adj.* **quintessential**.

quip (ക്വിപ്) *n.* sarcastic remark; a repartee; ഉപഹാസം; കുത്തുവാക്ക്.

quire (ക്വൈയർ) *n.* (*choir*) body of singers; church choir; ഗായകന്മാർ.

quit (ക്വിറ്റ്) *v.* (*p.t. & p.p.* **quit** or **quitted**) discharge or release from a debt; ഇല്ലാതാക്കുക; തീർക്കുക; ഉപേക്ഷിക്കുക; വർജ്ജിക്കുക; ഒഴിവാക്കുക.

quit (ക്വിറ്റ്) *v.* (computer) to leave a system or a program ഒരു പ്രോഗ്രാമിലോ കംപ്യൂട്ടർ സംവിധാനത്തിലോ നിന്നു പുറത്തു വരുക.

quite (ക്വൈറ്റ്) *adv.* completely; wholly; entirely; altogether; നിശ്ശേഷമായി; സംപൂർണ്ണമായി; മുഴുവനും.

quiver (ക്വിവർ) *v.* tremble; vibrate with a motion; വിറയ്ക്കുക; ഇളകുക; സ്പന്ദിക്കുക.

quiver (ക്വിവർ) *n.* case for holding arrows; ആവനാഴി.

quiz (ക്വിസ്) *n.* questionnaire; examination; ചോദ്യാവലി; പരീക്ഷ; പ്രശ്നോത്തരി.

quorum (ക്വോറം) *n.* fixed number of members that must be present to make proceedings valid; അത്യാവശ്യമായ ആളെണ്ണം.

quota (ക്വൗട്ട) *n.* proportional share; ആനുപാതികമായ പങ്ക്; ഭാഗം; അംശം; വീതം.

quote (ക്വൗട്ട്) *v.* cite; adduce as authority, മറ്റൊരാളുടെ വാക്കുകൾ ഉദ്ധരിക്കുക; എടുത്തുപറയുക; *n.* ഉദ്ധരണി; ഉദ്ധരണചിഹ്നം.

Rr

R (ആർ) the eighteenth letter of the English alphabet; ഇംഗ്ലീഷ് അക്ഷരമാലയിലെ പതിനെട്ടാമത്തെ അക്ഷരം.

rabbit (റ്റാബിറ്റ്) *n.* small rodent; burrowing animal; കുഴിമുയൽ; വെള്ളമുയൽ.

rabies (റേയ്ബീസ്) *n.* contagious virus disease of dogs; പേപ്പട്ടിവിഷം.

race (റെയ്സ്) *n.* human family; generation; breed; ജാതി; ഗോത്രം; മനുഷ്യവർഗ്ഗം; പ്രത്യേക മനുഷ്യവർഗ്ഗം; വംശം; പരമ്പര; *adj.* **racial** വർഗ്ഗവിഷയകമായ.

race (റെയ്സ്) *n.* onward sweep or movement; trial of speed; ഒഴുക്ക്; പോക്ക്; വേഗം; വേഗമൽസരം.

rack (റ്റാക്) *v.* stretch unduly; വലിച്ചുനീട്ടുക; പീഡനയന്ത്രത്തിൽ കയ്യും കാലും വയ്പിക്കുക.

rack (റ്റാക്) *n.* framework on which articles are arranged; ചട്ടക്കൂട്; ഷെൽഫ്.

racket (റ്റാകിററ്) *n.* clamour; din; uproar; ആരവം; ബഹളം; *v.* നിലവിളി കൂട്ടുക; ടെന്നീസ്, ബാഡ്മിൻറൺ മുതലായ കളികളിൽ പന്തടിക്കുന്ന ബാററ്; *v.* വഞ്ചിച്ചു പണം പിടുങ്ങുക; കവർച്ച നടത്തുക.

racketeer (റ്റാക്കിററീയ്ര്) *n.* one who extorts money or other things by illegal means; ഭീഷണിപ്പെടുത്തിയോ നിയമവിരുദ്ധമായ മാർഗ്ഗങ്ങൾ പ്രയോഗിച്ചോ പണം പിടുങ്ങുന്നവൻ.

radiance (റേയ്ഡിയൻസ്) *n.* sparkling lustre; brilliancy; splendour; ഔജ്ജ്വല്യം; കാന്തി; പ്രഭ; തിളക്കം; *adj.* **radiant.**

radiate (റേയ്ഡിയെയ്ററ്) *v.* emit rays; shine; കതിർ ചിന്തുക; രശ്മി വീശുക; *n.* **radiation.**

radical (റ്റാഡികൽ) *adj.* pert. to root or origin; original; fundamental; വേരിനെ സംബന്ധിച്ച; ധാതു സംബന്ധിയായ; വേരിൽ നിന്നു പുറപ്പെടുന്ന; മൗലികമായ; ഉത്പതിഷ്ണുവായ.

radio (റേയ്ഡിയൗ) (*n.* & *attrib.*) *adj.* wireless telegraphy and telephony; കമ്പിയില്ലാക്കമ്പിവിദ്യയും ദൂരഭാഷണ ശ്രവണവിദ്യയും എക്സ്റേകളും അവയുടെ സംപ്രയോഗങ്ങളും; അശരീരിവാക്ക്; റേഡിയോ.

radish (റ്റാഡിഷ്) *n.* edible root of a cruciferous plant; മുള്ളങ്കിക്കിഴങ്ങ്.

radius (റേയ്ഡിയസ്) *n.* (*pl.* **radii**) straight line from centre to circumference of a circle; വ്യാസാർദ്ധം; ത്രിജ്യ; വണ്ടിച്ചക്രത്തിൻെറ ആരം.

rafter (റാഫ്ററ്ര്) *n.* sloping timber of roof; കഴുക്കോൽ.

rag (റ്റാഗ്) *n.* tattered cloth torn and worn by beggarly person; പഴന്തുണിക്കഷണം; പുരാണവസ്ത്രം; **in rags** കീറിപ്പറിഞ്ഞ വേഷത്തിൽ.

rag (റ്റാഗ്) *v.* engage in rough play; banter; assail with questions; indulge in a rag; ദ്രോഹിച്ചും പീഡിപ്പിച്ചും പരിഹസിക്കൽ.

rage (റേയ്ജ്) *n.* violent anger; inspired frenzy; അമർഷം; രോഷം; ക്രോധാവേശം; ഉഗ്രത; രൗദ്രത; തീവ്രത.

ragi, raggi (റാഗി) *n.* a grain plant of India; പഞ്ഞപ്പുല്ല്; കൂവരക്.

raid (റെയ്ഡ്) *n.* sudden onset; vio-

rail | rape 339

lent attack; an air attack; invasion; പെട്ടെന്നുള്ള ആക്രമണം; മിന്നലാക്രമണം; മിന്നൽപരിശോധന.

rail (റെയ്ൽ) *n.* a bar of wood or iron; fence; railing; അഴി; വണ്ടിപ്പാളം; ലോഹപഥഭാഗം; *v.* ഇരുമ്പഴികൾ കൊണ്ടു വേർതിരിക്കുക; ശകാരിക്കുക; ദുഷിക്കുക.

rain (റെയ്ൻ) *n.* water from clouds in drops; shower; മഴ; (in *pl.*) വർഷപാതം; (*fig.*) ചൊരിയൽ; പെയ്യൽ; വർഷിപ്പിക്കുക; മഴപെയ്യുക; *n.* **rainbow** മഴവില്ല്; **raindrop** മഴത്തുള്ളി; *adj.* **rainy** മഴയുള്ള.

raise (റെയ്സ്)*v.* cause to rise; make higher or greater; ഉയർത്തുക; ഉദ്ധരിക്കുക; പൊക്കുക; കരേററുക; നിർമ്മിക്കുക; ഉയർന്നു വരിക; പുനർജ്ജീവിപ്പിക്കുക.

raisin (റെയ്സ്ൻ) *n.* partially dried grape; ശുഷ്കദ്രാക്ഷം; ഉണക്കമുന്തിരിങ്ങ.

Raj (രാജ്) *n.* (*coll.*) sovereignty; rule; government; സാമ്രാജ്യത്വഭരണം.

rake (റെയ്ക്) *n.* implement for drawing together hay, etc.; പുല്ലും മററും വാരിക്കൂട്ടാനുള്ള ഉപകരണം; കരണ്ടി; തൂത്തുകൂട്ടുക; വാരിക്കൂട്ടുക.

rally (റാലി) *v.* reassemble; get together again; ചിന്നിച്ചിതറിയ ഭാഗങ്ങളെ കൂട്ടിച്ചേർക്കുക; വിഘടിച്ചു നില്ക്കുന്നവരെ ഒരുമിച്ചുചേർക്കുക; സമ്മേളിപ്പിക്കുക; സംഘടിക്കുക; അണിനിരക്കുക.

ram (റാം) *n.* male sheep; tup; ആണാട്; മുട്ടനാട്; ആട്ടുകൊററൻ.

ram (റാം) *n.* battering ram; striking head of a hammer; ഭിത്തിഭേദനയന്ത്രം; കൂടം; കൂടംകൊണ്ടടിക്കൽ.

RAM (റാം-computer) abbr. of Random Access Memory—Memory that allows access to any location in order without having to access the rest of memory മെമ്മറിയുടെ മുഴുവൻ ഭാഗവും കാണാതെ ആവശ്യമുള്ള ഭാഗം മാത്രം കണ്ടെത്താൻ സഹായിക്കുന്ന മെമ്മറി.

rampant (റാംപൻറ്) *adj.* prancing; aggressive; high-spirited; നടമാടുന്ന; ചാടിത്തുള്ളുന്ന; വിപുലമായ; ക്രമാതീതമായ.

ramshackle (റാംഷാക്ൾ) *adj.* about to tumble down; പൊട്ടിവീണ; പൊളിഞ്ഞ.

rancour (റാൻകേർ) *n.* deep-seated enmity; spitefulness; ഉൾപ്പക; കൊടുംവൈരം; വിദ്വേഷം.

random (റാൻഡം) *n.* haphazard; ക്രമമില്ലാതിരിക്കൽ; അവിടവിടെയായിരിക്കൽ.

range (റെയ്ഞ്ജ്) *v.* set in row; arrange; അണിയണിയായി നിറുത്തുക; അടുക്കായി വയ്ക്കുക; അണി; പംക്തി; അടുക്ക്; പരമ്പര; ശ്രേണി.

rank (റാങ്ക്) *n.* line; row; class; grade; dignity; പന്തി; നിര; വരി; അണി; വ്യൂഹം; ശ്രേണി; പംക്തി; തരം; സ്ഥാനവലിപ്പം.

rank (റാങ്ക്) *adj.* too luxuriant; പുളച്ചുവരുന്ന.

ransom (റാൻസം) *n.* redemption from captivity; price of redemption; ബന്ധനമോചനം; ഉദ്ധാരണം; മോചനദ്രവ്യം; മറുവില; പണം കൊടുത്തു വീണ്ടെടുക്കുക.

rap (റാപ്) *n.* a sharp blow; knock; thump; തട്ടൽ; മുട്ടൽ; തട്ട്; അടി.

rape (റെയ്പ്) *n.* forcible sexual intercourse esp. imposed on woman; ബലാൽസംഗം; ബലാൽക്കാരം.

rapid (റാ̄പിഡ്) *adj.* very quick or swift; വേഗതയുള്ള; ദ്രുതഗതിയിലുള്ള.

rapier (റേയ്പിയർ) *n.* light sword; കൃപാണം; ചെറുവാൾ.

rapport (റാ̄പോർട്ട്) *n.* relationship or connection; ചേർച്ച; സംബന്ധം.

rapture (റാ̄പ്ച്ചർ) *n.* extreme delight; ecstasy; ആനന്ദാതിരേകം; ഹർഷോന്മാദം; പരമാനന്ദം.

rare (റെയ്ർ) *adj.* thin; not dense; uncommon; ഇഴയടുപ്പമില്ലാത്ത; നേർമ്മയായ; അസാമാന്യമായ; ദുർലഭമായ; വിരളമായ; *adv.* **rarely** അപൂർവമായി.

rascal (റാസ്കൽ) *n.* rogue; knave; scamp; ആഭാസൻ; നികൃഷ്ടൻ; നീചൻ.

rash (റാ̄ഷ്) *adj.* overhasty; reckless; impetus; മുൻപിൻ നോക്കാത്ത; ദ്രുതഗതിയായ; കരപ്പൻ; ചൊറിഞ്ഞുപൊട്ടൽ.

rat (റാ̄റ്റ്) *n.* small rodent; എലി; എലികളെ പിടിക്കുക; എലികളെ കൊല്ലുക; **rat race** സ്വന്തം ജോലിയോ സ്ഥാനമോ നിലനിർത്താനുള്ള വൃത്തികെട്ട മത്സരം.

rate (റെയ്റ്റ്) *n.* proportion; ratio; standard; നിരക്ക്; തോത്; അനുപാതം; ഗണിക്കുക; കണക്കാക്കുക; കണക്കുകൂട്ടുക.

rather (റാ്ദർ) *adv.* more than otherwise; in preference; –യെക്കാൾ; ഏറെക്കുറെ; അതിനെക്കാൾ; അധികമായി.

ratify (റാ̄റ്റിഫൈ) *v.* approve and sanction; confirm; അംഗീകാരം നല്കുക; സമ്മതിച്ചുറപ്പിക്കുക.

ration (റാ̄ഷൻ) *n.* daily allotment; നിശ്ചിതമായ ഓഹരി; ക്ലിപ്തപ്പെടുത്തിയ പങ്ക്.

rationalism (റാ̄ഷ്ണലിസ̄ം) *n.* a system of belief regulated by reason; യുക്തിവാദം; ചാർവാകസിദ്ധാന്തം; യുക്തിപ്രാധാന്യവാദം; *n.* **rationalist**.

rationalize (റാ̄ഷണലൈസ്̄) *v.* bring into conformity with reason; യുക്ത്യനുസൃതമാക്കുക; യുക്തിചിന്താപരമായി വ്യാഖ്യാനിക്കുക.

rattan (റാ̄റ്റാ̄ൻ) *n.* climbing palm with very long thin stem; ചൂരൽ; ചൂരൽ വടി.

rattle (റാ̄റ്റ്ൽ) *v.* clatter; patter; ചിലമ്പൽ ശബ്ദമുണ്ടാകുക; തെരുതെരെ പറയുക.

ravage (റാ̄വിജ്) *n.* desolation; destruction by violence; നശിപ്പിക്കൽ; തകർത്തു തരിപ്പണമാക്കൽ; കവർച്ച.

rave (റെയ്വ്) *v.* be delirious as a mad man; talk wildly; ഉന്മാദത്താൽ പുലമ്പുക; തോന്നിയതൊക്കെ പറയുക.

ravine (റവീൻ) *n.* deep narrow mountain-pass; മലയിടുക്ക്.

ravish (റാ̄വിഷ്) *v.* seize or carry away by violence; പിടിച്ചുകൊണ്ടുപോകുക; ബലാൽസംഗം ചെയ്യുക; വശീകരിക്കുക; മോഹിപ്പിക്കുക; *adj.* **ravishing** ചേതോഹരമായ.

raw (റോ̄) *adj.* not altered from its natural state; not cooked; അപക്വമായ; പാകംചെയ്യാത്ത; കലർപ്പില്ലാത്ത.

ray (റേയ്) *n.* a line along which light or heat is propagated; പ്രത്യേക തരത്തിലുള്ള വികിരണം.

razor (റെയ്സ̄ർ) *n.* a keen-edged implement for shaving; കത്തി;

ക്ഷൗരക്കത്തി; **razor-blade** കത്തിയുടെ വായ്ത്തല.

reach (റീച്) *v.* stretch forth; hold out; arrive at; extend to; attain; എത്തുക; എത്തിക്കുക; കൈനീട്ടി നൽകുക; സ്വീകരിക്കുക; എത്തിച്ചുകൊടുക്കുക; *n.* നീട്ടൽ; എത്തൽ; എത്തുന്നയിടം.

react (റീആക്റ്റ്) *v.* act in return; act with mutual effect; പ്രതികരണമായിരിക്കുക; പ്രതിപ്രവർത്തിക്കുക; *n.* **reaction** എതിർബലം; വിപരീതശക്തി.

reactor (റിയാക്ടർ) *n.* that which undergoes a reaction; പ്രതിപ്രവർത്തനവിധേയമാകുന്ന വസ്തു.

read (റീഡ്) *v.* peruse; utter aloud; reproduce in sound; വായിക്കുക; പഠിക്കുക; ഗ്രഹിക്കുക; പാരായണം ചെയ്യുക.

reader (റീഡർ) *n.* one who reads; a higher grade of university lecturer; വായിക്കുന്നവൻ; സർവകലാശാലാധ്യാപകൻ.

ready (റെഡി) *adj.* prepared; present in hand; fit for immediate use; തയ്യാറായ; ഒരുക്കമായ; ഒരുങ്ങിയിരിക്കുന്ന; തയ്യാറാക്കിവച്ചിട്ടുള്ള; **ready-made** ഉണ്ടാക്കിവച്ചിരിക്കുന്ന; *n.* **readiness** ഒരുക്കം; *adj.* **ready-witted** ക്ഷണബുദ്ധിയുള്ള.

real (റീഎൽ) *adj.* actually existing; true; സത്യമായ; യഥാർത്ഥമായ; പരമാർത്ഥമായ; *n.* യഥാർത്ഥവസ്തു; വസ്തുത.

reality (റിയാലിററി) *n.* actuality; certainty; truth; യാഥാതഥ്യം; സത്യം; പരമാർത്ഥത.

realization (റിയലൈസേയ്ഷൻ) *n.* act of realizing; സാക്ഷാത്കാരം; ആഗ്രഹപൂർത്തി; കാര്യസിദ്ധി.

realize (റിയലൈസ്) *v.* make real; bring into being; അനുഭവപ്പെടുക; ഗോചരമാകുക; സഫലീകരിക്കുക; ഈടാക്കുക; രൊക്കമായി മാറ്റുക.

realm (റെല്ം) *n.* kingdom; domain; region; രാജ്യം; സാമ്രാജ്യം; ലോകം.

reap (റീപ്) *v.* cut down and gather; harvest; കൊയ്യുക; വിളവെടുക്കുക; ഫലം എടുക്കുക; ശേഖരിക്കുക.

rear (റീയ്യർ) *n.* the back or hindmost part or position; പൃഷ്ഠഭാഗം; സൈന്യനിരകളുടെ പിന്നണി; ചിത്രത്തിന്റെ പിൻഭാഗം.

reason (റീസ്ൻ) *n.* cause; ground; support or justification of an act or belief; argument; കാരണം; ഹേതു; നിമിത്തം; യുക്തി; ന്യായം; യുക്തിവിചാരം; യുക്തിയുക്തത; ബുദ്ധിപൂർവ്വകത്വം; യുക്തിയുക്തം വാദിക്കുക; ന്യായം പറഞ്ഞു ബോദ്ധ്യം വരുത്തുക.

reasonable (റീസ്നെബ്ൾ) *adj.* just; acting according to reason; ന്യായമായ; യുക്തമായ.

reassume (റീഎസ്യൂം) *v.* resume; take again; വീണ്ടും കൈക്കൊള്ളുക.

rebate (റീബെയ്റ്റ്) *v.* reduce; blunt; diminish; ഇളവുചെയ്യുക; മൂർച്ച കൊടുക്കുക.

rebel (റെബൽ, റിബെൽ) *n.* one who resents and resists authority; വിപ്ലവകാരി; അധികാരത്തെയോ ഭരണകൂടത്തെയോ ചെറുക്കുന്നവൻ.

rebellion (റെബെലിയൻ) *n.* revolt; insurrection; വിപ്ലവം; അതിക്രമം; എതിർപ്പ്.

rebirth (റീബേർഥ്) *n.* reincarnation; പുനർജന്മം.

rebuff (റിബഫ്) *n.* unexpected refusal; അപേക്ഷ തള്ളൽ; പരാഭവം; മുഖത്തടി കിട്ടൽ.

rebuke (റിബ്യൂക്ക്) *v.* reprimand; reprove sternly; ശക്തിയായി താക്കീതു ചെയ്യുക; ഗുണദോഷിക്കുക; ശാസിക്കുക.

recall (റികോൾ) *v.* call or bring back; revive in memory; തിരിച്ചുവിളിക്കുക; തിരിച്ചുവരുത്തുക.

recapture (റീകാപ്ച്ചർ) *n.* act of retaking; recovery; തിരിയെ പിടിച്ചെടുക്കൽ.

recede (റിസീഡ്) *v.* go back; giveup a claim; പിൻവാങ്ങുക; പിൻവലിക്കുക.

receipt (റിസീററ്) *n.* act of receiving; വരവ്; വാങ്ങൽ; പ്രാപ്തി; പററുശീട്ട്.

receive (റിസീവ്) *v.* take what is offered; accept; കിട്ടുക; അയച്ചു കിട്ടുക; സ്വീകരിക്കുക; സ്വീകരണം നൽകുക; വാങ്ങുക; ശ്രദ്ധിക്കുക.

recent (റീസൻറ്) *adj.* of late origin or occurrence; fresh; modern; ഇപ്പോൾ സംഭവിച്ച; അടുത്തകാലത്തുണ്ടായ.

reception (റിസെപ്ഷൻ) *n.* act of receiving; a formal receiving; സ്വീകരണം; കൈപ്പററൽ; പ്രതിഗ്രഹണം; അംഗീകാരം.

recess (റീസെസ്) *n.* withdrawing; retiring; പിൻവാങ്ങൽ; ഗുപ്ത സ്ഥാനം; വിശ്രമസ്ഥാനം; വിവിക്തദേശം; ഒഴിവുകാലം; അവധി.

recession (റിസെഷൻ) *n.* withdrawal; the state of being set back; പിൻവാങ്ങൽ; പിൻവാങ്ങിയ അവസ്ഥ; താൽക്കാലികമായ സാമ്പത്തികതകർച്ച.

recipe (റെസിപി) *n.* a prescription; directions for making food etc.; ഔഷധയോഗം; ഭക്ഷണപാചകവിധി.

recitation (റെസിറെറയ്ഷൻ) *n.* public reading; rehearsal; കഥനം; ചൊല്ലൽ; ഗാനരീതിയിലുള്ള ആഖ്യാനം.

recite (റിസൈററ്) *v.* repeat from memory; ആവർത്തിക്കുക; വായിക്കുക; ഉരുവിടുക.

reckless (റെക്ലെസ്) *adj.* careless; heedless of consequences; അന്തമില്ലാത്ത; കരുതലില്ലാത്ത; ഒരുമ്പെട്ട; പ്രമത്തനായ.

reckon (റെക്ൻ) *v.* count; enumerate; place in the rank of; esteem; എണ്ണുക; കരുതുക; ഗണിക്കുക; മതിക്കുക; കണക്കുകൂട്ടുക; കണക്കാക്കുക.

reclaim (റിക്ലെയ്ം) *v.* win back; win from evil; regain; rescue; മടക്കിച്ചോദിക്കുക; തിരിച്ചുവാങ്ങുക.

recline (റിക്ലൈൻ) *v.* lean sidewise; ചരിഞ്ഞുകിടക്കുക; ചാരിവയ്ക്കുക; വിശ്രമിക്കുക.

recluse (റിക്ലൂസ്) *adj. & n.* one who lives retired from the world; ഏകാന്ത ജീവിതം നയിക്കുന്ന (ആൾ); ആശ്രമവാസി; *n.* **reclusion** ഏകാന്തവാസം.

recognition (റെകഗ്നിഷൻ) *n.* acknowledgement; കണ്ടു മനസ്സിലാക്കൽ; തിരിച്ചറിവ്; പദവി അംഗീകരിക്കൽ.

recogniz(s)e (റെകഗ്നൈസ്) *v.* know again; acknowledge; അംഗീകരിക്കുക; വേർതിരിച്ചു മനസ്സിലാക്കുക; മുൻപരിചയം വ്യക്തമാവുക; പരിചയം കാട്ടുക.

recollect (റെകലെക്ററ്) *v.* recall to memory; remember; ഓർക്കുക; സ്മരിക്കുക; ഓർത്തുനോക്കുക;

recommend | redress 343

പരിചിന്തനം ചെയ്യുക; *n.* **recollection** ഓർമ്മ.

recommend (റെക്കമെൻഡ്) *v.* commend or introduce as suitable for acceptance; ശുപാർശചെയ്യുക; പ്രശംസിക്കുക; ഗുണകീർത്തനം ചെയ്യുക.

reconcile (റെക്കൺസൈൽ) *v.* conciliate anew; reunite after estrangement; ഇണക്കുക; പൊരുത്തപ്പെടുക; അനുരഞ്ജിപ്പിക്കുക; യോജിപ്പിലെത്തുക; ചേർച്ചയാക്കുക; തർക്കം പറഞ്ഞൊതുക്കുക; *ns.* **reconcilement, reconciliation**; *adj.* **reconciliatory**.

reconsider (റീകൺസിഡർ) *v.* consider again; review; (തീരുമാനം) പുനശ്ചിന്തനവിധേയമാക്കുക.

record (റിക്കോർഡ്) *v.* set down in writing; note; എഴുതുക; കുറിച്ചുവയ്ക്കുക; രേഖപ്പെടുത്തുക; റിക്കാർഡാക്കുക; രേഖ; രേഖാസംഭവകുറിപ്പ്; കുറിപ്പുപുസ്തകം; **off the record** അനൗദ്യോഗികമായ; **break the record** അതിശയിക്കുക.

recourse (റിക്കോർസ്) *n.* going back; withdrawal; flowing back; മടങ്ങിപ്പോകൽ; പിന്തിരിഞ്ഞുപോകൽ.

recover (റിക്കവർ) *v.* regain; get after being lost; വീണ്ടെടുക്കുക; തിരിയെ സ്വീകരിക്കുക; നഷ്ടംവച്ചു വാങ്ങുക.

recreate (റീക്രിയേയ്റ്റ്) *v.* create again; reanimate; refresh; വീണ്ടും സൃഷ്ടിക്കുക; പുതുതായുണ്ടാക്കുക; ക്ഷീണം തീർക്കുക; ഉല്ലസിക്കുക; ക്രീഡിക്കുക.

recruit (റിക്രൂട്ട്) *v.* repair by fresh supplies; പുതുക്കുക; ശേഖരിക്കുക; ശക്തി പുതുക്കുക; കൂടുതൽ ആൾ ചേർക്കുക; പട്ടാളത്തിൽ നിവേശിപ്പിക്കുക.

rectangle (റെക്റ്റാങ്ഗ്ൾ) *n.* right angled parallelogram; സമകോണ ചതുർഭുജം.

rectify (റെക്റ്റിഫൈ) *v.* amend; correct; purify by distillation; ശരിയാക്കുക; തെറ്റു തിരുത്തുക; ഭേദഗതി ചെയ്യുക; ശുദ്ധി ചെയ്യുക.

rectum (റെക്റ്റം) *n.* lowest part of large intestine; വലിയ കുടലിൻെറ അവസാനഘട്ടം; ഗുദം.

recur (റിക്കർ) *v.* occur again or at intervals; ആവർത്തിക്കുക; വീണ്ടും സംഭവിക്കുക; ആവിർഭവിക്കുക.

recycle (റീസൈക്ക്ൾ) *v.* get natural product back from used material; ഉപ യോഗിച്ച സാധനത്തിൽ നിന്നും മൂലപദാർത്ഥം വീണ്ടെടുക്കുക.

red (റെഡ്) *adj.* of a colour like blood; രക്തവർണ്ണമുള്ള; അരുണവർണ്ണമായ; *v.* **redden** ചുവപ്പിക്കുക; രക്തീകരിക്കുക; *adj.* **reddy** ചുവപ്പുനിറമുള്ള; **red-handed** കുററകൃത്യത്തിലേർപ്പെട്ടിരിക്കുമ്പോൾതന്നെ; *adj.* **red-hot** ചുട്ടുപഴുത്ത; **red tape** ചുവപ്പുചരട്; കാലവിളംബമുണ്ടാക്കുന്ന ഔദ്യോഗിക നടപടിക്രമം.

redeem (റിഡീം) *v.* recover; free one self from; വീണ്ടെടുക്കുക; കടം വീട്ടുക; പരിഹാരമുണ്ടാക്കുക.

redemption (റിഡെംപ്ഷൻ) *n.* act of redeeming; atonement; വിടുവിക്കൽ; വീണ്ടെടുപ്പ്.

redouble (റീഡബ്ൾ) *v.* double; multiply; വീണ്ടും ഇരട്ടിക്കുക.

redress (റിഡ്റെസ്) *v.* remedy a wrong; set right; പരിഹരിക്കുക; പ്രതിശാന്തി ചെയ്യുക; ശരിയാക്കുക; ശരിപ്പെടുത്തുക.

reduce (റിഡ്യൂസ്) *v.* restore to an old state; lessen; പൂർവ്വസ്ഥിതിയിലാക്കുക; കുറവു വരുത്തുക; കുറയ്ക്കുക; സംഗ്രഹിക്കുക.

reduction (റിഡക്ഷൻ) *n.* act of reducing; diminution; lowering of price; കുറയ്ക്കൽ; കീഴ്പ്പെടുത്തൽ; ന്യൂനീകരണം.

redundant (റിഡൻഡെൻറ്) *adj.* excessive; superfluous; അധികമായ; ഏറിയ; കണക്കിലേറിയ.

reed (റീഡ്) *n.* tall, stiff, marsh plant of various kinds; a musical pipe; ആററുവഞ്ചി; ഈററ; വേത്രം; കാട്ടുചൂരൽ; വാദ്യക്കമ്പി.

reek (റീക്) *n.* evil smell; smoke; രൂക്ഷഗന്ധം; ദുർഗന്ധം; *v.* ദുർഗന്ധം പുറപ്പെടുക.

reel (റീൽ) *n.* yarn-winding frame; തിരിവട്ടം; തന്തുകീലം; നൂലുരുള; ചക്രം.

refection (റിഫെക്ഷൻ) *n.* refreshment; ലഘുഭക്ഷണം.

refer (റിഫേർ) *v.* trace back; impute; allude; പരാമർശിക്കുക; പ്രമാണീകരിക്കുക.

referee (റെഫറി) *n.* umpire; (സ്പോർട്സിലും മററും) തീർപ്പു കല്പിക്കുന്നവൻ.

reference (റെഫെറൻസ്) *n.* the act of referring; submitting for information or decision; മദ്ധ്യസ്ഥനെ ഏല്പിക്കൽ; സൂചന; അടയാളം; കുറിപ്പ്; സംബന്ധം; ഉദാഹരണവാക്യം.

referendum (റെഫെറൻഡം) *n.* submitting a question directly to the vote of entire electorate; ജനഹിത പരിശോധന.

refill (റിഫിൽ) *v.* fill again; വീണ്ടും നിറയ്ക്കുക; *n.* a fresh fill; വീണ്ടും നിറയ്ക്കുന്ന വസ്തു.

refine (റിഫൈൻ) *v.* purify; clarify; polish; ശുദ്ധിചെയ്യുക; പരിഷ്കരിക്കുക; നേർമവരുത്തുക; നേർമയാകുക; *n.* **refinement**; *n.* **refinery** ശുദ്ധീകരണശാല.

reflect (റിഫ്ളെക്റ്റ്) *v.* give back an image or likeness of; പ്രതിഫലിപ്പിക്കുക; പ്രതിഫലിക്കുക; പ്രതിബിംബിക്കുക; മടങ്ങുക; ധ്യാനിക്കുക; പര്യാലോചിക്കുക.

reflection (റിഫ്ളെക്ഷൻ) *n.* contemplation; ചിന്ത; സചിന്തനം; മനനം; പുനരാലോചന.

reflector (റിഫ്ളെക്ടർ) *n.* a reflecting surface or instrument; പ്രതിധ്വനിയന്ത്രം; കണ്ണാടി.

reform (റിഫോം) *v.* rebuild;remodel; amend; improve; മാററിപ്പണിയുക; നവീകരിക്കുക; രൂപാന്തരപ്പെടുത്തുക; പരിഷ്കരിക്കുക.

refraction (റിഫ്രാക്ഷൻ) *n.* change of direction of rays etc.; വക്രീകരണം.

refractory (റിഫ്രാക്ററി) *adj.* unruly; obstinate; ശാഠ്യമുള്ള; വഴങ്ങാത്ത; മർക്കടമുഷ്ടിയായ; അടങ്ങാത്ത.

refrain (റിഫ്രെയ്ൻ) *v.* restrain; curb; keep away from; തടുക്കുക; നിയന്ത്രിക്കുക; വർജ്ജിക്കുക; വിരമിക്കുക.

refresh (റിഫ്രെഷ്) *v.* make fresh again; കുളുർപ്പിക്കുക; ക്ഷീണം തീർക്കുക; ആയാസം തീർക്കുക; *n.* **refresher**; *n.* **refresher course** പഠനാനന്തര പരിശീലനം.

refreshment (റിഫ്രെഷ്മെൻറ്) *n.* act of refreshing; ക്ഷീണംതീർക്കൽ;

refrigerate | reign 345

സുഖം; പുതുമ്പലം; ലഘുഭക്ഷണം; പാനീയം.

refrigerate (റിഫ്റിജ്ജറെയ്റ്റ്) *v.* freeze; make cold; തണുപ്പിക്കുക; ശീതളീകരിക്കുക; തണുക്കുക; *n.* **refrigeration** ആററൽ; *n.* **refrigerator** ശീതീകരണയന്ത്രം.

refuge (റെഫ്യൂജ്) *n.* shelter from danger or distress; an asylum; അഭയസ്ഥാനം; ആശ്രയസ്ഥാനം; *n.* **refugee** അഭയാർത്ഥി.

refund (റീഫണ്ട്) *v.* pay back; (പണം) തിരിച്ചടയ്ക്കുക.

refuse (റെഫ്യൂസ്) *v.* deny; reject; നിഷേധിക്കുക; തള്ളിക്കളയുക; വിസമ്മതിക്കുക.

refute (റിഫ്യൂട്ട്) *v.* disprove; repel; തള്ളുക; (വാദത്തെ) ഖണ്ഡിക്കുക; അപ്രമാണീകരിക്കുക.

regain (റിഗെയ്ൻ, റീഗെയ്ൻ) *v.* gain back; recover; വീണ്ടുകിട്ടുക.

regal (റീഗ്ൽ) *adj.* kingly; royal; രാജകീയമായ; രാജയോഗ്യമായ; *n.* **regality**.

regard (റിഗാർഡ്) *v.* consider; observe; പരിഗണിക്കുക; ശ്രദ്ധിക്കുക; ഉറ്റുനോക്കുക; നിരീക്ഷിക്കുക.

regardless (റിഗാർഡ്ലിസ്) *adj.* heedless; inconsiderate; കൂട്ടാക്കാത്ത; പരിഗണിക്കാത്ത.

regenerate (റീജെനറെയ്റ്റ്) *v.t.* produce anew; പുനർജീവിപ്പിക്കുക; നവചൈതന്യം വരുത്തുക.

regent (റീജൻറ്) *adj.* ruling; invested with interim sovereign authority; പ്രതിരാജനായിരിക്കുന്ന; രാജാവിനു പകരം രാജ്യം ഭരിക്കുന്ന; *ns.* **regentship, regency.**

regicide (റെജിസൈഡ്) *n.* killer of a king; രാജഘാതകൻ.

regime (റെയ്ഷിം) *n.* administration; രാജ്യഭരണരീതി; ഭരണക്രമം.

regiment (റെജിമെൻറ്) *n.* a body of soldiers; സൈന്യഗണം.

region (റീജൻ) *n.* a tract of country; area or district characterised in some way; മേഖല; മണ്ഡലം; പ്രദേശം.

register (റെജിസ്ററർ) *n.* a written record or official list regularly kept; ജനനമരണങ്ങളുടെയും യോഗ്യതയുള്ള ആൾക്കാരുടെയും വോട്ടർമാരുടെയും മററും പട്ടിക; രജിസ്ററർ; എഴുത്തുപട്ടികയിലെഴുതുക; മനസ്സിൽ പതിയുക; രജിസ്റ്ററിൽ ചേർക്കുക; *n.* **registrar**; **regstration** രജിസ്ററർചെയ്യൽ.

regress (റീഗ്രെസ്) *n.* return; പിന്നോക്കംപോകൽ.

regret (റിഗ്രെററ്) *n.* sorrowful wish that something had been otherwise; sorrowful feeling of loss; ഖേദം; ദുഃഖം; അനുശയം; ആകുലം; താപം; *v.t.* ഖേദിക്കുക; ദുഃഖിക്കുക; *adj.* **regrettable**.

regular (റെഗുലർ) *adj.* according to rule, law; ക്രമമായ; ക്രമം വിടാത്ത; ക്രമീകൃതമായ; യഥാക്രമമായ; പതിവായ.

regulate (റെഗ്യുലെയ്റ്റ്) *v.* adjust by rule; ക്രമപ്പെടുത്തുക; ക്രമീകരിക്കുക; *n.* **regulation.**

rehabilitate (റീഎ്ബിലിറേയ്റ്റ്) *v.* reinstate; restore to former privileges; യഥാസ്ഥാനത്താക്കുക; പുനരധിവസിപ്പിക്കുക.

rehearse (റിഹേഴ്സ്) *v.* repeat; practise beforehand; ആവർത്തിച്ചുചൊല്ലുക; അഭിനയിച്ചഭ്യസിക്കുക.

reign (റെയ്ൻ) *v.* govern; exercise

sovereign power; rule; രാജ്യം ഭരിക്കുക.

reimburse (റീഇംബേഴ്സ്) *v.* pay an equivalent to for loss or expense; ചെലവുചെയ്ത പണം കൊടുക്കുക.

rein (റെയ്ൻ) *n.* the strap of a bridle; കടിഞ്ഞാൺ; വായ്ക്കയറ്; കടിഞ്ഞാൺ പിടിച്ചു നടത്തുക; നിയന്ത്രിക്കുക.

reinforce (റീഇൻഫോഴ്സ്) *v.* strengthen with new force or support; സൈന്യബലം വർദ്ധിപ്പിക്കുക.

reiterate (റീഇററെയ്ററ്) *v.* repeat again and again; തുടരെ ആവർത്തിക്കുക; ആവർത്തിച്ച് ഊന്നിപ്പറയുക; *n.* **reiteration.**

reject (റിജെക്ററ്) *v.t.* throw away; discard; renounce; തള്ളിക്കളയുക; പരിത്യജിക്കുക; വേണ്ടെന്നുവയ്ക്കുക.

rejoice (റിജോയ്സ്) *v.* feel joy; be joyful; make merry; സന്തോഷിക്കുക; ആഹ്ലാദിക്കുക; ആനന്ദിക്കുക.

rejuvenate (റീജൂവിനെയ്ററ്) *v.* make young again; വീണ്ടും യൗവനം നൽകുക; നവചൈതന്യമാർജ്ജിക്കുക.

relapse (റിലാപ്സ്) *v.* slide sink or fall back; backslide; രോഗം കുറഞ്ഞിട്ടു പിന്നെയും വർദ്ധിക്കുക; പൂർവസ്ഥിതിയിലേക്ക് അധഃപതനം സംഭവിക്കുക.

relate (റിലെയ്ററ്) *v.* tell; narrate; recount; describe; പ്രസ്താവിക്കുക; വിവരിക്കുക; പറയുക.

relation (റിലേയ്ഷൻ) *n.* connection; ബന്ധം; ബന്ധുത്വം; ബന്ധു; *adj.* **relative**.

relax (റിലാക്സ്) *v.* loosen; slacken; ശിഥിലമാക്കുക; ആശ്വസിപ്പിക്കുക; വിശ്രമം നൽകുക; വിനോദം നൽകുക.

release (റിലീസ്) *v.* let loose; set free; liberate; പുറത്തുവിടുക; വിട്ടയയ്ക്കുക; സ്വതന്ത്രമാക്കുക; സ്വാതന്ത്ര്യം നൽകുക; വിട്ടയയ്ക്കൽ; മോചനം.

relegate (റെലിഗേയ്റ്റ്) *v.* assign; remove to a lower position; banish; നീക്കിവയ്ക്കുക; ഏല്പിച്ചയയ്ക്കുക; തരംതാഴ്ത്തുക; *n.* **relegation**.

relent (റിലെൻറ്) *v.* become less severe; soften; മനസ്സലിയുക; അനുകമ്പ തോന്നുക; *adj.* **relentless** കഠിനമനസ്സുള്ള.

relevant (റെലിവൻറ്) *adj.* pertinent; related; applicable; സംഗതമായ; ഉപപന്നമായ; പ്രസക്തമായ.

reliable (റിലയ്ബ്ൾ) *adj.* that may be relied on; trustworthy; വിശ്വസനീയമായ; വിശ്വാസപാത്രമായ; *n.* **reliance**.

relic (റെലിക്) *n.* any personal memorial of a saint held in reverence; ബഹുമാനസൂചകമായി സൂക്ഷിക്കുന്ന പൂജ്യവ്യക്തിയുടെ ശരീരഭാഗം.

relief (റിലീഫ്) *n.* aid in danger; assistance to the poor; ദുരിതാശ്വാസം; ദുഃഖപരിഹാരം; ഉപശാന്തി; സഹായിക്കൽ; ഉപകാരം.

relieve (റിലീവ്) *v.* bring relief to; release; ease; mitigate; ആശ്വസിപ്പിക്കുക; മോചിപ്പിക്കുക; ബുദ്ധിമുട്ടു തീർക്കുക.

religion (റിലീജൻ) *n.* particular system of faith and worship; മതം; വിശ്വാസം; ധർമ്മം; ദൈവഭക്തി; ദൈവവിചാരം; *n.* **religionism** അമിതഭക്തി; *adj.* **religiose**.

relinquish (റിലിങ്ക്വിഷ്) *v.* abandon; give up possession or practice of; ഉപേക്ഷിക്കുക; കൈവിടുക; അവകാശം ഒഴിഞ്ഞുകൊടുക്കുക.

relish (റെലിഷ്) *v.* like the taste of; be pleased with; enjoy; ഇഷ്ടപ്പെടുക; രുചിനോക്കുക; ആസ്വദിക്കുക.

reluctant (റിലക്റ്റൻറ്) *adj.* unwilling; disinclined; averse; വൈമനസ്യമുള്ള; പരാങ്മുഖമായ.

rely (റിലൈ) *v.* put one's trust; വിശ്വസിക്കുക; വിശ്വാസം അർപ്പിക്കുക.

remain (റിമെയ്ൻ) *v.* be in the same place or condition; അവശേഷിക്കുക; പ്രചാരത്തിലിരിക്കുക; പഴയ സ്ഥാനത്തുതന്നെ ഇരിക്കുക; സ്ഥിതിചെയ്യുക; തുടരുക.

remainder (റിമെയ്ൻഡർ) *n.* balance; ശിഷ്ടം; അവശേഷം.

remand (റിമാൻഡ്) *v.t.* send back to; send back to jail; മടക്കി അയയ്ക്കുക; പാറാവിൽ വയ്ക്കുക.

remark (റിമാർക്) *v.* take notice of; observe; കണക്കിലെടുക്കുക; ശ്രദ്ധിക്കുക; ഗൗനിക്കുക; അഭിപ്രായപ്പെടുക; *adj.* **remarkable**.

remedy (റെമിഡി) *n.* medicine; treatment; cure; redress; relief; ഔഷധം; ചികിത്സ; ശാന്തി; പ്രത്യുപായം.

remember (റിമെംബർ) *v.* keep in mind; ഓർക്കുക; ഓർമ്മിക്കുക; ഓർമ്മയിലുണ്ടായിരിക്കുക; *n.* **remembrance** ഓർമ്മ; ഓർമ്മിക്കൽ.

remind (റിമൈൻഡ്) *v.t.* cause to recollect or remember; ഓർമ്മപ്പെടുത്തുക; ഓർമ്മയിൽ കൊണ്ടുവരിക.

reminiscence (റെമിനിസൻസ്) *n.* recollection; remembering; ഓർമ്മ; ഓർമ്മിക്കൽ; *adj.* **reminiscent** ഓർമ്മിപ്പിക്കുന്ന.

remit (റെമിററ്) *v.* transmit money etc.; mitigate; pardon; പണം കൊടുക്കുക; പണം അടയ്ക്കുക; ഇളവു ചെയ്യുക; ലഘൂകരിക്കുക; *n.* **remittance** പണമടയ്ക്കൽ; *n.* **remitter**; *n.* **remittee.**

remnant (റെംനൻറ്) *n.* residue; fragment; അവശിഷ്ടം; മിച്ചം; കഷണം.

remorse (റിമോർസ്) *n.* compunction of conscience for a crime committed; മനസ്സാക്ഷിക്കുത്ത്; പശ്ചാത്താപം.

remote (റിമൗട്ട്) *adj.* far off in place or time; out-of-the way; കാലത്തിലോ ദൂരത്തിലോ അകന്ന; ബഹുദൂരമായ; ഒററപ്പെട്ടുനിൽക്കുന്ന.

remove (റിമൂവ്) *v.* take away; withdraw; displace from; dismiss; നീക്കം ചെയ്യുക; തള്ളിമാററുക; ഇളക്കിയെടുക്കുക; തട്ടിനീക്കുക.

remunerate (റിമ്യൂണറെയ്ററ്) *v.* pay for service rendered; പ്രതിഫലം നൽകുക; പ്രത്യുപകരിക്കുക; *n.* **remuneration.**

rend (റെൻഡ്) *v.* (*pa.t.* **rent**) tear asunder with force; split; കീറിക്കളയുക; പറിച്ചുചീന്തുക; പിച്ചിച്ചീന്തുക; പൊട്ടിക്കുക.

render (റെൻഡർ) *v.t.* repay; restore; surrender; translate; പകരം കൊടുക്കുക; തിരിച്ചേൽപിക്കുക.

renew (റിന്യൂ) *v.* make new again; പുതുക്കുക; രൂപം മാററുക; പുനരാരംഭിക്കുക.

renounce (റിനൗൺസ്) *v.* disclaim; disown; reject publicly; നിരാകരി

ക്കുക; ഉപേക്ഷിക്കുക; പരിത്യജിക്കുക.

renovate (റെനൗവെയ്റ്റ്) *v.* repair and render as good as new; പുതുക്കുക; പുതുക്കിപ്പണിയുക.

renown (റിനൗൺ) *n.* fame; celebrity; കീർത്തി; ഖ്യാതി; ഔന്നത്യം.

rent (റെൻറ്) *n.* periodical payment for use of another's property; വാടക; പാട്ടം; കൂലി; കരം; *v.* കൂലിക്കു കൊടുക്കുക; വാടകയ്ക്കു കൊടുക്കുക.

renunciation (റിനൺസിയേയ്ഷൻ) *n.* abandonment; പരിത്യാഗം; സന്ന്യാസം.

repair (റിപ്പെയർ) *v.* restore to good condition; make amends for; കേടുപാടു തീർക്കുക; പരിഹരിക്കുക; പണിക്കുറ്റം തീർക്കുക.

repast (റിപാസ്റ്റ്) *n.* meal; food taken; ആഹാരം; വിരുന്ന്; സദ്യ; ഊണ്; *v.* ഭക്ഷിപ്പിക്കുക.

repay (റീപേയ്) *v.* pay back; refund; recompense; പണം തിരിച്ചുകൊടുക്കുക; പകരം വീട്ടുക.

repeal (റിപീൽ) *v.* revoke; annul; റദ്ദുചെയ്യുക; അസാധുവാക്കുക.

repeat (റിപീറ്റ്) *v.* do or speak again; വീണ്ടും പറയുക; വീണ്ടും ചെയ്യുക.

repel (റിപെൽ) *v.* drive back; force to return; repulse; പുറകിലേക്ക് തള്ളുക; ആട്ടിക്കളയുക.

repent (റിപെൻറ്) *v.* regret; be penitent; പശ്ചാത്തപിക്കുക; അനുതപിക്കുക.

repercussion (റീപ്പെർകഷൻ) *n.* reaction of event or act; consequence; പ്രത്യാഘാതം; ആഘാതഫലമായ തിരിച്ചടി.

repetition (റെപിററീഷൻ) *n.* act of repeating; thing repeated; ആവർത്തനം; ആവർത്തിച്ചുപറയൽ.

replete (റിപ്ലീറ്റ്) *adj.* completely filled; abounding; തിങ്ങിവിങ്ങിയ; നിറഞ്ഞ; പുഷ്കലമായ; *n.* **repletion.**

reply (റിപ്ളൈ) *v.* answer; respond in action; മറുപടി പറയുക; -നൽകുക; പ്രതിവാദിക്കുക.

report (റിപ്പോർട്ട്) *v.* give an account of; relate; വൃത്താന്തമറിയിക്കുക; വിവരങ്ങളെഴുതി അറിയിക്കുക; മറുപടി പറയുക; വിവരമറിയിക്കുക; വർത്തമാനപ്പത്രത്തിലേക്ക് റിപ്പോർട്ടെഴുതുക.

repose (റിപൗസ്) *v.* lay at rest; rest in confidence; rely on; വിശ്രമിപ്പിക്കുക; സംവേശിപ്പിക്കുക; നിക്ഷേപിക്കുക; ഉറങ്ങുക; കിടക്കുക; വിശ്രമിക്കുക; *n.* **reposal** വിശ്രമിക്കൽ.

represent (റെപ്രിസെൻറ്) *v.* call up in the mind by description or portrayal; വർണ്ണനയിലൂടെയോ ചിത്രീകരണത്തിലൂടെയോ മനസ്സിൽ രൂപവത്താക്കുക; വീണ്ടും കാണിക്കുക; *n.* **representation** മാതൃക; രൂപകം; വർണ്ണനം.

representative(റെപ്രിസെൻേറയ്റ്റീവ്) *adj.* representing; typical; പ്രാതിനിധ്യം വഹിക്കുന്ന.

repress (റിപ്രെസ്) *v.* crush; put down; keep under; അടിച്ചമർത്തുക; കീഴ്പ്പെടുത്തുക.

repression (റിപ്രെഷൻ) *n.* check; restraint; അടക്കം; അമർത്തൽ; മർദ്ദനം.

reprieve (റിപ്രീവ്) *n.* suspension of a criminal's sentence; respite; വധശിക്ഷ വിധിക്കപ്പെട്ടയാൾക്കു മാപ്പു നൽകൽ.

reprimand (റെപ്രിമാൻഡ്) *n.* a severe reproof; sharp rebuke; ശിക്ഷ എന്ന നിലയ്ക്കുള്ള കർശനമായ ഔദ്യോഗിക ശാസന.

reproach (റിപ്രൗച്) *v.* charge with fault in severe language; അധിക്ഷേപിക്കുക; ശകാരിക്കുക; അധിക്ഷേപം; അവജ്ഞ.

reproduce (റീപ്രഡ്യൂസ്) *v.* regenerate; produce offspring of; പുനരുത്പാദിപ്പിക്കുക; പിന്നെയും കൊണ്ടുവരിക; വീണ്ടും നിർമ്മിക്കുക; *n.* **reproduction** പകർപ്പ്; പ്രജനനം.

reptile (റെപ്റൈറൽ) *adj.* creeping; mean and grovelling; ഇഴയുന്ന; ഹീനനായ; ഇഴജന്തു; പാമ്പ്.

republic (റിപ്പബ്ലിക്) *n.* a state in which supreme power is vested in the people and their elected representatives; പ്രജാഭരണതത്ത്വം; പ്രജാധിപത്യരാഷ്ട്രം; ജനാധിപത്യഭരണം.

repudiate (റിപ്യുഡിയെയ്റ്റ്) *v.t.* reject; deny; refuse dealings with; നിരാകരിക്കുക; നിഷേധിക്കുക.

repugnant (റിപഗ്നൻറ്) *adj.* distasteful; വൈമുഖ്യമുളവാക്കുന്ന; അരോചകമായ.

repulsion (റിപൾഷൻ) *n.* act of driving back; aversion; disgust; തുരത്തൽ; നിരാകരണം; അകൽച്ച.

reputation (റെപ്യൂറേയ്ഷൻ) *n.* fame; good name; കീർത്തി; ഖ്യാതി; മതിപ്പ്.

request (റിക്വെസ്റ്റ്) *v.* ask as a favour; അപേക്ഷിക്കുക; യാചിക്കുക; അഭ്യർത്ഥിക്കുക; ആവശ്യപ്പെടുക.

require (റീക്വയ്ർ) *v.* demand; direct to do; ആവശ്യമാക്കുക; ആദേശിക്കുക; ആവശ്യപ്പെടുക; *n.* **requirement**.

requisite (റെക്വിസിറ്റ്) *adj.* required by circumstances; necessary; ഒരു കാര്യത്തിനു വേണ്ടതായ; ആവശ്യമായ.

requisition (റിക്വിസിഷൻ) *n.* a formal demand or request; അധികൃതാവശ്യം; ആവശ്യപ്പെടൽ.

requite (റിക്വയ്റ്റ്) *v.* make return for; പ്രതിഫലം നൽകുക.

rescue (റെസ്ക്യൂ) *v.* free from confinement, danger or evil; liberate; മോചിപ്പിക്കുക; രക്ഷപ്പെടുത്തുക; തടവിൽ നിന്നു ബലമായി മോചിപ്പിക്കുക; *ns.* **rescue home, rescue shelter** ദുർമ്മാർഗ്ഗത്തിൽനിന്നു രക്ഷപ്പെടുത്തുന്ന സ്ത്രീകളെ പാർപ്പിക്കുന്ന വസതി.

research (റിസ്സേർച്ച്) *n.* careful search or inquiry; ഗവേഷണം; പര്യന്വേഷണം; സൂക്ഷ്മപരീക്ഷണം; *v.* ഗവേഷണം നടത്തുക.

resemble (റിസെംബ്ൾ) *v.* to be like; to have similarity to; സദൃശമാക്കുക; സദൃശമായിരിക്കുക; ഒത്തിരിക്കുക.

resent (റിസെൻറ്) *v.* show or feel indignation at; മുഷിച്ചിൽ കാട്ടുക; കോപിക്കുക; വെറുപ്പുകാട്ടുക; ഇഷ്ടക്കേടു തോന്നുക.

reservation (റിസ്സർവേയ്ഷൻ) *n.* reserving or being reserved; കരുതിവയ്ക്കൽ; മാററിവയ്ക്കൽ; ഒളിച്ചുവച്ച (മാററിവച്ച) സ്ഥലം; ഗോപനം.

reserve (റിസ്സർവ്) *v.* retain; preserve; മാററിനിർത്തുക; മാററിവയ്ക്കുക; *n.* കരുതൽ; കരുതിവച്ചത്.

reservoir (റെസ്സർവ്വാർ, –വ്വോർ) *n.* artificial lake or tank; ജല

സംഭരണി; പത്തായം; സംഭരണ സ്ഥലം.

reside (റിസൈഡ്) *v.* dwell permanently; പാർക്കുക; കുടി പാർക്കുക.

residence (റെസിഡെൻസ്) *n.* place where one resides; വാസസ്ഥാനം; വസതി; പാർപ്പ്; പാർപ്പിടം; *n.* **resident** സ്ഥിരനിവാസി; *adj.* **residential** വാസയോഗ്യമായ.

residue (റെസിഡ്യൂ) *n.* what is left over; remainder; ശിഷ്ടം; അവശിഷ്ടം; ശേഷിപ്പ്; മിച്ചം; മട്ട്.

resign (റിസൈൻ) *v.* yield up to another; ഒഴിഞ്ഞു കൊടുക്കുക; രാജി വയ്ക്കുക.

resignation (റെസിഗ്നേയ്ഷൻ) *n.* act of giving up; രാജി; അധികാര ത്യാഗം.

resist (റസിസ്റ്റ്) *v.* strive against; oppose; stop course of; ചെറുക്കുക; ചെറുത്തുനില്ക്കുക; *n.* **resistance**.

resolute (റെസല്യൂട്ട്) *adj.* having a fixed purpose; determined; ദൃഢ നിശ്ചയമുള്ള; മനോദാർഢ്യമുള്ള; *n.* **resolution** ദൃഢനിശ്ചയം; തീരുമാനം.

resolve (റിസൊൾവ്) *v.* determine; analyse;തീരുമാനമെടുക്കുക; വേർ പെടുത്തുക.

resort (റിസോർട്ട്) *v.* turn for aid; have recourse; ആശ്രയിക്കുക; അഭയം പ്രാപിക്കുക; അഭയസ്ഥാനം; അവ ലംബം; വിനോദസഞ്ചാരികളുടെ താവളം.

resource (റിസോർസ്) *n.* (*usu. in pl.*) means of supplying what is needed; വിഭവം; മുതൽ; തുണ; സാഹായ്യം; ശരണോപായം; നിവൃത്തി.

respect (റിസ്പെക്റ്റ്) *v.* feel or show esteem deference or honour to; മാനിക്കുക; ബഹുമാനിക്കുക; വക വയ്ക്കുക; ബഹുമാനം.

respiration (റിസ്പിറേയ്ഷൻ) *n.* breathing; a breath; ശ്വാസംകഴിക്കൽ; ശ്വസനം; *v.* **respire** ശ്വാസം കഴിക്കുക; ശ്വാസംവിടുക.

respite (റെസ്പൈററ്) *n.* temporary cessation of something; നിറുത്തൽ; വിരാമം; അവധി; ഇളവ്.

respond (റിസ്പൊൻഡ്) *v.* answer; react; show sensitiveness to; ഉത്തരം പറയുക; സമുചിതമായി ഉത്തരം നല്കിയും മററും പങ്കെടുക്കുക.

responsibility (റിസ്പോൺസിബിലെററി) *n.* state of being responsible; ഉത്തരവാദിത്വം; ബാദ്ധ്യത; *adj.* **responsible** ഉത്തരവാദിത്വമുള്ള.

rest (റെസ്ററ്) *n.* repose; tranquility; refreshing; inactivity; സ്വാസ്ഥത; നിശ്ചലത; വിശ്രമ സമയം; സ്വാസ്ഥതയുള്ള സമയം; ആശ്വാസം; ആശ്രയം; താങ്ങ്; കിടപ്പ്; നിശ്ചലമായിരിക്കുക; നിശ്ചേഷ്ടമായിരിക്കുക; **resthouse** വഴിയമ്പലം; *adj.* **restless** അശാന്തനായ; *adv.* **restlessly** വിശ്രമരഹിതമായി; അവിശ്രാന്തം.

rest (റെസ്ററ്) *n.* remainder; remaining parts; ശിഷ്ടം; ശേഷം.

restaurant (റെസ്ററേറാങ്, റെസ്ററ് റോങ്ങ്, റസ്റേറാറൻറ്) *n.* place where meals may be had; ഭോജന മന്ദിരം; ലഘുഭക്ഷണശാല.

restitute (റെസ്ററിററ്യൂട്ട്) *v.* restore; set up again; മുൻസ്ഥിതിയാക്കുക.

restore (റിസ്റേറാർ) *v.* bring back to a former state; പൂർവ്വസ്ഥിതിയിലാക്കുക; കേടുപാടുകൾ തീർക്കുക; നന്നാക്കുക; *n.* **restoration** പുതുക്കിപ്പണിയൽ.

restrain (റിസ്ട്രെയ്ൻ) *v.* hold back; check; നിയന്ത്രിക്കുക; അടക്കിനിർത്തുക; അടക്കം പാലിക്കുക.

restraint (റിസ്ട്രെയ്ൻറ്) *n.* restraining; restriction; തടുക്കൽ; നിയന്ത്രണം;.

restrict (റിസ്ട്രിക്റ്റ്) *v.* limit; confine; നിയന്ത്രിക്കുക; അതിരിടുക; *n.* **restriction** നിയന്ത്രണം; പ്രതിബന്ധം.

result (റിസൾട്ട്) *v.* follow as a consequence; be the outcome; കലാശിക്കുക; പരിണമിക്കുക; അവസാനിക്കുക.

resume (റെസ്യൂമെയ്) *n.* summary; സംക്ഷേപം; സംഗ്രഹം; സാരാർത്ഥം; വീണ്ടും തുടങ്ങുക; വീണ്ടും കൈക്കൊള്ളുക.

resurgent (റിസേർജൻറ്) *adj.* rising again; പുനരുത്ഥായിയായ; പ്രത്യുത്ഥായിയായ.

resurrect (റിസറെക്റ്റ്) *v.* restore to life; revive; take from grave; ഉയിർത്തെഴുന്നേൽക്കുക; പുനർജീവിക്കുക; *n.* **resurrection** ഉയിർത്തെഴുന്നേൽപ്പ്.

ret (റെറ്റ്) *v.* soften by soaking; നനയുക; കുതിരുക.

retail (റീറെയ്ൽ) *v.* sell goods in small quantities; ചില്ലറയായി വില്ക്കുക.

retain (റിറെയ്ൻ) *v.* hold or keep in possession; സൂക്ഷിക്കുക; എടുത്തുകളയാതിരിക്കുക; *n.* **retainer** ഭൃത്യൻ.

retaliate (റിററ്റാലിയെയ്റ്റ്) *v.* return the like for; പ്രതികാരം ചെയ്യുക; തിരിച്ചടിക്കുക.

retard (റിറാർഡ്) *v.* obstruct in strictness of course; ഗതി മന്ദിപ്പിക്കുക; മാനസികവളർച്ച മന്ദഗതിയിലാകുക.

retire (റിറ്റയർ) *v.* withdraw office or public life; പിൻവാങ്ങുക; ഉദ്യോഗമൊഴിയുക; വിരമിക്കുക; *n.* **retirement** അധികാരത്യാഗം; ഉദ്യോഗത്തിൽ നിന്നു വിരമിക്കൽ.

retort (റിറോർട്ട്) *v.* make a severe reply; repartee; (കരുത്തുററ) പ്രത്യുത്തരം നൽകുക; എതിർത്തു പറയുക.

retreat (റിട്രീറ്റ്) *n.* a withdrawal; go back; പലായനം; പിൻതിരിയൽ; പിൻവാങ്ങുമിടം; പ്രാർത്ഥനയ്ക്കായുള്ള താൽക്കാലിക മാറിത്താമസം; *v.* ഏകാന്തതയിലേക്കു മാറുക.

retribution (റെട്രിബ്യൂഷൻ) *n.* requital; vengeance; പകരം വീട്ടൽ; പ്രതികാരം; ദൈവശിക്ഷ.

retrieve (റിട്രീവ്) *v.* regain; recover; വീണ്ടെടുക്കുക; മടക്കിക്കിട്ടുക.

retrospect (റെട്രസ്പെക്റ്റ്) *n.* survey of past time or events; കഴിഞ്ഞുപോയ കാര്യങ്ങളുടെ നേർക്കുള്ള തിരിഞ്ഞുനോട്ടം.

return (റിട്ടേൺ) *v.* come or go back; revert; recur; answer; തിരിച്ചെത്തുക; തിരിച്ചുപോകുക; പിന്നെയും സംഭവിക്കുക; പ്രതികാരം ചെയ്യുക.

revamp (റീവാമ്പ്) *v.* renovate; improve; തത്ക്കാലനിവൃത്തിയുണ്ടാക്കുക.

revel (റെവൽ) *n.* feast or merry-making in a noisy manner; festivity; പാനമഹോത്സവം; പുളപ്പ്; തിമിർത്തുല്ലസിക്കൽ; *n.* **revelry** മദ്യപാനഘോഷം.

revelation (റെവെലേയ്ഷൻ) *n.* act of revealing; വെളിപാട്; അശരീരി; വെളിപ്പെടുത്തൽ; ദിവ്യവെളിപാട്.

revenge (റിവെഞ്ച്ജ്) *v.* take vengeance for; avenge; പകവീട്ടുക; പകരം വീട്ടുക; പ്രതികാരം ചെയ്യുക; *adj.* **revengeful.**

revenue (റെവെന്യൂ) *n.* income; annual profits of property; വരവ്; വരുമാനം; ധനം; പ്രതിഫലം; ആദായം.

revere (റിവിയ്യർ) *v.t.* regard with high respect; ആദരിക്കുക; പൂജിക്കുക; *n.* **reverence** ബഹുമാനം.

reverie (റെവറി) *n.* fancies in meditation; ദിവാസ്വപ്നം; മനോരാജ്യം.

reverse (റിവേഴ്സ്) *v.* turn or put in an opposite direction or position; നേരെ തിരിച്ചാക്കുക; നേർവിപരീതമാക്കുക; പ്രതിലോമമാക്കുക; കമിഴ്ത്തുക; തിരിഞ്ഞു പോകുക; *adj.* നേർവിപരീതമായ.

revert (റിവേർട്ട്) *v.* return or direct back; return to a former position; (പഴയ സ്ഥാനത്തേക്കു) മടങ്ങിച്ചെല്ലുക; തിരിച്ചയയ്ക്കുക; തകിടം മറിയുക.

review (റിവ്യു) *v.* view again; പ്രത്യവലോകനം നടത്തുക; തിരിഞ്ഞു നോക്കുക.

revile (റിവൈൽ) *v.* to assail with bitter abuse; speak evil of; അധിക്ഷേപിക്കുക; ശപിക്കുക.

revise (റിവൈസ്) *v.* re-examine and correct; വേണ്ട ഭേദഗതികൾ വരുത്തുക; നവീകരിക്കുക.

revision (റിവിഷൻ) *n.* re-examination for correction; പുനർനിരീക്ഷണം; പുനരാലോചന.

revival (റിവൈവ്ൽ) *n.* bringing back into use or vogue; പുനരുദ്ധാരണം; പുനഃപ്രവർത്തനം.

revive (റിവൈവ്) *v.* return to life; പുനർജീവിക്കുക; ഉണരുക.

revoke (റിവൗക്) *v.* call back; cancel; repeal; മടക്കിവിളിക്കുക; തള്ളിക്കളയുക; പിൻവലിക്കുക.

revolt (റിവൗൾട്ട്) *v.* rise in opposition; renounce allegiance; പ്രക്ഷോഭമുണ്ടാക്കുക; ലഹള കൂട്ടുക; മനം പിരട്ടുക; വിരോധം ജനിപ്പിക്കുക.

revolution (റെവ്വലൂഷൻ) *n.* sudden and violent change; വിപ്ലവം; കലാപം; ഭരണമാററം; *adj.* **revolutional** *n.* **revolutionary** വിപ്ലവകാരി.

revolve (റിവൊൾവ്) *v.* turn round an axis; rotate; കറങ്ങുക; ചുററിത്തിരിയുക; ചുററുക.

revolver (റിവൊൾവ്വർ) *n.* pistol with a revolving mechanism; കൈത്തോക്ക്.

revulsion (റിവൽഷൻ) *n.* sudden violent change of feeling; ഞെട്ടി പിൻവാങ്ങൽ; ഉഗ്രമായ വെറുപ്പ്; വിരക്തി.

reward (റിവോർഡ്) *v.* give something in return; സഫലീകരിക്കുക; പ്രതിഫലം നൽകുക; വില കൊടുക്കുക.

rhetoric (റെട്ടറിക്) *n.* art of literary expression; വാഗ്പാടവശാസ്ത്രം; വാചാടോപം.

rheumatic (റുമാററിക്) *adj.* affected with rheumatism; വാതവിഷയകമായ; വാതഗ്രസ്തനായ.

rhinoceros (റൈനൊസറസ്) *n.* a large ungulate; കാണ്ടാമൃഗം.

rhyme (റൈം) *n.* recurrence of similar sound; പ്രാസം; തുല്യോച്ചാരണപദം; അനുപ്രാസം.

rhythm (റിതം) *n.* measure of time or movement; താളം; ലയം; താളക്രമം.

rib (റിബ്) *n.* one of the bones that curve round and forward from the backbone; വാരിയെല്ല്.

ribbon, riband (റിബൺ) പട്ടുനാട; റിബൺ.

rice (റൈസ്) *n.* extensively cultivated of grains, നെല്ല്; അരി; നെൽ ച്ചെടി; ചോറ്.

rich (റിച്ച്) *adj.* wealthy; abounding in; fertile; സമ്പത്തുള്ള; സമ്പുഷ്ട മായ; ധാരാളമായുള്ള; ഐശ്വര്യ മുള്ള; ധനികനായ; പോഷകഗുണം കൂടിയ.

rickshaw (റിക്ഷാ) *n.* a two-wheeled vehicle drawn by man; റിക്ഷാവണ്ടി.

rid (റിഡ്) *v.* remove; free; deliver; clear; ദൂരീകരിക്കുക; വിടുവിക്കുക; മോചിപ്പിക്കുക; *n.* **riddance** വിടു തൽ; ഒഴിവ്; **to get rid of** ഒഴിവാ ക്കുക.

riddle (റിഡ്ൽ) *n.* puzzling question; enigma; കടങ്കഥ; കൂടപ്രശ്നം.

ride (റൈഡ്) *v.* travel on horseback or on bicycle etc.; കുതിരപ്പുറത്തു കയറിപ്പോകുക; സവാരിചെയ്യുക.

ridge (റിജ്) *n.* a hill range; a long narrow top or crest; കുന്നുമ്പ്രദേശം.

ridicule (റിഡിക്യൂൾ) *n.* wit exposing one to laughter; പരിഹാസം; പരി ഹാസവചനം.

ridiculous (റിഡിക്യൂലസ്) *adj.* deserving to be laughed at; unreasonable; absurd; പരിഹാസ്യമായ; ഹാസ്യജനകമായ; *adv.* **ridiculously**.

rife (റൈഫ്) *adj.* abounding in; അതിക്രമിച്ചിരിക്കുന്ന; സർവ്വത്ര വ്യാപിച്ചിരിക്കുന്ന.

rifle (റൈഫ്ൾ) *n.* a gun with spirally grooved barrel; റൈഫിൾ; കൈ ത്തോക്ക്.

right (റൈറ്റ്) *adj.* morally good; just; correct; true; ധാർമ്മികമായ; ശരി യായ; വാസ്തവമായ; ഋജുവായ; വല ത്തേ; യഥാർത്ഥമായ; കുററമററ.

righteous (റൈച്ചസ്) *adj.* virtuous; ധർമ്മബോധമുള്ള; ധർമ്മാനുസാരി യായ.

rigid (റിജിഡ്) *adj.* not flexible; stiff; അയവില്ലാത്ത; കർക്കശമായ.

rigour, rigor (*U.S.*) (റിഗർ) *n.* severity; harshness; രൂക്ഷത; കടുപ്പം; കഠോരത; നിഷ്ഠുരത.

rim (റിം) *n.* border; edge; brim; അരുക്; ഓരം; വക്ക്; വിളുമ്പ്; പുറ വട്ട്.

rind (റൈൻഡ്) *n.* bark of tree; peal of fruit; തൊലി; തൊണ്ട്; തോട്; പുറംതൊലി; പട്ട; *v.* തൊലി ഉരി ക്കുക.

ring (റിംഗ്) *n.* a circlet of metal worn on finger or in ear as ornament; an arena; ചക്രം; വളയം; കണ്ണി; മോതി രം; ഓട്ടക്കളം; കൂട്ടുകെട്ട്; ഗുസ്തിക്ക ളരി; മുഷ്ടിയുദ്ധം; ഗുസ്തിക്കാർ.

ring (റിംഗ്) *v.* (*p.t.* **rang**; *p.part.* **rung**) give forth resonant sound as of vibrating metal; മണിനാദമുണ്ടാ ക്കുക; പിന്നെയും പിന്നെയും ഉറ ക്കെപ്പറയുക; ചിലമ്പുക.

rinse (റിൻസ്) *v.* wash lightly; wash out mouth; കഴുകുക; കുലുക്കുഴി യുക; അലക്കുക.

riot (റയ്യട്ട്) *n.* revelry; uproar; tumult; ക്രമസമാധാനലംഘനം; കല ഹം; കുഴപ്പം; ലഹള; മത്സരം; സംക്ഷോഭം; *v.* കൂത്താടുക; സുഖോ പഭോഗത്തിൽ നിമഗ്നനാകുക; ആരവം മുഴക്കുക.

rip (റിപ്) *v.* cut or tear quickly or forcibly; പറിച്ചുകീറുക; തോൽ പൊളി ക്കുക; കീറിപ്പൊളിക്കുക.

ripe (റൈപ്) *adj.* ready to be reaped,

gathered; പക്വമായ; പരിപക്വമായ; പാകംവന്ന; വിളഞ്ഞ.

ripple (റിപ്പിൾ) *v.* make a sound as of water running over a rough bottom; അലതല്ലുക; ഓളമുണ്ടാകുക; തരംഗമായി ഭവിക്കുക.

rise (റൈസ്) *v.* come above the horizon; ascend; ഉദിക്കുക; അങ്കുരിക്കുക; ഉത്ഭവിക്കുക; ഉയരുക; കയറുക; (ഉറക്കം വിട്ടും മററും) എഴുന്നേല്ക്കുക; ആവിർഭവിക്കുക; ഉണ്ടാകുക; ഉദ്യോഗക്കയററം ലഭിക്കുക; പറന്നുയരുക.

risk (റിസ്ക്) *n.* chance of loss or injury; danger; hazard; അപകടസാദ്ധ്യത; ആപച്ഛങ്ക; അപായസാധ്യത; നഷ്ടം.

rite (റൈററ്) *n.* a religious or solemn ceremony; ആരാധനാക്രമം; മതപരമായ ചടങ്ങ്; അനുഷ്ഠാനം; പൂജാക്രമം.

ritual (റിച്വൽ) *adj.* relating to or of the nature of rites; ചടങ്ങുകളെ സംബന്ധിച്ച; *n.* പൂജാവിധി; ചടങ്ങുമുറ; ആചാരക്രമം.

rival (റൈവ്ൽ) *n.* person's competitor for some prize or in some pursuit or quality; എതിരാളി; എതിരായി മത്സരിക്കുന്നവൻ; *n.* **rivalry** പരസ്പരമത്സരം.

river (റിവ്വർ) *n.* copious stream of water flowing in channel to sea etc.; നദി; പുഴ; പ്രവാഹം; **river-bed** പുഴയുടെ അടിഭാഗം; **river-mouth** അഴി; അഴിമുഖം.

rivet (റിവിററ്) *n.* nail or bolt; കീലം; ശലാക; തറി; *v.* ആണിയടിച്ചുറപ്പിക്കുക.

road (റോഡ്) *n.* open way; public passage; highway; path; way of access; നിരത്ത്; രാജപാത; പന്ഥാവ്; പദ്ധതി; രഥ്യ; **road-roller** ഇടിമുട്ടിയന്ത്രം; **roadworthy** (വാഹനത്തെപ്പററി) യാത്ര ചെയ്യാൻ പററിയ അവസ്ഥയിലുള്ള; **high- road** പെരുവഴി.

roam (റൗം) *v.* ramble; rove; wander over; അലയുക; അലഞ്ഞുതിരിയുക.

roar (റോർ) *v.* utter loud, deep, hoarse sound as of lion; ഗർജ്ജിക്കുക; അലറുക; അട്ടഹസിക്കുക; കോലാഹലം കൂട്ടുക; അലർച്ച; ഗർജ്ജനം.

roast (റൗസ്ററ്) *v.* cook before a fire; bake; തീയിൽ ഇട്ടു ചുടുക; വറക്കുക.

rob (റോബ്) *v.* (*p.t. & p.part.* **robbed**) plunder by force; പിടിച്ചുപറിക്കുക; കൊള്ളയടിക്കുക; മോഷ്ടിക്കുക; *n.* **robber** കൊള്ളക്കാരൻ; *n.* **robbery** അപഹരണം.

robe (റൗബ്) *n.* a gown or loose outer garment; മേൽക്കുപ്പായം; അലങ്കാരവസ്ത്രം.

robot (റൗബൊട്ട്) *n.* man-like machine; റോബററ്; യന്ത്രമനുഷ്യൻ.

robust (റൗബസ്ററ്) *adj.* strong; muscular; lusty; നല്ല ആരോഗ്യമുള്ള; കായബലമുള്ള; ഊക്കുള്ള.

rock (റോക്) *v.* move gently to and fro; cause to reel or totter; lull; ആട്ടുക; ചാഞ്ചാടിക്കുക; അങ്ങോട്ടുമിങ്ങോട്ടും ഇളക്കുക.

rock (റോക്) *n.* a large mass of stony matter; പാറക്കെട്ട്; ശില; ദൃഢത; രക്ഷ; സങ്കേതം.

rocket (റൊക്കിററ്) *n.* a projectile firework; വാണം; ആകാശബാണം; അഗ്നിശിഖ; *v.* **rocket** അതിവേഗത്തിൽ ഉയരുക.

rod (റോഡ്) *n.* slender stick; long

rodent | rotate 355

twig; fishing rod; a sceptre; കമ്പി; കോൽ; ദണ്ഡ്; യഷ്ടി; അളവുകോൽ; ചൂണ്ടക്കോൽ.

rodent (റൗഡൻറ്) *adj.* gnawing; pert. to the order of gnawing animals; കാർന്നു തിന്നുന്ന; കരണ്ടുമുറിക്കുന്ന; എലി; മുയൽ; അണ്ണാൻ; കരളുന്ന പ്രാണി.

rogation (റൗഗേയ്ഷൻ) *n.* litany of the saints; യാചന; പ്രാർത്ഥന; അനുനയപ്രാർത്ഥന.

rogue (റൗഗ്) *n.* dishonest person; തെമ്മാടി; ചതിയൻ; വികൃതി; ഖലൻ; ധൂർത്തൻ; പോക്കിരി; *adj.* **roguish** തെമ്മാടിയായ.

role (റൗൾ) *n.* actor's part; one's function; വേഷം; അഭിനയഭാഗം; പാത്രധർമം.

roll (റോൾ) *v.* move in a circular direction; ഉരുളുക; ഉരുട്ടുക; ഉണ്ടയാക്കുക; ഉരുളയാക്കുക.

Roman (റൗമൻ) *adj.* pert. to Rome; റോമാനഗരപരമായ; റോമൻകാരെക്കുറിച്ചുള്ള.

romance (റൗമാൻസ്) *adj.* tale with scene and incidents remote from every day life; നിത്യജീവിത ബന്ധമില്ലാത്ത അത്ഭുതകഥ; ആഖ്യായിക; കെട്ടുകഥ; പ്രേമം; പ്രണയം; ശൃംഗാരം; പ്രണയലീല; *adj.* **romantic** കാല്പനികമായ; വൈകാരികമായ.

roof (റൂഫ്) *n.* upper covering of house or building; a dwelling; മേൽക്കൂര; വീട്; മേൽത്തട്ട്; മേൽക്കട്ടി; മേയാനുള്ള പദാർത്ഥം; മേല്പുര കെട്ടുക; വീട്ടിനകത്താക്കുക.

room (റൂം) *n.* apartment in a house; space; മുറി; അറ; വേണ്ടത്ര സ്ഥലം; **give room** പിൻവാങ്ങുക; ഇടം കൊടുക്കുക.

roost (റൂസ്ററ്) *n.* bird's perching or resting place; ചേക്ക; പക്ഷികളുടെ ഉറക്കം; പക്ഷികൾ രാത്രി പാർക്കുന്ന സ്ഥലം; *n.* **rooster** പൂവൻ കോഴി.

root (റൂട്ട്) *n.* part of plant which is fixed in the earth; വേര്; മുരട്; മരത്തിൻെറ ചുവട്; കിഴങ്ങ്; അടിവാരം; **root out** ഉന്മൂലനം ചെയ്യുക; **rootstock** മൂലകാണ്ഡം; **cube root** ഘനമൂലം.

rope (റൗപ്) *n.* thick twisted cord; കയറ്; ചരട്; ചൂടി; വടം; നൈലോൺ കയർ; കമ്പിക്കയർ.

rosary (റൗസറി) *n.* string of beads; ജപമാല; കൊന്ത.

rose (റൗസ്) *n.* a plant and fragrant flower of many species; പനിനീർപ്പൂ; റോസാച്ചെടി; റോസിൻെറ ആകൃതിയുള്ള ഡിസൈൻ; റോസാപ്പൂവ്.

roster (റൊസ്ററെർ) *n.* list or plan showing turns of duty; ജോലിസമയവിവരപ്പട്ടിക.

rostrum (റൊസ്ട്രം) (*pl.* **rostra, rostrums**) platform for public speaking; ഉയർത്തിക്കെട്ടിയ പൊതു പ്രസംഗവേദി.

rot (റൊട്ട്) *v.* (*p.t.* & *p.part.* **rotted**) to decay; putrefy; decompose; അഴുകുക; ചീയുക; ചീഞ്ഞളിഞ്ഞുപോകുക; *n.* ചീച്ചിൽ; അഴുകൽ; പഴുപ്പ്; **rotten** ദുർഗന്ധിയായ; ചീഞ്ഞളിഞ്ഞ.

rotary (റൗട്ടറി) *adj.* acting by rotation; turning as a wheel; കറങ്ങുന്ന; ഉരുളുന്ന.

rotate (റൊട്ടെയ്ററ്) *v.* move round a centre; കറങ്ങുക; ഉരുട്ടുക; ചുററുക; *n.* **rotation** കറക്കം; ഉരുൾച്ച; ചുററിത്തിരിയൽ.

rough (റഫ്) *adj.* uneven; rugged; പരുക്കനായ; കർക്കശമായ; നിരപ്പില്ലാത്ത; മിനുസമില്ലാത്ത; നിർമ്മര്യാദയായ; നിഷ്ഠുരമായ.

round (റൗണ്ട്) *adj.* spherical or circular; globular; വട്ടത്തിലുള്ള; വൃത്താകാരമായ; ഗോളാകൃതിയായ; ഉരുണ്ട.

round-up (റൗണ്ട്-അപ്) *n.* a summary report; സംഭവവിവരണ സംക്ഷേപം.

rouse (റൗസ്) *v.* wake or awake from sleep; ഉണർത്തുക; ഉറക്കമുണർത്തുക; ഇളക്കിവിടുക; ഉത്തേജിപ്പിക്കുക; ക്ഷോഭിപ്പിക്കുക.

rout (റൗട്ട്) *n.* a rabble; multitude; ആൾക്കൂട്ടം; പോക്കിരിക്കൂട്ടം; ലഹളക്കാർ.

route (റൂട്ട്, റൗട്ട്-*U.S.*) *n.* a way; course that may be traversed; road; track; യാത്രാമാർഗ്ഗം; സൈന്യയാത്ര; യുദ്ധപ്രയാണം.

routine (റൂട്ടീൻ) *n.* regular course of procedure; നടപടി; പതിവ്; നിത്യകർമം; ദിനചര്യ.

rove (റൗവ്) *v.* wander over; move without direction; ചുററിത്തിരിയുക; പര്യടനം ചെയ്യുക; *n.* **roving** അലച്ചിൽ.

row (റൗ) *n.* a line of persons or things; rank; file; നിര; വരി; അടുക്ക്; അണി.

row (റൗ) *n.* noisy disturbance; a brawl; hubbub; കലഹം; വഴക്ക്; ശണ്ഠ; ശകാരം.

rowdy (റൗഡി) *n.* riotous turbulent fellow; a rough; വഴക്കുകാരൻ; പോക്കിരി; കലഹകാരി.

royal (റൊയൽ) *adj.* regal; രാജകീയമായ; രാജാവിൻെറ; രാജയോഗ്യമായ; ആഡംബരപരമായ.

royalty (റൊയൽററി) *n.* payment to an author for every copy sold; ഗ്രന്ഥകാരന്മാർക്കും മററും പ്രസാധകന്മാർ നൽകുന്ന പ്രതിഫലം.

rub (റബ്) *v.* (*p.t. & p.part.* **rubbed**) apply friction to; subject to friction; തടവുക; തലോടുക; തിരുമ്മുക; തുവർത്തുക; തേക്കുക; തേച്ചുമായ്ക്കുക; ഉരയുക; ഉരഞ്ഞുപോകുക.

rubber (റബർ) *n.* India rubber; a piece of India rubber; rubber over shoe; റബർ; എഴുത്തുമായ്ക്കുന്ന ഇന്ത്യാറബർ; റബർമരം; ഒരു ചീട്ടുകളി.

rubbish (റബിഷ്) *n.* refuse; fragments of building materials; ചവറ്; കുപ്പ; ജീർണ്ണാവശിഷ്ടം; നിസ്സാരദ്രവ്യം.

rubble (റബ്ൾ) *n.* loose fragments of rock, brick, etc.; ചെത്താത്ത കല്ല്; പരുക്കൻ പാറക്കഷണം.

ruby (റൂബി) *n.* a precious stone; ചുവപ്പുകല്ല്; മാണിക്യക്കല്ല്; രക്തം.

ruddy (റഡി) *adj.* red; reddish; rosy; അരുണ; ചുവന്ന; രക്തപ്രസാദമുള്ള.

rude (റൂഡ്) *adj.* rough; uncivil; ungentle; harsh; crude; പരുക്കൻ ഭാഷയിലായ; ആചാരോപചാരങ്ങളില്ലാത്ത; നിർമ്മര്യാദമായ; ആഭാസമായ; പരുക്കനായ.

rudiment (റൂഡിമൻറ്) *n.* the first principle or element; മൗലികതത്ത്വം; അടിസ്ഥാനം; അവികസിതരൂപം; *adj.* **rudimentary**.

ruffian (റഫിയൻ) *n.* boisterous brutal fellow; കൊടിയ ദുഷ്ടൻ; ക്രൂരൻ; ഘാതകൻ; അക്രമി.

ruffle (റഫ്ൾ) *v.* derange; rumple; behave arrogantly; ചുളിക്കുക;

അലങ്കോലമാക്കുക; അസഹ്യപ്പെടുത്തുക; *n.* ഞൊറി; മടക്ക്; ചുളി.

rug (റഗ്) *n.* rough woollen fabric; thick floor-mat; പരുക്കൻ കമ്പിളി; കംബളം; വിരിപ്പ്; താണതരം പരവതാനി.

rugged (റഗിഡ്) *adj.* rough; uneven; shaggy; കുന്നും കുഴിയുമായ; നിരപ്പല്ലാത്ത; നിമ്നോന്നതമായ; കർക്കശമായ.

ruin (റൂയിൻ) *n.* destruction; downfall; overthrow; അധഃപതനം; പൊളിഞ്ഞുവീഴൽ; നാശം; കെടുതി; കേട്; *v.* ജീർണ്ണിപ്പിക്കുക; നശിപ്പിക്കുക; തുലയ്ക്കുക.

rule (റൂൾ) *n.* government; control; authority; ഭരണം; രക്ഷാധികാരം; നിയമം; നിയന്ത്രണം; **as a rule** പതിവായി; **rule of thumb** പഴക്കം; പരിചയം.

ruler (റൂളർ) *n.* one who rules; sovereign; രാജ്യാധിപതി; ഭരണകർത്താവ്; അധീശൻ.

rum (റം) *n.* spirit distilled from molasses; 'റം' മദ്യം.

rumen (റൂമെൻ) *n.* ruminants' first stomach; നാൽക്കാലികളുടെ ഒന്നാം വയറ്; *v.***ruminate** അയവിറക്കുക; ചർവ്വിതചർവ്വണം ചെയ്യുക.

rummage (റമിജ്) *v.* search narrowly; explore; ransack; (മേശവലിപ്പിലും മററുമുള്ള സാധനങ്ങൾ) പുറത്തിട്ടു തിരയുക; ആരായുക; സൂക്ഷ്മമായി പരിശോധിക്കുക.

rummy (റമി) *n.* a card game; ഒരിനം ചീട്ടുകളി.

rumour (റൂമർ) *n.* general talk; hearsay; flying report; നാട്ടുവർത്തമാനം; ജനപ്രവാദം; കിംവദന്തി; കേട്ടുകേൾവി.

rumple (റമ്പ്ൾ) *v.* fold; wrinkle; ഞൊറിയുക; ചുളുക്കുക.

run (റൺ) *v.* (*p.t.* **ran**; *p.part.* **run**; *pres.part.* **running**) go swiftly at more than a walking pace; ഓടി രക്ഷപ്പെടുക; ഒലിക്കുക; പലായനം ചെയ്യുക; ചലിപ്പിക്കുക; പന്തയത്തിൽ ഓടിക്കുക; 'ഒളിഞ്ഞോട്ടം'; പാച്ചിൽ; പ്രവാഹം; പലായനം; തോട്; **run-down** ഇടിച്ചു സംസാരിക്കുക; *n.* **runner** ഓട്ടക്കാരൻ; *n.* **runner up** മത്സരത്തിൽ രണ്ടാമത്തെ സ്ഥാനം ലഭിക്കുന്നവൻ; **in the long run** കാലം ചെല്ലുമ്പോൾ; **run away with** സമ്മാനം നേടുക.

rung (റങ്ഗ്) *n.* a ladder-step; a crossbar; പടി; സോപാനം; ആരോഹണം; കോവണിപ്പടി.

rupture (റപ്ചർ) *n.* act of breaking or bursting; പിളർപ്പ്; അംഗഭംഗം; വിണ്ടുകീറൽ; സ്ഫോടനം; പിണക്കം.

rural (റൂറ്ൽ) *adj.* of the country; നാട്ടിൻപുറത്തെ സംബന്ധിച്ച; ഉൾനാട്ടിലുള്ള.

ruse (റൂസ്) *n.* artifice; trick; stratagem; wile; ഉപായം; കള്ളം; കപടം.

rush (റഷ്) *n.* a water side plant; ഓടപ്പുല്ല്.

rush (റഷ്) *v.* move forward with haste, മുന്നോട്ടു കുതിച്ചു പായുക; പാഞ്ഞുകയറുക; പാഞ്ഞുചെല്ലുക; ദ്രുതഗതിയിൽ മുന്നോട്ടു നീങ്ങുക.

rusk (റസ്ക്) *n.* a kind of light hard cake; റസ്ക്; മധുരബിസ്ക്കറ്റ്; മൃദുവല്ലാത്ത റൊട്ടി.

rust (റസ്ററ്) *n.* yellowish brown coating formed on metals due to moisture; തുരുമ്പ്; ലോഹക്കറ; കറപിടിക്കൽ; പൂപ്പു പിടിപ്പിക്കുക; തുരുമ്പിക്കുക; തുരുമ്പു പിടിപ്പിക്കുക.

rustic (റസ്ററിക്) *adj.* country dwelling; ഗ്രാമവാസിയായ; അപരിഷ്കൃതമായ; നാട്ടിൻപുറത്തുള്ള.

rustle (റസ്ൽ) *v.* make a soft whispering sound as of dry leaves; കിരുകിരുക്കുക; കലകലശബ്ദമുണ്ടാക്കുക; മർമ്മരശബ്ദം പുറപ്പെടുവിക്കുക.

ruthless (റൂത്ത്ലിസ്) *adj.* cruel; അലിവില്ലാത്ത; നിഷ്ക്കരുണമായ.

Ss

S (എസ്) the nineteenth letter of the English alphabet; ഇംഗ്ലീഷ് അക്ഷരമാലയിലെ പത്തൊമ്പതാമത്തെ അക്ഷരം.

Sabbath (സ്ാബത്) *n.* (*also* **Sabbath day**) day of rest; ശാബത്ത് (സ്വസ്ഥ) ദിവസം.

sabot (സ്ാബൗ) *n.* wooden shoe; മരച്ചെരിപ്പ്; മെതിയടി.

sabotage (സാ്ബെടാഷ്) *n.* malicious destruction; വിധ്വംസനം; നാശകൃത്യം; അട്ടിമറിപ്രവർത്തനം; *v.* വിധ്വംസനം ചെയ്യുക; അട്ടിമറിക്കുക.

sabre (സെയ്ബർ) *n.* heavy one-edged sword; ചുരിക; വളഞ്ഞ വാൾ.

sachet (സാഷെയ്) *n.* sealed plastic or paper pack containing small amount of a product; ഒരു ഉൽപന്നത്തിൻെറ ചെറിയ അളവ് അടങ്ങിയ (സീൽ ചെയ്ത) പ്ലാസ്ററിക്ക് (പേപ്പർ) കൂട്.

sack (സ്ാക്) *n.* a large bag of coarse material; loose coat; ചാക്ക്; ചണസ്സഞ്ചി; വലിയ സഞ്ചി; ഒരുവക കുപ്പായം.

sack (സ്ാക്) *v.* plunder; ravage; കൊള്ളയിടുക; പിടിച്ചുപറിക്കുക.

sack (സാക്) *v.* (*coll.*) dismiss; ജോലിയിൽനിന്നു പിരിച്ചുവിടുക.

sacrament (സ്ാക്രമെൻറ്) *n.* a religious or sacred rite in Christianity; കൂദാശ; ദിവ്യകർമം; വൈദിക സംസ്കാരം.

sacred (സെയ്ക്രിഡ്) *adj.* holy; proceeding from God; പരിശുദ്ധമായ; ദൈവികമായ; വൈദികമായ.

sacrifice (സ്ാക്രിഫൈസ്) *n.* offer of anything to God; ബലി; ബലിദാനം; യാഗം; നഷ്ടം; പരിത്യാഗം; ജീവനാശം; യജ്ഞം; ആഹുതി; *adj.* **sacrificial.**

sacrilege (സ്ാക്രിലിജ്) *n.* profanation of anything holy; ദൈവനിന്ദ; അശുദ്ധമാക്കൽ; ദേവാലയധ്വംസനം.

sad (സ്ാഡ്) *adj.* dejected; sorrowful; ദുഃഖകരമായ; ദാരുണമായ; വിഷാദാത്മകമായ; *n.* **sadness.**

saddle (സാഡ്ൽ) *n.* a seat for rider; ജീനി.

sadism (സെയ്ഡിസം) *n.* sexual perversion with passion for cruelty; ക്രൂരത പ്രധാന സവിശേഷതയായ ലൈംഗികവൈകൃതം; *n.* **sadist.**

safari (സഫാരി) *n.* an expedition for hunting; വേട്ടയ്ക്കുള്ള യാത്ര.

safe (സെയ്ഫ്) *adj.* unharmed; free

safeguard | salvation 359

from danger; അപായരഹിതമായ; സുരക്ഷിതമായ; ഇരുമ്പു പണപ്പെട്ടി; *adv.* **safely.**

safeguard (സെയ്ഫ്ഗാഡ്) *n.* thing that serves as a protection from harm or danger; അപകടത്തിൽനിന്നും സംരക്ഷണം നല്കുന്ന വസ്തു.

safety (സെയ്ഫ്റ്ററി) *n.* state or fact of being safe; close custody; ക്ഷേമം; സുരക്ഷിതത്വം; ഭദ്രത; ഉറപ്പ്.

saffron (സാ്ഫ്രൻ) *n.* orange-yellow colour; കുങ്കുമപ്പൂ; കാവിനിറം.

saga (സാഗ്) *n.* long detailed story; നീണ്ട വീരകഥ.

sage (സെയ്ജ്) *n.* wise-man; ജ്ഞാനി.

Sagittarius (സാ്ജിററായെറിയസ്) *n.* (*astrol. & astron.*) ninth sign of zodiac; ധനുരാശി.

sahib (സാഹിബ്) *n.* a term of respect; സായിപ്പ്.

said (സെഡ്) *p.t. & p.part.* of **say**; പറഞ്ഞ; പറയപ്പെട്ട.

sail (സെയ്ൽ) *n.* sheet of canvas spread to catch the wind; കപ്പൽപായ്; പായ്ക്കപ്പൽ; കപ്പൽയാത്ര.

sailor (സെയ്ലർ) *n.* a navigator; നാവികൻ.

saint (സെയിൻറ്) *n.* a holy person; വിശുദ്ധൻ; ദിവ്യൻ; പുണ്യവാളൻ; സിദ്ധൻ.

sake (സെയ്ക്) *adv.* **for the sake of** -യ്ക്കു വേണ്ടി; -യെ കണക്കിലെടുത്തുകൊണ്ട്; കാരണം; സംഗതി; ഹേതു.

salable (സെയ്ലബ്ൾ) *adj.* that may be sold; വിൽക്കാവുന്ന.

salad(സലഡ്) *n.* a cold dish of vegetables; സലാഡ്; പച്ചടി; **fruit-salad** പഴവർഗ്ഗങ്ങൾ അരിഞ്ഞു ചേർത്തുണ്ടാക്കുന്ന മിശ്രിതം.

salamander (സാ്ലമാ്ൻഡർ) *n.* lizard-like animal supposed to live in fire; (തീയിൽ ചാകാത്ത) ഒരു സാങ്കല്പിക ജന്തു; ഉടുമ്പ്; അരണ.

salary (സാ്ലറി) *n.* a periodical payment for services; ശമ്പളം.

sale (സെയ്ൽ) *n.* act of selling; വില്പന; *n.* **saleability** വില്പന സാദ്ധ്യത; **salesman** വില്പനക്കാരൻ; വിക്രേതാവ്; **sales tax** വില്പനനികുതി.

salient (സെയിലിയൻറ്) *adj.* projecting outwards; striking prominent; പ്രധാനപ്പെട്ട; ശ്രദ്ധയിൽപ്പെടുന്ന.

saline (സ്സലൈൻ) *adj.* salty; ഉപ്പുള്ള; *n.* **salinity** ഉപ്പുരസം; ലവണത്വം.

saliva (സ്സലൈവ) *n.* spittle; ഉമിനീർ; *adj.* **salivary** ഉമിനീരൊഴുക്കുന്ന; *n.* **salivary glands** ഉമിനീർ ഗ്രന്ഥികൾ.

salmon (സാ്മൻ) *n.* (*sing. & pl.*) a large edible fish; കോര.

saloon (സലൂൺ) *n.* a spacious hall for receptions, for works of art etc.; a showroom; വിശാലമായ സല്ലാപയറ; പ്രദർശനാലയം; നൃത്തശാല.

salt (സോൾട്ട്) *n.* chloride of sodium; common salt; ഉപ്പ്; ലവണം; ഉപ്പിനോടു സാദൃശ്യമുള്ള വസ്തു; ഉപ്പുരസം; രുചി; **table salt** പൊടിയുപ്പ്; **salt-mine** ലവണഖനി; **salt-pan** ഉപ്പളം; **salt petre** വെടിയുപ്പ്.

salute (സ്സലൂട്ട്) *v.* greet with words or with gesture; അഭിവാദനം ചെയ്യുക; *n.* **salutation** അഭിവാദ്യം.

salvage (സാ്ൽവിജ്) *n.* rescue of property from fire or other peril; നാശനഷ്ടങ്ങളിൽനിന്ന് വീണ്ടെടുക്കൽ.

salvation (സാ്ൽവെയ്ഷൻ) *n.* act of saving; പരിത്രാണം; മോചനം.

Samaritan (സ്െമാ്രിററൻ) *adj.* pert. to Samariah; പാലസ്റ്റീനിലെ പ്രധാന നഗരിയായ ശമരിയയെ സംബ ന്ധിച്ച.

same (സെയ്ം) *adj., pron. & adv.* identical; not different; അതുതന്നെ യായ; വൈവിദ്ധ്യമില്ലാത്ത; **at the same time** അതേസമയംതന്നെ; *n.* **sameness** മറ്റൊന്നല്ലായ്മ.

sample (സാ്മ്പ്ൾ) *n.* a small portion to show the quality of the whole; സാമ്പിൾ; മാതൃക.

sanatorium (സാ്െനേ്റോറിയം) *n.* (*pl.* **sanatoria, sanatoriums**) a hospital; health station; ആരോഗ്യ മന്ദിരം; ചികിത്സാഗൃഹം.

sanctify [സാങ്(ക്)ററിഫൈ] *v.* make sacred or holy; പവിത്രമാക്കുക; അലംഘനീയമാക്കുക; *n.* **sanctification** പവിത്രീകരണം; പാപമോചനം.

sanction (സാ്ങ്ക്ഷൻ) *n.* permission; അനുവാദം; അനുമതി; അനു സരിക്കാത്തതിനുള്ള പിഴയോ അനു സരണത്തിനുള്ള പാരിതോഷി കമോ.

sanctity (സാ്ങ്ക്ററിററി) *n.* godliness; purity; inviolability; പരിപാ വനത്വം; പവിത്രത.

sanctuary (സാ്ങ്ച്വറി) *n.* a place of refuge; ആശ്രയസ്ഥാനം; വന്യ മൃഗങ്ങളുടെയും പക്ഷികളുടെ യും വിഹാരസങ്കേതം; പരിശുദ്ധ സ്ഥലം.

sand (സാ്ൻഡ്) *n.* fine particles of crushed or worn rocks; മണൽ; പൂഴി; തരിമണൽ; മണൽത്തരി; **sandbank** മണൽത്തട്ട്; **sand paper** മിനുക്കുകടലാസ്; *adj.* **sandy** മണ ലുള്ള; മണൽപ്രദേശമായ.

sandal (സാ്ൻഡ്ൽ) *n.* loose shoe; മെതിയടി; ചെരുപ്പ്; long narrow boat; ചൂണ്ടൽവള്ളം.

sandalwood (സാ്ൻഡ്ൽവു്ഡ്) *n.* a very fragrant Indian wood; ചന്ദനം; **sandalwood oil** ചന്ദനതൈലം.

sandwich (സാ്ൻവി്ജ്) *n.* two thin slices of bread with meat or fish between; റൊട്ടിപ്പാളികൾക്കിടയിൽ മസാലക്കൂട്ടു വച്ചു നിർമ്മിച്ചത്.

sane (സെയ്ൻ) *adj.* mentally sound; സുബുദ്ധിയുള്ള; സ്ഥിരബുദ്ധി യുള്ള.

sanitary (സാ്നിട്ടറി) *adj.* hygienic; ആരോഗ്യരക്ഷകമായ; *n.* **sanitation**; (നഗര) ശുചീകരണം.

sanity (സാ്നിററി) *n.* soundness of mind; ബുദ്ധിസ്ഥിരത.

Santa Claus (സാ്ൻടാ ക്ളോ്സ്) *n.* an imaginary old fellow who brings children Christmas presents; ക്രിസ് മസ് വേളയിൽ കുഞ്ഞുങ്ങൾക്ക് സമ്മാനങ്ങൾ വിതരണം ചെയ്യുന്ന തായി കരുതപ്പെടുന്ന സാങ്കല്പിക വ്യക്തി.

sap (സാ്പ്) *n.* vital juice; നീര്; രസം; വീര്യം; സത്ത്; മജ്ജ; രക്തം; *adj.* **sapless** ചാറില്ലാത്ത; *adj.* **sappy** ധാരാളം ചാറുള്ള.

sapling (സാ്പ്ലിങ്) *n.* a young tree; വൃക്ഷത്തൈ.

sapphire (സാ്ഫൈ്ർ) *n.* a precious blue stone; ഇന്ദ്രനീലം; ഇന്ദ്രനീല ക്കല്ല്.

Saracen (സാ്രസൻ) *n.* an Arab nomad; പ്രാചീന അറബി മുസൽമാൻ.

sarcasm (സാർകാ്സം) *n.* a bitter sneer; satirical remark; വ്യാജസ്തുതി.

sardine (സാർഡീൻ) *n.* a small fish; ചാള; മത്തി.

sardonic (സാ്ർഡൊണിക്) *adj.* sar-

sarsaparilla | saw 361

castic; malignant; നിന്ദാനിർഭരമായ; പുച്ഛരിക്കുന്ന.

sarsaparilla (സാർസ്സാ̆പരില) *n.* root of several species of Smilax; നറുനീണ്ടി; നന്നാറി; നറുനീണ്ടിസത്ത്.

sash (സാ̆ഷ്) *n.* a band or scarf worn around the waist; അരക്കച്ച.

Satan (സെയ്റ്റൻ) *n.* the devil; സാത്താൻ.

satchel (സാ̆ച്ച്ൽ) *n.* a small bag; കൈസഞ്ചി.

satellite (സാ̆റ്റലൈറ്റ്) *n.* a body revolving round a planet; ഉപഗ്രഹം.

satiate (സെയ്ഷ്യെയ്റ്റ്) *v.* gratify fully; glut; അമിതതൃപ്തി വരുത്തുക; മടുപ്പു വരുത്തുക; *n.* **satiety.**

satin (സാ̆റ്റിൻ) *n.* glossy silk; സാറ്റിൻതുണി; മിനുസപ്പട്ട്.

satire (സാ̆റ്റയ്യർ) *n.* satirical writing; ആക്ഷേപഹാസ്യം; ആക്ഷേപഹാസ്യപ്രധാനമായ പദ്യകൃതിയോ ഗദ്യകൃതിയോ; നിന്ദാസ്തുതി; *adj.* satiric, satirical.

satisfaction (സാറ്റിസ്ഫാക്ഷൻ) *n.* gratification; സംതൃപ്തി; കൃതകൃത്യത.

satisfactory (സാ̆റ്റിസ്ഫാ̆ക്റ്ററി) *adj.* satisfying; തൃപ്തികരമായ; **satisfactorily** തൃപ്തികരമായി.

satisfy (സാ̆റ്റിസ്ഫൈ) *v.* give enough to; gratify; ആവശ്യം തീർക്കുക; തൃപ്തിപ്പെടുത്തുക.

saturate (സാച്ച്വറെയ്റ്റ്) *v.* fill fully; പൂരിതമാക്കുക; നിറയ്ക്കുക; വ്യാപിക്കുക; മുക്കുക; സാന്ദ്രീകരിക്കുക; കുതിർക്കുക.

saturation (സാ̆ച്ച്വറെയ്ഷൻ) *n.* act of saturating; പൂർത്തി; പൂരിതാവസ്ഥ.

Saturday (സാ̆റ്റെർഡി) *n.* the seventh day of the week; ശനിയാഴ്ച.

Saturn (സാ̆റ്റേൺ) *n.* (*Rom. myth.*) Roman god of agriculture; ശനിഗ്രഹം.

sauce (സോ̄സ്) *n.* anything that gives relish; രുചി; രുചികര സാധനം; *v.* സ്വാദിഷ്ഠമാക്കുക.

saucer (സോ̄സർ) *n.* a shallow dish; സോസർ; ചെറുപിഞ്ഞാണത്തളിക.

saunter (സോ̄ൺടേർ) *v.* wander idly; loiter; ചുറ്റിത്തിരിയുക; മടിയനായി നടക്കുക; ഉലാത്തുക.

savage (സാ̆വിജ്) *adj.* (*ar.*) barbarous; cruel; നാഗരികത്വമില്ലാത്ത; പ്രാകൃതാവസ്ഥയിലുള്ള.

save (സെയ്വ്) *v.* bring safe out of evil; protect; rescue; ദുർമ്മാർഗ്ഗത്തിൽനിന്നോ കഷ്ടതയിൽനിന്നോ മോചിപ്പിക്കുക; ആപത്തിൽ നിന്നു രക്ഷപ്പെടുത്തുക.

save (സെയ്വ്) *v.* (computer) record and store a program or data on a floppy disk or hard disk; ഒരു പ്രോഗ്രാമോ തന്നിരിക്കുന്ന വിവരങ്ങളോ ഒരു ഫ്ലോപ്പി ഡിസ്കിലോ ഹാർഡ് ഡിസ്കിലോ രേഖപ്പെടുത്തി സംഭരിച്ചുവെക്കുക.

savings (സെയ്വിങ്സ്) *n.* (*pl.*) earnings; money saved; നീക്കിയിരുപ്പ്; മിച്ചം; സഞ്ചിതധനം; **savings account** ബാങ്കിലും മററും സൂക്ഷിക്കുന്ന ഡിപ്പോസിററ്.

saviour (സേയ്വ്യർ) *n.* one who saves from evil; രക്ഷകൻ.

savour (സെയ്വേർ) *n.* flavour; taste; relish; രസം; വാസന; രുചി.

savvy (സാ̆വി) *n.* (*sl.*) common sense; understanding; സാമാന്യബുദ്ധി.

saw (സോ̄) *n.* an instrument with toothed edge to cut wood; ഈർച്ചവാൾ; **saw dust** ഈർച്ചപ്പൊടി; **saw-**

ing തടി അറക്കുന്ന; *n.* അറുപ്പ്; അറുക്കൽ.

saw (സോ) *n.* a proverb; പഴഞ്ചൊല്ല്.

say (സെയ്) *v.* (*p.t. & p.part.* **said**) speak; utter in words; പറയുക; ഉരുവിടുക; ആവർത്തിക്കുക; ചൊല്ലിഅഭ്യസിക്കുക; പ്രാർത്ഥന ചൊല്ലുക.

scab (സ്കാ്ബ്) *n.* crust over a sore; വ്രണത്തിന്മേലുണ്ടാകുന്ന പൊററ; ചിരങ്ങ്; ചൊറി.

scabies (സ്കെയിബിസ്) *n.* scab; itch; ചിരങ്ങ്; ചൊറി.

scaffold (സ്കാ്ഫൗൾഡ്) *n.* a raised platform for executions; a framework; തൂക്കുമരത്തട്ട്; കഴുവിലേററുന്ന തട്ട്.

scale (സ്കെയ്ൽ) *n.* a dish of a balance; a balance; Libra, a sign of the zodiac; ത്രാസിൻെറ തട്ട്; തുലാസ്; തുക്കുയന്ത്രം; തുലാംരാശി.

scale (സ്കെയ്ൽ) *n.* a thin plate on fish, reptile etc.; ചെതുമ്പൽ; പൊററ; അടുക്ക്; ഇതൾ; ശൽക്കപത്രം.

scalp (സ്ക്കാ്ൾപ്) *n.* the skull; outer covering of the skull; top or hairy part of the head; തലയോട്; തലയോട്ടിൻെറ തോൽ.

scan (സ്കാ്ൻ) *v.* count the feet in a verse; examine carefully; മാത്രകളെണ്ണുക; സൂക്ഷ്മമായി പരിശോധിക്കുക.

scan (സ്കാ്ൻ) *v.* (computer) examine every item in a list or record in a file; ഫയലിൽ ശേഖരിക്കപ്പെട്ടിരിക്കുന്ന വിവരങ്ങൾ പരിശോധിക്കുക.

scandal (സ്കാ്ൻഡൽ) *n.* anything which is injurious to reputation; ബഹുജനധാർമികരോഷമുണർത്തുന്ന പ്രവൃത്തി; അപവാദം.

scant (സ്കാ്ൻറ്) *adj.* insufficient; scarce; അല്പമായ; മതിയാകാത്ത; ദുർലഭമായ.

scanty (സ്കാ്ൻറി) *adj.* meagre; of small extent; barely sufficient; വിരളമായ; അപര്യാപ്തമായ; *adv.* **scantily** കഷ്ടിച്ച്; ദുർലഭമായി; പിശുക്കു പിടിച്ച്; *n.* **scantiness** അപര്യാപ്തത.

scapegoat (സ്കെയ്പ്ഗൗട്ട്) *n.* a goat on which were laid the sins of the Jewish people and then allowed to escape; ബലിയാട്; ബലിമൃഗം.

scapula (സ്കാ്പ്യുല) *n.* shoulder blade; തോളെല്ല്; അംസഫലകം.

scar (സ്കാർ) *n.* mark left by a wound or sore; മുറിവിൻെറയോ വ്രണത്തിൻെറയോ വടു; പാട്; തഴമ്പ്; മായാത്ത അടയാളം; പൊള്ളൽകൊണ്ടുണ്ടായ പാട്.

scarce (സ്കെയെഴ്സ്) *adj.* not having much; not equal to demand; ദുർലഭമായ; കുറവായ; അപൂർവ്വമായ; അപര്യാപ്തമായ; *advs.* **scarce, scarcely** കഷ്ടിച്ച്; ഞെരുങ്ങി; ഒരു വിധത്തിൽ; കുറവായി; ദുർലഭമായി.

scarcity (സ്കെയർസിററി) *n.* dearth; want; famine; ദുർഭിക്ഷം; പഞ്ഞം; ഇല്ലായ്മ.

scarf (സ്കാർഫ്) *pl.* **scarfs** or **scarves** *n.* light shawl; a kerchief for the neck; ഉത്തരീയം; രണ്ടാംമുണ്ട്; കവണി; കുത; *v.* കുതയ്ക്കുക; ഏയ്ക്കുക.

scarlet (സ്കാർലിററ്) *n.* deep or bright red colour; കടുഞ്ചുവപ്പ്; രക്ത നിറം; കടുംചുവപ്പായ വസ്ത്രം.

scatter (സ്കാ്റ്റർ) *v.* throw loosely about; ചിതറുക; തളിക്കുക.

scavenger തോട്ടി; തെരുവുശുചീകരണക്കാരൻ; ചീഞ്ഞളിഞ്ഞ മാംസം ഭക്ഷിക്കുന്ന മൃഗം, പക്ഷി മുതലായവ.

scent (സെൻറ്) *n.* perfume; സുഗന്ധം; സൗരഭ്യം; സുഗന്ധദ്രവ്യം.

sceptic (സ്കെപ്ററിക്) *n.* one who doubts the truth of any principle or doctrine; അജ്ഞേയവാദി; അവിശ്വാസി; സംശയാലു.

sceptical (സ്കെപ്ടിക്കൽ) *adj.* (*U.S.* **skeptical**) inclined to suspend judgement; അഭിപ്രായം പിന്നീടത്തേക്ക് നീട്ടിവയ്ക്കുന്ന; സംശയാലുവായ; വിശ്വസിക്കാത്ത.

scepticism (സ്കെപ്ററിസിസം) *n.* disbelief; agnosticism; സന്ദേഹാത്മകത്വം; അവിശ്വാസം; അജ്ഞേയവാദം.

sceptre (സെപ്ററർ) *n.* emblem of royal authority; ചെങ്കോൽ.

schedule (ഷെഡ്യൂൾ, സ്കെഡ്യൂൾ *U.S.*) *n.* tabulated statement of details; വസ്തുതകൾ കാണിക്കുന്ന പട്ടിക.

schism (സിസം) *n.* split or division among people of same religious faith; മതഭിന്നത; ധർമഭേദം; മതപരമായ ഭിന്നിപ്പ്.

schizophrenia (സ്കിററ്സൗഫ്രീന്യ) *n.* mental disease marked by disconnection between thoughts, feelings and actions; പ്രവൃത്തികൾക്ക് ചിന്തകളും വികാരങ്ങളുമായി പൊരുത്തമില്ലാത്ത അവസ്ഥ ഉളവാക്കുന്ന മാനസികരോഗം.

scholar (സ്കൊ്ളർ) *n.* learned person; person versed in language or literature; pupil; പണ്ഡിതൻ; വിദ്വാൻ; വിദ്യാർത്ഥി; ഭാഷാസാഹിത്യവിഷയങ്ങളിൽ മികച്ച അറിവുള്ളവൻ.

school (സ്കൂൾ) *n.* a place of instruction; institution for education; സ്കൂൾ; വിദ്യാശാല; പള്ളിക്കൂടം; സ്കൂൾകെട്ടിടം; അദ്ധ്യയനം; ശിഷ്യസമൂഹം; കുട്ടികൾ; പഠനകാലം; മുറ; ദർശനം; വീക്ഷണരീതി; *n.* **schooling** സ്കൂളിൽ പോയി പഠിക്കൽ; പഠിപ്പിക്കൽ.

science (സയൻസ്) *n.* knowledge; systematised knowledge; any branch of such knowledge; a skilled craft; അറിവ്; വിജ്ഞാനം; ക്രമീകൃതമായ അറിവ്; ക്രമീകൃതമായ അറിവിൻെറ ഏതെങ്കിലും ശാഖ.

scientific (സൈൻടിഫിക്) *adj.* rel. to, based on, or according to science; ശാസ്ത്രസംബന്ധിയായ.

scissors (സിസ്സർസ്) *n.* (*pl.*) a cutting instrument consisting of two blades; കത്രിക; *v.* കത്രികകൊണ്ടു മുറിക്കുക.

sclerosis (സ്ക്ലെറൗസിസ്) *n.* (*medical*) abnormal hardening of the walls of the arteries; രക്തക്കുഴലുകളുടെ ഭിത്തികൾക്ക് അസാധാരണമാംവണ്ണം കടുപ്പം കൂടുന്ന അവസ്ഥ.

scold (സ്കൗൾഡ്) *v.* chide; rebuke; brawl; ശകാരിക്കുക; ആക്ഷേപിക്കുക; നിന്ദിക്കുക; ദേഷ്യപ്പെടുക; *n.* ശകാരം; നിന്ദനം; ഭർത്സനം.

scoop (സ്കൂപ്) *n.* large, hollow shovel; കയിൽ; തവി; കോരിക; കോരൽ; മറ്റു ലേഖകർ അറിയാതെ പത്രലേഖകൻ ചോർത്തിയെടുക്കുന്ന പ്രാധാന്യമുള്ള വാർത്ത; വാർത്ത ചോർത്തിയെടുക്കുന്ന സമ്പ്രദായം.

scooter (സ്കൂട്ടർ) *n.* two-wheeled light motor vehicle; രണ്ടു ചക്രത്തിലോടുന്ന മോട്ടോർ വാഹനം.

scope (സ്കൗപ്പ്) *n.* range; field or opportunity of activity; room for action; വ്യാപ്തി; അർത്ഥം; ഭാവം; പ്രവർത്തനസൗകര്യം; അവസരം.

scorch (സ്കോർച്ച്) *v.* burn; parch; dry up; ചുട്ടെരിക്കുക; പൊള്ളിക്കുക; ഉണക്കുക; അഗ്നിക്കിരയാക്കുക; ചൂടുകൊണ്ടു പീഡിപ്പിക്കുക.

scorcher (സ്കോർച്ചർ) *n.* one who scorches; പൊള്ളിക്കുന്നവൻ; ചുട്ടെരിക്കുന്നവൻ.

score (സ്കോർ) *n.* a notch; an incised line; account; reckoning; കൊത; കീറൽ; അടയാളം; കണക്കടയാളം; സ്കോർ (കളിയിൽ നേടുന്ന പോയിൻറുകൾ); 'ഇരുപത്' എന്ന സംഖ്യ; വിജയാങ്കം; നേട്ടം; (*pl.*) അസംഖ്യം; അനേകം; എത്രയോ.

scorn (സ്കോൺ) *n.* extreme contempt; an expression of contempt; അത്യന്താവജ്ഞ; പുച്ഛം; തിരസ്കാരം.

scorpion (സ്കോർപിയൻ) *n.* a reptile of the order of Arachnida; തേൾ.

Scot (സ്കൊട്ട്) *n.* a native of Scotland; സ്കോട്ലണ്ടുകാരൻ; *adj.* **Scotch.**

Scotland Yard (സ്കൊട്ലണ്ട്യാർഡ്) *n.* headquarters of London police; ലണ്ടൻ പോലീസിൻെറ ആസ്ഥാനം —അതിൻെറ പ്രസിദ്ധമായ കുററാന്വേഷണ വിഭാഗം.

scoundrel (സ്കൗൺഡ്രൽ) *n.* rascal; mean; worthless fellow; അധമൻ; നികൃഷ്ടൻ; തെമ്മാടി; ആഭാസൻ.

scour (സ്കൗഎ്ർ) *v.* rub hard with something for cleaning; cleanse; purge; തേച്ചുമിനുക്കുക; തേച്ചുകഴുകുക; ജലംകൊണ്ടു ശുദ്ധമാക്കുക; വിരേചിപ്പിക്കുക.

scourge (സ്കേർജ്) *n.* a whip; lash; ചാട്ട; ചമ്മട്ടി; ചമ്മട്ടികൊണ്ടടിക്കുക; കഠിനമായി ശിക്ഷിക്കുക.

scout (സ്കൗട്ട്) *n.* member of the Scouts Association; വിദ്യാർത്ഥിസേവകൻ (ബോയ് സ്കൗട്ട്); ശത്രുസൈന്യ സാഹചര്യങ്ങളറിയാൻ നിയുക്തനാകുന്ന ചാരൻ.

scow (സ്കൗ) *n.* a flat-bottomed boat; അടിപരന്ന തോണി; കടത്തുവള്ളം.

scowl (സ്കൗൾ) *v.t.* wrinkle the brows; look angry; നെററി ചുളിക്കുക; മുഖം ചുളിക്കുക; കോപിച്ചു നോക്കുക.

scrabble (സ്ക്രാബ്ൾ) *v.* scratch; scrape; അള്ളിപ്പിടിക്കുക; ചുരണ്ടുക; മാന്തുക.

scramble (സ്ക്രാംബ്ൾ) *v.* sprawl; snatch eagerly at something; പററിപ്പിടിച്ചുകയറുക; ധൃതിയിലും ഉൽക്കണ്ഠാകുലമായും നീങ്ങുക.

scramble (സ്ക്രാംബ്ൾ) *v.* cook eggs by breaking into pan with butter, milk etc.; മുട്ടയും പാലും വെണ്ണയും ചേർത്ത് ഇളക്കി ചൂടാക്കി കൊഴുപ്പിക്കുക.

scrap (സ്ക്രാപ്) *n.* piece; detached incomplete portion; കഷണം; അവശിഷ്ടം; ഭക്ഷണാവശിഷ്ടം.

scratch (സ്ക്രാച്) *v.* mark the surface with something pointed; ചുരണ്ടുക; മാന്തുക; ചൊറിയുക; പോറുക; പോറലേല്പിക്കുക.

scrawl (സ്ക്രോൾ) *v.* draw or mark awkwardly; കുത്തിക്കുറിക്കുക; അശ്രദ്ധയോടെ അസ്പഷ്ടമായി; വൃത്തികേടായി എഴുതുക.

scream | scuttle 365

scream (സ്ക്രീം) *v.i.* cry out a shrill voice; നിലവിളിക്കുക; അത്യുച്ചത്തിൽ ആക്രോശിക്കുക; ഉറക്കെ ശബ്ദിക്കുക; കിരുകിരുക്കുക.

screen (സ്ക്രീൻ) *n.* a shield against wind, heat, light, etc.; തട്ടി; തിര; തിരശ്ശീല; തിരസ്കരിണി; മറ; മറശ്ശീല.

screen (സ്ക്രീൻ) *v.* pass (grain, coal, etc.) through screen; test person to determine quality; അരിക്കുക; ഉദ്യോഗാർത്ഥികളുടെ യോഗ്യതായോഗ്യതകൾ പരിശോധിക്കുക; രോഗങ്ങളോ ഒളിച്ചുവച്ച ആയുധങ്ങളോ ഉണ്ടോയെന്നു സൂക്ഷ്മപരിശോധന നടത്തുക.

screw (സ്ക്രൂ) *n.* cylinder grooved spirally; propeller; an extortioner; miser; പിരിയാണി; പിരി; വളയകീലകം; തിരുക്കാണിയിട്ടു മുറുക്കുക; പിരിച്ചുമുറുക്കുക.

scribble (സ്ക്രിബ്ൾ) *v.* write hastily or carelessly; അശ്രദ്ധയായി കുറിക്കുക.

scribe (സ്ക്രൈബ്) *n.* a writer; a copyist; പകർപ്പെഴുത്തുകാരൻ; എഴുത്തുകാരൻ.

script (സ്ക്രിപ്റ്റ്) *n.* type resembling handwriting; original document; കൈപ്പട; കൈയെഴുത്തു പോലത്തെ അച്ചെഴുത്ത്; മൂലരേഖ; റേഡിയോ പ്രഭാഷണ സ്ക്രിപ്റ്റ്; ഫിലിം സ്ക്രിപ്റ്റ്; *n.* **script writer** ചലച്ചിത്രത്തിനും റേഡിയോയ്ക്കും മററും വേണ്ടി എഴുതുന്നവൻ; തിരക്കഥാകൃത്ത്.

scripture (സ്ക്രിപ്ചർ) *n.* sacred writings of a religion; വേദപുസ്തകം.

scroll (സ്ക്രൗൾ) *n.* roll of paper or parchment; കടലാസു ചുരുൾ; ആധാരച്ചുരുൾ.

scrotum (സ്ക്രൗററം) *n.* bag containing testicles; വൃഷണസഞ്ചി.

scrub (സ്ക്രബ്) *v.* rub hard; wash by hard rubbing; ഉരയ്ക്കുക; ഉരച്ചു കഴുകുക; തേച്ചുവെടിപ്പാക്കുക.

scruple (സ്ക്രൂപ്ൾ) *n.* feeling doubt or hesitation on grounds of morality or propriety; തത്ത്വദീക്ഷ; ധർമ്മബോധം; ശങ്ക; കൂസൽ; മനശ്ചാഞ്ചല്യം; *adj.* **scrupulous** നിഷ്കർഷയുള്ള; ഋജുവായ; സൂക്ഷ്മമായ.

scrutiny (സ്ക്രൂട്ടിനി) *n.* critical-examination; സൂക്ഷ്മപരിശോധന; *v.* **scrutinize** സൂക്ഷ്മപരിശോധന നടത്തുക.

scuba (സ്കൂബ്ബ) *n.* underwater breathing apparatus; ജലത്തിനടിയിലിരിക്കുന്നവർക്ക് ശ്വസിക്കുന്നതിനുള്ള ഉപകരണം.

scuff (സ്കഫ്) *v.* walk with dragging feet; ഏന്തിവലിഞ്ഞു നടക്കുക.

scuffle (സ്കഫ്ൾ) *v.* struggle; അടിപിടികൂടുക.

sculptor (സ്കൾപ്ററർ) *n.* an artist in carving; കൊത്തുപണിക്കാരൻ.

sculpture (സ്കൾപ്ചർ) *n.* the art or act of carving; കൊത്തുപണി; പ്രതിമാനിർമ്മാണം; പ്രതിമ.

scum (സ്കം) *n.* foam; froth; dross; worthless persons; തിളു; നിസ്സാവം; മാലിന്യം; നുര; പത; അഴുക്ക്.

scurrilous (സ്കറിലസ്) *adj.* obscenely abusive; vulgar; vile; അശ്ലീലമായ; കുത്സിതമായ; ആഭാസമായ.

scurvy (സ്കേർവി) *adj.* vile; കുത്സിതമായ.

scurvy (സ്കേർവി) *n.* a disease marked by livid spots on the skin; ചൊറിക്കരപ്പൻ; രക്തപിത്തം.

scuttle (സ്കട്ട്ൽ) *v.* dash with haste;

ബന്ധപ്പെടുക; നെട്ടോട്ടം ഓടുക; പരക്കം പായുക.

scythe (സൈദ്) *n.* sickle; large curved blade; അരിവാൾ; വീച്ചരിവാൾ.

sea (സീ) *n.* great mass of salt water; ocean; കടൽ; ആഴിപ്പരപ്പ്; സമുദ്ര ഭാഗം; കടലിൻെറ താല്ക്കാലികാവ സ്ഥ; **sea-duck** കടൽപാത്ത; **sea-fish** കടൽമത്സ്യം; **sea-food** കടലിൽ നിന്നു ലഭിക്കുന്ന ഭക്ഷ്യസമ്പത്ത്; **sea-god** സമുദ്രദേവൻ; വരുണൻ; **sea-line** ചക്രവാളരേഖ; **seashell** കക്ക; **sea shore** കടൽക്കര; **sea-side** കടൽപ്പുറം.

seal (സീൽ) *n.* a marine animal hunted for its fur; 'സീൽ' എന്ന സമുദ്ര ജന്തു; നീർനായ്.

seal (സീൽ) *n.* stamp; impression; അരക്കിൽ പതിച്ച മുദ്ര; മുദ്രയട യാളം; *n.* **sealwax** കോലരക്ക്.

seam (സീം) *n.* line of union; stitch; fold; suture; അടുക്ക്; ചുളി; ചുളുക്ക്; ഛേദം; തുന്നൽപണി.

search (ਁസേർച്) *v.* explore all over; examine closely; അന്വേഷിക്കുക; തേടുക; **search-party** ഒളിവിലുള്ള ആളെയോ വസ്തുവെയോ തിരക്കി പ്പോകുന്ന പോലീസ് സംഘവും മററും; **search light** ഒരുതരം ടോർച്ച്.

search (സെർച്ച്) *n.* (computer) process of looking for and identifying relevant records or information from a database ഒരു വിവരസമുച്ചയത്തിൽ നിന്ന് ആവശ്യമായ വിവരമോ രേഖക ളോ അന്വേഷിച്ച് കണ്ടെത്തുന്ന പ്ര ക്രിയ.

season (സീസ്ൻ) *n.* period of the year; വസന്തം, ഗ്രീഷ്മം തുടങ്ങിയ ഋതുക്ക ളിൽ ഏതിൻെറയെങ്കിലും ദൈർ ഘ്യം; ഋതു; *adj.* **seasonal** കാലിക മായ.

seasoning (സീസണിങ്) *n.* condiment; പാകമാക്കൽ; മസാല.

seat (സീററ്) *n.* anything used or intended for sitting on; ഇരിക്കാനുള്ളത്; ഇരിപ്പിടം; സ്ഥാനം; ആസ്ഥാനം; പീഠം; ഭദ്രാസനം; *v.* ഇരുത്തുക; അധിരോഹണം ചെയ്യിക്കുക.

sebaceous (സിബെയ്ഷസ്) *adj.* producing an oily substance; സ്നേഹ ദ്രവ്യം ഉല്പാദിപ്പിക്കുന്ന; *eg.* sebaceous glands.

secede (സിസീഡ്) *v.* withdraw from membership of some body; അംഗ ത്വം പിൻവലിക്കുക; പിരിഞ്ഞു പോകുക.

seclude (സിക്ളൂഡ്) *v.* isolate; keep apart; shut off from association or influence; ഒഴിച്ചുമാറ്റുക; ഒറ്റയ്ക്കാ ക്കുക; ഒഴിച്ചുനിർത്തുക; പ്രത്യേക മാക്കുക.

seclusion (സിക്ളൂഷൻ) *n.* act of secluding; privacy; solitude; അകററി വയ്ക്കൽ; വിജനത.

second (സെ്കൻഡ്) *n.* the 60th part of a minute; നിമിഷം; ഒരു മിനിട്ടി ൻെറ അറുപതിലൊരു ഭാഗം.

second (സെക്കൻഡ്) *adj.* next after or below the first; other; alternate; രണ്ടാമത്തെ; അടുത്ത; ഇതരമായ; മറേറ; വേറെ; ഒന്നിടവിട്ടുള്ള; രണ്ടാമ ത്തേത്; തുണ; സഹായകൻ; അനു വാദകൻ; (*pl.*) **seconds** രണ്ടാം തരം ചരക്കുകൾ.

secondary (സെക്കൻഡറി) *adj.* subordinate; രണ്ടാംതരമായ; കീഴ്പെട്ട; താഴ്ന്ന; ആപേക്ഷികമായ; മധ്യമ മായ.

secrecy (സീക്രെസി) *n.* concealment; രഹസ്യം; ഗുപ്തത.

secret (സീക്രിററ്) *adj.* hidden; അപ്ര

secretary | see 367

കാശമായ; ഗുപ്തമായ; ഗുഹ്യമായ; നിഗൂഢമായ;രഹസ്യമായ; സ്വകാര്യമായ; ഒളിച്ചുവച്ച.

secretary (സെക്രട്ടറി) *n.* one employed to write or transact business for another or for a society, company etc.; കാര്യദർശി; കാര്യനിർവാഹകൻ; *adj.* **secretarial** കാര്യദർശിയെ സംബന്ധിച്ച.

secrete (സിക്രീററ്) *v.* separate, form a circulatory fluid; വിസർജിക്കുക; പ്രസ്രവിപ്പിക്കുക; *n.* **secretion** ഊറൽ; ദേഹനീരുളവാക്കൽ; ദേഹനീര്; രക്തസ്രാവം; സ്രവിക്കുന്ന വസ്തു.

sect (സെക്‌ററ്) *n.* denomination; school of philosophy or religion; മതഭേദം; കക്ഷി; വർഗ്ഗം; അവാന്തര വിഭാഗം.

sectarian (സെക്‌ററയെറിയൻ) *adj.* adhering to a sect esp. in begotten fashion; സ്വപക്ഷാനുസാരിയായ; മതഭേദം സംബന്ധിച്ച.

section (സെക്ഷൻ) *n.* (*surg.*) separation by cutting; ഛേദനം; ഭേദനം; കൂറ്; തുണ്ടം; പരിച്ഛേദം.

sector (സെക്‌ററർ) *n.* a mathematical instrument; ellipse; ഒരുവക മാപന യന്ത്രം; വൃത്തഖണ്ഡം.

secular (സെക്യുലര്) *adj.* not concerned with religion; മതനിരപേക്ഷമായ; മതേതരമായ.

secularism (സെക്യുലറിസം) *n.* the belief that the state, morals, education, etc. should be independent of religion; മതനിരപേക്ഷത.

secure (സിക്യൂഎ്ര്) *adj.* without care or anxiety; safe; സുരക്ഷിതമായ; നിർബാധമായ.

security (സെക്യൂരിററി) *n.* state, feeling or means of being secure; സുരക്ഷിതത്വം; നിരാകുലത്വം; ഭദ്രത; **securities** കടപ്പത്രങ്ങൾ, നിക്ഷേപ സർട്ടിഫിക്കററുകൾ മുതലായവ; **security council** (ഐക്യ രാഷ്ട്ര സംഘടനയുടെ) രക്ഷാസമിതി.

sedan (സിഡാൻ) *n.* a covered chair carried on two poles; പല്ലക്ക്; **sedan car** നാലുപേർക്ക് സഞ്ചരിക്കാവുന്ന കാർ.

sedate (സിഡെയ്ററ്) *adj.* quiet; calm; ശാന്തനായ; നിരാകുലനായ; മയക്കുമരുന്ന് കൊടുത്ത് ശാന്തനാക്കുക.

sedative (സെഡ്ഡെററീവ്) *adj.* allaying anxiety or pain; soothing; വേദനയാററുന്ന; ശാന്തത നൽകുന്ന; ശമനൗഷധം; വേദനസംഹാരി *n.* **sedation** മയക്കുമരുന്നു നല്കൽ; മയങ്ങിയ അവസ്ഥ.

sediment (സെഡിമെൻറ്) *n.* what settles at the bottom of a liquid; ഊറൽ; കൽക്കം; ചണ്ടി; മട്ട്; മട്ടായ.

sedition (സിഡിഷൻ) *n.* insurrection; രാജ്യദ്രോഹം; രാജ്യദ്രോഹത്തിന് ഉത്സാഹിപ്പിക്കൽ.

seduce (സിഡ്യൂസ്) *v.* lead astray; tempt into sin or crime; വഴിതെറ്റിക്കുക; പാപത്തിലേക്കു നയിക്കുക; വ്യഭിചരിപ്പിക്കുക; ചാരിത്ര്യഭംഗം ചെയ്യുക; *n.* **seduction** ചാരിത്രഭഞ്ജനം; മാനഭംഗപ്പെടുത്തൽ.

see (സീ) *v.* perceive by the eye; observe; discover; കാണുക; ദൃഷ്ടിയിൽപ്പെടുക; അറിയുക; മനസ്സിലാക്കുക; തിരിച്ചറിയുക; ഗ്രഹിക്കുക; ധരിക്കുക; നിർണ്ണയിക്കുക; നിരൂപിക്കുക; *adj.* **see-through** സുതാര്യമായ; **see to** ഏർപ്പാടു ചെയ്യുക; **worth seeing** ശ്രദ്ധേയമായ; **see after** ശ്രദ്ധിച്ചു പരിപാലിക്കുക; **see into** കൂലങ്കഷമായന്വേഷിക്കുക;

seer കാണുന്നവൻ; ദർശകൻ; ദാർശനികൻ; **seership** പ്രവാചകത്വം; സ്ഥാനം.

see (സീ) *n.* seat of episcopal power; മെത്രാൻപദം; ബിഷപ്പിൻെറ ഭരണപ്രദേശം; രൂപത.

seed (സീഡ്) *n.* thing sown; that from which anything springs; വിത്ത്; ബീജം; **seed bed** ഞാറ്റടി; വിതനിലം; **seedling** ഞാറ്; **seed time** വിതക്കാലം.

seedy (സീഡി) *adj.* worn out; shabby; ജീർണ്ണിച്ച; ജീർണ്ണവസ്ത്രങ്ങൾ ധരിച്ച.

seek (സീക്) *v.* (*p.t. & p.part.* **sought**) look for; try to find; അന്വേഷിക്കുക; തേടുക; *n.* **seeker** അന്വേഷകൻ; *n.* **seeking** അന്വേഷണം; **sought after** പലരും തേടിച്ചെല്ലുന്ന.

seem (സീം) *v.* appear to oneself; appear; കാണപ്പെടുക; ഉള്ളതായി തോന്നുക; *n.* **seemliness** യോഗ്യത; ചന്തം; *adj.* **seemly** യുക്തമായ; യോഗ്യതയുള്ള.

seep (സീപ്) *v.* ooze; percolate; ഇറ്റിറ്റു വീഴുക; ഊറുക.

see-saw (സീസോ) *n.* alternate up and down motion; താഴ്ചയും ഉയർച്ചയും; ഒരു തല താഴുമ്പോൾ മറുതല പൊങ്ങുന്ന ചാഞ്ചാട്ടപ്പലക.

seethe (സീദ്) *v.* boil; soak to a condition as if boiled; surge; be agitated by anger; തിളയ്ക്കുന്നതുപോലെ ഇളകി പതയുക; തിളപ്പിക്കുക; വെള്ളത്തിലിട്ട് വേവിക്കുക; *n.* ഇരമ്പിക്കയററം; *adj.* **seething** സംക്ഷുബ്ധമായ.

segment (സെഗ്മെൻറ്) *n.* a part cut off; portion; part of a circle; കഷണം; ഖണ്ഡം; അംശം; വൃത്താംശം.

segregate (സെഗ്രിഗെയ്ററ്) *v.* separate from others; isolate; അകറ്റി നിറുത്തുക; ഒറ്റപ്പെടുത്തുക; *n.* **segregation**; ഒറ്റതിരിക്കൽ; വേർപെടുത്തൽ; *adj.* **segregated** വേർതിരിക്കപ്പെട്ട; അകറ്റിനിർത്തപ്പെട്ട; *adj.* **segregative**; *n.* **segregatist**.

seismic, seismal (സയിസ്മിക്, സയിസ്മൽ) *adj.* pert. to earthquakes; ഭൂകമ്പവിഷയകമായ; *n.* **seismograph** ഭൂകമ്പലേഖനയന്ത്രം; **seismology** ഭൂകമ്പശാസ്ത്രം; **seismometer, seismoscope** ഭൂകമ്പമാപിനി.

seize (സീസ്) *v.* suddenly lay hold of; ചാടിപ്പിടിക്കുക; പിടികൂടുക; പിടിച്ചെടുക്കുക; ബലാൽക്കാരമായി കൈക്കലാക്കുക; *n.* **seizure** പിടിക്കൽ; പിടിച്ചടക്കൽ; *adj.* **seizable** പിടിച്ചടക്കാവുന്ന.

seldom (സെൽഡം) *adv.* rarely; not often; അപൂർവമായി; വിരളമായി.

select (സിലെക്ററ്) *v.t.* pick out from a number by preference; തിരഞ്ഞെടുക്കുക; പെറുക്കിയെടുക്കുക; ആരാഞ്ഞെടുക്കുക; *adj.* **selected** തിരഞ്ഞെടുക്കപ്പെട്ട.

selection (സിലെക്ഷൻ) *n.* act of selecting; തിരഞ്ഞെടുക്കൽ; തിരഞ്ഞെടുപ്പ് *n.* **selector** തിരഞ്ഞെടുക്കുന്നവൻ.

selective (സിലെക്ററീവ്) *adj.* having the power of selection; തിരഞ്ഞെടുക്കാൻ കഴിവുള്ള; നല്ലതു മാത്രം തിരഞ്ഞെടുക്കുന്ന സ്വഭാവമുള്ള; **natural selection** പ്രകൃതിനിർദ്ധാരണം; സ്വാഭാവിക തിരഞ്ഞെടുപ്പ്.

self (സെൽഫ്) (*pl.* **selves**) *n.* one's own person; personality; വ്യക്തിത്വം; സത്ത; 'ഞാൻ;' 'നിങ്ങൾ;' 'അയാൾ;' ആത്മാവ്; **self-abnegation** ആത്മനിരസനം; **self-abuse** സ്വയംഭോഗം; തന്നത്താൻ നിന്ദിക്കൽ; **self-**

selfish | sense 369

annihilation ആത്മസംഹാരം; *n.* **self-appreciation** സ്വാഭിനന്ദനം; **self-complacency** സ്വയംതൃപ്തി; *n.* **self-confidence** ആത്മവിശ്വാസം; *n.* **self-consciousness** ആത്മജ്ഞാനം; *n.* **self-contempt** ആത്മനിന്ദ; *adj.* **self-contradictory** സ്വയം നിഷേധിക്കുന്ന; **self-defence** ആത്മസംരക്ഷണം; **self-employment** സ്വയം തൊഴിൽ കണ്ടെത്തൽ; *n.* **self-esteem** ആത്മാഭിമാനം; *n.* **self-improvement** സ്വോത്കർഷം; **self-made** സ്വപ്രയത്നത്താൽ ജീവിത വിജയം നേടിയ; **self-protection** സ്വരക്ഷണാവകാശം; *adj.* **self-reliant** സ്വാശ്രയശീലമുള്ള; **self-respect** ആത്മാഭിമാനം; *adj.* **self-satisfied** സ്വയംതൃപ്തനായ.

selfish (സെൽഫിഷ്) *adj.* earning only or chiefly for self; സ്വാർത്ഥ ബുദ്ധിയായ; തൻകാര്യമാത്രപ്രസക്തനായ; *n.* **selfishness** സ്വാർത്ഥ ബുദ്ധി; സ്വാർത്ഥപരത.

selfless (സെൽഫ്‌ലിസ്) *adj.* having no regard to self; unselfish; നിസ്വാർത്ഥമായ; തന്നെക്കുറിച്ചോർക്കാത്ത.

sell (സെൽ) *v.* (*p.t. & p.part.* **sold**) dispose of for money; വില്ക്കുക; വിലയ്ക്കു കൊടുക്കുക.

semblance (സെംബ്ളൻസ്) *n.* similarity; outward show; സാദൃശ്യം; ആകാരം; അല്ലെങ്കിലും ആണെന്നു തോന്നിക്കൽ.

semen (സീമെൻ) *n.* the liquid that carries spermatozoa; ശുക്ലം; രേതസ്.

semester (സിമെസ്ററർ) *n.* half-year course; വർഷാർദ്ധം.

semi (സെമി) *pref.* half; half of; പകുതി; 'അർദ്ധ;' **semi-circle** വൃത്താർദ്ധം; ചന്ദ്രാകാരം; *adj.* **semi-circular** അർദ്ധവൃത്താകൃതിയുള്ള; **semi-colon** അർദ്ധവിരാമം; (;) എന്ന അടയാളം; **semi-conscious** അപൂർണ്ണബോധമുള്ള; *adj.* **semi-nude** അർദ്ധനഗ്നമായ; **semi-transparent** അർദ്ധസുതാര്യമായ; *n.* **semi-transparency** അർദ്ധസുതാര്യത.

seminar (സെമിനാർ) *n.* a meeting of specialists discussing a specific subject; പഠനഗവേഷണങ്ങൾക്കുള്ള സർവ്വകലാശാലയിലെ ചെറിയ ചർച്ചാക്ലാസ്; വിദഗ്ദ്ധന്മാരുടെ ചർച്ചാ സമ്മേളനം.

seminary (സെമിനരി) *n.* a theological school or college; മതപാഠശാല.

senate (സെനിററ്) *n.* a legislative or deliberative body; കാര്യാലോചനാ സഭ; (*U.S.*) നിയമനിർമ്മാണസഭ.

send (സെൻഡ്) *v.* cause, direct or tell to go; അയയ്ക്കുക; ആളയയ്ക്കുക; പറഞ്ഞയയ്ക്കുക; നിയോഗിക്കുക; എയ്യുക; എറിയുക; വിക്ഷേപിക്കുക.

senile (സീനൈൽ) *adj.* characterised by the weakness of age; വാർദ്ധക്യം ബാധിച്ച; പ്രായാധിക്യംകൊണ്ടുണ്ടാകുന്ന; വാർദ്ധ്യസഹജമായ.

senior (സീന്യർ) *adj.* elder; older; വയസ്സു മൂത്ത; സ്ഥാനത്തിൽ മുന്തിയ; *n.* **seniority** മൂപ്പവകാശം.

sensation (സെൻസെയ്ഷൻ) *n.* perception by the senses; ഇന്ദ്രിയഗോചരത്വം; ഇന്ദ്രിയജ്ഞാനം.

sensational (സെൻസേയ്ഷനൽ) *adj.* producing excited interest; ഇന്ദ്രിയബോധ സംബന്ധിയായ; സ്തോഭമുണ്ടാക്കുന്ന; *n.* **sensationalism** ഉദ്വേഗജനകത്വം; ഒച്ചപ്പാടുണ്ടാക്കുന്ന സമ്പ്രദായം.

sense (സെൻസ്) *n.* faculty of receiving sensation; വിവേകം; അറിവ്; ബോധം; ഉണർവ്; ജ്ഞാനം; പഞ്ചേന്ദ്രിയങ്ങളിലോരോന്നും; ഗോച

രത്വം; *n.* (*pl.*) **senses** പഞ്ചേന്ദ്രിയങ്ങൾ; **in a sense** ഒരർത്ഥത്തിൽ; **make sense** മനസ്സിലാക്കാവുന്ന അർത്ഥമുള്ളതാക്കുക; **common sense** സാമാന്യബോധം.

sensibility (സെൻസിബിലിററി) *n.* capacity of feeling or emotion; സംവേദനശക്തി; സംവേദനക്ഷമത; ഗ്രഹണശക്തി; ബോധശക്തി; ഉണർവ്.

sensible (സെൻസിബ്ൾ) *adj.* perceptible by senses; ഇന്ദ്രിയഗോചരമായ; അറിയിക്കത്തക്ക; ഗ്രഹണസമർത്ഥമായ; അനുഭവമായ.

sensitive (സെൻസിററീവ്) *adj.* having feelings; easily excited; സൂക്ഷ്മബോധമുള്ള; സ്പർശബോധമുള്ള; സംവേദിയായ; സൂക്ഷ്മസംവേദനക്ഷമതയുള്ള; വേഗം മനസ്സിൽ തട്ടുന്ന; പെട്ടെന്നു ക്ഷോഭിക്കുന്ന.

sensory (സെൻസറി) *adj.* of the sensorium or sensation; ഇന്ദ്രിയാനുഭൂതിയെക്കുറിച്ചുള്ള.

sensual (സെൻഷുഎ്ൽ) *adj.* carnal; indulging in lust; ഇന്ദ്രിയവിഷയകമായ; വിഷയാസക്തിയുള്ള; ഭോഗേച്ഛയുള്ള.

sensuous (സെൻഷ്വസ്) *adj.* appealing to the senses; connected with sensible objects; ഐന്ദ്രികമായ; ഇന്ദ്രിയങ്ങൾക്ക് രസം (ആനന്ദം) നല്കുന്ന.

sentence (സെൻറൻസ്) *n.* judgement pronounced by a court; number of words containing a complete sense; കോടതിവിധി; വാചകം; വചനം; ചൊല്ല്.

sentiment (സെൻറിമെൻറ്) *n.* thought prompted by emotion; മനോവികാരം; ഭാവുകത്വം; വികാരത്താൽ നിറം പിടിപ്പിക്കപ്പെട്ട പ്രവണത.

sentinel (സെൻറിനൽ) *n.* a watchman; a soldier or guard; കാവൽ ഭടൻ.

sentry (സെൻട്രി) *n.* a sentinel; a watchman; വാതിൽക്കാവൽക്കാരൻ; കാവൽഭടൻ; *n.* **sentry-box** കാവൽപ്പുര.

separate (സെപറെയ്ററ്) *v.* divide; isolate; വിഭാഗിക്കുക; തിരിച്ചുവയ്ക്കുക; പ്രത്യേകമാക്കുക; വേർതിരിക്കുക; *adj.* **separate** വേർതിരിഞ്ഞ; *adj.* **separable** വേർപിരിക്കാവുന്ന; *adv.* **separately** വെവ്വേറെ; ഒന്നൊന്നായി.

separation (സെപ്റെയ്ഷൻ) *n.* state of being separated; വേർപാട്; വിഭജനം; വിശ്ലേഷം; വിച്ഛേദം; വിരഹം; വേർപിരിക്കൽ; വിയോഗം.

sepoy (സീപ്പൊയ്) *n.* (*hist.*) Indian soldier in British service; ബ്രിട്ടീഷ് ഭരണകാലത്തെ ഇന്ത്യൻഭടൻ.

septet, septette (സെപ്റ്റെറ്റ്) *n.* a set of seven; സപ്തകം.

septic (സെപ്ററിക്) *adj.* causing putrefaction; ചീച്ചൽ വരുത്തുന്ന; *n.* **septic tank** മലിനജലക്കുളം.

septuagenarian (സെപ്ച്യുഎ്ജിനേയെറിയൻ) *adj.* & *n.* person between seventy and eighty; എഴുപതു മുതൽ എഴുപത്തൊമ്പതുവരെ വയസ്സുള്ളയാൾ.

sepulchre (സെപൾക്കർ) *n.* tomb; grave; ശവകുടീരം; ശവക്കുഴി.

sequence (സീക്വൻസ്) *n.* order of following; ക്രമം; പിന്തുടർച്ച; അനുക്രമം.

seraph (സെറഫ്) *n.* (*pl.* **seraphs** or **seraphim**) an angel; മാലാഖ.

sere (സീയ്യർ) *adj.* dry; withered; ശുഷ്കമായ; വാടിയ.

serene (സെറീൻ) *adj.* placid; quiet; തെളിവുള്ള; സ്വച്ഛതയുള്ള; ശാന്തമായ; *n.* **serenity** പ്രശാന്തത; സ്വച്ഛത.

sergeant (സാർജെൻറ്) *n.* a police or military officer; പോലീസുകാരൻ; (പട്ടാളത്തിലെ) മുഖ്യകീഴുദ്യോഗസ്ഥൻ.

sericulture (സെറികൾച്ചർ) *n.* breeding of silk worms; പട്ടുനൂൽപ്പുഴുവിനെ വളർത്തൽ.

series (സീരീസ്) *n.* (*pl.*) a succession of things having something in common; പരമ്പര; നിര; അണി; തുടർച്ച; അനുക്രമം; പംക്തി; *adj.* **serial** അനുക്രമമായ.

serious (സീരിയസ്) *adj.* grave in manner; ഗൗരവമായ; ഗുരുതരമായ; ശ്രദ്ധാപൂർവ്വമായ; സാരവത്തായ; *adv.* **seriously** ഗൗരവമായി; *n.* **seriousness** ഗൗരവം.

sermon (്സേർമൺ) *n.* religious discourse; ധർമപ്രവചനം; പ്രബോധനം; പ്രഭാഷണം.

serpent (്സർപൻറ്) *n.* snake; സർപ്പം; പാമ്പ്; വഞ്ചകൻ.

serpentine (്സർപെൻറയിൻ) *adj.* snake-like; spiral; സർപ്പാകൃതിയുള്ള; വളഞ്ഞുപുളഞ്ഞ.

servant (്സർവൻറ്) *n.* one who serves; വേലക്കാരൻ; വേലക്കാരി; ആജ്ഞാനിർവാഹകൻ; കിങ്കരൻ; **government servant** ഗവൺമെൻറുദ്യോഗസ്ഥൻ; **servant-maid** വേലക്കാരി.

serve (്സർവ്) *v.* render service to; സേവനം അനുഷ്ഠിക്കുക; വേല ചെയ്യുക; ദാസ്യംചെയ്യുക; സേവിക്കുക.

service (്സർവിസ്) *n.* act or mode of serving; work; employment; സേവിക്കൽ; തൊഴിൽ; ഉദ്യോഗം; ശുശ്രൂഷ; ദൈവാരാധന.

servile (്സർവൈൽ) *adj.* slavish; ദാസോചിതമായ.

servitude (്സർവിട്യൂഡ്) *n.* state of being a slave; ദാസ്യം; അടിമപ്പാട്; പരിചാരകവൃത്തി.

sesame (സെസമി) *n.* the plant whose seeds yield gingili oil; എള്ളുചെടി; എള്ള്.

session (സെഷൻ) *n.* a meeting of a public body; a sitting; സമ്മേളനം; യോഗം; സഭായോഗം; സഭായോഗകാലം.

set (സെററ്) *v.* (*p.t.* **set**; *p.part.* **set**) make or cause to sit; assign; വയ്ക്കുക; ഇരുത്തുക; നിലയ്ക്കു നിറുത്തുക; ഉറപ്പിക്കുക; ആക്കിത്തീർക്കുക;ഉറകൂട്ടുക; **set about** ചെയ്തു തുടങ്ങുക; **set aside** ചേർത്തുവയ്ക്കുക; മാററിവയ്ക്കുക; അവഗണിക്കുക; **set down** എഴുതിവയ്ക്കുക; **set forth** യാത്ര ആരംഭിക്കുക; **set in** പ്രത്യക്ഷപ്പെടുകയും ക്രമേണ വർദ്ധിക്കുകയും ചെയ്യുക; സ്ഥിരവാസമാക്കുക; **set off** യാത്ര ആരംഭിക്കുക; **set on** പ്രേരിപ്പിക്കുക; **set out** പ്രതിപാദിക്കുക; യാത്രയാരംഭിക്കുക; **set to** ഊർജ്ജസ്വലമായി തുടങ്ങുക; **set up** പടുത്തുയർത്തുക; ഉയർത്തി നിർത്തുക; **to set apart** മാററി വയ്ക്കുക; **to set fire** തീകൊളുത്തുക; **to set free** സ്വതന്ത്രനാക്കുക; **to set against** എതിരാക്കിത്തീർക്കുക; *n.* **set-up** ഘടന; സ്ഥിതി; കിടപ്പ്.

settee (സെററി) *n.* long seat with a back; ചാരുബെഞ്ച്; സെററി.

settle (സെററ്ൽ) *n.* stool; long high backed bench; ഇരിപ്പിടം; ആസനം; ചാരുകട്ടിൽ; തളം.

settlement (സെററ്റ്‌ൽമെൻറ്) *n.* state of being settled; തീർപ്പ്; നിർണ്ണയം; കുടിയേററം; കുടിപാർപ്പ്.

seven (സെവ്ൻ) *n.* one more than six or less than eight; ഏഴ്; ഏഴ് എന്ന അക്കം.

seventeen (സെവൻറീൻ) *n. & adj.* seven and ten; പതിനേഴ്.

seventh (സെവൻത്) *adj.* last of seven; ഏഴാം; ഏഴാമത്തെ; ഏഴിലൊന്നായ.

seventy (സെവ്ൻറി) *n. & adj.* seven times ten; എഴുപത്; എഴുപതെണ്ണമുള്ള.

sever (സെ്വർ) *v.* separate; part or to divide by violence; cut off; വേർപെടുത്തുക; വിച്ഛേദിക്കുക; ബന്ധം വിടർത്തുക; വിഭേദിക്കുക.

several (സെവ്റൽ) *adj.* more than one; പല; വിവിധമായ; വിഭിന്നങ്ങളായ; *adj.* **severally.**

severe (സിവിയ്യർ) *adj.* hard to endure; രൂക്ഷമായ; കർക്കശമായ; നിശിതമായ.

severity (സിവ്വെറ്റി) *n.* harshness; hardness; കാഠിന്യം; കാർക്കശ്യം; ക്രൂരത.

sew (സൗ) *v.* (*p.part.* **sewn**) stitch; തുന്നുക; തയ്ക്കുക; *n.* **sewing** തുന്നൽ; *n.* **sewing machine** തയ്യൽ യന്ത്രം.

sewage (സൂവിജ്) *n.* filthy matter carried off through drains; അഴുക്കുവെള്ളം; ഓടയിലൂടെ ഒഴുകുന്ന മലിനവസ്തുക്കൾ.

sewer (സൂഎ്ർ) *n.* channel for draining off water and filth; ഓവുചാൽ.

sex (സെക്സ്) *n.* distinction of male and female; സ്ത്രീപുരുഷലിംഗഭേദം; ലൈംഗിക ചോദനങ്ങൾ; കാമ വികാരം; ലൈംഗിക മോഹങ്ങൾ; (*coll.*) സംഭോഗം **the fair sex, gentle sex, second sex, softer sex, weaker sex** സ്ത്രീകൾ; **sex instinct** ലൈംഗിക വാസന.

sexual (സെക്ഷ്വൽ) *adj.* pert. to sex or sex instincts; ലൈംഗികമായ; ലിംഗബന്ധപരമായ; മൈഥുനവിഷയകമായ; ഇണയെ സംബന്ധിച്ച; *n.* **sexuality** ലൈംഗികത്വം; ലിംഗഭേദം; *adj.* **sexy** ലൈംഗികത്വമേറെയുള്ള.

shabby (ഷാബി) *adj.* threadbare, or much worn, ജീർണ്ണിച്ച; ജീർണ്ണവസ്ത്രം ധരിച്ച; പ്രാകൃതമായ; *adv.* **shabbily** പ്രാകൃതമായി; വികൃതമായി.

shack (ഷാക്) *n.* a roughly built hut; പരുക്കനായി പണിത കുടിൽ.

shackle (ഷാക്ൾ) *n.* manacle; വിലങ്ങ്; തളപ്പൂട്ട്; ബന്ധനം; ആമം.

shade (ഷെയ്ഡ്) *n.* a shadow; shady place; തണൽ; തണലുള്ള സ്ഥലം; ഏകാന്ത സ്ഥലം; തണലാക്കുക; മറയ്ക്കുക; മൂടുക; മറഇടുക.

shadow (ഷാഡൗ) *n.* shade cast by interception of light by an object; നിഴൽ; നിഴലാട്ടം; മറവ്; വെളിച്ചം മറയ്ക്കുക; ഇരുളാകുക; **shadow cabinet** പ്രതിപക്ഷം അധികാരത്തിൽ വന്നാൽ മന്ത്രിമാരാകുവാൻ ഇടയുള്ളവർ.

shadowy (ഷാഡൗയി) *adj.* shady; നിഴലായ; ഇരുണ്ട.

shaft (ഷാഫ്റ്റ്) *n.* an arrow; spear; അമ്പ്; അസ്ത്രം; കുന്തപ്പിടി; ദണ്ഡം.

shake (ഷെയ്ക്) *v.* make (to) tremble; പിടിച്ചു കുലുക്കുക; അനക്കുക; ഇളക്കുക; **shake hands** ഹസ്തദാനം ചെയ്യുക.

shaky (ഷെയ്ക്കി) *adj.* loose; tremulous; ദൃഢതയില്ലാത്ത; അസ്ഥിരമായ; ഉറപ്പില്ലാത്ത.

shall (ഷാൽ) *aux. v.* must; will have to; ഭാവികാലവാചി; 'വേണം;' 'ആവും.'

shallow (ഷാലൗ) *adj.* not deep; ആഴമില്ലാത്ത; അല്പബുദ്ധിയായ; ഗാംഭീര്യമില്ലാത്ത; ഹൃദയവികാസമില്ലാത്ത; *n.* **shallowness** ആഴമില്ലായ്മ.

shame (ഷെയ്ം) *n.* humiliation; ignominy; disgrace; ലജ്ജ; നാണക്കേട്; അപമാനം; *adj.* **shameful** അപകീർത്തികരമായ; ലജ്ജാകരമായ.

shameless (ഷെയിംലിസ്) *adj.* destitute of shame; immodest; ലജ്ജയില്ലാത്ത; നാണമില്ലാത്ത.

shampoo (ഷാമ്പൂ) *v.* squeeze and rub; പൂശുക; താളിതേക്കുക; തലമുടി കഴുകാനുള്ള ഷാമ്പു.

shank (ഷാങ്ക്) *n.* the leg from knee to foot; കണങ്കാൽ; കണങ്കാലെല്ല്.

shape (ഷെയ്പ്) *v.* form; fashion; create; രൂപം നല്കുക; ഉണ്ടാക്കുക; ഉലടുക്കുക; ഉരുത്തിരിയുക; *n.* form; figure; a pattern; ആകാരം; രൂപം; ആകൃതി; മാതൃക; **to take shape** രൂപംകൊള്ളുക; *adj.* **shapeless** രൂപമില്ലാത്ത; രൂപഭംഗിയില്ലാത്ത.

share (ഷെയർ) *n.* portion; dividend; ഓഹരി; പങ്ക്; (go shares ന്യായമായി പങ്കുവയ്ക്കുക; share and share alike തുല്യമായി ഓഹരി വയ്ക്കുക); മൂലധനാംശം; കമ്പനികളുടെ ഓഹരി; വർത്തകസംഘ ഓഹരി; *v.* divide in portions; partake; ഭാഗിക്കുക; ഓഹരി ചെയ്യുക; പങ്കുകൊള്ളുക; പങ്കുപററുക; വിഭജിക്കുക; മറെറാരാളുടെ വികാരം തനിക്കും ഉണ്ടാവുക; (I share your anger at his injustice); പങ്കുവെച്ചെടുക്കുക; ലഭിക്കുക; അനുഭവിക്കുക; **share capital** ഓഹരി മൂലധനം; *n.* **share-holder** ഓഹരിക്കാരൻ; *n.* **share list** ഓഹരിവിലപ്പട്ടിക.

shark (ഷാർക്ക്) *n.* houndfish; greedy, artful fellow; സ്രാവ്; തട്ടിപ്പറിക്കുന്നവൻ; വഞ്ചകൻ.

sharp (ഷാർപ്) *adj.* pointed; piercing; penetrating; കൂർത്ത; തറയ്ക്കുന്ന; നിശിതമായ; പരുഷമായ; മൂർച്ചകൂടിയ; കൃത്യമായ; സൂക്ഷ്മമായ.

sharpen (ഷാർപെൻ) *v.* to make sharp or sharper; മൂർച്ചവരുത്തുക; മൂർച്ചകൂട്ടുക.

shatter (ഷാറ്ററർ) *v.* break into pieces; demolish; ഉടച്ചുതകർക്കുക; തല്ലിത്തകർക്കുക.

shave (ഷെയ്വ്) *v.* scrape or pare off a superficial slice, hair, etc.; ക്ഷൗരം ചെയ്യുക; മൊട്ടയടിക്കുക; ചെത്തുക; ചുരണ്ടുക.

shawl (ഷോൾ) *n.* a loose covering for the shoulders; അംഗവസ്ത്രം; ഉത്തരീയം

she (ഷീ) *pron.* the female previously mentioned; അവൾ; ഇവൾ; ആ സ്ത്രീ; സ്ത്രീ.

sheaf (ഷീഫ്) *n.* (*pl.* **sheaves**) a bundle of stalks of corn; കററ; ചുരുട്ട്; കെട്ട്; കതിർക്കുല.

shear (ഷിയർ) *v.* cut or clip esp. with shears; കത്രിക്കുക; രോമം കത്രിക്കുക.

sheath (ഷീത്) *n.* case for a sword or blade; ഉറ; വാളുറ; കോശം; കൂട്.

shed (ഷെഡ്) *v.* cast off; let fall in drops; flow out; കൊഴിയുക; ചൊരിയുക; പൊഴിയുക; തൂകുക;

എറിയുക; ചിതറി വീഴ്ത്തുക; *n.* **shed** (ഷെഡ്) പണിശാലയ്ക്കും സാധനങ്ങൾ സൂക്ഷിക്കാനും മററു മായി നിർമ്മിക്കുന്ന കൊട്ടിൽ.

sheen (ഷീൻ) *n.* lustre; radiance; തിളക്കം; പ്രഭ.

sheep (ഷീപ്) *n.* (*sing. & pl.*) well-known ruminant mammal; ചെമ്മരിയാട്.

sheer (ഷിയ്യർ) *adj.* unmingled; pure; mere; കലർപ്പില്ലാത്ത; ശുദ്ധമായ; തനിയായ; വെറും; കേവലം.

sheet (ഷീററ്) *n.* anything expanded; flake; plate; പടലം; പാളി; ഫലകം; നേർമ്മയായി പരന്ന സാധനം; കിടക്ക; വിരിപ്പ്.

shelf (ഷെൽഫ്) *n.* (*pl.* **shelves**) board fixed on a wall; പലകത്തട്ട്; തട്ട്; തട്ടുപടി; പുസ്തകത്തട്ട്.

shell (ഷെൽ) *n.* a hard outer covering; പുറംതോട്; ചിരട്ട; കക്ക; കവചം.

shell (ഷെൽ) *n.* an explosive, projectile from a cannon; bomb; പീരങ്കി ഉണ്ട; പൊട്ടിത്തെറിക്കുന്ന വെടി ഗുണ്ട്.

shelter (ഷെൽറ്ററർ) *n.* a place of refuge; രക്ഷാകേന്ദ്രം; അഭയസ്ഥാനം; സങ്കേതം; മറവ്; മറ; ശരണം നൽകുക; പാർപ്പിക്കുക; വീട്ടിനകത്താക്കുക.

shepherd (ഷെപെർഡ്) *n.* one who tends sheep; ആട്ടിടയൻ; നായകൻ; മേയ്ക്കുക; ആടുമേയ്ക്കുക.

sheriat (ഷെറിയത്ത്) *n.* code of Muslim law; ഇസ്ലാമിക മതനിയമ സംഹിത.

sheriff (ഷെറിഫ്) *n.* chief executive officer of a country or town; നഗരാധികാരി.

sherry (ഷെറി) *n.* a kind of Spanish wine; സ്പെയിൻ ദേശത്തെ വീഞ്ഞ്.

shia (ഷീയാ) *n.* a Muslim sect; ഷീയാ മുസ്ലിം.

shield (ഷീൽഡ്) *n.* broad plate worn for defence; കവചം; പരിച; ഫലകം; പരിരക്ഷ; കാത്തുരക്ഷിക്കുക; പരിചകൊണ്ടു മറയ്ക്കുക.

shift (ഷിഫ്ററ്) *v.* change position; മാററുക; സ്ഥലംമാറുക; സ്ഥാനം മാറുക; *n.* change; മാറിമാറി പണിയെടുക്കൽ; ഷിഫ്ററ്.

shiftiness (ഷിഫ്ററിനെസ്) *n.* quality of being shifty; trick; ഒഴിഞ്ഞുമാറുന്ന സമ്പ്രദായം; സൂത്രം.

shilling (ഷില്ലിങ്) *n.* English silver coin; പഴയ ഇംഗ്ലീഷ് വെള്ളിനാണ്യം.

shilly-shally (ഷിലി-ഷാലി) *v.* hesitate; vacillate; സന്ദേഹിക്കുക; ശങ്കിച്ചുനില്ക്കുക; അറച്ചറച്ചു നില്ക്കുക.

shimmer (ഷിമർ) *v.* gleam; glisten; മിന്നിമിന്നി നില്ക്കുക; മിന്നുക.

shin (ഷിൻ) *n.* the forepart of the leg below the knee; പാദം; മുഴങ്കാലെല്ല്; മരത്തിന്മേൽ തളയിട്ടു കയറുക; ആരോഹണം ചെയ്ക.

shine (ഷൈൻ) *v.* (*p.t.* **shone**) emit rays of light; പ്രകാശിക്കുക; തിളങ്ങുക; തെളിയുക; മിന്നുക; *n.* sunshine; brightness; സൂര്യപ്രകാശം.

Shinto, Shintoism (ഷിൻേറാ, ഷിൻേറായിസം) *n.* indigenous religion of Japan; ജപ്പാനിലെ പൂർവ്വിക മതം; *n.* **Shintoist**.

ship (ഷിപ്പ്) *n.* large sea-going vessel; കപ്പൽ; മഹാനൗക; കപ്പലിൽ കയറുക; കപ്പലിൽ യാത്രചെയ്യുക; **shipwreck** കപ്പൽച്ചേതം.

shipment (ഷിപ്പ്മെൻറ്) *n.* putting on

board; cargo; കപ്പലിൽ ചരക്കു കയററൽ; കപ്പലിൽ കയററിയ ചരക്ക്.

shirk (ഷെർക്) *v.* avoid; evade; ഉപേക്ഷ കാട്ടുക; ഒഴിഞ്ഞുമാറുക.

shirt (ഷ്ർട്ട്) *n.* a man's loose-sleeved garment; woman's blouse; പുരുഷന്മാർ ധരിക്കുന്ന അയഞ്ഞ കുപ്പായം; ഷർട്ട്; സ്ത്രീകൾ ധരിക്കുന്ന മേൽക്കുപ്പായം.

shit (ഷിററ്) *n.* (*vulg.*) excrement; മലം; അസംബന്ധം; *v.* മലം വിസർജ്ജിക്കുക.

shiver (ഷിവർ) *v.* break into pieces; തുണ്ടുതുണ്ടാക്കുക; വിറകൊള്ളുക; പനിക്കുക; കിടുകിടുങ്ങുക.

shock (ഷൊക്) *n.* violent shake; a blow to the emotions; ഞെട്ടൽ; ആകസ്മിക ക്ഷോഭം; ശക്തിയായ കൂട്ടിമുട്ടൽ; ഭൂകമ്പനം; ആഘാതം; വൈദ്യുതാഘാതം.

shoe (ഷൂ) *n.* covering for foot; പാദരക്ഷ; ഷൂ; ലാടം; *v.* ചെരിപ്പിടുക; ലാടം തറയ്ക്കുക.

shoot (ഷൂട്ട്) *v.* let fly with force; photograph, esp. for motion pictures; പ്രക്ഷേപിക്കുക; വെടിവയ്ക്കുക; ചുഴററി എറിയുക; മുളയ്ക്കുക; മൊട്ടിടുക; നാമ്പു നീട്ടുക; ഛായാഗ്രഹണം നടത്തുക; കൂമ്പ്; മുള; ചിനപ്പ്.

shop (ഷൊപ്) *n.* building or room in which goods are sold; കട; പീടിക; വാണിഭശാല; തൊഴിൽശാല; പീടികയിൽ ചെന്നു സാമാനം വാങ്ങുക; *n.* **shop keeper** ചില്ലറക്കച്ചവടക്കാരൻ; കടയുടമ.

shore (ഷോർ) *n.* beach; coast; കടൽക്കര; തീരം; ജലാശയത്തിൻെറ വക്ക്.

short (ഷോർട്ട്) *adj.* lacking; of little length; കമ്മിയായ; ഹ്രസ്വമായ; ചുരുക്കത്തിലുള്ള; നീളം കുറഞ്ഞ; *n.* **shortage** കമ്മി; കിഴിവ്; *n.* **short-cut** കുറുക്കുവഴി; *adj.* **short-lived** അല്പായുസ്സായ; *adj.* **short-sight** ഹ്രസ്വദൃഷ്ടി; വെള്ളെഴുത്ത്.

short (ഷോർട്സ്) *n.* (in *pl.*) trousers reaching only to knees; മുട്ടോളമെത്തുന്ന കാലുറ.

shot (ഷൊട്ട്) *n.* (*pl.*) **shots**; act of shooting; വെടി; ശരപാതം; ലക്ഷ്യവേധി; ചലച്ചിത്രഛായാഗ്രഹണം.

should (ഷുഡ്) *p.t.* of **shall**.

shoulder (ഷൗൾഡർ) *n.* the joint that connects the arms with the body; തോൾ; ചുമൽ; തോളുകൊണ്ടു താങ്ങുക; ചുമലുകൊണ്ടുന്തുക; തോളിന്മേൽ വയ്ക്കുക; **shoulder-bag** തോളിൽ തൂക്കിയിടാവുന്ന സഞ്ചി.

shout (ഷൗട്ട്) *n.* a loud cry; a call; കൂക്കിവിളി; ആർപ്പുവിളി; ജയശബ്ദം; *adj.* **shouting**; *adv.* **shoutingly**; *n.* **shouter**.

shove (ഷവ്) *v.* thrust; push; ഉന്തുക; പിടിച്ചുതള്ളുക; *n.* ഉന്തൽ; തള്ള്; തള്ളിനീക്കൽ.

shovel (ഷവ്ൽ) *n.* spade; scoop; ladle; കോരിക; വലിയ കരണ്ടി; മൺവെട്ടി; ഒരുവക പരന്ന ചട്ടുകം; *v.* കോരുക; കോരിക്കൂട്ടുക.

show (ഷൗ) *v.* (*p.t.* **showed**; p.part. **shown**) present to view; display; കാണിക്കുക; പ്രകടമാക്കുക; പ്രദർശിപ്പിക്കുക; അലങ്കാരം; ആഡംബരം; നാട്യം; വിനോദം; കളി; *n.* **show-case** പ്രദർശനപ്പെട്ടി; കാഴ്ചപ്പെട്ടകം; **showman** കലാപരിപാടികളും മററും സംഘടിപ്പിക്കുന്നവൻ; **showroom** സാധനങ്ങൾ (വില്പനച്ചരക്കു

കളോ സാമ്പിളുകളോ) പ്രദർശിപ്പി ക്കുന്ന മുറി.

show-down (ഷൗഡൗൺ) *n.* an open clash; an open disclosure of plans, means etc.; അററകൈ; അവസാന ത്തെ പ്രയോഗം; നേട്ടങ്ങളും സംഭാ വ്യതകളും ആത്യന്തികമായി വെളി പ്പെടുത്തൽ.

shower (ഷൗഎ്ർ) *n.* a short fall as of rain; a fall of drops; ചാററൽമഴ; നീർചാററൽ; ധാര; തളിക്കൽ; *n.* **shower-bath;** ധാരാസ്നേഹം.

showy (ഷൗയി) *adj.* ostentatious; മോടിയായ; സാഡംബരമായ.

shred (ഷ്റെഡ്) *n.* fragment; rag; ചീന്ത്; കഷണം; തുണ്ടം; ഖണ്ഡം.

shrew (ഷ്റൂ) *n.* scolding woman; സദാ ശകാരിക്കുന്ന സ്ത്രീ; ദുശ്ശീല ക്കാരി.

shrewd (ഷ്റൂഡ്) *adj.* sagacious; കുശാഗ്രബുദ്ധിയായ; കൗശലമുള്ള; തന്ത്രമുള്ള.

shriek (ഷ്റീക്) *v.* utter a sharp shrill cry; scream; കീച്ചിടുക; കൂവിവിളി ക്കുക; അലറുക; നിലവിളിക്കുക.

shrill (ഷ്റിൽ) *adj.* sharp or acute in tone; കൂർത്ത; (ശബ്ദത്തെപ്പററി) തുളച്ചുകയറുന്ന.

shrimp (ഷ്റിംപ്) *n.* small marine edible crustacean; ചെമ്മീൻ; *v.* ചെമ്മീൻ പിടിക്കുക; ചെമ്മീൻ കോരുക.

shrine (ഷ്റൈൻ) *n.* temple; ദേവാ ലയം; ശ്രീകോവിൽ; ബലിപീഠം.

shrink (ഷ്റിങ്ക്) *v.* contract; shrivel; ചുരുങ്ങുക; ചുങ്ങിച്ചുളിയുക.

shroud (ഷ്റൗഡ്) *n.* a covering for the dead; മറശ്ശീല; മൂടുപടം; ആ ച്ഛാദനം; ശവവസ്ത്രം; ശവ മുഖ ത്തുണി.

shrub (ഷ്റബ്) *n.* woody plant of a size less than a tree; കുററിച്ചെടി; *n.* **shrubbery** ചുള്ളിക്കാട്.

shrug (ഷ്റഗ്) *v.* (*p.t. & p.part.* **shrugged**) slightly and momentarily raise the shoulders; ചുമൽ മേലോട്ട് ചലിപ്പിച്ച് സന്ദേഹമോ വിപരീതാഭി പ്രായമോ പ്രതിഷേധമോ മറേറാ പ്രകടമാക്കുക.

shudder (ഷഡർ) *v.* shiver as from fear, horror or cold; വിറയ്ക്കുക; പേടിച്ചു വിറയ്ക്കുക; ഞടുങ്ങുക.

shuffle (ഷഫ്ൾ) *v.* mix at random; intermingle; കൂട്ടിക്കലർത്തുക; ചീട്ടു കശക്കുക; കലർത്തുക.

shunt (ഷൺട്) *v.* divert; move to another track; വഴിമാറുക; (തീവണ്ടി യെപ്പററി) പാത മാറി ഓടുക.

shut (ഷട്ട്) *v.* close as a door; lock; bar; forbid entrance to; അടയ്ക്കുക; പൂട്ടുക; മൂടുക; പൊത്തുക; വാതിൽ ചാരുക; വിലക്കുക; നിരോധിക്കുക; **shut in** (കുന്നുകളെപ്പററിയും മററും) വലയം ചെയ്യുക; **shut up** ജയിലി ലിടുക; അടച്ചുപൂട്ടുക; **shut down** പണി നിർത്തുക; **shut off** കതകടച്ച് പ്രവേശനം നിരോധിക്കുക; **shut out** ബഹിഷ്കരിക്കുക; **shut away** അകററി ഒററപ്പെടുത്തുക.

shutter (ഷട്ടർ) *n.* one who or that which shuts; അടയ്ക്കുന്നവൻ; ജാല കവാതിൽ; പൊക്കുകയും താഴ്ത്തു കയും ചെയ്യാവുന്ന വാതിൽ; ഷട്ടർ.

shuttle (ഷട്ട്ൽ) *n.* weaving implement; train, bus etc. going to and fro over short route; നൂല്; നൂൽനാഴി; ഹ്രസ്വറൂട്ടിൽ സഞ്ചരിക്കുന്ന ട്രെ യിൻ, ബസ്സ്; *v.* അങ്ങോട്ടുമിങ്ങോട്ടും ചലിക്കുക.

shy (ഷൈ) *adj.* bashful; timid; ലജ്ജയുള്ള; ലജ്ജാശീലമുള്ള;

sibling | silence 377

സംശയബുദ്ധിയായ; അറച്ചു നിൽക്കുന്ന; നാണം കുണുങ്ങിയായ; ലജ്ജിക്കുക; നാണിക്കുക; ലജ്ജിച്ചു മിണ്ടാതിരിക്കുക; *adv.* **shyly**; *n.* **shyness** നാണം.

sibling (സിബ്ലിങ്) *n.* any one of two or more persons having the same parents; ഒരേ അച്ഛനമ്മമാരുടെ രണ്ടിലധികം സന്താനങ്ങളിൽ ഒരാൾ; സഹോദരനോ സഹോദരിയോ.

sick (സിക്) *adj.* affected with disease; ailing; ill; അസുഖം ബാധിച്ച; രോഗിയായ; **the sick** രോഗബാധിതർ; **sick-bed** രോഗശയ്യ; **sick-leave** രോഗ ചികിത്സാവധി; **sick-list** രോഗികളുടെ പട്ടിക; **sick-bay** രോഗികളും പരിക്കേററവരുമായ ആളുകൾക്കുള്ള കപ്പലിലെ മുറി; (*also* **sick-berth**); **sick-benefit** രോഗികളായിത്തീർന്ന ജോലിക്കാർക്കുള്ള ആനുകൂല്യം.

sicken (സിക്കെൻ) *v.* begin to be ill; to make sick; രോഗം ബാധിച്ചുതുടങ്ങുക; രോഗമുണ്ടാക്കുക.

sickle (സിക്ക്ൾ) *n.* reaping hook; scythe; അരിവാൾ.

sickness (സിക്നെസ്) *n.* illness; disease; രോഗം; സുഖക്കേട്; ദീനം; ആമയം; വ്യാധി; അസ്വാസ്ഥ്യം.

side (സൈഡ്) *n.* a surface or part turned in some direction; margin; വശം; അരുക്; പക്ഷം; പാർശ്വം; വാരിഭാഗം; പക്ഷം പിടിക്കുക; കക്ഷി പിടിക്കുക; അംഗീകരിക്കുക; **side-effect** അനുദ്ദിഷ്ടമായി വന്നുകൂടുന്ന ഫലം; **sidelight** പാർശ്വങ്ങളിൽനിന്നു വരുന്ന വെളിച്ചം.

siege (സീജ്) *n.* (*mil.*) operations of attacking force to take, or compel surrender of; ഉപരോധം; വളയൽ; വളഞ്ഞുപിടിക്കൽ.

sieve (സീവ്) *n.* utensil for sifting; അരിപ്പ; *v.* sift; അരിക്കുക.

sift (സിഫ്ററ്) *v.* sieve; separate; വേർതിരിക്കുക; ചേറിത്തിരിക്കുക; പതിരു പാററുക.

sigh (സൈ) *v.* draw long deep breath; നെടുവീർപ്പിടുക; ദീർഘശ്വാസം വിടുക; സങ്കടപ്പെടുക.

sight (സൈററ്) *n.* act or power of seeing; കാഴ്ച; ദർശിക്കൽ; കാട്ടൽ; കൗതുകദർശനവസ്തു; സുന്ദരക്കാഴ്ച; കാഴ്ചപ്രദേശം; വീക്ഷിക്കുക; ദർശിക്കുക.

sign (സൈൻ) *n.* mark; proof; remarkable event; indication; അടയാളം; ചിഹ്നം; സ്മാരകചിഹ്നം; സൂചന; തെളിവ്; അത്ഭുതം; നാമഫലകം; ഒപ്പുവയ്ക്കുക; **signpost** കൈകാട്ടിമരം; വഴികാട്ടിത്തൂൺ.

signal (സിഗ്നൽ) *n.* sign for giving notice generally at a distance; mark; beacon; അടയാളം; സൂചന; ആകാശദീപം; **signal lamp** വിഭിന്ന നിറവെളിച്ചം പുറത്തുവിടുന്ന റെയിൽ വിളക്ക്.

signature (സിഗ്നെച്ചർ) *n.* person's name or initials or mark used in signing; കൈയൊപ്പ്; കൈയെഴുത്ത്.

signify (സിഗ്നിഫൈ) *v.* (*p.t.* & *p.part.* **signified**) be a sign or indication; അടയാളമായിരിക്കുക; സൂചകമായിരിക്കുക; *n.* **significance** അർത്ഥം; അർത്ഥഗൗരവം; **significant** *adj.* സൂചകമായ; സൂചിപ്പിക്കുന്ന.

silence (സൈലൻസ്) *n.* absence of sound; abstinence from speech or noise; നിശ്ശബ്ദത; ഒച്ചയില്ലായ്മ; മൂകത; മൗനം; ഊമഭാവം; നിശ്ശബ്ദമാക്കുക; മിണ്ടാതെയാക്കുക; സംസാരം നിർത്തുക.

silent (സൈലെൻറ്) *adj.* not speaking; not making any sound; സംസാരിക്കാത്ത; നിശ്ശബ്ദമായ.

silhoutte (സിലുഎറ്റ്) *n.* shadow-outline; നിഴൽച്ചിത്രം; ഛായാരൂപം.

silk (സിൽക്) *n.* silk worm's thread; fabric made of silk; പട്ട്; പട്ടുതുണി.

silkworm (സിൽക്ക്വേം) *n.* worm that produces silk; പട്ടുനൂൽപുഴു.

sill (സിൽ) *n.* timber, stone etc. at the foot of doorway or window; അടിസ്ഥാനം; തറ; ഉമ്മറപ്പടി; കട്ടിളപ്പടി; ജനൽപ്പടി.

silly (സിലി) *adj.* innocent; simple; helpless; foolish; നിഷ്കളങ്കനായ; പാവമായ; നിസ്സഹായനായ; കഥയില്ലാത്ത.

silt (സിൽററ്) *n.* sediment deposited by water; എക്കൽ; ഊറൽമണ്ണ്.

silvan, sylvan (സിൽവ്വൻ) *adj.* pert. to woods; woody; rustic; വനസംബന്ധിയായ; കാടു നിറഞ്ഞ.

silver (സിൽവർ) *n.* soft white metal capable of high polish; വെള്ളി; വെള്ളിനാണയം; വെള്ളിനിറം.

similar (സിമില്ലർ) *adj.* like; alike; സാമ്യമുള്ള; ഒരുപോലെയുള്ള; ഏകരീതിയായ; *adv.* **similarly**.

similarity (സിമിലാരിററി) *n.* likeness; resemblance; സാദൃശ്യം; സാധർമ്മ്യം.

simile (സിമിലി) *n.* (*pl.* **similies**) an explicit likening of one thing to another; ഉപമാലങ്കാരം; ഉപമ.

simmer (സിമ്മർ) *v.* boil or bubble gently; അല്പമൊന്നു തിളയ്ക്കുക; കുറെ തിളപ്പിക്കുക.

simple (സിംപ്ൾ) *adj.* elementary; undeveloped; plain; ordinary; true; straightforward; ലളിതമായ; ആരംഭദശയിലുള്ള; പ്രാഥമികമായ; അകൃത്രിമമായ; സരളമായ; നിഷ്കപടസ്വഭാവമായ; ഋജുവായ.

simpleton (സിംപിൾടെൺ) *n.* foolish or half-witted person; വിടുഭോഷൻ; വിഡ്ഢി.

simplicity (സിംപ്ലിസിററി) *n.* plainness; clearness; അനാഡംബരം; ശുദ്ധഗതി; സരളത.

simplify (സിംപ്ലിഫൈ) *v.* make simple, plain or easy; ലളിതമാക്കുക; സുഗമമാക്കുക; *n.* **simplification**.

simply (സിംപ്ലി) *adv.* merely; frankly; കേവലം; വെറും; ശുദ്ധമേ.

simulate (സിമുലെയ്റ്റ്) *v.* imitate; pretend; counterfeit; അനുകരിക്കുക; ഭാവം നടിക്കുക; കപടമായി ഭാവിക്കുക; *n.* **simulation** കപടനാട്യം.

simultaneous (സിമ്ൾറെറയ്ന്യസ്, സൈമ്ൾറെറയ്നിയ്യസ്-*U.S.*) *adj.* act, exist or happening at the same time; ഒരേ സമയത്തു സംഭവിച്ച; ഒന്നിച്ചുള്ള.

sin (സിൻ) *n.* wilful violation of divine laws; an offence generally; crime; പാപം; അധർമ്മം; അകൃത്യം; അപരാധം; കലുഷത; *v.* (*p.t. & p.part.* **sinned**) പാപം ചെയ്യുക; കല്പന ലംഘിക്കുക.

since (സിൻസ്) *adv.* from or after that time; from then till now; നിർദ്ദിഷ്ടമോ സൂചിതമോ ആയ സമയത്തിനു ശേഷം; 'തുടങ്ങി' ഇതുവരെ; അതിൽ പിന്നെ; അതിൻെറ ശേഷം.

sincere (സിൻസിയർ) *adj.* real; genuine; frank; സത്യമായ; ഹൃദയം തുറന്ന; ഉള്ളഴിഞ്ഞ; *adv.* **sincerely,** *n.* **sincerity** (സിൻസെറ്ററ്റി) ആർജ്ജവം; ആത്മാർത്ഥത.

sinew (സിന്യൂ) *n.* that which joins a muscle to bone; tendon; nerve; സ്നായു; ഞരമ്പ്; ദശനാര്.

sing (സിങ്) *v.* (*p.t.* **sang**, *p.part.* **sung**) utter words in tuneful succession; പാടുക; ഗാനം ചെയ്യുക; കീർത്തനം ചൊല്ലുക; പാടുന്നതുപോലെ ചൊല്ലുക; *n.* **singer** ഗായകൻ; *n.* **singing** ഗാനാലാപനം.

single (സിങ്ഗ്ൾ) *adj.* consisting of one only or one part; ഏകമായ; ഏകാകിയായ; വെവ്വേറായ; പ്രത്യേകമായ; (single room etc.); *adj.* **single-handed** തന്നെത്താനായ; *adj.* **single-minded** ഏകാഗ്രചിത്തനായ; *n.* **singleness** അന്യത; തനിമ.

singular (സിങ്ഗ്യുല്ലർ) *n. adj.* (*gram.*) denoting a single person or thing; ഒററയായ; ഒററതിരിഞ്ഞ.

sink (സിങ്ക്) *v.* fall gradually; submerge; ജലത്തിൽ മുങ്ങുക; അധഃപതിക്കുക; അസ്തമിക്കുക; അടിയിലേക്കു താഴുക; മുങ്ങുക.

sinus (സൈനസ്) *n.* a cavity; അസ്ഥിയിലെ ദ്വാരം; **sinusitis** വീക്കം; സ്ഫോടം; കുരു.

sip (സിപ്) *v.* (*p.t.* & *p.part.* **sipped**) drink in small quantities; taste; വലിച്ചു കുടിക്കുക; നുകരുക; രുചി നോക്കുക; ഓരോ ഇറക്കായി കുടിക്കുക.

sir (ഴ്സർ) *n.* word of respect used in addressing a man; ബഹുമാനാർത്ഥം പേരിനു മുമ്പിൽ വയ്ക്കുന്ന പദവി സംജ്ഞ.

siren (ഴ്സർ) *n.* instrument producing aloud piercing sound as a signal or warning; സമയസൂചനയായോ ആപത്സൂചനയായോ ഉയർത്തുന്ന ചൂളംവിളി.

sister (സിസ്ററർ) *n.* female born of the same parents as another; സഹോദരി; പെങ്ങൾ; ഉടപ്പിറന്നവൾ; കന്യാസ്ത്രീ; നേഴ്സ്; ഒരേ ഉത്ഭവസ്ഥാനമുള്ള; ഒരേതരം സ്ഥാപനമായ.

sit (സിററ്) *v.* (*p.t.* & *p.part.* **sat**) rest on the haunches; perch as birds; ഇരിക്കുക; അമർന്നിരിക്കുക; ഉപവിഷ്ടനാവുക; ഇരുത്തുക; പരീക്ഷയ്ക്കിരിക്കുക; ചേക്കേറുക; *n.* **sitter** ഇരിക്കുന്നവൻ; *adj.* **sitting** കുത്തിയിരിക്കുന്ന; ഇരിക്കുന്ന.

site (സൈററ്) *n.* ground on which town or building stands; വീടോ പട്ടണമോ നില്ക്കുന്ന സ്ഥലം; ഏതെങ്കിലും സംഭവമോ കുററകൃത്യമോ നടന്ന സ്ഥലം.

situate (സിററ്യുഎയ്ററ്) *v.* place or put in position; സ്ഥാപിക്കുക; വയ്ക്കുക; പ്രതിഷ്ഠിക്കുക; നിലകൊള്ളുക; *adj.* **situated** സ്ഥിതിചെയ്യുന്ന; സ്ഥാപിച്ചിരിക്കുന്ന, വയ്ക്കപ്പെട്ട.

situation (സിററ്യൂഎയ്ഷൻ) *n.* place with its surroundings; circumstance; ചുററുപാട്; സ്ഥിതിവിശേഷം; നില; സ്ഥിതി; ആസ്പദം.

six (സിക്സ്) *n.* five and one; six o' clock; set of six; ആറ്; ആറ് എന്ന അക്കം; (6, VI, etc.); ആറുമണി.

sixteen (സിക്സ്ററീൻ) *n.* & *adj.* consisting of six and ten; പതിനാറ്; *adj.* **sixteenth** പതിനാറാമത്തെ; പതിനാറിലൊന്നായ.

sixty (സിക്സ്ററി) *n.* & *adj.* ten times six; അറുപത്; അറുപതാമത്; അറുപതാമത്തേത്.

size (സൈസ്) *n.* relative bigness; ആപേക്ഷികവലിപ്പം; വലിപ്പം; വണ്ണം; വിസ്താരം; മുഴുപ്പ്; പരിമാണം;

adj. **sizeable, sizable** ഒരുവിധം വലിയ.

sizzle (സൈസ്ൽ) *v.* fry; scorch; scar; പൊരിക്കുക; പൊള്ളിക്കുക; *n.* hissing noise; സീൽക്കാരം; ചീററൽ; പൊരിയൽ; *adj.* **sizzling** പൊരിയുന്ന; ചീറുന്ന; *n.* **sizzler** അത്യുഗ്രമായ ചൂട്.

skate (സ്കെയ്ററ്) *n.* kind of sandal for moving on ice; ഹിമപാദുകം; മഞ്ഞിലെ വഴുതിയോട്ടം; *n.* **skating** ഹിമപാളികളിലെ തെന്നിയോട്ടക്കളി.

skate (സ്കെയ്ററ്) *n.* large flat fish with long tail; തിരണ്ടിമീൻ.

skeleton (സ്കെലിററൻ) *n.* bones separated from the flesh and preserved in their natural position; അസ്ഥിപഞ്ജരം; എല്ലും തോലുമായ ആൾ.

sketch (സ്കെച്) *n.* preliminary drawing; an outline; brief account; രേഖാചിത്രം; ബാഹ്യരൂപരേഖ; കുറിപ്പ്.

skid (സ്കിഡ്) *v.* (*p.t. & p.part.* **skidded**) slide along; slip; തെന്നിപ്പോവുക; (വണ്ടിച്ചക്രം) ചരിവിലൂടെ ഉരുളാതെ തെന്നിച്ചരിക്കുക; നിയന്ത്രണം വിട്ട് വശത്തേക്കു തെന്നിപ്പോവുക..

skill (സ്കിൽ) *n.* ability; cleverness; സമർത്ഥത; പ്രാപ്തി; നിപുണത; *adj.* **skilful, skilled**; *adv.* **skilfully**; *n.* **skilfulness** നൈപുണ്യം.

skim (സ്കിം) *n.* thin covering on liquid; cream; വടിച്ചെടുത്തത്; പത; നുര; പാട നീക്കുക..

skin (സ്കിൻ) *n.* external coating; layer or tissue of most animals; തോൽ; തോട്; ചർമ്മം; *v.* (*p.t. & p.part.* **skinned**) peel the skin from; തോലുരിക്കുക; വഞ്ചിച്ചെടുക്കുക; പററിക്കുക; *adj.* **skin-deep** തൊലിപ്പുറമെയുള്ള; *adj.* **skinny** തോൽമാത്രമുള്ള; മാംസമില്ലാത്ത; ചടച്ച.

skip (സ്കിപ്) *v.* (*p. t. & p.part.* **skipped**); jump about; leap; spring; ചാടിച്ചാടി നടക്കുക; കുതിക്കുക; തുള്ളിക്കളിക്കുക; ഓടിച്ചുവായിക്കുക.

skirmish (സ്കേർമിഷ്) *n.* conflict; collision; അടിപിടി; ചെറിയ ശണ്ഠ; കൂട്ടിമുട്ടൽ; കലഹം; ചെറുപട കൂടുക; *n.* **skirmishing**; *n.* **skirmisher** ചെറുകലഹമുണ്ടാക്കുന്നവൻ; ചെറുസൈനികസംഘത്തിലെ അംഗം.

skirt (സ്കെർട്ട്) *n.* a garment or its part hanging below the waist; കുപ്പായത്തിൻെറ കീഴ്ഭാഗം; പാവാട; വിളിമ്പ്; അതിര്; അരുക്.

skit (സ്കിററ്) *n.* sarcastic squib; നിന്ദാലേഖനം; പരിഹാസകാവ്യം; അധിക്ഷേപം; പരിഹാസം.

skulk (സ്കൾക്ക്) *v.i.* sneak out of the way; slip; പതുങ്ങിനീങ്ങുക; ജോലി ചെയ്യാതെ കഴിച്ചുകൂട്ടുക.

skull (സ്കൾ) *n.* bony case of brain; cranium; തലയോട്ടി; **skullcap** മൊട്ടത്തൊപ്പി.

sky (സ്കൈ) *n.* (*pl.* **skies**) heavens; apparent arch or vault of heaven; ആകാശം; ആകാശത്തട്ട്; ഇതിൽ സ്പഷ്ടമാകുന്ന അന്തരീക്ഷസ്ഥിതി; *n.* **sky-blue** ആകാശനീലനിറം; *n.* **skylark** വാനമ്പാടിപ്പക്ഷി; *n.* **skyscraper** ആകാശചുംബി; **skyline** ചക്രവാളം.

slab (സ്ലാബ്) *n.* a plain-sided plate; thick rectangular piece of stone; പാവുകല്ല്; പലകക്കല്ല്; കല്പലക; തകിട്.

slack (സ്ലാ്ക്) *adj.* lax; loose; relaxed; അയഞ്ഞ; തളർന്ന; മുറുകാത്ത; *v.* **slack,** *v.* **slacken** മന്ദീകരിക്കുക; ശിഥിലീകരിക്കുക; തളർത്തിയിടുക; *n.* **slackness** അയവ്; ആലസ്യം.

slam (സ്ലാം) *v.* (*p.t. & p.part.* **slammed**) shut violently; വാതിൽ ഒച്ചയോടുകൂടി ബലത്തോടെ വലിച്ചടയ്ക്കുക.

slander (സ്ലാൻഡ്ഡർ) *n.* false or malicious report; scandal; ദൂഷണം; ദുരാരോപണം; അപഖ്യാതി; *n.* **slanderer** പരദൂഷണം നടത്തുന്നവൻ.

slant (സ്ലാൻറ്) *adj.* sloping; lean; ചരിഞ്ഞ; ചരിഞ്ഞു കിടക്കുന്ന; വക്രമായ; ഏങ്കോണിച്ച; *v.* slope; lean; ചരിയുക; ചായുക.

slap (സ്ലാപ്) *n.* blow with palm; ചെകിട്ടത്തടി; അടി; *n.* **slap stick** ചപ്ലാംകട്ട; പ്രഹസനം; വേലി, മതിൽ, ഭിത്തി മുതലായവയിലെ വിടവ്; വിള്ളൽ; മലമ്പാത.

slash (സ്ലാഷ്) *v.* lash with whip; criticise harshly; ചമ്മട്ടികൊണ്ടടിക്കുക; ഊററമായി വിമർശിക്കുക.

slate (സ്ലെയ്‌ററ്) *n.* flat piece of dark grey stone to write on or cover for roofing; എഴുത്തുപലക; സ്ലേററ്; ലേഖനശില.

slaughter (സ്ലോറ്റ്ടർ) *n.* killing; killing of great numbers; butchery; കശാപ്പ്; കൊലപാതകം; കൂട്ടക്കൊല; മൃഗങ്ങളെ അറുക്കൽ; *n.* **slaughter house** കശാപ്പുശാല; *n.* **slaugh-terer** കശാപ്പുകാരൻ; കൊലയാളി.

slave (സ്ലെയ്‌വ്) *n.* captive in servitude; bondsman; serf; അടിമ; [(*lit. & fig.*) ഏതെങ്കിലും സ്വാധീനതയ്ക്കും മറ്റും] നിസ്സഹായനായി വഴങ്ങുന്നവൻ; ദാസൻ; അടിമപ്പണിക്കാരൻ; *n.* **slave-driver** ക്രൂരനായ മേലധികാരി; *n.* **slavishness** ദാസ്യം.

slaver (സ്ലാവർ) *n.* spittle running from the mouth; ഉമിനീർ; ഉമിനീർ (വസ്ത്രത്തിൽ) ഒലിപ്പിക്കുക; ചുംബിച്ച് ഉമിനീർ തെറിപ്പിക്കുക.

slavery (സ്ലേയ്‌വറി) *n.* condition of a slave; servitude; അടിമത്തം; ദാസവൃത്തി.

slay (സ്ലെയ്) *v.(p.t.* **slow,** *p.part.* **slain)** kill; slaughter; കൊല്ലുക; കൊലപ്പെടുത്തുക.

sledge (സ്ലെജ്) *n.* (*also* **sled**) wheelless vehicle drawn over snow; ഹിമപരപ്പിലൂടെ വലിച്ചുകൊണ്ടുപോകുന്ന ഒരിനം വണ്ടി; ഉരുളില്ലാവണ്ടി.

sleek (സ്ലീക്) *adj.* smooth and glossy; soft; മൃദുത്വവും തിളക്കവുമുള്ള; പളപളപ്പായ; എണ്ണമെഴുക്കുള്ള.

sleep (സ്ലീപ്) *v.* take rest by relaxation of consciousness; slumber; be inactive or dormant; ഉറങ്ങുക; ജാഗ്രതയില്ലാതിരിക്കുക; *n.* state of being asleep; ഉറക്കം; നിദ്ര; **sound or deep sleep** ഗാഢനിദ്ര; *n.* **sleeplessness** ഉറക്കമില്ലായ്മ; *adv.* **sleeplessly** ഉറക്കമില്ലാതെ; *adj.* **sleepy** ഉറക്കം തൂങ്ങുന്ന.

sleeper (സ്ലീപ്പർ) *n.* a compartment or berth in a sleeping coach; ഉറക്കത്തിനു പ്രത്യേക സൗകര്യമുള്ള തീവണ്ടിമുറി; റെയിൽപ്പാളങ്ങൾ ഉറപ്പിക്കുന്നതിനു കുറുകെ ഇടുന്ന കട്ടിത്തടിക്കഷണം.

sleeve (സ്ലീവ്) *n.* part of garment that covers arm; കുപ്പായക്കൈ; *v.t.* കുപ്പായത്തിനു കൈപിടിപ്പിക്കുക; *adj.* **sleeveless** കുപ്പായക്കൈയില്ലാത്ത.

slender (സ്ലെൻഡ്ഡർ) *adj.* slim; not thick; feeble; മെലിഞ്ഞ; ലോലമായ; ക്ഷീണമായ.

slice (സ്ലൈസ്) *v.* cut into thin pieces; cut a slice from; പൂളുക; ഛേദിക്കുക; നുറുക്കുക; ചെറുകഷണങ്ങളാക്കുക; അരിയുക; *n.* thin broad piece; കഷണം; *adj.* **sliced** കഷണങ്ങളാക്കിയ.

slide (സ്ലൈഡ്) *v.* slip or glide; വഴുതുക; നിരങ്ങിപ്പോക; തെന്നുക; വഴുതൽ; വഴുതിയോട്ടം.

slight (സ്ലൈററ്) *adj.* slim; small; slender; മെലിഞ്ഞ; നിസ്സാരമായ; ലോലമായ; കുറഞ്ഞ; അലക്ഷ്യഭാവത്തിൽ പെരുമാറുക; നിസ്സാരമാക്കുക; അവഗണിക്കുക.

slim (സ്ലിം) *adj.* very thin; slender; വണ്ണമില്ലാത്ത; മെലിഞ്ഞതും ആകർഷകവുമായ ശരീരഘടനയുള്ള.

sling (സ്ലിങ്) *n.* catapult; കവണ; കവണയേറ്.

slip (സ്ലിപ്) *v.* (*p.t. & p.part.* **slipped**) move smoothly along a surface; slide; വഴുതിനടക്കുക; വഴുതിപ്പോകുക; വഴുതിവീഴുക; പിഴ; നോട്ടപ്പിശക്.

slipper (സ്ലിപ്പർ) *n.* light loose in-door shoe; അരച്ചെരിപ്പ്; പാദരക്ഷ.

slippery (സ്ലിപ്പെറി) *adj.* apt to slip away; വഴുതലുള്ള; ഉറപ്പില്ലാത്ത.

slit (സ്ലിററ്) *v.* (*p.t. & p.part.* **slit**) cut or tear lengthwise; ചീന്തുക; പിളർക്കുക; പിളർപ്പ്; വിള്ളൽ; വിടവ്.

slogan (സ്ലോഗൻ) *n.* watchword; motto; (രാഷ്ട്രീയപാർട്ടിയുടെ) മുദ്രാവാക്യം; ആകർഷകമായ പരസ്യവാചകം.

slop (സ്ലോപ്) *v.* spill dirty water upon; ചെളിവെള്ളംകൊണ്ടു മലിനീകരിക്കുക; *n.* തെറിച്ച വെള്ളം.

slope (സ്ലോപ്) *n.* oblique direction; ചരിവ്; ചായ്‌വ്; അടിവാരം; ഇറക്കം; നിമ്നഭൂമി; മലഞ്ചെരിവ്.

slot (സ്ലോട്ട്) *n.* groove or long aperture made in machine etc. to admit some other part; ഇടുങ്ങി നീണ്ട തുള; യന്ത്രങ്ങളിൽ മറെറാരു ഭാഗം കടത്തുന്നതിനുള്ള തഴുത്.

sloth (സ്ലോത്) *n.* laziness; അലസത; അലസമായിരിക്കുക; *adj.* **slothful** അലസതയുള്ള.

slouch (സ്ലൗച്) *n.* stoop in walking; drooping of the head; തലകുനിച്ചാടിയ നടത്തം; ക്ഷീണിച്ച നടപ്പ്.

slough (സ്ലഫ്) *n.* serpent's cast-off skin; crust; scale; പാമ്പിൻചട്ട; പാമ്പിൻ പടം; വ്രണത്തിലെ പൊററ.

slow (സ്ലോ) *adj.* sluggish; behind in time; സാവധാനത്തിലുള്ള; മന്ദഗതിയായ; *v.* delay; retard; സാവധാനമാക്കുക; *v.* **slow down** വേഗം കുറയ്ക്കുക.

sluggish (സ്ലഗിഷ്) *adj.* slack; lazy; മടിയനായ; മന്ദബുദ്ധിയായ; ചുണയില്ലാത്ത.

sluice (സ്ലൂസ്) *n.* a flood gate or water-gate; a channel; ചാൽ; ജലനിർഗ്ഗമം; ചീപ്പ്; *v.* പാത്തിയിൽക്കൂടി വെള്ളം (വീഴുക, വിടുക); **sluice-gate** ചീപ്പുചാൽ (sluice-way).

slum (സ്ലം) *n.* low dirty back-street usu. overcrowded; ചേരി; **slum clearance** ചേരി നിർമാർജ്ജനം.

slumber (സ്ലംബർ) *v.* sleep lightly; ഉറങ്ങുക; മയങ്ങുക; ഉറക്കംതൂങ്ങുക.

slurry (സ്ലറി) *n.* semi-liquid, mixture (of cement, mud, etc.); കുഴമ്പ് രൂപത്തിലുള്ള മിശ്രിതം.

slut (സ്ലട്) *n.* a dirty woman; വൃത്തികെട്ട സ്ത്രീ.

sly (സ്ലൈ) *adj.* (*comp.* **slyer**, *superl.*

smack | smuggle 383

slyest) meanly artful; cunning; wily; കൗശലമുള്ള; സൂത്രശാലി യായ; ഉള്ളിലുള്ളതു മറച്ചുവച്ചു പെരുമാറുന്ന.

smack (സ്മാ̄ക്ക്) *v.* have a taste or flavour; ചുവയുണ്ടാകുക; രുചിയറി യുക.

small (സ്മോ̄ൾ) *adj.* (*comp.* **smaller**, *superl.* **smallest**) little in size; not large; ചെറിയ; വലുതല്ലാത്ത; വലി പ്പം കുറഞ്ഞ; ചെറുകിട; കുറഞ്ഞ; ഹ്രസ്വമായ; മെലിഞ്ഞ; സാമൂഹി കൗന്നത്യമില്ലാത്ത; ബലഹീനമായ; **small fry** കുഞ്ഞുങ്ങൾ; (*fig.*) അപ്രധാന മനുഷ്യർ; **small holding** ചെറുകൃഷിസ്ഥലം; *n.* **small pox** വസൂരി.

smart (സ്മാർട്ട്) *n.* stinging pain of body or mind; കഠിനവേദന; തീവ്ര വേദന; ചുറുചുറുക്കുള്ള; മിടുക്ക നായ; സരസനായ; സുഭഗനായ; *n.* **smartness** ബുദ്ധികൗശലം; ചുറുചു റുക്ക്; സാമർത്ഥ്യം.

smash (സ്മാ̄ഷ്) *v.* break utterly to pieces; അടിച്ചുതകർക്കുക; ഉടയ്ക്കു ക; തകരുക; തരിപ്പണമാകുക.

smear (സ്മിയ്യർ) *v.* rub with anything sticky or oily; പുരട്ടുക; തേ യ്ക്കുക; ലേപനം ചെയ്യുക; മെഴു കുക; തടവുക; തൈലം പുരട്ടുക.

smell (സ്മെൽ) *v.* (*p.t.* & *p.part.* **smelt** or **smelled**) perceive; detect; find by smell; impart a smell; മണക്കുക; മണപ്പിക്കുക; മണത്തറിയുക; മണ ത്തുനോക്കുക.

smelt (സ്മെൽററ്) *v.* extract metal from ore by melting; ലോഹം ഉരു ക്കുക.

smile (സ്മൈൽ) *v.* laugh softly; express pleasure; പുഞ്ചിരി തൂകുക; ഉള്ളുകൊണ്ടു ചിരിക്കുക; പ്രസാദി ക്കുക; *n.* act of smiling; gay or joyous appearance; പുഞ്ചിരി; പ്രസ ന്നത.

smith (സ്മിത്) *n.* worker in metals; ലോഹപ്പണിക്കാരൻ; കൊല്ലൻ; കൈ വേലപ്പണിക്കാരൻ; *n.* **smithy** കൊല്ല ൻെറ ഉല; *n.* **blacksmith** കൊല്ലൻ; കരുവാൻ; **coppersmith** ചെമ്പു കൊട്ടി; **goldsmith** തട്ടാൻ.

smog (സ്മൊ̄ഗ്) *n.* smoky fog; പുക നിറഞ്ഞ മഞ്ഞ്; മൂടൽമഞ്ഞ്.

smoke (സ്മൗ̄ക്) *n.* vapour from a burning body; soot; ധൂമം; പുക; ആവി; മഞ്ഞ്; നിസ്സാരവസ്തു; കത്തു ക; എരിയുക; ജ്വലിക്കുക; പൊടി പടലമുണ്ടാക്കുക; **smoke hole** പുക പുറത്തേക്കു പോകാനുള്ള ദ്വാരം; **smoke house** പുകപ്പുര; **chain smoker** നിരന്തര പുകവലിക്കാരൻ; *n.* **smoker** പുകവലിക്കുന്നവൻ.

smooth (സ്മൂദ്) *adj.* having an even surface; level; സമമായ; നിരപ്പായ; സ്നിഗ്ദ്ധമായ; മിനുക്കുക; മിനുസ പ്പെടുത്തുക; മൃദുവാക്കുക.

smoothen (സ്മൂത്തെൻ) *v.t.* make smooth or cosy; മൃദുലപ്പെടുത്തുക; മയംവരുത്തുക.

smother (സ്മദ്ദെർ) *n.* stifling smoke; suffocating dust; കടുംപുക; പൊടി പടലം; ഞെക്കിക്കൊല്ലുക; ശ്വാസം മുട്ടിക്കുക.

smudge (സ്മജ്) *v.* fumigate with smoke; smear; അഴുക്കുപിടിപ്പി ക്കുക; ചളിപുരട്ടുക.

smuggle (സ്മഗ്ൾ) *v.* import or export secretly and illegally; കള്ളക്ക ടത്തു നടത്തുക; *adj.* **smuggled** കള്ളമായി കടത്തിയ; *n.* **smuggler** കള്ളക്കടത്തുകാരൻ; *n.* **smuggling** കള്ളക്കടത്ത്.

smut (സ്മട്) *n.* spot of soot, dirt, etc.; obscenity; പുകയേററുണ്ടാകുന്ന പാട്; അട്ടക്കരി; അഴുക്ക്; ചേറ്; അസഭ്യവാക്യം.

snack (സ്നാ്ക്) *n.* slight or casual or hurried meal; അല്പാഹാരം; പ്രധാന ഭക്ഷണങ്ങൾക്ക് ഇടയിൽ കഴിക്കുന്ന ആഹാരം.

snail (സ്നെയ്ൽ) *n.* slimy reptile; ഒച്ച്.

snake (സ്നെയ്ക്) *n.* a serpent; സർപ്പം; പാമ്പ്.

snaky (സ്നെയ്കി) *adj.* serpentine; infested with snakes; പാമ്പാകൃതിയായ; പാമ്പുപോലെയുള്ള.

snap (സ്നാ്പ്) *v.* bite suddenly; seize; interrupt sharply; snatch; പെട്ടെന്നു കടിക്കുക; അറുക്കുക; പൊട്ടിക്കുക; വിരൽ നൊടിക്കുക; അററുപോകുക.

snapshot (സ്നാ്പ്ഷോട്ട്) *n.* casual photograph taken with hand camera; ഫോട്ടോ; കൈക്യാമറകൊണ്ടെടുക്കുന്ന ക്ഷണികഛായാപടം.

snare (സ്നെയ്യർ) *n.* a trap for catching birds or animals; net; noose; കെണി; വല; കൂട; കുരുക്ക്; പ്രലോഭനം; ശത്രുവിനെ കുടുക്കാനുള്ള സൂത്രം; *v.* വലയിൽപ്പെടുത്തുക.

snarl (സ്നാൾ) *v.* make a surly resentful noise; മുരളുക; അമറുക; ചീറുക.

snatch (സ്നാ്ച്) *v.* seize and carry away; പെട്ടെന്ന് പിടിയിലാക്കുക; പിടിച്ചു പറിക്കുക; തട്ടിയെടുക്കുക.

sneak (സ്നീക്) *v.* creep or steal away; behave meanly; പമ്മിനടക്കുക; ഒളിഞ്ഞുമറഞ്ഞുനിന്ന് തട്ടിയെടുക്കുക; പതുങ്ങുക; *n.* **sneaker** പതുങ്ങിനടക്കുന്നവൻ.

sneer (സ്നീയ്യർ) *v.* show contempt by the expression of the face; scoff; കൊഞ്ഞനം കാട്ടുക; വെറുപ്പു കാട്ടുക.

sneeze (സ്നീസ്) *v.* eject air suddenly through the nose; തുമ്മുക; *n.* തുമ്മൽ.

sniff (സ്നിഫ്) *v.* inhale; scent; snuff; മണം പിടിക്കുക; നസ്യം ചെയ്യുക; മണത്തു നോക്കുക.

snip (സ്നിപ്) *v.* cut off with scissors; കത്രിക്കുക.

snippet (സ്നിപ്പിററ്) *n.* a little piece snipped off; മുറിച്ചെടുത്ത ചെറുകഷണം; (*pl.*) വിജ്ഞാനശകലശേഖരം.

snob (സ്നൊാബ്) *n.* one who pretends to be better than he is; പൊങ്ങച്ചക്കാരൻ; വലിപ്പം കാട്ടുന്നവൻ; താഴ്ന്ന നിലയിലുള്ള ബന്ധുക്കളെപ്പററി ലജ്ജാബോധവും സാമൂഹികമായി ഉയർന്നവരോട് താണുവീണ പെരുമാററവും ഉള്ളവൻ.

snooze (സ്നൂസ്) *n.* short sleep esp. in day time; ലഘുനിദ്ര; *v.* ഒന്നു കണ്ണടയ്ക്കുക (പ്രത്യേകിച്ചും പകൽ).

snore (സ്നോർ) *v.* (*p.t.* **snored**) breathe hoarsely in sleep; കൂർക്കം വലിക്കുക; *n.* കൂർക്കംവലി.

snort (സ്നോർട്ട്) *v.* force the air with violence and noise through the nostrils; ഉഗ്രമായി ശ്വാസം വിടുക; സശബ്ദം ഉച്ഛ്വസിക്കുക; മുക്കുറയിടുക.

snot (സ്നോട്) *n.* (*vulg.*) mucus of the nose; നാസാമലം; മൂക്കട്ട.

snow (സ്നൗ) *n.* atmospheric vapour frozen into ice crystals falling to earth in flakes; മഞ്ഞ്; ഹിമം;

snub | sock 385

ഹിമപാതം; ഹിമശൈലം; **snow-capped** മഞ്ഞുമൂടിയ; **snow fall** ഹിമപാതം; **snow-storm** ഹിമവർഷം; *adj.* **snowy** മഞ്ഞുമൂടിയ.

snub (സ്നബ്) *v.* rebuff; reprimand; അധിക്ഷേപിക്കുക; (*fig.*) 'മുഖത്തടിക്കുക'.

snuff (സ്നഫ്) *v.* draw with the breath; പൊടിവലിക്കുക; മണത്തറിയുക; *n.* tobacco powder; മൂക്കിൽ വലിക്കൽ; നാസികാചൂർണ്ണം.

snug (സ്നഗ്) *adj.* lying close and comfortable; sheltered; ചൂടുപറ്റിക്കിടക്കുന്ന; ആരും കാണാത്ത; ഒതുക്കമുള്ള.

so (സൗ) *adv.* thus; likewise; in this manner or degree; therefore; on this account; അതിനാൽ; അങ്ങനെ; ഇങ്ങനെ; അപ്രകാരം; ഇപ്രകാരം; അതുപോലെ; ഇതുപോലെ; അത്ര; ഇത്ര; അതുകൊണ്ട്; അത്രമാത്രം; അത്രത്തോളം; ആകയാൽ; എങ്കിൽ; അങ്ങനെ; ആയിരുന്നെങ്കിൽ; ആയിരുന്നാൽ.

soak (സൗക്) *v.* wet thoroughly; drench; കുതിർക്കുക; നനയ്ക്കുക.

soap (സൗപ്) *n.* a compound of oil and alkali used for washing; soft words; flattery; സോപ്പ്; മാർജ്ജനദ്രവ്യം; മൃദുവാക്കുകൾ; മുഖസ്തുതി.

soar (സോർ) *v.* fly aloft; rise to a great height; പറന്നുകയറുക; മേല്പോട്ടു കയറുക.

sob (സൊബ്) *v.* (*p.t. & p.part.* **sobbed**) sigh with tears; lament; തേങ്ങിക്കരയുക; ഏങ്ങലടിച്ചു കരയുക; *n.* തേങ്ങിക്കരയൽ.

sober (സൗബ്ബർ) *adj.* self-possessed; ഗൗരവമുള്ള; മദ്യലഹരിയില്ലാത്ത; സുബോധമുള്ള.

sobriety (സെബ്രൈയെററി) *n.* temperance; calmness; സുബുദ്ധി; സുബോധം.

soccer (സൊകർ) *n.* (*coll.*) association football; സംഘപ്പന്തുകളി.

sociable (സൗഷബ്ൾ) *adj.* fitted for companionship; മനുഷ്യപ്പററുള്ള; ചേർച്ചയുള്ള; *n.* **sociability** സംസർഗ്ഗശീലത്വം; *adv.* **sociably** ഇണക്കമായി.

social (സൗഷൽ) *adj.* pert. to life in an organised community; സർവ്വജനബന്ധിയായ; സാമൂഹികമായ; ഇണങ്ങിയ; സമാജവിഷയകമായ; സഹവാസപ്രിയനായ; പരസ്പരാശ്രിതരായ; **social order** സമൂഹസംവിധാനം; സമൂഹക്രമം; *n.* **sociality** സാമൂഹികബന്ധങ്ങൾ.

socialism (സൗഷലിസം) *n.* theory, principle or scheme of social organisation which places means of production and distribution in the hands of the community; സമഷ്ടിവാദം; സ്ഥിതിസമത്വ വ്യവസ്ഥ; ഉത്പാദനവിതരണങ്ങൾ പൊതുവുടമയിലാക്കണമെന്ന സിദ്ധാന്തം.

society (സെസൈഎററി) *n.* a community; association; സമുദായം; സഹവാസം; സമൂഹം; സാഹചര്യം; ചങ്ങാതിത്തം.

sociology (സൗസിയൊാളജി) *n.* science of the development and nature and laws of human society; സമൂഹശാസ്ത്രം.

sock (സൊക്) *n.* (*pl.* **socks**) short stocking; covering for feet; ചെറുകാലുറ; ചരണാവരണം; *v.* **sock** മുഷ്ടിചുരുട്ടി ഇടിക്കുക.

socket (സൊകിററ്) *n.* an opening or cavity into which anything is fitted; കുഴി; കുഴൽത്തുള; കുററിച്ചുഴി.

sod (സൊഡ്) *n.* a turf, usu. one cut in rectangular shape; പുൽത്തറ; പുൽത്തകിടി; മണ്ണോടുകൂടി വെട്ടിയെടുത്ത പുൽക്കട്ട.

soda (സൗഡ്ഡ) *n.* compound of sodium in common use; സാധാരണോപയോഗത്തിലുള്ള സോഡിയം സംയുക്തം; *n.* **soda water** സോഡാവെള്ളം.

sodality (സൗഡാലിററി) *n.* a fellowship or fraternity; കൂട്ടായ്മ; ചങ്ങാതിത്തം.

sodden (സൊഡ്ൻ) *adj.* boiled; soaked and softened; വേവിച്ച; വെന്ത; കുതിർന്ന.

sodomy (സൊഡ്ഡമി) *n.* male homosexuality; പുരുഷമൈഥുനം; പ്രകൃതിവിരുദ്ധഭോഗം.

sofa (സൗഫ്ഫ) *n.* a long upholstered seat with back; മഞ്ചം; സോഫ.

soft (സൊഫ്ററ്) *adj.* easily yielding to pressure; മൃദുവായ; അലിവുള്ള; പൂമേനിയായ; മൃദുലമായ; കടുപ്പമില്ലാത്ത; പ്രശാന്തമായ; സ്നിഗ്ദ്ധമായ; *adj.* **soft-hearted** മററുള്ളവരുടെ വേദനയിൽ അലിവുതോന്നുന്ന; *n.* **softness** മാർദ്ദവം.

soft copy (സൊഫ്ററ് കൗപ്പി) *n.* output displayed on the computer screen; ആവശ്യപ്പെട്ട വിവരങ്ങൾ കംപ്യൂട്ടർ അതിൻെറ സ്ക്രീനിൽ പ്രദർശിപ്പിക്കുന്നത്; **software** പ്രോഗ്രാമുകൾ, നിർദ്ദേശങ്ങൾ, പ്രയോഗങ്ങൾ എന്നിവ അടങ്ങുന്ന (കംപ്യൂട്ടറിനുള്ള) സംവിധാനം.

software (സോഫ്റ്റ് വെയർ) *n.* (computer) computer programs and interactions that cause the hardware, the machines to do work കംപ്യൂട്ടർ എന്ന യന്ത്രത്തെ പ്രവർത്തിപ്പിക്കാൻ പര്യാപ്തമായ പരിപാടികളും നിർദ്ദേശങ്ങളും.

soften (സൊഫ്ഫൻ) *v.* become or make soft; മയപ്പെടുത്തുക; പതം വരുത്തുക; മയം വരുത്തുക.

soggy (സൊഗി) *adj.* very wet; ഏററവും നനഞ്ഞ.

soil (സൊയ്ൽ) *v.* make dirty; അഴുക്കാക്കുക; മാനഹാനി വരുത്തുക; മണ്ണ്; ഭൂമിയുടെ മേൽഭാഗം; അഴുക്ക്.

sojourn (സൊജൺ-സൗജോൺ) *v.* make temporary stay in; reside; lodge; തത്ക്കാലത്തേക്കു താമസിക്കുക.

solace (സൊളിസ്) *v.* console; comfort in distress; ആശ്വാസംകൊള്ളുക; സമാശ്വസിപ്പിക്കുക; *n.* consolation; സാന്ത്വനം.

solar (സൗളർ) *adj.* pert. to the sun; produced by the sun; സൂര്യനെ സംബന്ധിച്ച; സൗരമായ; **solar day** സൗരദിനം (ഒരു ദിവസം); *n.* **solar eclipse** സൂര്യഗ്രഹണം.

solder (സൊഡർ, സൊൾഡർ) *v.* unite metals with fusible alloy; ലോഹാദികൾ കൊണ്ടു കൂട്ടി യോജിപ്പിക്കുക; വിളക്കുക.

soldier (സൗൽജ്ജർ) *n.* man at arms serving in an army; പടയാളി; പട്ടാളക്കാരൻ; പോരാളി.

sole (സൗൾ) *n.* bottom of the foot or shoe; ഉപ്പൂററി; കാലിൻെറ ഉള്ളടി; ചെരിപ്പിൻെറ അടി; *adj.* **sole** തനിച്ച; തനിയായ; ഏകമായ; ഒററയായ.

solemn (സൊളം) *adj.* religiously grave; മതാചാരാനുഗതമായ; വിധി

solemnity | son 387

പൂർവകമായ; *v.* **solemnize** ശാസ്ത്രാനുസാരം നിർവഹിക്കുക.

solemnity (സോളംനിററി) *n.* devotion; അനുഷ്ഠാനം; ഭയഭക്തിപൂർവ്വമായ നിർവഹണം.

solicit (ഴ്സലിസിററ്) *v.* ask earnestly; call for; സവിനയം ചോദിക്കുക; അഭ്യർത്ഥിക്കുക; *n.* **solicitation** അഭ്യർത്ഥന.

solicitor (ഴ്സലിസിറ്ററർ) *n.* one who is legally qualified to act for another in a court of law; വക്കീൽ.

solicitude (ഴ്സലിസിററ്യൂഡ്) *n.* anxiety; concern; ആധി; ഉത്ക്കണ്ഠ; ഔൽസുക്യം.

solid (സൊളിഡ്) *adj.* of stable shape; not liquid or fluid; firm; hard; ഘനദ്രവ്യമായ; കട്ടിയായ; പൊള്ളയല്ലാത്ത; *n.* ഘനം; ഘനദ്രവ്യം.

solidarity (സൊളിഡാരിററി) *n.* oneness of interests, aims, etc.; ദൃഢബന്ധം; ആദർശൈക്യം.

soliloquy (ഴ്സളിലക്വി) *n.* monologue; talking to one's self; തന്നോടുതന്നെയുള്ള സംഭാഷണം; ആത്മഗതം.

solitary (സൊളിററ്റി) *adj.* being or living alone; single; ഏകനായ; ഏകാന്തപ്രിയൻ ആയ.

solitude (സൊളിട്യൂഡ്) *n.* seclusion; loneliness; a lonely place; ഏകാന്തസ്ഥലം; ഏകാന്തവാസം; ഏകത്വം.

solo (സൗളൗ) *n.* (*pl.* **solos**) performance by one person; ഏകാന്ത(സം)ഗീതം; ഒററയ്ക്കു പാടുന്ന പാട്ട്; ഏകവാദ്യം.

soluble (സൊല്യുബ്ൾ) *adj.* capable of being solved or dissolved; അലിയിക്കാവുന്ന.

solution (സെല്യൂഷൻ, സെലൂഷൻ) *n.* act of dissolving; ഉത്തരം കാണൽ; തെളിയിക്കൽ; തെളിവ്; അലിയൽ.

solve (സൊൾവ്) *v.* (*p.t. & p.part.* **solved**) explain or clear up the difficulties in; settle; സമാധാനം നൽകുക; തെളിയിക്കുക; വ്യക്തമാക്കുക; പരിഹാരം നേടുക; *n.* **solvency** കടം വീട്ടാനുള്ള കഴിവ്.

somatic (സൗമാററിക്) *adj.* of the body; physical; ശരീരസംബന്ധിയായ; (*n. pl.* **somatics**).

sombre (സൊംബർ) *adj.* dark; gloomy; dull; dismal; melancholy; ഇരുളടഞ്ഞ; ഇരുണ്ട ജീവിതവീക്ഷണമുള്ള.

some (സം) *adj.* a little; several; അല്പം; പല; ഏതാനും ചില; *n.* **somebody** ആരോ ഒരുവൻ; ഏതോ ഒരാൾ; *adv.* **somehow** എങ്ങനെയോ; **somehow or other** ഏതെങ്കിലും പ്രകാരത്തിൽ; *n.* **someone** ആരോ; ആരോ ഒരാൾ; **something** എന്തോ വസ്തു; ഏതോ ഒരു കാര്യം *adv.* **sometime** ഒരിക്കൽ; പിന്നൊരിക്കൽ; ചിലപ്പോൾ; വല്ലപ്പോഴും; എപ്പോഴോ; *adv.* **sometimes** ചിലപ്പോൾ; *adv.* (*ar.*) **somewhen** ഒരു കാലത്ത്; *adv.* **somewhere** എങ്ങാണ്ടൊരിടത്ത്.

somersault (സമർസോൾട്) *n.* leaping and turning heels overhead; കുട്ടിക്കരണം.

somnambulate (സൊംനാംബുലെയ്ററ്) *v.* walk in sleep; ഉറക്കത്തിൽ നടക്കുക; *n.* **somnambulist** സ്വപ്നാടനക്കാരൻ.

son (സൺ) *n.* male child; male descendant; മകൻ; സന്താനം; *n.* **son-in-law** മകളുടെ ഭർത്താവ്; ജാമാതാവ്.

song (സോങ്) *n.* that which is sung; singing; poem or poetry; ഗാനം; ഗീതം; ഗീതി; കവിത; പദ്യം.

sonic (സൊണിക്) *adj.* pert. to sound waves; ശബ്ദതരംഗങ്ങളെ സംബന്ധിച്ച.

sonnet (സൊണിററ്) *n.* a poem of fourteen lines; ഗീതകം; (14 വരിയുള്ള കവിത).

sonorous (സൊണ്ണറസ്) *adj.* resonant; ringing; high-sounding; മുഴക്കമുള്ള; ഗംഭീരനാദമുള്ള.

soon (സൂൺ) *adv.* in a short time; അല്പനേരത്തിൽ; ഉടനെ; **no sooner than** അതേ നിമിഷത്തിൽ തന്നെ; **as soon as**; കഴിവതും വേഗത്തിൽ.

soot (സൂട്ട്) *n.* black powder condensed from smoke; പുകയറ; കരി; *adj.* **sooty** കരിപിടിച്ച.

sooth (സൂത്) *n.* (*ar.*) truth; reality; സത്യം; പരമാർത്ഥം; *n.* **soothsayer** ഭാവി ഫലം പറയുന്നവൻ.

soothe (സൂദ്) *v.* calm; mitigate; ശമിപ്പിക്കുക; സാന്ത്വനപ്പെടുത്തുക.

sophisticate (സ്ഫിസ്ററികെയ്ററ്) *v.t.* deprive (person) of natural simplicity; give fashionable air of worldly wisdom to; ആർജ്ജവം അപഹരിക്കുക; സഹജലാളിത്യം ഇല്ലാതാക്കുക; ലൗകികാനുഭവത്തിലൂടെ നിഷ്കളങ്കത കളഞ്ഞ് കൃത്രിമത്വം വരുത്തുക; പരിഷ്കൃതമായ; *n.* **sophistication** പരിഷ്കൃതി.

sorcerer (സോർസറർ) *n.* enchanter; magician; മന്ത്രവാദി; ഐന്ദ്രജാലികൻ; *n.* (*fem.*) **sorceress** മന്ത്രവാദിനി; *n.* **sorcery** മന്ത്രവാദം.

sordid (സോർഡിഡ്) *adj.* filthy; mean; niggardly; ഹീനമായ; നീചമായ; അധമമായ.

sore (സോർ) *adj.* causing pain; readily sensitive to pain; irritable; വേദനയുള്ള; പുണ്ണായ; കുരു; പരു; ചിരങ്ങ്; വ്രണം; *n.* **sore eye** ചീങ്കണ്ണ്; **sore throat** തൊണ്ടനോവ്.

sorrow (സൊറൗ) *n.* pain of mind; grief; ദുഃഖം; വ്യസനം; മനോവേദന; the man of sorrow (*fig.*) ക്രിസ്തു; **sorrowful** ദുഃഖപൂർണ്ണമായ; ദുഃഖപ്രദമായ; *adv.* **sorrowfully**; *n.* **sorrowfulness**; *n.* **sorrower** ദുഃഖിതൻ.

sorry (സൊറി) *pred. adj.* regretful; grieved; ദുഃഖിക്കുന്ന; വിഷാദമുള്ള; **I am sorry!** ഞാൻ ഖേദിക്കുന്നു.

sort (സോർട്ട്) *n.* class; group; ഇനം; വക; വർഗം; *v.* assort; separate into lots or classes; വകതിരിക്കുക; തരംതിരിക്കുക.

soterial (സൊട്ടീറിയൽ) *adj.* pert. to salvation; മോക്ഷത്തെ സംബന്ധിച്ച.

sotto (സോട്ടൗ) *n.* (*mus.*) an undertone; താണ സ്വരം; താണ ശ്രുതി.

soul (സൗൾ) *n.* spiritual and immortal part in man; ആത്മാവ്; ജീവാത്മാവ്; ദേഹി; ജീവൻ; പ്രാണൻ; ചൈതന്യം; മനസ്സ്.

sound (സൗണ്ഡ്) *adj.* healthy; strong; safe; ആരോഗ്യമുള്ള; രോഗമില്ലാത്ത; സാമ്പത്തികഭദ്രതയുള്ള; കടൽവഴി; ജലസന്ധി; ആഴം നോക്കുക; അളന്നുനോക്കുക.

sound (സൗണ്ഡ്) *n.* that which is heard; noise; voice; ശബ്ദം; ധ്വനി; വായുചലനം; ആരവം; സ്വരം; ഗർജ്ജനം; ഘോഷം; വലിയ നാദം; ശബ്ദിക്കുക; ധ്വനിപ്പിക്കുക; ഒച്ചയുണ്ടാക്കുക; *adj.* **soundless** ഒച്ചയില്ലാത്ത; **sound-box** ശബ്ദപേടകം;

soup | sparkle 389

adj. **sound-proof** ശബ്ദം കടക്കാത്ത; **sound-wave** ശബ്ദതരംഗം.

soup (സൂപ്പ്) *n.* broth; sauce; ചാറ്; യൂഷം; കുഴമ്പ്; മാംസരസം.

sour (സൗഎ്ര്) *adj.* sharp to the taste; bitter; tart; പുളിക്കുന്ന; പുളിപ്പുരസമുള്ള; അമ്ലമായ; അസൗമ്യമായ; രൂക്ഷമായ; *n.* **sourness** പുളിപ്പ്.

source (സോർസ്) *n.* that from which anything originates; ഉറവിടം; ഉത്ഭവം; ഉത്ഭവസ്ഥാനം.

south (സൗത്) *n.* the point opposite to north; തെക്ക്; ദക്ഷിണദിക്ക്; തെക്കേരാജ്യം; *adv.* തെക്കുനിന്ന്; തെക്കോട്ട്; *n.* **South Sea** ദക്ഷിണശാന്തസമുദ്രം; *n.* **south pole** ദക്ഷിണധ്രുവം.

souvenir (സൂവ്‌വനീയർ) *n.* a memento; a keep-sake; that which revives the memory of anything; സ്മാരകഗ്രന്ഥം; സ്മാരകം; സ്മാരകചിഹ്നം; സ്മരണിക.

sovereign (സൊവ്റിൻ) *adj.* supreme in power; സർവ്വാധികാരമായ; ആധിപത്യമുള്ള; പ്രധാനിയായ; പ്രമുഖമായ; പരമാധികാരമുള്ള; ഒരു പവൻ (സ്വർണ്ണനാണ്യം); *n.* **sovereignty** പരമാധികാരം; *adv.* **sovereignly.**

sow (സൗ) *n.* adult female pig; പെൺപന്നി.

sow (സൗ) *v.* (*p.t.* **sowed**, *p.part.* **sowed, sown**) spread or scatter seed; വിതയ്ക്കുക; വിത്തുപാകുക; ഞാറുപാകുക; പ്രസരിക്കുക; *n.* **sower** വിതയ്ക്കുന്നവൻ; *n.* **sowing** വിതയ്ക്കൽ.

spa (സ്പാ) *n.* mineral water resort; ആരോഗ്യസ്നാന സ്ഥലം; ധാതുജലയുറവ.

space (സ്പെയ്സ്) *n.* extension in all directions; ശൂന്യാകാശം; ശൂന്യസ്ഥലം; വിശാലത; സ്ഥലം; ദിഗ്ഭാഗം; വിസ്താരം; അകലം.

spacious (സ്പേയ്ഷസ്) *adj.* having ample space; roomy; ധാരാളം സ്ഥലമുള്ള; സ്ഥലസൗകര്യമുള്ള; വിസ്തൃതമായ.

spade (സ്പെയ്ഡ്) *n.* tool with iron blade and wooden handle for digging or cutting ground; കിളയ്ക്കാനുള്ള ആയുധം; കൈക്കോട്ട്; മൺവെട്ടി; തൂമ്പ.

span (സ്പാൻ) *n.* nine inches; full extent from end to end; distance between piers or supports; ചാൺ; ഒമ്പതിഞ്ച്; *v.* ചാൺവച്ചളക്കുക.

Spanish (സ്പാനിഷ്) *adj.* of Spain സ്പെയിനിനെയോ സ്പെയിൻകാരെയോ അവരുടെ ഭാഷയെയോ സംബന്ധിച്ച.

spanner (സ്പാനർ) *n.* tool with jaws or sockets at the ends of a lever; പല്ലുള്ള കീലകയന്ത്രം; കട്ടകൾ മുറുക്കുന്നതിനുള്ള ഉപകരണം; കട്ടമുറുക്കി.

spare (സ്പെയ്ർ) *v.* use frugally; abstain from using; അല്പം വിനിയോഗിക്കുക; കുറച്ചു മാത്രം കൊടുക്കുക; മിതമായി ചെലവഴിക്കുക; അധികമുള്ള; ഉടനേ വേണ്ടാത്ത; മിച്ചമായ; ശേഖരിച്ചുവച്ച; മെലിഞ്ഞ.

spark (സ്പാർക്) *n.* particle of fire; any small shining body or light; അഗ്നിസ്ഫുലിംഗം; തീപ്പൊരി മിന്നുന്ന വസ്തു.

sparkle (സ്പാർക്ൾ) *v.* emit sparks; തീപ്പൊരി പറക്കുക; പൊട്ടിത്തെറിപ്പിക്കുക; തിളങ്ങുക; പ്രകാശിക്കുക; n. **sparkler** മിനുങ്ങുന്നത്; വജ്രം; **sparkling** മാനസികോല്ലാസപ്രദമായ.

sparrow (സ്പ്ാരൗ) *n.* small brownish grey bird; കുരുവി.

sparse (സ്പാർസ്) *adj.* thinly scattered; വിരളമായ; അല്പമായ; അങ്ങിങ്ങായി (മാത്രം) ചിതറിക്കിടക്കുന്ന.

spasm (സ്പാസ്ം) *n.* irregular and violent contraction of muscular parts; ഞരമ്പുവലി; കോച്ചിപ്പിടുത്തം.

spate (സ്പെയ്റ്റ്) *n.* sudden heavy flood; വെള്ളപ്പൊക്കം; നദീപ്രവാഹം.

spatial (സ്പെയ്ഷൽ) *adj.* rel. to space സ്ഥലസംബന്ധിയായ.

spatter (സ്പ്ാററർ) *v.* throw out or scatter upon; തെറിപ്പിക്കുക.

spawn (സ്പോൺ) *n.* egg of fish; മീൻമുട്ട; തവളമുട്ട; അണ്ഡം; സന്തതി.

speak (സ്പീക്) *v.* (*p.t.* **spoke**, *p.part.* **spoken**) utter words; talk; സംസാരിക്കുക; ഉരിയാടുക; പ്രസംഗിക്കുക; പ്രസ്താവിക്കുക; **speak out** ഉറക്കെ പറയുക; തുറന്നു പറയുക.

speaker (സ്പീക്കർ) *n.* one who speaks സംസാരിക്കുന്നവൻ; വാഗ്മി; ഉച്ചഭാഷിണി; നിയമസഭയിലെ സ്പീക്കർ; *n.* **speakership** സ്പീക്കർ പദവി.

spear (സ്പീയ്യർ) *n.* javelin; pike; lance; കുന്തം; പടക്കുന്തം; ശൂലം; *v.t.* കുന്തംകൊണ്ടു കുത്തുക.

spearhead (സ്പിയർഹെഡ്) *n.* (*fig.*) the front of an attack; ആക്രമണസേനയുടെ മുൻഭാഗം; ആക്രമണത്തെ നയിക്കുക.

special (സ്പെഷൽ) *adj.* particular; distinctive; സവിശേഷമായ; പ്രത്യേകമായ; അസാധാരണമായ; വിശേഷാലുള്ള; പ്രത്യേകോദ്ദേശ്യത്തിനുള്ള.

specialist (സ്പെഷലിസ്റ്റ്) *n.* one who devotes himself to a special subject; വിദഗ്ദ്ധൻ; പ്രത്യേക രോഗ ചികിത്സകൻ.

speciality (സ്പെഷ്യ്ാലിററി) *n.* special feature or characteristic; സവിശേഷത.

species (സ്പീഷിസ്) *n.* (*sing. & pl.*) kind; sort; variety; group; class; race; family; ജാതി; വംശം; ഇനം; വർഗ്ഗം; കൂട്ടം.

specific (സ്പെസിഫിക്) *adj.* of a species; particular; അസാധാരണമായ; നിശ്ചിതമായ; നിശ്ചയപ്രകാരമുള്ള; പ്രത്യേകമായ.

specify (സ്പെസിഫൈ) *v.* (*p.t.* & *p.part.* **specified**) mention particularly; വ്യക്തപ്പെടുത്തുക; തരംതിരിച്ചു പറയുക.

specimen (സ്പെസിമിൻ) *n.* portion exhibited; sample; model; മാതൃക; തരം; ദൃഷ്ടാന്തം.

speck (സ്പെക്) *n.* blemish; mark; a particle; കറ; പാട്; പുള്ളി; കണം; തരി; അല്പം; *adj.* **speckless** പുള്ളികളില്ലാത്ത; കളങ്കമില്ലാത്ത.

speckle (സ്പെക്ക്ൾ) *n.* little spot; ചെറുപുള്ളി; തൊലിപ്പുറമേ ഉണ്ടാകുന്ന പുള്ളിക്കുത്ത്.

specs (സ്പെക്സ്) *n.* (*pl.*) (*coll.*) spectacles; കണ്ണട.

spectacle (സ്പെക്ററക്ക്ൾ) *n.* a sight; exhibition; pageant; കൗതുകദൃശ്യം; കാഴ്ച; അത്ഭുതദൃശ്യം.

spectacles (സ്പെക്ററക്ക്ൾസ്) *n.* (*pl.*) pair of lenses to correct or assist defective sight; കണ്ണട; മൂക്കുകണ്ണാടി.

spectacular (സ്പെക്ററ്ാക്യുലർ) *adj.* grand; showy; striking;

പകിട്ടേറിയ; കാഴ്ച പ്രധാനമായ; വർണ്ണശബളമായ.

spectator (സ്പെക്റ്റേറ്റർ) *n.* one who looks on; beholder; പ്രേക്ഷകൻ; കണ്ടുനിൽക്കുന്നവൻ.

spectre (സ്പെക്റ്റർ) *n.* ghost; spirit; phantom; ഭൂതം; പേയ്; പിശാച്; മായാരൂപം.

spectrum (സ്പെക്ട്രം) *n.* (*pl.* **spectra**) an after-image; exhibition of colours; വർണ്ണരാജി; സപ്തവർണ്ണ പ്രദർശനം.

speculate (സ്പെക്യൂലെയ്റ്റ്) *v.* contemplate; think; reflect; meditate; theorise; സൂക്ഷ്മമായി ആലോചിക്കുക; ഊഹിക്കുക; ധ്യാനിക്കുക; നന്നായി നിരൂപിക്കുക; *n.* **speculation** ആലോചന; ചിന്ത; ധ്യാനം.

speculative (സ്പെക്യൂലേയ്റ്റീവ്) *adj.* contemplative; involving risk of loss; വിചാരശീലമുള്ള; ലാഭമന്വേഷിക്കുന്ന.

speech (സ്പീച്ച്) *n.* that which is spoken; സംസാരിക്കൽ; സംസാരം; സംസാരിക്കാനുള്ള കഴിവ്.

speed (സ്പീഡ്) *n.* the rate at which a distance is covered; rapidity of movement; ശീഘ്രഗതി; ചലനവേഗം; ഓട്ടം; ശീഘ്രത്വം; തീവ്രത; ചലനാനുപാതം.

speedy (സ്പീഡി) *adj.* moving quickly; താമസമില്ലാത്ത; ക്ഷിപ്രമായ; ദ്രുതമായ; ത്വരിതമായ; *adv.* **speedily** വേഗത്തിൽ; ബദ്ധപ്പെട്ട്; *n.* **speediness**.

spell (സ്പെൽ) *n.* turn of work; period; മാറിമാറി പ്രവർത്തിക്കൽ; തവണ; മുറ; ഊഴം; കാലയളവ്; പ്രവർത്തനസമയം.

spell (സ്പെൽ) *v.* (*p.t.* & *p.part.* **spelled, spelt**) write or name the letters that form a word in correct sequence; യഥാക്ഷരം ഉച്ചരിക്കുക.

spellbound (സ്പെൽബൗണ്ട്) *adj.* entranced; വശീകൃതനായ; മോഹിതനായ.

spelling (സ്പെലിങ്) *n.* orthography; അക്ഷരവിന്യാസം; ലിപിവിന്യാസം.

spend (സ്പെൻഡ്) *v.* expend; pay out; consume; waste; ചെലവഴിക്കുക; ചെലവാക്കുക.

spendthrift (സ്പെൻഡ്ത്രിഫ്റ്റ്) *n.* extravagant person; ദുർവ്യയക്കാരൻ; 'ദീപാളി'ക്കാരൻ.

sperm (സ്പ്പേം) *n.* male generative fluid; semen; പുരുഷബീജം.

spew (സ്പ്യൂ) *v.* vomit; ഓക്കാനിക്കുക; ഛർദ്ദിക്കുക.

sphere (സ്ഫീയ്യർ) *n.* globular body; globe; ഗോളം; ഗോളമണ്ഡലം; വൃത്തം; വലയം; വർത്തുളം; മണ്ഡലം; വാനഗോളം; *adjs.* **spheric, spherical** ഗോളമായ; വർത്തുളമായ; ഗോളവിഷയകമായ; ഉരുണ്ട; *adv.* **spherically**.

Sphinx (സ്ഫിങ്ക്സ്) *n.* (*pl.* **sphinxes**) fabulous winged monster with lion's body and the head of a woman; സിംഹത്തിൻെറ ഉടലും സ്ത്രീമുഖവുമുള്ള ഒരു രാക്ഷസി.

spice (സ്പൈസ്) *n.* aromatic and pungent substance such as pepper, ginger, vanilla etc.; flavour; സുഗന്ധവസ്തു; സുഗന്ധവ്യഞ്ജനം; കുരുമുളക്, ജാതിക്കാ, ഗ്രാമ്പൂ, കറുവപ്പട്ട, ഇലവർങം, ഏലത്തരി, ഇഞ്ചി, മഞ്ഞൾ തുടങ്ങി രുചിയോ മണമോ സ്വാദോ ഗുണമോ വർദ്ധിപ്പിക്കാൻ കറികളിൽ ചേർക്കുന്ന സാധനങ്ങൾ.

spider (സ്പൈഡർ) *n.* eight-legged anthropod; എട്ടുകാലി; ചിലന്തി.

spike (സ്പൈക്) *n.* large nail or pin; pointed rod; വലിയ നീണ്ട ആണി; ഇരുമ്പുകുററി; കുന്തമുന; *v.* ആണി അടിക്കുക.

spill (സ്പിൽ) *v.* shed; allow to run out of a vessel; overflow; ചിന്തുക; ഒഴുക്കുക; തുളുമ്പിക്കുക; തൂകുക; തെറിക്കുക; തുളുമ്പുക.

spin (സ്പിൻ) *v.* (*p.t.* **span**, *p.part.* **spun**) draw out and twist into threads; നൂല്ക്കുക; പിരിക്കുക; നൂലാക്കുക.

spinach (സ്പിനിജ്) *n.* a garden plant with wide green leaves that are cooked and eaten as a vegetable; ചീരപോലെയുള്ള ഒരുതരം ഇലക്കറി.

spinal (സ്പൈനൽ) *adj.* of the backbone; നട്ടെല്ലിനെ സംബന്ധിച്ച; *n.* **spinal chord** സുഷുമ്നാകാണ്ഡം; *n.* **spinal column** നട്ടെല്ല്.

spindle (സ്പിൻഡ്ൽ) *n.* pin from which the thread is twisted; shaft; കുററി; അച്ചുതണ്ട്; തക്ലി; കതിര്; റാട്ടുസൂചി.

spine (സ്പൈൻ) *n.* backbone; vertebral column; നട്ടെല്ല്; *adj.* **spineless** ദുർബലമായ; ശിഥിലമായ.

spinster (സ്പിൻസ്ററർ) *n.* an unmarried elderly woman; വിവാഹപ്രായം കഴിഞ്ഞ കന്യക.

spire (സ്പൈയ്യർ) *n.* winding line like the threads of a screw; curl; പിരി; ശംഖുപിരി; വ്യാവർത്തനം; സർപ്പിളം; ശൃംഗം; ശിഖ; സ്തൂപിക; *adj.* **spiral** പിരിപിരിയായ; സർപ്പിളമായ; *n.* സർപ്പിളാകൃതിയുള്ള രേഖ; *adv.* **spirally** പിരിപിരിയായി.

spirit (സ്പിരിററ്) *n.* vital force; soul; ghost; ആത്മാവ്; പ്രാണൻ; സത്വം; പ്രേതം; മൃതാത്മാവ്; ദേവത; മായാരൂപം; ആസക്തി; ആൽക്കഹോൾ; (മദ്യം); **evil spirit** ദുർദേവത; *adj.* **spiritless** ചുണകെട്ട.

spiritual (സ്പിരിച്വൽ) *adj.* having no body; heavenly; holy; അരൂപിയായ; ആദ്ധ്യാത്മികമായ; ആത്മീയമായ; അലൗകികമായ; ശരീരസംബന്ധിയല്ലാത്ത; *adv.* **spiritually** ആത്മീയമായി; ആദ്ധ്യാത്മികമായി.

spirituality (സ്പിരിച്വാലിററി) *n.* state of being spiritual; ആദ്ധ്യാത്മികത; പുണ്യശീലത്വം; ആത്മീയത.

spirt (സ്പേർട്) *v.* gush out; spout; കാർക്കിക്കുക; ആഞ്ഞു തുപ്പുക.

spit (സ്പിററ്) *n.* saliva; spittle; തുപ്പൽ; ഈത്ത; ഉമിഴ്നീര്; തുപ്പുക; മഴ ചാറുക.

spite (സ്പൈററ്) *n.* grudge; hatred; വിരോധം; വൈരം; പക.

spittle (സ്പിററ്ൾ) *n.* saliva; ഉമിനീർ.

spittoon (സ്പിററൂൺ) *n.* a vessel for spitting in; പടിക്കം; തുപ്പൽപാത്രം; കോളാമ്പി.

splash (സ്പ്ലാഷ്) *v.* dash liquid on or over; വെള്ളം തെറിപ്പിക്കുക; ചെളി തെറിപ്പിക്കുക; തളിക്കുക.

spleen (സ്പ്ലീൻ) *n.* blood-modifying organ in the abdomen; spite; anger; പ്ലീഹ; ഗുൻമവ്യാധി; പ്ലീഹോദരം; (*fig.*) പക; വിരോധം.

splendid (സ്പ്ളെൻഡിഡ്) *adj.* brilliant; dazzling; glorious; സമുജ്ജ്വലമായ; ദീപ്തിമത്തായ; ഗംഭീരമായ.

splendour (സ്പ്ളെൻഡർ) *n.* great brightness; eminence; തേജസ്സ്; ഭാസുരത്വം; മഹിമ; രാമണീയകത്വം.

splint (സ്പ്ലിൻറ്) *n.* a strip; a slip of

splinter | spotlight 393

wood; കീറ്; തുണ്ട്; എല്ലു മുറിഞ്ഞാൽ വലിച്ചുകെട്ടുന്ന മരക്കഷണം.

splinter (സ്പ്ലിൻററ്) *n.* small piece of wood; ചീന്ത്; ആപ്പ്; അടപ്പ്; ഖണ്ഡം; ശകലം.

split (സ്പ്ലിററ്) *v.* (*p.t.* & *p.p.* **split**) divide lengthwise; cleave; break to pieces; നീളത്തിൽ ചീന്തുക; നെടുകെ പിളർക്കുക; വേർതിരിക്കുക; ഉടയ്ക്കുക; കീറുക; തകർക്കുക; വിള്ളുക; കീറിപ്പോവുക; പൊട്ടിപ്പോവുക; വിണ്ടു പോകുക; *n.* crack; disagreement; പൊട്ടിത്തകരൽ; രണ്ടായി പിളരൽ; കീറ്; രന്ധ്രം; പിളർപ്പ്; *adj.* ചീന്തിയ; *n.* **splitter.**

splutter (സ്പ്ലട്ടർ) *n.* an act or noise of spluttering; bustle; പതർച്ച; കലപലസംഭാഷണം; ജലക്രീഡാഘോഷം.

spoil (സ്പൊയിൽ) *v.* plunder; rob; കൊള്ളയടിക്കുക; കവർച്ച ചെയ്തു പജീവിക്കുക.

spoil (സ്പൊയിൽ) *v.* render useless; injure character by indulgence; കേടുവരുത്തുക; ഉപയോഗശൂന്യമാക്കുക; അമിതമായി ലാളിച്ചു വഷളാക്കുക; *adj.* **spoilt**; *n.* **spoilage** വഷളാക്കൽ; വഷളാക്കപ്പെട്ട വസ്തു.

spoke (സ്പൗക്) *n.* radius of a wheel; വണ്ടിച്ചക്രത്തിന്റെ അഴി.

spokesman (സ്പൗക്സ്മാൻ) *n.* (*pl.* **spokesmen**) one who speaks for another; വക്താവ്.

sponge (സ്പഞ്ജ്) *n.* porous substance found in sea; sucker; കടൽപ്പഞ്ഞി; സ്പഞ്ജ്; ശോഷണി; *n.* **sponginess** പതുപതുപ്പ്; സ്പഞ്ചിന്റെ ഗുണം; *adj.* **spongy** പതുപതുപ്പുള്ള.

sponsor (സ്പൊൺസർ) *n.* god-father; തലതൊട്ടപ്പൻ; ധർമ്മപിതാവ്; മററൊരാളുടെ ഉത്തരവാദിത്തം (ചെലവ്) വഹിക്കുന്നയാൾ; ജാമ്യക്കാരൻ; ഉത്തരവാദി.

spontaneous (സ്പൊൺടെയ്ന്യസ്) *adj.* of one's free will; voluntary; unpremeditated; സ്വമേധയാ ഉള്ള; താനേ ഉണ്ടായ; സ്വാഭാവികമായ; *adv.* **spontaneously**; *ns.* **spontaneousness**; **spontaneity**.

spook (സ്പൂക്ക്) *n.* (*fac.*) a ghost; ഭൂതം; *adjs.* **spookish, spooky** ഭൂതാവിഷ്ടമായ.

spool (സ്പൂൾ) *n.* a cylinder or reel for winding yarn; നൂലും ചരടും മററും ചുററാനുള്ള ചക്രം; *v.* നൂൽ ചുററുക.

spoon (സ്പൂൺ) *n.* small ladle; scoop; കരണ്ടി; ചെറുകരണ്ടി; *v.* സ്പൂൺ കൊണ്ടു ദ്രാവകം എടുത്തു കഴിക്കുക; കോരുക; **flat spoon** ചട്ടുകം.

spore (സ്പോർ) *n.* reproductive body in flowerless plants; നിഷ്പുഷ്പസസ്യബീജം.

sport (സ്പോർട്) *n.* pastime or amusement in which a person engages; play; കളി; പന്തയക്കളി; വിനോദം; ലീല.

sportsman (സ്പോർട്സ്മാൻ) *n.* one who practises or is skilled in sports; സ്പോർട്സിൽ തത്പരൻ; കായികാഭ്യാസക്കാരൻ.

spot (സ്പോട്ട്) *n.* mark made by a drop of wet matter; blemish; മറുക്; ചിഹ്നം; പുള്ളി; പാട്; കളങ്കം; കുററം.

spotlight (സ്പൊട്ട്ലൈററ്) *n.* apparatus for projecting beam of light on particular part of theatre stage; നടീനടന്മാരുടെ മേലോ നാടകസ്റ്റേജിൻെറ ഏതെങ്കിലും പ്രത്യേക ഭാഗത്തോ വൃത്താകാരമായി പല വർണ്ണം പ്രകാശിപ്പിക്കുന്ന വിളക്ക്.

spouse (സ്പൗസ്) *n.* husband or wife; ഭാര്യ; ഭർത്താവ്.

spout (സ്പൗട്ട്) *n.* projecting mouth of a vessel for discharging liquid; കുഴൽ; ഓവ്; പാത്തി; ജലനിർഗ്ഗമന മാർഗ്ഗം; കിണ്ടിവാൽ; വെള്ളം ചീററി ഒഴുകുക.

sprain (സ്പ്രെയ്ൻ) *v.t.* overstrain the muscles of; wrench; അധികം പണി ചെയ്യുക; ഉളുക്കുക; ഉളുക്കിപ്പിക്കുക; *n.* ഉളുക്കൽ; ഉളുക്ക്.

sprawl (സ്പ്രോൾ) *v.t.* spread one self; നീണ്ടുനിവർന്നു കിടക്കുക; വളഞ്ഞു പുളഞ്ഞു പടരുക.

spray (സ്പ്രെയ്) *n.* small particles of water driven by the wind; മഞ്ഞുതുള്ളി; ജലശീകരം; തളിക്കുന്നതിനുള്ള ഉപകരണം; *v.* sprinkle; തളിക്കുക; വെള്ളം പീച്ചുക.

spread (സ്പ്രെഡ്) *v.* scatter abroad or in all directions; പരത്തുക; വിസ്തീർണ്ണമാക്കുക; വിരിക്കുക; വിരിയുക; വിടർത്തിയിടുക; വ്യാപിപ്പിക്കുക; വ്യാപ്തി; വിരിവ്; പരപ്പ്.

spree (സ്പ്രീ) *n.* merry frolic; drunken bout; ഉല്ലാസഘോഷം; മദ്യപാനഘോഷം.

sprightly (സ്പ്രൈററ്‌ലി) *adj.* lively; ഉല്ലാസഭരിതനായ.

spring (സ്പ്രിങ്ഗ്) *v.* (*p.t.* **sprang,** *p.part.* **sprung)** jump; leap; shoot up; വേഗത്തിലുണ്ടാകുക; കുതിക്കുക; ചാടുക; ചാടിവീഴുക; ഞെട്ടിച്ചാടുക.

spring (സ്പ്രിങ്) *n.* season in which vegetation begins to appear; വസന്തം; വസന്തകാലം.

sprinkle (സ്പ്രിങ്ക്ൾ) *v.* scatter in drops or particles; തളിക്കുക; ചിതറുക; നനയ്ക്കുക; *n.* **sprinkler** സേചകൻ; തുളതുളയായ വാലുള്ള നനപാത്രം.

sprint (സ്പ്രിൻറ്) *n.* a race of short distance at full speed; ഹ്രസ്വദൂരത്തിലുള്ള ഓട്ടമത്സരം; അതിവേഗത്തിലുള്ള ഓട്ടം.

sprout (സ്പ്രൗട്ട്) *v.* (*p.t. & p.part.* **sprouted**) begin to grow; germinate; മുളയ്ക്കുക; മുളപ്പിക്കുക; പുതിയ മുള; തളിർ.

spur (സ്പേർ) *n.* a pricking instrument on a horseman's heel; കുതിമുള്ള്; ഒഴുക്കു തിരിച്ചുവിടാനുള്ള കൽക്കെട്ട്; ഉത്സാഹം; പ്രോത്സാഹനം; പ്രചോദനം; **on the spur of the moment** തൽക്ഷണം; പെട്ടെന്ന്.

spurious (സ്പ്യൂഎ്രിയസ്) *adj.* not genuine; counterfeit; സാക്ഷാലല്ലാത്ത; കൃത്രിമമായ; *adv.* **spuriously** കൃത്രിമമായി; വ്യാജമായി.

spurn (സ്പേൺ) *v.* thrust back with foot; kick; തൊഴിച്ചുമാററുക; അപമാനിക്കുക; ത്യജിക്കുക.

spurt (സ്പെർട്ട്) *v.* spout; gush out; vomit; ഊക്കോടെ തുപ്പുക; തെറിപ്പിക്കുക.

sputter (സ്പട്ടർ) *v.* spit; speak rapidly; സംസാരിക്കുമ്പോൾ തുപ്പൽ തെറിപ്പിക്കുക.

sputum (സ്പ്യൂട്ടം) *n.* saliva; spittle; തുപ്പൽ; കഫം.

spy (സ്പൈ) *v.* (*p.t. & p.part.* **spied**) watch, observe, or investigate secretly; രഹസ്യമായി വീക്ഷിക്കുക;

squabble | stable 395

ചാരവൃത്തി അനുഷ്ഠിക്കുക; *n.* a secret agent; ചാരൻ.

squabble (സ്ക്വോബ്ൾ) *v.* quarrel and fight noisily; കലഹിക്കുക; തമ്മിൽത്തല്ലുക; *n.* അടിപിടി; ലഹള; ബഹളം.

squad (സ്ക്വോഡ്) *n.* small party of men; gang; ചെറുസംഘം; സന്നദ്ധ സംഘം; ലഘുസൈന്യദളം.

squadron (സ്ക്വോഡ്രൻ) *n.* division of cavalry regiment; സേനാ ചതുരം; പടവ്യൂഹം; സൈന്യഗണം; സൈന്യവിഭാഗം.

squalid (സ്ക്വൊലിഡ്) *adj.* foul; filthy; nasty; wretched; അഴുക്കായ; വൃത്തികെട്ട; ആഭാസമായ; ചേറുപുരണ്ട.

squander (സ്ക്വോൺഡ്ർ) *v.* spend (money, time etc.) wastefully; ധൂർത്തടിക്കുക; സമയം പാഴാക്കുക.

square (സ്ക്വയർ) *adj.* having four equal sides and angles; നാലു സമഭുജങ്ങളും കോണുകളുമുള്ള; സമകോണമായ; സമചതുരമായ; ഉചിതമായ; മൃഷ്ടാന്നമായ; വർഗ്ഗം; തൻപെരുക്കം.

squash (സ്ക്വോഷ്) *v.* crush; press into pulp; suppress; ഉടയ്ക്കുക; ചതയ്ക്കുക; ഞെക്കിപ്പിഴിയുക; അടിച്ചമർത്തുക; അമർച്ച വരുത്തുക.

squat (സ്ക്വോറ്റ്) *v.* sit down upon the hams or heels; recline; കുത്തിയിരിക്കുക; ചമ്രം പടിഞ്ഞിരിക്കുക; *adj.* കുത്തിയിരിക്കുന്ന; പതുങ്ങുന്ന.

squeak (സ്കീക്) *v.* shriek; scream; (എലി കരയുംപോലെ) കരയുക; ദുർബല ശബ്ദം പുറപ്പെടുവിക്കുക; കിറുകിറുശബ്ദം പുറപ്പെടുവിക്കുക.

squeamish (സ്കീമിഷ്) *adj.* easily nauseated or offended; fastidious; മനം മറിയുന്ന; എളുപ്പം അറപ്പനുഭവപ്പെടുന്ന.

squeeze (സ്കീസ്) *v.* crush; take out juice; embrace closely; ഞെക്കിപ്പിഴിയുക; അമർത്തുക; അമുക്കുക; പിഴിയുക; ഗാഢാശ്ലേഷം ചെയ്യുക.

squib (സ്ക്വിബ്) *n.* cracker; satire; lampoon; പടക്കം; വെടി; വെടിപ്പെട്ടി; പരിഹാസകൃതി.

squint (സ്ക്വിൻറ്) *adj.* looking obliquely; having the vision distorted; കോങ്കണ്ണായ; സംശയത്തോടെ നോക്കുന്ന; *v.* കോങ്കണ്ണിട്ടു നോക്കുക; ചരിഞ്ഞുനോക്കുക.

squire (സ്ക്വയ്യർ) *n.* attendant or knight; landed proprietor; സായുധ സഹചരൻ; (*hist.*) ജന്മി.

squirm (സ്ക്വേം) *v.* wriggle; writhe; പിടയ്ക്കുക; പുളയുക; ഞെളിപിരി കൊള്ളുക.

squirrel (സ്ക്വൈറൽ, സ്ക്വിറൽ) *n.* small rodent; animal; അണ്ണാൻ.

stab (സ്റ്റാബ്) *v.* (*p.t. & p.part.* **stabbed**) pierce or wound with a pointed weapon; ആയുധംകൊണ്ടു കുത്തുക; കുത്തിപ്പിളർക്കുക; മുറിവേല്പിക്കുക; *n.* കുത്ത്; മുറിവ്.

stability (സ്റ്റെറബിലിററി) *n.* firmness; steadiness; സ്ഥായിത്വം; സ്ഥിരത; ഉറപ്പ്; സ്വഭാവദാർഢ്യം; ദൃഢത; *v.* **stabilitate, stabilize** ദൃഢീകരിക്കുക; സ്ഥിരീകരിക്കുക; *n.* **stabilizer** ദൃഢീകരിക്കുന്നവൻ; ഉറപ്പിക്കുന്നവൻ; ദൃഢത നല്കുന്ന വസ്തു; വൈദ്യുതിയുടെ വോൾട്ടേജ് വ്യതിയാനം തടഞ്ഞ് സ്ഥിരപ്പെടുത്തുന്ന ഉപകരണം.

stable (സ്റ്റെറയ്ബ്ൾ) *n.* a building for horses; a set of horses; കുതിര

ലായം; ഒരുമിച്ചു സൂക്ഷിക്കുന്ന കുതിരകളുടെ പററം; *adj.* **stable** സ്ഥിരമായ; സുദൃഢമായ.

stack (സ്റാക്ക്) *n.* large pile of hay, corn, wood, etc.; കറ്റക്കൂമ്പാരം; വൈക്കോൽക്കൂമ്പാരം; കൂമ്പാരം.

stadium (സ്റെറയ്ഡിയം) *n.* a race-course; sports-ground; ഓട്ടക്കളം; കായികമത്സരങ്ങൾക്കുള്ള മൈതാനം.

staff (സ്ററാഫ്) *n.* walking stick; യഷ്ടി; baton; കോൽ; കുത്തിനടക്കുന്ന ഊന്നുവടി.

staff (സ്ററാഫ്) *n.* a body of persons employed in an establishment; ഒരു സ്ഥാപനത്തിലെ ഉദ്യോഗസ്ഥവൃന്ദം; **staff room** ജോലിക്കാരുടെ ഉപയോഗത്തിനുള്ള മുറി.

stag (സ്റാഗ്) *n.* male of red-deer; ആൺമാൻ.

stage (സ്റെറയ്ജ്) *n.* elevated platform esp. in a theatre; തട്ട്; കളിത്തട്ട്; രംഗപീഠം; നാട്യകല; സ്ഥാനം; നില; **stage-fright** സഭാകമ്പം; *n.* **staging** രംഗത്ത് അവതരിപ്പിക്കൽ.

stagger (സ്റാഗർ) *v.* walk unsteadily; reel from side to side; totter; ആടിനടക്കുക; വിറയ്ക്കുക; ഉഴറുക; ഇടറി നടക്കൽ; പതർച്ച; പരുങ്ങൽ.

stagnate (സ്റാഗ്നെയ്‌ററ്) *v.* cease to flow; be motionless; (വെള്ളത്തെപ്പററി) കെട്ടിക്കിടക്കുക; നിശ്ചലീഭവിക്കുക; *ns.* **stagnancy, stagnation** നീരോട്ടമില്ലായ്മ; നിശ്ചലത്വം.

stain (സ്റെറയ്ൻ) *v.* discolour; tinge; disgrace; കറ വീഴിക്കുക; അശുദ്ധമാക്കുക; *n.* spot; taint of guilt or evil; കറ; കളങ്കം; *adj.* **stainless** കറയററ; **stainless steel** തുരുമ്പുപിടിക്കാത്ത ഉരുക്ക്.

stair (സ്റെറയർ) *n.* step; a series of steps; ladder; പടി; ഏണിപ്പടി; കോവണിപ്പടി; (*pl.*) **stairs** കോവണി; കോവണിപ്പടികൾ; *n.* **staircase** കോവണിപ്പടിക്കെട്ട്.

stake (സ്റെറയ്ക്) *n.* strong stick pointed at one end; pole; കുററി; തറി; താങ്ങ്.

stake (സ്റെറയ്ക്) *v.* deposit as a wager; risk; പണയപ്പെടുത്തുക; സന്ദിഗ്ദ്ധാവസ്ഥയിലാവുക; *n.* a wager; condition of being at hazard; പണയം; സന്ദിഗ്ദ്ധാവസ്ഥ.

stale (സ്റെറയ്ൽ) *adj.* time-worn; tasteless from age; vapid; പഴകിപ്പോയ; വളിച്ച; രസംപോയ; യൗവനം കഴിഞ്ഞ.

stalemate (സ്റെറയ്ൽമെയ്‌ററ്) *n.* deadlock; സ്തംഭനം; *v.* bring to a stand still; ചതുരംഗത്തിലെ രാജാവിനെ കെട്ടുക.

stalk (സ്റോക്) *n.* stem of a plant; സസ്യത്തിന്റെ തണ്ട്.

stall (സ്റോൾ) *n.* a stable; booth; place or stand of display of goods; സ്ഥാനം; ലായം; വാണിഭസ്ഥലം.

stamen (സ്റെറയ്മൻ) *n.* (*pl.* **stamens**) male fertilizing organ of flowering plants; കേസരം; പൂന്തൊത്ത്.

stamina (സ്റാമിന) *n.* power of endurance; strength of body or mind; കഠിന വൈഷമ്യങ്ങൾ സഹിക്കാനുള്ള കഴിവ്; ബലം; ഓജസ്സ്; വീര്യം.

stammer (സ്റാമർ) *v.* falter in speaking; വിക്കുക; വിക്കിപ്പറയുക; *n.* വിക്ക്; കൊഞ്ഞൽ; *n.* **stammerer** വിക്കൻ; *n. & adj.* **stammering**.

stamp (സ്റാമ്പ്) *v.* bring the foot forcibly down upon; impress; imprint; ചവിട്ടിമെതിക്കുക; ചത

stampede | stark 397

യ്ക്കുക; മനസ്സിൽ പതിക്കുക; ദൃഢമായി നിവേശിക്കുക; മുദ്രകുത്തുക; മുദ്രപതിക്കുക; തൊഴിക്കുക; *n.* the act of stamping; an impression; mark; imprint; seal; പാദാഘാതം; മുദ്ര; മുദ്രയടയാളം; അടയാളം; വടു; കൊത്തുചിത്രം.

stampede (സ്റ്റാമ്പീഡ്) *n.* flight; sudden rush of a panic-stricken herd; വിരണ്ടോട്ടം; തുരുതുരെ പാച്ചിൽ; വിരളിപിടിച്ചോടുക.

stance (സ്റ്റാൻസ്) *n.* position taken; pose; attitude; നിലനില്ക്കുന്ന രീതി.

stanch, staunch (സ്റ്റാഞ്ച്, സ്റ്റോഞ്ച്) *v.* check the flow of blood; cease to flow; (മുറിവിൽനിന്നുള്ള) രക്തപ്രവാഹം നിർത്തുക; ഒഴുക്കു തടയുക.

stand (സ്റ്റാൻഡ്) *v.* cease to move; be at rest; endure; persist; be a candidate; നില്ക്കുക; എത്തിയേടത്തു നില്ക്കുക; ചെറുത്തുനില്ക്കുക; നിവർന്നുനില്ക്കുക; ഉറച്ചുനില്ക്കുക; സ്ഥാനാർത്ഥിയാവുക; *n.* an act, manner, or place of standing; a standing position; a post; station; a platform; നില്ക്കൽ; നില്പിന്റെ രീതി; നിലപാട്; നില്പ്; സ്ഥിതി; **stand by** ആലംബം നല്കുക; **stand against** ചെറുത്തുനില്ക്കുക; എതിരാവുക; **to stand the test** പരീക്ഷയെ നേരിടുക.

standard (സ്റ്റാൻഡേർഡ്) *n.* distinctive flag; a unit; കൊടി; പതാക; അളവ്; അളവുതോത്; മാനദണ്ഡം; നിലവാരം (gold standard etc.); ആദർശം; മാപനമാതൃക; വിദ്യാലയങ്ങളിലെ ക്ലാസുകളുടെ തരം; *adj.* പ്രാമാണികമായ; മാതൃകയായ; തോതനുസരിച്ചുള്ള; **standard of living** ജീവിതനിലവാരം; ജീവിതത്തോത്.

standardize (സ്റ്റാൻഡർഡൈസ്) *v.* make conform to standard; make or keep uniform size, shape etc.; പ്രമാണാനുസാരമാക്കുക; തോത് ഏർപ്പെടുത്തുക.

stanza (സ്റ്റാൻസ) *n.* group of lines of verse forming definite pattern; പദ്യഭാഗം; പദ്യശകലം; ശ്ലോകം.

staple (സ്റ്റെയ്പ്ൾ) *n.* leading commodity; മുഖ്യോത്പന്നം; പ്രധാന വിൽപനച്ചരക്ക്; *adj.* പ്രധാനപ്പെട്ട; ഭിത്തിയിലും തൂണിലും മററും അടിച്ചുകയററുന്ന വളഞ്ഞ ഇരുമ്പു കമ്പിയോ പട്ടയോ; കടലാസ് കൂട്ടിക്കൊളുത്തുന്ന ചെറുകമ്പിക്കൊളുത്ത്.

star (സ്ററാർ) *n.* celestial body appearing as luminous point; നക്ഷത്രം; ജന്മനക്ഷത്രം; കീർത്തിമാൻ; വിഖ്യാതനടൻ (നടി); താരചിഹ്നം; നക്ഷത്രചിഹ്നമിടുക; *adj.* **starlit** നക്ഷത്രപ്രകാശമുള്ള; നക്ഷത്രാലംകൃതമായ; *adj.* **starred** നക്ഷത്രാലംകൃതമായ; *adj.* **starry** നക്ഷത്രങ്ങൾ നിറഞ്ഞ.

starch (സ്റ്റാർച്ച്) *n.* carbohydrate used in the laundry as a stiffener; അന്നജം; ധാന്യനൂറ്; പശ; കഞ്ഞിപ്പശ; *v.t.* stiffen with starch; വസ്ത്രങ്ങൾ കഞ്ഞിമുക്കുക; പശ പിടിപ്പിക്കുക.

stare (സ്റ്റെയർ) *v.* look fixedly; തുറിച്ചുനോക്കുക; കണ്ണു തുറിച്ചു നില്ക്കുക; *n.* fixed look; കണ്ണു മിഴിക്കൽ; പരിഭ്രമം; മിഴിച്ചുനോട്ടം.

stark (സ്റ്റാർക്) *adj.* stiff; rigid; strong; gross; മരവിച്ച; കായബലമുള്ള; തികച്ചും; സമഗ്രമായ; നഗ്നമായ; അശേഷമായ; *adv.* wholly; entirely; തീരെ; വെറും; മുഴുവനും; **stark naked** പൂർണ്ണനഗ്നനായ.

start (സ്റ്റാർട്ട്) *v.* move suddenly aside; spring up or forward; begin; ഞെട്ടിപ്പോകുക; നിന്നിടത്തുനിന്നു ചാടിപ്പോകുക; ഞെട്ടി എഴുന്നേല്ക്കുക; പുറപ്പെടുക; തുടങ്ങുക.

startle (സ്റ്റാർട്ട്ൽ) *v.* take by surprise; take aback; പേടിച്ചു വിറയ്ക്കുക; പേടിപ്പിക്കുക; *n.* ഞടുക്കം; ഭയം; *adj.* **startling** ഞെട്ടിക്കുന്ന; അത്ഭുതപ്പെടുത്തുന്ന.

starve (സ്റ്റാർവ്) *v.* suffer from lack of food; suffer extreme hunger; പട്ടിണി കിടക്കുക; പട്ടിണിക്കിടുക.

state (സ്റ്റെയ്റ്റ്) *n.* position; situation; condition; a phase; whole body of people under one government; nation; province; ഇരിപ്പ്; നില; സ്ഥിതി; അവസ്ഥ; സ്ഥാനം; സമുദായം; രാജ്യം; രാഷ്ട്രം; സംസ്ഥാനം; സർക്കാർ; രാജ്യാധികാരികൾ.

state (സ്റ്റെയ്റ്റ്) *v.* express fully or clearly; specify; പറയുക; അറിയിക്കുക; പ്രസ്താവിക്കുക; വ്യക്തമായും പൂർണ്ണമായും പറയുക; പ്രതിപാദിക്കുക; *n.* **statement** പ്രസ്താവന; പ്രസ്താവിച്ച സംഗതി; സാക്ഷിമൊഴി.

stately (സ്റ്റെയ്റ്റ്ലി) *adj.* dignified; grand; അന്തസ്സുള്ള; പദവിയുള്ള; മഹത്വമുള്ള; ഉയർന്ന നിലയിലുള്ള; മഹിമയുള്ള.

statesman (സ്റ്റെയ്റ്റ്സ്മാൻ) *n.* person skilled in management of state affairs; രാജ്യതന്ത്രജ്ഞൻ; *adj.* **statesmanlike** രാജ്യതന്ത്രോചിതമായ; *n.* **statesmanship** രാജ്യതന്ത്രജ്ഞത.

static (സ്റ്റാറ്റിക്) *adj.* pert. to bodies at rest; stationary; വസ്തുസ്ഥിതിശാസ്ത്രപരമായ; സ്ഥാനസ്ഥമായ; സ്ഥിതിചെയ്യുന്ന; **static electricity** ഘർഷണവൈദ്യുതി; **statics** സ്ഥിതിതന്ത്രം; നിശ്ചലതാശാസ്ത്രം.

station (സ്റ്റെയ്ഷൻ) *n.* a standing-still; halting place; നില്ക്കൽ; താവളം; കേന്ദ്രം; റെയിൽവെസ്റ്റേഷൻ; പോലീസ്സ്റ്റേഷൻ.

stationary (സ്റ്റേയ്ഷനറി) *adj.* remaining in one place; not moving; not അനങ്ങാതുള്ള; ഇളകാതുള്ള; മാററമില്ലാത്ത; നിന്ന നിലയിൽ നില്ക്കുന്ന.

stationery (സ്റ്റേയ്ഷനറി) *n.* materials for writing on or with; കടലാസ്, മഷി ആദിയായ സാധനങ്ങൾ; ലേഖനസാമഗ്രി.

statistics (സ്റ്റ്റ്റിസ്റ്റിക്സ്) *n.* numerical facts systematically collected; സ്ഥിതിവിവരശാസ്ത്രം.

statue (സ്റ്റാറ്റ്യൂ) *n.* sculptured or cast or moulded figure of person or animal; പ്രതിമ; കൊത്തിയുണ്ടാക്കിയ രൂപം; ശിലാപ്രതിമ.

stature (സ്റ്റാച്ചർ) *n.* height of human body; (ആളുടെ) ഉയരം; പൊക്കം; ശരീരവളർച്ച.

status (സ്റ്റെയ്റ്റസ്) *n.* position; rank; importance; സ്ഥിതി; പദവി; അവസ്ഥ; അന്തസ്സ്; **status quo** മാററമില്ലാത്തസ്ഥിതി; പൂർവ്വസ്ഥിതി.

statute (സ്റ്റാറ്റ്യൂട്) *n.* a written law; an act; നിയമം; ചട്ടം; ശാസനം; *adj.* **statutory** നിയമത്താൽ ഏർപ്പെടുത്തപ്പെട്ട.

staunch (സ്റ്റാഞ്ച്, സ്റ്റോഞ്ച്) *adj.* stout and firm; trustworthy; ഉറച്ച; വിശ്വസ്തതയുള്ള; വിശ്വസിക്കാവുന്ന.

stay (സ്റ്റെയ്) *v.* abide; dwell; remain; hold back; delay; വസിക്കുക;

steadfast | step 399

തങ്ങുക; വർത്തിക്കുക; അനങ്ങാതിരിക്കുക; തങ്ങിയിരിക്കുക; നിന്നുപോകുക; താങ്ങിനില്ക്കുക; നിറുത്തുക; തീരുമാനം നീട്ടിവയ്ക്കുക; ഊന്ന്; താങ്ങ്; ആധാരം.

steadfast (സ്റെറഡ്ഫാസ്ററ്) *adj.* firm; fixed; resolute; ഉറച്ച; മനഃസ്ഥിരതയുള്ള; ദൃഢചിത്തനായ; *adv.* **steadfastly**; *n.* **steadfastness**.

steady (സ്റെറഡി) *adj.* firm in standing; regular; industrious; ഇടറാത്ത; ഉറച്ചുനില്ക്കുന്ന; ഏകാഗ്രതയുള്ള; ഇളക്കമില്ലാത്ത; സ്ഥിരോത്സാഹമുള്ള; *v.* സ്ഥിരപ്പെടുത്തുക; ഇളകാതെ നിറുത്തുക; ഉറച്ചുനില്ക്കുക.

steal (സ്ററീൽ) *v.* (*p.t.* **stole**, *p.part.* **stolen**) to take by theft or feloniously; കവർന്നെടുക്കുക; (*lit. & fig.*) മോഷ്ടിക്കുക; ഒളിച്ചുപോകുക.

steam (സ്ററീം) *n.* vapour; mist; നീരാവി; ബാഷ്പം; മഞ്ഞുപുക.

steamer (സ്ററീമർ) *n.* vessel moved by steam; ആവിപ്രവർത്തിതമായ കപ്പൽ.

steed (സ്ററീഡ്) *n.* war horse; പടക്കുതിര.

steel (സ്ററീൽ) *n.* malleable alloy of iron and carbon; ഉരുക്ക്; ദൃഢമാക്കുക; മനസ്സുറപ്പു വരുത്തുക.

steep (സ്ററീപ്) *adj.* greatly inclined; precipitous; കുത്തനെയുള്ള; ചെങ്കുത്തായ.

steeple (സ്ററീപ്ൾ) *n.* tower; lofty structure; ഗോപുരാഗ്രം; ശിഖരം.

steer (സ്ററീയ്യർ) *n.* young ox; bullock; കാളക്കുട്ടി; മൂരി.

steer (സ്ററിയർ) *v.* guide motor vehicle, aircraft etc.; guide; govern; ചുക്കാൻ പിടിക്കുക; ചുക്കാൻ തിരിക്കുക; വാഹനം ഓടിക്കുക.

stellar (സ്റെറല്ലർ) *adj.* of the stars; starry; starlike; നക്ഷത്രങ്ങളെ സംബന്ധിച്ച; നക്ഷത്രങ്ങൾ നിറഞ്ഞ; താരകാകൃതിയായ.

stem (സ്റെറം) *n.* main body of a tree, തടി; തായ്ത്തടി; കാണ്ഡം.

stench (സ്റെറൻ്ച്) *n.* foul smell; ദുർഗന്ധം; നാററം.

stencil (സ്റെറൻസിൽ) *n.* plate of metal with a pattern cut out; സ്റെറൻസിൽ; അക്ഷരാകൃതിയിലോ ചിത്രാകൃതിയിലോ ഭാഗങ്ങൾ നീക്കംചെയ്ത ലോഹത്തകിട്.

steno (സ്റെറനൗ) *n.* (*coll.*) stenographer എന്നതിൻെറ ചുരുക്കരൂപം.

stenograph (സ്റെറ്നെഗ്രാഫ്) *v.* write in shorthand; ചുരുക്കെഴുത്തെഴുതുക; *n.* **stenographer** ചുരുക്കെഴുത്തുകാരൻ.

step (സ്റെറപ്) *v.* advance or retire by pacing; walk slowly; go short distance; perform by stepping; അടിവയ്ക്കുക; ചുവടുവയ്ക്കുക; മെല്ലെ നടക്കുക; മുന്നോട്ടോ പുറകോട്ടോ നീങ്ങുക; കയറുക; ചവിട്ടുക; നൃത്തം വയ്ക്കുക; *n.* pace; footprint; small space or distance; ചുവട്; നട; കാൽവയ്പ്; കാല്പാട്; ചുവടുവയ്പ്; കോവണിപ്പടി; ചവിട്ടുകല്ല്; **stepping stone** ചവിട്ടുകല്ല്; **step in** വീട്ടിലേക്കു കയറുക; **step by step** പടിപടിയായി.

step (സ്റെറപ്) *pref.* indicating affinity by another marriage; മറെറാരു വിവാഹംമൂലമുണ്ടായ ബന്ധത്തിൻെറ സ്വഭാവം കുറിക്കുന്ന പദം; **stepbrother** വൈമാത്രേയ സഹോദരൻ; (*fem.* **stepsister**); **stepfather**

അമ്മയുടെ രണ്ടാം ഭർത്താവ്; ചിറ്റപ്പൻ; **stepmother** രണ്ടാനമ്മ.

stepney (സ്റെറപ്നി) *n.* a spare wheel of motor vehicle; ആവശ്യം വന്നാൽ ഉപയോഗിക്കാൻവേണ്ടി കരുതിവയ്ക്കുന്ന മോട്ടോർവാഹനങ്ങളുടെ വീൽ.

stereo (സ്ററീരിയൊ) (*pref.*) solid; having three dimensions; (സമാസത്തിൽ) ഘനരൂപമായ; ത്രിമാനമായ.

stereotype (സ്ററീരിയ്യടൈപ്പ്) *n.* printing plate; fixed immovable types; മുദ്രാഫലകം; വാർപ്പച്ചടി; സ്ഥിരരൂപം; സ്ഥിരാക്ഷരത്തകിട്; *v.* അച്ചുതകിടായി വാർക്കുക; *adj.* സ്ഥിരാക്ഷരപ്പതിപ്പായ; സ്ഥിരാക്ഷരമായ; മാററമില്ലാത്ത; സ്ഥിരരൂപമായ; *adj.* **stereotyped** formed in a fixed unchangeable manner; തകിടച്ചടിയായ; ഒരേതരമായ.

sterile (സ്റെറൈൽ) *adj.* unfruitful; barren; unproductive; വന്ധ്യമായ; വിളവുണ്ടാകാത്ത; മച്ചിയായ; ഉത്പാദനശക്തിയില്ലാത്ത; തരിശായ; *n.* **sterility** വന്ധ്യത; നിഷ്ഫലത.

sterilize (സ്റ്റെറിലൈസ്) *v.* make sterile; make free from microorganisms; വന്ധ്യമാക്കുക; ഉത്പാദകശക്തി കെടുക്കുക; രോഗബീജത്തെ നശിപ്പിക്കുക; *n.* **sterilization** വന്ധ്യംകരണം; അണുപ്രാണിനാശനം.

stern (സ്റെറൺ) *adj.* severe of manner; strict; കടുത്ത; കർശനമായ; വിട്ടുവീഴ്ചയില്ലാത്ത; കർക്കശമായ; *adv.* **sternly**; *n.* **sternness**.

steroid (സ്റെറൊറോയ്ഡ്, സ്ററിറോയ്ഡ്) *n.* (*chem.*) an organic compound produced in the body, ശരീരത്തിൽ സൃഷ്ടിക്കപ്പെടുന്ന ഹോർമോൺ പോലെയുള്ള ജൈവവസ്തു.

stethoscope (സ്റ്റെത്തെസ്കൗപ്) *n.* an instrument for auscultation; ഹൃദയസ്പന്ദനപരിശോധിനി; *adj.* **stethoscopic**.

stew (സ്ററ്യൂ) *v.* simmer or boil slowly; be in a state of worry; വേവിക്കുക; പുഴുങ്ങുക; മന്ദം പചിക്കുക; (*fig.*) 'പുഴുങ്ങുക;' ഉഷ്ണിച്ച് വിയർക്കുക; 'സ്ററ്യൂ;' പുഴുക്ക്; ഇറച്ചിപ്പുഴുക്ക്.

steward (സ്റ്റ്യുവ്വർഡ്) *n.* one who manages the domestic concerns; കാര്യസ്ഥൻ; വിചാരിപ്പുകാരൻ; (*fem.*) **stewardess**; *n.* **stewardship**.

stick (സ്റ്റിക്) *v.* (*p.t. & p.part.* **stuck**) become or remain fixed; ഒട്ടിപ്പിടിക്കുക; തുളയ്ക്കുക; തറയ്ക്കുക; മൊട്ടുസൂചികൊണ്ടു കുത്തിപ്പിടിപ്പിക്കുക; ഒട്ടിക്കുക; പററിയിരിക്കുക; ചേർന്നുനില്ക്കുക; *n.* adhesiveness; ഒട്ടൽ; പശിമ; *adj.* **sticking**; *adj.* **sticky** ഒട്ടിപ്പിടിക്കുന്ന; പശിമയുള്ള; വഴുവഴുപ്പായ; *n.* **stickiness** ഒട്ടൽ; പിടിത്തം.

stick (സ്ററിക്) *n.* a rod of wood esp. for walking with; implement to propel ball in hockey, polo etc.; വടി; ദണ്ഡ്; വിറകുകൊള്ളി; ചിലയിനം പന്തുകളികൾക്കുള്ള ദണ്ഡ് (ഹോക്കി, പോളോ etc.).

sticker (സ്റ്റിക്കർ) *n.* persistent person; പറ്റിപ്പിടിക്കുന്നവൻ; ഒട്ടിച്ച ലേബൽ.

stiff (സ്റ്റിഫ്) *adj.* not flexible; rigid; വളയാത്ത; മയമില്ലാത്ത; വിട്ടുവീഴ്ചയില്ലാത്ത.

stiffen (സ്റ്റിഫെൻ) *v.* make stiffer; കർക്കശമാക്കുക; കാഠിന്യം വരുത്തുക.

stifle (സ്റ്റൈഫ്ൾ) *v.* suffocate; choke; ശ്വാസംമുട്ടിക്കുക; ഞെക്കിക്കൊല്ലുക.

stigma (സ്റ്റിഗ്മ) *n.* (*pl.* **stigmas, stigmata**) mark of infamy; a scar; പൊള്ളിയ അടയാളം; മറുക്; അപമാനം; അപവാദം; ഗർഭകേസരാഗ്രം; പരാഗണസ്ഥലം.

stigmatize (സ്റ്റിഗ്മറ്റൈസ്) *v.* brand; denounce (കള്ളനെന്നും മറ്റും) മുദ്രകുത്തുക; അപമാനിക്കുക; ദുഷിക്കുക.

still (സ്റ്റിൽ) *adj.* motionless; inactive; silent; calm; quiet; നിശ്ചലമായിരിക്കുന്ന; ഇളകാത്ത; അനങ്ങാത്ത; നിശ്ശബ്ദമായ; പ്രശാന്തമായ; *n.* calm; quiet; an ordinary photograph; പ്രശാന്തത; നിശ്ശബ്ദത; നിശ്ചലത്വം; നിശ്ചലഫോട്ടോ; **still-birth** ചാപിള്ള പ്രസവം; *n.* **stillness** സ്തബ്ധത.

still (സ്റ്റിൽ) *n.* apparatus for distillation; വാറ്റുപാത്രം.

stilt (സ്റ്റിൽറ്റ്) *n.* long pole with a rest for the foot; പൊയ്ക്കാൽ; ഊന്നുവടി.

stimulate (സ്റ്റിമ്യുലെയ്റ്റ്) *v.* incite; instigate; excite; animate; ഇളക്കിവിടുക; ചുണയുണ്ടാക്കുക; ഉന്മേഷം വരുത്തുക; ഉത്തേജിപ്പിക്കുക; പ്രേരിപ്പിക്കുക; *n.* **stimulation** ഉന്മേഷം; ഉത്തേജനം; ഉത്സാഹം; ചുണ; *adj.* **stimulant** ഉത്തേജകമായ; തേജോവർദ്ധകമായ; *n.* **stimulant** മാദകദ്രവ്യം; ഉദ്ദീപനൗഷധം; ഉത്തേജകം.

stimulus (സ്റ്റിമ്യുലസ്) *n.* (*pl.* **stimuli**) incitement; incentive; thing that rouses energy; പ്രചോദനം; പ്രേരണം; ഉത്തേജനം; ഉദ്ദീപനൗഷധം.

sting (സ്റ്റിങ്) *v.* prick; hurt; cause mental pain; കുത്തുക; കടിക്കുക; കഠിനവേദനയുണ്ടാക്കുക; (*p.t.* & *p.part.* **stung**) *n.* sharp point; thrust from it; മുള്ള്; വിഷപ്പല്ല്; ചില പ്രാണികളുടെ കൊമ്പ്; കടി; കൊമ്പ്.

stingy (സ്റ്റിങ്ജി) *adj.* meanly parsimonious; നിന്ദ്യമാംവിധം പിശുക്കുള്ള.

stink (സ്റ്റിങ്ക്) *v.* (*p.t.* & *p.part.* **stunk**) give out a strong offensive smell; നാറുക; ദുർഗന്ധം വമിക്കുക; (*fig.*) അപകീർത്തി വരുത്തുക; നാറ്റുക; *n.* നാറ്റം; *adj.* **stinking** ദുർഗന്ധപൂർണ്ണമായ; ദുഷ്പേരുണ്ടാക്കുന്ന.

stint (സ്റ്റിൻറ്) *v.* limit; restrict; അളവുവയ്ക്കുക; അതിർത്തി കല്പിക്കുക.

stipend (സ്റ്റൈപെൻഡ്) *n.* a periodical allowance; (വിദ്യാർത്ഥികൾക്കും മറ്റും നൽകുന്ന) സഹായധനം; പഠനപരിശീലന കാലങ്ങളിൽ നൽകുന്ന വേതനം; *adj.* **stipendiary** സഹായധനം വാങ്ങുന്ന; വേതനം പറ്റുന്ന; *n.* വേതനം പറ്റുന്നവൻ; ധനസഹായം വാങ്ങുന്നവൻ.

stipulate (സ്റ്റിപ്യുലെയ്റ്റ്) *v.* to set as a condition or essential part of an agreement; വ്യവസ്ഥ വയ്ക്കുക; നിബന്ധന ഏർപ്പെടുത്തുക; *adj.* **stipulated** നിർദ്ദിഷ്ടമായ; *n.* **stipulation** ഉഭയസമ്മതം; വ്യവസ്ഥ.

stir (സ്റ്റേർ) *v.* (*p.t.* & *p.part.* **stirred**, *pres.part.* **stirring**) move; incite; rouse; set in motion; അനക്കുക; ഇളക്കുക; മാറ്റിവയ്ക്കുക; കലക്കുക; കലങ്ങുക; കുഴയ്ക്കുക; ഉത്സാഹിപ്പിക്കുക.

stirrup (സ്റ്റിറപ്) *n.* a support for a rider's foot; അശ്വാരൂഢൻെറ പാദാധാരം.

stitch (സ്റ്റിച്ച്) *v.* sew; practise needlework; തയ്ക്കുക; തുന്നുക; തുന്നി ക്കെട്ടുക; തുന്നിച്ചേർക്കുക; തുന്നൽ പ്രവൃത്തി ചെയ്യുക; തയ്യൽവേല ചെയ്യുക; *n.* a mode of stitching; തയ്യൽ; ഇഴ; ഉഴവു ചാൽ; *n.* **stitching** തയ്യൽ; തുന്നൽ പ്പണി; *n.* **stitch- craft** തുന്നൽ വേല.

stock (സ്റ്റൊക്) *n.* a stem or trunk of a tree or other plant; a post; block; raw material; capital securities; cattle; ancestry; goods for sale; കുറ്റി; തായ്ത്തടി; സ്തംഭം; അസംസ്കൃത പദാർത്ഥം; സംഭരണം; മൂലധനം; സംഭരിച്ച വ്യാപാരച്ചരക്കുകൾ; കമ്പനി ഓഹരികൾ; കടപ്പത്രം; **laughing stock** പരിഹാസപാത്രം; **stock account** ഇരിപ്പുസാധനക്ക ണക്ക്; **stock exchange** സർക്കാർ കടപ്പത്രങ്ങളും കമ്പനി ഓഹരികളും വിൽക്കുന്ന സ്ഥലം.

stocking (സ്റ്റൊക്കിങ്) *n.* fitting foot-covering; പാദയുറ; കീഴ്ക്കാ ലുറ.

Stoic (സ്റ്റോയിക്) *n.* a disciple of the Gk. philosopher Zeno; വൈരാഗി; സമചിത്തൻ; ഇഷ്ടാനിഷ്ടരഹി തൻ; *adj.* **Stoical.**

stole (സ്റ്റോൾ) *p.t.* of **steal.**

stolen *p.part.* of **steal.**

stolid (സ്റ്റോലിഡ്) *adj.* slow in intellect; foolish; impassive; ജഡ ബുദ്ധിയായ; മന്ദനായ; അവിവേക മായ.

stomach (സ്റ്റമക്) *n.* muscular bag into which food passes; organ of digestion; the belly; വയറ്; ആമാശയം; ജഠരം; വിശപ്പ്; രുചി; ഭക്ഷണാർത്തി.

stone (സ്റ്റൗൺ) *n.* a detached piece of rock; a gem; tombstone; nut; testicle; concreation in the bladder weight of 14 lb; കല്ല്; ശില; അച്ചു കല്ല്; രത്നം; കല്ലറ; ശ്മശാനസ്തംഭം; കായ്കൾക്കുള്ളിലെ കുരു; ബീജം; അണ്ടി; വൃഷണം; മൂത്രകൃച്ഛ്റം; 14 റാത്തൽ തൂക്കം; *n.* **stone age** ശിലാ യുഗം; *n.* **stone borer** കല്ലിൽ തമരി ടുന്നവൻ; *adj.* **stony** കല്ലുസംബ ന്ധിച്ച; കല്ലുനിറഞ്ഞ; കല്ലുകൊണ്ടു ണ്ടാക്കിയ.

stooge (സ്റ്റൂജ്) *n.* (*sl.*) an actor's feeder; a subordinate; പ്രധാന നടൻെറ സഹായി; (*fig.*) പിണി യാൾ; 'ശിങ്കിടി'.

stool (സ്റ്റൂൾ) *n.* seat without a back; a seat used in evacuating the bowels; defecation; സ്റ്റൂൾ; ആസനം; പീഠം; നൽകാലി; വിരേചനം; അമേ ധ്യം; മലം; **go to stool** വിസർജ്ജന ത്തിനു പോകുക.

stoop (സ്ററൂപ്പ്) *v.* bend or lean forward; submit; അകത്തോട്ടു വള യ്ക്കുക; താഴ്മ കാട്ടുക; കുനിയുക; കുമ്പിടുക.

stop (സ്റ്റൊപ്) *v.* (*p.t. & p.part.* **stopped**) render impassable; hinder; arrest; keep back; അടച്ചു കെട്ടുക; തടയുക; വിലക്കുക; നിറു ത്തിവയ്ക്കുക; തടസ്സപ്പെടുത്തുക; നിറു ത്തലാക്കുക; നിന്നുപോകുക; മുടങ്ങുക; *n.* അടപ്പ്; തട; തട യൽ; മുടക്കം; **full stop** പൂർണ്ണ വിരാമം; **stop-gap** തല്ക്കാല നിവൃത്തി; **stopper** മൂടി; കോർക്ക്; രോധനി.

store (സ്റേറാ൪) *adj.* quantity collected or hoarded; supply; stock; സംഭരണം; സഞ്ചയം; കലവറ; ഭണ്ഡാഗാരം; ഭക്ഷണക്കോപ്പ്; യുദ്ധ

സംഭാരം; കട; പീടിക; കരുതി വയ്ക്കുക; കൂട്ടിവയ്ക്കുക.

storey, story (സ്റ്റോറി) *n.* all that part of a building on the same floor; തട്ട്; നില; *adj.* **storied, storeyed**.

stork (സ്റ്റോർക്) *n.* large wading bird; കൊക്ക്; കൊററി.

storm (സ്റ്റോം) *n.* violent atmospheric commotion producing wind; കൊടുങ്കാററ്; ചണ്ഡവാതം; പ്രകൃതിക്ഷോഭം; വിപ്ലവം; കൊടുങ്കാററടിക്കുക; കയ്യേറുക; ആക്രമിക്കുക.

stormy (സ്റ്റോമി) *adj.* tempestuous; കോളുള്ള; കൊടുങ്കാററു സംബന്ധിച്ച; ഇളകിയ; പ്രക്ഷുബ്ധമായ.

story (സ്റ്റോറി) *n.* a narrative; account; report; tale; കഥ; ചരിത്രം; ചെറുകഥ; സംഭവവിവരണം.

stout (സ്റ്റൗട്ട്) *adj.* bulky; burly; തടിച്ച; കൊഴുത്ത.

stove (സ്റ്റൗവ്) *n.* pottery-kiln; furnace; oven; അടുപ്പ്; ഇരുമ്പടുപ്പ്.

straight (സ്ട്രെയ്റ്റ്) *adj.* in a straight line; direct; horizontal; frank and honourable; ചൊവ്വായ; വളവില്ലാത്ത; തിരശ്ചീനമായ; നേരേയുള്ള; നിഷ്കപടമായ; **straighten** നിവർത്തുക; ചൊവ്വാക്കുക; *adj.* **straightforward** നേരേയുള്ള; നേർവഴി യിൽ ചെല്ലുന്ന *n.* **straight forwardness**; *adv.* **straightly** നേർവഴിക്ക്.

strain (സ്ട്രെയ്ൻ) *v.* stretch; draw tight; exert to the utmost; പീഡിപ്പിക്കുക; വളരെ വലിക്കുക; വലിച്ചുനീട്ടുക; അതിപ്രയത്നം ചെയ്യുക; **at full strain** പരമാവധി ആയാസപ്പെട്ട്; **strains and stresses** പിരിമുറുക്കങ്ങളും ക്ലേശങ്ങളും.

strain (സ്ട്രെയ്ൻ) *n.* breed; race; inherited tendency; കുലം; വംശം; ഇനം; ജാതി.

strait (സ്ട്രെയ്റ്റ്) *adj.* (*ar.*) close; narrow; ഇടുക്ക്; കരയിടുക്ക്; ബുദ്ധിമുട്ട്; കഷ്ടപ്പാട്; ഞെരുക്കം,

strand (സ്ട്രാൻഡ്) *n.* margin of sea, lake or river; a landing place; തീരം; സമുദ്രതീരം.

strand (സ്ട്രാൻഡ്) *n.* one of the twists of a rope; കയറിൻെറ പിരി; ഇഴ.

strange (സ്ട്രെയ്ഞ്ജ്) *adj.* alien; foreign; wonderful; അന്യരാജ്യത്തുള്ള; വിദേശീയമായ; സ്വന്തമല്ലാത്ത; വിചിത്രമായ; *n.* **strangeness** അപൂർവ്വത; വൈചിത്ര്യം; അപരിചിതത്വം.

stranger (സ്ട്രെയ്ഞ്ജർ) *n.* one unknown or little known; foreigner; അന്യൻ; അന്യരാജ്യക്കാരൻ; അപരിചിത വ്യക്തി.

strangle (സ്ട്രാങ്ഗ്ൾ) *v.* kill by compressing the throat; choke; കഴുത്തു ഞെരിച്ചു കൊല്ലുക; ഞെക്കിക്കൊല്ലുക; *n.* **strangle-hold** ശ്വാസം മുട്ടിക്കുന്ന പിടിത്തം; *n.* **strangler** കഴുത്തു ഞെരിക്കുന്നവൻ.

strap (സ്ട്രാപ്) *n.* a narrow strip of leather; band; belt; ചാട്ടവാറ്; ചെരുപ്പു വാറ്; അരഞ്ഞാൺ.

stratagem (സ്ട്രാററജം) *n.* artifice in war; any artifice generally; കള്ളക്കൗശലം; ചതി; ചതിപ്രയോഗം.

strategic (സ്ട്രററാറെറജിക്) *adj.* (*also* **strategical**) pert. to or dictated by strategy; സമരതന്ത്രപരമായ; തന്ത്രപ്രധാനമായ; *n.* **strategy** യുദ്ധ

കൗശലം; സമരതന്ത്രം; നയോപായ വൈദഗ്ദ്ധ്യം.

straw (സ്ട്രോ) *n.* stalk of grain; trifle; anything worthless; വൈക്കോൽ; ശുഷ്കതൃണം; തുരുമ്പ്; നിസ്സാര വസ്തു.

stray (സ്ട്രെയ്) *v.* wander as from a direct course; roam or ramble; അലഞ്ഞുതിരിയുക; വഴിതെറ്റുക; ശരിയായ മാർഗത്തിൽനിന്നു വ്യതിചലിക്കുക; കൂട്ടംപിരിഞ്ഞുപോകുക; stray thoughts ചിതറിയ ചിന്തകൾ.

streak (സ്ട്രീക്) *n.* line; band of marked colours; ray; വര; കര; വർണ്ണരേഖ; നഗ്നമായി ജനമദ്ധ്യത്തിലൂടെ ഓടുക.

stream (സ്ട്രീം) *n.* a running water; a river or brook; a current; a drift; നീരൊഴുക്ക്; അരുവി; പുഴ; *v.* to flow in a stream; പ്രവഹിക്കുക; വ്യാപിക്കുക; ധാരയായി വീഴുക.

street (സ്ട്രീറ്റ്) *n.* town or village road തെരുവ്; തെരുവീഥി; പട്ടണപ്പാത; ഗ്രാമപ്പാത.

strength (സ്ട്രെങ്ഗ്ത്) *n.* quality of being strong; numbers; military force; ബലം; ശക്തി; ഉറപ്പ്; ഈട്; അക്ഷീണത; ആരോഗ്യം; പ്രബലത; സൈന്യം; സംഖ്യാബലം.

strengthen (സ്ട്രെങ്തൻ) *v.* to make strong or stronger; പ്രബലപ്പെടുത്തുക; എണ്ണംകൂട്ടുക; പോഷിപ്പിക്കുക; ബലിഷ്ഠമാക്കുക.

stress (സ്ട്രെസ്) *n.* hardship; strain; ബുദ്ധിമുട്ട്; ക്ലേശം; (strain and stress); ഉഗ്രത; ഊന്നിപ്പറയൽ; ആയാസം; **lay stress on** ഊന്നിപ്പറയുക.

stretch (സ്ട്രെച്ച്) *v.* extend; expand in any direction; spread out; നീട്ടുക; കൈയും കാലും നീട്ടുക; നിവർത്തുക; വിടർത്തുക; വലിച്ചുനീട്ടുക.

strew (സ്റ്ററൂ) *v.t.* scatter loosely; ചിതറുക; വിതറുക; തളിക്കുക.

strict (സ്ട്രിക്റ്റ്) *adj.* restricted; exact; rigorous; severe; ക്ലിപ്തമായ; നിശ്ചിതമായ; കർശനമായ; നിയതമായ; വിട്ടുവീഴ്ചയില്ലാത്ത.

stride (സ്ട്രൈഡ്) *v.* walk with long steps; കാൽ വലിച്ചുനീട്ടി നടക്കുക; കാൽ നീട്ടിവച്ചുള്ള നടപ്പ്; വലിയ ചുവടു വയ്ക്കൽ.

strife (സ്ട്രൈഫ്) *n.* state of conflict; quarrel; war; സംഘട്ടനാവസ്ഥ; കിടമത്സരം; പോര്; സ്പർദ്ധ.

strike (സ്ട്രൈക്) *v.* give a blow to; thrust in; pierce; stamp; അടിക്കുക; അടിച്ചുവീഴ്ത്തുക; ഇടിക്കുക; തട്ടുക; കൊട്ടുക; മുദ്രകുത്തുക; പ്രഹരിക്കുക; നാണ്യമടിക്കുക; പെട്ടെന്നുണ്ടാകുക; പണി മുടക്കുക; പഠിപ്പു മുടക്കുക; **strike back** പ്രത്യാക്രമണം നടത്തുക; **strike upon** (ആശയം) പെട്ടെന്നുദയം ചെയ്യുക; **strike off** നീക്കം ചെയ്യുക; വെട്ടിക്കളയുക.

string (സ്ട്രിങ്) *n.* small chord or twine; fibre chord; thread; നൂൽ; ചരട്; വണ്ണം കുറഞ്ഞ തന്തു; തോൽവാറ്; ഇഴയിടുക; ചരടുപിന്നുക.

stringent (സ്ട്രിൻജൻറ്) *adj.* strict; precise; rigorous; കണിശമായ; കഠിനമായ; കർശനമായ; ഖണ്ഡിതമായ.

strip (സ്ട്രിപ്) *v.* (*p.t. & p.part.* **stripped**) (*ar.*) pull, peel, or tear off; undress; കളയുക; കൊള്ളയിടുക; (വസ്ത്രം) അഴിക്കുക; അപഹരിക്കുക; പറിക്കുക; *adj.* **stripped** വിവസ്ത്രമായ; ഉരിഞ്ഞ.

stripe (സ്ട്രൈപ്) *n.* a long narrow division of anything of a different colour; ദീർഘഖണ്ഡം; നീണ്ട തുണ്ട്; വര; രേഖ; കമ്പി; ചാട്ടകൊണ്ടുള്ള അടി; ചിഹ്നം.

strive (സ്ട്രൈവ്) *v.* (*p.t.* **strove**, *p.part.* **striven**) make efforts; endeavour; ഉദ്യമിക്കുക; അദ്ധ്വാനിക്കുക; പ്രയാസപ്പെടുക; മത്സരിക്കുക.

stroke (സ്ട്രൗക്) *n.* blow; knock; touch of a pen; പന്തുതട്ടൽ; അടി; ഇടി; തട്ട്; രോഗബാധ; അഭിഘാതം; തഴുകൽ.

stroke (സ്ട്രൗക്) *v.* rub gently; soothe; മൃദുവായി തടവുക; തലോടുക.

stroll (സ്ട്രൗൾ) *v.* go for short leisurely walk; അലസമായി നടക്കുക; ലാത്തുക; *n.* leisurely walk; ഉലാത്തൽ.

strong (സ്ട്രൊങ്) *adj.* (*comp.* **stronger**; *superl.* **strongest**) powerful; forceful; healthy; efficient; vigorous; ശക്തമായ; ഉറച്ച; നല്ല ആരോഗ്യമുള്ള; വീര്യമുള്ള; കായബലമുള്ള; സൈന്യബലമുള്ള; കരുത്തുള്ള; ഐശ്വര്യമുള്ള; കോട്ടയുറപ്പിച്ച; ലഹരിപിടിപ്പിക്കുന്ന; രൂക്ഷതയുള്ള; **stronghold** കോട്ട; ദുർഗ്ഗം; **strong man** കരുത്തൻ.

strove (സ്ട്രോവ്) *p.t.* of **strive**.

structural (സ്ട്രക്ചറൽ) *adj.* of structure; ഘടനാപരമായ; ഘടനയെക്കുറിച്ചുള്ള.

structure (സ്ട്രക്ചർ) *n.* manner in which a building is constructed; ഘടന; നിർമ്മിക്കൽ; നിർമാണം; കെട്ടിടരൂപം.

struggle (സ്ട്രഗ്ൾ) *v.* use great efforts; labour hard; contend; fight; be in agony; പോരാടുക; (കഠിനപ്രയാസങ്ങളോട്) മല്ലിടുക; എതിർപ്പുകളെ നേരിടുക; ബുദ്ധിമുട്ടുക; പാടുപെടുക; സമരം ചെയ്യുക; (child struggled and kicked); *n.* സമരം; ബലപരീക്ഷ; സാഹസം; പോരാട്ടം; ജീവിതപ്രയാസം.

strut (സ്ട്രട്) *n.* proud step; ഞെളിഞ്ഞ നടത്തം.

stub (സ്ററബ്) *n.* a stump; മുരട്; കുററി; തുണ്ടം.

stubborn (സ്ററബ്ബൺ) *adj.* obstinate; inflexible; stiff; വഴങ്ങിത്തരാത്ത; ഇണങ്ങാത്ത; ശാഠ്യമുള്ള; ദുർവാശിയുള്ള.

stud (സ്ററഡ്) *n.* a horse-breeding establishment; animals kept there; കുതിരകളെപ്പോററിവളർത്തുന്ന സ്ഥാപനം; **stud-horse** വിത്തുകുതിര; **stud-bull** വിത്തുകാള.

stud (സ്ററഡ്) *n.* large-headed nail; കുടയാണി; മൊട്ടാണി; *v.t.* (*p.t.* & *p.part.* **studded**) മൊട്ടുവയ്ക്കുക; ഖചിതമാക്കുക.

student (സ്ററ്യുഡൻറ്) *n.* one who studies; learner; വിദ്യാർത്ഥി; പഠനശീലമുള്ളയാൾ.

studio (സ്ററ്യുഡിയൗ) *n.* an artist's workroom; കലാകാരൻെറ തൊഴിൽശാല; ഛായാചിത്രമോ ചലച്ചിത്രമോ നിർമ്മിക്കുന്ന നിലയം.

studious (സ്ററൂഡിയസ്) *adj.* assiduous in study; പഠനശീലമുള്ള; പഠനവ്യഗ്രനായ.

study (സ്ററഡി) *n.* application of mind to the acquisition of knowledge or skill; പഠനം; പാഠവിഷയം; ആലോചനാവിഷയം; ശ്രദ്ധാപൂർവ്വം പഠിക്കുക; അഭ്യസനം; പാഠം; *v.* learn; apply mind to; പഠിക്കുക;

ശ്രദ്ധാപൂർവ്വം വായിക്കുക; **studies** ഉപരിപഠനം.

stuff (സ്ററഫ്) *n.* materials of which anything is made; fabric; പദാർത്ഥം; വസ്തു; ദ്രവ്യം; സാമഗ്രി; *v.* **stuff** കുത്തിനിറയ്ക്കുക; ഭക്ഷിപ്പിക്കുക; കുത്തിത്തിരുകുക; അമിതമായി നിറച്ചുവയ്ക്കുക; (സ്ററഫ് ചെയ്യു ക); നിറയുക.

stumble (സ്ററംബ്ൾ) *v.* take a false step; come near to falling in walking; ഇടറുക; കാലിടറുക; ഇടറി വീഴുക; അബദ്ധംപററുക.

stump (സ്ററമ്പ്) *n.* a stub; one of the three sticks of a wicket; ക്രിക്കററ് കളിയിലെ മരക്കുററി; വെട്ടിയ മര ത്തിൻെറ അടിഭാഗം; സിഗററ്റ്കുററി.

stun (സ്ററൺ) *v.* (*p.t. & p.part.* **stunned**) render unconscious as by a blow; stupefy; bewilder; അടിച്ചു ബോധം കെടുത്തുക; മോഹാലസ്യ പ്പെടുത്തുക; അന്തം വിടുവിക്കുക; ആശ്ചര്യപ്പെടുത്തുക; ഞെട്ടൽ; ബോധക്കേട്; *adj.* **stunning** ഞെട്ടി ക്കുന്ന; സ്തബ്ധനാക്കുന്ന.

stunt (സ്ററൺട്) *v.* hinder from growth; പുരോഗതി തടയുക; മുരടി പ്പിക്കുക; *adj.* **stunted** വളർച്ച മു ട്ടിയ; *n.* **stunt** അടവ്; സ്ററണ്ട്; വിസ്മയജനകമായ എന്തെങ്കിലും പ്രകടനം.

stupefy (സ്ററ്യൂപിഫൈ) *v.* (*p.t. & p.part.* **stupefied**) make stupid or senseless; stun with amazement; മയക്കുക; ബുദ്ധികെടുത്തുക; മതി കെടുത്തുക; ഞെട്ടിക്കുക; *ns.* **stupefaction** മാന്ദ്യം.

stupid (സ്ററ്യൂപിഡ്) *adj.* struck with senselessness; വിവേകശൂന്യ മായ; മന്ദബുദ്ധിയായ; മാന്ദ്യം സംഭ വിച്ച; *adv.* **stupidly**; *ns.* **stupidness**; **stupidity** ജഡത; മന്ദത; മൂഢത്വം; മടയത്തം.

stupor (സ്ററ്യൂപർ) *n.* torpor; lethargy; മയക്കം; മന്ദത; ബുദ്ധിമാന്ദ്യം; അലസത.

sturdy (സ്റ്റേർഡി) *adj.* robust in body; കായബലമുള്ള; ഉറപ്പുള്ള.

stutter (സ്ററട്ടർ) *v.* stammer; hesitate in uttering words; വിക്കിവിക്കിപ്പറ യുക; *n.* വിക്ക്; വാക്തടസ്സം; *n.* **stutterer** വിക്കിപ്പറയുന്നവൻ; വിക്കൻ.

sty (സ്റൈറ) *n.* a pen for swine; പന്നി ക്കൊട്ടിൽ; പന്നിക്കൂട്.

style (സ്റ്റൈൽ) *n.* manner of writing; mode of expression; രചനാരീതി; ശൈലി; രീതി; മാതിരി; ഫാഷൻ; മട്ട്; പ്രതിപാദനശൈലി.

suave (സ്വാവ്) *adj.* gracious or agreeable in manner; ഇണക്ക മുള്ള; മര്യാദയുള്ള; *adv.* **suavely** ഇമ്പമായി; *n.* **suavity** നയശീലം; സൗമ്യത.

subconscious (സബ്കൊൺഷസ്) *adj.* not fully conscious; ഉപബോ ധകമായ.

subcontinent (സബ്കൊൺടി നെൻറ്) *n.* a great portion of a continent; ഉപഭൂഖണ്ഡം.

subdivide (സബ്ഡിവൈഡ്) *v.* divide again; വീണ്ടും അംശാംശമായി വിഭ ജിക്കുക; *n.* **subdivision** ഉപഭാഗം.

subdue (സബ്ഡ്യൂ) *v.* conquer; make submissive; അടിമപ്പെടുത്തുക; കീഴ ടക്കുക.

subeditor (സബ്എഡിറ്റർ) *n.* assistant to an editor; ഉപപത്രാധിപർ.

subject (സബ്ജിക്റ്റ്) *adj.* placed under; കീഴടങ്ങിയിരിക്കുന്ന; പാത്രീഭൂ തമായിരിക്കുന്ന; പ്രതിപാദ്യം; പൊ രുൾ; വിഷയം; *v.* കീഴ്പ്പെടുത്തുക.

subjection | substance 407

subjection (സബ്ജെക്ഷൻ) *n.* act of subduing; കീഴ്പ്പെടുത്തൽ.

subjective (സബ്ജെക്റ്റീവ്) *adj.* rel. to the subject; rel. to one's own mind; വിഷയത്തെ സംബന്ധിച്ച; ആത്മ നിഷ്ഠമായ; **subjectively** ആത്മ നിഷ്ഠമായി.

subjugate (സബ്ജുഗെയ്റ്റ്) *v.* subdue; conquer; കീഴ്പ്പെടുത്തുക; കീഴട ക്കുക; കീഴടക്കുന്നവൻ.

sublimate (സബ്ലിമെയ്റ്റ്) *v.* convert from solid state directly to vapour by heat; ബാഷ്പീകരിക്കുക; ഉദാത്ത മാക്കുക; ശുദ്ധീകരിക്കുക; *n.* **sublimation** ബാഷ്പീകരണം; ഉത്പ തനം; ഉദാത്തമാക്കൽ.

sublime (സബ്ലൈം) *adj.* exalted; grand; ഉന്നതമായ; (*lit. & fig.*) അത്യുദാത്തമായ.

submarine (സബ്മറീൻ) *adj.* existing; occurring or used under the surface of the sea; സമുദ്രത്തിലുണ്ടാ കുന്ന; സമുദ്രാന്തർഗതമായ; സമുദ്ര ത്തിനടിയിൽ ഉപയോഗിക്കുന്ന; വെള്ളത്തിനകത്തുകൂടി സഞ്ചരി ക്കുന്ന; *n.* submarine vessel esp. for warfare; സമുദ്രാന്തർഭാഗസഞ്ചാര നൗക; അന്തർവാഹിനി.

submerge (സബ്മെർജ്) *v.* to put under the surface of liquid; വെള്ള ത്തിൽ ആഴ്ത്തുക; മുങ്ങുക; വെള്ള ത്തിൽ ലയിക്കുക; *ns.* **submersion, submergence**.

submission (സബ്മിഷൻ) *n.* surrender; act of submitting; കീഴടങ്ങൽ; ബോധിപ്പിക്കൽ; *adj.* **submissive** കീഴ്വഴക്കമുള്ള; അനുസരണയുള്ള; *adv.* **submissively**; *n.* **submissiveness**.

submit (സബ്മിറ്റ്) *v.* (*p.t. & p.part.* **submitted**) refer to decision; വിനയ പൂർവ്വം അർപ്പിക്കുക; നിക്ഷേപി ക്കുക; ബോധിപ്പിക്കുക; കീഴ്പ്പെ ടുക.

subordinate (സബ്ഓർഡിനെയ്റ്റ്) *adj.* placed in a lower order; കീഴ്ക്കി ടയിലുള്ള; താണ; അപ്രധാനമായ; താഴ്ന്നവൻ; *v.* കീഴടക്കുക.

subscribe (സബ്സ്ക്രൈബ്) *v.* write beneath; contribute; താഴെ പേരെഴു തുക; സംഭാവന ചെയ്യാമെന്നു വാഗ്ദാനം ചെയ്യുക; പത്രവരിക്കാര നായിത്തീരുക; *n.* **subscriber** വരി ക്കാരൻ.

subscription (സബ്സ്ക്രിപ്ഷൻ) *n.* a contribution; money subscribed; ഒപ്പു വയ്ക്കൽ; ചുവടെ പേരെഴു തൽ; വരിസംഖ്യ; സംഭാവന.

subsequent (സബ്സിക്വൻറ്) *adj.* following in time; next; coming after; ഇതിനു മേല്പോട്ടുള്ള; അനന്തര മായ; പിൻകാലത്തെ.

subside (സബ്സൈഡ്) *v.* sink or fall to the bottom; abate; ശമിക്കുക; താണുപോകുക; *n.* **subsidence**.

subsidiary (സബ്സിഡിയറി) *adj.* lending some aid or assistance; അനുബന്ധകമായ; സഹായകമായ.

subsidy (സബ്സിഡി) *n.* aid in money; money granted; സഹായ ധനം; (*hist.*) കരം; നികുതി; കപ്പം; *v.t.* **subsidize** സഹായധനം നൽ കുക.

subsist (സബ്സിസ്റ്റ്) *v.* exist; continue to remain in the present state; ജീവിതം നിലനിർത്തുക; നില നില്ക്കുക.

substance (സബ്സ്റ്റൻസ്) *n.* essence or most important part of anything; subject matter; സത്ത; വസ്തു; പൊരുൾ.

substantial (സബ്സ്റ്റാൻഷൽ) *adj.* of or having substance; essential; സാരമുള്ള; ഗണ്യമായ; കാര്യമായ.

substantiate (സബ്സ്റ്റാൻഷിയെയ്റ്റ്) *v.* make substantial; prove or confirm; ദൃഢീകരിക്കുക; സാധൂകരിക്കുക; *n.* **substantiation** സ്ഥിരീകരണം; സമർത്ഥിക്കൽ.

substitute (സബ്സ്റ്റിറ്റ്യൂട്ട്) *v.* put in place of another; replace; പകരം വയ്ക്കുക; പകരക്കാരനാവുക; പകരക്കാരനാക്കുക; *n.* a person acting for another; പകരക്കാരൻ; *n.* **substitution** പകരം വയ്ക്കൽ.

subterranean (സബ്ടറെയ്നിയൻ) *adj.* underground; ഭൂമിക്കടിയിലുള്ള.

subtle (സട്ട്ൽ) *adj.* delicate; thin; പിടികൊടുക്കാത്ത; ഗ്രഹിക്കാനോ കണ്ടുപിടിക്കാനോ പ്രയാസമായ; സൂക്ഷ്മമായ; ഗഹനമായ; *n.* **subtlety** സൂക്ഷ്മവ്യത്യാസം; സൂക്ഷ്മത.

subtract (സബ്ട്രാക്റ്റ്) *v.* to deduct; take away; കുറയ്ക്കുക; കിഴിക്കുക; നീക്കം ചെയ്യുക; **subtraction** കിഴിക്കൽ; കുറയ്ക്കൽ.

suburb (സ്ബേർബ്) *n.* outlying part of a city or town; പട്ടണപ്രാന്തം; നഗരാതിർത്തിക്കു പുറത്തുള്ള പ്രദേശം; *n.* നഗരത്തിനു പുറത്തു പാർക്കുന്നവൻ.

subvert (സ്ബ്‌വേർട്ട്) *v.* overthrow; upset; തകിടംമറിക്കുക; *n.* **subversion** വിധ്വംസനം.

succeed (സക്സീഡ്) *v.* come after; take the place of; തുടർച്ചയായി വരിക; പിന്തുടരുക; അനുഗമിക്കുക; തുടർച്ചയായി സ്ഥാനം കിട്ടുക.

success (സക്സെസ്) *n.* achievement; favourable result; വിജയം; കാര്യസിദ്ധി; *adj.* **successful** വിജയകരമായ.

succession (സക്സെഷൻ) *n.* one after another; പിൻതുടർച്ച; ക്രമാനുക്രമസംഭവം; *adj.* **successive** തുടർന്നുവരുന്ന; പടിപടിയായ.

succour (സ്ക്കർ) *v.* help in difficulty or in distress; സഹായിക്കുക; തുണയ്ക്കുക; തക്കസമയത്ത് പ്രയോജനപ്പെടുക; ഉപകരിക്കുക; *n.* സഹായം; ഉപകാരം.

succulent (സക്യുലെൻറ്) *adj.* juicy and fleshy; ചാറുനിറഞ്ഞ; സാരമുള്ള.

succumb (സ്കം) *v.* sink or give way without resistance; die; കീഴടങ്ങുക; വശംവദമാക്കുക.

such (സച്ച്) *adj.* of the like kind or degree; the same; similar; അങ്ങനെയുള്ള; എന്നിങ്ങനെ; ഇങ്ങനെയായ; **such like** (*coll.*) ഇവ്വണ്ണമുള്ള; **such as** അതുപോലുള്ള.

suck (സക്) *v.* draw in with the mouth; ഈമ്പുക; ചപ്പുക; ഇറുമ്പിക്കുടിക്കുക; നുകരുക.

sudden (സഡ്ൻ) *adj.* abrupt; swift in action; പെട്ടെന്നുള്ള; അപ്രതീക്ഷിതമായ; പൊടുന്നനെയുള്ള; ദ്രുതഗതിയായ; **all of a sudden; on a sudden** പെട്ടെന്ന്; *adv.* **suddenly** ആകസ്മികമായി; പെട്ടെന്ന്; പൊടുന്നനേ; *n.* **suddenness**.

sue (സ്യൂ) *v.* make legal claim; make application; അവകാശവാദം പുറപ്പെടുവിക്കുക; കേസ് കൊടുക്കുക.

suffer (സ്ഫെർ) *v.* undergo; endure; be affected by; feel pain or punishment; സഹിക്കുക; ക്ലേശമനുഭവിപ്പിക്കുക; ബുദ്ധിമുട്ടുക; ക്ലേശിക്കുക.

suffering (സഫറിങ്) *n.* bearing of pain; distress; want; വ്യഥ; കഷ്ടപ്പാട്; ക്ലേശം; ദുരിതം; പീഡാനുഭവം.

suffice | summon 409

suffice (സഫൈസ്) *v.* be enough or sufficient; satisfy; മതിയാകുക; തികയുക; പര്യാപ്തമാകുക; തൃപ്തി വരുത്തുക; *n.* **sufficiency** പര്യാപ്തത; *adj.* **sufficient** ഉതകുന്ന; മതിയായ; വേണ്ടത്രയുള്ള; *adv.* **sufficiently**.

suffix (സഫിക്സ്) *n.* letter or syllable added to the end of a word; പ്രത്യയം; ഒടുവിൽ ചേർക്കുന്ന പദം; ഒടുവിൽ കൂട്ടിച്ചേർക്കുക.

suffocate (സഫക്കെയ്‌റ്റ്) *v.* choke by stopping of the breath; ശ്വാസം മുട്ടിക്കുക; ശ്വാസംമുട്ടി മരിക്കുക; *adj.* **suffocating** വീർപ്പുമുട്ടിക്കുന്ന; *n.* **suffocation** ശ്വാസംമുട്ടൽ.

Sufism (സൂഫിസം) *n.* Islamic mysticism; ഇസ്ലാംമതത്തിലെ ഗൂഢാത്മതത്ത്വം.

sugar (ഷുഗര്) *n.* sweet substance obtained from cane and beet; പഞ്ചസാര; *v.* പഞ്ചസാര ചേർക്കുക; മധുരിപ്പിക്കുക; **sugar-candy** കല്ക്കണ്ടം.

suggest (സജെസ്റ്റ്) *v.* introduce indirectly to the thoughts; propose; വ്യഞ്ജിപ്പിക്കുക; സൂചിപ്പിക്കുക; ഓർമ്മയിൽ കൊണ്ടുവരിക; *n.* **suggestion** നിർദ്ദേശം; പരപ്രേരണ; സൂചന; സൂചിപ്പിക്കൽ.

suicide (സ്യൂയ്‌സൈഡ്) *n.* self-murder; ആത്മഹത്യ; *adj.* **suicidal** ആത്മഹത്യാപരമായ.

suit (സ്യൂട്ട്, സൂട്ട്) *n.* act of suing; action of law; petition; courtship; set of outer clothes; സിവിൽ വ്യവഹാരം; ഹർജി; ഉടുപ്പ്; വസ്ത്രം; കവചം.

suitable (സൂട്ടബ്ൾ) *adj.* fitting; proper; agreeable; ചേർച്ചയുള്ള; ശരിയായ; ഇണങ്ങിയ; യുക്തമായ; **suitability** ഇണക്കം; ചേർച്ച; പൊരുത്തം

sulk (സൾക്) *v.* be sullen; വെറുപ്പു കാട്ടുക; *n.* (usu. *pl.*) കുണ്ഠിതം; വെറുപ്പ്; *adj.* **sulky** മുഖം വീർപ്പിച്ച; ദേഷ്യമുള്ള.

sullen (സളൻ) *adj.* gloomy; dark; dull; ഇരുണ്ട; മുഖം കറുത്ത; ദുഷ്പ്രകൃതിയായ.

sultan (സുൽത്താൻ) *n.* Muslim ruler; (തുർക്കി) സുൽത്താൻ; മുസ്ലിം രാജാവ്.

sultry (സൾട്രി) *adj.* very hot; burning and oppressive; അത്യുഷ്ണമായ; വേവുന്ന; ചുട്ടുപൊരിയുന്ന; (സ്ത്രീയുടെ ഭാവഹാവാദികളെക്കുറിച്ച്) ഉൽക്കടകാമവികാരമുണർത്തുന്ന.

sum (സം) *n.* total; whole; amount; a quantity of money; ആകത്തുക; മൊത്തം; പണം; കൂട്ടുക; ആകെ കൂട്ടുക; തുകയാക്കുക.

summarize (സമ്മറൈസ്) *v.* state briefly; ചുരുക്കിപ്പറയുക.

summary (സമ്മറി) *adj.* brief; quickly executed; സംക്ഷിപ്തമായ; ചുരുക്കിയ; ബദ്ധപ്പാടോടെയുള്ള; *n.* സംഗ്രഹം; സംക്ഷേപം; *adv.* **summarily** മൊത്തത്തിൽ.

summer (സമ്മര്) *n.* hot season of the year; heat; വേനൽക്കാലം; വേനൽ ചൂട്; **summer resort** വേനൽക്കാല സുഖവാസസ്ഥലം.

summit (സമിറ്റ്) *n.* highest point; top; പർവ്വതശൃംഗം; ഉച്ചം; *n.* **summit conference** രാഷ്ട്രത്തലവന്മാരുടെ സമ്മേളനം.

summon (സമൺ) *v.* call authoritatively; command to appear; വിളിപ്പിക്കുക; ക്ഷണിക്കുക; ഹാജരാവാൻ കല്പിക്കുക.

sumptuous (സംപ്ചസ്) *adj.* costly; luxurious; സമ്പുഷ്ടവും വിലയേറിയതുമായ; അമിതവ്യയദ്യോതകമായ; വിഭവസമൃദ്ധമായ; *adv.* **sumptuously** ധാരാളമായി; ആഡംബരപൂർവ്വമായി; *n.* **sumptuousness** അതിവ്യയം; ധാരാളിത്തം.

sun (സൺ) *n.* the body which is the gravitational centre and source of light and heat; sun-shine; സൂര്യബിംബം; സൂര്യൻ; ആദിത്യൻ; സൂര്യോദയം; സൂര്യപ്രകാശം; വെയിൽ; **sunbath** സൂര്യസ്നാനം; *n.* **sun-beam** സൂര്യരശ്മി; **sun-bird** മഞ്ഞക്കിളി; *adj.* **sun-burned** വെയിൽ കൊണ്ടുകരിഞ്ഞ; *adj.* **sun-clad** പ്രഭാപൂർണ്ണ; തേജസ്സുള്ള; **sun-dew** പ്രാണികളെ ഭക്ഷിക്കുന്ന ഒരു സസ്യം; *n.* **sun dial** സൂര്യഘടികാരം; *adj.* **sun-dried** വെയിലിൽ ഉണക്കിയ; **sunglass** കഠിന സൂര്യപ്രകാശത്തിൽ നിന്നും കണ്ണുകളെ പരിരക്ഷിക്കാനുള്ള കണ്ണട; **sunflower** സൂര്യകാന്തിപ്പൂവ്; *n.* **sunlit, sun-shine** സൂര്യപ്രകാശം; പകൽവെളിച്ചം; **sun-shade** ചെറുകുട; മറ; **sun stroke** സൂര്യാഘാതം; *adv.* **sunward** സൂര്യൻെറ നേരെ; സൂര്യന് അഭിമുഖമായി; *n.* **sun-worship** സൂര്യാരാധന.

Sunday (സൺഡി) *n.* the first day of the week; ഞായറാഴ്ച; **Sunday School** രവിവാരവിദ്യാലയം.

sundry (സൺഡ്രി) *adj.* various; several; പലതരമായ; നാനാപ്രകാരമുള്ള.

super (സൂഴ്പർ) *n.* (*coll.*) super numerary actor; extra; അധികപ്പററുനടൻ; അനാവശ്യവ്യക്തി; ഉയർന്നതരം തുണി; *adj.* വളരെ വിശേഷപ്പെട്ട; മികച്ച; in excess; upper or outer; അതി; അധികം; അത്യന്ത; ഉപരി; മേലെയുള്ള; മുന്തിയ; മുകളിൽ; ഉയർന്ന; ഉത്തമ; വിശിഷ്ട.

superb (സ്യൂഴ്പേർബ്) *adj.* grand; magnificent; അതിവിശിഷ്ടമായ; *adv.* **superbly**; *n.* **superbness** മഹിമ; മാഹാത്മ്യം; മേന്മ; ഗാംഭീര്യം.

superficial (സൂഴ്പ്പർഫിഷൽ) *adj.* of or on the surface only; ഉപരിതലത്തിൽ മാത്രമുള്ള; ഉപരിപ്ലവമായ.

superfluous (സൂഴ്പ്പർഫ്ലൂഎ്സ്) *adj.* excessive; more than enough; അധികപ്പററായ; അനാവശ്യമായ; വ്യർത്ഥമായ.

superhuman (സ്യൂഴ്പ്പർഹ്യൂമൻ) *adj.* above or beyond what is human; അതിമാനുഷമായ; അമാനുഷമായ.

superintend (സൂഴ്പ്പറിൻറെൻഡ്) *v.* to oversee; to inspect working of; മേലന്വേഷണം ചെയ്യുക; മേൽനോട്ടം നടത്തുക; *n.* **superintendent** സൂപ്രണ്ട്; മേൽനോട്ടക്കാരൻ.

superior (സുപ്പീരിയർ, സ്യുപ്പീരിയർ) *adj.* higher; greater; upper; ഉത്കൃഷ്ടമായ; സാമാന്യനിലവാരത്തിലും ഉയർന്നതായ; കൂടുതൽ മെച്ചപ്പെട്ട; മേലധികാരിയായ; മേന്മയേറിയ; താൻ അത്യുന്നതനാണെന്നു ഭാവിക്കുന്ന; *n.* one superior to others; master; chief; abbot; ശ്രേഷ്ഠൻ; മേലധികാരി; നേതാവ്; മഠാദ്ധ്യക്ഷൻ; മഠാദ്ധ്യക്ഷ; മഠാധികാരി; *n.* **superiority** pre-eminence; ശ്രേഷ്ഠത; സുപ്രധാനത; പ്രതാപം; **superiority complex** ശ്രേഷ്ഠമ്മന്യത; ഉപരിഭാവഭ്രമം.

superlative (സ്യൂഴ്പ്പേർലെററീവ്) *adj.* of the highest degree; most eminent; അത്യുത്തമമായ; അതിശയനീയമായ.

superman | suppress 411

superman (സൂപ്പർമാൻ) *n.* man of super humanpowers; അതിമാനുഷൻ; ആദർശപുരുഷൻ.

supernatural (സൂപ്പർനാച്ച്റൽ) *adj.* beyond the powers of nature; miraculous; പ്രകൃത്യതീതമായ; അമാനുഷമായ.

superpower (സൂപ്പർപവ്വർ) *n.* (*fig.*) extremely powerful nation; അതിശക്ത രാഷ്ട്രം; വൻശക്തി.

supersede (സൂപ്പർസീഡ്) *v.* set aside; suspend; അതിക്രമിക്കുക; ഉല്ലംഘിക്കുക.

supersonic (സൂപ്പർസൊണിക്) *adj.* above the speed of sound; ശബ്ദവേഗത്തിനും ഉപരിയായ വേഗതയുള്ള.

superstition (സൂപ്പർസ്ററിഷൻ) *n.* ignorant or irrational belief in supernatural agency; അന്ധവിശ്വാസം; ഒരു വസ്തുവെക്കുറിച്ചുള്ള വ്യാപകമായ തെററിദ്ധാരണ; *adv.* **superstitiously**.

supervise (സൂപ്പർവൈസ്) *v.* inspect; superintend; oversee; മേൽനോട്ടം നടത്തുക; പരിശോധിക്കുക; പര്യവേക്ഷിക്കുക; *n.* **supervision** പരിശോധന; മേൽനോട്ടം; *adj.* **supervisory**; *n.* **supervisor** മേൽനോട്ടം നടത്തുന്നയാൾ.

supper (സപ്പർ) *n.* meal taken at the close of the day; അത്താഴം; രാത്ര്യാഹാരം.

supplant (സപ്ലാൻറ്) *v.* overthrow; displace; തട്ടിവീഴ്ത്തുക; മറെറാന്നിൻെറ സ്ഥാനം കവരുക; സ്ഥാനഭ്രഷ്ടുവരുത്തുക.

supple (സപ്ൾ) *adj.* flexible; easily bent; വളയ്ക്കാവുന്ന; വഴങ്ങുന്ന; ശാഠ്യമില്ലാത്ത; അനുസരിപ്പിക്കുക.

supplement (സപ്ലിമെൻറ്) *n.* that which supplies or fills up; അനുബന്ധം; പരിപൂരകം; ദിനപത്രത്തിൻെറയും മററും 'അനുബന്ധഭാഗം.'

supplicate (സപ്ളിക്കെയ്ററ്) *v.* beg humbly for; പ്രാർത്ഥിക്കുക; കൂപ്പുകൈയോടെ ചോദിക്കുക; *n.* **supplication** വിനീതാഭ്യർത്ഥന.

supply (സപ്ളൈ) *v.* furnish with what is wanted; provide; എത്തിച്ചുകൊടുക്കുക; വിതരണം ചെയ്യുക; ആവശ്യം തീർക്കുക; സംഭരിച്ചുകൊടുക്കുക; ഏല്പിക്കുക; *n.* act of supplying; quantity supplied; എത്തിച്ചുകൊടുക്കൽ; കൊടുക്കപ്പെട്ടത്; സംഭരണം; ആവശ്യപ്പെട്ട സാധനങ്ങൾ; *n.* **supplier** ആവശ്യങ്ങൾ നിർവ്വഹിച്ചുകൊടുക്കുന്നവൻ; *n.* (*pl.*) **supplies** ശേഖരിച്ചുകൊടുത്ത സാമാനങ്ങൾ.

support (സപ്പോർട്ട്) *v.* sustain; maintain; defend; aid; പിൻതാങ്ങുക; താങ്ങിപ്പറയുക; ഊന്നുകൊടുക്കുക; അനുകൂലിക്കുക; സഹായിക്കുക; *n.* act of supporting; prop; maintenance; പിൻതുണ; ആശ്രയം; ഊന്ന്; താങ്ങ്; ആധാരം; ഹസ്താവലംബം; ഉപജീവനം; സംരക്ഷണം; സഹായം.

suppose (സപ്പൗസ്) *v.* assume or state as true; imagine; guess; കരുതുക; സങ്കല്പിക്കുക; ഉണ്ടെന്നു വിചാരിക്കുക; കർത്തവ്യമെന്നു കരുതുക; ഊഹിക്കുക; *adj.* **supposed** സങ്കല്പിതമായ; *adv.* **supposedly**; *n.* **supposer** വിചാരിക്കുന്നവൻ.

supposition (സപ്പെസിഷൻ) *n.* assumption; presumption; ഊഹം; ഊഹിക്കൽ; സങ്കല്പനം; വിഭാവന.

suppress (സപ്രെസ്) *v.* overpower and crush; put down; quell;

അടിച്ചമർത്തുക; ശമിപ്പിക്കുക; വസ്തുത ഒളിച്ചുവയ്ക്കുക; *n.* **suppression** ഒളിച്ചുവയ്ക്കൽ.

supremacy (സുപ്രെമസി) *n.* state of being supreme; highest authority or power; ഔന്നത്യം; ആധിപത്യം; മാഹാത്മ്യം.

supreme (സുപ്രീം) *adj.* highest in authority; most exalted; പരമാധികാരമുള്ള; പരമോന്നതമായ; അതിശ്രേഷ്ഠമായ; **supreme court** പരമോന്നത നീതിപീഠം.

supremo (സുപ്രമൗ) *n.* (*pl.* **supremous**) a supreme head; പരമോന്നത നേതാവ്.

surcharge (സ്സർചാർജ്) *v.t.* overcharge; overload; അധികം ഭാരം കയറ്റുക; അധികം നിറയ്ക്കുക; അധികവില ചുമത്തുക.

sure (ഷൂഎ്ർ, ഷോർ) *adj.* perfectly confident; certain; ഉറപ്പായ; നിശ്ചയമുള്ള; നിസ്സംശയമായ; അസന്ദിഗ്ദ്ധമായ; വിശ്വസനീയമായ; വാക്കുതെറ്റാത്ത; ഉറച്ച; *adv.* (*coll.*) certainly; without doubt; നിസ്സംശയം; ഉറപ്പായി; *n.* **sureness** നിശ്ചയം; നിർണ്ണയം; ദൃഢത.

surety (ഷൂഎ്ർറ്റി, ഷോറ്റെി) *n.* certainty; bail; guarantee; ഉറപ്പ്; ഈട്; ജാമ്യം; ജാമ്യക്കാരൻ.

surf (സ്സർഫ്) *n.* foam made by dashing waves; തിരയടി; നുര; പത; *adj.* **surfy** തിരയടിക്കുന്ന; *n.* **surf-boat** തിരത്തോണി.

surface (സ്സർഫിസ്) *n.* superficies; exterior; outward appearance; തൊലിപ്പുറം; തലം; ഉപരിതലം; മേൽഭാഗം.

surfeit (സ്സർഫിററ്) *n.* excess in eating and drinking; അതിപാനമോ ഭോജനമോ; മൂക്കററം നിറയ്ക്കൽ; തൻമൂലമുള്ള മടുപ്പ്; അതിതൃപ്തി.

surge (സ്സർജ്) *n.* large wave; a swell; rolling motion; തിരമാല.

surgeon (സ്സേർജൻ) *n.* one who treats injuries or diseases by manual operations; ശസ്ത്രക്രിയാകാരൻ; സർജൻ; *n.* **surgery** ശസ്ത്രക്രിയ.

surmise (സ്സർമൈസ്) *n.* guess; groundless supposition; ഊഹം; സന്ദേഹം; അനുമാനം.

surmount (സ്സർമൗണ്ട്) *v.t.* mount or rise above; overcome; മേലെ കയറുക; കവിയുക; തരണംചെയ്യുക; അതിക്രമിക്കുക.

surname (സ്സർനെയ്ം) *n.* cognomen; family name; കുടുംബപ്പേര്.

surpass (സ്സർപാസ്) *v.* excel; outstrip; പ്രതീക്ഷകളെ അതിശയിക്കുക.

surplus (സ്സർപ്ലസ്) *n.* excess; balance; excess of revenue over expenditure; ശേഷിപ്പ്; മിച്ചം; ചെലവുകഴിച്ചുള്ള ഇരിപ്പുമുതൽ; അധികതുക; *n.* **surplus budget** മിച്ച ബജററ്.

surprise (സ്സർപ്രൈസ്) *n.* act of taking unawares; amazement; astonishment; ആശ്ചര്യം; അത്ഭുതം; ആശ്ചര്യസംഭവം; ആശ്ചര്യഹേതു; വിസ്മയിപ്പിക്കുക; സംഭ്രമിപ്പിക്കുക.

surrender (സറെൻഡർ) *v.* deliver over; relinquish; yield to the power of another; അധീനപ്പെടുത്തുക; കീഴടങ്ങുക; അടിയറവയ്ക്കുക; ശരണം ഗമിക്കുക.

surrogate (സററഗെയ്റ്റ്) *n.* **surrogate for sb. or sth.** person or thing that acts or is used instead of another; പകരക്കാരൻ; പകരമായുപയോഗിക്കുന്ന വസ്തു.

surround | swallow 413

surround (സറൗണ്ട്) *v.* go round about; encircle; വലയം ചെയ്യുക; വളയുക; ചുറ്റും കൂടുക.

surveillance (സേർവെയ്‌ലൻസ്) *n.* watchful or vigilant control; കാവൽ; ജാഗ്രതയുള്ള മേൽനോട്ടം; *adj.* **surveillant.**

survey (സേർവെയ്) *v.* inspect or take a view of; നിരീക്ഷണം നടത്തുക; ഉയരത്തിൽനിന്ന് ചുറ്റും നോക്കുക; വ്യാപ്തി നിർണ്ണയിക്കുക; ഭൂമി അളക്കുക; *n.* **surveying** ഭൂമിയുടെ ഏതെങ്കിലും ഭാഗം അളന്നു കണക്കെടുക്കൽ; ഭൂമി അളന്നു പടംവരയ്ക്കൽ; *n.* **surveyor** ഭൂമാപകൻ.

survive (സേർവൈവ്) *v.* outlive; live longer than; അതിജീവിക്കുക; അവശേഷിക്കുക; *n.* **survivor** ശേഷിച്ചവൻ; അപകടത്തിൽനിന്ന് മരിക്കാതെ രക്ഷപെട്ടവൻ.

susceptible (സസെപ്റ്റിബ്ൾ) *adj.* (to) capable of being affected in any way; മനസ്സിനെ സ്പർശിക്കുന്ന; എളുപ്പം വികാര വിധേയമാകുന്ന.

suspect (സസ്പെക്റ്റ്) *v.* vaguely believe or fear the existence of; doubt; സന്ദേഹിക്കുക; സംശയിക്കുക; അവിശ്വസിക്കുക.

suspend (സസ്പെൻഡ്) *v.* hang; cause to cease for a time; delay; തൂക്കിനിർത്തുക; കൊളുത്തുക; താൽക്കാലികമായി നിറുത്തുക; വിളംബപ്പെടുത്തുക; ജോലിയിൽ നിന്ന് താല്ക്കാലികമായി സസ്പെൻഡ് ചെയ്യുക; *n.* **suspension** (സസ്പെൻഷൻ) ഉദ്യോഗത്തിൽ നിന്നു തല്ക്കാലനീക്കം; പൊടികൾ ഒരു ദ്രാവകത്തിൽ വിലയിക്കാതെ പൊന്തിക്കിടക്കൽ.

suspense (സസ്പെൻസ്) *n.* conditional upholding; cessation; hanging up; തൂക്കൽ; തൂങ്ങൽ; തൂക്കിനിർത്തൽ; അനിശ്ചയം; സന്ദേഹം; വിളംബം; സന്ദിഗ്ദ്ധാവസ്ഥ; (കഥയുടെ) ഉദ്വേഗജനകത്വം.

suspicion (സസ്പിഷൻ) *n.* doubt; mistrust; സംശയം; സംശയിക്കൽ; അവിശ്വാസം.

suspicious (സസ്പിഷസ്) *adj.* full of suspicion; inclined to suspect; ശങ്കയുള്ള; ആശങ്കാജനകമായ; സംശയബുദ്ധിയായ; സംശയാലുവായ.

sustain (സസ്ടെയ്ൻ) *v.* rest under and bear up; keep alive; ആധാരമാക്കുക; ഉദ്ധരിക്കുക; തൂക്കിപ്പിടിക്കുക; സഹിക്കുക; താങ്ങിനിർത്തുക; പോഷിപ്പിക്കുക.

sustenance (സസ്റ്റെനൻസ്) *n.* maintenance; nourishment; food; പാലനം; പോറ്റൽ; പോഷണം; ജീവസന്ധാരണം.

suture (സൂച്ചർ) *n.* **a suture** a stitching; തുന്നിച്ചേർക്കൽ; തുന്നിച്ചേർപ്പ്.

swab (സ്വാബ്) *n.* mop for cleaning; sponge; (മുറിവും മൂക്കളയും മറ്റും) തുടയ്ക്കാനുള്ള തുണി.

swaddle (സ്വാഡ്ൽ) *v.* wrap as with a bandage; തുണിചുറ്റിക്കെട്ടുക; ശിശുക്കളെ തുണികൊണ്ടു പുതപ്പിക്കുക; *n.* **swaddling-cloth** ശിശുക്കളെ പുതപ്പിക്കുന്ന തുണി.

swagger (സ്വാഗർ) *v.* boast noisily; walk like a superior; പൊങ്ങച്ചം പറയുക; സാടോപം നടക്കുക; ആത്മപ്രശംസ ചെയ്യുക; *n.* പൊങ്ങച്ചം; *adj.* മോടിയുള്ള; പകിട്ടുള്ള.

swallow (സ്വാലൗ) *n.* migratory bird with long wings; മീവൽപക്ഷി; തൂക്കണം കുരുവി.

swallow (സ്വാലൗ) *v.* receive through the gullet into the stomach;

consume; engulf; ഗ്രസിക്കുക; വിഴു ങ്ങുക; ഇറക്കുക; ഇറങ്ങുക.

swamp (സ്വാമ്പ്) *n.* a tract of wet spongy land; ചതുപ്പുനിലം; ചെളിപ്രദേശം.

swan (സ്വാൻ) *n.* large water-fowl with long neck and webbed feet; അരയന്നപ്പക്ഷി; ഹംസം; **black swan** (*fig.*) അപൂർവ്വവസ്തു; കറുത്ത തൂവലുകളുള്ള ആസ്ത്രേലിയൻ അരയന്നം.

sward (സ്വോർഡ്) *n.* grassy land; പുൽത്തകിടി; *v.* പുല്ലുപിടിപ്പിക്കുക.

swarm (സ്വോം) *n.* large body of insects, birds, persons etc.; multitude; പ്രാണിക്കൂട്ടം; തേനീച്ചക്കൂട്ടം; ജനക്കൂട്ടം; വലിയ കൂട്ടം.

swarthy (സ്വോർതി) *adj.* blackish; dusky; ഇരുണ്ട; കരിന്തവിട്ടു നിറമുള്ള.

swash (സ്വോഷ്) *v.* dash or strike; ശക്തിയായി അടിക്കുക.

swastika (സ്വാസ്തിക്കെ) *n.* cross with the ends bent at right angles, formerly used as Nazi emblem; സ്വസ്തിക, മുമ്പ് നാസിപാർട്ടിയുടെ ചിഹ്നം.

sway (സ്വെയ്) *v.* swing backwards and forewards; ഒരു വശത്തേക്ക് ചായുക, ആടുക, ഇളകുക.

swear (സ്വെയർ) *v.* (*p.t.* **swore**, *p.part.* **sworn**) affirm solemnly; take or utter an oath; promise upon oath; ആണയിടുക; പ്രതിജ്ഞചെയ്യുക; ശപഥം ചെയ്യുക; സത്യം ചെയ്യുക, ചെയ്യിക്കുക.

sweat (സ്വെറ്റ്) *n.* moisture excreted by the skin; വിയർപ്പ്; സ്വേദം; സ്വേദനം; വിയർത്തിരിക്കുന്ന സ്ഥിതി; *v.* give out sweat; വിയർക്കുക; വിയർക്കുമാറു വേല ചെയ്യുക.

sweep (സ്വീപ്) *v.* (*p.t.* & *p.part.* **swept**) wipe or rub over with a brush or broom; അടിച്ചുവാരുക; തുടയ്ക്കുക; തൂത്തു വൃത്തിയാക്കുക; വീശിയടിക്കുക; *n.* **sweeper** തൂപ്പുജോലിയിൽ ഏർപ്പെട്ടിരിക്കുന്നയാൾ; തൂപ്പുകാരൻ.

sweeping (സ്വീപ്പിങ്) *n.* the action of sweeping; തൂത്തുവാരൽ; അടിച്ചുവാരൽ.

sweet (സ്വീറ്റ്) *adj.* tasting like sugar; fragrant; മധുരിക്കുന്ന; മധുരമുള്ള; രുചികരമായ; സുരഭിലമായ; *n.* **sweet heart** കാമുകി; കാമുകൻ; *n.* **sweetness** മാധുര്യം; **sweet-potato** മധുരക്കിഴങ്ങ്.

swell (സ്വെൽ) *v.* (*p.t.* **swelled**; *p.part.* **swelled** or **swollen**) grow bulker; bulge out; വീങ്ങുക; വീർക്കുക; പെരുകുക; വീങ്ങിക്കുക; ചീർക്കുക; ഉരുണ്ടുകൂടുക; *n.* act of swelling; a bulge; an enlargement; വീങ്ങൽ; വീക്കം; പെരുകൽ; വെള്ളപ്പൊക്കം; ഉന്തി നില്ക്കുന്ന ഭാഗം; *adj.* **swelled** വീർത്ത; വീങ്ങിയ; വീക്കമുള്ള; മുഴയുള്ള.

swelter (സ്വെൽറ്റർ) *v.* be faint or sweating or languid or oppressive with heat; ഉണക്കി ചൂടുപിടിപ്പിക്കുക; വിയർപ്പിക്കുക; വാടുക; വേവിക്കുക.

swift (സ്വിഫ്റ്റ്) *adj.* moving with great speed or rapidity; വേഗതയുള്ള; ചുറുക്കുള്ള; വേഗം പ്രവർത്തിക്കുന്ന; *adv.* **swiftly** തിടുക്കത്തിൽ; ത്വരിതമായി; *n.* **swiftness** ശീഘ്രത; ദ്രുതഗതി.

swill (സ്വിൽ) *v.* drink grossly or

swim | sympathetic 415

greedily; inebriate; കുടിപ്പിക്കുക; കുടിക്കുക; അതിപാനം ചെയ്യിക്കുക.

swim (സ്വിം) *v.* propel oneself in water; be supported on water or fluid; നീന്തുക; വെള്ളത്തിൽ പൊങ്ങിക്കിടക്കുക; വെള്ളത്തിൽ നീങ്ങുക; *n.* act, period or extent of swimming; പ്ലവനം; നീന്തൽ; **swimmer** നീന്തുകാരൻ.

swindle (സ്വിൻഡിൽ) *v.t.* cheat and defraud grossly; deceive; ചതിക്കുക; തോല്പിക്കുക; പറ്റിക്കുക; പണം പിടുങ്ങുക; *n.* ധനാപഹരണം.

swine (സൈ്വൻ) *n.* (*sing. & pl.*) pig; pigs; person of greedy or bestial habits; കാട്ടുപന്നി; വീട്ടുപന്നി; പന്നികൾ; നീചൻ.

swing (സ്വിങ്) *v.* move to and fro as a body suspended; be hanged; ഊഞ്ഞാലാടുക; തൂക്കിലിടപ്പെടുക; ആടുക; ചാഞ്ചാട്ടം; ഭ്രമണം; ഊഞ്ഞാൽ.

switch (സ്വിച്ച്) *n.* a long flexible twig or rod; a movable rail for shunting; a device for breaking an electric current; ചുള്ളി; ചുള്ളിക്കോൽ; മാറ്റിവയ്ക്കാവുന്ന ഇരുമ്പുപാത; സ്വിച്ച്; വിദ്യുത് പ്രവാഹനിയാമകം; വിദ്യുത് ഗതിഭേദസൂത്രം; *n.* **switchboard** വൈദ്യുതസ്വിച്ചുപലക; **switch on** വിദ്യുത്പ്രവാഹം പ്രവർത്തിപ്പിക്കുക; **switch off** വിദ്യുത്പ്രവാഹം നിർത്തുക.

swoop (സ്വൂപ്) *v.* stoop; seize as a bird on its prey; ചാടിപ്പിടിക്കുക; റാഞ്ചുക; *n.* റാഞ്ചൽ; മിന്നൽ ആക്രമണം.

sword (സോർഡ്) *n.* offensive weapon consisting of long variously shaped metal blade for cutting or thrusting; ഖഡ്ഗം; വാൾ; **sword fight** വാൾപ്പയറ്റ്; വാളേറ്; **sword fish** കൊമ്പൻ സ്രാവ്; വാൾ മീൻ.

swore (സോർ) *p.t.* of **swear**.

sycophant (സിക്കഫാൻറ്) *n.* a mean flatterer; parasite; മുഖസ്തുതിക്കാരൻ; *n.* **sycophancy** മുഖസ്തുതി.

syllable (സിലബ്ൾ) *n.* letter or combination of letters forming one sound; ഏക സ്വരാക്ഷരഗണം; 'ഒരക്ഷരം;' ഒരു സ്വരം മാത്രമുള്ള വ്യഞ്ജനക്കൂട്ടം.

syllabus (സിലബസ്) *n.* brief statement or programme of a course of studies; പഠനപദ്ധതി; പഠനക്രമം; പാഠ്യപരിപാടി; പാഠ്യക്രമം; (*pl.*) **syllabuses, syllabi**.

sylvan (സിൽവൻ) *adj.* pert. to a wood; abounding with trees; കാടുസംബന്ധിച്ച; വൃക്ഷനിബിഡമായ.

symbol (സിംബൽ) *n.* an emblem; that which by custom or convention represents something else; പ്രതീകം; ചിഹ്നം; പ്രതിരൂപം; ഗണിതചിഹ്നം; അർത്ഥസൂചകാക്ഷരം; *adv.* **symbolically**; *n.* **symbolics** ചിഹ്ന വിജ്ഞാനം; കലയിലെ പ്രതീകാത്മകപ്രസ്ഥാനം; *n.* **symbolist**.

symbolize (സിംബലൈസ്) *v.* characterise by symbols; typify; ലക്ഷണമാരാഞ്ഞു നിരൂപിക്കുക.

symmetry (സിമ്മെട്രി) *n.* state of one part being proportionate to another; അംഗപ്പൊരുത്തം; പ്രതിസമത; സമതുലനാവസ്ഥ; *adjs.* **symmetric, symmetrical**; *adv.* **symmetrically**.

sympathetic (സിംപ്പെതെറ്റിക്) *adj.* having common feeling with another; കരുണാർദ്രമായ; ദീനാനുകമ്പനായ; സഹതാപമുള്ള; *adv.* **sympathetically** സാനുകമ്പം.

sympathy (സിംപതി) *n.* fellow-feeling; compassion; സഹതാപം; മനസ്സലിവ്; സഹാനുഭൂതി.

symphony (സിംഫണി) *n.* consonance or harmony of sounds; സ്വരലയം; സ്വരൈക്യം; മേളക്കൊഴുപ്പ്.

symposium (സിംപൗസിയം) *n.* (*pl.* **symposia**) discussion; ചർച്ചായോഗം; വ്യത്യസ്ത ചിന്താഗതികൾ പ്രതിഫലിക്കുന്ന പ്രബന്ധസംഗ്രഹം.

symptom (സിംപ്റ്റം, സിംറ്റം) *n.* indication of disease; രോഗലക്ഷണം.

synagogue (സിനഗൊഗ്) *n.* an assembly of Jews for worship; ജൂതസഭായോഗം; ജൂതദേവാലയം.

synchronize (സിൻക്രണൈസ്) *v.* to coincide or agree in time; ഏകകാലത്തു സംഭവിപ്പിക്കുക; സമയം ഒപ്പിക്കുക; ഏകകാലത്തു സംഭവിക്കുക; *n.* **synchrony** ഏകകാലികത്വം.

syndicate (സിൻഡിക്കേയ്റ്റ്) *n.* administrative committee of (certain) universities; സർവകലാശാലാഭരണസമിതി; ട്രെയിഡ്‌യൂണിയനുകളുടെ സംയുക്തസമിതി; പൊതുതാത്പര്യത്തെ മുൻ നിർത്തി സഹകരിക്കുന്ന വ്യാപാരസ്ഥാപനങ്ങളുടെ കൂട്ടായ്മ; *v.* സിൻഡിക്കേറ്റായി പ്രവർത്തിക്കുക; സിൻഡിക്കേറ്റിൽ അംഗമാവുക.

syndrome (സിൻഡ്രൗം, സിൻഡ്രമി) *n.* concurrence of symptoms; രോഗലക്ഷണ വർഗൈക്യം; അഭിപ്രായങ്ങൾ, പെരുമാറ്റം തുടങ്ങിയവയുടെ സഹജസംയോഗം.

synod (സിനഡ്) *n.* an ecclesiastical council; ക്രിസ്തീയസഭകളിൽ വൈദികാദ്ധ്യക്ഷന്മാരുടെ ആലോചനാസഭ.

synonym (സിനണിം) *n.* word having the same meaning with another; പര്യായപദം; സമാനാർത്ഥപദം; **synonymous** പര്യായമായ.

synopsis (സിനൊപ്സിസ്) *n.* (*pl.* **synopses**) a summary; a general view; സംക്ഷേപണം; സംഗ്രഹം; *n.* സംക്ഷിപ്ത സുവിശേഷങ്ങളിലൊന്ന്.

synthesis (സിൻതെസിസ്) *n.* (*pl.* **syntheses** സീസ്) composition; combination; ഉദ്ഗ്രഥനം; സമന്വയം; സംശ്ലേഷണം.

syphilis (സിഫിലിസ്) *n.* contagious venereal disease; സിഫിലിസ്; പറങ്കിപ്പുണ്ണ്.

Syriac (സിറിയാക്) *n.* ancient language of Syria; സുറിയാനി ഭാഷ; (*also adj.*).

syringe (സിറിഞ്ജ്) *n.* tubular instrument that draws in liquid; instrument used by surgeons for injecting; പീച്ചാങ്കുഴൽ; മരുന്നു കുത്തിവയ്ക്കുന്ന ഉപകരണം.

syrup (സിറപ്) *n.* any thick sweet liquid; സിറപ്പ്; ശർക്കരപ്പാവ്.

system (സിസ്റ്റം) *n.* things connected according to a scheme; orderly arrangement of objects; constitution; ക്രമം; അഭിപ്രായം; അനുഭവക്രമം; പദ്ധതി; സമ്പ്രദായം.

systematic (സിസ്റ്റമാറ്റിക്) *adj.* methodical; according to a plan; orderly; വ്യവസ്ഥാനുസൃതമായ; ചിട്ടയോടുകൂടിയ; ക്രമാനുഗതമായ.

Tt

T (റ്റി) the twentieth letter of the English alphabet; ഇംഗ്ലിഷ് അക്ഷരമാലയിലെ ഇരുപതാമത്തെ അക്ഷരം; **T-shirt** വിടർത്തിവയ്ക്കുമ്പോൾ 'T' യുടെ ആകൃതിയുള്ള ഷർട്ട്.

table (റ്റേയ്ബ്ൾ) *n.* an article of furniture consisting of a flat top on legs; index; മേശ; പീഠം; നിരപ്പുള്ള എഴുത്തുപലക; കണ്ണാടിച്ചില്ല്; ആധാരം; സംക്ഷേപം; പട്ടിക; മൂലപദാർത്ഥപ്പട്ടിക; *v.* പട്ടികയാക്കുക.

tableau (റ്റാബ്ലൗ) *n.* (*pl.* **tableaux** റ്റാബ്ലൗസ്) a pictorial representation; motionless representation by living persons in costume; a silent scene; നിശ്ചലദൃശ്യം; മൗനനാടക രംഗാവതരണം; മൂകരംഗപ്രദർശനം.

tablet (റ്റാബ്ലിറ്റ്) *n.* a little slab; small flat piece of prepared substance esp. medicinal; ചെറുതകിട്; രേഖ; പലക; പത്രം; ഗുളികരൂപത്തിലുള്ള ഔഷധമോ ഭക്ഷണമോ.

tabloid (റ്റാബ്ളൊയ്ഡ്) *n.* popular newspaper having half the size of an ordinary newspaper; സാധാരണ പത്രത്തിൻെറ പകുതിവലിപ്പമുള്ള ദിനപത്രം; 'കുട്ടിപ്പത്രം'.

taboo (റ്റബൂ) *n.* act of setting apart person or thing as accursed or sacred; ban; വ്യക്തിയെയോ വസ്തുവെയോ നികൃഷ്ടമായോ അതിപാവനമായോ കല്പിക്കുന്നതു മൂല മുള്ള വിലക്ക്; നിരോധം; കൂടിക്കഴിക്കാതിരിക്കൽ; *adj.* വിലക്കപ്പെട്ട.

tabulate (റ്റാബ്യൂലെയ്റ്റ്) *v.* set down in a table of items; prepare table; പട്ടികയിലാക്കുക; അനുക്രമണികാരൂപത്തിൽ വിന്യസിക്കുക; പട്ടികതയ്യാറാക്കുക; *n.* **tabulation** പട്ടികയാക്കൽ.

tacit (റ്റാസിറ്റ്) *adj.* implied but not expressed in words; speechless; മൗനസമ്മതമായ; അനുക്തസിദ്ധമായ; ഉരിയാടാത്ത; മിണ്ടാത്ത.

taciturn (റ്റാസിറ്റേൺ) *adj.* reticent; uncommunicative; മനസ്സിലുള്ളതു പുറത്തുവിടാത്ത.

tack (റ്റാക്) *n.* short sharp nail with a broad head; course of action; ആണി; മുള്ളാണി; അനുബന്ധം.

tackle (റ്റാക്ക്ൾ) *n.* appliances or equipment; ഉപകരണസാമഗ്രികൾ; പണിആയുധം; *v.* harness; grapple with; മല്ലിടുക; കൈകാര്യം ചെയ്യുക; *n.* **tackling**.

tact (റ്റാക്റ്റ്) *n.* knack; adroitness; നയപൂർവ്വമായ പെരുമാറ്റം; *adj.* **tactical** സൈനികതന്ത്രപരമായ; തന്ത്രപരമായ.

tactics (റ്റാക്റ്റിക്സ്) *n.* the science or art of manoeuvring; സമരതന്ത്രം; സൈന്യവിന്യാസവിദ്യ.

tadpole (റ്റാഡ്പൗൾ) *n.* young frog; larva of frog; വാൽമാക്രി; തവളക്കുഞ്ഞ്.

tag (റ്റാഗ്) *n.* metallic (plastic) point at the end of a string; appendage; അറ്റത്തു സൂചിയുള്ള നാട.

tail (ടെയ്ൽ) *n.* the posterior extremity of an animal; വാൽ; അറ്റം; *v.* വാലുപോലെ തൊങ്ങുക; വാലുപിടിച്ചു വലിക്കുക; *n.* **tail-end** അവസാനം; അറുതി; **tail-light** പിൻ

ദീപം; *n.* **tail piece** മച്ചിൻെറ തുലാം; അവസാനതുണ്ട്.

tailor (റ്റെയ്ലർ) *n.* maker of garments; one who sews; തയ്യൽക്കാരൻ; തുന്നൽക്കാരൻ.

taint (റ്റെയ്ൻറ്) *v.* stain; infect; corrupt; കറപ്പെടുത്തുക; ദുഷിപ്പിക്കുക; വിഷകരമാക്കുക; *adj.* **tainted** കലുഷിതമായ.

take (റ്റെയ്ക്) *v.* (*p.t.* **took**, *p.part.* **taken**) lay hold of; seize; grasp; catch suddenly; entrap; capture; എടുക്കുക; അംഗീകരിക്കുക; വശീകരിക്കുക; മനസ്സിലാക്കുക; ഗ്രഹിക്കുക; സ്വായത്തമാക്കുക; പിടിക്കുക; പിടിച്ചടക്കുക; ധരിക്കുക; ഇഷ്ടപ്പെടുക; ആകർഷിക്കുക; ക്ഷണിച്ചുകൊണ്ടുപോകുക; പിടിച്ചുകൊണ്ടുപോകുക; **take off** നിലത്തുനിന്നുയരുക; **take part** പങ്കെടുക്കുക; **take one's time** ധൃതികൂട്ടാതിരിക്കുക; **take over** സ്ഥാനമോ ചുമതലയോ ഏറ്റെടുക്കുക.

talcum (റ്റാൽകം) *n.* **talcum powder** powdered talc for toilet use; മുഖത്തിടുന്ന പൗഡർ.

tale (റ്റെയ്ൽ) *n.* a story; malicious report; a narrative; fiction; കഥ; കെട്ടുകഥ; ദൂഷണകഥ.

talent (റ്റാലൻറ്) *n.* natural gift; special aptitude; പ്രാഗല്ഭ്യം; ബുദ്ധിവൈഭവം; പ്രാപ്തി; പാടവം; *adj.* **talented** പ്രാഗല്ഭ്യമുള്ള.

talk (റ്റോക്ക്) *v.* speak; communicate; converse; prate; confer; സംസാരിക്കുക; പ്രസംഗിക്കുക; റേഡിയോ വഴി സംസാരിക്കുക.

tall (റ്റോൾ) *adj.* high in stature; lofty; elevated; ആകൃതിയിലുയർന്ന; ഉന്നതമായ; ഉയരമുള്ള.

tally (റ്റാലി) *n.* (*hist.*) a stick notched to mark numbers; corresponding thing; എണ്ണം അങ്കനംചെയ്ത മരക്കഷണം; അസ്സലും പകർപ്പുമുള്ള കണക്ക്; സംഖ്യ; പൊരുത്തം.

tamarind (റ്റാമറിൻഡ്) *n.* the tropical tree of tamarindus indica; പുളിമരം; പുളി; വാളൻപുളി.

tame (റ്റെയിം) *adj.* having lost its wildness and shyness; domesticated; gentle; മനുഷ്യരോടു പഴകിയ; മെരുക്കിയ; വീട്ടിൽ വളർത്തിയ; ഒതുങ്ങിയ സ്വഭാവമുള്ള; ഇണക്കമുള്ള.

tamper (റാംപ്പർ) *v.* meddle; interfere; പരകാര്യത്തിൽ തലയിടുക; വേണ്ടാത്തതിൽ ഇടപെടുക.

tampon (റാംപ്പൊൻ) *n.* plug of cotton used for absorbing blood during menstruation; ആർത്തവകാലത്ത് സ്രവിക്കുന്ന രക്തം ഒപ്പിയെടുക്കുന്നതിന് ഉപയോഗിക്കുന്ന തുണി, പഞ്ഞി.

tan (റ്റാൻ) *v.* (*p.t. & p.part.* **tanned**) convert animal skins into leather; തോൽ ഊറയ്ക്കിടുക; ചർമ്മം പരിഷ്കരിക്കുക; തവിട്ടുനിറമാക്കുക; വെയിലു കൊള്ളിച്ചു കറുപ്പിക്കുക.

tang (റ്റാങ്) *n.* a ringing sound; കിലുക്കം; മുഴക്കശബ്ദം; മണിച്ചൽ.

tangible (റ്റാൻജിബ്ൾ) *adj.* capable of being touched; സ്പർശവേദ്യമായ; ഇന്ദ്രിയഗോചരമായ; പ്രകടമായ; പ്രത്യക്ഷമായ; രൂപമുള്ള.

tangle (റ്റാങ്ഗ്ൾ) *v.* knit together confusedly; entangle; ചുറ്റിപ്പിണയുക; കൂട്ടിപ്പിണയ്ക്കുക; കൂട്ടിക്കുഴയ്ക്കുക.

tank (റ്റാങ്ക്) *n.* large cistern or vessel; reservoir of water; പശുത്തൊട്ടി; വലിയ പാത്രം; കുളം; തടാകം.

tanker (ടാ̄ങ്കർ) *n.* a ship or vehicle for carrying liquids esp. mineral oils; എണ്ണക്കപ്പൽ; എണ്ണകൾ കൊണ്ടുപോകുന്ന ഏതെങ്കിലും വാഹനം.

tantrum (റ്റാ̄ൻട്രം) *n.* burst of ill-temper; കാരണമില്ലാത്ത ക്രോധാവേശം; കലികൊള്ളൽ; കലി; (കുട്ടികളുടെ) ദുശ്ശാഠ്യം.

tap (റ്റാ̄പ്) *v.* knock gently; pat; apply sole to shoe; ലഘുവായി തട്ടുക; തൊടുക; പതുക്കെ അടിക്കുക.

tap (റ്റാ̄പ്) *n.* hole or short pipe through which liquid is drawn; ചെറുകുഴൽ; (വെള്ളപ്പൈപ്പിൻെറയും മറ്റും) ടാപ്പ്; കുഴലടപ്പ്; മദ്യം; മദ്യവിക്രയസ്ഥലം; തെങ്ങുചെത്തുക; റബ്ബർ മരത്തിൽനിന്നും കറ എടുക്കുക.

tape (റ്റെയ്പ്) *n.* narrow fillet or band; ribbon; നാട; അളവുനാട; റ്റെയ്പ്.

taper (റ്റെയ്പർ) *n.* candle light; small light; (കത്തുന്ന) മെഴുകുതിരി; കൈത്തിരി; *adj.* കൂർത്ത; കൂർപ്പിച്ച; മെലിഞ്ഞു നീണ്ട; *v.* കൂർപ്പിക്കുക.

tapestry (റ്റാ̄പെസ്ട്രി) *n.* ornamental textile for walls and furniture and for curtains; ചിത്രകമ്പളം; ചിത്രത്തിരശ്ശീല.

tapioca (റ്റാ̄പിയൗക) *n.* cassava meal; മരച്ചീനി; കപ്പ; കപ്പപ്പൊടി.

tar (റ്റാ̄ർ) *n.* thick dark inflammable liquid got by dry distillation of wood, coal etc.; കീല്; താറ്; *v.* താറു പൂശുക; കീലിടുക.

tardy (റ്റാർഡി) *adj.* slow moving; sluggish; reluctant; മന്ദഗതിയായ; ഇഴഞ്ഞ പ്രകൃതിയായ; വിളംബശീലനായ; വൈകിയുള്ള.

target (റ്റാർഗിറ്റ്) *n.* an object aimed at; objective; a shooting score; ഉന്നം; ലക്ഷ്യം; ലാക്ക്.

tariff (റ്റാ̄രിഫ്) *n.* a list or set of customs duties; scale of charges; ചുങ്കവിഹിതം; ഏറ്റുമതി-ഇറക്കുമതിത്തീരുവ.

tarnish (റ്റാർനിഷ്) *v.* destroy the lustre of; become dull; blot; കാന്തി മങ്ങിപ്പിക്കുക; കളങ്കപ്പെടുത്തുക; പേരു ചീത്തയാക്കുക.

taro (റ്റാരൗ) *n.* a plant of the arum family with edible roots; ചേമ്പ്.

tarpaulin (റ്റാ̄ർപോളിൻ) *n.* strong linen or hempen cloth water-proofed with tar or otherwise; താർപ്പായി; കീലു പൂശിയ പായ്.

tart (റ്റാ̄ർട്ട്) *adj.* sharp to the taste; aciduous; എരിവുള്ള; തീക്ഷ്ണരുചിയുള്ള.

tart (റ്റാർട്ട്) *n.* a kind of pie or pastry; അട; ഓട്ടട; ഒരിനം മധുരപലഹാരം.

Tarzan (ടാർസ̄ൻ) *n.* (*fig.*) a man of great strength and agility; അങ്ങേയറ്റം ശരീരശക്തിയും അതിവേഗം ചലനസാമർത്ഥ്യവുമുള്ള ആൾ.

task (റ്റാസ്ക്) *n.* piece of work imposed or undertaken; burdensome employment; കഠിനജോലി; ഏല്പിച്ച പണി; ഏറ്റ പ്രവൃത്തി; കർത്തവ്യം; നിയുക്തകൃത്യം; പഠിച്ചു തീർക്കാൻ നിർബന്ധിതമായ പാഠം; വ്രതം; കാര്യം നിർദ്ദേശിക്കുക.

taste (റ്റെയ്സ്റ്റ്) *v.* try by the touch of the tongue; try by eating a little; relish; രുചിനോക്കുക; അനുഭവിച്ചറിയുക; സ്വാദുനോക്കുക; ആസ്വദിക്കുക; നുകരുക; അനുഭവജ്ഞാനമുണ്ടാകുക; സ്വാദ്; രസം; രസജ്ഞത; രോചകത്വം; രുചി; അഭിരുചി; *adj.* **tasteless** കലാഭിരുചിയില്ലാത്ത; അരോചകമായ; *n.* **taster**

രുചിനോക്കുന്നവൻ; **to one's taste** അഭിരുചിക്കനുസരണമായി.

ta-ta (റ്റാ̄റ്റാ̄) *n. & int.* (baby talk) familiar form of salutation at parting; യാത്ര പറഞ്ഞു പിരിയുമ്പോഴുള്ള വന്ദനവാക്ക്.

tatter (റ്റാ̄റ്റർ) *n.* rag; torn piece; കീറ ത്തുണി; **in tatters** കീറിപ്പറിഞ്ഞ വസ്ത്രം ധരിച്ച്; *v.t.* കീറുക; ചീളുക.

tattle (റ്റാ̄റ്റ്ൽ) *v.* talk idly or triflingly; ചിലയ്ക്കുക; അതുമിതും പറയുക.

tattoo (റ്റേറ്റൂ) *n.* a beat of drum and bugle; call for soldiers; സൈനികരെ ആഹ്വാനംചെയ്യുന്ന കാഹളമോ ഭേരീ നാദമോ.

tattoo (റ്റേറ്റൂ) *v.* make designs on the skin by pricking colouring matter; പച്ചകുത്തുക; *n.* പച്ചകുത്ത്; *n.* **tattooing** പച്ചകുത്തൽ.

taunt (റ്റോൺട്) *v.* reproach with severe insulting words; കൊള്ളിവാക്കു പറയുക; ശകാരിക്കുക; ഭർത്സിക്കുക; കുത്തുവാക്ക്.

taut (റോറ്റ്) *adj.* tightly drawn; tense; not slack; വലിഞ്ഞുനില്ക്കുന്ന; മുറുകിയ; അയവില്ലാത്ത; *adv.* **tautly**.

tavern (റാ̄വേൺ) *n.* public house where food and liquor are supplied; മദ്യശാല; സത്രം; വഴിയമ്പലം; *n.* **tavern keeper** മദ്യവിക്രയി.

tawdry (റ്റോഡ്റി) *adj.* gaudy; flashy; വർണ്ണമോടിയുള്ള; പുറംപകിട്ടുള്ള.

tax (റ്റാ̄ക്സ്) *n.* a contribution exacted by the state; കരം; ചുങ്കം; തീരുവ; നികുതി; വരിപ്പണം; നികുതി ചുമത്തുക; കെട്ടുക; വരിയിടുക; പരീക്ഷിക്കുക; അത്യന്തം ക്ലേശിപ്പിക്കുക; *adj.* **taxable** കരം ചുമത്താവുന്ന.

taxation (ടാ̄ക്സേയ്ഷൻ) *n.* imposition of taxes; കരം ചാർത്തൽ; കരം പിരിക്കൽ.

taxi (റ്റാ̄ക്സി) *n.* (*pl.* **taxis**) any motor car on hire; കൂലിക്കോടുന്ന മോട്ടോർവണ്ടി; *v.* കൂലിവണ്ടിയിൽ സഞ്ചരിക്കുക.

tea (റ്റീ) *n.* evergreen plant of Camellia genus; dried leaves of the plant; decoction or infusion of tea leaves in boiling water used as a beverage; ചായ; തേയില; തേയിലച്ചെടി; തേയിലവെള്ളം; *v.* ചായ കുടിക്കുക; **tea-cup** ചായക്കോപ്പ; 3 ഔൺസ് കൊള്ളുന്ന കപ്പ്; **tea-party** തേയില സൽക്കാര സമാഗമം; **teapoy** തേയില വയ്ക്കാനുള്ള ചെറുമേശ.

teach (റ്റീച്) *v.* (*p.t. & p.part.* **taught**) educate; impart knowledge of; അഭ്യസിപ്പിക്കുക; പഠിപ്പിക്കുക; പരിശീലിപ്പിക്കുക.

teacher (റ്റീച്ചർ) *n.* instructor; preacher; preceptor; അദ്ധ്യാപകൻ; ആദ്ധ്യാത്മിക ഗുരു.

teaching (റ്റീച്ചിങ്) *n.* act of instructing; what is taught; doctrines; അഭ്യസനകർമ്മം; അദ്ധ്യാപകത്വം; അദ്ധ്യാപനം.

teak (റ്റീക്) *n.* the tree yielding most durable strong timber; തേക്കുമരം.

team (റ്റീം) *n.* flock of young animals; persons forming one of the parties in a game or match; പ്രാണിക്കൂട്ടം; ഗണം; പറ്റം; അണിയെരുത്; മൃഗനിര; ഇണക്കാള; ജോടിക്കുതിര; **team spirit** സംഘമനോഭാവം; **team-work** കൂട്ടുപ്രവൃത്തി.

tear (റ്റിയ്യർ) *n.* liquid secreted from the eyes; (*fig.*) sorrow; കണ്ണുനീര്; ദുഃഖം; സങ്കടം; *n.* **tear-drop** കണ്ണുനീർത്തുള്ളി; *n.* **tear-gas** അശ്രുജനകവാതകം; കണ്ണീർവാതകം.

tear (റ്റെയർ) *v.* (*p.t.* **tore**; *p.part.* **torn**) pull apart by force; lacerate; wound; cleave; പൊളിച്ചുകളയുക; കീറിക്കളയുക; ചീന്തിക്കീറുക; പറിച്ചെടുക്കുക.

tease (റ്റീസ്) *v.* irritate playfully or maliciously; vex; കളിവാക്കു പറഞ്ഞു പരിഹസിക്കുക; പീഡിപ്പിക്കുക.

teat (റ്റീറ്റ്) *n.* nipple of the female breast; മുലക്കണ്ണ്; മുല; മൃഗങ്ങളുടെ അകിട്.

technical (റ്റെക്നിക്കൽ) *adj.* pert. to the mechanical arts or applied science; സാങ്കേതികമായ; ശാസ്ത്രവിദ്യാസംബന്ധിയായ.

technique (റ്റെക്നിക്) *n.* method of performance; mechanical skill in art; പ്രവൃത്തിരീതി; സമ്പ്രദായം; സങ്കേതം; വിദ്യാനൈപുണ്യം.

technology (റ്റെക്നൊളജി) *n.* science of practical or industrial arts; ടെക്നോളജി; പ്രയുക്തശാസ്ത്രം.

tedious (റ്റീഡിയസ്) *adj.* wearisome; മുഷിപ്പിക്കുന്ന; മടുപ്പു വരുത്തുന്ന.

tedium (റ്റീഡിയം) *n.* tediousness; മടുപ്പ്; മുഷിച്ചിൽ.

teem (റ്റീം) *v.* be prolific; പെരുകുക; സമൃദ്ധിയായി വരിക; നിറഞ്ഞിരിക്കുക; *adj.* **teeming** നിറഞ്ഞുകവിയുന്ന; നിറഞ്ഞ.

teens (റ്റീൻസ്) *n.* years between 12 and 20; 13–19 വരെയുള്ള പ്രായം; **teenage**.

teethe (റ്റീദ്) *v.* develop teeth; പല്ലു മുളയ്ക്കുക; പല്ലുവയ്ക്കുക.

teetotalism (ടീടൗട്ടലിസം) *n.* total abstaining from intoxicating drinks; പരിപൂർണ്ണ മദ്യവർജ്ജനം; *n.* **teetotaller** കുടി നിറുത്തിയവൻ; മദ്യം സേവിക്കാത്തവൻ.

telecast (റ്റെലികാസ്റ്റ്) *n.* television broadcast; ടെലിവിഷൻ പ്രക്ഷേപണം, സംപ്രേഷണം.

telecommunication (റ്റെലികമ്മ്യൂണിക്കേയ്ഷൻ) *n.* communication of information by telephone, telegraph, cable, radio, and television; ടെലിഫോൺ, ടെലഗ്രാഫ്, കേബിൾ, റേഡിയോ, ടെലിവിഷൻ എന്നിവ വഴിയുള്ള വാർത്താപ്രക്ഷേപണം.

telegram (റ്റെലിഗ്രാം) *n.* message sent by telegraph; കമ്പിസന്ദേശം.

telegraph (റ്റെലിഗ്രാഫ്) *n.* semaphore apparatus; വിദ്യുത്സന്ദേശപ്രേരകയന്ത്രം; *v.* കമ്പിയടിക്കുക.

telephone (റ്റെലിഫൗൺ) *n.* an instrument which transmits sound to a distance; ഭാഷണയന്ത്രം; ദൂരശ്രാവി; ടെലിഫോൺ.

teleprinter (റ്റെലിപ്രിൻറർ) *n.* a telegraph transmitter with typewriter keyboard; റ്റൈപ്റൈറ്റർ കീബോർഡുള്ള ഒരു ടെലിഗ്രാഫ് പ്രേഷണയന്ത്രം.

telescope (റ്റെലിസ്കൗപ്) *n.* instrument for viewing distant objects; ദൂരദർശിനി; കുഴൽക്കണ്ണാടി.

television (റ്റെലിവിഷൻ) *n.* viewing of distant objects by electrical transmission; ദൂരവീക്ഷണം; വിദൂരദർശിനി; വിദൂരവസ്തു ദർശനം; പ്രക്ഷേപണം; ടെലിവിഷൻ.

tell (റ്റെൽ) *v.* express in words; പറയുക; പറഞ്ഞുകൊടുക്കുക; അറിയിക്കുക; ചൊല്ലുക; വെളിച്ചത്താക്കുക; എണ്ണുക; വർണ്ണിക്കുക; വിവരിക്കുക; നിവേദനം ചെയ്യുക; നിർണ്ണയിക്കുക; *n.* **teller** അറിയിക്കുന്ന

വൻ; പാർലമെൻറിൽ വോട്ടെണ്ണുന്ന നാലുദ്യോഗസ്ഥന്മാരുടെ ഉദ്യോഗപ്പേർ; ബാങ്കിൽ പണം സ്വീകരിക്കുകയും കൊടുക്കുകയും ചെയ്യുന്ന ഉദ്യോഗസ്ഥൻ (യന്ത്രം).

temerity (റ്റിമെറിറ്റി) *n.* rashness; recklessness; അവിവേകധൈര്യം; സാഹസം.

temper (റ്റെമ്പർ) *v.* mix in due proportion; moderate; soften; quality; adapt; പതംവരുത്തുക; ശരിയാക്കുക; (വാളിനും കത്തിക്കും മറ്റും) മൂർച്ചവരുത്തുക.

temper (ടെമ്പർ) *n.* temperament; mood; മാനസികനില; ചിത്തവൃത്തി; പ്രകൃതം; **good temper** നല്ല മനോഭാവം.

temperament (ടെംപെറമെൻറ്) *n.* disposition; ചിത്തവൃത്തി; ഗുണവിശേഷം; പ്രകൃതിഗുണം.

temperance (ടെംപെറൻസ്) *n.* self-control esp. in eating and drinking; മിതപാനവും മറ്റും; പാനാസക്ത്യഭാവം.

temperate (ടെംപെറെയ്റ്റ്) *adj.* self-restrained; ഇച്ഛയടക്കുന്ന; മിതശീതോഷ്ണമായ; മിതാഹാരനായ; സമചിത്തനായ.

temperature (ടെംപറേയ്ച്ചർ) *n.* degree of sensible heat; climate; താപനില; സ്ഥിതി; നില; ഗുണം; ചൂടുനില; ഉഷ്ണതാമാനം; ഊഷ്മാങ്കരേഖ; (*coll.*) പനി.

tempest (റ്റെംപിസ്റ്റ്) *n.* storm of extreme violence; കൊടുങ്കാറ്റ്; കടൽക്ഷോഭം; *adj.* **tempestuous** പ്രക്ഷുബ്ധമായ.

temple (റ്റെംപ്ൾ) *n.* place of worship; ക്ഷേത്രം; അമ്പലം; ദേവാലയം; (*fig.*) ശരീരം; തലയുടെ ഇരുവശത്തെയും പരന്ന ഭാഗം; ചെന്നി.

tempo (റ്റെംപൗ) *n.* (*mus.*) relative rapidity; rhythm; ചലനവേഗം; താളം; താളക്രമം; (*fig.*) ഗതിവേഗം.

temporal (റ്റെംപറൽ) *adj.* worldly; ലൗകികമായ; അനിത്യമായ; ഈ ലോകത്തെ.

temporary (ടെംപ്രറി) *adj.* for a time only; transient; താത്ക്കാലികമായ; ക്ഷണികമായ.

tempt (റ്റെംപ്റ്റ്) *v.* incite or solicit to an evil act; entice; മനോദാർഢ്യം പരീക്ഷിക്കുക; ധിക്കരിക്കുക; പ്രലോഭിക്കുക; ആകർഷിക്കുക; പാപം ചെയ്യാൻ പ്രേരിപ്പിക്കുക.

temptation (ടെംറ്റേയ്ഷൻ) *n.* act of tempting; that which tempts; വിമോഹനം; വിമോഹനാശയം; പ്രലോഭനം.

ten (റ്റെൻ) *adj.* & *n.* the cardinal number next above nine; പത്താമത്തെ; പത്ത്.

tenable (റ്റെനെബ്ൾ) *adj.* capable of being retained or defended; നിലനിർത്താവുന്ന.

tenacious (റ്റിനേയ്ഷസ്) *adj.* stubborn; apt; to stick; കൊണ്ടതിനെ വിടാത്ത; ദൃഢബലമുള്ള; ദൃഢഗ്രാഹിയായ.

tenant (റ്റെനൻറ്) *n.* renter; dweller; occupant; കുടികിടപ്പുകാരൻ; കുടിയാൻ; പാട്ടക്കാരൻ; *n.* **tenancy.**

tend (റ്റെൻഡ്) *v.* move or incline in some direction; പോകുക; നീങ്ങുക; ചായ്‌വുണ്ടാകുക; കാക്കുക; പാലിക്കുക; മേയ്ക്കുക; ചെയ്യുക; പരിചരിക്കുക; ശ്രദ്ധിക്കുക.

tendency (റ്റെൻഡൻസി) *n.* a trend; drift; inclination; ഗതി; ചായ്‌വ്.

tender (റ്റെൻഡർ) *v.* present for acceptance; വച്ചുകാട്ടുക; സമർപ്പിക്കുക;

tender | terrace 423

ഏല്പിക്കുക; ദർഘാസ് സമർപ്പിക്കുക; ഉപദേശിക്കുക; *n.* ദർഘാസ്.

tender (റ്റെൻഡർ) *adj.* soft; delicate; weak; പിഞ്ചായ; മൂക്കാത്ത; ബലഹീനനായ; ശക്തികുറഞ്ഞ; എളുപ്പത്തിൽ വ്രണപ്പെടുന്ന; ലോലമായ; എളുപ്പത്തിൽ പൊട്ടുന്ന.

tendon (റ്റെൻഡ്ഡൻ) *n.* band or cord of tissue; സ്നായു; ദശനാര്; ചലനഞരമ്പ്.

tendril (റ്റെൻഡ്രിൽ) *n.* a plant's coiling thread-like climbing organ; വള്ളിക്കൊടി; തളിർക്കുല; തന്തു.

tenet (റ്റെനിറ്റ്) *n.* principle; doctrine or dogma; (വ്യക്തിയുടെയോ മതസംഹിതയുടെയോ മറ്റോ) സിദ്ധാന്തം; നിയമം; പ്രമാണം.

tennis (റ്റെനിസ്) *n.* a game played with ball, rackets and net; 'ടെന്നീസ്' എന്ന പന്തുകളി.

tense (റ്റെൻസ്) *adj.* strained; rigid; stiff; പിരിമുറുക്കമുള്ള; പ്രക്ഷുബ്ധമായ; ക്രിയാപദങ്ങളുടെ കാലഭേദം.

tensile (ടെൻസൈൽ) *adj.* capable of being stretched; വലിച്ചുനീട്ടാവുന്ന; മുറുക്കാവുന്ന.

tension (ടെൻഷൻ) *n.* strained state; tightness; excited feeling; സംഘർഷം; പിരിമുറുക്കം; മുറുക്കം.

tent (റ്റെൻറ്) *n.* a portable lodging or shelter commonly of canvas; കൂടാരം; തമ്പ്; സൈനികശിബിരം; *v.* കൂടാരത്തിൽ പാർക്കുക.

tentacle (റ്റെൻറക്ക്ൾ) *n.* (*zool.*) a thread-like organ for feeling; സ്പർശശൃംഗം; സ്പർശനി; ഗ്രാഹി.

tentative (റ്റെൻ്റെറ്റീവ്) *adj.* done or made provisionally; പരീക്ഷാർത്ഥമുള്ള; താല്ക്കാലികോപയുക്തമായ.

tenuity (റ്റെന്യൂയിറ്റി) *n.* thinness; slenderness; rarity; നേർമ്മ; ഘനക്കുറവ്; സൂക്ഷ്മത; *adj.* **tennous**.

tenure (റ്റെന്യൂഎ്ർ) *n.* occupancy; holding; time of occupation; വസ്തുഭരണം; വസ്തുനടപ്പവകാശം; പാട്ടം.

tercentenary (റ്റേർസെൻറിനറി) *adj.* of 3rd centenary; മൂന്നാം ശതവാർഷികം

term (റ്റേം) *n.* limit; limited time; a division of academic year; a period of sittings; അതിര്; അതിർത്തി; അവധി; കാലാവധി; സീമ; സമയം; ഗഡു; ഊഴം; തവണ; കരാർ വ്യവസ്ഥകൾ; ഉപയോഗിക്കപ്പെട്ട ഭാഷ; **in terms of** (പ്രത്യേക വിഷയത്തിനു തക്കതായ) ഭാഷയിൽ; **come to terms** വഴങ്ങുക; കീഴടങ്ങുക.

terminate (റ്റേമിനെയ്റ്റ്) *v.* put an end to; complete; അവസാനിപ്പിക്കുക; പൂർത്തിയാക്കുക; ഉപസംഹരിക്കുക; കലാശിക്കുക; *n.* **termination, terminals** (computer) ഡേറ്റ സ്വീകരിക്കുന്നതിനോ പ്രദർശിപ്പിക്കുന്നതിനോ ഉള്ള സംവിധാനം (കംപ്യൂട്ടർ സ്ക്രീൻ).

terminology (റ്റേമിനൊളജി) *n.* science of technical terms; സംജ്ഞാശാസ്ത്രം; സങ്കേതഭാഷ.

terminus (റ്റേർമിനസ്) *n.* (*pl.* **termini**) extreme station at either end of a railway or bus route; അതിർത്തി; സീമ; തീവണ്ടി ലൈനോ ബസ്റൂട്ടോ അവസാനിക്കുന്നിടം.

termite (റ്റേർമൈറ്റ്) *n.* white-ant; ചിതൽ; വെള്ളയുറുമ്പ്.

terra (റ്റെറ) *n.* the earth; earth; ധര; ഭൂമി; നിലം; മണ്ണ്; *n.* **terra firma** സ്ഥിരഭൂമി; *n.* **terra cotta** ചുട്ട കളിമണ്ണ്.

terrace (റ്റെറിസ്) *n.* a raised platform

or bank of earth; flat roof of a house; മേൽത്തളം; മേൽമാടം; വെൺമാടം.

terrain (റ്റെറെയ്ൻ) *n.* ground or tract from a military point of view; (സൈനിക ദൃഷ്ട്യാ) ഭൂപ്രദേശം.

terrestrial (റ്റിറെസ്റ്റ്റിയൽ) *adj.* (*opp.* **celestrial**) pert. to, representing or existing on the earth; earthly; ഭൂസംബന്ധിയായ; ഭൂമിയിലുള്ള; ഭൂമിയിൽ ജീവിച്ചിരിക്കുന്ന; ഭൂമിയിൽ സഞ്ചരിക്കുന്ന.

terrible (റ്റെറിബ്ൾ) *adj.* dreadful; awful; hoary; അതിദാരുണമായ; ഘോരമായ; കരാളമായ; ഭീതിജനകമായ.

terrier (റ്റെറിയർ) *n.* a small dog; ഒരിനം ചെറു നായാട്ടുനായ്.

terrific (റ്റെറിഫിക്) *adj.* creating or causing terror; ഉഗ്രഭീതിയുണർത്തുന്ന; ഏറ്റവും വലിപ്പമുള്ള.

terrify (റ്റെറിഫൈ) *v.* (*p.t.* & *p.part.* **terrified**) frighten extremely; ഭയപ്പെടുത്തുക; ഭീഷണിപ്പെടുത്തുക.

territory (റ്റെറിറ്ററി) *adj.* domain; region; part of a confederation; ഭൂപ്രദേശം; ദേശം; പ്രദേശം; നാട്; അധീനരാജ്യം; *adj.* **territorial**.

terror (റ്റെറർ) *n.* extreme fear; panic; ഉഗ്രഭയം; മഹാഭയം; ഉൾക്കിടുക്കം; സംത്രാസം; നടുക്കം; ഭീതി; *n.* **terrorist;** *v.t.* **terrorize.**

terse (ട്റ്റേഴ്സ്) *adj.* brief; സംക്ഷിപ്തമായ; വളരെ ചുരുക്കം വാക്കുകളിലൊതുക്കിയ; *n.* **terseness.**

tertiary (ട്റ്റേർഷറി) *adj.* & *n.* of the third degree order or formation; മൂന്നാം വിഭാഗത്തിൽപ്പെട്ട.

test (ടെസ്റ്റ്) *n.* any critical trial; means of trial; a trial of fitness; a test match; (വ്യക്തിയുടെയോ വസ്തുവിൻെറയോ ഗുണങ്ങൾ) വിമർശാത്മകമായി പരിശോധിക്കൽ; അംഗീകരിക്കുകയോ നിഷേധിക്കുകയോ ചെയ്യുന്നതിൻെറ അടിസ്ഥാനം; പരിശോധന; ഗുണപരീക്ഷണം; മാറ്റുനോക്കൽ; നിർണ്ണയം; സൂക്ഷ്മപരിശോധന ചെയ്യുക; **put to the test** പരീക്ഷണവിധേയമാക്കുക; *n.* **test-tube** പരീക്ഷണനാളി; വണ്ട് മുതലായവയുടെ ഓട്.

testament (റ്റെസ്റ്റ്റ്റമൻറ്) *n.* will of a dying person; മരണപത്രിക; ഒസ്യത്ത്; സമ്മതപത്രം; (ബൈബിളിലെ) പുതിയ നിയമം.

testicle (റ്റെസ്റ്റിക്ക്ൾ) *n.* one of the glands which secretes the seminal fluid in males; വൃഷണം.

testify (റ്റെസ്റ്റിഫൈ) *v.* bear witness to; give evidence under oath; വ്യഞ്ജിപ്പിക്കുക; പ്രമാണീകരിക്കുക; സാക്ഷ്യപ്പെടുത്തുക.

testimonial (ടെസ്റ്റിമൗണിയൽ) *n.* certificate bearing testimony; യോഗ്യതാപത്രം; പ്രമാണജ്ഞാനം; *n.* **testimony.**

tetanus (റ്റെറ്റ്റ്റനസ്) *n.* disease in which the muscles stiffen and contract, caused by bacteria entering the body; മുറിവുകളിൽകൂടിയും മറ്റും രോഗാണുക്കൾ ശരീരത്തിൽ പ്രവേശിക്കുമ്പോഴുണ്ടാകുന്ന ഒരു രോഗം.

tete-a-tete (റ്റെയ്റ്റ്-ആ-റ്റെയ്റ്റ്) *adv.* in close confabulation; face to face; രഹസ്യമായി; മുഖാമുഖമായി; സ്വകാര്യമായി; രഹസ്യകൂടിക്കാഴ്ച.

text (റ്റെക്സ്റ്റ്) *n.* original words of an author; a book in its original form; ഗ്രന്ഥം, മൂലം; വചനം; മൂലഗ്രന്ഥം; വേദവാക്യം; *n.* **text-book** പാഠപുസ്തകം.

textile (റ്റെക്സ്റ്റൈൽ) *adj.* woven or capable of being woven; നെയ്ത്തു സംബന്ധിച്ച; നെയ്ത; തുണിത്തരം.

texture (ടെക്സ്ചർ) *n.* manner of weaving; composition; തന്തുരചന; സംയോഗം; അവയവച്ചേർച്ച; ആരടുപ്പം.

than (ദാ̆ൻ, ദ്െൻ) *conj.* word placed after the comparative of an adj. or adv.; -കാൾ; -കാട്ടിൽ; -നെക്കാൾ; -നെക്കാളും.

thank (താ̆ങ്ക്) *v.* express gratitude; feel grateful; കൃതജ്ഞത കാട്ടുക; നന്ദി പറയുക; ഉപകാരസ്മരണയുണ്ടാകുക; *n.* (*pl.*) **thanks** നന്ദി; **thanks to** ഇന്നതിൻെറ ഫലമായി; **thankful** grateful; നന്ദിയുള്ള; കൃതജ്ഞനായ; *adj.* **thankless** നന്ദികെട്ട; നിഷ്ഫലമായ; **thank God** ഭാഗ്യവശാൽ.

that (ദാറ്റ്, ദ്െറ്റ്) *adj.* & *pron.* pointing out a person or thing; അത്; ആ (*pl.* **those**) who; which; ഏതൊരാൾ; ഏതൊന്ന്; *conj.* because; for; in order that; എന്ന; എന്നിങ്ങനെ; എന്ന്.

thatch (താ̆ച്) *n.* straw or other material for a roof; വീടു മേയുന്ന പുല്ല്; തൃണപടലം; *v.t.* മേച്ചൽ നടത്തുക; വീടു മേയുക.

thaw (തോ) *v.* melt as ice; become less stiff or reserved in manner; മഞ്ഞുകട്ടി അലിയുക; ഉരുകുക; ദ്രാവകമായിത്തീരുക.

the (ദി, ദ) *adj.* & *adv.* called the definite article, used to denote a particular person or thing; ആ; ഈ; അത്ര; എത്ര; എങ്ങനെയോ അങ്ങനെ; സുപരിചിത വ്യക്തിയെയും മറ്റും സൂചിപ്പിക്കുന്ന വിശേഷകം.

theatre (തീയറ്റർ) *n.* play-house; building for exhibiting films; നാടകശാല; സിനിമാമന്ദിരം; നടനരംഗം; രംഗഭൂമി; അരങ്ങ്; നാടകകല; നാടകസാഹിത്യം; *adj.* **theatrical**.

theft (തെഫ്റ്റ്) *n.* act of stealing; thing stolen; മോഷണം; മോഷ്ടിച്ച വസ്തു.

their (ദെ്യർ) *adj.* pert. to or belonging to them; അവരുടെ; അവയുടെ; (*pl.*) **theirs** അവരുടേത്; അവയുടേത്.

theism (തീയിസം) *n.* belief in the existence of God; ഏകദൈവവാദം; ദൈവവിശ്വാസം; ആസ്തിക്യം; *n.* **theist**.

theme (തീം) *n.* subject or topic; പ്രബന്ധവിഷയം; പ്രതിപാദ്യം; ചിന്താവിഷയം; പ്രമേയം.

then (ദെൻ) *adj.* being at that time; അക്കാലത്തെ; അന്നത്തെ; അപ്പോൾ; അക്കാലത്ത്.

theology (തിയൊളജി) *n.* (*pl.* **theologies**) scientific knowledge of God; ഈശ്വരവിജ്ഞാനീയം; അദ്ധ്യാത്മവിദ്യ; ദൈവശാസ്ത്രം; *n.* **theologian** *adj.* **theological.**

theorem (തീഎറം) *n.* (*math.*) an established principle; അടിസ്ഥാന തത്ത്വം; സ്ഥാപിതപ്രമാണം; സിദ്ധാന്തം.

theory (തിയറി) *n.* a doctrine or scheme of things; സിദ്ധാന്തം; പരികല്പന; മനഃസൃഷ്ടി; പ്രമാണം; തത്ത്വവിചാരം.

theosophy (തിയൊസഫി) *n.* direct philosophical knowledge of God; യോഗാനുഭവജ്ഞാനം; ബ്രഹ്മജ്ഞാനം; ബ്രഹ്മവിദ്യ.

therapeutic (തെറപ്യൂറ്റിക്) *adj.* pert. to the healing art; ചികിത്സാപരമായ; രോഗം ശമിപ്പിക്കുന്ന.

therapy (തെറപി) *n.* treatment; രോഗചികിത്സ.

there (ദെ്യർ) *adv.* in or at that place; at

that point; അവിടെ; അവിടേക്ക്; അവിടെയുള്ള; അങ്ങോട്ട്; ആ ദിക്കിൽ; ആ സ്ഥാനത്തേക്ക്; **thereafter** അതിൽപ്പിന്നെ; **thereat** അവിടെ; **thereby** ആ വഴി; **therefor** അതിന്നായി; **therefore** അക്കാരണത്താൽ; **therein** അവിടെ (വച്ച്); **then and there** അപ്പോൾതന്നെ.

thermo (ഺതർമോ) (*pref.*) heat; ഉഷ്ണം; താപം.

thesaurus (തിസോരസ്) *n.* a store house of knowledge; ശബ്ദകോശം; വിജ്ഞാന ഭണ്ഡാഗാരം; പര്യായ നിഘണ്ടു.

thesis (തീസിസ്) *n.* (*pl.* **theses** തീസീസ്) that which is set down or advanced for argument; an essay; (ഒരാൾ കൈക്കൊള്ളുന്ന) നിലപാട്; പ്രബന്ധം.

thick (തിക്) *adj.* having great thickness; not thin; dense; viscous; close set or packed; വണ്ണമുള്ള; തടിച്ച; ബഹുലമായ; വിപുലമായ; നിബിഡിതമായ; കട്ടിയായ; കൊഴുപ്പുള്ള.

thicken (തിക്കെൻ) *v.* make thick or thicker; തടിപ്പിക്കുക; പെരുക്കുക; വർദ്ധിപ്പിക്കുക; ചീർപ്പിക്കുക; കട്ടിയാക്കുക; *n.* **thickness** state of being thick; വണ്ണം; കനം; സാന്ദ്രത; മുഴുപ്പ്

thief (തീഫ്) *n.* (*pl.* **thieves**) a person who steals; കള്ളൻ; മോഷ്ടാവ്; അപഹർത്താവ്.

thieve (തീവ്) *v.* steal; കക്കുക; അപഹരിക്കുക; മോഷ്ടിക്കുക.

thigh (തൈ) *n.* thick fleshy portion of the leg between the knee and the trunk; ഊരു; തുട; **thigh-bone** തുടയെല്ല്.

thimble (തിംബ്ൾ) *n.* a cover for the finger used in sewing; തുന്നുമ്പോൾ വിരലിൽ സൂചി തട്ടാതിരിപ്പാനിടുന്ന വിരലുറ.

thin (തിൻ) *adj.* (*comp.* **thinner**, *superl.* **thinnest**) not thick; slim; lean; dilute; poor; small; slender; delicate; കനം കുറഞ്ഞ; തടി കുറഞ്ഞ; **thin air** അദൃശ്യത്വം; ഇല്ലായ്മ.

thing (തിങ്) *n.* that which exists or can be thought of; a matter; affair; ചിന്താവിഷയമായ എന്തും; വസ്തു; സാധനം; പദാർത്ഥം; വിഷയം; കാര്യം; പ്രവൃത്തി.

think (തിങ്ക്) *v.* (*p.t. & p.part.* **thought**) have the mind occupied on some subject; meditate; ചിന്തിക്കുക; ആലോചിക്കുക; തോന്നുക; വിചാരിക്കുക; മനനം ചെയ്യുക; ഓർക്കുക; ധ്യാനിക്കുക; **think again** മനംമാററുക; **think about** പരിചിന്തിക്കുക; പ്രായോഗികത പരിശോധിക്കുക; **think aloud** ഉറക്കെച്ചിന്തിക്കുക.

thinker (തിങ്ക്കർ) *n.* one who thinks; a philosopher; ചിന്തകൻ; വിചാരബുദ്ധിയുള്ളവൻ.

thinking (തിങ്കിങ്) *adj.* able to think; having the faculty of thought; വിചാരശക്തിയുള്ള; നിർദ്ദിഷ്ടരീതിയിൽ ചിന്തിക്കുന്ന.

third (ഥേർഡ്) *adj.* next after the second; മൂന്നാം; മൂന്നാമത്തെ; *n.* **the third part** മൂന്നാംഭാഗം; മൂന്നാമത്തേത്; **third person** (*gram.*) തൃതീയ പുരുഷൻ; ത്രിമൂർത്തികളിൽ മൂന്നാമൻ; പരിശുദ്ധാത്മാവ്; **third party** മൂന്നാമൻ; സാക്ഷി.

thirst (ഥേഴ്സ്ററ്) *n.* want of drink; eager desire for anything; ദാഹം; ആർത്തി; ആശ; അത്യഭിലാഷം; ആർത്തിയുണ്ടാകുക; *adj.* **thirsty.**

thirteen (ഥേർററീൻ) *adj.* of ten plus three; പതിമ്മൂന്നായ; *n.* പതിമ്മൂന്ന്; **thirteenth** പതിമ്മൂന്നാമത്തെ.

thirty (തേർററി) *adj.* of three times ten; മുപ്പതാമത്തെ; *n.* മുപ്പത്; *adj.* **thirtieth** മുപ്പതാമത്തെ.

this (ദിസ്) (*pl.* **these** ദീസ്) *adj. & dem. pron.* denoting something; near at hand or just mentioned; **ഈ; ഇത്;** ഇപ്പറഞ്ഞത്; ഒടുവിൽ പറഞ്ഞത്; ഇവൻ; ഇവൾ.

thistle (തിസ്ൽ) *n.* a prickly plant; മുൾച്ചെടി; കാരമുള്ള്; ഞെരിഞ്ഞിൽ.

thither (ദിദ്ദർ) *adv.* to that place; അങ്ങോട്ടേക്ക്; അതിലേക്ക്; **hither and thither** ഇവിടെയും അവിടെയും.

thorax (തോറാക്സ്) *n.* breast; chest; നെഞ്ചുറ; നെഞ്ച്; *adj.* **thoracic** ഉരസ്സിനെ സംബന്ധിച്ച.

thorn (തോൺ) *n.* plant having spines; anything prickly or troublesome മുൾച്ചെടി; മുള്ള്; കണ്ടകം; ശല്യം; ഉപദ്രവം.

thorough (തറേ) *adj.* going completely to the end; complete; entire; സമ്പൂർണ്ണമായ; മററൊന്നിനാലും വ്യത്യാസപ്പെടുത്തപ്പെടാത്ത; *n.* **thoroughfare** പെരുവഴി.

those (ദൗസ്) *adj.* (*pl.* of **that**) അവ; അവർ.

thou (ദൗ) *pron., obj.* **thee**; *poss.* **thy, thine** (*ar.* or *poet.*) അങ്ങ്.

though (ദൗ) *conj.* even if; not withstanding that; എന്നിരിക്കിലും; എന്നാലും; എന്നിട്ടും; **what though?** എങ്കിലെന്ത്? **as though = as if** ആയാൽ തന്നെയും.

thought (തോട്ട്) *n.* act or power of thinking; ചിന്ത; വിചാരം; മനനം; മനോവ്യാപാരം; മനോഭാവം; മനോരഥം; മനോവൃത്തി.

thoughtful (തോട്ട്ഫുൾ) *adj.* contemplative; attentive; careful; mindful; ചിന്തയിലാണ്ട; ആരായുന്ന; ചിന്താശീലമുള്ള; ചിന്താകുലനായ; *adv.* **thoughtfully**; *n.* **thoughtfulness**.

thoughtless (തോട്ട്ലിസ്) *adj.* negligent; rash; inconsiderate; ആലോചനാശൂന്യമായ; അവധാനമില്ലാത്ത.

thousand (തൗസൻഡ്) *n.* (*pl.* **thousand, thousands**) ten hundred; ആയിരം; ആയിരമെണ്ണം; വളരെ.

thrash (ത്രാഷ്) *v.* beat soundly with a stick or whip; പ്രഹരിക്കുക; മെതിക്കുക; **thrash out** അനേക പരീക്ഷണങ്ങളിലൂടെ സത്യത്തിൽ എത്തിച്ചേരുക.

thread (ത്രെഡ്) *n.* filament of any fibrous substance; strand; string; ഇഴ; നാര്; ചരട്; സൂത്രം; തന്തു; തുടർച്ച; ഗതി; ധാര; പോക്ക്; പ്രസക്തി; സംബന്ധം; ഗുണം; *v.* **threadbare** കീറിപ്പറിഞ്ഞ; അത്യുപയോഗത്താൽ ജീർണ്ണിച്ച; ഉടുത്തു പഴകിയ.

threat (ത്രെററ്) *n.* declaration of an intention to inflict punishment, loss, or pain on another; ഭീഷണി; (*lit. & fig.*) ഭയകാരണം; ഭീഷണിപ്പെടുത്തൽ; അപായമുന്നറിയിപ്പ്; *v.* **threaten** ഭീഷണിപ്പെടുത്തുക.

three (ത്രീ) *n. & adj.* two and one; മൂന്ന്; തൃതീയഭാഗം; തൃതീയാംശം; മൂന്നെണ്ണം; മൂന്നെന്ന അക്കം.

thresh (ത്രെഷ്) *v.* separate grain from straw by beating; ധാന്യം മെതിക്കുക; ധാന്യത്തിൻെറ പതിരു കളയുക.

threshold (ത്രെഷൗൾഡ്) *n.* the sill of a house-door; ഉമ്മറം; ഉമ്മറപ്പടി; പ്രവേശനദ്വാരം.

thrice (ത്രൈസ്) *adv.* three times; മൂന്നു പ്രാവശ്യം; മൂന്നു മടങ്ങ്.

thrift (ത്രിഫ്റ്റ്) *n.* frugality; economy; സുനിർവഹണം; മിതവ്യയം; മിതവിനിയോഗം.

thrill (ത്രിൽ) *v.* feel a sharp shivering sensation; excite; പുളകംകൊള്ളിക്കുക; ഉൾപ്പുളകമുണ്ടാക്കുക.

thriller (ത്രില്ലർ) *n.* a sensational story, novel etc.; അത്യന്തം സ്തോഭജനകമായ നോവലും മററും.

thrilling (ത്രില്ലിങ്) *adj.* exciting; stirring; moving; കോരിത്തരിപ്പിക്കുന്ന.

thrive (ത്രൈവ്) *v.* (*p.t.* **throve, thrived**, *p.part.* **thriven**) flourish; prosper; അഭിവൃദ്ധിപ്പെടുക; വർദ്ധിക്കുക.

throat (ത്രൗട്ട്) *n.* the forepart of the neck of any animal; gullet; larynx; കണ്ഠം; കണ്ഠനാളം; കഴുത്തിൻെറ ഉപരിഭാഗം; കഴുത്ത്; ശ്വാസക്കുഴൽ; തൊണ്ട; **sore throat** കണ്ഠപാകം.

throb (ത്രൊബ്) *v.* beat strongly as the heart; നാഡിയടിക്കുക; നെഞ്ചിടിക്കുക; സ്പന്ദിക്കുക; സ്ഫുരിക്കുക.

throne (ത്രൗൺ) *n.* ornamented chair of state; kingship; സിംഹാസനം; ആധിപത്യം; രാജാധികാരം; *v.* സിംഹാസനത്തിൽ ആരോഹണം ചെയ്യിക്കുക.

throng (ത്രൊങ്) *n.* crowd of people or things; ജനക്കൂട്ടം; തിക്കും തിരക്കും; ജനസമ്മർദ്ദം; വമ്പിച്ച വസ്തുസമൂഹം; *v.* ഒന്നിച്ചു കൂടുക; ജനക്കൂട്ടമുണ്ടാകുക.

throttle (ത്രൊട്ട്ൽ) *n.* the throat or windpipe; ശ്വാസനാളി; ഗളം.

through (ത്രൂ) (*prep. & adv.*) from end to end or from side to side; -ൽ കൂടി; മുഖാന്തരം; ഇടയിലൂടെ; അടിമുതൽ മുടി വരെ; ഒരറ്റം മുതൽ മറ്റേ അറ്റം വരെ; മദ്ധ്യേ; *prep.* **throughout** എല്ലായിടവും.

throw (ത്രൗ) *v.* fling or cast in any manner; toss; turn; twist; hurt; വലിച്ചെറിയുക; എറിയുക; വീശുക; വിതറുക; **throw-back** തിരിച്ചടി; **throw away** വേണ്ടാത്തവസ്തു വലിച്ചെറിയുക.

thrust (ത്രസ്റ്റ്) *v.* (*p.t. & p.part.* **thrust**) push or drive with force; stab; pierce; അടിച്ചേല്പിക്കുക; തള്ളുക; കുത്തുക; തട്ടുകൊടുക്കുക; ചെലുത്തുക; ബലാൽ ചലിപ്പിക്കുക.

thud (തഡ്) *n.* dull hollow sound; concussion or blast; തട്ട്; മുട്ട്; അടി; ഇടി; കുത്ത്.

thug (തഗ്) *n.* robber; assassin; കൊള്ളക്കാരൻ; കവർച്ചയും കൊലപാതകവും തൊഴിലായി നടത്തിവന്ന തഗ് വർഗ്ഗക്കാരൻ.

thumb (തം) *n.* short thick finger of the human hand; (കയ്യിലെ) തള്ളവിരൽ; അംഗുഷ്ഠം; **thumb impression** തള്ളവിരലടയാളം; *n.* **thumb-mark** ഇടത്തെ പെരുവിരലടയാളം.

thunder (തൺഡർ) *n.* sound following a flash of lightning; a thunderbolt; മേഘഗർജ്ജനം; ഇടി; ഇടിമുഴക്കം; ഭയങ്കര ശബ്ദം; ഗർജ്ജനം; നിർഘോഷം; *n.* **thunderbolt** മിന്നൽപ്പിണർ; ഇടിവാൾ; അശനിപാതം. **thunder-storm** അശനിവർഷം; ഇടിയും മിന്നലും കൂടിയ കൊടുങ്കാററ്; തീമഴ.

Thursday (തേഴ്സ്ഡി) *n.* the fifth day of the week; വ്യാഴാഴ്ച; ഗുരുവാരം.

thus (ദസ്) *adv.* in this way, manner or state; accordingly; ഇങ്ങനെ; ഇനി പറയും പ്രകാരം; ഈ വിധത്തിൽ; തന്മൂലം; അതുകൊണ്ട്; ഇപ്രകാരം.

thwart (ത്വോർട്ട്) *adj.* crosswise; വിലങ്ങനെയുള്ള; *v* cross the path of; ob-

thyroid | time 429

struct; (ഒരാളുടെ ആഗ്രഹത്തെയും മററും) ധ്വംസിക്കുക; തടസ്സപ്പെടുത്തുക; വിഫലമാക്കുക;

thyroid (തൈറോയ്ഡ്) *adj.* (*anat. & zool.*) pert. to the thyroid gland; കൃകോപാസ്ഥി സംബന്ധിച്ച; കൃക പിണ്ഡം സംബന്ധിച്ച.

tick (ററിക്) *n.* cover of mattress; ശയ്യാവരണം; കിടക്കയുറ; തലയണയുറ; മെത്തയുറ; ചെക്ക്ചെയ്ത വസ്തുക്കളുടെ പേരിന്നെതിരായിടുന്ന 'ടിക്' അടയാളം.

ticket (ററികിററ്) *n.* a card, slip or the like; ടിക്കററ്; അനുമതിച്ചീട്ട്; അടയാളച്ചീട്ട്; പ്രവേശനപത്രം; അഭിജ്ഞാനപത്രം; സാധനത്തിന്മേൽ ബന്ധിക്കുന്ന വിലക്കുറിപ്പ്.

tickle (ററിക്ൾ) *v.* titillate; stir up to pleasure; ഇക്കിളിയാക്കുക; വിനോദിപ്പിക്കുക; രസിപ്പിക്കുക.

tide (റൈറഡ്) *n.* time; season; course; ebb and flow; കാലം; സമയം; സമുചിത കാലം; സീസൺ; വേലിയേററവും വേലിയിറക്കവും; ഒഴുക്ക്; പ്രവാഹം; ഗതി; **tide over** പ്രയാസത്തെ തരണംചെയ്യുക.

tidings (റൈറഡിങ്സ്) *n.* (*pl.*) news; information; വാർത്ത; വർത്തമാനം.

tidy (റൈറഡി) *adj.* seasonable; neat; trim; വൃത്തിയും വെടിപ്പുമുള്ള; ചിട്ടയായി സംവിധാനംചെയ്ത.

tie (റൈറ) (*pr.part.* **tying**, *p.t. & p.p.* **tied**) *v.* bind; confine; unite; be equal in votes or score; കെട്ടിടുക; കൂട്ടിക്കെട്ടുക; പിണയ്ക്കുക; ഏച്ചുകെട്ടുക; ചേർക്കുക; **tie-up** പങ്കാളിത്തം; ലയനം; *adj.* **tied** കെട്ടപ്പെട്ട.

tier (ററീയ്യർ) *n.* a row; rank; നിര; ശ്രേണി.

tiffin (ററിഫിൻ) *n.* lunch; ലഘുഭക്ഷണം.

tiger (റൈറഗർ) *n.* a ferocious wild beast; കടുവ; വ്യാഘ്രം; **paper tiger** കടലാസുപുലി.

tight (ടൈററ്) *adj.* close; firm; compact; rigid; fitting too close to the body; ഇറുകിയ; മുറുക്കമുള്ള; അയവില്ലാത്ത; പിരിമുറുകിയിരിക്കുന്ന; ഇറുക്കമുള്ള; വലിഞ്ഞ; ഉറപ്പുള്ള; *v.* **tighten** (ടൈററൻ) *v.* make tight; draw tighter; screw up; ഇറുക്കുക; മുറുക്കുക.

tile (റൈറൽ) *n.* thin slab of baked clay used for roofing; ഓട്; മേല്പുരത്തകിട്; ഇഷ്ടിക; മൂശ; ഓവ്; കുഴൽ; *v.* ഓടിടുക.

till (ററിൽ) *prep. & conj.* to the time of; until; അതുവരെ; ഇതുവരെയോളം; വരെ.

till (ററിൽ) (*p.t. & p.p.* **tilled**) *v.t.* plough; cultivate; ഉഴുക; നിലമൊരുക്കുക; *n.* **tiller** (ററിലർ) ഉഴവുയന്ത്രം.

tilt (ററിൽററ്) *v.* incline; thrust with a lance; ചരിക്കുക; ചരിച്ചുവയ്ക്കുക; കുന്തം ഓങ്ങുക; എറിയുക.

timber (ററിംബർ) *n.* wood for building purposes; trunk of a tree; പണിത്തര മരം; മരങ്ങൾ; വനം; തടിക്കോപ്പ്; മേൽക്കൂട്.

timbrel (ററിംബ്രൽ) *n.* a kind of drum; tabor; തപ്പ്; ഗഞ്ചിറ; തമ്പേറ്.

time (റൈറം) *n.* measure of duration; season; allotted period of life; a man's lifetime; occasion; rhythm; കാലം; കാലയളവ്; കാലഗതി; നിർദ്ദിഷ്ടസമയം; സമുചിത നിമിഷം; സമയം; നേരം; കാലാവസ്ഥ; പൊഴുത്; ആയുഷ്കാലം; ജീവിതകാലം; **out of time** യുക്തിഹീനമായ; വൈകിപ്പോയ; **against time** (ഉദ്ദിഷ്ടസമയത്ത് ലക്ഷ്യത്തിലെത്താനായി) പരമാവധി വേഗത്തിൽ; **before one's time, ahead of**

time പ്രതീക്ഷിച്ചതിലും നേരത്തെ; **in time** വൈകാതെ; നേരത്തെ; **in no time** അതിവേഗത്തിൽ; **time-bomb** നിശ്ചിത സമയത്തു പൊട്ടുന്നതിനുള്ള ഉൾസംവിധാനത്തോടുകൂടിയ ബോംബ്; *adj.* **time-consuming** ഒരുപാടു സമയമെടുക്കുന്ന; സമയം പാഴാക്കുന്ന; *n.* **time-keeper** വേലക്കാർ ജോലിക്കു വരുന്ന സമയം കുറിക്കുന്ന ഉദ്യോഗസ്ഥൻ; **timely** seasonable; opportune; being in good time സമയത്തിനൊത്ത; അവസരോചിതമായ; **time-table** സമയക്രമപ്പട്ടിക.

timid (റ്റിമിഡ്) *adj.* fearful; not bold; cowardly; ഭീരുവായ; കാതരത്വമുള്ള; *n.* **timidity**; *adv.* **timidly**.

tin (റ്റിൻ) *n.* a silvery-white easily fusible malleable metal; വെള്ളീയം; തകരം.

tinct (റ്റിങ്ക്ട്) *n.* tint or tincture; നിറം; വർണ്ണം; ചായം.

tincture (റ്റിങ്ക്ചർ) *n.* extract; solution; shade of colour; കഷായം; സത്ത്; ദ്രാവകൗഷധം.

tinge (റ്റിൻജ്) *v.* tint or colour; കലർത്തുക (നേരിയ തോതിൽ); ചായം പിടിപ്പിക്കുക.

tingle (റ്റിങ്ഗ്ൾ) *v.* ring; pulsate; മുഴങ്ങുക; തരിക്കുക.

tinker (റ്റിങ്കർ) *n.* a mender of kettles, pans etc.; ലോഹപ്പാത്രങ്ങൾ നന്നാക്കുന്നവൻ; ചെമ്പോട്ടി; കൗശലപ്പണി.

tinsel (റ്റിൻസ്ൽ) *n.* anything showy but of no value; കാക്കപ്പൊന്ന്; ബാഹ്യശോഭമാത്രമുള്ള നിസ്സാരസാധനം; വൃഥാഡംബരം; പളപളപ്പ്; **tinsel world** സിനിമാലോകം; താരപ്രഭയുടെ (പുറംമോടിയുടെ) ലോകം.

tint (റ്റിൻറ്) *n.* hue; tinge; light colour; നിറം; ഇളംനിറം; വർണ്ണച്ചരായ; ഒരേ മാതിരി നിറത്തിലുള്ള ചരായ.

tiny (റൈനി) *adj.* very small; minute; തീരെ ചെറിയ; സ്വല്പമായ; ക്ഷുദ്രമായ; അതിലഘുവായ.

tip (റ്റിപ്) *n.* small pointed end; top; gift; അറ്റം; അഗ്രഭാഗം; പ്രാന്തം; മുഖം; ശിഖരം; ലോഹക്കെട്ട്; സമ്മാനം കൊടുക്കുക.

tip-off (റ്റിപ്-ഓഫ്) *n.* hint; warning; സൂചന; മുന്നറിയിപ്പ്.

tipsy (റ്റിപ്സി) *adj.* intoxicated; മദ്യപിച്ച; ലഹരിപിടിച്ച.

tiptop (റ്റിപ്റ്റോപ്) *n.* the extreme top; the height of excellence; ഉച്ചതമാഗ്രം; അത്യുത്തമവസ്തു; മുന്തിയത്.

tirade (റൈറെയ്ഡ്) *n.* invective; long violent speech or reproof; അധിക്ഷേപഭാഷണം; ശകാരം; നിന്ദാപ്രസംഗം.

tire (റൈർ) *v.* exhaust the strength of by toil; ക്ഷീണിപ്പിക്കുക; തളർത്തുക; തളരുക; ക്ഷമകെടുത്തുക; മുഷിപ്പിക്കുക.

tissue (റ്റിഷു-ഷ്യു-സ്യൂ) *n.* anything woven; fabric; an organic substance; web; പിന്നൽപ്പണി; പിന്നിയത്; സംയുക്തകോശം; വല; ജാലം; ശൃംഖല.

tit (റ്റിറ്റ്) *n.* small bit; ചെറുതുണ്ട്; (*vulg.*) മുലക്കണ്ണ്; (in *pl.*) സ്തനങ്ങൾ; **tit for tat** 'ഉരുളയ്ക്കുപ്പേരി'.

Titan (റൈറ്റൻ) *n.* (*Gl. myth.*) giant; one who has force of command; യുറാനസിൻെറ ഭീമസന്തതികളിലൊരാൾ; (*fig.*) അതിമാനുഷൻ; അതിബലിഷ്ഠൻ; (*fen.*).

titbit (റ്റിറ്റ്ബിറ്റ്) *n.* small and delicious bit; മധുരസാധനക്കഷണം.

titillate (റ്റിറ്റിലെയ്റ്റ്) *v.* tickle;

title | tomato 431

ഇക്കിളിയാക്കുക; *n.* **titillation** ഇക്കിളിയാക്കൽ.

title (റൈറ്റ്ൽ) *n.* a chapter-heading; the name of a book, poem, etc.; designation; തലക്കെട്ട്; തലവാചകം; പേര്; പദവി; സംജ്ഞ; പ്രഭുസ്ഥാനം; സ്ഥാനമാനം; ബഹുമതി; ഉദ്യോഗനാമം; ജന്മപ്രമാണം; ഉടമസ്ഥാവകാശം.

titrate (ററിട്രെയ്ററ്) *v.* measure strength of a solution; ഒരു ലായനിയുടെ സാന്ദ്രത കാണുക; അനുമാനം ചെയ്യുക.

titter (ററിറ്ററ്) *v.* laugh with a stifled sound; ഉള്ളാലെ ചിരിക്കുക; അമർത്തിച്ചിരിക്കുക.

titular (ററിററ്യൂലർ) *adj.* nominal; in name or title only; നാമധാരകമായ; സ്ഥാനപ്പേരു മാത്രം ശേഷിച്ച.

to (റൂ, റ്ററ) *prep.* in the direction of; as far as; towards; -ന്നു; -ന്ന്; -യിലേക്ക്; -വരെ; -ദിശയിലേക്ക്; -യോളം; (ക്രിയാപദത്തിനു മുൻപ്) ഉദ്ദേശ്യസൂചകം; ഫല സൂചകം; **to and fro** അങ്ങോട്ടു മിങ്ങോട്ടും.

toad (റൗഡ്) *n.* a kind of frog; contemptible person; പേക്കാന്തവള; (*fig.*) വൃത്തികെട്ടയാൾ; നികൃഷ്ട മനുഷ്യൻ.

toast (റൗസ്ററ്) *v.* dry and scorch at the fire; വരട്ടുക; മൊരിക്കുക; ചുടുക; പാനോപചാരം ചെയ്യുക; കുശലാശംസ ചെയ്യുക; പാനോപചാര പ്രസംഗം.

tobacco (റുബാക്കൗ) *n.* a narcotic plant; its prepared leaves; പുകയില; പുകയിലച്ചെടി; (tobacco plant).

today (ററുഡയ്) *n.* this or the present day; ഇന്നേദിവസം; ഇക്കാലത്ത്.

toddle (റ്റോഡ്ൽ) *v.* walk with feeble steps as a child; പ്രാഞ്ചുക; പിച്ച നടക്കുക; *n.* **toddler** പിച്ച നടക്കുന്നവൻ; കുട്ടി; ശിശു.

toddy (റ്റോഡി) *n.* palm-wine; കള്ള്.

toe (റ്റൗ) *n.* finger of the foot; കാൽവിരൽ; ചെരിപ്പിൻെറ മുൻഭാഗം.

toffy, toffee (റ്റോഫി) *n.* a hard-baked sweet meat; കട്ടിമിഠായി.

together (റ്റുഗെദർ) *adv.* with; in company with; unitedly; ഒന്നിച്ച്; ഒരുമിച്ച്; ഒപ്പം; കൂടെ; സഹിതം; യോജിച്ച്; ഒത്തൊരുമിച്ച്; *n.* **get-together** ഒന്നിച്ചു ചേരൽ; യോഗം; സാമൂഹികച്ചടങ്ങ്.

toil (റ്റോയ്ൽ) *n.* labour with pain and fatigue; ദേഹാദ്ധ്വാനം; പണി; വേല; പ്രയാസം.

toilet (റ്റോയ്ലിറ്റ്) *n.* act or process of dressing; lavatory; മുടിചീകൽ; വസ്ത്രധാരണം ചെയ്യൽ; വേഷമണിയൽ; കക്കൂസുൾപ്പെട്ട മുറി; ചമയം; **toilet-paper** കക്കൂസാവശ്യത്തിനുള്ള ലോലക്കടലാസ്.

token (റ്റൗക്ൻ) *n.* something representing another thing; അടയാളം; ചിഹ്നം; സംജ്ഞ; സ്മാരകചിഹ്നം; സ്നേഹ ചിഹ്നം.

tolerance (റ്റൊലറൻസ്) *n.* patience; endurance; ക്ഷമ; സഹനശക്തി; സഹിഷ്ണുത; *v.* **tolerate** ക്ഷമിക്കുക; സഹിക്കുക.

toll (റ്റൗൾ) *n.* a tax; duty; ചുങ്കം; കടവുകൂലി.

toll (റ്റൗൾ) *v.* ring the bell; മണിയടിക്കുക; മരണമണിയടിക്കുക.

tomato (റ്റമാറ്റൗ) *n.* (*pl.* **tomatoes**) the love-apple; തക്കാളിച്ചെടി; തക്കാളിപ്പഴം.

tomb (റ്റൂം) *n.* a grave; vault; ശവക്കല്ലറ; ശവക്കുഴി.

tomorrow (റ്റുമോറൗ) *n. & adv.* the day after the present; നാളെ; അടുത്ത; പിറ്റേ ദിവസം.

tomtom (റ്റൊംറ്റൊം) *n.* drum; പറ; പടഹം; ഭേരി; *v.i.* കൊട്ടിയറിയിക്കുക.

ton (ടൺ) *n.* a measure of capacity; 20 ഹൺഡ്റഡ് വെയിറ്റ്; 2240 റാത്തൽ; കപ്പലിൽ 40 ഘനയടികൊണ്ട സ്ഥലം; *n.* **tonnage.**

tone (റ്റൗൺ) *n.* voice; tenor; temper; vigour; ശബ്ദം; ഒച്ച; ധ്വനി; സ്വരഭേദം; ഭാവം.

tonga (റ്റോങ്ഗ) *n.* two-wheeled cart; രണ്ടു ചക്രക്കുതിരവണ്ടി.

tongs (റ്റോങ്സ്) *n.* (*pl.*) a gripping instrument; കൊടിൽ; ചവണ.

tongue (ടങ്) *n.* organ of taste or speech; language; നാവ്; സംസാരരീതി; സംഭാഷണശക്തി; ഭാഷ; ഒരു രാജ്യത്തെ ഭാഷ; *adj.* **loose-tongued** വായിൽ തോന്നി യത് വിളിച്ചുപറയുന്ന.

tonic (റ്റൊണിക്) *n.* medicine that gives vigour; ശരീരപുഷ്ടിയും ആരോഗ്യവും ഉണ്ടാക്കുന്ന മരുന്ന്.

to-night (റ്റുനൈറ്റ്) *n. & adv.* present night; ഇന്നു രാത്രി; ഇന്നു രാത്രിയിൽ.

tonsil (റ്റൊൺസിൽ) *n.* one of the two glands at the root of the tongue; കണ്ഠ പിണ്ഡം; ഗളഗ്രന്ഥി; ജിഹ്വാമൂലമാംസ ഗ്രന്ഥി.

tonsure (റ്റൊൺഷ്ർ) *n.* shaving the head; തല വടിച്ച് മൊട്ടയടിക്കുന്നത്.

too (റ്റൂ) *adv.* in addition; over and above; extremely; likewise; അനുവദനീയമോ അഭിലഷണീയമോ ആയതിൽ കൂടുതലായി; അധികമായി; ഏറെ; വേണ്ടുന്നതിൽ ഏറെ.

tool (റ്റൂൾ) *n.* implement; working instrument; ആയുധം; പണിയായുധം; സാമഗ്രി; ഉപകരണം.

tooth (റ്റൂത്) *n.* (*pl.* **teeth**) projecting bony growths in the jaws of vertebrates; പല്ല്; ദംഷ്ട്രം; യന്ത്രപ്പല്ല്; *v.t.* പല്ലുവയ്ക്കുക; **fight tooth and nail** അത്യുഗ്രമായി പോർ ചെയ്യുക; **tooth-pick** *n.* പല്ലുകുത്തി.

top (റ്റൊപ്) *n.* highest point; summit; പരമോച്ചം; മേലഗ്രം; കൊടുമുടി; മുടി; ശിഖരം; ശിരസ്സ്; ഉന്നതപദം; പ്രമുഖസ്ഥാനം; *adj.* പരമം.

topaz (റ്റൗപാസ്) *n.* yellowish precious stone; പുഷ്യരാഗം.

topic (റ്റൊപിക്) *n.* a subject of discourse or argument; theme; ചർച്ചാവിഷയം; സംഭാഷണവിഷയം; പ്രതിപാദ്യം.

topography (റ്റപൊഗ്രഫി) *n.* description of a particular place; സ്ഥലവർണ്ണന; സ്ഥലചിത്രീകരണം.

topple (റ്റൊപ്ൾ) *v.* fall headlong; tumble down; തലകുത്തിവീഴുക; പൊളിഞ്ഞുവീഴുക.

topsyturvy (ടൊപ്സിടേർവി *adj. & adv.* turned upside down; തലകീഴായ; തകിടം മറിഞ്ഞ; *n.* കുഴപ്പം; താറുമാറ്.

torch (റ്റോർച്) *n.* a burning tick; portable electric lamp; തീവെട്ടവെളിച്ചം; പന്തം; ചൂട്ട്; ഇലക്ട്രിക് ടോർച്ച്; *n.* **torch- bearer** ചൂട്ടു പിടിക്കുന്നവൻ.

torment (റ്റോർമെൻറ്) *n.* exreme pain; suffering; torture; ദാരുണവേദന; യാതന; പീഡ; ദണ്ഡന, ചിത്രവധം; *n.* **tormentor.**

tornado (റ്റോർനെയ്ഡൗ *n.* (*pl.*) a violent whirlwind; ചണ്ഡമാരുതൻ; ചുഴലിക്കാറ്റ്.

torpedo (റ്റോർപിഡൗ) *n.* (*pl.* **torpedoes**) a self-propelled submarine weapon of offence; അന്തർജലാഗ്നിനാളിക; (*zool.*) വൈദ്യുതരശ്മി; ടോർപിഡോ.

torpid (റ്റോർപിഡ്) *adj.* numb; sluggish; dormant; മരവിച്ചു വിറങ്ങലിച്ച; സ്തംഭിച്ച; നിശ്ചേതനമായ.

torrent (റ്റോറൻറ്) *n.* violent or rapid flow; കുത്തിയൊഴുക്ക്; വെള്ളച്ചാട്ടം; മലവെള്ളം.

torso (റ്റോർസൗ) *n.* trunk of a statue or body without head; തലയില്ലാത്ത ഉടൽ; കബന്ധം.

tortoise (റ്റോർറ്റെസ്) *n.* a turtle; ആമ; **tortoise shell** ആമത്തോട്.

torture (റ്റോർച്ചെർ) *n.* extreme anguish of body or mind; agony; പീഡനം; ചിത്രവധം; ദണ്ഡനം; ഭേദ്യം ചെയ്യുക.

toss (റ്റോസ്) *v.* fling up or about; roll and tumble; മേലോട്ടെറിയുക; എറിയുക; വിക്ഷേപിക്കുക; അമ്മാനമാടുക; തല കുലുക്കുക; *n.* **toss-up** തർക്കമുള്ള കാര്യങ്ങൾ തീർച്ചപ്പെടുത്തേണ്ടതിലേക്കു നാണ്യം മേല്പോട്ടെറിയൽ (ഒരു ഭാഗ്യപരീക്ഷണരീതി).

total (റ്റൗട്ട്ൽ) *adj.* pert. to the whole; entire; complete in degree; മുഴുവനായ; പൂർണ്ണമായ; മൊത്തമായ; ആകെത്തുകയായ; *n.* **totality** സമ്പൂർണ്ണത.

totalitarian (റ്റൗട്ടാലിറ്റേറിയൻ) *n.* & *adj.* belonging to a form of government that includes control of everything under one authority; സമഗ്രാധിപത്യമായ; *n.* **totalitarianism** സമഗ്രാധിപത്യം.

totter (റ്റൊട്ടെർ) *v.* stagger; tremble; നടക്കുമ്പോൾ ചാഞ്ചാടുക; ഇടറുക.

touch (റ്റച്) *v.* feel; feel by knowing; impress; taste; affect with emotion; be in contact; make some reference to; കൈകൊണ്ടു തൊടുക; കൈവയ്ക്കുക; സ്പർശിക്കുക; പരാമർശിക്കുക; തിരുത്തുക; അറ്റകുറ്റങ്ങൾ തീർക്കുക; *n.* **touch-me-not** തൊട്ടാവാടി; (*fig.*) **touch-stone** ഉരകല്ല്.

tough (ടഫ്) *adj.* tenacious; firm; stiff; stubborn; കഠിനമായ; ശ്രമസഹിഷ്ണുവായ; ദുഷ്കരമായ; ഒടിയാത്ത.

tour (റ്റുഎ്ർ) *n.* circuit; prolonged roving journey; പര്യടനം; സഞ്ചാരം; ദേശസഞ്ചാരം; *v.* ചുറ്റിസഞ്ചരിക്കുക; ദേശസഞ്ചാരംചെയ്യുക; **tour programme** പര്യടനപരിപാടി; *n.* **tourist** വിനോദസഞ്ചാരി; ദേശസഞ്ചാരി; *n.* **tourism** വിനോദ സഞ്ചാരം.

tournament (റ്റോർണമെൻറ്) *n.* a series of games; an athletic display; കളിപ്പോർ; കായികാഭ്യാസപ്രകടനം; മത്സരക്കളി.

tourniquet (റ്റുഎ്ണിക്കെയ്, ട്േണിക്കെറ്റ്) *n.* device for stopping bleeding രക്തക്കുഴലിൽനിന്നുള്ള രക്തസ്രാവം തടയുന്നതിനുള്ള ഒരു രീതി.

tow (റ്റൗ) *v.* drag by means of a rope; കെട്ടിവലിച്ചുകൊണ്ടുപോകുക; വലിച്ചിഴയ്ക്കുക.

tow (റ്റൗ) *n.* prepared fibres of flax or jute; പരുത്ത ചണം; ചണനാര്.

toward, towards (റ്റവോർഡ്സ്, റ്റോർഡ്സ്) *preps.* in the direction of; with a tendency to; യുടെ നേർക്ക്; -ലേക്ക്; -ആകുമാറ്; -യോട്; -കുറിച്ച്; -സംബന്ധിച്ച്; 'ഏകദേശം'.

towel (റ്റൗവൽ) *n.* napkin; a cloth

for drying; ടവ്വൽ; തോർത്ത്; കുറിയ മുണ്ട്.

tower (റ്റൗഎ്ർ) *n.* a lofty building; high edifice; citadel; ഗോപുരം; പ്രാസാദം; മണി മാളിക; കൊത്തളം; കോട്ട.

town (റ്റൗൺ) *n.* a place larger than a village; the people of a town; പട്ടണം; പുരം; പട്ടണവാസികൾ; നഗരവാസികൾ; **township** കൊച്ചുപട്ടണം.

toxic (റ്റോക്സിക്) *adj.* of poison; poisonous; വിഷം സംബന്ധിച്ച; വിഷമയമായ; വിഷമുള്ള; *n.* **toxicity** വിഷത്വം.

toy (റ്റോയ്) *n.* a plaything for children; കളിക്കോപ്പ്; നിസ്സാരപദാർത്ഥം; ബാലിശ പ്രവർത്തനം; **toy with** മനസ്സിൽവച്ചു താലോലിക്കുക.

trace (ട്രെയ്സ്) *n.* a track; footprint; vestige; അടയാളം; ചുവട്; അല്പാംശം; അവശിഷ്ടം.

trachea (ട്രെക്കീയ) *n.* (*pl.* **tracheae**) wind-pipe; ശ്വാസനാളം; *adjs.* **tracheal.**

track (ട്രാക്ക്) *n.* mark left by the foot; beaten path; a railway line; കാൽച്ചുവട്; ചരണപഥം; ഗതി; പോക്ക്; പന്തയക്കളം; തീവണ്ടിപ്പാത; കാൽപ്പാടു നോക്കി പിന്തുടരുക; *n.* **tracker** പിന്തുടരുന്നവൻ; നായാട്ടുനായ്.

tract (ട്രാക്റ്റ്) *n.* a pamphlet or leaflet esp. religious; ലഘുലേഖ; ലഘുഗ്രന്ഥം; പ്രദേശം; പരപ്പ്; ഭൂഭാഗം; കാലദൈർഘ്യം.

tractor (ട്രാക്റ്റർ) *n.* a motor-plough; വലിക്കുന്ന യന്ത്രം; യന്ത്രക്കലപ്പ.

trade (ട്രേയ്ഡ്) *n.* buying and selling; business; commerce; profession; കച്ചവടം; വില്പന; വ്യാപാരം; വാണിജ്യം; ക്രയവിക്രയം; തൊഴിൽ; വ്യവസായം; **trade mark** ചരക്കടയാളം; വ്യാപാരമുദ്ര; *n.* **trader** വിൽപനക്കാരൻ; വ്യാപാരി.

tradition (ട്രെഡീഷൻ) *n.* information, belief or practice transmitted from generation to generation; പരമ്പരാഗതമായ അഭിപ്രായമോ വിശ്വാസമോ ആചാരമോ; അനുഭവത്തിൻെറയും പ്രയോഗത്തിൻെറയും പിൻബലമുള്ള കലാസാഹിത്യസിദ്ധാന്തങ്ങൾ; *adj.* **traditional.**

traffic (ട്രാഫിക്) *n.* coming and going of persons, vehicles, goods etc.; trade; ഗതാഗതം; പോക്കുവരവ്; വ്യാപാരം.

tragedy (ട്രാജെഡി) *n.* drama having a sad end; ദുഃഖപര്യവസായി (നാടകം); ദുരന്തസംഭവം; ശോചനീയസംഭവം; വിപത്ത്; *n.* **tragedian** *adj.* **tragic.**

trail (ട്രെയ്ൽ) *v.* draw along; hunt by tracking; ചവിട്ടടിനോക്കി പിന്തുടരുക; വേട്ടയാടുക; ഇഴച്ചുവലിക്കുക; പിന്നിലായിപ്പോകുക.

trailer (ട്രെയ്ലർ) *n.* a carriage, car, etc. towed by another; ഒരു വാഹനത്താൽ വലിക്കപ്പെടുന്ന മറ്റൊരു വാഹനം; ഏതാനും ഭാഗങ്ങൾ.

train (ട്രെയ്ൻ) *n.* railway carriages; a series; retinue; തീവണ്ടി; പരമ്പര; വലിച്ചുകൊണ്ടുപോകുക; അഭ്യസിപ്പിക്കുക; പരിശീലിപ്പിക്ക; ശീലിപ്പിക്ക; *n.* **trainee** *n.* **trainer.**

trait (ട്രെയ്റ്റ്, ട്രെയ്) *n.* mark; feature; character; ചിഹ്നം; ലക്ഷണം; പ്രത്യേക ലക്ഷണം.

traitor (ട്രെയ്റ്റർ) *n.* a betrayer; one guilty of treason; രാജ്യദ്രോഹി; ഒറ്റുകൊടുക്കുന്നവൻ; വിശ്വാസഘാതകൻ.

tram (ട്രാം) *n.* a tramway-car; ട്രാം വണ്ടി.

trammel (ട്രാമ്ൽ) *n.* a net for catching

tramp | transparent 435

birds; പക്ഷിവല; ജാലം; കെണി; കുരുക്ക്; പ്രതിബന്ധകം.

tramp (ട്രാംപ്) *v.* tread under foot; wander; ചവിട്ടുക; ചവിട്ടിത്തേക്കുക; മെതിക്കുക; നാടുതെണ്ടി; അലഞ്ഞുനടക്കുന്നവൻ.

trample (ട്രാംപ്ൾ) *v.* crush with the feet; insult; ചവുട്ടിത്തള്ളുക; ചവുട്ടിത്താഴ്ത്തുക.

trance (ട്രാൻസ്) *n.* swoon; ecstatic or exalted state; മയക്കം; മൂർച്ഛ; സമാധി.

tranquil (ട്രാങ്ക്വിൽ) *adj.* calm; peaceful; പ്രശാന്തമായ; കലക്കമില്ലാത്ത; അക്ഷുബ്ധമായ; സ്വസ്ഥമായ; *v.* **tranquil(l)ize;** *n.* **tranquil(l)izer;** *adv.* **tranquilly**.

transact (ട്രാൻസാക്റ്റ്) *v.* conduct; perform; deal with; നടത്തുക; നിർവ്വഹിക്കുക; അനുഷ്ഠിക്കുക; ചെയ്യുക; ഇടപാടു നടത്തുക; *n.* **transaction** ഇടപാടു നടത്തൽ.

transcend (ട്രാൻസെൻഡ്) *v.* surpass; outgo; excel; അതിശയിക്കുക; കൂടുതലുയർന്നുനില്ക്കുക; കവിഞ്ഞുപോകുക.

transcendental (ട്രാൻസെൻഡെൻറൽ) *adj.* going beyond human experience അതീന്ദ്രിയമായ; **transcendental meditation** അതീന്ദ്രിയധ്യാനം.

transcribe (ട്രാൻസ്ക്രൈബ്) *v.* copy; പകർത്തി എഴുതുക; പകർപ്പെഴുതുക.

transfer (ട്രാൻസ്ഫേർ) *v.* convey from one place to another; remove; alienate; മാറ്റിവയ്ക്കുക; മാറ്റിസ്ഥാപിക്കുക; സ്ഥലം മാറ്റം ചെയ്യുക; വിട്ടുകൊടുക്കുക; പകരുക; *n.* അയപ്പ്; കൊണ്ടുപോകൽ; പരാധീനപ്പെടുത്തൽ.

transform (ട്രാൻസ്ഫോം) *v.* change shape of; ആകൃതി മാറ്റുക; പരിണമിപ്പിക്കുക; വികൃതമാക്കുക; ഒരു ലോഹം മറ്റൊരു ലോഹമാക്കി മാറ്റുക;

transformer (ട്രാൻസ്ഫോർമ്മർ) *n.* an apparatus for obtaining an electric current from another of a different voltage; വൈദ്യുതിയുടെ യാതായാതാ പ്രവാഹത്തിൽ (alternating current) വോൾട്ടേജ് കൂട്ടുകയോ കുറയ്ക്കുകയോ ചെയ്യുന്നതിനുള്ള ഉപകരണം.

transgress (ട്രാൻസ്ഗ്രെസ്) *v.* trespass; pass beyond the limit; അതിക്രമിക്കുക; അതിലംഘിക്കുക; നിയമലംഘനം നടത്തുക.

transient (ട്രാൻസിയൻറ്) *adj.* of short duration; transitory; അല്പനേരത്തേക്കുള്ള.

transit (ട്രാൻസിറ്റ്) *n.* act of passing; passage; കടക്കൽ; കടത്തിക്കൊണ്ടുപോകൽ; സഞ്ചാരമാർഗ്ഗം.

transition (ട്രാൻസിഷൻ) *n.* change or process of change; മാറ്റം; സംക്രമണം; സ്ഥിതിമാറ്റം; രൂപാന്തരം; അവസ്ഥാന്തരം; പരിവർത്തനം.

translate (ട്രാൻസ്ലേയ്റ്റ്) *v.* render into another language; interpret; പരിഭാഷപ്പെടുത്തുക; തർജ്ജമ ചെയ്യുക; അർത്ഥം ധരിക്കുക; അർത്ഥം ഊഹിക്കുക; *n.* **translation** തർജ്ജമ; **translator** വിവർത്തകൻ.

transliterate (ട്രാൻസ്ലിറ്ററെയ്റ്റ്) *v.* write in letters of another alphabet; അന്യഭാഷാക്ഷരത്തിലെഴുതുക; ലിപി മാറ്റിയെഴുതുക.

transmit (ട്രാൻസ്മിറ്റ്) *v.* send or pass on; convey; അയയ്ക്കുക; പ്രേഷണം നടത്തുക; *n.* **transmission.**

transparent (ട്രാൻസ്പാരൻറ്) *adj.* able to be seen through; pellucid; സുതാര്യമായ; രശ്മീപാരകമായ; തെളിഞ്ഞ; സ്വച്ഛതയുള്ള; *n.* **transparency.**

transplant (ട്രാൻസ്പ്ലാൻറ്) *v.* plant in another place; പറിച്ചുനടുക; ഇടംമാറ്റി നടുക; ഒരു വ്യക്തിയുടെ ശരീരാവയവം മറ്റൊരാളിൽ പ്രതിഷ്ഠിക്കുക.

transport (ട്രാൻസ്പോർട്ട്) *v.* convey from one place to another; ഒരു സ്ഥലത്തുനിന്ന് മറ്റൊരിടത്തേക്ക് വാഹനത്തിൽ കൊണ്ടുപോകുക; കടത്തൽ; വഹനം; നാടുകടത്തൽ; *n.* **transportation.**

transubstantiate (ട്രാൻസബ്സ്റ്റാൻഷിയെയ്റ്റ്) *v.* change to another substance; പദാർത്ഥഭേദം വരുത്തുക.

transvestism (ട്രാൻസ്‌വെസ്റ്റിസം) *n.* the desire to dress oneself in the clothes of the opposite sex; പുരുഷവേഷം കെട്ടാൻ സ്ത്രീക്കും, സ്ത്രീവേഷം കെട്ടാൻ പുരുഷനുമുള്ള വിലക്ഷണാഭിനിവേശം.

trap (ട്രാപ്) *n.* a snare; contrivance; കുടുക്ക്; കെണി; കപടോപായം; കുരുക്ക്; കൂടതന്ത്രം.

trappings (ട്രാപിങ്സ്) *n.* (*pl.*) ornamental accessories; (ഔദ്യോഗിക പദവിയുടെയും മറ്റും) വേഷഭൂഷകൾ.

trash (ട്രാഷ്) *n.* worthless or waste stuff; നിസ്സാരസാധനം; നിരർത്ഥക ദ്രവ്യം.

trauma (ട്രോമ്മ, ട്രൗമ്മ) *n.* an injury; emotional shock; അംഗക്ഷതം നിമിത്തമുണ്ടാകുന്ന അസ്വാഭാവിക ശരീരാവസ്ഥ; *adj.* **traumatic** മുറിവുണ്ടാക്കുന്ന; മുറിവുകൊണ്ടുണ്ടായ.

travail (ട്രാവെയ്ൽ) *v.* toil; suffer the pangs of childbirth; പാടുപെടുക; അദ്ധ്വാനിക്കുക; ഈറ്റുനോവുണ്ടാകുക.

travel (ട്രാവ്ൽ) *v.* journey; യാത്ര ചെയ്യുക; പര്യടനം നടത്തുക; *n.* യാത്ര; പ്രയാണം; സഞ്ചാരം; ദേശാടനം.

travelogue (ട്രാവെലോഗ്) *n.* narrative of travel; യാത്രാവിവരണഗ്രന്ഥം.

traverse (ട്രാവേഴ്സ്) *v.* travel across; കുറുകെക്കടക്കുക; മുറിച്ചുകടക്കുക.

travesty (ട്രാവെസ്റ്റി) *n.* ridiculous imitation (of); a parody; വികൃതാനുകരണം; പരിഹാസ്യമായ പ്രതികൃതി.

trawl (ട്രോൾ) *n.* an open-mouthed drag-net; വലിയ വല; കോരുവല; *v.* വല വീശി മീൻപിടിക്കുക; *n.* **trawling.**

tray (ട്രേയ്) *n.* flat shallow vessel; തട്ടം; താലം; താമ്പാളം; തളിക.

treacherous (ട്രെച്ചറസ്) *adj.* traitorous; perfidious; വിശ്വാസഘാതിയായ.

tread (ട്രെഡ്) (*p.t.* **trod**, *p.p.* **trodden**) *v.* set the foot down; walk on; കാലടി വയ്ക്കുക; ചവിട്ടുക; മെതിക്കുക; തൊഴിക്കുക; നടന്നു വഴിതെളിക്കുക.

treadle (ട്രെഡ്ൽ) *n.* part of the machine which is moved by the foot; ചവിട്ടി പ്രവർത്തിക്കുന്ന യന്ത്രഭാഗം.

treason (ട്രീസൺ) *n.* betraying of the government; disloyalty; രാജ്യദ്രോഹം; വിശ്വാസഘാതകത്വം.

treasure (ട്രെഷർ) *n.* wealth stored up; riches; anything much valued; ഗുപ്തധനം; നിധി; സമ്പത്ത്; വിലപിടിച്ച സാധനം.

treasury (ട്രെഷറി) *n.* government department that controls public revenue; സർക്കാർ ഖജനാവ്.

treat (ട്രീറ്റ്) *v.* behave towards; deal with; administer medicine; പെരുമാറുക; ഇടപെടുക; ഏർപ്പെടുക; കൈകാര്യം ചെയ്യുക; സത്ക്കരിക്കുക; ചികിത്സിക്കുക; സദ്യ; സത്ക്കാരം; ഉല്ലാസം; രസം.

treatise (ട്രീറ്റിസ്) *n.* a written composition; പ്രബന്ധം; നിബന്ധം; ചെറു പുസ്തകം.

treatment (ട്രീറ്റ്മെൻറ്) *n.* act or manner of treating; way of treating diseases; പെരുമാറ്റം; നടത്തിപ്പ്; ചികിത്സ; സത്ക്കാരം.

treaty (ട്രീറ്റി) *n.* agreement of peace; കരാറ്; സഖ്യം; സമാധാന ഉടമ്പടി.

treble (ട്രെബ്ൾ) *adj.* threefold; triple; മൂന്നായി മടക്കിയ; മൂന്നിരട്ടിയായ *v.* മൂന്നു ഗുണമാക്കുക.

tree (ട്രീ) *n.* plant of immense size; വൃക്ഷം; മരം.

trek (ട്രെക്) *v.* pull load; travel by ox-wagon; ഭാരം വലിക്കുക; കാളവണ്ടിയിൽ പോകുക; *n.* നീണ്ട കാൽനടയാത്ര.

tremble (ട്രെംബ്ൾ) *v.* quiver; shudder; പേടിച്ചുവിറയ്ക്കുക; നടുങ്ങുക; ചലിക്കുക; കമ്പനം ചെയ്യുക.

tremendous (ട്രിമെൻഡ്ഡസ്) *adj.* awe-inspiring; huge; ഭയങ്കരമായ; ബൃഹത്തായ; ഘോരമായ; വലിയ; വളരെ.

tremor (ട്രെമർ) *n.* shivering or shaking; vibration; കുലുക്കം; ഉദ്വേഗം; വിറ; തുടിപ്പ്; നടുക്കം.

trench (ട്രെൻച്) *v.* cut or dig as a ditch; തുരക്കുക; കുഴിക്കുക; കിടങ്ങു കുഴി ക്കുക; *n.* ചാൽ; കിടങ്ങ്; തടം.

trenchant (ട്രെൻചൻറ്) *adj.* (*fig.*) sharp; keen; severe; മൂർച്ചയുള്ള; തീക്ഷ്ണമായ.

trend (ട്രെൻഡ്) *v.* bend or turn; *n.* പ്രവണത; ചായ്‌വ്; ഗതി.

trepidation (ട്രെപിഡേയ്ഷൻ) *n.* tremor; trembling; കമ്പം; വിറ; അന്ധാളിപ്പ്; ഉദ്വേഗം.

trespass (ട്രെസ്പ്പസ്) *v.* encroach; intrude; അനുവാദം കൂടാതെ പ്രവേശിക്കുക; അതിരുകടക്കുക.

trial (ട്രയ്ൽ) *n.* test; inquiry; experiment; പരീക്ഷ; പരീക്ഷണം; വിചാരണ; ന്യായവിചാരം.

triangle (ട്രൈആങ്ഗ്ൾ) *n.* a plane figure with 3 angles and three sides; ത്രികോണം; ത്രികോണക്ഷേത്രം.

tribe (ട്രൈബ്) *n.* a race; class; family; ഗോത്രം; വംശം; കുലം; വകുപ്പ്; വിഭാഗം; *adj.* **tribal** ഗോത്രയോഗ്യമായ.

tribulation (ട്രിബ്യൂലേയ്ഷൻ) *n.* severe affliction; distress; ദുരിതം; ക്ലേശം; അനർത്ഥം; പീഡ.

tribunal (ട്രൈബ്യൂണൽ) *n.* a court of law or justice; ന്യായാസനം; നീതിന്യായക്കോടതി.

tribune (ട്രിബ്യൂൺ) *n.* magistrate; മജിസ്ട്രേറ്റ്.

tribute (ട്രിബ്യൂട്ട്) *n.* a payment in acknowledgement of subjection; കപ്പം; സ്തുതി; ബഹുമാനസൂചകം; പ്രാഭൃതം; സ്തുത്യുപഹാരം; *adj.* **tributary.**

trick (ട്രിക്) *n.* artifice; deceitful device; കൗശലം; തന്ത്രം; ചെപ്പടിവിദ്യ; സൂത്രപ്പണി; സാമർത്ഥ്യം; *n.* **trickery** തന്ത്രം; *adj.* **tricky** സൂത്രക്കാരനായ.

trickle (ട്രിക്ക്ൾ) *v.i.* fall in drops; ഇറ്റിറ്റുവീഴുക; ഒഴുകുക; ഒലിക്കുക.

tricolour (ട്രൈകള്ളർ) *adj.* having three colours; മൂന്നു വർണ്ണങ്ങളുള്ള; *n.* ത്രിവർണ്ണ പതാക.

tricycle (ട്രൈസിക്ക്ൾ) *n.* a cycle with three wheels; മൂന്നുരുൾ സൈക്കിൾ വണ്ടി.

trifle (ട്രൈഫ്ൾ) *n.* thing of very little value; നിസ്സാരവസ്തു; നിസ്സാരസംഗതി; വകവയ്ക്കാനില്ലാത്ത കാര്യം.

trigger (ട്രിഗർ) *n.* rifle-lock; തോക്കിൻെറ കാഞ്ചി.

trilingual (ട്രൈലിങ്ഗ്വൽ) *adj.* consisting of three languages; ത്രിഭാഷയായ.

trillion (ട്രില്യൻ) *n.* the cube of a million; കണക്കിൽ 19 സ്ഥാനമുള്ള സംഖ്യ; ലക്ഷം കോടി; മഹാകോടി; കോടി; സഹസ്രസപത്മം.

trilogy (ട്രിലെജി) *n.* a series of three dramas; പരസ്പരബന്ധിത നാടകത്രയം; നോവൽത്രയം.

trim (ട്രിം) *v.* set in good order; decorate; make tidy; prune; വെടിപ്പാക്കുക; ഭംഗിവരുത്തുക; വെട്ടിശരിപ്പെടുത്തുക.

trinity (ട്രിനിറ്റി) *n.* (*theol.*) a union of three in one; state of being three; ത്രിത്വം.

trip (ട്രിപ്) *v.* skip; slip; stumble; തുള്ളിത്തുള്ളി നടക്കുക; തത്തുക; ചലിക്കുക; കാൽ തെറ്റുക.

triple (ട്രിപ്ൾ) *adj.* threefold; മൂന്നുമടങ്ങായ; *v.* ത്രിഗുണീകരിക്കുക; മൂന്നിരട്ടിക്കുക; *adj.* **triplet** ഒരു പ്രസവത്തിലുണ്ടായ മൂന്ന് കുട്ടികളിലൊന്ന്.

tripod (ട്രൈപൊഡ്) *n.* three-footed stool; മുക്കാലിപ്പീഠം; *adj.* മൂന്നുകാലുള്ള.

trisect (ട്രൈസെക്റ്റ്) *v.* cut into three; മൂന്നായി ഖണ്ഡിക്കുക.

trite (ട്രൈറ്റ്) *adj.* old; useless; stale; വളരെ പഴകിയ; സാരഹീനമായ.

triumph (ട്രൈയംഫ്) *n.* joy for success; exultation; വിജയം; ഹർഷം; ജയോത്സവം; വിജയയാത്ര; ആനന്ദഹേതു; *v.*

trivia (ട്രിവിയ്യ) *n.* unimportant pieces of information; അപ്രധാന വിശദാംശങ്ങൾ,

trivial (ട്രിവിയൽ) *adj.* trifling; mean; ബാലിശമായ; നിസ്സാരമായ; **തുച്ഛമായ**; *n.* **triviality**; *adv.* **trivially**.

trolley, trolly (ട്രോളി) *n.* low truck running on rails; ഇരുമ്പുപാതയിലെ ഉന്തുവണ്ടി; മേൽക്കൂടില്ലാത്ത സാമാനവണ്ടി.

troop (ട്രൂപ്) *n.* a collection of people; body of soldiers; ആൾക്കൂട്ടം; (troops of friends); പുരുഷാരം; (in *pl.*) സൈന്യം; പട്ടാളം; വൃന്ദം; സമൂഹം.

trophy (ട്രൗഫി) *n.* a memorial of victory; ജയചിഹ്നം; ജയസ്മാരകം; പിടിച്ചുപറിച്ച സ്വത്ത്.

trot (ട്രോട്ട്) *v.* move faster; ride; run; (കുതിരയെപ്പറ്റിയും മറ്റും) സാമാന്യം വേഗത്തിൽ നീങ്ങുക; ത്വരിതഗതിയിൽ പോകുക.

trouble (ട്രബ്ൾ) *v.* put into confusion; vex; disturb; annoy; afflict; വിഷമിപ്പിക്കുക; ശല്യപ്പെടുത്തുക; ബുദ്ധിമുട്ടിക്കുക; അലട്ടുക; *n.* ആധി; കഷ്ടപ്പാട്; ദുഃഖം; ശല്യം.

trough (ട്രൊഫ്) *n.* a long hollow vessel; വെള്ളത്തൊട്ടി; തോണി.

troupe (ട്രൂപ്) *n.* a company of performers; നാടകസംഘം; നടനസംഘം.

trousers (ട്രൗസേഴ്സ്) *n.* (*pl.*) a garment for the lower limbs; കാൽച്ചട്ട; കാലുറ.

trousseau (ട്രൂസൗ) *n.* general outfit of a bride; വധുവിൻെറ വസ്ത്രശേഖരം, മന്ത്രകോടി.

trowel (ട്രൗഎൽ) *n.* a tool for masons; കരണ്ടി; കുമ്മായക്കരണ്ടി.

truce (ട്രൂസ്) *n.* temporary cessation of hostilities; തത്ക്കാല യുദ്ധവിരാമം; തത്ക്കാലശമനം.

truck (ട്രക്) *v.* make an exchange; മാറ്റക്കച്ചവടം ചെയ്യുക; ചരക്കുകൾ കൊണ്ടുപോകുന്നതിനുള്ള വണ്ടി;

trudge | tuna 439

റെയിൽപാതകളിൽകൂടി പോകുന്ന തുറന്ന ചരക്കുവണ്ടി.

trudge (ട്രജ്) *v.* walk laboriously; ഇഴഞ്ഞുവലിഞ്ഞു നടക്കുക; ക്ഷീണതയോടെ നടക്കുക.

true (ട്രൂ) *adj.* truthful; real; pure; നേരായ; സത്യമായ; വാസ്തവമായ; കൃത്യമായ; വിശ്വസ്തതയുള്ള.

truism (ട്രൂയിസം) *n.* self-evident truth; സ്വതസിദ്ധസത്യം; *adj.* **truistic**.

trump (ട്രമ്പ്) *n.* winning card; good fellow; തുറുപ്പുചീട്ട്.

trumpet (ട്രമ്പിറ്റ്) *n.* bugle; horn; കാഹളം; കൊമ്പുവാദ്യം; *v.* കാഹളം മുഴക്കുക; കൊട്ടിഘോഷിക്കുക.

truncheon (ട്രൺച്ചൻ) *n.* short club; കുറുന്തടി; വളഞ്ഞ വടി; ദണ്ഡ്.

trunk (ട്രങ്ക്) *n.* woody stem of trees; elephant's proboscis; a chest or box; തായ്മരം; മരത്തിൻെറ മുരട്; തായ്ത്തടി; തുമ്പിക്കൈ; പ്രാണികളുടെ സ്പർശനി; കബന്ധം; ഇരുമ്പുപെട്ടി; യാത്രപ്പെട്ടി.

trust (ട്രസ്റ്റ്) *n.* firm belief; hope; fidelity; responsibility; care; management; വിശ്വാസം; പ്രതീക്ഷ; പ്രത്യാശ; അഭയം; ശ്രദ്ധ; നിക്ഷേപം; വ്യാപാരക്കൂട്ടുകെട്ട്; *v.* വിശ്വസിക്കുക; ആശ്രയിക്കുക; *adjs.* **trustful, trusting;** *adv.* **trustfully**; *adj.* **trustworthy.**

trustee (ട്രസ്റ്റീ) *n.* one to whom anything is entrusted; നിക്ഷേപധാരി; രക്ഷണാധികാരി.

truth (ട്രൂത്) *n.* fact of being true; reality; സത്യം; പരമാർത്ഥം; വാസ്തവികത; സത്യംപറയൽ; സത്യാവസ്ഥ; ആർജ്ജവം; നേര്.

try (ട്രൈ) *v.* put to test or proof; examine judiciously; പരീക്ഷിക്കുക; പരിശോധിക്കുക; ഉരച്ചുനോക്കുക; പരിശ്രമിക്കുക; (*leg.*) വിചാരണചെയ്യുക; **trying** ബുദ്ധിമുട്ടിക്കുന്ന; ക്ലേശിപ്പിക്കുന്ന.

tryst (ട്രിസ്റ്റ്) *n.* appointed time or place of meeting; ഒന്നിച്ചു കൂടുവാനുള്ള; നിശ്ചയം; സമാഗമസങ്കേതം.

tub (ടബ്) *n.* open wooden vessel; മരത്തൊട്ടി; തോണി.

tube (റ്റ്യൂബ്) *n.* pipe; നീണ്ട കുഴൽ; പ്രണാളി; ധമനി; ഓവ്; *n.* **tube-well** കുഴൽക്കിണറ്.

tuber (റ്റ്യൂബർ) *n.* underground fleshy stem; a swelling; കിഴങ്ങ്; മൂലം; കന്ദം; ഒരു വക കുഴൽ.

tuck (ടക്) *n.* knife; മടക്കുകത്തി; വിലങ്ങനെയുള്ള മടക്ക്; ചുളുക്ക്; ഞൊറി; ചെറുവല; മിഠായി.

Tuesday (റ്റ്യൂസ്ഡെയ്) *n.* third day of the week; ചൊവ്വാഴ്ച.

tuft (റ്റഫ്റ്റ്) *n.* a number of small things in a knot; cluster; ചെണ്ട്; കൂട്ടം; ജട; കുടുമ; ചൂഡ; ശിഖ.

tug (ടഗ്) *v.* pull with effort; struggle; ബലമായി ഇഴയ്ക്കുക; വലിച്ചുകൊണ്ടു പോകുക; ശക്തിയായി വലിക്കുക; *n.* വലി; **tug-of-war** വടംവലി.

tuition (റ്റ്യൂയിഷൻ) *n.* instruction; teaching; അദ്ധ്യാപനം; ശിക്ഷണം.

tumble (റ്റംബ്ൾ) *v.* roll about; rumple; കിടന്നുരുളുക; ഉരുണ്ടുവീഴുക; വഴുതിവീഴുക; സ്ഫടിക പാനപാത്രം.

tummy (റ്റമി) *n.* stomach (esp. used by children); വയറ്; ഉദരം; (tummy-ache).

tumour (ട്യൂമർ) *n.* morbid swelling; വീക്കം; മുഴ; കുരു; പരു; വിസ്ഫോടം; മാംസാർബുദം.

tumult (റ്റ്യൂമൾട്ട്) *n.* uproar; disorder; riot; agitation; ബഹളം; ഒച്ചപ്പാട്; ആർപ്പ്; *adj.* **tumultuous**

tuna (റ്റ്യൂണ) *n.* kind of fish; ഒരുതരം മീൻ.

tune (റ്റ്യൂൺ) *n.* melody; tone; harmony; mood; ഈണം; ശബ്ദം; രാഗം; കൃത്യ സ്വരം; ഗീതി; ഏകതാളം; മധുര സ്വരം; രാഗൈക്യം; **to the tune of** ഇത്രയും.

tunnel (ടണൽ) *n.* subterranean passage; funnel; chimney; തുരങ്കം; ദ്രാവകങ്ങൾ കുപ്പിയിലും മറ്റും ആക്കേണ്ടതിനുപയോഗിക്കുന്ന നാളം; പുകക്കുഴൽ; ഭൂഗർഭറെയിൽവേ.

turban (റ്റേർബൻ) *n.* head-dress; തലപ്പാവ്; തലക്കെട്ട്; (സ്ത്രീകളുടെ) ശിരോവസ്ത്രം.

turbid (റ്റേർബിഡ്) *adj.* muddy; disordered; confused; കലങ്ങിയ; കലുഷമായ; തെളിച്ചമില്ലാത്ത; ചെളിയായ; *n.* **turbidity**.

turbulent (റ്റേർബ്യുലൻറ്) *adj.* riotous; tumultuous; ഇളകിയ; കോപിച്ച; കലഹകാരിയായ; *n.* **turbulence**; *adv.* **turbulently**.

turf (റ്റേർഫ്) *n.* (*pl.* **turfs**) surface of land matted with grass; പുൽത്തറ; ശാദ്വലം; മൈതാനം.

turgid (ടേർജിഡ്) *adj.* inflated; swollen; ഊതിവീർപ്പിച്ച; വീങ്ങിയ.

Turk (റ്റേർക്) *n.* a native of Turkey; തുർക്കിക്കാരൻ.

turkey (ടേർകി) *n.* large bird reared to be eaten; ഭക്ഷണാർത്ഥം വളർത്തപ്പെടുന്ന ടർക്കി കോഴി.

turmeric (റ്റേർമറിക്) *n.* the root of Curcuma longa; മഞ്ഞൾ.

turmoil (റ്റേർമൊയ്ൽ) *n.* commotion; tumult; ഉപദ്രവം; കലാപം; കുഴപ്പം; താറു മാറ്.

turn (റ്റേൺ) *v.* whirl round; revolve; change; തിരിയുക; പിന്തിരിയുക; കറങ്ങുക; ചുറ്റുക; പരിണമിക്കുക; മറിയുക; ഉണ്ടാകുക; അനുഭവിക്കുക; തല ചുറ്റുക; തിരിഞ്ഞുനില്ക്കുക; തകിടം മറിക്കുക; തല കീഴാക്കുക; ഗതി മാറ്റുക; സമയം; അവസരം; **turn back** തിരിച്ചുപോകുക; **turn down** നിരാകരിക്കുക; **turn off** ദിശ മാറ്റുക; **turn out** (lamp, etc.) (വിളക്കും മറ്റും) കെടുത്തുക; **turn over** പേജുകൾ മറിക്കുക; (*also fig.*) **turn up** പ്രത്യക്ഷപ്പെടുക; *n.* **turn-up** അപ്രതീക്ഷിത സംഭവം; *n.* **turncoat** സ്വപക്ഷത്യാഗി; *n.* **turnkey** ചുങ്കവഴി; *n.* **turn-out** ആഗമനം; *n.* **turnover** ആയം; ലാഭം.

turnip (റ്റേർണിപ്) *n.* a radish; തർക്കാരിക്കിഴങ്ങ്; മധുരമുള്ളങ്കി.

turpentine (റ്റേർപൻറൈൻ) *n.* resinous oil secreted by various coniferous trees; പയിനെണ്ണ; ദേവദാരു തൈലം.

turret (റ്ററിറ്റ്) *n.* minaret; ചെറുഗോപുരം; പ്രാസാദശൃംഗം; താഴികക്കുടം.

turtle (റ്റേർട്ട്ൽ) *n.* sea-tortoise; ഒരു കടൽജീവി; കടലാമ.

tusk (റ്റസ്ക്) *n.* a long protruding tooth; ആനക്കൊമ്പ്; *adj.* **tusker** കൊമ്പനാന.

tussle (റ്റസിൽ) *n.* scuffle; പിടുത്തം; മല്പിടുത്തം; ബാഹുയുദ്ധം.

tutor (റ്റ്യൂട്ടർ) *n.* private instructor; teacher; സ്വകാര്യാദ്ധ്യാപകൻ; പ്രത്യേകോപാദ്ധ്യായൻ.

tweak (റ്വീക്) *v.i.* pinch; twitch; നുള്ളുക; പിച്ചുക.

tweezers (ട്വീസേഴ്സ്) *n.* (*pl.*) small forceps; കങ്കമുഖം; ചവണ.

twelve (റ്വെൽവ്) *adj.* sum of two and ten; പന്ത്രണ്ട്; ദ്വാദശം.

twenty (റ്വെൻറി) *n.* twice ten; ഇരുപത്; *adj.* **twentieth** ഇരുപതാമത്തെ.

twice (റ്വൈസ്) *adv.* two times; രണ്ടു തവണ; രണ്ടു മടങ്ങ്.

twig (റ്വിഗ്) *n.* small shoot or branch;

ചില്ല; ചുള്ളി; ചുള്ളിക്കൊമ്പ്; ചിനപ്പ്; തളിർ.

twilight (റ്റൈ്വലൈറ്റ്) *n.* faint light after sunset and before sunrise; സന്ധ്യാപ്രകാശം; അരുണോദയം; സന്ധ്യാവെളിച്ചത്തുള്ള; നല്ല പ്രകാശമില്ലാത്ത; അസ്പഷ്ടമായ.

twin (റ്റ്വിൻ) *n.* one of two, born at a birth; a pair; ഇരട്ടക്കുട്ടി; സഹജാതൻ.

twine (റ്റൈ്വൻ) *v.* twist together; പിരിക്കുക; ചുറ്റുക; ചുറ്റിപ്പിണയുക; കൂട്ടിപ്പിരിക്കുക; പറ്റിപ്പിടിക്കുക; പുളയുക; പിരിയുക.

twinkle (റ്റ്വിങ്ക്ൾ) *v.* blink; wink; ചിമ്മുക; കണ്ണുചിമ്മുക; മിന്നുക; മിന്നിയും മങ്ങിയുമിരിക്കുക; തരളമായി പ്രകാശിക്കുക.

twirl (റ്റേ്വൾ) *v.* whirl; rotate; ചുറ്റുക; തിരിക്കുക; വിരൽകൊണ്ടു വട്ടത്തിൽ കറക്കുക.

twist (റ്റ്വിസ്റ്റ്) *v.* twine; distort; തിരിക്കുക; പിരിക്കുക; പിണയ്ക്കുക; മിടയുക; വളച്ചുതിരിക്കുക; മുറുക്കുക; അർത്ഥവ്യത്യാസം വരുത്തുക.

twit (റ്റ്വിററ്) *v.* insult; taunt; താഴ്ത്തിപ്പറയുക; കുറ്റപ്പെടുത്തുക; ശകാരിക്കുക.

twitch (റ്റ്വിച്ച്) *v.* pluck; snatch; പറിക്കുക; പറിച്ചെടുക്കുക; പിടിച്ചു പറിക്കുക.

twitter (റ്റ്വിറ്റർ) *v.* make noise as a bird; പ്രലപിക്കുക; ചലിക്കുക; അടക്കിച്ചിരിക്കുക.

two (റ്റൂ) *adj.* one and one together; രണ്ട്; ദ്വയം; ഇരട്ടി; ജോഡിയായ; *n.* രണ്ട്; 2 എന്ന അക്കം.

tycoon (റ്റൈകൂൺ) *n.* a business magnate; പ്രമുഖ വ്യവസായി.

tympanum (ടിംപ്പനം) *n.* ear drum; ചെവിക്കല്ല്.

type (റ്റൈപ്) *n.* a mark or stamp; printing letter; model or pattern; representative style; മുദ്ര; അച്ച്; മുദ്രിതം; അക്ഷരം; മാതൃക; തരം; അക്ഷരമുദ്ര; ചിഹ്നം.

typhoid (ടൈഫോയ്ഡ്) *n.* enteric fever; സന്നിപാതജ്വരം; വിഷമജ്വരം.

typhoon (റ്റൈഫൂൺ) *n.* tornado; hurricane; കൊടും ചുഴലിക്കാറ്റ്; ചുഴലിക്കൊടുങ്കാറ്റ്.

tyranny (റ്റിറനി) *n.* cruel government; oppression; നിഷ്ഠുരവാഴ്ച; നിഷ്ഠുരഭരണം.

tyrant (റ്റൈറൻറ്) *n.* despot; oppressor; സ്വേച്ഛാധിപതി; ഉഗ്രപീഡകൻ; പ്രജാപീഡകൻ; നിഷ്ഠുരശാസനൻ.

tyre (റ്റൈർ) *v.* tyre of wheel; മോട്ടോർ വാഹനത്തിൻെറ ടയർ.

Uu

U (യു) the twenty-first letter of the English alphabet; ഇംഗ്ലീഷ് അക്ഷരമാലയിലെ 21-ാമത്തെ അക്ഷരം— സ്വരം;

ubiquitous (യൂബികിററസ്) *adj.* omnipresent; എങ്ങും നിറഞ്ഞ; ഒരേ സമയത്ത് എല്ലായിടത്തുമുള്ള.

udder (അഡർ) *n.* the mammary glands of cows, etc.; അകിട്.

ugly (അഗ്ലി) *adj.* offensive to the sight; repulsive; വിരൂപമായ; അവലക്ഷണമായ; അസുഖപ്രദമായ; ഭീഷണമായ; ഇടപെടാൻ പ്രയാസമായ.

ulcer (അൾസർ) *n.* sore discharging pus; വ്രണം; പുണ്ണ്; പഴുപ്പ്; ദുർന്നടപ്പ്; (*fig.*) ദുഷിപ്പിക്കുന്ന സ്വാധീനമോ അവസ്ഥയോ.

ulterior (അൾറ്റിയരിയർ) *adj.* being beyond; അപ്പുറമുള്ള; കണ്ടതിനോ കേട്ടതിനോ ബാഹ്യമായ.

ultimate (അൾറ്റിമെറ്റ്) *adj.* farthest; last or final; ഏറ്റവും അകലെയുള്ള; അങ്ങേയറ്റത്തുള്ള; സമാപ്തിയായ; ഒടുവിലത്തെ.

ultimatum (അൾറ്റിമേറ്റം) *n.* last offer or demand; final warning; അന്ത്യശാസനം; അവസാനമായി നടത്തുന്ന 'വ്യവസ്ഥാ' പ്രഖ്യാപനം.

ultra (അൾട്ര) *pref.* going beyond; അപ്പുറം കടന്ന; അപ്പുറത്തുള്ള; അതിക്രമിച്ച; അത്യധികമായ.

ultraviolet (അൾട്രവയലെറ്റ്) *adj.* beyond the violet end of the visible spectrum; നീലലോഹിതരശ്മിക്കപ്പുറത്തുള്ള.

ululate (യൂല്യൂലെയ്റ്റ്) *v.* hoot; screech; ഉത്ക്രോശിക്കുക; കൂക്കിവിളിക്കുക.

umber (അംബർ) *n.* brown earthy mineral; ഒരുവക കാവിമണ്ണ്; മഞ്ഞൾ നിറം.

umbilical (അംബിലിക്കൽ) *adj.* pert. to the navel; പൊക്കിൾ സംബന്ധിച്ച; **umbilical** പൊക്കിൾക്കൊടി.

umbra (അംബ്രെ) *n.* (*pl.* **umbrae**) a shadow from a planet; ഗ്രഹച്ഛായ; പൂർണ്ണച്ഛായ; സൂര്യകലാകേന്ദ്രം.

umbrage (അംബ്രിജ്) *n.* shade; തണൽ; ഛായ; മറവ്.

umbrella (അംബ്രെല്ല) *n.* a parasol; a cover for fighter aircraft; കുട; യുദ്ധവിമാനത്തിന്റെ സ്ക്രീൻ.

umpire (അംപയർ) *n.* mediator; referee; മദ്ധ്യസ്ഥൻ; നടുവൻ; നിർണ്ണേതാവ്.

umpteen (അംപ്റ്റീൻ) *adj.* (*coll.*) of an indefinite number; എണ്ണമറ്റ; അനവധി; ധാരാളം.

unabashed (അൺഎബാഷ്റ്റ്) *adj.* not ashamed, embarrassed; നാണമില്ലാത്ത; ലജ്ജയില്ലാത്ത.

unable (അൺഎയ്ബ്ൾ) *adj.* incapable; weak; കഴിവില്ലാത്ത; കഴിയാത്ത.

unacceptable (അൺഎക്സെപ്റ്റബ്ൾ) *adj.* not acceptable; അസ്വീകാര്യമായ.

unaccompanied (അൺഎക്കമ്പനീഡ്) *adj.* having no companions; അകമ്പടിയില്ലാത്ത.

unaccomplished (അൺഎക്കമ്പ്ളീഷ്ഡ്) *adj.* unperformed; നിറവേറാത്ത.

unalloyed (അൺഎലൊയ്ഡ്) *adj.* not alloyed or mixed; ലോഹക്കൂട്ടുകൂട്ടാത്ത; കലർപ്പില്ലാത്ത.

unalterable (അൺആൾട്ടെറബ്ൾ) *adj.* unchangeable; മാറ്റാനൊക്കാത്ത.

unambiguous (അൺആംബിഗ്വസ്) *adj.* not of doubtful meaning; അസന്ദിഗ്ദ്ധമായ; ദ്വയാർത്ഥമില്ലാത്ത.

unanimous (യൂനാനിമസ്) *adj.* all agreeing in opinion; ഏകചിത്തമായ; ഏകാഭിപ്രായമുള്ള; ഏകകണ്ഠമായ; *n.* **unanimity.**

unarm (അണാം) *v.* make armless; നിരായുധനാക്കുക.

unassuming (അൺഎസ്യൂമിങ്) *adj.* unpretentious; അഹങ്കാരമില്ലാത്ത; താഴ്മയുള്ള; ഗർവ് കാണിക്കാത്ത.

unatteactive (അൺഎട്രാ̄ക്റ്റീവ്) *adj.* not enticing; അനാകർഷകമായ.

unavailing (അൺഎ്വെയ്‌ലിങ്) *adj.* of no avail; പ്രയോജനമില്ലാത്ത; നിഷ്ഫലമായ.

unavoidable (അൺഎ്വൊ̄യ്ഡബ്ൾ) *adj.* inevitable; ഒഴിവാക്കാനൊക്കാത്ത.

unaware (അൺഎ്വെ̄യർ) *adj.* not aware; ബോധവാനല്ലാത്ത; അറിഞ്ഞുകൂടാത്ത.

unbearable (അൺബെയറബ്ൾ) *adj.* insufferable; അസഹ്യമായ; ദുസ്സഹമായ.

unbecoming (അൺബിക്കമിങ്) *adj.* indecorous; അയോഗ്യമായ; അനുചിതമായ.

unbelievable (അൺബിലീ്വബ്ൾ) *adj.* impossible to believe; വിശ്വാ സ സാധ്യമല്ലാത്ത.

unbiased (അൺബയസ്ഡ്) *adj.* impartial; മുൻവിധിയില്ലാത്ത.

unblemished (അൺബ്ലെമിഷ്റ്റ്) *adj.* untarnished; കറപറ്റാത്ത.

unborn (അൺബോൺ) *adj.* not yet born; ജനിച്ചിട്ടില്ലാത്ത.

unbound (അൺബൗണ്ഡ്) *adj.* not bound; loose; കെട്ടാത്ത; കെട്ടഴിഞ്ഞ; ബന്ധിക്കപ്പെടാത്ത.

unbroken (അൺബ്രോ̄ക്കൺ) *adj.* not broken; ഉടഞ്ഞിട്ടില്ലാത്ത.

unburden (അൺബേർഡൻ) *v.* relieve of burden; ഭാരമിറക്കുക; ഉത്കണ്ഠ നീക്കുക.

uncanny (അൺകാ̄നി) *adj.* mysterious; നിഗൂഢവും അമാനുഷശക്തി സാന്നിധ്യം ദ്യോതിപ്പിക്കുന്നതുമായ.

uncertain (അൺസേർട്ട്ൺ) *adj.* doubtful; not to be depended on; അനിശ്ചിതമായ; അസ്ഥിരമായ; ചഞ്ചലസ്വഭാവമുള്ള.

uncle (അങ്ക്ൾ) *n.* father's or mother's brother; അമ്മാവൻ; അച്ഛന്റെയോ അമ്മയുടെയോ സഹോദരൻ; ചിറ്റപ്പൻ; പേരപ്പൻ.

uncommon (അൺകൊ̄മൺ) *adj.* strange; rare; സാമാന്യമല്ലാത്ത; അസാധാരണമായ; അപൂർവ്വമായ.

uncompromising (അൺകൊ̄ംപ്രമൈസി̄ങ്) *adj.* unyielding; obstinate; വിട്ടു വീഴ്ചയില്ലാത്ത; വഴങ്ങാത്ത.

unconditional (അൺക്കൺഡീഷനൽ) *adj.* not subject to conditions; നിരുപാധികമായ.

unconscious (അൺകോ̄ൺഷസ്) *adj.* not conscious; insensible; ബോധമില്ലാത്ത; വെളിവില്ലാത്ത.

uncontested (അൺക്കെൺടെസ്റ്റിഡ്) *adj.* not contested; എതിർപ്പില്ലാത്ത; തർക്കമില്ലാത്ത.

uncontrollable (അൺകൺട്രൊ̄ളബ്ൾ) *adj.* not capable of being controlled; നിയന്ത്രിക്കാനാവാത്ത.

uncouth (അൺകൂത്ത്) *adj.* awkward; ugly; (ആളുകളെയും പെരുമാറ്റത്തെയും കുറിച്ച്) അവലക്ഷണമായ; വികൃതമായ.

unction (അങ്ക്ഷൻ) *n.* an anointing; തൈലാഭിഷേകം; അഭ്യംഗം.

undaunted (അൺഡോൻറിഡ്) *adj.* fearless; not discouraged; നിർഭയമായ; ധീരമായ.

undecided (അൺഡിസൈഡിഡ്) *adj.* not settled; അനിശ്ചിതമായ; തീർപ്പു കല്പിക്കാത്ത.

undefended (അൺഡിഫെൻഡിഡ്) *adj.* not defended; അപ്രതിരോധ്യമായ; അരക്ഷിതമായ.

undefinable (അൺഡിഫൈനബ്ൾ) *adj.* not able to be defined; അനിർവ്വചനീയമായ.

undeniable (അൺഡിനയ്ബ്ൾ) *adj.* incapable of being denied; അനിഷേധ്യമായ.

under (അൺഡ്ഡർ) *prep. & adv.* in a lower position than; beneath; below; falling short of; less than; 'യുടെ;' 'താഴെ;' 'കീഴെ;' 'ഉള്ളിൽ;' 'ചുവട്ടിൽ;' 'അടിയിൽ;' 'അധീനത്തിൽ;' 'കീഴിൽ;' 'കുറവായി;' 'പ്രകാരം.'

undercurrent (അൺഡ്ഡർകറൻറ്) *n.* a current under the surface of water; അടിയൊഴുക്ക്.

underdog (അൺഡ്ഡർഡൊഗ്) *n.* (*fig.*) one who is in a state of inferiority; അധഃകൃതൻ.

underestimate (അൺഡർഎസ്റ്റിമെയ്റ്റ്) *v.* estimate at a low rate; താഴ്ത്തിപ്പറയുക; വില കുറച്ചു നിരൂപിക്കുക.

undergarment (അൺഡ്ഡർഗാർമെൻറ്) *n.* piece of underclothing; അടിവസ്ത്രം; ഉള്ളുടുപ്പ്.

undergo (അൺഡ്ഡർഗൗ) *v.* (*p.t.* **underwent**; *p.part.* **undergone**) bear; suffer; endure; സങ്കടം അനുഭവിക്കുക; സഹിക്കുക.

undergraduate (അണ്ടർഗ്രാജുഎ്റ്റ്) *n.* a student who has not taken the first degree; ബിരുദം നേടിയിട്ടില്ലാത്ത കലാശാലാവിദ്യാർത്ഥി.

underground (അൺഡ്ഡർഗ്രൗണ്ട്) *adv.* below the surface of the ground-hidden; ഭൂമിക്കടിയിൽ; ഒളിവിൽ.

undergrowth (അൺഡ്ഡർഗ്രോത്ത്) *n.* plants which grow under trees; വൃക്ഷങ്ങളുടെ അടിയിലോ ഇടയ്ക്കോ വളരുന്ന ചെടികൾ.

underhand (അൺഡ്ഡർഹാൻഡ്) *adj. & adv.* treacherous; secret; മറിഞ്ഞുതിരിഞ്ഞുള്ള; കുടിലമായ.

underlie (അൺഡ്ഡർലൈ) *v.* (*p.t.* **underlay**, *p.part.* **underlain**) lie under; be liable to; അടിയിൽ വർത്തിക്കുക; താങ്ങുക; അടിസ്ഥാനമായിരിക്കുക; അന്തർലീനമായിരിക്കുക.

underline (അൺഡ്ഡർലൈൻ) *v.* draw a line below; അടിവരയിടുക.

underling (അൺഡ്ഡർലിങ്) *n.* subordinate; ശിങ്കിടി; ക്ഷുദ്രനിയോഗി; കിങ്കരൻ.

undermine (അൺഡെർമൈൻ) *v.* destroy the foundation of; അടിത്തറ തോണ്ടുക; തുരങ്കം വയ്ക്കുക; രഹസ്യമായി നശിപ്പിക്കുക.

underneath (അൺഡ്ഡർനീത്) *prep.* below; beneath; അടിയിൽ; കീഴെ; താഴെ.

underrate (അൺഡ്ഡർറെയ്റ്റ്) *v.* underestimate; വിലകുറച്ചു മതിക്കുക; താഴ്ത്തിപ്പറയുക.

undersign (അൺഡ്ഡർസൈൻ) *v.* sign at the foot of; താഴെ ഒപ്പിടുക; ഒപ്പുവയ്ക്കുക.

understand (അൺഡ്ഡർസ്റ്റാൻഡ്) *v.* (*p.t. & p.part.* **understood**) comprehend; know thoroughly; മനസ്സിലാക്കുക; ധരിക്കുക; അർത്ഥമാക്കുക; അറിയുക; തിരിച്ചറിയുക.

undertake (അൺഡ്ഡർടെയ്ക്) *v.* take under one's own management; attempt; ഭരമേല്ക്കുക; ഏറ്റെടുക്കുക; തുനിയുക; (undertake a journey); കരാറേൽക്കുക; തുടങ്ങുക; ഉറപ്പുകൊടുക്കുക; *n.* **undertaker** ഭരമേല്ക്കുന്നയാൾ; ശ്മശാനകാര്യഭാരവാഹി.

underwear (അൺഡ്ഡർവെയർ) *n.* underclothing; അധോവസ്ത്രം; അടിയുടുപ്പ്; അടിവസ്ത്രം.

underworld (അൺഡ്ഡർവേൾഡ്) *n.*

underwrite | uneventful 445

(*myth.*) place of departed souls; കുറ്റവാളിവർഗ്ഗം; അധോലോകം.

underwrite (അണ്ടർറൈറ്റ്) *v.* guarantee the payment of loss or damage; undertake to buy the unsold stock in a company; നഷ്ടപരിഹാരം നല്കുന്നതിൻെറ ഉത്തരവാദിത്വം ഏല്ക്കുക.

undeserved (അൺഡിസേർവ്ഡ്) *adj.* not worthy of; അർഹതയില്ലാത്ത.

undesirable (അൺഡിസയ്യറ്റെബ്ൾ) *adj.* not desirable; അനഭിലഷണീയമായ.

undifferentiated (അൺഡിഫറെൻഷിയേറ്റഡ്) *adj.* not making difference; ഇനം തിരിച്ചിട്ടില്ലാത്ത; വേർതിരിക്കാത്ത.

undiplomatic (അൺഡിപ്ലമാറ്റിക്) *adj.* not diplomatic; നയതന്ത്രപരമല്ലാത്ത; നയരഹിതമായ.

undo (അൺഡു) *v.* (*p.t.* **undid**; *p.part.* **undone**) break up; annul; പൊളിക്കുക; പാഴാക്കുക; നശിപ്പിക്കുക; നിഷ്ഫലമാക്കുക.

undo (അൺഡു) *v.* (computer) to reverse the previous action-normally an editing command കംപ്യൂട്ടറിൽ തൊട്ടു മുമ്പേ നടത്തിയ ഒരു പ്രവർത്തനം വേണ്ടെന്നു വയ്ക്കുക.

undone (അൺഡൺ) *adj.* not performed; നിർവ്വഹിക്കപ്പെടാത്ത.

undoubted (അൺഡൗട്ടിഡ്) *adj.* certain; അസന്ദിഗ്ദ്ധമായ; നിസ്സംശയമായ.

undress (അൺഡ്രെസ്) *v.* disrobe; strip; വസ്ത്രമഴിക്കുക.

undue (അൺഡ്യൂ) *adj.* not deserved; excessive; തക്കതല്ലാത്ത; അർഹിക്കാത്ത; നീതിയുക്തമല്ലാത്ത.

undulate (അൺഡ്യൂലെയ്റ്റ്) *v.* rise and fall in waves; തരംഗിതമാക്കുക; ഉയർച്ചയും താഴ്ചയും വരുത്തുക; കല്ലോലമാക്കുക.

undying (അൺഡൈയിങ്) *adj.* everlasting; അനന്തമായ; ശാശ്വതമായ; അവസാനമില്ലാത്ത.

unearned (അൺഏൺഡ്) *adj.* not gained by working; ജോലിചെയ്യാതെ കിട്ടുന്ന.

unearth (അൺഏർഥ്) *v.* dig up; bring to light; മാളത്തിൽനിന്നു പുറത്തു ചാടിക്കുക; മറവിൽനിന്നു വെളിയിലാക്കുക; കുഴിച്ചെടുക്കുക; മാന്തിയെടുക്കുക.

uneasy (അൺഈസി) *adj.* not at ease; restless; വിഷമമുള്ള; സുഖമില്ലാത്ത; അസ്വസ്ഥമായ; *adv.* **uneasily.**

unemployed (അൺഎംപ്ലോയ്ഡ്) *adj.* having no work; തൊഴിലില്ലാത്ത; ഒന്നും ചെയ്യാതിരിക്കുന്ന; *n.* **unemployment.**

unenviable (അൺഎൻവിയബ്ൾ) *adj.* not to be envied; അസൂയാർഹമല്ലാത്ത.

unequal (അൺഈക്വൽ) *adj.* not equal; അസമമായ; അനീതിയായ; അന്യായമായ.

unequivocal (അൺഈക്വിവക്ക്ൽ) *adj.* unambiguous; ദ്വയാർത്ഥമില്ലാത്ത; ഉറപ്പായ; തിട്ടമായ; അസന്ദിഗ്ദ്ധമായ.

unerring (അൺഎറിങ്) *adj.* making no error; തെറ്റുപറ്റാത്ത; ഉന്നം തെറ്റാത്ത.

uneven (അൺഈവൻ) *adj.* not level; rugged; നിരപ്പല്ലാത്ത; വ്യത്യാസമുള്ള; നിമ്നോന്നതമായ.

uneventful (അൺഇവൻറ്ഫുൾ) *adj.* without events; സംഭവശൂന്യമായ.

unexpected (അൺഇക്സ്പെക്റ്റിഡ്) *adj.* unforeseen; അപ്രതീക്ഷിതമായ; *adv.* **unexpectedly**.

unexplained (അൺഇക്സ്പ്ലെയ്ൻഡ്) *adj.* not proved or explained; ആരും തെളിയിക്കാത്ത.

unfailing (അൺഫെയിലിങ്) *adj.* never coming to an end; അനന്തമായ; തുടർച്ചയായ; വിശ്വസിക്കാവുന്ന; സംശയരഹിതമായ.

unfair (അൺഫെയർ) *adj.* unjust; partial; നീതിയുക്തമല്ലാത്ത; ന്യായരഹിതമായ.

unfaithful (അൺഫെയ്ത്ഫുൾ) *adj.* not loyal; having committed adultery; വിശ്വസിക്കാൻകൊള്ളാത്ത; പാതിവ്രത്യമില്ലാത്ത.

unfamiliar (അൺഫ്ഫമിലിയർ) *adj.* not common or acquainted; ശീലമില്ലാത്ത; അപരിചിതമായ.

unfavourable (അൺഫേയ്വറബ്ൾ) *adj.* not favourable; അനുകൂലമല്ലാത്ത; പ്രതികൂലമായ.

unfit (അൺഫിറ്റ്) *adj.* unsuitable; improper; പറ്റാത്ത; കൊള്ളാത്ത; ഉപയോഗമില്ലാത്ത.

unflinching (അൺഫ്ലിഞ്ചിങ്) *adj.* not showing fear or shrinking in the face of danger, difficulty etc.; ഭയന്ന് പിന്മാറാത്ത; പതറാത്ത.

unfold (അൺഫൗൾഡ്) *v.* disclose; spread out; വിരിക്കുക; തുറക്കുക; പ്രദർശിപ്പിക്കുക.

unforeseen (അൺഫോർസീൻ) *adj.* unexpected; അപ്രതീക്ഷിതമായ; മുൻകൂട്ടിക്കാണാത്ത.

unforgettable (അൺഫ്ഫർഗറ്റബ്ൾ) *adj.* not forgettable; അവിസ്മരണീയമായ.

unfortunate (അൺഫോർച്ച്യുണിറ്റ്) *adj.* unlucky; regrettable; ദുർഭാഗ്യമുള്ള.

unfounded (അൺഫൗൺഡിഡ്) *adj.* baseless; അടിസ്ഥാനരഹിതമായ.

unfriendly (അൺഫ്രെൻഡ്ലി) *adj.* somewhat hostile; സ്നേഹശൂന്യമായ.

unfruitful (അൺഫ്രൂട്ട്ഫുൾ) *adj.* fruitless; barren; കായ്ക്കാത്ത.

unfurl (അൺഫേൾ) *v.* unroll, unfold or spread out; ചുരുൾ നിവർത്തുക; വിടർത്തുക.

ungodly (അൺഗോഡ്ലി) *adj.* not fearing God; sinful; ഈശ്വരഭക്തിയില്ലാത്ത; ധർമ്മവിമുഖനായ; പാപിയായ.

ungrateful (അൺഗ്രെയ്റ്റ്ഫുൾ) *adj.* thankless; നന്ദികെട്ട; ഉപകാരസ്മരണയില്ലാത്ത.

unguarded (അൺഗാർഡിഡ്) *adj.* unprotected; അരക്ഷിതമായ; അശ്രദ്ധമായ.

unhappy (അൺഹാപ്പി) *adj.* unfortunate; miserable; നിർഭാഗ്യകരമായ; ഭാഗ്യഹീനമായ; അസന്തുഷ്ടനായ.

unhealthy (അൺഹെൽത്തി) *adj.* sickly; unwholesome; സുഖക്കേടുള്ള; ആരോഗ്യമില്ലാത്ത; അനാരോഗ്യകരമായ.

unheard (അൺഹേർഡ്) *adj.* not heard; കേൾക്കപ്പെടാത്ത; ശ്രുതിഗോചരമല്ലാത്ത.

unholy (അൺഹൗളി) *adj.* not sacred; wicked; അപവിത്രമായ; ധർമ്മവിമുഖനായ.

unhurt (അൺഹേർട്ട്) *adj.* not harmed; അപായം വരാത്ത; അക്ഷതനായ; മുറിവ്.

unicellular (യൂനിസെല്യുലർ) *adj.*

unidentified | unmanageable 447

consisting of a single cell; ഏകകോശക മായ; ഒറ്റയറയായ.

unidentified (അൺഐഡൻറിഫൈഡ്) *adj.* not identified; വേർതിരിച്ചിട്ടില്ലാത്ത; തിരിച്ചറിഞ്ഞിട്ടില്ലാത്ത.

uniform (യൂണിഫോം) *adj.* having always the same form; ഏകതാനമായ; ഐകരൂപ്യമുള്ള വേഷം; പട്ടാള വേഷം; യൂനിഫോറം.

unify (യൂണിഫൈ) *v.* make into one; ഇണക്കിച്ചേർക്കുക; ഒന്നാക്കുക; ഏകീകരിക്കുക.

unilateral (യൂനിലാറ്ററൽ) *adj.* one sided; ഏകപാർശ്വമായ; ഏകപക്ഷീയമായ

union (യൂന്യൻ) *n.* state of being united; concord; trade union; ഏകമനസ്സ്; ഏകീകരണം; ഐകമത്യം; ഐക്യം.

unique (യൂനിക്) *adj.* without a like; unequalled; സമാനമില്ലാത്ത; അദ്വിതീയമായ; അതുല്യമായ; അതിവിശിഷ്ടമായ.

unison (യൂനിസൺ) *n.* (*mus.*) concord; harmony; സ്വരൈക്യം; സ്വരസംവാദം; ഐകമത്യം.

unit (യൂനിറ്റ്) *n.* one; a single thing; ഘടകം; ഏകകം; ഏകാങ്കം.

unite (യൂനൈറ്റ്) *v.* join into one; combine; ഇണക്കുക; ഒന്നാക്കുക; ഒന്നിക്കുക; ഒരുമിപ്പിക്കുക; ഏകീകരിക്കുക; ഏകോപിക്കുക.

unity (യൂനിറ്റി) *n.* oneness; uniformity; ഒത്തൊരുമ; യോജിപ്പ്; യോജിച്ച അവസ്ഥ; ഭാഗങ്ങൾ ഒരുമിച്ചു പൂർണ്ണ വസ്തുവായിത്തീരൽ.

universal (യൂനിവ്േർസൽ) *adj.* all-reaching; all-embracing; എല്ലാറ്റിനും പറ്റിയ; എല്ലായിടത്തും വ്യാപിച്ച; സർവ്വവ്യാപിയായ.

universe (യൂനിവ്േർസ്) *n.* the cosmos; the whole creation; പ്രപഞ്ചം; ബ്രഹ്മാണ്ഡം; ജഗത്ത്; സൃഷ്ടിജാലം; വിശ്വം.

university (യൂനിവ്േർസിററി) *n.* an institution of higher learning; സർവകലാശാല; വിശ്വവിദ്യാലയം.

unjust (അൺജസ്ററ്) *adj.* contrary to justice; നീതിയുക്തമല്ലാത്ത; അന്യായമായ; ന്യായരഹിതമായ.

unkind (അൺകൈൻറ്) *adj.* wanting in kindness; നിർദ്ദയമായ; ക്രൂരമായ.

unknown (അൺനൗൺ) *adj.* not known; അറിയപ്പെടാത്ത; അവിദിതമായ.

unlawful (അൺലോഫുൾ) *adj.* illegal; നിയമവിരുദ്ധമായ; നിയമാനുസാരമല്ലാത്ത.

unleash (അൺലീഷ്) *v.* free from a leash; കെട്ടഴിച്ചുവിടുക; സ്വതന്ത്രമാക്കുക.

unless (അൺലെസ്) *conj.* if not; except; അല്ലാതിരുന്നാൽ; അല്ലാതെ; അല്ലാഞ്ഞാൽ; ഇല്ലാഞ്ഞാൽ; അല്ലെങ്കിൽ.

unlike (അൺലൈക്) *adj.* not like or similar; അസദൃശമായ; അനുരൂപമല്ലാത്ത; വ്യത്യാസപ്പെട്ട; *adj.* **unlikely** ഉണ്ടാവാനിടയില്ലാത്ത.

unlimited (അൺലിമിറ്റിഡ്) *adj.* boundless; indefinite; സീമയില്ലാത്ത; അപരിമിതമായ; അളവില്ലാത്ത.

unload (അൺലൗഡ്) *v.* take the load from; ചരക്കിറക്കുക; ചുമടിറക്കുക; ഭാരമിറക്കുക.

unlock (അൺലോക്ക്) *v.* open what is locked; പൂട്ടു തുറക്കുക; വെളിപ്പെടുത്തുക.

unlucky (അൺലക്കി) *adj.* unfortunate; ഭാഗ്യംകെട്ട; അമംഗലമായ; ദുശ്ശകുനമായ.

unmanageable (അൺമാനേജബ്ൾ)

adj. uncontrollable; ഇണങ്ങാത്ത; നിയന്ത്രിച്ചുനിർത്താനൊക്കാത്ത.

unmarried (അൺമാരീഡ്) *adj.* not married; വിവാഹം കഴിക്കാത്ത; അവിവാഹിതനായ.

unmistakable (അൺമിസ്റ്റെയ്ക്കബ്ൾ) *adj.* clear; obvious; clearly recognisable; വ്യക്തമായ; സ്പഷ്ടമായ; വ്യക്തമായി തിരിച്ചറിയാൻ കഴിയുന്ന.

unnatural (അൺനാ്ചറൽ) *adj.* not according to nature; പ്രകൃതിവിരുദ്ധമായ; അസ്വാഭാവികമായ.

unopposed (അൺഎപ്പൗസ്ഡ്) *adj.* unresisted; എതിർക്കപ്പെടാത്ത; എതിരില്ലാത്ത.

unparalleled (അൺപാരലൽഡ്) *adj.* without equal; അതുല്യമായ; അദ്വിതീയമായ; സാമ്യമില്ലാത്ത.

unpleasant (അൺപ്ലെസൻറ്) *adj.* not pleasant; disagreeable; അരോചകമായ; അഹിതകരമായ.

unpopular (അൺപൊപ്പ്യുലർ) *adj.* not liked by the people; ജനപ്രീതിയില്ലാത്ത; അപ്രിയമായ.

unpractical (അൺപ്രാക്റ്റിക്കൽ) *adj.* impractical; അപ്രായോഗികമായ.

unprecedented (അൺപ്രെസിഡെൻറിഡ്) *adj.* having no precedent; പണ്ടുണ്ടാകാത്ത; കീഴ്ക്കടനടപ്പില്ലാത്ത; അഭൂതപൂർവ്വമായ.

unprepared (അൺപ്രിപ്പെയ്യർഡ്) *adj.* without preparation; ഒരുങ്ങാത്ത; തയ്യാറില്ലാത്ത; *n.* **unpreparedness**.

unproductive (അൺപ്രൊഡക്റ്റീവ്) *adj.* barren; profitless; തരിശായ; നിഷ്ഫലമായ; ആദായമില്ലാത്ത.

unquestionable (അൺക്വസ്ച്ചനബ്ൾ) *adj.* indisputable; തർക്കമറ്റ; അവിതർക്കിതമായ; നിർവിവാദമായ; ചോദ്യം ചെയ്യാൻ പാടില്ലാത്ത.

unreasonable (അൺറീസ്നബ്ൾ) *adj.* not agreeable to reason; യുക്തിരഹിതമായ; അഹേതുകമായ; അസംഗതമായ.

unremitting (അൺറെമിറ്റിങ്ങ്) *adj.* never-ceasing; incessant; നിരന്തരമായ; ഇടതടവില്ലാത്ത.

unrest (അൺറെസ്റ്റ്) *n.* disquiet of body or mind; അസ്വസ്ഥത; അശാന്തി; സൈ്വരക്കേട്; ആകുലത.

unrivalled (അൺറൈവൽഡ്) *adj.* having no rival; നിസ്തുലനായ; എതിരില്ലാത്ത.

unruly (അൺറൂലി) *adj.* turbulent; unmanageable; അടങ്ങിനില്ക്കാത്ത.

unsafe (അൺസെയ്ഫ്) *adj.* risky; ഭദ്രമല്ലാത്ത; അരക്ഷിതമായ.

unsatisfactory (അൺസാറ്റിസ്ഫാക്ടറി) *adj.* not giving satisfaction; അതൃപ്തികരമായ.

unscrupulous (അൺസ്ക്രൂപ്യുലസ്) *adj.* having no scruples; എന്തും ചെയ്യാൻ മടിയില്ലാത്ത; മനസ്സാക്ഷിക്കുത്തില്ലാത്ത.

unseen (അൺസീൻ) *adj.* invisible; കാണപ്പെടാത്ത; കണ്ടുപിടിക്കാത്ത; അപ്രത്യക്ഷമായ.

unsettled (അൺസെറ്റിൽഡ്) *adj.* not determined or fixed; disturbed; സ്ഥിരപ്പെടുത്താത്ത; തീർച്ചപ്പെടുത്താത്ത; അസ്വസ്ഥമായ; താറുമാറായ.

unshaken (അൺഷെയ്ക്കൻ) *adj.* firm; steady; ഇളകാത്ത; കുലുങ്ങാത്ത; അചഞ്ചലമായ.

unsound (അൺസൗണ്ഡ്) *adj.* not sound or healthy; അടിസ്ഥാനമില്ലാത്ത; ഉറപ്പില്ലാത്ത.

unsuccessful (അൺസക്സസ്ഫുൾ) *adj.* failing; fruitless; വിജയിയല്ലാത്ത; ഫലം സിദ്ധിക്കാത്ത; *adv.* **unsuccessfully**.

unsuitable (അൺസ്യൂട്ടബ്ൾ) *adj.* unfit; unworthy; പറ്റാത്ത; കൊള്ളാത്ത; അനുയോജ്യമല്ലാത്ത.

unsuspected (അൺസസ്പെക്റ്റിഡ്) *adj.* not suspected; സംശയിക്കപ്പെടാത്ത.

untainted (അൺടെയ്ൻറിഡ്) *adj.* unblemished; കളങ്കിതമല്ലാത്ത; കറ പറ്റാത്ത.

untarnished (അൺടാർനിഷ്ഡ്) *adj.* unstained; കറയറ്റ; നിഷ്കളങ്കമായ.

unthinkable (അൺതിങ്കബ്ൾ) *adj.* inconceivable; അചിന്ത്യമായ; ചിന്തിക്കാവുന്നതല്ലാത്ത.

untidy (അൺടൈഡി) *adj.* not tidy or neat; വൃത്തികെട്ട; വെടിപ്പില്ലാത്ത.

until (അൺടിൽ) *prep. & conj.* till; as far as; -വരെ; അതുവരെ; -യോളം.

untimely (അൺടൈമ്ലി) *adj.* ill-timed; അസമയത്തുള്ള; അനവസരമായ.

unto (അൺടു) *prep.* (*ar.*) to -ത്തിന്ന്; -യോളം; -ലേക്ക്.

untold (അൺടൗൾഡ്) *adj.* not told; പറഞ്ഞിട്ടില്ലാത്ത; അറിയിക്കാത്ത.

untouchable (അൺടച്ചബ്ൾ) *adj.* not to be touched; തൊട്ടുകൂടാത്ത; അസ്പൃശ്യമായ; *n.* **untouchability.**

untoward (അൺട്വോഡ്) *adj.* perverse; awkward; പ്രതികൂലമായ; വിപരീതബുദ്ധിയായ.

unusual (അൺയൂഷ്വൽ) *adj.* not common; strange; അസാധാരണമായ; പതിവില്ലാത്ത; അപൂർവ്വമായ; *adv.* **unusually**.

unvarnished (അൺവാർണിഷ്ഡ്) *adj.* not varnished; plain; straightforward; വാർണിഷ് തേക്കാത്ത; പച്ചയായ; മിനുക്കുപണിയില്ലാത്ത; സത്യസന്ധമായ.

unveil (അൺവെയ്ൽ) *v.* remove veil from; മൂടുപടമെടുക്കുക; അനാവരണം ചെയ്യുക; പ്രകാശിപ്പിക്കുക.

unwell (അൺവെൽ) *adj.* not in good health; സുഖക്കേടുള്ള.

unwholesome (അൺഹൗൾസം) *adj.* unfavourable to health; സുഖകരമല്ലാത്ത; ശരീരത്തിനു പററാത്ത.

unwieldy (അൺവീൽഡി) *adj.* unmanageable; കൈക്കൊതുങ്ങാത്ത; ഒതുക്കമില്ലാത്ത.

unwilling (അൺവില്ലിങ്) *adj.* not inclined to do; മനസ്സില്ലാത്ത; ഇഷ്ടമില്ലാത്ത.

unworthy (അൺവ്വർത്തി) *adj.* not deserving; അയോഗ്യനായ; അനർഹനായ.

unwritten (അൺറിട്ടൺ) *adj.* not reduced to writing; അലിഖിതമായ; വാക്കാലുള്ള.

unyielding (അൺയീൽഡിങ്) *adj.* not yielding to pressure etc.; കീഴടങ്ങാത്ത; വഴങ്ങാത്ത; വിട്ടുകൊടുക്കാത്ത.

up (അപ്) *adv.* out of bed; high; aloft; to vertical or inflated position; കിടക്കവിട്ട്; മുകളിൽ; ഉയരത്തിൽ; മേല്പോട്ട്; കുത്തനെ; (*fig.*) **ups and downs** നിമ്നോന്നതികൾ (ജീവിതത്തിലെ); കുന്നും കുഴിയും.

upbeat (അപ്ബീററ്) *adj.* optimistic; cheerful; പ്രസാദാത്മകനായ;

upbringing (അപ്ബ്രിങ്ങിങ്) *n.* bringing up; വളർത്തൽ; പോററൽ.

upgrade (അപ്ഗ്രെയ്ഡ്) *v.* raise in rank; പദവി ഉയർത്തുക.

upheaval (അപ്ഹെവ്ൽ) *n.* raising upward; violent social change, etc.; പൊന്തിക്കൽ; വിപ്ലവം; സംക്ഷോഭം.

uphold (അപ്ഹൗൾഡ്) *v.* support; sustain; ഉയർത്തിപ്പിടിക്കുക.

upholsterer (അപ്ഹോൾസ്റ്ററർ) *n.* dealer in furniture; വീട്ടുസാമാനങ്ങൾ വിൽക്കുന്നവൻ; അലങ്കരിക്കുന്നവൻ; *n.* **upholstery** തുണി പിടിപ്പിച്ച മരസാമാനവും മററും.

upkeep (അപ്കീപ്) *n.* maintenance; പോഷണം; നല്ലനിലയിൽ പാലിക്കൽ.

uplift (അപ്ലിഫ്ററ്) *v.* raise aloft; (പദവിയിലും മററും) ഉയർത്തുക; ധാർമ്മികമായുയർത്തുക; അഭിവൃദ്ധി വരുത്തുക.

upon (അപ്ഓൺ) *prep.* on; in an elevated position; മീതേ; ഉപരി; മുകളിൽ.

upper (അപ്പർ) *adj.* higher in place or rank; കൂടുതൽ ഉയർന്ന; പദവിയിൽ ഉയർന്ന; മേലേക്കിടയിലുള്ള.

upright (അപ്റൈറ്റ്) *adj.* erect; straight forward; honest; നേരെ നില്ക്കുന്ന; നിവർന്ന; ഋജുമതിയായ; ധർമ്മിഷ്ഠനായ; സത്യനിഷ്ഠനായ.

uprising (അപ്റൈസിങ്) *n.* insurrection; ലഹള; പ്രജാക്ഷോഭം.

uproar (അപ്റോർ) *n.* tumult; bustle and clamour; ബഹളം; കോലാഹലം; സംക്ഷോഭം.

uproot (അപ്റൂട്ട്) *v.* eradicate; പിഴുതെ ടുക്കുക; (*fig.*) ഉന്മൂലനാശം വരുത്തുക; കടപുഴക്കുക.

upset (അപ്സെററ്) *v.* turn upside down; അട്ടിമറിക്കുക; ഇളക്കിമറിക്കുക; തകിടം മറിക്കുക.

upside down (അപ്സൈഡ് ഡൗൺ) *adv.* with upper part under; in total disorder; അധോമുഖമായി; കുഴഞ്ഞു മറിഞ്ഞ്; തലകീഴായി.

upstairs (അപ്സ്റെറയ്ർസ്) *adv.* up the stairs; മുകൾത്തട്ടിലേക്ക്; ഗോവണിപ്പുറത്തേക്ക്.

upstart (അപ്സ്ററാർട്ട്) *v.* spring up suddenly; പെട്ടെന്ന് താണപദവിയിൽ നിന്നുയർന്ന പദവിയിൽ കയറുക.

upstream (അപ്സ്ട്രീം) *adv.* in the opposite direction of flow; നദിയുടെ ഒഴുക്കിനെതിരായി മേലോട്ട്.

upsurge (അപ്സേർജ്) *n.* upward surge; ഇരച്ചുകയററം.

up-to-date (അപ്റ്റുഡെയ്റ്റ്) *adj.* modern or fashionable; having or including the latest information; ആധുനികമായ; നവീനഫാഷനിലുള്ള; ഏററവും ഒടുവിലത്തെ വിവരങ്ങൾ അടങ്ങിയ.

upward (അപ്വേർഡ്) *adj.* ascending; മേലോട്ടുള്ള; ഊർദ്ധ്വമായ; ഉപരിയായ.

uranium (യുറേയ്നിയം) *n.* radioactive metallic element; അണുസംഖ്യ 92 ആയ മൂലധാതുലോഹം; യുറേനിയം.

Uranus (യൂറനസ്) *n.* (*Gk. myth.*) a deity of Gk. mythology; സമുദ്രദേവൻ; വരുണൻ.

urban (ഏർബൻ) *adj.* of or living in a city; നഗരം സംബന്ധിച്ച; നഗരത്തിലുള്ള; നാഗരികമായ.

urbane (ഏർബെയ്ൻ) *adj.* courteous; polite; മര്യാദയുള്ള; നാഗരികമായ; പരിഷ്കൃതമായ.

urchin (ഏർചിൻ) *n.* mischievous boy; വികൃതിച്ചെറുക്കൻ; അനാഥക്കുട്ടി.

urea (യൂറിയ) (*chem.*) *n.* a crystalline compound in urine; മൂത്രസാരം; മൂത്രലവണം.

urge (ഏർജ്) *v.* stimulate; solicit earnestly; തിടുക്കപ്പെടുത്തുക; ഉത്സാഹിപ്പിക്കുക; വ്യഗ്രതപ്പെടുത്തുക.

urgency (ഏർജെൻസി) *n.* pressure of necessity; തിടുക്കം; നിർബന്ധം; ഞെരുക്കം; ത്വര; ആവശ്യകത.

urgent (ഏർജെൻറ്) *adj.* calling for immediate action; തിടുക്കമുള്ള; അടിയന്തിരമായ.

urine (യൂറിൻ) *n.* animal fluid secreted through the urethra; മൂത്രം; *n.* **urinal** മൂത്ര വിസർജ്ജനസ്ഥലം; മൂത്രപ്പുര; *adj.* **urinary** മൂത്രത്തെ സംബന്ധിച്ച; മൂത്രംപോലുള്ള;

urn (ഏൺ) *n.* narrow-necked vessel; ചിതാഭസ്മകലശം; കുടം; ജലകുംഭം; കലശം.

us (അസ്, എസ്) *pron.* objective or accusative case of 'we;' ഞങ്ങളെ; നമ്മെ; നമ്മളെ; ഞങ്ങളോട്; നമ്മളോട്.

usage (യൂസിജ്) *n.* manner of using; practice; ഉപയോഗം; ഉപയോഗിക്കൽ; പ്രയോഗം; പെരുമാററം; ആചരണം; ആചാരം; നടപടി; മാമൂൽ.

use (യൂസ്) *n.* act of using; application to a purpose; ഉപയോഗിക്കൽ; ഉപയോഗം; ഉപഭോഗം; പ്രയോജനം; ലഭ്യത; പ്രയോഗം; സേവനം; അഭ്യാസം; ആചാരം; പതിവ്; സമ്പ്രദായം; വഴക്കം; ശീലം; **make use of** പ്രയോജനപ്പെടുത്തുക.

useless (യൂസ്‌ലിസ്) *adj.* having no use; worthless; പ്രയോജനശൂന്യമായ; ഉത കാത്ത; കൊള്ളരുതാത്ത.

usher (അഷർ) *n.* door-keeper; വാതിൽ കാക്കുന്നവൻ; ദ്വാരപാലകൻ; മുന്നോടി; ആളുകളെ അകത്തു കൂട്ടിക്കൊണ്ടു പോയിരുത്തുന്നവൻ.

usual (യൂഷ്വൽ) *adj.* customary; habitual; സാധാരണയായ; നടപ്പായ; സഹജമായ; പതിവായ.

usurp (യൂസേർപ്) *v.* take possession by force; പിടിച്ചെടുക്കുക; കൈയൂക്കു കൊണ്ടു പിടിച്ചെടുക്കുക; ബലം പ്രയോഗിച്ച് ഭരണാധികാരം കൈക്കലാക്കുക.

usury (യൂഷ്റി) *n.* exorbitant interest; അന്യായപ്പലിശ; *n.* **usurer** അന്യായപ്പലിശ വാങ്ങുന്നവൻ.

utensil (യൂട്ടെൻസിൽ) *n.* domestic implement or vessel; പാത്രം; അടുക്കളപ്പാത്രം; വീട്ടുപകരണം.

uterine (യൂട്ടറൈൻ) *adj.* of or relating to the uterus; ഗർഭപാത്രപരമായ; ഏകോദരത്വമുള്ള; *n.* **uterus.**

utility (യൂററിലിററി) *n.* usefulness; profit; ഉപയോഗയോഗ്യത; പ്രയോജനത്വം; നന്മ; ലാഭം; *n.* **utilitarianism** *v.* **utilize.**

utmost (അററ്മൗസ്ററ്) *adj.* most distant; extreme; highest; അങ്ങേയററത്തെ; ഏററവും.

Utopia (യൂട്ടൗപ്പിയ) *n.* imaginary place with perfect social and political system; കുററമററ സാമൂഹിക രാഷ്ട്രീയ സംവിധാനമുള്ള സാങ്കല്പിക രാഷ്ട്രം.

utter (അട്ടർ) *adj.* complete; total; perfect; പൂർണ്ണമായ; മുഴുവനുമായ; അശേഷമായ; തീർച്ചയായ; പരമമായ.

uvula (യൂവ്യൂല) *n.* lobe hanging from the palate; അണ്ണാക്ക്; ചെറുനാക്ക്.

uxorious (അക്സോറിയസ്) *adj.* excessively fond of one's wife; ഭാര്യാവത്സലനായ; ഭാര്യാസ്നേഹം പ്രകടമാക്കുന്ന.

Vv

V (വി) the twenty-second letter of the English alphabet; ഇംഗ്ലീഷ് അക്ഷര മാലയിലെ 22-ാമത്തെ അക്ഷരം.

vacancy (വേയ്കൻസി) *n.* unoccupied post or place; ഒഴിവ്; ഒഴിവു സമയം; ശൂന്യസ്ഥലം.

vacant (വേയ്കൻറ്) *adj.* empty; not filled or occupied; അകത്തൊന്നുമില്ലാത്ത; ആൾപ്പാർപ്പില്ലാത്ത; ഉദ്യോഗത്തിന് ആൾ നിശ്ചയിച്ചിട്ടില്ലാത്ത.

vacate (വ്‌വെകെയ്റ്റ്) *v.* make vacant; ഒഴിവാക്കുക; സ്ഥലം ഒഴിയുക; ശൂന്യമാക്കുക.

vacation (വെക്കേയ്ഷൻ) *n.* period of cessation from work; ഒഴിയൽ; അനധ്യയനകാലം; കോടതിയൊഴിവ്; വിശ്രമകാലം; അവധിക്കാലം.

vaccinate (വാ്ക്സിനെയ്റ്റ്) *v.* inoculate with cow-pox; വസൂരികുത്തി വയ്ക്കുക; ഗോവസൂരിപ്രയോഗം നടത്തു ക; *n.* **vaccination** ഗോവസൂരി പ്രയോഗം.

vacillate (വാ്സിലെയ്റ്റ്) *v.* sway to and fro; ചാഞ്ചാടുക; ചഞ്ചലപ്പെടുക; വ്യതിചലിക്കുക;

vacuous (വാ്ക്യുഎസ്) *adj.* empty; unintelligent; ഒഴിഞ്ഞ; ശൂന്യമായ; ബുദ്ധിയില്ലാത്ത.

vacuum (വാ്ക്യുഎം) *n.* emptiness; void; ഒഴിവ്; അഭാവം; ഇല്ലായ്മ; ശൂന്യസ്ഥലം.

vagabond (വാ്ഗ്ഗബൊൺഡ്) *adj.* wandering idly; സ്ഥിരവാസസ്ഥലമില്ലാത്ത; അലഞ്ഞുനടക്കുന്ന.

vagary (വേയ്ഗറി) *n.* whimsical or extravagant notion; ചപലചിത്തത; ബുദ്ധിചാപല്യം.

vagina (വ്‌വെജൈന) *n.* canal leading to the uterus; യോനി; ഗർഭപാത്രത്തിലേക്കുള്ള പാത.

vagrant (വേയ്ഗ്രൻറ്) *adj.* wandering; അലഞ്ഞുനടക്കുന്ന; വ്യർത്ഥമായി അലഞ്ഞുതിരിയുന്ന.

vague (വേയ്ഗ്) *adj.* indistinct; doubtful; അവ്യക്തമായ; അനിർണ്ണിതമായ; അടിസ്ഥാനമില്ലാത്ത; തിട്ടമില്ലാത്ത; **vagueness** സന്ദിഗ്ദ്ധാവസ്ഥ.

vain (വെയ്ൻ) *adj.* unsubstantial; conceited; പാഴായ; നിഷ്ഫലമായ; തുച്ഛമായ; വ്യർത്ഥമായ; വൃഥാവിലുള്ള; വൃഥാഭിമാനിയായ; *n.* **vainglory** ബഡായി; പൊങ്ങച്ചം.

vale (വെയ്ൽ) *n.* (*poet.*) valley; താഴ്‌വര.

valediction (വാ്ലിഡിക്ഷൻ) *n.* bidding farewell; യാത്രയയപ്പ്; യാത്രാവന്ദനം; *adj.* **valedictory.**

valet (വാ്ലിറ്റ്, വാ്ലെയ്) *n.* a manservant; പരിചാരകൻ; ഭൃത്യൻ.

valiant (വാ്ല്യൻറ്) *adj.* brave; heroic; നെഞ്ഞുറപ്പുള്ള; ശൂരനായ; വിക്രമിയായ; *adv.* **valiantly**; *n.* **valiance.**

valid (വാ്ലിഡ്) *adj.* sound; legal; founded in truth; ധർമ്മ്യമായ; നിയമസാധുതയുള്ള; നിയമാനുസാരമായ; സയുക്തികമായ; *v.* **validate** *n.* **validity.**

valley (വാ്ലി) *n.* low land between hills; മലയടിവാരം; താഴ്‌വര.

valour (*also* **valor**-*U.S.*) (വാലർ) *n.* bravery; courage; നെഞ്ഞുറപ്പ്; ശൗര്യം; വീര്യം; വിക്രമം.

value (വാ്ല്യൂ) *n.* price; worth; efficacy; purchasing power; വില; മൂല്യം; മൂല്യനിർണ്ണയം; അഭിലഷണീയത; പ്രയോജനം; ക്രയശക്തി.

valve (വാ്ൽവ്) *n.* device for controlling passage; വാതിൽപ്പലക; മടക്കുകതവ്; അടപ്പുകവാടം.

vamp (വാ̄ംപ്) *v.* tempt; വിമോഹിപ്പിക്കുക; *n.* വിലാസിനി; മോഹിനി.

vampire (വാംപൈയ്യർ) *n.* blood-suck-ing ghost; രക്തരക്ഷസ്സ്; യക്ഷി.

van (വാൻ) *n.* front of an army; മുന്നണി; സേനാമുഖം;*n.* **vanguard** മുന്നണിപ്പട.

van (വാ̄ൻ) *n.* covered vehicle for conveying goods; വാൻ; ചരക്കുവണ്ടി.

vandalism (വാൻഡെലിസ̄ം) *n.* barbarity; വിധ്വംസനശീലം; എന്തിനെയും നശിപ്പിക്കാനുള്ള വാസന.

vanilla (വ്വെനില്ല) *n.* tropical orchid with sweet-smelling flowers; സുഗന്ധമുള്ള ഒരുതരം ഓർക്കിഡ് പുഷ്പം.

vanish (വാ̄നിഷ്) *v.* disappear; fade; അദൃശ്യമാകുക; കാണാതെയാവുക; തിരോധാനംചെയ്യുക; അപ്രത്യക്ഷമാകുക.

vanity (വാ̄നിററി) *n.* empty pride; ദുരഭിമാനം; പൊങ്ങച്ചം; മായാമോഹം; നിസ്സാരത്വം.

vanquish (വാ̄ങ്ക്വിഷ്) *v.* conquer; overcome; ജയിച്ചടക്കുക; പരാജയപ്പെടുത്തുക; വാദിച്ചുതോൽപ്പിക്കുക.

vantage (വാ̄ൻറിജ്) *n.* advantageous position; അനുകൂലസ്ഥാനം; അനുകൂലാവസരം

vapour (*U.S.* **vapor**) (വേയ്പ്പർ) *n.* moisture suspended in air; mist; fog; ബാഷ്പം; സ്വേദം; ധൂമം; മൂടൽമഞ്ഞ്; നീരാവി.

variability (വേയ്രിയബിലിററി) *n.* changeableness; പരിവർത്തനശീലനത.

variance (വേയരിയൻസ്) *n.* disagreement; difference of opinion; വിപര്യാസം; വിപ്രതിപത്തി; വിവാദം; അഭിപ്രായവ്യത്യാസം; *adj.* **variant** മാറുന്ന; *n.* **variation.**

variety (വ്വെറൈയററി) *n.* diversity; being various; വൈവിധ്യം; വിവിധത്വം; നാനാത്വം; വിഭിന്നത.

various (വേയരിയ്സ്) *adj.* diverse; different; വൈവിധ്യമുള്ള; ബഹുവിധമായ; വ്യത്യസ്തമായ; വിഭിന്നമായ.

varnish (വാർണിഷ്) *n.* a solution of resinous matter; external glossiness; വാർണീഷ്; മിനുക്കെണ്ണ; വർണ്ണതൈലം; തേജോദ്രവ്യം; ബാഹ്യശോഭ; ചായം; വർണ്ണം.

varsity (വാർസിററി) *n.* (*coll.*) **university**.

vary (വേയ്രി) *v.* alter in form; make different; രൂപഭേദം വരുത്തുക; പരിണാമം വരുത്തുക; മാററുക; വ്യത്യാസപ്പെടുക.

vase (വാ̄സ്, വെയ്സ്) *n.* a flower-vessel; പുഷ്പകുംഭം; പൂത്തട്ടം.

vasectomy (വാ̄സെക്ററമി) *n.* surgical sterilization; വന്ധ്യംകരണശസ്ത്രക്രിയ (പുരുഷന്മാർക്കുള്ളത്).

vast (വാസ്ററ്) *adj.* extensive; immense; great; വിശാലമായ; വിസ്തീർണ്ണമായ; വിപുലമായ; വളരെ; അനേകം.

Vatican (വാ̄ററിക്കൻ) *n.* Pope's palace; റോമിലെ പാപ്പായുടെ അരമന (അധികാരം).

vault (വോ̄ൾട്ട്) *n.* arched roof; continued arch; cellar; വളവ്; വിൽവളവ്; വില്ലിൻെറ വളവുമച്ച് ആകാശത്തട്ട്.

vegetable (വെജിററബ്ൾ) *n.* pert. to plants; സസ്യം; ചെടി; പച്ചക്കറി; ഇലക്കറി; ശാകം; കായ്കനി; ഔഷധി; ജീവച്ഛവം.

vegetarian (വെജിറേറയറിയൻ) *n.* one whose diet includes only vegetables; സസ്യഭുക്ക്.

vegetate (വെജിറെറയ്ററ്) *v.* grow as plants do; മുളയ്ക്കുക; മുളച്ചുവരിക.

vehement (വീഎ്മെൻറ്) *adj.* very eager; forcible; ആസക്തിയുള്ള; അഭി

നിവേശമുള്ള; ശക്തിയായ; ഉത്ക്ക ടമായ; ഊക്കുള്ള; *n.* **vehemence.**

vehicle (വീഹ്ക്ക്ൾ) *n.* carriage of any kind; വാഹനം; വണ്ടി.

veil (വെയ്ൽ) *n.* a cover; screen; mask; മറ; തിര; തിരസ്കരണി; മുഖാവ രണം; മൂടുപടം; ശിരോവസ്ത്രം; ആവരണം; ആച്ഛാദനം.

vein (വെയ്ൻ) *n.* blood-vessel; turn of mind; mood; സിര; രുധിരനാളം; രക്തവാഹിനി; നാഡി; ലോഹ രേഖ; വിള്ളൽ; വിടവ്.

velocity (വിലൊസിററി) *n.* swiftness or speed in motion; പ്രവേഗം; അതിവേഗം; ശീഘ്രത; ചലനവേഗത്തോത്.

velvet (വെൽവിററ്) *n.* soft silk; വെൽ വററുതുണി; സൂര്യകാന്തിപ്പട്ട്.

vend (വെൻഡ്) *v.* (esp. *leg.*) sell; വില്ക്കുക; വിലയ്ക്കു കൊടുക്കുക; കച്ചവടം ചെയ്യുക.

venerable (വെനെറബ്ൾ) *adj.* worthy of veneration; അഭിവന്ദ്യൻ ആയ; ആരാധ്യനായ; വന്ദ്യവയോധിക നായ; *v.* **venerate** ആദരിക്കുക.

venereal (വെനീയരിയൽ) *adj.* sexual; pert. to genitals; രതിജന്യമായ; ഉത്പാദനേന്ദ്രിയപരമായ; **venereal disease** ലൈംഗികരോഗം.

vengeance (വെൻജൻസ്) *n.* avengement; revenge; പകവീട്ടൽ; പ്രതി കാരം.

venial (വീനിയൽ) *adj.* that may be forgiven; ക്ഷമിക്കത്തക്ക; പൊറുക്ക ത്തക്ക.

venom (വെ്നം) *n.* poison; spite; malice; വിഷം; സർപ്പവിഷം; *adj.* **venomous.**

vent (വെൻറ്) *n.* a small opening; discharge; escape; ദ്വാരം; രന്ധ്രം; പഴുത്; വാതാ യനം; പുകദ്വാരം; നിർഗ്ഗമദ്വാരം.

ventilate (വെൻറിലെയ്ററ്) *v.* cause fresh air to pass through; കാററു കൊള്ളിക്കുക; കാറേറാട്ടത്തിനു വഴി വയ്ക്കുക; ശുദ്ധവായു പ്രവേശിപ്പി ക്കുക.

ventriloquism (വെൻട്രിലെകിസം) *n.* uttering sounds without motion of the mouth; അടുക്കെ വല്ല ദിക്കിൽ നിന്നും മററുവല്ലവരും സംസാരിക്കുക യാണെന്നു തോന്നത്തക്കവണ്ണമുള്ള ഭാഷണം.

venture (വെൻച്ചർ) *n.* undertaking of a risk; stake; തുനിയൽ; സാഹ സികസംരംഭം; ധീരപരിശ്രമം; ഭാഗ്യ പരീക്ഷ; *v.* അപകടം നിറഞ്ഞ കാര്യ ത്തിനു തുനിയുക.

venue (വെന്യു) *n.* appointed place of meeting; സങ്കേതസ്ഥാനം; സ്പോർ ട്സ് നടത്തുന്ന ഇടം.

Venus (വീനസ്) *n.* goddess of love; റോമാക്കാരുടെ കാമസൗന്ദര്യദേവത.

veranda, varandah (വെറാൻഡ) *n.* open portico; വരാന്ത; വ്രാന്ത; തിണ്ണ.

verb (വേർബ്) *n.* part of speech that predicates; ക്രിയാപദം.

verbal (വേർബൽ) *adj.* spoken; oral; literal; unwritten; വാക്കാലുള്ള; വാമൊഴിയായ; വാങ്മാത്രമായ; അലിഖിതമായ.

verbatim (വേർബെയ്ററിം) *adv.* in exactly the same words; വാക്കിനു വാക്കാ യി; പദാനുപദമായി.

verbiage (വേർബിഇജ്) *n.* needless use of many words; അത്യുക്തി; അതിവാക്ക്; *adj.* **verbose** വാചാലനായ; അത്യുക്തി യായ; *n.* **verbosity** വാചാലത.

verdant (വേർഡൻറ്) *adj.* flourishing; തഴച്ചുവളരുന്ന; തൃണസസ്യാദികൾ നിറഞ്ഞ.

verdict (വേർഡിക്ററ്) *n.* judgement; decision; ജൂറിത്തീർപ്പ്; കോടതിവിധി; അപരാധനിർണ്ണയം; പൊതുജനാഭി പ്രായം.

verdure (വേർഡ്യൂഎ്ർ) *n.* freshness of vegetation; ശാദ്വലത; സസ്യത്തഴപ്പ്.

verify (വെരിഫൈ) *v.* prove to be true; corroborate; ശരിയാണെന്നോ നേരാണെന്നോ തെളിയിക്കുക; തിട്ടം വരുത്തുക; പ്രമാണീകരിക്കുക; ദൃഢീകരിക്കുക; നിർണ്ണയിക്കുക; ബോദ്ധ്യപ്പെടുത്തുക; *n.* **verification**.

verily (വെറിലി) *adv.* (*ar.*) really; truly; വാസ്തവത്തിൽ; നേരായി; യഥാർത്ഥമായി.

verisimilitude (വെരിസിമിലിററ്യൂഡ്) *n.* appearance of being true; പ്രത്യക്ഷമായി സത്യമായിരിക്കൽ.

verity (വെരിററി) *n.* reality; truth; വാസ്തവം; വാസ്തവികത; യഥാർത്ഥ്യത്വം; യാഥാർത്ഥ്യം; സത്യത.

vermicelli (വേർമിസെലി) *n.* very slender macaroni; ഗോതമ്പുനൂറുമാവ്; സേമിയ.

vermilion (വ്വേർമില്ല്യൻ) *n.* a brilliant red pigment; ചായില്യം; സിന്ദൂരം; സിന്ദൂരവർണ്ണം; ചുമപ്പുചായം.

vermin (വേർമിൻ) *n.* (*sing.* & *pl.*) worm; pest; കീടപ്രാണി; കൃമി; കൃമിഗണം.

vernacular (വ്വേർണാക്യുലർ) *adj.* of one's native country; (വാക്കിനെപ്പററിയും ഭാഷയെപ്പററിയും മററും) ദേശ്യമായ.

versatile (വേർസറൈറൽ) *adj.* capable of dealing with many subjects; പല വിഷയങ്ങളിലും കഴിവുള്ള; വൈദഗ്ദ്ധ്യമുള്ള; പല ഉപയോഗങ്ങളുമുള്ള.

verse (വേഴ്സ്) *n.* metrical language; line of poetry; stanza; പദ്യസാഹിത്യം; പദ്യം; ശീല്; വൃത്തപാദം; ചെറുകവിത; സംഗീതാംശം; വചനം; വാക്യം.

version (വേർഷൻ) *n.* account; piece of translation; a variant of a thing; ഭാഷ്യം; ഭാഷാന്തരം; പാഠഭേദം; പരിഭാഷ; പ്രകാര ഭേദം; വിധം; മാതിരി.

versus (വേഴ്സസ്) *prep.* (*leg.* & *sport.*) against; എതിർ; പ്രതിയായ; എതിരായി കളിക്കുന്ന.

vertebra (വേർട്ടിബ്ര) *n.* (*pl.* **vertibrae**) each segment of backbone; മുതുകെല്ല്; നട്ടെല്ല്; കശേരു ഖണ്ഡം.

vertebrata (വ്വേർട്ടിബ്രേയ്ററ) *n.* the backboned animals; നട്ടെല്ലുള്ള ജന്തുവർഗ്ഗം.

vertex (വേർട്ടെക്സ്) *n.* (*pl.* **vertices**) the top or summit; zenith; അഗ്രം; ശീർഷം; ശിഖരം; കൊടുമുടി; മൂർദ്ധാവ്; ശിരോ ബിന്ദു; ഖമദ്ധ്യം.

vertigo (വേർട്ടിഗൗ) *n.* giddiness; തലചുററൽ; തലകറക്കം.

verve (വേർവ്) *n.* artistic enthusiasm; കലാപരമായ ഉന്മേഷം; ആവേശം; അത്യുത്സാഹം; പ്രചോദനം.

very (വെരി) *adv.* in a high degree; same; true; വളരെ; നിശ്ചയമായി; അതു തന്നെ; സത്യമായി; ശരിക്കും; തികച്ചും; സൂക്ഷ്മമായി; അതീവ; **vespers** സന്ധ്യാപ്രാർത്ഥന.

vessel (വെസ്ൽ) *n.* utensil for holding liquid; ship; പാത്രം; കലം; ഭാജനം; യാനപാത്രം; കപ്പൽ; **blood vessel** സിര; ധമനി.

vest (വെസ്ററ്) *n.* waistcoat; garment; കുപ്പായം; കഞ്ചുകം; മേലങ്കി; ഉൾച്ചട്ട; കൈയില്ലാത്ത ഉടുപ്പ്; കൈവശപ്പെടുത്തുക; അധികാരം നൽകുക; ഭരമേല്പിക്കുക; നിക്ഷിപ്തമാക്കുക; അർപ്പിക്കുക.

vestibule (വെസ്ററിബ്യൂൾ) *n.* antechamber; hall; വീട്ടിലെ മുന്നറ; പൂമുഖം; തളം; തിണ്ണ; തീവണ്ടിയിൽ രണ്ട് കോച്ചുകൾക്കിടയിലുള്ള കെട്ടിമൂടിയ ഇടം.

vestige (വെസ്ററിജ്) *n.* trace; evidence; കാൽച്ചുവട്; അടയാളം; പൂർവ്വവസ്തു ലക്ഷണം; ലേശം; അവശിഷ്ടങ്ങൾ.

vestment (വെസ്റ്റ്മെൻറ്) *n.* official robe; ചമയവസ്ത്രം; രാജവസ്ത്രം; വികാരിയുടെ ഔദ്യോഗികവേഷം.

vet (വെററ്) *n.* veterinary surgeon; മൃഗവൈദ്യൻ; *v.t.* രോഗപരിശോധന നടത്തുക.

veteran (വെറ്ററൻ) *adj.* experienced; old; അനുഭവസമ്പത്തുള്ള; (veteran soldier, etc.); ദീർഘാഭ്യാസമുള്ള.

veterinary (വെറ്ററിനറി) *adj.* of the treatment of diseases of domestic animals; മൃഗചികിത്സാവിഷയകമായ; *n.* **veterinarian.**

veto (വീററൗ) *n.* any authoritative prohibition; interdict; നിഷേധാധികാരം; റദ്ദവകാശപ്രയോഗം.

vex (വെക്സ്) *v.* tease; irritate; afflict; അലട്ടുക; ശല്യപ്പെടുത്തുക; പ്രതികൂലിക്കുക; വിഷമിപ്പിക്കുക; പ്രകോപിപ്പിക്കുക; *n.* **vexation** അലട്ട്; ശല്യം.

via (വൈയ്യ) *prep.* by way of; വഴിയായി; മാർഗ്ഗമായി; മാർഗ്ഗേണ.

viable (വൈഎ്ബ്ൾ) *adj.* capable of sustaining independent life; ജീവനക്ഷമ മായ; പ്രായോഗികമായ; ബാഹ്യസഹായമില്ലാതെ വികസിക്കാനും നിലനില്ക്കാനും കഴിവുള്ള; *n.* **viability.**

vibrate (വൈബ്രെയ്റ്റ്) *v.* move to and fro; throb; ചലിക്കുക; സ്പന്ദിക്കുക; പ്രകമ്പനംകൊള്ളുക; വിറയ്ക്കുക; മുഴങ്ങുക; *n.* **vibration,** *adj.* **vibrant.**

vicar (വിക്കർ) *n.* parish priest; ഇടവകയുടെ ചുമതലയുള്ള പുരോഹിതൻ; 'വികാരി'; ധർമ്മോപദേശകൻ.

vicarious (വികേറിയസ്) *adj.* deputed; delegated; പ്രാതിനിദ്ധ്യമായ; പകരം നോക്കുന്ന; പകരമായി ചെയ്യുന്ന; ബദലായ.

vice (വൈസ്) *n.* immoral habit; evil practice; ദുരാചാരം; പാപാചരണം; ദുശ്ശീലം; ദുർഗുണം; ദുർവൃത്തി; ദുർവാസന.

vice (വൈസ്) *prep.* in the place of; substituted; പകരം; ബദലായ; പ്രതിയായ.

viceroy (വൈസ്റൊയ്) *n.* (*hist.*) king's substitute; (ബ്രിട്ടീഷ് ഭരണകാലത്ത് ഇൻ ഡ്യയിലെ) രാജപ്രതിനിധി.

vice versa (വൈസിേവഴ്സ) *adv.* the otherway round; തിരിച്ച്; മറിച്ച്; നേരെ മറിച്ച്.

vicinity (വിസിനിറ്റി) *n.* neighbourhood; nearness in place; പരിസരം; സാമീപ്യം.

vicissitude (വിസിസിററ്യൂഡ്) *n.* alternation; change of fortune; മാറ്റം; ഭാഗ്യവിപര്യയം; അവസ്ഥാന്തരം; ഉച്ചനീചത്വങ്ങൾ.

victim (വിക്ററിം) *n.* a living being offered as a sacrifice; ബലിമൃഗം; വധ്യൻ; ഇര; പീഡിതൻ; ചതി പറ്റിയവൻ; ആപത്തു നേരിട്ടവൻ; *v.t.* **victimize** ഇരയാക്കുക.

victor (വിക്റ്റർ) *n.* a conqueror; hero; ജേതാവ്; വിജയി.

victory (വിക്റ്ററി) *n.* triumph; വിജയം; ജയം; യുദ്ധവിജയം.

video (വിഡിയൗ) *n.* television; ടെലിവിഷൻ; **video tape** ടെലിവിഷൻ ടേപ്പ്.

view (വ്യൂ) *n.* act of looking; range of vision; landscape; mental survey; opinion; ദർശനം; ദൃഷ്ടി; വീക്ഷണം; നിരീക്ഷണം; ദൃശ്യപ്രദേശം; **point of view** ദർശനരീതി; **in view of** കണക്കിലെടുത്തുകൊണ്ട്; **view point** കാഴ്ചപ്പാട്; നിലപാട്; വീക്ഷണകോണം.

vigil | virtue 457

vigil (വിജിൽ) *n.* act of keeping awake; ഉണർന്നിരിക്കൽ; ഉറക്കമിളപ്പ്; ജാഗരണം. *n.* **vigilance.**

vigour (വിഗ്ഗർ) *n.* vitality; robustness; ഊർജ്ജസ്വലത; ഓജസ്സ്; വീര്യം; പൗരുഷം; ചൈതന്യം; മനഃശക്തി; പ്രഭാവം; *adj.* **vigorous.**

vile (വൈൽ) *adj.* wicked; villainous; അധമനായ; നികൃഷ്ടമായ; നിന്ദ്യമായ.

vilify (വിലിഫൈ) *v.* (*p.t.* & *p.part.* **vilified**) defame; speak evil of; കെടുത്തുക; കുത്സിതമാക്കുക; അധിക്ഷേപിക്കുക; അപകീർത്തിപ്പെടുത്തുക; *n.* **vilification.**

villa (വില്ല) *n.* country residence; ഗ്രാമവസതി; നഗരപ്രാന്തത്തിലെ സുഖവസതി.

village (വില്ലിജ്) *n.* small assemblage of houses; ഗ്രാമം; *adj.* ഗ്രാമസംബന്ധിയായ; *n.* **villager.**

villain (വില്ലൻ) *n.* rogue; scoundrel; ദുഷ്ടൻ; ദ്രോഹി; നീചൻ; അധമൻ; *n.* **villainy** ദൗഷ്ട്യം.

vim (വിം) *n.* vigour; കെല്പ്; ഉന്മേഷം; ഉത്സാഹം; ചുറുചുറുക്ക്; വീര്യം.

vincible (വിൻസിബ്ൾ) *adj.* that can be overcome; കീഴടക്കാവുന്ന.

vindicate (വിൻഡികെയ്റ്റ്) *v.* justify; defend; uphold; assert; നീതീകരിക്കുക; സമർത്ഥിക്കുക; സ്ഥാപിക്കുക; ശരിയാണെന്നു വരുത്തുക; വാദിച്ചുറപ്പിക്കുക; *n.* **vindication.**

vindictive (വിൻഡിക്റ്റീവ്) *n.* revengeful; പകവീട്ടുന്ന; പ്രതികാരശീലമുള്ള.

vine (വൈൻ) *n.* the grape plant; മുന്തിരി വള്ളി; ലത.

vinegar (വിനിഗർ) *n.* diluted and impure acetic acid; വിന്നാഗിരി.

vineyard (വിന്യേർഡ്) *n.* plantation of grape-vines; മുന്തിരിത്തോട്ടം.

vintage (വിൻറിജ്) *n.* harvest of vines; മുന്തിരിങ്ങാക്കൊയ്ത്തുകാലം; മുന്തിരിവിളവ്; ഒരു കൊല്ലത്തെ മുന്തിരിപ്പഴം.

violate (വൈയലെയ്റ്റ്) *v.* infringe; trespass; ravish; അതിക്രമിക്കുക; അതി ലംഘിക്കുക; ഉല്ലംഘിക്കുക; (ബലാൽസംഗം) ചെയ്യുക.

violence (വയലെൻസ്) *n.* assault; intensity of action; ഹിംസ; അക്രമം; ബലാല്കാരം; ബലപ്രയോഗം; അക്രമാസക്തമായ പെരുമാറ്റം; *adj.* **violent.**

violin (വൈയലിൻ) *n.* a stringed musical instrument; ഒരു സംഗീതോപകരണം; വയലിൻ; ഫിഡിൽ; *n.* **violinist.**

viper (വൈപ്പർ) *n.* a kind of venomous snake; അണലി; സർപ്പം.

virago (വിറാഗൗ) *n.* turbulent woman; കലഹപ്രിയ; മഹാശണ്ഠക്കാരി.

virgin (വേർജിൻ) *n.* maiden of inviolate chastity; കന്യക; കുമാരി; **virgin. forest** കന്യാവനം; സ്വാഭാവികാവസ്ഥയിലുള്ള വനം; **virgin soil** കന്നിമണ്ണ്; *n.* **virginity** കന്യാത്വം.

Virgo (വേർഗൗ) *n.* the sixth sign of the zodiac; the Virgin; കന്നിരാശി.

virile (വിറൈൽ) *adj.* masculine; manly; പുരുഷോചിതമായ; പുരുഷനെ സംബന്ധിച്ച; *n.* **virility** പുരുഷത്വം; പൗരുഷം.

virology (വൈറൊളജി) *n.* scientific study of viruses; വൈറസ്സുകളെക്കുറിച്ചുള്ള പഠനം.

virtual (വേർച്വൽ) *adj.* being in essence or effect; ഫലത്തിലുള്ള; ഫലത്തിൽ അങ്ങനെയായ.

virtue (വേർച്യൂ) *n.* moral excellence; chastity; grace; ധർമ്മം; ധർമ്മാചരണം; സദ്ഗുണം; സദാചാരം; നന്മ; യോഗ്യത; **by virtue of, in virtue of** ഇന്ന അടിസ്ഥാനത്തിന്മേൽ.

virulent (വിറുലൻറ്) *adj.* extremely poisonous; കഠിനവിഷമുള്ള; അതിപരുഷമായ; ജീവഹാനിവരുത്തുന്ന; അത്യുഗ്രമായ.

virus (വൈറസ്) *n.* contagious poisonous matter; വൈറസ്; രോഗവിഷാണു; ജീവകോശത്തിനുള്ളിൽ അതിവേഗം പെരുകി രോഗമുണ്ടാക്കുന്ന വിഷാണു.

Virus (വൈറസ്) *n.* (computer) abbr. of Vital Information Resources Under Siege. A programme which copies itself to an executable file and spreads corrupting data, displaying messages or doing nothingപ്രവർത്തനക്ഷമമായ ഒരു ഫയലായി കംപ്യൂട്ടറിലേക്ക് പകർത്തപ്പെടുകയും കംപ്യൂട്ടറിലുള്ള വിവരങ്ങൾക്ക് കേടുപാടുവരുത്തുകയും ചെയ്യുന്നു. വൈറസുകൾ പലതര മുണ്ട്. ചിലവ തെറ്റായ വിവരങ്ങൾ പ്രദർശിപ്പിക്കുന്നവയും വേറെ ചിലവ നിഷ്ക്രിയവുമാണ്.

visa (വിഴ്സ), **vise** (വീഴ്സ്യ) *n.* authenticating endorsement on a passport; ഒരു രാജ്യത്തേക്കു കടക്കാൻ അധികാരപ്പെടുത്തിക്കൊണ്ട് പാസ്പോർട്ടിൽ ചേർക്കുന്ന അനുമതിക്കുറിപ്പ്.

visage (വിസിജ്) *n.* (*lit.*) the face or look; മുഖം; മുഖലക്ഷണം; വദനാകൃതി.

vis-a-vis (വീസാവീ) *adv.* in a position facing one another; അഭിമുഖമായി.

viscera (വിഴ്സറ) *n.* (*pl.*) the entrails; കുടൽ; ആന്ത്രങ്ങൾ.

visible (വിസിബ്ൾ) *adj.* capable of being seen; ദൃഷ്ടിഗോചരമായ; കാണപ്പെടുന്ന; ദൃശ്യമായ; ദൃഷ്ടിവിഷയകമായ; *ns.* **visibility, visibleness.**

vision (വിഷൺ) *n.* sight; act or faculty of seeing; imaginative insight; ദർശനം; കാഴ്ച; വീക്ഷണം; നേത്രേന്ദ്രിയം.

visionary (വിഷ്ണെറി) *adj.* imaginary; fanciful; അവാസ്തവമായ; കിനാവു കാരൻ; സ്വപ്നജീവി.

visit (വിസിറ്റ്) *v.* go or come to see; സന്ദർശിക്കുക; കാണ്മാൻ വരിക; കാണാൻ ചെല്ലുക; അന്യോന്യം ഭവനങ്ങളിൽ പോക്കുവരവുണ്ടാകുക; ബാധിക്കുക; ശിക്ഷിക്കുക; *n.* വന്നുകാണൽ; *n.* **visitation** ഔദ്യോഗിക പരിശോധന; **visitor.**

vista (വിസ്റ്റ) *n.* avenue; view between trees forming an avenue; കാഴ്ച; വീഥി; വൃക്ഷപംക്തി; തരുശ്രേണി; മരങ്ങളുടെ ഇടയിൽക്കൂടിയുള്ള കാഴ്ച.

visual (വിഷ്വൽ) *adj.* pert. to sight; visible; കണ്ണിനെ സംബന്ധിച്ച; ദൃഷ്ടിഗോചരമായ; കാഴ്ചയ്ക്കുള്ള; കാഴ്ചസംബന്ധിച്ച.

vital (വൈറ്റൽ) *adj.* pert. to life; essential to existence; ജീവധാരണമായ; മർമ്മ പ്രധാനമായ; സജീവമായ; ജീവകേന്ദ്രമായ; പ്രാണരക്ഷയ്ക്കുള്ള; അത്യന്താപേക്ഷിതമായ; പ്രധാനമായ; *n.* **vitality** vigour; animation; ഉയിർ; പ്രാണശക്തി; *v.* **vitalize;** *adv.* **vitally; vital force** ജീവശക്തി.

vitamin (വൈറ്റമിൻ, വിറ്റമിൻ) *n.* accessory food factors for nutrition; ജീവകം; വിറ്റാമിൻ; ഭക്ഷണസാധനങ്ങളിലെ ജീവകങ്ങളിലേതെങ്കിലും.

vitiate (വിഷിയെയ്റ്റ്) *v.* corrupt; contaminate; ദുഷിപ്പിക്കുക; മലിനമാക്കുക.

vitreous (വിട്രിയസ്) *adj.* glassy; കണ്ണാടിപോലുള്ള.

vituperate (വിറ്റ്യൂഴ്പറെയ്റ്റ്) *v.* abuse;

viva | volume 459

insult; കുറ്റം കാണുക; ആക്ഷേപിക്കുക; ശകാരിക്കുക; ദുഷിക്കുക; *n.* **vituperation.**

viva (വീവാ) *interj. & n.* long live; നീണാൾ വാഴട്ടെ; ജയിക്കട്ടെ.

vivacious (വിവെയ്ഷസ്) *adj.* lively; full of vitality; ഉന്മേഷമുള്ള; ഉല്ലാസിയായ.

viva voce (വൈവവൗസി) *adj. & adv.* by oral testimony; വാക്കാലുള്ള; വാങ്മൂലമായ; *n.* വാക്കാലുള്ള പരീക്ഷ.

vivid (വിവിഡ്) *adj.* bright; lively; realistic; (നിറത്തെപ്പററിയോ പ്രകാശത്തെപ്പററിയോ) ഉജ്ജ്വലമായ; സോത്സാഹമായ; തെളിവായിക്കാണുന്ന.

vivify (വിവിഫൈ) *v.* enliven; endue with life; ഉത്തേജിപ്പിക്കുക; സജീവമാക്കുക; ചൈതന്യം നൽകുക.

vivisection (വിവിസെക്ഷൻ) *n.* dissection of animals; (ശാസ്ത്രീയപഠനത്തിനായുള്ള) ശരീരാംഗച്ഛേദം; പ്രാണി ശരീരച്ഛേദനം.

viz. (വിസ്) *adv.* namely; that is; (videlicet-ൻെറ ചുരുക്കരൂപം); അതായത്.

vocabulary (വ്കാബ്യുലറി) *n.* a dictionary; words known to and used by; (ഒരു ഭാഷയിലെ) പദാവലി; ശബ്ദകോശം; ഒരാളുടെ അറിവിലുള്ള പദസഞ്ചയം.

vocal (വൗകൽ) *adj.* of, concerned with, uttered by, the voice; ഉച്ചരിക്കുന്ന; വാച്യമായ.

vocation (വൗകേയ്ഷൻ) *n.* a career or occupation; employment; തൊഴിൽ; ജോലി; പ്രവൃത്തി; ജീവനം; *adj.* **vo-cational.**

vociferate (വ്സിഫ്റെയ്റ്റ്) *v.* shout; cry out; ഉത്ക്രോശിക്കുക; അലറുക; ഉച്ചത്തിൽ സംസാരിക്കുക; *n.* **vociferation.**

vodka (വൊഡ്ക്ക) *n.* alcoholic spirit made in Russia; റഷ്യയിലെ ഗോതമ്പുചാരായം; വോഡ്ക.

vogue (വൗഗ്) *n.* prevailing fashion; usage; വഴക്കം; നിലവിലുള്ള രീതി; പ്രചാരത്തിലുള്ള.

voice (വോയ്സ്) *n.* sound from the mouth; tone; utterance; opinion; ശബ്ദം; ഒച്ച; കണ്ഠധ്വനി; സ്വനം; മനുഷ്യശബ്ദം; സംസാരശക്തി; ശബ്ദം പുറപ്പെടുവിക്കുക; ഐകകണ്ഠ്യേന പ്രസ്താവിക്കുക.

void (വോയ്ഡ്) *adj.* empty; vacant; invalid; ശൂന്യമായ; ഒന്നുമില്ലാത്ത; ആളില്ലാത്ത; സത്യമില്ലാത്ത; പാഴായ; ഒഴിവായ; റദ്ദായ.

volatile (വൊളറ്റൈൽ) *adj.* evaporating rapidly; അതിവേഗം വാതകമോ ആവിയോ ആയിത്തീരുന്ന; (*fig.*) എളുപ്പം മനസ്സുമാറുന്ന.

volcano (വൊൾകേയ്നൗ) *n.* (*pl.* **volcanoes**) centre of eruption of subterranean matter; അഗ്നിപർവ്വതം; ജ്വാലാമുഖം.

volley (വൊളി) *n.* discharge of arms; flight of missiles; അണിവെടി; കൂട്ടവെടി.

volt (വൗൾട്ട്) *n.* unit of electromotive force; വിദ്യുച്ഛക്തിമാത്ര; വൈദ്യുതചാലകശക്തിമാത്ര; *adj.* **voltaic** *n.* **voltage.**

volte-face (വൊൾട്ട്-ഫാസ്) *n.* turning round; നേരെ പിന്നോട്ടുതിരിയൽ; അഭിപ്രായങ്ങളിലോ അവയുടെ പ്രകടനങ്ങളിലോ പെട്ടെന്നുണ്ടാകുന്ന തകിടംമറിച്ചിൽ.

voluble (വോള്യൂബ്ൾ) *adj.* fluent in speech; വാചാലമായ;

volume (വോള്യം) *n.* a book or part of it; rounded mass; പുസ്തകം; പുസ്തകവിഭാഗം; ഖണ്ഡം; വാല്യം; ഘനം; പരിമാണം; വലിപ്പം; ഒറ്റവാല്യമായി

ബൈൻഡ് ചെയ്ത സമ്പൂർണ്ണകൃതി യോ വിഭിന്ന കൃതികളോ.

voluminous (വ്വെല്യുമിനസ്) *adj.* consisting of many volumes; bulky; (പുസ്തകത്തെപ്പററി) അനേകം ഭാഗങ്ങ ളുള്ള; (എഴുത്തുകാരനെപ്പററി) അനവധി ഗ്രന്ഥങ്ങൾ എഴുതിയിട്ടുള്ള.

voluntary (വൊളൻററി) *adj.* done of one's own free will; intentional; മനഃപൂർവ്വമായ; സ്വേച്ഛാനുസാരമായ.

volunteer (വൊളൻറ്റിയർ) *n.* one who serves by choice; സ്വമനസ്സാലെ സേവനമനുഷ്ഠിക്കുന്നവൻ; സന്നദ്ധ സേവകൻ.

voluptuary (വളപ്ച്യുഎ്റി) *n.* one excessively given to sensual pleasure; ഭോഗനിരതൻ; *adv.* **voluptuously**; *n.* **voluptuousness**.

vomit (വൊമിററ്) *v.* eject through mouth; ഛർദ്ദിക്കുക; ഛർദ്ദി; ഛർദ്ദിച്ച വസ്തു.

voracious (വ്വെറേയ്ഷസ്) *adj.* greedy for eating; അത്യാർത്തിയുള്ള; അതിഭക്ഷണപ്രിയമുള്ള; അത്യാവേശ മുള്ള.

vortex (വോർടെക്സ്) *n.* (*pl.* **vortex** or **vortices**) whirlwind or whirl pool; ചുഴലിക്കാററ്; നീർച്ചുഴി; ആവർത്തകം.

votary (വൗട്ടറി) *n.* a devotee; disciple; enthusiast; നേർച്ചക്കാരൻ; ഭക്തൻ; ഭജനക്കാരൻ.

vote (വൗട്ട്) *n.* ballot; suffrage; consent; സമ്മതിദാനം; വോട്ട്; വോട്ടവകാശം; തിരഞ്ഞെടുക്കാനുള്ള അവകാശം; പ്രകടിതാഭിപ്രായം; വോട്ടുകളുടെ ആകെത്തുക; *v.* വോട്ടു ചെയ്യുക; ബഹുപക്ഷാഭിപ്രായം തീർച്ചപ്പെടുത്തുക; *n.* **voter** സമ്മതിദായകൻ.

vouch (വൗച്) *v.* uphold by evidence or assertion; ഉറപ്പിക്കുക; ദൃഢപ്പെടുത്തുക; തെളിവു കൊടുക്കുക.

voucher (വൗചർ) *n.* a receipt; സാക്ഷ്യപ്പെടുത്തുന്നവൻ; ഉത്തരവാദി; പ്രമാണപത്രം; രസീത്; ഉറപ്പുചീട്ട്; പറ്റുശീട്ട്.

vouchsafe (വൗച്സെയ്ഫ്) *v.* sanction or allow; സമ്മതിക്കുക; അനുവദിക്കുക.

vow (വൗ) *n.* solemn promise; pledge; ശപഥം; പ്രതിജ്ഞ; നോയ്മ്പ്; ഈശ്വരപ്രാർത്ഥന; വ്രതം; വാക്ക്; ആണ; സങ്കല്പം.

vowel (വൗഎ്ൽ) *n.* a simple sound; സ്വരാക്ഷരം.

voyage (വോയിജ്) *n.* long journey by sea; സമുദ്രയാത്ര; നാവികപര്യടനം; കപ്പലോട്ടം.

voyeur (വൊയ്ഓർ) *n.* person who gets pleasure from watching in secret others undressing or engaging in sexual activities; മറ്റുള്ളവർ വസ്ത്രം അഴിക്കുന്നതോ രതിലീലകളിൽ ഏർപ്പെടുന്നതോ രഹസ്യമായി നോക്കിനിന്ന് രസിക്കുന്നയാൾ.

Vulcan (വൾകൻ) *n.* (*Gk. & Rom. myth.*) Roman God of fire and metal working; അഗ്നിദേവത; ലോഹപ്പണിയുടെ അധിഷ്ഠാനദേവത.

vulcanize (വൾക്കനൈസ്) *v.* treat (rubber, etc.) with sulphur; റബറോ റബർ സദൃശവസ്തുവോ ഗന്ധകാദികളുപയോഗിച്ച് കൂടുതൽ ഇലാസ്തികതയും ബലവുമുള്ളതാക്കുക.

vulgar (വൾഗർ) *adj.* pert. to the common people; unrefined; low; സാമാന്യ ജനത്തിനുള്ള; സാമാന്യ ജനസംബന്ധിയായ; പാമരമായ; അസഭ്യമായ; അശ്ലീലമായ; *n.* **vulgarity** ആഭാസത്തരം.

vulnerable (വൾനറബ്ൾ) *adj.* that may be wounded; മുറിപ്പെടത്തക്ക; വികാരങ്ങളെ വ്രണപ്പെടുത്തുന്ന; ഭേദിക്കാവുന്ന; *ns.* **vulnerability, vulnerableness.**

vulpine (വൾപൈൻ) *adj.* of fox; cunning; കുറുക്കനെപ്പോലുള്ള

vulture (വൾച്ചർ) *n.* carrion-crow; കഴുകൻ.

vulva (വൾവ) *n.* external orifice of vagina; ഉപസ്ഥം; ഭഗം; സ്ത്രീ ലൈംഗികാവയവം.

vying (വൈയിങ്) *adj.* competing; മത്സരിക്കുന്ന; (see **vie**).

Ww

W (ഡബ്ൾയൂ) the twenty-third letter of the English alphabet; ഇംഗ്ലിഷ് അക്ഷരമാലയിലെ 23-ാം അക്ഷരം.

waddle (വോഡ്ൽ) *v.* move from side to side; താറാവ് നടക്കുന്നതുപോലെ കുലുങ്ങിനടക്കുക; ആടി നടക്കുക.

wade (വെയ്ഡ്) *v.* move with difficulty; മെല്ലെ കാലുവലിച്ചു ചെളിയിലെന്ന പോലെ കഷ്ടപ്പെട്ടു നടക്കുക; നദി നടന്നു കടക്കുക.

wafer (വെയ്ഫർ) *n.* (*ar.*) thin sweet biscuit; ഒരുതരം മധുരബിസ്കററ്.

waft (വൊഫ്ററ്) *v.* convey through water or air; float; പൊങ്ങിയൊഴുകുമാറാക്കുക; പൊങ്ങിയൊഴുകുക.

wag (വാഗ്) *v.* shake to and fro; swing; അങ്ങോട്ടുമിങ്ങോട്ടും ഇളക്കുക; ചലിപ്പിക്കുക; ഇളകുക; ആട്ടുക; **wagtail** വാലാട്ടിപ്പക്ഷി.

wage (വെയ്ജ്) *v.* bet; pledge; പന്തയം വയ്ക്കുക; ശപഥം ചെയ്യുക; നടത്തുക; ശമ്പളം; പ്രത്യുപകാരം; പ്രതിഫലം; വേതനം; പകരം കിട്ടുന്നത്.

wager (വെയ്ജർ) *n.* bet; that which is waged; വാത്; പണയം; പന്തയം; പന്തയ വിഷയം.

waggle (വാഗ്ൾ) *v.* move from side to side; അങ്ങോട്ടുമിങ്ങോട്ടും ചാഞ്ചാടുക; വാലാട്ടുക; കുലുക്കുക.

wagon, waggon (വാഗൺ) *n.* four-wheeled vehicle for the transport of heavy loads; ശകടം; വണ്ടി; ചരക്കു വണ്ടി; റെയിൽവേ വാഗൺ.

waif (വെയ്ഫ്) *n.* ownerless article or animal; ഉടമസ്ഥനില്ലാത്ത ചരക്ക്; അനാഥമൃഗം; അനാഥക്കുട്ടി.

wail (വെയ്ൽ) *v.* cry; lament; ഉച്ചത്തിൽ കരയുക; വിലപിക്കുക; നിലവിളിക്കുക.

waist (വെയ്സ്റ്റ്) *n.* part of the body between hips and ribs; അരക്കെട്ട്; മദ്ധ്യം; കടിപ്രദേശം; ജഘനം; ഉൾച്ചട്ട; മുറിക്കുപ്പായം; ബോഡീസ്; *ns.* **waist-band, waist- belt** അരപ്പട്ട; അരക്കച്ച.

wait (വെയ്റ്റ്) *v.* stay in expectation; remain; await; defer; attend; കാക്കുക; കാത്തിരിക്കുക; നോക്കിയിരിക്കുക; അടങ്ങിയിരിക്കുക; പതിയിരിക്കുക; കാത്തുനില്ക്കുക; **wait upon** അനുയാത്ര ചെയ്യുക; *n.* **waiter** ഹോട്ടൽ പരിചാരകൻ.

waive (വെയ്വ്) *v.* abandon; give up; defer; ഉപേക്ഷിക്കുക; വിട്ടുകളയുക; വേണ്ടെന്നുവയ്ക്കുക.

wake (വെയ്ക്) *n.* a streak of foamy water left in the track of a ship; പായുന്ന കപ്പലിനു പിന്നിൽ കാണപ്പെടുന്ന കപ്പൽ ചാല്; ജലരേഖ; ഉണരുക; ഉണർന്നിരിക്കുക; ഉറക്കമിളയ്ക്കുക; ഉറക്കം തെളിയുക; ഉറക്കമുണരുക.

waking (വെയ്കിങ്) *n.* act or state of waking; ഉറക്കമുണരൽ; ഉണർത്തൽ.

walk (വോക്) *v.* step along; pace; travel on foot; pursue a particular course of life; നടക്കുക; അടിവയ്ക്കുക; നടന്നുപോകുക; ലാത്തുക; സഞ്ചരിക്കുക; നടത്തിക്കുക; കാൽനടയായി പോകുക; വളരെപ്പതുക്കെ നീങ്ങുക; **walk of life** ജീവിതപ്പാത; തൊഴിൽ; **walking stick** ഊന്നുവടി; കരദണ്ഡം; **walk out** പ്രതിഷേധം കാട്ടാൻ സഭയിൽനിന്നും മറ്റും ഇറങ്ങിപ്പോവുക.

wall (വോൾ) *n.* an erection of brick and stone; ചുമർ; മതിൽ; ഭിത്തി; കൊത്തളം; കോട്ട; പ്രാകാരം; കാഴ്ചയിലോ ഫലത്തിലോ മതിലിനോടു സാദൃശ്യമുള്ള വസ്തു.

wallet (വോലിറ്റ്) *n.* a hand-bag; കൈപ്പണസ്സഞ്ചി; മടിശ്ശീല.

wallop (വൊലപ്) *v.* thrash; beat soundly; പ്രഹരിക്കുക; പൊതിരെ തല്ലുക; അടിച്ചുവീഴിക്കുക.

wallow (വോലൗ) *v.* lie or live in filth; ചെളിയിൽ കിടന്നുരുളുക; അഴുക്കിൽ കിടന്നു പുളയ്ക്കുക.

walnut (വോൾനട്ട്) *n.* a tree of genus Juglans; ഒരുവക അണ്ടി; അകരോട്ടുമരം.

wampish (വാമ്പിഷ്) *v.* brandish; ചുഴറ്റുക; വീശുക.

wan (വൊൺ) *adj.* pale; gloomy; വിളർത്ത; മുഖം വിളറിയ; വിവർണ്ണമായ.

WAN (വാൻ) (acronym) Wide Area Network; വളരെ അകലെയുള്ള പല കംപ്യൂട്ടറുകളെ ബന്ധിപ്പിക്കുന്ന നെറ്റ്‌വർക്ക്.

wand (വോൺഡ്) *n.* a staff of authority; കോൽ; യഷ്ടി; മന്ത്രക്കോൽ; അധികാര ദണ്ഡ്; ചെങ്കോൽ.

wander (വൊൺഡ്ഡർ) *v.* roam; go astray; deviate; ചുറ്റിത്തിരിയുക; ചുറ്റുക; ഉഴലുക; അലഞ്ഞു നടക്കുക; സഞ്ചരിക്കുക; പര്യടനം ചെയ്യുക; നിരർത്ഥക ഭാഷണം നടത്തുക; *n.* **wanderer** *adj.* **wandering.**

wane (വെയ്ൻ) *v.* diminish; decrease; കുറയുക; ക്ഷയിക്കുക; കുറഞ്ഞുവരുക; തേഞ്ഞുപോവുക; ചുരുങ്ങുക; **waning moon** വെളുത്ത പക്ഷത്തിനു ശേഷമുള്ള ചന്ദ്രൻ; **on the wane** ക്ഷയം പ്രാപിച്ചു വരുന്ന.

want (വോൺട്) *n.* poverty; scarcity; state of not having; ഇല്ലായ്മ; ക്ഷാമം; ദൗർലഭ്യം; അപചയം; ബുദ്ധിമുട്ട്; ഞെരുക്കം; ദാരിദ്ര്യം; ആവശ്യപ്പെടുക; അഭിലഷിക്കുക; ഇച്ഛിക്കുക; ആവശ്യമായിരിക്കുക.

wanting (വോൺടിങ്) *adj.* lacking in quality or quantity; അഭാവമുള്ള; ന്യൂനമായ; ഹാജരില്ലാത്ത; ഇല്ലാതിരിക്കുന്ന.

wanton (വോൺടൻ) *adj.* unrestrained; undisciplined; lustful; playful; അച്ചടക്കമില്ലാത്ത; ക്രീഡാപ്രിയനായ; വിലാസിയായ; അനിയന്ത്രിതമായ; ഓടിനടക്കുന്ന; തോന്നിയപോലെ ചെയ്യുന്ന; *n.* **wantonness** തോന്ന്യാസം; ചാപല്യം; കാമചാരിത്വം.

war (വോർ) *n.* state of conflict; fight; open hostility; long continued struggle; യുദ്ധം; യുദ്ധാവസ്ഥ; യുദ്ധകാലം; വ്യക്തികൾ തമ്മിലുള്ള ശത്രുത; മത്സരം; വിരോധം; **war-**

warble | waste 463

horse പടക്കുതിര; (*fig.*) ദീർഘാനുഭവമുള്ള യോദ്ധാവ്; **post war** യുദ്ധാനന്തരമായ; **cold war** (*pol.*) ശീതസമരം; **dogs of war** (*poet.*) യുദ്ധക്കെടുതികൾ; **war monger** യുദ്ധം വരുത്തിവയ്ക്കാൻ പാടുപെടുന്ന ആൾ.

warble (വോർബ്ൾ) *v.* sing with variations; utter musically; രാഗം ആലപിക്കുക; ശ്രുതി പാടുക.

ward (വോർഡ്) *v.* fend off; take care of; (പ്രഹരത്തെ) തടുക്കുക; (ആപത്തിനെ) അകറ്റിനിറുത്തുക; ആസ്പത്രിയിലെ വാർഡ്; ജയിലിലെ ഒരു ഭാഗം.

warden (വോർഡൻ) *n.* one who guards or keeps; രക്ഷകൻ; കാവലാളൻ.

warder (വോർഡ്ഡർ) *n.* one in charge of prisoners in jail; ജെയിൽകാവൽക്കാരൻ.

wardrobe (വോർഡ്റൗബ്) *n.* a place for clothes; clothing; (വീട്ടിലെ) വസ്ത്രസംഭരണസ്ഥലം; ഒരാളുടെ വസ്ത്രശേഖരം.

ware (വെയ്യർ) *n.* things manufactured for sale; commodities; വിൽപനയ്ക്കായി നിർമ്മിച്ച ചരക്ക്; (in *pl.*) ക്രയദ്രവ്യങ്ങൾ; കച്ചവടസാമാനങ്ങൾ; ചരക്കുകൾ.

warm (വോം) *adj.* having heat in a moderate degree; animated; friendly; ഇളം ചൂടായ; ചൂടുള്ള; തണുപ്പുവിട്ട; സോത്സാഹമായ; സ്നേഹപൂർവമായ.

warmth (വോംത്) *n.* gentle heat; enthusiasm; affection; ഇളംചൂട്; താപം; തീക്ഷ്ണത; അഭിനിവേശം; സൗഹാർദ്ദം.

warn (വോൺ) *v.* give notice to; threaten; advise; താക്കീതു നൽകുക; മുന്നറിവു കൊടുക്കുക; സൂക്ഷിച്ചു കൊള്ളുവാൻ പറയുക; **warning** മുന്നറിയിപ്പ്.

warp (വോർപ്പ്) *v.* twist out of shape; distort; pervert; വക്രീകരിക്കുക; കോട്ടുക; പിരിക്കുക; ചുളിക്കുക; നെയ്ത്തു പാവ്; നൂൽ; നീളത്തിലുള്ള പാവുനൂൽ.

warrant (വോറണ്ട്) *v.* guarantee; authorise; permit; ഉറപ്പിക്കുക; അധികാരപ്പെടുത്തുക; നിശ്ചയംവരുത്തുക; സമർത്ഥിക്കുക; അവകാശമുറപ്പിക്കുക; ആജ്ഞാപത്രം; അറസ്റ്റ് ചെയ്യു വാനുള്ള വാറണ്ട്.

warrior (വോറിയർ) *n.* a hero; a veteran soldier; പോരാളി; യുദ്ധവീരൻ; ഭടൻ; വീരയോദ്ധാവ്.

wart (വോർട്ട്) *n.* excrescence; tubercle; അരിമ്പാറ; മറുക്; പാലുണ്ണി.

wary (വേയരി) *adj.* cautious; vigilant; careful; മുൻകരുതലുള്ള; അവധാനതയുള്ള.

was (വൊസ്, വ്വസ്) *p.t.* of the verb *to be*; '*to be*' എന്ന ക്രിയയുടെ ഭൂതകാലം.

wash (വൊഷ്) *v.* cleanse with water or other liquid; bathe; flow along or overflow; കഴുകുക; ക്ഷാളനംചെയ്യുക; കഴുകിക്കളയുക; തേച്ചുകഴുകുക; മോറുക; ശുദ്ധമാക്കുക; **wash-bowl** കൈകഴുകുന്നതിനും മറ്റുമുള്ള ബേസിൻ; **wash day** (സ്വന്തം വസ്ത്രങ്ങൾ) അലക്കുന്ന ദിവസം; **washing machine** അലക്കുയന്ത്രം; **wash-out** പ്രവാഹത്താൽ അടിയുന്ന മണ്ണ്; പൂർണ്ണപരാജയം.

wasp (വോസ്പ്) *n.* active singing insect; കടന്നൽ.

waspish (വോസ്പിഷ്) *adj.* irritable; sharp in retort; എളുപ്പത്തിൽ കുപിതനാകുന്ന; 'ഉരുളയ്ക്കുപ്പേരി' കൊടുക്കുന്ന.

waste (വെയ്സ്റ്റ്) *v.* ravage; squander; be diminished; dwindle; to impoverish; ധൂർത്തടിക്കുക; പാഴാക്കുക; നാനാവിധമാക്കുക; തേയുക; ബലഹീനമാക്കുക; (സമയവും മറ്റും) വെറുതെ കളയുക; തീർന്നു പോവുക; *n.* **wastage** തേയ്മാനം; ഹാനി; അപചയം; **waste-basket** ചവറ്റുകൊട്ട; *adj.* **wasteful** പാഴാക്കുന്ന.

watch (വൊച്ച്) *n.* vigilant attention; act of looking out; place or time of watching; a watchman; കാവൽ; കാവൽകാക്കൽ; കാവൽചെയ്യൽ; ഉണർന്നിരിക്കൽ; ഉറക്കമിളയ്ക്കൽ; ജാഗ്രത; ശ്രദ്ധ; നോട്ടം; *n.* **watcher** ഉണർന്നിരിക്കുന്നവൻ; **watch-dog** കാവൽനായ്.

watch (വൊച്ച്) *n.* a small timepiece usually worn on wrist or carried in pocket; ചെറിയ ഘടികാരം; കൈയിൽ കെട്ടുന്ന വാച്ച്; പോക്കറ്റ് വാച്ച്.

water (വോട്ടർ) *n.* a clear liquid; tears; saliva; urine; വെള്ളം; ജലം; പാനീയം; കണ്ണീർ; **water-clock** ജലഘടികാരം; **water-closet** മൂത്രപ്പുര; കക്കൂസ്; **water-colour** വെള്ളം കലർന്ന ചായം; **waterfall** ജലപാതം; **water-craft** തോണി; ഉരു; **water-melon** തണ്ണീർമത്തങ്ങ; **water-tight** വെള്ളം കടക്കാതിരിക്കും വണ്ണം **water-wheel** ഘടീയന്ത്രം; *n.* **watering** നനയ്ക്കൽ; വെള്ളമൊഴിക്കൽ.

watershed (വോട്ടർഷെഡ്) *n.* line of separation between waters; വ്യത്യസ്ത നദികളിലേക്കൊഴുകുന്ന സ്രോതസ്സുകളെ വേർപെടുത്തുന്ന രേഖ.

watt (വോട്ട്) *n.* unit of electrical power; ഒരു വിദ്യുച്ഛക്തിമാത്ര.

wattle (വൊട്ടൽ) *n.* twig or flexible rod; ചുള്ളിക്കൊമ്പ്; വടി.

wave (വെയ്വ്) *n.* ridge on the surface of water; surge; a rush of anything; undulation; gesture; തിരമാല; അല; തരംഗം; കമ്പനം; അനക്കം; കുന്നും കുഴിയും; **wavelength** രണ്ടു സമീപസ്ഥ അലകൾ തമ്മിലുള്ള അകലം; ശബ്ദതരംഗദൈർഘ്യം.

wax (വാക്സ്) *v.* increase in size; grow; (ചന്ദ്രനെപ്പറ്റി) അമാവാസിക്കു ശേഷം വൃദ്ധിപ്രാപിക്കുക; വളരുക; പെരുകുക; **wax and wane** വളരുകയും ക്ഷയിക്കുകയും ചെയ്യുക; അരക്ക്; മെഴുക്; കർണമലം.

way (വേയ്) *n.* passage; path; track; direction; method; style; manner; means; വഴി; പദ്ധതി; പന്ഥാവ്; പാത; മാർഗ്ഗം; സരണി; യാത്ര; ഗതി; സഞ്ചാരം; സ്വഭാവം; പെരുമാറ്റ രീതി; സമ്പ്രദായം; ഉപായം; വിധം; ക്രമം; ആചാരം; രീതി; മര്യാദ; ശൈലി; വിചാരം; യുക്തി; സൂത്രം; **Milky Way** ക്ഷീരപഥം; **lead the way** വഴികാട്ടുക; **by way of** ബദലായി; **out of the way** ദൂരസ്ഥിതമായ; പ്രാപ്യമല്ലാത്ത; *n.* **wayfarer** വഴിപോക്കൻ; *v.* **waylay** പതിയിരുന്നാക്രമിക്കുക.

wayward (വേയ്വേർഡ്) *adj.* perverse; wilful; capricious; അനിയന്ത്രിതമായ; അനുസരണം കെട്ട; ചൊല്പടി കേൾക്കാത്ത; അടക്കമില്ലാത്ത; *adv.* **way- wardly**; *n.* **waywardness**.

we (വീ) *pron. pl.* of I; I and (others); ഞങ്ങൾ; നമ്മൾ; നാം.

weak (വീക്) *adj.* not strong; feeble; thin; delicate; ക്ഷീണിച്ച; ഉറപ്പില്ലാത്ത; തളർന്ന; മെലിഞ്ഞ; നിർവീര്യമായ; ഊക്കുകുറഞ്ഞ; അസ്ഥിരമായ.

weaken (വീക്കെൻ) *v.* debilitate; ക്ഷീണിപ്പിക്കുക; വീര്യമില്ലാതാക്കുക; ദുർബലീകരിക്കുക.

weakling (വീക്ലിങ്) *n.* a feeble creature; ക്ഷീണശരീരി; ശക്തിയില്ലാത്തവൻ.

weal (വീൽ) *n.* welfare; prosperity;

wealth | weep 465

happiness; സ്വാസ്ഥ്യം; സുഖം; സൗഖ്യം; ഐശ്വര്യം.

wealth (വെൽത്ത്) *n.* riches; affluence; valuable possessions of any kind; ധനം; സമ്പത്ത്; സമൃദ്ധി; വസ്തുവഹകൾ.

wean (വീൻ) *v.* accustom to do without mother's milk; withdraw from any desire; മുലകുടി മാറ്റുക; അകറ്റുക; പ്രിയമില്ലാതാക്കുക; വിമുഖീകരിക്കുക; *n.* **weaning;** *n.* **weanling** മുലകുടി മാറ്റിയ കുട്ടി.

weapon (വെപ്പ്ൺ) *n.* an instrument of offence or defence; arms; ആയുധം; പടക്കോപ്പ്.

wear (വെയ്യർ) *v.* (*p.t.* **wore**, *p.part.* **worn**) to be dressed in; carry on the body; waste by rubbing; ഉടുക്കുക; അണിയുക; ചൂടുക; ചാർത്തുക; ജീർണ്ണിക്കുക; തേഞ്ഞുപോകുമാറാക്കുക; ചെലവാക്കുക; കുറയ്ക്കുക; ഘർഷണാദികൊണ്ട് അല്പീകരിക്കുക; **wear and tear** ഉപയോഗം കൊണ്ടുള്ള തേയ്മാനം; **wear away** തേഞ്ഞുപോവുക.

weary (വിയ്യറി) *adj.* tired; disgusted; exhausted; ക്ഷീണിച്ച; തളർന്ന; മുഷിഞ്ഞ; ക്ലേശകരമായ; ക്ഷീണംവരുത്തുന്ന; **weariness** exhaustion; fatigue; ക്ഷീണം; തളർച്ച; ബലക്ഷയം; മടുപ്പ്.

weasel (വീസ്ൽ) *n.* a small carnivorous animal; ഒരിനം കീരി; നകുലം.

weather (വെദർ) *n.* atmospheric conditions at any particular time; കാലാവസ്ഥ; ഋതുവിശേഷം; കാലഭേദം; മഴക്കോളും മറ്റുമുള്ള അവസ്ഥ; ദിനാന്തരീക്ഷസ്ഥിതി; ആകാശനില; കൊടുങ്കാറ്റ്; **weather fore-cast** കാലാവസ്ഥാപ്രവചനം; **weather-worn** വെയിലും മഴയും കൊണ്ടു കേടുവന്ന.

weave (വീവ്) *v.* (*p.t.* **wove**; *p.part.* **woven**) twine threads together; work into a fabric; നെയ്യുക; മിടയുക; കെട്ടിയുണ്ടാക്കുക; നെയ്ത്തുപണി ചെയ്യുക.

web (വെബ്) *n.* that which is woven; fabric; നെയ്ത്തുവസ്തു; തുണി മിടച്ചൽ; വസ്ത്രം; പിന്നൽ; ചിലന്തിവല; മാറാല; വലയെ സംബന്ധിച്ച; വലപോലുള്ള.

wed (വെഡ്) *v.* (*p.t.* **wedded**; *p.part.* **wedded, wed**) marry; unite closely; വിവാഹം കഴിക്കുക; *n.* **wedding** marriage; nuptial ceremony; വിവാഹം; വിവാഹാഘോഷം; **wedlock** വിവാഹം; പരിണയം.

wedge (വെജ്) *n.* a piece of wood or metal thick at one end sloping to a thin edge at the other; ലോഹ ആപ്പ്; കീലകം; പൂള്; ആപ്പ്.

Wednesday (വെൻസ്ഡി) *n.* the fourth day of the week; ബുധവാരം; ബുധനാഴ്ച.

wee (വീ) *adj.* short; small; little; അതിലഘുവായ; വളരെച്ചെറിയ; അത്യല്പമായ.

weed (വീഡ്) *n.* any useless plant of small growth; കള; കാട്ടുപുല്ല്; പാഴ്ചെടി.

week (വീക്) *n.* period of seven days, esp. from Sunday to Saturday; ആഴ്ച; ആഴ്ചവട്ടം; ഏഴു ദിവസം; വാരം. **weekday** ഞായറാഴ്ച ഒഴിച്ചുള്ള ഏതു ദിവസവും; *adj.* **week-long** ഒരാഴ്ച മുഴുവൻ നീണ്ടു നില്ക്കുന്ന; *n.* **week-end** വാരാന്ത്യം.

weekly (വീക്ലി) *adj.* occurring once in a week; പ്രതിവാരമായ; ആഴ്ചയ്ക്കൊരിക്കലുള്ള.

weep (വീപ്) *v.* bewail; shed tears; lament; pour forth in drops; കരയുക;

കണ്ണീരൊലിപ്പിക്കുക; കേഴുക; വില പിക്കുക.

weevil (വീവ്ൾ) *n.* any insect injurious to stored grain; പുഴു; കരിഞ്ചെള്ള്.

wee-wee (വീവീ) *n.* (*sl.*) urination; urine; മൂത്രമൊഴിക്കൽ; മൂത്രവിസർജ്ജനം.

weft (വെഫ്റ്റ്) *n.* the woof of cloth; ഊട്; ഊടുനൂല്; നൂലുണ്ട; തുണി; നെയ്ത്ത്.

weigh (വേയ്) *v.* ascertain weight; bear up; തൂക്കിനോക്കുക; തൂക്കുക; ഉയർത്തുക; മൂല്യം നിർണ്ണയിക്കുക; വിവേചിക്കുക; അമർത്തുക; ഞെരുക്കുക; ഗണ്യമാക്കുക.

weight (വെയ്റ്റ്) *n.* metal standard for weighing; heaviness; burden; importance; ഇട; നിറ; ഭാരം; തൂക്കം; കട്ടി; ഗുരുത്വം.

weir (വിയ്യർ) *n.* a dam across a river; അണ; വെള്ളം കെട്ടിനിറുത്തുവാനുള്ള ചിറ.

weird (വിയ്യർഡ്) *n.* destiny; fate; വിധി; യോഗം; *adj.* വിധിയെ സംബന്ധിച്ച; മനുഷ്യാതീതമായ; അഭൗമമായ; അതിവിചിത്രമായ.

welcome (വെൽകം) *adj.* received with gladness; acceptable; സത്ക്കാരപൂർവ്വം സ്വീകരിച്ച; അംഗീകാരയോഗ്യമായ; സ്വാഗതാർഹമായ.

weld (വെൽഡ്) *v.* unite closely; കൂട്ടിവിളക്കുക; യോജിപ്പിക്കുക; യോജിക്കുക.

welfare (വെൽഫെയ്യർ) *n.* happiness; prosperity; ആയുരാരോഗ്യം; ക്ഷേമം; യോഗക്ഷേമം; **welfare state** ക്ഷേമ രാഷ്ട്രം.

well (വെൽ) *n.* a pit of water; fountain; a mineral spring; കിണറ്; ഉറവിടം; നീരുറവ്; ധാതുലവണനീരുറവ; എണ്ണ ക്കിണർ; ന്യായാധിപൻെറ പീഠത്തിനു മുമ്പിലുള്ള താഴ്ന്ന ഭാഗം നിയമസഭയിൽ അദ്ധ്യക്ഷൻെറ ഇരിപ്പിടത്തിനു മുൻവശത്ത് താഴെയുള്ള ഭാഗം.

well (വെൽ) *pref.* good in condition; നല്ല; നല്ല നിലയിലുള്ള; **well done!** അനുമോദനപ്രകടനം; **as well-** യ്ക്കു പുറമേ; അത്രയുംതന്നെ; **well off** നല്ല നിലയിലുള്ള; സാമ്പത്തിക ഭദ്രതയുള്ള; **well-to-do** ഒരുവിധം സമ്പന്നനായ; **well-bred** നന്നായി വളർത്തിയ; **well-equipped** വേണ്ടത്ര സജ്ജീകരണങ്ങളോടുകൂടിയ; **well-mannered** നല്ല പെരുമാറ്റരീതിയുള്ള; **well-known** നല്ലവണ്ണം അറിയപ്പെട്ട; പ്രസിദ്ധനായ; **well-wisher** ഗുണകാംക്ഷി; സുഹൃത്ത്.

weight *n.* boxer weighing between 61 and 66.6 kilogrammes; 61നും 66.6 കിലോഗ്രാമിനും ഇടയ്ക്ക് ഭാരമുള്ള ഗുസ്തിക്കാരൻ.

wench (വെൻച്) *n.* a girl; damsel; maid; പെണ്ണ്; പെൺകുട്ടി; യുവതി.

were (വേർ) *v.* (*ar.* **wert**) past or imperfect subjunctive of 'be'; '**be**' എന്ന ക്രിയയുടെ.

west (വെസ്റ്റ്) *n.* direction opposite to the east; occident; പടിഞ്ഞാറ്; പശ്ചിമ ദിക്ക്; പാശ്ചാത്യലോകം.

western (വെസ്റ്റേൺ) *adj.* being in the west; പടിഞ്ഞാറുനിന്നു വരുന്ന; പടിഞ്ഞാറുള്ള; പാശ്ചാത്യലോകത്തിൻേറതായ.

wet (വെറ്റ്) *adj.* containing or soaked with water; നനഞ്ഞ; നനവുള്ള; **wet dreams** സ്വപ്നസ്ഖലനം.

wether (വെദർ) *n.* a castrated ram; വരിയുടച്ച ആട്.

whale (വെയ്ൽ, ഹ്‌വെയ്ൽ *U.S.*) *n.* the largest of marine mammals; തിമിംഗലം.

wharf (വൊർഫ്, ഹ്‌വൊർഫ് *U.S.*) *n.*

what | whip 467

landing-stage built along the shore for loading or unloading vessels; ഏറ്റുമതിയും ഇറക്കുമതിയും നട ത്തുന്ന തുറ.

what (വൊട്ട്, ഹ്‌വൊട്ട് *U.S.*) *interrog. & pron.* neuter of **who**; (applied both to persons and things) ഏത്; എന്ത്; എന്തൊരു; എങ്ങനെയുള്ള; എന്തു മാത്രം; എത്ര; *pron.* ആരോ അവൻ; ഏതോ അത്.

wheat (വീറ്റ്, ഹ്‌വീറ്റ്-*U.S.*) *n.* seeds of the cereal plant of the genus Triticum; ഗോതമ്പ്.

wheel (വീൽ, ഹ്‌വീൽ) *n.* a circular frame turning on an axle; a steering wheel; ചക്രം; ഉരുളുന്ന ചക്രം; ഉരുൾ; ചക്ര സദൃശവസ്തു; റാട്ട്; ഒരു ഭേദ്യയന്ത്രം; ചുക്കാൻ തിരിക്കുന്ന ചക്രം; കുശവചക്രം; *n.* **wheelbarrow** ഒറ്റച്ചക്ര കൈവണ്ടി; **wheel-chair** ചെറുചക്രങ്ങളുള്ള രോഗി ക്കസേര.

wheeze (വീസ്, ഹ്‌വീസ്) *v.* breathe with a hissing sound; ശ്വസിക്കുക; വിമ്മിട്ടപ്പെട്ടു ശ്വാസോച്ഛ്വാസം ചെയ്യുക.

whelp (വെൽപ്, ഹ്‌വെൽപ്) *n.* young of dog, lion, etc.; പട്ടിക്കുട്ടി; കാട്ടുമൃഗ ക്കുട്ടി; സിംഹക്കുട്ടി; അവിനീത യുവാവ്.

when (വെൻ, ഹ്‌വെൻ) *adv. & conj.* at what or which time; എപ്പോൾ; എന്ന്; ഏതു സമയത്ത്; ആ സമയത്ത്; *adv.* **when-ever; whensoever** ഏതു സമയ ത്തും; ഏതു സന്ദർഭത്തിലും.

whence (വെൻസ്, ഹ്‌വെൻസ്) *adv. & conj.* from which place; എവി ടെനിന്ന്; എങ്ങുനിന്ന്.

where (വെയ്യർ, ഹ്‌വെയ്യർ) *adv. & conj.* at which or to what place; in which case, position, circumstances etc.; whither; എങ്ങ്; എങ്ങോട്ട്; എവി ടത്തിൽ; എവിടേക്ക്; ഏതു ദിക്കിൽ; **wherever, wheresoever** എവിടെയെ ങ്കിലും.

whet (വെറ്റ്, ഹ്‌വെറ്റ്-*U.S.*) *v.* sharpen edge; make keen or eager; incite; മൂർച്ചപ്പെടുത്തുക; കത്തി തേക്കുക; മൂർച്ചകൂട്ടുക; ചാണ പിടിക്കുക; **whet-stone** ഉരകല്ല്.

whether (വെദർ, ഹ്‌വെദർ) *interr., pron., conj.* which one of the two; രണ്ടിലേതായാലും; രണ്ടിലൊന്ന്; അതോ ഇതോ.

which (വിച്, ഹ്‌വിച്) *pron. & int.* what one of a number; of what sort or kind; ഏത്; ഏതേത്; ഏതാൾ (which is); ആര്; *pron.* **whichever, whichsoever** ഇതോ അതോ.

while (വൈൽ, ഹ്‌വൈൽ) *n.* a space of time; duration; ഒരു പ്രവൃത്തിയിൽ ചില വഴിക്കപ്പെടുന്ന നേരം; ക്ഷണ നേരം; ഇട; അല്പസമയം; **(for) a while** തെല്ലു നേരത്തേക്ക്; **once in a while** ചിലപ്പോൾ; വല്ലപ്പോഴും; **all the while** സദാസമയവും.

whim (വിം, ഹ്‌വിം) *n.* fancy; freakish idea; തോന്നൽ; ചാപല്യം; ഭ്രമം; വ്യാമോഹം; തോന്ന്യാസം; പെട്ടെന്നു തോന്നുന്ന ഒരു ആഗ്രഹം,

whimper (വിംപർ, ഹ്‌വിംപർ) *v.* make feeble sounds; ആവലാതി പറയുക; മുറുമുറുക്കുക.

whine (വൈൻ, ഹ്‌വൈൻ) *v.* complain; murmur; പരാതിപ്പെടുക; നീണ്ടസ്വരത്തിൽ കരയുക പിറു പിറുപ്പ്; ആവലാതി.

whip (വിപ്, ഹ്‌വിപ്) *v.* (*p.t. & p.part.* **whipped**) strike with a lash; rouse; ചമ്മട്ടികൊണ്ടടിക്കുക; അതിയായി വേദനപ്പെടുത്തുക; ശിക്ഷിക്കുക; ശക്തിപ്പെടുത്തുക; ഊർജ്ജസ്വലമാ ക്കുക നിയമസഭാംഗങ്ങളെ ഒന്നിച്ചു വിളിച്ചുകൂട്ടുന്നതിന് അധികാരപ്പെ ടുത്തിയ അംഗം; പ്രധാനപ്പെട്ട ഒരു

വോട്ടെടുപ്പുസമയത്ത് നിയമസഭാംഗങ്ങൾ അവരവരുടെ ഇരിപ്പിടത്തിലുണ്ടാകണമെന്ന നിർദ്ദേശം.

whirl (േവ്ൾ, ഹ്േവ്ൾ) *v.* revolve; rotate; കറക്കുക; കറങ്ങുക; ചുഴറ്റുക; ഭ്രമണം ചെയ്യുക; സത്വരം ഗമിക്കുക; **whirl-wind** ചുഴലിക്കാറ്റ്; *n.* **whirlpool** നീർച്ചുഴി.

whisker (വിസ്കർ, ഹ്വിസ്കർ) *n.* (*in pl.*) hair on the side of the face; മേൽമീശ; കൃതാവ്; താടിരോമം.

whiskey, whisky (വിസ്കി, ഹ്വിസ്കി) *n.* an alcoholic liquor; ഒരിനം ചാരായം, മദ്യം.

whisper (വിസ്പർ, ഹ്വിസ്പർ) *v.* speak with a low hissing voice; മന്ത്രിക്കുക; പതുക്കെ പറയുക; ചെവിയിൽ പറയുക.

whistle (വിസ്ൽ, ഹ്വിസ്ൽ) *v.* produce a shrill sound; ചൂളമിടുക; ചൂളമിട്ടു വിളിക്കുക; *n.* ചൂളം; വിസിൽ.

white (വൈറ്റ്, ഹ്വൈറ്റ്) *adj.* being the colour of pure snow; pure; unblemished; ശ്വേതവർണ്ണമായ; പ്രകാശകിരണങ്ങളെ പൂർണ്ണമായും പ്രതിഫലിപ്പിക്കുന്ന; വെളുത്ത; വെൺമയായ; വിമലമായ; രജതവർണ്ണമായ; സുതാര്യമായ; **white-ant** ചിതൽ; **white-bear** ഉത്തരധ്രുവപ്രദേശത്തെ വെള്ളക്കരടി; **white corpuscle** ശ്വേതരക്താണു; **white elephant** വെള്ളാന; **white paper** ധവളപത്രം.

whither (വിദർ, ഹ്വിദർ) *adv.* (*interrog.*) to what or which place; എവിടേക്കോ അവിടെ; എങ്ങോട്ട്; എങ്ങ്; ഏത് ദിക്കിലേക്ക്; ഏത് നിലയിൽ.

whitlow (വിറ്റ്ലൗ, ഹ്വിറ്റ്ലൗ) *n.* tumour on the finger; വിരൽക്കുരു; കുഴിനഖം; നഖ വ്രണം.

whittle (വിറ്റ്ൽ) *n.* large knife; വലിയ കത്തി; കൃപാണം; *n.* **whittlings** ചെത്തു പൂള്.

whizkid (വിസ്കിഡ്, ഹ്വിസ്കിഡ്) *n.* person who becomes success-ful very quickly; പെട്ടെന്ന് ഉയർച്ചയിൽ (വിജയ ത്തിൽ) എത്തുന്നയാൾ.

who (ഹൂ) *pron.* (*interrog.* or *rel.*) what or which of many persons; ആര്? ഏവൻ? ഏവൾ? ഏതൊരുത്തൻ; വല്ലവനും; ആരെങ്കിലും; **who ever** ആരുതന്നെയാ യാലും.

whole (ഹൗൾ) *adj.* entire; complete; comprising all parts; അഖണ്ഡമായ; അവികലമായ; പൂർണ്ണാരോഗ്യമായ; നല്ല അവസ്ഥയിലുള്ള; കോട്ടം തട്ടാത്ത; ഒന്നടങ്കം; ആകെപ്പാടെ; ആകമാനം; **wholesome** ആരോഗ്യാവഹമായ; സ്വാസ്ഥ്യകരമായ; സുഖപ്രദമായ; സാന്മാർഗികമായ.

whore (ഹോർ) *n.* a prostitute; വേശ്യ; ഗണിക; *v.* പരസ്ത്രീഗമനം നടത്തുക.

why (വൈ, ഹ്വൈ) *adv.* (*interrog.*) for what cause; എന്തിന്; എന്തുകൊണ്ട്; എന്തു കാരണത്താൽ; എന്ത്? എന്തിനോ അതിന്.

wick (വിക്) *n.* cotton string of a lamp; തിരി; വിളക്കുതിരി; തൂലിക.

wicked (വികിഡ്) *adj.* doing evil; malicious; treacherous; ദൗഷ്ട്യം മുഴുത്ത; പാതകമായ; അധാർമ്മികമായ; ഹൃദയശൂന്യമായ; അധർമ്മിയായ; ദുരാത്മാവായ.

wicker (വിക്കർ) *adj.* plaited; മിടഞ്ഞുണ്ടാക്കിയ; മിടച്ചൽപ്പണിയായ; *n.* കൊട്ടമിടയുന്ന വള്ളി.

wicket (വികിറ്റ്) *n.* a narrow gate; a frame of 3 rods in cricket; ചെറുവാതിൽ; ഉപദ്വാരം; ചീപ്പ്; (ക്രിക്കറ്റിലെ) വിക്കറ്റ്.

wide (വൈഡ്) *adj.* extended far; broad; distant; അകലമുള്ള; വിസ്താരമുള്ള; ആയതമായ; വ്യാപകമായ; വിശാലമായ; വിസ്തൃതമായ.

widow (വിഡൗ) *n.* a woman who has

width | window 469

lost her husband by death; വിധവ; *adj.* **widower** വിധുരൻ; **widowhood** വൈധവ്യം.

width (വിഡ്ത്) *n.* state or quality of being wide; അകലം; ഇടം; വീതി; വിസ്തൃതി.

wield (വീൽഡ്) *v.* use with full command; manage; ചെലുത്തുക; നടത്തുക; ഭരിക്കുക; ഓങ്ങുക; വീശുക; ചുഴറ്റുക.

wife (വൈഫ്) *n.* (*pl.* **wives**) married woman in relation to her husband; ഭാര്യ; *adj.* **wifeless** ഭാര്യയില്ലാത്ത.

wig (വിഗ്) *n.* false hair; പൊയ്മുടി; കൃത്രിമകേശം.

wild (വൈൽഡ്) *adj.* not cultivated or domesticated; കാടായ; കാട്ടിലുള്ള; ഇണങ്ങാത്ത; മെരുങ്ങാത്ത; പടുമുളയായ; വന്യമായ; വനമായ; തരിശായ; ഉന്മത്തനായ; *n.* കാട്; വനം; **run wild** അനിയന്ത്രിതമായി വളരുക; അച്ചടക്കമില്ലാതാകുക; **wildfire** കാട്ടുതീ; **wild life** കാട്ടുമൃഗങ്ങളാകമാനം.

wilder (വിൽഡ്ഡർ) *v.* lead astray; വഴി തെറ്റിക്കുക; *n.* **wilderness** വൻകാട്; കാട്ടുപ്രദേശം; വിജനപ്രദേശം.

wile (വൈൽ) *n.* (usu. in *pl.*) a trick; artifice; കപടോപായം; കൗശലം; തന്ത്രം.

wilful (വിൽഫുൾ) *adj.* self-willed; തന്നിഷ്ടമായ; മനഃപൂർവ്വമായ.

will (വിൽ) *n.* power or faculty of choosing or determining; a testament; ഇച്ഛ; സങ്കല്പം; ഇച്ഛാശക്തി; മനോഗതി; തീരുമാനം; കല്പന; ഉദ്ദേശ്യം; മനസ്സുകൊണ്ടുള്ള കർമ്മം; ഒസ്യത്ത്; **free will** സ്വാതന്ത്ര്യ ഇച്ഛാശക്തി; **will power** ഇച്ഛാശക്തി; **free will, freedom of the will** സ്വാതന്ത്ര്യമായ ഇച്ഛാശക്തി; മരണശാസനം; ഒസ്യത്ത്.

will (വിൽ) *v.t. & aux. pres.* **will**; ഭാവികാലക്രിയാപ്രത്യയം (will go പോകും; will do ചെയ്യും).

willing (വില്ലിങ്) *adj.* favourable; ready to do or grant; not reluctant; അനുകൂലമായ; മനസ്സുള്ള; ഹിതമുള്ള.

willow (വിലൗ) *n.* a willowing machine; cricket bat; പഞ്ഞി കടയുന്ന യന്ത്രം; ഒരുതരം വൃക്ഷം.

wimp (വിംപ്) *n.* weak and timid person; ദുർബലനായ ഭീരു; *adj.* **wimpish**.

win (വിൻ) *v.* (*p.t. & p.part.* **won**) gain in contest; earn; ജയിക്കുക; നേടുക; കൈവശപ്പെടുത്തുക; സമ്പാദിക്കുക; സ്വായത്തമാക്കുക; വശീകരിക്കുക; എത്തിപ്പിടിക്കുക; കിട്ടുക; വെല്ലുക; പ്രാബല്യമുണ്ടാകുക; *n.* **winner** ജയിച്ചവൻ; ജേതാവ്.

winch (വിഞ്ച്) *n.* machine for hoisting heavy objects by means of a rope or chain wound round a drum; ഒരു ഉരുളൻതടിയിൽ ചുറ്റിയിരിക്കുന്ന കയറോ ചങ്ങലയോ ഉപയോഗിച്ച് ഭാരങ്ങൾ ഉയർത്തുന്നതിനുള്ള സംവിധാനം.

wind (വിൻഡ്) *n.* current of air; respiration; empty words; കാറ്റ്; ശ്വാസം; ശ്വസനം; ഊത്തുവാദ്യം; വാസന; നാറ്റം; കടൽവായു; വായുരോഗം; **wind mill** കാറ്റാടിമില്ല്.

wind (വൈൻഡ്) *v.* turn round; form into a coil; twist; തിരിക്കുക; ചുറ്റുക; മുറുക്കുക.

window (വിൻഡൗ) *n.* opening in the wall for air and light; ജാലകം; വാതായനം; **window-blind** ജാലകമറ; **window-curtain** ജനൽത്തിരശ്ശീല; **window-shopping** കടകളിലെ ജാലകങ്ങളിൽ പ്രദർശിപ്പിച്ച വസ്തുങ്ങൾ കണ്ടു തൃപ്തിപ്പെടൽ.

wine (വൈൻ) *n.* fermented juice of grapes; liquor; വീഞ്ഞ്; മദ്യം; ലഹരി.

wing (വിങ്) *n.* feather; means of flying; a division; a section; ചിറക്; വിമാനത്തിൻെറ ചിറകുപോലുള്ള ഭാഗം; (ഫുട്ബോളിലും മറ്റും) ഫോർവേർഡ് കളിക്കാരൻ; (കെട്ടിടത്തിൻെറയും മറ്റും) നേരിട്ടു നില്ക്കുന്ന ഭാഗം.

wink (വിങ്ക്) *v.* blink; flicker; shut the eyes wilfully; കണ്ണു ചിമ്മുക; കണ്ണിമയ്ക്കുക; ഇമവെട്ടുക; കണ്ടിട്ടു കാണാത്തതുപോലെയിരിക്കുക.

winnow (വിനൗ) *v.* separate chaff from grain; പതിരു നീക്കുക; തരം തിരിക്കുക.

winter (വിൻററ്) *n.* coldest season of the year; ശീതകാലം; ശിശിരകാലം; ഹേമന്തം; *adj.* ശൈത്യകാലസംബന്ധിയായ.

wipe (വൈപ്) *v.* rub; blot out; brush gently; തുടച്ചുനീക്കുക; മാച്ചുകളയുക; തൂക്കുക; *n.* തുടയ്ക്കൽ.

wire (വൈയർ) *n.* metal thread; string; a telegram; കമ്പി; ചരട്; തന്ത്രി; കമ്പിസന്ദേശം; **wireless** കമ്പിയില്ലാക്കമ്പി.

wisdom (വിസ്ഡം) *n.* quality of being wise; വിവേകം; ജ്ഞാനം; *n.* **wisdom-tooth** പ്രായപൂർത്തിയായിട്ടു വരുന്ന പല്ല്.

wise (വൈസ്) *adj.* learned; discreet; sensible; able to make good use of wis-dom; അറിവുള്ള; വിവേകിയായ; ജ്ഞാനിയായ; വിജ്ഞനായ.

wish (വിഷ്) *v.* long for; have a desire; അഭിലഷിക്കുക; ആശിക്കുക; ഇച്ഛിക്കുക; കൊതിക്കുക; **wishful thinking** സങ്കല്പത്തിലൂടെ ആഗ്രഹസമ്പൂർത്തിനേടൽ; നടക്കാത്തതിന് ആഗ്രഹിക്കൽ.

wistful (വിസ്റ്റ്ഫുൾ) *adj.* eager; pensive; ആഗ്രഹങ്ങൾ മുഖത്തു കാണാവുന്ന.

wit (വിറ്റ്) *v.* know; be or become aware; അറിയുക; മനസ്സിലാക്കുക; ബുദ്ധിശക്തി; ക്ഷണയുക്തി; ഫലിതം; നർമ്മോക്തി; ഫലിതക്കാരൻ; രസികൻ; **slow-witted** മന്ദബുദ്ധിയായ; **witty** ഫലിതചതുരനായ; ക്ഷണയുക്തിയുള്ള.

witch (വിച്) *n.* sorceress; മന്ത്രവാദിനി; *n.* **witchcraft** ആഭിചാരകർമ്മം; കൂടപ്രയോഗം.

with (വിത്, വിദ്) *prep.* in the company of; beside; among; on the side of; at the same time as; -യോടെ; കൂടെ; -യുമായി ബന്ധപ്പെട്ടനിലയിൽ; -യുടെ സമേതനായി; -സഹിതം; -ഒത്ത്; കൊണ്ട്; -യാൽ; -ഉം; -യോടു ചേർത്ത്; -ൻെറ; സമം; എതിരായി.

withdraw (വിത്ഡ്രോ, വിദ്ഡ്രോ) *v.* draw back; take back; recall; പിൻവലിക്കുക; പുറകോട്ടു വലിയുക; പിൻവാങ്ങുക.

wither (വിദ്ദർ) *v.* dry and shrivel up; ഉണങ്ങുക; ചുരുങ്ങുക; കൊഴിഞ്ഞുപോകുക; ഇല്ലാതെയാകുക.

withhold (വിത്ഹൗൾഡ്, വിദ്ഹൗൾഡ്) *v.* hold back; restrain; നിർത്തുക; തടസ്സപ്പെടുത്തുക; പിടിച്ചുവയ്ക്കുക.

within (വിദിൻ) *prep. & adv.* in the inside of; -യ്ക്കകത്ത്; -യിൽ; അപ്പുറത്തല്ലാതെ; (within reach) -യ്ക്കുള്ളിൽ.

without (വിദൗട്ട്) *prep. & conj.* outside of; deprived of; unless; except; പുറത്ത്; അപ്പുറത്ത്; പുറമെ; വെളിയിൽ; അല്ലാതെ; ഇല്ലാതെ; ഒഴിച്ച്; കൂടാതെ.

withstand [വിത്(ദ്)സ്റ്റാൻഡ്] *v.*

resist; prevent; ചെറുക്കുക; തടുക്കുക; പ്രതിരോധിക്കുക.

witness (വിറ്റ്നിസ്) *n.* attestation; testimony; evidence or proof; സാക്ഷ്യം; തെളിവ്; സാക്ഷിപറയുന്നവൻ; v. give testimony to; തെളിവു കൊടുക്കുക; സാക്ഷ്യപ്പെടുത്തുക.

witticism (വിറ്റിസിസം) *n.* witty remark; ഫലിതം; ഫലിതംപറച്ചിൽ; നർമ്മോക്തി.

wizard (വിസ്സഡ്) *n.* one who works wonders; magician; മാന്ത്രികൻ; മായാവി; ഐന്ദ്രജാലികൻ.

wobble (വോബ്ൾ) *v.* (*fig.*) vacillate; move unsteadily; അഭിപ്രായസ്ഥിരതയില്ലാതിരിക്കുക.

woe (വൗ) *n. & interj.* heavy calamity; misery; sorrow; മഹാവ്യസനം; ആധി; ക്ലേശം; ദുർഗതി.

wolf (വൂൾഫ്) *n.* (*pl.* **wolves**) a rapacious crafty animal; ചെന്നായ്; **cry wolf** അടിസ്ഥാനമില്ലാത്ത സംഭ്രമങ്ങളുണർത്തുക.

woman (വുമൺ) *n.* (*pl.* **women** വിമിൻ) adult human female; the female sex; സ്ത്രീ; സ്ത്രൈണവികാരങ്ങൾ; *n.* **woman hood** സ്ത്രീത്വം; *n.* **womanizer** സ്ത്രീലമ്പടൻ.

womb (വൂം) *n.* uterus; the place where anything is produced; ഗർഭപാത്രം; ഗർഭാശയം.

wonder (വൺഡർ) *n.* surprise; strange thing or event; വിസ്മയം; അത്ഭുതവസ്തു; അത്ഭുതസംഭവം; *v.* be amazed or surprised; വിസ്മയിക്കുക; ആശ്ചര്യംകൊള്ളുക; **wonder-struck, wonder-stricken** അത്ഭുതപരവശനായ; *adj.* **wonderful, wond-rous** വിസ്മയകരമായ.

woo (വൂ) *v.* ask to marry; solicit in love; to court; (സ്ത്രീയോടു) വിവാഹാഭ്യർത്ഥന നടത്തുക.

wood (വുഡ്) *n.* tree; forest; timber; മരം; വൃക്ഷസമൂഹം; കാട്; ചെറുവനം; വെട്ടുമരത്തടി; വിറക്; *v.* വിറകുശേഖരിക്കുക; സംഭരിക്കുക.

woof (വൂഫ്) *n.* thread for a weft; ഊട്; നെയ്ത്തിൽ പാവിൻെറ കുറുകെ ഓടിക്കുന്ന നൂല്.

wool (വൂൾ) *n.* soft curly hair of sheep and other animals; ചെമ്മരിയാടിൻ രോമം; മൃദുലമായ മൃഗരോമം; കമ്പിളി.

word (വേർഡ്) *n.* a sound that conveys an idea; conversation; talk; message; news; വാക്ക്; ശബ്ദം; പദം; വാക്യം; സംഭാഷണം; മൊഴി; ഭാഷ; വിവരം; വർത്തമാനം; ദൂത്; **keep one's word** വാക്കു പാലിക്കുക; *n.* **wordiness** വാചാലത്വം; പദാധിക്യം.

word (വേഡ്) (computer) basic unit of data in a computer memory; കംപ്യൂട്ടർ മെമ്മറിയിലെ അടിസ്ഥാന ഘടകം.

word processing (വേഡ് പ്രൊസെസ്സിങ്) a computer program for writing, editing, revising, manipulating, formating and printing; വിവരങ്ങൾ എഴുതുന്നതിനും എഡിറ്റ് ചെയ്യുന്നതിനും പരിഷ്കരിക്കുന്നതിനും അച്ചടിക്കുന്നതിനും രൂപപ്പെടുത്തുന്നതിനുമുള്ള പ്രോഗ്രാം.

work (വേർക്) *n.* energy; labour; toil; occupation; thing done by work; പ്രവർത്തനം; പ്രവൃത്തി; യത്നം; പരിശ്രമം; തൊഴിൽ; പണി; ജോലി; സേവനം; കൃതി; പുസ്തകം.

worker (വേർകർ) *n.* labourer; one who works; തൊഴിലാളി; പ്രവർത്തകൻ.

working (വേർകിങ്) *adj.* industrious; labouring; അദ്ധ്വാനശീലമുള്ള; പണിയെടുക്കുന്ന; കർമ്മവ്യാപൃതനായ.

world (േവ്ൾഡ്) *n.* the earth and all created things thereon;ഭൂമി; പ്രപഞ്ചം; മനുഷ്യ ജീവിതരംഗം; വിശ്വം; ഭൗതിക ജീവിതം; ഭൗതികതാത്പര്യങ്ങൾ; മനുഷ്യകാര്യങ്ങൾ; ലോകഗതി; സമസ്ത സൃഷ്ടികളും; മാലോകർ; മനുഷ്യ വർഗ്ഗം; **world famous** ലോക വിഖ്യാതനായ; **world view** വിശ്വദർശനം; **World War** ലോക മഹായുദ്ധം.

worm (േവ്ം) *n.* earth-worm; grub; maggot; പുഴു; കൃമി; വിര; ഇഴയുന്ന പ്രാണി.

worry (വ്റി) *v.* bother; harass; be unduly anxious; അലട്ടുക; ശല്യപ്പെടുത്തുക; ഉപദ്രവിക്കുക; പീഡിപ്പിക്കുക; ആധിപിടിക്കുക.

worse (േവ്ഴ്സ്) *adj.* bad or ill in a greater degree; കൂടുതൽ കുറച്ചിലായ; കേടായ; ചീത്തയായ; കുറെക്കൂടി വഷളായ.

worship (േവ്ർഷിപ്) *n.* devotion; adoration paid to God; homage; ആരാധന; ഉപാസന; പൂജ; അർച്ചന; അതിസ്നേഹം; അത്യനുരാഗം.

worst (േവ്ഴ്സ്റ്റ്) *adj.* bad in the highest degree; അത്യന്തം നീചമായ; ഏറ്റവും ചീത്തയായ.

worsted (േവ്ഴ്സ്റ്റിഡ്) *adj.* fine twisted woollen yarn or thread; നേർമ്മയേറിയ, പിരിച്ച കമ്പിളിനൂൽ.

worth (േവ്ർത്ത്) *n.* value; price; merit; വില; മൂല്യം; അർഹത; യോഗ്യത; ഗുണം; വൈശിഷ്ട്യം; ശ്രേഷ്ഠത.

worthy (േവ്ർത്തി) *adj.* estimable; fitting; ഗണനീയമായ; ഉചിതമായ.

would (വ്വുഡ്) see **will**; *adj.* **would-be** wishing to be; ഇന്നതാകാൻ മോഹമുള്ള, ഇടയുള്ള.

wound (വ്വൂൺഡ്) *n.* cut; bruise; injury; hurt; മുറിവ്; വ്രണം; പുണ്ണ്; ചതവ്; അവമാനം; ക്ഷതം.

wrangle (റാങ്ഗ്ൾ) *v.* quarrel; altercate; ശണ്ഠകൂടുക; വഴക്കുണ്ടാകുക.

wrap (റാപ്) *v.* (*p.t.* & *p.part.* **wrapped**) envelop; fold together; cover up; പൊതിയുക; ചുരുട്ടുക; പുതയ്ക്കുക; ഉറയിടുക.

wrath (റാത്ത്) *n.* intense anger; fury; rage; ഉഗ്രകോപം; അമർഷം; രോഷം.

wreath (റീത്ത്) *n.* garland; laurel; പുഷ്പമാല; ഹാരം; പുഷ്പകിരീടം.

wreck (റെക്ക്) *n.* destruction esp. of ship; damage; കപ്പൽച്ചേതം; തകർച്ച; തകരൽ.

wrench (റെൻച്) *n.* a violent twist; a sprain; തീവ്രവേദന; പിടിച്ചുവലി; ഉളുക്ക്; മുറുക്കിപ്പിടിക്കുന്നതിനുള്ള ഉപകരണം.

wrestle (റെസ്ൽ) *v.* grapple with; മല്ലിടുക; (*lit.& fig.*) മുഷ്ടിയുദ്ധം ചെയ്യുക.

wretch (റെച്) *n.* miserable fellow; wicked; അതിനിർഭാഗ്യവാൻ; ദുരിതജീവിതക്കാരൻ; അധമൻ.

wriggle (റിഗ്ൾ) *v.* twist to and fro; പിടയുക; പിടയ്ക്കുക; പുളയുക.

wring (റിങ്) *v.* squeeze and compress; ഞെരുക്കുക; മുറുക്കുക; പിഴിഞ്ഞെടുക്കുക; പിടിച്ചമർത്തുക.

wrinkle (റിങ്ക്ൾ) *n.* a small ridge or burrow in the skin; ചുളി; ചുളിവ്; മടിപ്പ്; *v.* ചുളിക്കുക.

wrist (റിസ്റ്റ്) *n.* joint between hand and arm; മണിബന്ധം; കണങ്കൈ.

writ (റിറ്റ്) *n.* legal document; summons; നിയമാനുസൃതപ്രമാണം; കോടതി മുമ്പാകെ ഹാജരാകാനുള്ള കല്പന.

write (റൈറ്റ്) *v.* (*p.t.* **wrote**, *p.part.* **written**) scribe; express in writing; compose books, etc.; എഴുതുക; എഴുതുവഴി അറിയിക്കുക; ഗ്രന്ഥം രചി

ക്കുക; ലേഖനം എഴുതുക; എഴുതി നിറയ്ക്കുക; **write off** കിട്ടാനുള്ള വായ്പത്തുക വേണ്ടെന്നുവയ്ക്കുക; റദ്ദാക്കുക; എഴുതിത്തള്ളുക; *n.* **write-up** വിവരണക്കുറിപ്പ്; വിവരണ ലേഖനം.

writer (റൈറ്റർ) *n.* scribe; author; എഴുത്തുകാരൻ; സാഹിത്യകാരൻ; ലേഖകൻ; ഗുമസ്തൻ.

writhe (റൈദ്) *v.* twist with pain; ചുളിയുക; വേദനകൊണ്ടു പുളയുക.

wrong (റോങ്) *adj.* mistaken; out of order; contrary to law or morality; അബദ്ധമായ; ക്രമവിരുദ്ധമായ; തെറ്റായ; (*opp.* **right**); **go wrong** അബദ്ധമാർഗ്ഗം കൈക്കൊള്ളുക; *n.* **wrong-doer** അധാർമ്മികൻ.

wry (റൈ) *adj.* abnormally bent or turned to one side; crooked; ഒരു ഭാഗം തിരിഞ്ഞ; കോടിപ്പോയ; ഏങ്കോണിച്ച.

Xx

X (എക്സ്) the twenty-fourth letter of the English alphabet; ഇംഗ്ലീഷ് അക്ഷരമാലയിലെ 24-ാമത്തെ അക്ഷരം; 10 എന്ന അക്കം.

X-chromosome (എക്സ്-ക്രോമസോം) *n.* a chromosome associated with sex-determination; പുരുഷന്മാർക്കുള്ളതിൻെറ ഇരട്ടി സ്ത്രീകളിൽ (ഓരോ കോശത്തിലും) ഉള്ള ക്രോമസോം.

xenon (സീനൊൺ) *n.* a chemical element, a colourless and odourless gas; നിറമോ ഗന്ധമോ ഇല്ലാത്ത ഒരു വാതക മൂലകം.

xenophobia (സെനഫോബിയ) *n.* morbid dislike of foreigners; അപരിചിതൻമാരോടും വിദേശികളോടു മുള്ള അയുക്തിക വിദ്വേഷം, ഭയം.

xerography (സീയെറൊഗ്രാഫി) *n.* a non-chemical photographic process; ധാരാളം കോപ്പികളെടുക്കുവാനുള്ള ഒരു പ്രക്രിയ.

xerophyte (സീയറൗഫൈറ്റ്) *n.* a desert-plant; വെള്ളമില്ലാത്ത ഭൂമിയിൽ വളരുന്ന ചെടി.

xerox (സിയറൊക്സ്) *n.* a certain process of xerography; ഫോട്ടോകോപ്പി; ധാരാളം കോപ്പികളെടുക്കുവാനുള്ള മാർഗം.

Xmas (ക്രിസ്മസ്) *n.* Christmas; ക്രിസ്മസ്.

X-ray (എക്സ്റേയ്) *n.* electromagnetic rays of very short wavelength; എക്സ്റേ; എക്സ്റേ ഫോട്ടോ.

X-Y cursor Addressing the location of the position of the cursor on the screen; സ്ക്രീനിൽ കേഴ്സറിൻെറ സ്ഥാനം നിർണ്ണയിക്കൽ (കംപ്യൂട്ടറിൽ).

xylene, xylol (സൈലീൻ, സൈലൊൾ) *n.* a transparent liquid distilled from coal-tar; കല്ക്കരിക്കീൽ; വാറ്റുദ്രാവകം.

xylophone (സൈലെഫൗൺ) *n.* musical instrument of wooden bars; മരക്കഷണങ്ങൾകൊണ്ടടിച്ച് നാദം പുറപ്പെടുവിക്കുന്ന ഒരു വാദ്യോപകരണം.

Yy

Y (വൈ) the twenty-fifth letter of the English alphabet; ഇംഗ്ലിഷ് അക്ഷര മാലയിലെ 25-ാമത്തെ അക്ഷരം.

Y-fronts (വൈ-ഫ്രണ്ട്സ്) *n.* men's undergarments; പുരുഷന്മാരുടെ അടിവസ്ത്രം.

yacht (യൊട്ട്) *n.* light sailing vessel; ഉല്ലാസബോട്ട്; കളിവള്ളം; *v.* കളിവള്ളം തുഴയുക.

yaff (യാഫ്) *v.* bark like a dog; നായെ പ്പോലെ കുരയ്ക്കുക.

yahoo (യാഹൂ) *n.* brute in human shape; മനുഷ്യമൃഗം; മൃഗീയസ്വഭാവ ക്കാരൻ.

yak (യാക്) *n.* wild or domesticated ox of Tibet; യാക്ക് എന്ന മലമ്പശു; കബരിമാൻ.

yam (യാം) *n.* edible tuber of some tropical plants; ചേന; കാച്ചിൽ.

Yankee (യാങ്കീ) *n.* an inhabitant of the U.S.A.; അമേരിക്കർക്ക് പൊതു വേ പറയുന്ന പേര്.

yard (യാർഡ്) *n.* unit of long measure; ഗജം; മൂന്നടിക്കോല്.

yard (യാർഡ്) *n.* an enclosed place near a building; അങ്കണം; മുറ്റം; ഉമ്മറം; പ്രവൃത്തിസ്ഥലം.

yarn (യാൺ) *n.* thread for weaving, etc.; നൂല്; ചണപ്പട്ട്; തന്തു; സൂത്രം.

yawn (യോൺ) *v.* gape; be wide open; കോട്ടുവായിടുക; വിശാലമായി തുറ ക്കുക; വിള്ളുക; വാതുറക്കുക.

year (യിയ്യർ) *n.* time occupied by the earth in one revolution round the sun; ആണ്ട്; വർഷം; ഏതെങ്കിലും സംഗതിയുമായി ബന്ധപ്പെടുത്തിയ സംവത്സരകാലം; 365 ദിവസക്കാലം; പ്രായം; പ്രായാധിക്യം; ജീവിതകാലം.

yearling (യിയർലിങ്) *n.* animal one year old; ഒരാണ്ടു പ്രായമായ മൃഗം.

yearn (യേൺ) *v.* be filled with longing; desire strongly; കൊതിക്കുക; വാഞ്ഛി ക്കുക; ആശിക്കുക.

yeast (യീസ്റ്റ്) *n.* ferment; froth; കിണ്വം; മാവുപുളിച്ച നുര.

yelk (യെൽക്) *n.* yolk of egg; മുട്ടയുടെ മഞ്ഞക്കരു.

yell (യെൽ) *v.* make sharp loud cry; scream from terror; അലറുക; ഉച്ച ത്തിൽ ആക്രന്ദിക്കുക; ആക്രോശി ക്കുക.

yellow (യെലൗ) *adj.* being of a pure bright golden colour; മഞ്ഞനിറമുള്ള; സ്വർണ്ണനിറമായ;

yelp (യെൽപ്) *v.* (utter) cry as of dog in pain; നായ് കുരയ്ക്കുക; ഓരി യിടുക.

yeoman (യൗമൻ) *n.* freeholder; small land owner; സ്വതന്ത്രപ്രജ; കുടി യാൻ; ചെറുജന്മി.

yes (യെസ്) *adv.* indeed; ay; അതെ; അങ്ങനെതന്നെ; ശരിയാണ്; ഉവ്വ്; ഓ; കൊള്ളാം; ഉണ്ട്; ഏറ്റവും സ്വീകാര്യം.

yester (യെസ്റ്റർ) *pref.* next before present; ഇന്നലെ; തലേദിവസത്തെ.

yesterday (യെസ്റ്റേർഡെയ്) *n.* & *adv.* the day before today; ഇന്നലെ; ഇന്ന ലത്തെ ദിവസം; അടുത്തകാലം.

yet (യെറ്റ്) *adv.* in addition; besides; once again; over and above; എന്നി ട്ടും; ഇതുവരെ; ഇനിയും; അപ്പോൾ തന്നെ.

yex (യെക്സ്) *n.* the hiccup; ഏമ്പക്കം; എക്കിട്ടം; എക്കിൾ.

yield (യീൽഡ്) *v.* give out; surrender; നല്കുക; കീഴടങ്ങുക; കീഴ്പ്പെടുക;

yogurt, yoghurt | Zen 475

ആദായമുണ്ടാക്കുക; വരവുണ്ടാകുക; വിളയുക; കായ്ക്കുക.

yogurt, yoghurt (യൊഗർട്ട്) *n.* curd; തൈര്; കട്ടിത്തൈര്.

yoke (യൗക്) *n.* wooden frame joining two oxen's necks; slavery; നുകം; ഏര്; പശുവിനും മറ്റും കെട്ടുന്ന കഴുത്തുവള; മണിച്ചട്ടം; വലിയ മണിതൂക്കുന്ന ചട്ടം; ചുക്കാൻ പിടി; ഉടുപ്പിൻെറ ചുമൽക്കഷണം; കെട്ട്.

yolk (യൗക്) *n.* yellow part of an egg; മുട്ടയിലെ മഞ്ഞക്കരു.

yon (യൊൺ) *adj. & adv.* yonder; that; those; അവിടെ; അപ്പുറത്ത്; അവിടെയുള്ള.

yonder (യൊൺഡർ) *n.* situated over there; അങ്ങ്; അതാ; അവിടെ; ആ കാണുന്നിടത്ത്; അക്കാണുന്ന.

yore (യോർ) *adv.* of **yore** long ago; പണ്ട്.

you (യൂ) *pron. pl.* of **thou** (you are, you were, etc.); നിങ്ങൾ; അങ്ങ്; നീ; താൻ; താങ്കൾ; നിങ്ങളെ; നിന്നെ; താങ്കളെ; തനിക്ക്; താങ്കൾക്ക്.

young (യങ്) *adj.* (*comp.* **younger**, യംഗ്ഗർ, *superl.* **youngest**) not yet old; infant; youthful; immature; ഇളം പ്രായമായ; യുവാവായ; യുവതിയായ; യൗവനസഹജമായ; (രാഷ്ട്രത്തെപ്പറ്റിയും മറ്റും) ഇയ്യിടെ ജന്മം കൊണ്ട; വികാസം പ്രാപിച്ചിട്ടില്ലാത്ത; പരിശീലനം ലഭിക്കാത്ത; അനുഭവജ്ഞാനമില്ലാത്ത; നവീനമായ; നൂതനമായ.

your (യുഎ്ർ, യോർ) *adj.* pert. to or belonging to you; നിൻെറ; നിങ്ങളുടെ; താങ്കളുടെ; **yours** താങ്കളുടേത്.

youth (യൂത്) *n.* state or quality of being young; താരുണ്യം; ചെറുപ്പം; യൗവ നം; യുവാവ്; യുവജനങ്ങൾ; *adj.* **youthful.**

Yule (യൂൾ) *n.* the Christmas; ക്രിസ്മസ്; **Yuletide** ക്രിസ്മസ്കാലം.

yummy (യമി) (*coll.*) tasty; delicious; രുചിയുള്ള; സ്വാദുള്ള.

yuppie (യപ്പി) (*derog.*) *n.* young and ambitious professional person, esp. one working in a city; അതിമോഹങ്ങളുള്ള ചെറുപ്പക്കാരനായ പട്ടണവാസി.

Zz

Z (സെഡ്) the twenty-sixth letter of the English alphabet; ഇംഗ്ലിഷ് അക്ഷരമാലയിലെ 26-ാമത്തെ അക്ഷരം; അവസാനത്തെ അക്ഷരം.

zap (സ്ാപ്) *v.* kill with a gun; attack; വെടിവെച്ച് കൊല്ലുക; ഇടിക്കുക; ആക്രമിക്കുക.

zeal (സീൽ) *n.* passionate ardour; enthusiasm; അഭിനിവേശം; ആവേ ശം; ആഗ്രഹം; ഔത്സുക്യം.

zealot (സെലെറ്റ്) *n.* fanatic; an enthusiast; മതഭ്രാന്തൻ.

zealous (സെലസ്) *adj.* fervent; eager; earnest; അത്യുത്സുകമായ; ആവേശമുള്ള.

zebra (സീബ്രെ) *n.* South African Striped quadruped; വരയൻകുതിര.

Zen (സെൻ) *n.* a Japanese Buddhist sect; ധ്യാനപ്രധാനമായ ജാപ്പനീസ് ബുദ്ധമതം.

zenana (സെനാന) *n.* apartments in which women are secluded; അന്തഃപുരം; സ്ത്രീകൾക്കു മാത്രമായുള്ള ഗൃഹഭാഗം.

Zend Avesta (സെൻഡ് അവെസ്ത) *n.* Zoroastrian scriptures; പാർസി വേദഗ്രന്ഥം.

zenith (സെനിത്) *n.* (*opp.* **nadir**) (*fig.*) point of heavens directly above observer; highest point; നേരെ മുകൾഭാഗം; മൂർദ്ധന്യദശ; അത്യുച്ചനില; പരമപദം.

zephyr (സെഫ്ഫർ) *n.* gentle breeze; ഇളങ്കാറ്റ്; പടിഞ്ഞാറൻ കാറ്റ്.

zero (സീയറൗ) *n.* cipher; nil; ശൂന്യം; പൂജ്യം; ബിന്ദു.

zest (സെസ്റ്റ്) *n.* relish; enthusiasm; താത്പര്യം; ഉത്സാഹം; ആവേശം.

Zeus (സ്യൂസ്) (*Gk. myth.*) supreme god of Olympus; ദേവാധിരാജൻ; ജൂപ്പിറ്റർ ദേവൻ.

zigzag (സിഗ്സാഗ്) *n.* sharp alternate turns; വളവും തിരിവും; വളഞ്ഞുപുളഞ്ഞ; വളവും തിരിവുമുള്ള

Zionism (സ്യ്യണിസം) *n.* the movement that achieved the re-establishment of a Jewish nation; പലസ്തീനിൽ ജൂതർക്കു ദേശീയഅവകാശങ്ങളും ഭൂപ്രദേശവും നേടിക്കൊടുത്ത പ്രസ്ഥാനം.

zip (സിപ്) *n.* a light sharp sound; a fastening device; സീൽക്കാരശബ്ദം; സിപ്പ്; സംയോജകം; ഊർജ്ജം; വീര്യം; *v.* സിപ്പു കൊണ്ടു സംയോജിപ്പിക്കുക.

zip (സിപ്) (computer) the process of reducing the size of a file and storing it, which can be restored to its original size later for reuse; ഫയലിൻെറ വലിപ്പത്തെ ചെറുതാക്കി സംഭരിച്ചു വെക്കുന്നതിനും പുനരുപയോഗത്തിന് പഴയ വലിപ്പത്തിലാക്കുകയും ചെയ്യാവുന്ന പ്രക്രിയ.

zodiac (സൗഡിയാക്) *n.* imaginary belt or zone in the heavens; രാശിചക്രം.

zone (സൗൺ) *n.* belt or girdle; region; അരക്കച്ച; അരഞ്ഞാണം; മേഖല.

zoo (സൂ) *pref.* of animals; മൃഗങ്ങളെ സംബന്ധിച്ച; മൃഗശാസ്ത്രപരമായ; മൃഗശാല.

zoolatry (സൂലാട്രി) *n.* worship of animals; മൃഗാരാധന.

zoology (സൗളെജി) *n.* the science of animal life; പ്രാണിശാസ്ത്രം; ജന്തുവിജ്ഞാനീയം.

zoom (സൂം) *v.* make loud buzzing noise; move with this sound; ഉറക്കെയുള്ള മൂളൽ തുടർച്ചയായി പുറപ്പെടുവിക്കുക; *n.* **zoom-lens** ക്യാമറ കൊണ്ടു വിദൂരചിത്രങ്ങൾ അടുത്തു കാണിക്കുവാനുള്ള ഫോക്കസ് ദൈർഘ്യം മാറ്റി സംവിധാനം ചെയ്യാവുന്ന ലെൻസ്.

zoom (സൂം) *v.* (Computer) to enlarge an area of text to make it easier to work on പ്രവർത്തനം എളുപ്പമാക്കാൻ വേണ്ടി ലിഖിതത്തിൻെറ ഒരു ഭാഗം മാത്രം വലുതാക്കുന്നത്.

zoophyte (സൗഓഫൈറ്റ്) *n.* kind of plant-like animal; സസ്യരൂപമുള്ള പ്രാണിവർഗം.

zootheism (സൗഎത്തീയിസം) *n.* beast-worship; മൃഗപൂജ.

Zoroastrian (സോറൗഎസ്ട്രിയൻ) *adj.* pert. to Zoroastrianism; ജരതുഷ്ട്രമതം സംബന്ധിച്ച; *n.* **Zoroastrianism** ജരതുഷ്ട്രമതം; അന്യാരാധന, പാഴ്സിമതം.

zygote (സൈഗൗട്ട്) *n.* (*biol.*) product of union of two gametes; സിക്താണ്ഡം; രണ്ടു ഗാമിറ്റുകളുടെ (യുഗ്മകങ്ങളുടെ) സംയോഗഫലം.

zymotic (സൈമൗറ്റിക്) *adj.* of fermentation; പുളിപ്പിക്കാനുള്ള; പുളിപ്പു സംബന്ധിച്ച.